जगभर गाजलेल्या आणि विक्रीचा उच्चांक गाठलेल्या आपल्या 'एक्झोडस्' या पुस्तकाबद्दल लिऑन युरिस खालील शब्दांत बोलतात :

'एक्झोडस्' हा आपल्या युगातला एक अद्‌भुत चमत्कार आहे. दोन हजार वर्षे जगाच्या नकाशावरून पुसल्या गेलेल्या देशाची पुनर्स्थापना ही घटना मानवाच्या इतिहासात पूर्वी कधीही घडलेली नाही.'

'शतकानुशतके अपमानास्पद वागणूक, मानखंडना, अनंत यातना, खून यांना तोंड देऊन, परत येऊन हिमतीने आणि रक्त सांडून वाळवंटामध्ये नंदनवन निर्माण करणाऱ्या ज्यूंची ही कथा आहे.'

'कल्पित अमेरिकन वाङ्मयात रंगवलेल्या ज्यूंच्या ठोकळेबाज व्यक्तिरेखा बाजूला ठेवून, जगाने वाऱ्यावर सोडलेल्या माझ्या लोकांची, केवळ स्वतःच्या हिमतीवर अशक्यप्राय विजय मिळवणाऱ्या ज्यूंची, ही दुसरी बाजू मी लिहिलेली आहे.'

'ज्यू म्हणून जन्माला आल्याची खंत नसणाऱ्या आणि सन्मानाने जगण्याचा हक्क मिळवणाऱ्या रणधुरंधर योद्ध्यांची ही कथा आहे. इस्राएलमधल्या शहरांमध्ये आणि भूमीवर जेव्हा मी ही कथा शोधली, तेव्हा मला ईश्वरी साक्षात्कारच घडल्यासारखे वाटले.'

'एक्झोडस्' या पुस्तकात वर्णन केलेल्या बहुतेक सर्व घटना इतिहासात नोंद झालेल्या आहेत. या ऐतिहासिक घटनांच्या पार्श्वभूमीवर मी माझ्या पुस्तकाची निर्मिती केलेली आहे.

पुस्तकामध्ये वर्णन केलेल्या घटनांप्रमाणे खरोखर घडलेल्या प्रसंगात भाग घेतलेल्या व्यक्ती आजही हयात असण्याची शक्यता आहे. या पुस्तकातील व्यक्तिरेखांशी असलेल्या साधर्म्यामुळे या काल्पनिक व्यक्तिरेखा म्हणजेच त्या खऱ्याखुऱ्या व्यक्ती, असा समजही त्यामुळे होण्याचा संभव आहे. तेव्हा प्रथमच मी एक गोष्ट स्पष्ट करतो की, 'एक्झोडस्' या पुस्तकामधल्या सर्व व्यक्तिरेखा लेखकाने निर्माण केलेल्या आहेत; पूर्णपणे काल्पनिक आहेत.

अपवाद अर्थातच, चर्चिल, ट्रूमन, पिअर्सन वगैरे त्या त्या काळाशी संबंधित अशा खऱ्याखुऱ्या व्यक्तींचा आहे.

**-लिऑन युरिस**

इस्रायलच्या निर्मितीची रोमहर्षक कथा

**दैनिक लोकसत्ता २९-६-२००३**
**राहुल बोरगावकर**

आपल्या स्नेहीजनांना पुस्तके भेट द्या

# एक्झोडस्


लेखक

**लिऑन युरिस**

अनुवाद

**बाळ भागवत**



**मेहता पब्लिशिंग हाऊस**

Please contact us at **Mehta Publishing House,** Pune 411030.
✆ +91 020-24476924 / 24460313 / Mob. No. 9545000513
Email : production@mehtapublishinghouse.com
Website : www.mehtapublishinghouse.com

- *या पुस्तकातील लेखकाची मते, घटना, वर्णने ही त्या लेखकाची असून त्याच्याशी प्रकाशक सहमत असतीलच असे नाही.*

**EXODUS** by Leon M. Uris

Original Published by Doubleday Broadway Publishing Group, New York.
Translated into Marathi Language by Bal Bhagwat

**एक्झोडस् / अनुवादित कादंबरी**

**TBC**

अनुवाद : बाळ भागवत
Email : author@mehtapublishinghouse.com
मराठी अनुवाद व प्रकाशनाचे हक्क : मेहता पब्लिशिंग हाऊस, पुणे ३०.
प्रकाशक : सुनील अनिल मेहता, मेहता पब्लिशिंग हाऊस,
१९४१, माडीवाले कॉलनी, सदाशिव पेठ, पुणे – ४११०३०.
मुद्रक : ट्रिनिटी ॲकॅडमी फॉर कॉर्पोरेट ट्रेनिंग लिमिटेड, नऱ्हे, पुणे – ४१.
मुखपृष्ठ : मेहता पब्लिशिंग हाऊस
प्रकाशनकाल : जानेवारी, २००३ / फेब्रुवारी, २०१७ /
पुनर्मुद्रण : डिसेंबर, २०२०
किंमत : ₹ ६५०
P Book ISBN 9788177662566

---

# प्रस्तावना

इस्राएल
एक छोटासा देश.
इतका लहान, की छोट्या नकाशात दिसत नाही.
मोठ्या नकाशामध्येसुद्धा शोधावाच लागतो;
पण इस्राएलची पुनर्स्थापना हा या शतकातला एक चमत्कार आहे.

ज्यू आपला देश गमावणार हे बायबलमध्ये म्हटले होते; पण देव त्यांना तो पुन्हा मिळवून देईल, असेही बायबलमध्ये लिहिले होते. बायबलच्या प्रत्येक अक्षरावर दृढ श्रद्धा बाळगणाऱ्या ज्यूंनी, एक ना एक दिवस आपली भूमी परत मिळवू, हे स्वप्न बघत दोन हजार वर्षे अनंत यातना, कल्पनातीत हालअपेष्टा आणि असंख्य कत्तली यांना तोंड दिले; पण स्वत:चे राज्य पुन्हा स्थापन करण्याचा ध्यास कधीही सोडला नाही. दोन हजार वर्षे मृत असलेला देश उभारणे, ही जगाच्या इतिहासात न घडलेली गोष्ट होती.

कायद्याने मिळालेले राज्य स्थापन करताच सर्व बाजूंच्या शत्रूंनी एकाच वेळी चढाई करून पुन्हा एकदा त्यांचा नायनाट करायचा प्रयत्न केल्यावर, त्यांनी जो अविस्मरणीय लढा दिला, त्याला जगाच्या इतिहासात तोड नाही. प्रत्येक मुलगा-मुलगी, स्त्री-पुरुष यांनी प्राणपणाने त्यांच्या भूमीचे रक्षण केले. स्वत:च्या देशाच्या रक्षणासाठी प्रत्येक ज्यू जीव जाईपर्यंत लढेल याची कल्पना आल्यावर, त्याच्या संपूर्ण नि:पातासाठी किती किंमत मोजावी लागेल, याची ज्या क्षणी त्याच्या शत्रूंना जाणीव झाली, त्या क्षणी इस्राएलने आपले स्वातंत्र्ययुद्ध जिंकले.

खरोखर, इस्राएलचे आज दिसणारे अस्तित्व हे एक महान आश्चर्य आहे.

**-बाळ भागवत**

## ऋणनिर्देश

**श्री. सुनील मेहता**

चाळीस वर्षांपूर्वी प्रथम प्रकाशित झालेल्या पुस्तकाच्या अनुवादावर दाखविलेल्या विश्वासाबद्दल आणि सहकार्याबद्दल.

**श्री. सदाशिव (नाना) धोंड्ये**

**श्री. अविनाश भावे**

अनेक देशांच्या माहितीबद्दल

**सौ. मीनल जोशी**

**कु. स्वीटी धोंड्ये**

**कु. कीर्ती भावे**

अनुक्रमे रशियन, जर्मन, फ्रेंच भाषांतराबद्दल

**श्री. डेव्हिड तळकर**

**सौ. सेरा तळकर**

**श्री. सॅम्सन कोर्लेकर**

**श्री. अब्राहम गडकर**

**सौ. शेबा शापूरकर**

**फादर व्हरनान अग्वार**

हिब्रू आणि अरेबिक भाषा आणि बायबल यांच्या संदर्भात

**सौ. विमल जोशी**

**श्री. सुहास जोशी**

हस्तलिखित वाचून सुधारणा सुचविण्याचे किचकट काम नेहमीच्याच उत्साहाने केल्याबद्दल

# अनुक्रमणिका

## भाग १

## जॉर्डनच्या पलीकडे

देवाने जॉर्डन पलीकडची भूमी तुम्हाला आणि तुमच्या भाऊबंदांना दिली आहे. त्या भूमीवर तुम्ही आसरा घ्या. नंतर इतरत्र कुठेही असलेली तुमची माणसे याच भूमीवर परत येतील.

*देवाने मोजसला दिलेले वचन*
***-ड्यूटिटरनॉमि***

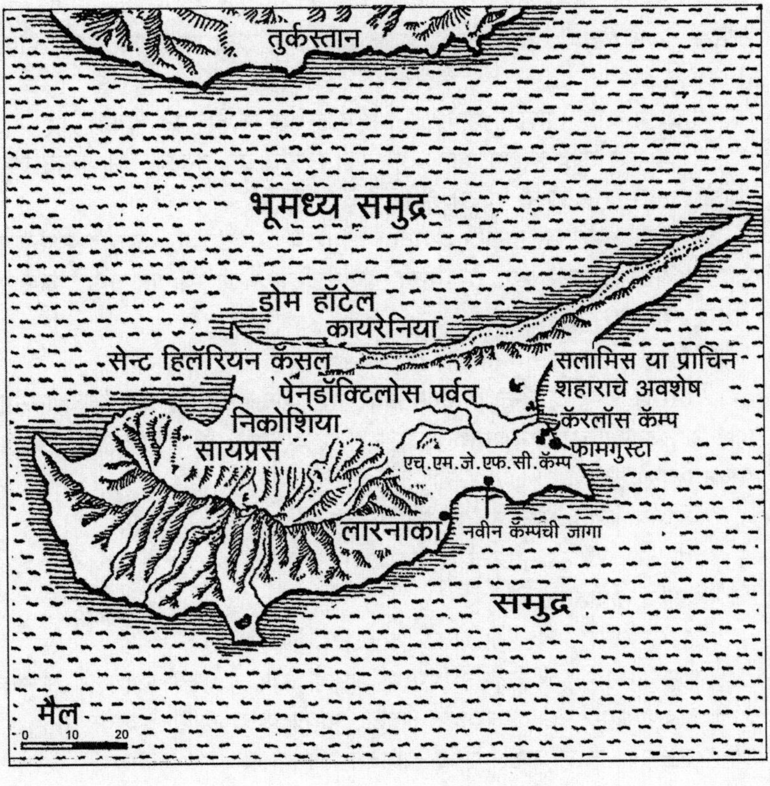

# १

*नोव्हेंबर १९४६*

## सायप्रसमध्ये आपले स्वागत आहे

*विल्यम शेक्सपिअर*

विमान धावपट्टीवर थांबले. समोरच मोठा फलक होता– सायप्रसमध्ये आपले स्वागत आहे– मार्क पार्करने खिडकीतून बाहेर नजर टाकली. उत्तरेकडच्या किनाऱ्यावरील 'पीक ऑफ फाईव्ह फिंगर्स' दिसत होते. तासाभरात तिथल्या कायरेनिया पासमधून तो जाणार होता. 'सायप्रसमध्ये आपले स्वागत आहे... सायप्रसमध्ये आपले स्वागत आहे...' विमानातून खाली उतरल्यावरही त्याच्या डोक्यात विचार चालू होता. कुठे वाचले होते हे शब्द? ऑथेल्लोत असावेत. पण नंतर काही शब्द होते. नक्की होते. ते कोणते?

"विशेष काही आणले आहे?" कस्टम इन्स्पेक्टर विचारत होता.

"दोन पौंड शुद्ध हेरॉईन आणि अश्लील चित्रांचे एक पुस्तक" मार्क उत्तरला. त्याचे डोळे मात्र किटीला शोधत होते.

सगळेच अमेरिकन विनोदी असतात की काय असा विचार करत इन्स्पेक्टरने पार्करला पुढे पाठवले. सरकारी पर्यटन विभागाची एक स्त्री स्वागताला पुढे आली. "मिस्टर पार्कर?"

"मीच– मीच तो गुन्हेगार."

"मिसेस किटी फ्रेमॉन्ट विमानतळावर येऊ शकली नाही. पण तिचा निरोप आहे की, आपण कायरेनियामधल्या डोम हॉटेलवर जावे. तिथे तुमच्यासाठी जागा राखून ठेवली आहे."

"आभारी आहे. मला टॅक्सी कुठे मिळेल?"

"मी तुमच्यासाठी गाडीची व्यवस्था करते सर."

"आणि तोपर्यंत....?"

"कॉफी स्टॉल, हॉलच्या शेवटी आहे सर."

मार्कने काऊन्टरवर रेलून गरमगरम काळ्या कॉफीचे घुटके घ्यायला सुरुवात केली. 'सायप्रसमध्ये आपले स्वागत आहे... सायप्रसमध्ये आपले स्वागत आहे...' प्रयत्न करूनही त्याला पुढले शब्द आठवत नव्हते.

"नमस्कार!" मोठ्या आवाजात शब्द आला. "मार्क पार्करच ना? विमानातच वाटले होते. तू मला नक्कीच विसरलेला असणार म्हणा."

बापरे! मेलो आता, पार्करच्या मनात विचार आला. कुठे भेटला हा प्राणी? रोम, पॅरीस, लंडन, माद्रिद? आणि आता काळजीपूर्वक जोड्या जुळवणे आले. जोज् बार, जेम्स पब, जेकस हाईड अवे, जोज् जॉईन्ट? आणि त्यावेळी कशाच्या मागे होतो मी? युद्ध? क्रांती? बंडाळी? आणि रात्री सोबतीला कोण होते? एखादी गोरी मुलगी? सावळी? लाल केसांची?

तो माणूस आता अगदी जवळ येऊन उभा होता आणि न थांबता बडबडत होता. "मी अमुक दारू मागितली होती. पण त्यांच्याकडे तमुक तमुकच नव्हते वगैरे वगैरे." बरीच टकळी चालवल्यावर त्याने विचारले, "आता तरी पटली ओळख?" मार्कने एक मोठा सुस्कारा टाकला. कॉफीचा मोठा घोट घेतला. किती वेळ याला तोंड द्यावे लागणार होते? "मला माहीत आहे की तू हे पूर्वी बऱ्याच वेळा ऐकले असशील. पण मला खरेच तुझे लेख आवडतात. पण तू सायप्रसमध्ये काय करतो आहेस?" त्याने डोळा मारत मार्कला एक कोपरखळी मारली. "का सर्व अगदी गुप्त गुप्त? पुन्हा कधी भेटशील? मी पॅलेस ऑफ निकोशियात उतरलो आहे." एक बिझिनेस कार्ड मार्कच्या हातात कोंबले गेले. "माझ्यासुद्धा इथे ओळखी आहेत." आणि एक कोपरखळी.

"मिस्टर पार्कर! तुमची गाडी आली आहे."

मार्कने तात्काळ कप खाली ठेवला. सुटकेचा निःश्वास टाकत, "बरे वाटले तुला भेटून" असे पुटपुटत तो पटकन् बाहेर आला. पहिल्याच कचऱ्याच्या पेटीत त्याने हातातले कार्ड चोळामोळा करून फेकून दिले.

टॅक्सी विमानतळाचा परिसर सोडून बाहेर निघाली आणि डोळे मिटून मार्क मागे रेलून बसला. एक प्रकारे किटी विमानतळावर नाही आली ते बरेच झाले. किती वर्षे झाली तिला भेटून? किती तरी आठवणींची उजळणी करायची होती. ती आता भेटणार आहे या नुसत्या विचारानेच तो उल्हसित झाला. किटी! मनमोहक किटी! बघता बघता मार्क भूतकाळात हरवला.

कॅथरीन फ्रेमॉन्ट! अमेरिकन परंपरेतली एक. पिगटेल्स, चेहऱ्यावर डाग, मुलांसारखे केस कापणे, दात सारखे करण्यासाठी तारा बसवणे अशा पायऱ्या पार करत असताना एक दिवस तारा निघाल्या, डाग गेले, ओठांवर लाली आली आणि कुरूप बदकाच्या ठिकाणी लोभस हंस कधी दिसायला लागला ते कळलेच नाही. मार्क स्वतःशीच हसला. खरोखर अप्रतिम सुंदर दिसायची तेव्हा ती.

आणि टॉम फ्रेमॉन्ट! बालिश, हसऱ्या चेहऱ्याचा. दहा सेकंदात शंभर मीटर धावणार. बास्केटबॉल खेळताना तीस फूटांवरून सहज बास्केटमध्ये बॉल फेकणार.

डोळे मिटून मॉडेल 'ए' गाडी जुळवणार. मार्कला आठवण होती तेव्हापासूनचा त्याचा जानी दोस्त.

टॉम आणि किटी! दोघे अगदी एकमेकांसाठीच जन्माला आली होती.

किटी नेहमीच तशी शांत, खूप विचारी आणि मनाचा थांगपत्ता लागू न देणारी. पण हसऱ्या आणि बोलक्या नजरेआड कुठले तरी दुःख दडवणारी. शक्य आहे की मार्कनेच फक्त ती गोष्ट टिपली होती म्हणून. इतर सर्वांना ती नुसती आसपास असली तरी किती आनंद व्हायचा. आणि सर्वांनाच तिचा किती आधार वाटायचा. बोलताना तिला नेहमी योग्य शब्द सापडायचे. वागताना कधी मर्यादा ओलांडायची नाही. पण डोळ्यांआड दुःख होते. इतरांना नसेल कधी कळले ते, पण मार्कला खात्री होती.

तिची का एवढी मोहिनी पडावी याचेसुद्धा मार्कला आश्चर्य वाटे. का ती त्याच्यासाठी नक्की नव्हती, हे त्याला नेहमीच ठाऊक होते म्हणूनच तसे वाटायचे? तिचा एक शब्द, एक दृष्टीक्षेप आणि समोरच्या माणसाचे हृदय घायाळ झालेच पाहिजे. पण ती नेहमी टॉमचीच होती हे खरे. कधी कधी हेवा वाटायचा त्याला टॉमचा.

टॉम आणि मार्क स्टेट युनिव्हर्सिटीत असताना एकाच खोलीत राहायचे. पहिल्या वर्षी किटीपासून दूर रहावे लागल्यावर टॉम अगदी रडकुंडीला आला होता. सारखा तिची आठवण काढत बडबडत असायचा. उन्हाळ्यात किटी आईवडिलांबरोबर विस्कोन्सिनला गेली होती. अजून हायस्कूलमध्येच तर शिकत होती. आईवडिलांनाही तिला काही काळ तरी टॉमपासून लांबच ठेवायचे होते. टॉम आणि मार्क रस्त्याने लिफ्ट मागत ओक्लाहामामधल्या तेलाच्या खाणींवर काम शोधायला गेले.

पुन्हा शाळा सुरू होईपर्यंत टॉम जरा ताळ्यावर आला होता. आता मार्कबरोबर राहायचे म्हणजे कुणालाही प्रत्येक गोष्टीची थोडी थोडी चव घ्यावीच लागे म्हणा. काही म्हणा पण टॉम जरा इकडेतिकडे लक्ष द्यायला लागला. किटी आणि टॉमच्या पत्रापत्रीतला काळही जरा लांबायला लागला. घरी राहिलेली मुलगी आणि कॉलेजमधल्या हिरोमधले अंतर वाढायला लागले.

शेवटच्या वर्षाला येईपर्यंत टॉमला किटीचा जवळजवळ विसर पडला होता. बास्केट–बॉलमध्ये टॉमने नाव कमावले होते आणि मार्क युनिव्हर्सिटीच्या इतिहासात वृत्तपत्र विभागातील बहुधा सर्वात खराब पत्रकार बनला होता.

आणि किटी युनिव्हर्सिटीत आली.

सर्वांना विजेचा झटका बसल्यासारखे झाले.

त्या दिवशी तिला बघितल्यावर मार्क भान हरपल्यासारखा बघतच राहिला. नंतर हजारो वेळा त्याने तिला पाहिले असेल, पण प्रत्येक वेळी थोडा वेळ तसेच व्हायचे. यावेळी टॉमची परिस्थिती तशीच झाली होती.

टॉमच्या परीक्षेच्या महिनाभर आधी टॉम आणि किटी, मार्क आणि एलेन, सबंध चार डॉलर आणि दहा सेन्ट खिशात घालून मॉडेल 'ए' फोर्डमधून पळाले. राज्याची सीमा ओलांडताच त्यांनी प्रथम एका 'जस्टीस ऑफ पीस'ला गाठले.

त्यांचा हनीमून गाडीतच झाला, आडमार्गावरच्या एका रस्त्यावर धो-धो पावसात गाडी चिखलात रुतली असताना. आणि सगळीकडून गळत असताना. टॉमला डिग्री मिळून वर्ष होईपर्यंत त्यांनी आपल्या लग्नाचा कुणाला थांगपत्ता लागू दिला नाही. किटी आपला नर्सिंगचा कोर्स पुरा करायला मागे राहिली. नर्सिंग आणि किटी ही सांगडही मार्कच्या मनात अगदी प्रथमपासून होती.

टॉमला तर किटीला कुठे ठेवू नि कुठे नको असे झाले होते. अत्यंत अस्थिर मनोवृत्तीचा आणि मनात येईल ते, मनात येईल तेव्हा करणारा टॉम रुळावर आला. अत्यंत प्रेमळ असा पती बनला. एका मोठ्या पब्लिक रिलेशन्स फर्ममध्ये तो एक छोटा अधिकारी बनला. त्यांनी शिकागोला बिऱ्हाड थाटले. किटी छोट्या मुलांसाठी असलेल्या एका नर्सिंग होममध्ये काम करायला लागली. हळूहळू दोघेही आपापल्या क्षेत्रात नाव कमवायला लागली.

निकोशियाच्या उपनगरात आल्यावर रस्त्यावरच्या वाहतुकीमुळे टॅक्सीने वेग कमी केला. मार्कची विचारशृंखला तुटली, उत्तर आणि दक्षिण दिशेला पर्वतांच्या रांगा आणि मध्येच हे राजधानीचे शहर.

"ड्रायव्हर, इंग्रजी बोलता येते?"

"हो सर."

"विमानतळावर सायप्रसमध्ये आपले स्वागत आहे. असे शब्द लिहिले आहेत. त्यानंतर कुठले शब्द येतात?"

"प्रवाशांसाठी ते जरा विनयाने वागायचा प्रयत्न करत आहेत, एवढेच कळते मला."

निकोशियात शिरल्यावर मार्कला दमास्कसचीच आठवण झाली. सपाट प्रदेश, पिवळ्या दगडांची घरे, लाल कौले, आणि खजूराची हजारो झाडे. जुन्या निकोशियाभोवती गोल तट बांधला होता. तुर्की भागात मशिदींचे मिनार नजरेस पडत होते. पूर्वी तिथे सेन्ट सोफियाचा कॅथेड्रल होता. त्याचीच पुढे मशीद बनवली गेली. अनेक ठिकाणी तट बाणाच्या टोकासारखा पुढे आणला होता. अकरा ठिकाणी. अकराच ठिकाणी का असे टॅक्सी ड्रायव्हरला विचारायचे त्याच्या मनात आले होते. पण तो गप्प बसला.

थोड्या वेळातच ते निकोशिया मागे टाकून बाहेरच्या रस्त्याला लागले. मधून मधून एखादे गाव लागे. मातीची बसकी घरे. शेतात बटाट्याचे पिक. काम करणारे शेतकरी. एकच दृश्य.

टॅक्सीने वेग पकडला आणि मार्कची पुन्हा तन्द्री लागली.

मार्क आणि एलेन यांनीही लग्न केले होते. पण या दोन चांगल्या माणसांनी लग्न करण्यात मात्र फार मोठी चूक केली होती. हे दोघे एकमेकांसाठी नक्कीच जन्माला आले नव्हते. किटी फ्रेमॉन्टने शांतपणे, विचारीपणे, शहाणपणाने बराच काळ यांना एकत्र सांभाळून ठेवले. एलेन आणि मार्क दोघेही किटीकडे येऊन मन मोकळे करून बोलत. जी गोष्ट कधीच घडली असती ती केवळ किटीमुळे बराच काळ टळली. पण शेवटी लग्न मोडलेच. मार्क आणि एलेन विभक्त झाले. निदान मुले नव्हती हे नशीब असे मार्कला वाटले.

मार्कने नोकरीसाठी वणवण सुरू केली. नोकरी मिळालीच तर ती टिकायची नाही. तो चांगला पत्रकार नव्हताच. एक नोकरी सुटली की दुसरी शोधायची. एका शहरातून दुसऱ्या शहरात जायचे. वर्तमानपत्रांच्या जगात एका ठिकाणी स्थिर होऊ न शकणाऱ्या असंख्य पत्रकारांपैकी तो एक बनला होता. त्याच्याकडे बुद्धी होती, कौशल्य होते. तो हरहुन्नरी होता. पण काही तरी नवीन करून दाखवायची त्याची जिद्द त्या क्षेत्रात हरपत होती. तशी लेखक बनायची, कादंबरीकार बनायचीही त्याची इच्छा नव्हती. त्याच्या स्वभावात ते बसणारे नव्हते. आपल्याला नक्की काय हवे आहे याची त्याला उमज पडत नव्हती. तो जे करत होता ते त्याला आवडत नव्हते. मार्कच्या आयुष्याची परवड सुरू होती. दिलासा एकच. प्रत्येक आठवड्याला टॉम त्याला पत्र पाठवत असे. त्याची भरभराट सुरू झाली होती. प्रत्येक पत्रातून त्याचे किटीवरचे आणि छोकरी सॅन्ड्रावरचे प्रेम लक्षात येत होते.

मार्कला किटीची पत्रेही आठवत होती. अगदी टॉमच्या विरुद्ध पद्धतीने, शांतपणे, विचारपूर्वक सर्व कळवणारी. एलेनबद्दलही ती त्याला लिहित असे. म्हणजे तिने पुन्हा लग्न करेपर्यंत.

आणि १९३८ मध्ये मार्कचे ग्रह पालटले. अमेरिकन न्यूज सिंडीकेटला बर्लिनमधे जागा भरायची होती. मार्क तिथे पोचला. फालतू पत्रकाराचा बघता बघता विदेशी वार्ताहार बनला.

त्याच्या लेखनाचा ठसा उमटायला लागला. त्याची वेगळी शैली निर्माण झाली. काहीतरी नवीन करून दाखवायची इच्छा पुरी व्हायला लागल्यावर, मार्क पार्करचे नाव गाजायला लागले. त्याच्याकडे एक गोष्ट निश्चितच होती. एखादा धागा कुठे तरी हाताला लागला की, कुठे पाणी मुरते आहे हे त्याच्या ध्यानात येई.

आता त्याला जग लहान पडायला लागले. युरोप, आशिया, आफ्रिका खंड त्याने पालथे घातले. आवडणारे काम मिळाल्यावर बघता बघता त्याने स्वत:चे असे स्थान निर्माण केले. जोज् बार, जेम्स पब, जेकस हाईडअवे अशा ठिकाणी त्याचे क्रेडीट चांगले होते. आणि रात्रीसाठी सोबत कुणाची घ्यावी याचा त्याला विचार

करावा लागे. गोरी मुलगी, सावळी का लाल केसांची? निवड करायचाच प्रश्न असे.

युद्ध सुरू झाल्यावर त्याने युरोपभर भ्रमंती केली. मधून मधून लंडन. टॉम आणि किटीची किती तरी पत्रे येऊन पडलेली असत. १९४२ च्या सुरुवातीला टॉम फ्रेमॉन्ट मरीन कॉर्प्समधे भरती झाला आणि ग्वाडाईकनालच्या चढाईत मारला गेला.

दोनच महिन्यांनी सॅन्ड्रा पोलिओला बळी पडली.

मोठ्या मुष्कीलीने थोडी रजा मिळवून तो गेला तर किटी फ्रेमॉन्ट नाहीशी झाली होती. त्याने कसून शोध करूनही तिचा ठावठिकाणी त्याला कळू शकला नाही. ती जशी काही या जगाच्या पाठीवरून अदृश्यच झाली होती. शेवटी त्याची रजा संपली आणि तो युरोपला परतला. त्याला आठवणारी तिच्या हसऱ्या डोळ्यांमागे लपलेली ती दुःखाची झाक पुढे घडणाऱ्या अशुभ घटनाच दर्शवत होती का?

युद्ध संपताच तो परतला. पण आता मधे बराच काळ लोटला होता. तिचा पत्ता त्याला लागू शकला नाही.

नोव्हेंबर १९४५ मधे न्यूरेम्बर्ग येथे युद्धगुन्हेगारांवर खटले सुरू झाल्यावर अमेरिकन न्यूज सिंडिकेटने त्याला परत युरोपमधे बोलावून घेतले. आतापर्यंत तो त्याच्या कामात अत्यंत तरबेज बनला होता. त्याचा नावलौकिक वाढला होता. त्याने त्या खटल्यांवर अत्यंत उत्कृष्ट लेखमाला लिहिली. काही उच्चपदस्थ नाझींना फासावर लटकवेपर्यंत तो तिथेच होता.

आता मात्र त्याला हवी तितकी रजा मंजूर झाली आणि नंतर त्याला पॅलेस्टाईनमधे जायला सांगण्यात आले. संयुक्त राष्ट्रसंघामधे त्याची एका फ्रेन्च मुलीबरोबर गाठ पडली होती. तिची अथेन्सला बदली झाली आहे कळल्यावर हा तिथे पोचला.

आणि एक दिवस इतर वार्ताहारांबरोबर अमेरिकन बारमध्ये गप्पाटप्पा करत वेळ घालवत असताना, सहजच सालोनिकामधे ग्रीक अनाथ मुलांकरता जीव तोडून काम करणाऱ्या एका अमेरिकन नर्सबद्दल बोलणे निघाले. एक वार्ताहार आता तिथूनच परतला होता.

त्या नर्सचे नाव होते किटी फ्रेमॉन्ट!

मार्कने चौकशी केली तर त्याला कळले की, ती रजा घेऊन सायप्रसला गेली आहे.

टॅक्सीने सपाट प्रदेश सोडून पेनडॅक्टिलोस पर्वताचा घाट चढायला सुरुवात केली. संध्याकाळ होता होता ते माथ्यावर पोचले. मार्कने बाजूला गाडी उभी करायला सांगितली.

कायरेनिया हे गाव एखाद्या मोत्याप्रमाणे चमकत होते. डोंगराखालीच समुद्र, डावीकडच्या वरच्या बाजूला सिंहासारख्या शूर रिचर्डच्या स्मृतींशी निगडीत असा

सेन्ट हिलॅरियन कॅसल. किटीला नक्की आवडेल ही जागा.

तो कायरेनियाला पोचला तेव्हा अंधार पडत आला होता. छोटेसे गाव, छोटेसे बंदर, बंदरात असंख्य छोट्या छोट्या बोटी आणि शांतता. उगीच नाही असंख्य चित्रकार आणि निवृत्त ब्रिटिश अधिकारी इथे येऊन राहिले होते.

डोम हॉटेलची भव्य इमारत आतापर्यंत त्याने बघितलेल्या छोट्या गावांचा विचार करता विशोभितच वाटत होती. पण इंग्लंडचा युनियन जॅक फडकावणाऱ्या साम्राज्यात ते हॉटेल प्रसिद्ध होते. याच ठिकाणी इंग्रज लोक एकमेकांना भेटत असत. कुठल्याही खोलीमधून समुद्र दिसे.

टॅक्सी थांबली. बेलबॉयने सामान उचलले. मार्कने टॅक्सीवाल्याला पैसे देत इकडे तिकडे बघितले. इतक्या वर्षांनंतर किटी फ्रेमॉन्टला भेटायला अगदी छान जागा.

हॉटेल क्लार्कने मार्कला किटीची चिठ्ठी दिली. नऊ वाजेपर्यंत ती फामगुस्टाला अडकल्याने तिला उशीर होणार होता. मार्क रागावणार नाही अशी अपेक्षा.

"मला काही फुले, स्कॉचची एक बाटली आणि खूप बर्फ हवा आहे."

"मिसेस फ्रेमॉन्टने सर्व व्यवस्था केली आहे सर. तुमच्या दोघांच्या खोल्यांनाही आतून दरवाजा आहे." बेलबॉयच्या हातात किल्ली ठेवत क्लार्क म्हणाला.

हे सांगताना त्याच्या चेहऱ्यावर खत्रुड हसू होतेच. शेकडो हॉटेल्समधे मार्कला हाच अनुभव आला होता म्हणा. एकदा त्याला खडसवावे असे मार्कच्या मनात आले. पण त्याने विचार बदलला. आपली खोली गाठली.

त्याने आंघोळ केली तेव्हा सात वाजले होते. अजून कमीत कमी दोन तास तरी किटी येणार नव्हती.

तो बिछान्यावर टेकून बसला. किटीत काही बदल झाला असेल? प्लीज् किटी! तू होतीस तशीच दिसायला पाहिजेस मला. हा नोव्हेंबर १९४६. यापूर्वी तिची कधी भेट झाली होती? १९३८ मधे बर्लिनला जाण्यापूर्वी. आता अठ्ठावीस वर्षांची असणार ती.

किटीला भेटायची उत्सुकता होतीच. पण तो दमलाही होता. त्याला तशीच डुलकी आली.

ग्लासमध्ये बर्फाचे तुकडे टाकल्याचा आवाज अगदी गाढ झोपेतूनसुद्धा मार्क पार्करला जागे करायला समर्थ होता. त्याने डोळे चोळत सिगरेटचे पाकीट शोधायला सुरुवात केली.

"काय झोपेचे औषध वगैरे घेतले होतेस की काय? पाच मिनिटे दरवाजा ठोकत होतो. शेवटी बेलबॉयने उघडून दिला. मी स्वत:च व्हिस्की घेतल्याचा राग

नाही ना आला?'' आवाज इंग्रज माणसाचाच. चूक होण्याची शक्यता नव्हती.

बोलत होता ब्रिटिश सैन्याधिकारी मेजर फ्रेड काल्डवेल. मार्कने एक जांभई दिली. घड्याळ बघितले. ८:१५. ''तू सायप्रसमधे काय करतो आहेस?'' मार्कने वैतागूनच विचारले.

''खरं म्हणजे मीच तो प्रश्न विचारणार होतो.''

मार्कने सिगरेट पेटवली. त्याला मेजर काल्डवेल मुळीच आवडत नव्हता. त्याच्याबद्दल मार्कच्या मनात होती ती केवळ तुच्छता. आजपर्यंत त्यांची दोन वेळा भेट झाली होती. ब्रिगेडिअर ब्रूस सदरलॅन्डचा तो ए.डी.सी. होता. पहिल्यांदा त्यांची भेट झाली होती ती हॉलंडमध्ये. युद्धाच्या वेळी ब्रिटिशांच्या डावपेचातल्या मूर्खपणाने एक रेजिमेंट कापली गेली होती हे त्याने आपल्या लेखनात लिहिले होते. दुसरी भेट न्यूरेम्बर्गच्या खटल्यांच्या वेळी पडली होती.

युद्धाच्या शेवटी शेवटी ब्रूस सदरलॅन्डच्या तुकड्यांनी, प्रथम जर्मनीतल्या बेर्गेन बेल्झेन येथल्या यातनातळांवर प्रवेश केला. ब्रूस सदरलॅन्ड आणि काल्डवेल दोघेही न्यूरेम्बर्गला साक्षी द्यायला आले होते.

तोंड धुऊन मार्क परत आला. ''काय पाहिजे तुला फ्रेडी?''

''सी.आय्.डी.ने तू आल्याची बातमी दुपारी कळवली. तुला कुठल्याच कामासाठी पास वगैरे दिलेला नाही.''

''अरे देवा! काय संशयी प्राणी आहात तुम्ही. सॉरी फ्रेडी! यावेळी मी केवळ रजेवरच आलो आहे.''

''पार्कर! माझी भेट अधिकृत नाही. पण मागच्या गोष्टी लक्षात घेता तुझ्याबाबतीत आम्ही जरा...''

''तुम्ही विसरत काहीच नाही मात्र'' पोषाख चढवता चढवता मार्क उद्गारला. काल्डवेलने एक ग्लास भरून मार्कच्या हातात दिला. काल्डवेलकडे बघताना मार्कला एकाच गोष्टीचे आश्चर्य वाटत होते. याने तोंड उघडले रे उघडले की, आपले डोके का फिरते? त्याच्या बोलण्यात, वागण्यात एक प्रकारचा उर्मटपणा, उद्दामपणा होता. विवेकबुद्धी तर नसावीच. चूक काय आणि बरोबर काय याचीही पर्वा नव्हती. आज्ञा पाळायच्या बस्!

''सायप्रस आमचे आहे पार्कर आणि तू इथे का आलास ते आम्हाला कळायला हवे.''

''ब्रिटिशांची एक गोष्ट मला फार आवडते काल्डवेल. एखाद्या डच माणसाने तू जहान्नममधे का जात नाहीस असे स्पष्ट विचारले असते. पण तुम्ही बोलताना तरी प्लीज्, जहान्नममध्ये का नाही जात असेच विचारणार. पण मी खरेच सांगतो आहे. मी रजेवर आहे. जुन्या मैत्रिणीला भेटायला आलो आहे.''

''कोण ती?''

"किटी फ्रेमाँन्ट"

"किटी! ती नर्स! सुंदर आहे. खरंच फार सुंदर आहे ती." काल्डवेलची नजर मधल्या दारावर खिळली होती.

"नादान माणूस आहेस तू. मी पंचवीस वर्षे ओळखतो तिला!" मार्क वैतागूनच म्हणाला.

"मग तुझी दुसरी काही भानगड नाही तर."

"बरोबर. आणि तू जा आता इथून."

फ्रेडी काल्डवेलने हळूच हसून हातातला ग्लास खाली ठेवला. छडी उचलली.

"तुझ्या त्या चेहऱ्यावरचे हसू एकदा नाहीसे झालेले आवडेल मला काल्डवेल."

"तू कशाबद्दल बोलतो आहेस पार्कर?"

"हे १९४६ साल आहे मेजर. ब्रिटिश साम्राज्य इतिहासजमा होण्याची वेळ झाली आहे हे ध्यानात येत नाही तुझ्या. प्रथम हिन्दुस्तान, मग आफ्रिका, नंतर मध्यपूर्व. सर्व गमावणार आहात तुम्ही. पॅलेस्टाईनच्या बाबतीत ते घडेल तेव्हा मी तिथेच असणार आहे. तुम्हाला सुएज आणि ट्रान्स–जॉर्डनमधेही लाथ बसणार आहे. ब्रिटिश साम्राज्यावरचा सूर्य मावळायची वेळ आली आहे काल्डवेल. पण तुझ्या सारख्यांना उमजच पडत नाही तर काय करणार? आणि चाबकाने फोडून काढायला चाळीस एक गुलाम नसतील तर तुझी बायको तरी काय करणार आहे देव जाणे."

"न्यूरेम्बर्गची तुझी लेखमाला मी वाचली आहे पार्कर. अमेरिकन माणसांची पराचा कावळा करण्याची सवय तुझ्यातही आहे. आणि मार्क, माझे लग्न झालेले नाही. पण तू रजेवर आहेस हे विसरू नकोस. ब्रिगेडिअर सदरलॅन्डला तुझा नमस्कार कळवीन मी."

मार्क हसला आणि एकाएकी त्याला ते शब्द आठवले. विमानतळावरचा तो फलक– "सायप्रसमधे आपले स्वागत आहे."– विल्यम शेक्सपिअर. पूर्ण वाक्य होते "सायप्रसमधे आपले स्वागत आहे आणि बकऱ्या आणि माकडांमधेही."

## २

मार्क उत्कंठेने किटी फ्रेमॉन्टच्या पुनर्भेटीची प्रतीक्षा करत असताना, सायप्रसच्या दुसऱ्या भागात दुसरे दोघेजण तितक्याच उत्कंठेने कुणाच्या तरी भेटीची प्रतीक्षा करत होते. कायरेनियापासून चाळीस मैलांवर ते जंगलामधल्या एका टेकडीवरच्या घरातून न बोलता, न आवाज करता, अर्ध्या मैल अंतरावरच्या समुद्राकडे डोळे लावून बसले होते.

युकॅलिप्टस आणि पाईन वृक्षांनी वेढलेल्या त्या पांढऱ्या घरात कोणीच रहात

नव्हते. आकाश ढगाळ होते. त्या दोन माणसांच्या श्वासोच्छश्वासाशिवाय दुसरा कुठलाच आवाज येत नव्हता.

त्यापैकी एक होता सायप्रसमधला एक ग्रीक फॉरेस्ट सर्विस रेन्जर. तो जरा नर्व्हसच दिसत होता.

दुसरा माणूस पुतळ्यासारखा स्तब्ध होता. त्याचे डोळे मात्र समुद्र धुंडाळत होते. त्याचे नाव होते डेव्हिड बेन अमी. (David–son of my people) वीस एक वर्षांचा असेल. चेहरा ओढलेला, डोळे खोल, चेहरा मात्र बुद्धीमान माणसाचा.

घराच्या आजूबाजूला संगमरवरी दगडांचा, स्तंभांचा खच पडला होता. जीझस क्राईस्टच्या काळात तिथे एक शहर होते. सलामिस. ट्रोजन युद्धावरून परतल्यावर टॉईसर या योद्ध्याने ते बांधले होते. धरणीकंपात ते जमीनदोस्त झाले. पुन्हा उभे राहिले. धर्मयुद्धात अरबांनी इस्लामच्या घोषणा देत त्याचा विध्वंस केला. नंतर मात्र कोणी ते परत उभारले नाही.

''एव्हांना यायला हवा होता.'' ग्रीक रेन्जर कुजबुजला.

''ऐक'' डेव्हिड बेन अमीने हळूच हाताने गप्प रहायची खूण करत म्हटले.

एका मोटरबोटीचा आवाज लांबवरून यायला लागला होता. त्याने दुर्बिण डोळ्यांना लावली. इंजिनाचा आवाज मोठा व्हायला लागला.

प्रकाशाची एक तिरीप अंधाऱ्या सागरावरून यांच्या दिशेने आली. पुन्हा एकदा. तिसऱ्यांदा.

डेव्हिड बेन अमी आणि फॉरेस्ट रेन्जर धावतच जंगलातून, दगडधोंड्यातून टेकडी उतरून किनाऱ्यावर पोचले. बेन अमीने आपल्या बॅटरीने सिग्नल दिला.

मोटारबोटीचा आवाज बंद झाला.

अंधारातून एक आकृती मोटारबोटीतून खाली उतरली. किनाऱ्याच्या दिशेने पोहत निघाली.

डेव्हिड बेन अमीने आपली स्टेनगन उचलली. त्याची नजर किनाऱ्यावर, टेकडीवर, सर्वत्र फिरत होती. गस्त घालत फिरणाऱ्या ब्रिटिश सैनिकी पथकाची नेहमीच भीति असायची. पोहणारी आकृती किनाऱ्यावर पोचली आणि तिने हळूच आवाज दिला. ''डेव्हिड?''

''आरी!'' डेव्हिड उत्तरला ''या बाजूने! लौकर!''

तिघेही धावत आलेल्या मार्गानेच परत निघाले. घरामागे कच्चा मातीचा रस्ता होता. झुडुपांमधे एक टॅक्सी लपवली होती.

''सिगरेट आहे? माझ्या भिजल्या आहेत सर्व'' सिगरेट पेटवताना आरीचा चेहरा दिसला. धिप्पाड आणि दणकट माणूस! डेव्हिड बेन अमीच्या अगदी उलट. आरीचा चेहरा करारी होता आणि डोळे भेदक.

तो होता आरी बेन कनान. मोसाद आलिया बेत या बंदी असलेल्या संघटनेचा एक उत्कृष्ट एजन्ट.

## ३

मार्कच्या खोलीच्या दरवाजावर हळूच टकटक झाली. कॅथरीन फ्रेमॉन्ट दरवाजात उभी होती. त्याला आठवत होती त्यापेक्षाही सुंदर. बराच वेळ दोघेही नुसतेच एकमेकांकडे बघत राहिले. काय बोलावे ते दोघांनाही सुचेना.

''माझ्या एका पत्राचेही कधी उत्तर दिले नाहीस. असा राग आला आहे मला की...''

''हॅलो मार्क!'' ती अगदी हळू आवाजात म्हणाली.

दुसऱ्या क्षणी दोघांनी एकमेकांना मिठी मारली. नुसते एकमेकांकडे बघण्यात, हळूच हसण्यात, साध्यासुध्या गोष्टी बोलण्यात तास गेला. जेवण झाले आणि हळू हळू मार्कच्या लक्षात आले, की त्याला बोलायला लावता लावता ती स्वत:बद्दल बोलायचे प्रयत्नपूर्वक टाळत आहे.

जेवण संपले. संभाषणात खंड पडत चालला. मार्कने तिला बाहेर समुद्रकाठावर फिरायला जाऊ या का विचारले आणि ते निघाले. दोघेही न बोलता बंदराच्या बाजूने, धक्क्यावरून पुढे निघाले. छोट्या छोट्या बोटी बांधून ठेवल्या होत्या. दीपगृहावरचा दिवा उघडझाप करत होता. एक ट्रॉलर बंदरात शिरत होता. दोघेही कट्ट्यावर बसले. सर्वत्र शांतता होती.

''चूकच झाली माझी येण्यात. त्यामुळे तू दुःखी झालेली दिसते आहेस.'' मार्क शेवटी म्हणाला. ''मी जाईन म्हणतो उद्या.''

''नाही, तू जाऊ नकोस''. सागराकडे नजर लावून किटी म्हणाली. ''आठवणी विसरण्याचा किती प्रयत्न करत होते आणि तुझी तार मिळाली. पण अशी वेळ आज ना उद्या येणारच होती. मला भीति वाटत होती या क्षणाची. पण आनंदही झाला आहे.''

''टॉमला जाऊन चार वर्षे झाली किटी. तू त्या दुःखातून बाहेर तरी कधी पडणार आहेस?''

''स्त्रिया नेहमीच युद्धात आपले पती गमावतात. फार प्रेम होते आमचे एकमेकांवर. जगायची इच्छा नव्हती तरी जिवंत राहिले. तो कसा मेला तेही मला ठाऊक नाही.''

''त्यात विशेष काही नाही. टॉम मरीन होता. इतर दहा हजार मरीन्सबरोबर एका किनाऱ्यावर तो उतरला. एका गोळीचा बळी ठरला. शौर्य दाखवायचा प्रश्न नाही, पदके नाहीत – किटीला सांग की माझे तिच्यावर फार प्रेम आहे असे सांगायलाही

वेळ नाही – एक गोळी लागली आणि खेळ खलास – बस्."

किटीचा चेहरा पांढराफटक पडला. मार्कने सिगरेट पेटवून तिच्या हातात दिली.

"आणि सॅन्ड्रा? सॅन्ड्रा का गेली?" तिने कसेबसे विचारले.

"मी काही देव नाही. या प्रश्नाचे उत्तर माझ्याकडे नाही."

त्याच्या खांद्यावर डोके टेकवत ती एक निःश्वास सोडून म्हणाली, "आणि आता कुठे पळायलाही जागा नाही रे."

"तू एकदा सर्व बोलून का टाकत नाहीस किटी?"

"शक्य नाही ते."

"पण मला वाटते तसा प्रयत्न करायची हीच वेळ आहे." मार्क अगदी मृदु स्वरात म्हणाला.

अर्ध्या डझन वेळा तरी तिने बोलायचा प्रयत्न केला. पण शब्द फुटेनात. कित्येक वर्षे तिने भयानक भीतिच्या दडपणाखाली काढली होती. सिगरेट फेकून तिने मार्ककडे बघितले. त्याचे म्हणणे बरोबर होते. विश्वास ठेवावा असे मार्कशिवाय या जगात दुसरे कोणीच नव्हते.

"टॉमबद्दलचा टेलिग्राम मिळाला आणि सर्वच संपल्यासारखे वाटले. आणि... आणि दोनच महिन्यांनी पोलिओने सॅन्ड्रा गेली. मी... मला... नंतरचे नीट आठवत नाही. माझे आईवडील मला घेऊन व्हर्मान्टला गेले. उपचारासाठी त्यांनी मला एका रेस्ट होममधे ठेवले. माझा नर्व्हस ब्रेकडाऊन झाला होता. रात्र आणि दिवस कळत नव्हते. सर्व गोष्टींचे विस्मरण होत होते. मी त्या ठिकाणी किती महिने होते मला माहीत नाही."

आता मात्र इतकी वर्षे दाबून ठेवलेले दुःख बाहेर यायला लागले. अगदी स्पष्ट शब्दात. "आणि एक दिवस माझ्या मनावरचा पडदा पुन्हा दूर झाला. टॉम आणि सॅन्ड्रा मला पुन्हा कधीच दिसणार नव्हती आणि क्षणोक्षणी त्यांची आठवण येत होती. कधी कुठे गाणे ऐकले, हसण्याचा आवाज आला की... कधी कुठली छोटी मुलगी दिसली तरी... श्वास घुसमटायचा. मी देवाची सारखी प्रार्थना करायची. आणि पुन्हा मनावर सावट येई. माझी फार इच्छा होती की मला पुन्हा कशाचीच आठवण येऊ नये, मी अगदी ठार वेडी व्हावी."

ती उभी राहिली. डोळ्यांतून अश्रुधारा वहात असतानाच पुढे बोलायला लागली. "मी पळून न्यूयॉर्कला गेले. एका खोलीत राहिले. चार भिंती, एक खुर्ची, एक टेबल. तासन्तास गर्दीत फिरत रहायचे. शेवटी काही दिसेनासे व्हायचे. नाहीतर दिवसेंदिवस खिडकीतच बसायची. टॉम, सॅन्ड्रा... टॉम, सॅन्ड्रा... एक क्षण सुटका नाही."

मार्कने हळूच तिच्या खांद्यांवर हात ठेवले. तिने आपला गाल त्याच्या हातांवर पुसला.

"आणि एक दिवस मी खूप दारू प्यायली. तुला माहिती आहे की दारू मला सहन होत नाही. मला टॉमसारखा हिरव्या रंगाचा गणवेश घातलेला तरुण दिसला. त्याच्यासारखेच केस कापलेला, उंच, आणि... आणि मी जागी झाले ती एका घाणेरड्या खोलीत ... कुठे गेलो होतो कुणास ठाऊक ... अजूनही धुंदी होती. डोके भणभणत होते. मी बिछान्यावरून उठले. समोरच्या आरशात पाहिले तर... तर माझ्या अंगावर कपडे नव्हते. तो तरुणही त्याच अवस्थेत बिछान्यावर झोपलेला होता."

"किटी! प्लीज, तुला..."

"मी ठीक आहे मार्क. बोलू दे मला. किती वेळ मी आरशात पहात होते माहीत नाही. मला एकच गोष्ट पक्की लक्षात येत होती. आयुष्यात याहून खालच्या पातळीवर पोचणे शक्य नव्हते. त्या... त्या तरुणाच्या रेझर ब्लेड्स बाथरूममधे होत्या... गॅसचा पाईप होता... आणि दहाव्या तरी मजल्यावरून खाली बघताना...मी किती वेळ बघत होते? मिनिटभर? तासभर? माझ्या आयुष्याची अखेर जवळ आली होती. पण मला धीर झाला नाही. आणि मग एक विचित्र गोष्ट घडली मार्क. मला खात्री पटली की, मी टॉम आणि सॅन्ड्रा यांच्याशिवाय जगणार आहे. आणि माझे दु:ख जसे काही एकदम हलके झाले."

"किटी! किटी! मी किती शोधत होतो तुला. तुला धीर द्यायला, मदत करायला."

"माहिती आहे मला. पण काही गोष्टींना मी स्वत:च तोंड देणे आवश्यक होते. पुन्हा मी नर्सिंगमधे स्वत:ला जणू काही बुडवून घेतले. युरोप... नंतर ग्रीक अनाथाश्रम. चोवीस तास काम. क्षणाची फुरसद नाही. मला तेच हवे होते. तुला पत्र लिहायला शंभर वेळा तरी सुरुवात केली असेल. पण या क्षणापर्यंत भीतीचे दडपण गेले नव्हते. तू भेटलास त्याचा खूप आनंद झाला आहे मार्क."

"मलाही."

"तेव्हा किटी फ्रेमॉन्टचे काय झाले कळले ना?"

हातात हात घालूनच ते हॉटेलमधे परतले.

## ४

ब्रिगेडिअर ब्रूस सदरलॅन्ड, सायप्रसचा लष्करी कमांडर, कायरेनियापासून चाळीस मैलांवर असणाऱ्या फामगुस्टा येथे हिप्पोक्रॅटीस स्ट्रीटवर आपल्या घरातल्या मोठ्या टेबलासमोर बसला होता. त्याला बघितल्यावर त्याचे वय पंचावन्न वर्षांचे असेल असे कुणीही म्हटले नसते. पण तो लष्करी माणूस आहे हे मात्र न सांगताच कळले

असते. दारावर टकटक करून त्याचा ए.डी.सी. मेजर फ्रेड काल्डवेल आत शिरला.

''गुड इव्हिनिंग काल्डवेल. इतक्यात परत आलास कायरेनियाहून? बस, बस या खुर्चीत.'' सदरलॅन्डने टेबलावरचे कागदपत्र आवरले, आळस दिला आणि चष्मा काढून तो जरा आरामात बसला.

''मार्क पार्करला भेटलास?''

''हो सर.''

''काय वाटते तुला?''

''वरवर पाहिले तर काहीच नाही. पॅलेस्टाईनला जाता जाता किटी फ्रेमॉन्टला भेटायला आलो आहे असे तो तरी म्हणतो.''

''फ्रेमॉन्ट? गव्हर्नरच्या बंगल्यावर एकदा भेटली होती ती? फार सुंदर आहे.''

''बरोबर, पण मला पार्करचा संशय येतो. तो वार्ताहार आहे आणि हॉलंडमधे त्याने आपल्याला फारच त्रास...''

सदरलॅन्डला हे पटत नसावे. ''युद्धात कोणी घोडचुका केल्या नव्हत्या? सर्वांनीच केल्या. त्याने त्यातली एक शोधून काढली एवढेच. पण नशीबाने आपण युद्ध जिंकलो आहोत. ती आठवण असणारी दहा माणसेही आता मिळणार नाहीत.''

काल्डवेलचे समाधान होत नव्हते.

''पण समजा पार्करचे कुतुहल चाळवले गेले आणि त्याने इकडे तिकडे नजर टाकायला सुरुवात केली तर? त्याच्यावर नजर ठेवायला सांगू का एक दोघांना?''

''वेडा आहेस. त्याला एकट्यालाच काय ते करू दे. एक लक्षात ठेव. वर्तमानपत्राच्या वार्ताहाराला तू नको असे म्हणालास की मेलास. निर्वासितांच्या कहाण्यांमधली नवलाई आता संपली आहे तेव्हा इथल्या छावण्यांमध्ये त्याला बघण्यासारखे काही नाही. पण एखादी गोष्ट तू करू नकोस असे त्याला सांगून कोणताही धोका पत्करायची माझी तयारी नाही. माझे मत विचारशील तर त्याला नुसते भेटण्यातही तू मोठीच चूक केली आहेस.''

''पण सर, हॉलंडमध्ये...''

''तो बुद्धीबळाचा पट काढ फ्रेडी'' चर्चा संपली होती.

दोन तीन चाली झाल्यानंतर सदरलॅन्डच्या लक्षात आले की, काल्डवेलचे मन खेळात नाही.

''काल्डवेल, मी तुला किती तरी वेळा समजावयाचा प्रयत्न केला आहे की, या छावण्या म्हणजे यातनातळ नाहीत. पॅलेस्टाईन मॅन्डेटवर व्हाईट हॉलने काही तरी निर्णय घेईपर्यंतच फक्त या निर्वासितांना आपण सायप्रसमधे अडकवून ठेवणार आहोत.''

''पण ज्यू अगदी बेशिस्त आहेत. मला तर वाटते की त्यांना एकदा धडा...''

"नाही फ्रेडी. ते निर्वासित आहेत. गुन्हेगार नाहीत. आणि आज तरी सर्व जगाची सहानुभूतिही त्यांनाच आहे. आपले काम एवढेच आहे की दंगल होणार नाही, मोठ्या संख्येने छावण्यांतून कोणी पळणार नाहीत याची काळजी घेणे. आपल्याविरुद्ध प्रचार करायला कुणालाही कुठलेही निमित्त मिळता कामा नये. लक्षात आले ना मी काय म्हणतो आहे ते?"

अर्थात् काल्डवेलच्या काहीही लक्षात येत नव्हते. या निर्वासितांच्या बाबतीत ब्रिगेडिअरने जरा कणखर धोरण स्वीकारायला हवे असेच त्याचे मत होते. पण जनरल बरोबर वादविवाद करून जिंकायचे म्हणजे... नाही, त्यासाठी त्याच्याहून मोठा जनरलच हवा. तेव्हा काल्डवेलने आपले एक प्यादे पटावर पुढे सरकवले झाले.

"तुमची चाल सर!"

काल्डवेलने मान वर केली तर, सदरलॅन्ड बहुधा त्याचे अस्तित्वही विसरल्यासारखा शून्यात नजर लावून बसला होता. हल्ली फार वेळा असे व्हायचे.

"तुमची चाल सर!" काल्डवेल पुन्हा म्हणाला.

सदरलॅन्डचा चेहरा चिंताग्रस्त होता. गरीब बिचारा! काल्डवेलच्या मनात विचार आला. लग्नानंतर तीस वर्षांनी नेडी सदरलॅन्ड तिच्याहून दहा वर्षांनी तरुण असणाऱ्या कुणाबरोबर तरी पॅरीसला पळून गेली होती. किती तरी महिने सैन्यदलात याची चर्चा चालू होती. ब्रिगेडिअरने फारच लावून घेतलेली दिसते ही गोष्ट. तसा अगदी साधा सरळ होता तो. पण चेहरा किती पांढराफटक पडला होता. सुरकुत्याही दिसायला लागल्या होत्या त्यावर. नाकावरची नस उठून दिसत होती. पंचावन्न? या क्षणी तर तो त्याहून खूपच म्हातारा वाटत होता.

पण काल्डवेलला वाटत होते त्याप्रमाणे ब्रूस सदरलॅन्ड आता काही नेडीचा विचार करत नव्हता. त्याचे मन कॅरलॉसमधल्या निर्वासित छावण्यांवर पोचले होते.

"सर तुमची..."

"So shall your enemies perish Israel" सदरलॅन्ड पुटपुटत होता.

"तुम्ही... तुम्ही काही म्हणालात सर?" काल्डवेल पुन्हा पुन्हा विचारत होता.

## ५

नृत्य करून मार्क आणि किटी टेबलावर येऊन बसले. मार्कने आसपास नजर फिरवली. खाकी गणवेशातले सैन्याधिकारी आणि पांढऱ्या गणवेशातले नौदल अधिकारीच जास्ती दिसत होते. मार्कला अशा जागा मनापासून आवडायच्या. वेटरने नवीन ग्लासेस् भरून आणून दिले.

"मग आता इथून कुठे जाणार तू किटी?"

"माझे सालोनिकामधले काम संपले आहे. युरोपमधून डझनभर ठिकाणी तरी संयुक्त राष्ट्रसंघातर्फेच इतरांनी बोलावले आहे. काल तर सायप्रसमधेच काम कराल का असेही विचारले आहे."

"सायप्रसमध्ये?"

"फामगुस्टा येथे काही कॅम्प आहेत. काल एका अमेरिकन स्त्रीने माझ्याशी संपर्क साधला होता. त्या कॅम्पमधे आता इतकी माणसे कोंबली आहेत की, लारनाका रोडला ते नवीन कॅम्प उघडण्याच्या विचारात आहेत. मी ते ताब्यात घ्यावेत असे तिचे म्हणणे आहे."

मार्क विचारात पडत होता.

"विमानतळावर तुला उतरून घ्यायला येऊ न शकण्याचे ते एक कारण. मी तिला भेटायलाच फामगुस्टाला गेले होते."

"मग काय सांगितलेस तू तिला?"

"अजून नक्की काहीच सांगितलेले नाही. ते ज्यूंचे कॅम्प आहेत. नाही म्हणजे ज्यू मुले इतर मुलांसारखीच असतीलही, पण मला त्यांच्याशी संबंध नकोसा वाटतो. शिवाय या कॅम्प्सच्या बाबतीत बरेच राजकारण गुंतले असावे. आणि त्यांचा संयुक्त राष्ट्रसंघाशीही संबंध नाही."

मार्क शांतपणे ऐकत होता, विचार करत होता. किटीने खोडकरपणे त्याच्या नाकासमोर बोट हलवले. "एवढा गंभीर होऊ नकोस... मी विमानतळावर न येण्याचे दुसरे कारण ऐकायचे आहे मिस्टर पार्कर? मी माझ्या मित्राला फामगुस्टाला निरोप द्यायला गेले होते. तू ओळखतोस मला... एक दोस्त विमानाने येतो आहे तर आधीचा जहाजाने परत जायला निघतो आहे."

"आता तूच विषय काढला आहेस म्हणून विचारतो. सायप्रसला कुणाबरोबर आलीस?"

"माहीत पाहिजेच?"

"हो."

"कर्नल हॉवर्ड हिलिंग्ज – ब्रिटिश."

"काही भानगड?"

"भानगड? तो प्राणी इतका सभ्य आहे की मला कंटाळा आला आहे अगदी."

"मग भेटला तरी कुठे तो तुला?"

"सालोनिकाला, तिथले ब्रिटीश मिशन त्याच्या ताब्यात आहे. मी जेव्हा तिथल्या अनाथाश्रमाचा ताबा घेतला तेव्हा बिछाने, ब्लँकेटस्, औषधे, अन्न सगळ्याचीच कमतरता होती. मग मी त्याच्याकडे गेले. सर्व ठिकाणच्या लाल फिती कापून त्याने

भराभर माझी कामे केली. तेव्हापासून आमची जी मैत्री झाली ती झालीच.''

''पुढे बोल. ऐकण्यासारखे वाटते.''

''काही आठवड्यांपूर्वी त्याला पॅलेस्टाईनला बदली झाल्याची आज्ञा मिळाली. त्याची रजा शिल्लक होती. रजेमधे मी त्याच्याबरोबर इकडे यावे असे त्याने सुचवले. माझ्याही लक्षात आले की, मी इतकी कामात होते की गेल्या अठरा महिन्यात एकदाही रजा घेतली नव्हती. पण त्यांनी त्याची रजा कमी केली. कालच तो पॅलेस्टाईनला गेला.''

''मिसेस् हिलिंग्ज बनण्याची काही शक्यता?''

किटीने नकारार्थी मान हलवली. ''मला तो आवडतो. लग्नाबद्दल विचारण्यासाठी त्याने मला सायप्रससारख्या ठिकाणी मुद्दाम आणले.''

''मग?''

''माझे टॉमवर फारच प्रेम होते. तसे मला पुन्हा कुणाबद्दल नाही वाटणार.''

''किटी तू अठ्ठावीस वर्षांची आहेस. हीच चांगली संधी आहे, कामातून सुटका करून घ्यायची.''

''पण माझी कुठे तक्रार आहे कामाबद्दल? मला समाधानच मिळते या कामातून. माझे जाऊ दे मार्क, तू पॅलेस्टाईनला का चालला आहेस? इथले अनेक अधिकारीही तिकडे जात आहेत.''

''किटी, पुन्हा एकदा निश्चितपणे युद्ध होणार आहे.''

''का? माझ्या लक्षात येत नाही.''

''त्याला एकच कारण नाही. जगातल्या अनेक लोकांना त्यांना हवे तसे जीवन आता जगायचे आहे. वसाहतींचे युग इतिहासजमा होत आहे. ब्रिटिशांना ते कळत नाही.'' मार्कने खिशातून डॉलरची नोट काढली. ''हा आहे नवीन साम्राज्याचा सैनिक. असे कोट्यावधी सैनिक आता जगाच्या कानाकोपऱ्यात जात आहेत. जग ताब्यात घेऊ शकणारी सर्वात मोठी शक्ती. रक्ताचा थेंबही न सांडता मिळणारा विजय– पण पॅलेस्टाईन? – तो प्रश्नच वेगळा आहे. खरं सांगू किटी? मला सुद्धा एक प्रकारची भीती वाटते. दोन हजार वर्षे मृत असलेला देश पुन्हा उभा करायच्या कल्पनेने काही लोक भारले गेले आहेत. जगाच्या इतिहासात असे कधी पूर्वी घडलेले नाही. तरीही मला वाटते यात ते यशस्वी होतील. आणि कोण आहेत हे लोक? तेच ते तुला न आवडणारे ज्यू.''

''मला ज्यू लोक आवडत नाहीत असे मी म्हटलेले नाही मार्क.''

''पण विचार कर किटी! नीट विचार कर. तू सायप्रसला आल्यापासून काहीतरी वेगळे ऐकले आहेस? बघितले आहेस?''

''फक्त त्या छावण्यांबद्दलच. तिथली परिस्थिती फार वाईट आहे एवढेच. पण

तू का विचारतो आहेस हे?''

''नक्की कारण सांगता येत नाही. पण माझे मन सांगते आहे की, सायप्रसमधे काही तरी वेगळे घडत आहे, घडणार आहे.''

''सरळच का सांगत नाहीस की तुझा पेशाच असा आहे की, तुला सगळीकडे नाक खुपसायला आवडते म्हणून?''

''तेवढे एकच कारण नाही. मेजर फ्रेंड काल्डवेलला ओळखतेस? ब्रिगेडिअर सदरलॅन्डचा ए.डी.सी.?''

''वैताग आणणारा माणूस. गव्हर्नरकडे भेट झाली होती एकदा.''

''तू पोचण्यापूर्वी तो खोलीवर आला होता. मला येऊन दहा मिनिटे होत नाहीत तर इथल्या जनरलचा ए. डी. सी. मला येऊन का भेटावा? आणि ते सुद्धा एक फालतू कारण काढून? माझी खात्री आहे की, ब्रिटिशांना कसली तरी धास्ती वाटत आहे. कसली ते मलाही नक्की माहीत नाही. पण तू सांगतेस त्यावरून त्याचा संबंध या छावण्यांशीच असला पाहिजे. किटी? एक काम करशील? माझ्यासाठी म्हणून तरी काही आठवडे त्या छावण्यांमधे काम करशील?

''तुझी इच्छा असेल तर निश्चितच करेन मार्क.''

''एखादेवेळी तू म्हणतेस तेही खरेच असेल. या पेशामुळे मी जरा संशयीच बनलो आहे. चल, पुन्हा एकदा नृत्य करू या.''

## ६

मान्द्रिया हा सायप्रसमधला एक ग्रीक. त्याचे मोठे, प्रशस्त घर फामगुस्टाच्या आरसिनोस स्ट्रीटवर जुन्या शहराभोवतीच्या तटबंदीसमोरच होते. सायप्रस मेडीटेरेनिअन शिपिंग कंपनी त्याचीच. शिवाय सायप्रसमधे त्याच्या कितीतरी टॅक्सीज् होत्या. आरी बेन कनान स्नान करून कपडे बदलत होता. मान्द्रिया आणि डेव्हिड बेन अमी त्याची वाट पहात बसले होते.

आरी बेन कनान सायप्रसमधे आला आहे याचा अर्थ, मोसाद आलिया बेतचे काहीतरी मोठे काम आहे याची कल्पना दोघांनाही आली होती. गेली कित्येक वर्षे ब्रिटिशांचे एकच धोरण होते. अगदी कमीत कमी ज्यू पॅलेस्टाईनमधे येऊ द्यायचे. या धोरणाचा पाठपुरावा करण्यासाठी रॉयल नेव्ही मदतीला होतीच. मोसाद आलिया बेत या संघटनेचे एकच उद्दिष्ट होते. जास्तीत जास्ती ज्यू चोरून मारून पॅलेस्टाईनमधे पोचवायचे. मोसादच्या बोटी रॉयल नेव्हीच्या नाकेबंदीला चुकवून पॅलेस्टाईनला पोचायच्या प्रयत्नात असत. त्या पकडल्या गेल्या की, बोटींवरील सर्वांची रवानगी सायप्रसमधल्या छावण्यांमधे करण्यात येई.

आरी बेन कनान कपडे बदलून आला. तो सहा फूटांहून जास्त उंच होता. तो आणि डेव्हिड बेन अमी जानी दोस्त होते. पण मान्द्रियासमोर त्यांचे वागणे वेगळे असे. मान्द्रिया काही त्यांच्या संघटनेचा सदस्य नव्हता. फक्त त्याची सहानुभूती त्यांना होती.

आरीने सिगरेट पेटवली आणि सरळ मुद्याला हात घातला. "या छावण्यांतून प्रचंड प्रमाणावर निर्वासितांनी पळून जाण्यासाठी, मदत करण्याचा प्रयत्न करण्यासाठी, मला इथे पाठवले आहे. कारण उघड आहे. तुझे काय मत आहे डेव्हिड?"

डेव्हिडने विचारक्रांत होऊन खोलीत फेऱ्या घालायला सुरुवात केली. काही महिन्यांपूर्वी पालमाख या ज्यूंच्या गुप्त सैन्याने त्याला पॅलेस्टाईनहून सायप्रसला पाठवले होते. ब्रिटिशांच्या नकळत त्याच्यासारखे अनेकजण निर्वासितांच्या छावण्यांमधे घुसले होते. तिथे त्यांनी शाळा, हॉस्पिटले सुरू केली होती. छोटे सिनॅगॉग बांधले होते. सांडपाणी वाहून नेण्याची व्यवस्था केली होती. लहान लहान उद्योग सुरू केले होते. पॅलेस्टाईनला जाण्यासाठी निघालेल्या आणि पकडले जाऊन सायप्रसला बंदीवान करण्यात आलेल्या निर्वासितांची अवस्था दयनीय होती. गुप्तपणे उभारण्यात येणाऱ्या ज्यूंच्या सैन्यातील या तरुण, पॅलेस्टाईनहून आलेल्या, ज्यूंमुळे त्यांच्यात नवीन आशा निर्माण होत होती. डेव्हिड बेन अमी सारखे तरुण रायफली म्हणून काठ्यांचा आणि हातबॉम्ब म्हणून दगडांचा वापर करून, छावणीतल्या हजारो स्त्रीपुरुषांना लष्करी शिक्षण द्यायचा प्रयत्न करत होते. डेव्हिडचे वय फक्त बावीस वर्षांचे असले तरी सायप्रसमधल्या पालमाख सैन्याचा तो कमांडर होता. ब्रिटिशांना यांच्या अस्तित्वाची कल्पना असली तरी ते काही बोलत नव्हते. त्यांच्याबद्दलच्या तिरस्काराने आणि घृणेने खदखदत असलेल्या या छावण्यांच्या आत पाऊल ठेवायची त्यांची हिंमत नव्हती. हे निर्वासित छावण्यांच्या आतमधेच रहातील एवढी काळजी ते छावण्यांच्या बाहेर पहारे ठेऊन घेत होते.

"किती लोकांनी पळून जायचे आहे?" डेव्हिडने विचारले.

"निदान तीनशे तरी."

डेव्हिडने मान हलवली. "आम्ही सागराच्या दिशेने दोन तीन भुयारे खणली आहेत. आज तू पोहून आलास. तुला कळलेच असेल की, समुद्राचा हा भाग किती धोक्याचा आहे ते. फार उलटसुलट प्रवाह आहेत आणि उत्तम पोहणाऱ्यांनाच ते शक्य आहे. आमच्या जाण्यायेण्याच्या वाटा म्हणजे घाणीचे ढिगारे. तिथे जास्ती पहारा नसला तरी तू म्हणतोस तितकी माणसे तिथून बाहेर काढणे अशक्य आहे. तिसरी गोष्ट ब्रिटीश गणवेश आणि कागदपत्रे. या गोष्टीही आम्ही एका वेळेला थोड्याफारच मिळवू शकतो. आमच्या काही लोकांना आम्ही पेटाऱ्यांमधून बंदरावर पाठवतो. मान्द्रियाची तरबेज झालेली माणसे अशा पेटाऱ्यांवर नजर ठेवूनच असतात.

पण इतक्या मोठ्या प्रमाणात सुटकेचा प्रयत्न मला आता तरी अशक्य वाटतो.''

''आपण मार्ग काढू काही तरी. पण हे काही आठवड्यातच करायचे आहे.'' आरी शांतपणे म्हणाला.

मान्द्रियाने मान हलवली. एक नि:श्वास टाकत तो उभा राहिला. ''मिस्टर बेन कनान, माझी बुद्धी सांगते की तुम्ही म्हणता ते अशक्य आहे, पण मन सांगते आहे की ते शक्य होईलही. सायप्रसमधले ग्रीक नागरिक, पालमाख आणि मोसादसाठी शेवटच्या थेंबापर्यंत आपले रक्त सांडतील. विश्वास ठेवा, पण... सायप्रस हे बेट आहे. सर्व बाजूंना पाणी. आणि ब्रिटीश झोपलेले नाहीत की मूर्खही नाहीत. हा मान्द्रिया तुमच्यासाठी काहीही करायला तयार आहे. पण कॅरलॉसच्या छावणीतून तीनशे जणांनी पळ काढायचा? छावण्यांभोवती दहा फूट उंचीच्या भिंती, तारांची भेंडोळी आहेत. रायफली घेऊन सैनिक पहाऱ्यावर आहेत.'' बोलताना हातवारे करायचीही त्याची सवयच असावी.

आरी बेन कनानने मान्द्रियाच्या नाटकी बोलण्याकडे संपूर्ण दुर्लक्ष करत म्हटले, ''मला ब्रिटीश युनिफॉर्म, कागदपत्रे आणि एक ड्रायव्हर सकाळपर्यंत पाहिजे. मिस्टर मान्द्रिया, शंभर ते दोनशे टनांची एक बोट शोधायला सुरुवात करा. डेव्हिड, आपल्याला खोटे कागदपत्र बनवू शकणाऱ्या एका तज्ञ माणसाचीही आवश्यकता आहे.''

''मुलांच्या छावणीत तसा एक मुलगा आहे, पण तो तयार होत नाही काम करायला. पण त्याच्याएवढे चांगले काम करणारा दुसरा कुणीही नाही.''

''नाहीतरी मला एकदा त्या छावण्यांवर नजर टाकायची आहेच. उद्या कॅरलॉसला जाऊ तेव्हा बोलू त्याच्याशी.''

आरी बेन कनानचा झपाटा बघूनच मान्द्रिया दिपून गेला. काय माणूस आहे! एक जहाज शोधा! खोटे कागदपत्र तयार करणारा माणूस शोधा! एक ब्रिटिश युनिफॉर्म आणि ड्रायव्हरही! पालमाख आणि मोसाद सायप्रसला आल्यापासून आयुष्यात किती मजा आली आहे. आणि ब्रिटिशांशी चकवाचकवीचा खेळ? त्याने आरी बेन कनानचा हात हातात घेऊन जोरजोराने हलवत म्हटले, ''आम्ही सायप्रसचे ग्रीक तुमच्या बरोबरच आहोत. तुमची लढाई ती आमचीही लढाई.''

आरी बेन कनानला हा प्रकारच पसंत नव्हता. तो अगदी तुटक स्वरात म्हणाला, ''मिस्टर मान्द्रिया, तुमचा वेळ आणि तुमचे श्रम यांचा योग्य तो मोबदला तुम्हाला मिळतो आहे.''

खोलीत एकदम शांतता पसरली. मान्द्रियाचा चेहरा पांढराफटक पडला. ''तुम्हाला असे वाटते सर की... की हा.. हा मान्द्रिया केवळ पैशाच्या लोभाने सर्व करतो आहे? मी किती धोका पत्करतो आहे याची कल्पना आहे? दहा वर्षे तरी खडी

फोडायला जावे लागेल आणि घरादाराला मुकेन ते वेगळेच. पालमाखसाठी काम करायला लागल्यापासून माझे पाच एक हजार पौंड तरी खर्च झाले आहेत.''

''मला वाटते की तू मान्द्रियाची माफी मागावीस'' डेव्हिड हळूच म्हणाला. ''तो, त्याचे टॅक्सी ड्रायव्हर, बंदरावरचे लोक धोका पत्करून आपल्यासाठी अनेक गोष्टी करत आहेत. या ग्रीक लोकांच्या मदतीशिवाय सायप्रसमध्ये काही करणे आपल्याला केवळ अशक्य बनले असते.''

मान्द्रिया एका खुर्चीतच कोसळला. त्याला फारच दुःख झाले होते. धक्का बसला होता. ''मिस्टर बेन कनान, आम्हाला तुमच्याबद्दल खरेच खूप आदर आहे. तुम्ही जर पॅलेस्टाईनमधून ब्रिटिशांना हुसकावून लावू शकलात तर एक ना एक दिवस आम्हीही सायप्रसमध्ये तेच करू.''

''सॉरी, मिस्टर मान्द्रिया'' आरी म्हणाला. ''फार दडपणाखाली वावरत असल्याने मी काही तरी बोलून गेलो.'' स्वर अगदी कोरडा. त्याला मनापासून वाईट वाटत होते असे दिसत नव्हते.

अचानक झालेल्या सायरन्सच्या कर्कश आवाजाने संभाषण एकदम थांबले. मान्द्रियाने बाल्कनीचे मोठे दरवाजे उघडले. तो डेव्हिडबरोबर बाहेर आला. त्यांच्या मागे आरी उभा राहिला. एक चिलखती गाडी प्रथम गेली. धक्क्यावरून पंचवीस ट्रक्स येत होते. भोवताली मशिनगन्स चढवलेल्या जीप गाड्या.

इटलीहून पॅलेस्टाईनला निघालेले ''डोअर ऑफ होप'' हे जहाज ब्रिटीश नौदलाने पकडले होते. एका ब्रिटीश विनाशिकेने त्या जहाजाला धडक दिली होती. मग ते हैफाला ओढत नेण्यात आले होते. त्यावरचे निर्वासित सायप्रसला आणलेले दिसत होते.

ट्रक्सचा ताफा जवळ येत होता तसा सायरन्सचा आवाज वाढत होता. एक एक ट्रक पुढे जात होता. प्रत्येकात फाटके तुटके कपडे घातलेले ज्यू कोंबून भरले होते. त्यांच्या सर्व आशा–आकांक्षांचा चुराडा झाला होता. ते पराभूत झाले होते. पुढे जाऊन तो ताफा सलामिसच्या दिशेने निघाला. त्याच रस्त्यावर कॅरलॉसला ब्रिटिशांच्या छावण्या होत्या. ट्रक्स दिसेनासे झाले तरी बराच वेळ सायरन्सचा आवाज येत होता.

डेव्हिड बेन अमीच्या हातांच्या मुठी न कळतच वळल्या गेल्या. त्याने आपले ओठ घट्ट मिटून धरले. आपण काही करू शकत नाही याची जाणीव असल्यानेच की काय तो संतापाने थरथरत होता. मान्द्रिया उघड उघड रडत होता. आरी बेन कनानच्या भावना नीट कळत नव्हत्या. तिघेही पुन्हा आत आले.

रडता रडता मान्द्रिया म्हणाला, ''मला माहिती आहे की तुम्हा दोघांना खूप बोलायचे आहे. दिलेली खोली तुम्हाला आवडेल अशी आशा आहे मिस्टर बेन कनान. तुमचा युनिफॉर्म, कागदपत्रे आणि टॅक्सी सर्व काही सकाळी हजर असेल. गुड नाईट!''

मान्द्रिया बाहेर पडताच डेव्हिड आणि आरी यांनी एकमेकांना मिठीच मारली. एखाद्या छोट्या मुलाला उचलावे तसे डेव्हिडला उचलून आरीने खाली ठेवले. दोघेही ठीकठाक आहेत याची खात्री करून, पुन्हा एकदा त्यांनी एकमेकांना घट्ट पकडून ठेवले. भेटीचा आनंद लपत नव्हता.

"यार्देना कशी आहे? यायच्या आधी भेटलास तिला? काही निरोप?" डेव्हिडने चौकशी केली.

हनुवटी खाजवत आरी चिडवत म्हणाला, "थांब जरा, आठवून बघतो."

"प्लीज आरी, किती तरी महिने झाले तिचे पत्र मिळून."

आरीने पाकीट काढताच डेव्हिडने ते त्याच्या हातातून जवळजवळ हिसकावूनच घेतले. "मी ते रबरात गुंडाळले होते. पण पोहताना पत्र ओले झाले तर तू बहुधा माझा गळाच घोटशील अशी मला भीती वाटत होती."

पण आता आरीच्या बोलण्याकडे डेव्हिडचे लक्ष होतेच कुठे? त्या अर्धवट प्रकाशात तो आपल्या प्रेयसीचे पत्र वाचण्यात दंग होता. वाचून झाल्यावर त्याने हळूच काळजीपूर्वक पत्राची घडी घातली आणि ते आपल्या खिशात ठेवले. ती दुसरे पत्र पाठवेपर्यंत किती तरी महिने जाणार होते.

"कशी आहे ती?" डेव्हिडने विचारले.

"माझ्या बहिणीने तुझ्यात एवढे काय पाहिले आहे, ते खरे म्हणजे मला कळत नाही. ठीक आहे. सुंदर आणि कुणालाच न जुमानणारी. पण तुझ्यावर तिचे प्रेम आहे खरेच."

"आणि आई, बाबा.. भाऊ... इतर पालमाख गॅन्ग?"

"सावकाश डेव्हिड, सावकाश. इथे राहणार आहे मी थोडे दिवस. तेव्हा एका वेळी एकच प्रश्न विचारलास तरी चालेल."

डेव्हिडचा हात पुन्हा खिशाकडे गेला. दुसऱ्यांदा त्याने पत्र वाचले. दोघेही बराच वेळ शांत बसले. आपापल्या विचारात गढले होते.

"घरची परिस्थिती कशी आहे?" अगदी हळू स्वरात डेव्हिडने प्रश्न केला.

"घरची परिस्थिती? नेहमीसारखीच. बॉम्बफेक, गोळीबार. आपण लहानपणापासून बघत आहोत तेच. प्रत्येक वर्षी अशी वेळ येते की, आपले अस्तित्व संपणार असे वाटते. ती वेळ निभावते. पुढल्या वर्षी त्याहून कठीण परिस्थिती निर्माण होते. पण घर ते घर." आरी गंभीरपणे बोलत होता. "पण आता युद्ध अटळ आहे." आपले दोन्ही हात आपल्या छोट्या दोस्ताच्या खांद्यावर ठेवत तो म्हणाला, "पण या निर्वासितांच्या बाबतीत कॅरलॉस येथे तू जे काम करत आहेस, त्याचा आम्हाला नक्की अभिमान आहे."

"हातात झाडू धरून बंदूक चालवायचे शिक्षण द्यायचे आणि सैन्य उभारायचे.

होईल तेवढे करतो आहे. या लोकांच्या दृष्टीने पॅलेस्टाईन लाखो मैल दूर आहे. त्यांच्या सर्व आशा मावळत चालल्या आहेत. आणि आरी... मान्द्रियाला दुखवू नकोस. तो खरोखर चांगला मित्र आहे आपला. त्याच्याशिवाय आणि इतर ग्रीक माणसांच्या मदतीशिवाय आपले काम फार कठीण झाले असते.''

''जगातल्या सर्व मान्द्रियांपासून सावध रहा डेव्हिड. ते नक्राश्रू ढाळतील. लाखो ज्यूंच्या झालेल्या कत्तलींबद्दल सहानुभूतीही दाखवतील. पण निर्णायक लढाईच्या क्षणी आपण एकटे असणार आहोत. इतरांप्रमाणे सर्व मान्द्रिया आपला विश्वासघातच करतील. आपल्या लोकांशिवाय आपल्याला दुसरे कोणीही मित्र नाहीत हे कधीही विसरू नकोस.''

''चूक होते आहे तुझी.''

''डेव्हिड, डेव्हिड मी मोसाद आणि पालमाखचे काम किती वर्षे करतो आहे हे सुद्धा विसरलो आहे. तू अजून तरुण आहेस. ही तुझी पहिलीच कामगिरी आहे. भावनेच्या आहारी न जाता सरळ विचार करायला शिक.''

''पण मला भावना बाजूला ठेवायची इच्छा नाही आरी... त्या ... त्या ट्रक्सच्या ताफ्यासारखे काही बघितले तर मी आतून जळत असतो नुसता. जनावरांसारखे आपले लोक पिंजऱ्यात...''

''आम्ही अनेक योजना आखतो आहोत. डोके ताळ्यावर ठेऊन प्रयत्न करत आहोत. कधी यश हाताला लागते, कधी अपयश. पण विचार हा शांत चित्तानेच करायला पाहिजे. अगदी काहीही घडले तरी.''

जेरुसलेमहून आलेला डेव्हिड क्षणभर विचारात गढला. ''काही झाले तरी माझा विश्वास ढळता कामा नये.'' तो गंभीरपणे उद्गारला. ''चार हजार वर्षांपूर्वी सुरू झालेल्या कथानकाचे एक प्रकरण मी पुढे नेतो आहे.'' एकदम आठवण झाल्यासारखा उत्साहाने आरीकडे वळून तो म्हणाला, ''आज तू आलास त्या जागेचाच विचार कर. सलामिस हे शहर एके काळी तिथेच उभे होते. त्याच ठिकाणी पहिल्या शतकात बार कोखबाची क्रांती सुरू झाली. रोमन लोकांना हुसकावून त्याने पुन्हा किंगडम ऑफ ज्युडाची स्थापना केली.

छावण्यांजवळ एक पूल आहे. दोन हजार वर्षांपासून त्याला ते 'ज्यू ब्रिज' म्हणतात. त्या गोष्टी मी विसरू शकत नाही. ज्या ठिकाणी आपण रोमन सत्तेशी लढत दिली त्याच ठिकाणी आज दोन हजार वर्षांनी आपण ब्रिटिश सत्तेशी लढा देत आहोत.''

आरी बेन कनान डेव्हिडहून चांगला हातभर उंच होता. मुलगा उत्साहाने काही सांगत असेल तर पिता हळूच हसावा, तसा तो डेव्हिडकडे बघून हसला. ''पण ही अर्धीच गोष्ट झाली डेव्हिड. बार कोखबाच्या बंडानंतर अफाट सैन्य घेऊन रोमन परत

आले आणि एक एक शहर जिंकून त्यांनी आपल्या लोकांची कत्तल उडवली. बेतार इथल्या शेवटच्या लढाईनंतर आपल्या स्त्रिया, मुलांच्या कत्तलीने नदीचा प्रवाह एक मैल अंतरापर्यंत लालभडक झाला होता. एक नेता अकिवा. जिवंतपणे त्याची सालडी सोलून काढण्यात आली. –बार कोखबा– बेड्या घालून रोमपर्यंत त्याची धिंड काढण्यात आली आणि सिंहाच्या तोंडी देण्यात आले. का दुसऱ्या कुठल्या तरी युद्धात बार गिओराला सिंहाच्या तोंडी दिले होते? या सगळ्या बंडांचा आणि युद्धांचा घोटाळा उडतो माझ्या मनात. बायबल आणि आपला इतिहास अशा अनेक गोष्टींनी आणि चमत्कारांनी भरलेला आहे. पण आज जे घडते आहे ते सत्य आहे. आज आपल्याकडे तटबंदी कोसळवून टाकणारा आणि सूर्याचे भ्रमण थांबवणारा जोशुआ नाही आणि कनानाईट रथांसारखे ब्रिटिश रणगाडे काही चिखलात रुतणार नाहीत. फॅरोहाचे सैन्य सागराने गिळून टाकले होते, तसे ब्रिटिश नौदल काही नाहीसे होणार नाही. चमत्कारांचे युग संपले आहे, डेव्हिड.''

''नाही. आपले अस्तित्व अजून शिल्लक आहे हाच सर्वात मोठा चमत्कार आहे. रोमन गेले, ग्रीक गेले, हिटलरसुद्धा गेला. आपला नायनाट करू पाहणारे सर्वजण स्वतःच नष्ट झाले आहेत. माझी खात्री आहे की, ब्रिटीश साम्राज्याचाही तसाच नाश होईल. हा चमत्कारच आहे.''

''ज्यूंबद्दल एक गोष्ट नक्की खरी आहे डेव्हिड. वादविवाद करण्यात आपला हात कोणीही धरू शकणार नाही. उद्या धावपळ आहेच. तेव्हा आता झोप काढू या जरा.''

## ७

''तुमची चाल सर.'' फ्रेड काल्डवेल पुन्हा म्हणत होता.

''हो. हो सॉरी!'' ब्रिगेडिअर सदरलॅन्डने पटावर नजर फिरवली. प्यादे पुढे सरकवले. काल्डवेलने घोडा पुढे केला. सदरलॅन्डनेही आपला घोडा हलवून त्याला प्रत्युत्तर दिले.

सायरनचा आवाज येताच सदरलॅन्डने घड्याळाकडे नजर टाकली. '' 'डोअर ऑफ होप' वरले निर्वासित आणलेले दिसतात.''

''डोअर ऑफ होप, गेटस् ऑफ झायोन, प्रॉमिजड् लॅन्ड, स्टार ऑफ डेव्हिड'' काल्डवेल तुच्छतेने म्हणाला. ''या ज्यूबद्दल एक गोष्ट मात्र खरी. नाकेबंदी चुकवून घुसण्याचा प्रयत्न करणाऱ्या नौकांना नावे मात्र अगदी सुरेख देतात.''

सदरलॅन्डच्या कपाळावर आठ्या पसरल्या. त्याने पटाकडे बघत पुढल्या चालीचा विचार करायचा प्रयत्न केला. पण कानातला सायरन्सचा आवाज कमी होत

नव्हता. बुद्धीबळाच्या पटावरील हस्तिदंती सोंगट्यांऐवजी त्याला ट्रक्समध्ये कोंबलेल्या ज्यूंचे दु:खी चेहरे, मशिनगन्स, चिलखती गाड्या दिसत होत्या. ''काल्डवेल, मला वाटते खेळ थांबवावा आज आपण.''

''सर! आपली तब्येत बरी नाही का सर?''

''ठीक आहे, गुड नाईट.''

ब्रिगेडिअर उठला आणि आपल्या बेडरूममध्ये जाऊन त्याने दरवाजा ओढून घेतला. नंतर खिडक्याही बंद करून घेतल्या. त्याला सायरन्सचा आवाज ऐकणे नको झाले होते. पण त्या आवाजापासून सुटका होत नव्हती.

आरशासमोर उभा राहून तो विचार करत होता. कुठे चुकलो आपण? ''सदरलॅन्ड हाईटस्''चा तो सदरलॅन्ड होता. पिढ्यान् पिढ्या सर्वांनीच सैन्यदलात कर्तृत्व दाखवले होते. नावलौकिक संपादन केला होता. इंग्लंडलाही मिळवून दिला होता. पण गेले काही आठवडे सायप्रसला आल्यापासून त्याचे चित्त ताळ्यावर नव्हते खरे. कधी सुरू झाले होते हे सर्व?

सदरलॅन्ड : चांगला तरुण, टीममध्ये असावा इतका चांगला. ईटन इयरबुकामध्ये नोंद होती. कुटुंब खानदानी, शिक्षण उत्कृष्ट ठिकाणीच. पेशा? सैन्यदल? छानच! सदरलॅन्ड कित्येक शतके सैन्यदलात भरती होत आले होते.

लग्नासाठी योग्य वधूची निवड. नेडी अ‍ॅश्टन. कर्नल अ‍ॅश्टनची कन्या. चांगले घबाड. आतिथ्यशील. उपयोग होईल अशा ठिकाणी चांगले संबंध. तुझ्या पेशात मदत होईल तिची. उत्कृष्ट जोडी ठरेल तुमची. अ‍ॅश्टन–सदरलॅन्ड.

मग चुकले तरी कुठे? नेडीपासून दोन मुले झाली होती. आल्बर्ट. खराखुरा सदरलॅन्ड. आत्ताच त्याच्या जुन्या रेजिमेंटमध्ये कॅप्टन बनला होता. मार्था या मुलीचा विवाहही झाला होता. अत्यंत सुखी होती ती.

दुसऱ्या महायुद्धात सदरलॅन्ड झपाट्याने वर चढला होता. शांततेच्या काळात बढतीच्या संधी नाहीतरी कमीच. हिंदुस्तान, हाँगकाँग, सिंगापूर, मध्यपूर्व. युद्धकाळातच तो उत्कृष्ट कमांडर आहे हे ध्यानात आले होते. व्ही–ई–डेच्या दिवशी तो ब्रिगेडिअर होता.

कपडे बदलून, दिवा मालवून तो बिछान्यावर पडला आणि जुन्या आठवणी उफाळून वर आल्या.

नेडी उत्कृष्ट पत्नी, उत्कृष्ट माता होती. कितीही जणांना पार्टीला बोलावले तरी आदरातिथ्यात कमी पडत नव्हती. ब्रिटनच्या वसाहतींमध्ये असलेल्या सैन्यदलातील अधिकाऱ्यांना अशीच पत्नी हवी. तो खरंच नशिबवान होता. त्यांच्यात दुरावा तरी कधी निर्माण झाला मग? आठवले. तो कित्येक वर्षांपूर्वी सिंगापूरला गेला होता तेव्हाच.

मरीना! युरेशियन स्त्री. प्रेम करायला आणि करून घ्यायलाच जन्माला आलेली. तिची ओळख झाली तेव्हा मेजर होता तो. प्रत्येक माणसाच्या मनात बहुधा कुठेतरी एक मरीना दडलेली असते. पण त्याला तर हाडामासाची, खरीखुरी मरीना भेटली होती. हसणे लाघवी, भावना तर नेहमीच अनावर आणि... तिच्याबरोबर असताना एखाद्या स्फोट होऊ पाहणाऱ्या ज्वालामुखीच्या तोंडावरच बसल्यासारखे वाटायचे. मरीना, मरीना! पागल झाला होता तो तिच्यासाठी. काळेभोर केस, काळेभोर डोळे. ती त्याला आनंदाच्या शिखरावर पोचवू शकत होती. दुःखाच्या दरीतही ढकलून देऊ शकत होती. तिने दिलेले सुख या जगात असेल याचीही तोपर्यंत त्याला कल्पना नव्हती. चोरून घेतलेल्या भेटी... मिळवलेला आनंद... सीमाच नव्हती त्या सुखाला. मरीना... मरीना!

नेडीला हे कळल्यावर तिला बसलेला धक्का तिच्या चेहऱ्यावरच दिसला होता. मुलांचा विचार करून, ती त्याला क्षमा करायला तयार झाली होती. शिवाय सैन्याचा, दोन्ही कुटुंबांच्या नावाचा, इभ्रतीचा विचार होताच. पण ब्रूस, तू त्या बाईला सोडले पाहिजेस आणि सिंगापूरहून बदली करून घेतली पाहिजेस.

बाई? ती बाई? तिने मला जे दिले आहे ते तुझ्यासारख्या शंभर नेडी देऊ शकणार नाहीत. तिला सोडायचे? शक्य नाही.

तुझे उत्तर हवे आहे मला ब्रूस.

उत्तर? उत्तर तरी काय असणार शेवटी? एका युरेशियन स्त्रीसाठी सैन्यदलात मिळवण्यासारख्या नावलौकिकावर पाणी सोडायचे? सदरलॅन्ड नावाला काळिमा फासायचा?

मी पुन्हा तिला कधीही भेटणार नाही.

त्याने आपले वचन पाळले होते.

पण तिला तो विसरू शकला नव्हता.

तिथेच सुरू झाले असेल सर्व?

सायरन्सचा आवाज अगदी कमी झाला होता. ताफा कॅरलॉसजवळ पोचला असणार. आता चार–पाच वर्षांत निवृत्ती. ‘‘सदरलॅन्ड हाईटस्’’ ही जागा त्याला फार मोठी होती. कुठेतरी एखादे छोटे कॉटेज घ्यायला हवे. लंडनपासून जवळच. लंडनमधल्या कुठल्यातरी क्लबमधेही नाव घालायला हवे. एखादी स्त्री ही...

लग्नाला तीस वर्षे झाली असताना, आता निवृत्तीनंतर नेडी नाही ही कल्पनाच विचित्र वाटत होती. ती किती शांत, विचारी, कर्तृत्ववान होती. मरीनाबरोबरची भानगडही तिने खिलाडूपणे स्वीकारली. आणि मग असे का झाले? सरत्या तारुण्याची अचानक जाणीव झाल्यासारखी, एक शेवटची मजा या थाटात ती एक दिवस तिच्याहून दहा वर्षांनी लहान असलेल्या तरुणाबरोबर पॅरीसला पळून गेली.

इतरांना ब्रूसबद्दल खूप सहानुभूती वाटली होती. त्याच्या दृष्टीने तसा काहीच फरक पडला नव्हता. कित्येक वर्षे नावालाच ते एकत्र राहात होते. परस्परांमधले संबंध कधीच संपले होते. एकदा तिलाही तिच्या मनाप्रमाणे वागू दे. नंतर तो तिला परत घेईलही एखादे वेळी... पण एखादी स्त्रीच ठेवावी. बरे पडेल.

सायरन्सचा आवाज एकदम थांबला. त्याने खिडक्या उघडल्या. समुद्राच्या लाटांचा आवाज येत होता. झोपेच्या औषधाचा दुप्पट डोस घ्यावा का आज? हल्ली झोपच येत नाही.

औषधाच्या पुड्या घेतानाच हृदयाची धडधड वाढायला लागली. आजची रात्रही भयानकच ठरणार होती तर. त्याने मनावर आघात करणाऱ्या, त्याचा ताबा मिळवू पाहणाऱ्या विचारांना दूर लोटायचा प्रयत्न केला. स्वत:ला बिछान्यात गुरगुटून घेऊन लौकर झोप यावी म्हणून प्रार्थना करायला सुरुवात केली. पण नको त्या विचारांनी शेवटी फेर धरून नाचायला सुरुवात केलीच.

बेर्गेन बेल्झेन– बेर्गेन बेल्झेन– बेर्गेन बेल्झेन– न्यूरेम्बर्ग– न्यूरेम्बर्ग– न्यूरेम्बर्ग

"साक्ष द्यायला उभे रहा. नाव सांगा."

"ब्रूस सदरलॅन्ड. ब्रिगेडिअर जनरल. कमांडर..."

"तुमच्या स्वत:च्या शब्दात सांगा..."

"माझ्या सैन्याने १५ एप्रिलला संध्याकाळी पाच वाजून वीस मिनिटांनी बेर्गेन बेल्झेनमध्ये प्रवेश केला."

"स्वत:च्या शब्दात सांगा..."

"कॅम्प नं. एक. चारशे यार्ड रुंद. मैलभर लांब. एवढ्याशा जागेत ऐंशी हजार कैदी होते. बहुतेक सर्व पोलीश किंवा हंगेरिअन ज्यू होते."

"तुमच्या स्वत:च्या शब्दात.."

"कॅम्प नं. एकचे आठवड्याचे रेशन होते दहा हजार पाव."

"हे काय आहे ते ओळखता?"

"हो. ही छळाची साधने.– यांनी क्षणार्धात पुरुषांच्या... पुरुषांच्या वीर्यग्रंथींचा चुराडा करता येतो आणि हे अंगठ्यात नखातून घालायचे स्क्रू... यातना देण्यासाठी..."

"तुमच्या स्वत:च्या शब्दात..."

"कॅम्प नं. एक मधे तीस हजार मृतदेह होते. पंधरा एक हजार तर इकडे–तिकडे पडलेले. अठ्ठावीस हजार स्त्रिया आणि बारा हजार पुरुष जिवंत होते."

"सांगा..."

"प्रयत्नांची पराकाष्ठा करूनही आम्ही आल्यानंतरही काही दिवसातच तेरा हजारजण मेले."

"कॅम्पमधली परिस्थिती इतकी भीषण होती की, जिवंत लोक प्रेतांवरचे मांस

ओरबाडून खात होते.''

न्यूरेम्बर्गला युद्ध गुन्हेगारांवरील साक्ष संपताच, ब्रूस सदरलॅन्डला तातडीने लंडनला परत बोलावण्यात आले. वॉर ऑफिसमधला त्याचा जुना मित्र जनरल सर क्लॅरेन्स टेव्हर–ब्राऊनकडून निरोप आला होता.

दुसऱ्याच दिवसी ब्रूस विमानाने लंडनला आला आणि सरळ व्हाईटहॉल आणि ग्रेट स्कॉटलंड यार्डच्या कोपऱ्यावरील वॉर ऑफिसच्या इमारतीत गेला.

''ये, ये ब्रूस. बरे वाटेल तुला भेटून. न्यूरेम्बर्ग खटल्यांमधली तुझी साक्ष वर्तमानपत्रात वाचत होतो. भयानक प्रकार सर्व.''

''मला साक्ष संपल्याचाच आनंद झाला आहे.''

''नेडीबद्दल कळले. वाईट वाटले. मी जर काही करू शकत असेन तर...'' सदरलॅन्डने मान हलवली.

शेवटी एकदा टेव्हर–ब्राऊनने त्याला लंडनला कशासाठी बोलावले आहे ते सांगायला सुरुवात केली. ''ब्रूस! एक नाजूक काम आहे. म्हणूनच अत्यंत कठीण, यासाठी तुझ्या नावाची शिफारस करावी असे मला वाटते. पण या वेळेला तुझ्याशी प्रथम बोलून घ्यावे असेही वाटले.

ब्रूस, युरोपमधून पॅलेस्टाईनला पळणाऱ्या ज्यूंनी नवीनच प्रश्न निर्माण केला आहे. त्यांची नुसती संख्या बघूनच अरब खवळायला लागले आहेत. पॅलेस्टाईन मॅन्डेटबद्दल व्हाईटहॉलने निर्णय घेईपर्यंत तात्पुरती व्यवस्था म्हणून त्यांना सायप्रसमध्ये बंदीवान करून ठेवावे अशी योजना आहे.''

''हं.''

''सर्व काही फार जपून करायला हवे. आधीच खूप छळ सोसलेल्या ज्यूंवर असे कोणतेही अत्याचार आपल्याकडून घडता कामा नयेत की, ज्यामुळे लोकमत आपल्या विरुद्ध जाईल. खरे बोलायचे तर सर्वांची सहानुभूती त्यांनाच आहे. मुख्यतः फ्रान्स आणि अमेरिकेची.''

सदरलॅन्ड उठला. खिडकीत जाऊन उभा राहिला. ''ही कल्पनाही चीड आणणारी आहे. लाजिरवाणी आणि तिरस्करणीय.''

''ब्रूस ते तू आणि मी ठरवायचे नाही. फक्त व्हाईटहॉलने दिलेल्या आज्ञा आपण अंमलात आणायच्या आहेत.''

सदरलॅन्ड अजूनही खिडकीतून बाहेर बघत होता. ''या लोकांना मी बेर्गेन बेल्झेनला पाहिलेले आहे. आता पॅलेस्टाईनला जायची इच्छा धरणारे तेच लोक असतील.'' तो परत खुर्चीत येऊन बसला. ''पॅलेस्टाईनबाबत गेली तीस वर्षे आपण एकच गोष्ट केली आहे. या लोकांना दिलेली वचने एका मागोमाग एक मोडली आहेत.''

"ते मला सांगायची काहीच आवश्यकता नाही ब्रूस. याबाबतीत तुझे आणि माझे मत सारखेच आहे. पण आपल्या मताला विचारतो कोण? आपण दोघांनीही बरोबरच मध्यपूर्वेत काम केले आहे. आणि सांगू? याच टेबलावर मला अरब देशांबाबतचे रिपोर्ट एका मागोमाग एक मिळत होते. सर्वजण आपला गळा कापायला निघाले होते. इजिप्शियन सैन्यदलांचा प्रमुख, जर्मनांना गुपिते विकत होता. कैरोमध्ये रोमेलच्या स्वागताची जय्यत तयारी झाली होती. इराक आणि सीरिया जर्मनांना सामील. जेरुसलेमचा मुफ्ती नाझी एजन्ट. तासन्तास मी पाढा वाचू शकेन. पण तू व्हाईटहॉलच्या दृष्टिकोनातून विचार कर. काही हजार ज्यूंसाठी मध्यपूर्वेतली आपली पत आणि आपले वजन आपण धोक्यात आणू शकत नाही."

सदरलॅन्डने एक निःश्वास टाकला. "पण तीच आपली सर्वात मोठी चूक ठरणार आहे सर क्लॅरेन्स. आपण मध्यपूर्व तरीसुद्धा गमावणार आहोत."

"तुझ्यावर सर्व गोष्टींचे फार दडपण आले आहे ब्रूस!"

"योग्य आणि अयोग्य असेही काही असते. माहीत आहे?"

जनरल सर क्लॅरेन्सने दुःखी चेहऱ्याने मान हलवली. "मी माझ्या आयुष्यात फार थोडा शिकलो असेन ब्रूस. पण एक गोष्ट नक्की शिकलो आहे. आपल्या देशाची किंवा दुसऱ्या कुठल्याही देशाची परराष्ट्रीय धोरणे एखादी गोष्ट योग्य का अयोग्य यावर ठरत नसतात. आणि ती चर्चा आपण करायची नसते. योग्यायोग्यतेचा विचार करून फक्त देशाचे राज्य चालत असेल. पृथ्वीवरची राज्ये फक्त एकाच गोष्टीवर चालतात. तेल! आणि तेल अरबांकडे आहे."

ब्रूस सदरलॅन्ड स्तब्धपणे बसला होता. मग त्याने मान डोलावली. "फक्त देवाचे राज्य योग्यायोग्यतेचा विचार करून चालते. पृथ्वीवरची राज्ये तेलावर चालतात. तू नक्कीच काही तरी शिकला आहेस. या दोन ओळींभोवतीच सर्व आयुष्य गुंफले आहे. आपण–इतर लोक–देश–गरजेप्रमाणे वागतो. सत्याची पर्वा आहे कुणाला?"

टेव्हर ब्राऊन हळूच पुढे वाकून म्हणाला, "देवाच्या कुठल्या तरी योजनेमध्ये साम्राज्याचा हा गाडा ओढायची जबाबदारी आपल्यावर टाकण्यात आली आहे..."

"तेव्हा आपण कुठल्याही गोष्टीचे कारण विचारता कामा नये. बरोबर? पण सौदी अरेबियातला गुलामांचा बाजार माझ्या लक्षात आहे. चोरीची शिक्षा म्हणून एकाचे दोन्ही हात तोडण्यात येणार होते. ते बघण्यासाठी मला प्रथम आलेले बोलावणेही मी कधी विसरलेलो नाही. काही झाले तरी बर्गेन बेल्झेनचे ते ज्यू माझ्या नजरेसमोरून हलत नाहीत."

"सैनिकाला सद्सद्विवेक बुद्धी असणे वाईटच. ठीक आहे. सायप्रसमध्ये तू जायलाच पाहिजेस असा आग्रह मी धरणार नाही ब्रूस!"

“मी जाणार आहे. निश्चित जाणार आहे. पण एक सांग. माझीच निवड तू का केलीस?”

“आपले सर्व सहकारी अरबांच्या बाजूचे आहेत. ती आपली एक परंपराच आहे. सैनिक फक्त आखून दिलेले धोरण अंमलात आणतील. पण सायप्रसला जाऊन या निर्वासितांना दुखवेल अशा कुणाला पाठवायची माझी इच्छा नाही. हा प्रश्न असा विचित्र आहे की जिथे त्यांना समजून घेऊन कनवाळूपणाने वागणाऱ्या माणसाचीच आवश्यकता आहे.”

सायप्रसची कामगिरी स्वीकारूनच ब्रूस बाहेर पडला. पण त्याच्या मनात भीती होती की, टेव्हर ब्राऊनला माहीत तर नसेल ना की, ब्रूस तसा अर्धा ज्यूच आहे म्हणून?

आणि कित्येक वर्षांपूर्वी त्याने घेतलेल्या त्या भयानक निर्णयाची भुते पुन्हा त्याच्या मानगुटीवर बसायला लागली.

त्यानंतरच तो विरंगुळा म्हणून बायबल वाचू लागला. नेडीबरोबर त्याने घालवलेली ती निरर्थक वर्षे, जिच्यावर प्रेम होते त्या युरेशियन मुलीपासून झालेली ताटातूट आणि त्यामुळे गमावलेले मन:स्वास्थ्य त्याला पुन्हा लाभले नव्हते. त्याच्यासारख्या सैनिकाने बायबल वाचावे ही गंमतच होती. जोशुआ, गिडीअन आणि जोआब यांच्या मोहिमा त्याने वाचल्या होत्या. आणि त्या स्त्रिया तरी किती वेगळ्या? रूथ आणि ईस्थर आणि सारा! आणि... डेबोरा! तिच्या लोकांची जोन ऑफ आर्कच, त्यांची स्वातंत्र्यदेवता.

“जागी हो, जागी हो डेबोरा; डेबोरा जागी हो!” हे शब्द वाचताच त्याला पूर्वीची आठवण झाली. काय मनाला धक्का बसला होता त्याच्या.

डेबोरा! त्याच्या आईचेच तर नाव!

डेबोरा डेव्हिस अत्यंत सुंदर होती. हॅरोल्ड सदरलॅन्डने तिचा ध्यास धरला असेल तर ते आश्चर्य नव्हते. या नटीसाठी हॅरोल्डने पंधरा वेळा “दि टेमिंग ऑफ दि श्र्यु” हे नाटक बघितले तरी सदरलॅन्ड कुटुंबाने दुर्लक्ष केले. तिच्यासाठी फुले आणि भेटवस्तू घेण्यासाठी त्याने आपला अलाऊन्स उधळला तेव्हाही ती गोष्ट त्यांनी हसण्यावारीच नेली. किती दिवस तिच्याच मागे लागणार हा? सोडेल नाद तिचा.

पण हॅरोल्ड तिचा नाद सोडेना. सदरलॅन्ड कुटुंबाने गंभीरपणाने या प्रकरणात लक्ष घातले. तिला “सदरलॅन्ड हाईटस”वर येण्याची आज्ञा गेली. तिने मानली नाही. सदरलॅन्ड हाईट्सवर येण्यास नकार देणाऱ्या या अजब स्त्रीला बघायला हॅरोल्डचा पिता लंडनला गेला. डेबोरा नुसतीच सुंदर नव्हती. हुशारही होती. बोलण्यातही कुणाला हार जाणारी नव्हती. सर एडगरवरतीच तिने मोहिनी घातली. त्यांना

आपलेसे केले.

सर एडगरनी तिथल्या तिथे ठरवले की, आपला मुलगाच भाग्यवान दिसतो. शिवाय पूर्वी कधी काही सदरलॅन्डनी नट्यांशी विवाह केले नव्हते की काय?

ती ज्यू होती हा अडसर होता खरा. पण तोही दूर झाला. चर्च ऑफ इंग्लंडमध्ये विवाह करायला तिने संमती दिली.

हॅरोल्ड आणि डेबोरा यांना तीन मुले झाली. एकच मुलगी मेरी, बेजबाबदारपणे वागणारा ॲडम आणि ब्रूस. ब्रूस हा सर्वात मोठा आणि आईचा आवडता. तोही मातृभक्तच. पण स्वत:चे बालपण, आई-वडील याबद्दल तिने कधी चकार शब्द काढला नाही. आई खूप गरीब होती आणि नाटकात काम करण्यासाठी घरातून पळाली होती एवढ्याच गोष्टी ब्रूसला कळल्या होत्या.

वर्षे जात होती. ब्रूस सैन्यात गेला. त्याने नेडी ॲश्टनशी लग्न केले. आल्बर्ट आणि मार्था यांचा जन्म झाला. हॅरोल्ड सदरलॅन्ड मरण पावला. डेबोरासुद्धा हळूहळू वृद्धत्वाकडे झुकायला लागली.

ज्या दिवशी ते घडले तो दिवस आजही ब्रूसला स्पष्ट आठवत होता. नेडी आणि मुलांना घेऊन बरेच दिवस ''सदरलॅन्ड हाईटस्''वर काढण्यासाठी तो येणार होता. अशा वेळी आई हसतमुखाने आपली कामे उरकताना दिसे, नाहीतर प्रसन्न चित्ताने गुलाबांच्या बागेत वावरताना दिसे. पण त्या दिवशी तो सदरलॅन्ड हाईटस्‌ला पोचला तेव्हा त्याचे स्वागत करायला ती बाहेर नव्हती. आसपासही कुठे दिसेना. शोधता शोधता ती स्वत:च्या खोलीमध्येच अंधारात बसलेली आढळली. पुतळ्यासारखी स्तब्ध. आसपास काय चालू आहे याची जाणीवही नाही. ही तिची विचित्र परिस्थिती बघून ब्रूसला जबरदस्त धक्का बसला.

तिच्या गालांवर ओठ ठेऊन तो हळूच गुडघ्यांवर बसला आणि त्याने विचारले, ''आई? काय झाले आई?''

ती हळूच वळून कुजबुजली, ''आज योम किप्पूर-प्रायश्चित्ताचा दिवस.''

तिचे शब्द ऐकताच तो चरकला होता.

त्याने नेडी आणि त्याची बहीण मेरी यांच्याशी बोलून ठरवले की, हॅरोल्डच्या मृत्युनंतर तिला फार एकटे एकटे वाटत असावे. सदरलॅन्ड हाईटस्‌चा पसारा फार मोठा होता. तिने आपले लंडनमध्ये एक घर घेऊन रहावे. विचारपूस करायला मेरी जवळ होती. लहानपणी त्यांना त्यांची आई जितकी सुंदर वाटायची तितकीच आजही वाटत होती आणि त्यामुळेच ती वृद्ध होत आहे हे बहुधा त्यांच्या ध्यानातच आले नसावे.

ब्रूस त्यानंतर मध्य-पूर्वेत गेला. नेडीही बरोबर होतीच. मेरी नेहमी पत्र लिहायची. आई ठीक आहे कळवायची. आईही पत्र लिहायची. मेरी आणि तिचे कुटुंब जवळ

असल्याने तिलाही आनंदच वाटत होता.

पण ब्रूस परत आला तेव्हा मेरी पार घाबरून गेली होती. आईने सत्तरी गाठली होती. एक दिवसापूर्वी काय घडले ते तिला आठवत नसे, पण पन्नास वर्षांपूर्वी घडलेल्या घटना तिला असंबंद्धपणे, पण स्पष्ट आठवत. मेरीला आईच्या भूतकाळाबद्दल काहीच माहिती नव्हती आणि म्हणूनच ती फार बावरून गेली होती. डेबोरानेही आपल्या जुन्या आयुष्याबद्दल कधीही मुलांजवळ चकार शब्द काढला नव्हता. आणि कधीतरी मध्येच ती घरामधून गायब व्हायची. या गोष्टीचा तर मेरीने फार धसका घेतला होता.

त्यामुळेच ब्रूस आल्याचा मेरीला खूप आनंद झाला. तो सर्वात मोठा मुलगा, शिवाय आईचा लाडका आणि मुख्य म्हणजे धीराचाही. एकदा आई एकटी बाहेर पडलेली दिसल्यावर, ब्रूसही तिच्या मागोमाग गेला. व्हाईट चॅपेल भागातल्या एका सिनॅगॉगमध्ये ती गेली होती.

त्याने विचार करून याबाबत काहीही न बोलायचे आणि काहीही न करायचे ठरवले. ती खूप म्हातारी झाली होती आणि आता पन्नास वर्षांपूर्वीच्या गोष्टी विचारण्यात काय अर्थ होता?

पंचाहत्तराव्या वर्षी तिची घटका भरत आली तेव्हा ब्रूस इंग्लंडला परतला. तिच्या शेजारी तो बसलेला आहे दिसल्यावर ती हसली. ''लेफ्टनंट कर्नल आहेस तर तू आता... छान दिसतोस ब्रूस– आता थोडेच तास राहिले माझे.''

''काळजी करू नकोस आई. लवकरच बरी होशील तू आणि पुन्हा हिंडायलाही लागशील.''

''अशक्य! पण मला काही सांगायचे आहे तुला. मला तुझ्या वडिलांशी लग्न करायची आणि सदरलॅन्ड हाईटस्‌ची मालकीण व्हायची इतकी इच्छा होती की, त्या नादात मी फार मोठी घोडचूक केली ब्रूस– त्यासाठी माझ्या लोकांना सोडले. आयुष्यभर सोडले. पण आता मला त्यांच्यातच राहायचे आहे. मला वचन दे, वचन दे ब्रूस की माझ्या आईवडिलांशेजारीच माझे दफन करशील म्हणून.''

''हो आई! मी वचन देतो तसे.''

''माझे वडील– म्हणजे तुझे आजोबा– त्यांना तू कधीच पाहिलेले नाहीस– मी अगदी छोटी मुलगी असताना मला मांडीवर घेऊन म्हणायचे– जागी हो डेबोरा जागी हो.''

त्याच्या आईने उच्चारलेले तेच शेवटचे शब्द.

ब्रूसवर दुःखाचा डोंगरच कोसळला. तो तासभर तसाच आईसमोर बसला होता. मग मनाला टोचणी लागायला सुरुवात झाली. मरणोन्मुख आईला नाईलाजाने दिलेला शब्द पाळायलाच हवा? जगामध्ये वागायची सन्माननीय पद्धत आणि

नीतिमत्ता यांच्या ज्या परंपरागत नियमांनी तो वागत आला होता त्यांना शब्द मोडला तर बाधा नाही येणार? गेली काही वर्षे हळूहळू तिचे मन ताळ्यावर राहिनासे झाले होते ही गोष्टही खरीच नव्हती का? ती आयुष्यभर ज्यू म्हणून जगली नव्हती तर मेल्यावर ज्यू का असावी?

आणि लंडनच्या दरिद्री भागातल्या ज्यूंच्या कबरस्थानात तिला पुरले तर सर्वांच्याच नावाला किती काळीमा लागेल. दुष्कीर्ती होईल. आई गेलीच होती, पण नेडी, आल्बर्ट, मार्था, मेरी आणि तिचे कुटुंब, ॲडम, या सर्वांची परिस्थिती किती केविलवाणी होईल. त्यांचाही विचार नको करायला?

ते काही नाही. डेबोरा ही सदरलॅन्ड होती आणि सदरलॅन्डच राहील. हे ठरवल्यानंतरच तो आईपासून दूर झाला.

सदरलॅन्ड हाईटस्‌मध्ये तिचे दफन करण्यात आले.

सायरन्स!

निर्वासितांना घेऊन जाणाऱ्या ट्रक्सच्या ताफ्यांबरोबर जाणाऱ्या सायरन लावलेल्या गाड्यांचे कर्णकटु आवाज जसे काही कानांचे पडदे फाडून आत शिरत होते.

बेर्गेन–बेल्झेन–मरीना–नेडी– पिंजऱ्याप्रमाणे बंद केलेले ट्रक्स– कॅरलॉसच्या छावण्या– मी तुला वचन देतो आई– मी तुला वचन देतो...

मेघांचा इतका प्रचंड गडगडाट झाला की, घर पायापासून हादरते आहे असे वाटले. सागरावरच्या लाटांनी किनाऱ्यावर धडका द्यायला सुरुवात केली आणि घरापर्यंत पाणी पोचायला लागले. पांघरूण फेकून धडपडत सदरलॅन्ड उठला. भेलकांडतच खिडकीत जाऊन उभा राहिला. भीतिने दगडासारखा स्थिर झाला. मेघांचा गडगडाट, विजांचा कडकडाट आणि उफाळणारा सागर!

देवा! अरे देवा!

"ब्रिगेडिअर सदरलॅन्ड! ब्रिगेडिअर सदरलॅन्ड! जागे व्हा सर! सर! जागे व्हा सर!"

ग्रीक नोकर त्याला हलवत होता.

कसेबसे डोळे उघडून सदरलॅन्डने आपली भेदरलेली नजर इकडेतिकडे फिरवली. त्याच्या अंगातून घामाच्या धारा वाहत होत्या. हृदयात केवढी तरी धडधड होती. त्याचा श्वास कोंडायला लागला. नोकराने घाईघाईने ब्रॅन्डीचा ग्लास भरून आणला.

त्याने पुन्हा खिडकीतून बाहेर नजर टाकली. सारे कसे शांत शांत होते. समुद्र काचेसारखा चमकत होता. छोट्या छोट्या लाटा हळूच किनाऱ्यावर येऊन पोचत होत्या.

"ठीक आहे मी आता" तो म्हणाला. "ठीक आहे."

"नक्की सर?"

"हो."

दरवाजा बंद करून नोकर निघून गेला.

ब्रूस सदरलॅन्ड खुर्चीत कोसळलाच. त्याने हातांनी आपले तोंड झाकले आणि तो रडायला लागला. रडता–रडता तो पुटपुटत होता. "आई! आई! माझी आई!"

## ८

ब्रूस सदरलॅन्ड शापित माणसासारखा यातनामय अवस्थेत झोपला.

मान्द्रिया झोपेत तळमळत होता.

हाती घेतलेले कार्य तडीस नेल्याच्या समाधानात मार्क पार्कर झोपला.

कित्येक वर्षांत लागली नव्हती इतकी शांत झोप किटी फ्रेमॉन्टला लागली.

यार्देनाच्या पत्राचे ते पाठ होईपर्यंत पारायण केल्यानंतरच डेव्हिड बेन अमीला झोप लागली.

आरी बेन कनान मात्र झोपलाच नाही. ही वेळ झोपेची नव्हती. बऱ्याच गोष्टी थोड्याशाच वेळात समजून घ्यायच्या होत्या. रात्रभर तो वेगवेगळे कागदपत्र, नकाशे नजरेखालून घालत होता. सायप्रस, ब्रिटिशांची कार्यपद्धती, त्यांच्या स्वत:च्या लोकांच्या पद्धती या सर्व गोष्टी डोक्यात साठवून ठेवत होता. हातामध्ये सारखी एखादी सिगारेट तरी नाहीतर कॉफीचा कप तरी. सर्व अगदी शांतपणे आणि आत्मविश्वासाने चालू होते.

हेरगिरी करण्यात पॅलेस्टाईनच्या ज्यूंचा कोणीही हात धरू शकत नाही असे ब्रिटीशच नेहमी म्हणत असत. प्रत्येक ज्यू हा मोसाद आलिया बेतला माहिती पुरवणारा आणि स्वत:च्या एजन्टना आसरा देणारा माणूसच असे.

उजाडता उजाडता आरीने डेव्हिडला उठवले. घाईघाईने आवराआवर करून, ब्रेकफास्ट घेऊन मान्द्रियाच्या एका टॅक्सीतून ते झपाट्याने कॅरलॉसच्या मार्गाला लागले. फामगुस्टा आणि सलामिस या शहरांच्या अवशेषांमधल्या भागात मैल न् मैल तारांची कुंपणे घातलेल्या छावण्या दिसत होत्या. त्यामधले बंदी आणि सायप्रसमधले त्यांचे पाठीराखे भेटायची जागा म्हणजे कचऱ्याचे ढीग. कचरा जमवायच्या आणि हलवण्याच्या कामांवर ब्रिटीश त्यांच्या विश्वासातले बंदी नेमत असत. त्यामुळे त्या ठिकाणी पहारा तसा ढिला असायचा. त्या जागा हल्ली धंद्याच्या जागा झाल्या होत्या. छावण्यांमध्ये बनवलेल्या चामड्याच्या आणि कलाकुसरीच्या वस्तूंच्या बदल्यात पाव आणि कापड मिळवले जाई. डेव्हिड आणि आरी तिथून गेले तेव्हा ज्यू आणि ग्रीक यांच्यातला सौदा चालूच होता. या ठिकाणाहूनच ते पहिल्या कम्पाऊन्डमध्ये शिरले.

आरी मैल न् मैल नजर पोचेपर्यंत लांब असलेल्या तारांच्या भेंडोळ्यांकडे बघत

उभा राहिला. हवा अत्यंत गरम होती. धूळ नाकातोंडात शिरत होती. एका कम्पाऊन्डच्या पुढे दुसरे कम्पाऊन्ड. प्रत्येक कम्पाऊन्डमध्ये अनेक तंबू. प्रत्येक कम्पाऊन्डभोवती तारांच्या भेंडोळ्या गुंडाळलेली बारा फूट उंचीची भिंत. प्रत्येक कोपऱ्यात सर्चलाईट बसवलेले मनोरे. त्यांच्यावर मशिनगन्स बसवलेल्या आणि ब्रिटीश पहारेकरी. एक मरतुकडे कुत्रे त्यांच्यामागे यायला लागले. त्याच्या बाजूवर कोणी तरी नाव रंगवले होते. बेव्हिन!– ब्रिटनच्या परराष्ट्रमंत्र्यांना केलेला मानाचा मुजरा होता तो!

नंतर त्यांनी ज्या ज्या कम्पाऊंडना भेट दिली तिथली एकूण परिस्थिती सारखीच होती. प्रत्येक ठिकाणी खचलेले आणि संतापलेले निर्वासित कोंबून भरलेले. तंबूंच्या आतल्या भागाचे कापड फाडून बनवलेल्या चड्ड्या आणि शर्ट बहुतेकांनी घातलेले. सर्वांच्या चेहऱ्यांवरची भावना एकच. पराभवाची चीड, संशय आणि द्वेष. कुठल्याही कंपाऊंडमध्ये गेले की कुठून तरी बारा तेरा वर्षांचा एखादा मुलगा किंवा मुलगी किंवा विशीच्या आसपासचा एखादा तरुण किंवा तरुणी धावत येऊन आरीच्या गळ्यात पडे. निर्वासितांबरोबर काम करण्यासाठी पालमाखने पॅलेस्टाईनहून यांना इथे पाठवले होते. चोरून घुसवले होते. आरीला मिठी मारून त्यांचे प्रश्न सुरू होत. घरी कसे काय आहे? प्रत्येक वेळाला आरीचे एकच उत्तर असे. काही दिवसातच सर्व जणांना एकदा एकत्र बोलावण्यात येईल. प्रत्येकजण मग त्याच्या ताब्यातील कंपाऊन्डमधील सर्व माहिती आरीला देत असे. अगदी क्वचित तो स्वत:हून एखादा प्रश्न विचारत असे.

पण इतर सर्व काळ तो गप्पगप्पच होता. त्याची शोधक नजर फक्त सर्वत्र असलेल्या ताऱ्यांच्या भेंडोंळ्यांमधून फिरत होती. त्याच्या डोक्यात एकच विचार होता. तीनशे जणांना कसे बाहेर काढायचे?

काही कंपाऊंडमध्ये फक्त पोलीश, झेक किंवा फ्रेंच ज्यू होते. एखाद्या कंपाऊंडमध्ये फक्त कर्मठ असे ज्यू. एखाद्या ठिकाणी एकाच राजकीय प्रणालीचे ज्यू. सर्वांमध्ये साम्य एकच. सर्वजण युद्धातून जगले वाचलेले ज्यू होते. सर्वांना पॅलेस्टाईनला जायचे होते. सर्वांचे दु:ख एकच. विपन्नावस्थाही तशीच.

एका ठिकाणी छावणीचे दोन भाग जोडणारा, काटेरी तारांवरून जाणारा एक पूल होता. त्यावर लिहिले होते, 'बेर्गेनमध्ये स्वागत असो– बेव्हिन'. ''अत्यंत कडवट आणि उपरोधिक नाव आरी'' डेव्हिड म्हणाला. ''पोलंडमधल्या घेटोमध्ये अगदी असाच एक पूल होता.''

आतापावेतो डेव्हिडचे रक्त तापायला लागले होते. जनावरांना ठेवण्यासाठी सुद्धा अत्यंत घाणेरड्या अशा या छावण्यांबद्दल, त्याची ब्रिटिशांना शिवीगाळ सुरू झाली. सायप्रसमध्ये ज्या ठिकाणी जर्मन युद्धकैदी ठेवले होते तिथेदेखील जास्त

स्वातंत्र्य होते. इथे अन्नाची टंचाई, औषधांची टंचाई. त्याला या सर्व अन्यायाची मनस्वी चीड आली होती. आरीचे मात्र डेव्हिडच्या बडबडीकडे अजिबात लक्ष नव्हते. तो प्रत्येक छावणीची बांधणी आणि एकूण नकाशा यांचा अभ्यास करण्यात दंगला होता. खोदलेली भुयारे त्याने दाखवायला सांगितली.

त्यातल्या त्यात समुद्राच्या अगदी जवळ असलेल्या कर्मठ ज्यूंच्या कंपाऊंडमध्ये आरीला नेण्यात आले. तारांच्या कुंपणाजवळ ओळीने संडास बांधलेले होते. पहिल्यावर पाटी होती बेव्हिनग्राड. (BEVIN–GRAD). पाचवा आणि सहावा संडास बनावट होते. बसण्याच्या खालच्या खड्ड्यातून तारेखालून खणत नेलेले भुयार किनाऱ्यापर्यंत पोचत होते. आरीने मात्र मान हलवली. थोड्या फार माणसांसाठी हे ठीक होते. पण ज्या मोठ्या प्रमाणावर पळून जायचा प्रयत्न करायचा होता, त्यासाठी ही भुयारे निरुपयोगी होती.

बरेच तास उलटले. आरीने सर्वत्र व्यवस्थित पाहणी केली होती. गेल्या दोन तासात एक शब्दही तो बोलला नव्हता. डेव्हिडने काळजीच्या स्वरात विचारणा केली, "काय मत आहे तुझे आरी?"

"मला वाटते की बेव्हिन फारसा पॉप्युलर नाही इथे. आता काय बघायचे राहिले आहे?"

"मुलांचा विभाग. तो मी मुद्दामच शेवटी ठेवला आहे. पालमाखचे मुख्य ठाणे त्या भागातच आहे."

आरीने मुलांच्या कंपाऊंडमध्ये पाऊल टाकताच पुन्हा एका पालमाखनिकने येऊन त्याला मिठी मारली. पण यावेळी आरीने प्रेमाने त्याला जवळ घेतले, उंच उचलले, गरगरा फिरविले, आणि पुन्हा खाली ठेवले. आरीचा चेहराही हसरा होता. तो मुलगा म्हणजे त्याचा जुना खास दोस्त होता. जोआब यारकोनी. सावळ्या रंगाचा मोरोक्कन ज्यू. लहानपणीच तो पॅलेस्टाईनला आला होता. त्याचे काळेभोर डोळे अत्यंत चमकदार होते. एवढ्या लहान वयातसुद्धा मिशा इतक्या झुबकेदार की अर्धा चेहरा झाकला जाईल. जोआब फक्त वीस वर्षांचा असेल नसेल. पण त्याने आणि आरीने अनेक धाडसी मोहिमात भाग घेतला होता. तो मोसाद आलिया बेतच्या उत्कृष्ट एजंटस्पैकी एक होता. अरब देशांची त्याला खडान्खडा माहिती होती.

प्रथमपासूनच यारकोनी अत्यंत बेडर आणि कावेबाज होता. पॅलेस्टाईनमधल्या ज्यूंनी खजूर–पामचा उद्योग सुरू केला त्याचे सर्व श्रेय यारकोनीला होते. इराकी अरब आपली झाडे प्राणापलीकडे जपत. पण त्याने हिकमतीने शंभर छोटी रोपे चोरून पॅलेस्टाईनमध्ये आणली होती.

कॅरलॉस छावणीमधली सर्वात महत्त्वाची जागा होती मुलांचा विभाग. उगीच नाही डेव्हिड बेन अमीने तो यारकोनीच्या ताब्यात दिला होता.

जोआबने आरीला आपले कंपाऊंड दाखवायला सुरुवात केली. अगदी अर्भकांपासून ते सतरा वर्षांपर्यंतची अनाथ मुले तिथे होती. युद्धकाळात अनेक जणांनी यातनातळांचा अनुभव घेतला होता. बहुतेकांचे सर्व आयुष्यच काटेरी तारांच्या कुंपणाआड गेले होते. फक्त याच विभागात अनेक पक्की बांधकामे होती. शाळा, जेवणासाठी हॉल, हॉस्पिटल, खेळण्यासाठी मोठे मैदान होते. इतर सर्व भागात निरुत्साही वातावरण असे. इथे नेहमी गडबड गोंधळ. बाहेरचे डॉक्टर्स, नर्सेस, शिक्षक या ठिकाणी येत असत. मुलांसाठी काही चांगल्या योजना होत्या. त्यासाठीही बाहेरची माणसे येत. खर्च अमेरिकेतल्या ज्यूंनी दिलेल्या मदतीवर चाले.

आणि बाहेरची वेगवेगळी माणसे सारखी ये–जा करत असल्यानेच कॅरलॉसमध्ये सर्वात वाईट सुरक्षा–व्यवस्था असणारा विभाग हाच होता. डेव्हिड आणि जोआबने हे जाणूनच पालमाखचे मुख्य ठाणे या भागात ठेवले होते.

रात्र पडली की खेळाच्या मैदानाचे स्वरूप बदले. ते लष्करी शिक्षणाचे केंद्र बने. शाळेच्या वर्गात वेगळेच वर्ग चालत. अरबांची मनोवृत्ती, पॅलेस्टाईनचा भूगोल, लष्करी डावपेच, शस्त्रास्त्रांची ओळख वगैरे विषय शिकवले जात.

पालमाखकडून लष्करी शिक्षण मिळवणाऱ्या प्रत्येकाला तो पॅलेस्टाईनला पोचला आहे व ब्रिटिशांकडून पकडला गेला आहे असे गृहीत धरून खोट्या न्यायालयासमोर खटल्याला तोंड द्यावे लागे. सरकारी वकील तो चोरून पॅलेस्टाईनमध्ये शिरला आहे हे सिद्ध करून दाखवण्यासाठी त्याची उलटतपासणी करी, उलटसुलट हजारो प्रश्न विचारे. निर्वासिताला पॅलेस्टाईनच्या इतिहासाबद्दल आणि भूगोलाबद्दल असलेल्या या प्रश्नांना समर्पक उत्तरे देऊन सिद्ध करावे लागे की, तो वर्षानुवर्षे पॅलेस्टाईनमध्ये रहात आहे.

यशस्वीपणे शिक्षणक्रम पुऱ्या करणाऱ्या उमेदवारांची छावणीमधून सुटकेची आणि पॅलेस्टाईनमध्ये पोचवण्याची व्यवस्था करण्यात येई. दोन–दोन तीन–तीन करत आजपर्यंत अशा शेकडो निर्वासितांना पॅलेस्टाईनमध्ये पोचवण्यात आले होते.

काहीतरी बेकायदेशीर गोष्टी मुलांच्या विभागात घडत आहे याची ब्रिटिशांच्या गुप्तहेर खात्याला कल्पना होती. पुन्हा पुन्हा बाहेरून येणारे शिक्षक किंवा इतर लोक यांच्याबरोबर त्यांनी आपल्या साध्या वेशातील पोलिसांना आतमध्ये घुसवायचा प्रयत्न केला होता. पण घेटो आणि यातनातळांमधून तोंडातून अवाक्षर न काढणारी आणि अत्यंत संशयी अशी ही पिढी निर्माण झाली होती. एक दोन दिवसातच त्यांना या माणसांचा छडा लागे.

शेवटी आरी शाळेत पोचला. शाळेच्या एका खोलीमध्येच पालमाखचे मुख्य ठाणे होते. शिक्षकाच्या टेबलामध्येच गुप्तपणे एक रेडिओ आणि ट्रान्समीटर बसवला होता. याच रेडिओवरून पॅलेस्टाईनशी संपर्क ठेवण्यात येई. जमिनीवरच्या

फळ्यांखाली शस्त्रास्त्रे लपवलेली होती. बनावट कागदपत्रे आणि पासेस् याच खोलीत तयार करण्यात येत.

पण ती कागदपत्रे बघताच आरीने मान हलवली. ''अगदीच खराब काम आहे जोआब. काय रे हे?''

जोआब यारकोनीने खांदे उडवले.

''पुढले काही आठवडे आपल्याला तज्ञाचीच आवश्यकता आहे. या ठिकाणीच कोणी तरी आहे असे तू म्हणाला होतास ना डेव्हिड?''

''दोव्ह लानडाव. पोलीश. पण तो काम करायला तयार नाही.''

''आम्ही तसा कित्येक आठवडे प्रयत्न करत आहोत.'' जोअबने माहिती दिली.

''मी बोलतो त्याच्याशी.''

या दोघांना बाहेर उभे करून आरीने दोव्ह लानडावच्या तंबूत पाऊल ठेवले. तो एक गोरा आणि लहानसर चणीचा मुलगा होता. अचानक आरीने आत पाऊल टाकल्यावर अत्यंत संशयाने तो बघायला लागला. पण त्याची ती नजर मात्र आरीच्या चांगल्या परिचयाची होती. डोळ्यांमध्ये एकच भावना होती. आत्यंतिक तिरस्कार आणि द्वेष! यातना तळांमध्ये राहून जगलेल्या लोकांच्या चेहऱ्यावरची ती क्रूरतेची झाकही स्पष्ट दिसत होती.

''तुझे नाव दोव्ह लानडाव.'' त्याच्या नजरेला नजर भिडवत आरी म्हणाला. ''पोलीश– वय वर्षे सतरा– यातनातळांमधून आलास– बनावट कागदपत्रे बनवण्यात निष्णात. मी आरी बेन कनान. पॅलेस्टाईनहून आलो. मोसाद आलिया बेतचा एजंट.''

दोव्ह न बोलता जमिनीवर थुंकला.

''नीट लक्ष देऊन ऐक, दोव्ह. मी तुला कुठलीही विनंती करणार नाही. धमकीही देणार नाही. सरळसरळ व्यवहाराची योजना तुझ्यापुढे मांडणार आहे. परस्पर सहकार्याचा करार म्हण हवे तर.''

''मलाही तुम्हाला काही सांगायचे आहे मिस्टर बेन कनान. जर्मन आणि ब्रिटीश यांच्याहून तुम्ही काही विशेष चांगले आहात असे मला मुळीच वाटत नाही. अरब तुमचा गळा घोटणार आहेत या भीतीनेच केवळ तुम्ही आम्हाला पॅलेस्टाईनला नेता आहात. तुमचा स्वत:चा जीव बचावण्यासाठी. पण एक लक्षात ठेवा. काहीही झाले तरी मी पॅलेस्टाईनला जाणार आहेच आणि तिथे गेल्यावर अशा संघटनेत सामील होणार आहे की, जी मला इतरांना ठार करू देईल.'' दोव्ह चवताळल्याप्रमाणे गुरगुरत होता. विषारी फुत्कारांसारखे दोव्हच्या तोंडातून शब्द बाहेर पडत होते.

आरीच्या चेहऱ्यावरची रेषाही हलली नाही. ''छान! एक प्रश्न मिटला. आपण एकमेकांची मते अगदी बरोबर जाणून घेतली आहेत. मला ज्या कारणांसाठी तू पॅलेस्टाईनमध्ये असावास असे वाटते ती तुला पसंत नाहीत. तुला ज्या गोष्टी

करण्यासाठी पॅलेस्टाईनमध्ये जायचे आहे त्या मला आवडत नाहीत. पण एका गोष्टीबद्दल आपले एकमत नक्की झाले आहे. तुझी जागा पॅलेस्टाईनमध्ये आहे. इथे नाही. बरोबर?''

संशयानेच दोव्हचे डोळे एकदम बारीक झाले. हा बेन कनान इतरांपेक्षा निराळाच दिसत होता.

''तेव्हा आता पुढे बोलू. इथे पाय पसरून बसून आणि फाक्या मारत वेळ घालवून तू पॅलेस्टाईनला जाऊ शकणार नाहीस. तू मला मदत कर, मी तुला मदत करेन. तू पॅलेस्टाईनला पोचल्यावर काय करणार आहेस याच्याशी मला कर्तव्य नाही.''

आता आश्चर्यानेच दोव्ह लानडावचे डोळे विस्फारले.

''शेवटी मुद्दा एकच. मला बनावट कागदपत्रांची आवश्यकता आहे. पुढल्या काही आठवड्यात तसे शेकडो कागदपत्र मला हवे आहेत. इथल्या इतर पोरांना स्वत:चे नावसुद्धा कॉपी करता येत नाही. तू माझ्यासाठी काम करावेस अशी माझी इच्छा आहे.''

आरीच्या फटाफट आणि सरळसरळ बोलण्यानेच कधी नव्हे तो दोव्ह चक्रावला होता. कुठेतरी गोम असणारच. ती शोधायला त्याला वेळ हवा होता.

''विचार करेन मी.''

''जरूर विचार कर. त्यासाठी तीस सेकंदांचा अवधी तुला आहे.''

''आणि मी नकार दिला तर? मारहाण करणार मला?''

''दोव्ह, मी प्रथमच तुला सांगितले आहे की, आपल्याला एकमेकांची गरज आहे. आणि एक गोष्ट नीट ऐक. तू माझे ऐकणार नसशील तर मी स्वत: एका गोष्टीची काळजी घेईन. या छावणीतून बाहेर पडणारा तू शेवटचा माणूस असशील. विचार कर. तुझ्यापुढे पस्तीस हजार माणसांचा नंबर असणार आहे. त्यांच्यानंतर तू जेव्हा पॅलेस्टाईनला पोचशील ना, तेव्हा बॉम्ब नुसता उचलायची ताकद तुझ्या हातात उरलेली नसेल एवढा तू म्हातारा झालेला असशील. तुला विचार करायला दिलेले तीस सेकंद संपले आता.''

''तुमच्यावर मी का विश्वास ठेवावा?''

''मी सांगतो आहे म्हणून.''

प्रथमच दोव्हच्या चेहऱ्यावर छोटेसे हसू दिसले. त्याने मान हलवूनच संमती दर्शवली.

''ठरले तर. तू डेव्हिड बेन अमी आणि जोआब यारकोनी यांच्या आज्ञा पाळशील. तू कुणालाही त्रास देणार नाहीस. कुठलाही प्रश्न निर्माण झाला तर मला भेटायचे. अर्ध्या तासात तू पालमाखच्या ठाण्यावर ये आणि त्यांची यंत्रसामुग्री

नजरेखालून घाल. तुला ज्या गोष्टींची गरज आहे त्यांची यादी डेव्हिडजवळ दे.''

एवढे बोलून आरीने पाठ फिरवली आणि तो तंबूबाहेर आला.

''अर्ध्या तासात तो कामावर हजर होईल.''आरीने डेव्हिड आणि जोआबला सांगितले.

दोघेही आऽऽ वासून बघत राहिले.

''कसे जमले हे तुला?''

''मुलांचे मानसशास्त्र. मी आता फामगुस्टाला परत जातो. तुम्ही दोघे आज रात्री मान्द्रियाच्या घरी मला भेटा. झेव गिलबोआला बरोबर घेऊन या. मला बाहेर सोडायची आवश्यकता नाही.''

रात्री मान्द्रियाच्या घरी मान्द्रिया, डेव्हिड, जोआब आणि झेव गिलबोआ, आरी बेन कनानची वाट पाहत होते.

झेव गिलबोआ हा देखील पालमाखनिकच. धिप्पाड असा गॅलिलीमधला शेतकरी. यारकोनीसारख्याच भरगच्च मिशा. तोही वीस एक वर्षांचाच होता. कॅरलॉसमधला सर्वोत्कृष्ट पालमाख सैनिक. निर्वासितांना तो लष्करी शिक्षण देत असे. खऱ्याखुऱ्या शस्त्रास्त्रांशिवाय देता येईल तितके सर्व शिक्षण तो देत होता. हातघाईच्या लढाईचेही. सर्वच गमावलेल्या आणि आशा हरपलेल्या निर्वासितांमध्ये तो नवा जोश निर्माण करत होता.

वेळ जायला लागला तसे मान्द्रियाचे लक्ष लागेना. तो फेऱ्या घालायला लागला. ''मी त्याला टॅक्सी आणि ड्रायव्हर दुपारी दिला. त्यानंतर तो गेला तरी कुठे?''

डेव्हिडच शेवटी म्हणाला, ''मान्द्रिया, काळजी करू नकोस. आरी आजच काय पण एखादे वेळी तीन दिवससुद्धा येणार नाही. आम्हाला आता सवय झाली आहे त्याच्या अशा वागण्याची.''

मध्यरात्र झाली. शेवटी सर्वजण जागा बघून थोडे आडवे झाले, पेंगायला लागले आणि तासाभराने झोपलेही.

आरी बेन कनान सकाळी पाच वाजता खोलीत शिरला. रात्रभर प्रवास करून त्याचे डोळे पेंगुळले होते. खरे म्हणजे सायप्रसमध्ये आल्यापासून त्याला झोप अशी मिळाली होती कुठे? झेव गिलबोआ आणि आरी यांनी परंपरागत पालमाख पद्धतीने एकमेकांना मिठीच मारली. आरी आठ तास उशीरा आला होता. तरी त्याबद्दल स्पष्टीकरण द्यायची त्याला आवश्यकता भासली नव्हती. त्याने ताबडतोब पुन्हा कामाला सुरुवात केली.

''मिस्टर मान्द्रिया, बोटीचे काय? मिळाली?''

मान्द्रियाने कपाळावर हात मारला. ''मिस्टर बेन कनान, छत्तीस तासांपूर्वी तुम्ही

सायप्रसमध्ये आलात आणि मला बोट हवी म्हणून सांगितले. मी काही जहाजे बांधत नाही. पण माझ्या सायप्रस मेडिटेरेनिअन शिपिंग कंपनीची फामगुस्टा, लारनाका, कायरेनिया, लिमासोल आणि पॅफॉस या ठिकाणी कार्यालये आहेत. सायप्रसमध्ये इतकीच बंदरे आहेत. सर्व ठिकाणी तुमच्यासाठी जहाजांवर लक्ष ठेवण्यात येत आहे. सायप्रसमध्ये तुम्हाला हवे तसे जहाज असेल तर तुम्हाला ताबडतोब सांगू सर.''

मान्द्रियाच्या वैतागाकडे जास्ती लक्ष न देता आरी इतरांकडे वळला.

''झेव, डेव्हिडने आम्ही काय करणार आहोत ते तुला सांगितले आहे ना?''

त्याने मान हलवली.

''या क्षणापासून तुम्ही तिघे फक्त माझ्यासाठी काम करणार आहात. कॅरलॉसमधली तुमची कामे इतरांवर सोपवा. दहा ते सतरा वयापर्यंतची धडधाकट अशी किती मुले आहेत कंपाऊंडमध्ये?''

''सहा सातशे तरी.''

''झेव! सर्वात धडधाकट अशी तीनशे मुले निवड. कोणत्याही शारीरिक कष्टांना तोंड द्यायला सिद्ध बनतील इतके कणखर बनव त्यांना.''

झेवने पुन्हा मान डोलावली.

''अर्ध्या तासात उजाडेल आता. मला पुन्हा एक टॅक्सी हवी आहे मिस्टर मान्द्रिया आणि मला वाटते कालचा ड्रायव्हर आता खूप दमलेला आहे.''

''मी स्वतःच येतो.''

''मग तर छानच. उजाडताच निघू आपण. तोपर्यंत मला काही कागदपत्रे बघायची आहेत ती बघतो.''

आरी बेन कनान जसा अचानक आला होता तसाच क्षणात निघून गेला.

त्याची पाठ वळताच सर्व जणांची तोंडे चालू झाली.

''तीनशे मुले छावणीतून पळून जाणार आहेत तर'' झेव म्हणाला.

''दिसते खरे तसे'' मान्द्रिया म्हणाला. ''विचित्रच माणूस आहे हा. चमत्कारांचीच अपेक्षा– आणि पुन्हा काही सांगत नाही.''

''चूक.'' डेव्हिड उत्तरला. त्याचा चमत्कारांवर अजिबात विश्वास नाही आणि म्हणूनच तो इतके कष्ट उपसतो. मला वाटते आरीने सर्व गोष्टी उघड केलेल्या नाहीत. तीनशे मुलांनी पळून जाणे हा एखाद्या योजनेचा फक्त एक भाग असणार.''

जोआब यारकोनी हसत म्हणाला, ''आपण आरी बेन कनानला बराच काळ ओळखतो. आपण कुठल्याही कल्पना लढवण्यात अर्थ नाही. तो कोणतीही गोष्ट पूर्ण विचाराने करतो हे देखील आपल्याला माहीत आहे. आरीच्या मनात काय आहे ते योग्य वेळी आपल्याला कळेलच.''

दुसऱ्या दिवशी आरीला सायप्रसमध्ये फिरवताना मान्द्रियाला तो कुठे आणि कशासाठी जातो आहे हे कळेनासे झाले होते. सलामिस, फामगुस्टापासून थेट केप ग्रीशेपर्यंत ते गेले. फामगुस्टाला जुनी तटबंदी आणि बंदर यांची त्याने पाहणी केली. सबंध दिवसात आरी मान्द्रियाशी क्वचितच बोलला असेल. पण तो मधेच विचारे तो प्रश्न समर्पक असे. आजपर्यंत असा माणूस मान्द्रियाला भेटला नव्हता. त्याला त्याचा भयंकर राग येत होता आणि त्याचवेळी त्याची एकाग्रता आणि अमानवी अशी वाटणारी काम करण्याची धमक आणि ताकद बघून तो आश्चर्यचकित होत होता. त्याने हाती घेतलेल्या कार्याला पूर्णपणे वाहून घेतलेले होते हे पण मान्द्रियाला पटत होते. पण आरी बेन कनान असा दगडी चेहऱ्याने कसा वावरतो याचे मात्र मान्द्रियाला कोडेच होते.

केप ग्रीशेहून ते डोंगराळ भागात वर चढले. आरी ज्याच्या शोधात होता ते सापडले असले तरी त्याच्या चेहऱ्यावरून काहीच लक्षात येत नव्हते. मध्यरात्रीनंतर फामगुस्टाला परत आल्यावर मान्द्रिया तरी फारच थकला होता. पण आरी बेन कनान मात्र पुन्हा झेव, जोआब आणि डेव्हिडबरोबर चर्चा करून रात्रभर कागदपत्रात डोळे घालून बसला.

आरी आल्यापासून चौथ्या दिवशी मान्द्रियाला त्याच्या लारनाका कार्यालयातून फोन आला. हवे होते तसे एक जहाज नुकतेच तुर्कस्तानहून आले होते. विकत घेताही आले असते.

मान्द्रिया आरीला घेऊन कॅरलॉसला गेला आणि डेव्हिड आणि जोआब यांना घेऊन ते लारनाकाला निघाले.

झेव गिलबोआ मात्र यावेळी बरोबर नव्हता. तो तीनशे मुले निवडून काढायच्या कामात दंगला होता.

मान्द्रिया आज जरा अभिमानाने त्यांना घेऊन निघाला होता. फामगुस्टा–लारनाका रस्त्यावर आजूबाजूच्या मोकळ्या जागेत बरीच धावपळ चाललेली होती. मान्द्रियाला टॅक्सी थांबवायला सांगून आरी काय चालले आहे ते बघायला गेला. लष्कराच्या बराकी बांधण्याचे काम चालू होते.

"कॅरलॉसला आता बंदी ठेवायला जागा नाही म्हणून इथे नवीन छावण्या उभारत आहेत." डेव्हिड म्हणाला.

"मला कोणीच कसे सांगितले नाही याबद्दल?" आरी रागावूनच बोलला.

"तू विचारले नाहीस." जोआब यारकोनी म्हणाला.

"मला वाटते की दोन तीन आठवड्यात कॅरलॉसहून या ठिकाणी ते निर्वासित आणायला सुरुवात करतील" डेव्हिडने पुढे म्हटले.

ते पुढे निघाले. पण ही नवीन बांधकामे बघून आरीच्या डोक्यात विचारचक्रे सुरू

झालेली आहेत असे जोआबच्या लक्षात आले.

लारनाकाच्या छोट्या छोट्या रस्त्यांनी जात ते बंदरावर पोचले. सर्वत्र दुमजली पांढरी घरे दिसत होती. त्या जहाजाचा तुर्की मालक अर्माटाऊ 'फोर लॅन्टर्न्स टॅव्हर्न' मध्ये उतरला होता. तो त्यांचीच वाट पाहत होता. सौदे करण्याचा दारू पिणे, घासाघीस करत बसणे हा नेहमीचा राजमार्ग टाळून आरीने प्रथम जहाज बघायला जाऊ असे सुचविले.

समुद्रात अर्धा मैल आतपर्यंत धक्का बांधला होता. डझनावारी ट्रॉलर्स, लॉन्चेस उभ्या होत्या. अर्माटाऊ न थांबता मागे वळून बडबडत त्यांना आपल्या जहाजाकडे नेत आपल्या जहाजासारखे दुसरे जहाज जगात नाही असे पटवून द्यायचा प्रयत्न करत होता. धक्क्याच्या शेवटी ते एका जुनाट, लाकडी तळ असणाऱ्या जहाजाजवळ पोचले. पुढल्या बाजूला रंगवलेले नाव दिसेनासे होत आले होते. ॲफ्रोडाईट (Aphrodite)

"आहे की नाही सुंदर?" असे म्हणून अर्माटाऊ श्वास रोखून उभा राहिला. चार जणांच्या भेदक नजरा एकदा ॲफ्रोडाईटच्या या टोकापासून त्या टोकापर्यंत बघत त्याच्यावर स्थिर झाल्या.

"नाही म्हणजे आता वेगाच्या स्पर्धेत ते भाग नाही घेऊ शकणार."

आरीच्या सराईत नजरेने टिपले की ॲफ्रोडाईट हे दीडशे फूट तरी लांब आहे. २५० टनी. एकूण अवस्था लक्षात घेता निदान चाळीस वर्षांपूर्वी बांधलेले.

"आता ॲफ्रोडाईट कोण?" यारकोनीने प्रश्न केला.

"प्रेमाची देवता. इथून जवळच ती समुद्रातून येऊन किनाऱ्याला लागली होती. फक्त पाच हजार वर्षांपूर्वी." डेव्हिडने माहिती पुरवली.

"मला वाटते या जहाजाचीही पुनर्जन्माची वेळ आता आली आहे." जोआबने आपले मत सांगून टाकले.

अर्माटाऊने एक आवंढा गिळला. त्यांच्या टोमण्यांकडे दुर्लक्ष करत केविलवाणे हसण्याचा प्रयत्न केला. बेन कनानने त्याच्याकडे नजर रोखत म्हटले, "फक्त एकाच गोष्टीचे उत्तर दे अर्माटाऊ. पॅलेस्टाईन इथून दोनशे मैलांवर आहे. हे जहाज तिथपर्यंत पोचेल की नाही?"

आपले दोन्ही हात वर करत तो भावनावश होऊन म्हणाला, "आईची शपथ! या जहाजाने तीनशे वेळा तरी सायप्रस ते तुर्कस्तान प्रवास केला आहे. मान्द्रियाची जहाज कंपनी आहे. त्याला विचारा."

"खरे आहे तो म्हणतो ते. जहाज जुने आहे. पण नक्की पोचेल पॅलेस्टाईनला."

"मिस्टर अर्माटाऊ, माझ्या या दोन मित्रांना जहाजावर नेऊन जहाजाची इंजिने दाखवा."

ते गेल्यावर मान्द्रिया म्हणाला, "अर्माटाऊ तुर्की आहे पण विश्वसनीय."

"काय वेग गाठू शकू या जहाजाने?"

"फार तर पाच नॉट. म्हणजे मागून वादळ येत असेल तर. कुठे घाईघाईने जाणार नाही ते."

डेकवर जाऊन त्यांनी डेकची पाहणी केली. कोणत्याही तऱ्हेची दुरुस्ती करण्याची वेळ निघून गेली होती इतके ते कुजले होते. पण तरी ते तरंगेल याची शाश्वती वाटत होती. जहाजाला समुद्राविरुद्धच्या लढाया जिंकायचीच सवय आहे असे उगीचच वाटत होते.

अर्ध्या तासाने डेव्हिड आणि जोआब वर आले. "हे जहाज अजून तरंगते आहे हा एक चमत्कार आहे. पण ते पोचेल पॅलेस्टाईनला. खात्री आहे माझी." डेव्हिड म्हणाला.

"तीनशे जणांना घेऊन?"

डेव्हिडने हनुवटी खाजवत म्हटले, "तेवढे मावतील बहुधा. म्हणजे दुसरे काही नसेल तर."

आरी मान्द्रियाकडे वळला. "बरीच दुरुस्ती करावी लागेल. तीही इतरांना न कळता."

हा मान्द्रियाचा प्रांत होता. तो खुषीने हसत म्हणाला, "माझ्याही अनेक ओळखी आहेत. पैसे कुठे टेकवायचे माहीत असले की कुणाला काही दिसत नाही, ऐकू येत नाही."

"डेव्हिड, आज रात्री पॅलेस्टाईनला संदेश पाठव. कॅप्टन आणि दोन खलाशांची जरुरी आहे."

"तिघे जण पुरतील?"

"तुम्हाला सांगायला हरकत नाही आता. तुम्ही दोघे आणि झेव माझ्याबरोबर पॅलेस्टाईनला परत येणार आहात. जोआब, या जहाजाची दुरुस्ती करून योग्य ती साधनसामुग्री त्यावर चढवणे ही तुझी जबाबदारी आहे." आरीच्या प्रश्नांच्या आणि आज्ञांच्या सरबत्तीने थक्क होऊन अर्माटाऊ गप्प बसला होता. आरी आता त्याच्याकडे वळला. "काळजी करू नको अर्माटाऊ. हे भयानक जहाज आम्ही घेतले आहे समज. पण तू सांगतो आहेस त्या किंमतीला नाही. आपण फोर लॅन्टर्न्सला परत जाऊ आणि सौदा पुरा करू."

आरीने धक्क्यावर उडी मारली. मान्द्रियाला हात दिला. "डेव्हिड, तू आणि जोआब परत फामगुस्टाला जायची व्यवस्था करा. मी आणि मान्द्रिया जहाज विकत घेण्याबद्दल बोलणी केल्यानंतर कायरेनियाला जाणार आहोत."

"कायरेनिया?" मान्द्रियाला धक्काच बसला. "तुम्हाला कधीच थकवा येत

नाही का? कायरेनिया दुसऱ्या टोकाला आहे.''

''तुझी टॅक्सी बिघडली आहे का?''

''नाही... नाही... जाऊ या आपण.''

मान्द्रिया आणि अर्माटाऊबरोबर आरी जायला निघाल्यावर डेव्हिडने हाक मारली, ''आरी! नाव काय ठेवायचे?''

''तू कवी आहेस. तूच ठरव.''

धक्क्यावरून तिघेही दिसेनासे झाल्यावर जोआबने आणि डेव्हिडने अत्यानंदाने एकमेकांना मिठी मारली. ते उड्या मारायला लागले. हसायला लागले.

''काय पद्धत आहे आपण पॅलेस्टाईनला परत जाणार आहोत सांगायची?''

''तू ओळखतोस आरीला. भावना, हळवेपणा असल्या गोष्टींना थारा नाही त्याच्याकडे'' डेव्हिड उद्गारला.

थोड्या वेळाने त्यांचे लक्ष जहाजाकडे वळले. ''मला आठवले एक चांगले नाव. बेव्हिन!'' जोआब म्हणाला.

''मला त्याहून चांगले नाव सुचले आहे.'' डेव्हिडने आत्मविश्वासाने सांगितले, ''एक्झोडस्.''

## ९

कायरेनियाजवळच्या पहाडावर मार्कने गाडी थांबवली. शेकडो फूट उंचीचा एक सुळका समोरच दिसत होता. आसपास सेन्ट हिलॅरिअन कॅसलचे भग्नावशेष. त्या अवस्थेतदेखील तो अगदी परीकथेतला राजवाडा वाटत होता.

मार्क आणि किटी हातात हात घालून तटबंदी चढले. खाली राजवाड्यामधल्या खोल्या, भव्य हॉल, घोड्यांच्या पागा वगैरे दिसत होत्या. सर्व कसे शांत होते. पण तरीही त्या परिसरात भूतकाळातल्या प्रेमप्रकरणांची, युद्धांची, कटकारस्थानांची कुजबूज चालली असावी असे वाटत होते. तासाभराने ते शिखरावर पोचले. खालच्या दृश्याकडे बघताना त्यांचा थकवा पार पळाला. तीन एक हजार फूटांचा सरळ कडा. क्षितिजावर तुर्कस्तानचा किनारा. दोन्ही बाजूंना हिरवीगार जंगले.

समोर मार्कला फक्त किटी दिसत होती. किती सुंदर आहे ही. आणि इतरांपेक्षा किती वेगळी. पण तिच्याशी भलतेसलते संबंध असावेत असे मार्कला कधीही वाटले नव्हते. जगात फार थोड्या गोष्टींना तो किंमत देत होता. फार थोड्या जणांचा आदर करत होता. त्यात एक किटी होती. तिच्याबरोबर असताना त्याला अगदी मोकळेमोकळे वाटत असे. कुणावर छाप पाडायची आवश्यकता नव्हती की खोटे वागण्याची.

एका प्रचंड खडकावर बसून ते त्या दृश्याकडे अनिमिष नेत्रांनी पाहत होते. तो जुना राजवाडा, सागर, आकाश, नजर काढवत नव्हती.

''जगात अशी दुसरी जागा नसेल'' मार्क म्हणाला. किटीने नजर न हलवता फक्त मान डोलावली.

फार मजेत दिवस गेले होते त्यांचे. मार्कला भेटल्यापासून, त्याला सर्व सांगितल्यावर जणु काही तिच्या मनावरचा ताण गेला होता, दडपण नाहीसे झाले होते. नव्या उत्साहाने, उमेदीने ती पुन्हा आयुष्याकडे बघायला लागली होती.

''मी आता भलताच विचार करत होते मार्क. कर्नल हॉर्वर्ड हिलिंग्जला पॅलेस्टाईनला पाठवले ते किती बरे झाले. त्यामुळेच तर तू फक्त मलाच भेटतो आहेस. किती दिवस राहू शकशील तू मार्क?''

''काही आठवडे. तू सांगशील तिथपर्यंत.''

''तू पुन्हा खूप लांब जावास अशी इच्छा नाही माझी.''

''तुला माहिती आहे की डोम हॉटेलमधल्या प्रत्येकाला वाटते की, आपली काहीतरी भानगड आहे म्हणून.''

''ते छान झाले. म्हणजे आता सरळच मी माझ्या दरवाजावर मोठ्या लाल अक्षरात लिहून ठेवते की, मी मार्कसाठी वेडी झाली आहे म्हणून.''

तासभर बसून नाईलाजानेच ते परतले.

मार्क आणि किटी हॉटेलमध्ये परतले असतील आणि मान्द्रियाने आपली गाडी कायरेनिया बंदरावर आणली. आरी आणि तो चालत पुढे गेले. व्हर्जिन कॅसलचा मनोरा दिसत होता. ते वर चढले. इथून सर्वत्र व्यवस्थित बघता येत होते.

बंदराला दोन भिंती होत्या. एक व्हर्जिन कॅसलपासून पुढे जात होती. समोर धक्क्यावर घरे होती. त्यांच्या बाजूने दुसरी भिंत. दोन्ही भिंती वर्तुळासारख्या जवळ आल्या होत्या. मध्ये बंदरात शिरता यायला जागा होती. आतमधल्या जागेचा व्यास काही शेकडो यार्ड असेल नसेल.

''अ‍ॅफ्रोडाईट बंदरात आणता येईल असे वाटते तुला?''

''आत आणणे कठीण नाही. पण आत आणल्यावर वळवून पुन्हा बाहेर नेणे कठीण आहे जरा.'' मान्द्रिया उत्तरला.

आरी परत गाडीपर्यंत येईपर्यंत विचारातच होता.

''तू आता फामगुस्टाला परत जा. मला डोम हॉटेलमध्ये एकाला भेटायचे आहे. किती वेळ लागेल ते सांगता येत नाही. मी एकटा परत येईन.''

एखाद्या टॅक्सी ड्रायव्हरला द्यावा त्याप्रमाणे निरोप मिळालेला पाहून मान्द्रिया इतर वेळी खवळलाच असता. पण आता आरी बेन कनानच्या आज्ञा पाळायची सवय आपोआप त्याच्याही अंगवळणी पडत चालली होती. त्याने मुकाट्याने

किल्ली फिरवली, स्टार्टर दाबला.

तो अगदी निघता निघता आरी उद्गारला, "थँक्स् मान्द्रिया! खरंच खूप मदत झाली तुझी."

भावनाप्रधान मान्द्रिया तेवढ्या शब्दांनीही सुखावला. प्रथमच आरी त्याच्याशी इतका मृदुपणे बोलला होता.

डोम हॉटेलच्या डायनिंग हॉलमध्ये स्ट्रॉसच्या वॉल्टझ्चे स्वर कानांवर येत होते. अनेक ब्रिटिश आवाज कानांवर पडत होते. ग्लासेसची किणकिण चालू होती. मार्क कॉफी पित होता. दरवाजातून कोणी तरी आत शिरले आणि तो चमकूनच निरखून बघायला लागला. तो उंच माणूस हेड वेटरच्या कानाशी लागून कुजबुजला. वेटरने मार्कच्या टेबलाकडे बोट दाखवले आणि त्या क्षणी त्या माणसाची ओळख पटून आपोआप मार्कचे डोळे विस्फारले. आरी बेन कनान!

"मार्क! भूत वगैरे दिसले की काय?" मार्कसमोर बसलेल्या आणि दरवाजाकडे पाठ असलेल्या किटीने विचारले.

"हो आणि ते इथेच येत आहे. आजची संध्याकाळ वेगळीच जाणार आहे एकूण."

किटीने मागे वळून बघेपर्यंत आरी बेन कनान टेबलाजवळ पोचलासुद्धा होता.

"माझी आठवण आहे तर पार्कर!" असे बोलून त्याने खुर्ची ओढून बैठक मारली. औपचारिक निमंत्रणाची आवश्यकता त्याला भासत नसावी. "आणि या मिसेस कॅथरीन फ्रेमॉन्ट असणार."

आरी आणि किटीने एकमेकांकडे बघितले आणि तसेच बघत राहिले. काही क्षणच अगदी अनैसर्गिक शांतता होती. आरीने नजर फिरवली, वेटरला बोलावले आणि सॅन्डविचेस मागवली.

"हा आरी बेन कनान!" मार्कने ओळख करून दिली. "माझी जुनी ओळख आहे त्याच्याशी. आणि तू तर मिसेस् फ्रेमॉन्टला ओळखतोसच असे दिसते आहे."

"आरी बेन कनान. काय विचित्र नाव आहे."

"हिब्रू आहे ते, मिसेस् फ्रेमॉन्ट आणि त्याचा अर्थ आहे Lion, Son of Canaan."

"घोटाळा उडावा असे नाव आहे."

"का बुवा? हिब्रू ही खरी म्हणजे तंत्रशुद्ध भाषा आहे."

"कमाल आहे. माझ्या नाही लक्षात आले" जरा फणकाऱ्यानेच किटी उद्गारली.

मार्कने आळीपाळीने दोघांकडे पाहिले. आता कुठे ते भेटले होते तर त्यांची शाब्दिक चकमक सुरू झाली होती. त्याला स्वत:ला हा अनुभव नवा नव्हता. बेन

कनानची भेट होताच किटीच्या मनात कुठली तरी तार छेडली गेली होती. पण आठवण सुखद नसावी. मांजरीची नखे तात्काळ बाहेर पडली होती.

"हिब्रू भाषा तुम्हाला तंत्रशुद्ध वाटू नये याचेच आश्चर्य वाटते मला" आरी उत्तरला. "देवाचेही तसेच मत होते म्हणून तर त्याने बायबलही त्याच भाषेत लिहिले."

किटीने हसून मान डोलावली.

"नृत्य करणार मिसेस् फ्रेमॉन्ट?"

क्षणभर मार्कला राग आला. भेटल्या क्षणापासून त्या दोघांमध्ये काहीतरी निर्माण होते आहे हे नक्की. किटी बावरलेली दिसत होती. विचार करायची शक्ती नष्ट झाल्यासारखी ती वावरत होती. दोघेही त्याच्या टेबलाजवळच नृत्य करत होते.

मार्क विचारात पडला. सायप्रसमध्ये पाऊल ठेवल्यापासून त्याचे अंतर्मन सांगत होते की, इथे काहीतरी महत्त्वाचे शिजत आहे म्हणून. आरी बेन कनानची भेट होताच त्याची खात्रीच पटली होती. तो मोसाद आलिया बेतचा सर्वोत्कृष्ट एजंट होता हे त्याला माहीत होते. आज त्याने स्वत:हून मार्कची भेट घेतली होती, म्हणजे त्याला नक्की काहीतरी हवे होते. पण काय? आणि किटी? ती केवळ मार्कबरोबर होती म्हणून त्याने तिला ओळखले होते? का मुद्दाम तिचीही माहिती त्याने आधीच काढली होती?

नृत्य करताकरता किटी स्वत:ला हरवून बसली होती. काही मिनिटांच्या भेटीतच त्याच्याबरोबर नृत्य करत असताना तिला जे वाटले होते ते दुसऱ्या कुणी सांगितले असते तर किटीने तिची मूर्खातच गणना केली असती.

ऑर्केस्ट्रा थांबला आणि ते परतले.

आलेली सॅन्डविचेस आरीने खूप भूक लागल्यासारखी संपवली. मग सहजच बोलावे तसे त्याने मार्कला सांगितले, "मला बोलायचे आहे तुम्हा दोघांशी."

"इथे? आजूबाजूला ब्रिटीश सैन्य असताना?"

आरी हसला आणि किटीकडे वळून म्हणाला, "मी करतो ते काम काही ठिकाणी बेकायदेशीर या सदराखाली मोडते, हे तुम्हाला सांगायला मार्कला वेळ मिळालेला दिसत नाही. कित्येक वेळा ब्रिटीश आमचे 'भूमिगत' असेच वर्णन करतात. पण आमच्या संघटनेत नवीन कोणी आला तर मी त्यांना सावध करतो. मध्यरात्री, एकाकी ठिकाणी कुणाची भेट घ्यायची नाही. मला तर वाटते की, आपल्याला जे काही बोलायचे आहे त्यासाठी एवढी चांगली जागा दुसरी नाही."

तरीही मार्कच्या इच्छेप्रमाणे ते त्याच्या खोलीत गेले. मार्कने दरवाजा बंद करता क्षणी आरी म्हणाला, "पार्कर, तू आणि मी आज एकमेकांसाठी काही तरी करू शकतो."

"पुढे बोल."

"कॅरलॉसच्या छावण्यांची माहिती आहे तुला?"

मार्क आणि किटीनेही मान डोलावली.

"तिथून तीनशे मुले पळून जाणार आहेत. इथे आणून कायरेनिया बंदरात त्यांना आम्ही बोटीवर चढवणार आहोत."

"पॅलेस्टाईनमध्ये तुम्ही वर्षानुवर्षे चोरूनमारून निर्वासित घुसवता आहात. त्यात नवीन काही नाही."

"तू मला मदत केलीस तर ती पहिल्या पानावरची बातमी ठरेल. 'प्रॉमिज्ड लॅन्ड' या जहाजाच्या प्रकरणाने किती गोंधळ झाला होता आठवते?"

"आठवते ना."

"त्यावेळी ब्रिटिशांची फार नाचक्की झाली होती. तशाच तऱ्हेची एखादी घटना आम्ही घडवून आणू शकलो तर जगामध्ये लोकमत इतके प्रक्षुब्ध बनेल की, पॅलेस्टाईनमध्ये ज्यूंच्या प्रवेशावर आळा घालण्याच्या आपल्या धोरणाचा ब्रिटिशांना पुनर्विचार करावा लागेल."

"तू मुलांची सुटका केलीस तरी त्यांना पॅलेस्टाईनला कसा नेणार आहेस? आणि समजा त्यात यशस्वी झालास तर त्यात नवीन काय आहे?"

"तोच तर मुद्दा आहे." आरी बेन कनान म्हणाला. "ते कायरेनियामध्ये जहाजावर चढणार आहेत एवढेच. त्यांना पॅलेस्टाईनला न्यायचा माझा विचारच नाही."

आता मात्र मार्क सावरून बसला. बेन कनानची योजना वाटत होती तितकी साधी सरळ नसणार.

"समजा कॅरलॉसहून तीनशे अनाथ मुलांना पळवून त्यांना मी इथे आणले. कायरेनिया बंदरातल्या जहाजावर चढवले. ब्रिटिशांना ही बातमी कळल्यावर ते या जहाजाला बंदरामधून बाहेर पडू देणारच नाहीत. पण तू याबद्दल आधीच लिहिलेली गोष्ट जर पॅरीस किंवा न्यूयॉर्क इथे तयार असली आणि मुले बोटीवर चढवता क्षणीच ती जगभरच्या वर्तमानपत्रांमध्ये झळकली तर?"

आता कुठे योजनेमधला कावेबाजपणा मार्कच्या ध्यानात यायला लागला. अमेरिकेतल्या बहुतेक वार्ताहारांप्रमाणे मार्कलाही निर्वासितांच्या परिस्थितीबद्दल सहानुभूती होती. मार्कला या गोष्टीचे संपूर्ण श्रेय मिळणार होते. बेन कनानला प्रचाराचे साधन हाती येणार होते. पण नंतर? शेवटी ते प्रकरण किती पेटणार होते? मार्क अर्थातच् कुणाशीही बोलू शकत नव्हता. कुणाचा सल्ला घेऊ शकत नव्हता. आरीने त्याची कल्पनाशक्ती जागृत होईल एवढीच माहिती दिली होती. बेन कनानला प्रश्न विचारले तर मार्क यात गुंतला गेला असता. मार्कने किटीकडे बघितले. ती कोड्यात पडल्यासारखी दिसत होती.

"तीनशे मुलांना घेऊन तू कॅरलॉसहून कायरेनियाला कसा येणार?"

"याचा अर्थ तू माझे काम हातात घेणार असा घ्यायचा का?"

"असे समज की मला जास्ती जाणून घ्यायची इच्छा आहे. मी कुठलेच वचन देत नाही. पण एक गोष्ट निश्चित आहे. मी यामध्ये पडायचे नाही असे ठरवले तर आपण जे बोलणार आहोत ते या खोलीबाहेर कधीही कुणालाही कळणार नाही." मार्कने आश्वासन दिले.

मार्कचा शब्द आरीला पुरेसा असावा. त्याने टप्पाटप्प्याने आपली योजना समजवायला सुरुवात केली. ती धाडसी होती, विलक्षण आश्चर्यकारक होती आणि तरीही साधीसरळ होती. मार्कला फक्त आपली कथा लिहून सायप्रसमधून चोरून बाहेर पाठवायची होती. ए.एन्.एस्.च्या पॅरीस किंवा लंडन कार्यालयाला मार्कने आधीच ठरवलेला सांकेतिक संदेश पाठवला की, ज्या वेळी कॅरलॉस छावणीमधून पळापळ होणार होती. त्याच वेळी ती प्रसिद्ध झाली असती.

आरीचे बोलणे संपले. मार्क मनातल्या मनात उजळणी करत होता. त्याने विचार करत फेऱ्या घालायला सुरुवात केली. त्याने डझनभर प्रश्न आरीला विचारले. आरीने योजनेचा सर्व बाजूंनी पूर्ण विचार केला होता. सनसनाटी लेखमालेची शक्यता निश्चित होती. मुख्य प्रश्न आरीची योजना यशस्वी होईल का हा होता. आरी अत्यंत हुशार, धूर्त आणि पाताळयंत्री माणूस होता, याबद्दल शंकाच नव्हती आणि आरीजवळ असे साथीदार होते की जे ही योजना यशस्वी करून दाखवतील.

"मला मान्य आहे." मार्कने संमती दिली.

"छान! मला वाटलेच होते की तू शक्याशक्यतेचा आणि इतर गोष्टींचा विचार करून हाच निर्णय घेशील म्हणून." एवढे बोलून आरी किटीकडे वळला. "मिसेस् फ्रेमॉन्ट! आठवडाभरापूर्वी मुलांच्या छावण्यांमध्ये काम करण्याबाबत तुम्हाला विचारले गेले होते. तुम्ही त्याबाबत काही निर्णय घेतला आहात?"

"ते काम मी न करायचेच ठरवले आहे."

"निदान पार्करला मदत करण्यासाठी तरी ते काम आता आपण स्वीकाराल?"

"आता किटीकडून तुला नक्की काय हवे आहे आरी?"

"बाहेरून येणारे सर्व शिक्षक, नर्सेस् आणि इतर कल्याणकारी संस्थांची माणसे ही ज्यू आहेत. त्यांच्यावर ब्रिटीशांचे बारीक लक्ष असणार हे नक्की. ते मोसादशी सहकार्य करतील अशी त्यांना कायम भीती वाटत असते. पण मिसेस् फ्रेमॉन्ट ख्रिश्चन आहेत. त्यांनी आजपर्यंत केलेले कार्य लक्षात घेता त्यांना नक्कीच जास्ती स्वातंत्र्य दिले जाईल."

"दुसऱ्या शब्दात संदेशांची किंवा इतर गोष्टींची नेआण करण्यासाठी तू तिचा उपयोग करणार आहेस."

''थोडे फार तसेच. छावण्यांमध्ये जे अनेक तऱ्हेचे कागदपत्र आम्ही तयार करतो त्यांची आम्हाला बाहेर गरज आहे.''

''आता आधी मी काय सांगतो ते ऐक आरी. माझे नाव तर बहुधा ब्रिटिशांच्या काळ्या यादीवरच असणार. मी सायप्रसमध्ये पाय ठेवता क्षणीच सदरलॅन्डच्या ए.डी.सी.ने माझी उलटतपासणी केली होती. त्याचा माझ्यावर काही परिणाम होणार आहे असे अजिबात नाही. पण किटी जर कॅरलॉसमध्ये काम करायला लागली तर ती माझ्याचसाठी काम करते आहे असा त्यांना ताबडतोब संशय येईल.''

''मुळीच नाही. उलट होईल अगदी. तू तिला तिथे पाठवशील असे त्यांना कधीच वाटणार नाही.''

''एखादेवेळी तुझेही बरोबर असेल म्हणा.'' मार्क क्षणभर थांबून म्हणाला.

''अर्थातच्. खात्री आहे माझी तशी आणि समजा अगदी वाईटात वाईट गोष्ट घडली आणि खोट्या कागदपत्रांसकट मिसेस् फ्रेमॉन्ट पकडल्या गेल्या तर जास्तीत जास्त काय होईल? त्यांची परिस्थिती थोडी नाजूक होईल हे खरे. पण त्यांना सायप्रसबाहेर पाठविण्याव्यतिरिक्त जास्ती काही होणार नाही.''

''जरा एक मिनिट थांबाल का दोघे?'' किटी भडकलेली दिसत होती. ''मी काय करावे हे तुम्ही कोण ठरवणार? इथे झालेली चर्चा मी ऐकायलाच नको होती. मी कॅरलॉसमध्ये काम करणार नाही आणि मिस्टर बेन कनान, मला तुमच्या या कारस्थानांशी काहीही संबंध नको आहे.''

आरीने पटकन् मार्ककडे बघितले. मार्कने खांदे उडवत म्हटले, ''ती काही कुक्कुलं बाळ नाही आता.''

''आणि मला वाटत होते की तुमची मार्कशी खूप मैत्री आहे म्हणून.''

''ती आहे म्हणून तर तो या भानगडीत का पडतो आहे, ते मी समजू शकते.''

''मला तुमचा विरोध समजू शकत नाही मिसेस् फ्रेमॉन्ट. युद्ध संपून दोन वर्षे झाली आहेत. १९४६ साल संपत आले आहे आणि तरीही भयानक परिस्थितीत काटेरी तारांच्या कुंपणाआड माणसे आयुष्य घालवत आहेत. कॅरलॉसमध्ये अशी मुले आहेत की, ज्यांना याहून वेगळे जग अस्तित्वात आहे याची कल्पनाही नाही. ब्रिटीशांचे धोरण जर आम्ही बदलू शकलो नाही तर त्यांना सारे आयुष्य तसेच काढावे लागेल.''

''तोच तर मुद्दा आहे. या सगळ्यात राजकारण गुंतले आहे. ब्रिटिशांनाही काही कारणे असतील. पण मला कुणाचीही बाजू घ्यायची इच्छा नाही.''

''मिसेस् फ्रेमॉन्ट मी सुद्धा ब्रिटिश सैन्यात कॅप्टन होतो. शौर्य दाखवल्याबद्दल मला मिलिटरी क्रॉसदेखील मिळालेला आहे. सैन्यातले किती तरी ब्रिटिश अधिकारी आणि सैनिक माझे चांगले दोस्त आहेत. पॅलेस्टाईनमध्ये जे चालले आहे ते त्यांना

अजिबात पसंत नाही. ते आमच्यासाठी काम करतात. हा राजकारणाचा प्रश्न नाही. मानवतेचा आहे.''

''मानवतेचा प्रश्न? आणि तरी तीनशे मुलांचा जीव धोक्यात घालायची तुमची तयारी आहे? सॉरी मिस्टर बेन कनान, मला तुमच्या प्रामाणिकपणाविषयी संशय यायला लागला आहे.''

''प्रत्येक माणसाच्या आयुष्याला काही तरी अर्थ असावा लागतो'' आरी उत्तरला. ''कॅरलॉसमधल्या आयुष्याची किंमत शून्य आहे. स्वत:च्या स्वातंत्र्यासाठी झगडणे ही सुद्धा जीवनाला अर्थ आणणारी गोष्ट आहे. युरोपमध्ये आमचे अडीच लाख लोक आहेत. त्या सर्वांना पॅलेस्टाईनला जायची इच्छा आहे. संधी मिळाली तर त्यांच्यापैकी कोणीही कायरेनिया बंदरात त्या जहाजावर चढेल.''

''तुम्ही खूप हुशार आहात मिस्टर बेन कनान. तुमच्याशी मी वादविवाद करण्यात अर्थ नाही. तुमच्यासारखी ठराविक उत्तरांची यादीही माझ्याकडे नाही.''

''आणि मला वाटत होते तुम्ही खरोखरीच्या नर्स आहात म्हणून.'' आरीने टोमणा मारला.

''जगात कुठे दु:ख नाही? कॅरलॉससारख्या शेकडो ठिकाणी मी काम करू शकते आणि त्याठिकाणी राजकारणाचा संबंधही असणार नाही.''

''पण तुम्ही निदान कॅरलॉसला एकदा भेट का नाही देऊन येत?''

''कोणत्याही युक्त्याप्रयुक्त्या वापरून तुम्ही मला तुम्हाला हवे तसे वागायला भाग पाडू शकणार नाही. कुक काऊन्टी हॉस्पिटलमध्ये मी रात्रपाळी करत होते. मीही अनेक भयानक प्रकार पाहिले आहेत. कॅरलॉसला तुम्ही काही नवीन दाखवू शकणार नाही मला.''

काही वेळ तिघेही गप्पच होते. आरी बेन कनानने किटीशी जास्ती वाद घातला नाही. काही दिवसांनी पुन्हा भेटेन असे पार्करला सांगून तो जाण्यासाठी वळला आणि त्याच्या कानांवर किटीचे शब्द आले. ''मिस्टर बेन कनान, मी आताच्या गोष्टी नको त्या ठिकाणी नक्की बोलणार नाही याबद्दल खात्री आहे तुमची?''

आरी परत फिरून तिच्याजवळ आला आणि त्याने आपली नजर तिच्यावर रोखली. तत्क्षणी आपल्या हातून फार भयानक चूक घडली आहे याची किटीला जाणीव झाली. क्रूरपणाची एक झलक त्याच्या चेहऱ्यावर दिसली आणि मग सावकाश आणि शांतपणे तो उद्गारला. ''आपला शब्द शेवटचा असे प्रत्येक स्त्रीला वाटत असते म्हणून बहुधा तुम्ही असे बोलला आहात. माणसे ओळखण्यात सहसा माझी चूक होत नाही. तशी घडली तर त्याचे परिणाम फार भयानक होतील आणि मला खरेच अमेरिकन आवडतात. त्यांची सद्सद्विवेक बुद्धी जागृत असते. तुमची जागृत होईल तेव्हा कळवा मला. मग मी आनंदाने तुम्हाला कॅरलॉसची छावणी दाखवेन.''

“स्वत:बद्दल फारच खात्री दिसते तुम्हाला.”

“असे म्हणू या की या क्षणाला तुम्हाला जेवढी स्वत:बद्दल खात्री नाही त्याहून जास्ती मला माझ्याबद्दल आहे.” एवढे बोलून आरी सरळ बाहेर पडला.

त्याच्या भेटीचा परिणाम कमी व्हायलाही बराच वेळ जावा लागला.

“तू नाही म्हणालीस तेच बरे केलेस.” मार्क म्हणाला.

“आणि तू?”

“व्यवसायच आहे तो माझा. काही तरी मोठी घटना होऊ शकेल ती.”

“आणि तू नाही म्हणाला असतास तर?”

“तर त्यांनी युरोपमधून दुसऱ्या कुठल्या तरी वार्ताहाराला इथे आणले असते.”

किटी विचारात पडली होती. “मार्क! मी मूर्खासारखी वागले का?”

“इतर शंभर स्त्रिया वागल्या असत्या तेवढीच.” ती आरीकडे आकर्षित झाली आहे. याची त्याने मुद्दामच तिला जाणीव करून दिली.

“तो डोळ्यात भरणारा माणूस आहे खरा. त्याची आणि तुझी भेट कशी झाली?”

“१९३९ च्या सुरुवातीला. बर्लिनमध्ये. त्या वेळी मी प्रथमच ए.एन्.एस्. साठी काम करत होतो. युद्ध सुरू होण्यापूर्वी जितके ज्यू जर्मनीतून बाहेर काढता येतील तेवढे बाहेर काढण्यासाठी मोसाद आलिया बेतने त्याला पाठवले होते. नंतर तो मला पॅलेस्टाईनमध्ये भेटला होता. त्या वेळी तो ब्रिटिश सैन्यात होता. काहीतरी गुप्त कामगिरीवर. युद्धानंतर युरोपमध्ये अनेक ठिकाणी शस्त्रास्त्रे विकत घेण्यासाठी आणि चोरून पॅलेस्टाईनमध्ये ज्यू घुसवण्याच्या कामात असताना तो दिसला आहे.”

“त्याची ही योजना यशस्वी होईल असे वाटते तुला?”

“हुशार आहे तो.”

“एक गोष्ट खरी आहे मात्र. मला भेटलेल्या इतर ज्यूंहून हा अगदी वेगळा आहे. ज्यू लढवय्ये असतात किंवा अशा कुठल्या कामात असतात असे मला कधी...”

“किटी! तुझी कल्पना तरी काय आहे त्यांच्याबद्दल?”

“मी अनेक ज्यू डॉक्टरांबरोबर काम केले आहे. एकजात सर्वजण उद्धट आणि भांडखोर. इतरांना क:पदार्थ मानतात अगदी.”

“कशाच्या बळावर? न्यूनगंड?”

“जर्मनीबद्दल बोलत असतास तर ते मी मान्य केले असते.”

“तुला नक्की काय म्हणायचे आहे किटी?”

“मला म्हणायचे आहे की अमेरिकेतल्या कुठल्याही ज्यूला कधी वाटणार नाही की तो निग्रो किंवा मेक्सिकन किंवा रेड इंडियन असता तर बरे झाले असते म्हणून.”

“आणि मला म्हणायचे आहे की कुणाचा कोथळा बाहेर काढायचा असला तर

सर्वांनी मिळून त्याला ठेचायचे कारण नाही. मान्य आहे की अमेरिकन ज्यूंची स्थिती चांगली आहे. पण दोन हजार वर्षे ज्यूंना बळीचे बकरे बनवण्यात आले आहे आणि तुझ्यासारख्यांचे विचार त्यांच्यावर काही परिणाम करू शकत नाहीत. तू आरी बेन कनानशीच का नाही चर्चा करत? तुझ्याशी कसे वागायचे हे बरोबर कळते त्याला.''

किटी क्षणभर भयंकर चिडली आणि मग दोघांनी हसायला सुरुवात केली. मार्क आणि किटी होते ते. जास्ती वेळ एकमेकांवर राग धरू शकत नव्हते.

''मार्क! मोसाद आलिया बेत म्हणजे काय आहे नक्की?''

''आलिया म्हणजे जरा वरच्या पातळीवर पोचणे, चढणे. एखादा ज्यू पॅलेस्टाईनला गेला तर आलिया– आहे त्याहून वर पोचणे– आलेफ किंवा अक्षर ए दाखवते की तो उघड, कायदेशीरपणे तिथे गेला आहे– बेत किंवा अक्षर बी दाखवते की तो चोरून, बेकायदेशीरपणे पॅलेस्टाईनमध्ये घुसला आहे. तेव्हा मोसाद आलिया बेत म्हणजे ज्यूंना बेकायदेशीर मार्गाने पॅलेस्टाईनमध्ये घुसवण्यासाठी निर्माण झालेली संघटना.''

''आहे खरी हिब्रू ही अगदी नियमबद्ध भाषा.'' किटी हसून म्हणाली.

नंतरचे दोन दिवस किटी तशी अस्वस्थच होती. आरी बेन कनानला भेटण्यासाठी ती अधीर झाली होती. पण ते स्वत:शीसुद्धा कबूल करायची तिची तयारी नव्हती. मार्क किटीला पूर्ण ओळखून होता. पण तो मुद्दामच असे वागत होता की, आरी बेन कनान नावाची व्यक्ती अस्तित्वात तरी होती की नाही. आपले मन:स्वास्थ्य नक्की कशाने बिघडले आहे हे किटीला सांगता आले नसते. पण आरी बेन कनान एकाच भेटीत काही तरी वेगळी छाप पाडून गेला होता हे सत्यच होते. एकदा मार्क आरीला पुन्हा कधी भेटणार आहे अशी तिने चौकशी केली. एकदा फामगुस्टा तरी बघून येऊ असे सुचवून पाहिले. तिची अमेरिकन सद्सद्विवेकबुद्धी जागृत होत होती की काय? ती स्वत:वरच रागावली आणि तिने ठरवले की आरीचा विचार डोक्यातून काढून टाकायचा.

आरी बेन कनानचे जग अगदी वेगळे दिसत होते. प्रत्येक गोष्ट विचारपूर्वक करणाऱ्या किटीला तिच्या इच्छेविरुद्ध त्याच्या जगात ओढले जाण्याची इच्छा नव्हती.

टॉम फ्रेमॉन्टच्या प्रेमात पडल्यावर त्याला जिंकण्यासाठी तिने अगदी पद्धतशीर पावले उचलली होती. लग्नानंतर प्रत्येक गोष्ट समंजसपणे केली होती. सॅन्ड्राच्या जन्माचा काळ वसंतऋतुत हवा ही गोष्टही ठरवून घडवून आणलेली. क्षणार्धात निर्णय घेण्याची तिची सवय नव्हती.

मग गेले चार दिवस काय झाले आहे आपल्याला? एक वेगळाच माणूस येतो, आगळीच कथा सांगतो आणि... तिला त्याचा पुतळ्यासारखा आखीव रेखीव चेहरा,

चेहऱ्यावर उमटून गेलेली क्रूरतेची छटा, त्याचे भेदक डोळे, त्याच्याबरोबर नृत्य करताना मनात उडालेला भावनांचा कल्लोळ आठवत होता.

छे! सगळे चूक होते. ज्यू लोकांबरोबरच सहजपणे वागणेही तिला कधी जमले नव्हते. पण शेवटी तिची खात्री पटली की, आरीला भेटल्याशिवाय आणि कॅरलॉस इथली अनाथ ज्यू मुलांची छावणी नजरेखालून घातल्याशिवाय काही मनाला शांतता मिळणार नाही आणि आरीला पुन्हा भेटले की खात्री होईल की, आपल्याला पडलेली भुरळ तात्कालिक होती आणि हा रहस्यमय माणूस केवळ अचानकपणे आयुष्यात आल्यानेच तसे वाटले होते.

दुसऱ्या दिवशी आरी बेन कनानला भेटायचे आहे आणि कॅरलॉसला जायचे आहे म्हटल्यावर मार्कला आश्चर्य वाटले नाही. तो फक्त एवढेच म्हणाला की, तिने प्रथम घेतलेला निर्णयच योग्य होता. तो बदलायची आवश्यकता नव्हती.

''पण मला स्वत:बद्दलही काही कळेनासे झाले आहे.'' तिने कबुली दिली.

''बेन कनान बारीकसारीक गोष्टीसुद्धा पूर्ण विचाराने करतो. तू अशीच वागणार याची त्याला खात्री होती किटी! तू मूर्खपणा करू नकोस. यात स्वत:ला गुंतवू नकोस. तू एकदा कॅरलॉसला गेलीस की अडकलीस. पाहिजे तर मीही या प्रकरणातून अंग काढून घेतो. आपण दोघेही सायप्रस सोडून निघून जाऊ.''

किटीने नकारार्थी मान हलवली.

''नेहमी विचाराने वागणारी, हुशार मुलगी तू. काय झाले आहे तुला?''

''मी सांगितले तर तुला आश्चर्य वाटेल मार्क. पण कुठली तरी अज्ञात शक्ती मला ढकलते आहे. असे मला वाटायला लागले आहे. तरीही विश्वास ठेव की, मी कॅरलॉसला जाते आहे ते एकदा सर्व संपविण्यासाठी. नवीन काही सुरू करण्यासाठी नव्हे.''

कबूल करत नसली तरी ही त्याच्या जाळ्यात फसली आहे, अशी मार्कची खात्री पटली. त्याची प्रामाणिकपणे फक्त एकच इच्छा होती. भविष्यकाळात कुठलेही दु:ख तिच्या वाट्याला येऊ नये.

## १०

किटीने आपले पासेस् गार्डकडे दिले आणि ती कॅरलॉसच्या 'कंपाऊंड ५७' मध्ये आत शिरली. मुलांच्या कंपाऊंडजवळच होते ते.

''मिसेस फ्रेमॉन्ट?''

ती वळली. एक हसरा तरुण मागे उभा होता. त्याच्या मित्रापेक्षा तरी तो फार वेगळा होता.

''मी डेव्हिड बेन अमी. आरीने मला तुम्हाला भेटायला पाठवले आहे. तो

येईलच नंतर.''

''बेन अमी म्हणजे काय? हल्ली जरा हिब्रू नावाचा नीट अर्थ कळावा असे वाटते.''

''त्याचा अर्थ आहे 'माझ्या लोकांचा पुत्र.' आमची इच्छा आहे की, आपण आम्हाला ऑपरेशन गिडीअनमध्ये मदत करावी.''

''ऑपरेशन गिडीअन?''

''आरीच्या योजनेचे नाव. बायबल आठवते? मिद्यानींच्या विरुद्ध लढण्यासाठी त्याला जेव्हा सैनिक निवडायचे होते, तेव्हा गिडीअनने तीनशे सैनिक निवडले होते. आम्हीसुद्धा ब्रिटीशांविरुद्ध तीनशे मुलेच निवडत आहोत. मी असे साम्य निवडायचा प्रयत्न केला की, आरीला वाटते मी भावनाप्रधान आहे म्हणून.''

वेळ तसा कठीणच जाणार या अपेक्षेने आलेल्या किटीला, येत असलेला अनुभव सुखद वाटला. तिला आवडला हा तरुण. संध्याकाळ होत होती. हवेमध्ये गारवा यायला लागला. तिने आपला कोट चढवला. कंपाऊंडच्या दुसऱ्या बाजूला तिला आरी दिसला. लांबून कुठूनही ओळखता येण्यासारखा होता तो. मनाविरुद्धच तिच्या अंगातून एक झणझणती लहर पसरून गेली. पहिल्या वेळी तो दिसला तेव्हाही असेच झाले होते.

तो झपाट्याने जवळ आला. किटीने स्वत:ला सावरून त्याच्या नजरेला नजर भिडवली. त्याचे आव्हान तिने इथे येऊन स्विकारले होते.

कंपाऊंड ५७ मध्ये अत्यंत वृद्ध आणि अत्यंत कर्मठ मंडळी दिसत होती. दोन्ही बाजूंच्या तंबूच्या रांगा मागे टाकून ते पुढे निघाले. बहुतेक तंबूमधली माणसे गबाळी, गलिच्छ वाटत होती. ''पाणी टंचाई'' बेन अमीने स्पष्टीकरण दिले. ''आंघोळीचा विचारच नको. अन्न नेहमीच अपुरे.'' सर्व वृद्ध अत्यंत अशक्त वाटत होते. रागावलेले तरी नाहीतर भांबावलेले.

एका तंबूमध्ये एक अत्यंत वृद्ध माणूस लाकडावर कोरीव काम करत होता. लाकडावर दोन हात कोरले होते. प्रार्थनेसाठी जोडावे तसे, काटेरी तारांनी जखडलेले. किटीच्या चेहऱ्यावर काही फरक पडतो का याकडे आरीचे बारीक लक्ष होते.

सर्वत्र अत्यंत घाण होती. पण किटी मनाची तयारी करूनच आली होती. आपल्यावर प्रभुत्व गाजवणारी कोणतीही रहस्यमय शक्ती आरीकडे नाही याबद्दल तिची खात्री पटत होती.

एका तंबूचा सिनॅगॉग म्हणून वापर होत होता. वृद्ध माणसे विचित्रपणे प्रार्थना म्हणत डुलत होती. पुढे मागे हेलकावत होती.

किटीला वेगळ्याच जगात आल्याचा भास व्हायला लागला. एक दाढी वाढलेला घाणेरडा माणूस जोरजोराने ओरडत होता, रडतही होता.

डेव्हिडने हळूच तिचा दंड पकडला. ''तो फारच म्हातारा आहे. तो त्याने देवावर पूर्ण विश्वास ठेवून आयुष्य काढल्याचे सांगतो आहे.– हृदयात तोराचे जतन केले आहे– अत्यंत प्रतिकूल परिस्थितीतही देवाच्या आज्ञांचे पालन केलेले आहे.– तेव्हा देवाने त्याला आता मुक्ती द्यावी अशी तो करुणा भाकतो आहे.''

''त्याला फक्त एकच गोष्ट कळत नाही.'' आरी म्हणाला, ''या सर्वांना मुक्ती मिळणार आहे ती रायफलच्या टोकावर बसवलेल्या संगीनीने. ती संगीनच या सर्वांची प्रेषित ठरणार आहे.''

किटीने आरीकडे नजर टाकली. त्या क्षणी तिची खात्री पटली की आरी हा तसा फार घातकी माणूस आहे.

तिच्या नजरेमधला तिरस्कार आणि तुच्छताच आरीला झोंबली. तिचे दंड पकडून तो कुजबुजला, ''जॉन्डरकोमान्डो'' म्हणजे काय ठाऊक आहे?''

डेव्हिडच्या कानावर हे शब्द पडताच तोही चमकलाच.

''आरी! प्लीज्...''

''जॉन्डरकोमान्डो म्हणजे जर्मनांनी ज्याला त्यांनी उभारलेल्या दहनभूमींमध्ये काम करणे भाग पाडले असा. इथे दुसरा एक म्हातारा माणूस आहे. बुखेनवाल्ड दहनभूमीतून आपल्या नातवांची हाडे बाहेर काढून ती हातगाडीमधून तो घेऊन गेला आहे. याहून विशेष काही कुक काऊन्टी हॉस्पिटलमध्ये पाहिले होते?''

किटीच्या पोटात ढवळायला लागले. दुसऱ्या क्षणी तिचा राग अनावर झाला. ''स्वत:ला हवी ती गोष्ट करण्यासाठी कोणत्याही थराला जाल तुम्ही.''

''आम्ही किती निराश झालो आहोत, जिवावर उदार झालो आहोत, हे तुमच्या लक्षात आणून देण्यासाठी काय वाटेल ते करायची माझी तयारी आहे.''

दोघेही रागारागानेच एकमेकांकडे बघत राहिले.

''मुलांचे कंपाऊंड बघायची इच्छा आहे?'' शेवटी आरीनेच विचारले.

''त्याचसाठी आले होते तर उरकून टाकू ते.''

काटेरी तारांच्या भेंडोळ्यावरून जाणाऱ्या एका पुलावरून ते तिघेही मुलांच्या कंपाऊंडमध्ये शिरले. हॉस्पिटलमध्ये असंख्य मुले होती. क्षयाने पछाडलेली, मुडदूसमुळे हाडांच्या काड्या झालेली, काविळीने पिवळी पडलेली, विषारी झालेल्या रक्तामुळे रक्तबंबाळ क्षते पडलेली. एका वॉर्डमध्ये डोक्यावर परिणाम झालेली मुले होती. शून्यात नजर लावून बसलेली.

एका तंबूमध्ये सहा वर्षे घेटो, जर्मन यातनातळ यांचे अनुभव घेऊन जगून वाचून आलेली मुले होती. जगण्याच्या कलेत तरबेज झालेली. आई–बाप–घर काही नसलेली. फाटकेतुटके कपडे, भादरलेली डोकी आणि भेदरलेली नजर. रात्री बिछाने ओली करत आणि भीषण स्वप्ने बघून ओरडत किंचाळत उठत.

किटीची पाहणी संपली.

"पण या कंपाऊंडमध्ये चांगले डॉक्टर आहेत. औषधे आहेत. सर्व गोष्टींचा पुरवठा आहे."

"पण तो काही ब्रिटिशांचा दानशूरपणा नाही. त्या आमच्या लोकांच्या भेटी आहेत."

"तसेही असेल. माझ्या अमेरिकन सद्सद्विवेक बुद्धीला स्मरून मी इथे आले होते. जाते आता."

"मिसेस् फ्रेमॉन्ट..." डेव्हिड बेन अमीने बोलायला सुरुवात केली.

"डेव्हिड, वाद घालू नकोस. काही जणांना आपले दर्शनही असह्य होते. मिसेस् फ्रेमॉन्टना बाहेर सोडून ये." आरी एवढे बोलून तिथेच उभा राहिला.

डेव्हिड आणि किटी पुढे निघाले. दोन्ही बाजूंच्या तंबूंच्या रांगा संपत नव्हत्या. तिने एकदा हळूच वळून मागे बघितले. आरी जागेवर उभा राहून तिच्याकडेच बघत होता. कधी एकदा इथून बाहेर पडतो असे झाले तिला.

अचानक जवळच्या मोठ्या तंबूमधून मोठ्याने हसण्याचे आवाज आले. आनंदात असणाऱ्या मुलांचे अगदी मनमोकळे हसणे. कॅरलॉसच्या छावणीमध्ये हसण्याचा आवाज असू शकतो? किटी आश्चर्यानेच थांबली आणि ऐकायला लागली. एक मुलगी गोष्ट वाचून दाखवत होती. तिचा आवाजही अगदी गोड होता.

"विलक्षण मुलगी आहे. या मुलांच्या बाबतीत ती करत असलेल्या कामाला तोड नाही." डेव्हिड उद्गारला.

पुन्हा सर्व मुले अगदी खदखदा हसली. किटीला राहवले नाही. तिने तंबूचा पडदा वर उचलला. एक मुलगी पाठ करून एका लाकडी खोक्यावर बसली होती. जवळच रॉकेलचा कंदिल. डोळे विस्फारून वीस तरी छोटी मुले तिच्यासमोर कोंडाळे करून बसली होती. किटी आणि डेव्हिड आत शिरताच मुले त्यांच्याकडे बघायला लागली.

ती मुलगी वाचायची थांबली, वळली आणि त्यांच्या स्वागताला पुढे आली. त्या मुलीला पाहताच किटीला धक्का बसला. मोठे डोळे करून ती बघत राहिली आणि एकदम तंबूबाहेर येऊन उभी राहिली. पुन्हा थबकली आणि वळून त्या मुलीकडे बघत राहिली. ती मुलगीही किटीच्या वागण्याने थक्क होऊन गेली.

किटीने बोलायचा प्रयत्न केला. पण तिच्या तोंडातून किती वेळ शब्द फुटेना. शेवटी तिच्या तोंडातून कसेबसे शब्द बाहेर पडले. "मला त्या मुलीला भेटायचे आहे– एकटीलाच."

आरी तोपर्यंत जवळ येऊन पोचलेलाच होता. त्याने डेव्हिडला त्या मुलीला घेऊन शाळेत यायला सांगितले.

आरीने शाळेमधल्या खोलीतला रॉकेलचा दिवा लावला. किटी पांढरीफटक पडली होती. अजूनही ती काही बोलण्याच्या मन:स्थितीत नव्हती.

''त्या मुलीने तुम्हाला कुणाची तरी आठवण करून दिली आहे.'' आरी म्हणाला. किटी गप्पच. ती खिडकीतून बाहेर बघत होती. डेव्हिड आणि ती मुलगी येताना दिसल्यावर आरीने किटीवर नजर टाकली आणि तो बाहेर पडला.

तो गेलेला पाहिल्यावर किटीने डोके हलवून नीट विचार करायचा प्रयत्न केला. हा मूर्खपणा होता सर्व. तिने इथे यायलाच नको होते.

दरवाजा उघडण्याचा आवाज आला पण तिला मान वर करायचा धीर होईना. ती मुलगी हळूच आत आली. कष्टाने किटीने मान वर केली. नजर मुलीच्या चेहऱ्यावर स्थिरावली. तिला घट्ट मिठी मारावी असे तिला वाटत होते.

ती मुलगीही जिज्ञासेनेच किटीकडे बघत होती. पण काही गोष्टी आपोआप तिच्या लक्षात आल्या होत्या. तिच्या नजरेत किटीबद्दल करुणाच होती.

''मी... मी'' किटीने आवंढा गिळला. कष्टाने शब्द बाहेर आले. ''माझे नाव कॅथरीन फ्रेमॉन्ट. तुला इंग्रजी बोलता येते ना?''

''हो.''

काय सुरेख डोळे होते तिचे. किती लाघवी वाटत होती ती. हसऱ्या डोळ्यांनी त्या मुलीने हात पुढे केले. किटीने तिच्या गालाला स्पर्श केला. ताबडतोब हात खाली घेतला.

''मी... मी नर्स आहे. तुला भेटायचे होते मला. नाव काय आहे तुझे?''

''कारेन! कारेन हॅन्सेन क्लेमेन्ट.''

किटी तिथल्या कॉटवर बसली. त्या मुलीलाही तिने जवळ बसवले.

''आणि वय?''

''सोळा, मिसेस् फ्रेमॉन्ट.''

''किटी म्हण मला. प्लीज्.''

''बरं. किटी!''

''तू या मुलांसाठी काम करतेस म्हणे.''

कारेनने मान डोलावली.

''छान! मी सुद्धा... मी सुद्धा इथे काम करायला येणार आहे. म्हणून मनात आले की तुझी ओळख करून घ्यावी. सर्व सांगशील ना मला?''

कारेन हसली. तिला एवढ्यातच किटी आवडली होती. तिच्या हेही लक्षात आले होते की किटीची इच्छा आहे– गरज आहे– की कोणीतरी तिला आपले म्हणावे.

''मी मूळ जर्मनीमधली. कलोनमधली. पण त्याला आता फारच वर्षे झाली.''

# ११

*कलोन–जर्मनी–१९३८.*

उत्सवाचे दिवस. वय किती तर सात वर्षे. बाबा म्हणजे सुप्रसिद्ध प्राध्यापक जोहान क्लेमेन्ट. मग आयुष्य म्हणजे मजाच की. पण सर्वात आठवणारी गोष्ट म्हणजे बाबांबरोबर भटकणे. कधी ऱ्हाईन नदीच्या तीरावर, कधी प्राणिसंग्रहालयात. काय मस्त माकडे असायची तिथे. कधी कॅथेड्रलच्या बाजूने. वरचे दोन मनोरे आकाशापर्यंत पोचलेले. सर्वात मजा पहाटे जंगलात फिरायला गेलो की यायची. बरोबर मॅक्सिमिलीयन. असा कुत्रा संबंध कलोनमध्ये नव्हता. थोडासा विनोदीच दिसत असला तरी. पण प्राणीसंग्रहालयात मात्र त्याला न्यायला बंदी होती.

कधी हॅन्सलाही घेऊन जात असू. पण धाकटा भाऊ बरोबर म्हणजे खरा वैतागच.

आणि इतके लहान असताना आईही आवडते. ती पण बाबांबरोबर आणि हॅन्स आणि मॅक्सिमिलीयन बरोबर यावी असे वाटणारच. पण तिला पुन्हा बाळ होणार आहे आणि जरा चिडखोरच झाली आहे. पण बहीण मिळाली तरच मजा आहे. भाऊ एक आहे तेवढा खूप झाला.

रविवारी नदीच्या काठाकाठाने काठाकाठाने बॉनला आजीकडे जायचे. बिचाऱ्या मॅक्सिमिलीयनला मात्र मागे रहावे लागते. घर राखायचे असते न त्याला. किती तरी काका, मावशा येतात. मग आजी खूप खूप बिस्किटे बनवते. शंभर तरी.

उन्हाळ्यामध्ये खूप ट्रीप्स. ब्लॅक फॉरेस्ट, बादेन बादेन. काय नाव आहे? बादेन बादेन म्हणे! पण झरे काय छान आहेत!

बाबा फार मोठे आहेत. युनिव्हर्सिटीत त्यांना कुणीही बघितले की, टोपी हातात काढून घेऊन हसत "गुड मॉर्निंग हर डॉक्टर!" म्हणतात, रात्री इतर प्रोफेसर, त्यांच्या बायका, कधी कधी पंधरा वीस विद्यार्थी येतात आणि त्यांची खोली भरून टाकतात, ते गातात, बीअर पितात, चर्चा करतात. आईचे पोट मोठे व्हायच्या आधी तीही त्यांच्यात गप्पा मारायची, नृत्य करायची.

पण बाबांना काम नाही, कोणीही आलेले नाही, कुठे भाषण द्यायचे नाही अशी रात्र असली तरी सर्व शेकोटीसमोर बसायचे. त्यांच्या मांडीवर असताना ते गोष्ट सांगायचे. त्यांच्या पाईपचा छान वास यायचा.

पण त्या वेळी १९३७–३८ मध्ये काही चमत्कारिक गोष्टीही घडत असाव्यात, मला न कळणाऱ्या. सर्वजण घाबरल्यासारखे वागायचे. हळू आवाजात कुजबुजत बोलायचे. निदान युनिव्हर्सिटीत तरी. पण कलोनमध्ये उत्सवांचे दिवस असले की या गोष्टी कुणाच्या लक्षात राहणार?

आसपास सर्वत्र सर्वजण डोके फिरल्यासारखे वागताना आपले डोके कसे शांत ठेवायला हवे. प्रोफेसर जोहान क्लेमेन्टना विचार करण्यासारख्या अनेक गोष्टी होत्या. समुद्राची भरती ओहोटी जशी अचूक सांगता येते त्याचप्रमाणे मानवी इतिहासाचा क्रमही शास्त्रज्ञ सांगू शकतात असे त्यांचे मत होते. तिरस्कार, द्वेष, भयानक वेडेपणाने घडणाऱ्या भयंकर गोष्टी या सागराच्या लाटांसारख्या असतात. मोठ्या मोठ्या होत, अक्राळविक्राळपणाने मधे येणाऱ्या गोष्टींचा घास घेऊन शेवटी त्या फुटणारच. मानवसमाज अशा सागरात वावरत होता. पण तरीही काही जण उंच बेटांवर रहात असतात आणि त्यांना अथांग सागरात निर्माण होणाऱ्या वादळांचा धोका पोचत नाही. जोहान क्लेमेन्टचा विश्वास होता की, युनिव्हर्सिटी असेच एक बेट होते. सुरक्षित!

मध्ययुगात द्वेषाची अशीच एक लाट उफाळली आणि क्रूसेडर्सनी ज्यू लोकांची कत्तल उडवली. पण ख्रिश्चनांच्या विहीरीत ज्यू विष टाकतात, प्लेग ज्यूंमुळे होतो असे आरोप करून त्यांना ठार मारायचे दिवस आता इतिहासजमा झाले नाहीत का? अज्ञानाचा अंधार दूर व्हायला लागल्यावर, फ्रेंच राज्यक्रांतीनंतर ख्रिश्चनांनीच घेटोच्या भिंती पाडून टाकल्या नव्हत्या का? त्यानंतरच्या युगात जर्मनांच्या उत्कर्षाला ज्यूंनी हातभारच लावला होता. स्वत:च्या प्रश्नांना दुय्यम मानून इतरांना मदत केली होती. स्वत:चे वेगळे अस्तित्व विसरून ते समाजात मिसळून गेले होते आणि काय मोठी माणसे निर्माण झाली होती? हिने, रोत्सशील्ड आणि कार्ल मार्क्स, मेन्डेलोसोहोन आणि फ्राईड. कितीतरी नावे सांगता येतील. न संपणारी यादीच. जोहान क्लेमेन्टही स्वत:ला प्रथम जर्मन मानत होता. पहिल्यांदा का? शेवटीही! कायमच!

ज्यू द्वेष हा मानवी इतिहासाचा एक अविभाज्य भाग आहे, एक शास्त्रीय सत्य आहे असे जोहान क्लेमेन्टचे मत होते. तरी पूर्व युरोपमधल्या किंवा आफ्रिकेमधल्या जंगली राज्यांमधल्या ज्यूंपेक्षा त्यांची परिस्थिती नक्कीच चांगली होती. लाजिरवाण्या, मानहानीकारक शपथा आणि फ्रॅन्कफर्टची कत्तल दुसऱ्या कुठल्या तरी युगात घडलेल्या घटना होत्या.

जर्मनीत असे वारे वहायला लागले असले तरी तो नक्कीच पळून जाणार नाही. जर्मनांचा भव्यदिव्य सांस्कृतिक वारसा लक्षात घेता अशा नादान लोकांना जर्मनीत जास्ती काळ वावरता येणार नाही, सत्तेवर राहता येणार नाही. इतर जर्मन जनताच त्यांना दूर करेल असा त्याला विश्वास होता.

पण एक एक दणका बसायला सुरुवात झालेली जोहान क्लेमेन्ट बघत होता. प्रथम प्रक्षोभक भाषणे, मग वर्तमानपत्रात मोहीम, आरोप, मग ज्यूंच्या उद्योगांवर बहिष्कार, रस्तोरस्ती ज्यूंच्या दाढ्या खेचण्याचे, त्यांना लाजिरवाण्या गोष्टी करायला लावण्याचे, मारहाणीचे प्रकार, शेवटी ब्राऊन शर्टस् घालणाऱ्या तरुणांनी सुरुवात

केलेल्या दहशतींच्या रात्री. अखेर यातनातळांवर रवानगी.

नानाविध लष्करी आणि सरकारी संघटना जर्मनीतल्या प्रत्येक कुटुंबावर बारीक लक्ष ठेवायला लागल्या. थोडाही विरोध किंवा विरोधाचा नुसता संशय जरी आला तरी गळा घोटला जायला लागला. तरीही जर्मनीतल्या बहुसंख्य ज्यूंप्रमाणे जोहान क्लेमेन्टलाही वाटत होते की या संकटाचा, भीषण धोक्याचा संपर्क त्याला होणार नाही. त्याच्या आजोबांनी तर युनिव्हर्सिटीत ही परंपरा निर्माण केली होती. युनिव्हर्सिटी अशा गोष्टींपासून मुक्त होती आणि तोही जर्मनच नव्हता का?

तो रविवार कोणीच विसरणार नाही. बॉनमध्ये आजीच्या घरी सर्वजण गेलो होतो. कधी न येणारा इन्गोकाकासुद्धा बर्लिनहून आला होता. आम्हा सर्व मुलांना बाहेर खेळायला पाठवले होते.

कलोनला परत जाताना आई आणि बाबा एकदाही काही बोलले नाहीत. ही मोठी माणसेही कधी कधी लहान मुलांसारखीच वागतात नाही? घरी गेल्याबरोबर त्यांनी हॅन्सला झोपायला पाठवले. मला माहीत होते, आता ते काय करणार. हल्ली बऱ्याच वेळा आईबाबा एकटेच हळूहळू बोलतात. पण दरवाजा थोडासा उघडला आणि कान लावला तर सगळे ऐकू येते. बाबा नेहमीसारखेच शांत होते आणि आई काळजीत.

"जोहान, आपण इथून जायलाच हवे. या वेळचे वादळ शमणार नाही. टाळताही येणार नाही. हल्ली तर मला मुलांना घेऊन रस्त्यात पाय ठेवायचा धीर होत नाही."

"अग, गोष्टी इतक्या थराला नाही गेलेल्या. तुझ्या सध्याच्या या अशा परिस्थितीने तू जास्ती घाबरते आहेस एवढेच."

"गेली पाच वर्षे तू म्हणतो आहेस की परिस्थिती बदलेल. काय झाले?"

"जोहान, आता आपले कोणी मित्रसुद्धा राहिले नाहीत. विद्यार्थी येत नाहीत. आपल्याशी ओळख आहे असे नुसते दर्शवण्याची इतरांना हिंमत होत नाही. तू मूर्खांच्या नंदनवनात वावरतो आहेस का?"

जोहानने आपला पाईप काढून पेटवला आणि एक निःश्वास टाकला. आपले डोके त्याच्या मांडीवर ठेवून मिरीयम खाली बसली. जोहान न बोलता तिला थोपटत होता. मॅक्सिमिलीयनने एकदा आळस दिला आणि तो शेकोटीसमोर बसला.

"मीही तुझ्यासारखी निर्भय असते आणि शांत राहू शकले असते तर किती छान झाले असते." मिरीयम म्हणाली.

"माझ्या वडिलांनी, आजोबांनी याच युनिव्हर्सिटीत शिकवले, या घरातच मी जन्माला आलो. मला आयुष्यात हव्याहव्याशा वाटणाऱ्या सर्व गोष्टी इथे आहेत.

माझा जीव या युनिव्हर्सिटीत अडकला आहे. हॅन्सनेही माझ्यानंतर या सर्व गोष्टींवर तसेच प्रेम करावे एवढी एकच इच्छा आहे माझी. कधी कधी मला वाटते की तुझा आणि मुलांचा जेवढा विचार मी करायला हवा होता तेवढा मी केला नाही म्हणून. पण असा पळ काढायला माझे मन तयार होत नाही. फक्त थोडे दिवस थांब मिरीयम. सर्व काही ठीक होईल. नक्की ठीक होईल.''

*१९ नोव्हेंबर १९३८*

*२०० सिनॅगॉग्जची राखरांगोळी!*
*२०० ज्यूअपार्टमेंट हाऊसेस् उद्ध्वस्त!*
*८००० ज्यूंची दुकाने लुटली!*
*५० ज्यूंचे खून!*
*३००० ज्यूंना अमानुष मारहाण!*
*२०००० ज्यूंना अटक!*

आजपासून ज्यूंना कुठलाही धंदा करता येणार नाही की कारागिरीचे काम करता येणार नाही!

आजपासून कुठल्याही ज्यू मुलाला शाळेत प्रवेश मिळणार नाही!

आजपासून कोणत्याही ज्यू मुलाला सार्वजनिक बागांमध्ये किंवा करमणुकीच्या मैदानांवर पाऊल ठेवता येणार नाही!

जर्मनीतल्या सर्व ज्यूंवर पंधरा कोटी डॉलर्सचा दंड बसवण्यात येत आहे!

आजपासून प्रत्येक ज्यूने ''स्टार ऑफ डेव्हिड'' असलेली पिवळी पट्टी दंडावर बांधली पाहिजे.

याहून वाईट ते आणि काय घडणार? पण या उफाळणाऱ्या लाटा अखेर जोहानच्या सुरक्षित बेटावर, युनिव्हर्सिटीवरच आदळल्या. कानात ज्यू! ज्यू! ज्यू! असे घुमणारे शब्द आणि रक्तबंबाळ चेहरा घेऊन छोटी कारेन एकदा धावतच घरामध्ये शिरली. आपली मुळे इथेच खोल रूजलेली आहेत असा दृढ विश्वास बाळगणाऱ्या जोहानची अढळ श्रद्धा डळमळली. जोहान क्लेमेन्टने आपल्या मूर्खपणामुळे कुटुंबातल्या प्रत्येकाचा जीव धोक्यात आणला होता. त्याने या भयंकर परिस्थितीतून बाहेर पडायचा मार्ग शोधायला सुरुवात केली आणि तो बर्लिनला गेस्टॅपोच्या कार्यालयात पोचला. परतल्यावर त्याने स्वत:ला दोन दिवस आणि दोन रात्री आपल्या खोलीत कोंडून घेतले. त्याच्या टेबलावर बसून तो बर्लिनहून आणलेल्या कागदपत्रांकडे बघत बसला होता. जादूचेच कागदपत्र होते ते. एक सही, फक्त एक सही आणि त्याच्या आणि त्याच्या कुटुंबियांच्या आयुष्याला निर्माण झालेला धोका नाहीसा झाला असता. पुन्हा पुन्हा वाचून त्याला त्यातला मजकूर तोंडपाठ झाला होता.

''वर तपशीलवार स्पष्टीकरण दिल्याप्रमाणे पूर्ण शोध घेतल्यावर माझी, जोहान क्लेमेन्टची, पूर्ण खात्री पटली आहे की माझ्या जन्माबाबतच्या नोंदी खोट्या बनवलेल्या आहेत. मी कधीही ज्यू धर्माचे पालन केलेले नाही. आज नाही, पूर्वी कधीही नाही. मी शुद्ध आर्यन रक्ताचा...''

कर सही! कर सही!! हजार वेळा तरी त्याने सही करण्यासाठी पेन हातात घेतले असेल. त्याची बुद्धी सांगत होती की काही भव्य, उदात्त वगैरे भूमिका घ्यायची ही वेळ नाही. तो कधी ज्यू नव्हता... नव्हता ना? मग सही का करत नाहीस?... एका सहीने काही फरक पडणार नाही ना?... मग का नाही सही करत?

गेस्टॅपोने आणखी एक गोष्ट जोहान क्लेमेन्टला स्वच्छ शब्दात सांगितली होती. त्याने कागदपत्रांवर सही केली नाही आणि आपले संशोधन त्याला चालूच ठेवायचे असेल तर, फक्त त्याच्या कुटुंबियांनाच जर्मनी सोडायची परवानगी मिळेल. त्याला 'ओलीस' म्हणून जर्मनीतच अडकवून ठेवण्यात येईल.

तिसऱ्या दिवशी तो स्वत:च्या खोलीबाहेर आला. झोप नसल्याने डोळे खोल गेलेले आणि चेहरा निस्तेज पडलेला. रात्रंदिवस विचार करून तो पार थकला होता. मिरीयमच्या डोळ्यातली काळजी त्याला दिसत होती. त्याने एकदा तिच्याकडे बघितले आणि शेकटीजवळ जाऊन ते कागदपत्र आगीत फेकले. ''ते अशक्य आहे मला.'' तो कुजबुजला. ''तू मुलांना घेऊन जर्मनी सोडायच्या तयारीला लाग.''

आणि एकाएकी भयानक भीतीचा त्याच्या मनावर पगडा बसला. दारावरची प्रत्येक थाप, फोनची घंटा ऐकली की त्याचा थरकाप उडायला लागला. अशी जीवघेणी दहशत त्याने आयुष्यात अनुभवली नव्हती.

नवीन बाळाच्या जन्माची वेळ जवळ येत होती. लांबचा प्रवास आता मिरीयमला झेपला नसता. तेव्हा सर्वांनी फ्रान्समध्ये असलेल्या त्याच्या मित्रांकडे जावे असे त्याने ठरवले. बाळाच्या जन्मानंतर आणि थोडी ताकद आल्यावर मगच त्यांनी पुढे इंग्लंडला किंवा अमेरिकेला जायला हरकत नव्हती.

आणि त्याने सर्वच काही गमावले होते असे नव्हते. एकदा सर्व कुटुंब जर्मनीबाहेर पडल्यावर त्याला फक्त स्वत:चीच चिंता करायला लागली असती. जर्मन शास्त्रज्ञांना जर्मनीबाहेर पळून जायला मदत करण्यासाठी जर्मनीत गुप्तपणे अनेक संघटना कार्य करत होत्या. बर्लिनमध्येच असलेल्या अशा एका संघटनेची माहिती त्याला झालीही होती.– मोसाद आलिया बेत– पॅलेस्टाईनमधल्या ज्यूंची संघटना.

ट्रंका भरून झाल्या. घर बंद झाले. त्या रात्री दोघेही शांतपणे बसले होते. एखादा चमत्कार व्हावा आणि ताटातूटीची पाळीच येऊ नये अशी वेडी आशाही मनात होती.

पण त्याच रात्री मिरीयमच्या पोटात कळा यायला लागल्या. कुठल्याही हॉस्पिटलमध्ये तिला प्रवेश मिळाला नाही. दुसऱ्या मुलाला तिने घरातल्या बिछान्यातच जन्म दिला. प्रसूतीच्या वेळी अत्यंत कठीण परिस्थितीच निर्माण झाली होती. तिची प्रकृती सुधारायला आता कित्येक आठवडे लागले असते.

आणि जोहान क्लेमेन्टने हाय खाल्ली. त्याने धसका घेतला की आपले कुटुंब आता जर्मनीतच अडकणार आणि त्यांचा सर्वनाश होणार.

वेडापिसा होऊन तो मोसाद आलिया बेतच्या बर्लिन कार्यालयात पोचला. जर्मनीबाहेर निसटायची इच्छा बाळगणाऱ्या असंख्य लोकांची तिथे गर्दी झाली होती.

रात्री दोन वाजता त्याला एका तरुण आणि अत्यंत थकलेल्या अशा माणसाच्या कार्यालयात प्रवेश मिळाला. जर्मनीतल्या ज्यूंना जर्मनीबाहेर निसटायला तो मदत करत होता. पॅलेस्टाईनहून आलेल्या त्या ज्यू तरुणाचे नाव होते, आरी बेन कनान.

लाल तारवटलेल्या डोळ्यांनी तो म्हणाला, "तुम्हाला जर्मनीबाहेर काढायची व्यवस्था करू आम्ही डॉ. क्लेमेन्ट. घरी जा आता. नंतर तुमच्याशी संपर्क साधू. पासपोर्ट, व्हिसा यांची व्यवस्था करावी लागेल, त्यासाठी योग्य ठिकाणी पैसे चारावे लागतील. थोडे दिवस लागणार या गोष्टी करायला."

"मी माझ्यासाठी आलेलो नाही. मी जाऊ शकत नाही. माझी पत्नीही नाही. माझ्या तीन मुलांना तुम्ही काहीही करून जर्मनीबाहेर काढा."

"त्यांना काहीही करून जर्मनीबाहेर काढा" बेन कनान वेडावत म्हणाला! "डॉक्टर फक्त तुम्ही आमच्यासाठी महत्त्वाचे आहात. तुम्हाला आम्ही मदत करू. तुमच्या मुलांना नाही."

"पण त्यांना तुम्ही मदत करायला हवी. करायलाच हवी."

आरी बेन कनानने संतापानेच आपली मूठ टेबलावर आदळली आणि तो ताडकन् उभा राहिला. "बाहेरची गर्दी बघितलीत? त्यातल्या प्रत्येकालाच आज जर्मनीबाहेर पडायचे आहे." रागाने थरथरतच तो पुढे म्हणाला, "पाच वर्षे, गेली पाच वर्षे घसा खरवडून आम्ही तुम्हाला सांगत होतो, विनंती करत होतो, भीक मागत होतो की जर्मनीबाहेर पडा म्हणून. आज जर्मनीबाहेर पडलात तर ब्रिटीश तुम्हाला पॅलेस्टाईनमध्ये जाऊ देणार नाहीत. आम्ही जर्मन आहोत– आम्ही जर्मन आहोत– ते आम्हाला काही करणार नाहीत– असे म्हणत राहिला होता ना? आता मी तरी काय करणार?"

आरीने आवंढा गिळला आणि तो खुर्चीत बसला. क्षणभर त्याने डोळे मिटले. तोही फारच थकलेला होता. टेबलावरच्या कागदपत्रांशी चाळा करत तो म्हणाला, "चारशे मुलांना जर्मनी सोडून जाण्यासाठी मी व्हिसा मिळवले आहेत. डेन्मार्कमधल्या

काही कुटुंबांनी त्यांची काळजी घेण्याचे मान्य केले आहे. एका आगगाडीची व्यवस्था झाली आहे. तुमचे एक मूल आम्ही घेऊ.''

''पण... मला तीन मुले आहेत.''

''मला दहा हजार मुले आहेत डॉक्टर आणि व्हिसा फक्त चारशेच, पुन्हा ब्रिटिश नौदलाशी टक्कर द्यायला काहीच नाही. स्वत:पुरते बघू शकेल अशा सर्वात मोठ्या मुलाला पाठवा. उद्या रात्री बर्लिनहून गाडी सुटेल. पॉटस्डॅम स्टेशनवरून.''

कारेन अर्धवट झोपेत आपली चिंध्यांची बाहुली घट्ट धरून उभी रहायचा प्रयत्न करत होती. बाबा तिच्यासमोर गुडघ्यांवर बसून बोलत होते. ''छान ट्रीप होईल कारेन. बादेन बादेनला जात होतो तशी.'' बाबांच्या पाईपचा मंद सुगंध किती छान वाटत होता. तिला.

''पण मला जायचे नाही बाबा.''

''इतरसुद्धा किती तरी मुले मुली आहेत तुझ्यासारखी. बघ तरी.''

''मला नकोत ती. मला तुम्ही हवे आहात आणि आई आणि हॅन्स आणि मॅक्सिमिलीयन. मला नवीन छोट्या भावालाही पहायचे आहे.''

''कारेन क्लेमेन्ट! माझी मुलगी कधी रडत नसते.''

''नाही रडणार बाबा. नक्की नाही... बाबा... बाबा... मला लौकर परत भेटाल ना?''

''प्रयत्न करेन बेटा.''

एका स्त्रीने मागून येऊन जोहान क्लेमेन्टच्या खांद्यावर हात ठेवला.

''सॉरी सर. वेळ झाली गाडीची.''

''मी येतो तिला गाडीत चढवायला.''

''नको. प्लीज् सर. गाडीवर पालकांना नाही येता येणार.''

बरोबरच होते म्हणा ते. जोहानने एकदा कारेनला घट्ट मिठी मारली आणि मागे पाऊल टाकले. तोंडात पाईप आहे हे विसरून त्याने इतक्या जोरात ओठ दाबला की त्याचे दातही दुखले. कारेनने त्या स्त्रीचा हात पकडला. एक पाऊल पुढे टाकताच ती मागे वळली. आपली बाहुली बाबांच्या हातात ठेवत म्हणाली, ''बाबा! ही माझी बाहुली ठेवा तुमच्याजवळ. ती तुमची काळजी घेईल.''

पण तरी गाडी सुटताना शेकडो सैरभैर झालेले आई-वडील खिडकीच्या काचांना तोंड लावून आत बघत होते, ओरडत होते, पापे घेत होते. आपल्या मुलाच्या किंवा मुलीच्या शेवटच्या दर्शनासाठी वेडे झाले होते.

जोहान क्लेमेन्ट बघत होता. पण त्याला कारेन दिसत नव्हती.

गाडी सुटली. मुलांचे आई-वडील गाडीच्या बाजूबाजूने शेवटच्या क्षणापर्यंत धावत होते.

जोहान क्लेमेन्ट मात्र पुतळ्यासारखा स्थिर उभा होता. शेवटचा डबा पुढे गेला आणि त्याला शेवटच्या डब्याच्या मागच्या बाजूला शांतपणे उभी असलेली कारेन दिसली. तिने ओठांवर बोट टेकवून हात वर केला. तिला जणू माहीत होते की, तिचे बाबा तिला पुन्हा कधीच भेटणार नाहीत.

ती लहान लहान होऊन दिसेनाशी होईपर्यंत क्लेमेन्ट उभा होता. हातातल्या बाहुलीकडे बघताना त्याचे डोळे पाणावले होते.

"गुडबाय् माझ्या जिवा." तो पुटपुटला.

## १२

आग् आणि मेता हॅन्सेन यांचे उपनगरात छोटेसे घर होते. छोट्या मुलीसाठी अगदी छान. त्यांना स्वत:ची मुले नव्हती आणि क्लेमेन्ट पतीपत्नीपेक्षा ते वयानेही मोठे होते. आग्चे केस पांढरे पडायला लागले होते. मेता मिरीयमइतकी सुंदर खचितच नव्हती. पण अर्धवट झोपेत असलेल्या कारेनला उचलून गाडीत ठेवतानाच कारेनला त्यांच्या प्रेमाची ऊब जाणवली होती. सुरक्षिततेची भावना निर्माण झाली होती.

डेन्मार्कपर्यंतचा प्रवास तसा गोंधळातच झाला होता. तिला आठवण होती ती स्फुंदुन स्फुंदुन रडणाऱ्या, हुंदके देत राहिलेल्या मुलांची. बाकी धड काही लक्षात राहिले नव्हते. मग क्यूमध्ये उभे राहणे, बिल्ले घेणे. नवीन चेहरे, वेगळी भाषा, वेटिंगरूम्समध्ये प्रतिक्षा, बसचा प्रवास, पुन्हा नवीन बिल्ले.

शेवटी एकदा तिला एका खोलीत नेण्यात आले. मेता आणि आग् हॅन्सेन तिथे काळजीने वाट पाहत होते. आग्ने खाली वाकून तिला हळूच वर उचलले आणि मोटारपर्यंत नेले. आल्बोर्गला पोचेपर्यंत ती मेताच्या मांडीवरच होती. मेता मधून मधून तिचे पापे घेत होती. तिला मिठी मारून घट्ट पकडून ठेवत होती. तिचे लाड करत होती. कारेनला त्यांचा खूप विश्वास वाटत होता.

घरी पोचल्यावर त्यांनी तिला तिच्या खोलीच्या दारात उभे केले आणि ते बाहेर उभे राहिले. या छोट्या मुलीच्या स्वागताची त्यांनी जय्यत तयारी केली होती. कारेन हळूच आत शिरली. बाहुल्या, खेळणी, पुस्तके, रेकॉर्डस् या गोष्टींनी ती खोली भरलेली होती. आठ वर्षांच्या मुलाला लागतील अशा सर्व गोष्टी तिथे होत्या आणि बिछान्यावर एक छोटे कुत्र्याचे पिल्लू बसले होते. कारेनने गुडघ्यांवर बसून त्याला थोपटले. त्याने हळूच आपली जीभ बाहेर काढून तिच्या चेहऱ्यावर फिरवली. तिच्या गालांना त्याच्या ओलसर नाकाचा स्पर्श आला. मागे उभे राहून हॅन्सेन पती पत्नी बघत होते. त्यांना मनातून धाकधूक वाटत असावी. कारेन मागे वळून त्यांच्याकडे

बघून गोड हसली आणि त्यांच्याही चेहऱ्यावर हसू उमटले.

आईबाबांशिवाय काढलेल्या त्या पहिल्या काही रात्री फार फार वाईट गेल्या आणि हॅन्सपण नव्हता. हॅन्सची इतकी आठवण येते याचेच तिला आश्चर्य वाटत होते. पण जवळ हॅन्स नाही हे तिला सारखे जाणवत होते. तिला जेवणही जात नव्हते. ती एकटी आपल्या खोलीत शांतपणे बसून राही. मॅक्सिमिलीयन बरोबर. अर्थातच् या छोट्या पिल्लाचे नाव तिने मॅक्सिमिलीयनच ठेवले होते. मेता हॅन्सेन समजूतदार होती. रात्री ती कारेनजवळ हळूच येऊन झोपत असे. हुंदके थांबून झोप लागेपर्यंत तिला जवळ घेऊन थोपटत असे.

पुढला आठवडाभर खूपजण भेटायला येत होते. छान छान भेटी घेऊन येत होते. कारेनचे खूप कौतुक करत होते आणि न कळणाऱ्या भाषेत सारखे बडबडत होते. ती सर्वांशी हसून खेळून वागत होती. हॅन्सेन दांपत्य अभिमानाने तिच्याकडे बघत होते.

काही दिवसांनी स्वत:हून तिने घराबाहेर पाऊल टाकले. आग् हॅन्सेन कारेनला खूप आवडत होता. बाबांप्रमाणेच तो पाईप ओढायचा आणि लांब लांब फिरायला न्यायचा. कलोनला नदी होती तशीच आल्बोर्गलाही. नदीचे नाव होते लिम्फयॉर्डन. मिस्टर हॅन्सेन वकील होता, प्रसिद्ध होता. त्यालाही प्रत्येकजण ओळखत होता. पण बाबांएवढा तो नक्कीच मोठा नव्हता. नसणारच. बाबा ते बाबा!

"कारेन, आमच्याकडे येऊन आता तीन आठवडे झाले तुला. तुझ्याशी आम्हाला फार महत्त्वाचे बोलायचे आहे." एका रात्री आग् म्हणाला.

हात मागे बांधून फेऱ्या घालत तो हळूहळू तिच्याशी बोलत होता. किती छान बोलत होता. कारेनला सर्व समजत होते. त्याने सांगितले की जर्मनीतली परिस्थिती फार वाईट आहे. तिच्या आईबाबांची इच्छा आहे की, सध्या ती त्यांच्याबरोबरच राहिली तर बरे होईल. ते तिच्या आईबाबांची जागा नक्कीच घेऊ शकणार नाहीत. पण देवाने त्यांना स्वत:ची मुले दिलेली नाहीत. ती त्यांच्याबरोबर राहिली तर त्यांना खूप आनंद होईल. तिलाही खूप सुख लाभावे अशीच त्यांचीही इच्छा आहे. राहील ती त्यांच्याबरोबर?

कारेनला सर्व गोष्टी बरोबर समजल्या होत्या. हो! ती आनंदाने त्यांच्याबरोबर राहील.

"आणि कारेन, आईबाबांपासून दूर, थोडासाच काळ तू आमच्याबरोबर राहणार आहेस. आम्हाला फार आवडतेस तू. मग तेवढा काळ तू आमचे... आमचे नावच लावशील?"

कारेन विचारात पडली. आग्ने हा प्रश्न वेगळ्याच स्वरात विचारला होता. तिला नक्की ते जाणवले होते. महत्त्वाचा प्रश्न असावा हा आणि कारणेही वेगळी

असावीत. आई–बाबा बंद खोलीत बसून बोलताना असेच काही तरी वाटायचे. चालेल की.

"छान. मग आता तू कारेन हॅन्सेन आहेस."

त्यांच्या मनावरचे मोठे ओझे उतरले असावे. त्यांनी तिचा हात पकडून दररोजच्या प्रमाणे खोलीत पोचवले. छोटा दिवा लावला. आग् तिच्याशी खेळायला लागला. तिला गुदगुल्या करायला लागला. शिवाय मध्ये मध्ये लुडबुड करायला मॅक्सिमिलीयन होताच. हसून हसून बेजार झाली ती. पांघरूणात शिरून नेहमीप्रमाणे देवाची प्रार्थना करायला लागली.

"...आई, बाबा, हॅन्सवर लक्ष ठेव देवा आणि माझ्या नवीन भावावर. आणि सर्व काका, मामा, मावशांवर... आणि हॅन्सेननाही सुखी ठेव.– किती छान आहेत ते– आणि दोन्ही मॅक्सिमिलीयन्सचीही काळजी घे."

मेता उठत म्हणाली की थोड्या वेळाने ती तिच्याशेजारी बसायला येईल म्हणून.

"नको. आजपासून मॅक्सिमिलीयन माझी काळजी घेईल."

"गुड नाईट कारेन!"

"आग्?"

"काय बेटा?"

"डॅनिश लोक पण ज्यूंचा तिरस्कार करतात का?"

प्रिय डॉक्टर आणि मिसेस् क्लेमेन्ट

कारेन आमच्याकडे येऊन इतक्यात सहा आठवडे झाले? कारेन काय हुशार मुलगी आहे. शाळेतही उत्कृष्ट प्रगती करते आहे आणि डॅनिश तर काय झपाट्याने शिकते आहे. स्वतःच्या वयाच्या मुलामुलींबरोबर रहात असल्यानेही असेल एखादेवेळी. इतक्यातच किती मैत्रिणी मिळवल्या आहेत तिने.

नवीन दात येतो आहे. तेव्हा जुना काढून घ्या असे डेन्टिस्ट म्हणतो. विशेष काही नाही. तिला संगीत शिकवण्याचा विचार चालू आहे. त्याबद्दल नंतर लिहीन.

दररोज रात्री देवाची प्रार्थना करताना...

आणि कारेनने मोठ्या अक्षरात पत्र लिहिले होते.

प्रिय आई–बाबा–हॅन्स–मॅक्सिमिलीयन आणि माझा नवीन भाऊ. मला तुमची किती आठवण येते ते सांगताच येणार नाही...

हिवाळा. नदी गोठली. बर्फावर स्केटिंग करायचे दिवस आणि बर्फाचे किल्ले करायचे. मग शेकोटीसमोर बसल्यावर आग् थंड पडलेले पाय चोळायचा.

हिवाळा संपला. नदी पुन्हा वहायला लागली. सर्वत्र रंगीबेरंगी फुलेच फुले उमलली.

मग उन्हाळा. सर्वजण ट्रीपला गेलो समुद्रकाठावर. शिडाची छोटी होडी आग् आणि मेता यांनी शंभर मैल तर आत नेली.

तिच्या "खास" मैत्रिणीही खूप होत्या. मेताबरोबर मच्छीमार्केटमध्ये जायला, केक करायला शिकायला कारेनला फार आवडायचे. मेता किती हुशार होती. किती तरी गोष्टी करू शकत होती. शिवणकाम करायची, अभ्यासात मदत करायची, एकदम ताप आला, घसा दुखत असला की जवळ बसून असायची.

आग् काय नेहमीच हात पसरून हसऱ्या चेहऱ्याने जवळ घ्यायला तयार असायचा. अगदी जवळजवळ बाबांएवढाच हुशार आणि हळूवार मनाचा. पण गरज असेल तर शिस्तीलाही कडकच.

एक दिवस कारेन नृत्याच्या क्लासला गेली असताना, आग्ने मेताला आपल्या ऑफिसात बोलावले. त्याचा चेहरा पांढराफटक पडला होता.

"आताच मला रेडक्रॉसमधून कळले आहे की संबंध क्लेमेन्ट कुटुंबाचा पत्ता लागत नाही. जर्मनीहून काही एक बातमी आता कळू शकत नाही. मी सर्व प्रयत्न केले आहेत."

"तुला काय वाटते आग्?"

"एकतर सर्वांना यातनातळावर पाठवले असेल किंवा त्याहून वाईट..."

"अरे देवा!"

कारेनचे कुटुंबच नाहीसे झाले आहे हे कारेनला सांगायचा त्यांना धीर झाला नाही. जर्मनीहून पत्रे यायची बंद झाली आणि कारेनला संशय यायला लागला. पण कुठलाही प्रश्न विचारायची तिला भीती वाटत होती. तिचे आग् आणि मेता हॅन्सेन यांच्यावर खूप प्रेम होते. विश्वास होता. ते जर काहीच बोलत नसतील तर तसेच काहीतरी कारण असणार याबद्दल तिची खात्री होती.

आणि त्याचवेळी एक विचित्र गोष्टही घडत होती. कारेनला सर्वांची आठवण येत होती ही गोष्टी खरी होती. पण हल्ली त्यांचे आठवणीतले चेहरे पुसट व्हायला लागले होते. आठ वर्षांची मुलगी आईवडिलांपासून इतका काळ दूर राहिली की, तिच्या त्यांच्याबद्दलच्या आठवणीही हळूहळू धूसर व्हायला लागणारच. पण तरी कारेनला कधी कधी फार वाईट वाटे.

वर्ष होत आले तेव्हा ती कधी कारेन हॅन्सेन नव्हती, डॅनिश नव्हती, हे पण विसरत आली होती.

*ख्रिसमस १९३९*

युरोपमध्ये युद्ध सुरू झाले होते. डेन्मार्कमध्ये येऊन कारेनला वर्ष होऊन गेले

होते. मेता पियानो वाजवत होती. कारेन गोड आवाजात प्रार्थना म्हणत होती. प्रार्थना संपताच कारेनने आपले कपाट उघडले आणि शाळेत बनवलेली भेटवस्तु बाहेर काढली. तिने अभिमानाने तो खोका मेता आणि आग् हॅन्सेनना दिला. तिच्या हस्ताक्षरात वरती लेबल लिहिले होते.

आईबाबांना– तुमची कन्या कारेनकडून.

*८ एप्रिल १९४०*

विश्वासघाताची रात्र. पहाटेच्या धुक्यातून डेन्मार्कवर चालून येणाऱ्या जर्मन सेनेच्या बुटांचा खाड्खाड् आवाज येत होता. सकाळी छोट्या छोट्या पडावांतून शेकडो शिरस्त्राणधारी जर्मन सैनिक कालव्यातून, नदीच्या पात्रातून, डेन्मार्कमध्ये घुसायला सुरुवात झाली. जर्मन सेना शिस्तबद्ध रीतीने डेन्मार्कभर पसरली.

*९ एप्रिल १९४०*

विमानांचा आवाज आला म्हणून कारेन आणि तिच्या वर्गातल्या इतर मुली धावतच खिडकीजवळ पोचल्या. एकामागोमाग एक विमाने आल्बोर्ग विमानतळावर उतरत होती.

गोंधळामध्येच डेन्मार्कची जनता रस्त्यावर गोळा व्हायला लागली.

''आम्ही डॅनिश स्टेट रेडिओवरून बोलत आहोत. आज ४ : १५ वाजता जर्मन सैन्याने साएद आणि क्रुसा येथून डॅनिश सरहद्द ओलांडली.''

जबरदस्त धक्का बसलेली डॅनिश जनता रेडिओला कान लावून बसली होती. त्यांचा राजा ख्रिस्तियन, काय म्हणतो आहे हे ऐकायला आतुर झाली होती. घोषणा झाली की स्वसंरक्षणार्थ एकही गोळी न झाडता डेन्मार्कने शरणागती पत्करली आहे.

पोलंडचा धडा ताजा होता. जर्मनांना विरोध अशक्य होता.

मेता हॅन्सेनने कारेनला शाळेतून घरी आणले आणि बार्नहोल्म किंवा अशाच कुठल्यातरी दूरच्या बेटावर पळून जायची तयारी सुरू केली. आग्ने तिला धीर दिला. काय घडते ते तरी बघू या असे सुचविले. जर्मनांनी शासनयंत्रणा ताब्यात घेऊन तिचा वापर सुरू करेपर्यंत निदान काही आठवडे तरी जातील अशी खात्री पटवली.

जर्मन सैनिक आणि स्वस्तिक बघताच कारेनच्या विसरत आलेल्या आठवणी पुन्हा जाग्या झाल्या. मनात भीतीने घर केले. प्रत्येकजण बावरून गेल्यासारखा वागत असला तरी आग् शांत होता.

जर्मन सैन्याने आश्वासक भाषणांची खैरात सुरू केली. डॅनिश लोक म्हणजे जर्मनांसारखेच. आर्यन्स! जर्मनांचे भाऊ. ते डेन्मार्कमध्ये आले आहेत ते केवळ या देशाचे कम्युनिस्ट आक्रमणापासून रक्षण करण्यासाठी. डेन्मार्कचा राज्यकारभार

डेन्मार्कची जनताच चालवेल. जर्मनीच्या संरक्षणाखाली असलेला तो एक आदर्श देश बनेल. पहिला धक्का ओसरल्यावर सर्व गोष्टी हळूहळू पूर्वपदावर यायला लागल्या.

राजाने आपले घोड्यावरून फिरणे सुरू केले. कोपनहेगनच्या रस्त्यावरून तो ताठ मानेने दौड करत असे. त्याची प्रजा त्याचाच आदर्श ठेवून वागायला लागली. जर्मनांना विरोध नाही. पण थोडेही सहकार्य नाही.

आग्चे म्हणणे बरोबर ठरले. कारेन पुन्हा शाळेमध्ये, नृत्याच्या वर्गांना जायला लागली. काही विशेष घडलेच नव्हते अशा थाटात पुन्हा आल्बोर्गमध्ये सर्वजण वागायला लागले.

१९४१. जर्मनांनी डेन्मार्क ताब्यात घेऊन आठ महिने झाले होते. जर्मन संरक्षणाखालचा आदर्श डेन्मार्क आणि जर्मन राज्यकर्ते यांच्यात संघर्ष व्हायला लागला. राजा तर विजयी जर्मनांचा अपमान करण्याची एक संधी सोडत नव्हता. पण राजाला हात लावायची जर्मनांना छाती होत नव्हती. जनताही त्यांच्याकडे दुर्लक्ष करत होती. ते काढत असलेल्या नवनवीन फतव्यांना हसत होती. डॅनिश जनता हसण्यावारी सर्व गोष्टी टाळायचा प्रयत्न करताना बघून जर्मनांचा पारा चढत चालला होता. जगावर राज्य करण्याच्या जर्मनांच्या "मास्टर प्लॅन" मध्ये डॅनिश मशिनरी, अन्न आणि त्यांचा भूगोल यांना खास स्थान होते. जर्मनांच्या युद्धसाहित्याच्या उत्पादनातही डेन्मार्कला विशिष्ट महत्त्व होते.

डेन्मार्कचा जर्मन गव्हर्नर वर्नर बेस्टला आदर्श संरक्षित डेन्मार्क निर्माण करण्यासाठी जोपर्यंत डेन्स सहकार्य देतील तोपर्यंत दडपशाही टाळण्याची इच्छा होती. जर्मनांच्या टाचेखालच्या इतर देशांशी तुलना करता डॅनिश लोकांविरुद्ध उचललेली पावले तशी क्रूरपणाची नव्हती. पण तरीही डॅनिश जनतेचा विरोध वाढायला लागला होता. जर्मनांशी समोरासमोर लढाई हा विचारही मनात आणता येत नव्हता. देशभर एकाच वेळी क्रांती करण्याएवढी ताकद नव्हतीच. शेजारच्या नॉर्वेचे उदाहरण डोळ्यांसमोर ठेवून डेन्मार्कमध्येही भूमिगत सेना निर्माण झाली. जर्मनांबद्दलचा द्वेष एका तऱ्हेने तरी दाखवता येणार होता. घातपाती कृत्ये घडवून आणून.

डॉ. वर्नर बेस्टचा तोल सुटला नाही. या नवीन धोक्याला तोंड देण्यासाठी त्याने फितूर आणि देशद्रोही डेन्सना हाताशी धरून त्यांना शस्त्रास्त्रे पुरवली. जर्मनांनी उभ्या केलेल्या डॅनिश हायपो तुकड्या त्यांच्याच देशबांधवांविरुद्ध सज्ज झाल्या. भूमिगत देशभक्त सेनेने कुठलेही घातपाती कृत्य केले की, त्या डॅनिश जनतेविरुद्ध पावले टाकत.

महिने जात होते. वर्षेही. कारेन हॅन्सेनचा अकरावा आणि बारावा वाढदिवस दूरच्या आल्बोर्गमध्ये पार पडला. आल्बोर्गमध्ये मधून मधून गोळीबाराच्या फैरी

झडत. घातपाती कृत्यांच्या बातम्या कळत.

कारेन आता छोटी मुलगी राहिली नव्हती. सुंदर तरुणी बनत होती. आई–वडील किंवा मैत्रिणींव्यतिरिक्त दुसऱ्या कुणावर तरी जीव जडण्यात अनुभवाला येणाऱ्या आशा–निराशा आणि रोमांचक अनुभव तिलाही यायला लागले होते. तिचा अगदी खास दोस्त होता शाळेतला उत्कृष्ट फुटबॉल खेळाडू मोगेन सोरेन्झेन. इतर मुली आता तिचा हेवाच करायला लागल्या.

नृत्यकलेत तिची होणारी प्रगती थक्क करणारी होती. कोपनहेगनमधल्या रॉयल बॅलेसाठी तिने प्रयत्न करावा यासाठी तिची शिक्षिका मेता आणि आग् यांच्या मागे लागली होती. नृत्य म्हणजे कारेनच्या बाबतीत नक्की ईश्वरी देणगी होती आणि तिच्या नृत्यातून प्रकट होणारा भावनाविष्कार तिच्या वयाच्या मानाने फारच पुढे होता अशीही तिची खात्री होती.

१९४३ साल संपत आले. डेन्मार्कमधली परिस्थिती झपाट्याने बिघडत होती. दोस्त सैन्याच्या लष्करी ठाण्यांबरोबर डॅनिश भूमिगत सेना संपर्क ठेवून होती. युद्धसाहित्य बनवणाऱ्या कारखान्यांच्या जागा, त्या साठविण्याच्या जागा वगैरे महत्त्वाच्या बातम्या कळवून ब्रिटनच्या मॉस्क्वीटो बॉम्बर विमानांना या जागा दाखवून देत होती.

हायपोज् आणि जर्मनांनी हाताशी धरलेल्या इतर दहशतवाद्यांनी सूडाचे सत्र आरंभले. या स्फोटांचे दणके उडत असतानाच आता आग्च्या मनात नवीनच भीती निर्माण झाली. कारेन कोण, कुठली ही माहिती आल्बोर्गमध्ये अनेकांना होती आणि हायपोज्कडून ती जर्मनांना पोचली असणार याबद्दलही त्याची खात्री होती. मेता आणि आग् यांनी आल्बोर्गमधले घर विकून कोपनहेगनलाच जायचे ठरवले. आग्ला तिथे चांगली नोकरी मिळाली आहे आणि कारेनला नृत्याचे पुढले शिक्षण तिथेच मिळेल असे सांगता आले असते.

१९४३ च्या उन्हाळ्यात आग्ने कोपनहेगनमधल्या एका लॉ फर्ममध्ये नोकरी पत्करली. तिथल्या दहा लाखांच्या जनसमुदायात आपले अस्तित्व कुणाला जाणवणार नाही, अशी त्याची खात्री होती. कारेन ही त्यांचीच मुलगी आहे असे दर्शविणारी खोटी कागदपत्रे त्यांनी तयार करून घेतली. भग्न हृदयाने मोगेन सोरेन्झेनचा निरोप घेऊन कारेन निघाली.

हॅन्सेननी कोपनहेगनमध्ये सुंदर घर घेतले. रस्त्याच्या दोन्ही बाजूला झाडे, समोर सरोवर. त्यावरून गावात जायला पूल.

नवीन ठिकाणी पुन्हा नवीन आयुष्य सुरू करण्यातला बुजरेपणा संपल्यावर कारेन कोपनहेगनच्या प्रेमातच पडली. पृथ्वीवरचे परीकथेतले राज्य म्हणजे कोपनहेगन. कारेन, आग् आणि मॅक्सिमिलीयन तासन्तास डोळे विस्फारून शहरात फिरत.

बघण्यासारख्या आणि आश्चर्यकारक अशा तरी किती गोष्टी असाव्यात? बंदरावर छोट्या मत्स्यकन्येचा पुतळा. एक किल्ला. किल्ल्याभोवती मोठमोठ्या बागा. राजवाडा. छोटे छोटे ओढे. गल्ल्यागल्ल्यात प्राचीन पाच पाच मजली विटांची घरे.

कोपनहेगनच्या शिरोपेचावरचा तुरा म्हणजे तिवोली! रंगीबेरंगी फिरते दिवे, थिएटर्स, हॉटेल्स, खास मुलांसाठी तऱ्हेतऱ्हेच्या फिरणाऱ्या गाड्या, असंख्य रंगीबेरंगी फुले, मुलांचे वाद्यवृंद, डोळे दिपवणारी आतषबाजी, रोषणाई, मुलांच्या खुल्या हसण्याचे आवाज. तिवोली म्हणजे एक परीकथाच होती. कोपनहेगनपासून आपण इतकी वर्षे दूर राहिलो तरी कसे याचेच आता कारेनला आश्चर्य वाटत होते.

एक दिवस रस्त्यावरून, जिन्यावरून धावत येत घराचा दरवाजा उघडत, बाबा बाबा करत कारेनने आग्ला मिठी मारली. त्याच्या हातामधले वर्तमानपत्र घेऊन फेकून दिले आणि त्याला उभे करून ती घरभर नाचायलाच लागली. तो आ वासून बघत असतानाच तिने घरातल्या सोफ्यावर, टेबलावर नाचत पुन्हा परत येऊन त्याच्या गळ्याला मिठी मारली. मेता आतून येऊन दरवाजात उभी राहिली आणि हळूच हसली.

"अहो तुमची मुलगी तुम्हाला सांगते आहे की, तिची रॉयल बॅलेसाठी निवड झाली आहे म्हणून." कौतुकाने मेता म्हणाली.

"छान! उत्कृष्ट!" आग् खुषीने उद्गारला.

त्या रात्री कारेन झोपल्यावर मेता अभिमानाने आग्ला सांगत होती की, कारेन म्हणजे हजारात एक मुलगी आहे असे सर्व म्हणतात म्हणून. पाच-सहा वर्ष कसून सराव आणि ती एकदम उच्च स्थानी पोचेल.

"छान! फार छान!" स्वतःचा आनंद आणि अभिमान लपवायचा प्रयत्न करत आग् म्हणाला.

पण कोपनहेगनमध्ये घडत असणाऱ्या इतर गोष्टी परीकथेला शोभणाऱ्या नव्हत्या. प्रत्येक रात्री आकाश उजळवून टाकणारे स्फोटांचे दणके जाणवत. बंदुकांचे आणि मशिनगन्सचे आवाज ऐकू येत.

घातपात!
सूड!
घातपात!
सूड!

डॅनिश लोकांना ज्या गोष्टींपासून आनंद मिळत असे. अशा गोष्टींचा हायपोज्नी पद्धतशीरपणे विध्वंस करायला सुरुवात केली. थिएटर्स, रेस्टॉरन्टस् आणि इतर मजेत आणि आनंदाने वेळ घालवायच्या जागा जर्मनांचे दहशतवादी वेचून उडवत होते. भूमिगत सैन्याने दारूगोळ्यांचे कारखाने आणि जर्मनांच्या युद्धकार्यांत अडथळे आणणारी लक्ष्ये निवडायला सुरुवात केली. बघता बघता रात्रंदिवस घडणाऱ्या

स्फोटांनी कोपनहेगन उद्ध्वस्त व्हायला लागले.

जर्मनांची परेड असली की रस्ते ओस पडत. त्यांचे समारंभ असले की डॅनिश ढुंकून बघत नसत. प्रत्येक डॅनिश रजेच्या दिवशी रस्त्यांतून शांतपणे मिरवणुका निघत. राजा दररोज रपेट करायला निघाला की शेकडो डॅनिश लोक त्याच्यामागे आरडाओरडा करत पळत. परिस्थिती दिवसेंदिवस प्रक्षुब्ध बनत होती. शेवटी भडका उडालाच. २९ ऑगस्ट १९४३ उजाडला तोच झीलॅन्डपर्यंत ऐकू येईल अशा दणक्याने. बंदरातील जहाज वाहतूक बंद पडावी म्हणून डॅनिश नौदलाने स्वत:च आपली जहाजे बुडवली होती.

संतापलेल्या जर्मनांनी आपले सैन्य सरकारी इमारती आणि राजवाड्यावर कब्जा घ्यायला पाठवले. राजाच्या सैनिकांनी प्रखर विरोध केला. तुफान धुमश्चक्री झाली. पण थोड्याच वेळात राजवाडा जर्मनांनी ताब्यात घेतला. अनेक जर्मन जनरल्स, एस्.एस्., गेस्टॅपो डेन्मार्कला धडा शिकवायला आले. डॅनिश पार्लमेंट बरखास्त झाले. डझनावारी नवीन आज्ञा निघाल्या. जर्मन संरक्षणाखालील आदर्श राज्य संपले. तसे ते कधी असलेच तर.

डॅनिश भूमिगत सैन्यानेही आपली घातपाती कृत्ये नव्या जोमाने सुरू केली. जर्मनांची स्थिती बिकट व्हायला लागली. आणि जर्मनांनी नवीन हुकूम काढला.

''आजपासून प्रत्येक ज्यूने ''स्टार ऑफ डेव्हिड'' असलेली पिवळी पट्टी दंडावर बांधली पाहिजे.''

त्या रात्री भूमिगत रेडिओ स्टेशनवरून डॅनिश जनतेला ऐकू आले. ''प्रत्येक ज्यूने ''स्टार ऑफ डेव्हिड'' लावला पाहिजे या जर्मन आज्ञेबाबत राजाने सांगितले आहे की, एक डॅनिश माणूस आणि दुसरा कुठलाही डॅनिश माणूस यांच्यात काही फरक नाही. पहिला ''स्टार ऑफ डेव्हिड'' राजा स्वत:च लावणार आहे. प्रत्येक देशभक्त डॅनिश माणूस तेच करेल अशी राजाची खात्री आहे.''

दुसऱ्या दिवशी कोपनहेगनमधल्या आम जनतेने दंडावर ''स्टार ऑफ डेव्हिड'' असलेली पिवळी पट्टी बांधली होती.

तिसऱ्या दिवशी जर्मनांनी हुकूम मागे घेतला.

आग् स्वत: भूमिगत सैन्यात नसला तरी त्याच्या लॉ फर्ममधले इतर भागीदार भूमिगत सैन्यात महत्त्वाच्या पदांवर होते. त्यामुळे त्यांच्या कार्याची माहिती त्याला अधून मधून मिळत असे. १९४३ च्या शेवटी शेवटी तो खूप काळजीत होता. त्याने मेताशी चर्चा करून कारेनबद्दलचा निर्णय घ्यायचे ठरवले.

''काही महिन्यातच जर्मन सर्व ज्यूंना पकडणार आहेत ही गोष्ट नक्की आहे. गेस्टॅपो नक्की कधी ही धरपकड सुरू करणार ती वेळ मात्र कळलेली नाही.''

मेता खिडकीजवळ जाऊन उभी राहिली. समोर सरोवर होते. जुन्या शहराला

जोडणारा पूलही. तिला यातले काहीच दिसत नव्हते. संध्याकाळ झाली होती. बॅले स्कूलमधून कारेन परत यायची वेळ झाली होती. कारेनच्या तेराव्या वाढदिवसानिमित्त तिने किती तरी गोष्टी करायच्या ठरवल्या होत्या. चाळीस मुलांना ती बोलावणार होती. तिवोली गार्डन्समध्ये.

आग्ने आपला पाईप पेटवला. त्याचे लक्ष टेबलावरच्या कारेनच्या फोटोकडे होते.

''मी तिला सोडणार नाही.'' मेताने सांगितले.

''आपल्याला हक्क नाही की...''

''ती ज्यू नाही. ती आपली मुलगी आहे. आपल्याकडे तशी कागदपत्रे आहेत.''

आग्ने हळूच आपल्या पत्नीच्या खांद्यावर हात ठेवला. ''आल्बोर्गमधल्या कुणीतरी जर्मनांना कळवले तर?''

''एका मुलीसाठी ते इतके कष्ट घेतील असे वाटते तुला?''

''अजूनही तू या लोकांना खरेच ओळखलेले नाहीस का?''

मेता वळून आग्कडे बघत म्हणाली, ''मग आपण तिला कायदेशीर दत्तक घेऊ.''

आग्ने हळूच नकारार्थी मान हलवली. मेताचा धीर सुटला आणि ती खुर्चीत बसली. ''काय होणार आहे रे?''

''सर्व ज्यूंना झीलॅन्डच्या किनाऱ्यावर नेण्याचे घाटत आहे. नक्षिून स्वीडन. आपण मिळतील त्या बोटी खरेदी करत आहोत. स्वीडीश लोकांनी शब्द दिला आहे की, ते प्रत्येकाला प्रवेश देतील. त्यांची सोय बघतील.''

''किती तरी रात्री मी सताड डोळे उघडे ठेवून याच विचारात काढल्या आहेत. मी स्वत:ला समजावते आहे की, ती इथून पळाली तरच जास्त धोका आहे. ती आपल्याबरोबर आहे तोपर्यंतच सुरक्षित आहे.''

''तू स्वत:च काय बडबडते आहेस याचा विचार कर मेता.''

दु:खाने पिळवटल्यासारखी पण अगदी निक्षून मेता म्हणाली, ''मी कधीच तिला सोडणार नाही आग्. मी तिच्याशिवाय जगूच शकणार नाही.''

डेन्मार्कमधली सगळी ज्यू प्रजा गुप्तपणे उत्तरेला झीलॅन्डला न्यायची हे काम सोपे नव्हते. पण प्रत्येक डॅनिश माणसाने ते आपले कर्तव्य मानले. सर्व जणांना सुखरूप स्वीडनमध्ये पोचवण्यात आले.

महिन्याभरातच जर्मनांनी ज्यू लोकांना पकडण्याची मोहीम उघडली. पण सबंध डेन्मार्कमध्ये एकही ज्यू त्यांच्या हाताला लागला नाही.

कारेन हॅन्सेन कुटुंबात सुरक्षित होती. पण कारेनला स्वत:जवळ ठेवण्याचा निर्णय आपला आहे याची मेताला जाणीव होती. तिच्या मनावर भयंकर ताण पडत

होता. एकही ज्यू सापडला नाही तेव्हापासून जर्मन दडपशाहीचा वरवंटा डेन्मार्कमध्ये फिरायला लागला. अफवांनी तिचा जीव थाऱ्यावर राहिनासा झाला. तीनचार वेळेला तर कारेनला घेऊन ती जुटलॅन्डला आपल्या नातेवाईकांकडे पळाली.

आग्ने आता भूमिगत कार्यामध्ये स्वत:ला झोकून घेतले. तीन–तीन चार–चार रात्री तो घरी नसायचा. त्या रात्री मेताचा डोळ्याला डोळा लागत नसे.

आता डॅनिश भूमिगत सैन्याने आपले सर्व लक्ष जर्मन वाहतुकीवर वळवले. प्रत्येक अर्ध्या तासाला कुठल्या तरी रेल्वे लाईनवर बॉम्बफेक होत होती. बघता बघता डेन्मार्कमधले रेल्वेचे जाळे उद्ध्वस्त झाले. चक्काचूर झालेले, मोडतोड झालेले आगगाड्यांचे डबे सर्वत्र पडलेले दिसायला लागले.

सूड म्हणून हायपोज्नी तिवोली गार्डन्स उद्ध्वस्त केले.

डेन्सनी संपाची नोटीस दिली. सबंध कोपनहेगनमध्ये रस्तोरस्ती अडथळे उभारले. डॅनिश, अमेरिकन, ब्रिटीश, रशियन ध्वज फडकावले.

कोपनहेगनची परिस्थिती तर जर्मनांच्या वेढ्यात सापडल्यासारखी झाली.

डॉ. वर्नर बेस्टने संतापूनच संप दडपला. पण विध्वंस थांबला नाही.

*१९ सप्टेंबर १९४४*

डॅनिश जनतेला काबूत ठेवण्यात अयशस्वी ठरल्याचा ठपका ठेऊन सबंध डॅनिश पोलिस दलाला तुरुंगात डांबण्यात आले.

एका धाडसी हल्ल्यात डॅनिश भूमिगत सैन्याने नाझींच्या रेकॉर्ड ऑफिसची राखरांगोळी केली.

छोट्या बंदुकांची निर्मिती सुरू झाली. निसटून जाऊन भूमिगत सैनिक स्वीडनमधल्या 'डॅनिश फ्री फोर्स'ला मिळायला लागले. त्यांनी हायपोज् आणि इतर देशद्रोह्यांना आणि फितुरांना कंठस्नान घालायला सुरुवात केली.

हायपोज् आणि जर्मनांनी माथे फिरल्याप्रमाणे कोणाचेही खून पाडायचे सत्र आरंभले.

आणि आता दोस्त सैन्याने बॉम्बफेक करून उद्ध्वस्त केलेल्या जर्मन शहरातले जर्मन निर्वासित डेन्मार्कमध्ये घुसायला लागले. त्यांनी सबंध डेन्मार्कमध्ये डॅनिश लोकांना घराबाहेर काढायला आणि लुटालूट करायला आरंभ केला. डॅनिश लोकांनी तुच्छतेनेच त्यांच्याकडे पाठ फिरवली.

एप्रिल १९४५ मध्ये वेगवेगळ्या अफवा पसरायला लागल्या.

*४ मे १९४५*

"आई! बाबा! युद्ध संपले! युद्ध संपले!"

# १३

विजयी सैन्यांनी डेन्मार्कमध्ये प्रवेश केला. अमेरिकन आणि ब्रिटीश फौजा आणि डॅनिश फ्री फोर्स. धामधुमीचा आठवडा. हायपोज् आणि इतर फितूर आणि राष्ट्रद्रोही, डॉ. बर्नर बेस्ट आणि गेस्टॅपो यांच्या पापाचे घडे भरले. न्याय आणि शिक्षा तात्काळ. आनंदाचा जल्लोष. वृद्ध राजाकडून डॅनिश पार्लमेंटची पुन्हा स्थापना. अत्यंत अभिमानाने आणि भावनाविवश होऊन पण थकलेल्या आवाजातले राजाचे भाषण.

पण मेता आणि आग् यांना स्वातंत्र्याचा हा आठवडा अत्यंत दु:खातच गेला. सात वर्षांपूर्वी एका छोट्या मुलीची त्यांनी संकटातून मुक्तता केली होती. तिला आपली मुलगी म्हणून वाढवली होती. त्यावेळची छोटीशी मुलगी आता तारुण्याच्या उंबरठ्यावर उभी होती. अत्यंत सुंदर, आकर्षक आणि गोड होती कारेन. चेहराही किती हसरा. बोलत असताना तर ऐकत रहावेसे वाटे. नृत्य करताना बघितले तर पायांना पंख फुटल्यासारखे वाटे. मूर्तीमंत परी! मूर्तीमंत काव्य! आणि आज? वर्षानुवर्षे कुणावर तरी जीव जडवला होता तोच गुन्हा ठरण्याचा क्षण आला होता.

दु:खाच्या भरात एकदा मेता म्हणाली होती की, वाटेल ते झाले तरी ती कारेनला सोडणार नाही. आज तेच शब्द तिच्या मनाला खात होते. आता लढाई जर्मनांशी नव्हती. स्वत:च्या मनाशीच होती. आणि आग्? दिलेला शब्द पाळणारच होता. पण त्यासाठी कारेनवरचे अपरंपार प्रेम बळी पडणार होते. स्वातंत्र्यानंतर यांची झोप उडाली. कारेनशिवाय आयुष्य? काय जगण्यात अर्थ होता मग? या सात वर्षांत ते आधीच पार खचले होते. पण वाईट परिस्थितीतही घरात हसू होते. आज डेन्मार्क हसत होता आणि हॅन्सेन दांपत्यावर दु:खाचे सावट पसरले होते. त्यांना जास्ती काही नको होते. डोळ्यांसमोर कारेन दिसायला हवी होती. कानात तिचा गोड आवाज गुणगुणायला हवा होता. तिच्या खोलीत वेळ काढून आयुष्यभर पुरतील अशा सुखद आठवणी गोळा करायला या वेड्या मनांनी सुरुवात केली.

असा दिवस उजाडणार याची कारेनला खात्री होती. तिचेही हॅन्सेन पतीपत्नींवर प्रेम होते. योग्य तीच गोष्ट केल्याशिवाय आग् राहूच शकला नसता. पण त्यानेच प्रथम विषय काढेपर्यंत ती बोलणार नव्हती. स्वातंत्र्याच्या जल्लोशानंतर दोन आठवडे गेले. आग् आणि मेता यांची खिन्नता वाढत होती. आता तर जेवतानाही त्यांना काही बोलणे सुचेना. एक दिवस जेवल्यानंतर निर्जीवपणे, पाठ केल्याप्रमाणे, आग्च्या तोंडून शब्द उमटले. "आता तुझ्या आई वडिलांचा शोध घ्यायला हवा कारेन. तेच योग्य ठरेल." एवढे बोलून तो घाईघाईने बाहेर गेला. मेता ठोकळ्यासारखी बसली होती.

“माझे फार प्रेम आहे तुमच्यावर.” असे म्हणत कारेन आपल्या खोलीत गेली आणि बिछान्यावर कोसळून हमसून हमसून रडायला लागली. या दोन वृद्ध जिवांना दु:ख द्यायला आपणच कारणीभूत होतो आहोत म्हणून तिला स्वत:चाच तिरस्कार वाटत होता. पण स्वत:चा भूतकाळही शोधायलाच हवा होता. काही दिवसातच त्यांनी एका आंतरराष्ट्रीय निर्वासित संघटनेमध्ये पाय ठेवला.

“ही माझी मानलेली मुलगी.” आग्ने सांगितले.

स्वातंत्र्यानंतर तर या संघटनेचे काम सुरू झाले होते. काम करणारी मुलगी नवीनच. पण हॅन्सेन पतीपत्नींसारखी माणसे बघून तिच्या हृदयाला घरे पडत होती. प्रत्येक दिवशी अशा दु:खद घटनेत सहभागी होणे तिला आताच कठीण व्हायला लागले होते. डेन्मार्क, स्वीडन, बेल्जियम, हॉलंड, फ्रान्स यासारख्या सर्व देशात अनेक पतीपत्नींनी अशा मुलांना आसरा दिला होता, स्वत:च्या मुलांसारखे प्रेम करून वाढवले होते आणि त्या अपार प्रेमाचे कटू बक्षीस ते भरल्या डोळ्यांनी स्वत:हून स्वीकारीत होते. त्याच मुलांपासून ताटातूट!

“तुम्हाला बराच काळ थांबावे लागेल. युरोपमध्ये या युद्धाने लाखो लोक देशोधडीला लागले आहेत. कुटुंबांमधील सर्व माणसे पुन्हा एकत्र आणण्यात किती काळ जाईल याची आम्हालाच कल्पना नाही.”

त्यांनी आपल्या जवळची पत्रे, माहीत असलेल्या नातेवाईकांची नावे वगैरे देऊन ठेवली. कारेनचे वडील संशोधक होते. महत्त्वाची व्यक्ती. त्या मुलीने थोडी आशा प्रकट केली.

एक आठवडा गेला. मग दुसरा. तिसराही. जून–जुलै. आग् आणि मेता मनावर दगड ठेवून दिवस काढत होते. हल्ली कारेनच्या खोलीबाहेर उभे राहून तिच्या खोलीत बघत बसण्याचा प्रकार वाढला होता. किती छान खोली होती तिची. आणि तिथे दरवळणारा सुगंधही. तिथे बर्फावरून स्केटिंग करण्याचे स्केटस् होते आणि नृत्याच्या वेळी घालायचे स्लीपर्स. मैत्रिणींचे फोटो आणि प्रायमा बॅलेरीनाज्ची पोस्टर्सही. तिच्या मित्राचा, पीटरसनचाही फोटो.

आणि शेवटी एक दिवस निर्वासित संघटनेकडून बोलावणे आले. “आम्ही केलेल्या चौकशीचा आजपर्यंत तरी उपयोग झालेला नाही. पण याचा अर्थ तिचे कुटुंबीय मिळणारच नाहीत असा नाही. वेळ खूप लागेल आणि बरेच कष्ट घ्यावे लागतील एवढेच. पण कारेनने एकटीने किंवा मिस्टर हॅन्सेनबरोबरही जर्मनीला जावे असा सल्ला मात्र मी अजिबात देणार नाही. आम्ही इथून करू शकतो त्याहून जास्त जर्मनीत जाऊनही कोणी करू शकणार नाही.” त्या स्त्रीने तिघांकडे बघत पुढे बोलायला सुरुवात केली. “काहीतरी भयानक आणि भीषण घटना जर्मनीत घडल्या आहेत अशी माहितीही हळूहळू आम्हाला मिळते आहे. जर्मनीत लाखो ज्यूंची कत्तल

झाली असावी असा संशय आहे.''

चला, म्हणजे सध्यातरी कारेन जाणार नाही. हा विचार मनात आला आणि आग् आणि मेता यांना स्वत:ची लाज वाटली. कारेनचे पन्नास एक नातेवाईक मेले म्हणून तिला ठेवून घ्यायची आपण? प्रेम आणि कर्तव्य यामध्ये होणाऱ्या ओढाताणीतून शेवटी कारेननेच त्यांची सुटका केली.

हॅन्सेननी तिच्यावर प्रेमाचा वर्षाव केला असला आणि त्यांचेही तिच्यावर प्रेम असले तरी प्रथमपासूनच एक अदृश्य पडदा त्यांच्यात होता. जर्मनांनी डेन्मार्कवर कब्जा मिळवल्याच्या सुरुवातीच्या काळात ती आठ एक वर्षांची असताना आग्ने तिला सांगितले होते की, ती ज्यू आहे असे तिने कुठेही बोलता कामा नये. त्यापासून तिला धोका आहे. आग्वरचा विश्वास आणि प्रेम यामुळे तिने त्याची आज्ञा तंतोतंत पाळली होती. पण ती ज्यू आहे म्हणून इतरांपेक्षा वेगळी कशी आणि तिचा जीव धोक्यात का याबद्दल तिला आश्चर्य वाटायचे. हा प्रश्न ती कधी विचारू शकली नसल्याने त्याचे उत्तरही तिला कधी मिळाले नव्हते. इतर ज्यूंशी कारेनचा कधी संबंध आला नव्हता. तिला स्वत:मध्ये आणि इतरांमध्ये काही फरक दिसत नव्हता. पण अशा विचारांनीच तो अदृश्य पडदा निर्माण झाला होता.

शक्य आहे की तिच्या मनातला हा प्रश्न कालांतराने आपोआप नाहीसाही झाला असता. तसे न होण्याला कारणीभूतही हॅन्सेन दांपत्यच होते. जे घडले तेही अजाणतेपणे. हॅन्सेन कुटुंब लुथेरन चर्चच्या धार्मिक परंपरा पाळणारे होते. अत्यंत धार्मिक प्रवृत्तीचे. दर रविवारी कारेनला घेऊन चर्चला जात. दररोज रात्री झोपायच्या वेळी 'बुक ऑफ साम्सं'मधून आग् वाचून दाखवायचा. तिच्या दहाव्या वाढदिवसाला त्यांनी एक बायबल तिला दिले. छानपैकी चामड्याच्या वेष्टणात बांधलेले, तिला त्यातल्या गोष्टी खूप आवडायच्या. सॅम्युएल आणि राजे, प्रेमकथा, युद्धे, परीकथांसारख्याच कथा. बायबल म्हणजे तिला हॅन्स ख्रिस्तियन ॲन्डरसनच्या पुस्तकांसारखेच आवडायला लागले.

पण बायबल वाचायला लागल्यावर मनात गोंधळ उडायला लागला. किती वेळा तरी आग्ला विचारावे असे तिला वाटले होते. जीझस एक ज्यू म्हणून जन्माला आला होता. त्याची आई, त्याचे शिष्य ज्यू होते. बायबलचा पहिला आणि कारेनच्या मनावर मोहिनी घालणारा भाग ज्यूंबद्दलच होता. त्याच्यात पुन्हा पुन्हा लिहिले होते की, देवाने घातलेले नियम अमलात आणण्यासाठी स्वत: देवाने निवडले होते ते लोक म्हणजेच ज्यू.

हे खरे असेल तर ज्यू होणे धोकादायक का बनले होते? ज्यूंचा सर्वजण इतका द्वेष का करत होते? कारेन मोठी व्हायला लागली तशी जास्त विचार करायला लागली. ज्यूंनी वाईट वर्तन केले तर देव त्यांना शिक्षा करत असे. खरंच आजचे

ज्यू इतके वाईट होते?

कारेन चौकस बुद्धीची होती. जोपर्यंत हे प्रश्न तिच्या डोक्यात घर करून होते तोपर्यंत तिला चैन पडत नव्हते. तिला पुन्हा पुन्हा बायबल वाचायचा नाद लागला. शांतपणे ती स्वत:च या प्रश्नांची उत्तरे शोधायच्या प्रयत्नांना लागली.

ती पुन्हापुन्हा बायबल वाचत मोठी होत होती आणि जास्तीच कोड्यात पडत होती. ती चौदा वर्षांची होईपर्यंत बायबलमधल्या अनेक भागांचा योग्य अर्थ तिने लावला होता. जीझसने शिकवलेली प्रत्येक गोष्ट, त्याची प्रत्येक कल्पना यांचा समावेश आधीच "ओल्ड टेस्टॅमेंट"मध्ये झाला होता. शेवटी एक अत्यंत कठीण कोडे तिच्यापुढे उभे राहिले. जीझस पुन्हा प्रकट झाला तर तो चर्चपेक्षा सिनॅगॉगमध्येच जाईल याबद्दल तिची तरी खात्री पटली होती. जीझसला भजणारे लोक त्याच्याच माणसांचा इतका तिरस्कार, इतका द्वेष तरी का करत होते?

तिच्या चौदाव्या वाढदिवशी आणि एक छोटी घटना घडली. चौदाव्या वाढदिवसाच्या दिवशी मोठ्या समारंभाने डॅनिश मुलींना चर्चमध्ये कन्फर्म करण्यात येई. कारेनला ते ठाऊक होते. कारेन डॅनिश बनली होती. ख्रिश्चन म्हणून जगत होती, तरी हॅन्सेन पतीपत्नी हे पाऊल उचलायला मागेपुढे करत होते. त्यांनी आपआपसात चर्चा करून ठरवले की, देवाने आधीच जर एखादी गोष्ट नक्की केली असली तर त्यांना त्यामध्ये ढवळाढवळ करण्याचा काहीच अधिकार नाही. त्यांनी कारेनला सांगितले की युद्ध आणि एकूण परिस्थितीचा विचार करून त्यांनी हा समारंभ पुढे ढकलायचे ठरवले आहे. पण कारेनला अर्थातच खरे कारण माहीत होते.

ती प्रथम हॅन्सेन कुटुंबात राहायला आली तेव्हा तिला गरज होती ती प्रेमाची, आसऱ्याची, निवाऱ्याची. आता तिला आस लागली होती, ती स्वत:चा शोध घ्यायची. तिच्या कुटुंबाचे रहस्य, तिचा भूतकाळ, ती ज्यू आहे या गोष्टीशी निगडीत होता. कायम डॅनिश म्हणून राहायचे असेल तर या सर्व प्रश्नांचा विचार बंद करणे आवश्यक होते. ते शक्यच नव्हते. तिचा भूतकाळ आणि तिचा धर्म हॅन्सेन दांपत्य आणि तिच्यामध्ये कायमच राहणार होता.

युद्ध संपले तेव्हाच तिला जाणीव झाली की, हॅन्सेन कुटुंबियांबरोबरची ताटातूट अटळ आहे. शहाणपणाने आणि शांतपणाने तिने या प्रसंगाला तोंड देण्याची मनाची तयारी केली. कारेन हॅन्सेन बनणे हा एक खेळ होता. तिला पुन्हा कारेन क्लेमेन्ट बनायचे होते. तिने आपल्या भूतकाळाचे विसरलेले धागे पुन्हा जोडायचा प्रयत्न सुरू केला. आई, वडील, भाऊ यांच्या आठवणी तुटक तुटक आणि अंधुकशा स्वरूपातच पुढे येत होत्या. पुन्हा सर्वजण भेटल्यावर काय घडेल ते चित्र ती मनासमोर उभे करायला लागली. त्यांना शोधायलाच पाहिजे असा ध्यास तिने कायम मनात धरला.

काही महिन्यांनी तिने आग् आणि मेताला सांगितले की, ती स्वत:च आपल्या

आई–वडिलांच्या शोधाला निघणार आहे. युद्धात सर्व गमावून बसलेल्या लोकांचा स्वीडनमध्येही एक कॅम्प होता. तिथे मी गेले तर आई–वडिलांच्या शोधाला मदतच होईल याची तिने निर्वासित संघटनेमधल्या स्त्रीकडून खात्री करून घेतली आहे असेही त्यांना सांगितले. हे अर्थातच खरे नव्हते. पण हॅन्सेन दांपत्याची त्यांच्या दु:खातून मुक्तता करायचा हा एकच मार्ग तिला दिसत होता.

स्वत:साठी नाही पण आग् आणि मेता यांच्यासाठी ती खूप रडली. पत्रे लिहिण्याची, पुन्हा भेटण्याची वचने देऊन कारेन हॅन्सेन, वय वर्षे चौदा, बाहेर पडली. युद्धाचा परिणाम म्हणून लाखो माणसे कशाच्या न कशाच्या शोधात वणवण करत होती. त्या प्रवाहात कारेनने स्वत:लाही झोकून दिले.

## १४

स्वप्न आणि सत्य यांच्यामधली तफावत भीषण होती. डेन्मार्कमधून बाहेर पडल्यावर पहिला महिना कारेनने भीतीच्या दडपणाखालीच काढला. आजपर्यंत नेहमीच तिला कुणाचा ना कुणाचा तरी आधार होता. डोक्यावर छत्र होते. आता ती एकटी होती. केवळ अतीव निर्धाराच्या बळावरच तिने तो महिना निभावला.

प्रथम ती स्वीडनमधल्या कॅम्पमध्ये गेली. तिथून बेल्जियम. घर नाही, दार नाही, खिशात दमडी नाही अशा लोकांचा प्रचंड ओघ वाहत होता. यातनातळांमधून मुक्त केलेले, लपून राहिलेले, पळालेले, जंगलात दिवस काढून लढलेले आणि गुलाम म्हणून राबवलेले तर अगणित. प्रत्येक दिवस उजाडे तो नवीन बातम्यांनी, अफवांनी, अत्याचारांच्या भयानक कहाण्यांनी. दर दिवशी कारेन नवनवीन धक्के खात होती. युद्धात अडीच कोटी लोकांची सरळसरळ आहुती पडली होती.

मार्सेलिसपासून काही मैलांवर असलेल्या ला सिओता या कॅम्पमध्ये ती पोचली. सिमेंट काँक्रीटच्या बरॅक्स आणि चिखल. निर्वासितांच्या संख्येत प्रत्येक दिवशी वाढ होत होती. सर्वच गोष्टींची कमतरता होती. मृत्युचे सावट तर कायमच पडलेले. सबंध युरोप हीच एक प्रचंड शवपेटी बनली होती.

वंशविच्छेद! साठ लाख लोकांच्या मृत्युचे तांडव!

कारेनच्या कानांवर कुप्रसिद्ध नावे पडायला लागली. फ्रान्क म्यूलर, हिमलर, रोझेन्बर्ग, स्टाईशर, काल्टेन ब्रूनर, हायड्रिच–काही नवीनही.

इझा कोख–हिला शरीरावरील गोंदवून घेतलेल्या कातडीच्या भागाच्या लॅम्पशेडस् आवडायच्या.

डीटर विझलिकझेनी-कत्तलखान्याकडे ज्यूंना पोचवणारा खाटीक.

क्रामर–घोड्याच्या चाबकांनी नग्न स्त्रियांना फोडून काढणारा. त्यांच्या दुर्दैवाने

यातून जिवंत राहिलेल्या स्त्रियाही कारेनला भेटल्या.

आणि पुन्हा पुन्हा ज्याचे नाव कानावर पडत होते तो सर्वात मोठा क्रूरकर्मा! उत्कृष्ट हिब्रू बोलणारा पॅलेस्टीनीयन! आईशमन!

ज्यू नावाचा गुप्त दरवाजा उघडल्याचा कारेनला आता पश्चाताप होत होता. त्या दरवाजामागे मृत्युच दडलेला होता. एखादा काका, काकू, मावशी, चुलतभाऊ, मावसभाऊ यांच्या मृत्युचे पुरावे तिला मिळायला लागले.

वंशविच्छेद! यंत्रांच्या सफाईने केले गेलेले काम! जर्मनांचे सुरुवातीचे प्रयत्न फारच अपुरे ठरले. रायफलच्या गोळ्यांनी ठार मारायचे. फारच हळू चालणारे काम. किती मारणार असे? शास्त्रज्ञांना सूचना गेल्या. नवीन पद्धती शोधून काढा. ट्रक्सवर पोलादी पेट्यात कोंबून पुरण्याच्या जागी पोचेपर्यंत गॅसने ज्यूंना ठार मारायला सुरुवात झाली. तरी ठार मारायला हवा तेवढा वेग नाही. मग दहनभूमी. गॅस चेम्बर्स. अर्ध्या तासात दोन हजार माणसे ठार! एखादा दिवस चांगला पार पडला तर दहा हजार माणसांचा जीव घेता यायचा. एखाद्या कारखान्याप्रमाणे पद्धतीचा जम बसला.

आणि कारेनने गॅस चेम्बरमधल्या मृत्युपेक्षा त्वरित येणारा मृत्यु परवडला म्हणून विजेचा प्रवाह सोडलेल्या काटेरी तारांच्या कुंपणावर स्वत:ला झोकून दिलेल्या हजारो कैद्यांच्या कथा ऐकल्या.

रोगराई आणि भुकेने बळी पडलेल्या, खड्ड्यात घालून मध्ये लाकडाचे तुकडे ठेवून, पेट्रोल ओतून जाळून टाकलेल्यांच्या गोष्टी ऐकल्या.

मुलांना खास ठिकाणी व्यवस्थित वाढवण्यासाठी म्हणून मातांपासून वेगळे करत.

स्वच्छ आंघोळ करण्यासाठी साबूचा तुकडा देऊन चेम्बरमध्ये पाठवत. तो दगड आहे कळेपर्यंत चेम्बरमध्ये गॅस सोडला जाई.

आत जाण्यापूर्वी अनेक स्त्रिया आपल्या वस्त्रातच तान्ह्या मुलांना ठेवून ती वस्त्रे बाहेर अडकवून ठेवत. पण जर्मनांना ही युक्ती माहीत होती. ती मुले तात्काळ शोधली जात.

हजारो जणांना नग्न करून स्वत:साठी खड्डे खणायला लावून खड्ड्यांच्या काठावर गुडघ्यावर बसवत. आपल्या छोट्या मुलांच्या डोळ्यांवर हात ठेवून जर्मनांनी मागून डोक्यात झाडलेल्या पिस्तुलांच्या गोळ्यांच्या वर्षावाला बळी पडत.

एस. एस. हाऊफस्टुर्म फ्यूरर फ्रीटझ् गेबॉयेर–स्त्रिया व मुलांना नुसते गळे दाबून ठार मारणे हे याचे वैशिष्ट्य. बर्फासारख्या थंडगार पाण्याच्या पिंपात अर्भकांना टाकून ती मरताना पाहायला त्याला आवडे.

हाईनेन–एका पाठी एक अनेकांना उभे करून एकाच गोळीने जास्तीत जास्त माणसे मारायचा त्याचा प्रयत्न असे. स्वत:चाच उच्चांक मोडण्याचा नेहमी प्रयत्न करत असे.

फ्रान्क वारत्सॉक–पायांनी टांगून ठेवल्यावर जास्तीत जास्ती वेळ कोण जगेल याच्यावर पैजा लावत असे.

ओबरस्टुर्मबान फ्यूरर रोकिता–हातांनीच माणसांना फाडून त्यांचे तुकडे उडवत असे.

आणि स्टायनर? कैद्यांच्या डोक्यात आणि पोटात गिरमिटाने भोके पाडत असे. नखे खेचून काढत असे. डोळे उपटत असे. त्याला आणि एक गोष्ट आवडे. नग्न स्त्रियांना त्यांच्याच केसांनी वर खांबांना बांधून झोके द्यायचे.

आणि बबी यार इथे कत्तल उडवणारा जनरल फ्रान्झ याकाईन. युक्रेनियन लोक मजेत टाळ्या पिटत बघत असताना कीव्ह जवळच्या या उपनगरात त्याने दोन दिवसातच तेहतीस हजार ज्यू गोळा केले आणि गोळ्या घालून त्यांना ठार केले.

प्रोफेसर हिर्ट आणि त्याच्या शास्त्रज्ञांनी स्ट्रासबोर्ग इथल्या ॲनाटॉमिकल इन्स्टिट्यूटमध्ये केलेल्या भीषण प्रयोगांबद्दल ऐकले. त्यासाठी वापरल्यामुळे विचित्रपणे वाकड्यातिकड्या बनलेल्या आणि तरीही जिवंत राहिलेल्या स्त्रियाही पाहिल्या.

अशा 'शास्त्रीय' संशोधनाचे सर्वात मोठे केंद्र होते डाखाऊ. तिला कळले की डॉ. हाईसकेयर मुलांना क्षयाचे जंतू टोचून ती मरताना त्यांचे निरीक्षण करायचा. डॉ. शूट्झला विषारी रक्ताचे प्रयोग आवडायचे. डॉ. राशरला जर्मन वैमानिकांचे प्राण वाचवायची चिंता होती. हजारो फूट उंचीवरचे हवामान कृत्रिमपणे तयार करून त्या थंडीत तो माणसांना गोठवून मारे. मुद्दाम तयार केलेल्या खिडक्यांतून त्यांची शेवटच्या क्षणापर्यंत पाहणी करण्यात येई. शास्त्रामधले सत्य शोधून काढण्यासाठी इतरही अनेक प्रयोग हाती घेतले जात. सर्वात महत्त्वाचा प्रयोग म्हणजे कैदी स्त्रियांवर जनावरांच्या बीजाचे रोपण करण्याचा.

यानोवस्का कॅम्पचा विलहाऊस हा कमांडर होता. त्याने मुन्ड या संगीतकाराकडून खास मृत्युसंगीत (Death Tango) बनवून घेतले होते. यानोवस्का येथे मरण पावलेल्या दोन लक्ष ज्यूंनी ऐकलेला शेवटचा आवाज म्हणजे या संगीताचे सूर. त्याला आणखी एक छंद होता. अर्भकांना आकाशात भिरकावून ती जमिनीवर कोसळेपर्यंत त्यांच्या शरीरात जास्तीत जास्ती किती गोळ्या घालता येतील ते बघण्याचा. त्याची पत्नी ओटीलाईन ही पण उत्कृष्ट नेमबाज बनली होती.

कारेनने जर्मनांच्या लिथुआनियन गार्डस्‌बद्दल ऐकले. ते दंडुक्यांनी ठेचून ठेचून किंवा नुसत्या लाथा हाणूनच कैदी मारत.

आणि कारेनच्या डोळ्यांचे पाणी खळेना. तिच्या डोळ्यांसमोर हीच भुते नाचत होती. तिची झोप नाहीशी झाली. त्या जागा! ती गावे! ती शहरे! घणाचे घाव बसावेत तशी ही नावे तिच्या डोक्यात आपटत होती. आणि तिची आई, तिचे बाबा, तिचा भाऊ यांना कुठे पाठवले असेल?

–बुखेनवाल्ड, का डाखाऊ, का चेलम्नो? तिथे दहा लाख ज्यू मेले होते. नाही

तर मायडानेक असेल. तिथे साडे सात लाख ठार झाले होते. का ट्रेब्लिंका, का सिबीबॉर, का...

क्रान्सिकाला खड्ड्यात ढकलून गोळ्या मारल्या असतील?

का कॉगला क्रूसावर ठोकून जाळले असेल?

का मुद्दाम उपाशी ठेवलेल्या कुत्र्यांनी त्यांचे तुकडे तुकडे उडवले असतील?

का स्टुडहॉफ येथे हाल हाल होऊन मेले?

वंशविच्छेद! चाबूक? बर्फाचे पाणी? इलेक्ट्रिक शॉक्स? सोल्डरींग आयर्न?

कुठल्या कॅम्पमध्ये त्यांचे मरण ओढवले असेल? डोरा? वॉईयेनगाम? ग्रोस रोझेन?

डॅन्झिगला साबू बनवण्यासाठी शरीरे वितळवून टाकत असत. तिचे कुटुंब...

कारेनच्या कानावर ही आणि इतर अनेक नावे पडतच राहिली.

ती खाऊ शकत नव्हती आणि झोपू शकत नव्हती.

वंशविच्छेद! वंशविच्छेद!!

वारवा, माग्डेनबुर्ग, प्लासझाऊ, माऊथाऊसेन, लॅन्डस्बर्ग, फॉसेनबर्ग, बेर्गेन बेल्झेन, राव्हेन्सब्रिक, नाटस्वाईला...

पण ही नावे म्हणजे काहीच नाही. सर्वात कुप्रसिद्ध नाव होते ऑसविच्!

ऑसविच्–तीस लाख ज्यूंचा मृत्यु.

ऑसविच्–चष्म्यांनी भरलेली गोडाऊन्स.

ऑसविच्–छोट्या मुलांचे बूट, कपडे, बाहुल्यांनी खच्चून भरलेली गोडाऊन्स.

ऑसविच्–चटया बनवण्यासाठी मानवी केसांनी भरलेली गोडाऊन्स.

ऑसविच्–जिथे सोन्याचे दात उपटून, सोने वितळवून ते हिमलरच्या सायन्स इन्स्टिटयूटला पाठवत.

ऑसविच्–जिथे प्रमाणबद्ध कवट्या पेपरवेट म्हणून वापरत.

ऑसविच्– जिथे प्रेते जाळल्यावर प्रचंड हातोड्यांनी हाडांचासुद्धा भुगा करत. मृताच्या अस्तित्वाची निशाणीही शिल्लक ठेवत नसत.

ऑसविसच्या मुख्य प्रवेशद्वारावर पाटी होती LABOR LIBERATES.

कारेनने ऐकणे अशक्य होईपर्यंत ऐकले, बघवेनासे होईपर्यंत बघितले आणि तिची पुरी दमछाक झाली. जगायची इच्छा नाहीशी होत आली. ती निराशेच्या गर्तेत सापडली आणि अनेकदा घडतो तसा प्रकार घडला. सर्व काही संपण्याची चिन्हे दिसत असताना ती या दुःखाच्या दरीतून बाहेर आली.

घडली ती गोष्ट अगदी सहजच घडली. एका अनाथ छोट्या मुलाच्या डोक्यावर टपली मारून ती एकदा त्याच्याकडे बघून हसली. तेवढ्या स्पर्शाने, हास्याने तिच्या उपजत दयाळूपणाची त्याला जाणीव झाली. अशी मुले ज्या एका गोष्टीच्या शोधात फिरत होती ती गोष्ट कारेन त्यांना देऊ शकत होती. मायाळूपणा, प्रेमळपणा. ही

अनाथ मुले घोळक्याघोळक्याने तिच्या मागेमागे फिरायला लागली. कुणाचे नाक वाहत असले तर ते आपोआप तिच्याकडून स्वच्छ केले जाई. जखमेवर फुंकर घातली जाई. अश्रू पुसले जात आणि ती छान छान गोष्टी सांगू शके. पियानोच्या साथीने अनेक भाषांमध्ये गाणी गाऊ शके.

ती स्वत:हून या मुलांकडे पाहण्यात रंगली. तिने त्यात स्वत:ला इतके बुडवून टाकले की, ती स्वत:चे दु:ख थोडा काळ विसरू शकायला लागली. ती अत्यंत सहनशील होती. सोशिक होती. इतरांसाठी काहीही करायला तिला नेहमीच वेळ सापडत असे.

ला सिओता इथे तिचा पंधरावा वाढदिवस आला आणि गेलाही. तसा थोडा हट्टीपणा आणि आशा यांच्या बळावरच ती दिवस ढकलीत होती. तिचे वडील प्रसिद्ध होते. अशा व्यक्तींसाठी जर्मनांनी एक वेगळा कॅम्प उभारला होता. या कॅम्पमध्ये कुणाचा छळ केला गेला नव्हता आणि कुणाची हत्याही केली गेली नव्हती. झेकोस्लोवाकियामधील थेरेनजीनस्टाटमध्ये असलेल्या या कॅम्पमध्ये तिच्या वडिलांना पाठवले गेले असेल तर ते जिवंत असण्याची दाट शक्यता होती. अनेक जर्मन शास्त्रज्ञांना यातनातळांवर पाठविल्यानंतरही त्यांना निसटून जायला मदत केली गेली होती. वडिलांच्या बाबतीत थोडीफार, अंधुकशी का होईना, आशा होती. या उलट अर्ध्याहून जास्ती कुटुंब मृत्युमुखी पडल्याचे तर पुरावेच मिळाले होते.

एक दिवस बाहेरचे अनेक लोक एकाएकी कॅम्पमध्ये आले आणि एका रात्रीत जणू कॅम्पचा कायापालट झाला. कॅम्पची अंतर्गत व्यवस्था बघण्यासाठी आलेले ते मोसाद आलिया बेत आणि पालमाख या पॅलेस्टाईनमधल्या संघटनेचे सदस्य होते.

काही दिवसांनी तिने प्रथमच तिच्या छोट्या मुलांसाठी नृत्य केले. त्या क्षणापासून तिने आपल्याकडे यावे अशी अनेक ठिकाणांहून मागणी यायला लागली. कारेन कॅम्पमध्ये एकदम प्रसिद्ध झाली. मार्सेलीसपर्यंत तिच्या नावाचा बोलबाला झाला.

*नाताळ १९४५*

हॅन्सेन कुटुंबापासून दूर असा पहिला नाताळ. त्यांची फार आठवण येत होती कारेनला. मार्सेलीसला तिच्या नृत्याचा खास कार्यक्रम ठेवण्यात आला होता. ला सिओताची अर्धी मुले तरी गेली होती. आजपर्यंतच्या आयुष्यात इतकी अप्रतिम ती कधीच नाचली नसेल.

कार्यक्रम संपताच पॅलेस्टाईनमधून आलेल्या गलिल या पालमाख मुलीने तिची गाठ घेऊन सर्वजण जाईपर्यंत तिला थांबायला सांगितले. डोळ्यातून अश्रू गाळतच तिने कारेनला बातमी दिली की, तिची आई आणि तिचे दोन भाऊ यांची निश्चितपणे डाखाऊ येथे हत्या झाल्याचे कळले आहे.

ज्या निर्धाराने तिने सर्व दु:खाला तोंड दिले होते तोच आता जसा काही नाहीसा झाला. पूर्वीपेक्षाही यावेळी तिची अवस्था वाईट झाली. ज्यू म्हणून जन्माला आली याच शापाने तिने जसे काही डेन्मार्क सोडले होते.

ला सिओतामधल्या सर्व मुलात एक समान धागा होता. प्रत्येकाची खात्री होती की, आपले आईबाप नक्की जिवंत आहेत. काहीतरी चमत्कार घडेल आणि ते भेटतील. तसा चमत्कार कधीच घडला नव्हता. तरी आपणही तशाच विश्वासात वावरत होतो? किती मूर्खपणा! आता वाट बघत बाबांच्या मृत्यूची बातमी ऐकण्याचे धैर्य तिच्यात नव्हते.

कित्येक दिवसांनी ती थोडी भानावर आली. गलिलला विश्वासात घेऊन तिच्याशी खूप बोलली. "ज्यूंना या जगात राहण्यासारखी एकच जागा आहे. पॅलेस्टाईन! तू पॅलेस्टाईनला जा." गलिलने सुचवले. पण कारेनची सर्व श्रद्धाच आता डळमळली होती. ज्यू म्हणवून घेऊन अपरंपार दु:खाशिवाय काही वाट्याला आले नव्हते. त्यापेक्षा कारेन हॅन्सेन, डॅनिश म्हणूनच जगायला तिची मन:स्थिती तयार होत होती.

जेरुसलेममधल्या देवळाचा विध्वंस झाल्यावर देशोधडीला लागून, जगाच्या कानाकोपऱ्यात पोचलेल्या प्रत्येक ज्यूने गेली दोन हजार वर्षे स्वत:ला जो प्रश्न विचारला होता तोच त्या रात्री तिने स्वत:ला विचारला, "हे सर्व माझ्याच वाट्याला का?"

हॅन्सेनना पत्र लिहून डेन्मार्कला परत जावे अशा निर्णयाला येत असताना एक दिवस गलिल धावत पळत आली. कारेनला खेचतच कॅम्पच्या कार्यालयात घेऊन गेली आणि डॉ. ब्रेनेर या नवीनच आलेल्या एका निर्वासिताची तिने ओळख करून दिली.

"अरे देवा! तुम्ही म्हणता ते नक्की खरे आहे ना डॉक्टर?" कारेनने थोड्या वेळाने विचारले.

"शंकाच नको. बर्लिनमध्ये शिकवत होतो तेव्हापासून मी तुझ्या बाबांना ओळखतो. आमचा पत्रव्यवहार होता. निरनिराळ्या परिषदांमध्ये गाठीभेटी होत होत्या. आम्ही दोघेही थेरेनजीनस्टाटमधल्या कॅम्पमध्ये होतो. युद्ध संपायला काही आठवडे असताना ते तिथे भेटले होते मला."

## १५

आठवडाभराने कारेनला हॅन्सेन्सकडून पत्र मिळाले. निर्वासित संघटनेने कारेनबद्दल आणि तिच्या आई आणि भावांबद्दल चौकशी केली होती.

जोहान क्लेमेन्ट किंवा त्यांच्या वतीने कोणीतरी चौकशी केली असावी असा अंदाज होता. आई–भाऊ आणि बाबा यांची ताटातूट झाली असावी आणि तिच्या आईच्या आणि भावांच्या मृत्यूबद्दल बाबांना कल्पना नसावी असा कारेनने निष्कर्ष काढला. पण नंतर संपर्क तुटल्याचे संघटनेने कळवले. तसे असले तरी पण बाबा नक्कीच जिवंत होते. पुन्हा कारेनला हुरूप आला. भूतकाळाचा शोध घेण्याचे धैर्य आले.

कारेनला नेहमी आश्चर्य वाटे की, ला सिओता या कॅम्पला अमेरिकन ज्यूंची इतकी मदत का? गलिलला विचारल्यावर तिने सहज उत्तर दिले, "यालाच तर झायोनिझम म्हणतात. एक जण दुसऱ्याकडून पैसे मागतो, तिसऱ्याला द्यायला आणि तो चौथ्यालाच पॅलेस्टाईनला पाठवितो."

"आपल्यामागे एकत्रपणे असे उभे राहणारे मित्र आहेत ते किती छान आहे नाही?" कारेन म्हणाली.

"पण विसरू नकोस कारेन की, आपल्याविरुद्ध एकत्रपणे असे उभे राहणारे शत्रुही आहेत आपल्याला."

काही काळाने थोडे फार हिब्रू शिकल्यावर तिने धार्मिकपणे वागणाऱ्या ज्यूंच्या कम्पाऊंडमध्ये पाय ठेवायचा धीर केला. त्यांचे पोषाख, विचित्र धार्मिक विधी, प्रार्थना वगैरे बघितल्यावर ती चाटच पडली. जुडाईझम म्हणजे समुद्र आहे एक. पंधरा वर्षांची मुलगी बुडूनच जायची त्यात. यांचा धर्म वेगवेगळ्या नियमांवर अवलंबून आहे. काही लिहिलेले, काही परंपरेने चालत आलेले. आणि तपशीलवारसुद्धा. उंटावर असताना प्रार्थना कशी करावी हे सुद्धा सांगणारे. आणि सर्वात पवित्र म्हणजे मोजसने लिहिलेली पाच पुस्तके. तोरा!

आणि पुन्हा एकदा कारेन बायबलकडे वळली. पूर्वीपेक्षा जास्ती अर्थ कळतो आहे असे तिला वाटायला लागले. अंत:करणापासून उमटलेल्या आयझायाच्या शब्दांचा ती तासन्तास विचार करत बसे.

We grope for the wall like the : blind and we grope as if we had no eyes we stumble at noon day as in the night; we are in desolate places as dead men. We roar like bears and mourn sore like doves ...We look for salvation, but it is far off from us.

ला सिओतामध्ये याचेच प्रतिबिंब उमटले असावे. तिच्या बायबलमध्ये गुलामी आणि स्वातंत्र्य यांच्याच कथा होत्या. त्याच्यात स्वत:चे कुटुंब कुठे दिसते का बघायचा ती प्रयत्न करी.

Look from heaven and see how we have become scorn and a derision among the nations; we are accounted as sheep and brought to the slaughter to be slain and destroyed or to be smitten and reproached. Yet, despite all this, we have not forgotten thy Name; we beseech thee, forget us not.

पुन्हा तिच्या मनात गोंधळ माजे. मग स्वत:चेच साठ लाख लोक देवाने का मृत्युमुखी धाडले? कधी तरी आयुष्यातल्या अनुभवांनीच आपल्याला या प्रश्नाचे उत्तर मिळेल अशा निष्कर्षाला आता कारेन आली होती.

ला सिओतामधल्या सर्वांना एकच ध्यास लागला होता. पॅलेस्टाईन गाठायचे. या वेडापायी दंगल न माजण्याचे कारण एकच. कॅम्पमध्ये पॅलेस्टाईनहून आलेल्या पालामाखनिक्सचे अस्तित्व.

ब्रिटीश आणि मोसाद आलिया बेत यांच्यामधल्या कटकारस्थानात कुणालाही स्वारस्य नव्हते. मध्यपूर्व, तेल, सुएज काही करून गमवायचे नाही या एकाच विचाराने कायम अरबांनाच पाठिंबा द्यायच्या ब्रिटनच्या धोरणाशीही त्यांना कर्तव्य नव्हते.

वर्षाच्या सुरुवातीला इंग्लंडमध्ये मजूर पक्ष अधिकारारूढ झाल्यावर सर्वांच्याच आशा पालवल्या होत्या. ज्यूंना पॅलेस्टाईनमध्ये मुक्त प्रवेश दिला जाईल आणि मॅन्डेटप्रमाणे एक नमुनेदार आणि आदर्श राज्य निर्माण करण्यात येईल असे आश्वासन मजूर सरकारने दिले होते. पॅलेस्टाईनला राष्ट्रकुलाचे सदस्यत्व बहाल करण्याच्या गप्पाही मारल्या होत्या.

पण तेल अरबांकडे आहे याची मजूर पक्षाला जाणीव झाली आणि सर्व वचनांना हरताळ फासला गेला. नवीन कमिशन्स, चर्चा यांचे पंचवीस वर्षे चालू असलेले गुऱ्हाळ पुन्हा सुरू झाले.

मोसाद आलिया बेतचे प्रतिनिधी ज्यूंना शोधत युरोपभर भटकत होते. मित्र देशांच्या सीमांवरून चोरून, पैसे दाबून, खोटे कागदपत्र तयार करून त्यांना बाहेर काढत होते. फ्रान्स आणि इटली या देशांनी प्रथमपासूनच मोसादला उघडउघड सहकार्य दिले होते. पण इटलीमध्ये ब्रिटिश फौजा होत्या. स्वातंत्र्यावर थोडे तरी नियंत्रण होते. तेव्हा फ्रान्स हा देशच ज्यू निर्वासितांचे मुख्य केंद्र बनला होता.

ला सिओतामध्ये आता पाऊल ठेवायला जागा राहिली नाही. मोसादने युरोपमधल्या सर्व बंदरांवर नजर ठेवून जुन्यापुराण्या बोटी विकत घ्यायचा सपाटा लावला. त्या बोटींमध्ये ज्यू भरायचे आणि ब्रिटीश नौदलाला हुलकावणी देऊन त्यांना पॅलेस्टाईनला पोचवायचे प्रयत्न सुरू झाले.

बहुतेक जहाजे पॅलेस्टाईनच्या तीन मैल सागरी सीमेत पोचली की पकडली जात. सर्वांना पकडून त्यांची रवानगी पॅलेस्टाईनच्या दुसऱ्या कॅम्पमध्ये होई.

बाबा जिवंत आहेत ही बातमी कळल्यावर कारेनची पॅलेस्टाईनला जायची इच्छा

बळावली. बाबा नक्की पॅलेस्टाईनला येतील याबद्दल तिच्या मनात अजिबात संशय नव्हता. फक्त पंधरा वर्षांची असूनही तिला शंभर मुलांच्या गटाची मुख्य करण्यात आले. कुठले तरी जहाज मिळेपर्यंत त्या मुलांची पॅलेस्टाईनला जायची तयारी करण्याची जबाबदारी मोसादने तिच्यावर टाकली.

ब्रिटनने पॅलेस्टाईनमध्ये प्रवेश देण्यासाठी महिन्याला पंधराशे ज्यू ही संख्या ठरवून टाकली होती. निवड करायची ती सुद्धा अगदी म्हाताऱ्या ज्यूंची किंवा लहान मुलांची की जे युद्धात भाग घेऊ शकणार नाहीत.

एप्रिल १९४६. कारेनला डेन्मार्क सोडून नऊ महिने झाले होते. गलिलने एक दिवस बातमी दिली की, मोसादचे एक जहाज कारेनला आणि तिच्या शंभर मुलांच्या गटाला नेण्यासाठी येणार आहे. जहाजाचे नाव होते 'स्टार ऑफ डेव्हिड.''

## १६

कारपाथॉस ही पंचेचाळीस वर्षांपूर्वी बांधलेली जुनाट स्टीमर, मोसाद आलिया बेतने विकत घेतल्यापासून ब्रिटीश सी.आय.डी.चे तिच्यावर लक्ष होते. सालोनिकाहून ती अथेन्सला नेण्यात आली. अमेरिकन आलिया बेतच्या माणसांनी ती ताब्यात घेतली आणि इटलीमध्ये जिनेव्हाला नेऊन तिची डागडुजी केली. बेकायदेशीरपणे ज्यू लोकांना पॅलेस्टाईनमध्ये नेण्यासाठी तिचा उपयोग होणार हे तर उघडच होते. पुढे गल्फ ऑफ लिआँला जाण्यासाठी ती निघाली.

फ्रान्सच्या दक्षिण किनाऱ्यावर गुप्त पोलिसांचा सुळसुळाट होता. कारपाथॉसवर चोवीस तास नजर होती. ला सिओता कॅम्पमध्ये मोठी हालचाल होत नाही ना यावरही बारीक लक्ष होते. डझनावारी लहानमोठ्या फ्रेंच अधिकाऱ्यांचे खिसे भरण्यात आले. व्हाईट हॉलमधून फ्रान्स सरकारवर त्या स्टीमरला फ्रेंचांच्या सागरी सीमेतच प्रवेश मिळू नये असे दडपणही आणण्यात आले. पण ब्रिटीशांनी चारलेल्या पैशांचा आणि आणलेल्या दडपणाचा फायदा झाला नाही. कारपाथॉस सरळ फ्रेन्च सागरी सीमेत शिरली.

आता या उंदीर-मांजराच्या खेळातली पुढली पायरी. ला सिओतामधून अर्ध्या डझन वेळा चाचणीसाठी ही स्टीमर बाहेर पडली. फ्रेन्च ट्रक ड्रायव्हर्स युनियनने ट्रक्स आणि ड्रायव्हर्स पुरवले. या चाचण्या आणि नसती वाहतूक यामुळे ब्रिटीश गोंधळात पडले असतानाच १६०० निर्वासित ला सिओता येथून सटकले. फ्रेन्च सैन्याने आसपासची वाहतूक बंद केली असताना गुप्तपणे एका किनाऱ्यावर पोचले. रबरी बोटींनी रात्रभर ये-जा करून सर्वांना कारपाथॉस या जहाजावर चढवले. या सोळाशे जणात कारेन आणि तिचा शंभर मुलांचा गटही होता.

कारेनच्या गटातली मुले सर्वात लहान. त्यांना सर्वप्रथम नेण्यात आले. डेकखाली शिडीजवळची जागा त्यांना मुद्दाम देण्यात आली. काही जण रडलेही. पण या सर्व घडामोडीत त्यांचे लक्ष इतके गुंतले होते आणि ती मुले इतकी दमली होती की ती झोपी गेली. एक तास झाला. मग दोन. तीन तास झाले. जहाजावर निर्वासित चढतच होते. एक इंच सरकायलाही जागा उरली नाही. काही जण शेवटी ब्रिजवरही गेले.

बिल फ्राय हा अमेरिकन माणूस या जहाजाचा कॅप्टन होता. इतकी खच्चून भरलेली माणसे बघितल्यावर तोही चक्रावलाच. "बोस्टन अग्निशामक दलाने अशी खोली नुसती कुठे बघितली तर? बापरे!" तो पुटपुटत होता.

आणि एकाएकी पुटपुटणे थांबवून तो लक्ष देऊन ऐकायला लागला. कोणीतरी गोड आवाजात खाली अंधारात अंगाई गीत गात होते. शिडीवरून खाली उतरून अनेक जणांच्या अंगावरून जात त्याने बॅटरीचा झोत टाकला. एका छोट्या मुलाला घेऊन गाणे म्हणत कारेन त्याला झोपवत होती. क्षणभर त्याला वाटले की, आपण मॅडोन्नाकडेच पाहत आहोत. त्याने डोळे चोळून बघितले. कारेनने बॅटरी विझवायची खूण केली.

"तुला इंग्रजी येते बेटा?"

"हो!"

"या मुलांचा गटप्रमुख कोण आहे?"

"मीच. पण जरा हळू आवाजात बोलाल का? यांना शांत करता करता आधीच माझी दमछाक होते आहे."

"कॅप्टन मी आहे. मला हव्या तेवढ्या मोठ्याने बोलेन." जरा रागातच बिल म्हणाला. "तू कितीशी मोठी आहेस यांच्याहून?"

"मी माझ्या मुलांना जितक्या चांगल्या तऱ्हेने सांभाळते तेवढ्या चांगल्या रितीने जर तुम्ही हे जहाज चालवत असाल तर सकाळी पॅलेस्टाईनमध्ये असू आपण." कारेनही तडकूनच म्हणाली.

बिलने आपली दाढी खाजवली आणि तो हसला. कॅप्टन शोभत नाही हा कारेन विचार करत होती. पण तो मृदू स्वभावाचा आहे नक्की. उगीचच कठोरपणा दाखवायचा प्रयत्न करतो आहे झाले.

"चांगली मुलगी आहेस तू. काही लागले बिगले तर ब्रिजवर येऊन भेट मला. आणि मोठ्या माणसांशी जरा आदराने बोलावे."

"हो कॅप्टन!"

"बिल! बिल म्हण मला."

कारेनने तो शिडी चढताना वर नजर केली. पहाट होत होती. कारपाथॉसवर

जितकी माणसे राहू शकत होती तितकी कोंबून भरली होती. सोळाशे! नांगर करकरत वर उचलला गेला. पंचेचाळीस वर्षांची जुनी इंजिने फुट् फुट् करत सुरू झाली. सर्वत्र धुक्याचे आच्छादन पसरले होते. देवालाच काळजी. आपल्या जास्तीत जास्ती सात नॉट वेगाने कारपाथॉसने फ्रान्सचा किनारा सोडला. काही मिनिटातच ते फ्रान्सच्या तीन मैलांच्या सागरी सीमेबाहेर पोचले.

पहिली फेरी तरी मोसाद आलिया बेतची. निळा पांढरा ज्यूंचा ध्वज वर चढवण्यात आला. कारपाथॉसचे नाव आता होते, 'स्टार ऑफ डेव्हिड.'

जहाज भयंकर हलत होते. प्रत्येक मुलाचा चेहरा पांढरा पडायला लागला. वाऱ्याची झुळुक यायलाही जागा नव्हती. संत्र्यांच्या फोडी खायला देऊनही शेवटी ओकाऱ्यांना सुरुवात झालीच. गाणी म्हणून, गोष्टी सांगून कारेन मुलांना शांत ठेवायचा प्रयत्न करत होती. हातात फडके तर सारखेच धरलेले होते.

दुपार झाली. कुबट वास पसरायला लागला. अंधारलेल्या त्या डेकवर हळूहळू घामाचा वास, ओकाऱ्या यांनी नाक धरायची पाळी आली. कमीत कमी कपडे अंगावर ठेवूनही सर्वजण घामाने निथळायला लागले. पोरे बेशुद्ध पडायला लागली. त्यांना वरच्या डेकवर नेत होते. इतरांना जागाच नव्हती तर काय करणार?

निर्वासितात चार नर्सेस होत्या. तीन डॉक्टर. ते कामात दंग होते. "त्यांच्या पोटात जाऊ दे काहीतरी." त्यांनी सांगितले. कारेन गोड बोलून मुलांच्या तोंडात काहीतरी कोंबत होती. संध्याकाळी तिने ओल्या फडक्याने त्यांची अंगे पुसायला सुरुवात केली होती. पाणी तरी कुठे होते?

शेवटी एकदा सूर्य मावळला. थोडासा गारवा आला. कारेन फार दमली होती. तिला धड विचार करता येत नव्हता. शेवटी ती डुलक्या काढायला लागली. पण एकाही मुलाचा आवाज आला की ती तात्काळ जागी होत होती. पहाटे पहाटे तिला जरा झोप मिळाली.

विमानाचा आवाज आला आणि ती दचकून जागी झाली. दिवस उजाडला होता. ती शिडीवरून वर आली. चार इंजिनांच्या मोठ्या बॉम्बरकडे सर्व बघत होते.

ब्रिटीश! लॅन्कॅस्टर बॉम्बर!

"शांत रहा. आपापल्या जागीच रहा." लाऊडस्पीकरवरून आवाज आला.

खाली मुले घाबरून रडायला लागली होती. कारेन धावतच खाली पोचली. गाणे म्हणायला लागली. सर्वांना म्हणायला लावायला लागली.

Onward! Onward to Palestine
In happiness we throng.
Onward! Onward to Palestine
Come join our happy song!

''शांत रहा. काही धोका नाही.'' लाऊड स्पीकरवरून पुन्हा आवाज आला.

दुपारी क्षितिजावरून ब्रिटीश क्रूझर एच्.एम्.एस्. डिफायन्स भर वेगात स्टार ऑफ डेव्हिडच्या दिशेने येताना दिसली. दुसरी एक विनाशिका एच्.एम्.एस्. ब्लेकली साथीला होती. दोन्ही नौका स्टार ऑफ डेव्हिडच्या दोन बाजूंनी तिला सोबत करत निघाल्या.

आजपर्यंतच्या या खेळाच्या नियमाप्रमाणे खरे म्हणजे स्पर्धा संपली होती. मोसाद आलिया बेतने एक जहाज युरोपमधून बाहेर काढले होते. भर समुद्रावर आता ब्रिटीशांनी त्यांच्यावर नजर ठेवायला सुरुवात केली होती. पॅलेस्टाईनच्या तीन मैलांच्या सागरी सीमेत शिरताच ब्रिटीश स्टार ऑफ डेव्हिडचा ताबा घेऊन ते खेचत हैफाला नेणार होते.

स्टार ऑफ डेव्हिडच्या डेकवरून बेव्हिनला आणि ब्रिटीशांना शिवीगाळ चालू होती. एक मोठा फलक वर लागला. ''हिटलरने आमचे खून पाडले आणि ब्रिटीश आम्हाला जगू देत नाहीत.'' ब्रिटीश युद्धनौकांनी या सर्व प्रकाराकडे दुर्लक्षच केले. कुठला चमत्कार घडून त्या नाहीशाही झाल्या नाहीत.

मुले एकदा शांत झाल्यावर कारेनला विचार करायला थोडा अवधी मिळाला. हवाच मिळत नसल्याने मुले घुसमटल्यासारखी होत होती. कारेन डेकवर गेली. गर्दीतून कसाबसा मार्ग काढत ब्रिजवर पोचली. व्हीलरूममध्ये बिल फ्राय कॉफी पीत जहाजावरच्या मानवी समुद्राकडे बघत बसला होता. पालमाखचा मुख्य त्याच्याशी बोलत होता.

''अरे देवा! चर्चा नुसती! ती एक गोष्ट ज्यूंना सांगावी लागत नाही. आज्ञा पाळायच्या असतात. त्यावर चर्चा करत बसायची नसते. कसे काय युद्ध जिंकणार तुम्ही? आणि इथे कॅप्टन मी आहे.''

पालमाखच्या मुख्यावर या आरडाओरड्याचा परिणाम झालेला दिसला नाही. आपले बोलणे पुरे करूनच तो निघून गेला.

बिल रागारागाने स्वतःशी पुटपुटत असतानाच त्याला दरवाजात उभी असलेली कारेन दिसली. हसऱ्या चेहऱ्याने त्याने तिला आत बोलावले. विचारून कॉफी दिली.

''फार थकलेली दिसतेस.''

''मुलांमुळे झोप मिळत नाही ना.''

''कशी काय आहेत ती?''

''तेच बोलायला आले आहे मी. काही आजारी झाली आहेत. गरोदर स्त्रियाही आहेत.''

''माहिती आहे मला.''

''आम्हाला मधूनमधून वर यायचे आहे.''

''कुठे?'' बिलने बाहेर बोट दाखवत विचारले.

"तेच तर म्हणते आहे. शंभर एक जणांना आताच आपली जागा बदलायला लावा."

"हे बघ कारेन. तू फार गोड मुलगी आहेस. तुला नाही म्हणायचे सुद्धा माझ्या जिवावर येते. पण तू म्हणतेस ते शक्य नाही."

प्रसन्न चेहऱ्याने आणि गोड आवाजात कारेन म्हणाली, "मी आता खाली जाऊन माझ्या मुलांना घेऊन येते हं" आणि वळून ती बाहेर निघाली.

"इकडे ये तू. तझ्यासारखी गोड मुलगी कशी काय एवढी हट्टी निघाली समजत नाही. आण तुझ्या पोरट्यांना वर. वैताग आला आहे मला सगळ्यांशी वाद घालायचा आता."

रात्री थंड हवेत मुले छान झोपली.

पहाट झाली. डिफायन्स आणि ब्लेकली आजूबाजूला होत्याच. विमानेही आली सोबतीला.

आपण आता इस्त्राएलच्या भूमीपासून फक्त चोवीस तास अंतरावर आहोत असे बिल फ्रायने जाहीर करताच, त्या परिस्थितीतही एक वेगळेच चैतन्य जहाजावर खेळायला लागले. काही काळाने मात्र सर्व गंभीरच बनले. काय होईल यानंतर? संध्याकाळी ब्लेकली ही विनाशिका स्टार ऑफ डेव्हिडच्या अगदी जवळ आली.

लाऊडस्पीकरवरून आवाज आला. "ब्लेकलीचा कॅप्टन कनिंगहॅम बोलतो आहे. मला तुमच्या कॅप्टनशी बोलायचे आहे."

"हॅलो ब्लेकली," बिल फ्रायचा गुरगुरल्यासारखा आवाज आला. "काय हवे आहे तुम्हाला?"

"तुमच्याशी बोलायला मी आमचा एक प्रतिनिधी पाठवतो."

"काय बोलायचे ते आत्ताच बोला."

"मध्यरात्रीनंतर कधी तरी तुम्ही पॅलेस्टाईनच्या सागरी सीमेत प्रवेश कराल. त्यावेळी ब्रिटीश तुमच्या बोटीचा ताबा घेऊन तुम्हाला हैफापर्यंत घेऊन जातील. मला एकच प्रश्न विचारायचा आहे. तुम्ही सरळपणे वागणार की विरोध करणार?"

"कनिंगहॅम, आमची परिस्थिती सांगतो जरा. जहाजावर काही गरोदर स्त्रिया आणि मुले आहेत. त्यांना तुमच्या जहाजांवर घ्यावे अशी माझी विनंती आहे."

"सॉरी! तशा सूचना नाहीत आम्हाला. तुम्ही सरळपणे हैफाला येणार की नाही?"

"कुठे म्हणालात?"

"हैफा!"

"बोंबला. आम्ही भलतेच भरकटलेले दिसतो. आमचे हे सुखवस्तू जहाज खरे म्हणजे आता ग्रेट लेक्सवर असायला हवे होते." बिलने उडवाउडवी केली.

"म्हणजे जबरदस्तीने तुमच्या जहाजाचा ताबा घ्यावा लागेल असे दिसते."

"कनिंगहॅम!"

"काय?"

"तुमच्या सर्व अधिकाऱ्यांना आणि सैनिकांना कळव. जहान्नममध्ये जा म्हणावे."

रात्र झाली. कुणीही झोपले नव्हते. सर्व जण अंधारातून डोळे फाडून किनारा दिसतो का बघत होते– इस्राएलचा किनारा– काही दिसत नव्हते. धुके पडायला लागले. तारे दिसत नव्हते की चंद्र दिसत नव्हता.

मध्यरात्रीच्या सुमाराला पालमाख गटांच्या प्रमुखाने हळूच कारेनच्या खांद्यावर हात ठेवला. "कारेन! माझ्याबरोबर व्हीलहाऊसमध्ये चल."

व्हीलहाऊसमध्ये जहाजाचा वीस एक जणांचा नोकरवर्ग आणि इतर गटप्रमुखांची गर्दी झाली होती. काळाकुट्ट अंधार पडला होता. फक्त होकायंत्रावर निळसर असा प्रकाश दिसत होता.

"सर्व आले?" व्हीलजवळून बिल फ्रायने विचारले.

"हो!"

"लक्ष द्या मी काय सांगतो आहे त्याच्याकडे. मी पालमाख प्रमुखांशी आणि जहाजावरच्या माझ्या साथीदारांशी बोलणे करून एक निर्णय घेतला आहे. पॅलेस्टाईनच्या किनाऱ्याजवळ जबर धुके पसरले आहे. आपल्या जहाजाला एक जादा मोटरही बसवली आहे. ती वापरली की पंधरा नॉटपर्यंत जहाज वेग पकडू शकेल. दोन तासात आपण पॅलेस्टाईनपासून तीन एक मैलांपर्यंत पोचू. तोपर्यंत अशीच हवा कायम राहिली तर आम्ही ठरवले आहे की, सीजेरीयाच्या दिशेने धाव घ्यायची.

व्हीलहाऊसमध्ये गडबड सुरू झाली.

"या युद्धनौकांपासून आपण पळू शकू?"

"निश्चित! त्या किनाऱ्यापर्यंत आपला पाठलाग करत येणार नाहीत. क्रूझर्स वाळूमध्ये रुतवण्याचा धोका ते पत्करणार नाहीत."

"आणि पॅलेस्टाईनमधल्या ब्रिटीश सैनिकांचे काय?"

"आम्ही पालमाखशी संपर्क ठेवून आहोत. ते ब्रिटीशांना पळापळ करायला लावतील याची मला खात्री आहे. ला सिओताला प्रत्येक गटप्रमुखाला जहाज किनाऱ्यावरती चढवावे लागले तर काय करायचे याच्या स्पष्ट सूचना दिल्या आहेत. कारेन, तू आणि इतर दोघेजण छोट्या मुलांचे गटप्रमुख आहात. तुम्ही जरा थांबा. काही प्रश्न?"

कोणालाच काही विचारायचे नव्हते.

"काही चर्चा?"

उत्तर नाही.

“कमाल आहे. ओ. के. गुड लक. देवच तुमचा पाठिराखा आहे.”

## १७

सीजेरीया बंदराजवळ दाट धुक्याचे लोट इकडून तिकडे जाताना दिसत होते. अत्यंत प्राचीन बंदर. ख्रिस्तापूर्वी चारशे वर्षे वापरात होते. आता फक्त पडक्या भिंती आणि उद्ध्वस्त अवशेष शिल्लक होते. बंदरात तर शेवाळ माजलेले.

सीझरच्या सन्मानासाठी हेरॉडने बांधलेले हे शहर पाचशे वर्षे रोमन पॅलेस्टाईनची राजधानी होते. घोंघावणारा वारा सुटला होता. सागरात लांबपर्यंत पोचलेल्या खडकांवर फेसाळ पाणी आपटत होते.

ज्यूंनी रोमन लोकांविरुद्ध केलेला इथला उठाव वीस हजार ज्यूंची कत्तल करून मोडून काढण्यात आला होता. बार काखबाच्या बरोबरीने उठावाचा आदेश देणाऱ्या, राब्बी अकिवाची जिवंतपणे कातडी सोलून काढण्यात आली होती. त्या जागी आजही क्रोकोडाईल नदी वहात सागराला मिळतच होती.

जवळच ज्यू मच्छिमारांचे गाव होते. आज त्या गावामधले कुणीही झोपले नव्हते. दगडमातीच्या ढिगांआडून आवाज न करता सागरावर नजर लावून बसले होते. दोनशे गावकरी आणि दोनशे पालमाख.

नजीकच्या टॉवरवरून बॅटरीचा झोत फिरला. सर्वजण सावरले.

स्टार ऑफ डेव्हिडवर बिल फ्रायचे हात चाक घट्ट धरून बसले होते. डोळ्यात तेल घालून पाण्यातल्या खडकांना आणि वाळूच्या बंधाऱ्यांना टाळत तो किनाऱ्याच्या रोखाने येत होता. जहाज किनाऱ्यावर धडकताच मिळणाऱ्या धक्क्यातून सावरायला सर्व सज्ज झाले. शेवटी किनाऱ्यालगतच्या एका खडकावर ते आदळलेच. एक प्रकाश गोळा आकाशात उडाला आणि धावपळीला सुरुवात झाली.

स्टार ऑफ डेव्हिडवरून सर्वांनी पाण्यात उड्या टाकून लांबवर दिसणाऱ्या किनाऱ्याच्या रोखाने कष्टाने पावले टाकायला सुरुवात केली. खांद्याएवढे तरी पाणी होते.

आकाशात गोळा फुटताच मच्छीमार आणि पालमाखनिख यांनीही स्टार ऑफ डेव्हिडच्या दिशेने धाव घेतली. किती जण तरी लाटांमुळे, खड्ड्यांमुळे कोसळत होते. निसरड्या खडकांवरून घसरत होते. पण या गोष्टी आता कुणाला थांबवू शकणार नव्हत्या.

किनाऱ्यावरच्या ताज्या दमाच्या लोकांनी हात देऊन सर्वांना किनाऱ्याच्या रोखाने न्यायला सुरुवात केली.

“आपापले कपडे काढा. हे कपडे चढवा.”

"कागदपत्रे फेकून द्या."

"ज्यांचे कपडे बदलून झाले असतील त्यांनी आमच्या मागे या."

"आवाज नको. शांतपणे करा सर्व गोष्टी."

"प्रकाश नको."

सर्वजण आपले ओले अंगाला चिकटलेले कपडे काढत मच्छीमारांचे कपडे चढवत होते.

कारेन एकेका मुलाला उचलून पालमाखनिखच्या हातात देत होती. त्यांना किनाऱ्यावर पोचवून ते पुन्हा दुसऱ्या मुलांना न्यायला येत होते. भरतीची वेळ होती. दणकट माणसांचीच या मुलांना किनाऱ्यावर नेण्यासाठी आवश्यकता होती. सर्व घाईगर्दीत चालू होते.

अनेकांनी भावनाविवश होऊन किनाऱ्यावर आडवे होऊन इस्त्राएलच्या भूमीचे चुंबन घ्यायला सुरुवात केली.

"यासाठी नंतर खूप वेळ आहे. आता चला लवकर."

बिल फ्राय ब्रिजवरून हातातल्या मेगॅफोनमधून आज्ञा देत होता. तासाभरात काही डझन मुले आणि गटप्रमुख सोडून सर्वांनी जहाज सोडले होते.

ब्रिटीश सैनिक वेगळ्याच ठिकाणी गुंतून पडावेत म्हणून तीस किलोमीटर उत्तरेला हैफानजीक पालमाखच्या एका तुकडीने ब्रिटीश गोडाऊन्सवर हल्ला चढवला होता.

काही जणांना जवळच्या खेड्यात आसरा देण्यात आला. तयारच असलेल्या ट्रक्समधून काही जण दूरदूर जायला निघाले.

शेवटची मुले जहाजावरून खाली उतरताच बिल फ्रायने सर्व गटप्रमुखांना समुद्रात उड्या टाकायची आज्ञा दिली.

कारेनने एक गटांगळी खाल्ली आणि ती स्वत:ला सावरून किनाऱ्याच्या दिशेने निघाली. किनाऱ्यावर गोंधळ माजला होता. हिब्रू आणि जर्मन भाषेत आरडाओरडा, गडबड ऐकू येत होती. कारेन एका खडकावर चढली आणि एका लाटेने तिला पुन्हा समुद्रात ढकलून दिले. शेवटी कशीबशी रांगतच ती किनाऱ्यावर पोचली.

आणि सायरन्सचे कर्णकटु आवाज सुरू झाले.

आणि रायफलमधून होणाऱ्या गोळीबाराचेही.

किनाऱ्यावर पांगापांग सुरू झाली.

गुडघ्याएवढ्या पाण्यात कारेन धडपडत असताना समोर अर्धा डझन तरी दंडुके घेतलेले ब्रिटीश सैनिक तिला दिसले.

"नाही" ती किंचाळली. "नाही."

तिने ब्रिटीश सैनिकांवरच झेप घेतली. ती संतापाने किंचाळत होती, लाथा हाणत होती. मागून कोणीतरी तिच्या तोंडावर हात दाबून तिला खेचले. तिने त्या

हाताचा कडकडून चावा घेताच त्याने ओरडूनच तिला सोडले. पुन्हा एकदा त्वेषाने ती ब्रिटीशांवर तुटून पडली. दुसऱ्या एका ब्रिटीश सैनिकाने आपला दंडुका नेम धरून तिच्या डोक्यावर हाणला. कारेनच्या पायातली शक्तीच नाहीशी झाली आणि ती कण्हतच पाण्यात कोसळली.

कारेनने डोळे उघडले. तिचे डोके जबरदस्त ठणकत होते. पण जवळच उभ्या असलेल्या तारवटलेल्या डोळ्यांच्या, दाढी वाढलेल्या बिल फ्रायकडे लक्ष जाताच ती हळूच हसली.

आणि तिला आठवण झाली. "मुले, मुले कुठे आहेत?" असे ओरडतच ती कॉटवरून उतरली. बिलने आपल्या दणकट हातांनी तिला घट्ट धरून ठेवले.

"घाबरू नकोस. शांत हो. बहुतेक जण निसटून गेले आहेत. काही इथेच आहेत."

कारेन पुन्हा कॉटवर पडली आणि तिने एक निःश्वास टाकून क्षणभर डोळे मिटले.

"कुठे आहोत आपण?"

"बंदीखान्यात, ॲटलिट कॅम्प. अर्ध्याहून जास्ती तर पळालेच आहेत. मजा आली. ब्रिटीशांची डोकी तर इतकी फिरली आहेत की, हाताला लागेल त्याला धरून त्यांनी इकडे आणले आहे. जहाजावरचा नोकरवर्ग, निर्वासित, मच्छीमार यांनी जाम गडबड माजवली आहे."

"मला फारच गळल्यासारखे वाटते आहे. मला काय झाले?"

"एकट्यानेच ब्रिटीश सैन्याशी झुंज दिल्यावर व्हायचे तेच."

ती हळूच बसली. डोक्याला मोठे टेंगूळ आले होते खरे. पोशाख तर अजून ओला होता. ती काळजीपूर्वक उभी राहिली. धडपडत तंबूच्या दारात गेली. शेकडो तंबू दिसत होते. आणि काटेरी तारांच्या भिंती. पलीकडे ब्रिटीश पहारेकरी.

"मला त्या क्षणी काय झाले कुणास ठाऊक. आजपर्यंत मी कुणावर हातसुद्धा उगारला नव्हता. ब्रिटीश सैनिक मला अडवताना दिसले. त्या क्षणी आयुष्यातली अत्यंत महत्त्वाची घटना घडणार होती. पॅलेस्टाईनच्या भूमीला माझे पाय लागणार होते. त्या क्षणी त्या भूमीवर पाय ठेवला नसता तर मेलेच असते मी... नाही. काय झाले ते नीटसे कळत नाही. सांगताही नाही येत." ती त्याच्याजवळ येऊन बसली.

"काही खाणार बेटा?"

"भूक नाही मला. आता आपले काय करणार ते?"

"थोड्याच वेळात उजाडेल. मग आपली उलटतपासणी सुरू होईल. मूर्खासारखे प्रश्नांवर प्रश्न विचारतील. तुला सर्वांची उत्तरे माहिती आहेतच."

"त्यांनी काहीही विचारले तरी माझे उत्तर एकच असणार आहे. हा देश माझा आहे."

''काहीही झाले तरी फार तर दोन–तीन महिने ते अडकवून ठेवतील आणि मग देतील सोडून. पण निदान तू पॅलेस्टाईनमध्ये तरी आहेस.''

''आणि तुझे काय?''

''पूर्वी झाले होते तेच. पुन्हा पॅलेस्टाईनबाहेर पाठवतील. मग दुसरे जहाज पॅलेस्टाईनला आणायचा प्रयत्न करायचा.''

कारेनचे डोके पुन्हा ठणकायला लागले. पण डोळे मिटून शांत पडून राह्यची तिची तयारी नव्हती. ती बराच वेळ बिलच्या चेहऱ्याचे निरीक्षण करत होती.

''बिल! तू कसा आलास इथे?''

''कसा म्हणजे?''

''तू अमेरिकन आहेस. अमेरिकन ज्यूंची गोष्ट वेगळी आहे.''

''मी काही विशेष करत नाही. आलिया बेतला माणसे हवी होती जहाजांवर. मी जन्मभर तेच करत आलो आहे. केबिन बॉय म्हणून कामाला सुरुवात केली. फर्स्ट मेट झालो. शिवाय कामाचा मोबदला मिळतो मला.''

''तू खरे बोलत नाहीस बिल.''

त्याचाही स्वत:च्या बोलण्यावर पूर्ण विश्वास नव्हताच.

''समजावणे कठीण आहे कारेन. माझे अमेरिकेवर प्रेम आहे. पन्नास पॅलेस्टाईन मिळाले तरी मी अमेरिका सोडणार नाही.'' विचारात गढून त्याने फेऱ्या घालायला सुरुवात केली. कारेन नीट टेकून बसली. ''अमेरिकन असलो तरी जरा वेगळे आहोत आम्ही. शक्य आहे की आम्ही स्वत:ला तसे ठेवले असेल– किंवा इतरांमुळे मी तसा झालो असेन– मला नीट सांगता येत नाही. तेवढा हुशार नाही मी. पण मी ज्यू आहे म्हणून मी भित्रा असणार असे आयुष्यभर मी ऐकत आलो आहे. ज्या ज्या वेळेला पालमाख ब्रिटीशांना किंवा अरबांना कुठे तरी दणका देतात त्या त्या वेळी माझ्या मनात त्यांच्याबद्दल आदरच निर्माण होतो. ज्यू हे भित्रे आणि नादान असे म्हणणाऱ्यांना पालमाख खोटे पाडत असतात. माझ्या स्वाभिमानाचीच लढाई जसे काही ते इथे लढत आहेत. ...काही कळते आहे?''

''नक्कीच.''

''आश्चर्य आहे. मला नाही कळत.''

तो कारेनजवळ बसला. तिचे टेंगूळ बघत म्हणाला, ''विशेष मोठे नाही, पण तुला हॉस्पिटलमध्ये न्यावे असे मी सुचवले होते.''

''ते जाऊ दे. ठीक आहे मी.''

त्या रात्री पालमाखनी या कॅम्पवरच हल्ला चढवला. कुंपणाला एवढे भोक पाडले की आणि दोनशे जण पळून जाऊ शकले. कारेन आणि बिल फ्राय त्यात नव्हते.

स्टार ऑफ डेव्हिडची घटना व्हाईटहॉलमध्ये कळताच ब्रिटीशांच्या ध्यानात

आले की, त्यांची ज्यूंबद्दलची धोरणे बदलायला हवीत, आजपर्यंत थोड्या फार ज्यूंना घेऊन बेकायदेशीरपणे त्यांना पॅलेस्टाईनमध्ये घुसवण्याचा प्रयत्न होत होता. स्टार ऑफ डेव्हिड जवळ जवळ दोन हजार जणांना घेऊन पॅलेस्टाईनच्या किनाऱ्यावर धडकले होते. त्या वेळी आणि अ‍ॅटलिट कॅम्पवरच्या हल्ल्यानंतर यापैकी बहुतेक जण पॅलेस्टाईनमध्ये नाहीसे झाले होते. फ्रान्सचे सरकार उघडपणे ज्यूंच्या मागे उभे होते. पॅलेस्टाईनमधल्या प्रत्येक सहा मधला एक ज्यू बेकायदेशीरपणे पॅलेस्टाईनमध्ये घुसलेला होता हे तर सत्यच होते.

परिस्थिती गुंतागुंतीची, गोंधळाची बनत होती. पॅलेस्टाईनच्या प्रश्नाचे उत्तर तर मिळतच नव्हते. पकडलेल्या ज्यूंना पॅलेस्टाईनमध्ये डांबण्यापेक्षा त्यांना पॅलेस्टाईनहून परत पाठवण्याच्या निर्णयाचा परिणाम म्हणून सायप्रसमध्ये छावण्या उभारण्यात आल्या. स्टार ऑफ डेव्हिडच्या यशामुळेच हा निर्णय घेणे भाग पडले होते.

सायप्रसमध्ये छावण्या उभारण्यात आल्या. स्टार ऑफ डेव्हिडच्या यशामुळेच हा निर्णय घेणे भाग पडले होते.

कारेन हॅन्सेन क्लेमेन्टला एका जहाजावरून सायप्रसमधल्या कॅरलॉस कॅम्पमध्ये पाठवण्यात आले. स्टार ऑफ डेव्हिड या जहाजाचे सीजेरीयाच्या किनाऱ्यावरच्याखडकांवर तुकडे उडत असतानाच मोसाद आलिया बेत नवनवीन जहाजे घेऊन अधिकाधिक संख्येने ज्यूंना पॅलेस्टाईनमध्ये आणण्याच्या योजना आखत होती.

पुढले सहा महिने कॅरलॉसच्या कॅम्पमध्ये कारेन मुलांमध्ये काम करत होती. वेगवेगळ्या ठिकाणी बंदीवास भोगूनही तिच्या मनात राग नव्हता की द्वेष नव्हता. एक आशा मात्र होती– पुन्हा पॅलेस्टाईन बघायची. Ertez Israel इस्राएलची भूमी–– या शब्दांची धुंदी मात्र जबरदस्त होती. तिला तोच एक ध्यास लागला होता.

कारेन आपली कथा किटी फ्रेमॉन्टला सांगताना कित्येक तास उलटून गेले होते. दोघीही मनाने खूपच जवळ आल्या होत्या. प्रत्येकीला दुसरीचा एकाकीपणा, मैत्रीची ओढ जाणवली होती.

"नंतर तुझ्या बाबांबद्दल काही कळले तुला?"

"नाही."

किटीने मनगटावरच्या घड्याळाकडे बघितले. "बापरे! मध्यरात्र उलटून गेली की."

"मलाही कळलेच नाही वेळ कसा गेला ते." कारेन उद्गारली.

"मला पण नाही. गुड नाईट कारेन."

"पुन्हा कधी भेटशील?"

"एखादे वेळी भेटू ही... नक्की सांगता येत नाही."

किटी बाहेर पडली. हजारो तंबूंमध्ये शांतता पसरली होती. सर्चलाईटस्‌चा प्रकाश तंबूंवर फिरत होता. धूळ उडत होती. आरी बेन कनान जवळ येऊन थांबला. हळूहळू ते मुलांच्या कम्पाऊन्डबाहेर आले. क्षणभर थांबून किटीने मागे वळून पाहिले. ते प्रवेशद्वाराच्या दिशेने निघाले.

"मी एका अटीवर तुमच्यासाठी काम करेन'' किटी म्हणाली. "कारेनने माझ्याबरोबर इथेच राहिले पाहिजे.''

"मान्य आहे.''

आणि ती बाहेर पडली.

## १८

दोव्ह लानडावने कॅरलॉस येथे अनेक बिल्स ऑफ लेडिंग आणि ब्रिटीश सैन्याची ओळखपत्रे बनवली. किटी फ्रेमॉन्टने ती कॅम्पमधून बाहेर आणली आणि आरी बेन कनानच्या ताब्यात दिली.

या खोट्या कागदपत्रांनी बेन कनानच्या 'ऑपरेशन गिडीअन' योजनेचा पहिला टप्पा सुरू झाला. सायप्रसमध्ये भटकताना कॅरलॉसजवळच फामगुस्टा रोडवरचा एक मोठा ब्रिटीश पुरवठा डेपो त्याच्या नजरेत भरला होता. काटेरी तारांच्या कुंपणाने वेढलेल्या कित्येक एकर जमीन असलेल्या या डेपोत शेकडो ट्रक्स, जीप्स आणि खच्चून भरलेली गोडाऊन्स होती. युद्धकाळात या डेपोमधून मध्यपूर्वेतल्या दोस्त सैन्याला वाहने व शस्त्रास्त्रांचा पुरवठा करण्यात येत असे. आता त्या भागातल्या ब्रिटीश सैन्याच्या गरजा इथून भागवल्या जात होत्या. या डेपोपासून बंदरापर्यंत नेहमीच कसली ना कसली वाहतूक चालू असे.

मान्द्रियाची सायप्रस मेडिटेरेनिअन शिपिंग कंपनी ही सायप्रसमधल्या ब्रिटीश सैन्याची एजंट होती. त्यामुळे मान्द्रियाकडे डेपोमधल्या मालाची यादी, त्यांना दिलेले कोड नंबर आणि कुठल्या गोडाऊनमध्ये कोणत्या गोष्टींचा साठा आहे यासारख्या गोष्टींची इत्थंभूत आणि अचूक माहिती होती. शिवाय बिल्स ऑफ लेडिंगचा स्वत:चा साठा होताच.

गुरुवारी सकाळी आठ वाजता ब्रिटीश युनिफॉर्म चढवून, बनावट कागदपत्रे आणि तेरा पालमाखनिख्स बरोबर घेऊन आरी बेन कनान डेपोच्या मुख्य प्रवेशद्वाराशी ट्रंक घेऊन पोचला. मदतीला कामगार म्हणून झेव गिलबोआ, जोआब यारकोनी आणि डेव्हिड बेन अमी होते.

कागदपत्रांवर लिहिलेले आरीचे नाव होते 'कॅप्टन कॅलेब मूर.' त्याने आपले मागणीपत्र डेपो कमान्डरला सादर केले. आरी त्याच्या कामगारांच्या टोळीच्या

साह्याने सर्व तऱ्हेची साधनसामग्री गोळा करून फामगुस्टा बंदरावर 'एस. एस. आचान' या जहाजावरून बाहेर पाठवण्यासाठी नेणार होता.

कागदपत्र इतके बेमालूमपणे बनवले होते की, डेपो कमांडरला आठवण झाली नाही की बायबलप्रमाणे कॅलेब हा मोजसचा गुप्तहेर होता आणि आचान याने जेरीकोचा खजिना लुटला होता. एस्. एस्. आचान या नावाचे जहाज अर्थातच अस्तित्वातही नव्हते.

बिल ऑफ लेडिंगप्रमाणे कमांडरने सर्वप्रथम बारा ट्रक्स आणि दोन जीप उभ्या केलेल्या जागेवरून आणून 'कॅप्टन कॅलेब मूर'च्या हवाली केल्या. कामगारांच्या टोळीने मग वेगवेगळ्या गोडाऊन्समध्ये जाऊन अॅफ्रोडाईट/एक्झोडस् जहाजाच्या पॅलेस्टाईन सफरीसाठी आवश्यक तो माल काढायला सुरुवात केली. तीनशे मुले या जहाजावर असणार होती.

जोआब यारकोनीवर जहाज सर्व तऱ्हेने सुसज्ज करण्याची जबाबदारी होती. त्याने तर मोठी यादीच बनवली. अगदी नवीन रेडिओ ट्रान्समीटर आणि रिसिव्हर, हवाबंद अन्नाचे डबे, ब्लॅकेन्टस्, एअर कंडिशनिंग युनिटस्, लाऊडस्पीकर सिस्टीम, औषधे, बॅटऱ्या, छोटी शस्त्रास्त्रे वगैरे शेकडो गोष्टी यादीत लिहिलेल्या होत्या. पण तो आणि झेव जरा दुःखी मनानेच काम करत होते. दोघांच्या कल्लेदार मिशांना आरीने काट लावायची सक्ती केली होती. त्याला भीती होती की, त्या कल्ल्यांमुळेच ते पॅलेस्टीनियन आहेत ते तात्काळ कळेल.

एक्झोडस्साठी आवश्यक असणाऱ्या सामुग्रीबरोबरच डेव्हिडने कॅरलॉसमध्ये कमतरता असणाऱ्या टनावारी मालाचा यादीत समावेश केला होता.

ब्रिटीशांची शस्त्रास्त्रे बघताच झेव गिलबोआला तर काय काय घेऊन जावे असे झाले होते. पालमाखना कायमच शस्त्रास्त्रांची टंचाई भासत होती आणि इथे मशिनगन्स, तोफा, कार्बाईन्स यांनी गोडाऊन्स खच्चून भरली होती.

अगदी पद्धतशीरपणे, वेळ न दवडता कामगारांची टोळी काम करत होती. प्रत्येक गोष्ट कुठल्या क्रमांकाच्या गोडाऊनमध्ये आहे हे मान्द्रियाने सांगितले होते. सर्व माल भरल्यावर 'औषधी' उपयोगासाठी म्हणून यारकोनीने थोड्या स्कॉच व्हिस्कीच्या पेट्या घेतल्या, थोड्या ब्रॅन्डीच्या आणि मग जिनच्या आणि मग वाईनच्याही.

मालाने भरगच्च भरलेल्या कोऱ्या करकरीत बारा ट्रक्स मग फामगुस्टा बंदराकडे म्हणून जाण्यासाठी तयार झाल्या. कमांडरने दिलेल्या सहकार्याबद्दल आरीने त्याचे अगदी मनापासून आभार मानले. प्रथम प्रवेश केल्यापासून सहा तासांनी सर्व बाहेर निघाले.

योजनेचा हा भाग इतक्या सहजतेने यशस्वी झाला होता की, पालमाखनिख

स्वत:ची पाठ थोपटायला लागले होते. आरीने त्यांना जास्त वेळ आनंदात मश्गुल होऊ दिले नाही. विश्रांतीही घेऊ दिली नाही. ही तर केवळ सुरुवात होती.

आता हे चोरलेले ट्रक्स आणि त्यातले सामान ठेवायचे कुठे? आरीकडे या प्रश्नाचेही उत्तर होतेच. फामगुस्टापासून थोड्या अंतरावर एक वापरात नसलेला ब्रिटीश कॅम्प त्याच्या नजरेने टिपला होता. एका छोट्या युनिटने तो पूर्वी कधी तरी वापरलेला असावा. पण तिथले कुंपण अजून ठाकठीक होते. इलेक्ट्रिसिटी होती. काही छोटी छोटी लाकडी घरेही होती.

ती रात्र आणि पुढल्या दोन रात्री कॅरलॉस कॅम्पमधून आलेल्या पालमाखनिखनी इथे येऊन सर्व जागा साफ केली. तंबू ठोकले. पुन्हा ही जागा वापरात आहे असे पुरावे निर्माण केले.

ट्रक्स आणि जीप्स ब्रिटीश सैन्यातील नेहमीच्या खाकी रंगाने रंगवण्यात आल्या. प्रत्येक ट्रकच्या आणि जीपच्या दारावर जोआब यारकोनीने सैन्यदलात वापरात असलेल्या हजारो चिन्हांप्रमाणे एक चिन्ह रंगवले. शिवाय नावही रंगवले. तविसावी ट्रान्सपोर्टेशन कंपनी एच्.एम.जे.एफ.सी.

कॅम्पच्या ऑफिसमध्ये कागदपत्रे, ऑर्डर्स वगैरे ठेवण्यात आल्या. काही खरी आणि काही बनावट कागदपत्रेही विखरून ठेवली.

चार दिवसातच कॅम्प पुन्हा गजबजल्यासारखा वाटायला लागला. डेपोमधून भरपूर ब्रिटीश युनिफॉर्म उचलले होते. इतर गोष्टीही आणल्या होत्या. पालमाख सैनिकच इतक्या उघड ब्रिटीश गणवेशात वावरत असतील अशी शंका कुणालाही आली नाही.

आणि मग जोआब यारकोनीने प्रवेशद्वाराजवळ मोठी पाटी रंगवून ठेवली. तेविसावी ट्रान्स्पोर्टेशन कंपनी. एच्.एम्.जे.एफ.सी.

"आता एच्.एम्.जे. एफ्.सी. म्हणजे काय म्हणायचे आहे तुला?"

"His Majesty's Jewish Forces on Cyprus! आणि काय असणार?" जोआब हसतच उद्गारला.

आरी बेन कनानचे धाडस जबरच. त्याने सरळसरळ ब्रिटीश सैन्याचे खोटे युनिटच अस्तित्वात आणले होते. मोसाद आलिया बेतचे मुख्य ठाणे दिवसाढवळ्या फामगुस्टा रोडवर स्थापन केले होते. ऑपरेशन गिडीअनचा शेवटचा टप्पा ब्रिटीशांकडून चोरलेल्या गोष्टींनीच गाठायचा होता. धोका तर होताच. पण आरीचा आवडता सिद्धांत होता की, फार गुप्तपणे वागले की संशयास्पद दिसते. कोणत्याही गोष्टी उघडउघड सहजपणे केल्या तर दुसऱ्यांदा कोणी नजरही टाकत नाही.

एक व्यापारी जहाज फामगुस्टाला आले तेव्हा तीन अमेरिकन जहाज सोडून पळाले. युद्धकाळात अमेरिकन नौदलाने शिकवलेले ते मोसाद आलिया बेतचे एजंटच होते. दुसऱ्या एका जहाजावरून स्पेनमधून पळालेले दोघे जण आले. योजनेचा पुढला टप्पा पार पडला होता. एक्झोडस्‌चा नोकरवर्ग तयार होता. आरी, डेव्हिड, जोआब आणि झेव त्यांच्याबरोबर काम करायला होतेच.

अमेरिकन कॅप्टन हॅन्क शोल्सबर्ग आणि जोआब यांनी जहाजात योग्य ते बदल करायला सुरुवात केली. पुन्हा हे काम कुणाच्या डोळ्यांवर न येता करायला हवे होते. लारनाका या छोट्या बंदरात धक्क्याच्या एका कोपऱ्यात चाललेल्या या कामाकडे सर्वांचे कसे दुर्लक्ष होईल याची काळजी मान्द्रियाने घेतली.

प्रथम त्यांनी जहाजावरचे फर्निचर काढले, केबिन्स उडवल्या, पार्टीशन्स कापून काढली. आता कुठल्याही डेकवर उभे राहिले की दोन्ही बाजूंना, दोन्ही टोकांपर्यंत अडथळा नव्हता. मग डेकवर दोन पार्टीशन्स उभारून दोन बाथरूम बांधल्या. एक मुलांसाठी, एक मुलींसाठी. मेस हॉलमध्ये हॉस्पिटल उभारले. जेवणाची सोय सरळ हवाबंद डबे फोडून. जेवणघर नाही. गॅलीमध्ये शस्त्रास्त्रांचा साठा आणि इतर सामुग्री भरली. नोकरवर्गाची राहण्याची जागाही तोडली. लाऊड स्पीकर्स लावले. जुनाट झालेल्या इंजिनांची डागडुजी झाली. इंजिन बंद पडलेच तर सोय म्हणून चक्क एक डोलकाठी उभी केली. शिडे तयार केली. मोजमापे घेऊन सगळीकडे रेषा मारल्या. प्रत्येक मुलगा किंवा मुलगी फक्त पोटावर किंवा पाठीवरच झोपू शकली असती. एक दोन इंचापलीकडे हलू शकली नसती. सरासरी ४'–१०'' उंची धरून एकावर एक शेल्फ बांधल्या. लाईफ बोटींची दुरुस्ती करण्यात आली. जहाजाच्या बाजूंना भोके पाडून पाईप घालण्यात आले. इलेक्ट्रिक पंखे बसवले. त्यांच्या सहाय्याने या पाईप्समधून सर्वत्र हवा खेळती ठेवण्यात येणार होती. ब्रिटीश डेपोमधून आणलेली एअर कन्डिशनिंग युनिटस्‌ही बसवण्यात आली. खेळती आणि शुद्ध हवा ही अत्यंत महत्त्वाची बाब होती. तीनशे मुले जर ओकायला लागली तर परिस्थिती कठीण बनली असती.

सर्व माल जहाजावर कसा चढवायचा हा प्रश्नच होता. चोरलेल्या ट्रक्समधून माल घेऊन येणे म्हणजे अनेकांच्या नजरा वळणार. प्रत्येक रात्री एक्झोडस् लारनाकाहून काही मैलांवर नेण्यात यायला लागली. एच्.एम्.जे.एफ्.सी.च्या ट्रक्स त्या ओसाड निर्मनुष्य भागात माल घेऊन येत. रात्रभर रबरी बोटी किनाऱ्यापासून एक्झोडस्‌पर्यंत फेऱ्या मारत. इंच इंच करत जहाज मालाने भरण्यात आले.

इकडे कॅरलॉसमध्ये झेव गिलबोआ आपले काम चोखपणे करत होता. तीनशे धडधाकट अशी मुले त्याने निवडली. दररोज आळीपाळीने त्यांना मैदानावर नेऊन तो त्यांच्याकडून व्यायाम करून घेत होता. चाकू आणि छोट्या काठ्या घेऊन

मारामारी करायचे शिक्षण देत होता. ग्रेनेडस् कसे फेकायचे, छोटी शस्त्रास्त्रे कशी चालवायची यांचे धडे देत होता. टेहळणीसाठी मैदानाच्या कोपऱ्याकोपऱ्यात मुले तयार असत. एका इशाऱ्यासरशी युद्धाचे खेळ थांबून साधेसुधे खेळ सुरू होत. तीन सेकंदात टोळक्यातल्या 'मारामाऱ्या' थांबत आणि शाळेची गाणी म्हणायला सुरुवात होई. मैदानावर नसतील ती मुले शाळेत पॅलेस्टाईनचा भूगोल शिकत असत. पॅलेस्टाईनमधल्या सर्व महत्त्वाच्या भौगोलिक खाणाखुणाही ठाऊक हव्यात. ब्रिटीश सी. आय.डी.च्या उलटतपासणीला उत्तरे द्यायची सर्व तयारी करून घेण्यात येत होती.

रात्री झेव आणि इतर पालमाखनिख मैदानावर शेकोटी पेटवून गोष्टी सांगत. पॅलेस्टाईनमधल्या जीवनाचे वर्णन करत. काटेरी तारांच्या कुंपणात रहावे लागणार नाही ही कल्पनाच कॅम्पमधल्या मुलांना अविश्वसनीय वाटायची.

आरी आणि त्याचे प्रमुख साथीदार डेव्हिड, झेव आणि जोआब यांच्यात मात्र उगीच कुरबूर सुरू झाली होती.

डेव्हिड अत्यंत भावनाप्रधान, हुशार तरुण. पण एकदा डोके फिरले की त्याला कुणाची भीती नसायची. ब्रिटीश डेपोमधली पहिली यशस्वी सफर पार पडल्यानंतर डेव्हिड, झेव आणि जोआब यांना तो डेपोच रिकामा करायची इच्छा झाली होती. झेव तर तोफा घेऊन यायलाही तयार झाला होता. इतकी वर्षे त्याने त्यांना गरज असलेल्या शस्त्रांची टंचाई पाहिली होती. आता ब्रिटिशांचा शस्त्रसाठा पाहिल्यापासून त्याला झोप येत नव्हती. ती सर्व शस्त्रे पळवणे हे आपले कर्तव्यच आहे असे त्याला वाटत होते.

आरीचा याला विरोध होता. ब्रिटीश सध्या झोपले असतील पण मेलेले नक्की नव्हते. मधूनमधून तविसाव्या ट्रान्स्पोर्टेशन कंपनीचे ट्रक जाऊन थोडी फार सामुग्री आणत होते. ते संशयास्पद नव्हते. पण रात्रंदिवस फेऱ्या घालत डेपो रिकामा करायचा प्रयत्न केला आणि बेंड फुटले तर योजनाच बारगळायची भीती होती.

या तिघांच्या डोक्यातून मात्र आता अफलातून कल्पना निघायला लागल्या. जोआब तर इतका निर्ढावला होता की, एकदा त्याने काही ब्रिटीश अधिकाऱ्यांना तेविसाव्या ट्रान्स्पोर्टेशन कंपनीत जेवायलाही बोलावले. आता मात्र आरीने तिघांनाही आताच सरळ पॅलेस्टाईनला पाठवायची धमकी दिली.

दोन आठवड्यात 'ऑपरेशन गिडीअन'ची संपूर्ण तयारी झाली होती. दोनच गोष्टी राहिल्या होत्या. मार्क पार्करची कथा आणि तीनशे मुलांना कायरेनियापर्यंत नेणे. पण हे शेवटचे पाऊल, लारनाका येथे बांधलेल्या नवीन कॅम्पमध्ये, कॅरलॉस येथूनचे निर्वासित आणायला ब्रिटीश कधी सुरुवात करतात यावर अवलंबून होते.

# ११

सायप्रसमधल्या ब्रिटीश गुप्तहेर खात्याचा प्रमुख ॲलन ॲलीस्टेर आणि सदरलॅन्डचा ए.डी.सी. मेजर काल्डवेल ब्रिगेडिअर सदरलॅन्डच्या ऑफिसात आले होते. ॲलीस्टेरने आपल्या हातातले कागदपत्र समोर टेबलावर ठेवले. ब्रिगेडिअरने बोलायची सूचना करताच त्याने माहिती द्यायला सुरुवात केली.

"कॅरलॉस येथल्या मुलांच्या कम्पाऊन्डमध्ये सध्या खूप गडबड आहे. आम्हाला वाटते की, सुटकेचा एक मोठा प्रयत्न तरी होणार आहे किंवा दंगल तरी."

गुप्तहेर खात्यात काम केल्याने ॲलीस्टेरला बहुधा हळू आवाजात बोलायची सवय लागली असावी. तो कुजबुजल्यासारखा बोलायचा. तो आला की सदरलॅन्ड नेहमीच नर्व्हस व्हायचा आणि तो कधी बाहेर जातो याची वाट बघायचा. ॲलीस्टेरचे समोरचे कागद बघत सुरू असलेले बोलणे एकदाचे संपले.

"ॲलीस्टेर, तू गेली पंधरा मिनिटे एकच गोष्ट सांगतो आहेस. ज्यू काही तरी कट करण्यात गुंतले आहेत. गेल्या दोन आठवड्यात तू तीन वेळा तुझी माणसे मुलांच्या कंपाऊन्डमध्ये घुसवायचा प्रयत्न केलास. कॅरलॉसमधल्या इतर कॅम्पमध्ये तसाच प्रयत्न पाच वेळा केलास. काय झाले? तासाभरात ज्यूंनी तुझ्या माणसांना खड्यासारखे वेचून बाहेर फेकले. दोन पाने भरून जे संदेश वाचून दाखवतो आहेस त्यांचा अर्थ तुला लागत नाही. ज्या दडवलेल्य ट्रान्समीटरवरून ते संदेश जात आहेत, तो ट्रान्समीटर तुला शोधून काढता येत नाही."

ॲलीस्टेर आणि काल्डवेल यांनी एकमेकांकडे बघितले. हल्ली ब्रिगेडिअर मुळी काही ऐकूनच घेत नाही हे त्यांच्या लक्षात आले होते. आजही तेच घडणार होते. तरी ॲलीस्टेरने समजवायचा प्रयत्न केला. "आम्हाला काही गोष्टी निश्चित माहिती आहेत. कॅरलॉस कॅम्पमध्ये पॅलेस्टाईनहून आलेल्या पालमाखचा सुळसुळाट झाला आहे. ते मैदानावर लष्करी शिक्षण देतात. सलामिसच्या अवशेषांजवळ या पॅलेस्टाईनहून येणाऱ्या पालमाखना उतरवले जाते. शिवाय आमची खात्री आहे की, तो ग्रीक मान्द्रिया यांना सामील आहे. पण या गोष्टी पूर्वी कळवल्या असूनही कोणत्याच तऱ्हेचा बंदोबस्त आपण केलेला नाही."

"हे सर्व मला ठाऊक आहे." ब्रिगेडिअर सदरलॅन्ड वैतागूनच म्हणाला, "पण तुम्ही एक गोष्ट ध्यानात घेत नाही. त्या पालमाखमुळेच या कॅम्पमध्ये दंगल झालेली नाही. ते शाळा चालवतात, हॉस्पिटल चालवतात आणि सर्वांना काबूत ठेवतात. कॅम्पमध्ये शिस्त ठेवतात. काही ठराविक जणांनाच आतून बाहेर आणि बाहेरून आत जा–ये करू देतात. पण त्यांच्यामुळेच मोठा प्रयत्न आजपर्यंत झालेला नाही. त्यांना तिथून हुसकले तर परिस्थिती आपल्या ताब्यात राहणार नाही."

“मग एखादा खबऱ्या गाठावा. निदान काय चालले आहे ते तरी कळेल.” काल्डवेलने सुचवले.

“ज्यूंबाबत ते शक्य नाही. आणि त्यांना आपण घाबरवू शकत नाही. धडा शिकवू शकत नाही. यातनातळातून जगून वाचून आलेले आहेत ते. त्यांना कशाची भीती दाखवणार? बेर्गेन–बेल्झेन आठवते ना फ्रेडी? त्याहून वाईट आपण काही करू शकू असे वाटते तुला?

माझे काम एवढेच आहे की, या लोकांचे काय करायचे याचा निर्णय सरकारने घेईपर्यंत सायप्रसमधल्या या कॅम्पमध्ये शांतता राखायची. अशी कोणतीही गोष्ट करायची नाही की ज्यामुळे आपल्याविरुद्ध कोणी उठेल.”

ॲलीस्टेर आणि काल्डवेल यांना असे काही तरी घडायची नुसती वाट बघायची हेच पटत नव्हते. कॅरलॉसमध्ये काहीतरी कारस्थान शिजते आहे याची त्यांना पक्की खात्री होती. एक दणका देऊन ज्यूंना वठणीवर आणता येईल याबद्दल त्यांना तरी संशय वाटत नव्हता. त्यांनी सदरलॅन्डशी वाद घालूनही शेवटी उपयोग झाला नाही. माहिती पुरवणे हे त्यांचे काम होते आणि ते त्यांनी चोख बजावले होते. खरे म्हणजे सदरलॅन्ड या ज्यूंच्या बाबतीत एवढे मऊ धोरण का स्वीकारत होता हेच त्यांना कळेनासे झाले होते.

“आणि एक प्रश्न सर.” ॲलीस्टेर म्हणाला. “कॅथरीन फ्रेमॉन्ट आणि मार्क पार्कर यांची माहिती आहेच तुम्हाला. मार्क पार्कर सायप्रसमध्ये येताच ती कॅरलॉस कॅम्पमध्ये काम करायला लागली आहे. मार्क पार्कर ब्रिटीश विरोधी आहे हे जुन्या अनुभवांवरून आपल्याला माहीत आहे.”

“मूर्खासारखा बडबडू नकोस. तो उत्कृष्ट पत्रकार आहे. न्यूरेम्बर्ग खटल्यांच्या वेळी त्याने चांगले काम केले आहे. युद्धकाळात हॉलंडमध्ये आपण एक वेळ केलेली चूक फार महागात पडली होती हे त्याने शोधून काढून छापले होते. पण तो पेशा आहे त्याचा.”

“तर मग तशाच काही कारणासाठी त्याने किटी फ्रेमॉन्टला कॅरलॉसच्या कॅम्पमध्ये काम करायला पाठवले नसेल कशावरून?”

“कॅथरीन फ्रेमॉन्ट मध्यपूर्वेतली सर्वोत्कृष्ट नर्स आहे. सालोनिकामधल्या अनाथालयात तिने केलेल्या कामाबद्दल ग्रीक तिला सन्माननीय पदक दिले होते. हे तुझ्या रिपोर्टमध्ये आहे. मार्क पार्करची आणि तिची बालपणापासून मैत्री आहे हे ही तू म्हटले आहेस. ज्यूंची संघटनाच तिने त्यांच्यात काम करावे म्हणून तिच्या मागे होती हेदेखील तूच लिहिले आहेस. मला एक सांगा मेजर ॲलीस्टेर तुमचे रिपोर्ट तुम्ही स्वत: नक्की वाचता ना?”

“पण सर!”

"अजून बोलणे संपलेले नाही माझे. समजा तुमच्या त्यांच्याबद्दलच्या वाईटात वाईट शंका खऱ्या आहेत, ती मार्क पार्करसाठी माहिती गोळा करते आहे आणि तो कॅरलॉस कॅम्पबद्दल लेखमाला लिहिणार आहे. पण हे आता १९४६ साल आहे. युद्ध संपून दीड वर्ष झाले आहे. निर्वासितांच्या गोष्टींचाही जनतेला आता वीट आला आहे. या लेखमालेचा त्यांच्यावर परिणाम होणार नाही. पण आपण एका अमेरिकन नर्सला हुसकावून लावले तर सायप्रसमधली सर्व वृत्तपत्रे त्या गोष्टीमागे लागतील. आजची मिटींग संपली समजा."

ॲलीस्टरने आपले कागदपत्र गोळा केले. फ्रेड काल्डवेल संतापाने जळफळतच म्हणाला, "यातल्या काही जणांची कत्तलच उडवली पाहिजे. म्हणजे कळेल इथे सत्ता कुणाची आहे." तो वळत असतानाच सदरलॅन्डची हाक ऐकू आली.

"फ्रेडी!"

तो वळला.

"तशीच इच्छा असेल तर मी तुझी पॅलेस्टाईनला बदली करायची व्यवस्था करतो. तिथले ज्यू काटेरी तारांच्या कुंपणाआड राहत नाहीत. शस्त्रसज्जही आहेत. तुझी खुमखुमी जिरवायलाही..."

दोघे घाईघाईनेच बाहेर पडले. ॲलीस्टेरच्या ऑफिसमध्ये जाऊन बसले.

"याला एकदाची सर पदवी देऊन निवृत्त का करत नाहीत कळत नाही." काल्डवेल चिडूनच उद्गारला.

"फ्रेडी, मी बरेच आठवडे विचार करतो आहे. मी जनरल टेव्हर ब्राऊनला परस्पर पत्र लिहीन म्हणतो."

"सैन्यात अशी वागणूक धोकादायकच. स्वतःच्याच वरिष्ठांबद्दल वरती तक्रार?"

"पण तू मला साथ द्यायला हवीस फ्रेडी."

फ्रेडीलाही सदरलॅन्डचा कंटाळा आला होता. ॲलीस्टेर हा जनरल टेव्हर ब्राऊनचा नातेवाईक होता. फ्रेडीबद्दल ॲलीस्टेरने टेव्हर ब्राऊनकडे शब्द टाकला तर...

काही दिवसांनी टेव्हर ब्राऊनला मेजर ॲलीस्टेरचा अहवाल मिळाला. वाचताक्षणीच तो इतका चिडला की त्याला वाटले की, या दोघांना बोलावून त्यांची चांगली खरडपट्टी काढावी. पण मग त्याच्या लक्षात आले की ॲलीस्टेरने कळून सवरून असे पत्र पाठवले असेल तर त्याला नक्कीच तसेच कारण असणार.

त्यांच्या मताप्रमाणे कॅरलॉसवर धाड घालून ज्यूंच्या योजना उधळून टाकायच्या असतील तर ते कामही तातडीने करायला हवे होते. टेव्हर ब्राऊनला कल्पना नव्हती. पण आरी बेन कनानने मुलांच्या कम्पाऊन्डमधून तीनशे मुले पळवण्यासाठी दिवस ठरवला होता आणि वेळ निश्चित केली होती.

ब्रिटीशांनी जाहीर केले की, लारनाका येथील नवीन कॅम्प तयार आहेत आणि

कॅरलॉसची गर्दी कमी करण्यासाठी तिथून लारनाका येथे निर्वासित हलवायला काही दिवसात सुरुवात करण्यात येईल. दहा दिवस दररोज तीनशे ते पाचशे निर्वासित हलवण्यात येतील. आरीने सहावा दिवस आपल्या योजनेच्या अखेरच्या टप्प्यासाठी निवडला होता.

भुयारे नाहीत की पेटारे नाहीत. आरी सरळ ब्रिटीश ट्रक्स घेऊन कॅरलॉस येथे जाणार होता आणि मुलांना ट्रक्समध्ये चढवून निघणार होता.

## २०

केनेथ ब्रॅडबरी
चीफ, ए.एन्.एस्.
लंडन ब्यूरो

प्रिय ब्रॅड

*हे पत्र आणि सायप्रससंबंधीची माझी कथा ब्रिटीश इन्टरकॉन्टिनेंटल एअरवेजचा वैमानिक एफ्.एफ्.व्हिटमन याच्याबरोबर पाठवत आहे. ऑपरेशन गिडीअनचा शेवटचा टप्पा पाच दिवस दूर आहे. हे पत्र मिळाले की ताबडतोब तार कर. ही भानगड बरीच वाढणार आहे याबद्दल माझी खात्री आहे. जबाबदारी सर्वस्वी माझीच.*

*ठरवलेल्या दिवशी मी तार करेन. मार्क म्हणून सही केली तर अपेक्षेप्रमाणे घटना घडल्या आहेत समजून कथा प्रसिद्ध करायची. पार्कर म्हणून सही केली तर ती थोडे दिवस तशीच ठेवायची.''*

*व्हिटमनला पाचशे डॉलर्स द्यायचे कबूल केले आहेत, ते तू देशीलच.*

मार्क पार्कर.

मार्क पार्कर
डोम हॉटेल
कायरेनिया, सायप्रस

डोरोथी मावशी लंडनला सुखरूप पोचली. तिला बघून सर्वांनाच फार आनंद झाला. तुझ्याच पत्राची वाट पाहत आहोत.

ब्रॅड

कॅरलॉसमध्ये काम करायला लागल्यावर किटीने आपला मुक्काम डोम हॉटेलमधून किंग जॉर्ज हॉटेलमध्ये हलवला होता. एक्झोडस् येईल तेव्हा कायरेनियात राहिलेले बरे या उद्देशाने मार्कने डोम हॉटेल सोडले नव्हते.

दोन वेळा फामगुस्टला जाऊनही मार्कला ती भेटली नव्हती. ती कॅरलॉस कॅम्पमध्येच गेली होती. मार्कला संशय होताच की, ती छोटी मुलगी तिच्याबरोबर असणार. मान्द्रियाने ती दिवसभर किटीबरोबर काम करते हे सांगितल्यावर मार्कला किटीची लक्षणे ठीक वाटत नव्हती. तिची सॅन्ड्राच पुन्हा भेटल्यासारखी किटी वागत होती. ही गोष्ट निश्चितपणे दुःखदायक ठरेल असे मार्कला वाटत होते. शिवाय कॅरलॉसमधून बनावट कागदपत्रे किटी बाहेर काढत होती.

ऑपरेशन गिडीअन काही दिवसांवर आले होते. मार्क चिंताग्रस्त आणि अस्वस्थ बनत होता. किटीचे विचित्र वागणे बघूनही त्याला काळजी वाटत होती. किंग जॉर्ज हॉटेलमधे तिला भेटायची वेळ निश्चित करूनच मार्क तिला भेटायला निघाला. तो अत्यंत बेचैन अवस्थेत होता. नको ते काहीतरी घडणार आहे याबद्दल ब्रिटिशांची खात्री पटली होती पण काय ते शोधून काढणे त्यांना जमत नव्हते. बेन कनान आणि त्याच्या साथीदारांचे मार्कला कौतुक वाटत होते आणि आश्चर्यही पालमाखनिख्सच्या धाडसाबद्दल तर वादच नव्हता. एक्झोडस् प्रवासाला सज्ज झाली होती. मुलांचे शिक्षण आणि तयारी पूर्ण होत आली होती. त्याच्या आयुष्यातली ही एक विलक्षण कामगिरी ठरणार होती याची त्याला खात्री होती. आणि या सर्वांचा भाग असल्यानेच की काय तो काळजीत होता. किंग जॉर्ज हॉटेलच्या समुद्राच्या बाजूच्या टेरेसवर किटी बसली होती.

"हॅलो, मार्क!"

मार्कने किटीवर नजर टाकली. पहिल्या भेटीत दिसली होती त्याहून आज निदान दहा वर्षं तरी तरुण वाटत होती. आनंदातही दिसत होती.

"तुझा चेहरा असा का मार्क? महत्त्वाचा क्षण जवळ येत आहे म्हणून?"

"कुणाला धास्ती नाही वाटणार?" मार्क तुटकपणे म्हणाला.

किटीने हातातला ग्लास खाली ठेवला. "तुला बरेच काही बोलायचे आहे असे दिसते. बोल."

"काय झाले आहे तुला हल्ली? मी आवडेनासा झालो आहे?"

"तुला माहिती आहे की मी किती कामात आहे ते. शिवाय आपणच तर ठरवले होते की काही दिवस आपण न भेटलेले बरे म्हणून."

"माझे नाव मार्क पार्कर. आपण मित्र होतो. अनेक गोष्टींबद्दल एकमेकांशी बोलत होतो. आठवते?"

"तू काय सुचवतो आहेस ते ध्यानात येत नाही माझ्या."

“कारेन–कारेन क्लेमेन्ट हॅन्सेन! जर्मनी, मग डेन्मार्क आणि आता इथे आलेली निर्वासित मुलगी.”

“तिच्याबद्दल चर्चा करण्यासारखे...”

“आहे. नक्की आहे.”

“ती मला खूप आवडते. आम्ही दोघी मैत्रिणी आहोत. बस्.”

“तुला कधीही खोटे बोलणे जमलेले नाही किटी.”

“मला तिच्याबद्दल काहीही बोलायचे नाही.”

“मागच्या वेळी असा मूर्खपणा केलास आणि उठलीस तेव्हा तुझ्या शेजारी एक अनोळखी मरीन होता. यावेळेला तू स्वत:चे आयुष्य संपवू शकशीलही एखादेवेळी. तेवढे धैर्य आले आहे तुझ्यात.”

मार्कच्या रागीट नजरेला नजर देणे तिला शक्य झाले नाही. तिची मान खाली झुकली.

“या आधी काही आठवडे मी निदान सरळ विचार करू शकत होते मार्क, ती फार वेगळी मुलगी आहे. माझा पुनर्जन्म झाल्यासारखे वाटते मला.”

“आणि ती एक्झोडस्‌वरून निघून गेल्यावर तू काय करणार आहेस किटी? तिच्या मागोमाग पॅलेस्टाईनला जाणार?”

किटीचे डोळे चमकले. तिच्या चेहऱ्यावरचे सर्व खेळ मार्कच्या चांगल्या परिचयाचे होते. “तू काय केले आहेस किटी?”

“ती एक्सझोडस्‌वर जाणार नाही या अटीवरच मी काम करायला संमती दिली आहे.”

“मूर्ख आहेस किटी.”

“वाटेल ते बडबडू नकोस मार्क. मला एकाकीपणा असह्य झाला होता. मला कारेनचा सहवास हवा आहे. तिलाही कोणीतरी समजून घेणारी स्त्री हवीच होती. काय वाईट आहे त्यात?”

“मैत्रिण? तुला आई व्हायचे आहे तिची.”

“आणि समजा तसेच असले तरी काय बिघडले? काय चूक आहे त्यात?” किटी रागातच उद्गारली.

“मला वाटते आपण जरा शांत राहून बोलू या. एक गोष्ट तुझ्या लक्षात आली आहे की नाही मला माहिती नाही. तिचे वडील बहुधा जिवंत आहेत. जरी नसले तरी डेन्मार्कमधे तिचे कुटुंब आहे. आणि मुख्य म्हणजे इतरांसारखेच त्यांनी तिचेही डोके भडकवले आहे. तिलाही पॅलेस्टाईनच हवे आहे.”

किटीचा चेहरा म्लान झाला. तिच्या चेहऱ्यावर दु:खाची छाया पसरली. मार्कला क्षणभर पश्चाताप झाला.

"तिला एक्झोडस्वर जाऊ न देण्यात माझीच चूक होत असावी. पण काही महिने तरी मला ती हवी होती – मला तिचा पूर्ण विश्वास हवा होता. ती माझ्याबरोबर अमेरिकेला आली तर किती मजा येईल हे समजवायचे होते. मी जर काही महिने तिच्याबरोबर राहिले तर..."

"किटी... किटी... ती सॅन्ड्रा नाही किटी. युद्ध संपल्याक्षणापासून तू सॅन्ड्राला शोधते आहेस. सालोनिकामधे अनाथ मुलींच्या कॅम्पमधे तू उगीच गेली होतीस? आणि म्हणूनच बहुधा हट्टाने तू आरी बेन कनानचे आव्हान स्वीकारून कॅरलॉसला गेलीस. तिथेही मुलांशी संबंध. एखादेवेळी सॅन्ड्रा मिळायची आशा होतीच."

"मार्क, कृपा कर आणि..."

"ठीक आहे किटी! हे बोलणे थांबवू आपण. मी काय करू तुझ्यासाठी?"

"तिचे वडील नक्की जिवंत आहेत का याचा तपास कर. नाही तर तिला दत्तक घेईन आणि अमेरिकेला येण्याबद्दल समजूत घालेन."

"माझ्याकडून होईल तेवढी मदत मी नक्की करेन."

एवढ्यात कॅप्टन कॅलेब मूरच्या गणवेशात आरी बेन कनान त्यांच्या टेरेसवर येताना त्याला दिसला. चेहरा नेहमीसारखाच करारी आणि कठोर. त्याला बघताच किटीचा चेहरा मात्र फुलला.

"डेव्हिडकडून आताच निरोप आला आहे. कॅरलॉसला माझी गरज आहे. तू ही माझ्याबरोबर आलीस तर बरे होईल" तो किटीला म्हणाला.

"काय झाले?" मार्क आणि किटी यांनी एकाच वेळी प्रश्न केला.

"नक्की माहीत नाही. पण आमचे बनावट कागदपत्र बनवणारा तो मुलगा – दोव्ह लानडाव – माझ्याशी बोलल्याशिवाय यापुढे काम करणार नाही म्हणतो."

"मी येऊन काय होणार?"

"तो फक्त तुझ्या मैत्रिणीचे – कारेनचे – ऐकतो. पुढल्या छत्तीस तासात सर्व कागदपत्र तयार व्हायलाच हवेत. कारेनच्या मदतीने तुला त्याची समजूत घालावी लागेल."

पांढऱ्याफटक चेहऱ्याने किटी धडपडतच आरी बेन कनानच्या मागोमाग निघाली. मार्कने स्वत:शीच मान हलवली. लक्षणे वाईटच होती.

## २१

कारेन रागानेच त्या गोड भासणाऱ्या, निष्पाप चेहऱ्याच्या, भुऱ्या केसांच्या मुलाकडे बघत होती. सतरा वर्षांच्या मानाने त्याची चण लहानसरच होती. भेदक होते ते त्याचे डोळे. या क्षणाला मात्र त्या डोळ्यात मनातला गोंधळ, दुःख, तिरस्कार सर्वच एकवटलेले दिसत होते.

“काय केले आहेस तू दोव्ह?” कारेनने रागारागानेच विचारले. उत्तर नाही. फक्त गुरगुरल्यासारखा आवाज. “गुरगुरू नकोस कुत्र्यासारखा. तू काय केले आहेस ते मी विचारते आहे.” कारेन पुन्हा रागातच म्हणाली.

चिडलेल्या कारेनशी वाद घालायची त्याची तयारी दिसत नव्हती. “मी सांगितले त्यांना की मला बेन कनानशी बोलायचे आहे.”

“का?”

“हे कागदपत्र पाहिलेस? ब्रिटिश फॉर्म्सच्या प्रती आहेत या. आरीने तीनशे मुलांची नावे या फॉर्म्सवर लिहिण्यासाठी दिली आहेत. त्यांची लारनाकाच्या नव्या कॅम्पमध्ये रवानगी व्हायची आहे म्हणे. कुठले तरी जहाज त्यांच्यासाठी सज्ज आहे आणि ती पॅलेस्टाईनला जाणार आहेत.”

“मग? मोसाद आणि पालमाख यांना कोणतीही गोष्ट ते कशासाठी करतात असे प्रश्न आपण विचारत नाही.”

“पण यावेळी मी ते विचारणार आहे. आपली नावे त्या यादीमधे असल्याशिवाय मी पुढे काम करणार नाही.”

“असे एखादे जहाज आहे हे तुला माहिती नाही. असलेच आणि आपली नावे त्या यादीत नसतील तर त्यालाही कारणे असणार. आपल्या दोघांनाही कॅरलॉसमधेच खूप काम आहे.”

“त्यांना माझी गरज आहे की नाही याची मला मुळीच पर्वा नाही. त्यांनी मला पॅलेस्टाईनला पाठवायचे वचन दिले होते आणि मी जाणारच.”

“पालमाखने आपल्यासाठी जे काही केले आहे त्याची काही तरी परतफेड व्हावी असे वाटत नाही तुला?”

“काही उपकार केले नाहीत त्यांनी आपल्यावर. पॅलेस्टाईनमध्ये ज्यू घुसवण्याची धडपड ते का करत आहेत कळत नाही तुला? आपल्यावर फार प्रेम आहे म्हणून ते आपल्याला पॅलेस्टाईनला नेत आहेत असे वाटते की काय तुला? त्यांचा एकच हेतू आहे. अरबांशी लढण्यासाठी माणसांची गरज आहे त्यांना.”

“आणि पॅलेस्टाईनसाठी लढत नाहीत आणि तरी आपल्याला मदत करत आहेत अशा अमेरिकन आणि इतर लोकांचे काय? का मदत करत आहेत ते?”

“मी सांगतो तुला का मदत करत आहेत ते. गॅस चेम्बरमधे जावे लागले नाही हीच गोष्ट खाते आहे त्यांच्या मनाला. त्यांची सद्सद्विवेकबुद्धीच टोचते आहे त्यांना.”

कारेनचे माथे भडकले. आपला तोल जाऊ नये म्हणून क्षणभर तिने डोळे मिटले, तोंड घट्ट दाबून धरले, हाताच्या मुठी आवळल्या.

“दोव्ह! द्वेषाशिवाय काही कळत नाही ना तुला दोव्ह?” तिने त्याच्याकडे पाठ

फिरवली आणि बाहेर जायला पाऊल उचलले.

दोव्ह धावतच जवळ आला. तिला अडवून उभा राहिला. ''बघ! पुन्हा रागावलीस माझ्यावर.''

''अर्थातच्.''

''पण तूच माझी एकुलती एक मैत्रीण आहेस कारेन.''

''तुला पॅलेस्टाईनला फक्त एकाच गोष्टीसाठी जायचे आहे. तिथे जाऊन दहशतवाद्यांना सामील व्हायचे आणि सारखे कुणाला तरी ठार मारायचे.'' ती पुन्हा टेबलाजवळ बसली. समोरच्या फळ्यावर मोठ्या अक्षरात लिहिले होते. ''१९१७ चा बाल्फोर जाहिरनामा म्हणजे पॅलेस्टाईनमधे ज्यूंसाठी एक देश निर्माण करण्याचे वचन आहे.''

''पॅलेस्टाईन! मलाही खरेच पॅलेस्टाईनला जावेसे वाटते. खरंच मी मरून जाईन नाही तर. माझे बाबा तिथे माझी वाट पहात असतील. नक्की वाट पहात असतील.''

''तू तुझ्या तंबूत जा कारेन. मी येतो नंतर.'' दोव्ह म्हणाला. ''बेन कनान एवढ्यात येईलच.''

कारेन निघून गेली. अत्यंत अस्वस्थ होऊन दोव्ह फेऱ्या घालत होता आणि फेऱ्या घालता घालता त्याचा राग वाढत होता.

दार उघडले. आरी बेन कनान आणि त्याच्या मागोमाग डेव्हिड बेन अमी आणि किटी फ्रेमॉन्ट आत शिरले.

दोव्ह संशयाने तिच्याकडे बघत म्हणाला, ''ही कशाला आली? मला मुळीच नको आहे ती इथे.''

''पण मला हवी आहे. बोल तुला काय बोलायचे आहे ते.''

दोव्ह क्षणभर थबकला. पण आरी बेन कनानशी कोण वाद घालणार? त्याने मघाशी कारेनला दाखवलेले फॉर्म आणले. ''माझी खात्री आहे की आलिया बेतचे जहाज सायप्रसला येणार आहे आणि तीनशे मुले त्यावर चढणार आहेत.''

''चांगली कल्पना. पुढे बोल.''

''आपण सौदा केला होता बेन कनान. माझे आणि कारेनचे नाव त्या यादीत नसेल तर मी कागदपत्रे तयार करणार नाही. काय म्हणणे आहे तुझे?''

आरीने हळूच किटीकडे नजर टाकली.

''तुझे काम इथे दुसरे कोणी करू शकत नाही आणि तुझी आम्हाला इथे अत्यंत आवश्यकता आहे हे कळत नाही का तुला?'' डेव्हिड बेन अमीने विचारले. ''तू आणि कारेन पॅलेस्टाईनमध्ये असण्यापेक्षा इथेच असणे महत्त्वाचे आहे असे आम्हाला वाटते.''

“पण तुम्हाला काय वाटते याची मला काडीइतकी पर्वा नाही हे कळत नाही का तुम्हाला?” दोव्ह ताडकन् उत्तरला.

आरीने नजर खाली वळवली. क्षणभर तरी त्याच्या चेहऱ्यावर हसू उमटले होते. दोव्ह हुशार होता, कणखर होता आणि हार मानणारा नव्हताच.

“घाल तुझे नाव यादीत. त्यावाचून गत्यंतर दिसत नाही.” आरीने सांगितले.

“आणि कारेनचे काय?”

“कारेनचा संबंध आपल्या सौद्याशी नव्हता.”

“आता आहे. ही माझी नवीन अट आहे.”

आरीने पाऊल पुढे टाकले. “तुझे हे वागणे पसंत नाही मला.” आरीच्या आवाजात जरब होती.

“काय करणार मग? मारणार? तज्ञ लोकांनी मला मारहाण केली आहे. ठार मारणार? त्याचीही मला भीती नाही. जर्मनांचा अनुभव घेतल्यावर तू असे काय करणार आहेस की मला घाबरवू शकशील?”

“गाढवासारखा बोलू नकोस. तंबूत जा तुझ्या आणि तिथेच थांब. दहा मिनिटात उत्तर मिळेल तुला.”

दोव्ह जवळजवळ धावतच निघून गेला. आरीने डेव्हिडला खूण केली. तोही बाहेर गेला. दरवाजा बंद होताच किटीने आरीचा शर्ट धरला. ती साफ बावरली होती. तिच्या आवाजातही याचना होती. “कारेनने त्या जहाजावर जाता कामा नये. तू वचन दिले आहेस मला की, ती एक्झोडस्वर जाणार नाही.”

आरीने तिची मनगटे हातात धरली. “तू स्वत:च्या मनावर ताबा मिळवेपर्यंत मी तुझ्याशी बोलणारही नाही. आम्हाला बऱ्याच गोष्टींचा विचार करायचा आहे. त्यात आणि तुझी रडारड नको.”

किटीने रागानेच आपले हात सोडवून घेतले.

“नीट ऐक आता. असे काही होईल याची कल्पना मलाही नव्हती. फक्त चार दिवस राहिले आहेत आणि त्या पोराने आमचा गळा पकडला आहे. त्याने कागदपत्र बनवले नाहीत तर सर्व योजनाच बारगळेल, आणि ते त्याला बरोबर माहीत आहे.”

“त्याच्याशी बोल मग. वाटेल ती वचने दे पण कारेनला ठेऊन घे.”

“माझा घसा कोरडा पडेपर्यंत बोलायची तयारी आहे माझी. पण त्याचा उपयोग होणार नाही.”

“प्लीज् बेन कनान – काही तरी मार्ग काढ की कारेनने यावे असा हट्ट तो सोडेल.”

आरीने नकारार्थी मान हलवली. “माणुसकीचा थोडाही अंश शिल्लक न राहिलेली अशी शेकडो मुले मी पाहिली आहेत. त्यांना माणसे म्हणायचे एवढेच. कारेनमुळे,

फक्त कारेनमुळे तो अजून थोडासा का होईना पण माणसात आहे. कारेनवर त्याची किती निष्ठा आहे हे मला माहीत आहे तसेच तुलाही माहीत आहे, ...''

बेन कनान अगदी सत्य तेच सांगत होता. तिलाही ते कळत होते. दोव्ह लानडाव कसाही असला तरी कारेनच्या बाबतीत त्याच्या मनाच्या कुठल्या तरी कप्प्यात जबरदस्त आत्मीयता होती. मार्कचे म्हणणे बरोबर होते. ती मूर्खासारखीच वागली होती.

''एकच मार्ग आहे.'' आरी म्हणाला. ''कारेनकडे जा. तिला उघडपणे सांग तिच्याबद्दल तुला काय वाटते ते. ती सायप्रसमधे रहावी अशी तुझी का इच्छा आहे ते.''

''पण ते शक्य नाही. शक्यच नाही.'' बेन कनानकडे बघताना तिचे डोळे भरून आले होते.

''असे काही व्हावे अशी माझी मुळीच इच्छा नव्हती. मला फार वाईट वाटते आहे किटी!'' आज पहिल्यांदाच आरीच्या तोंडातून किटी हे नाव आले होते.

''मला मार्ककडे पोचव आरी.''

ते बाहेर आले. त्याने बेन अमीला दोव्हकडे जाऊन त्याची अट मान्य आहे असे कळवायला सांगितले.

दोव्हला निरोप कळताच तो धावतच उत्साहाने कारेनकडे गेला. ''आपण पॅलेस्टाईनला जाणार कारेन. पण इतरांजवळ बोलू नकोस. मुलांमधे आपल्या दोघांनाच ते ठाऊक आहे.''

''कधी जायचे?''

''फक्त थोडे दिवस. बेन कनान काही ट्रक आणणार आहे. ब्रिटिश सैनिकांच्या गणवेशात ते येतील. आपल्याला जसे काही नवीन कॅम्पमधे नेत आहेत असे भासवून इथून बाहेर काढतील.''

पॅलेस्टाईन! पॅलेस्टाईन!!

हातात हात घालूनच दोघे बाहेर पडले. हळूहळू मैदानाच्या दिशेने चालायला लागले. चाकूने कशी मारामारी करायची याचा वर्ग झेव घेत होता.

नंतर दोव्ह लानडाव एकटाच काटेरी तारांच्या कुंपणाच्या बाजूने चालत राहिला. ब्रिटीश सैनिक बाहेर पहारा देत होते. काही अंतरावर टॉवर होता. त्यावर मशिनगन, सर्चलाईटस्.

तारांचे कुंपण – मशिनगन – सैनिक!

या तारांच्या कुंपणाबाहेर कधी होतो आपण? फार पूर्वी. फारच पूर्वी बहुधा. आठवायलाच लागते.

तारांचे कुंपण – मशिनगन – सैनिक!!

त्यांच्या पलीकडे दुसरे काही आयुष्य होते? दोव्ह उभा राहून बघत राहिला.

इतका जुना काळ आठवेल?

खूप वर्षे झाली त्याला – खूपच वर्षे झाली.

## २२

*वॉर्सा–पोलंड–१९३९ चा उन्हाळा*

मेन्डेल लानडाव हा वॉर्सामधे बेकर होता. डॉ. जोहान क्लेमेन्टशी त्याची कुठल्याच बाबतीत बरोबरी झाली नसती. जमीन अस्मानाचा फरक होता त्यांच्यात. समाजामधले स्थान, आर्थिक परिस्थिती, बुद्धीची झेप या सर्वच गोष्टी परस्परविरोधी. पण नाही म्हटले तरी एक साम्य नक्की होते. दोघेही ज्यू म्हणून जन्माला आले होते.

आणि ज्यू म्हणून जगताना इतर समाजाशी आपला काय संबंध आहे याचा दोघांनीही आपापल्या परीने उत्तर शोधायचा प्रयत्न केला होता. डॉ. क्लेमेन्टला तो वेगळा आहे हेच पटले नव्हते. पण मेन्डेलने काढलेला निष्कर्ष अगदी वेगळा होता. आपण इथे परके आहोत असे वाटण्यासारखी वागणूकच मेन्डेलला पोलंडमधे मिळाली होती.

सातशे वर्षे पोलंडमधल्या ज्यूंना वेगवेगळ्या प्रकारे छळण्यात आले होते. अनेकदा त्यांचे खूनही पाडण्यात आले होते. कत्तली झाल्या होत्या. ज्यू हे परके आहेत हे त्यांच्या मनावर बिंबवले गेले होते.

जर्मनी, ऑस्ट्रिया, बोहेमिया या देशात क्रूसेडर्सनी धर्मयुद्धाच्या नावाखाली ज्यूंची ससेहोलपट केली आणि ते पळून पोलंडमधे आश्रयाला आले. ते जादूटोणा करतात, धार्मिक विधींसाठी खून पाडतात असे नाना आरोप त्यांच्यावर नेहमीच ठेवण्यात येत. धंद्यामधले स्पर्धक म्हणूनही त्यांचा द्वेष केला जाई.

एका ईस्टरच्या आठवड्यात पोलीश लोकांनी घराघरातून ज्यूंना बाहेर खेचून काढले आणि ख्रिस्ती धर्माचा स्वीकार करायची सक्ती केली. नाही म्हणणाऱ्यांची रस्तोरस्ती खांडोळी उडवण्यात आली.

ज्यूंवर वेगळा कर होता. ते ज्यू आहेत दर्शवण्यासाठी दंडावर पिवळी फीत बांधायचे बंधन होते. ज्यूंना नेस्तनाबूत करण्यासाठी हजारो नियम बनवले होते. त्यांनी इतरांमधे मिसळू नये म्हणून चारी बाजूंनी भिंती बांधून वेगळ्या वस्त्या बनवण्यात आल्या होत्या. हे घेटो!

आणि या घेटोंनीच चमत्कार घडवला. हळूहळू ज्यूंचा नाश होण्याऐवजी त्यांची संख्या वाढली. त्यांची श्रद्धा आणि संस्कृती नामशेष न होता मूळ धरू लागली. बाहेरच्या जगाशी संपर्क तुटल्याने मार्गदर्शनासाठी ते मोजसच्या आज्ञांकडे वळले.

पण ज्यूंचे काय करायचे या प्रश्नाचे घेटो हे एक छोटेसे उत्तर होते. ज्यूंना

जमीन विकतच घ्यायला बंदी होती. कोणताही उद्योग करायला बंदी होती. कारागिरीचे काम करायला बंदी होती.

पोलंडमध्ये कधीही काहीही वाईट घडले तर बळीचे बकरे ठरत घेटोमध्ये कोंबलेले हे ज्यू. मधूनमधून प्रक्षोभक भाषणांनी ज्यू द्वेषाचे वारे डोक्यात भिनलेल्या टोळ्या घेटोमधे घुसत. घरे दारे उद्ध्वस्त करत, खून पाडत. ज्यूंना मारहाण हा पोलंडमधे वेळ घालवायचा सर्वमान्य छंद होता.

चारशे वर्षांच्या छळवणुकीचा कहर झाला तो १६४८ मध्ये. कोसॅक्सनी उठाव केला तेव्हा पाच लाख ज्यूंची कत्तल झाली. द्वेषाने परिसीमा गाठली. छोट्या छोट्या अर्भकांनाही खड्डे खणून जिवंत गाडण्यात आले.

मानवी इतिहासातल्या काळ्या खंडाचे पश्चिम युरोपमधून उच्चाटन होत असताना तोच कालखंड पोलंडमधून हलायला तयार नव्हता. शेकडो वर्षांची छळणूक आणि १६४८ मधली कत्तल यांनी घेटोमध्ये वेगळीच परिस्थिती निर्माण केली.

ज्यूंच्या इतिहासात त्यांच्या अस्तित्वाची आशाही नष्ट होत असतानाच्या काळात नेहमीच डझनावारी प्रेषित निर्माण झाले आहेत. १६४८ मधे तेच झाले. प्रत्येक प्रेषित एकच गोष्ट ठासून सांगत होता. आयझायाने भविष्य वर्तवल्याप्रमाणे त्याचा अवतार झाला आहे. प्रत्येक प्रेषिताला असंख्य पाठिराखे होते. शेकडो वर्षे आपल्या वाट्याला या हालअपेष्टा का याचे उत्तर बायबलमधून शोधून काढणारे अनेक पंथही निर्माण झाले. निराशेपोटी जन्माला आलेल्या या पंथांनी बायबलमधून हवा तसा अर्थ काढायला सुरुवात केली. मृत्यूच्या या चक्रातून सुटका करून मार्ग दाखवावा म्हणून कब्बाला ही एक पद्धत शोधली गेली. मीच देवाचा प्रेषित आहे असे अनेकजण सांगत असताना, बायबलचा अर्थ कब्बालाप्रमाणे लावत असताना आणखी एका पंथाचा जन्म झाला. हास्सिदीम! नेहमीच्या आयुष्याचा त्याग करून फक्त अभ्यास आणि प्रार्थनेत आयुष्य घालवणाऱ्यांचा हा पंथ.

सगळ्या पंथांचा उदय एकाच भावनेतून झालेला– निराशा!

मेन्डेल लानडावला हा सर्व इतिहास माहीत होता. त्याला ठाऊक होते की, मधून मधून असाही काळ यायचा की जाचक कायदे ढिले पडायचे. शांततेने आयुष्य काढता यायचे. पोलंड या देशाचा स्वत:चा इतिहासही रक्तरंजितच. स्वस्वातंत्र्यासाठी त्यांनी अनेक युद्धे केली होती, क्रांत्या केल्या होत्या. बलाढ्य सत्तांच्या स्पर्धेत पोलंडचा प्याद्यासारखा उपयोग होई. सीमा नेहमीच अस्थिर असत. आक्रमणे होत असत किंवा त्यांची धास्ती असे. अशा वेळी ज्यू लोक पोलीश लोकांच्या खांद्याला खांदा लावून लढत. स्वत:पेक्षा देशाचा आधी विचार करत.

पण मेन्डेलला माहीत असलेला हा सर्व इतिहास जुना होता. हे १९३९ साल होते. पोलंड हा प्रजासत्ताक देश होता. ते आता घेटोमधे रहात नव्हते. तीस लाख

ज्यू पोलंडचा अविभाज्य घटक बनले होते. पण पोलंड प्रजासत्ताक होता म्हणून ज्यू भरडले जात नव्हते असे नव्हतेच. फरक प्रमाणातला होता. पावसामुळे पूर आला की जबाबदार ज्यूच होते आणि अवर्षणाने दुष्काळ पडला तरीही जबाबदार ज्यूच होते. म्हणूनच मेन्डेल लानडावला वाटायचे की, पोलंडमध्ये कुठेही राहिलो तरी तो एक मोठा घेटोच आहे.

१९३६ पासून पुन्हा पोग्रोम्स सुरू झाले. ज्यूंची पुनःश्च कत्तल सुरू झाली. अनेक शहरांमध्ये ज्यूंविरुद्ध उठाव सुरू झाले. ज्यूंची दुकाने लुटणे आणि फोडणे, त्यांच्या दाढ्या खेचणे यात तरबेज असणारी टोळकी तयार होत होती.

म्हणूनच मेन्डेल लानडाव आणि जोहान क्लेमेन्ट यांचे निष्कर्ष वेगळे होते. सातशे वर्षे पोलंडमधे राहूनही ज्यू परकेच होते. मेन्डेल घुसखोर होता आणि त्याला त्याची जाणीव होती.

मेन्डेल अगदी साधासुधा माणूस. बायकोही तशीच. कामसू, कष्टाळू, नवऱ्यावर श्रद्धा ठेवणारी आणि मुलांवर प्रेम करणारी.

मेन्डेल खूप धार्मिक किंवा कर्मठ नव्हता. बायबलकडे तो स्वतःच्या लोकांचा इतिहास म्हणून बघे, प्रार्थना करायची म्हणून नाही. आपल्या पश्चात मुलांना काही तरी सोडून जायची इच्छा असताना तो त्यांना धर्मावरची अढळ श्रद्धा हा वारसा देऊ शकत नव्हता. त्याने मुलांसमोर उभे केले तो एक स्वप्न! एक कल्पना! शक्यतेत येईल याची शाश्वती नसलेली कल्पना! त्याने मुलांना सांगितले की एक ना एक दिवस ज्यूंनी पुन्हा पॅलेस्टाईनला परतायलाच हवे. आपल्या प्राचीन देशाची पुन्हा स्थापना करायली हवी. स्वतःचा देश नसेल तर ज्यूंना कुठेही समान वागणूक मिळणार नाही.

मेन्डेल खूप कष्ट करायचा. त्याच्या कुटुंबाची, मुलांच्या शिक्षणाची, खाण्यापिण्याची आबाळ होता कामा नये एवढेच त्याचे ध्येय होते. त्याचे सर्वांवर खूप प्रेम होते. अगदी स्वप्नातही आपण पॅलेस्टाईनला जाऊ शकू असे त्याला वाटत नव्हते. मुलेही कधी पॅलेस्टाईन बघू शकतील यावर त्याचा विश्वास नव्हता. पण त्या नुसत्या कल्पनेने तो भारला गेला होता.

असे स्वप्न उराशी बाळगणारा हा एकटाच पोलीश ज्यू नव्हता. पस्तीस लाख ज्यूंपैकी काही लाख ज्यूंपुढे निश्चितपणे हे एकच स्वप्न होते. ही नुसती कल्पना म्हणजे डोळ्यांपुढे असलेला एक चमकता तारा होता. त्या ताऱ्याच्या दिशेने मनातून का होईना वाटचाल करता करताच झायोनिझमचा उदय झाला. या झायोनिस्टमध्ये व्यापारी होते, कष्टाळू कामगार होते तसेच कर्मठ ज्यूही होते.

मेन्डेल ट्रेड युनियनचा माणूस. तेव्हा मेन्डेल कुटुंब एका कामगार झायोनिस्ट गटाचे सदस्य असणार हे ओघानेच आले. ते स्वतःला रिडीमर्स (Redeemers) असे म्हणवत. मधून मधून पॅलेस्टाईनहून आलेल्या वक्त्यांची भाषणे होत. नवीन

सभासद नोंदणी असे. पुस्तिकांचे वाटप होई. नृत्यगायनाचे कार्यक्रम असत. काहीही करून "कल्पना" जिवंत ठेवायची. शेतकी केन्द्रात मुलामुलींना शेती उद्योगाचे शिक्षण दिले जाई. पॅलेस्टाईनमधे कधी नवीन जमीन विकत घेतली तर ती कसण्यासाठी एखादा छोटा गट कधी कधी पाठवला जाई.

लानडाव कुटुंबात सहा माणसे. स्वत: मेन्डेल, पत्नी लेआ, अठरा वर्षांचा मोठा मुलगा मुन्डेक. तो बेकरी चालवू शकत असे. तो उपजतच नेता होता. रिडीमर्समधल्या एका गटाचा प्रमुख होता. दोन मुली. सतरा वर्षांची आईसारखीच लाजाळू रूथ. पण तिचे रिडीमर्समधल्या जान या मुलावर मन जडले होते. तोही एका गटाचा प्रमुख होता. रिबेक्का चौदा वर्षांची. सर्वात धाकटा आणि सर्वांचा लाडका दोव्ह. दहा वर्षांचा, गोरा गोरा, निष्पाप मोठ्या डोळ्यांनी जगाकडे बघणारा. त्याला कोण रिडीमर्सचा सभासद बनवणार? पण त्याचा मोठ्या भावावर, मुन्डेकवर, फार जीव होता. सारखा त्याच्या मागे मागे असायचा. तोही दोव्ह त्याच्या मागोमाग मिटींगना आला तर चालवून घेई.

*१ सप्टेंबर १९३९*

निमित्ताला टेकलेल्या जर्मनीने पोलंडच्या सीमेवर खोट्या चकमकी घडवून आणून आपल्या फौजा पोलंडमधे घुसवल्या. मेन्डेल आणि मुन्डेक सैन्यात भरती झाले.

सव्वीस दिवसात पोलंडचा धुव्वा उडाला. इतरजणांबरोबर पोलंडच्या सैन्याचा गणवेश चढवलेले तीस हजार ज्यू मारले गेले. त्यात मेन्डेलचा समावेश होता.

प्रसंग कठीण होता. जास्ती दुःख करत बसायला तरी वेळ कुठे होता? वॉर्साच्या बचावासाठी जोरदार पण अयशस्वी लढा देऊन मुन्डेक परतला. लानडाव कुटुंबातला कर्ता पुरुष आता तोच होता.

ज्या क्षणाला जर्मन वॉर्सा शहरात घुसत होते. त्याच क्षणाला रिडीमर्सची सभा भरली होती. पुढे काय करायचे? पोलंडमधले बहुतेक ज्यू तसे काहीही कारण नसताना वेडगळ कल्पना बाळगून होते. बघू या काय होते ते. रिडीमर्स आणि इतर झायोनिस्ट गट इतके मूर्ख नव्हते. जर्मनांच्या टाचेखालील पोलंडमधल्या ज्यूंचे भवितव्य त्यांना भीषण दिसत होते.

या गटांनी येणाऱ्या संकटाला संघटीतपणे तोंड द्यायचे ठरवले. रशियाने पोलंडच्या पूर्वेकडील भागाचा लचका तोडला होता. जर्मनांपेक्षा रशियन बरे या भ्रमात काही गटांचे सदस्य त्या भागात पळाले. इतर भूमिगत झाले.

रिडीमर्सनी वॉर्सामधेच राहून प्रतिकार करायचा निर्णय घेतला. पोलंडमधल्या इतर रिडीमर्सशी ते संपर्क राखून होते. अठरा वर्षांचा मुन्डेक त्यांचा लष्कर प्रमुख म्हणून निवडला गेला. त्याच्या हाताखालचा अधिकारी होता जान.

जर्मनांनी संपूर्ण सत्ता ताब्यात घेतल्यावर हान्स फ्रॅन्क गव्हर्नर बनला. प्रथम ज्यूंविरोधी कायदे बनवले गेले. प्रार्थना करायची बंदी, प्रवासाची बंदी, शाळेत प्रवेश नाही, नोकऱ्यांमधून हकालपट्टी. धान्य नाही. इतरांबरोबर मिसळायचे नाही.

घेटोची पुन्हा स्थापना करायचेही घाटत होते.

पोलीश जनतेपुढे "सत्य" मांडण्यासाठी प्रचार सुरू झाला. ज्यूंनीच युद्धाला आरंभ केला. कम्युनिस्ट ज्यूंपासून पोलंडचा बचाव करण्यासाठी नाईलाजास्तव जर्मनीला पोलंडवर हल्ला करणे भाग पडले. वॉर्सा आणि इतर शहरात नन्सवर बलात्कार करणाऱ्या दाढीवाल्या ज्यूंची भित्तीपत्रके झळकायला लागली. पुन्हा एकदा ज्यूंवर अत्याचार करण्यासाठी पोलीश जनतेला चिथावणी द्यायला सुरुवात झाली.

## बर्लिन–जर्मनी

बर्लिनमधे उच्च नाझी अधिकारी ज्यूंच्या प्रश्नावर विचार करत होते. एस्.डी.चा प्रमुख हायड्रीचचे मत होते की, सर्व ज्यूंना ओलीस धरून, त्यांचा पैसा बळकावून त्यांना देशोधडीला लावावे. अर्थशास्त्रज्ञ डॉ. शाक्त याला हळू हळू त्यांच्या पैशाचा ओघ जर्मनांच्या तिजोरीत वळवायचा होता. अनेक मते मांडली जात होती. त्यांच्यावर चर्चा होत होती. सर्व ज्यूंना मादागास्कर बेटावर हद्दपार करायच्या एका जुन्याच योजनेचाही विचार झाला. काही जणांना त्यांना पॅलेस्टाईनला हाकलून द्यायचे होते. पण ब्रिटिशांच्या नाकेबंदीमुळे ते शक्य नव्हते.

एस्.एस्.कर्नल आईशमन याला ज्यूंना नवीन ठिकाणी वस्ती करायला लावायच्या कामाचा अनुभव होता. त्याचा जन्म पॅलेस्टाईनमधे झाला होता. तो हिब्रू भाषा उत्कृष्टपणे बोलू शकत होता. तेव्हा ज्यूंचे काय करायचे याचा अंतिम निर्णय त्याच्यावर सोपवण्यात आला. पण अंतिम निर्णय ठरेपर्यंत खेड्यापाड्यातूनसुद्धा विखुरलेल्या ज्यूंना हाकलून काढून त्यांना कुठल्या तरी शहरात एकत्र आणून ठेवणे आवश्यक होते. पोलंडमध्ये आधीच पस्तीस लाख ज्यू होते. पश्चिम युरोपप्रमाणे पोलंडमधली जनता ज्यूंवरच्या कुठल्याही अत्याचारांना विरोध करणारी नव्हती. तेव्हा पोलंडमध्येच सर्व ज्यूंना एकत्र करायचे नाझींनी ठरवले.

जर्मन गव्हर्नर हान्स फ्रॅन्कचा या गोष्टीला विरोध होता. पोलीश ज्यूंची उपासमार करून, त्यांना गोळ्या घालून, फासावर चढवून त्यांची संख्या कमी करायचा त्याचा आटोकाट प्रयत्न चालू असताना, पुन्हा काही लाख ज्यूंना पोलंडमधे आणणे त्याला पसंत नव्हते. पण त्याचे कोणी ऐकले नाही.

जर्मन पलटणींनी पोलंडमधल्या सर्व शहरात, गावात छापे मारून ज्यू गोळा करायला आणि मालगाड्यांमध्ये कोंबून त्यांना मोठ्या मोठ्या छावण्यात पाठवायला प्रारंभ केला.

ज्यांना आधी या बातम्या लागत त्यांनी पळून जायचा किंवा ख्रिश्चनांच्या घरात आसरा घ्यायचा प्रयत्न केला. फारच थोड्या पोलीश लोकांनी अशी मदत केली. मदतीचे आश्वासन देऊन त्यांच्याकडली पै न पै काढून घेऊन मग त्यांना जर्मनांच्या ताब्यात द्यायच्या घटनाच असंख्य. पुन्हा जर्मनांकडूनही बक्षीस मिळे.

एकदा या ज्यूंची मोठमोठ्या छावण्यात रवानगी केल्यावर प्रत्येक ज्यूवर दंडावर पांढरी फीत आणि त्यावर स्टार ऑफ डेव्हिड लावण्याची सक्ती करण्यात आली.

पोलंड म्हणजे डेन्मार्क नव्हता. या आज्ञेला कुणीही विरोध केला नाही. ज्यूंनी दंडावर पांढरी फीत आणि पाठीवरही स्टार ऑफ डेव्हिड लावायला सुरुवात केली.

*वॉर्सा – हिवाळा १९३९*

मेन्डेल लानडावचा मृत्यू, घेटोची पुनर्स्थापना होण्याची भीति, जीवनावश्यक गोष्टींची टंचाई आणि वेगळ्या वसाहतींची उभारणी यामुळे मेन्डेल कुटुंबाला वाईट दिवस आले होते.

१९४० च्या सुरुवातीला दारावर थाप पडली. जर्मनांबरोबर काम करणारे पोलीश ब्ल्यू पोलिस बाहेर उभे होते. वॉर्सामध्ये ज्यूंसाठी वेगळा विभाग निर्माण केला होता. दोन तासात त्यांनी घर सोडून तिकडे जायचे होते. अर्थातच घराची किंमत वगैरे काही मिळणार नव्हती. वीस वर्षांच्या आयुष्यात जमवलेल्या गोष्टींपैकी काय नेणार? वॉर्सामधल्या ज्यूंना वॉर्साच्या मध्यवर्ती आणि मुख्य रेल्वेमार्गाजवळ असलेल्या भागात हलवण्यात आले.

मुन्डेक आणि जान यांनी त्या भागातल्या एका तीन मजली घराचा ताबा घेतला. रहाण्यासाठी आणि शंभर एक रिडीमर्सचे ठाणे म्हणून. पाच जणांच्या लानडाव कुटुंबाला एक खोली रहायला मिळाली. बाथरूम आणि स्वयंपाकघराचा इतर दहा कुटुंबांबरोबर वापर करायचा होता.

जेरोझोलिम्सका रस्त्यापासून दफनभूमीपर्यंत उभे बारा रस्ते आणि आडवे सहा रस्ते एवढ्या छोट्या जागेत ज्यूंना कोंबायला सुरुवात झाली. लेआने थोडे सोनेनाणे बरोबर घेतले होते. सध्या पैशाची आवश्यकता नव्हती. मुन्डेक अजून बेकर म्हणून काम करत होता. असेल त्या अन्नाचे स्वयंपाकघरातून सर्व कुटुंबांना वाटप होत होते.

आता पोलंडमधल्या इतर भागातल्या ज्यूंचा ओघ सुरू झाला. पोत्यात, हातगाड्यांवर सामान भरून ते येत होते. आगगाड्या भरभरून ज्यू आणण्यात येत होते. या छोट्या भागात आता ज्यूंची खच्चून दाटी झाली. जानचे कुटुंब आता लानडाव कुटुंबाबरोबरच रहायला लागले. एका छोट्या खोलीत आता नऊ माणसे. बघता बघता त्या भागात पाच लाख ज्यू झाले.

१९४० च्या अखेरीस, पोलंडचा कब्जा घेतल्यानंतर वर्षभराने, हजारो ज्यूंची वेठबिगारीवर रवानगी झाली. वॉर्सामधल्या ज्यूंच्या भागाभोवती दहा फूट उंचीची विटांची भिंत उभी करण्यात आली. वरती काटेरी तारांची भेंडोळी. पंधरा दरवाजांवर पहारा द्यायला पोलीश ब्ल्यू पोलिस आणि लिथुआनियन गार्ड.

पोलंडमध्ये पुन्हा घेटोची स्थापना झाली होती.

त्या भागाबाहेर पाय ठेवायची ज्यूंवर बंदी घालण्यात आली. मुन्डेकचे काम सुटले. अर्ध्या ज्यूंना जेमतेम पुरेल एवढे रेशन या भागात देण्यात यायला लागले. गुलामाप्रमाणे कारखान्यात काम करणाऱ्या आणि लेबर कार्ड जवळ असणाऱ्या ज्यूंनाच थोडेफार धान्य मिळायची आशा होती.

घेटोच्या निर्मितीमुळे सर्वत्र भीतिचे आणि दहशतीचे वातावरण पसरले. पळून जाण्याचे प्रयत्न बहुधा फसत. विश्वासघात आणि मृत्यूच ओढवे. घेटोमधल्या आयुष्याला फक्त जिवंत रहायच्या धडपडीने स्वरूप आले.

जर्मनांनी घेटोचा कारभार बघण्यासाठी ज्यूंची कौन्सिल तयार केली. अर्थात् त्यांनी फक्त जर्मनांच्या आज्ञाच अंमलात आणायच्या होत्या. काही जण जर्मनांनी उभारलेल्या स्पेशल ज्युईश फोर्सेसमधे भरती झाले. मुन्डेक रिडीमर्सचा नेता होता. त्याने ज्युईश कौन्सिलकडून घेटोमध्ये बेकरी चालवण्याचे लायसन्स मिळवले. एकत्र राहून रिडीमर्स तग धरून होते.

पण या परिस्थितीतही घेटोमध्ये शाळा होत्या, ऑर्केस्ट्रा होता, थिएटर ग्रुप्स होते, वर्तमानपत्रे होती. छोट्या दोव्हला रिडीमर्समध्ये खरेखुरे काम करायची इच्छा होती. पण लानडाव कुटुंबाने त्याला जास्तीत जास्त शिक्षण देण्यावरच लक्ष ठेवले.

*मार्च १९४१*

पोलंड ताब्यात घेतल्यानंतर अठरा महिन्यांनी ज्यूंचे काय करायचे या प्रश्नावर ॲडॉल्फ हिटलरने आपला निर्णय दिला. त्याच्या आज्ञा तोंडी होत्या. सहा आठवड्यांनी एस्.डी. प्रमुख हायड्रिच याने एस्.एस्,एस्.डी. आणि इतर प्रमुख नाझी अधिकाऱ्यांच्या ग्रोस वान्से येथे गुप्ततेने भरवलेल्या कॉन्फरन्समध्ये हिटलरचा निर्णय जाहीर केला.

हिटलरचा निर्णय होता वंशविच्छेद!

एस्.एस्. कर्नल आईशमन् याला या योजनेचा मुख्य बनवण्यात आले. युरोपमध्ये औषधालाही ज्यू शिल्लक रहाणार नाही ही कामगिरी त्याच्यावर सोपवण्यात आली.

काही महिन्यातच खास पथके निर्माण करण्यात आली. त्यांनी पोलंड, लाटव्हिया – लिथुआनिया – ईस्टोनिया ही बाल्टिक राज्ये आणि ताब्यात घेतलेल्या रशियन प्रदेशात कार्याला आरंभ केला, सुरुवातीच्या प्रयत्नात नवीन काही नव्हते. ज्यू गोळा

करायचे, एखाद्या ओसाड जागी त्यांना घेऊन जायचे, त्यांनाच खड्डे खणायला लावायचे, खड्ड्याच्याच बाजूला गुडघ्यांवर बसवायचे आणि गोळ्या घालायच्या.

रशियातल्या कीव्ह शहरानजीकच्या बबीयार या उपनगरात स्पेशल ॲक्शन कमान्डोनी अशा तऱ्हेची मोठी कारवाई केली. तेहतीस हजार ज्यूंना दोन दिवसात गोळ्या घालून ठार मारले.

या पथकांना यश लाभायचे कारण म्हणजे सर्वसामान्य जनतेलाही ज्यूंबद्दल वाटणारी घृणा. कोणालाही विरोध करावासा वाटला नाही. बबीयारच्या कत्तलीच्या वेळी तर युक्रेनियन्स टाळ्या वाजवत हजर होते.

पण वंशविच्छेद करायचा म्हटला तर हे काम फार धीम्या गतीने होत होते. उपासमार करूनसुद्धा जर्मनांची इच्छा होती तेवढे ज्यू स्वत:हून मरत नव्हते.

आईशमन, पॉल ब्लोबेल, हिमलर, स्ट्रायशर आणि डझनावारी प्रमुख नाझी अधिकाऱ्यांनी विचार करून एक खास योजना बनवली. रेल्वे स्टेशन्स आणि ज्यूंच्या उभारलेल्या वसाहतींनजीक मोकळ्या जागा ताब्यात घेऊन उत्कृष्ट इंजिनिअर्सकडून कमीत कमी खर्चात त्या ठिकाणी कॅम्प उभारायचे आणि या कॅम्प्समध्ये ज्यूंची पद्धतशीर हत्या करण्यासाठी ''कारखाने'' बांधायचे. यातनातळांचा अनुभव घेतलेल्या अधिकाऱ्यांना बढत्या देऊन त्यांच्या या कॅम्प्ससवर नेमणुका करण्यात आल्या.

## *१९४१ हिवाळा*

बबीयारची संख्या नगण्य ठरावी इतक्या प्रमाणात आता वॉर्सा घेटोत मृत्यू थैमान घालत होता. हजारो ज्यू उपासमारीने मरत होते, थंडीने गोठून मरत होते. अर्भकांना रडायची ताकद नव्हती, वृद्धांना प्रार्थना करायला सवड मिळत नव्हती.

दररोज सकाळी रस्तोरस्ती पडलेली प्रेते फावड्याने उचलून गाड्यांवर भरत. स्त्रिया, पुरुष, मुले, अर्भके सर्वांना एका ठिकाणी रचून जाळून टाकत.

दोव्ह अकरा वर्षांचा झाला होता. शाळा कधीच सुटली होती. मुन्डेकची बेकरी बंद झाल्यावर अन्नाच्या शोधासाठी तो भटकत असे. घेटोमध्ये जिवंत राहण्याच्या सर्व युक्त्या प्रयुक्त्या त्याला माहीत झाल्या होत्या. ओळीने कित्येक दिवस लानडाव कुटुंब उपाशी असे. रिडीमर्सची स्थितीही वाईट बनत चालली होती. कधी तरी अन्नासाठी लेआ आपल्या सोन्याचा नग विकत असे.

एकदा पाच दिवसांनी थोडे फार अन्न मिळाले. पण त्यावेळी लेआचा वेडिंग बॅन्ड दिसत नव्हता. पण मग जरा बरे दिवस आले. रिडीमर्सना एक म्हातारा मरतुकडा घोडा मिळाला. अन्न म्हणून घोड्याचे मांस खायला धर्माने बंदी होती. पण चवदार मांस होते खरेच.

रूथ आता एकोणीस वर्षांची होती. खंगलेली दिसत होती. सुंदर कशी

दिसणार? पण तिने आणि जानने हिवाळ्यात लग्न केले. हनीमून कुठे होणार? एका खोलीत नऊ माणसे. पण तरी कुठेतरी त्यांनी एकांत शोधला असावा याची चिन्हे काही महिन्यातच रूथ दाखवायला लागली.

बाहेरच्या जगाशी संपर्क राखणे हे मुन्डेकचे महत्त्वाचे काम होते. पोलीश ब्ल्यू गार्डस् आणि लिथुआनियन गार्डस्ना पैसे चारून हे झाले असते. पण ते पैसे इतर महत्त्वाच्या कामांसाठी वापरायची त्याची इच्छा होती. घेटोभोवतालच्या भिंतीखालून जाणाऱ्या गटारांमधून त्याने बाहेर जायचे मार्ग शोधून काढायला सुरुवात केली. वॉर्सामध्ये पाऊल टाकणेही धोक्याचे बनले होते. गुंडांची टोळकी सर्वत्र ज्यूंच्या शोधात फिरत होती. पकडलेल्या ज्यूंची प्रथम पुरी नागवणूक करून मग जर्मनांच्या ताब्यात देऊन बक्षिसे उकळत होती.

रिडीमर्सनी असे पाचजण गमावले. शेवटच्याला गुंडांनी गेस्टॅपोच्या ताब्यात दिले. त्यांनी त्याला फासावर लटकावले. तो जान होता.

छोटा दोव्ह जगण्याच्या स्पर्धेत तरबेज बनला होता. त्याने मुन्डेककडे जाऊन बाहेर सन्देश पाठवण्याच्या कामावर जायची तयारी दर्शवली. मुन्डेकची ऐकायचीही तयारी नव्हती. पण दोव्हचा आग्रह होता. भुरे केस, निळे डोळे यांच्यामुळे तो ज्यू वाटायचा नाही हे खरेच होते. पुन्हा तो वयाने इतका लहान होता की त्याचा संशय येणारच नाही. मुन्डेकला त्याच्या हुशारीबद्दल आणि कावेबाजपणाबद्दलही खात्री होती. पण तरी त्याचे मन धजत नव्हते. शेवटी कुटुंबातला सर्वात छोटा आणि लाडका भाऊ होता तो. पण काही दिवसात संदेश ने–आण करणारे आणि दोघे मारले गेले आणि त्याने दोव्हला प्रयत्न करायची परवानगी दिली. आता प्रत्येक क्षणालाच मृत्यूशी गाठ होती. याने काय विशेष फरक पडणार होता? लेआच्या लक्षात सर्व गोष्टी येत होत्या. तिने विरोध केला नाही.

आणि दोव्ह घेटोमधला सर्वोत्कृष्ट दूत ठरला. त्याने गटारातून बाहेर जाणारे डझनावारी मार्ग शोधले. खांद्यापर्यंत पोचणाऱ्या, घाणेरड्या, भयानक दुर्गंधी येणाऱ्या पाण्यातून अंधाऱ्या मार्गाने तो बाहेर जात असे. झाब्रावस्क–९९ इथल्या अपार्टमेंटमधल्या स्त्रीची गाठ घेत असे. वंदा या नावानेच फक्त तो तिला ओळखत होता. तिथे जेवून पिस्तुले, काडतुसे, पैसे, रेडिओचे सुटे भाग वगैरे घेऊन तो पुन्हा परत येत असे. पोलंडमधल्या इतर घेटोमधल्या बातम्याही आणत असे.

इतर वेळ तो रिडीअर्सच्या हेडक्वार्टर्समध्ये घालवत असे. रिबेका प्रवासासाठी बनावट पासेस, पासपोर्ट बनवत असे. दोव्हला ते काम बघायला आवडे. काही दिवसांनी तो तिच्याबरोबर काम करायला लागला आणि सर्वांनाच तो यातला तज्ज्ञ बनणार याची खात्री पटायला लागली. दुसऱ्याच्या अक्षरासारखे अक्षर तर तो सहज काढत असे. त्याच्या डोळ्यातून काही निसटत नसे. हातही स्थिर होता. वयाच्या

बाराव्या वर्षी खोटे दस्तऐवज बनवण्यात त्याचा कोणीही हात धरू शकत नव्हता.

*वसंतऋतू–१९४२*

अनेक कॅम्प उभे राहिल्यावर वंशविच्छेदाच्या कामाला जरा वेग आला. वॉर्सामधल्या ज्यूंसाठी जरा आडवाटेला, इतरजणांच्या सहज नजरेत न येणाऱ्या ठिकाणी, तेहतीस एकर जागा घेण्यात आली. ट्रेब्लिका! दोन मुख्य इमारतीत तेरा गॅस चेंबर्स होती. कामगारांसाठी आणि जर्मन अधिकाऱ्यांना रहाण्यासाठी क्वार्टर्स होत्या. प्रेते जाळण्यासाठी मोकळ्या जागा होत्या. ट्रेब्लिकाचा आदर्श डोळ्यांसमोर ठेऊनच इतर कॅम्प्सची उभारणी नंतर झाली.

*जुलै–१९४२*

जुलैमध्ये सर्व ज्यूंना शोक करायला लावणारा दिवस आला. तिशआ बेआव! वॉर्सामधल्या आणि इतर घेटोंमध्ये रहाणाऱ्या ज्यूंना तर जास्तीच दु:खदायक दिवस. जेरुसलेममधल्या देवळाचा रोमन आणि बाबिलोनियन लोकांनी केलेल्या विध्वंसाचा स्मृतिदिन. रोमन लोकांनी दोन हजार वर्षांपूर्वी जेरुसलेमचा पाडाव केला आणि ज्यूंना स्वत:चा असा देश राहिला नाही. जगाच्या कानाकोपऱ्यात ते विखुरले गेले.

१९४२ मधे याच दिवशी जर्मन तुकड्या ज्युईश कौन्सिलच्या इमारतीबाहेर येऊन थडकल्या. कामावर नेण्यासाठी माणसे हवी असावीत अशीच प्रथम सर्वांची कल्पना झाली. पण थोड्या वेळाने सर्वांच्या मनात आज काहीतरी अशुभ घडणार आहे अशी पाल चुकचुकायला लागली. जर्मनांना आज फक्त वृद्ध माणसे आणि बालकेच हवी होती. जर्मनांनी वृद्धांना पकडायला आणि आयांच्या कडेवरून मुलांना खेचून घेऊन जायला सुरुवात केली. घेटोमधे भयानक भीतीचे वातावरण पसरले.

रेल्वे सायडिंगवर मालगाड्या तयार होत्या. गाड्यांभोवती प्रचंड गर्दी जमली होती. आयांना मुलांजवळ फिरकू दिले जात नव्हते. कित्येक वेळा त्यांनी गर्दीवर गोळीबार केला.

मुले मात्र हसत होती, गात होती. जर्मन गार्डस्नी त्यांना ट्रीपला नेण्याचे कबूल केले होते. घेटोमधून बाहेर पडल्याचे सुद्धा किती तरी मुलांना आठवत नव्हते.

आगगाडी ट्रेब्लिकाच्या दिशेने निघाली. ज्यूंच्या प्रश्नाचा कायमचा सोक्षमोक्ष लावण्याचा क्षण जवळ आला होता. तिशआ बेआव–१९४२.

दोन आठवड्यांनी वंदाला भेटून दोव्ह लानडाव परत आला तो एक भयानक बातमी घेऊनच. तिशआ बेआवच्या दिवशी आणि नंतरही पाच वेळा पकडलेल्या ज्यूंची रवानगी ट्रेब्लिका नावाच्या ठिकाणी बांधलेल्या गॅस चेंबर्समधे झाली होती. सर्व जणांना ठार करण्यात आले होते. पोलंडमधल्या इतर घेटोंमधून तशाच बातम्या

यायला लागल्या. क्रॅकौ जवळच्या बेलझेक आणि चेलम्नो येथे, लुबिन शहराजवळच्या मायडानेक इथेही असेच कॅम्प उभारण्यात येत होते किंवा उभारण्याचे काम संपले होते. याशिवाय दहा बारा ठिकाणीही असेच कॅम्प बांधणार होते.

माणसांना गॅसचेंबर्समध्ये ढकलून पद्धतशीर हत्याकांड? विश्वास बसेना कुणाचा. रिडीमर्सचा नेता म्हणून इतर झायोनिस्ट गटांशी चर्चा करून घेटोच्या भिंती तोडून पळून जा असे आवाहन मुन्डेकने केले. उठाव करा अशी चिथावणी दिली.

पण कशाच्या बळावर उठाव करणार? जर्मनांशी लढायला ज्यूंपाशी होते काय? पुन्हा लेबरकार्ड जवळ असलेल्या प्रत्येकाला अजूनही स्वत:च्या जीवाची आशा वाटत होती.

पण उठाव न होण्याचे मुख्य कारण म्हणजे पोलंडमध्ये या ज्यूंच्या मागे उभे रहाणारे कुणीच नव्हते. फ्रान्समध्ये जेव्हा ज्यूंना ताब्यात द्या अशी जर्मनांनी मागणी केली तेव्हा व्हिचि सरकारनेसुद्धा ती फेटाळून लावली. हॉलंडमधे ज्यू लोकांना जर्मनांपासून वाचवणे हे प्रत्येकाला स्वत:चे कर्तव्य वाटत होते. डेन्मार्कमधे तर राजानेच सर्व ज्यूंना स्वीडनमधे निसटायला मदत केली होती.

वंशविच्छेदाला पोलीश लोकांची मान्यता नसली तरी विरोध नव्हताच. विरोध असलाच तर त्यांनी तो प्रकट केला नाही.

घेटोमधे प्रत्येक ज्यू गटाचे वेगळे तत्त्वज्ञान होते. कर्मठ ज्यू आणि कामगार ज्यू चर्चा–वादविवाद करत होते. जहाल आणि मवाळ भांडत होते. चर्चा! चर्चा आवडत होती ज्यूंना! घेटोमधे शेकडो वर्षे तसाच तर वेळ घालवला होता त्यांनी. पण आजच्यासारखी भीषण परिस्थिती पूर्वी कधीही निर्माण झाली नव्हती. मुन्डेकच्या रिडीमर्सनी सर्वांशी हातमिळवणी करून नवीन संघटना उभारली. तिची आद्याक्षरे होती झेड.ओ.बी.! घेटोमधे शिल्लक असलेल्या ज्यूंचे संरक्षण हे एकच उद्दिष्ट या संघटनेपुढे होते.

दोव्ह वन्दाच्या अपार्टमेंटवर फेऱ्या घालतच होता. प्रत्येक वेळी पोलीश भूमिगत सेनेसाठी एकच संदेश नेत होता. घेटोमधले ज्यू शस्त्रास्त्रांची आणि मदतीची याचना करत होते. पण बहुतेक संदेशांना उत्तर मिळालेच नाही. कधी मिळालेच तर ते मोघम स्वरूपाचे.

सप्टेंबरमध्ये एके दिवशी दोव्ह खरा पकडलाच जायचा. वन्दाच्या अपार्टमेन्टमधून परतताना चार गुंडांनी त्याचा पाठलाग केला. एका गल्लीत त्याला गाठून तो ज्यू नाही हे सिद्ध करणारे कागदपत्र बघायला मागितले. दोव्ह भिंतीला टेकून उभा होता. गल्लीचे तेच शेवटचे टोक होते. सुन्ता केली आहे की नाही बघण्यासाठी दोव्हची पॅन्ट खेचायला त्यांनी सुरुवात केली. क्षणार्धात खिशातले पिस्तुल काढून त्याने एकाला ठार मारले. इतरजण पळत सुटले.

रिडीमर्सच्या ठाण्यावर आल्यावरच दोव्ह ओक्साबोक्शी रडायला लागला. मुन्डेकने त्याची समजूत घातली. एकविसाव्या वर्षीच मुन्डेक वृद्धत्वाकडे झुकायला लागला होता. तो हल्ली कायम थकलेला असे. सबंध रिडीमर गट त्याने अजून एकत्र ठेवला होता. त्यांची लढायची धमक कायम ठेवली होती. हळू आवाजात बराच वेळ दोघे भाऊ बोलत होते. घरी परत जाताना काही आठवड्यातच जन्माला येणाऱ्या रुथच्या बाळाबद्दल बोलत राहिले. दोव्ह खराखुरा मामा बनणार होता ना. तसे सर्व रिडीमर्स काका–मामा–मावशा होतेच. रुथचे बाळ नक्की सुरेख असणार होते. दुसरा घोडा सापडला होता. तेव्हा खरीखुरी मेजवानी करता येणार होती. दरवाजा उघडता उघडता दोव्ह प्रथमच भावाला म्हणाला की त्याचे फार प्रेम आहे त्याच्यावर.

रिबेक्काने दरवाजा उघडला. तिच्या चेहऱ्यावरचे भाव बघताच काही तरी भयानक घडल्याची जाणीव झाली. रिबेक्काच्या तोंडातून शब्द फुटत नव्हता. ती नुसती रडत होती. शेवटी मुन्डेकने थोपटून थोपटून तिला शांत केल्यावर तिने सांगितले की, आज फॅक्टरीत असताना आई आणि रुथ यांची लेबर कार्डे रद्द करून त्यांना तडकाफडकी घेऊन जाण्यात आले होते.

दोव्ह क्षणार्धात दरवाजाच्या दिशेने झेपावला. पण मुन्डेकने त्याला घट्ट धरून ठेवले. दोव्ह तरी लाथा झाडत होता, किंचाळत होता. मुन्डेकला जाणीव होती की आता काहीही करणे अशक्य आहे.

आठ महिन्यांची गरोदर रुथ ट्रेब्लिंकाला जिवंत पोचली नाही. खच्च कोंबून भरलेल्या मालगाडीच्या डब्यात उभ्या उभ्या एक इंचही हालचाल करता येत नसताना यातनामय अवस्थेत ती प्रसूत झाली आणि ती आणि मुलगा दोघेही मरण पावले.

ही गाडी ट्रेब्लिंकाच्या दिशेने निघाली होती आणि तिकडे ट्रेब्लिंकाचा कमान्डन्ट एस्. एस्. कर्नल वीर्थ अगदी चवताळला होता. पोलंडमधल्या सर्व कॅम्प्सपैकी ट्रेब्लिंका येथेच ज्यूंचे अगदी पद्धतशीर आणि झपाट्याने शिरकाण होत होते याचा त्याला सार्थ अभिमान होता. पण मुख्य गॅस चेंबरमधे आज बिघाड झाला होता. वॉर्साहून ज्यू घेऊन येणारी मालगाडी यायच्या आत दुरुस्ती होणे अशक्य आहे असे त्याच्या इंजिनिअर्सनी सांगितले होते.

भर म्हणून एस्. एस्. कर्नल आईशमन आणि स्वत: हिमलर इन्स्पेक्शनला येणार होते. त्यांच्या सन्मानार्थ गॅसचेंबर्समधे ज्यूंना किती कार्यक्षमतेने ठार करण्यात येते हे दाखविणारा मोठा समारंभ त्याने आयोजित केला होता. आता सगळा गोंधळच होणार होता.

त्याने पूर्वीच्या गॅसव्हॅन्स पुन्हा बाहेर काढल्या आणि स्टेशनवर पाठवल्या.

ट्रेब्लिंकाच्या सायडींगला आगगाडी लागली.

या व्हॅन्समध्ये एका वेळी जास्तीत जास्त वीस एक ज्यूच कोंबता येत. पण आज आणिबाणीचा प्रसंग होता. हात वर करून सर्वांना उभे केले तर सात आठ ज्यू घुसवता येण्याची शक्यता निर्माण झाली. पण पोलादी पेटीचे वरचे झाकण आणि उभ्या केलेल्या ज्यूंच्या डोक्यांमधेही काही इंच जागा होतीच. तिथे आठ दहा मुले दाबून कोंबण्यात आली.

रुथच्या मृत्युच्या दु:खाने लेआ वेडीपिशी झाली होती. उतरताच चाबकाचे फटकारे, दंडुके आणि कुत्र्यांच्या सहाय्याने लेआ आणि इतर तीस जणांना एका गॅस व्हॅनमध्ये कोंबण्यात आले. एक इंचही जागा शिल्लक नाही याची खात्री पटल्यावर पोलादी दरवाजे बंद झाले. व्हॅन सुरू होताच काही सेकंदातच या पोलादी पेटीत कार्बन मोनॉक्साईड हा विषारी वायु प्रवेश करायला लागला. ट्रेब्लिंकाला पोचायच्या आत सर्व मेले होते. मोठ्या खड्ड्यात ही प्रेते फेकण्यात आली. सोन्याचे दात उपटून घेण्यात आले.

लेआने या एका बाबतीत मात्र जर्मनांना फसवले होते. अन्नासाठी तिने आधीच आपले सोन्याचे दात काढून विकले होते.

हिवाळा जवळ येत होता. ज्यूंना पकडण्याच्या मोहिमेवर पुन्हा पुन्हा जर्मन तुकड्या येत होत्या.

घेटोमधले सर्वजण आता तळघरातच रहायला लागले. तळघरांची संख्या वाढायला लागली. काही तळघरांची इतकी मजबुती केली गेली की, त्यांचे संरक्षण करता आले असते. या तळघरांना जोडणारी भुयारे जमिनीखाली खणण्यात आली.

जर्मन, पोलीश ब्ल्यूज् आणि लिथुआनियन गार्डस्च्या तावडीत आता जास्ती ज्यू मिळेनात.

जर्मन संतापायला लागले. एक दिवस वॉर्साचा कमांडर स्वत: घेटोत आला. त्याने ज्युईश कौन्सिलची भेट घेतली. तो अत्यंत चिडलेला होता. इमानदारीने काम करायचे टाळायचे म्हणून तळघरांमधे लपून राहणाऱ्या ज्यूंना कौन्सिलने आपल्या ताब्यात द्यावे अशी त्याने मागणी केली. गेली तीन वर्षे एकीकडे जर्मनांच्या आज्ञा पाळायच्या आणि दुसरीकडे जास्तीत जास्त ज्यूंचा जीव वाचवायचाही प्रयत्न करायचा अशा कात्रीत ज्युईश कौन्सिल सापडले होते. आज जर्मनांची मागणी ऐकल्यावर कौन्सिलच्या प्रमुखाने आत्महत्या केली.

घेटोमधे हिवाळा आला.

ब्रशमेकर्स डिस्ट्रिक्टमधल्या एका भागाचे संरक्षण मुन्डेकच्या रिडीमर्सवर सोपवले होते. दोव्हचा सगळा वेळ खोटी कागदपत्रे बनवणे, गटारातून भिंतीखालून बाहेर पोचणे यातच जात होता. वृद्ध आणि युद्ध करायची ताकद नसणाऱ्यांना बाहेर घेऊन

जायचे. येताना शस्त्रे, रेडिओचे सुटे भाग आणायचे. आठवड्यातून एक दोन वेळा वन्दाकडे पोटभर जेवण तरी मिळत होते त्याला.

या वर्षीच्या हिवाळ्यात तर मृत्युने नंगा नाच घातला. पाच लाख ज्यूंपैकी आता पन्नास हजारच जिवंत होते.

एक दिवस वन्दाकडे जाण्यासाठी गटारामधे उतरत असताना मुन्डेक आणि रिबेक्काने दोव्हला बाजूला घेतले.

"आपल्याला शांतपणे बोलायलासुद्धा हल्ली वेळ मिळालेला नाही दोव्ह." मुन्डेक म्हणाला.

"दोव्ह, गेल्यावेळी तू वॉर्सामधे गेला होतास तेव्हा चर्चा करून मतदानाने आम्ही एक गोष्ट ठरवली आहे. तू यापुढे बाहेरच राहिले पाहिजेस." रिबेक्काने सुरुवात केली.

"काही विशेष काम?"

"तसे नाही... तुझ्या लक्षात येत नाही."

"काय लक्षात येत नाही?"

"माझ्या बोलण्याचा अर्थ असा आहे की, आपल्यापैकी काहीजणांनी आता घेटोबाहेरच रहायला हवे" रिबेक्काने स्पष्टीकरण दिले.

दोव्हला खरेच काही समजत नव्हते. रिडीमर्सना त्याची निश्चितपणे गरज होती. बाहेर पडण्याचे मार्ग त्याच्याएवढे कुणालाच माहीत नव्हते. झेड्.ओ.बी. ने आता यापुढे जर्मनांना प्रतिकार करायचा निर्णय घेतला असेल तर त्याचा उपयोग सर्वात जास्ती होता. त्याने तयार केलेले कागदपत्र वापरून शंभरएकजण तरी पोलंडबाहेर गेले होते. मग रिबेक्काला नक्की काय सुचवायचे होते? तो आळीपाळीने मुन्डेक आणि रिबेक्काकडे प्रश्नार्थक मुद्रेने बघायला लागला.

रिबेक्काने एक पाकीट दोव्हच्या हातात दिले. "यात थोडे पैसे आहेत आणि तुझ्यासाठी कागदपत्रे. कुठल्या तरी ख्रिश्चन कुटुंबात तुझ्या आसऱ्याची सोय होईपर्यंत तू वन्दाबरोबर रहा."

दोव्हच्या डोक्यात हळूहळू प्रकाश पडायला लागला.

"सर्व खोटे. मतदान नाही आणि काही नाही. हे तुम्ही ठरवले आहे सगळे."

"तुला जायला पाहिजे. माझी आज्ञा म्हणून." मुन्डेक म्हणाला.

"आज्ञा कशी होणार ही?"

"लानडाव कुटुंबाचा प्रमुख म्हणून मी तुला हे सांगतो आहे."

तिघेही काही वेळ स्तब्ध होते. रिबेक्काने दोव्हला जवळ घेतले. प्रेमाने त्याच्या केसांवरून हात फिरवायला सुरुवात केली. "किती मोठा झाला आहेस तू. आणि तुला बिघडवायची संधीही नाही मिळाली आम्हाला. शंभर वेळा तरी भुयारी गटारांच्या मार्गाने जाताना, अन्न चोरून आणताना मी तुला पाहिले आहे. तुझे बालपणच

हरवले रे.'' रिबेक्काच्या स्वरातही अतोनात दुःख होते.

''तो तुमचा दोष नाही पण.''

''दोव्ह! प्लीज् दोव्ह! मला आणि रिबेक्कालाही आता ही एकच गोष्ट हवी आहे. आम्ही खरेच तुला काही देऊ शकलो नाही. निदान तुझे जीवन तुला मिळावे असा प्रयत्न आम्हाला करू दे.'' मुन्डेकच्या स्वरातही विषण्णता होती.

''मुन्डेक, रिबेक्का मी जोपर्यंत तुमच्याबरोबर आहे ना, तोपर्यंत मला बाकी कशाचीही पर्वा नाही.''

''प्लीज्-प्लीज् दोव्ह! समजून घे. लानडाव कुटुंबातला एकजण तरी जिवंत रहायलाच हवा. आमच्या सर्वांसाठी तरी तू जगले पाहिजेस.''

दोव्हची भावावर देवासारखी भक्ती होती. त्याने मुन्डेककडे बघितले. मुन्डेकच्या डोळ्यातही याचना होती.

''आले लक्षात माझ्या.'' दोव्ह कसाबसा उद्गारला. ''मी नक्की जगेन.''

त्याने हातातले पाकीट गटाराच्या पाण्यात ओले होऊ नये म्हणून कॅनव्हासच्या बॅगेत ठेवले. रिबेक्काने त्याला एकदा घट्ट मिठी मारली. ''भेटू आपण दोव्ह पुन्हा. इस्त्राएलच्या भूमीमधेच.''

''होय. इस्त्राएलच्या भूमीमधेच.''

''तू फार लढाऊ सैनिक आहेस दोव्ह.'' मुन्डेक म्हणाला. ''मला अभिमान वाटतो तुझा.'' शालोम वे लेहितराओ-त (shalom l'hitraot)

''शालोम वे लेहितराओ-त.''

दोव्ह लानडावने आपला तेरावा वाढदिवस खांद्यापर्यंत पाणी पोचणाऱ्या भुयारी गटारातून वन्दाकडे जाण्यात घालवला. हृदयावर दगड ठेऊन तो वावरत होता. दुःखाने भग्न व्हायची पाळी आली होती त्याची. आज दुसऱ्या कुठल्या जगात तो वावरत असता तर – बार मित्झवाचा समारंभ झाला असता. स्वतःच्या जबाबदारीवर धर्मकृत्ये पार पाडण्याइतका तो मोठा झाला असता.

*जानेवारी १८, १९४३*

घेटो सोडून दोव्हला तीन दिवस झाले होते. तो तात्पुरता वन्दाबरोबर रहात होता. पुन्हा एकदा जर्मन, पोलीश ब्ल्यूज् आणि लिथुआनियन्स ज्यू पकडायला घेटोकडे निघाले. आता पन्नास हजार ज्यूंचा तर निकाल लावायचा राहिला होता.

अचानकपणे झेड्.ओ.बी. ने उभारलेल्या संरक्षक तटबंदीतून गोळीबार झाला. अनेक मृतदेह सोडून ते पळाले.

एखाद्या वणव्यासारखी वॉर्सामधे बातमी पसरली.

ज्यूंनी उठाव केला आहे.

रात्री वॉर्सातले सर्वजण झेड्.ओ.बी. च्या गुप्त रेडिओ केन्द्रावरून प्रसारित होणाऱ्या बातम्यांवर कान देऊन होते.

"पोलीश बांधवांनो! आज आम्ही आपल्या दुष्ट शत्रुविरुद्ध पाऊल उचलले आहे. आमच्या सर्व देशबांधवांना आमची विनंती आहे की, त्यांनीही शत्रुविरुद्ध उठाव करून आम्हाला मदत करावी."

पुन्हा पुन्हा रेडिओवरून हेच आवाहन केले जात होते. पण वॉर्सामध्ये सर्वांचे कान जणु बधिर झाले होते. मिला स्ट्रीटवरच्या झेड्.ओ.बी. च्या मुख्य ठाण्यावर स्टार ऑफ डेव्हिडचा ध्वज फडकला आणि पोलंडचा राष्ट्रध्वजही. आयुष्यभर ज्या ध्वजाचा वापर त्यांना करता आला नव्हता, त्याच ध्वजाखाली मरेपर्यंत लढा द्यायची घेटोमधल्या ज्यूंनी शपथ घेतली होती.

## २३

घेटोमधून असा पळ काढावा लागेल असे जर्मनांना स्वप्नातही वाटले नव्हते. घेटोचा ताबा गेस्टॅपोचा प्रमुख कोनराड याच्याकडे होता. त्याने गव्हर्नरला दिलासा दिला की दोन तीन दिवसात सर्व ठीक होईल. आजपर्यंत ज्यू लोक भित्रे आहेत असा पोलीश जनतेत प्रचार सुरू होता. आता घेटोमध्ये काही माथेफिरु आणि पोलीश स्त्रियांवर नाना अत्याचार करणारे ज्यू घुसले आहेत आणि त्यांनीच हे कृत्य घडवून आणले आहे असा प्रचार जर्मनीने सुरू केला.

इकडे घेटोमधे झेड्.ओ.बी. ने ज्युईश कौन्सिल बरखास्त केले. जर्मनांना सहकार्य देणाऱ्या विश्वासघातक्यांचा निष्ठुरपणे सरसकट निःपात केला. आधीच भक्कमपणे बांधलेल्या तळघरांमधे मोर्चेबांधणी सुरू केली. प्रत्येक गटावर एकेका भागाचे संरक्षण करण्याची जबाबदारी सोपवली.

हान्स फ्रॅन्कने घेटोवर हल्ला करायचा धोका न पत्करता आधीची अपमानास्पद घटना हसण्यावारी न्यायला सुरुवात केली. घडले ते विशेष काही नाही, घेटोमधल्या ज्यूंनी स्वतःहून दुसरीकडे वसाहतीला तयार व्हावे, त्यांना चांगली वागणूक दिली जाईल, काम दिले जाईल वगैरे सांगायला सुरुवात केली.

जर्मन प्रचाराला भुलून बाहेर पडणाऱ्या ज्यूंवर गोळ्या झाडण्यात येतील असा सक्त इशारा झेड्.ओ.बी. ने दिला. यापुढे एकही ज्यू घेटोबाहेर पडणार नव्हता.

दोन आठवड्यांनी शस्त्रास्त्रसज्ज तुकड्या काळजीपूर्वक पुन्हा ज्यूंना पकडण्यासाठी घेटोत घुसल्यावर लपून राहिलेल्या ज्यूंनी गोळीबार करून त्यांना पुन्हा पळ काढायला लावला.

जर्मन आता खरे चिंतेत पडले. जर्मन रेडिओ आणि वृत्तपत्रात या "कम्युनिस्ट"

ज्यूंनी चालवलेल्या लढ्याबद्दल संताप व्यक्त व्हायला लागला. झेड्.ओ.बी. संरक्षणाची व्यवस्था भक्कम करण्यात गुंतली होती, पोलीश भूमिगत सेनेला मदतीची हाक देत होती, पुन्हा पुन्हा पोलीश जनतेला आवाहन करत होती. कुठलीही मदत मिळाली नाही. पण काही डझन स्वयंसेवक बरोबरीने लढण्यासाठी भिंतीखालून येऊन पोचले.

जर्मनांनी घेटोवर मोठा हल्ला करायचा निर्णय घेतला. दिवस ठरवला. खास दिवस. पासोव्हरची सुरुवात. मोजसच्या नेतृत्वाखाली याच दिवशी ज्यू इजिप्तमधून बाहेर पडले होते.

तीन हजार कडवे एस्.एस्. सैनिक आणि शिवाय पोलीश ब्ल्यूज् आणि लिथुआनियन्सनी सकाळी तीन वाजता घेटोला वेढा घातला. डझनावारी सर्चलाईट्सच्या सहाय्याने उखळी तोफांचा भडिमार करण्यात आला. दिवस उजाडेपर्यंत हा मारा चालू होता.

दिवस उजाडला आणि वेगवेगळ्या ठिकाणांहून जर्मन्स आत घुसले. कुठेही प्रतिकार नाही. ते खूप आत शिरले मात्र आणि शिल्लक राहिलेल्या घरांच्या गच्च्यांतून, खिडक्यांतून, पुढे उभारलेल्या अडथळ्यांमागून त्यांच्यावर बंदुकीच्या गोळ्यांचा वर्षाव झाला. तिसऱ्यांदा जर्मनांना पळ काढावा लागला.

चवताळलेले जर्मन्स रणगाडे घेऊनच परतले. यावेळी रणगाड्यांवर पेट्रोल बॉम्ब्ज्चा मारा झाला. या पोलादी सापळ्यातले जर्मन्स जळून मेले. रणगाडेच निकामी झाल्यावर एस्.एस्. सैनिकांना माघार घेण्याशिवाय गत्यंतरच राहिले नाही. शेकडो जर्मन्स रस्तोरस्ती मरून पडले.

लपून राहिलेल्या झेड्.ओ.बी. वीरांनी धावतच येऊन प्रेतांवरचे युनिफॉर्म्स आणि शस्त्रास्त्रे पळवली.

कोनराडची हकालपट्टी झाली. त्याच्या जागी एस्.एस्. जनरल स्ट्रुपची नेमणूक झाली. त्याला एकच आज्ञा होती. हा घेटो असा धुळीला मिळवायचा की, नाझी सत्तेला आव्हान द्यायचे पुन्हा कुणाला धाडस होणार नाही.

स्ट्रुपने दरदिवशी एकामागोमाग एक हल्ले चढवले. दरवेळी वेगळेच डावपेच वापरून बघितले. प्रत्येकवेळी वेगळ्या दिशांनी आत घुसायचा प्रयत्न केला. एकही प्रयत्न यशस्वी ठरला नाही. झेड्.ओ.बी. चा प्रत्येक माणूस घराघरासाठी, खोलीखोलीसाठी लढा देत होता. जिवंत असेतो माघार नाही आणि जर्मनांच्या हाती लागायचे नाही. ओबडधोबड सुरूंग, बूबीट्रॅप्स जर्मन सैन्यावरच केलेले प्रतिहल्ले यांच्यापुढे जर्मनांचा निभाव लागेना. प्रत्येक वेळी केवळ निर्धाराच्या बळावर जर्मनांना पळवून लावले गेले. असे दहा दिवस गेले. जर्मनांना विजय हवा होता. त्यांनी घेटोतल्या एकुलत्या एका हॉस्पिटलवर लक्ष केंद्रित करून ते जिंकले आणि त्यातल्या प्रत्येक रुग्णाला गोळी घातली. स्फोटक द्रव्यांनी ती इमारत उद्ध्वस्त करून टाकली. झेड्.ओ.बी.

चे मुख्य ठाणे उडवल्याची शेखी मिरवली.

मृत जर्मनांचे पळवलेले गणवेश घालून झेड्.ओ.बी. च्या तुकड्या चोरट्या मार्गांनी घेटोबाहेर जाऊन जर्मनांवर हल्ले चढवायला लागल्या. त्यांची शस्त्रे लुटायला लागल्या.

पण शेवटी झेड्.ओ.बी. चा एक लढवय्या वीर मेला तर त्याची जागा घ्यायला दुसरा वीर नव्हता. एखादा अडथळा, तटबंदी ढासळली तर ती पुन्हा बांधता येत नव्हती. ज्या वेगाने काडतुसे संपत होती त्या वेगाने ती पुन्हा मिळवता येत नव्हती. केवळ अगणित शस्त्रास्त्रे आणि संख्याबळामुळे शेवटी जर्मनांना थोडेफार यश लाभायला लागले. पण तरीही घेटोमध्ये पाय रोवून रहाणे त्यांना शक्य होत नव्हते. लढाऊ तुकड्यात सामील होऊ न शकणाऱ्या ज्यूंना झेड्.ओ.बी नेच आता बाहेर पडून जायला परवानगी दिली. लढणाऱ्या सैनिकांना पुरतील एवढ्या रायफलीही आता ज्यूंकडे शिल्लक नव्हत्या.

जर्मन गणवेश घालून मुन्डेकने एक पथक घेऊन पाविआक तुरुंगावर हल्ला चढवला आणि तिथल्या सर्व कैद्यांची मुक्तता केली.

तीन दिवसात बंडाळी दडपतो असे कोनराड म्हणाला असताना दोन आठवडे होऊन गेले होते. पंधराव्या दिवशीचा पहिला हल्ला जर्मनांनी चढवला तेव्हा रिडीमर्सच्या मुख्य ठाण्याजवळच्या एका इमारतीतून रिबेक्का आणि इतर लढत होते. तोफांचा भडिमार त्याच इमारतीवर सुरू झाला आणि रिबेक्का सोडून इतर ठार झाले. इमारतीच्या भिंती कोसळायला लागल्यावर तिला रस्त्यावर येणे भाग पडले. जर्मनांनी सर्व बाजूंनी तिला घेराव घालायला सुरुवात केल्यावर तिला आधारही घेता येईना. तिने झग्यातून एक हॅन्डग्रेनेड काढला आणि त्याची पिन काढून तो हातात धरून ती जर्मनांच्या दिशेनेच झेपावली. स्वत:बरोबर तीन जर्मन सैनिकांचा बळीही तिने घेतला.

तीन आठवडे झाले. नुसत्या खोट्या प्रचाराने ज्यूंनी केलेला प्रखर प्रतिकार लपून राहिना. पुन्हा डावपेचात बदल केल्याशिवाय इलाज नव्हता. स्टूपने सर्व घेटोभोवती वेढा घातला. रणगाडे आणि अवजड तोफा सर्व बाजूंनी उभ्या केल्या आणि पद्धतशीर नेम धरून घेटोमधली एक एक इमारत जमीनदोस्त करायला सुरुवात केली. रात्री हैन्केल बॉम्बर्सनी सबंध घेटोवर आगलाव्या बॉम्ब्ज्चा वर्षाव केला.

झेड्.ओ.बी. च्या मुख्य ठाण्यावरून मुन्डेक रिडीमर्सच्या ठाण्यावर परतला. प्रत्येकाची उपासमार चालू होती. प्यायला पाणी नव्हते. कुणाच्याच अंगात ताकद नव्हती.

''बहुतेक सर्व इमारती जमीनदोस्त झाल्या आहेत. बाकी जळत आहेत.''

मुन्डेकने माहिती दिली.

"पोलीश भूमिगत सैन्याशी पुन्हा काही संपर्क?"

"केला. मला वाटत नाही ते आपल्याला मदत करतील. आता आपल्याकडे अन्न नाही, पाणी नाही आणि बंदुकांसाठी काडतुसेही नाहीत. आपले रेडिओही आता खलास झाले आहेत. थोडक्यात म्हणजे काही योजना आखून यापुढे आपण लढू शकत नाही. जर्मन्स परत येतील तेव्हा प्रत्येक गटाने स्वतंत्रपणे त्यांना तोंड देण्यासाठी तयारी करावी."

"आणि आपण असे किती दिवस काढणार मुन्डेक? आता आपल्याकडे तीस माणसे आहेत आणि त्यांच्यासाठी सहा रायफली आणि दहा पिस्तुले."

त्याही स्थितीत मुन्डेक हसला. "सबंध पोलंड फक्त सव्वीस दिवस जर्मनांना तोंड देऊ शकले. आपण तेवढे दिवस तर काढलेच आहेत." त्याने अन्नपाण्याचे वाटप केले. सकाळची तुकडी टेहळणीसाठी बाहेर न्यायची तयारी चालवली.

त्यांच्यातल्याच एका मुलीने एक जुनाट ॲकॉर्डियन काढले आणि वाजवायला सुरुवात केली. जमिनीखाली दहा फूट असलेल्या तळघरात, उरलेल्यांनी हळूच गाणे गायला सुरुवात केली. लहानपणी रिडीमर्सच्या सभांमध्ये शिकलेले गाणे होते ते. इस्त्राएलमधल्या गॅलिलीमधल्या सुपीक भूमीबद्दल आणि वाऱ्याने डुलणाऱ्या शेतांबद्दल. ज्या गॅलिलीमधल्या शेतांबद्दल ते गात होते ती आपण कधीच बघू शकणार नाही याबद्दल प्रत्येकाची खात्री होती.

अचानक सावधानचा इशारा आला. दगडमातीच्या ढिगाऱ्यातून आणि आगीच्या ज्वाळा टाळत कुणीतरी तळघराच्या दिशेने येत होते.

तळघरात अंधार झाला. शांतता पसरली. दारावर टकटक झाली ती मात्र सांकेतिकच. दरवाजा उघडला गेला आणि बंद झाला. पुन्हा प्रकाश पाडला. ती व्यक्ती म्हणजे दोव्ह होता.

"दोव्ह! अरे देवा! आणि तू का आलास इथे?"

"मुन्डेक, मला पुन्हा नको रे दूर पाठवूस."

दोन्ही भावांनी एकमेकांना कडकडून मिठी मारली आणि दोव्हला रडू कोसळले. मुन्डेकच्या कुशीत किती समाधान वाटत होते त्याला. सर्वजण त्यांच्या भोवती गोळा झाले आणि दोव्हने दुःखद बातमी दिली. पोलीश भूमिगत सेना नक्कीच मदत करणार नाही. खरे म्हणजे घेटोबाहेर या प्रखर लढ्याबद्दल कुणी बोलायलाही तयार नाही. थकले भागलेले ज्यू बाहेर गटारात सुद्धा पडले आहेत. त्यांना उभे रहायचीही ताकद नाही. कुठे जायला जागा नाही. वॉर्सामधे कुणालाच ते नको आहेत.

छोटा दोव्ह घेटोत परतला आणि नंतर चमत्कार घडला. वॉर्सामध्ये आणि आसपासच्या खेड्यांमध्ये पळून जाऊन ख्रिश्चन म्हणून रहात असलेले ज्यू अंतिम

लढ्यासाठी घेटोमध्ये परतायला लागले. त्यांना मानाने जगता आले नसले तरी आता मात्र ताठ मानेने लढता लढता मरायचे होते.

*मे–१९४३*

तोफांचा भडिमार बंद झाला.

बॉम्ब वर्षाव थांबला.

आगीही विझल्या.

पुन्हा एकदा एस्.एस्. सैनिक घेटोमध्ये शिरले. एका वेळी एकाच भागाकडे लक्ष द्यायचे. तोफा आणि फ्लेम थ्रोअर्सच्या सहाय्याने प्रत्येक तळघर संपूर्ण बेचिराख करायचे आणि पुढे जायचे. ज्यूंकडे अन्न नव्हते, पाणी नव्हते, संदेश पाठवण्याची सोय नव्हती, स्वसंरक्षणासाठी मजबूत व्यवस्था नव्हती. सर्व गोष्टी आता जर्मनांनाच अनुकूल होत्या.

हाल हाल करून माहिती मिळवण्यासाठी त्यांनी कैदी मिळवायचे केलेले प्रयत्न मात्र फुकट गेले. झेड्.ओ.बी. चा प्रत्येक गनीम जळून मरत होता, पण शरण येत नव्हता.

जर्मनांनी भुयारी गटारांची झाकणे उघडली आणि पंपांनी पुन्हा पुन्हा विषारी वायु आत सोडला. गटारांमध्ये प्रेतेच प्रेते तरंगायला लागली.

पण तरी झेड्.ओ.बी. लढत होती. जर्मनांची एखादीच तुकडी नजरेस पडली तर ते झटक्यात बाहेर येत आणि त्या तुकडीतल्या प्रत्येकाला क्षणार्धात ठार मारून पळून जात. आत्मसमर्पण करणारे तर जास्तीत जास्त जर्मन्स ठार मारत होते. बघता बघता यावेळीही हजारो जर्मन्स बळी पडले.

पण स्टूप आता मात्र थांबायला तयार नव्हता. लढाऊ दल म्हणून ज्यू आता शिल्लक नव्हते. पण प्रत्येक ज्यूची प्राण जाईतो लढणे ही सहजप्रवृत्ती बनली होती.

१४ मे ला मुन्डेकने जिवंत असलेल्या बारा रिडीमर्सची मिटींग घेतली. त्याने त्यांच्यापुढे दोन पर्याय मांडले. मरेपर्यंत लढायचे किंवा दोव्हच्या मदतीने पळून जायचा प्रयत्न करायचा. जमले तर भूमिगत सैन्याला जाऊन मिळायचे. दोव्हने खात्री दिली की गटारांचे विषारी वायुंचे भाग टाळून तो बाहेर जाऊ शकेल.

दोव्ह त्या रात्री वन्दाच्या घराजवळ पोचला. का कुणास ठाऊक पण त्याला एकदम वाटले की काहीतरी धोका आहे. तो तिच्या घरात न शिरता तसाच पुढे गेला. निदान डझनभर माणसे तिच्या घराजवळ लक्ष ठेवून होती हे त्याच्या तीक्ष्ण नजरेने टिपले. आता वन्दा गेस्टॅपोच्या ताब्यात सापडली आहे की काय कळायला वाव नव्हता. पण त्या घरात पाऊल टाकण्यात अर्थ नव्हता हे तर स्पष्ट होते.

तो घेटोत परत आला तेव्हा अंधार पडला होता. त्याला सुद्धा त्याचे तळघर

सापडेना. आता रस्ते नव्हते. इमारती नव्हत्या, ओळखण्याजोग्या खाणाखुणा नव्हत्या. दगडमातीच्या ढिगाऱ्यांशिवाय काहीही नव्हते. सर्वत्र दरवळणारी दुर्गंधी ओळखीची होती. जळणाऱ्या मांसाची. त्याने जमिनीखालचे भुयार गाठले. मेणबत्ती पेटवली. दर वेळेला एखादे प्रेत दिसले की तो गुडघ्यांवर बसे. मेणबत्तीच्या प्रकाशात कुणाचे प्रेत आहे ते बघे. फ्लेम थ्रोअर्स इतक्या जवळून वापरले होते की, प्रेते अजूनही धुमसत होती. कुणाची आहेत ओळखणे शक्य नव्हते. यातले कुठले प्रेत आपल्या प्रेमळ भावाचे, मुन्डेकचे असेल?

१५ मे १९४३. झेड्.ओ.बी. रेडिओवरून मदतीसाठी शेवटचा सन्देश गेला.

१६ मे १९४३. जर्मनांनी पहिला हल्ला चढवून बेचाळीस दिवस झाले होते. झेड्.ओ.बी.ने उठाव करून जर्मनांना पिटाळल्याला चार महिने झाले होते. पोलंडमधल्या ज्युडाईझमचे प्रतीक होते टायम्टझ् स्ट्रीटवरील भव्य सिनॅगॉग. स्ट्रूपने आपली कारवाई डायनामाईटने तो सिनॅगॉग उद्‌ध्वस्त करून संपवली. सॉलोमनच्या देवळाचा रोमन लोकांनी असाच विध्वंस केला होता. वॉर्सामधल्या ज्यूंचा प्रश्न खरोखरच निकालात काढला गेला.

घेटोचा विध्वंस मात्र आश्चर्यकारक होता. जमिनीपासून पाच एक फूटांपेक्षा उंच असणारी एक गोष्ट नव्हती. नजर एकाचवेळी सर्व घेटोभर फिरू शकत होती. सोळा पिस्तुले आणि चार रायफल्स सापडल्याचे स्ट्रूपने जाहीर केले. एकही कैदी नाही. या विध्वंसाचा उपयोग इतरत्र बांधकामासाठी झाला असता.

पण इतक्या तंत्रशुद्ध आखणी करून केलेल्या विध्वंसातून आणि कत्तलीतूनही झेड्.ओ.बी.चे काही सैनिक जिवंत राहिले. या ढिगाऱ्यातून त्यांनी एकमेकांना शोधून काढले. दोघे दोघे, तिघे तिघे रात्री जर्मन सैनिकांवर तुटून पडत. जर्मन आणि पोलीश ब्ल्यूज् या दोघांनीही शपथेवर घेटो आता भुतांनी झपाटलेला आहे असे सांगायला सुरुवात केली.

सर्वत्र कुजक्या आणि जळक्या प्रेतांचा दर्प असूनही दोव्हने इतर सहा ज्यूंना शोधून काढले. तळघरे धुंडाळून धुंडाळून त्यांनी थोडीफार शस्त्रे मिळवली. रात्री भुयारी गटारांच्या मार्गाने बाहेर जाऊन ते अन्नाचे साठे चोरत. पोलंडमध्ये इतर डझनभर तरी ठिकाणी ज्यूंनी उठाव केले. परिणाम अर्थात एकच झाला. कुठल्याही तऱ्हेच्या मदतीशिवाय यश अशक्यच होते.

दिवसा आसरा घेण्यासाठी दोव्ह आणि इतर सहा जणांनी नवीन तळघर खणूनच तयार केले. पाच महिने त्यांनी सूर्यप्रकाश पाहिला नाही. नंतर वॉर्सामध्ये झालेल्या एका झटापटीत तिघेजण ठार झाले. दोघांनी आत्महत्या केली. एक उपासमारीने मेला.

शेवटी जिवंत राहिला तो दोव्ह. मरणोन्मुख अवस्थेत तो एका जर्मन तुकडीला

सापडला. तो आता माणसासारखा दिसतच नव्हता. त्याला शुद्धीवर आणून त्यांनी गेस्टॅपोच्या मुख्य ठाण्यावर नेले. खूप हालही केले. पण त्याने तोंडातून अक्षर काढले नाही. बेमालुमपणे खोटे कागदपत्र बनवणाऱ्या या घेटोमधल्या, भुयारातल्या, गटारातल्या उंदराला नवीन ठिकाणी पाठवायचे ठरले.

त्या जागेचे नाव होते ऑसविच्!

## २४

इतर साठ ज्यूंबरोबर मालगाडीच्या एका उघड्या डब्यात दोव्ह लानडावला कोंबण्यात आले. घेटोच्या ढिगाऱ्यात बाहेरच्या मदतीशिवाय दोव्ह पाच महिने जिवंत राहिला असेल यावर गेस्टॅपोचा विश्वास नव्हता. सर्वत्र बर्फ पडत असताना कडाक्याच्या थंडीत गाडी ऑसविच्ला जायला निघाली.

*बर्लिन – जर्मनी १९४०*

ज्यूंबद्दल घेतलेल्या अंतिम निर्णयाची अंमलबजावणी करण्याचे काम एस्. एस्. लेफ्टनंट कर्नल आईशमनवर सोपवण्यात आले होते. एस्.एस्. लेफ्टनंट कर्नल कार्ल होएस् त्याच्या ऑफिसमध्ये शिरल्यावर उच्च नाझी अधिकाऱ्यांच्या सल्ल्याने तयार केलेला मास्टर प्लॅन आईशमनने त्याला दाखवला.

सबंध युरोप खंडातच राजकीय कैदी आणि ज्यूंसाठी यातनातळ आणि तुरुंगांचे जाळे उभारले होते. जर्मनांच्या ताब्यात असलेल्या प्रत्येक देशात गेस्टॅपोने आपली कार्यालये उघडली होती.

राजकीय कैदी आणि ज्यू या दोघांसाठी इतरही तीनशे कॅम्प होते. त्यातले अर्धे ज्यूंसाठी राखून ठेवले होते.

वंशविच्छेदासाठी विचारपूर्वक आखलेल्या योजना आणि तयारी बघूनच कार्ल होएस् चकित झाला.

एवढी जय्यत तयारी असूनही काही प्रश्न शिल्लक होतेच आणि म्हणूनच होएस्ला मुद्दाम बर्लिनला बोलावून घेतले होते. पश्चिम युरोपमध्ये ज्यूंची वासलात लावणे कठीण होते. बाल्कन राज्ये आणि पश्चिम युरोप यांना पोलंड तसा मध्यवर्ती देश होता. पण एक असा नमुनेदार कॅम्प हवा होता की, ज्याच्या धर्तीवर इतर कॅम्प चालवता येतील. फक्त ज्यूंचीच कत्तल करायची नव्हती. रशियन, फ्रेन्च आणि इतर युद्धकैदी, पकडलेले गनीम, जिंकलेल्या प्रदेशातील राजकीय विरोधक, कॅथॉलिक ख्रिश्चन, जिप्सी, गुन्हेगार, फ्रीमेसन्स, कम्युनिस्ट, एवढेच नव्हे तर शांततेचा, स्वातंत्र्याचा आग्रह धरणारे जर्मनसुद्धा नाहीसे करायचे होते. इतर देशांसाठी हेरगिरी

करतात असा संशय असणारे, वेश्या, आणि कोणत्या ना कोणत्या कारणाने नकोसे झालेले इतर लोकही ठार मारायचे होते. एकदा या सर्वांचा काटा काढला की युरोप फक्त शुद्ध रक्ताच्या आर्यन्सना रहाण्याजोगा झाला असता.

आईशमन्च्या मनात जो कॅम्प स्थापन करायचा होता तो अशा सर्व लोकांचा नि:पात करण्यासाठी. वर्षानुवर्षे प्रामाणिकपणे नाझी म्हणून काम केलेल्या होएस्ला बक्षीस म्हणून या कॅम्पचे कमांडर बनवण्यात येणार होते. आईशमन्ने युरोपच्या नकाशावरच्या झेकोस्लोवाकियाच्या सरहद्दीनजीकच्या एका शहराकडे बोट दाखवले.

त्या शहराचे नाव होते ऑसविच्!

दोव्हला घेऊन जाणारी आगगाडी क्रॅकौ जंक्शनला थांबली. त्या गाडीला नवीन डबे जोडले. गुरे वाहून नेण्याच्या डब्यात फ्रान्स आणि ग्रीसमधले ज्यू भरले होते. कोळसे वाहून नेण्याच्या डब्यात हॉलंड आणि युगोस्लाव्हिया या देशातले ज्यू कोंबले होते. आणि इटलीमधले ज्यू उघड्या डब्यातूनच आणले होते. थंडीच्या कडाक्यापासून आणि बोचऱ्या वाऱ्यापासून दोव्हचे रक्षण होत होते ते अंगातल्या फाटक्या शर्टने आणि इतर ज्यूंच्या शरीराच्या उबेने.

### *बर्लिन, जर्मनी, १९४०–४१*

होएस् कशा तऱ्हेचा माणूस आहे हे जाणूनच त्याला ऑसविच्च्या कत्तलखान्याचे कमांडर बनवले होते. १९३४ मध्ये हिटलर प्रथम सत्तेवर आल्यापासूनच त्याला यातनातळ चालवायचा अनुभव होता. त्याला कष्टांची तमा नव्हती. आणि मुख्य म्हणजे कोणत्याही आज्ञांचे डोळे झाकून, नसते प्रश्न न विचारता, विशेष चिकित्सा न करता, तो पालन करत असे. कामही चोख आणि तंत्रशुद्ध. अगदी काटेकोरपणे करणार.

ऑसविच् भोवतालची खेडी उठवण्यात आली. शेते नष्ट करण्यात आली. वीस हजार एकर जागेभोवती कुंपण उभे राहिले. निष्णात इंजिनिअर्स, वाहतूक व्यवस्था आणि बांधकाम तज्ज्ञ यांच्या सहाय्याने कॅम्पची उभारणी सुरू झाली. मदतीला सैन्याच्या सर्वोत्तम तुकड्या होत्या. एस्. एस्. स्टॉर्म ट्रुपर्स. ऑसविच्पासून दोन मैलांवर मुख्य वस्तीपासून दूर आणि रेल्वे सायडिंग असलेल्या बिरकेनाऊ नावाचा भाग होता. तिथे गॅस चेंबर्स उभारण्याचे ठरले. युरोपमधले सर्व रेल्वेमार्ग तिथे येऊन मिळत. ऑसविच् सायलेशियाच्या खाणींच्या भागात होते. खोलगट भाग. कायम चिखल असायचा.

कॅम्प उभारायला विरोध होता तो जर्मन सैन्यदलाचाच. पूर्व आघाडीवरच्या रशियन युद्धासाठी सामुग्री नेण्यासाठी मालगाड्या कमी पडत असताना युरोपमधले ज्यू एकत्र करण्यासाठी त्या वापरायच्या हा मूर्खपणा आहे असे जर्मन सैन्याधिकाऱ्यांचे

स्पष्ट मत होते. नाझींच्या मते ज्यू जमात या पृथ्वीतलावरून नष्ट करण्याचे कामही तितकेच महत्त्वाचे होते. शेवटी हा वाद हिटलरपर्यंत पोचला. त्याने एस्.एस्., एस्.डी., गेस्टॅपो आणि इतर नाझींचीच री ओढली.

होएस्ने ऑसविच्चा ताबा घेतल्यावर प्रथम ट्रेब्लिंकाला जाऊन तिथल्या हत्यांची पद्धत बघितली. तिथला कमांडर कर्नल वीर्थ अगदीच नादान आहे हे आपले स्पष्ट मत त्याने उघडपणे सांगून टाकले. ट्रेब्लिंकाला ज्यूंना मारण्यासाठी वापरला जाणारा कार्बन मोनॉक्साईड हा वायु कामाला अयोग्य होता. तिथली मशिनरीही अनेकदा नादुरुस्त होई. मुख्य म्हणजे खूप पेट्रोल लागे. अंतिम क्षणापर्यंत आपला मृत्यु जवळ आला आहे असे कुणाला कळताच कामा नये असे होएस्चे मत होते. इथे सर्वच उघडा कारभार. त्यामुळे ज्यू दंगल करत. आणि एका वेळी फक्त तीनशे माणसेच ठार करता येणे याला काय कार्यक्षमता म्हणायची? ट्रेब्लिंकाच्या आराखड्यात दोष असणार.

बिरकेनाऊ येथली गॅस चेम्बर्स कार्यान्वित झाल्यावर आपल्या पहिल्या पहिल्या ''पाहुण्यांवर'' नाना प्रयोग करून होएस् आणि त्याच्या शास्त्रज्ञांनी झिक्लॉन बी (प्रुझाईक ॲसिड) वापरायचे ठरवले. हॅम्बुर्ग इथल्या इन्टरनॅशनल इन्सेक्टिसाईड कंपनीला प्रचंड ऑर्डर दिल्या.

या चेम्बर्समध्ये एका वेळी तीन हजार माणसे मावत. हवामानावर अवलंबून एका दिवसाला कमीत कमी दहा हजार माणसांचा फडशा पाडता येई.

दोव्ह लानडावच्या गाडीला आता जवळ जवळ पन्नास डबे जोडले गेले. ती चर्नाझोव या ठिकाणी पोचली. पुढले स्टेशन ऑसविच्. गाडीतील एक पंचमांश माणसे तरी आतापर्यंत तशीच मेली होती. डब्यांच्या बाजूला उभे केलेले शेकडो गोठून गेले होते. हातापायांचे मांस तोडूनच त्यांना बाजूला करता येणे शक्य होते. शेकडो स्त्रियांनी शेतात काम करणाऱ्या माणसांच्या दिशेने आपली मुले गाडीतून फेकली होती आणि किंचाळूनच त्यांना लपवून ठेवून त्यांचा सांभाळ करायला सांगितले होते. मेलेल्या सर्वांना गोळा करून सहा नवीन डब्यात त्यांची प्रेते रचण्यात आली. दोव्हची परिस्थिती वाईट असली तरी बुद्धी तल्लख होती. पुढे काय वाढून ठेवले आहे याची त्याला स्वच्छ कल्पना होती. त्याच्या हेही लक्षात आले होते की, जगण्यासाठी जर काही करायचे असेल तर डोके शाबूत ठेवून ते आताच करावे लागणार होते. आगगाडी पुन्हा सुरू झाली. तासाभरात ऑसविच्!

### *ऑसविच् १९४१–४२*

बिरकेनाऊ येथल्या गॅस चेम्बर्सचे काम अगदी आखीव रेखीव होईल यावर होएस्ने लक्ष केन्द्रित केले. शेवटच्या क्षणापर्यंत त्याचे बळी शांत राहतील, त्यांना

कसली भीतिच वाटणार नाही याची त्याने काळजी घेतली. गॅस चेम्बर्सच्या इमारतींभोवती हिरवीगार झाडे लावली. असंख्य रंगीबेरंगी फुलझाडे लावली. अनेक भाषात "स्वच्छता गृह" अशा पाट्या लावल्या. फसवणुकीचा महत्त्वाचा भाग म्हणजे तपासणी करून आंघोळ झाल्यावर सर्वांना नवीन कपडे देऊन कामावर पाठवण्यात येईल याबद्दल त्या सर्वांची खात्री पटवायची.

गॅस चेम्बर्सच्या आसपास आणि खालीसुद्धा छान स्वच्छ ड्रेसिंग रूम्स बांधल्या होत्या. नंबर टाकलेल्या खुंट्या होत्या. प्रत्येकाने आपले कपडे ठेवलेल्या खुंटीचा नंबर लक्षात ठेवायला सांगितले जाई. केस कापले जात. फवाऱ्याखाली आंघोळ करण्यापूर्वी आपापले चष्मे काढून ठेवायची विनंतीही असे.

प्रत्येकाच्या हातात नंबर असलेला एक साबणाचा तुकडा ठेवला जाई. नग्नावस्थेत सर्वजण आत जायला निघत. एका वेळी तीन हजार. डझनावारी प्रचंड दरवाजे उघडल्यावर आतमध्ये प्रचंड शॉवर रूम्स दृष्टीला पडत.

बहुतेक सर्व "पाहुणे" मनाने आधीच इतके खचलेले असत की, त्यांची विचारशक्तीच नष्ट झालेली असे. ते शांतपणे आत शिरत. आत जाऊन थोडा वेळ झाल्यावर काहीजण नकळतच साबणाचा तुकडा उलटा सुलटा करून बघायला लागत आणि त्यांच्या लक्षात येई की तो साबण नसून दगडाचा तुकडा आहे. इतर काही जणांना कळे की वरचे नळ खोटे आहेत, पाणी वाहून जायला ड्रेनेजची सोयच नाही.

आणि मग शेवटच्या क्षणी भीतीने अनेकजण बाहेर धावायचा प्रयत्न करत. पण तोपर्यंत जर्मन्स दरवाजात सज्ज असत. दंडुक्यांनी आणि चाबकांनी हाणून ते सर्वांना आत ढकलत. पोलादी दरवाजे घट्ट बंद होत.

प्रत्येक 'बाथरुम'मध्ये झिक्लॉन बीचे एक दोन डबे पडत. दहा पंधरा मिनिटात खेळ खलास.

मग येत जॉन्टरकोमान्डोज्. ऑसविच् मधले कैदीच. सर्व प्रेते काढून दफनभूमीकडे नेली जात. सोन्याचे दात उपटण्यात येत. अंगठ्या काढल्या जात. सोने वितळवून बर्लिनला पाठवण्यात येई. प्रेते जाळून टाकत. काही वेळा अगदी प्रमाणबद्ध आकाराच्या कवट्या पेपरवेट म्हणून वापरण्यासाठी जर्मन गार्डस्ना विकण्यात येत.

काढून ठेवलेल्या कपड्यांमध्ये प्रेमपत्रे, कुटुंबाचे फोटो वगैरे असत. त्यांच्याकडे कोणी ढुंकून बघत नसे. पण कपड्यांच्या शिवणी तपासत. कधी कधी दागिने, हिऱ्यांचा लाभ होई. सर्वचजण अंधविश्वासाने आत जात नसत. कधी कधी कपड्यात अर्भके लपवलेली सापडत. त्यांना पुढल्या "आंघोळीला" आत पाठवत.

होएस् आपल्या सैनिकांची खूप काळजी घ्यायचा. काही वेळा गाड्या भरभरून ज्यू बिरकेनाऊला आणले जात, खूप काम पडे. सैनिकांना मग खास जेवण, दारू पुरवली जाई.

त्याची पद्धत खूप कार्यक्षम ठरली, पुन्हा तो चिंता करायचा नाही. एकदा आधी पूर्वसूचना न देता अडीच लक्ष हंगेरियन ज्यू कर्नल आईशमन्ने पाठवले. पण त्यांचाही होएसने व्यवस्थित ''निकाल'' लावला.

होएस्‌चे लक्ष कायम खर्च कमी करण्यावर आणि कार्यक्षमता वाढवण्यावर असे. त्याच्या ''कारखान्याच्या'' विस्तार करण्याच्या योजनाही त्याच्या आर्किटेक्ट्सनी आखल्या. एका आराखड्याप्रमाणे गॅस चेम्बरचा तळ हायड्रॉलिक सिस्टीमने वर उचलला जाऊन वरच्या मजल्यावर तयार असलेल्या दहनभूमीमध्ये सर्व प्रेते आपोआप पोचली असती. दिवसाला चाळीस हजार माणसे ठार करण्याच्या क्षमतेचे आराखडेही बनत होते.

सर्वांत गहन प्रश्न प्रेतांची विल्हेवाट लावण्याचा होता. प्रथम प्रथम उघड्या शेतात खड्डे खणून ती टाकली जात आणि त्यावर चुन्याची निवळी ओतली जाई. पण भयानक दुर्गंधी सुटे, ज्यू जॉन्डरकोमान्डोंकडूनच मग ती जाळून टाकायला सुरुवात झाली. पण दुर्गंधी राहणारच. शेवटी बंद अशा दहनभूमीची व्यवस्था झाली.

ऑसविच् पार करून दोव्हला आणणारी आगगाडी शेवटी बिरकेनाऊ रेल्वे सायडिंगला येऊन थांबली.

## २५

दोव्ह उपासमारीने अर्धमेला झाला होता. थंडीने काळा निळा पडला होता. पण गेली काही वर्षे तो क्षणोक्षणी धोक्याशी आणि मृत्युशी झगडत होता. त्यामुळेच कोणत्याही वेळी त्याचे डोके मात्र पूर्ण ताळ्यावर असे; जगायलाच हवे होते. तो जगतो का मरतो याचा निर्णय पुढल्या एका तासातच लागेल याची त्याला खात्री होती.

मालगाडीच्या डब्यांचे दरवाजे उघडले. दोव्हसारख्या उघड्या डब्यातल्या माणसांना खाली उतरायला सांगण्यात आले. कसेबसे सर्व प्लॅटफॉर्मवर उतरले. दोन्ही बाजूला स्टॉर्मट्रुपर्सच्या तुकड्या हातात दंडुके, चाबूक, पिस्तुले घेऊन सज्ज होत्या. आणि कसेबसे आवरून धरलेले क्रूर कुत्रे! चाबकाचे फटकारे उडत होते. किंचाळ्या ऐकू येत होत्या. डोक्यात दंडुके हाणले जात होते.

जे धड चालू शकण्याच्या परिस्थितीत नव्हते त्यांना तिथेच गोळ्या घालण्यात आल्या.

प्लॅटफॉर्मच्या एका टोकापासून दुसऱ्या टोकापर्यंत एका ओळीत चार चार जण याप्रमाणे स्टेशनवरच्या हॉलच्या दिशेने त्यांना नेण्यात यायला लागले.

दोव्हने सगळीकडे नजर फिरवली. डावीकडे आगगाड्या, त्यांच्यापलीकडे

अनेक ट्रक्स. पण ते बंद ट्रक्स नव्हते. म्हणजे गॅसव्हॅन्स नसाव्यात. उजवीकडे ओळीने सैनिक उभे. त्यांच्यामागे झाडी, बागा आणि पुढे विटांच्या इमारती. इमारतींवर त्रिकोणी आकाराची धुरांडी. गॅस चेम्बर्सच असणार.

भीतीमुळे त्याच्या पोटात ढवळायला लागले. एक माणूस धडपडला, पडला. उठू शकेना. दोन कुत्र्यांना सोडताच त्यांनी बघता बघता त्या माणसाचे तुकडे तुकडे करून टाकले. त्याच्या किंकाळ्यांनी दोव्ह थरथरा कापायला लागला. त्याने मनावर ताबा मिळवायचा प्रयत्न केला. भीति दाखवून चालणार नाही.

चौघे आत शिरले. हॉलमध्ये चार वेगवेगळ्या रांगा. प्रत्येक रांगेसमोर एक टेबल. टेबलामागे बसलेला एक जर्मन डॉक्टर. अवतीभोवती डझनभर गार्डस्. दोव्हने त्याच्या रांगेसमोरच्या टेबलाकडे नीट लक्ष द्यायला सुरुवात केली. तिथे नक्की काय घडते आहे याचा अंदाज घ्यायला हवा.

एक एक जण टेबलाजवळ पोचला की डॉक्टर त्याच्यावर नजर फिरवे. नंतर तीन पैकी कुठल्या तरी एका दिशेने जायला सांगे.

पहिल्या उजवीकडल्या दिशेला एक दरवाजा होता. दोव्हने माणसे मोजली. दहापैकी निदान सातजण तरी या दरवाजाने बाहेर पडले. बहुतेक वृद्ध माणसे, लहान मुले आणि अशक्त माणसे. उजवीकडल्या इमारती या गॅस चेम्बर्सच अशी त्याची खात्री होती. म्हणजे या दरवाजाने बाहेर पडणाऱ्यांची ताबडतोब गॅस चेम्बरमध्ये रवानगी होणार.

दुसरा दरवाजा डाव्या बाजूला होता. दहा पैकी दोन एक जणांना त्या बाजूला पाठवले जाई. धडधाकट दिसणारी माणसे. म्हणजे त्यांची काम करण्यासाठी निवड.

उजवीकडला दरवाजा – मृत्यु.

डावीकडला दरवाजा – जीवन.

तिसराही एक गट होता. एखाद्यालाच तिथे उभे करण्यात येई. बहुतेक सर्व तरुण स्त्रिया होत्या. काही तर खरंच सुंदर होत्या. आणि काही छोट्या गोऱ्यागोमट्या मुलांनाही तिथे उभे रहायला पाठवण्यात येत होते. म्हणजे स्त्रियांना वेश्या बनवून त्यांचा उपयोग जर्मन सैनिकांच्या उपभोगासाठी, मौजमजेसाठी होणार होता हे निश्चित आणि काही जर्मन अधिकाऱ्यांना गोऱ्यागोमट्या मुलांशीच नाना खेळ करायला आवडत याचीही दोव्हला कल्पना होती.

त्याची स्वत:ची हाडे बाहेर आली होती. तेव्हा त्याची रवानगी उजव्या दरवाजाकडेच होणार. त्याने डझनभर वेळा तरी जोरजोराने श्वास घेतला. इंचाइंचाने रांग पुढे सरकत होती.

शेजारच्या रांगेतली एक स्त्री किंचाळली. अर्ध्या डझन गार्डनी तिच्यावर झडप घातली आणि तिचे कपडे फाडले. ती स्कर्टमध्ये एका अर्भकाला लपवायचा प्रयत्न करत होती.

"उजवीकडे–उजवीकडे–उजवीकडे–उजवीकडे." डॉक्टर एकेकाला मृत्युच्या खाईत ढकलत होता.

दोव्ह टेबलाजवळ पोचला.

डॉक्टरने त्याच्यावर एक नजर फिरवली.

उजव्या बाजूला बोट दाखवले.

दोव्ह हळूच हसून म्हणाला, "तुम्ही चूक करता आहात डॉक्टर." त्याचा आवाजही अगदी शांत होता. "मी बेमालूम खोटे कागदपत्र बनवू शकतो. कुठल्याही कागदपत्रांची उत्कृष्ट नक्कल करू शकतो. त्या कागदावर आपले नाव लिहा. मग मी दाखवतो तुम्हाला."

डॉक्टर चाट होऊनच खुर्चीत मागे टेकून बसला. दोव्हच्या शांतपणानेच तो खरा आश्चर्यचकित झाला होता. काय घडते आहे याची पूर्ण कल्पना या पोराला आहे याचीही डॉक्टरला खात्री होती. पण काही क्षण तरी मृत्यूकडे जाणारी पावले थबकली होती. डॉक्टर स्वत:शीच हसला आणि स्वत:ला सावरून पुन्हा कामाला सज्ज झाला. दोन गार्डनी दोव्हला उजव्या बाजूच्या दरवाजाकडे खेचायला सुरुवात केली.

"थांबा" डॉक्टरने आज्ञा दिली. त्याने पुन्हा दोव्हकडे बघितले. त्याला मागे बोलावले. त्याच वेळी त्याच्या मनात विचार येऊन गेला की, काय मूर्खपणा चालवला आहे आपण. हा पोरगा नक्कीच आपल्याला बनवतो आहे. तो त्याला पुन्हा घेऊन जा असे सांगायच्या बेतात होता. पण घडलेला प्रकारही इतका विलक्षण होता की, त्याचे कुतुहल चाळवले गेले होते. त्याने समोरच्या पॅडवर आपले नाव लिहून ते दोव्हसमोर धरले.

दोव्हने सहा वेळा तरी वर खाली तशाच सह्या केल्या आणि पॅड परत करता करता विचारले, "तुम्ही केलेली सही कुठली यातली?"

अर्धा डझन गार्डसुद्धा आ वासून त्या पॅडकडे बघत राहिले. डॉक्टरने पुन्हा एकदा दोव्हकडे बघितले. एका गार्डच्या कानात तो काही तरी कुजबुजला. गार्ड निघून गेला.

"त्या बाजूला उभा रहा" डॉक्टरने फर्मावले.

पुन्हा रांगेतली माणसे एक एक करत टेबलापाशी यायला लागली. मिनिटात चार जणांना तरी डॉक्टर मृत्यूचे द्वार दाखवत होता.

दोव्ह गार्डस्च्या नजरेला नजर देऊन बघत होता. त्यांच्या हातातल्या दंडुक्यांकडे आणि काही जणांपाशी असलेल्या भयंकर कुत्र्यांकडे. तो पुन्हा भीतीने थरथरायला लागला. ते लपवण्यासाठी शीळ घालायचा प्रयत्न करायला लागला.

पाच मिनिटे झाली. मग दहा. टेबलाकडे येणारी रांग संपतच नव्हती.

गार्ड दुसऱ्या एका माणसाबरोबर परत आला. तो नक्कीच मोठा अधिकारी

असावा. त्याच्या छातीवर किती तरी पदके लटकत होती. डॉक्टरने पॅड त्याच्यापुढे केले. मिनिटभर तरी तो त्या पॅडकडे निरखून बघत होता.

''कुठे शिकलास हे?'' कठोर स्वरात प्रश्न आला.

''वॉर्सा घेटोत.''

''कुठल्या तऱ्हेचे काम करतोस?''

''पासपोर्ट. प्रवासासाठी कार्डस्. काहीही. नक्कल कशाचीही.''

''चल माझ्याबरोबर.''

दोव्ह यावेळी डाव्या दरवाजाने बाहेर पडला. त्या अधिकाऱ्याबरोबर गाडीत बसून ऑसविच्च्या दिशेने निघाला. त्याला मुन्डेकचे शब्द आठवत होते. ''लानडाव कुटुंबातला एक जण तरी यातून जिवंत रहायलाच हवा.''

मोटार ऑसविच्च्या प्रवेशद्वारातून आत शिरली. वर पाटी होती. LABOR LIBERATES.

मुख्य कम्पाऊन्डमध्ये सर्वत्र चिखल होता. एका मागोमाग एक पसरलेल्या लाकडी बरॅक्स. दोन बराकींमध्ये विजेचा प्रवाह खेळवलेल्या तारांचे कुंपण.

या बरॅक्समधून तीस एक ठिकाणी गुलामांप्रमाणे राबवून घेण्यासाठी माणसे पाठवण्यात येत. प्रत्येकाच्या अंगावर काळ्या पांढऱ्या पट्ट्यांचा गणवेश. दंडावर आणि छातीच्या डाव्या बाजूवर वेगवेगळ्या रंगांच्या पट्ट्या. वेश्यांच्या दंडावर काळी पट्टी, गुन्हेगारांच्या हिरवी, धर्मगुरूंच्या जांभळी, रशियन आणि पोलीश कैद्यांची तांबडी आणि इतर सर्व ज्यूंना नेहमीचाच स्टार ऑफ डेव्हिड.

दोव्हला ऑसविच्ला नवीन बिल्ला मिळाला. त्याच्या डाव्या मनगटावर तो गोंदवला गेला. दोव्हचे दोव्ह लानडाव म्हणून अस्तित्व संपले. तो आता फक्त एक ज्यू होता. क्रमांक ३५९१९५.

LABOR LIBERATES! दोव्हचा चौदावा वाढदिवस ऑसविच्ला साजरा झाला. त्याला फारच मौल्यवान भेट मिळाली होती. त्याचे जीवन! ऑसविच्मधल्या इतर हजारो कैद्यांशी तुलना करता तो खूपच नशिबवान होता. जर्मन एजंटांना पुरवण्यासाठी एक आणि पाच अमेरिकन डॉलर्सच्या नोटा बनवण्याचे काम दोव्ह आणि इतर काही जणांच्या छोट्या गटाला दिले होते.

ऑसविच् येथे थोडा काळ काढल्यावर, आपण बिरकेनाऊ इथल्या गॅस चेम्बर्समध्ये मेलो असतो तर फार बरे झाले असते असे दोव्हला वाटायला लागले.

कैद्यांकडून अठरा अठरा तास काम करून घेण्यात येई. अन्नपाणी विशेष नसेच. पाच एक तास झोप मिळे. हाडांचे सापळे बनेपर्यंत काम करून घेण्यात येई. रोगराई थैमान घालत होती. कैद्यांना अमानुष मारहाण होई. भयानक छळ होई. विकृत मनोवृत्तीच्या क्रूरकर्म्यांच्या सुपीक सडक्या मेंदूतून छळ, यातना देण्याच्या आणि

जीव घेण्याच्या ज्या ज्या पाशवी क्लृप्त्या निघू शकत त्यांचा सर्रास वापर होई. या भीषण अत्याचारांनी शेकडो जण ठार वेडे बनलेले असत.

दररोज सकाळी डझनावारी कैदी गळफास लावून घेऊन मेलेले आढळत. डझनावारी विजेचा प्रवाह खेळवलेल्या तारांवर स्वत:ला झोकून देत. हजेरीच्या वेळी ढुंगणाच्या चिंधड्या होईपर्यंत चाबकाचे फटकारे मारले जात.

अनेक गुन्हेगारांना एकाच खोलीत डांबण्यात येई. मुद्दामच त्यांना खूप खारट भाज्या खायला घालत. तहानेने ते वेडेपिसे बनत.

ब्लॉक एक्समध्ये शूमान, क्लाऊबेर्ग वगैरे नाझी डॉक्टरांची सत्ता होती. वैद्यकीय संशोधनाच्या नावाखाली नाना भयानक प्रयोग केले जात. या प्रयोगांसाठी माणसांचाच उपयोग केला जाई. पोलीश कैदी डॉ. डेरिंग त्याच्या जर्मन सत्ताधाऱ्यांच्या हुकुमाप्रमाणे ज्यूंना संततीच होऊ नये या दृष्टीने स्त्री–पुरुष कैद्यांवर पाशवी आणि भीषण प्रयोग करण्यात दंग असे.

हे ऑसविच् होते. दोव्ह लानडावला मिळालेली आयुष्याची देणगी! LABOR LIBERATES!

"लानडाव कुटुंबातला एक जण तरी जिवंत रहायलाच हवा." मुन्डेक म्हणाला होता. तो कसा दिसत होता? किंवा रुथ, रिबेक्का, आई, बाबा? त्याला काहीही आठवेनासे झाले होते. बाबांची आठवण तर पार नष्ट झाली होती. असलेल्या थोड्याफार आठवणीही बुजत चालल्या होत्या. त्याला फक्त मृत्यूची, भयानक आठवण रहात होती. यांच्यावाचून आयुष्य असू शकते?

वर्ष उलटले. बिरकेनाऊ इथल्या गॅस चेम्बर्समध्ये जितकी माणसे ठार मारली जात होती, तेवढीच यातना, छळ, रोगराई, उपासमार यांच्यामुळे ऑसविच् येथे मरत होती. दोव्ह आपल्याला जगायचे आहे ही गोष्ट पक्की ध्यानात ठेवून, डोके ताळ्यावर ठेवून जगत होता.

आणि निराशेच्या काळ्याकुट्ट अंधारातही काही किरण चमकायचे. कैद्यांचा ऑर्केस्ट्रा होता, ब्लॅकमार्केट होते, लपवलेला रेडिओ रिसीव्हर होता. कशी का असेना पण एखादी स्त्री मिळवण्याचे मार्ग होते.

*उन्हाळा – १९४४*

हल्ली बऱ्याचदा आकाशात रशियन बॉम्बर्स दिसत. गुप्त रेडिओवरून जर्मन्स युद्धात मार खात असल्याच्या बातम्या कळत. यातनातून, छळातूनही आशेचा किरण चमकायला लागला होता. दोस्त सैन्याला कुठलाही विजय मिळाला की, जर्मन गार्डस् पिसाळून खुनांचे सत्र आरंभत. जर्मन सैन्याच्या पराभवाच्या बातम्यांचीही दहशत निर्माण झाली. बिरकेनाऊ इथे आता रात्रंदिवस गॅस चेम्बर्स धडधडत होती.

*ऑटम – १९४४*

जर्मनी युद्ध हरणार वाटायला लागले. सगळ्या आघाड्यांवर त्यांची पिछेहाट चालू होती. पण पराभव जवळ येत चालला तसतशी जास्तीत जास्त हत्या करण्याची इच्छाही प्रबळ होत होती. वंशविच्छेदाचे त्याच्यावर सोपवलेले काम काही करून पूर्ण करण्याची आईशमन्‌ला घाई झाली होती.

*ऑक्टोबर – १९४४*

बिरकेनाऊ इथले जॉन्डरकोमान्डो बंड करून उठले. त्यांनी एक गॅस चेम्बर उद्‌ध्वस्त केले. नंतर अनेकवेळा त्यांनी एस्.एस्. गार्डस् आणि त्यांच्या कुत्र्यांना उचलून गॅस चेम्बरमध्ये फेकून दिले. सगळ्या जॉन्डरकोमान्डोना ठार करून ऑसविच्हून नवीन माणसे मागवली गेली.

वेळ भरत आली तेव्हा आईशमन्‌ने शेवटचा सूड उगवला. वेगवेगळ्या क्षेत्रात आपल्या प्रगल्भ बुद्धिमत्तेमुळे युद्धपूर्वकाळात आदरणीय ठरलेल्या वीस हजार ज्यूंना झेकोस्लोवाकियातल्या थेरेनजीनस्टाट या कॅम्पमध्ये त्यांच्या जिवीताची हमी देऊन संरक्षणाखाली ठेवले होते. त्यांना बिरकेनाऊ येथे आणून त्यांची हत्या करण्याचा हुकूम आईशमन्‌ने दिला.

बिरकेनाऊ येथे केलेल्या ज्यूंच्या हत्येचा आकडा फुगतच गेला होता – दहा लक्ष पोलीश, पन्नास हजार जर्मन, एक लक्ष डच, दीड लक्ष फ्रेन्च, पन्नास हजार झेक आणि ऑस्ट्रियन, पन्नास हजार ग्रीक, अडीच लक्ष बल्गेरीयन, इटालियन, युगोस्लाव्ह, रूमानियन वगैरे आणि अडीच लक्ष हंगेरीयन ज्यूंना फक्त बिरकेनाऊ इथेच ठार मारण्यात आले होते.

*नोव्हेंबर – १९४४*

खोटे दस्तऐवज बनवण्याचे काम अचानक थांबवून सर्वांची बिरकेनाऊ येथे जॉन्डरकोमान्डोज् म्हणून काम करण्यासाठी बदली करण्यात आली.

गॅस चेम्बर्स चालू असताना बाहेर थांबायचे, बंद केलेले लोखंडी दरवाजे उघडण्यासाठी चाललेली आतल्या कैद्यांची प्राणांतिक धडपड थांबेपर्यंत, हृदयद्रावक किंकाळ्या बंद होईपर्यंत वाट बघायची. सर्व आवाज थांबले की विषारी वायु नाहीसा होण्यासाठी आणि पंधरा मिनिटे जाऊ द्यायची. मग गॅस चेम्बर्सचे दरवाजे उघडले जात. दोव्ह आणि इतरजण दोऱ्या आणि हुक लावूनच हातपाय एकमेकात अडकून मेलेली माणसे मग बाहेर काढत. त्यांना जाळून टाकण्यासाठी घेऊन जात. सर्व प्रेते बाहेर काढली की पाण्याच्या फवाऱ्याने चेम्बर्स धुवायची. तोपर्यंत पुढले बळी ड्रेसिंग रूम्समध्ये तयार व्हायला लागलेले असत.

तीन दिवस दोव्हने हे काम केले आणि त्याची ताकद खलास झाली. फक्त जिवंत राहण्यासाठी ज्या इच्छाशक्तीच्या बळावर त्याने असंख्य यातना भोगल्या होत्या, तीच नष्ट व्हायची पाळी आली. गॅस चेम्बर्सचे दरवाजे उघडल्यावर प्रेते सोडवण्यासाठी आत पाऊल टाकायचा क्षण आला की, तो भीतीने अर्धमेला होई. घेटोमध्ये अंधाऱ्या भुयारी गटारांमधून मार्ग काढत असतानाही तो कधी असा घाबरला नव्हता. एकमेकात वाटेल तशी अडकलेली ही प्रेते बघणे आपल्याला जास्ती दिवस जमेल असे त्याला वाटेना.

आणि त्याचवेळी एक विलक्षण गोष्ट घडली.

जर्मनांनी गॅस चेम्बर्स उद्ध्वस्त करायची, प्रेते जाळायच्या दहनभूमी तोडायची आज्ञा दिली. पूर्वेकडून रशियन सेना आणि पश्चिमेकडून दोस्त सेना जवळ येत होत्या. आता आपण केलेल्या भीषण हत्याकांडाचे सर्व पुरावे नष्ट करण्याची नाझींची धडपड सुरू झाली. सबंध पोलंडमध्ये पुरलेली लक्षावधी प्रेते उकरून काढून, हाडांचा भुगा करून तो सगळीकडे फेकून द्यायला त्यांनी सुरुवात केली. युद्ध आघाडीवर अत्यावश्यक असलेल्या वाहतुकीच्या साधनांचा उपयोग उरलेल्या ज्यूंना जर्मनीत नेण्यासाठी केला.

### *२२ जानेवारी १९४५*

रशियन सेनेने ऑसविच् आणि बिरकेनाऊ या शहरांची मुक्तता केली. वंशविच्छेदाचे भीषण हत्याकांड संपले. पस्तीस लक्ष ज्यूंपैकी जेमतेम पन्नास एक हजार पोलीश ज्यू जिवंत राहिले होते. त्यांच्यातला एक होता दोव्ह लानडाव. वय वर्षे पंधरा. त्याने भावाला दिलेले वचन पाळले होते.

## २६

वर्षानुवर्षे झालेली उपासमार आणि भोगलेल्या हालांतून कायम स्वरूपाचे कुठलेही व्यंग निर्माण न होता, दोव्ह कसा काय वाचला याचे रशियन डॉक्टरांना आश्चर्य वाटत होते. तो कधीही धट्टाकट्टा आणि ताकदवान होणार नव्हता. पण काळजी घेतली तर त्याचे आयुष्य व्यवस्थित गेले असते.

पण मनावर झालेले आघात ही वेगळी बाब होती. जगलेच पाहिजे, जगलेच पाहिजे या ध्यासाने त्याने सहा वर्षातल्या सर्व भीषण आपत्तींना तोंड दिले होते. दुसरा कुठला विचार मनात येऊ दिला नव्हता. कोणत्याही क्षणी घाला टाकू शकणारे मृत्यूचे सावट नाहीसे झाले आणि मनात दाबून टाकलेल्या आठवणींनी त्याची झोप उडाली. दुःखामुळे तो अगतिक बनला. शहाणपणा आणि वेडेपणा यांच्यामधली

अस्पष्ट रेषा तो अवचितपणे पार करणार अशी परिस्थिती निर्माण झाली.

काटेरी तारांची भेंडोळी उडाली. कुंपणे नाहीशी आली. गॅस चेम्बर्स उद्ध्वस्त झाली. प्रेते जाळायच्या भट्ट्या मोडून तोडून टाकण्यात आल्या. पण आसमंतात भरून राहिलेली प्रेतांची दुर्गंधी जात नव्हती. मनगटावर गोंदवलेला नंबर दिसला की, गॅस चेम्बर्सचे दरवाजे उघडायचा क्षण त्याच्या नजरेसमोर येई. दोऱ्या आणि हुक घेऊन तो आत जातो आहे, आई, बहीण, रुथ यांना ट्रेब्लिंकाच्या गॅस चेम्बर्समधून असेच कोणी तरी हुक खुपसून बाहेर खेचत आहेत, मेणबत्ती घेऊन वॉर्साच्या घेटोत धुमसणारी प्रेते उलटसुलट करून तो मुन्डेकला शोधतो आहे ही दृश्ये दिसत. पेपरवेट म्हणून जर्मन्स वापरत असलेल्या कवट्यांपैकी एखादी आईचीच तर नसेल ना, नाहीतर रूथचीच. असे विचार सतत मनात येऊन त्याचे डोके भिरभिरायला लागे.

ऑसविच्मध्ये शिल्लक राहिलेले ज्यू बरॅक्समध्ये रहात होते. दुष्टपणा, क्रौर्य, यातना, छळ असे काहीही नसलेले जग अस्तित्वात असू शकते यावर दोव्हचा विश्वास नव्हता. अन्नपाणी, मायेची ऊब आणि प्रेम देणारे जग तर त्याच्या कल्पनाशक्तीपलीकडे होते. जर्मनीने शरणागती पत्करल्यावर ऑसविच् येथे आनंदोत्सव साजरा झाला नाही. विजयातही इथे आनंद नव्हता.

आणि सारख्या येणाऱ्या जुन्या आठवणींचे रूपांतर आता अपरिमीत द्वेषात व्हायला लागले. गॅस चेम्बर्स उद्ध्वस्त झाल्याचे दुःख व्हायला लागले. त्याला गॅसचेम्बर्समध्ये जात असलेल्या जर्मन एस्.एस्. सैनिकांच्या आणि त्यांच्या क्रूर कुत्र्यांच्या पलटणी डोळ्यासमोर दिसायला लागल्या.

युद्ध संपले असले तरी कुठे जायचे याची उमज कुणाला पडत नव्हती. वॉर्सा? पण ते १६० मैलांवर होते. रस्त्यांवर निर्वासितांची दाटी होती. समजा वॉर्साला पोचलोच तर पुढे काय? घेटो उद्ध्वस्त झाला होता. घरचे कोणी जिवंत नव्हते. दिवस जात होते.

एक एक करून स्वतःच्या घरी जावे म्हणून ऑसविच्मधले ज्यू बाहेर पडले.

आणि एक एक करून जबरदस्त धक्के बसून परत आले.

जर्मनांचा वारसा आता पोलीश लोकांनी उचलला होता. पस्तीस लक्ष पोलीश ज्यूंचे शिरकाण झाल्याचे दुःख कुणालाच नव्हते. सर्व शहरांत पोस्टर्स डकवली जात होती. ज्यूंनीच स्वतःच्या फायद्यासाठी युद्ध सुरू केले – ज्यूंमुळे पोलंड युद्धात खेचले गेले – पोलंडच्या सर्व त्रासाचे धनी ज्यूच आहेत म्हणून. पस्तीस लक्ष ज्यूंचे खून पडले त्याचे सोयरसुतक कुणाला नव्हते. हे थोडे तरी का बचावले म्हणूनच त्यांचा द्वेष होता.

स्वतःच्या घरी परतू पहाणाऱ्या ज्यूंना बेदम मारहाण होत होती. ज्यूंची दुकाने पुन्हा फोडली जात होती.

आणि म्हणूनच ऑसविच् बाहेर पडलेला प्रत्येक ज्यू पुन्हा परत आला. मनाने खचलेले, दु:खाने वेड लागायची पाळी आलेले ज्यू पुन्हा एकत्र कुजत मरण्यासाठी ऑसविच्‌ला परतले.

मृत्यूची आठवण कोणीच विसरत नव्हते. बिरकेनाऊची दुर्गंधी नष्ट होत नव्हती.

*उन्हाळा – १९४५*

एक विशीचा, तरुण, धडधाकट, मोठ्या मिशांचा, पांढरा शुभ्र, दंडापर्यंत हात दुमडलेला, शर्ट घातलेला माणूस ऑसविच्‌मध्ये शिरताच सगळ्यांच्या संशयी नजरा त्याच्याकडे वळल्या. त्याच्या चालण्यातसुद्धा जोश होता. नक्कीच हा माणूस स्वतंत्र होता. त्याने सर्वांना एकत्र बोलावले.

"माझे नाव बार द्रोर – शिमशोन बार द्रोर."

त्याने आपली ओळख करून दिली. "तुम्हाला नेण्यासाठी मला पॅलेस्टाईनहून पाठवले आहे – घरी नेण्यासाठी."

अनेकांच्या आठवणीत प्रथमच आनंदाचा क्षण आला असावा. त्यांनी टाळ्या पिटल्या. त्यांच्या डोळ्यात आनंदाश्रू चमकले. त्यांनी हजार प्रश्न विचारायला सुरुवात केली. अनेकांनी गुडघ्यांवर बसून त्याच्या हाताचे चुंबन घेतले. इतर अनेकांना त्याला नुसता स्पर्श करायचा होता, त्याचे बोलणे ऐकायचे होते, त्याला बघायचे होते. ज्यू – पॅलेस्टाईनमधला स्वतंत्र ज्यू–शिमशोन बार द्रोर–सॅम्सन–Son of Freedom – तो त्यांना घेऊन जायला आला होता– घरी!

त्याने सांगितले की जायची तयारी करायला थोडा वेळ लागेल – मोसाद आलिया बेत काही तरी मार्ग काढेल– पण तोपर्यंत स्वतंत्र माणसांप्रमाणे– सन्मानाने – रहायला हवे.

नवीन आशा फुलली आणि एका रात्रीत फरक पडला, जागेची डागडुजी सुरू झाली – शाळा सुरू झाली – छोटा ऑर्केस्ट्रा – नृत्य – एक छोटे वर्तमानपत्र – आणि पॅलेस्टाईनबद्दल न संपणारी चर्चा. शिमशोनने एका जमिनीच्या तुकड्यावर शेतकी शिक्षण द्यायला प्रारंभ केला.

शिमशोन बार द्रोर आणि आलिया बेतचे एजन्ट ज्यूंना एकत्र करून त्यांना पोलंडबाहेर काढण्यासाठी रात्रंदिवस प्रयत्न करत असतानाच इतर शक्ती त्यांना पोलंडमधेच डांबून ठेवण्यासाठी धडपड करत होत्या.

युरोपमधल्या सर्व देशातील ब्रिटिश वकिलाती आणि कॉन्शुलेटस्‌नी त्या त्या देशांवर दबाव आणायला सुरुवात केली की, त्यांनी आपल्या सीमा या निर्वासितांना बंद कराव्यात. पॅलेस्टाईन मॅन्डेटचा प्रश्न ज्यूंना पॅलेस्टाईनमध्ये नेऊन आपल्या

मताप्रमाणे सोडवण्याचा डाव झायोनिस्ट रचत आहेत असा ब्रिटनचा दावा होता.

ब्रिटन आणि मोसाद आलिया बेत यांच्यातले हे राजकीय युद्ध चालू असताना पोलंडने एक आश्चर्यकारक फतवा काढला. पोलंडमधल्या ज्यूंनी पोलंड सोडता कामा नये. पोलंडने वंशविच्छेदाला विरोध केला नव्हता. आजही ज्यूंचा छळ चालूच आहे हे सत्यही बाहेर कळेल अशी पोलंडला धास्ती वाटत होती. ज्या देशाला ते अजिबात नको होते तो देश त्यांना अडकवून ठेवत होता. ज्या देशाला ते हवे होते तिथे त्यांना शिरकाव करू दिला जात नव्हता.

हिवाळा सुरू झाला आणि ऑसविच्मधल्या ज्यूंचा धीर सुटला. बार द्रोरने केलेले काम वाया गेले. पॅलेस्टाईनमधून आलेल्या ज्यूंनी त्यांना चालू राजकारणाची माहिती देण्याचा प्रयत्न केला पण राजकारणात कुणाला स्वारस्य नव्हते. बोलणे ऐकून घ्यायलाच कुणी तयार नव्हते.

कडाक्याचा गारठा पडलेला असताना आणखी एक आलिया बेतचा एजन्ट ऑसविच्ला आला. त्याने आणि बार द्रोर याने विचार करून एक धाडसी निर्णय घेतला. जुगारच म्हणायला हवे खरे त्याला. गटप्रमुखांना बोलावून त्यांना कॅम्प सोडायची तयारी करायला सांगितले.

"आपण झेकोस्लोव्हाकियाला जाणार आहोत. पल्ला लांबचा नसला तरी सोपा नाही. सर्वात अशक्त माणसाला जाता येईल एवढ्याच चालीने जाणार आहोत आणि हमरस्त्यांचा उपयोग आपण अर्थातच करू शकत नाही." बार द्रोरने नकाशा काढून मार्ग दाखवला. कार्पेथियन पर्वतामधल्या जाब्लुनकॉव खिंडीतून जायचे म्हणजे सत्तर एक मैलांचे तरी अंतर होते.

"आणि तिथे पोचल्यावर?"

"आलिया बेतचे एजन्ट पोलीश सीमा, रक्षकांना पटवायचा प्रयत्न करत आहेत. झेकोस्लोव्हाकियात पोचलो तर काही काळ सुरक्षित राहू."

भर मध्यरात्री ऑसविच् सोडून त्यांनी आडमार्गाने वाटचाल सुरू केली. त्यातल्या त्यात धडधाकट माणसे इतरांना सहाय्य करत होती – लहान मुलांना उचलून नेत होती. बर्फाळ शेतातून, खाचखळग्यातून, झोंबणाऱ्या वाऱ्यातून त्यांनी सहा रात्री वाटचाल केली आणि ते कार्पेथियन पर्वतावर पोचले. सर्वजण जिवंत होते हेच आश्चर्य.

सरहद्दीवर आलिया बेतच्या इतर एजन्टनी पोलीश गार्डस्चे खिसे भरले आणि त्यांनी यांच्याकडे पाठ फिरवली. सर्वजण झेकोस्लोव्हाकियात पोचले.

रक्त गोठवणाऱ्या थंडीत त्यांनी जाब्लुनकॉव खिंड ओलांडली आणि ते खाली उतरले. तोपर्यंत सर्वांची पुरी दमछाक झाली होती, पाय रक्तबंबाळ झाले होते आणि भुकेने ते व्याकूळ झाले होते. वैद्यकीय मदतीची तर सर्वांनाच गरज होती. मोसाद

आलिया बेतने यांच्यासाठी एक आगगाडीच भाड्याने घेतली होती. आगगाडीत खाणे, पिणे, डॉक्टर सर्व सोय होती. धोकादायक प्रवासाचा पहिला टप्पा तरी पार पडला होता.

कोणत्याही ज्यूने कायदेशीरपणे पॅलेस्टाईनमध्ये प्रवेश केला की, तो आपला पासपोर्ट आलिया बेतच्या स्वाधीन करत असे. पुन्हा वापरण्यासाठी. ऑसविच्मधून आलेल्या या निर्वासितांमध्ये असेच पाचशे पासपोर्ट वाटण्यात आले. व्हेनिझुएला, इक्वेडोर, पेरुग्वे आणि दक्षिण अमेरिकेतील इतर देशातूनही आलिया बेतने व्हिसा मिळवले होते. हे "कागदपत्र" थोडाकाळ तरी ब्रिटिशांना लांब ठेवतील अशी अपेक्षा होती.

ब्रिटिश सी.आय.डी.ला पोलंडमधून निसटलेल्या या पाचशे ज्यूंबद्दल कळताच त्यांनी व्हाईटहॉलशी संपर्क साधला. प्रागमधल्या ब्रिटिश वकिलाने झेक परराष्ट्रमंत्र्यांची भेट घेऊन या ज्यूंना परत पोलंडला पाठवायची मागणी केली. मोसाद आलिया बेतचे सर्व व्यवहारच बेकायदेशीर होते, पोलंडच्या राजकीय धोरणाविरुद्ध होते याची जाणीव दिली.

परराष्ट्रमंत्री मसारिक या प्रश्नाकडे फक्त मानवतेच्या दृष्टीने बघत होता. ब्रिटिश वकिलाने काय परिणाम होतील याच्या धमक्या द्यायला सुरुवात करताच त्याने स्पष्टपणे बजावले की, तो परराष्ट्रमंत्री असेपर्यंत झेकोस्लोव्हाकियाची सरहद्द ज्यूंना खुलीच राहील. त्यांच्याकडे पासपोर्ट आहेत की नाहीत, व्हिसा आहेत की नाहीत याच्याशी त्याला सोयरसुतक नाही. आणि ब्रिटनच्या धमक्यांना तर तो मुळीच भीक घालणार नाही.

हंगेरी, झेकोस्लोव्हाकिया आणि ऑस्ट्रिया या तीनही देशांच्या सरहद्दींनजीकच्या ब्राटिस्लाव येथे जाण्यासाठी आगगाडी निघाली.

ब्रिटनने ती तिथेच अडकवायचा पुन्हा एक प्रयत्न केला. पण एका अमेरिकन लष्करी कमांडरने स्वसंरक्षणाखाली ती ऑस्ट्रियात नेली.

व्हिएन्नामध्ये प्रथम त्यांना विश्रांती मिळाली. वैद्यकीय मदतही मिळाली. अमेरिकन ज्यूंनी वंशविच्छेदाच्या भीषण हत्याकांडातून वाचलेल्या आपल्या युरोपियन बांधवांसाठी पाठवलेली मदत मिळाली.

पुढे इटली. इटालियन जनता आणि सरकार यांची सहानुभूती ज्यूंना असली तरी त्या देशात ब्रिटिश फौजा असल्याने थोडी पंचाईत होती.

पण नशीब असे की इटलीमधल्या ब्रिटिश सैन्यात पॅलेस्टाईनमधल्या ज्यूंच्या तुकड्याच अनेक होत्या. पॅलेस्टाईन ब्रिगेडच्या इटलीमध्ये सर्वत्र पसरलेल्या सैन्य तुकड्या ब्रिटिश सेनाधिकाऱ्यांच्या मते आदर्श होत्या. आलिया बेतने पाठवलेले एजन्ट या तुकड्यांमध्ये कधीच मिसळले होते. हे पॅलेस्टिनीयन सैनिक ज्यूंसाठी

कॅम्प उभारण्यात, जहाजे मिळवून देण्यात मदत करत. त्यांच्यावर ब्रिटिश सेनाधिकाऱ्यांची सत्ता नावापुरतीच होती. आलिया बेत आणि पालमाख यांनीच खरे म्हणजे या तुकड्या ताब्यात घेतल्या होत्या. शिमशोन बार द्रोर अशाच एका तुकडीत सार्जन्ट होता. पोलंडला जाण्यायेण्यासाठी, ज्यूंना एकत्र करण्यासाठी प्रवास करताना आपले ब्रिटिश कागदपत्रच सर्रास वापरत होता.

दुसऱ्या एका आगगाडीतून अल्प्समधली ब्रेनेर खिंड ओलांडून ऑसविच्च्या या निर्वासितांनी इटलीमध्ये प्रवेश केला तेव्हा वसंतऋतु आला होता.

मिलान सायडिंगला ती आली, ब्रिटीश गणवेश घातलेले सैनिक त्यांना उतरवून घ्यायला येतील अशी आधी सूचना दिली असतानाही सर्वजण सैरभैर झाले. पार बावरून गेले. आणि दंडावरती स्टार ऑफ डेव्हिड? यांच्या काही लक्षात येईना. स्टार ऑफ डेव्हिड आणि घेटो यांचे समीकरण त्यांच्या डोक्यात पक्के बसले होते. घेटोत झालेले उठाव सोडून गेल्या दोन हजार वर्षांत स्टार ऑफ डेव्हिड असलेल्या ध्वजाखाली ज्यू कधीच लढले नव्हते.

पण सैनिक दिसल्यावर पुन्हा भीतीने थरथरतच ते गाडीतून उतरले. पण सैनिक दयाळू वाटत होते. धीर देत होते. काही जण हिब्रू भाषेत बोलत होते. काही यिद्दीश. पण सर्वजण ममतेने वागत होते. ज्यूंची कुठली तरी वेगळीच जमात होती का ही?

आठवडाभराने दोव्हसकट शंभर एक जणांना मध्यरात्री गुपचूप पॅलेस्टाईन ब्रिगेडचे सदस्य असलेल्या ड्रायव्हर्सनी ब्रिटिश ट्रक्सनी किनाऱ्यावर गुप्त ठिकाणी आणले. इतर कॅम्पमधून आणखी तीनशे निर्वासित आले. जवळच्या छोट्या बंदरातून एक जहाज आले. रबरी तराफ्यातून सर्वजण या जहाजावर चढले. तीन मैलांच्या सागरी सीमेबाहेर जहाज आले आणि नेहमीच दक्ष असलेल्या ब्रिटिश नौदलाच्या नजरेस पडले.

पण "गेटस् ऑफ झायोन" (Gates of Zion) या नावाचे हे जहाज पॅलेस्टाईनच्या दिशेने निघालेले नव्हते. ते दक्षिण फ्रान्सला जात आहे असे वाटत होते. एका मोठ्या कारस्थानासाठी गेटस् ऑफ झायोनचा उपयोग होत होता याची कल्पना ब्रिटिशांना नव्हती, तशीच ती जहाजावरच्या निर्वासितांनाही नव्हती.

## २७

बिल फ्राय मेरीलॅन्डमधल्या एका हॉटेलात बसून जेवण चिवडत होता. त्याची भूकच मेली होती. अरे देवा! हा डबडा मी अटलांटिक पार करून नेणार तरी कसा?

मोसाद आलिया बेतमध्ये त्याचे एक यशस्वी कॅप्टन म्हणून नाव झाले होते. स्टार ऑफ डेव्हिड त्याने सीजेरीया इथल्या किनाऱ्यावर चढवल्यापासून बेकायदेशीरपणे

पॅलेस्टाईनमध्ये ज्यू घुसवण्याच्या लढाईला वेगळेच वळण लागले होते. ब्रिटिशांना सायप्रसमध्ये कॅम्प उभारणे भाग पडले होते. ब्रिटिश जितकी जहाजे पकडून मागे फिरवत होते त्याहून जास्ती जहाजे निर्वासितांना घेऊन मोसाद पॅलेस्टाईनला पोचवत होते. आणि या सगळ्या गडबडीत सायप्रसमध्ये इतके ज्यू झाले होते की, ब्रिटिशांना कॅम्प पुरत नव्हते.

ब्रिटीशांना एकदा धडा शिकवण्यासाठी मोसादने एक विलक्षण कारस्थान रचले होते. मुख्य सूत्रधार होता बिल फ्राय.

आजपर्यंत मोसादने वापरलेले सर्वात मोठे जहाज म्हणजे जवळ जवळ दोन हजार माणसांना घेऊन पॅलेस्टाईन गाठणारे स्टार ऑफ डेव्हिड. इतर जहाजे फार तर हजार एक ज्यू घेऊन गेली होती. बहुतेक त्याहूनही लहानच. पाच एक हजार ज्यू घेऊन एखादे जहाज पॅलेस्टाईनला पोचवता आले तर ब्रिटिशांना जबरदस्त धक्का देता येईल याची मोसादला खात्री पटली होती.

अशा तऱ्हेचे एक जहाज विकत घेऊन सुसज्ज करायची जबाबदारी बिलवर टाकण्यात आली. शक्यतो अमेरिकेत किंवा दक्षिण अमेरिकत विकत घेता आले तर बरे. ब्रिटिशांना संशय आला नसता. युरोपमधल्या सर्व बंदरात त्यांचे गुप्तहेर पेरलेले होते. मोसादने दक्षिण अमेरिकेत असे जहाज शोधायला सुरुवात केली. बिल फ्रायने अमेरिकेच्या पूर्व किनाऱ्यावर शोध चालवला. जवळच्या पैशांचा विचार करता शेवटी कशा तऱ्हेचे जहाज मिळू शकेल याची कल्पना सर्वांनाच होती. बिल आता जहाज विकत घेऊन बसला होता आणि अत्यंत काळजीत होता. बाल्टिमोर आणि नॉर्फोकमध्ये फेऱ्या घालणारे एक जुनाट जहाज त्याने घेतले. जनरल स्टोनवॉल जॅक्सन. या जहाजाने कधीच समुद्रप्रवास केला नव्हता. बिलला खरेदीत एकच जमेची बाजू दिसली होती. ते स्वस्तात मिळाले होते.

वेटरने बिलाच्या टेबलाजवळ येऊन त्याला जेवण आवडले नाही का अशी चौकशी केली.

नाही नाही, ठीक आहे, असे बडबडत त्याने एक मोठा घास तोंडात कोंबला.

व्हर्जिनियातल्या न्यूपोर्ट न्यूज बंदरात त्या जहाजावर ६८५० माणसे चढवता येण्याच्या दृष्टीने बदल केले जात होते. हे जहाज घेण्यात चूक झाली नव्हती ना?

पण समजा सात एक हजार ज्यूंना एका फटक्यात युरोपमधून बाहेर काढता आलेच तर? काय दाणादाण उडेल ब्रिटिशांची. त्याने जेवण संपविले. खिशातला टेलिग्राम काढून पुन्हा वाचला. "जॅक्सन तयार आहे."

दुसऱ्या दिवशी बिल न्यूपोर्ट न्यूजला होता. पॅलेस्टिनियन पालमाख, आलिया बेत, अमेरिकन ज्यू, स्पॅनिश लॉयलिस्ट, इटालियन, फ्रेन्च, सर्व तऱ्हेची माणसे त्याला जहाजावर मदतीला होती. त्याने जहाज नजरेखालून घातले. पूर्ण तपासणी

केली आणि चाचणीसाठी समुद्रावर नेले.

तीन तासात इंजिनात बिघाड झाला. परत बंदरात.

पुढल्या दोन आठवड्यात बिलने पुन्हा तीन प्रयत्न केले. पण सागरावर पोचले की काहीतरी बिघाड होऊन ते परत आणायला लागायचे.

हे जहाज विकत घेण्यात माझी फार मोठी चूक झाली आहे असे बिलने आलिया बेतच्या लोकांजवळ कबूल केले. जॅक्सन अटलांटिका पार करू शकेल असे आता त्याला वाटत नव्हते. ते परत गोदीत आणून आठवडाभर पुन्हा सर्व तपासण्या, दुरूस्त्या करायची त्यांनी बिलला गळ घातली. एक शेवटचा प्रयत्न तर करून बघ.

पाचव्या वेळेला ते अटलांटिकवर पोचले तेव्हा सर्वच जण श्वास रोखून होते. इंजिनांच्या लयीत फरक पडला नाही.

बावीस दिवसांनी मार्सेलीस पासून चाळीस मैलांवर आणि ला सिओतापासून फक्त वीस मैलांवर असलेल्या टुलॉन बंदरात ते पोचले.

त्यावेळी फ्रान्समध्ये ट्रकड्रायव्हर्सचा संप चालू होता. ट्रक्स नाहीत म्हणजे हालचाल नाही. गेटस् ऑफ झायोन या जहाजानंतर युरोपमधून दुसरे कुठलेही बेकायदा जहाज पोचले नव्हते. तेव्हा ब्रिटिश थोडे बेसावध होते.

जॅक्सन अमेरिकेत विकत घेऊन आणले होते. आजपर्यंत आलिया बेतच्या कुठल्याही जहाजाने अटलांटिका पार केला नव्हता. कुठलेही जहाज एवढे मोठे नव्हतेच. जॅक्सन टुलॉनला पोचायच्या आधी आलिया बेतने ट्रक युनियनच्या पदाधिकाऱ्यांची भेट घेतली आणि स्वत:ची परिस्थिती सांगितली. संप चालू असतानाही युनियनच्या नेत्यांनी गुप्तपणे ट्रक्स आणि ड्रायव्हर्स जमवले. रात्री ला सिओतामधून ६५०० ज्यू निर्वासितांना टुलॉनमध्ये आणून पोचवले. त्यांच्यात दोव्ह पण होता. ब्रिटिश सी.आय.डी. ला याचा सुगावा लागताच त्यांनी टुलॉनला येऊन बंदरावरच्या अधिकाऱ्यांना पैसे देऊन लंडनहून त्यांना सूचना येईपर्यंत जहाजाला बंदरातच अडकवायची विनंती केली.

मोसाद आलिया बेतने जहाज तात्काळ सागरावर नेण्यासाठी त्यांना ब्रिटिशांहून जास्ती पैसे दिले. जॅक्सनचे नवीन नाव ''प्रॉमिज्ड् लॅन्ड'' (Promised Land) ठेवण्यात आले.

इंग्लंडमध्ये व्हाईट हॉल, ॲडमायरल्टी, चॅथॅम हाऊस इथे मिटींग्ज होत होत्या. ब्रिटिश धोरणावर प्रॉमिज्ड् लॅन्डसारख्या जहाजांचा होणारा परिणाम सरळ होता. काहीही झाले तरी या जहाजाला बाहेर पडून देता कामा नये. ब्रिटिशांनी फ्रेन्च सरकारला धमक्या द्यायला सुरुवात केली. टुलॉन बंदराबाहेर आपल्या युद्धनौका उभ्या केल्या. फ्रेन्च सरकारने आपले उत्तर दिले ते प्रॉमिज्ड् लॅन्डला बंदराबाहेर पडायची परवानगी देऊन.

तीन मैलांच्या सीमेबाहेर प्रॉमिज्ड् लॅन्ड पोचताच अपेक्स आणि डन्स्टन हिल

या ब्रिटिश क्रूझर्स त्या जहाजामागे निघाल्या.

पुढले छत्तीस तास बिल फ्रायने सरळ पॅलेस्टाईनचा मार्ग धरला. पॅलेस्टाईनच्या किनाऱ्यापासून पन्नास एक मैलांवर सर्व नियम झुगारून अपेक्स ही क्रूझर जवळ आली आणि तिने इशाऱ्यादाखल तोफा डागल्या. लाऊडस्पीकरवरून या बेकायदा जहाजाचा ताबा घ्यायला माणसे पाठवत आहोत अशी सूचना दिली.

''ही चाचेगिरी आहे उघड उघड'' मेगॅफोनमधून बिल फ्राय ओरडला.

''सॉरी! मी फक्त आज्ञा पाळतो आहे. तुम्ही शांतपणे शरण येणार की नाही?''

बिल फ्रायने मागे उभ्या असलेल्या पालमाखच्या मुख्याकडे बघत यांना एकदा धडाच शिकवू या असे उद्गार काढले. क्रूझर्सपासून पळण्यासाठी भर वेगात त्यांनी पॅलेस्टाईनच्या दिशेने जहाज हाकारायला सुरुवात केली. अपेक्स बाजूने पुढे आली आणि या जुनाट जहाजावर धडकली. डेकवरच्या निर्वासितांनी खाली जावे म्हणून मशिनगनच्या फैरी झाडल्या.

ब्रिटिश मरीन्स गॅस मास्क घालून पुढल्या बाजूला उतरून सुपरस्ट्रक्चरकडे येत असताना पालमाखनिखनी वाटेत काटेरी तारांची भेंडोळी उभी केली. दगडांचा वर्षाव केला. मागोमाग पाण्याचा जोरदार मारा. सर्व मरीन्स मागे फेकले गेले.

मदतीला जास्ती मरीन्स आले. बंदुकांचा वापर सुरू झाला. तरीही त्यांना पुढे जाता येईना. शेवटी अपेक्सवरून मशिनगनच्या फैरीही सुरू झाल्या. मरीन्सनी कटर्स घेऊन तारा तोडायला सुरुवात केली. आता पालमाखनिखनी जोरदार हल्ला चढवून एकेका ब्रिटिश मरीनला अक्षरश: उचलून समुद्रात फेकून दिले.

मरीन्सना समुद्रातून उचलून घेण्यासाठी अपेक्स थांबली. प्रॉमिज्ड् लॅन्डची इंजिने पुन्हा सुरू झाली. पण बाजूवर केवढे तरी मोठे भोक पडले होते. डन्स्टन हिल दुसरा दणका द्यायच्या विचारात होते. पण जहाज तळालाच पोचायची भीती होती. सात हजार ज्यूंना घेऊन! हा धोका पत्करायची डन्स्टन हिलच्या कॅप्टनची तयारी नव्हती. पुन्हा मशिनगनच्या फैरी झडायला लागल्या. शिडीवरून ब्रिटिश मरीन्स चढायला लागले. हातघाईची लढाई झाली. कॅप्टनच्या ब्रिजवर चढण्याच्या शिडीपर्यंत मरीन्स पोचले.

तोपर्यंत समुद्रात फेकलेल्या मरीन्सना उचलून घेऊन अपेक्सही पोचली. दोन क्रूझर्सनी दोन बाजूंनी प्रॉमिज्ड् लॅन्डला दाबून धरले. अपेक्सवरचे मरीन अश्रुधुराची नळकांडी फोडत वर चढायला लागले.

दोव्ह लानडाव मारामारीत होताच. अर्ध्या डझन वेळा तरी त्यांनी शिडीवरून मरीन्सना खाली ढकलले. पण शेवटी रायफली आणि पिस्तुलांपुढे पालमाखचे काही चालले नाही.

बिल फ्राय आणि इतर पाच जण व्हीलहाऊसमध्ये होते. त्यांनी पहिल्या तीन

मरीन्सचे स्वागत लाथाबुक्यांनी आणि पिस्तुलांनीच केले. शेवटी मरीन्सनी बिल फ्राय बेशुद्ध पडेपर्यंत त्याला मारहाण केली. या चार तासांच्या झटापटीत आठ मरीन्स बळी पडले होते. वीसजण तरी घायाळ झाले होते. पंधरा ज्यूंनी आपले प्राण गमावले. त्यांच्यात बिल फ्रायचा समावेश होता.

प्रॉमिज्ड् लॅन्ड हैफाच्या दिशेने खेचत न्यायला सुरुवात केल्यावर हैफामध्ये संपूर्ण गुप्ततेचा आदेश गेला. हैफा बंदराला तर ब्रिटिश लष्कराचा वेढाच पडला होता. शस्त्रास्त्रांनी सुसज्ज अशी सहावी एअरबॉर्न डिव्हिजनही होती. पण गुप्तता अशक्य होती याची ब्रिटिशांना कल्पना नव्हती. ज्यूंनी प्रॉमिज्ड् लॅन्डवरच्या रेडिओवरून बातमी प्रसारित केली होती.

इकडे पॅलेस्टाईनमध्ये ज्यूंनी संप पुकारला. संतापलेले ज्यू आणि प्रॉमिज्ड् लॅन्डवरचे निर्वासित यांच्यामध्ये रणगाडे आणि ब्रिटिश सैनिकांनी अंतर राखले.

एम्पायर मॉनिटर, एम्पायर रिनाऊन, एम्पायर गार्डियन आणि मॅग्ना कार्टा या चार ब्रिटिश तुरुंग नौका प्रॉमिज्ड् लॅन्डवरच्या निर्वासितांना उचलून न्यायला सज्ज झाल्या. पण प्रॉमिज्ड् लॅन्ड बंदरात शिरत असतानाच हैफा एका प्रचंड स्फोटाने हादरले. पालमाखनी मॅग्नेटीक माईन्सच्या सहाय्याने एम्पायर मॉनिटरला तळ दाखवला होता.

निर्वासितांना उरलेल्या तीन जहाजांवर चढवायला तात्काळ सुरुवात झाली. बहुतेक निर्वासितांमधली लढण्याची जिद्द त्या वेळेपर्यंत संपली होती. दोव्ह लानडाव आणि इतर पंचवीस जण डेकखाली होते. हातात पाईप्स घेऊन प्रतिकार करत होते. अश्रुधुराची नळकांडीच्या नळकांडी फेकून त्यांना खेचून बाहेर काढण्यात आले. मॅग्ना कार्टावरच्या गज लावलेल्या कोठडीत दोव्हला फेकून देण्यात आले.

त्याच रात्री ही तीनही, प्रॉमिज्ड् लॅन्डपेक्षाही खच्चून भरलेली, जहाजे डन्स्टनहिल आणि अपेक्सच्या साथीत हैफाबाहेर पडली.

आता साडेसहा हजार ज्यू सायप्रसला न्यायचे तरी प्रश्नच होता. त्यांना ते ज्या बंदरातून निघाले होते, त्या फ्रान्समधल्या टुलॉन बंदरातच पोचवायचे ठरले. यापुढे हेच धोरण अंमलात आणायचे ब्रिटनने ठरवले. यात ब्रिटिश यशस्वी ठरले तर ज्यूंचा पॅलेस्टाईनला जाण्याचा मार्ग कायमचा खुंटला असता.

टुलॉनजवळ ही जहाजे पोचली आणि त्यांनी नांगर टाकले. बंदरात संपूर्ण गुप्तता राखायचा आदेश गेला.

तीनही जहाजांवरच्या पालमाख मुख्यांनी आपापल्या कॅप्टनना एकच निरोप दिला. जबरदस्तीनेच आम्हाला बंदरात नेणे शक्य आहे.

जहाजांच्या कमान्डरने लंडनकडून सूचना मागितल्या. फ्रेंचांनी या ज्यूंच्या प्रकरणात गुंतू नये आणि ब्रिटीशांना सर्व निर्वासितांना टुलॉन बंदरात उतरून द्यावे असे लंडनने सांगितले. चार दिवस कमांडर आणि लंडन आणि पॅरीस आणि लंडन

यांच्यामध्ये संदेशांची देवाणघेवाण चालू होती.

फ्रान्स सरकारने प्रथमच अधिकृतपणे ज्यूंची बाजू घेऊन ब्रिटनला ठणकावले. निर्वासितांची स्वत:ची इच्छा असेल तर फ्रान्स त्यांचे स्वागतच करेल. पण जबरदस्तीने त्यांना किनाऱ्यावर आणण्यात कधीच सहकार्य मिळणार नाही.

या प्रकरणात फ्रान्सबरोबरचे राजकीय संबंध तुटण्यापर्यंत पाळी आली. निर्वासितांचे मनोधैर्य फ्रान्सच्या भूमिकेने उंचावले. ब्रिटनला तर विलक्षण धक्का बसला. निर्वासितांनी तर जीव गेला तरी जहाज सोडणार नाही सांगितले. मग मरा जहाजांवरच असा निरोपच ब्रिटनने या निर्वासितांना पोचवला.

एम्पायर गार्डियन, एम्पायर मॉनिटर आणि मॅग्ना कार्टावर पालमाखनी ज्यूंना हिब्रू शिकवायला सुरुवात केली, शाळा काढल्या. काही तरी कामात निर्वासित राहिले पाहिजेत. फ्रेन्च सरकारने दररोज टुलॉनपासून या जहाजापर्यंत छोट्या होड्यांनी अन्न आणि औषधे पाठवायला सुरुवात केली. जहाजांवर डझनभर तरी मुले जन्माला आली. असा एक आठवडा गेला.

बंदरात या जहाजांबद्दलची उत्सुकता वाढत होती. जबरदस्त गुप्ततेमुळे प्रकार काय आहे कळत नव्हते. पण एक दिवस एम्पायर गार्डियनवरून एक आलिया बेतचा माणूस पोहून आला आणि त्याने इत्थंभूत माहिती पुरवली.

फ्रान्स, इटली, हॉलंड, डेन्मार्कमध्ये ब्रिटिशांवर चौफेर टीका झाली. याची अपेक्षा ब्रिटनला होतीच. एकाच गोष्टीची त्यांनी अपेक्षा केली नव्हती. निर्वासितांचा दुराग्रह. जहाजांवर परिस्थिती वाईट होती. अनेकजण आजारी पडत होते. ब्रिटीश सैनिकांना गजाआड ठेवलेल्या कैद्यांजवळ जायची छाती होत नव्हती. दोन आठवडे उलटले. मग तीन. चार.

एखादी बातमी वर्तमानपत्रात पहिल्या पानावर किती काळ टिकू शकणार? आणि मग सक्ती न करता पहिला ज्यू किनाऱ्यावर आणला गेला. तो मेलेला होता. पुन्हा हा प्रश्न पेटला. निर्वासित आपल्या हट्टाला चिकटून होते. आणि काही मृत देह फ्रान्सला आणावे लागले तर परिस्थिती बिघडणार होती. व्हाईट हॉल पेचात सापडले होते. त्यांनी निर्वासितांशी बोलणी करायची टुम काढली. स्वत:च्या तोंडाला अधिक काळे न फासून घेता या भानगडीतून मुक्तता कशी करून घ्यायची याची ब्रिटनला चिंता होती. सर्व जहाजांवरच्या पालमाख प्रमुखांनी कोणत्याही तऱ्हेची चर्चा करायचे नाकारले. सर्वांचे एकच उत्तर होते, "तडजोड नाही. पॅलेस्टाईनहून जास्ती काही नको, त्याशिवाय दुसरे काही नको."

सहाव्या आठवड्यात दुसरे प्रेत किनाऱ्यावर आले. सरळपणे किनाऱ्यावर चला नाहीतर परिणामांना तोंड द्यायला तयार व्हा असा निर्वाणीचा संदेश ब्रिटनने निर्वासितांना दिला.

"एम्पायर गार्डियन आणि एम्पायर रिनाऊन या टुलॉनहून पश्चिम जर्मनीतल्या

हॅम्बुर्ग बंदरात जातील आणि काहीही करून निर्वासितांना उतरवून ब्रिटिशांच्या ताब्यातील डाखाऊ येथे ठेवण्यात येतील.'' असे ब्रिटनने जाहीर केले.

ही जहाजे निघाली आणि मोसाद आलिया बेतने पंधरा हजार ज्यूंना घेऊन पॅलेस्टाईनवर धडक द्यायच्या योजना आखल्या. जर्मनीत दोन जहाजांमधल्या ज्यू निर्वासितांना उतरवताच जगभर ब्रिटनविरुद्ध लोकमत प्रक्षुब्ध झाले. आलिया बेतचा हा एक विजयच होता.

संपूर्ण नामुष्की टाळण्यासाठी मॅग्ना कार्टावरील निर्वासितांना मात्र ब्रिटनने सायप्रसमध्ये उतरवले. त्यांना कॅरलॉस इथल्या कॅम्पमध्ये नेण्यात आले. दोव्ह लानडाव नशीबवानच. सोळावा वाढदिवस डाखाऊला घालवण्याऐवजी त्याने कॅरलॉस येथे घालवला, पण आता त्याच्या मनात एकाच गोष्टीला थारा होता. द्वेष!

## २८

दोव्ह लानडावचा सतरावा वाढदिवसही तिथेच पार पडला. त्याच्या दृष्टीने इतर दिवसांसारखाच तोही दिवस. कॉटवर पडून, शून्यात नजर लावून एक अक्षर न उच्चारता हा दिवसही त्याने घालवला. प्रॉमिज्ड् लॅन्डमधून खेचून बाहेर काढल्यापासून आजपर्यंत तो कुणाशी बोलला नव्हता. टुलॉनमध्ये असल्यापासून त्याच्या मनात द्वेषाशिवाय कुठलीच भावना नव्हती.

कॅरलॉसमधल्या डॉक्टर, शिक्षक, पालमाखनिख आणि इतरांनीही त्याने स्वत:भोवती उभी केलेली भिंत तोडायचा प्रयत्न केला, त्याच्या दाबून ठेवलेल्या रागाला वाट द्यायचा प्रयत्न केला. पण त्याचा कुणावर विश्वास नव्हता. त्याच्या जवळपास कुणी नुसते फिरकलेले देखील त्याला आवडत नव्हते.

दिवसा कॉटवर पडून वेळ काढायचा आणि रात्री येणारी झोप घालवायची. रात्री झोप आली की त्याच्या डोळ्यांसमोर ऑसविच्च्या चेम्बर्सचे दरवाजे उघडत. तासन् तास तो मनगटावर गोंदवलेल्या निळ्या आकड्याकडे बघत बसे. ३५९११९५

त्याच्या तंबूसमोरची वाट सोडून पलीकडे एक मुलगी रहात असे. त्याने बघितलेली सर्वात सुंदर मुलगी. अर्थात् त्याने ज्या ठिकाणी आयुष्य घालवले होते तिथल्या स्त्रिया सुंदर असूच शकत नव्हत्या. अनेक लहान लहान मुलांना ती संभाळत असे. कधीही त्याला बघितले की ती हळूच हसायची. इतरांसारखी नव्हती ती. इतरजण त्याच्यापासून चार हात लांब रहात. त्याच्यावर वैतागलेले दिसत. त्या मुलीचे नाव सुद्धा त्याला ठाऊक झाले होते. कारेन हॅन्सेन क्लेमेन्ट.

कारेनने दोव्ह शाळेत का येत नाही, इतर कुठल्याच कार्यक्रमात भाग का घेत नाही याची चौकशी केली होती. तिला सर्वांनी एकच सल्ला दिला होता. दोव्हपासून

लांब रहा. तो नुसता सुधारण्यापलीकडे गेलेला मुलगा नव्हता. धोकादायक होता.

दोव्ह ऑसविच्मध्ये होता हे तिला माहीत होते. तिची करुणा अमर्याद होती. त्याला माणसात आणायची जिद्द तिने धरली. अशा अनेक लहान मुलांचा तिला अनुभव होता. तिला पटत होते की त्याच्यापासून लांब रहाणेच एखादेवेळी श्रेयस्कर असेल. पण कधीही त्याच्याकडे बघितले की, तिचे कुतूहल चाळवत असे ही गोष्टही तितकीच खरी होती.

एक दिवस दोव्ह असाच कॉटवर पडून, कुठे तरी नजर लाऊन बसला होता. भयंकर गरम होत होते. त्याच्या अंगातून घामाच्या धारा वहात होत्या. कोणीतरी जवळ आल्याची जाणीव होताच तो ताडकन् उभा राहिला. कारेन जवळ उभी होती.

''मी पाण्याची बादली घेऊ का तुझी? माझ्या बादलीला भोक पडले आहे आणि आता टॅन्कर येतील.''

दोव्ह नुसताच तिच्याकडे बघत राहिला. त्याच्या डोळ्यांची उघडझाप होत होती. नजर संशयी.

''मी बादली घेऊ का विचारते आहे.''

दोव्हच्या तोंडातून गुरगुरल्यासारखा आवाज झाला.

''म्हणजे काय समजू मी? हो की नाही? तुला बोलता येते ना?''

दोन एडक्यांनी शिंगे रोखून एकमेकांकडे बघावे तसेच हे एकमेकांकडे बघत होते. त्या क्षणी कारेनला वाटले की उगीच आलो आपण. तिने हळूच म्हटले, ''माझे नाव कारेन, तुझी शेजारी आहे मी.''

दोव्हने अजून उत्तर दिले नव्हते. तो डोळे रोखून बघत होता नुसता तिच्याकडे.

''मग घेऊ की नको तुझी बादली?''

''तू काय माझ्याशी मैत्री करायला आलीस की काय?''

''अरे हट्! मी बादली घ्यायला आली आहे. तुझ्यासारखा खत्रुड मित्र हवा आहे कुणाला इथे?'' कारेन ताड्कन म्हणाली.

दोव्ह कॉटवर बसला. नखे चावायला लागला. तिने इतक्या खाड्कन त्याला तोडले होते की, काय करायचे सुचेना त्याला. त्याने आपल्या बादलीकडे बोट दाखवून ती उचलायची खूण केली.

''नाव काय तुझे? मी बादली परत आणेन तेव्हा काहीतरी हाक मारावी लागेल ना?''

तो गप्पच.

''अरे बोल ना!''

''दोव्ह!''

''मी कारेन. त्याच नावाने हाक मारलीस मला तरी चालेल. कसे काय एवढे

तरी एकमेकांना विचारता येईल. म्हणजे तू हसायला शिकेपर्यंत तरी.''

दोव्ह लानडाव कित्येक महिने स्वत:च्याच विश्वात राहत होता. आजर्यंत त्याला भेटायला आलेल्या माणसांपेक्षा ती फार वेगळी होती हे खरे. आणि कधी काय बोलेल भरवंसा नव्हता. आणि ती नक्की स्वत:ही तशी घाबरलेली मुलगीच होती. पण तिचा प्रेमळपणा आपोआप लक्षात येत होता. मनापासून तिला जे वाटत नव्हते ते ती बोललीच नव्हती. तीही एक कैदीच होती. पण त्याबद्दल तिची तक्रार नव्हती की, इतरांसारखी ती रागावलेली दिसत नव्हती. तिचा आवाजही किती गोड होता. पण तसा कठोर स्वरही यायचा.

''गुड मॉर्निंग दोव्ह!'' कारेनचे शब्द कानावर आले. ''थॅन्क्स्!''

तो पुन्हा गुरगुरल्यासारखा बोलला.

''विसरलेच मी. बोलण्याऐवजी गुरगुरतोस नाही का तू. माझ्या वर्गातला एक मुलगाही बोलत नाही. तो असाच गुरगुरतो. पण त्यावेळी तो सिंह समजत असतो स्वत:ला.''

''गुड मॉर्निंग'' संतापानेच दोव्ह ओरडला.

दोव्हला ती सकाळ उठते कधी, कपडे कधी धुते, वर्ग चालवायला कधी जाते, परत कधी येते सर्व माहीत होते. एक दिवस ती नसताना तो तिच्या तंबूत गेला. तिच्या बादलीची तपासणी केली. काही भोकबिक पडले नव्हते. तो दिवसभर कॉटवर पडलेला असे. पण लक्ष असे तिच्या पावलांवर. हळूच तंबूच्या दारातून तो तिच्याकडे बघत असे. कारेनही कधी तरी बघे. क्षणभर नजरानजर होई. मग दोव्हला स्वत:चाच राग येई.

दिवस जात होते. त्याचे विचार अजूनही मृत्यू, द्वेष, तिरस्कार याभोवतीच घुटमळत असले तरीही, तो चिडखोरच असला तरीही मैदानावर खेळत असलेल्या मुलांचे आवाज, तिच्या बोलण्याचे आवाज हल्ली त्याच्या कानांमध्ये शिरायला लागले होते. ती भेटेपर्यंत हे आवाज त्याच्यापर्यंत पोचूच शकले नव्हते.

एका रात्री तो काटेरी तारांच्या कुंपणाजवळ उभा होता. सर्व तंबूंवर फिरणाऱ्या सर्चलाईटस्च्या प्रकाशाकडे बघत होता. अजूनही त्याला रात्री झोपायचे नसे. मैदानावर शेकोटी पेटली होती. लहान मुले गात होती. नाचत होती. हीच गाणी एके काळी तो रिडीमर्सच्या मिटींग्जच्या वेळी म्हणत असे. पण त्यावेळी बरोबर मुन्डेक असे. रुथ आणि रिबेक्का असत. आता ती गाणी ऐकायचीही त्याची इच्छा नसे.

''हॅलो दोव्ह!''

तो दचकूनच गर्रकन वळला. कारेनची आकृती अंधारात उभी दिसली. तिचे केस वाऱ्यावर उडत होते. अंगाभोवतालची फाटकी शाल तिने लपेटून घेतली. ''येतोस माझ्याबरोबर तिकडे?'' ती जवळ आली आणि त्याने पाठ फिरवली. ''मला

नक्की माहिती आहे मी तुला आवडते म्हणून. निदान बोल तरी माझ्याशी. तू शाळेत का येत नाहीस? आमच्याबरोबर का नाही रहात?''

त्याने मान हलवली.

''दोव्ह!'' ती हळूच कुजबुजली.

तो वळला. ''गरीब बिचारा दोव्ह! चक्रम दोव्ह!'' तो किंचाळला. ''इतरांसारखीच तू ही. फक्त सुंदर शब्दात बोलतेस एवढेच.'' त्याने संतापाने तिचा गळा पकडला. ''मला कोणी जवळ नको सांगितले होते ना?''

''प्रथम हात काढ माझ्या गळ्यावरचा–ताबडतोब'' कारेन त्याच्या डोळ्यात बघत जरबेने म्हणाली.

त्याचे हात ताबडतोब खाली आले. ''मी तुला घाबरवत होतो नुसता. दुखवणार नव्हतो काही.''

''अस्सं? मग तू मला नाही घाबरवू शकलास.'' कारेन निघून गेली.

आठवडाभर तिने त्याच्याकडे ढुंकून बघितले नाही. बोलणे दूरच. तो अगदी अस्वस्थ झाला. पूर्वीप्रमाणे धुमसत धुमसत तो हल्ली वेळ काढू शकत नव्हता. त्याला आता शांतताच असह्य व्हायची. कशाला तिला त्याने आपल्या मनात प्रवेश करू दिला? स्वत:च्या आठवणींवर तो एकटा चांगले दिवस काढत होता की. आता त्याला विचारही करता येईनासा झाला होता.

एक दिवस मैदानावर खेळता खेळता एक छोटासा मुलगा पडला. कारेनने त्याला प्रेमाने जवळ घेतले. त्याचे डोळे पुसले. तिने सहजच वर बघितले तर जवळ दोव्ह. ''हॅलो!'' एवढा एकच शब्द उच्चारून तो घाईघाईने चालता झाला.

त्याच्यापासून दूर रहा असे अनेकांनी सांगूनही आज तिची खात्री पटली की, ज्या अंधाऱ्या विश्वात तो इतकी वर्षे एकटाच राहत होता तिथे ती पोचते आहे. या निराश आणि एकाकी मुलाला नक्की तिच्याजवळ यायचे आहे. त्याचा तो स्वत:हून बाहेर पडलेला एकच शब्द सांगत होता की, झाल्या गोष्टीबद्दल त्याला खरे वाईट वाटते आहे.

काही दिवसांनी अंधार झाल्यावर ती परतली तेव्हा तिच्या कॉटवर एक चित्र पडले होते. तिने मेणबत्तीच्या प्रकाशात ते नीट पाहिले. छोट्या मुलाला जवळ घेऊन एक मुलगी गुडघ्यांवर बसली होती. मागे तारांचे कुंपण दिसत होते. ती दोव्हच्या तंबूत शिरली. तिला बघताच त्याने पाठ फिरवली.

''तू चांगला चित्रकार आहेस'' ती म्हणाली.

''असणारच.'' बोलणे अजूनही घुश्शातच. ''मला खूप सवय आहे त्याची. जॉर्ज वॉशिंग्टन आणि लिंकन यांची चित्रे म्हणजे माझ्या हातचा मळ आहे.''

तो कॉटवर बसला. तीही. बहिणींशिवाय दुसऱ्या कुठल्या मुलीशेजारी तो असा

बसला नव्हता. त्याला फार विचित्र वाटायला लागले. तिने त्याच्या डाव्या मनगटावर गोंदलेल्या नंबरावर हळूच बोट फिरवले.

"ऑसविच्?"

"तू कशाला काळजी करते आहेस माझी?"

"मला खरेच तू आवडत असशील असे कधी वाटत नाही तुला?"

"मी आवडणार?" त्याच्या आवाजातही कुत्सितपणा होता.

"तू खत्रुड माणसासारखा वागत नसतोस तेव्हा चांगला दिसतोस. तशी वेळ फार क्वचितच येते म्हणा. आणि गुरगुरत नसतोस तेव्हा आवाजही बरा वाटतो."

त्याच्या ओठांची थरथर झाली आणि अडखळत शब्द आले.

"मलाही... तू... आवडतेस. तू इतरांसारखी नक्की नाहीस. तूच फक्त मला समजून घेतेस. माझा भाऊ, मुन्डेकसुद्धा समजून घ्यायचा."

"वय काय तुझे?"

"सतरा, आणि राग येतो मला या ब्रिटीशांचा. तेही जर्मनांसारखेच." तो खवळून एकदम ओरडला.

"दोव्ह!" तिच्या मृदु आवाजानेच तो एकदम शांत झाला.

गेल्या वर्षभरात एका वेळी एक दोन शब्दांपेक्षा जास्ती बोलायची ही त्याची पहिलीच वेळ होती. प्रथमच मनात दाबून टाकलेल्या भावनांना वाट मिळाली होती.

दोव्हला कारेनला भेटायला आवडत असे. कारण ती त्याचे बोलणे ऐकत असे. त्याला समजून घेत असे. पण तरी थोडा वेळ शांतपणे बोलल्यावर त्याचे डोके फिरायचेच.

कारेनने स्वत:बद्दल, स्वत:च्या वडिलांबद्दल, ते नक्की तिला पुन्हा पॅलेस्टाईनला भेटणार आहेत याबद्दल हळूच सांगितले. हॅन्सेन कुटुंबापासून दूर झाल्यापासून ती लहान मुलांना संभाळण्यात रात्रंदिवस इतकी दंग झाली होती की, तिने कुणाशी मैत्री केली नव्हती. ती सर्व गोष्टी फक्त आपल्यालाच सांगते याचा दोव्हला अभिमान वाटायला लागला. कारेनला स्वत:लाही आश्चर्य वाटत होते. पण त्याच्याशी बोलायला तिला आवडे.

आणि एक दिवस चमत्कार घडला. दोव्ह हसला.

तिच्याशी बोलताना त्याच्या मनात येई की, ही कशी गोड बोलते–हॅन्सेन्सबद्दल–डेन्मार्कबद्दल–तिची आवडती मुले–वडलांना पुन्हा भेटायची आशा–त्यालाही वाटे की आपल्याला तिच्यासारखे छान बोलता यावे. पण त्याला चांगल्या आठवणीच नव्हत्या आणि युद्धापूर्वी तो इतका लहान होता की, तो सर्व विसरून गेला होता.

दोव्ह ज्याबद्दल बोलत नसे ते विषय कारेनही कटाक्षाने टाळत असे. ऑसविच् किंवा घेटोबद्दल तिने कधी अवाक्षरही काढले नाही.

कित्येक आठवडे झाल्यावर ती त्याच्याकडे आली ते मात्र कामासाठी. "दोव्ह, माझे काम करशील एक?"

तात्काळ तो संशयाने बघायला लागला.

"मोसादला माहिती आहे की, तू ऑसविच्मध्ये होतास आणि बनावट कागदपत्रे बनवण्यातही तरबेज आहेस म्हणून."

"बरं मग?"

"पॅलेस्टाईनहून एक नवीन माणूस आला आहे. जोआब यारकोनीने सांगितले आहे की, त्याला तुझ्याशी बोलायचे आहे. त्याचे नाव आहे आरी बेन कनान. त्याला पासपोर्ट आणि इतर कागदपत्रे बनवून हवे आहेत."

"तेवढ्याचसाठी माझ्याशी मैत्री केली होतीस तर. म्हणजे माझ्याकडून काम करून घेता येईल."

"उगीच काही तरी बोलू नकोस दोव्ह. तुझासुद्धा विश्वास नाही त्याच्यावर?"

"मग स्वत:च येऊन कोणी का विचारले नाही?"

"तुझी कोणाशी बोलायचीच तयारी नाही. तर ते तरी कसे विचारणार?"

"आणि मी का त्यांचे काम करावे?"

"कारण ते तुझ्यासाठीही काम करत आहेत."

"चूक. ते फक्त स्वत:साठी धडपड करत आहेत."

"तुझी मर्जी. पण जर्मनांपेक्षा काही ते वाईट नाहीत. आणि त्यांच्यासाठी तू अमेरिकन डॉलर्स बनवत होतासच ना? मग मोसादसाठी कागदपत्रे का नाहीत?"

"उत्तरे शोधण्यात पटाईत आहेस तू."

"दोव्ह! मी पूर्वी तुझ्याकडे काहीही मागितलेले नाही. काय सांगू त्यांना?"

"सांग की, एखादे वेळी त्यांचे काम करीनही. पण त्यापूर्वी काही गोष्टी स्पष्ट व्हायला हव्यात."

कारेन त्याचा हात हातात घेऊन हळूच हसत म्हणाली, "मग तूच सर्व स्पष्ट सांग की. आरी बेन कनान वाट पाहतो आहे तुझी."

"मी इथेच भेटेन त्याला."

आणि अगदी खरे सांगायचे तर दोव्हला मनापासून आरी बेन कनान आवडला होता. त्याने वायफळ बोलण्यात वेळ दवडला नाही. दोव्हला धमकी दिली ती सरळ स्पष्ट शब्दात. काम केले नाहीस तर कॅरलॉसमधून बाहेर पडणारा तू शेवटचा ज्यू असशील. मुन्डेकसारखेच नेतृत्वाला आवश्यक असे गुण त्याच्याकडे उपजतच होते. पालमाखच्या शाळेमधल्या मुख्यालयात एका खोलीत त्याने कामाला सुरुवात केली. पण कारेनशिवाय दुसऱ्या कुणाला तो बधत नव्हता. अचानक त्याचे पित्त खवळले तर कारेनलाच त्याला शांत करण्यासाठी बोलावणे जाई.

इतरजणांना ओळखू न येणारे त्याच्यातले गुण कारेनला दिसत होते. अभिमान आणि ताकद. तिला त्याच्यातल्या इतर गोष्टीही आवडत होत्या. पण त्या शब्दात मांडता येत नव्हत्या.

बेन कनान सायप्रसला येऊन सतरा अठरा दिवस झाल्यावर ब्रिटीश ट्रान्सफर ऑर्डर्सप्रमाणे कागदपत्रे बनवण्यासाठी डेव्हिड बेन अमीने दोव्हकडे तीनशे नावांची यादी दिली. ती मुले कॅरलॉसहून लारनाकाला न्यायची होती म्हणे. दोव्ह फसणारा नव्हता. त्याला खात्री होती की, हा सुटकेचा प्रयत्न होता. पण त्याचे आणि कारेनचेही नाव यादीत नव्हते.

दोव्हने डेव्हिडला आरी बेन कनानशी बोलायचे आहे असे सांगितले. स्वत:चे आणि कारेनचे नाव यादीत घातल्याशिवाय पुढे काम करायला स्पष्ट नकार दिला. ती मागणी मान्य करण्यावाचून आरी बेन कनानला गत्यंतरच नव्हते.

## २१

ऑपरेशन गिडीअनचे शेवटचे पाऊल उचलायला फक्त चोवीस तास राहिले होते. आरी बेन कनानने आपल्या प्रमुखांना मान्द्रियाच्या घरी बोलावले.

डेव्हिड बेन अमीने दोव्हने बनवलेले कागदपत्र आरीच्या हातात दिल्यावर दोव्ह हा एक असामान्य कलाकार आहे याबद्दल त्याची खात्री पटली. हे कागदपत्र बनावट आहेत यावर विश्वास ठेवणे कठीण होते.

डेव्हिडने त्याच्यावर सोपवलेली सर्व कामे केली होती. अगदी छोटी कामेसुद्धा.

जोआब यारकोनीने सांगितले की, सर्व ट्रक्स तयार आहेत आणि तेविसाव्या ट्रान्सपोर्टेशन कंपनीपासून कॅरलॉसपर्यंत वीस मिनिटात ते पोचतील. त्याने वेगवेगळ्या मार्गांनी हे ट्रक्स तिथे पोचायला किती वेळ लागतो याची चाचणीही घेतली होती.

झेव गिलबोआने खात्री पटवली की, कॅरलॉसला ट्रक्स पोचल्यावर काही मिनिटातच तीनशे दोन मुले वर चढतील. ट्रक्स निघण्यापूर्वी तो मुलांना पुढे काय होणार आहे याची कल्पना देणार होता.

एक्झोडस्‌चा कॅप्टन हॅन्क शोल्सबर्ग लारनाकाहून पहाटेच जहाज बाहेर काढणार होता. ट्रक्स येण्यापूर्वी एक दोन तास तरी आधी तो कायरेनियाला पोचेल.

मान्द्रियाने कॅरलॉसहून कायरेनियाला पोचू शकणाऱ्या प्रत्येक मार्गावर टेहळणीची व्यवस्था केली होती. ब्रिटिशांनी काहीही वेगळी हालचाल केली असती तर ती ताबडतोब कळली असती. तो स्वत: आपल्या फामगुस्टा इथल्या घरी राहील आणि ट्रक्सच्या ताफा जाताच मार्क पार्करला फोन करेल.

आरी उठला. सर्वांनी आपापली कामे चोख केली होती. पण सर्वांचे चेहरे गंभीर होते. त्याने कुणाचे अभिनंदन केले नाही की सुयशही चिंतले नाही. अभिनंदनाला नंतर खूप वेळ होता. आणि नशिबाबद्दल बोलायचे तर त्यांचे नशिब तेच घडवणार होते.

''मला खरे म्हणजे ब्रिटीश स्वत:हून मुले हलवायला सुरुवात करेपर्यंत थांबायची इच्छा होती. पण मेजर ॲलिस्टेरला आपला संशय आला आहे आणि ब्रिगेडिअर सदरलॅन्डला न विचारता त्याने परस्पर लंडनशी संपर्क साधला आहे असे कळले आहे. तेव्हा आता वेळ घालवण्यात अर्थ नाही. नऊ वाजता ट्रक्स कॅरलॉसला पोचतील. दहा वाजेपर्यंत ते मुलांना घेऊन मान्द्रियाच्या घरावरून पुढे जात असतील अशी अपेक्षा आहे. लारनाकाच्या रस्त्यावर वळताक्षणी पुढले दोन तास महत्त्वाचे आहेत. आपले ट्रक्स सायप्रसमध्ये सर्वजण ओळखतात. त्यामुळे हा ताफा थांबवला जाईल असे मला वाटत नाही. पण आपल्यावर लक्ष आहे हे गृहीत धरुनच प्रत्येक गोष्ट करायला हवी. कुणाला काही विचारायचे आहे?''

कुणालाच काही विचारायचे नव्हते. पण डेव्हिड बेन अमी तसा हळवा होता. कोणताही प्रसंग टोस्टशिवाय जाऊ द्यायचा? ग्लास उचलून तो म्हणाला, ''ले खाईम.'' आरी बेन कनानला असल्या क्षुल्लक गोष्टी आवडत नव्हत्या. पण आज त्याने भावनाप्रधान डेव्हिड बेन अमीचा विचार करुन हातातला ग्लास वर उचलला.

''ले खाईम.'' सर्वजण उद्गारले.

''तुम्हाला हे शब्द उच्चारताना मी किती तरी वेळा ऐकले आहे. अर्थ काय त्यांचा?'' मान्द्रियाने विचारले.

''त्याचा अर्थ आहे, ''तुझ्या आयुष्यासाठी (To Life)'' आणि ज्यूंच्या बाबतीत ही छोटी गोष्ट नाही.''

''To Life'' मान्द्रिया स्वत:शीच पुटपुटला. ''छान आहे.'' आरी मान्द्रियाजवळ गेला आणि परंपरागत पालमाख पद्धतीने कडकडून त्याला भेटला. ''तू आमचा खराखुरा मित्र आहेस, पण आता मला ताबडतोब मार्कला भेटायला हवे.'' मान्द्रियाच्या डोळ्यातून अश्रुधारा वहायला लागल्या. फक्त आपापसातच त्याने त्यांना ही गोष्ट करताना पाहिले होते. आज आरी बेन कनानने स्वत:हून मान्द्रियाला जवळ केले होते. तो त्यांच्यामधलाच एक आहे याची कबुली दिली होती.

अर्ध्या तासाने कॅप्टन कॅलेब मूरच्या गणवेशात आरी किंग जॉर्ज हॉटेलात मार्कला भेटला. मार्कचा चेहरा चिंताग्रस्त होता.

शांतपणे खुर्चीत बसून आरीने पेय मागवले.

''मग?'' मार्कची सहनशीलता संपत आली होती.

''उद्या नऊ वाजता आम्ही कॅरलॉस येथे असू.''

''माझी कल्पना होती की ब्रिटीश कॅरलॉस येथल्या मुलांच्या कम्पाऊन्डमधून

मुले हलवायला सुरवात करेपर्यंत तुम्ही थांबणार आहात म्हणून.''

''तेच योग्य झाले असते. पण आता थांबता येणार नाही. सी. आय. डी. मधल्या मित्राने ॲलीस्टेरला काही तरी संशय आला आहे असे सांगितले आहे. पण नक्की कशाचा ते त्यांचे त्यांनाच कळत नाही. तेव्हा आता प्रतिक्षा संपत आली आहे.''

मार्कने मान डोलावली. ''मार्क'' अशा सहीने रजा वाढवायची तार ब्रॅडबरीला केली की, ऑपरेशन गिडीअन यशस्वी झाले हे त्याला कळले असते आणि मार्कने आठवड्यापूर्वी एका वैमानिकाबरोबर पाठवलेली गोष्ट पहिल्या पानावर झळकली असती.

''आणि मान्द्रियाचा फोन नाही आला तर?'' मार्कने विचारले.

''ताबडतोब सायप्रसबाहेर पळ काढ.'' आरी हसून म्हणाला. ''म्हणजे मला फासावर लटकवलेले बघायचे नसेल तर.''

''ती बातमीही चांगलीच ठरेल म्हणा.'' असे म्हणून मार्कने पुढ्यातला ग्लास रिकामा केला.

''कारेनचे नाव यादीत घातल्यापासून किटी कॅम्पमधे आली नाही.'' समुद्राकडे बघत आरीने म्हटले.

''ती माझ्याबरोबर आहे सध्या. डोम हॉटेलमध्ये.''

''कशी आहे ती?''

''कशी असणार?'' किटीचे नाव निघताच मार्क संतापला. ''दुःखी कष्टीच. कारेनने एक्झोडस्‌वर जावे असे तिला वाटत नाही याबद्दल तू तिला दोष देशील?''

''नक्कीच नाही. पण मला खरेच वाईट वाटते.''

''बरे वाटले ऐकून. तुला कधी कुणाबद्दल वाईट वाटत असेल अशी कल्पना नव्हती मला.''

''मला वाईट वाटते ते ती भावनेच्या आहारी गेली म्हणून.''

''सॉरी! तुला मानवी भावनांची ओळख नाही हे विसरलोच मी.''

''तुझे डोके ठिकाणावर दिसत नाही मार्क.''

आरीचा शांतपणा बघूनच मार्क खवळला. कारेन एक्झोडस्‌वर जाणार आहे हे सांगताच तिचा दुःखाने मलूल झालेला चेहरा त्याच्या डोळ्यांसमोर आला. ''किटीने किती हाल सोसले आहेत याची काही कल्पना आहे तुला?''

''हाल? किटी फ्रेमॉन्टला या शब्दांचा अर्थ तरी कळतो का?''

''गप्प बस बेन कनान, गप्प बस आधी. फक्त ज्यूंनाच हालअपेष्टा सोसायचा मक्ता दिला आहे असे वाटते की काय तुला?''

''नशीब माझे की मी आवडावा म्हणून तुला पैसे मिळत नाहीत ते. लोकांना माझ्याबद्दल काय वाटते याची पर्वाही नाही म्हणा मला. शिवाय महत्त्वाच्या कामात भावना आड येऊ देत नाही मी मार्क!''

मार्क उभा राहून चालायला लागणार इतक्यात त्याच्या दंडावर आरी बेन कनानची पोलादी पकड बसली. आज प्रथमच त्याची शांतता ढळल्याचे मार्कला दिसले. आरीच्या डोळ्यात संताप मावत नव्हता. "हे काय चालले आहे असे वाटते तुला? कुठल्या तरी डचेस्च्या बागेतल्या हिरवळीवरचा चहापानाचा कार्यक्रम? उद्या ब्रिटीश साम्राज्याशी टक्कर द्यायला निघालो आहोत आम्ही."

आरीने चटकन् आपला हात खाली घेतला. आपण थोडेसेच का होईना, पण रागावलो, याची त्याला खंत वाटली. मार्कला आरीबद्दल क्षणभर तरी अनुकंपा वाटली. तो आपल्या भावना नेहमी लपवत असला तरी त्याच्याही मनावर आता खूप ताण पडतो आहे हे नक्की.

काही तासांनी मार्क डोम हॉटेलमध्ये परतला. त्याने किटीचा दरवाजा ठोठावला. तिने दरवाजा उघडला. हसऱ्या चेहऱ्याने त्याचे स्वागत करायचा प्रयत्न केला. पण लाल झालेले डोळे बरेच काही सांगत होते.

"उद्या." मार्क एकच शब्द बोलला.

किटी थबकली. "इतक्या लौकर?"

"ब्रिटीशांना काही तरी संशय आला आहे अशी खात्री आहे त्यांची."

किटी खिडकीजवळ गेली. बंदराकडे, बेटावर बघत बसली. लांबवर तुर्कस्तानचा किनारा दिसत होता.

"मी धीर करून सायप्रस सोडायचा विचार करते आहे."

"हे प्रकरण संपताच आपण दोन तीन आठवडे रिव्हिएराला जाऊ."

"कशाला? भंगलेल्या आयुष्याचे तुकडे जुळवायचा प्रयत्न करायला? आणि पॅलेस्टाईनला जाणार होतास ना तू?"

"यानंतर ब्रिटीश मला पॅलेस्टाईनमधे पाऊल टाकू देणार नाहीत. पण तुला या भानगडीत उगीच गुंतवले मी."

"अजिबात नाही मार्क."

"खरे की काय? पण ते जाऊ दे. तू हे सर्व सहन करू शकशील?"

"नक्की. आणि मला कल्पना यायला हवी होती. तू मला नको म्हणत असतानाही मीच यात पाऊल टाकले. खरे म्हणजे विचित्रच आहे सर्व. पण बेन कनान भेटला त्याच रात्री आपला वाद झाला होता. मी तुला म्हटलेही की ज्यू हे इतरांहून वेगळे आहेत. ते आपल्यासारखे नाहीत."

"नको त्या गोष्टींमध्ये स्वतःला अडकवून घेण्यात त्यांचा हात कोणी धरणार नाही. खेळच झाला आहे तो त्यांचा. ते जाऊ दे. आता खाऊन घेऊ या का काही? मला फार भूक लागली आहे."

मार्कने तोंड धुतले. किटीने टॉवेल त्याच्यासमोर केला.

"मार्क! एक्झोडस्‌वर धोका आहे ना?"

उत्तर द्यावे का टाळावे असा मार्क विचार करत होता. पण या शेवटच्या क्षणी तिला खोटे सांगण्यात काही अर्थ नव्हता.

"धोका? एक्झोडस् म्हणजे एक तरता बॉम्ब आहे किटी!"

किटीचा धीर सुटत चालला. "अगदी खरे सांग मार्क. यात यशस्वी होतील ते?"

"तो यंत्रमानव आरी बेन कनान जोपर्यंत सर्व काळजी घेतो आहे, तोपर्यंत काहीही शक्य आहे."

रात्र पडली. मार्क आणि किटी एकमेकांशी न बोलता वेळ घालवत होते.

"जातो मी आता किटी. रात्रभर बसून राहण्यातही काही अर्थ नाही."

"नको जाऊस एवढ्यात." तिने झोपेच्या दोन गोळ्या घेतल्या आणि ती झोपायला गेली.

मार्क खिडकीतून बाहेर बघत बसला. समुद्राच्या लाटा किनाऱ्यावर आदळत होत्या. वीस एक मिनिटांनी त्याने किटीकडे पाहिले. ती झोपली होती. पण अस्वस्थच होती. तो तिच्याजवळ गेला. बराच वेळ तिच्याकडे बघत राहिला. त्याने एक ब्लॅन्केट तिच्या अंगावर घातले आणि तो खुर्चीत जाऊन बसला.

कॅरलॉस कॅम्पमध्ये दोव्हच्या कॉटवर दोव्ह आणि कारेन बसले होते. त्यांनाही झोप येत नव्हती. ते कुजबुज करत होते. उद्या काय होणार हे मुलांपैकी या दोघांनाच माहीत होते.

पॅलेस्टाईनला गेल्यावर दोव्ह दहशतवाद्यांना मिळणार होता आणि ब्रिटीशांना ठार मारणार होता. तो सारखे हेच सांगत होता आणि कारेन त्याला शांत करत होती. शेवटी आग्रह करुन तिने त्याला कॉटवर पडायला लावले.

त्याने डोळे मिटले आणि कारेनच्या मनात वेगळ्याच भावना निर्माण व्हायला लागल्या. विचित्र, थोड्या भीतिदायकच. आता तिच्या लक्षात आले होते की, दोव्ह तिला किती हवाहवासा वाटतो ते. प्रथम तिला फक्त कीव वाटायची त्याची. याबाबत किटीशी बोलायची फार इच्छा होती तिची. पण किटी निघून गेली होती.

"कारेन?"

"आहे मी इथेच."

रात्र सरत होती.

तेविसाव्या ट्रान्स्पोर्ट कंपनीमध्ये तिघेजण सताड उघड्या डोळ्यांनी कॉटवर पडले होते.

वर्षभरात प्रथमच गॅलिलीमधल्या वसंतऋतुची आठवण करण्याचा धीर झेव गिलबोआला होत होता. आणि बायकोची, मुलीची, शेताची आठवणही येत होती.

झेवला सायप्रसला पाठवले तेव्हा अगदी काही महिन्यांचीच तर होती त्याची मुलगी.

जोआब यारकोनीलासुद्धा आपल्या शेताचीच आठवण येत होती. पण ते झेवच्या शेतापेक्षा वेगळे होते. त्याच्या शेताचे नाव होते सुदोत याम. (Fields of the Sea) ते सागर किनाऱ्यावर होते. तो माशांची पैदास करायचा. यारकोनीला तासन्तास सीजेरीयाच्या भग्नावशेषात भटकायला, जुन्या जुन्या वस्तु खणून काढायला आवडे. कधीतरी पालमाखकडून तिकडे जायची परवानगी मिळेल अशी त्याला आशा होती.

डेव्हिड बेन अमी त्याच्या आवडत्या जेरुसलेमचा विचार करत होता. आरीची बहीण यार्देनावर त्याचे जितके प्रेम होते, तितकेच जेरुसलेमवर होते. आता पुन्हा दुसऱ्या कुठल्यातरी कामगिरीवर जाईपर्यंत त्याला दोघांचे दर्शन होणार होते. ज्युडा– दगडांच्या देशातच उभे राहिलेले शहर. तिथे त्याचे सहा भाऊ होते. त्याने अगदी जीर्ण होत आलेले यार्देनाचे पत्र पुन्हा वाचायला सुरुवात केली. यार्देना– यार्देना– कधी एकदा पॅलेस्टाईनला जातो आणि...

तिघांनाही जाणीव होती की, एखादेवेळी जास्ती काळ पॅलेस्टाईनमध्ये राहता येणार नाही. पालमाख आणि मोसादला जगामधे कुठेतरी त्यांची गरज भासणारच होती. पण आजची रात्र ते फक्त घराचाच विचार करत होते.

ब्रिगेडिअर सदरलॅन्ड पुन्हा दचकूनच झोपेतून उठला आणि एकटाच रात्रीच्या काळोखात फामगुस्टापर्यंत चालत गेला. जुन्या शहरात शेकडो चर्चेस, कॅथेड्रल्स, उद्‌ध्वस्त झालेल्या गढ्या होत्या. आणि भूतकाळातल्या विजयांच्या स्मृतीही. तो थकला होता, खूप थकला होता. कधी तरी अशी रात्र उजाडेल की डोळे मिटल्यावर शांत झोप येईल?

मेजर ॲलीस्टेर टेबलावर डोके ठेऊनच झोपला होता. बरीच रात्र होईपर्यंत तो वेगवेगळे रिपोर्ट वाचत होता. विचार करत होता की, कॅरलॉसमधले ज्यू काय कट करत आहेत.

मान्द्रिया खोलीत फेऱ्या घालत होता. इथेच मोसाद आणि पालमाखच्या किती तरी बैठका झाल्या होत्या. काही आठवड्यांपूर्वीच आरी बेन कनान आणि डेव्हिड बेन अमी बाल्कनीत उभे होते आणि डोअर ऑफ होप या जहाजावरच्या ज्यूंना कैदेत घेऊन जाणारा ट्रक्सचा ताफा बघत होते. उद्या तो बाल्कनीत उभा राहणार होता आणि दुसऱ्या एका ट्रक्सच्या ताफ्याची वाट बघत रहाणार होता. आरी बेन कनानच्या अफलातून योजनेचा तो परमोच्च बिन्दू ठरणार होता. मोसादच्या धाडसी

कृत्यांनी ग्रीक सायप्रियट्सच्या मनातही खळबळ उडायला लागली होती. मान्द्रिया आणि त्याच्याचसारखे मोसादला सामील झालेले इतरजण ब्रिटीशांची सायप्रसमधली सत्ता संपुष्टात आणण्यासाठी भूमिगत सैन्य उभारायचा विचार करायला लागले होते.

एकच माणूस अगदी गाढ झोपला होता. एखाद्या छोट्या मुलासारखा. जशी काही कुठलीच काळजी नव्हती. तो होता आरी बेन कनान.

मार्क पार्करच्या चेहऱ्यावर सूर्याचा प्रकाश पडला. त्याने डोळे उघडले. एक जांभई दिली. किटी अजूनही गाढ झोपली होती. खिडकीवरचा पडदा सरकवून पावलांचा आवाज न करता तो बाथरुममध्ये गेला. दाढी आंघोळ केल्यावर त्याला जरा बरे वाटले. कपडे करूनच तो किटीजवळ येऊन बसला. तिने जेव्हा डोळे उघडले तेव्हा तिला मार्क जवळ बसलेला दिसला. ती प्रसन्नपणे हसली आणि दुसऱ्या क्षणी तिच्या चेहऱ्यावर भीतीची छाया उमटली.

नऊ वाजायला वीस मिनिटे कमी असताना कॅप्टन कॅलेब मूरच्या गणवेशात आरी बेन कनान बारा ट्रक्सच्या ताफ्यापुढल्या जीपमध्ये बसला. प्रत्येक ट्रकमध्ये ब्रिटिश सैनिकाच्या गणवेशात ड्रायव्हर म्हणून एक पालमाखनिख बसला होता. वीस मिनिटांनी हा ताफा कॅरलॉसला पोचला. कम्पाऊन्ड बाहेरच्या अॅडमिनिस्ट्रेशन बिल्डिंगसमोर उभा राहिला.

आरीने आत शिरून कमांडिंग ऑफिसरच्या दरवाजावर टकटक केली. गेले तीन आठवडे त्याने याच्याशी घसट वाढवली होती.

"गुड मॉर्निंग सर."

"गुड मॉर्निंग कॅप्टन मूर. आज इथे काय काम काढले?"

"हेड क्वार्टर्सहून खास सन्देश आला आहे सर. लारनाका इथले नवीन कॅम्प अपेक्षेपेक्षा लौकर तयार झाले आहेत असे दिसते. आज काही मुलांना तिकडे घेऊन जायच्या आज्ञा आहेत."

आरीने कमान्डिग ऑफिसरच्या टेबलावर कागदपत्र ठेवले. त्याने ते चाळले. "पण अजून तीन दिवस तरी मुलांना नवीन कॅम्पमध्ये हलवणार नाहीत अशी अपेक्षा होती. आम्हाला काहीच कसे कळवले नाही?"

"सैन्यदलात अनेकदा असेच होते सर."

कमान्डिग ऑफिसरने आरीकडे पाहिले, टेबलावरच्या ट्रान्स्फर पेपर्सकडे बघितले आणि फोन उचलला. "हॅलो, मी पॉटर बोलतो आहे. पन्नास नंबरच्या कम्पाऊन्डमधली तीनशे मुले हलवायच्या आज्ञा घेऊन कॅप्टन मूर आला आहे. त्यांना मदत करायला पाठवा कोणीतरी."

त्याने सर्व कागदांवर सह्या केल्या आणि अर्धा डझन फॉर्म भरले. कम्पाऊन्डमध्ये शिरायचा परवाना, मुलांना घेऊन जाण्याचा परवाना वगैरे.

"आणि मूर, लौकर आटप तुझे काम. तासाभराने दुसरा ताफा पाठवायचा झाला तर रस्त्यात गोंधळ होईल."

"यस् सर!"

"त्या व्हिस्कीच्या बाटल्याही मिळाल्या. थँक्स्."

"विशेष काही नाही सर त्यात."

आरी कागदपत्र उचलत असताना कमान्डिग ऑफिसर म्हणाला, "ज्यू येतात आणि जातात."

"हो सर. ते येतात... आणि जातात."

मार्कच्या खोलीतल्या खिडकीजवळ मार्क आणि किटी बसले होते. ब्रेकफास्ट तयार होता पण दोघांनाही काही खाण्याची इच्छा नव्हती.

"किती वाजले?" किटीने निदान पंधराव्यांदा हा प्रश्न विचारला असेल.

"साडे नऊ वाजत आले आहेत."

"आता काय चालले असेल?"

"वेळापत्रकाप्रमाणे सर्व गोष्टी घडत असतील तर मुलांना ट्रक्सवर चढवत असतील." बोलता बोलता मार्कचे लक्ष समुद्राकडे गेले. ॲफ्रोडाईट/ एक्झोडस हे जहाज बंदराच्या दिशेने वळत होते.

"ते बघ एक्झोडस्." तो म्हणाला.

"अरे देवा! मार्क, या जहाजाचे तर कधी तुकडे पडतील असे वाटते आहे."

"बरोबर."

"पण जहाजावर ते तीनशे मुलांना चढवणार कसे?"

उत्तर न देता मार्कने सिगरेट पेटवली, फेऱ्या घालायला सुरुवात केली. तो स्वत:च किती घाबरला आहे हे किटीला कळू नये अशी त्याची इच्छा होती.

नऊ तीस.

नऊ चाळीस.

दीपस्तंभ आणि गढी यांच्यामधल्या अरुंद जागेतून एक्झोडस् बंदराकडे निघाले होते.

नऊ पन्नास.

"मार्क! तू खाली बस. तू असा फेऱ्या घालायला लागलास की, मला जास्तीच भीती वाटते."

"लौकरच मान्द्रियाकडून फोन यायला हवा. कोणत्याही मिनिटाला येईल तो."

दहा.

दहा वाजून पाच मिनिटे.

दहा वाजून सहा मिनिटे.

दहा वाजून सात मिनिटे.

"आणि ती कॉफी कुठे मी मागवलेली? किटी, तुझ्या खोलीतून फोन कर जरा."

सव्वा दहा.

कॉफीच आली.

दहा वाजून सतरा मिनिटे.

आणि मार्कच्या हृदयाची धडधड थांबली. आता पुढल्या दहा मिनिटात फोन वाजला नाही तर निश्चितपणे काहीतरी गडबड झाली असणार.

दहा वाजून वीस मिनिटे. फोन खणखणला.

मार्क आणि किटी दोघांनीही एकमेकांकडे बघितले. तळहातावरचा घाम पुसत मार्कने फोन उचलला.

"हॅलो!"

"मिस्टर पार्कर?"

"हं."

"एक सेकंद थांबा सर. फामगुस्टाहून फोन आहे."

"हॅलो– हॅलो– हॅलो."

"पार्कर?"

"हे."

"मान्द्रिया."

"बोल."

"आताच ताफा पुढे गेला."

मार्कने हळूच रिसिव्हर खाली ठेवला. "त्याने कॅरलॉसहून मुलांना बाहेर काढले आहे आणि ट्रक्स लारनाकाच्या दिशेने निघाले आहेत. पंधरा एक मिनिटांनी ते बंदराच्या दिशेने वळतील. मार्ग बदलायची पाळी आली नाही तर फक्त एकच खिंड ओलांडावी लागेल त्यांना. दुपारपर्यंत पोचतील ते इथे."

"काही तरी गडबड व्हावी असे खरेच वाटते मला." किटी म्हणाली.

"चल आता. इथे थांबण्यात अर्थ नाही."

मार्कने दुर्बिण उचलली आणि किटीबरोबर तो खाली आला. रिसेप्शनिस्टकडून तारेचा फॉर्म घेऊन त्याने तो भरला.

केनेथ ब्रॅडबरी
प्रमुख, अमेरिकन न्यूज सिन्डिकेट
लंडन.
एकदम मजेत (.) दोन आठवडे रजा वाढवावी म्हणतो (.) कळवणे.

मार्क

"ताबडतोब पाठवून दे. किती वेळ लागेल?"

रिसेप्शनिस्टने तार वाचत उत्तर दिले "काही तासात लंडनला पोचेल."

डोम हॉटेलमधून बाहेर पडून ते बंदराच्या रस्त्याला लागले.

"कसली तार होती ती?" किटीने विचारले.

"आज रात्री माझी गोष्ट लंडनहून सर्वकडे जाईल."

एक्झोडस् हळूहळू धक्क्याला लागली. मार्क आणि किटी बंदर पार करून पुढे टेकडी चढले आणि व्हर्जिन कॅसलजवळ पोचले. इथून त्यांना बंदर दिसत होते. बंदरावर येणारा रस्ताही. त्याच रस्त्याने ट्रक्सचा ताफा येणार होता.

सव्वा अकरा वाजले. मार्कने दुर्बिण डोळ्यांना लावली. किनाऱ्याकिनाऱ्याने त्याने आपली नजर टेकड्यांवरून पलीकडल्या रस्त्यावर वळवली. खिंड फारच लांब होती. आणि तो चमकला. आकाशात धूळ उडत होती म्हणून त्याने नीट नजर टाकली. मुंगीसारख्या दिसणाऱ्या ट्रक्स वळणावळणाच्या रस्त्याने पुढे येत होत्या. त्याने किटीला ढोसत तिच्या हातात दुर्बिण दिली. इंचाइंचाने तो ताफा कायरेनियाच्या दिशेने सरकत होता.

"अर्ध्या तासात पोचतील ते इथे." मार्कने सांगितले.

टेकडी उतरून ते परत बंदरावर पोचले. ट्रक्सचा ताफा बंदरात पोचताच ते डोम हॉटेलच्या दिशेने निघाले.

मार्कने फामगुस्टामधल्या ब्रिटीश सी.आय्.डी. ला फोन केला. आवाज ओळखता येऊ नये म्हणून माऊथपीसवर रुमाल ठेवला आणि ब्रिटीशांसारखे उच्चार काढत बोलायला लागला.

"मला मेजर ॲलीस्टेरशी बोलायचे आहे."

"कोण बोलते आहे म्हणून सांगू? कशाबद्दल मेजर ॲलीस्टेरशी बोलायचे आहे?"

"हे बघ, तू वेळ घालवू नकोस आणि गाढवासारखे प्रश्नही विचारत बसू नकोस. तीनशे ज्यू कॅरलॉसहून निसटले आहेत."

मेजर ॲलीस्टेरच्या टेबलावरचा फोन खणखणला.

"ॲलीस्टेर बोलतो आहे."

''मी एक मित्र म्हणून सांगतो आहे. शेकडो ज्यू कॅरलॉसहून पळाले आहेत. आणि या क्षणी कायरेनिया बंदरात एका जहाजावर चढत आहेत.''

''हॅलो– हॅलो– हॅलो– कोण बोलते आहे– हॅलो, हॅलो'' असे ॲलीस्टेर बडबडत असताना मार्कने फोन खाली ठेवला. ॲलीस्टेरनेही नाईलाजाने फोन खाली ठेवला. पुन्हा उचलला, ''ॲलीस्टेर बोलतो आहे, आताच मला कळले आहे की, कॅरलॉसहून अनेक ज्यू निसटले आहेत आणि कायरेनियाला एका जहाजात चढत आहेत. सर्वत्र इशारा द्या. कायरेनियाच्या एरिआ कमान्डरला चौकशी करायला सांगा. बातमी खरी असेल तर नौदलालाही कळवा.''

फोन खाली ठेऊन तो सदरलॅन्डच्या ऑफिसकडे धावत निघाला.

ट्रक्सचा ताफा बंदरावर थांबताच आरी बेन कनान जीपमधून खाली उतरला. जीप निघून गेली. एक एक ट्रक एक्झोडस हे जहाज लावलेल्या धक्क्याजवळ येऊन उभा रहात होता. झपाट्याने मुले उतरत होती आणि जहाजावर चढत होती. जोआब, डेव्हिड आणि कॅप्टन शोल्सबर्ग त्यांना आपापल्या जागेवर पोचवत होते. गडबड नाही. गोंधळ नाही. शांतपणे शब्द न बोलता शिस्तीत काम सुरू होते.

धक्क्यावर चकित होऊन लोक बघत होते. काही ब्रिटीश सैनिकही होते. तेही डोके खाजवत होते. ट्रक रिकामा झाला की, सेन्ट हिलॅरियनच्या दिशेने निघत होता. सर्व ट्रक्स तिथेच सोडून दिले जाणार होते. त्या क्षणापासून तेविसावी ट्रान्स्पोर्टेशन कंपनी बरखास्त होत होती. जोआबने ट्रकमध्ये चिठ्ठी ठेवली. ट्रक्स वापरून दिल्याबद्दल ब्रिटीशांचे आभार मानले.

आरी एक्झोडसवर चढला. व्हीलहाऊसमध्ये पोचला. वीस मिनिटात सर्व मुले जहाजावर चढली. आरीने सूचना देताच जहाजाची इंजिने सुरू झाली.

''सर्व मुलांना आपण काय करणार आहोत आणि त्यांच्याकडून काय अपेक्षा आहे याची स्पष्ट कल्पना द्या, ज्या मुलांना हे अशक्य वाटत असेल त्यांना व्हीलहाऊसमध्ये येऊ द्या. त्यांना कॅरलॉसला परत पाठवण्यात येईल. एक्झोडस्वर राहिले तर त्यांच्या जिवाला धोका आहे याची व्यवस्थित जाणीव करून द्या. कोणावरही तुम्ही सक्ती करू नका. इतर मुलांनाही करून देऊ नका. ज्यांना परत जायचे असेल त्यांना जाऊन द्या.''

पालमाखनिख मुलांना सत्य परिस्थितीची कल्पना द्यायला निघाले. बंदरापासून थोड्या अंतरावर जाऊन एक्झोडस नांगर टाकून उभे राहिले.

त्याच क्षणी सबंध कायरेनिया भागात सायरन्सचे आवाज घुमायला लागले. आरीने दुर्बिण डोळ्यांना लावली. डझनावारी जीप्स आणि ट्रक्स बंदराच्या दिशेने येत होते. टेकडीवरून हे ट्रक्स खाली येत होते तर तेविसाव्या ट्रान्स्पोर्टेशन कंपनीचे

ट्रक्स वर चढत होते. ते दृश्य पाहून आरीला मनापासून हसू आले.

आरीने व्हीलहाऊसधून खाली नजर टाकली. सर्व मुले शांत होती.

एकामागोमाग एक ट्रक बंदरात येत होते. त्यातून ब्रिटीश सैनिक खाली उतरत होते. एक्झोडसकडे बोट दाखवत अधिकारी आज्ञा देत होते. दोन बाजूंनी गोलाकार आकारात समुद्रात पोचणाऱ्या धक्क्यावरून सैनिक धावत निघाले आणि बंदरात शिरायच्या चिंचोळ्या मार्गावर त्यांनी मशिनगन्स बसवायला सुरुवात केली.

सैनिक भरभरून ट्रक येतच होते. धक्क्यावरून आणि बंदरावरून नागरिकांना बाहेर काढण्यात आले. सर्व बाजूंनी दोऱ्या बांधल्या गेल्या. तासाभरात पाचशे तरी सैनिक आले. दोन टॉर्पेडो बोटी बंदराबाहेर उभ्या राहिल्या. क्षितिजावरून तीन विनाशिकाही वेगाने बंदराच्या दिशेने येत होत्या. शांत शहराचे रुपांतर लष्करी छावणीमधे होत होते. धक्क्यावर रणगाडे पोचले आणि तोफा सुद्धा.

पुन्हा सायरन्सचा कर्णकटु आवाज आला आणि एका मोटारमधून ब्रिगेडिअर सदरलॅन्ड, काल्डवेल आणि ॲलीस्टेर खाली उतरले. मेजर कुक, कायरेनियाचा एरिआ कमान्डर, जवळ आला.

त्याने एक्झोडसकडे बोट दाखवले. "तेच जहाज सर. ज्यू आहेत खरे त्यावर. पण जहाज बाहेर पडू शकणार नाही."

सदरलॅन्डने सर्वत्र नजर फिरवली. "एखाद्या पान्झर डिव्हिजनशी टक्कर देण्याइतके सैन्य आहे इथे. काय डोकी बिकी फिरली आहेत का या बोटीवरच्या माणसांची? ताबडतोब माईक आणि लाऊडस्पीकरची व्यवस्था करा."

"हो सर."

"मला विचाराल सर तर त्यांना क्षणात उडवून लावू या." काल्डवेल उद्गारला.

"पण मी तुला विचारणार नाही." सदरलॅन्ड ताडकन उत्तरला. "कुक! कुणालाही जवळपास फिरकू देऊ नकोस. अश्रुधुर आणि छोटी शस्त्रास्त्रे घेऊन जहाजावर चढण्यासाठी तुकडी सज्ज करा. फ्रेडी, डोम हॉटेलमध्ये जाऊन हेडक्वार्टर्सला फोन कर. कुठलीही बातमी बाहेर जाता कामा नये."

ॲलीस्टेर मात्र जहाजाकडे निरखून बघत होता.

"तुला काय वाटते ॲलीस्टेर?"

"हा प्रकार मला आवडलेला नाही. ते दिवसाढवळ्या असा प्रयत्न उगीच करणार नाहीत. नक्की दुसरे काहीतरी कारस्थान असणार."

"ॲलीस्टेर, कट आणि कारस्थान यांच्याशिवाय दुसरे काही दिसत नाही का तुला?"

गार्डस्‌ना बाजूला सारत मार्क जवळ पोचला.

"काय प्रकार आहे?" त्याने ॲलीस्टेरला विचारले.

मार्कला बघताच ॲलीस्टेरची खात्री पटली. ''पार्कर, तूच एखाद्या सभ्य माणसाप्रमाणे काय प्रकार आहे ते सांग. आणि पुढल्या वेळी फोन करशील तेव्हा ब्रिटीश उच्चार जरा घोटून तयार कर.''

''मेजर, तुम्ही काय बडबडता आहात ते कळत नाही मला.''

ब्रिगेडिअर सदरलॅन्डच्या डोक्यात प्रकाश पडत होता. त्याने जहाजाकडे बघितले, मग पार्करकडे आणि नंतर ॲलीस्टेरकडे. त्याच्या लक्षात आले की, मोसाद आलिया बेतने त्याला बेसावध क्षणी पकडले आहे. त्याचा चेहरा रागाने लाल पडला. मेजर कुकने दहा मिनिटात जहाजावर चढण्यासाठी तुकड्या सज्ज होतील असे सांगितले. तो इतर ट्रॉलर्स, दोनशे माणसे वगैरे तपशील देत होता पण सदरलॅन्डच्या कानावर आता एक अक्षरही पडत नव्हते.

''लाऊडस्पीकर कुठे आहे?'' सदरलॅन्ड ओरडला.

दहा मिनिटांनी सदरलॅन्डने हातात मायक्रोकोन घेतला, सर्व बंदरात शांतता पसरली. एक्झोडस्वर चढण्यासाठी सैनिकांच्या तुकड्या सज्ज झाल्या.

''हॅलो! मी ब्रिगेडिअर सदरलॅन्ड, सायप्रसचा कमांडर. ऐकू येते आहे ना?''

एक्झोडस्च्या व्हीलहाऊसमध्ये आरी बेन कनानने आपला माईक हातात घेतला. ''हॅलो सदरलॅन्ड! मी कॅप्टन कॅलेब मूर, तेविसावी ट्रान्स्पोर्टेशन कंपनी, HMJFC, हिज मॅजेस्टिज् ज्युईश फोर्सेस ऑन सायप्रस. तुमचे सर्व ट्रक्स सेन्ट हिलॅरियनजवळ सापडतील तुम्हाला.''

सदरलॅन्डचा चेहरा पांढरा पडला. ॲलीस्टेर तर आ वासून बघत राहिला.

रागानेच सदरलॅन्ड ओरडला, ''दहा मिनिटे देतो तुम्हाला. तेवढ्यात जहाज परत धक्क्यावर आणले नाहीत तर सैनिकी तुकड्या पाठवून आणावे लागेल ते.''

''ब्रिगेडिअर सदरलॅन्ड, नीट ऐका. एक्झोडस्वर तीनशे दोन मुले आहेत. इंजिनरूममध्ये डायनामाईट आहे. तुमच्या एका सैनिकाने जरी या जहाजावर पाय ठेवला किंवा एक गोळी जरी आमच्या दिशेने झाडली गेली तर आम्ही स्वतःला उडवून देऊ.''

मार्क पार्करची कथा या क्षणाला लंडनहून जगाच्या कानाकोपऱ्यात तारेने कळवली जात होती.

आणि एक्झोडस्वर झेंडा चढवला गेला. युनियन जॅक. ब्रिटीश ध्वज! मधे मोठे स्वस्तिक रंगवलेले. नाझींचे प्रतीक! सदरलॅन्ड, ॲलीस्टेर आणि पाचशे ब्रिटीश सैनिक गप्प राहून बघत बसले.

एक्झोडस्ची लढाई सुरू झाली होती.

# ३०

खास वार्तापत्र. डेव्हिड विरूद्ध गोलियाथ– १९४६. अमेरिकन न्यूज सिन्डिकेटचा वार्ताहार मार्क पार्कर कडून.

कायरेनिया/ सायप्रस/ ए.एन्.एस्.

*ही गोष्ट मी कायरेनियातून लिहित आहे. सायप्रस या ब्रिटीश वसाहतीच्या उत्तर किनाऱ्यावर असलेले हे एक छोटेसे सुरेख बंदर आहे. सायप्रसमधे पाऊल टाकताच जुन्या इतिहासाच्या खाणाखुणा दिसायला लागतात. सलामिसचे भग्नावशेष, निकोशिया आणि फामगुस्टाचे कॅथेड्रल्स आणि क्रूसेडर्सच्या गढ्या.*

*पण या क्षणाला या शांत आणि जगाला अज्ञात अशा कायरेनियात जे नाट्य घडून येत आहे त्याची सर इतिहासामधल्या कुठल्याही कालखंडाला येणार नाही.*

*ब्रिटीशांची नाकेबंदी चुकवून पॅलेस्टाईनमध्ये घुसण्याचा प्रयत्न करणाऱ्या आणि पकडल्या गेलेल्या ज्यूंना गेले काही महिने सायप्रस इथल्या ब्रिटीशांनी उभारलेल्या निर्वासित छावण्यांमध्ये बंदीवान करण्यात येत आहे. कशी ते कळत नाही पण आज दहा ते सतरा वयाची तीनशे मुले कॅरलॉस कॅम्पमधून निसटून कायरेनियाला पोचली. तिथे आधीच पॅलेस्टाईनला पळ काढण्यासाठी तयारीत असलेल्या एका दोनशे टनी जहाजावर ते चढले.*

*बहुतेक सर्व मुले जर्मन यातनातळांतून किंवा जर्मनांच्या वंशविच्छेदाच्या कत्तलखान्यातून वाचून आली आहेत. पण एक्झोडस् हे जहाजाला दिलेले नाव मात्र अगदी चपखल आहे. बंदराबाहेर पडण्यापूर्वीच ब्रिटीशांनी ते वेढ्यात पकडले आहे.*

*फार तर तीन एकशे यार्ड वर्तुळाकृती आकाराच्या बंदरात एक्झोडस् मध्यभागी नांगर टाकून उभे आहे. या मुलांना जहाज सोडायला लावून कॅरलॉसच्या छावणीत परत जाणे भाग पाडण्यासाठी ब्रिटीशांनी आतापर्यंत केलेले प्रयत्न तरी अयशस्वी ठरले आहेत.*

*एक्झोडस्वरून जाहीर झाले आहे की, या जहाजाच्या इंजिनरूममध्ये दारूगोळा भरून ठेवलेला आहे आणि जबरदस्तीने जहाज ताब्यात घेण्याचा प्रयत्न झाला तर जहाज उडवून देऊन सर्वांनी आत्मघात करण्याचा निश्चय केला आहे.*

**लंडन**

जनरल सर क्लॅरेन्स टेव्हर ब्राऊनने हातातले वर्तमानपत्र खाली फेकले. मार्क पार्करच्या कथेने फक्त युरोपमधेच नव्हे तर अमेरिकेतही खळबळ माजवली होती. एक्झोडस्वर जबरदस्तीने ताबा मिळवण्यासाठी सैनिक पाठवण्याची जबाबदारी स्वीकारायला सदरलॅन्डने नकार दिला होता. लंडनहून सूचना मागितल्या होत्या.

टेव्हर ब्राऊनला माहीत होते की, या प्रकरणात थोडा फार दोष त्याचाही होता. ब्रूस सदरलॅन्डची सायप्रसमधे कमान्डर म्हणून नेमणूक करण्याची कल्पना त्याचीच होती. सदरलॅन्डच्या ऐवजी दुसऱ्या कुणाची तरी नेमणूक करावी नाही तर ज्यू लोक काहीतरी कारस्थान रचण्याचा संभव आहे असे स्पष्ट पत्र ॲलीस्टेरने पाठवल्यानंतरही तो गप्पच बसला होता.

मध्यपूर्वेचा तज्ञ हम्फ्रे क्रॉफर्ड, टेव्हर ब्राऊनच्या ऑफिसात शिरला. व्हाईटहॉल आणि चॅथॅम हाऊसमध्ये धोरण ठरवणारे, निर्णय घेणारे उच्चपदस्थ अधिकारी आणि सैन्यदले यांच्यामधला दुवा म्हणजे क्रॉफर्ड. त्याचा चेहरा पडलेला दिसत होता. ''गुड आफ्टरनून सर क्लॅरेन्स. ब्रॅडशॉबरोबरच्या मिटींगची वेळ होत आली आहे.''

टेबलावरचे कागदपत्र गोळा करून टेव्हर ब्राऊन उठला. दोघेही बाहेर पडले. चॅथॅम हाऊसमधल्या इन्स्टिटट्यूट ऑफ इन्टरनॅशनल रिलेशन्स या ठिकाणी सेसिल ब्रॅडशॉचे ऑफिस होते. तीस वर्षे ब्रिटीशांचे मध्यपूर्वेतील राजकीय धोरण ठरवण्यात त्याचा हात होता.

पहिल्या महायुद्धाच्या अखेरीस ब्रिटन आणि फ्रान्स मध्यपूर्वेतील भाग आपल्या प्रभावाखाली ठेवण्यासाठी स्पर्धा करत होते. पॅलेस्टाईन मॅन्डेट मिळाल्यावर त्याच्या अर्ध्या भागातून ट्रान्स–जॉर्डन हे राज्य निर्माण करण्यात विन्स्टन चर्चिलना ज्यांनी पाठिंबा दिला होता त्यात ब्रॅडशॉही होता. नवीन राज्य उभे करण्यात तिथे ब्रिटीशांचे लष्करी तळ उभारणे हा एकच हेतू होता. अरब सैन्याची उभारणी, अरब लीजन आणि ट्रान्स जॉर्डनचा राजा म्हणून हाशिमाईट अरब अब्दुल्लाची नेमणूक या गोष्टी ब्रिटनच्या अर्थसहाय्यानेच झाल्या. सौदी अरेबियाचा राजा सौद याचा हा कट्टर शत्रू.

दुसरे महायुद्ध संपल्यावर मजूर पक्ष अनेक आश्वासने देऊन सत्तारूढ झाला. त्यातले एक आश्वासन होते पॅलेस्टाईनमधे ज्यूंचे राज्य निर्माण करून युरोपमधल्या नरमेधातून वाचलेल्या ज्यूंना आश्रय देणे. चॅथॅम हाऊसमधल्या सेसिल ब्रॅडशॉच्या वजनदार गटाने नवीन परराष्ट्रमंत्र्यांची खात्री पटवली की, वचने द्यायला चांगली असतात पण दरवेळेला त्यांची अंमलबजावणी करणे शक्य नसते. अरबांना दुखवून चालणार नाही कारण त्यातच ब्रिटनचे हितसंबंध गुंतलेले आहेत. शेवटी अरबांच्याच दहा लक्ष चौरस मैल भागामध्ये तेल आहे आणि सुएझचा कालवाही.

जनरल सर क्लॅरेन्स टेव्हर ब्राऊन आणि हम्फ्रे क्रॉफर्ड आत शिरले तेव्हा साठ एक वर्षांचा ब्रॅडशॉ मागे हात बांधून भिंतीवरच्या नकाशाकडे बघत होता. हम्फ्रे क्रॉफर्ड अस्वस्थपणे, धास्तावल्यासारखा खुर्चीच्या एका कडेवर बसला. टेव्हर ब्राऊन आरामात शेजारच्या दुसऱ्या खुर्चीत टेकला.

भिंतीकडेच बघत अत्यंत कुत्सितपणे ब्रॅडशॉ उद्गारला, ''अभिनंदन! आज आपलीच बातमी पहिल्या पानावर झळकली आहे.'' राग काबूत ठेऊन तो बोलायचा

प्रयत्न करत होता तरी संतापाने त्याचा आवाज थोडा कापत होता. ''तुम्हाला वाटत असेल की, मी फार चिंतेत असणार. चिंता करून काय उपयोग? पण अपेक्षेप्रमाणे व्हाईट हॉलने एक्झोडस्‌चे प्रकरण माझ्याच गळ्यात मारले आहे.'' ब्रॅडशॉ खुर्चीत बसला, टेबलावरचे कागदपत्र त्याने पुन्हा एकदा नजरेखालून घातले, ताडकन् चष्मा काढला आणि टेव्हर ब्राऊनकडे वळत म्हणाला, ''मला एक सांग सर क्लॅरेन्स, तुझे गुप्तहेर काय झोपले होते का टेनिस खेळायला गेले होते? आणि सदरलॅन्डची नेमणूक करायची शिफारसही तुझीच ना? त्याबद्दल आता काय स्पष्टीकरण देशील?''

टेव्हर ब्राऊन काही असा दबणारा असामी नव्हता. ''आणि सायप्रसमधे कॅम्प स्थापन करायची कल्पना तुमची. काय स्पष्टीकरण द्याल त्याबद्दल?''

क्रॉफर्डने मधे तोंड घातले. आपापसात भांडायची ही वेळ नव्हती. ''प्लीज्. या एक्झोडस् प्रकरणामुळे फार विचित्र परिस्थिती निर्माण झाली आहे. प्रथमच अमेरिकेपर्यंत प्रसिद्धी गेली आहे.''

''अमेरिका! ट्रुमनला गप्पा मारायला काय सोपे आहे. युद्ध संपल्यापासून दहा एक हजार ज्यूंनाच त्याने अमेरिकेत आश्रय दिला असेल. पेनिसाल्वानियाचा पॅलेस्टाईन होत नाही तोपर्यंत झायोनिझमला पाठिंबा द्यायला त्याचे काय जाते? दहा लाख ज्यूंचा प्रश्न उभा आहे तो ब्रिटनपुढे. आपले मध्यपूर्वेतले स्थानच हे दहा लाख ज्यू धोक्यात आणत आहेत.'' ब्रॅडशॉने पुन्हा चष्मा चढवला. ''स्टार ऑफ डेव्हिड, मोजस, पालमाख, गेटस् ऑफ झायोन आणि आता हे एक्झोडस्. अगदी हुशार माणसे आहेत हे झायोनिस्ट. पॅलेस्टाईनमध्ये गेल्या पंचवीस वर्षात त्यांनी ब्रिटीशांना एकदम नीच आणि दुष्ट जमात अशी प्रसिद्धी मिळवून दिली आहे. पॅलेस्टाईन मॅन्डेट आणि बाल्फोर जाहिरनाम्यांमध्ये कधीच न दिलेल्या वचनांचासुद्धा त्यांनी समावेश केला आहे. एकदा वादविवाद करायला लागले की, उंटाचीसुद्धा ते खात्री पटवतील की, तो खरा म्हणजे खेचरच आहे आणि तो कधीच उंट नव्हता म्हणून. दोन तास जर त्या हाईम वाईझमनबरोबर काढले ना तर मीसुद्धा बहुतेक कट्टर झायोनिस्ट बनेन. आणि तुमची सहानुभूती कुणाला आहे त्याचीही कल्पना आहे आम्हाला टेव्हर ब्राऊन.''

''वाकड्यात शिरून बोलता आहात ब्रॅडशॉ. अनेक जणांना खात्री आहे की, मध्यपूर्वेत आपला प्रभाव कायम ठेवायचा एकमेव मार्ग म्हणजे सामर्थ्यवान ज्यू राष्ट्राची निर्मिती. माझेही तेच मत आहे. या मताचा आणि ज्यूंबद्दलच्या सहानुभूतीचा काडीइतका संबंध नाही. मी विचार करतो आहे तो फक्त ब्रिटनच्या हिताचा. ज्यूंच्या नव्हे.''

ब्रॅडशॉने त्याचे बोलणे मधेच तोडले. ''आता एक्झोडस् प्रकरणाकडे वळू या का? प्रॉमिज्ड् लॅन्डच्या बाबतीत आपण थोडे मऊ वागलो तीच चूक झाली. यावेळी कणखर धोरणच हवे. एक्झोडस् आपल्या सागरी सीमेत आहे. फ्रान्सच्या नाही. आपण जहाज ताब्यात घ्यायचे नाही, त्यांना परत जर्मनीला पाठवायचे नाही, ते

बुडवायचेही नाही. कायरेनियामधे जहाज उभे आहे तिथे तसेच कुजत मरू दे सर्वांना. लक्षात आले मी काय म्हणतो आहे ते टेव्हर ब्राऊन? कुजत मरू दे त्यांना.'' त्याचा राग अनावर होत चालला तसा त्याचा हातही बोलताना थरथरायला लागला.

टेव्हर ब्राऊनने डोळे मिटून घेतले. ''यातना तळांमधे आयुष्य काढलेल्या तीनशे मुलांना पॅलेस्टाईनमधे जाताना अडवायचा आपल्याला काहीही नैतिक अधिकार नाही. तेल– तो कालवा– आणि ते अरब– सर्वांना खड्ड्यात जाऊ दे. त्यांची कुठलीच अडवणूक करायचे आपल्याला खरे तर कारण नाही. प्रॉमिज्ड् लॅन्डवरच्या निर्वासितांना आपण एकदा जर्मनीला परत पाठवण्याचा गाढवपणा केला तो खूप झाला.''

''मी प्रथमच सांगितले होते की, तुमची सहानुभूती कुणाला आहे ते माहिती आहे मला.''

टेव्हर ब्राऊन उभा राहिला आणि ब्रॅडशॉच्या नजरेला नजर देत म्हणाला, ''एक्झोडस् प्रकरणातून सुटका करून घ्यायचा एकच मार्ग आहे. अत्यंत धूर्तपणे आणि पूर्ण विचार करून केवळ प्रचारासाठी त्यांनी हे प्रकरण उभे केले आहे. त्यांच्या तंगड्या त्यांच्याच गळ्यात अडकवायच्या असतील तर या मिनिटाला एक्झोडस्ला पॅलेस्टाईनला जायची परवानगी द्या. ही एकच गोष्ट त्यांना आता मुळीच नको आहे.''

''अशक्य.''

''सर, त्यांनी तयार केलेल्या सापळ्यात आपण अडकतो आहोत हे लक्षात नाही येत तुमच्या?''

''मी या जहाजाला कधीही पॅलेस्टाईनला जायची परवानगी देणार नाही. निदान मी चॅथॅन हाऊसमधे आहे तोपर्यंत तरी.''

## ३१

मार्क पार्कर
डोम हॉटेल
कायरेनिया
सायप्रस
कथेला अभूतपूर्व प्रसिद्धी मिळत आहे. पाठवत रहा.

केन ब्रॅडबरी– ए.एन्.एस्– लंडन.

कायरेनिया, सायप्रस (ए.एन्.एस्.)
मार्क पार्करकडून
*हास्यास्पदच दृश्य आहे खरे म्हणजे. एक हजार सशस्त्र सैनिक, रणगाडे,*

*तोफा, नौदलाच्या युद्धनौकांचा काफिला असहायपणे एका छोट्या नि:शस्त्र जहाजाकडे नुसते बघत बसले आहेत.*

*एक्झोडस्‌ची लढाई सुरू होऊन आठवडा झाला. दोन्ही बाजू आपापल्या भूमिकेला चिकटून आहेत. आजपर्यंत तरी जहाजावर कुणी चढलेले नाही. दुर्बिणीतून बघितले तर एक्झोडस् हात लावता येईल इतके जवळ वाटते.*

*एक्झोडस्‌वरच्या तीनशे मुलांचे नीतिधैर्य मात्र असामान्य आहे. सबंध आठवडा त्यांनी गाणी गात आणि धक्क्यावरच्या आणि बंदरातल्या ब्रिटीश सैनिकांना खिजवण्यात घालवला आहे.*

मार्ककडून दररोज नवनवीन बातमी जात होती. नवनवीन तपशील. एक्झोडस्‌बाबतचा निर्णय घेतानाच सेसिल ब्रॅडशॉला आपल्यावर चौफेर टीका होणार याची कल्पना होती. फ्रेन्च वृत्तपत्रांनी नेहमीप्रमाणे धुळवड उडवली. पण यावेळची टीका अत्यंत जहरी आणि अपमानास्पद होती. या दोन देशांच्या इतिहासात आजपर्यंत असा प्रकार घडलेला नव्हता. युरोपमधेही एक्झोडस्‌ला प्रसिद्धी मिळाली होती आणि ब्रिटनमधे या प्रश्नावर उघडउघड दोन तट पडून एक्झोडस्‌ला पॅलेस्टाईनला जाऊ न देण्यात काय शहाणपणा आहे असा प्रश्न व्हाईटहॉलला विचारण्यात येत होता.

ब्रॅडशॉ अनुभवी राजकारणी होता. अशा अनेक वादळांना त्याने तोंड दिले होते. थोड्याच दिवसात हे वादळही शमेल अशी त्याची पूर्ण खात्री होती. मार्क पार्करच्या वार्तापत्रांची धार बोथट करण्याकरता त्याने सरकारशी मैत्रीचे संबंध असलेले तीन वार्ताहार मुद्दाम कायरेनियाला पाठवले. ब्रिटीशांचे धोरण समजावून सांगण्यासाठी अर्धा डझन तज्ज्ञ रात्रंदिवस खपत होते. ब्रिटीशांची बाजू व्यवस्थित मांडली जात होती पण छोट्या निर्वासित मुलांकडेच जनमताचा कल होता.

*झायोनिस्ट जर खरोखरच प्रामाणिक असतील तर तीनशे निरपराध मुलांचा जीव ते का धोक्यात घालत आहेत? पॅलेस्टाईन मॅन्डेटच्या मूळ प्रश्नात गोंधळ निर्माण करण्याच्या आणि जगाची सहानुभूती मिळवण्याच्या एकाच हेतूने हे अत्यंत निर्दय असे कारस्थान रचण्यात आले आहे. आमची माथेफिरू माणसांशीच गाठ आहे हे निश्चित. आरी बेन कनान हा तर नेहमीच बेकायदेशीर कृत्यात दंगलेला धंदेवाईक गुंड आहे.*

अर्ध्या डझन देशातल्या वार्ताहारांनी निकोशियात गर्दी करून कायरेनियाला जाण्याची परवानगी मागितली. मोठ्या मासिकांनीसुद्धा आपले लोक पाठवले. डोम हॉटेलला एखाद्या राजकीय परिषदेच्या कार्यालयाचेच स्वरूप प्राप्त झाले.

पॅरीसमधल्या कॅफेजमधे ब्रिटीशांचा धि:कार होत होता.

लंडनमधल्या पब्जमधे तावातावाने ब्रिटीशांची बाजू मांडली जात होती.

स्टॉकहोममधे धर्मपीठांवरून ब्रिटीशांची कानउघडणी होत होती.

रोममध्ये चर्चा होत होती.

न्यूयॉर्कमधे *एक्झोडस्* पॅलेस्टाईनला जाणार की, नाही याबद्दल पैजा लागत होत्या.

दुसऱ्या आठवड्याच्या शेवटी आरीने मार्कला एक्झोडस्‌वर यायची परवानगी दिली. एक्झोडस्‌वर पाऊल ठेवणारा हा पहिलाच बाहेरचा माणूस असल्याने, त्याच्या पुढल्या तीन रिपोर्टस्‌ना सर्व वृत्तपत्रांत पहिल्या पानावर प्रसिद्धी मिळाली.

एक्झोडस्‌चा प्रवक्ता आरी बेन कनान याची खास मुलाखत.

कायरेनिया, सायप्रस, ए.एन्.एस्.

*एक्झोडस्‌वरल्या मुलांचा प्रतिनिधी आरी बेन कनानची मुलाखत घेणारा मी पहिलाच वार्ताहार ठरलो. जहाजावरच्या व्हीलहाऊसमधे आमचे बोलणे झाले. ती एकच जागा अशी आहे की, जिथे मुलांची दाटी नाही. मुलांचा उत्साह अजूनही टिकून आहे. तसेच त्यांचे नीतीधैर्यही. पण दोन आठवडे या वेढ्यात काढल्यामुळे त्या सर्वांच्या प्रकृतीवर मात्र परिणाम व्हायला लागलेला दिसतो.*

*तीस वर्षांचा, काळ्याभोर केसांचा, निळ्या डोळ्यांचा आणि सहा फूट उंचीचा आरी बेन कनान एखाद्या सिनेनटासारखा देखणा आहे. जगामधून त्यांना मिळत असलेल्या सहानुभूतीबद्दल त्याने सर्वांचे मनापासून आभार मानले. एक्झोडस्‌वरली सर्व मुले आलेल्या प्रसंगाला धीराने तोंड देत आहेत अशी खात्रीही पटवली. ब्रिटीशांनी तो धंदेवाईक झायोनिस्ट चळवळ्या आहे असे जाहीर करून, त्याच्यावर जे इतर अनेक आरोपही केले आहेत त्याबद्दल त्याचे काय मत आहे असे स्पष्टपणे विचारल्यावर तो म्हणाला, "माझ्यावरच्या वैयक्तिक आरोपांचे खंडण करायची मला अजिबात गरज नाही. पण दुसऱ्या महायुद्धात मी ब्रिटीश सैन्यात कॅप्टन होतो हे सांगायला आता ब्रिटीश विसरले असावेत. मी झायोनिस्ट आहेच आणि जोपर्यंत पॅलेस्टाईनबद्दल दिलेली आश्वासने ब्रिटन पाळत नाही तोपर्यंत मी त्यांना त्रास देणारच. हे माझे काम कायदेशीर आहे की, बेकायदेशीर हे नक्कीच प्रत्येकाच्या मतावर अवलंबून राहील."*

*ब्रिटीशांच्या प्रचाराबद्दल आणि एक्झोडस्‌बद्दल खोदून विचारल्यावर तो म्हणाला, "अनेक गोष्टींसाठी ज्यूंना जबाबदार धरायची पद्धत आता आमच्या अंगवळणी पडली आहे. पॅलेस्टाईन मॅन्डेटशी संबंधित कुठल्याही बाबीचे तर्कशुद्ध स्पष्टीकरण देता आले नाही की, हे झायोनिस्टांचे कपटकारस्थान आहे अशी जुनीच हाकाटी ब्रिटीश पुन्हा सुरू करतात. नशीब आमचे की, हिन्दुस्तानात सध्या घडत असलेल्या घटनांबद्दल अजून तरी ते झायोनिस्टनाच जबाबदार धरत नाहीत. गांधीजी ज्यू नाहीत*

हे देखील आमचे सुदैवच म्हणायचे. पॅलेस्टाईन मॅन्डेटबद्दल गेली तीस वर्षे ते अरब आणि ज्यूंना झुलवत आले आहेत. त्याबद्दलचा इतिहास फक्त विश्वासघात आणि दुटप्पीपणा यांनी भरला आहे. आणि स्वत:ची दुष्कृत्ये झाकण्यासाठी दोष द्यायचा तो रहस्यमय झायोनिस्टना. १९१७ च्या बाल्फोर जाहिरनाम्याप्रमाणे ज्यूंच्या राष्ट्रनिर्मितीचे त्यांनी जाहीर वचन दिले आणि ते तात्काळ मोडले. त्यानंतरचे कुठलेही वचन किंवा आश्वासन त्यांनी प्रत्यक्षात आणलेले नाही. आतासुद्धा निवडणुकीच्या काळात मजूर पक्षाने आश्वासन दिले होते की, तो पक्ष अधिकारावर आला तर पॅलेस्टाईनचे दरवाजे हिटलरच्या वंशविच्छेदातून बचावलेल्या ज्यूंसाठी उघडे रहातील. अर्थात् आजवरच्या परंपरेला जागून या वचनालाही त्यांनी हरताळच फासला.

आणि आज याच ब्रिटीशांनी आम्ही निरपराधी मुलांच्या जिवाला धोका निर्माण करत आहोत याबद्दल नक्राश्रु ढाळावेत ही खरोखरच आश्चर्याची गोष्ट आहे. एक्झोडस्वरचा प्रत्येकजण स्वत:हून जहाजावर आलेला आहे. प्रत्येकजण हिटलरच्या कृपेने अनाथ बनलेला आहे. गेली सहा वर्षे प्रत्येकाने जर्मनांच्या यातनातळांमधे तरी काढली आहेत किंवा ब्रिटीशांच्या तुरुंगात तरी.

व्हाईटहॉलला या मुलांबद्दल एवढा कळवळा असेल तर कॅरलॉस कॅम्पचे दरवाजे त्यांनी पत्रकारांना खुले करावेत. मला वाटत नाही तेवढे धाडस व्हाईटहॉलला होईल म्हणून. कारण ब्रिटीशांच्या कॅम्पमधे आणि जर्मनांच्या यातनातळांमध्ये काहीही फरक नाही. तशीच काटेरी तारांची कुंपणे, सर्चलाईटस्, टॉवर्स आणि मशिनगन्स, अन्नाची, पाण्याची, औषधपाण्याची तीच टंचाई, आणि यांच्यावर कुठले आरोपही नाहीत, तरी जबरदस्तीने त्यांना डांबून ठेवण्यात आले आहे.

आम्ही म्हणे पॅलेस्टाईन मॅन्डेटचा प्रश्न बिकट करतो आहोत. साठ लाख ज्यूंपैकी फक्त अडीच लाख ज्यू युरोपमध्ये जिवंत राहिले आहेत आणि त्यातल्या किती जणांना ब्रिटन दर महिन्याला पॅलेस्टाईनमधे प्रवेश द्यायला तयार आहे? फक्त सातशे. आम्ही कसा काय त्यांचा प्रश्न बिकट करतो आहोत मग? पॅलेस्टाईन मॅन्डेटची न्याय्य उकल या तऱ्हेनेच त्यांच्या मते होणार आहे?

हिटलरच्या वंशविच्छेदातून बचावलेल्या ज्यूंपेक्षा ब्रिटीशांना काही पॅलेस्टाईनमधे राहण्याचा जास्ती अधिकार नाही.

बायबलमधे काय लिहिले आहे वाचून दाखवू?

टेबलावरचे बायबल आरी बेन कनानने हातात घेतले. इझिकेलचे प्रकरण उघडून त्याने वाचायला सुरुवात केली.

*"Thus saith the Lord God : When I shall have gathered the house of Israel from the people among whom they are*

*scattered, and shall be sanctified in them in the sight of the nations, then shall they dwell in their land that I have given to my servant Jacob wherein your fathers abode and they shall abide therein and even they and their children and their children's children forever.*

*आरी बेन कनानने बायबल खाली ठेवत म्हटले, "मला वाटते व्हाईटहॉलमधल्या सद्गृहस्थांनी त्यांच्या अधिकारांबद्दल पुन्हा अभ्यास करायची वेळ आली आहे. तीन हजार वर्षांपूर्वी एका जुलुमी राजाला एका थोर माणसाने जे सांगितले होते तेच मी ब्रिटनच्या परराष्ट्रमंत्र्यांना सांगतो–* **"माझ्या लोकांना जाऊ दे."**

"माझ्या लोकांना जाऊ दे" या मथळ्याखाली मार्क पार्करची गोष्ट आल्यानंतर त्याने ऑपरेशन गिडीअनची आतल्या गोटातली बातमी तपशीलवार दिली. ब्रिटीश ट्रक्स वापरूनच मुलांनी आपली सुटका करून घेतली होती कळल्यावर तर ब्रिटीशांच्या प्रतिष्ठेला आणि इभ्रतीला चांगलाच तडा गेला.

मार्कच्या सल्ल्याप्रमाणे इतर पत्रकारांनासुद्धा आरीने एक्झोडस्‌वर यायला परवानगी दिली. सर्वांनीच कॅरलॉस कॅम्पची परिस्थिती बघायची मागणी केली.

टीका होणार हे गृहीत धरलेले असूनही उडत असलेला गदारोळ सेसिल ब्रॅडशॉलाही अपेक्षित नव्हता. सबंध जगाचे डोळे कायरेनिया या छोट्याशा बंदरावर खिळले होते. पुन्हा पुन्हा विचारविनीमय होत होता पण एक्झोडस्‌ला आता पॅलेस्टाईनला जाण्याची परवानगी देणे हे अत्यंत अनर्थकारक ठरेल हे त्याचे मत कायम होते.

यातून काही मार्ग काढता येतो का हे बघण्यासाठी जनरल सर क्लॅरेन्स टेव्हर ब्राऊन स्वत: गुप्तपणे विमानाने सायप्रसला आला.

निकोशिया विमानतळावर पहाटे पहाटे अत्यंत कडेकोट बंदोबस्तात तो उतरला आणि हजर असलेल्या मेजर ॲलीस्टेरबरोबर तडकाफडकी एका स्टाफकारमधे बसून फामगुस्टा इथल्या आपल्या मुख्य ठाण्याकडे निघाला.

"सदरलॅन्डकडून मी सायप्रसचा ताबा घेण्यापूर्वी तुझ्याशी मला बोलायचे होते. मला तुझे पत्र मिळाले आहे तेव्हा आडपडदा न ठेवता स्पष्टपणे काय ते सांग." टेव्हर ब्राऊनने ॲलीस्टेरला म्हटले.

"माझ्या मते परिस्थितीमुळे सदरलॅन्डच्या मनावर खूपच ताण पडला आहे. काल्डवेल म्हणतो की, त्याला सारखी भीषण स्वप्ने पडतात आणि म्हणून तो रात्र रात्र फिरत बसतो. दिवसाचा सर्व काळ बायबल वाचतो."

“इतका चांगला सैन्याधिकारी आणि त्याची अशी दशा व्हावी? वाईट वाटते मला. माझा विश्वास आहे की, आपण जे बोलू ते आपल्यामधेच ठेवशील. काहीही झाले तरी ब्रूस सदरलॅन्डला सांभाळून घ्यायलाच पाहिजे.”

“होय सर.” ॲलीस्टेरने खात्री दिली.

कायरेनिया सायप्रस (ए.पी.)

खास वार्तापत्र

*मध्यपूर्वेतील वाळवंटातल्या युद्धांमुळे प्रसिद्धीस आलेला जनरल सर क्लॅरेन्स टेव्हर ब्राऊन काल रात्री अत्यंत गुप्तपणे साध्या वेशातच निकोशिया विमानतळावर उतरला. व्हाईटहॉलमधे एक्झोडस् प्रकरणाने निर्माण केलेली चिंताच त्याच्या आगमनाने लक्षात येते. सायप्रसचा कमांडर बदलण्याची शक्यता नसली तरी ब्रिटीश धोरणात थोडाफार फरक होण्याची चिन्हे दिसतात.*

मार्क एक्झोडस्‌वर चढला आणि त्याने कारेनला व्हीलहाऊसमधे पाठवण्याची विनंती केली. डेकवरच्या मुलांच्या गर्दीतून वाट काढत व्हीलहाऊसपर्यंत जाताना तो जरा काळजीतच दिसत होता. सर्वच मुलांची परिस्थिती वाईट दिसायला लागली होती. पाणी नाही म्हणून आंघोळी नाहीत आणि त्यामुळे एक तऱ्हेचा कुबट वास जहाजावर पसरला होता.

व्हीलहाऊसमधे बसलेल्या आरीचा चेहरा मात्र नेहमीप्रमाणे निर्विकार होता. मार्कने काही सिगरेटस् आणि ब्रॅन्डीच्या बाटल्या त्याला दिल्या.

“बाहेर परिस्थिती काय म्हणते?” आरीने चौकशी केली.

“टेव्हर ब्राऊन आला असला तरी ब्रिटीश धोरणात काही फरक होईल असे वाटत नाही. आरी, माझ्या मते एक्झोडस् प्रकरणाने तुम्हाला आता हवे ते साध्य झाले आहे. ब्रिटीशांच्या तोंडाला काळे फासण्यात तुम्ही यशस्वी झाला आहात. माझेही नाव झाले आहे. मला मिळालेल्या माहितीप्रमाणे ब्रिटीश याबाबतीत माघार घेण्याची शक्यता वाटत नाही.”

“तुला नक्की काय म्हणायचे आहे मार्क?”

“हे प्रकरण मानवी दृष्टिकोन स्वीकारून इथेच संपवावे. एक्झोडस् बंदरात न्यावे. ब्रिटीश पुन्हा सर्वांची कॅरलॉसला रवानगी करतीलच. पण आम्ही जी कथा लिहू त्यामुळे जगाची सहानुभूती तुम्हाला लाभेल.”

“तू किटीची बाजू मांडतो आहेस का?”

“प्लीज् आरी. उगीच वाटेल ते बडबडू नकोस. एक्झोडस् अजूनही पहिल्या पानावरची बातमी आहे. उद्या फ्रॅन्क सिनात्रा कुठल्यातरी बारमधे एखाद्या पत्रकाराला

ठोसा चढवून देईल आणि ती बातमी पहिल्या पानावर येईल. एक्झोडस् विसरतील सर्वजण. आणि त्या मुलांकडे बघ जरा. किती दिवस या अवस्थेत काढतील ते?''

''त्यांना पूर्ण कल्पना आहे मार्क.''

कारेन हळूच व्हीलहाऊसमधे आली. ''हॅलो मिस्टर पार्कर.'' ती नेहमीप्रमाणेच मृदु आवाजात उद्गारली.

''हॅलो कारेन! किटीने एक पत्र दिले आहे आणि एक बॉक्सही.''

तिने पत्र घेतले. किटीसाठी तिने लिहिलेले पत्र त्याला दिले. बॉक्स घेतला नाही. तिने आजपर्यंत अशा सर्वच भेटी नाकारल्या होत्या.

ती निघून गेल्यावर मार्क म्हणाला, ''किटीने पाठवलेली भेट कारेनने नाकारली हे तिला सांगायचा धीर मला होणार नाही. आणि कारेनकडे बघ. तिच्या डोळ्याखालची वर्तुळे पाहिलीस? ती आजारी आहे आरी. अजून थोड्या दिवसांनी या जहाजावर काय परिस्थिती निर्माण होईल याची तुला काहीतरी जाणीव आहे का?''

''आपण लोकमत जागृत ठेवण्याबद्दल बोलत होतो मार्क. एक गोष्ट स्पष्टपणे ध्यानात घे. आम्ही कॅरलॉसला परत जाणार नाही. युरोपमधे अडीच लक्ष ज्यू आज एकाच उत्तराची अपेक्षा धरून आहेत आणि ते फक्त आम्हीच देऊ शकतो. उद्यापासून आम्ही अन्नसत्याग्रहाला सुरुवात करणार आहोत. बेशुद्धावस्थेत पडलेल्या प्रत्येकाला डेकवर आणून ठेवण्यात येईल. ब्रिटीशांना बघू दे सर्व.''

''तू– तू हैवान आहेस– हैवान!'' मार्क संतापूनच ओरडला. त्याला धक्काच बसला होता.

''तू मला काहीही म्हणू शकतोस पार्कर. तुला काय वाटते की, या छोट्या मुलांची उपासमार करण्यात मला फार आनंद मिळतो आहे? पण रणगाडे आणि तोफा यांना तोंड द्यायला जोपर्यंत माझ्याकडे काहीच नाही तोपर्यंत मी काय करू शकतो? आता आमच्याकडली शस्त्रे आहेत ती म्हणजे आमचा निर्धार, दृढनिश्चय आणि स्वत:वरचा अढळ विश्वास. आम्ही म्हणतो आहोत, करत आहोत ते बरोबर आहे ही दृढ श्रद्धा. गेली दोन हजार वर्षे आमच्यावर अनंत अत्याचार झाले आहेत. ही लढाई जिंकल्याशिवाय आम्ही रहाणार नाही.''

# ३२

## एक्झोडस्वर अन्नसत्याग्रह!

उपासमार चालेल पण कॅरलॉसला परत जाणार नाही अशी मुलांची प्रतिज्ञा.

दोन आठवडे जगाचे लक्ष वेधून घेता घेता आरी बेन कनानने अचानक चढाईचा

पवित्रा घेऊन सर्वांनाच पेचात टाकले. "थांबा आणि बघा काय घडते ते" हा खेळ संपला होता. मुलेच एक्झोडस्‌बाबत निर्णय घ्यायला भाग पाडणार होती.

एक्झोडस्‌च्या बाजूंनी इंग्रजी, फ्रेन्च आणि हिब्रू भाषेत फलक झळकायला लागले.

*अन्नसत्याग्रह/ तास # १*

*अन्नसत्याग्रह/ तास # १५*

दहा, बारा आणि पंधरा वयाची बेशुद्ध पडलेली दोन मुले आणि एक मुलगी डेकवर आणून झोपवण्यात आली.

*अन्नसत्याग्रह/ तास # २०*

डेकवर आता दहा मुले होती.

"किटी! तू आता फेऱ्या घालणे थांबवून एका जागी जरा स्थिर बसशील का?" मार्क ओरडला.

"वीस तास झाले. अजून किती काळ तो हे लांबवणार आहे? धक्क्यावर जाऊन एक्झोडस्‌कडे नजर टाकायचाही मला धीर होत नाही. डेकवर बेशुद्ध अवस्थेत पडलेल्या मुलांमधे कारेन आहे का?"

"आतापर्यंत दहा वेळा तरी मी सांगितले की, त्या मुलांत कारेन नाही म्हणून."

"आधीच ती सर्व मुले विशेष धडधाकट नाहीत आणि खुराड्यात राहिल्यासारखी गेले दोन आठवडे ती त्या जहाजावर राहत आहेत. काय ताकद शिल्लक रहाणार त्यांच्यात? माणूस आहे का रानटी जनावर आहे तो माणूस म्हणजे?"

"मी विचार करतो आहे. खरोखर तोच विचार बराच काळ करतो आहे. मला तर वाटायला लागले आहे की, अनाकलनीय अशी कुठली ताकद या लोकांना इतक्या थरापर्यंत घेऊन जाते हे आपल्याला कधीच कळणार नाही. तू कधी पॅलेस्टाईन पाहिले आहेस? दलदल, वाळवंट, हजारो वर्षे ओसाड पडलेली जमीन. माणसांना रहाणे अशक्य करणारा प्रदेश. आजूबाजूला पाच कोटी शत्रू. तरी पॅलेस्टाईनला जायला जीव टाकतात हे. दुधामधाचा प्रदेश म्हणतात त्याला. कालव्यांची आणि शेतांची गाणी गातात सारखे. दोन आठवड्यांपूर्वी मी एकदा आरी बेन कनानला म्हटले होते की, हालअपेष्टा भोगण्याचा मक्ता काही फक्त ज्यूंनाच दिलेला नाही. आज मला विचारशील तर माझीच मन:स्थिती द्विधा झाली आहे. मी खरेच पुन्हा पुन्हा विचार करतो आहे. कुठल्या गोष्टीचे यांना इतके दु:ख आहे की, ते स्वत:चाच इतका छळ करून घ्यायला तयार आहेत?"

"तू त्याचे समर्थन करायचा प्रयत्न करू नकोस मार्क. अजिबात करू नकोस."

"तू एक गोष्ट लक्षात घे किटी. त्या मुलांच्या संपूर्ण सहकार्याशिवाय आरी बेन कनान काहीही करू शकला नसता. ती मुले शंभर टक्के त्याच्यामागे उभी आहेत."

"तीच गोष्ट मनाला खटकते माझ्या. इतका विश्वास, इतकी निष्ठा एकमेकांबद्दल?"

फोन वाजला. मार्कने रिसिव्हर उचलला. न बोलता फक्त ऐकून खाली ठेवला.

"काय झाले मार्क?" किटीचा आवाज घाबरलेला वाटत होता.

"आणखी अर्धा डझन मुलांना त्यांनी बेशुद्धावस्थेत वर आणले आहे."

"का– कारेन आहे– त्यांच्यात?"

"माहीत नाही. पण बघतो."

"मार्क!"

"काय किटी?"

"मला एक्झोडस्वर जायचे आहे."

"अशक्य!"

"मला आता सहन नाही होत हे सर्व."

"तू एक्झोडस्वर गेलीस की सर्वच संपले."

"नाही मार्क... ती जिवंत आहे. व्यवस्थित आहे अशी माझी खात्री असती तर मी सर्व सहन केले असते. मी तशी माझ्या मनाची तयारीही आता केली होती. पण तिचा जीव धोक्यात असताना मी इथे शांत बसू शकत नाही."

"पण मी जरी बेन कनानची परवानगी मिळवली तरी ब्रिटीश तुला एक्झोडस्वर जाऊ देणार नाही."

"तू ते केलेच पाहिजेस मार्क!" ती जोराने ओरडली. दरवाजाला पाठ टेकून तिने मार्कचा बाहेर जायचा मार्ग अडवला. तिचा चेहरा निश्चयी दिसत होता. मार्कच शेवटी नजर खाली वळवत पुटपुटला, "बरं. बघतो काही करता येते का."

*अन्नसत्याग्रह / तास # ३५*

संतापलेल्या लोकांनी पॅरीस आणि रोममधल्या ब्रिटीश वकिलातींसमोर निदर्शने केली. एक्झोडस्ची तात्काळ सुटका करावी अशी मागणी केली. पॅरीसमधल्या निदर्शकांना हटवण्यासाठी लाठीमार करावा लागला आणि अश्रुधुराचा वापरही. कोपनहेगन, स्टॉकहोम, ब्रुसेल्स आणि हेग या शहरातही शिस्तबद्ध निदर्शने झाली.

*अन्नसत्याग्रह / तास # ३८*

ब्रिटीशांच्या विरोधात सायप्रसमधे उत्स्फूर्त हरताळ पडला. वाहतूक थंडावली. कारखाने आणि कार्यालये बंद राहिली. थिएटर्स आणि रेस्टॉरन्टस्चे दरवाजेही

उघडलेच नाहीत. सर्व बंदरांमधले कामकाज पूर्ण थंडावले. फामगुस्टा, निकोशिया, लारनाका आणि लिमासोल या शहरात शुकशुकाट होता.

*अन्नसत्याग्रह / तास # ४०*

आरी बेन कनान आपल्या साथीदारांकडे बघत होता. जोआब, डेव्हिड, झेव आणि हॅन्क शोल्सबर्ग यांचे चेहरे गंभीर आणि उदास वाटत होते.

झेव, गॅलिलीचा शेतकरी प्रथम बोलला. ''मी सैनिक आहे. उपासमारीने घडणारे मृत्यु मी बघू शकत नाही.''

''एवढ्याच वयाची मुले आज पॅलेस्टाईनमधे लढण्यात गुंतली आहेत.'' आरी बेन कनान ताडकन् म्हणाला.

''युद्धात मरण पत्करणे वेगळे. उपासमारीने मृत्यु वेगळा.''

''हे देखील युद्धच आहे. मार्ग फक्त वेगळा.'' आरी उत्तरला.

जोआब यारकोनीने बराच काळ आरी बरोबर काम केले होते. दुसऱ्या महायुद्धातही तो त्याच्या हाताखाली लढला होता. ''मी तुझ्याविरूद्ध कधीच काही बोललेलो नाही आरी. पण माझी खात्री आहे की, फक्त एका मुलाचा जरी मृत्यु घडला तर सर्व प्रकरण आपल्यावरच शेकेल.''

आरीने कॅप्टन हॅन्क शोल्सबर्गकडे नजर वळवली. त्याने खांदे उडवले. ''तू आमचा नेता आहेस आरी, पण जहाजाचा नोकर वर्ग नक्की घाबरला आहे, बेचैन झाला आहे. त्यांना असे काही घडणार आहे याची कल्पना नव्हती.''

''थोडक्यात म्हणजे तुमचे सर्वांचे मत आहे की शरणागती पत्करावी. बरोबर?''

त्यांच्या गप्प बसण्यातच त्याला उत्तर मिळाले.

''आणि डेव्हिड, तू काहीच बोलत नाहीस. तुझे काय मत आहे?''

डेव्हिड अत्यंत हुशार होता. सर्व धर्मग्रंथांचाही त्याचा दांडगा अभ्यास होता. या सर्वांमधे देवाच्या सर्वात जास्ती जवळ कोण पोचला असेल तर तो डेव्हिडच. ही गोष्ट सर्वांनाच मान्य होती. आणि म्हणूनच त्याच्या मताचाही आदर केला जात असे.

''साठ लक्ष ज्यू गॅस चेम्बर्समधे मेले तेव्हा आपण का मरत आहोत हेच त्यांना कळत नव्हते. पण एक्झोडस्वर तीनशे मृत्यु घडले तर त्याचे कारण आपल्यापैकी प्रत्येकाला माहीत असेल. जगालाही माहीत असेल. दोन हजार वर्षांपूर्वी आपले राष्ट्र असताना आपण रोमन आणि ग्रीक सत्तांशी लढा दिला, बंड करून उठलो. त्यावेळी आपण शेवटचा माणूस धारातीर्थी पडेपर्यंत लढण्याची एक परंपरा निर्माण केली. अरबेला जेरुसलेम, बेतार, हेरोडियन, माखेरूस या सर्व ठिकाणी आपण तसाच शेवटपर्यंत लढा दिला. मसादाला आपण चार

वर्षे रोमन साम्राज्याशी टक्कर दिली आणि ते किल्ल्यात शिरले तेव्हा आत कोणीही जिवंत नव्हते. आपल्या लोकांनी स्वातंत्र्यासाठी जितका प्रखर लढा दिला आहे तसा जगात कोणीही दिलेला नाही. जगाच्या कानाकोपऱ्यात देशोधडीला लागायची पाळी येईपर्यंत आपण झगडतच होतो. त्यानंतर राष्ट्र म्हणून लढा द्यायची गेल्या दोन हजार वर्षात आपल्याला संधीच मिळाली नाही. वॉर्सा घेटोत ती मिळताच आपण अभिमानानेच आपल्या परंपरेला जागलो. आज एक्झोडस् सोडून स्वत:हून आपण पुन्हा काटेरी तारांच्या कुंपणाआडच्या तुरुंगात गेलो तर देवावरच्या आपल्या श्रद्धेलाच तडा जाईल असे माझे तरी स्पष्ट मत आहे.''

''कुणाला काही प्रश्न विचारायचे आहेत?'' बराच काळ राहिलेल्या शांततेचा भंग करत आरीने विचारले.

*अन्नसत्याग्रह / तास # ४२*

अमेरिका, दक्षिण आफ्रिका आणि इंग्लंडमधल्या सिनॅगॉग्जमधे आणि अनेक चर्चेसमधेही मुलांच्या सुरक्षिततेसाठी प्रार्थना.

*अन्नसत्याग्रह / तास # ४५*

एक्झोडस्‌वरच्या मुलांना सहानुभूती म्हणून अर्जेंटिनात ज्यूंचा अन्नसत्याग्रह.

*अन्नसत्याग्रह / तास # ४७.*

किटी एक्झोडस्‌वर पोचली तेव्हा अंधार पडत आला होता. दुर्गंधी तर भयानकच सुटलेली होती. डेक, लाईफबोटी, सुपरस्ट्रक्चर कुठे म्हणून पाय ठेवायला जागा नव्हती. सर्वत्र मुलेच. प्रत्येक जण अंगात असेल ती थोडीफार ताकद शिल्लक रहावी म्हणून हालचाल न करता निजून होता.

''बेशुद्ध पडलेल्या मुलांना मला प्रथम बघायचे आहे.'' किटीने सांगितले.

डेव्हिड तिला एक्झोडस्‌च्या पुढल्या बाजूला घेऊन गेला. बेशुद्ध पडलेल्या साठ मुलांना तीन ओळीत झोपवून ठेवले होते. डेव्हिडने गुडघ्यांवर बसून प्रत्येकाच्या चेहऱ्यावर कंदिलाचा प्रकाश पाडला. किटी एक एक चेहरा निरखून बघत पुढे जात होती. त्यांचे डोळे उघडून बघत होती. नाडी बघत होती. अर्ध्या डझन वेळा तरी कारेनसारख्या वाटणाऱ्या मुलीला वळवून बघताना तीच बेशुद्ध पडायची पाळी आली होती. मुले शून्य नजरेने तिच्याकडे बघत होती. त्यांचे चेहरे मातीचे थर बसावेत तसे दिसत होते. केसातसुद्धा घाणच घाण.

डेव्हिडने शिडी उतरून तिला डेकखाली नेले. या ठिकाणच्या दुर्गंधीचा भपकारा नाकात शिरताच तिच्या पोटात मळमळायला लागले. आत तसा अंधारच होता.

कंदिलाच्या मिणमिणत्या प्रकाशात स्टॅन्डस्‌वर एकावर एक मुले तिला दिसली. आतल्या डेकवर ती चिकटून चिकटूनच पडली होती. एका कोपऱ्यात कारेन होती. आसपास अनेक मुले एकमेकांच्या गळ्यात हातपाय अडकवून झोपलेली होती. शेजारीच दोव्हही पडलेला होता. खाली अंथरायला फाटकी तुटकी पटकुरे. सर्व डेकच घाणीने निसरडा झाला होता.

"कारेन! कारेन! मी किटी." किटी कुजबुजली.

कारेनने डोळे उघडले. डोळ्यांभोवती मोठी काळी वर्तुळे. ओठ सुकलेले. ती इतकी अशक्त झाली होती की, उठून बसण्याचीही तिच्या अंगात शक्ती नव्हती.

"किटी?"

"हो कारेन. मीच."

कारेनने हात वर केले. किटीने तिला घट्ट मिठी मारली.

"जाऊ नकोस किटी, मला फार भीती वाटते ग."

"नाही जाणार आता" किटी कसेबसे म्हणाली. तिने हळूच कारेनला पुन्हा झोपवले.

तिथून ती हॉस्पिटलमधे गेली. तिथल्या संपत आलेल्या औषधांच्या साठ्याकडे बघत एक नि:श्वास टाकत ती म्हणाली, "डेव्हिड, करण्यासारखे फार थोडे आहे. पण याच परिस्थितीत त्यांची स्थिती जरा सुखावह होईल एवढा प्रयत्न मी करते. तू आणि जोआब मला मदत कराल?"

"अर्थातच्."

"बेशुद्ध असलेल्या काही जणांची स्थिती खरीच गंभीर आहे. त्यांना स्पन्जिंग करायला हवे. निदान ताप तरी खाली येईल. डेकवर फार थंड होते. त्यांच्यावर पांघरूणे घालायला हवीत. नंतर ज्याला ज्याला शक्य आहे त्या प्रत्येकाने या जहाजाचा कानाकोपरा स्वच्छ करायला लागायला पाहिजे."

मृत्युला दूर ठेवण्यासाठी नंतर जीव तोडून किटी तासन् तास काम करण्यात दंगली. चमच्या चमच्याने सागर भरण्याचाच प्रयत्न खरा म्हणजे. एका मुलाची परिस्थिती जरा ताळ्यावर आणावी तर दुसऱ्या तीन मुलांची परिस्थिती अत्यंत बिघडायची. औषधे नाहीत, पाणी नाही, आवश्यक असणाऱ्या इतर कुठल्याच गोष्टी नाहीत. एक अस्त्र होते. अन्न! पण त्याचा वापर वर्ज्य होता.

*अन्नसत्याग्रह / तास # ८१.*

आता सत्तर मुले एक्झोडस्‌च्या वरच्या डेकवर होती. कायरेनियाच्या धक्क्यावर असलेल्या ब्रिटीश सैनिकांमधेही चुळबुळ वाढायला लागली होती. त्यांचा राग वाढायला लागला होता. अधिकाऱ्यांच्या आज्ञा ऐकण्याच्या मन:स्थितीत ते राहीनात.

अधिकाऱ्यांना दुरुत्तरे व्हायला लागली. कोर्ट मार्शलच्या धमकीला न दबता अनेकांनी आपली बदली करावी अशी मागणी करायला सुरुवात केली. सायप्रसचे लक्ष तर या छोट्या बंदरावरच खिळले होते.

*अन्नसत्याग्रह / तास # ८२*

कारेन हॅन्सेन क्लेमेन्टला बेशुद्धावस्थेत वर आणले.

*अन्नसत्याग्रह / तास # ८३*

किटी व्हीलहाऊसमधे गेली आणि खुर्चीत कोसळली. तिची अत्यंत दमछाक झाली होती. पस्तीस तास न थांबता ती काम करत होती. तिचे तिलाही आता काही कळेनासे झाले होते.

आरीने एका ग्लासमधे ब्रॅन्डी घालून तो तिच्यासमोर धरला.

"पी हा. तू काही अन्नसत्याग्रह करत नाहीस."

तिने क्षणात ग्लास रिकामा केला. थोडी ब्रॅन्डी पोटात गेल्यावर तीही थोडी ताळ्यावर आली. तिने बराच वेळ आरी बेन कनानकडे रोखून बघितले. त्याच्यावर तरी कुठल्याच गोष्टीचा परिणाम झालेला दिसत नव्हता. त्याच्या कठोर डोळ्यांकडे बघताना ती विचार करत होती की, आता हा काय विचार करत असेल, कुठली कारस्थाने रचत असेल, कुठले डावपेच खेळायचा विचार करत असेल? याला भीती या शब्दाचा स्पर्श तरी आयुष्यात कधी झाला असेल? कधी दुःख झाले असेल? कोणत्या गोष्टीचा खराखुरा धक्का बसला असेल?

"या अगोदरच तू मला भेटायला येशील असे वाटले होते मला."

"मी तुझ्याकडे काहीही मागणार नाही आरी बेन कनान– बेन कनान आणि साक्षात् परमेश्वरच तू यांचा– बरोबर ना? डझनभर मुले मरणाच्या पंथाला लागली आहेत. चांगल्या पालमाखनिखप्रमाणे मी आपला रिपोर्ट देते आहे. ती मरणारच आहेत बहुधा. असेच राज्य चालवतोस ना तू?"

"माझा अनेकांनी अनेक तऱ्हांनी अपमान केला आहे किटी. माझ्यावर त्याचा काही परिणाम होत नाही. आणि हा तुझा मानवतावाद सर्वांसाठी आहे का फक्त एकाच मुलीसाठी?"

"ते विचारण्याचा तुला काहीही हक्क राहिलेला नाही."

"मग मीच सांगतो. तू एकाच मुलीच्या प्राणांची भिक्षा मागते आहेस. मी स्वतः अडीच लक्ष लोकांच्या प्राणांची भीक मागतो आहे."

"मला वाटते की, परत कामाला लागावे. मला एक्झोडस्‌वर का यायचे होते ते तुला ठाऊक होते आरी. तू कसे येऊ दिलेस मला?"

तिच्याकडे पाठ फिरवून तो खिडकीतून बाहेर बघायला लागला. "शक्य आहे की, मलाच तुला भेटावेसे वाटत होते म्हणून."

*अन्नसत्याग्रह / तास # ८५*

जनरल सर क्लॅरेन्स टेव्हर ब्राऊन सदरलॅन्डच्या ऑफिसात अस्वस्थपणे फेऱ्या घालत होता. अनेकदा खिडकीजवळ थांबून त्याने कायरेनियाच्या दिशेने नजर टाकली.

सदरलॅन्ड खुर्चीवर बसला होता. समोरच्या टेबलावर सॅन्डविचेसने भरलेले ट्रे होते. "सर क्लॅरेन्स, जरा शांतपणे बसाल का? काहीतरी थोडे खा. चहा घ्या."

टेव्हर ब्राऊनने घड्याळाकडे बघत एक निःश्वास टाकला. तो खुर्चीत बसला. त्याने एक सॅन्डविच उचलले. त्याचा तुकडा मोडला. ते खाली ठेवले."काही खाल्ले तरी आता अपराधीपणाची टोचणी लागते मला."

"सद्सद्विवेकबुद्धी असणाऱ्या माणसाच्या दृष्टीने वाईट प्रसंगच आला आहे." सदरलॅन्ड उत्तरला. "दोन युद्धे, अकरा देशात नेमणुका, सहा पदके, तीन किताब आणि निःशस्त्र अशा लहान पोरांनी आज मला रोखून धरले आहे. तीस वर्षांची सेवा अशा तऱ्हेने संपावी सर क्लॅरेन्स?"

टेव्हर ब्राऊनची नजर खाली वळली.

"मला माहिती आहे तुम्हाला माझ्याशी बोलायचे आहे ते." सदरलॅन्ड म्हणाला.

टेव्हर ब्राऊनने कपामधे चहा ओतला. त्याला कशा तऱ्हेने विषयाला तोंड फोडावे ते कळत नव्हते. "हे बघ ब्रूस, माझ्यावरच जर..."

"सर क्लॅरेन्स, तुम्हाला वाईट वाटून घ्यायचे काही कारण नाही. मलाच खरे तर दुःख होते आहे की, मी तुमचा विश्वास सार्थ ठरवू शकलो नाही." सदरलॅन्ड उठला. त्याचे डोळे पाण्याने डबडबले होते. "मी थकलो आहे आता. फार फार थकलो आहे."

"तुला पूर्ण पेन्शन मिळेल. तुझी निवृत्तीही गाजावाजा न करता केली जाईल. मी तेवढे नक्की करेन." टेव्हर ब्राऊन म्हणाला, "आणि मी येताना पॅरीसला थांबलो होतो. नेडीला भेटलो. बऱ्याच गप्पा मारल्या. मी तुझी परिस्थितीही तिला सांगितली. एक सांगू? तू जर थोडासा पुढाकार घेतलास तर तुम्ही दोघे पुन्हा एकत्र याल. तिला तू परत हवा आहेस. तुलाही तिची गरज आहे आता."

सदरलॅन्डने नकारार्थी मान हलवत म्हटले, "तो आता फार जुना इतिहास झाला. शिवाय नेडी आणि मी, आम्हाला दोघांना जोडणारा एकच दुवा होता. सैन्य! आता शक्य नाही ते."

"काय करायचे ठरवले आहेस तू?"

"तीन महिने सायप्रसमध्ये राहिलो आणि माझ्यावर काही तरी वेगळाच परिणाम झाला आहे. मुख्यत: गेल्या काही आठवड्यात तर मला तशी जास्तीच जाणीव होते. तुमचा एखादेवेळी विश्वास बसणार नाही मी सांगतो आहे त्यावर. पण मी हरलो आहे, पराभूत झालो आहे असे खरेच वाटत नाही मला. उलट खूप काळापूर्वी गमावलेले काहीतरी अकल्पितपणे पुन्हा हाताला लागले आहे असे वाटते."

"काय ते?"

"सत्य! मी सायप्रसचा कमान्डर म्हणून यायचे कबूल केले त्यावेळी तुम्ही काय म्हणाला होतात ते आठवते? फक्त देवाचेच राज्य योग्य आणि अयोग्य यांच्या विचारावर चालते. भूमिवरली राज्ये तेलावर चालतात."

"आठवते मला."

"एक्झोडस् प्रकरण निर्माण झाल्यापासून याच गोष्टीचा मी खूप विचार केला आहे. सत्य काय आहे याची आयुष्यभर मला उमज पडत होती. योग्य काय आणि अयोग्य काय हे देखील कळत होते. पण त्याप्रमाणे वागणे, ते अमलात आणून या पृथ्वीवर देवाचे राज्य निर्माण करण्याचा प्रयत्न करणे ही फारच वेगळी गोष्ट आहे. स्वत:च्या अस्तित्वासाठीच माणूस आयुष्यभर किती तरी वेळा समजून उमजून तिरस्कार वाटणाऱ्या गोष्टी करत असतो. स्वत:च्या तत्त्वांवर दृढ विश्वास असणारी अगदी थोडी माणसे कुचेष्टा, यातना, छळ आणि मृत्युलासुद्धा हसत सामोरी जातात. मला फार आदर वाटतो अशा लोकांचा. पण त्यांच्या मनाला काय शांतता लाभत असेल. आपल्यासारख्या मर्त्य माणसांना ते समाधान कधीच मिळू शकणार नाही. गांधीजी ही अशीच एक आदरणीय व्यक्ती आहे."

"म्हणूनच ज्यू लोक जमिनीच्या ज्या ओसाड तुकड्याला आपला स्वर्ग मानतात तिकडेच जायचे मी ठरवले आहे. मला सर्व माहीत करून घ्यायची इच्छा आहे– गॅलिली, जेरूसलेम– सर्व."

"नशिबवान आहेस. मला हेवा वाटतो तुझा ब्रूस."

"एखादेवेळी साफेदजवळच मी राहीन.– माऊन्ट कनानवर."

मेजर ॲलीस्टेर ऑफिसमध्ये आला. त्याचा चेहरा पांढरा फटफटीत पडला होता. हातातला कागद टेव्हर ब्राऊनच्या हातात देत असताना त्याचा हात देखील थरथरत होता. टेव्हर ब्राऊनने ती चिठ्ठी एकदा वाचली, दुसऱ्यांदा. विस्फारलेल्या डोळ्यांनी पुन्हा पुन्हा वाचली. त्याचा स्वत:च्या डोळ्यांवरचा विश्वास उडाला होता. "अरे देवा! आता तूच फक्त वाचवू शकशील आम्हाला," असे पुटपुटत त्याने हातातली चिठ्ठी ब्रूस सदरलॅन्डकडे दिली.

**तातडीचे**

*उद्यापासून दररोज दुपारी दहा जण ब्रिटीश सैन्यासमोर एक्झोडस्‌च्या ब्रिजवर आत्मघात करून घेतील असे आरी बेन कनान या एक्झोडस्‌च्या प्रवक्त्याने आज जाहीर केले. एक्झोडस्‌ला पॅलेस्टाईनला जायची परवानगी मिळेपर्यंत किंवा जहाजावरील प्रत्येकजण मृत्युमुखी पडेपर्यंत हे सत्र चालू राहील.*

हम्फ्रे क्रॉफर्ड आणि इतर अर्धा डझन सल्लागारांसह ब्रॅडशॉ लंडनपासून दूर अशा एकांतवासातील घरात विचारविनिमय करण्यासाठी गेला. एक्झोडस्‌वर आत्मघाताची लाट सुरू व्हायला चौदा तास शिल्लक होते.

एक्झोडस् प्रकरणाबाबतचे सर्व अंदाज चुकले होते. एक्झोडस्‌वरल्या छोट्या मुलांचा प्रखर निर्धार आणि चिवटपणा यांची कल्पना कुणाला आलीच नव्हती. खरोखर या प्रकरणामुळे जगभर किती गदारोळ उडणार आहे आणि एक्झोडस् हे प्रचाराचे किती प्रभावी माध्यम ठरणार आहे याचेही आडाखे कुणाला बांधता आले नव्हते. सर्वात महत्त्वाची गोष्ट म्हणजे बेन कनान चढाईचा पवित्रा घेऊन निर्णय घेणे भाग पडले अशी पाळी आणेल हे कुणाच्याही स्वप्नात आले नव्हते. ब्रॅडशॉ कितीही हट्टी असला तरी या प्रकरणात आपल्याला माघार घ्यावी लागणार आहे हे त्याला कळून चुकले होते. यातून सन्मानाने मार्ग कसा काढायचा एवढाच विचार तो करत होता.

क्रॉफर्ड आणि त्याच्या इतर सल्लागारांनी इंग्लंड, अमेरिका आणि पॅलेस्टाईनमधल्या डझनावारी ज्यू नेत्यांना फोन केले. तारा केल्या आणि मध्यस्थी करण्याची विनंती केली. पॅलेस्टाईनमधले ज्यूच एखादेवेळी बेन कनानला आवरू शकले असते. निदान त्याने जाहीर केलेला आत्मघाताचा निर्णय थोडा लांबणीवर टाकला तर दुसरी काही योजना आखायला वेळ तरी मिळाला असता आणि बेन कनानला बोलणी करण्यात गुंतवता आले तर मग जन्मभर वाटाघाटींचे गुऱ्हाळ चालू ठेवता आले असते. एक्झोडस् प्रकरण होते तरी काय ते सुद्धा तोपर्यंत जग विसरून गेले असते. सहा तासात ब्रॅडशॉला जगभरच्या नेत्यांकडून उत्तरे मिळाली. सर्वांचे उत्तर एकच होते.

**आम्ही मध्यस्थी करणार नाही.**

ब्रॅडशॉने सायप्रसमधल्या टेव्हर ब्राऊनशी संपर्क साधला. ब्रिटीश तडजोडीला तयार आहेत तेव्हा एक्झोडस्‌ने आपला निर्णय चोवीस तास पुढे ढकलावा अशी विनंती करायला सांगितली.

टेव्हर ब्राऊनने मिळालेल्या सूचना आरी बेन कनानच्या कानावर घातल्या आणि त्याचे उत्तर इंग्लंडला कळवले.

**तातडीचे**

*बेन कनानने आता चर्चा करण्यासारखे काही नाही असे सांगितले. एक तर एक्झोडस् पॅलेस्टाईनला जाईल किंवा जाणार नाही. त्याने आणि एक अट घातली आहे. एक्झोडस्वरच्या पॅलेस्टाईनहून आलेल्या सर्व ज्यूंना माफी मिळणेही आवश्यक आहे. बेन कनानचे उत्तर थोडक्यात एकच आहे : माझ्या लोकांना जाऊ दे!*

*टेव्हर ब्राऊन*

सेसिल ब्रॅडशॉची झोप उडाली. सहा तासांनी एक्झोडस्वरल्या मुलांनी आत्महत्या करून घ्यायला सुरुवात केली असती. तीन तासाच्या आत मंत्रीमंडळाला निर्णय कळवायलाच हवा होता. तडजोडीची आशाच नव्हती.

कोणत्या माथेफिरू माणसाबरोबर त्याची गाठ पडली होती? का आरी बेन कनान या पाषाणहृदयी, धूर्त आणि कारस्थानी माणसाने टाकलेल्या कपटजालात तो खोल खोल रूतत चालला होता?

**माझ्या लोकांना जाऊ दे!**

त्याने खुर्चीवर बसून टेबललॅम्प लावला.

**तातडीचे**

*उद्यापासून दररोज दुपारी दहा जण ब्रिटीश सैन्यासमोर एक्झोडस्च्या ब्रिजवर आत्मघात करून घेतील असे आरी बेन कनान या एक्झोडस्च्या प्रवक्त्याने आज जाहीर केले...*

आत्मघात– आत्मघात– आत्मघात–

ब्रॅडशॉचा हात इतका कापायला लागला की, चिठ्ठी हातातून गळून पडली.

टेबलावर अनेक युरोपियन आणि अमेरिकन सरकारांकडून आलेले संदेशही होते. सभ्य राजकीय भाषेत सर्वांनी एक्झोडस्बद्दल काळजी व्यक्त केली होती आणि प्रत्येक अरब देशाच्या सरकारकडूनही पत्र आलेले. त्या सर्व पत्रांचाही सूर एकच. एक्झोडस्ला पॅलेस्टाईनला जायला परवानगी देणे म्हणजे प्रत्येक अरब नागरिकाच्या स्वाभिमानाला दुखवणारे कृत्य ठरेल.

सेसिल ब्रॅडशॉ पार गोंधळला होता. गेले काही दिवस त्याने नरकवासच भोगला होता. तीस वर्षे मध्यपूर्वेतले धोरण आखता आखता एका नि:शस्त्र टग बोटीने

इतकी बिकट परिस्थिती निर्माण करावी? हे असे घडले तरी कसे?

तो एक क्रूर आणि जुलमी माणूस ठरत होता हे दुर्दैवच नव्हते का? तो ज्यूंचा कट्टर विरोधक आहे असा आरोप त्याच्यावर कुणीही करू शकत नव्हता. पॅलेस्टाईनमधल्या ज्यूंबद्दल खरे तर त्याला आदरच होता. त्यांना पॅलेस्टाईनला का जायचे आहे हे तो समजू शकत होता. वेगवेगळ्या परिषदांमध्ये बुद्धीमान झायोनिस्टांबरोबर वादविवाद करण्यातही वेगळाच आनंद असे. पण अगदी मनापासून त्याला वाटत होते की, ब्रिटनचे हितसंबंध अरबांमध्येच गुंतले आहेत. पण पॅलेस्टाईन मॅन्डेटप्रमाणे आता पाच लाखांवर ज्यू पॅलेस्टाईनमध्ये असते. अरब देश त्यांच्याच प्रदेशात ज्यू राष्ट्राची निर्मिती करण्यास ब्रिटन उत्तेजन देत आहेत म्हणून खवळायला लागले होते.

वर्षानुवर्षे तो निदान स्वत:शी तरी प्रामाणिक होता. व्यवहारी विचाराने, वस्तुस्थितीचा विचार करून काम करत होता. मग आताच काय झाले? एक्झोडस्च्या डेकवर त्याला स्वत:ची नातवंडेच बेशुद्धावस्थेत पडली आहेत असे का वाटायला लागले होते? तो वृत्तीने फार धार्मिक नसला तरी प्रत्येक सुसंस्कृत इंग्रज माणसाप्रमाणे त्यालाही त्याचे बायबल माहीत होते. एक्झोडस्वर एखाद्या अज्ञात गूढ शक्तीचा वावर तर नव्हता ना? छे! काय गाढवासारखा विचार. तो एक अनुभवी, राजकारण धुरंधर पुरुष होता. भलत्या सलत्या दैवी शक्तीवर त्याचा विश्वास नव्हता.

त्याच्याकडे अफाट सैन्य होते, नौदल होते. एक्झोडसच काय पण बेकायदेशीरपणे पॅलेस्टाईनमध्ये घुसण्याचा प्रयत्न करणारे प्रत्येक जहाज चिलटासारखे चिरडून टाकण्याइतकी ताकद होती. पण मग तसा हुकूम द्यायला तो का धजावत नव्हता?

पण इजिप्तच्या फॅरोह राजांकडेही अफाट सैन्य नव्हते का? ब्रॅडशॉ घामाघूम व्हायला लागला. काय मूर्खासारखा विचार. तो विचार करून थकला होता हीच गोष्ट खरी होती.

## माझ्या लोकांना जाऊ दे!

ब्रॅडशॉने लायब्ररीत जाऊन बायबल काढले. धडधडत्या हृदयाने एक्झोडस् या प्रकरणाची पाने उलटायला सुरुवात केली. देवाचा कोप झाला आणि दहा भीषण आपत्ती एका मागोमाग एक इजिप्तवर कोसळल्या.

पण तो फॅरोह नव्हता. नव्हता ना? मग ब्रिटनवर कशाला देवाच्या शापांचे बळी बनण्याची पाळी येईल? तो परत आपल्या खोलीत गेला. पण शांतपणा लाभत नव्हता. त्याच्या डोक्यात तेच तेच शब्द पुन्हा पुन्हा घणासारखे घाव घालत होते.

*माझ्या लोकांना जाऊ दे!*
*माझ्या लोकांना जाऊ दे!*

''क्रॉफर्ड!!!'' तो ओरडला ''क्रॉफर्ड!!''

क्रॉफर्ड धावत धावतच आत शिरला. ''तुम्ही बोलावलेत सर?''

''क्रॉफर्ड! ताबडतोब सायप्रसमधल्या टेव्हर ब्राऊनही संपर्क साध. त्याला सांग... त्याला सांग की, एक्झोडस्‌ला पॅलेस्टाईनला जायची परवानगी आहे.''

❑❑❑

## भाग २

# ही भूमी माझी आहे

ही भूमी माझी आहे. तुम्ही परके आहात आणि माझ्या आश्रयाला आला आहात. तुम्हीच ताब्यातला भूप्रदेश स्वतंत्र करून घेतला पाहिजे.

*देवाने मोजसला सांगितल्याप्रमाणे*
***-लेव्हिटिकस्***

# १

एक्झोडस्‌मुळे निर्माण झालेले वादळ शमले.

काही क्षणात बातमी जगभर पोचली. काही मिनिटात सर्व वर्तमानपत्रात मथळे झळकले. ‘‘एक्झोडस्‌ निघणार.’’

सायप्रसमधल्या जनतेच्या आनंदाला सीमा नव्हती. जगभर सर्वांनी सुटकेचा नि:श्वास टाकला.

एक्झोडस्‌वरली मुले मात्र पार गलितगात्र झाली होती. मुलांना वैद्यकीय मदत देण्यासाठी आणि जहाजावर आवश्यक ती साधनसामुग्री चढवण्यासाठी ब्रिटिशांनी आरी बेन कनानला एक्झोडस्‌ धक्क्याला लावण्याची विनंती केली.

ती धक्क्याला लागताच कायरेनियात धांदल उडाली. डझनावारी ब्रिटिश डॉक्टर्स एक्झोडस्‌वर चढले. डोम हॉटेलमधल्या काही खोल्यांचे तात्पुरते हॉस्पिटलमध्ये रूपांतर केले होते. ज्या मुलांची अवस्था जास्ती वाईट होती त्यांना हॉस्पिटलमध्ये हलवण्यात आले. सायप्रसमधल्या जनतेने अन्नवस्त्रांच्या पुरवठ्याबरोबर मुलांसाठी हजारो भेटी पाठवल्या. रॉयल इंजिनिअर्सनी एक्झोडस्‌ची तपासणी करून दुरुस्त्या सुरू केल्या. स्वच्छता पथकांनी जहाज स्वच्छ करून चकाचक बनवायला सुरुवात केली.

पॅलेस्टाईनला पोचायला दीड दिवस पुरला असता. पण सर्व मुलांची प्रकृती सुधारायला आणि जहाज प्रवासासाठी सज्ज करायला बरेच दिवस लागतील याची सर्वांनी आरीला कल्पना दिली. सायप्रसमधल्या ज्यूंनी लौकरच येणारा हानुक्का (Festival of Lights) हा सण मुलांनी सायप्रसमध्ये साजरा करून निघावे अशी आरीला केलेली विनंती त्याने मान्य केली.

कारेनच्या प्रकृतीला कुठलाही धोका नाही याबद्दल किटीची पुन्हा पुन्हा खात्री पटवल्यावरच ती स्नान करून कित्येक दिवसांनी सलग सतरा तास झोपली.

किटी झोपून उठली. तिच्या लक्षात आले की, एका गोष्टीचा निर्णय आता लांबणीवर टाकता येणार नाही. कारेन नक्कीच पॅलेस्टाईनला जाणार होती. आता एक तर तिचा संबंध कायमचा तोडायला हवा नाहीतर तिच्याबरोबर पॅलेस्टाईनला जायला हवे. संध्याकाळी मार्क आला.

‘‘अजून धावपळ चालूच आहे का?’’ तिने विचारले.

‘‘अजिबात नाही. एक्झोडस्‌ आता जुनी बातमी झाली. फार तर ती हैफाला पोचेल तेव्हा वर्तमानपत्रांच्या पहिल्या पानावर एक चित्र येईल.’’

"लोक किती लौकर सर्व विसरतात नाही?"

"तसे नाही किटी. पण जगाचे रहाटगाडगे कुणासाठी थांबत नाही."

"आणि तू काय करणार आता?"

"पुन्हा अमेरिकेला परत जाईन. नंतर एखादेवेळी आशियात कुठे तरी. ब्रिटिश काही मला पॅलेस्टाईनमध्ये पाऊल टाकू देणार नाहीत."

मार्कने उगीचच इकडे तिकडे बघायला, टिवल्याबावल्या करायला सुरुवात केली. मधेच तो तिच्याकडे रोखून बघे. आपल्या मनात काय विचार चालू आहेत याचा बरोबर अंदाज त्याला आहे ही कल्पना आल्यानेच की काय ती एकदम रागावली.

"मग कधी जाणार पॅलेस्टाईनला?" त्याने शांतपणे विचारले.

"माहीत नाही."

"म्हणजे अजून कबूल करत नाहीस जायचे आहे म्हणून."

"तसे नाही. माहीत नाही हेच खरे."

"जा तू पॅलेस्टाईनला. हेच ऐकायचे आहे ना माझ्याकडून?"

"पण ज्यूंबरोबर आजही मला विचित्र वाटते."

"त्या मुलीबरोबर मात्र नाही. खरे आहे ना मी काय म्हणतो आहे ते? अजूनही तिला पाहिले की, तुझ्या मुलीची आठवण येते तुला?"

"नाही, आता नाही. पण तरीही ती मला हवी आहे."

"आता एक धक्कादायक प्रश्न विचारू मिसेस् फ्रेमॉन्ट?"

"विचार की,."

"आरी बेन कनानच्या प्रेमात पडली आहेस?"

प्रेमात? आरी बेन कनानच्या प्रेमात? तो जवळपास असला, बोलला किंवा त्याचा विचार मनात आला तरी तिच्या मनात वादळ उठायचे. त्याची भीतीही वाटायची. त्याच्या धाडसाचे आणि सुप्त शक्तीचे तिला कौतुक वाटे. तसा दुसरा पुरुष तिने आजपर्यंत तरी पाहिला नव्हता. त्याने नुसते तिच्याकडे बघितले तरी तिच्यावर परिणाम व्हायचा.

"कळत नाही मला. पाऊल धड पुढे टाकता येत नाही आणि सरळ निघूनही जाता येत नाही. कळत नाही का ते."

नंतर कारेनबरोबर डोम हॉटेलमधल्या हॉस्पिटलमध्ये किटीने तासभर घालवला. Eretz Israel 'इस्राएलची पवित्र भूमी' या दोनच शब्दांचा मुलांवर जो जादूसारखा परिणाम होत होता तो बघून डॉक्टरसुद्धा चकित झाले होते.

किटी इतर मुलांकडे बघत होती. कोण होती ती? कुठून आली होती? कुठे जाणार होती? काय चमत्कारिक माणसे ही! कुठला ध्यास घेऊन बसली होती!

ती तासभर कारेनजवळ बसली होती. कारेन आणि किटी मधेच गप्प होत होत्या. पॅलेस्टाईनला जाण्याचा विषय काढण्याचे धैर्य दोघींनाही होत नव्हते. थोड्या वेळाने कारेनला झोप लागली. किती सुंदर दिसत होती ती. तिला हळूच थोपटल्यावर ती झोपेमधेच गोड हसली.

ती बाहेर पडली. दोव्ह लानडाव बाहेर फेऱ्या मारत होता. दोघेही एकमेकांकडे बघत थांबली. शब्दही न बोलता किटी पुढे गेली.

झेव गिलबोआ आणि जोआब यारकोनी एक्झोडस्‌वर चढवण्यात येणाऱ्या मालावर लक्ष ठेवत होते. किटीने आसपास एक नजर टाकली. आरी कुठे दिसत नव्हता.

"शालोम किटी!" दोघांनीही आवाज दिला.

"हॅलो!" ती उद्गारली.

थंडी पडत होती. "कळले पाहिजे मला. कळलेच पाहिजे." ती स्वेटर चढवत स्वत:शी पुटपुटली. धक्क्यावर डेव्हिड बेन अमी बसला होता. पाण्यात दगड टाकत कुठल्या तरी विचारात गढला होता. ती हळूच त्याच्याजवळ पोचली. त्याने वर बघितले. किटी दिसताच तो हसला.

"शालोम किटी! चांगली विश्रांती झालेली दिसते."

ती त्याच्याजवळ बसली. काही क्षण दोघेही शांतपणे समुद्राकडे बघत होते.

"घराचा विचार करतो आहेस?" किटीने विचारले.

"हो."

"यार्देना– हेच नाव आहे ना तिचे? आरीची बहिण?" डेव्हिडने मान डोलावली.

"भेटणार तिला?"

"नशीब असेल तर थोडा काळ घालवता येईल तिच्याबरोबर."

"डेव्हिड?"

"काय?"

"मुलांचे काय होणार?"

"आम्ही काळजी घेऊ त्यांची. ही मुले म्हणजेच तर आमचा भविष्यकाळ आहे."

"त्यांना धोका आहे?"

"खूपच."

किटी काही क्षण स्तब्ध राहिली.

"तू येणार आहेस ना आमच्याबरोबर?" डेव्हिडने हळूच विचारले.

"का विचारतो आहेस असे?" तिने चमकूनच विचारले.

"तू जवळपास असण्याची खरी म्हणजे सवयच झाली आहे. आरीही असे काही तरी बोलत होता."

"मग तो का तसे सरळ विचारत नाही?"

डेव्हिड हसला, "आरी? तो कशाबद्दलही कुणाला विचारत नाही."

"डेव्हिड!" ती एकदम म्हणाली, "मला मदत हवी आहे. कोडे पडते मला एक. तूच फक्त असा आहेस की, काही समजावून सांगू शकशील."

"शक्य असेल तर निश्चित मदत करेन किटी."

"माझा आयुष्यात ज्यूंशी विशेष कधी संबंध आलेला नाही. फार गोंधळ उडतो माझ्या मनात."

"काळजी नको. आम्हीच आमच्यात जास्ती गोंधळ निर्माण करत आहोत."

"प्रामाणिकपणे सांगायचे तर डेव्हिड मला फार परक्यासारखे वाटते."

"बहुतेक सर्वांना तसेच वाटते किटी. अगदी मित्र म्हणवतात त्यांनाही. आमच्यावर झालेल्या अत्याचारांमुळे काही जणांना उगीचच दोषी वाटत असते. काही जणांना वाटते तेच ज्यू असायला हवे होते. देवालाच त्याचे कारण माहीत. पण आम्ही इतरांच्या मनात खूप गोंधळ उडवतो ही गोष्ट खरी आहे."

"आणि आरी बेन कनान? कोण आहे तो? खरा कोण आहे? काही वेळा मनात संशय येतो डेव्हिड की, हा खराखुरा आहे की, नाही."

"आरी बेन कनान खराखुरा आहेच. ऐतिहासिक दुर्घटनेतून निर्माण झालेला पुरुष."

जेवायची वेळ होत आली होती. त्यांनी परत हॉटेलच्या दिशेने चालायला सुरुवात केली. "त्याच्याबद्दल सांगायचे तर कुठून सुरुवात करायची तेच कळत नाही किटी, पण ज्युईश पेलमधल्या सिमॉन राबिन्स्की पासून सुरुवात केली तरच कळेल. पेल म्हणजे रशियातला एक भाग की, ज्यामध्ये युक्रेनचाही समावेश आहे."

## २

*झितोमिर– रशिया– १८८४*

सिमॉन राबिन्स्की बूट बनवायचा. त्याच्या पत्नीचे नाव राचेल. त्यांना दोन मुले होती. तीच त्यांची संपत्ती.

धाकटा याकोब चौदा वर्षांचा होता. अत्यंत बुद्धीमान, तिरकस डोक्याचा आणि तिखट जिभेचा. कुणाशी पटायचे नाही.

मोठा जोसी. फक्त सोळाच वर्षांचा होता पण सहा फूटांपेक्षा उंच आणि अत्यंत दणकट. त्याच्याकडे बघताच डोळ्यांत भरत ते त्याचे लाल केस, आईसारखेच. पण तो अत्यंत शांत आणि विचारी होता. याकोबची तल्लख बुद्धी आणि जोसीची

ताकद एकत्र केली गेली असती तर सुपरमॅनच तयार झाला असता.

राबिन्स्की कुटुंबाची परिस्थिती अत्यंत हलाखीची होती. बेझारेबिया, युक्रेन, क्रीमिआ आणि व्हाईट रशिया या भागाला ''ज्युईश पेल ऑफ सेटलमेन्ट'' म्हणत. इतरांपासून दूर असलेल्या या भागाच्या कक्षा १८०४ मध्ये नक्की झाल्या. रशियामधल्या ज्यूंना फक्त याच भागात वास्तव्य करायची परवानगी होती. हा एक प्रचंड घेटो होता. ज्यूंना कोंडण्यासाठी कोंडवाडा. घेटोच्या सीमेबाहेर मॉस्को, पेट्रोग्राडला जायची बंदी होती. फक्त श्रीमंत ज्यूच पैसा चारून आपला मुलगा किंवा मुलगी बाहेर पाठवू शकत.

ज्यूंना कायमच मिळणाऱ्या तिरस्करणीय वागणुकीमधली घेटोची स्थापना ही एक क्षुल्लक घटना होती. क्रीमिआमध्ये पहिल्या शतकात ज्यू आले. त्या भागातल्या खझार राज्यकर्त्यांना जुडाईझमची इतकी भुरळ पडली की, त्यांनी ज्यू धर्मच स्वीकारला. खझार हे ज्यू राज्यच झाले. दहाव्या शतकाच्या आसपास उत्तरेकडल्या रशियनांनी या भागाचा कब्जा घेतला आणि खझारांचा मागमूस शिल्लक ठेवला नाही. ज्यूंवरच्या अत्याचारांची ही नुसती सुरुवात होती.

त्याच वेळी इस्लामच्या तलवारींनी रशियाचा काही भाग ताब्यात घेतला. हाच काळ ज्यूंच्या दृष्टीने शांततेचा आणि समृद्धीचा गेला. इस्लामचा उदय आणि प्रसार यामागे ज्यू ही नक्कीच एक प्रभावी शक्ती होती.

मुस्लीमांचा पाडाव झाल्यावर रशियाची सत्ता झार आणि ग्रीक चर्च यांच्या हातात गेली. मध्ययुगात पाखंडी ठरवून शेकडो ज्यूंना जिवंत जाळण्यात आले. ज्यू हे चेटके असतात, ते ख्रिश्चनांचे रक्त त्यांच्या धार्मिक विधींमध्ये वापरतात ही गोष्ट अज्ञानी शेतकऱ्यांच्या मनावर अगदी ठामपणे बिंबवली गेली.

शतकानुशतकांच्या क्रौर्याने पहिल्या कॅथरीनच्या काळात कळस गाठला. ग्रीक ऑर्थाडॉक्स चर्चची सक्ती न पाळणाऱ्या ज्यूंची ठरवून कत्तल करायला सुरुवात झाली. पोग्रोम! पण कोणत्याही ज्यूने धर्म बदलला नाही. तिने लाखो ज्यूंना रशियाबाहेर काढले. बहुतेक पोलंडमध्ये गेले.

नंतर सारखा युद्धाचाच काळ आला. पोलंडचे सारखे तुकडे उडत होते आणि ते जोडले जात होते. दुसऱ्या कॅथरीनच्या काळापर्यंत पोलंडमध्ये दहा एक लक्ष ज्यू होते.

छोट्या छोट्या खेड्यांमधूनसुद्धा ज्यूंची हकालपट्टी करून त्यांना ज्युईश पेलमध्ये पाठवण्यात आले. दरवर्षी किती ज्यूंनी लष्करात भरती व्हायचे याचा आकडाच झारने ठरवून दिला. भरती झाली की, पंचवीस वर्षे लष्करी नोकरी करावी लागे.

सिमॉन राबिन्स्की, त्याची पत्नी राचेल आणि मुले याकोब आणि जोसी हे पेलमधले कैदी होते. तिथले आयुष्यच वेगळे होते. इतर रशियनांशी या ज्यूंचा

काडीमात्र संबंध यायचा नाही. संबंध फक्त टॅक्स कलेक्टरशी यायचा. तो पवित्र मेणबत्त्यांपासून गाद्या, उशा, बूट, मनात येईल ते घेऊन जायचा. कधीमधी ज्यूंच्या रक्ताला चटावलेली कोसॅक्सची टोळकी धिंगाणा घालून जात.

सर्वसामान्य रशियन जनतेपासून अलग पडलेल्या या ज्यूंना रशियाबद्दल आपुलकी नव्हती. त्यांची बोली भाषा आणि लिपी होती यिद्दीश. जर्मन भाषेचाच एक भ्रष्ट अवतार. प्रार्थनेची भाषा होती हिब्रू. ज्यूंचा पोशाखही वेगळाच असायचा. लांब गॅबर्डीनचा कोट आणि काळी टोपी. कायद्याने बंदी असली तरी अनेक ज्यू कल्ले राखत. एखाद्या ज्यूला पकडून त्याचे कल्ले कापून टाकणे हा रशियनांचा एक खेळ झाला होता.

घेटोच्या भिंतीआड सिमॉन राबिन्स्की त्याच्या आजोबांप्रमाणे आणि वडिलांप्रमाणे आयुष्य घालवत होता. गरिबीमुळे तसे वागणे भागच होते. नुसते जगण्यासाठीच आटापिटा करावा लागत असूनही, घेटोमध्ये उद्योगधंद्यांबाबत कडक नियम होते. दुसऱ्याच्या पोटावर पाय येईल असा व्यवसाय करायचा नाही.

सर्व आयुष्य सिनॅगॉग आणि पवित्र कायद्यांभोवती गुंफलेले. राब्बी हाच धर्मगुरू, शिक्षक, न्यायाधीश. घेटोमधले राब्बी मोठे बुद्धिमान होते. यांचे अधिकार अमर्याद होते. त्यांच्या नेतृत्वाखाली ज्यूंचे सरकार चाले. डझनावारी बायब्लीकल आणि तलमूदीक संस्था होत्या. अनाथाश्रम होते. गरीब मुलींसाठी हुंड्याची व्यवस्था करणाऱ्या संस्था होत्या. आजारी, अपंग, वृद्ध यांची काळजी घेतली जाई. सिनॅगॉग्जमध्ये अनेक अधिकारपदे होती. गरीब ज्यू त्यांच्याहून गरीब असणाऱ्या ज्यूंना दान करत. औदार्य, दयाळूपणा ही अकरावी अलिखित देवाची आज्ञा होती. ज्ञानाचा पाठपुरावा करण्यासाठी कसलीच अडचण येऊ दिली जायची नाही.

अनेकांना वाटे की, राब्बींच्या खालोखाल अत्यंत शहाणा कोण असेल तर तो बूट बनवणारा राबिन्स्की. घेटोमध्ये सर्वच गरीब तेव्हा ज्ञानी माणूस हाच खरा श्रीमंत.

ज्यू त्यांच्या तलमूदला सागर म्हणतात. आयुष्यभर त्याचे वाचन आणि मनन केले तरी संपणार नाही. दुसरे पुस्तक उघडायची आवश्यकता नाही. वागावे कसे पासून स्वच्छतेपर्यंतचे नियम तलमूदमध्ये आहेत. कायदे-कानून आहेत. चालीरिती सांगितल्या आहेत. राबिन्स्कीची मुले तलमूदचा अभ्यास करत आणि तोराचाही. तोरा म्हणजे मोजसने लिहिलेली पाच पुस्तके. ज्यूंचा सर्वात पवित्र धर्मग्रंथ. बायबलही शिकत. मिशनचे अलिखित कायदे, म्हणी आणि कब्बाला– ज्यूंचे गूढवादावरचे पुस्तक, प्रार्थना, कविता, चालीरिती माहीत असायलाच हव्यात.

राबिन्स्कीचे आयुष्य खडतर असेल, पण आनंदाचे क्षण असतच. लग्नकार्ये होत, भलत्या भानगडींची चर्चा होई, सुट्यांची वाट पाहिली जाई, लग्ने जुळवली जात आणि शब्बाथ असेच.

प्रत्येक आठवड्यातल्या एका रात्री सिमॉन आणि घेटोमधला प्रत्येक ज्यू आळीपाळीने राजा बने. शिंग फुंकले गेले की, सिमॉन आपली आयुधे बाजूला ठेवी. त्याला हा आवाज फार आवडे. चार हजार वर्षे या शिंगाच्या आवाजानेच ज्यूंना प्रार्थनेला बोलावले जाई किंवा युद्धाला. तो स्नानाला गेला की, राचेल शब्बाथच्या मेणबत्त्या पेटवी आणि प्रार्थना करे.

सिमॉन रेशमी कोट चढवत असे. सुंदर फरची टोपी. एका हाताने जोसीला आणि दुसऱ्या हाताने याकोबला धरून तो सिनॅगॉगला जायला निघे. त्यांच्याहून गरीब असे एखादे कुटुंब त्या दिवशी घरी जेवायला असे. मेणबत्त्या, थोडा पाव, थोडी वाईन. सिमॉन देवाच्या कृपेबद्दल प्रार्थना करे. संध्याकाळी सर्वजण घेटोमधल्या आजारी आप्तेष्टांना भेटत, दुकानात येणाऱ्यांचे स्वागत करत.

शनिवारी सिमॉन प्रार्थना करे, ध्यान करे, मुलांशी गप्पा मारे, त्यांचा अभ्यास घेई, धर्म आणि तत्त्वज्ञान या विषयांवर चर्चा करे.

दिवस संपला की, पुन्हा आपल्या खडतर आयुष्याला सुरुवात करे. मेणबत्त्यांच्या प्रकाशात वाकून बूट शिवण्यात दंग होई.

बाबिलोनमध्ये ज्यू पारतंत्र्यात अडकले तेव्हापासून जगभरचे ज्यू शोक व्यक्त करताना जी प्रार्थना करत तीच प्रार्थना मग सिमॉन म्हणे.

*"If I forget thee, O Jerusalem, let my right hand forget her cunning– let my tongue cleave to the roof of my mouth, if I perfer not Jerusalem above my chief joy."*

प्रार्थनेने दुःखापासून विरंगुळा मिळे. सिमॉनचा दृढ विश्वास होता की, एक दिवस असा उजाडेल की, जेव्हा जगभरचे ज्यू स्वतंत्र होतील. पण मग त्याचे आजूबाजूच्या दुःखद परिस्थितीकडे लक्ष जाई. "देवा! अजून किती काळ असा आम्ही पारतंत्र्याच्या गडद काळोखातच काढायचा?" आणि त्याचे मन हलके होई. पासोव्हर प्रार्थनेतली अत्यंत आवडती ओळ तो मोठ्याने ओरडून म्हणे. "पुढल्या वर्षी जेरुसलेममध्ये."

पुढल्या वर्षी जेरुसलेममध्ये? कधी येणार ते पुढले वर्ष? खरंच कधी तरी येणार आहे का ते पुढले वर्ष? कोणता प्रेषित त्यांना घेऊन जायला परत येणार आहे?

## ३

विद्यालयातून परतताना जोसी विचारात गढला होता. तोरामध्ये शिकलेल्या काही भागांचा अर्थ त्याला नीट कळला नव्हता. याकोब इकडे तिकडे छोटे छोटे दगड भिरकावत होता. त्याचे खिसे नेहमीच छोट्या दगडांनी भरलेले असत. कोणी

गुंड पोरे भेटलीच तर असावेत जवळ.

कोपऱ्यावरून घराकडे वळताना याकोबने जोसीचा हात पकडला आणि म्हटले, "आज रात्री हाकोहेनच्या दुकानात पुन्हा मिटींग आहे."

"मला माहिती आहे."

"येणार?"

"नाही."

"आज रात्री यायला हवेस तू" याकोबने आग्रहाने सांगितले. "पॅलेस्टाईनहून आलेल्या बिलूचे भाषण आहे आज."

पॅलेस्टाईनहून आलेला खराखुरा बिलू! जोसीला हृदयाची धडधड जाणवली. पॅलेस्टाईनला गेलेल्या कुणाला तरी बघायची, त्याचे भाषण ऐकायची त्याच्या मनात फार इच्छा होती. तसा जोसीला मनातून याकोबचा हेवाच वाटायचा. लव्हर्स ऑफ झायोनच्या (Lovers of Zion) सभांना तो नेहमी चोरून जायचा. घेटोचे संरक्षण करण्याबद्दल, पवित्र भूमीला परतण्याबद्दल बोलणाऱ्या या संघटनेचे त्याला कुतूहल होते. खराखुरा बिलू! पण पपा जोपर्यंत लव्हर्स ऑफ झायोनला विरोध करत होते तोपर्यंत तो मुळीच त्यांच्या मोहात पडणार नव्हता.

कोपऱ्यावरून वळून ते दुकानात शिरले. दरवाजावर ठोकलेल्या मेझूझावर (प्रार्थना लिहिलेली छोटी गुंडाळी) हलकेच ओठ टेकवून दोघेही दुकानात शिरले. सर्वत्र चामड्याचा वास दरवळत होता. कामातून मान वर करून सिमॉन हसला.

पपांना नमस्कार करून ते कोपऱ्यात पडदा लावून बनवलेल्या त्यांच्या खोलीत शिरले. त्यांच्या घाईवरूनच ते काही तरी गुप्त गोष्टींचा खल करत होते हे सिमॉनच्या लक्षात आले. याकोब काय करत होता हे देखील त्याला ठाऊक होते. पण तो कधी एका शब्दाने त्यांना बोलला नव्हता. याबाबतीत तो त्यांच्यावर आपली इच्छा लादणार नव्हता. त्यांनी स्वत:हून विषय काढेपर्यंत बोलणारही नव्हता.

सिमॉनच्या कुटुंबात सर्वांची प्रकृती चांगली होती. बूट शिवण्याच्या धंद्यावर त्यांची कशीबशी का होईना पण गुजराण होत होती. तेव्हा घेटोमधल्या काही नशीबवान ज्यूंमध्ये त्याची गणना होत होती. रशियामधल्या बालमृत्युंपेक्षा घेटोमधल्या बालमृत्युंचे प्रमाण दुप्पट होते.

रशियात उद्योगधंदे नव्हते. सर्व सरदार जनतेला गुलामासारखे वागवत होते. शेतकरी वर्ग भिकेला लागला होता. ज्यूंची तर उपासमारच होत होती.

या परिस्थितीतून वर येण्याची धडपड करणाऱ्या प्रत्येक संघटनेत ज्यूंचा सहभाग होता कारण त्यांची स्थिती सर्वात जास्ती वाईट होती.

रशियात असंतोष धुमसत होता. क्रांतीची चाहूल लागायला लागली तशी दुसऱ्या अलेक्झांडर या झारने काही सुधारणा घडवायला सुरुवात केली. ज्यूंवरचे

जाचक निर्बंध थोडे सैल केले. गुलामांप्रमाणे वेठीस धरलेल्या शेतमजुरांची मुक्तता करायला सुरुवात केली. निवडक धंदे करणाऱ्या आणि कारागिर असणाऱ्या ज्यूंना मॉस्कोमध्ये रहायला अनुमती मिळाली. त्यांना जमिनी विकत घ्यायची संधीही मिळायला लागली. पण या फेकलेल्या तुकड्यांनी काही विशेष साध्य होत नाही दिसल्यावर लोकांचे लक्ष दुसरीकडे वळवायला सुरुवात झाली. बकरे नेहमीचेच, ज्यू!

रशियात ज्यू द्वेष होता तो धर्म, अंधश्रद्धा, अज्ञान आणि जनतेची हलाखीची परिस्थिती यामुळे! रशियन सरकारने हेतुपुरस्सर या द्वेषाचा राजकीय अस्त्र म्हणून उपयोग करायचे ठरवले. पावासाठी आणि जमिनीसाठी झगडणाऱ्या संघटनेतील ज्यूंचा आकडा भरमसाठ वाढवून सांगून सरकार उलथून पाडण्याचा ज्यूंचा प्रयत्न आहे अशी हाकाटी सुरू झाली.

पुन्हा पोग्रोम्सना प्रोत्साहन मिळाले. घेटो उद्ध्वस्त करायला, ज्यू स्त्रियांवर अत्याचार करायला आणि ज्यूंचे रक्त सांडायला सुरुवात झाली. माथेफिरू टोळ्या ज्यूंवर अत्याचार करत असताना रशियन पोलिस दुर्लक्ष तरी करत होते किंवा स्वत:च त्यात सामील होत होते.

१३ मार्च १८८१ ला ज्यूंवरती आकाशच कोसळले. दुसऱ्या अलेक्झांडरचा बॉम्बस्फोटाने खून पडला. मारेकऱ्यांपैकी एक ज्यू मुलगी होती. नंतर कित्येक वर्षे ज्यूंच्या हालांना सीमा राहिली नाही.

तिसरा अलेक्झांडर गादीवर बसला. पण खरी सत्ता घातकी पब्येदनोस्तस्येब्हच्या हातात होती. समता, लोकशाही, सर्वांना पुरेल इतके अन्न असल्या फालतू गोष्टींवर त्याचा काडीमात्र विश्वास नव्हता. या कल्पना पुढे करणाऱ्यांना त्याने ठेचून काढायला सुरुवात केली.

ज्यूंबद्दलही त्याच्या खास योजना होत्या. एक तृतीयांश ज्यूंना सरकारी पोग्रोम्समध्ये खतम करून टाकायचे किंवा कत्तली उडवून किंवा सरळसरळ उपासमारीने. एक तृतीयांश ज्यूंना देश सोडायला भाग पाडायचे आणि एक तृतीयांश ज्यूंचे सक्तीने धर्मांतर करायचे. ग्रीक चर्चचा या योजनांना पूर्ण पाठिंबा होता.

ईस्टर १८८१. झार तिसरा अलेक्झांडरचा राज्यारोहण समारंभ. त्याच्या योजनांचा शुभारंभ.

ज्युईश पेलमधल्या प्रत्येक शहरात ज्यूंच्या कत्तलींना सुरुवात झाली. पहिल्या पोग्रोमनंतर ज्यूंचा संपूर्ण नि:पात घडवून आणण्यासाठी पब्येदनोस्तस्येब्हने एका मागोमाग एक कायदे करायला सुरुवात केली.

पहिल्या कत्तलींचा भर ओसरल्यानंतर ज्यूंनी त्यांच्या परिस्थितीचा गंभीरपणे विचार करायला सुरुवात केली. एकाहून एक अव्यवहारी अशा अनेक योजना

मांडल्या गेल्या. यामध्ये अनेक घेटोंमध्ये एक नवीनच आवाज कानांवर पडायला लागला– होवेव्हि झायोन– The Lovers of Zion या संघटनेचा. त्याचबरोबर लिओँ पिन्स्कर याने लिहिलेल्या एका पत्रकाचाही प्रसार व्हायला लागला. ज्यूंच्या बिकट परिस्थितीची कारणे आणि त्यावरचे उपाय त्याने मांडले होते. त्याच्या मते पेलमधल्या ज्यूंसाठी एकच मार्ग होता. ज्यूंनी स्वतःच गुलामगिरीतून आपली मुक्तता करून घेतली पाहिजे. त्याशिवाय गत्यंतर नाही.

१८८१ च्या शेवटी शेवटी एक तरुण विद्यार्थ्यांचा गट ज्युईश पेलमधून पॅलेस्टाईनला जाण्यासाठी निसटला. त्यांच्यापुढे एकच ध्येय होते. इस्राएलला जायचे. या चाळीस जणांचे धाडस सर्व ज्यूंमध्ये माहीत झाले. त्यांच्या ध्येयवाक्यातील आद्याक्षरांनीच त्यांची प्रसिद्धी झाली. Beth yakov Leku– Venelkha– BILU– बिलू.

पॅलेस्टाईनमधल्या शारोन खोऱ्यामध्ये त्यांनी शेती करणाऱ्यांचे एक गाव उभारले. त्यांनी आपल्या गावाचे नाव ठेवले रीशोन लेत्सीयोन. (First to Zion)

इकडे ज्युईश पेलमधल्या कत्तलींचा जोर वाढत होता. १८८२ च्या ईस्टरच्या आठवड्यात बलता या शहराचा विध्वंस करण्यात आला.

बिलूंचे नवनवीन गट पॅलेस्टाईनचा रस्ता पकडायला लागले. लव्हर्स ऑफ झायोन या संघटनेने मुळे पकडली.

शारोन खोऱ्यात पेता तिकवाची स्थापना झाली (The Gate of Hope)

गॉलिलीमध्ये रोश पिन्नाची. (The cornerstone)

समारियामध्ये झिकरोन याकोबची. (The memory of Jacob)

१८८४ पर्यंत पवित्र भूमीमध्ये अर्धा डझन छोट्या छोट्या वसाहती निर्माण झाल्या.

झितोमिर आणि इतर शहरात दररोज रात्री गुप्त बैठका होत होत्या. तरुण वर्ग मोठ्या संख्येने परंपरा सोडून प्रथमच वृद्धांविरुद्ध बोलायला लागला.

धाकटा याकोब या नव्या कल्पनांनी भारला गेला. शस्त्रानेच या अत्याचारांना तोंड देता आले, पवित्र भूमीला पोचता आले तर किती छान होईल असे विचार त्याच्या डोक्यात घोळायला लागले. हिब्रूंच्या दैदिप्यमान भूतकाळात वावरत तो नवीन स्वप्ने बघायला लागला. कधी तो ज्युडा (The Hammer) याच्या बरोबरीने लढत ज्युडीआमधून ग्रीकांना पळवून लावत असे, ज्युडा मक्काबीबरोबर जेरुसलेमला परतून तो त्याच्याबरोबर जुन्या देवळाचा पुनरुद्धार करत असे.

सिमॉन बार गिओराने रोमच्या पाशवी शक्तीविरुद्ध अठरा महिने जेरुसलेम लढवले तेव्हा तो त्याच्याबरोबर होता. गिओराला साखळदंडांनी जखडून सिंहाच्या तोंडी देण्यासाठी रोमपर्यंत त्याची फरफट झाली तेव्हाही तो तसाच त्याच्याबरोबर

होता. रोमनांचा कर्दनकाळ बार कोखबा याच्याबरोबरही तो होता.

आणि मसादा, हेरोडियन, माखेरुस, बेतार अशा ठिकाणी वर्षानुवर्षे वेढ्यात असताना सर्वांबरोबर रक्ताचा शेवटचा थेंब असेपर्यंत तो लढला होता.

पण त्याचा सर्वात आवडता नायक होता राब्बी अकिवा. शिक्षक, तत्त्वज्ञ, पराक्रमी योद्धा. सीजेरीया येथे त्याला हौतात्म्य प्राप्त झाले होते.

लव्हर्स ऑफ झायोन ही संघटना झितोमिरला आल्यावर त्यांच्या प्रत्येक गुप्त सभेला याकोब हजर असे. त्यांना जोसीही यायला हवा होता. पप्पांचा नक्कीच विरोध असणार हे जोसीला ठाऊक होते. देवाच्या आज्ञेप्रमाणे पपांचा मान राखायला हवा. तेव्हा तो इतक्या सहजपणे अशा डोके फिरवणाऱ्या संघटनेत येणे शक्य नव्हते.

पण पॅलेस्टाईनहून आलेल्या खऱ्याखुऱ्या बिलूने भाषण दिले आहे कळल्यावर बिलूने सांगितलेली प्रत्येक गोष्ट कळावी म्हणून जोसी याकोबच्या खनपटीला बसला.

"मला वाटते जोसी की, हीच वेळ आहे तूही माझ्याबरोबर सभेला यायची."

उघडपणे पपांच्या मताविरुद्ध वागण्याची ती पहिलीच वेळ ठरली असती.

"ठीक आहे." तो हळूच म्हणाला.

आपण करणार असलेल्या दुष्कृत्याबद्दल दिवसभर तो देवाची करुणा भाकत होता.

हल्लीच मरण पावलेल्या मित्रासाठी कद्दीश (प्रार्थना) करायला जातो असे सांगून ते दोघे हाकोहेनच्या मेणबत्त्यांच्या दुकानात पोचले. तळघरात मेणाचा आणि सुगंधाचा वास दरवळत होता. खिडक्यांवर पडदे ओढलेले. बाहेर इकडे तिकडे टेहळणी करण्यासाठी काही तरुण मुद्दाम थांबलेले. माहितीचे अनेक चेहरे तिथे दिसल्यावर जोसी चकित झाला. आज बोलणार होता ओडेसाहून आलेला व्लादीमिर.

तो दिसायला वेगळा होता. वागायलाही. त्याने दाढी राखली नव्हती. बूट घातले होते. आणि चामड्याचे जाकीट. याकोब पूर्ण लक्ष देऊन त्याचे बोलणे ऐकत असतानाच इतर काही जणांनी त्यात अडथळे आणायला सुरुवात केली.

"आम्हाला इस्राएलला परत घेऊन जाणारा देवाचा प्रेषित तूच आहेस का?"

"गेल्या पोग्रोमच्या वेळी घाबरून बिछान्याखाली लपलेला होतास तेव्हा तुला तो दिसला का?"

"तू झारचा गुप्तहेर आहेस का?"

"तूच झारचा पुढला बळी नाहीस याची तुला खात्री आहे का?" व्लादीमिरने टोमणा मारला.

थोड्या वेळाने तळघरात थोडी शांतता झाली.

व्लादीमिर हळू आवाजात बोलायला लागला. त्याने पोलंड आणि रशियामधल्या ज्यूंचा इतिहास सांगितला. जर्मनी, ऑस्ट्रिया, इंग्लंड आणि फ्रान्समधून झालेल्या

हकालपट्टीची माहिती दिली. अनेक ठिकाणच्या कत्तलींबद्दलही कल्पना दिली.

मुस्लिमांकडून पवित्रभूमी परत मिळवण्यासाठी ख्रिश्चनांना आवाहन करणाऱ्या पोपची माहिती दिली आणि देवाचे नाव घेऊन तीनशे वर्षांत ज्यूंविरुद्ध लढल्या गेलेल्या पाच धर्मयुद्धांचीही.

चर्चच्या संमतीने ज्यूंना पाखंडी ठरवून चौकशीच्या नावाखाली स्पेनने त्यांच्यावर केलेल्या अनन्वित अत्याचारांची कहाणी सांगितली.

"थोडक्यात प्रत्येक देशाने आपला नायनाट करायचा प्रयत्न केला आहे." व्लादीमिर म्हणाला. "या सर्व गोष्टींना आळा घालायचा तर आपले राष्ट्र निर्माण करायला हवे. पिन्स्कर, लव्हर्स ऑफ झायोन, बिलू सर्वांनाच ही गोष्ट धडधडीत दिसते आहे. आपले राष्ट्र पुन्हा निर्माण व्हायलाच हवे."

सभा संपल्यावर सर्व मुले पांगली. याकोबचे हृदय धडधडत होते. तो उत्साहित झाला होता. "बघितलेस आज? राब्बी लिपाझिनसुद्धा आला होता."

"विचार करतो मी" जोसी म्हणाला. पण आज प्रथमच जोसीला वाटत होते की, व्लादीमिर योग्य तेच सांगत होता आणि याकोब म्हणत होता तेही योग्य होते. ज्यूंचा छळ थांबवायचा तर त्यांचे राष्ट्रच निर्माण करायला हवे.

रस्ता निर्मनुष्य आणि शांत होता. ते घाईघाईने घरी परतले. दारावरच्या मेझूझावर ओठ टेकवून आत शिरले.

सिमॉनच्या कामाच्या टेबलावर मेणबत्ती पेटलेली होती. मागे हात धरून तो उभा होता.

"हॅलो पपा!" करत दोघेही आत निसटत असतानाच त्यांनी हाक मारली. ते पुन्हा मागे वळले.

"मुले आली ना घरी?" असे विचारत आई आतून आली.

"आली."

"एकदा दम द्या त्यांना की, एवढ्या रात्रीपर्यंत बाहेर भटकायचे नाही म्हणून."

"हो ममा, सांगतो मी, तू झोप आता."

सिमॉनने याकोब आणि जोसीकडे रोखून बघितले.

"उद्या मिसेस् हासोव्हिसला सांगतो की, माझी मुले तिच्या मृत पतीसाठी प्रार्थना– मिनयान– म्हणायला गेली होती, तेव्हा त्याच्या आत्म्याला नक्कीच शांतता लाभेल."

पपांशी खोटे बोलणे जोसीला शक्य नव्हते.

"आम्ही रेब हासोव्हिससाठी प्रार्थना करायला गेलो नव्हतो पपा." तो हळूच पुटपुटला.

आश्चर्यचकित झाल्यासारखे दाखवत सिमॉनने हात पसरले. "ओ! मला कळायला

हवे होते. मुलींबरोबर फिरत होता? आजच लग्ने जुळवणारा मध्यस्थ अब्राहम दुकानात आला होता. तो म्हणत होता की, जोसी एकदम चांगला मुलगा आहे. एखादी नशिबवान मुलगी खूप हुंडा देऊन चालत येईल. तुला माहिती आहे जोसी की...''

''आम्ही मुलींबरोबर नव्हतो.'' आवंढा गिळत जोसी म्हणाला.

''मुलींबरोबर नव्हता. मिनयानला गेला नव्हता. मग परत अभ्यास करायला विद्यालयात गेला होतात की, काय?''

''नाही पपा!'' जोसीच्या तोंडातून आता शब्द फुटेना.

याकोबला आता मात्र गप्प बसवेना. ''आम्ही लव्हर्स ऑफ झायोनच्या सभेला गेलो होतो.''

ओठ दाबत जोसीने पपांकडे बघितले. त्याचा चेहरा शरमेने लाल पडला होता. एकदा सरळ खरे सांगून टाकल्याचा याकोबला आनंद झाला होता. तो येईल त्या प्रसंगाला तोंड द्यायच्या दृष्टीने उभा होता.

सिमॉनने एक निःश्वास टाकला. पाच मिनिटे तो नुसता आपल्या मुलांकडे बघत होता.

''मला वाईट वाटते फार.'' शेवटी तो उद्गारला.

''म्हणून तर तुम्हाला काही सांगत नव्हतो पपा.''

''तुम्ही लव्हर्स ऑफ झायोनच्या मिटींगला गेल्याबद्दल मला वाईट वाटत नाही. दुःख आहे ते तुमचा माझ्यावर विश्वास न उरल्याचे.''

आता मात्र याकोबही चुळबुळ करायला लागला. ''पण तुम्हाला सांगितले असते तर तुम्ही बंदी केली असती जायची.''

''मला एक सांग याकोब. कोणत्याही एखाद्या विषयाचे ज्ञान मिळवू नका, कोणतेही एखादे पुस्तक वाचू नका असे कधी तरी मी म्हटले आहे? चक्क न्यू टेस्टॅमेन्ट वाचायचे तुझ्या डोक्यात आले तेव्हा तरी मी तुला विरोध केला होता?''

''नाही सर.''

''मला वाटते की, आपण आज नीटपणे उघडउघड काही गोष्टी बोलायची वेळ आली आहे.''

जोसीचा चेहरा आधीच लाल पडला होता. त्याचे लाल केसही मेणबत्तीच्या प्रकाशात चमकत होते. पपांहून तो किती तरी उंच होता. जोसी कुठलाही निर्णय घाईने घेत नसे. पण एकदा घेतलेल्या निर्णयाला तो ठाम चिकटून असे. आता बोलताना तो एकदाही अडखळला नाही.

''लव्हर्स ऑफ झायोन आणि सर्व नव्या कल्पना यांच्याबद्दल आपले काय मत आहे याची आम्हाला पूर्ण कल्पना आहे पपा. म्हणूनच याकोबची आणि माझी तुम्हाला दुखवायची तयारी नव्हती. पण आज मी गेलो ते फार बरे केले.''

“मलाही तू गेला होतास त्याचा आनंद वाटतो जोसी.”

“घेटोच्या रक्षणासाठी मीही यावे असे राब्बी लिपझिन म्हणतात.”

“राब्बी लिपझिन ज्यूंच्या इतक्या चालीरिती आणि परंपरा तोडत आहेत की, ते नक्की ज्यूच आहेत ना असा संशय येतो हल्ली मला.”

“तोच तर मुद्दा आहे पपा. नवीन कल्पनांची भीती वाटते तुम्हाला.” आयुष्यात प्रथमच जोसी पपांना असे बोलला होता. त्याची मान खाली गेली एकदम.

सिमॉनने आपल्या दोन्ही मुलांच्या खांद्यांवर हात ठेवले. “तुमच्या मनात काय कल्पना घोळत आहेत हे मला माहीत नाही असे वाटते तुम्हाला? नवीन कल्पना? मी तुमच्या वयाचा होतो तेव्हा अगदी याच कल्पना मांडल्या जात होत्या. प्रत्येक ज्यूच्या आयुष्यात तो नक्की कोण आहे, त्याची या जगात काय जागा आहे याचा विचार करायचा प्रसंग एकदा तरी येतोच. मी लहान होतो तेव्हा एकदा धर्म बदलायचा विचारही माझ्या मनात आला होता. तुमच्या मनातल्या घालमेलीची मला अजिबात कल्पना नाही असे वाटते तुम्हाला?”

धर्म बदलायचा विचार? तोही पपांच्या मनात डोकावला होता? जोसीला धक्काच बसला.

“आपले संरक्षण का नाही करायचे आपण? आपली परिस्थिती सुधारायचा प्रयत्न करायला आपल्याच लोकांनी का विरोध करायचा?”

“कारण तुम्ही ज्यू आहात आणि ज्यू म्हटले की, काही बंधने येतात.”

“म्हणून मला कोणी ठार मारायला आले तर मी फक्त बिछान्याखाली दडायचे?”

“याकोब! आवाज खाली! पपांशी बोलतो आहेस तू.” जोसीने याकोबला खडसावले.

“ज्यूंचे आयुष्य खडतरच आहे. केवळ धरतीची फळे चाखण्यासाठी आपण या धरतीवर जन्म घेतलेला नाही. देवाचे कायदे पाळण्यासाठी आणि त्यांचे रक्षण करण्यासाठी आपला जन्म आहे. तेच आपले जीवितकार्य आहे.”

“आणि हीच त्याची फळे आहेत. बरोबर पपा?” याकोबचा राग शांत होत नव्हता.

“ज्यूंचा त्राता त्याची वेळ झाली की, येईल आणि आपल्याला घेऊन जाईल.” पपा शांतपणे म्हणाले. याकोबच्या बोलण्याचा त्यांच्यावर काही परिणाम नव्हता. “आणि देवाच्या शहाणपणाबद्दल बोलायचा हक्क याकोब राबिन्स्कीला आहे असे मला वाटत नाही. याकोब राबिन्स्कीने फक्त तोराच्या नियमांचे पालन करायचे आहे.”

संतापामुळेच याकोबच्या डोळ्यांत पाणी उभे राहिले. “मला देवाच्या आज्ञांबद्दल

काहीही म्हणायचे नाही. पण या आज्ञांचा अर्थ लावणाऱ्या काहीजणांच्या शहाणपणाची खात्री नाही मला.''

जोसी चरकला. त्याने एक आवंढा गिळला. इतक्या उद्धटपणे आजपर्यंत कोणी कधी पपांशी बोलले नव्हते. पण तरीही याकोबच्या धैर्याचे त्याने मनात कौतुकच केले. त्याला स्वत:ला जे प्रश्न विचारायची कधी हिंमत झाली नव्हती नेमके तेच प्रश्न आज याकोब विचारत होता.

''आपल्याला जर देवाच्या प्रतिकृतीप्रमाणे निर्माण केले असेल तर सर्वांच्यामध्ये त्याचा अंश आहे आणि माझा तो अंश मला ओरडून सांगतो आहे की, ठामपणे उभा रहा आणि लढ म्हणून. लव्हर्स ऑफ झायोनबरोबर, जा आपल्या पवित्र भूमीला परत.''

आपल्या मतांबद्दल सिमॉन राबिन्स्की तेवढाच ठाम होता. ''आपल्या इतिहासात अनेक खोटे प्रेषित होऊन गेले. तशाच एकाच्या बोलण्यावर आज तुम्ही विश्वास ठेवता आहात.''

''आणि खराखुरा प्रेषित मी कसा ओळखायचा?''

''याकोब राबिन्स्की त्याला ओळखणार की, नाही हा प्रश्न नाही. प्रश्न आहे प्रेषित याकोब राबिन्स्कीला ओळखेल की, नाही. याकोब राबिन्स्की जर देवाच्या आज्ञांचे उल्लंघन करणार असेल तर खऱ्या प्रेषिताची खात्री पटेल की, याकोब हा खरा ज्यूच नाही. मला याकोबला सुचवावेसे वाटते की, त्याच्या पित्याप्रमाणे आणि इतर खऱ्याखुऱ्या ज्यूंप्रमाणे त्याने आपले आयुष्य घालवावे म्हणून.''

## ४

''ज्यूंना ठार करा.''

विद्यालयाच्या खिडकीची काच फोडून एक दगड आत आला. राब्बीने घाईघाईने सर्व विद्यार्थ्यांना तळघरात नेले. रस्त्यांवर ज्यू पळत सुटले होते आणि हजार एक कोसॅक्स आणि रशियन विद्यार्थी त्यांच्या मागे लागले होते.

''ज्यूंना ठार करा.'' ते किंचाळत होते. ''ज्यूंना ठार करा.''

झितोमिरमधल्या हायस्कूल-जिम्नॅशियमचा हेडमास्तर आनद्र्येव्ह याने हा पोग्रोम आखला होता. त्याचे विद्यार्थी आणि इतर कोसॅक दुकानांच्या काचा फोडत होते. ज्यूंना रस्त्यांवर खेचून त्यांना निर्दयपणे मारहाण करत होते.

''ज्यूंना ठार करा– ज्यूंना ठार करा– ज्यूंना ठार करा.''

याकोब आणि जोसी विद्यालयातून पळाले. त्यांच्या मनात फक्त ममा आणि पपांचा विचार होता. गल्ल्याबोळातून आपल्या घराच्या दिशेने ते धूम पळत सुटले.

विद्यार्थ्यांच्या किंचाळ्या आणि कोसॅक घोडेस्वारांच्या घोड्यांच्या टापांचा आवाज आला की, ते कुठेतरी दडी मारत.

एका गल्लीतून ते वळले आणि आनद्रयेव्हच्या डझनभर पिसाळलेल्या विद्यार्थ्यांच्या समोरच आले.

"ते बघा आणि दोघे!"

याकोब आणि जोसी यांनी पाठ फिरवून घरापासून दूर पळायला सुरुवात केली. पंधरा मिनिटांच्या पाठलागानंतर रस्ताच बंद झालेल्या एका कोपऱ्यात विद्यार्थ्यांनी त्यांना पकडले. भिंतीला पाठ टेकवून दोघेही धापा टाकत उभे राहिले. इतरजणांनी गोलाकार करून त्यांच्या दिशेने चाल करायला सुरुवात केली. त्यांच्या नेत्याने लोखंडी पाईप घेऊन जोसीवर चाल केली. जोसीने फटका अडवून त्याला आपल्या बळकट हातांनी उचलले आणि इतरांच्या दिशेने फेकून दिले. याकोबच्या खिशात अशाच प्रसंगाला तोंड देण्यासाठी तर कायम दगड भरलेले होते. त्याने दोन दगड नेम धरून दोघांच्या टाळक्यांवर फेकताच ते बेशुद्ध होऊन कोसळले आणि इतर जणांची पळापळ झाली.

जोसी आणि याकोब पुन्हा घराच्या दिशेने धावत सुटले. त्यांनी दुकानाचा दरवाजा उघडून ममा आणि पपांच्या नावाने हाका मारायला सुरुवात केली.

"ममा...पपा!"

दुकानाचा विध्वंस झाला होता.

"ममा...पपा!!"

ममा एका कोपऱ्यात थरथरत बसली होती. तिला ते आल्याचे कळलेही नव्हते. जोसीने ममाचे दंड पकडून तिला गदागदा हलवले. "पपा कुठे आहेत?"

"तोरा!" ती ओरडली. "तोरा!"

त्या क्षणाला आगीच्या भक्ष्यस्थानी पडणाऱ्या सिनॅगॉगमध्ये घुसण्याचा सिमॉन राबिन्स्की प्रयत्न करत होता. श्वास घुसमटत असताना त्याने आतल्या खोलीत प्रवेश केला. दहा आज्ञा लिहिलेले पडदे बाजूला सरकवले. देवाच्या आज्ञा लिहिलेली गुंडाळी, सेफेर तोरा, त्याने ओढून घेतली.

आगीपासून तोरा वाचविण्यासाठी त्याने तोराची गुंडाळी छातीशी धरली आणि भाजलेल्या अवस्थेत धडपडत तो बाहेर आला आणि कोसळता कोसळता गुडघ्यांवर बसला.

आनद्रयेव्हचे वीस एक विद्यार्थी त्याची वाटच पहात होते.

"ठार करा ज्यूला!"

सिमॉनच्या तोंडावर खिळे लावलेल्या बुटांच्या लाथा बसल्या आणि डोक्यावर दंडुके.

“ठार करा ज्यूला!”

मरता मरता सिमॉन कसाबसा ओरडला. *``Hear, O Israel– The Lord is our God– The Lord is one."*

सिमॉन राबिन्स्की जेव्हा इतरांना सापडला तेव्हा त्याचा चेहरा ओळखता येणे शक्य नव्हते. देवाने मोजसला दिलेले कायदे, सेफेर तोरा, खुनी टोळक्याने जाळून टाकला होता.

झितोमिर घेटोमध्ये या हत्येने दुःखाचे सावट पसरले. तोराचे रक्षण करताना येणाऱ्या मृत्युपेक्षा चांगला मृत्यु कुठला असणार? मृत्युमुखी पडलेल्या इतर डझनभर ज्यूंबरोबर सिमॉन राबिन्स्कीचे दफन झाले.

राचेल आयुष्यभर दुःखाशीच झगडली होती. त्यात ही भर. पण यावेळी तिची ताकद आणि मनोधैर्यही नाहीसे झाले. तिची मुलेही तिचे दुःख कमी करण्यास असमर्थ ठरली. शेवटी तिला दुसऱ्या शहरात रहाणाऱ्या नातेवाईकांकडे रहाण्यासाठी पाठवण्यात आले.

जोसी आणि याकोब दररोज दोन वेळा पपांसाठी कद्दीश म्हणण्यासाठी सिनॅगॉगमध्ये जात होते. ज्यूंसारखा राहिलास तरच देवाचा प्रेषित तुला ओळखेल हे पपांचे शब्द जोसीला आठवत होते. त्यांचे सारे आयुष्य देवाच्या कायद्यांप्रमाणे वागण्यात गेले होते. कोण जाणे? एखादे वेळी पपांचे म्हणणेच खरे असेल. पपांच्या भयानक खुनाचे खरे कारण शोधण्याचा जोसी मनोमन प्रयत्न करत होता.

याकोबवर वेगळाच परिणाम झाला होता. त्याच्या मनात संताप आणि द्वेष खदखदत होता. प्रार्थना करतानाही त्याच्या मनात सूडाचे विचार थैमान घालत होते. जोसीला याची कल्पना असल्याने तो एक क्षण याकोबला दृष्टीआड होऊ देत नव्हता. तो याकोबचे सांत्वन करायचा खूप प्रयत्न करत होता पण त्याचा उपयोग होत नव्हता.

महिना झाला असेल. जोसी झोपला असताना एका मध्यरात्री पपांचा धारदार सुरा घेऊन याकोब घरातून निसटला. घेटो सोडून आनद्र्येव्हच्या शाळेच्या दिशेने निघाला.

काही मिनिटांनी जोसीला अचानक जाग आली तर जवळ याकोब नाही. तो कुठे गेला असणार याची क्षणार्धात जोसीला कल्पना आली. घाईघाईने कपडे बदलून तो धावतच निघाला.

चार वाजता याकोबने आनद्र्येव्हच्या घराचा दरवाजा ठोठावला. आनद्र्येव्हने दरवाजा उघडताच याकोबने त्याच्या छातीत सुरा खुपसला. आनद्र्येव्हला ओरडायलाही अवसर मिळाला नाही. एक छोटी किंकाळी आणि तो मरून खाली कोसळला.

भारल्यासारखा याकोब तसाच तिथे उभा असताना जोसी पोचला. याकोबला खेचून पळत सुटला.

पुढला दिवस आणि रात्र त्यांनी राब्बी लिपझिनच्या तळघरात दडून काढली. तोपर्यंत आनद्र्येव्हच्या खुनाची बातमी झितोमिरभर पसरली.

घेटोमधल्या वयोवृद्धांना भेटून आल्यावर राब्बी लिपझिनला कळले की, कोणीतरी या दोघांना पाहिले होते. जोसीचे लाल केस कुठल्या तरी विद्यार्थ्यांच्या ध्यानात आले होते.

जोसी ओठ चावत गप्प बसला. तो खरा म्हणजे खून टाळायला गेला होता. पण तो काही बोलला नाही. याकोबला तर केल्या कृत्याबद्दल थोडाही पश्चात्ताप होत नव्हता. ''आनंदाने पुन्हा मी असाच खून पाडेन.'' तो म्हणाला.

''तुम्ही हे कृत्य का केलेत हे मला कळते.'' राब्बी म्हणाला, ''पण त्याला क्षमा नाही. तुम्ही एखादेवेळी एक नवीन पोग्रोम सुरू व्हायला कारणीभूत ठरणार आहात. पण शेवटी आपण ज्यू आहोत. रशियन कोर्टात आपल्याला न्याय मिळू शकणार नाही. आम्ही सर्वांनी एक निर्णय घेतला आहे आणि तुम्हाला तो मानावा लागेल.''

जोसीनेच होकार दिला.

''आठवडाभर पुरेल एवढे अन्न आणि पैसे आम्ही तुम्हाला देतो. तुम्ही झितोमिर सोडून जा. कधीही परत येऊ नका.''

चौदा वर्षांचा याकोब आणि सोळा वर्षांचा जोसी हे १८८४ मध्ये अशा तऱ्हेने फरारी गुन्हेगार ठरले. दिवसा लपून राहून आणि रात्री प्रवास करून ते झितोमिरच्या पूर्वेला शंभर मैलांवर असलेल्या ल्युबनीला पोचले. घेटो आणि तिथले राब्बी भेटताच त्यांच्या लक्षात आले की, त्यांची कुप्रसिद्धी आधीच तिथपर्यंत पोचली होती. आठवडाभर पुरेल इतके अन्न आणि पैसे देऊन त्यांना तिथूनही निरोप मिळाल्यावर त्यांनी दोनशे मैलांवरील खारकोव्हला जाण्याचे ठरवले. तिथे त्यांचा शोध इतक्या जारीने चालला नसेल अशी त्यांची अपेक्षा होती. मुले पोचायच्या आधी तिथल्या राब्बींना तसा निरोपही गेला. लपत छपत खारकोव्हला पोचायला त्यांना वीस दिवस लागले.

त्यांची सबंध ज्युईश पेलमध्ये प्रसिद्धी झाली होती. त्यांना पकडणे एक पवित्र कार्य आहे अशा तऱ्हेने रशियन पोलिसांनी मोहिम उघडली होती. दोन आठवडे त्यांनी खारकोव्हच्या सिनॅगॉगच्या तळघरात लपून काढले.

दोन आठवड्यांनी खारकोव्हच्या राब्बी सॉलोमन यांनी त्यांची भेट घेऊन त्यांना सांगितले, ''इथेही तुम्ही सुखरूप राहू शकणार नाही. पोलिस चौकशी करत फिरायला लागले आहेत. तुम्ही जास्ती काळ पोलिसांपासून दडून राहू शकणार नाही.

हिवाळा जवळ येतो आहे. नंतर तुम्हाला कुठे जाताही येणार नाही. पेल सोडून जाण्यासाठी कायदेशीर कागदपत्रे मिळवायचाही प्रयत्न केला, पण ते जमले नाही. पोलिसांना तुमची पूर्ण माहिती आहे. करण्यासारखी एकच गोष्ट आहे. आपला धर्म लपवून काही ज्यू कुटुंबे आसपास राहतात. हिवाळा संपेपर्यंत तुम्ही त्यांच्याबरोबर राहू शकाल.''

''राब्बी सॉलोमन, आपण सर्वांनी घेतलेल्या कष्टांबद्दल आम्ही आभारी आहोत. पण आम्ही दोघांनी एक योजना आखली आहे.'' जोसीने राब्बींना सांगितले.

''कोणती योजना?''

''आम्ही पॅलेस्टाईनला जातो.''

ते ऐकताच राब्बी सॉलोमनला धक्काच बसला. ''पॅलेस्टाईनला? पण कसे?''

''आम्ही मार्ग आखला आहे. देव आम्हाला मदत करेल.''

''देव तुम्हाला मदत करेलच, पण त्याने चमत्कार घडवून आणावा असा आग्रह नको. ओडेसा बंदर इथून तीनशे मैलांवर आहे. हिवाळा तोंडावर आला आहे. तरी समजा तुम्ही तिथे पोचलात तर कागदपत्रांशिवाय जहाजावर चढणार कसे?''

''पण आम्ही ओडेसाला जाणारच नाही.''

''पण दुसरा मार्ग नाही.''

''आम्ही चालत पॅलेस्टाईनला जाणार आहोत.''

राब्बी सॉलोमन आता मात्र चमकलेच.

''मोजस चाळीस वर्षे चालत होता. आम्हाला एवढी वर्षे नाही लागणार.'' याकोब म्हणाला.

''भल्या माणसा, मोजस चाळीस वर्षे चालत होता ते तू मला सांगायची आवश्यकता नाही. पण तुम्ही चालत पॅलेस्टाईनला कसे जाणार ते अजूनही मला कळत नाही.''

''ज्या दिशेने आम्ही पळून जाऊ असे पोलिसांना कधीच वाटणार नाही त्याच दिशेने आम्ही निघणार आहोत. प्रथम जॉर्जिया, नंतर कॉकेशस पर्वत पार करून तुर्कस्तान आणि...'' जोसी उत्तरला.

''डोकी फिरली आहेत तुम्हा दोघांची. वेड लागले आहे काय? कडक थंडीतून, अपरिचित मुलुखातून, पंधरा हजार फूट उंचीची पर्वतराजी पार करून, कागदपत्रांशिवाय दोन हजार मैलांचा प्रवास करणे शक्य होणार नाही. त्यात पोलिस तुमच्या मागावर आहेत. तुम्ही तर लहान मुले आहात.''

अनावर भावनातिरेकाने याकोब म्हणाला, *``Fear not I an with thee. I will bring thy seed from the East and gather thee from the West. I will say to the North give up and to the South keep not back; bring* *my sons from far and my daughters from the ends of the earth."*

शेवटी खुनाचा आरोप असलेले राबिन्स्की बंधू जीवघेण्या थंडीतून खारकोव्हहून पूर्वेला निघाले आणि तिथून दक्षिणेला. कंबरेएवढ्या उंचीच्या बर्फातून पावले खेचत, थंडगार वाऱ्याला तोंड देत ते फक्त रात्री प्रवास करत. पोटात भुकेने आग पेटलेली असायची. रात्री आजूबाजूच्या शेतांमध्ये चोऱ्या करून पोट भरायचे आणि दिवसा जंगलात लपून रहायचे.

त्या काळात याकोब जोसीला धीर देत असे. सर्व ताकद संपली असताना एक पाऊल, आणि एक फक्त, आता एकच करत चालायला लावत असे. याकोब अत्यंत दमला की, जोसी त्याला उचलून घेई. दोघे मिळून जिवंत राहत होते आणि चालत होते.

याकोबच्या पायातून रक्त वाहून त्याला चालता येईनासे झाले की, कित्येक रात्री जोसी आठ आठ तास त्याला पाठीवर घेऊन चाले. त्याला ऊब देण्यासाठी स्वत:च्या अंगाखाली घेई. रात्रभर चालल्यावर ते इतके थकत की, शेवटचे काही यार्ड अंतर ते सरपटत जाऊन लपून राहत.

एक एक यार्ड, एक एक मैल, एक एक दिवस, एक एक आठवडा चालत होते फक्त. हिवाळा संपता संपता ते रुसतोव्हला पोचले आणि कोसळलेच.

त्यांनी कसाबसा तिथला घेटो शोधला. त्यांना अन्नपाणी मिळाले. आसरा मिळाला. लक्तरे झालेले कपडे फेकून नवीन कपडे मिळाले. बरेच आठवडे विश्रांती घेऊन ते पुढे निघाले.

आता निसर्गाशी लढा द्यायचा नसला तरी ज्युईश पेलमधून ते बाहेर आले होते. आता त्यांना कुठे मदत मिळाली नसती, आसरा मिळाला नसता, अन्नवस्त्र मिळाले नसते. आजूबाजूच्या शेतातून रात्री ते थोडे-थोडे अन्न चोरत आणि चालत राहत. दिवसा कुणाच्या दृष्टीस न पडण्याची खबरदारी घेत.

बघता बघता दुसरा हिवाळा आला. जॉर्जियामध्ये दडून राहायचे का थंडगार, बोचऱ्या हिवाळ्यात कॉकेशस पर्वत पार करायचा? निर्णय घेणे कठीण असले तरी महत्त्वाचे होते. दोन्ही गोष्टींमध्ये धोका होता. पण एकदा रशिया तरी पार करायचा या विचाराने झपाटलेल्या दोघांनी आपण नक्की गाढवपणा करीत आहोत हे लक्षात घेऊन समजून उमजून कॉकेशस पर्वताच्या दिशेने वाटचाल सुरू केली.

कॉकेशसच्या पायथ्याशी स्तवरपोल. तिथे अनेक ठिकाणी छोट्या-छोट्या चोऱ्या करून त्यांनी प्रथम गरम कपडे आणि अन्नाची सोय केली आणि पुन्हा पोलिस मागे लागलेले असताना कॉकेशस पर्वत पार करायला सुरूवात केली. एका हिवाळ्याचा अनुभव घेऊन ते शहाणे झाले होते. पॅलेस्टाईनला पोचायची इच्छा इतकी तीव्र होती की, केवळ त्या विचाराने भारून जाऊन प्रवास होत होता. याकोब तासन्तास बायबलमधले उतारे बडबडत असे.

पुन्हा वसंतऋतु. दुसरा चमत्कारच झाला. पुनर्जन्मच! एक दिवस ते उभे राहिले. रशिया मागे पडला होता. कायमचा! सरहद्दीवरचा तुर्कस्तान असा लिहिलेला दगड बघताच मागे वळून याकोब रशियन भूमीवर थुंकला. मातृभूमी रशिया म्हणे!

आता पोलिसांपासून तसा धोका नसला तरी कागदपत्र नव्हते. पासपोर्ट नव्हता. तुर्कस्तानचा पूर्व भागही डोंगराळच. चोऱ्या करणे शक्य नव्हते तेव्हा त्यांनी शेतात मोलमजुरी केली. दोन वेळा तुरुंगाची हवाही खाल्ली.

कोणताही गुन्हा करणे सर्व दृष्टीने धोक्याचे आहे याची जोसीला एक दिवस जाणीव झाली. पुन्हा रशियात कशावरून पाठवून देणार नाहीत?

अर्धा उन्हाळा गेला. अरारत पर्वताचा पायथा. नोहाची आर्क याच पर्वतावर लागली होती.

कुठल्याही गावात ते पोचले की, चौकशी करत, ''इथे ज्यू रहातात कुणी?''

जिथे ज्यू रहात असतील तिथे त्यांची सर्व सोय होई. थोडे दिवस विश्रांती घेऊन ते पुढे निघत.

हे ज्यू फार वेगळे होते. निरक्षर, अडाणी, अंधश्रद्ध. पण तरी त्यांना तोरा माहीत होते.

''इथे ज्यू राहतात कोणी?''

''आम्ही ज्यूच आहोत.''

''आम्हाला राब्बींची गाठ घालून द्याल?''

''कुठे चालला आहात मुलांनो?''

''ईश्वरदत्त भूमीकडे.''

जसे काही परवलीचे शब्द. उत्तर ऐकले की, खुल् जा सिमसिम्सारखे सर्व दरवाजे त्यांच्यासाठी उघडत.

''इथे ज्यू रहातात कुणी?''

एकदाही कधी कुठे नकार नाही, आदरातिथ्याशिवाय पुढे पाठवणी नाही.

निघून दोन वर्षे झाली होती. अत्यंत दमछाक झाली किंवा अन्नच नसले तर ते थांबत.

नव्याच देशात पोचले. सीरिया!

अलेप्पोला प्रथम अरब जगताशी संबंध आला. तिथल्या बाजारात त्यांनी फेरी घातली. शेणाने भरलेल्या रस्त्यांवरून भटकले. मशिदींच्या मिनारांवरून मुस्लीम प्रार्थना कानावर पडल्या.

आणि अचानक ते सागराच्या काठावर पोचले. निळा-हिरवा भूमध्य समुद्र. बोचरे वारे आणि कडाक्याची थंडी या गोष्टी इतिहासजमा झाल्या. कडक उन्हाळा कसा असतो याचा अनुभव यायला लागला. अरब वेशात त्यांची वाटचाल सुरू होती.

“इथे ज्यू रहातात कुणी?”

होते. पण फार वेगळे. अरबांसारखे दिसणारे. तशाच पोषाखात वावरणारे. तसेच बोलणारे. पण तरी हिब्रू भाषा येत होती. तोरा माहीत होते.

एकही प्रश्न न विचारता घरी आश्रय मिळे. ईश्वरदत्त भूमीला निघालेले बंधु. किती पवित्र ध्येय. इतर ठिकाणांसारखेच आशिर्वाद मिळून ते पुढे निघत.

लेबॅनॉन-त्रिपोली-बैरुट. पवित्र भूमी जवळ येत होती.

इथे ज्यू रहातात कोणी?

१८८८. झितोमिर, घेटोमधून पळ काढल्याला चाळीस महिने झाले होते. हालअपेष्टांना तोंड देऊन जोसी अत्यंत काटक आणि कणखर असा सहा फूट तीन इंच उंचीचा वीस वर्षांचा तरुण बनला होता. दाढीही लाल लाल.

याकोब अठरा वर्षांचा तरुण झाला होता. मध्यम उंची पण तसाच काटक. भावनाप्रधानही.

ते एका टेकडीवर उभे होते. खाली दरी. उत्तर गॅलिलीमधले हुले खोरे. जोसी एका खडकावर बसला. त्याच्या डोळ्यातून अश्रुधारा वाहत होत्या. त्यांचा प्रवास संपला होता.

*``But the Lord liveth"* याकोबचे बायबलमधले उतारे पुन्हा सुरू झाले. *``which brought up and led the seed of the house of Israel out of the North country and from all the countries whither I had driven them, and they shall dwell in their own land."*

याकोबने जोसीच्या खांद्यावर हात ठेवला. “आपण घरी पोचलो आहोत जोसी! घरी पोचलो आहोत.”

## ५

टेकडीवरून ते खाली नजर फिरवत होते. दरीच्या एका टोकाला लेबॅनॉन. बर्फाच्छादित होरमोन पर्वताची शिखरे दिसत होती. खाली हुले सरोवर. दलदलीचा प्रदेश.

“काय सुंदर दिसते पवित्र भूमी या ठिकाणाहून” जोसी मनात विचार करत होता. त्याने मनाशी निश्चय केला. एक दिवस तो परत इथे येईल. खाली बघेल. पण तेव्हा ती जमीन त्याची असेल.

दुसऱ्या दिवशी सकाळी त्यांनी अरब गावाच्या दिशेने चालायला सुरूवात केली. मातीची पांढरी घरे, शेते, ऑलिव्हच्या बागा. शेतातल्या नांगरांना गाढवे

जोडलेली. द्राक्षाच्या बागात काम करणाऱ्या अरब स्त्रिया. या दृश्यात गेल्या हजार वर्षांत फरक पडला असेल?

लांबूनच गाव टुमदार वाटले होते. ते जवळ पोचताच प्रथम नाकात दुर्गंधी घुसली. गावात शिरताच आजूबाजूच्या शेतांमधून आणि घरांमधून संशयी नजरा त्यांच्याकडे वळल्या. तळपणारा प्रखर सूर्य! प्रत्येक गोष्ट हळूहळू होत होती. रस्त्यात गाढवे आणि उंटांच्या शेणाचा खच. घोंघावणाऱ्या मोठ्या माशा. गटाराच्या उघड्या पाण्यात एक कुत्रे उभे होते. पडदा घेतलेल्या स्त्रिया या दोघांना बघताच झोपडीत पळत होत्या. प्रत्येक झोपडीत निदान डझनभर माणसे, त्यांच्या बकऱ्या, कोंबड्या, डुकरे, तट्टू राहत असावीत. झोपड्याही कधी कोसळतील अशा अवस्थेत होत्या.

जोसी आणि याकोब गावातल्या विहीरीजवळ पोचले. मोठ्या घागरी घेऊन काही मुली उभ्या होत्या. वाकून पाणी भरत होत्या. कपडे धुत होत्या. चकाट्या पिटत होत्या. या दोघांना बघताच गप्पा थांबल्या, पाणी भरणे थांबले, कपडे धुणे थांबले, एकदम शांतता झाली.

"थोडे पाणी मिळेल?" जोसीने विचारले.

उत्तर नाही. त्यांनीच एक बादली भरून पाणी काढले. हातपाय-तोंड धुवून आपल्या पाण्याच्या बाटल्या भरल्या. चटकन ते तिथून निघाले.

ते एका कॉफी हाऊसपाशी पोचले. शेतात काम करणाऱ्या बायकांचे नवरे निरुद्योगीपणे आसपास लोळत पडले होते. कॉफी, सिगारेटचा धूर, हाशिश आणि गावची घाण यामुळे सर्वत्र एक चमत्कारिक दुर्गंधी पसरलेली होती.

"आम्हाला माहिती मिळेल थोडी?"

काही वेळाने एक अरब उठला आणि मागे या अशी खूण करत चालायला लागला. ते एका ओढ्याशी पोचले. जवळ एक दगडी घर. ओढ्यापलीकडे एक मशीद.

त्यांना एका खोलीत नेऊन त्याने बसवले. भिंती स्वच्छ, पांढऱ्या रंगाच्या होत्या. अनेक खिडक्या होत्या. आतमध्ये हवा कशी थंड होती. भिंतींना टेकवून बाके होती. त्यांच्यावर रंगीबेरंगी उशा. भिंतींवर तलवारी आणि इतर चित्रविचित्र गोष्टींबरोबर अरबांचे फोटोही होते.

एक पंचविशीचा तरुण आत आला. अंगात पायघोळ कोट, डोक्यावर काळी पट्टी असलेला पांढरा हेडड्रेस. तसा श्रीमंत माणूस वाटत होता.

"मी कम्माल, अबू येशाचा मुक्तार." त्याने टाळी वाजवून फळे आणि कॉफी मागवली. पण घरामध्ये तशी वेगळीच शांतता होती.

कम्माल चक्क मोडक्या तोडक्या हिब्रूत बोलताच जोसी आणि याकोब आश्चर्याने

बघतच राहिले. "परंपरेप्रमाणे जोशुआचे दफन या गावामध्ये झाले आहे. जोशुआ हिब्रू योद्धा होता. मुस्लीमही त्याला खूप मानतात."

कधीही सरळ प्रश्न विचारायचा नाही ही अरबी प्रथा. तेव्हा बोलण्याच्या ओघात हळूहळू ते दोघे कोण आहेत, कशासाठी आले आहेत ही माहिती त्याने काढून घेतली. सुचवले की, ते बहुधा रस्ता चुकले आहेत. कारण हुलेमध्ये कोणत्याच ज्यूने आजपर्यंत पाय ठेवलेला नाही.

जोसीने सांगितले की, उत्तरेकडून येऊन त्यांनी ज्यूंची वस्ती शोधायचा प्रयत्न केला होता. अर्ध्या एक तासाने कम्मालचे समाधान झाले की, ते जमीन वगैरे नजरेखालून घालायला आलेले नाहीत.

कम्मालच्या डोक्यावरचे ओझे उतरल्यासारखे दिसले आणि तो गप्पा मारायला लागला. त्याने सांगितले की, तो अबू येशामधला एकुलता एक जमीनदार आहे. सर्व जमीन त्याच्याच मालकीची आहे. तो तिथल्या जनतेचा धर्मगुरू आहे आणि शिकलेला असा एकटाच माणूस.

का ते जोसीला सांगता आले नसते, पण कम्माल हा माणूस आवडला त्याला. त्याने रशियापासूनच्या त्यांच्या यात्रेची कथा कम्मालला सांगितली. पवित्र भूमीत राहून शेती करायची इच्छाही सांगितली.

फळे खाऊन आणि कॉफी पिऊन ते निघाले. "सरळ रस्त्याने गेलात तर तीस एक किलोमीटर अंतरावर ज्यूंची वस्ती आहे. रात्रीपर्यंत पोचाल तिथे." कम्मालने निरोप देताना सांगितले. त्या जागेचे नाव आहे "रोश पिन्ना."

रोश पिन्ना! ज्युईश पेलमध्ये असताना ऐकलेले नाव. दोघे एकदम उल्हसित झाले.

"हुले सरोवर आणि गॅलिली समुद्र यांच्या अर्ध्या वाटेवर रोश पिन्ना आहे. वाटेत तुम्हाला माणसांनी बनवलेली आहे असे वाटणारी एक टेकडी दिसेल. त्याखालीच हाजोर हे एक प्राचीन शहर आहे. देव तुमचे रक्षण करो."

"मी परत येईन. नक्की परत येईन." मागे वळल्यावर ते जिथून उतरले ती टेकडी दिसल्यावर जोसी पुटपुटत होता.

दुपारच्या सुमाराला ते कम्मालने सांगितलेल्या टेकडीपाशी पोचले. वरती चढताना त्यांना आठवण झाली की, हाजोर शहर याच मातीच्या ढिगाऱ्याखाली आहे. "कनानाईटस्कडून हे शहर जिंकले तेव्हा जोशुआ आता आपण उभे आहोत तिथेच एखादे वेळी उभा असेल." जोसी उत्तेजित होऊन म्हणाला. मातीच्या भांड्यांचे तुकडे इतस्ततः पसरले होते. पवित्र भूमीवर पाय ठेवल्यापासून जोसी इतक्या उत्साहात आणि आनंदात होता की, याकोबची मनःस्थिती बिघडत चालली आहे हे त्याच्या लक्षातच आले नव्हते. जोसीच्या उत्साहावर विरजण घालायचे नाही म्हणूनच केवळ याकोब बोलत नव्हता. हळूहळू गप्प बसून आतून धुमसत होता.

अंधार पडता पडता ते रोश पिन्नाला पोचले. ज्यूंची अगदी उत्तरेकडली वस्ती. (The cornerstone) त्यांच्या आगमनाने वस्तीमध्ये वेगळेच वातावरण पसरले. एका छोट्या इमारतीत मिटींग-रूम होती. सर्वजण त्यांना उत्सुकतेने प्रश्न विचारत होते. झितोमिर सोडून त्यांना चाळीस महिने झाले होते. ते निघाले तेव्हा पोग्रोम्सना सुरुवात झाली होती एवढेच त्यांना माहीत होते.

रोश पिन्नाच्या दर्शनाने ते अत्यंत निराश झाले. कसली डोलणारी हिरवीगार शेते आणि कसले काय. अबू येशा आणि रोश पिन्नात काहीही फरक नव्हता.

''रशियातच राहिलो असतो तर बरे झाले असते असेच कधी कधी वाटते.'' एक बिलू म्हणाला. ''घेटोमध्ये निदान इतर ज्यूंबरोबर होतो, वाचायला पुस्तके होती, संगीत होते. इतर लोकांशी बोलता येत होते. स्त्रिया होत्या. आणि इथे? इथे काहीच नाही.''

''पण लव्हर्स ऑफ झायोनच्या मिटींग्जमध्ये ऐकत होतो ते?'' जोसीने विचारले.

''बरोबर आहे. पॅलेस्टाईनमध्ये आलो तेव्हा आदर्श कल्पनांनी भारून आलो होतो. पण या देशात त्या कल्पना लवकरच जमीनदोस्त होतात. बघा जरा आसपास. काहीही उगवू शकत नाही इथे. जे थोडेफार पिकवतो ते बेदुईन पळवतात. बेदुईनच्या तावडीतून जे शिल्लक राहते ते तुर्की चोरतात. माझे ऐका. न थांबता जाफाला जा. पुढल्या जहाजाने अमेरिका गाठा.''

काय कल्पना तरी, जोसी विचार करत होता.

दुसऱ्या दिवशी साफेदला जाण्यासाठी ते निघाले. ज्यूंच्या पवित्र शहरांपैकी एक. गॅलिलीच्या हुले भागात एका टेकडीवर वसलेले. या ठिकाणी पिढ्यान् पिढ्या ज्यू राहात होते. कब्बाला या गूढवादाच्या पुस्तकाचा अभ्यास करत होते. जोसीला वाटत होते की, रोश पिन्ना बघून आलेली निराशा इथे दूर होईल. शेकडो वृद्ध ज्यू अभ्यास करत होते आणि इतरांनी केलेल्या दानधर्मावर जगत होते. त्यांची एकच इच्छा दिसत होती. शांतपणे अभ्यास करत अत्यंत दरिद्री अवस्थेतच जीवन घालवायचे. ज्यूंच्या देशाची पुन्हा स्थापना करण्यात त्यांना काडीइतका रस वाटत नव्हता. एकूण रोश पिन्नाचीच आवृत्ती.

साफेदहून ते निघाले. माऊन्ट कनान पार करून थांबले. मागे साफेद. पलीकडे गॅलिलीचा समुद्र. दुसऱ्या बाजूला जिथून ते आले होते त्या हुलेच्या टेकड्या. एक दिवस ती जमीन माझीच असेल. जोसीने पुन्हा शपथ घेतली.

याकोब, निराशेनेच संतापला होता. आपली घोर फसवणूक झाल्यासारखे त्याला वाटत होते. आयुष्यभर प्रार्थना केल्या त्या या... यासाठी?

जोसीने त्याला समजावले. ''इथून बघ सर्व किती सुंदर दिसते ते. मी सांगतो

याकोब. आज वरून खाली बघितल्यावर सर्व जितके सुंदर दिसते आहे ना, तेवढेच ते कधी तरी खाली पोचल्यावरही दिसेल.''

''माझा आता कुणावरही आणि कशावरही विश्वास नाही. कडक थंडीने काळे निळे पडलो होतो तरी चालत होतो. उन्हाने करपायची पाळी आली तरीही. आणि त्या वेळी मनात काय काय....''

''शांत हो. आशा सोडू नकोस. उद्या आपल्याला जेरुसलेमला जायला निघायचे आहे ना?''

जेरुसलेम! जेरुसलेम हे नुसते नाव ऐकताच नाही म्हटले तरी याकोबच्या मनात वेगळ्याच भावना उचंबळून आल्या.

दुसऱ्या दिवशी ते माऊन्ट कनानवरून खाली उतरले. गॅलिलीच्या समुद्रकाठाने प्रथम गिनोसार खोरे, आरबेला, नंतर हॉर्न्स ऑफ हॅटिन पार करून ते सपाट प्रदेशात पोचले. इथेच सलादिनने क्रूसेडर्सचा धुव्वा उडवला होता.

पण आता जोसीचाही उत्साह आणि आनंद मावळायला लागला. त्यांची पवित्र भूमी हा दुधामधाचा प्रदेश नव्हताच. दलदल, खडकाळ डोंगर, नापिक जमीन याशिवाय तिथे काही नव्हते. हजार वर्षे अरब आणि तुर्क यांनी दुर्लक्ष केल्याने जमिनीची दुर्दशा झाली होती.

त्यानंतर गॅलिलीच्या मध्यावर असलेल्या माऊन्ट टाबोरवर ते पोचले. याच ठिकाणी डेबोरा, ज्यूंची जोन ऑफ आर्क आणि जनरल बराक आपल्या सैन्यासह लपून राहिले होते आणि त्यानंतर अचानक हल्ला चढवून त्यांनी आक्रमकांना धूळ चारली होती. वर क्रूसेडर्सनी केलेल्या विध्वंसाच्या खुणा होत्या. एक छोटा मठ होता. याच ठिकाणी जीझसचे रूपांतर होऊन त्याची मुद्रा सूर्याप्रमाणे तेजस्वी आणि वस्त्रे प्रकाशासारखी शुभ्र बनून तो मोजस आणि एलायझाशी बोलताना दिसला होता.

माऊन्ट टाबोरवरून सर्व दिशांना मैलोगणती प्रदेश दिसत होता. पवित्र भूमीची केविलवाणी अवस्था स्पष्ट दिसत होती. एक मृत:प्राय भूमी.

जड मनाने ते पुढे निघाले. सर्व भूतकाळ समोर उभा होता.

माऊन्ट गिलबोआ. इथे सॉल आणि जोनाथन युद्धात कामाला आले आणि गिडीअनचे दफन झाले. मग बेथेल आणि जेरीको.

ते ज्यूडिआच्या टेकड्यांवर चढले. हजारो वर्षांपूर्वी ज्यूंनी इथे शेती केली होती. त्यांचे उतारावरचे टेरेसेस् आजही नजरेला पडत होते. पण जमिनीचा सुपिकपणा कधीच नष्ट झाला होता. पण राबिन्स्की बंधुद्वय आता खुषीत होते.

सर्वात उंच माथ्यावरून त्यांना जेरुसलेम दिसले. डेव्हिडचे शहर!

जेरुसलेम! मनात धरलेली आस, हृदयाशी बाळगलेले स्वप्न पुरे झाले होते. त्या क्षणाला तरी मनात राग, निराशा, तिरस्कार यांना जागाच राहिली नव्हती.

दमास्कस गेटने ते जेरुसलेममध्ये शिरले. गल्ल्या-बोळांतून, बाजारातून फिरत फिरत हर्वा सिनॅगॉगमध्ये पोचले.

"आता पपा असते आपल्या बरोबर तर?" जोसी हळूच म्हणाला.

*``If I forget thee, O, Jerusalem......*" याकोबने गुलामीत अडकलेल्या ज्यूंचे शोकगीत पुटपुटायला सुरुवात केली.

सिनॅगॉगमधून ते आपल्या प्राचीन मंदिराकडे गेले. त्या मंदिराची फक्त एक भिंतच आता शिल्लक राहिली आहे. ओमरची मशीद आणि डोम ऑफ दि रॉकच्या जागेवर पूर्वी ते भव्य मंदिर उभे होते. त्या मंदिराचा हा अवशेष म्हणजे ज्यूंचे सर्वात पवित्र स्थान आहे.

नंतर जेरुसलेममधल्या ज्यूंची गाठ पडली आणि उरली सुरली स्वप्ने धुळीला मिळाली. हास्सिदीम पंथाचे हे ज्यू अत्यंत कर्मठ होते. देवाच्या आज्ञांचे त्यांनी लावलेले अर्थ बघता सुसंस्कृत जगात त्यांना राहणे शक्य नव्हते. ज्युईश पेलमध्येसुद्धा हे ज्यू घेटोमधल्या इतर ज्यूंपासून वेगळे राहात.

झितोमिर सोडल्यापासून प्रथमच त्यांना ज्यूंनी आसरा दिला नाही. जेरुसलेममधल्या ज्यूंना बिलू आवडत नव्हते की, लव्हर्स ऑफ झायोन. स्वत:च्याच भूमीत त्यांना परक्यासारखे वाटायला लागले. दु:खी मनानेच जेरुसलेम सोडून ज्यूडिआच्या टेकड्या उतरून ते जाफाला पोचले.

जाफा म्हणजे फोनिशियन लोकांच्या काळापासून वापरात असलेले, बैरुट, अलेप्पो, त्रिपोलीसारखे एक प्राचीन बंदर. छोट्या, छोट्या बोळकांड्या आणि भयानक घाण.

रीशोन लेत्सीयोन (First to Zion), रेखोव्होत (Settlement of Jews), पेता तिकवा (The Gate of Hope), या ज्यू वसाहती आसपास होत्या. जाफामध्ये काही थोडेफार ज्यू व्यापार करत. एक ज्युईश एजन्सी होती. इथे त्यांना कळले की, सबंध पॅलेस्टाईनमध्ये फार तर पाच हजार ज्यू होते. बहुतेक सर्व कर्मठ आणि वृद्ध. अभ्यास आणि प्रार्थनेत आयुष्य घालवणारे. साफेद, जेरुसलेम, हेब्रॉन आणि टायबेरीअस या ज्यूंच्या चार पवित्र शहरांमध्ये राहाणारे. ज्यूंनी स्थापन केलेल्या डझनभर शेती केन्द्रांची अवस्था अत्यंत वाईट होती. ती चालू होती ती केवळ धनाढ्य युरोपिअन ज्यू बॅरन दे हर्श, रोत्सशील्ड आणि धनवान स्वीस ज्यू शुमान यांच्या दानशूरपणामुळेच. ज्युईश पेलमधल्या तळघरात इस्राएल हा देश पुन्हा उभा करण्याच्या गप्पा मारणे ठीक होते. पॅलेस्टाईनमधली खरी परिस्थिती अत्यंत खडतर होती. बिलू शेतीच्या बाबतीत अननुभवी होते. दानशूर ज्यूंनी शेती तज्ञ पाठवले. द्राक्षे, ऑलिव्हसारखी पिके अरब शेतमजूरांच्या सहाय्याने काढायची आणि निर्यात करायची. या पलीकडे काहीच झाले नाही. कष्ट करून ज्यू स्वत:पुरते धान्य पिकवायचा प्रयत्न करतच नव्हते. ओव्हरसीअर म्हणून काम करायचे. बस्. दुसरे

कुठले जोडधंदेही नाहीत. अरब आणि तुर्क दोघेही ज्यूंची लूटमार करत. पिकांवर जास्तीत जास्ती कर लावला जाई. ज्यू स्वत:चे रक्षण करायचाही प्रयत्न करायचे नाहीत. भटकी बेदुईन जमात तर ज्यूंना मृत्युची लेकरे [Children of Death] म्हणे.

पण राबिन्स्की बंधुंसारखे काही तरुण जाफाच्या आसपास राहात होते. बिलूंची चळवळ त्यांनी जिवंत ठेवली होती. कोणत्याही कठीण परिस्थितीला तोंड देऊन राहण्याची तयारी असणारे तरुण रक्ताचे ज्यू आले तर या क्षणाला ती गोष्ट स्वप्नातसुद्धा अशक्य वाटत असली तरी पॅलेस्टाईन दुधामधाचा प्रदेश बनेल याची त्यांना खात्री होती. रशियात नवीन पोग्रोम सुरू होण्याची चिन्हे होती. आज ना उद्या नवीन ज्यू पॅलेस्टाईनमध्ये पोचणार हे जोसीला स्पष्ट दिसत होते. तलमूद, तोरा, मिदराश, मिशना या सर्व ग्रंथांमध्ये नसलेली आणि कुठल्या तरी गोष्टीची गरज होती. रशियातून पळालेले जोसी आणि याकोबसारखे तरुण सक्तीच्या लष्करभरतीतून निसटले होते. दारिद्र्याला कंटाळून किंवा नवीन कल्पनांनी भारून पळाले होते. पॅलेस्टाईनमध्ये आधीपासून असलेले ज्यू त्यांना आपले मानत नव्हते. ते नुसते परकेच नव्हते तर त्यांना स्वत:चा देशच नव्हता.

पाठवलेल्या पत्राला राब्बी लिपझिनकडून उत्तर यायला एक वर्ष उलटले. पप्पा गेल्याच्या दु:खातून त्यांची आई कधी सावरलीच नाही आणि शेवटी मरण पावली होती.

जाफामधल्या गोद्यांमध्ये शेतमजूर म्हणून, कामे करत पाच वर्षे उलटली. जोसी आणि याकोब आता मुले राहिली नव्हती.

घेटोमधल्या धार्मिक शिक्षणाचा पगडा हळूहळू दूर झाला. योम किप्पूर (Day of Atonement), रोश हाशान्ना (The New Year) सारख्या सणांना ते जेरुसलेमला जात. यादिवशी ते त्यांच्या आयुष्याचा विचार करत. कशासाठी जन्मलो आहोत? आपले आयुष्य कशासाठी आहे?

तरुण रक्ताचे, कणखर शरीराचे, जिद्दी असे हे नवीन तऱ्हेचे ज्यू पॅलेस्टाईनमध्ये येत होते. ज्युईश पेलमध्ये जे स्वातंत्र्य त्यांना कधीच माहीत नव्हते त्याचा उपभोग घेत होते.

१८९१-१८९२-१८९३ ही वर्षे आली आणि गेली. दुसऱ्यांच्या दयेवर जगण्यासाठी आणि काही ज्यू आले. पण तरुण ज्यूंना काय करायचे ते कळत नव्हते. युरोपमधल्या इतर ज्यूंशी त्यांना संबंध प्रस्थापित करायचा होता. पण कसा?

समोर ध्येयच नाही अशा वैफल्यावस्थेत पॅलेस्टाईनमधल्या ज्यूंचे आयुष्य जात असताना, जगाच्या दुसऱ्या भागात अशा नाट्यपूर्ण घडामोडी घडत होत्या की, त्यामुळे त्यांचेच नव्हे तर जगातल्या प्रत्येक ज्यूचे दैव पालटणार होते.

## ६

*फ्रान्स १८९४-१८९७*

पूर्व युरोपमधल्या ज्यूंशी तुलना करता फ्रान्स आणि पश्चिम युरोपमधल्या ज्यूंची परिस्थिती चांगली होती. मध्य युगातल्या कत्तलींनंतर ज्यू द्वेषाच्या क्रूरतेची धार इंग्लंड आणि फ्रान्स या दोन्ही देशात बोथट झाली होती.

फ्रान्समध्ये राज्यक्रांती घडली होती. तो दिवस ज्यूंच्या दृष्टीने सुवर्णदिन होता. पंधराशे वर्षांनंतर प्रथमच युरोपमधल्या फ्रान्स या देशाने कुठल्याही अटी न घालता ज्यूंना नागरिकत्व बहाल केले. नेपोलियनने तर देश आणि धर्म यांची फारकत करून प्रथमच स्पष्ट सांगितले की, देशप्रेमाचा धर्माशी संबंध नाही. ज्युडाईझम हा धर्म आहे. त्याचा राष्ट्राशी संबंध नाही. जोपर्यंत ज्यू त्यांचा धर्म पाळून फ्रान्सशी इमान राखत आहेत तोपर्यंत त्यांना इतरांपेक्षा वेगळे मानले जाणार नाही.

एकोणिसाव्या शतकाची सुरुवात म्हणजे फ्रान्समधल्या ज्यूंचे सुवर्णयुग होते. ज्यूंमध्ये उत्कृष्ट डॉक्टर्स, वकील, शास्त्रज्ञ, कवि, लेखक, संगीतकार, राजकारणी जन्माला आले. नेपोलियनची कल्पना सत्यसृष्टीत उतरण्याची चिन्हे दिसू लागली.

अर्थात् परंपरागत चालत झालेला ज्यू द्वेष एकाएकी नाहीसा होणे शक्य नव्हते. पण उघड उघड छळ नक्कीच होत नव्हता. युरोपच्या इतिहासात ज्यूंना इतके स्वातंत्र्य कधीच लाभले नव्हते. फ्रेन्च समाजामध्ये ते मिसळून गेले. त्यांची एक जबरदस्त संघटनाही निर्माण झाली. धनिक आणि दानशूरही.

पण ज्यू द्वेष हा एक असाध्य रोग आहे. तो नाहीसा झाला आहे असे वाटले तरी नष्ट कधीच होत नाही.

फ्रान्सच्या सैन्यात श्रीमंत घराण्यात जन्माला आलेला एक तरुण कॅप्टन होता. १८९३ मध्ये जर्मनांना गुपिते विकल्याचे खोटेनाटे आरोप करून त्याला लष्करी कोर्टात खेचण्यात आले. त्याच्यावरच्या खटल्याने फ्रान्सच्या न्यायव्यवस्थेवर कधीही न पुसला जाणारा कलंक लागला. तो देशद्रोही ठरला आणि जन्मठेपेची शिक्षा होऊन त्याला डेव्हिल्स आयलंडवर पाठवण्याचे ठरले.

त्या कॅप्टनचे नाव होते आल्फ्रेड ड्रेफस!

१८९४ च्या कडाक्याच्या थंडीमध्ये सर्व जनतेच्या उपस्थितीत अत्यंत लाजिरवाण्या तऱ्हेने मानखंडना करून त्याची मानाची पदके, हुद्दा दाखवणारे बिल्ले त्याच्या युनिफॉर्मवरून उडवण्यात आले, बटणे कापण्यात आली. त्याच्या तलवारीचे तुकडे करण्यात आले. त्याच्या कानफटात लगावण्यात आल्या आणि ड्रम वाजत असताना तो देशद्रोही असल्याचा पुकारा करण्यात आला. त्याला नेत असताना तो ओरडत

होता. ''फ्रान्स चिरायु होवो. मी निर्दोष आहे.''

आल्फ्रेड ड्रेफस हा ज्यू होता!

ज्यू द्वेषाचे सुप्त बीज फ्रान्समध्ये पुन्हा उफाळून वर आले. ज्यू द्वेष्ट्या ओदुआ द्रमाँच्या भडक आणि चिथावणीखोर भाषणांनी पुन्हा एकदा फ्रान्सच्या रस्त्यांमधून खवळलेले जमाव शेकडो वर्षांपासून चालत आलेली घोषणा देत फिरायला लागले.

''ज्यूंना ठार करा.''

काही वर्षांनी कादंबरीकार एमिल झोलाने ड्रेफसचा बचाव मनात धरून फ्रान्सच्या अध्यक्षांना उघड पत्र लिहिले. ते पत्र आजही उत्कृष्ट वाङ्मयाचा आविष्कार म्हणून समजले जाते.

आल्फ्रेड ड्रेफसची नंतर निर्दोष मुक्तता झाली तरी पॅरीसमधल्या लष्करी पटांगणात ड्रेफसची झालेली अवहेलना एका माणसाच्या लक्षात राहिली होती.

''मी निर्दोष आहे–मी निर्दोष आहे'' हे त्याचे शब्दही तो विसरू शकत नव्हता. रात्रंदिवस ''ज्यूंना ठार करा'' अशा किंचाळ्या मारत फिरणारे जमावही तो विसरला नव्हता.

काहीही न विसरू शकणाऱ्या त्या माणसाचे नाव होते थिओडोर हर्झल्!

तो देखील ज्यूच होता. हंगेरीमध्ये जन्मलेला. नंतर त्याचे कुटुंब ऑस्ट्रियाला आले. तो व्हिएन्नामध्ये वाढला. तो खूप धार्मिक होता किंवा ज्यू धर्माचे त्याला खूप ज्ञान होते असा भाग नव्हता. पण सर्व धर्माचे लोक राष्ट्रात सामावले गेले पाहिजेत याबद्दल त्याच्या मनात अजिबात संशय नव्हता.

हर्झल् उत्कृष्ट पत्रकार होता, नाटककार होता आणि अत्यंत बुद्धीमान असल्यानेच की, काय फार अस्वस्थ होता. त्याची पत्नी चांगली होती पण त्याला समजू शकत नव्हती.

तो पॅरीसमध्ये आला. व्हिएन्नाच्या वजनदार ''न्यू फ्री प्रेस'' या वर्तमानपत्राचा बातमीदार बनला. पॅरीस तसे सुखवस्तू शहर. त्याला कामाचा चांगला मोबदला मिळत होता. सुखी होता तो.

पण तो खरेच पॅरीसला का यावा? त्या कडक थंडीच्या दिवशी पॅरीसमधल्या लष्करी पटांगणावर जायची बुद्धी त्याला का व्हावी? हर्झल्च् का? ज्यू असूनही तो काही इतर ज्यूंप्रमाणे कर्मकांड करणारा माणूस नव्हता. तरीही आल्फ्रेड ड्रेफसची विटंबना बघितल्यावर आणि ''ज्यूंना ठार करा'' या किंचाळ्या ऐकल्यावर त्याचे आणि खरे म्हणजे प्रत्येक ज्यूचे आयुष्यच कायम बदलून गेले.

थिओडोर हर्झल् विचारात गढला. त्याने मनाशी चिंतन केले. त्याने एक गोष्ट मनोमन स्वीकारली. ज्यू द्वेषाचा शाप कधीच जाणारा नाही. जोपर्यंत एक ज्यू

शिल्लक असेल तोपर्यंत त्याचा द्वेष करणारा कोणी तरी असणारच. यावर काहीच उपाय नाही का? इतर शेकडो ठिकाणचे लाखो ज्यू अनेक वेळा ज्या निष्कर्षाला पोचले होते त्याच निष्कर्षाला तो आला. ऑटो इमन्सिपेशन या आपल्या पुस्तिकेत पिन्स्करने जो विचार मांडला होता तोच विचार. त्याला पर्याय नव्हता.

सर्व ज्यूंनी स्वत:चा असा देश निर्माण केला तरच सर्व देशांमधले सर्व ज्यू स्वतंत्र होतील. जगातल्या सर्व ज्यूंचे प्रतिनिधित्व करणारे ज्यू देशाचे ज्यू सरकार असेल तरच ज्यूंना मानाने जगता येईल.

त्याने एक प्रबंध लिहिला आणि त्यात आपल्या कल्पना सविस्तर मांडल्या. त्या प्रबंधाचे नाव होते ''ज्यू राज्य– ज्युईश स्टेट.''

आपले ध्येय स्पष्ट होताच हर्झल्ने त्या कार्यात स्वत:ला पूर्ण झोकून दिले. पॅलेस्टाईनमधल्या ज्यू वसाहतींना मदत करणाऱ्या धनाढ्य ज्यूंना तो भेटला. दानधर्म ठीक आहे. पण ज्यूंचे राज्य? त्याच्या कल्पनेची त्यांनी टवाळकी केली. आपल्याहून गरीब ज्यूंना मदत करणे त्यांचे कर्तव्यच होते. पण स्वत:चा देश स्थापन करायचा? वेडगळपणाच!

पण ही कल्पना अनेक देशातल्या ज्यूंनी उचलून धरली. कल्पना नवीन नव्हती. नवीन होता तो त्या मागचा हर्झल्चा जोश. तो कुणालाच ही कल्पना विसरू द्यायला तयार नव्हता. बघता बघता त्याला जोरदार पाठिंबा मिळायला लागला. मॅक्स नॉर्दो हा पॅरीसमध्ये स्थायिक झालेला हंगेरियन ज्यू, आंतरराष्ट्रीय कीर्तीचा लेखक, जर्मनीमधला ऊल्फसोहोन, इंग्लंडमधला दे हास या सर्वांनी त्याची कल्पना उचलून धरली. उच्च पदांवरील अनेक ख्रिश्चनांनीसुद्धा या कल्पनेला पाठिंबा दिला.

१८९७ मध्ये जगभरच्या प्रमुख ज्यूंची एक परिषद स्वित्झर्लंडमधल्या बासल येथे भरवण्यात आली. जगामधल्या ज्यूंचे पार्लमेंटच जसे काही. दुसऱ्या मंदिराच्या विध्वंसानंतर इतकी महत्त्वाची घटना ज्यूंच्या इतिहासात घडलीच नव्हती. त्या परिषदेला कर्मठ ज्यू हजर होते. समाजात मिसळून गेलेले ज्यू होते. लव्हर्स ऑफ झायोन होते. समाजवादी होते. अनेक मते असतील पण त्यांना साधणारा एकच दुवा होता. दोन हजार वर्षे होत असलेल्या अनन्वित अत्याचारांविरुद्ध बंड करून उठायची त्या सर्वांची तयारी होती. परिषदेने एक महत्त्वाचा निर्णय घेतला. ज्यूंनी आपल्या प्राचीन जन्मभूमीकडे परत जाऊन आपले राज्य स्थापन केले पाहिजे तरच जगभर विखुरलेले ज्यू स्वतंत्र होतील.

त्यांनी आपल्या या चळवळीला नाव दिले ''झायोनिझम.''

रशिया, पोलंड, रुमानिया, ऑस्ट्रिया, जर्मनी या देशांमध्ये ज्यूंवरचे अत्याचार वाढत असताना आणि फ्रान्समध्ये दबलेला ज्यू द्वेष पुन्हा उफाळून वर येत असताना बासल परिषदेने जाहीर घोषणा केली.

"झायोनिझमचे एकच ध्येय आहे. कायद्याने पॅलेस्टाईनमध्ये ज्यूंचे राज्य स्थापन करणे."

थिओडोर हर्झल्ने डायरीमध्ये नोंद केली. "बासल येथे मी ज्यू राज्य स्थापन केले. मी आज हे मोठ्याने म्हटले तर जगभर माझे हसे होईल. पण पाच वर्षांनी, निदान पन्नास वर्षांनी तर निश्चितच, या राज्याला मान्यता मिळेल."

औपचारिकरित्या झायोनिझमची घोषणा केल्यानंतर झपाटल्यासारखा हर्झल् कामाला लागला. त्याला अनेक पाठीराखे मिळाले. त्याचा उरक बघूनच त्याच्याबरोबर येणारे लोकही तसेच काम करायला लागत.

हर्झल्चे पहिले उद्दिष्ट कायदेशीर रीत्या एखादी सनद मिळवण्याचे होते की, जिच्या आधारे पुढल्या गोष्टी करता येतील.

पण ज्यूंमध्ये एकमत नव्हते. काही गटांना राजकीय उद्दिष्टच मान्य नव्हते. कर्मठ ज्यूंच्या मते तो खोटा मसीहा होता. काहींच्या मते खरा. या सर्व परस्पर विरोधी मतांच्या गलबल्यात हर्झल् ठामपणे आपल्या उद्दिष्टाला चिकटून होता. हजारोंच्या खिशात झायोनिझमच्या सभासदत्वाचा शेकेल दिसायला लागला.

हर्झल्ने प्रमुख देशांच्या अध्यक्षांना भेटायला सुरुवात केली. त्याची स्वत:ची पुंजी या कार्यात संपली. स्वत:च्या कुटुंबाकडे दुर्लक्ष झाले. प्रकृती ढासळली. शेवटी पडझडीला आलेल्या ओटोमन साम्राज्याचा सुलतान दुसरा अब्दुल हमीद याची त्याने गाठ घेतली. (Abdul the Damned). पैशाच्या मोबदल्यात पॅलेस्टाईनमध्ये अशी सनद देण्याची अनेक वचने या जुलुमी सैतानाने दिली. पण तो अत्यंत लाचखोर माणूस होता. त्या वेळी त्याच्या साम्राज्यात मेसापोटेमिया, सीरिया, लेबॅनॉन, पॅलेस्टाईन आणि अरबस्तानच्या मोठ्या भागाचा समावेश होता. शेवटी त्याने हर्झल्ला वाटाण्याच्या अक्षता लावल्या. या चळवळीला मोठाच धक्का बसला.

१९०३ मध्ये रशियातील किशीन्येव्ह या शहरात पुन्हा एकदा ज्यू लोक ख्रिश्चनांचे रक्त त्यांच्या धार्मिक विधींसाठी वापरतात असा आरोप झाला. ईस्टरच्या काळात किशीन्येव्हचा घेटो उद्ध्वस्त करण्यात आला.

एकोणिसाव्या शतकाच्या अखेरीस ओटोमन साम्राज्याची वाताहात व्हायला सुरुवात झाली. इंग्लंड मध्यपूर्वेमध्ये हातपाय पसरत होते. इजिप्त आणि इतर छोटे छोटे शेख इंग्लंडने आपल्या बाजूला वळवून घेतले होते. स्वत:च्या स्वार्थासाठी का होईना त्यांनी झायोनिस्टना सिनाईच्या भागात ज्यूंच्या वसाहती उभारायची परवानगी दिली. हा भाग प्राचीन पवित्र भूमीशी संलग्न होता. ब्रिटिशांनी पाय रोवले की, या भागात जाण्याची त्यांना परवानगी मिळेल असे मधाचे बोटही लावले होते. अर्धवट योजना, स्पष्ट शब्दात काहीच नाही. ती मान्य होणे शक्य नव्हते.

कायदेशीर सनद मिळवण्याचे प्रयत्न पुन्हा पुन्हा अयशस्वी ठरत असतानाच युरोपमध्ये पुन्हा पोग्रोम्स सुरू झाले. कुठे तरी तात्पुरती भूमी तरी ज्यूंना आवश्यक आहे असे हर्झल्ला वाटत होते. ब्रिटिशांनी युगांडा देण्याची तयारी दर्शवली. पण पुढल्या परिषदेत हर्झल्ने ही योजना मांडताच रशियन झायोनिस्टनी तिला कडाडून विरोध केला. बायबलमध्ये युगांडाचा उल्लेख त्यांना सापडत नव्हता.

रशिया आणि पोलंड या देशात पंचवीस वर्षे अव्याहत चालू असलेल्या अत्याचारांनी आणि कत्तलींनी हजारो ज्यू पूर्व युरोपमधून पळ काढत होते. त्यापैकी पन्नास एक हजार ज्यू पॅलेस्टाईनला पोचले. हे ज्यू पुढे ब्रिटिशांना मदत करतील या भीतीने दुसऱ्या अब्दुल हमीदने रशिया, पोलंड, ऑस्ट्रिया येथल्या ज्यूंना पॅलेस्टाईनमध्ये प्रवेश करण्यास बंदी घातली.

पण सुलतानाचे साम्राज्य पार पोखरले गेले होते. झायोनिस्टांचे मुख्य कार्यालय इंग्लंडमध्ये होते. खूप पैसाही बँकेत होता. या पैशाच्या जोरावर ज्यांची इच्छा असेल त्या सर्व ज्यूंना पॅलेस्टाईनमध्ये प्रवेश मिळत होता.

हे पहिले आलिया. मोठ्या प्रमाणात पॅलेस्टाईनमध्ये ज्यूंचा लोंढा येण्याची पहिली वेळ.

ईश्वरदत्त भूमीमध्ये निर्वासित ज्यू येत असताना अरब जगतात वेगळेच वारे वहायला लागले होते. शेकडो वर्षे सामान्य अरब जनता भरडली जात होती आणि आता त्यांच्यामध्येही स्वातंत्र्याची भावना बळावत होती. असंतोष खदखदायला लागला होता. एकही अरब राज्य स्वतंत्र आणि सार्वभौम नव्हते.

सुरुवात झाली लेबॅनॉनमध्ये. पॅरिसमधल्या एका कॉन्फरन्समध्ये लेबॅनॉनमधल्या चळवळीने अरबांमध्ये सुधारणा घडवून आणण्याचा संदेश दिला. या भलत्या कल्पनांची वसाहतवाद्यांना आणि अरबांमधल्या क्रूर राज्यकर्त्यांनाही भीती वाटली. अचानक या चळवळीचा ताबा वेगवेगळ्या जमाती, शेख, जमीनदारांनी घेतला. मूळ कल्पना बाजूला राहून त्याचे द्वेषात रूपांतर झाले. त्याचा फायदा घ्यायला धार्मिक नेते होतेच. शेवटचे दिवस मोजणाऱ्या ओटोमन साम्राज्याचा ताबा घेण्यासाठी सर्वांनी प्रयत्न सुरू केले.

विसावे शतक उजाडले.

मध्यपूर्वेत गोंधळ माजला होता. झायोनिझम! अरब राष्ट्रवाद! ओटोमन साम्राज्याच्या विनाशाची चिन्हे! ब्रिटिशांची चढती कमान! अस्थिर राजकीय परिस्थितीचे भयानक मिश्रण! काही तरी घडणारच होते.

फक्त दहा वर्षांपूर्वी थिओडोर हर्झल्च्या कानावर ड्रेफसचे शब्द पडले होते. ''मी निर्दोष आहे.'' त्या क्षणी एखाद्या धूमकेतूप्रमाणे तो उगवला. अफाट वेगाने डोळे दिपवत नाहीसा झाला. वयाच्या फक्त चव्वेचाळीसाव्या वर्षी हृदयक्रिया बंद पडून मरण पावला.

# ७

झायोनिस्ट चळवळ सुरू होईपर्यंत राबिन्स्की बंधू पॅलेस्टाईनमध्ये रुळले होते. त्यांनी करण्यासारखे प्रत्येक काम केले होते. त्यांना पॅलेस्टाईनचा कानाकोपरा माहीत झाला होता आणि त्यांचे प्रत्येक स्वप्न उद्ध्वस्त झाले होते.

याकोब अस्वस्थ होता. स्वभावाने कडवट बनला होता. जेवढे स्वातंत्र्य लाभले होते त्यात जोसी समाधानी होता. आणि हुले खोऱ्यामधल्या जमिनीचे स्वप्न विसरत नव्हता.

याकोबच्या दृष्टीने कोसॅक आणि रशियन जिम्नॅशियममधले तरुण जसे शत्रू होते तसेच अरब आणि तुर्क. एक खून सोडला तर ज्यूंवरच्या इतर सर्व अत्याचारांकडे तुर्की लोक काणाडोळा करत होते. रात्र रात्र दोघे वाद करायला लागले.

''जमीन कायदेशीरपणे विकत घेतली पाहिजे हे योग्य आहे. पण ती मिळाली तरी शेतकरी कुठे मिळणार? आणि बेदुईन आणि तुर्की का आपल्याला सुखाने राहून देणार आहेत?''

''पोग्रोम वाढले ना की, आपोआप ज्यू पळत येतील इथे.'' जोसीचे उत्तर असे. ''तुर्की माणसांना विकत घेता येईल आणि अरबांबरोबर शांततेने राहण्याची सवय करून घेतल्याशिवाय गत्यंतर नाही. त्यांना ओळखता आले तर ते अशक्य नाही.''

''अरबांना फक्त एकच गोष्ट समजते.'' आपली वळलेली मूठ दाखवत याकोब म्हणाला.

''एक दिवस फासावर चढवतील तुला ते.'' जोसी इशारा देई.

पण या मतभेदांमुळे आणि भांडणांनी त्यांच्यातला दुरावा वाढायला लागला. जोसीला प्रत्येक गोष्ट शांततेच्या मार्गाने करायची होती तर ज्यूंवरच्या अन्यायाला जशास तसे उत्तर हवे असे याकोब म्हणत होता.

विसावे शतक सुरू झाले. जेझरील खोऱ्यामध्ये आजपर्यंत शेकडो वर्षात एकाही ज्यूने पाऊल टाकले नव्हते. याकोब आणि इतर पंधरा तरुणांनी धाडस करून तिथे जमीन विकत घेतली. तिथे त्यांनी एक प्रायोगिक शेती केन्द्र स्थापन केले. चारही बाजूंनी अरब वस्ती. भटके बेदुईन तर होतेच. अत्यंत धोक्याचा निर्णय या तरुणांनी घेतला होता. त्या जागेचे नाव होते. सादे तोव्ह. (Field of Goodness)

१९०० सालापर्यंत जे पन्नास हजार ज्यू पॅलेस्टाईनला पोचले होते त्यापैकी बहुतेकांना शेती करावीशी वाटतच नव्हती. अनेकजण जाफामध्ये व्यापारउद्योग करायला लागले. काहीजण हैफामध्ये राहायला गेले. पण अचानक इतके ज्यू येत होते की, सर्वजण व्यापारही करू शकणार नव्हते. काहीजण तर फक्त अंगावरच्या कपड्यांनी आले होते. नाईलाजाने का होईना पण जमीन लागवडीखाली आणायची

भाषा सुरू झाली.

जमिनी विकत घेण्यासाठी झायोनिस्टनी जाफामध्ये ''झायोन कॉलनायझिंग सोसायटी''ची स्थापना केली. रोत्सशील्डची ''पॅलेस्टाईन इन्व्हेस्टमेंट कॉर्पोरेशन'' आणि ''दे शुमान फाऊन्डेशन'' यांनीही ''परत'' येणाऱ्या नवीन ज्यूंसाठी जमिनी विकत घ्यायला सुरुवात केली.

१९०२ मध्ये दे शुमान फाऊन्डेशनने जमिनी विकत घेण्याबाबत जोसीला सर्वाधिकार देऊ केले. त्याला इतर अनेक ज्यूंप्रमाणे पवित्र भूमीची माहिती होती. अरब भागात जाण्याचे धाडस त्याच्याकडे होते. ज्यूंनी जमिनी विकत घेण्यावर अनेक निर्बंध होते पण तुर्की लोकांशी तो शहाणपणाने व्यवहार करू शकला असता. अरबांशी वाटाघाटी करायला तर फारच हुशारी लागे. त्याला त्याचीही सवय होती. श्रीमंत ज्यूंनी दानधर्म करून आणि अरब मजूर वापरून ईश्वरदत्त भूमी पुन्हा सुजलाम् सुफलाम् करता येईल असे त्याला मुळीच वाटत नव्हते. पण जमिनी विकत घ्यायची संधी आहे या एकाच गोष्टीचा विचार करून जोसीने काम स्वीकारले.

आणि यामुळे पुन्हा पुन्हा याकोबला भेटता येईल हा हेतू होताच. पॅलेस्टाईनचा इंच न् इंच भाग माहीत करून घेता आला असता. जोसीला भूतकाळात स्वत:ला विसरून जायचा कधी कंटाळा नसे. पॅलेस्टाईनच्या प्रत्येक भूभागावर ज्यूंचा प्राचीन उज्ज्वल इतिहास लिहिलेला होता. रोश पिन्नाच्या शेवटच्या ज्यू वस्तीच्या पलीकडे जाऊन अबू येशाजवळील हुले खोऱ्यातील जमिनीचे स्वप्न तर तो उराशी बाळगून होताच.

पांढऱ्या अरबी घोड्यावरून निघालेला जोसी अगदी देखणा दिसे. तो आता तीस वर्षांचा झाला होता. उंच, धिप्पाड आणि घेतलेल्या कष्टांमुळे अत्यंत कणखर बनलेला. पांढरा पायघोळ झगा, पांढरा अरबी हेडड्रेस आणि लाल दाढी. खांद्यावरून बंदुकीच्या गोळ्यांचा पट्टा असे. बाजूला बैलांनाही वठणीवर आणेल असा चाबूक. शारोनचा सपाट प्रदेश, समारियाच्या टेकड्या, गॅलिली या ठिकाणी त्याचा जमिनीसाठी शोध सुरू झाला.

पॅलेस्टाईनमधली बहुतेक सर्व जमीन डझनभर जमीनदार कुटुंबांच्या ताब्यात होती. शेतमजूर काम करत. त्यांच्याकडून अर्धा किंवा तीन चतुर्थांश पिकाचा हिस्सा ते जबरदस्तीने उकळत. त्या गरीब माणसांच्या जीवनमरणाच्या लढ्याची त्यांना काहीच चिंता नव्हती. जोसी आणि इतर फाऊन्डेशनच्या लोकांना फक्त दलदल आणि नापिक जमिनी विकायची त्यांची तयारी होती. ती सुद्धा अव्वाच्या सव्वा किंमतीला. या जमिनीचा कधीही ज्यूंना उपयोग होणार नाही याची त्यांना पूर्ण खात्री होती. पण त्याच वेळी हिब्रूंच्या पैशाचा लोभही होताच.

अनेक वेळा रोश पिन्नापलीकडे जाऊन जोसीने अबू येशाचा मुक्तार कम्मालची

भेट घेतली. ते दोघे मित्र बनले.

कम्माल जोसीहून थोडा मोठा होता आणि इतर जमीनदारांहून वेगळाही. इतर जमिनदार आपल्या जमिनी बघायलाही कधी येत नसत. बैरुट आणि कैरोला जिवाची चैन करत त्यांचे आयुष्य जाई. कम्मालला त्यात रस नव्हता. अबू येशाच्या परिसरात तो राजाच होता. तरुणपणी एका गरीब मजूराच्या छोट्या मुलीवर त्याचा जीव जडला. तिचे डोळे बिघडायला सुरुवात झाली होती. तिला डॉक्टरी मदत द्यावी म्हणून कम्मालने आपल्या पित्याच्या खूप विनवण्या केल्या. काही उपयोग झाला नाही. चार-चार बायका आणि हव्या तितक्या रखेल्या ठेवायची ऐपत असताना कुठल्या तरी फडतूस मुलीसाठी खर्च करायची त्याची तयारी नव्हती. ती मुलगी आंधळी झाली आणि अठरा वर्षांची व्हायच्या आत मरण पावली.

तेव्हापासून कम्मालला अरब जमिनदारांबद्दल घृणा होती. त्या दुःखामुळेच की काय, त्याच्या हृदयात इतकी खोलवर जखम झाली की, त्याला इतरांबद्दल कळवळा निर्माण झाला. तो कैरोला जाई पण मजा मारण्यासाठी नव्हे. शेतीच्या सुधारलेल्या पद्धती, आरोग्य, औषधे या गोष्टींकडे त्याचे लक्ष असे. पित्याच्या मृत्युनंतर तो अबू येशाला आला. सर्वजणांच्या परिस्थितीत अमूलाग्र बदल व्हावा अशी त्याची इच्छा होती. पण तुर्की लोक त्याच्या शाळेसाठी, आरोग्य केन्द्रासाठी काहीही करायला तयार नव्हते. हजार वर्षांपासून गावात जी परिस्थिती होती तिच्यात काडीमात्र बदल होत नव्हता. सर्व लोक अत्यंत मागासलेले आणि अशिक्षित होते. त्यांच्या काहीच ध्यानात येत नसे. त्यामुळेच तो फार निराश झाला होता.

पॅलेस्टाईनमध्ये सुरू झालेल्या ज्यूंच्या ओघाने कम्माल कोड्यात पडला होता. त्याचा अर्थ त्याला कळत नव्हता. म्हणूनच त्याने जाणुनबुजून जोसी राबिन्स्कीशी मैत्री केली.

वापरात नसलेल्या जमिनीच्या एका तुकड्यासाठी जोसी कम्मालच्या मागे होता. तो टाळाटाळ करत होता. या ज्यूंवर विश्वास ठेवायचा की नाही हेच त्याला कळत नव्हते. हुले खोऱ्यात ज्यूंना जमीन विकणारा पहिला जमीनदार व्हायची तर त्याची मुळीच तयारी नव्हती.

पण जोसीकडून कम्माल काहीतरी शिकत असतानाच, कम्मालकडून जोसीही नवीनच धडे घेत होता. कम्माल शिकलेला असेल, सुधारणावादीही असेल, पण शेवटी तो अंतर्बाह्य पक्का अरब होता. आपल्या तीन बायकांबद्दल तो कधी ब्र काढायचा नाही. त्याच्या दृष्टीने त्यांची किंमत शून्य होती. सभ्यपणे बोलला तरी लौकर बधायचा नाही. इतरांबद्दल कणव असेलही पण पिढीजाद हम करे सो कायदा प्रवृत्ती होतीच. इतरांना फसवण्यात आपण कधी वाईट करतो आहोत ही भावना कधीही नसायची. तो त्यासाठी सरळ जोसीचा सल्लाही विचारत असे. कम्मालमुळेच

जोसीला अरबांचा उज्ज्वल आणि दु:खद इतिहास कळला.

सातव्या शतकात इस्लामचा पगडा भटक्या, थोड्याफार सुधारलेल्या पण तरीही जंगली प्रवृत्तीच्या बेदुईनवर पडला. मोहम्मदाच्या पवित्र शिकवणुकीचा प्रचार करण्यासाठी हातात तलवार घेऊन ते बाहेर पडले. थेट चीन आणि पॅरीसपर्यंत त्यांनी धडक मारली. शंभर वर्षांच्या कडव्या प्रसारानंतर लाखो लोक इस्लामच्या झेंड्याखाली जमा झाले. इस्लामचा आत्मा होता ते हे अरब. त्यांची भाषा एक होती. धर्म एक होता. इस्लामचा झपाट्याने प्रसार होत असताना ज्यूंना अरब जगतात मोठा मानमरातब होता. पाश्चिमात्य जग अंध:कारमय युगात चाचपडत असताना अरबस्तानच्या वाळवंटात एक भव्य संस्कृती उदयाला येत होती आणि सर्व जग दिपून जात होते. बगदाद आणि दमास्कस ही अथेन्ससारखी भव्य शहरे बनली. पुढली पाचशे वर्षे मुस्लीम संस्कृतीचे सुवर्णयुग होते. त्यांनी सर्व क्षेत्रात नेत्रदीपक प्रगती केली. तत्त्वज्ञान, विज्ञान, उत्कृष्ट कारागिरी अरब जगतातच होती.

आणि मग धर्मयुद्धे सुरू झाली. जो देव मुस्लीम आणि ख्रिश्चन दोघेही मानत होते त्याच देवाच्या नावाने कत्तली आणि विध्वंस सुरू झाला.

धर्मयुद्धानंतर सतत शंभर वर्षे मंगोल्सची आक्रमणे सुरू होती. आशियामधून बाहेर पडलेल्या मंगोल्सनी युद्धांमध्ये क्रौर्याचा कळस गाठला. अरब कवट्यांचे पिरॅमिडस् वाळवंटामध्ये उभे राहिले.

अरब संस्कृतीची पार वाताहात झाली. त्यांची भव्य शहरे धुळीला मिळाली. वाळवंटातील ओऍसिस् नाहीशी झाली. फळबागांचा मागमूस राहिला नाही.

बाहेरचे शत्रु नाहीसे झाले आणि अरब एकमेकांविरुद्ध उठले. त्यांच्यात जबरदस्त दुफळी निर्माण झाली. भाऊ भावाविरुद्ध उभा राहिला. सुपीक जमिनी उजाड बनल्या. या संस्कृतीला शेवटचा धक्का दिला तो त्यांच्याच मुस्लीम भाऊबंदांनी. शक्तीमान ओटोमन साम्राज्याने अरब जगताचे तुकडे तुकडे उडवले. नंतरची पाचशे वर्षे होती ती लाचखोर सरंजामशाही राज्यांची.

पाण्याच्या एकेका थेंबाला सोन्याची किंमत प्राप्त झाली. जन्मापासून मृत्युपर्यंतचा प्रत्येक क्षण म्हणजे नुसते जिवंत राहण्याचा लढा झाला. अरब जगात रोगराईचा प्रादुर्भाव झाला. अज्ञान आणि भयानक दारिद्र्य यांचा पगडा बसला. शिक्षणाचे नाव नाहीसे झाले. अरबांच्या आयुष्यातले संगीत आणि हसू लोप पावले.

विश्वासघात, खून, द्वेष हे अरब आयुष्याचा भाग बनले. अरबांच्या स्वभावविशेषातला हा बदल बाहेरच्यांना कोड्यात टाकत होता.

अरबांनी स्वत:च्याच भाईबंदांना गुलाम बनवले. चोरी केली की, हात तोडला जायचा, वाईट प्रवृत्तीच्या स्त्रीचे नाक कान कापले जायचे. सर्वसामान्य अरब अत्यंत घाणेरड्या अवस्थेत जगायला लागले. बेदुईनचा प्रत्येक दिवस कसा निघे हे त्यांनाच

माहीत. या परिस्थितीत आपले दुःख आणि जगण्याचा लढा विसरण्यासाठी ते धर्माकडे वळले आणि अत्यंत कर्मठ धर्मवेडे बनले. ज्यूंच्या कठीण परिस्थितीत काही ज्यूसुद्धा असेच कर्मठ बनले होते.

अरबांचा कुणावरही विश्वास नव्हता. या धर्मवेड्या अरबांचा राजकीय हत्यार म्हणून सर्व शेख आणि जमीनदार उपयोग करून घ्यायला लागले. कारण मिळाले की, धर्माच्या नावाने चिथावणी द्यायची. आपापल्या तंट्यातही त्यांचा असाच उपयोग केला जायला लागला. गरीब अरब आणि बेदुईन यांना स्वातंत्र्य म्हणजे काय, चांगली परिस्थिती म्हणजे काय यांचाही संपूर्ण विसर पडला होता. राजकारणात प्यादी म्हणून त्यांचा उपयोग केला जायला लागला.

अरबांच्या स्वभावातल्या विचित्र रसायनांचे जोसीला फार आकर्षण होते. जाफामधल्या दुकानात तो तासन्तास उभा राहून व्यापारी करत तो सौदा बघत असे. अरबांच्या आयुष्यातली प्रत्येक गोष्ट म्हणजे दुसऱ्यावर मात करण्यासाठी खेळलेली बुद्धीबळाची एक चाल असे. कॉफीहाऊसमध्ये अचानक हाणामाऱ्या सुरू होत. जमीन खरेदीचे व्यवहार करताना त्याच्या लक्षात आले की, नीतिमत्ता वगैरे गोष्टी अरबांच्या खिजगणतीत नव्हत्या. सगळाच चोरांचा बाजार. पण एकदा कुठल्याही अरबाच्या घरात पाऊल टाकले की, आदरातिथ्यात उणीव नसे. खून सोडला तर प्रत्येक गोष्ट विविध कारणे सांगून पचवली जाई. स्त्रियांना गुलामांपेक्षा जास्ती किंमत नव्हती. त्या कधी दृष्टीस पडत नसत. त्यांचे बोलणे कानावर येत नसे, त्यांचे मत विचारात घेतले जात नसे. त्यामुळे स्त्रियांना कधी सूड घ्यायची संधी मिळाली तर जालीम विष किंवा सुऱ्याचा वापर होई. लालसा, द्वेष, कपट, कावेबाजपणा, हुशारी या सर्व गोष्टी अरबांच्या स्वभावात होत्या. दुसऱ्या कुणाला अरबांचा स्वभाव कळणे ही अशक्य गोष्ट होती.

कम्मालने राबिन्स्कीला कुराणाची ओळख करून दिली. मुस्लीमांचा पवित्र ग्रंथ! जोसीला कळले की, अब्राहम फक्त ज्यूंचा पिता नव्हता, मुस्लीमांचाही होता. अब्राहम आणि सारा यांना अनेक वर्षे पुत्रप्राप्ती होत नव्हती म्हणून सारा आपली दासी हागार हिलाच अब्राहमकडे पाठवते आणि तिला त्याच्यापासून इश्माएल हा पुत्र होतो. नंतर अब्राहम आणि सारा यांनाही पुत्र होतो. त्याचे नाव ऐझॅक. ऐझॅकचा जन्म झाल्यानंतर हागार आणि इश्माएल यांना घराबाहेर काढण्यात येते. ज्यूंची उत्पत्ती ही ऐझॅकपासून झाली आहे आणि अरबांची इश्माएलपासून.

ज्या मोजसने ज्यूंना देवाच्या आज्ञा दिल्या तोच मोजस मुस्लीमांचा प्रमुख प्रेषित होता. बायबलमध्ये उल्लेख केलेले सर्व प्रेषित कुराणाप्रमाणे मुस्लीमांचेही प्रेषित होते. खूप ज्यू राब्बींना इस्लाममध्ये फार मोठे साधुसंत मानत होते.

ईश्वरदत्त भूमीला परतणाऱ्या ज्यूंकडे कम्माल अत्यंत संशयाने बघत होता. ते शांततेने राहात होते. कायदेशीरपणे जमिनी खरेदी करत होते. जमीन लागवडीखाली आणायच्या मोठ्या गप्पा मारत होते. स्वत:शी विचार केला की, त्याला वाटे की, ज्यू परत येत आहेत ती अगदी स्वाभाविक गोष्ट आहे. पण आजपर्यंत पॅलेस्टाईनमध्ये आलेल्या सर्वांनी अरबांची पिळवणूक केली होती. शेवटी ज्यूसुद्धा तेच करणार नाहीत कशावरून?

याकोब सादे-तोव्ह सोडून बाहेर पडला. शेतीचे प्रयोग फसले होते. पुन्हा भिरभिरल्यासारखी त्याची पॅलेस्टाईनभर भ्रमंती सुरू झाली.

१९०५ मध्ये बरीच वर्षे खदखदत असलेली क्रांती रशियात झाली आणि निष्ठुरपणे चिरडली गेली.

फसलेली क्रांती हे पोग्रोम्स सुरू व्हायला निमित्त ठरले. यावेळचे क्रौर्य पाहून सुधारलेले जग हादरले. लिओ टॉलस्टॉय यांनी अत्यंत कडक शब्दात हे पोग्रोम्स घडवून आणणारा इन्टीरीयर मिनिस्टर काऊन्ट प्ल्येहवे, गुप्त पोलिसांनीच बाळगलेले खुनी आणि झारची निर्भत्सना केली. पण हजारो ज्यू देशोधडीला लागेपर्यंत हे पोग्रोम्स चालूच राहिले. पळ काढलेले बहुतेक ज्यू अमेरिकेला गेले. उरलेले पॅलेस्टाईनमध्ये पोचले.

ईश्वरदत्त भूमीला पोचलेले हे नवीन ज्यू राबिन्स्की बंधुंसारखे निर्वासित नव्हते. त्यांना व्यापारउदीम करायचा नव्हता. हे तरुण झायोनिस्ट नवनवीन कल्पनांनी भारलेले होते, झपाटलेले होते. त्यांना काहीही करून शेतीसाठी जमीन हवी होती.

१९०५ हे वर्ष दुसऱ्या आलियाचे. पुन:श्च ज्यूंचा लोंढा पॅलेस्टाईनमध्ये सुरू झाला.

## ८

या तरुणांना दुसऱ्यांच्या दयेवर जगायची इच्छा नव्हती. जाफामध्ये व्यापारी बनायचे नव्हते. पॅलेस्टाईन हा पुन्हा दुधामधाचा प्रदेश बनवण्याचे वेड डोक्यात घेतलेल्या या तरुणांनी विकत घेतलेल्या दलदलींच्या जमिनींवरची दलदल नाहीशी करायचा प्रयत्न सुरू केला. अत्यंत खडतर असे कष्ट उपसायला सुरुवात केली. अरबांसारखे शेतात कष्ट उपसायचे ही कल्पनाच अनेक ज्यूंना पटत नव्हती. त्यांनी स्वत: कधीही शेतीची कामे केली नव्हती फक्त इतरांवर देखरेख केली होती.

ज्यूंच्या या दुसऱ्या लोंढ्याची सर्वात मोठी देणगी कुठली असेल तरी ही शारीरिक कष्टांची तयारी. कष्टमजुरीच्या कामांना त्यांनी एक उच्च स्थान दिले. ए.डी.गॉर्डन हा एक बुद्धीमान माणूस. तसा वृद्धच. त्याने मिळालेल्या शिष्यवृत्त्या

सोडल्या. मातीमध्ये हाताने काम करायला प्रारंभ केला.

याकोब नव्या उत्साहाने गॅलिलीमधल्या सेजेरा इथे सुरू झालेल्या प्रायोगिक शेती केंद्रावर गेला. काही दिवसांनी तो जाफाला जोसीची भेट घ्यायला आला तो डोक्यामध्ये नवीन खूळ घेऊनच.

याकोबच्या मनात एकदा एखादी गोष्ट आली की, त्याला दुसरे काही सुचत नसे. "तुला ठाऊकच आहे जोसी की, बेदुईन ज्यू वस्त्यांच्या संरक्षणासाठी त्यांचेच पहारेकरी घ्यावेत म्हणून दमदाटी करतात. खरे म्हणजे ज्या लुटारूंपासून आपले रक्षण व्हावे म्हणून पहारेकरी नेमायचे ते लुटारुही तेच आहेत. त्यांनी सेजेराला येऊन अशीच दमदाटी केली. आम्ही त्यांच्या धमक्यांना भिक घातली नाही आणि आमचे स्वत:चे संरक्षणही केले. मधे जरा काळजीही वाटत होती पण आम्ही सापळा रचून लुटारूंच्या मुख्यालाच ठार केले. त्या दिवसापासून आजपर्यंत तरी त्यांनी पुन्हा हल्ला केलेला नाही. एका ज्यू वस्तीचे रक्षण आपण करू शकतो तर सर्वच वस्त्यांचे का नाही करू शकणार? आमच्या मनात आपले एक फिरते गस्तीपथक असावे असा विचार आहे. त्याचे नेतृत्व तू करावेस अशी आमची इच्छा आहे."

ज्युईश गार्ड! किती आश्चर्यकारक कल्पना! जोसीच्या मनात चांगलीच खळबळ उडाली. पण त्याच्या स्वभावाला अनुसरून त्याने ताबडतोब होकार दिला नाही. "विचार करून सांगतो."

"आता यात विचार करण्यासारखे काय आहे?"

"तू म्हणतोस तितकी ही साधी सरळ गोष्ट नाही. पहारेकरी नेमणे ही बेदुईनची एक उत्पन्नाची बाब आहे. ती ते इतक्या सहजासहजी सोडून देणार नाहीत. आणि तुर्कांचे काय? ते काय आपल्याला अशा तऱ्हेने शस्त्रसज्ज होऊ देतील असे वाटते तुला?"

"अगदी स्पष्ट सांगायचे जोसी तर तू आम्हाला हवा आहेस कारण या देशाची माहिती तुझ्याइतकी दुसऱ्या कुणालाच नाही आणि अरब आणि तुर्क या दोघांशीही जुळवून कसे घ्यायचे हे फक्त तुलाच माहिती आहे."

"खरे की काय? म्हणजे आता एकाएकी माझ्या प्रिय भावाला साक्षात्कार झाला की, अरबांशी मैत्री करण्यात मी जी वर्षे घालवली ती काही अगदीच वाया गेलेली नाहीत."

"काय उत्तर आहे मग जोसी तुझे?"

"विचार करतो. आधी बहुतेक आपल्याच शेतकऱ्यांची खात्री पटवावी लागेल आणि आपण त्यांचे रक्षण करण्यासाठी त्यांच्या मनाची तयारी करून घ्यावी लागेल. मला काळजी एकाच गोष्टीची वाटते. आपण बंदुका बाळगायला लागलो तर इतरांना वाटेल की, आपल्याला लढायची खुमखुमी आली आहे."

"आपल्या मालकीच्या गोष्टीचे संरक्षण करायचे म्हणजे लढायची खुमखुमी?" याकोबने वैतागाने म्हटले. "वीस वर्षे पॅलेस्टाईनमध्ये काढूनही अजून घेटोमधल्या ज्यूसारखाच विचार करतो आहेस तू."

जोसी तरी शांतच होता. "आपण शांततेने आलो आहोत. आपल्या जमिनी कायदेशीरपणे विकत घेतल्या आहेत. दुसऱ्या कुणालाही त्रास न देता आपण आपल्या वस्त्या उभारल्या आहेत. आता जर आपण शस्त्र हातात धरले तर ते झायोनिझमच्या मूलभूत तत्त्वांविरुद्ध ठरेल. आणि शस्त्रसज्ज होण्यात धोका आहे हे तुलाही माहिती आहे."

*``But he stood in the midst of the ground, and defended it — and the Lord wrought a great victory."*

"नुसते बायबलमधले उतारे —"

"तुझ्याशी नुसता बोललो ना तरी माझे डोके फिरते जोसी." याकोब तडकून म्हणाला. "या बेदुईन डाकूंच्या रक्षणाखाली जमीन पुन्हा लागवडीखाली आणायची. वा! वा!! बेदुईन दिलदारच म्हणायला हवेत. ठीक आहे. तू समाधी लावून विचार कर. तुझ्यासह नाहीतर तुझ्याशिवाय संरक्षक दल स्थापन होणारच. तू ज्या तुकडीचे नेतृत्व करावेस अशी आमची इच्छा आहे ती तुकडी पुढल्या आठवड्यात मुख्य तळावर जायला निघेल."

"कुठे?"

"माऊन्ट कनान."

माऊन्ट कनान? जोसीचे डोळे चमकलेच एकदम. तरी बोलताना तो एवढेच म्हणाला, "नीट विचार करून सांगतो मी."

आणि जोसीने खरेच खूप विचार केला. दे शूमान फाऊन्डेशनसाठी जमिनी खरेदी करायचा त्याला कंटाळा आला होता. सारख्या दुसऱ्याच्या दानशूरपणावर चालणाऱ्या वसाहती उभारायच्या.

पण याकोबसारखे भडक माथ्याचे डझनभर ज्यू असले तरी ते खूपच गोंधळ घालू शकले असते. संरक्षणाचे काम शहाणपणाने आणि संयमाने करणे आवश्यक होते. पण माऊन्ट कनानच्या आसपास राहिले की, हुले खोऱ्यातही वेळ काढता आला असता. तोच तर मोह त्याला पडला होता.

जोसीने दे शूमान फाऊन्डेशनमधून राजिनामा दिला आणि इतरांबरोबर तो माऊन्ट कनानला पोचला. संरक्षक दलाने स्वत:साठी नाव घेतले. हाशोमेर — द गार्डस्मन! (The Guardsman)

माऊन्ट कनान, उत्तरेला रोश पिन्ना, गॅलिलीचा समुद्र, दक्षिणेकडे गिनोसार खोरे आणि पश्चिमेला साफेद आणि मेरॉन या भागात त्या तुकडीची गस्त राहणार होती.

काही काळातच भानगड निर्माण होणार याबद्दल जोसीची खात्री होती. आपले काम सुटले हे बेदुईन्सच्या ध्यानात यायचीच खोटी होती. त्यांचा सर्वात उपद्रवी नेता होता. चोरट्या मालाचा व्यापार करणारा, निर्दय आणि विश्वासघातकी असा सुलेमान. अबू येशाच्या आसपासच्या टेकड्यांवर तो तळ ठोकून असे. संरक्षणाच्या नावाखाली तो रोश पिन्ना भागामधल्या पिकाचा चौथा हिस्सा वसूल करत असे. अरबांना ज्यूंच्या या उद्योगाची जाणीव व्हायच्या आत जोसी हातात एक शस्त्रही न घेता सुलेमानचा तळ शोधायला निघाला.

संध्याकाळी जोसीला त्यांचा ठावठिकाणा सापडला. लेबॅनॉनमध्ये तेल हाय जवळ, बकऱ्यांच्या कातड्यांचे अनेक तंबू उभारलेले होते. ही भटकी जमात सर्व अरबांमध्ये स्वत:ला एकदम शुद्ध रक्ताची आणि स्वतंत्र मानत असे. शहरात राहणाऱ्या, शेतमजूर म्हणून राबणाऱ्या अरबांना, फेलायीनना, ते अत्यंत तुच्छतेने वागवत. बेदुईनचे आयुष्य खडतर असले तरी तो स्वतंत्र असे आणि आपल्या जमातीला धरून असे. अत्यंत लढवय्ये आणि व्यवहारात अत्यंत फसवे.

सहा फूटांहून उंच, धिप्पाड आणि लाल दाढीवाला अनोळखी माणूस बघताच तळावर धावपळ उडाली.

अर्ध्याहून जास्ती अंतर गेल्यावर एक काळा, सुदानचा असणारा, अरब त्याला सामोरा आला. त्याने आपली ओळख करून दिली. सुलेमानचा स्वत:चा असा खास गुलाम. बकऱ्यांच्या मोठ्यात मोठ्या कळपाशेजारच्या सर्वात मोठ्या तंबूकडे तो जोसीला घेऊन गेला.

सुलेमानने आपल्या तंबूबाहेर पाऊल टाकले. काळा पायघोळ झगा. काळा हेडड्रेस. कंबरेला चांदीचे दोन उत्कृष्ट सुरे खोचलेले. एका डोळ्याने आंधळा. चेहऱ्यावर चाकू-सुऱ्यांच्या मारामारीमुळे आणि स्त्रियांच्या ओरबाडण्याने पडलेले असंख्य व्रण. दोघांनीही एका दृष्टीक्षेपात एकमेकांचा अंदाज घेतला.

जोसीला घेऊन तो तंबूमध्ये गेला. जमिनीवर रजया अंथरलेल्या होत्या. आजूबाजूला रंगीबेरंगी उशा आणि लोड. दोघे आरामात बसले. सुलेमानने फळे आणि कॉफी मागवली. अर्धा तास हुक्का ओढत दोघेही वायफळ गप्पा मारत होते. भात, करी, मटण आणि कलिंगडे खात आणि तासभर बोलणे झाले. सुलेमानच्या एक गोष्ट लक्षात आली. जोसी साधासुधा ज्यू नव्हता आणि साध्यासुध्या कामासाठीही आलेला नव्हता.

शेवटी सुलेमानने भेटीचे कारण विचारले. जोसीने खरेखुरे उत्तर दिले. संरक्षणाचे काम यापुढे हाशोमेर स्वत:च करणार आहेत. आजपर्यंत इमानाने केलेल्या संरक्षणाबद्दल जोसीने सुलेमानचे आभार मानले. सुलेमानच्या चेहऱ्यावर काही भावना दिसल्या नाहीत. एकुलत्या एका डोळ्याची उघडझापसुद्धा झाली नाही. मित्रत्वाच्या करारानिमित्त

जोसीने हात मिळवण्याची केलेली विनंतीही हसूनच सुलेमानने मान्य केली.

जोसी रात्री रोश पिन्नाला परतला आणि त्याने तातडीने शेतकऱ्यांची मिटींग बोलावली. स्वसंरक्षणाच्या कल्पनेने आधीच सर्वजण धास्तावले होते. सुलेमानला हे सर्व कळताच तो सगळ्यांचे गळे घोटल्याशिवाय राहणार नाही याची त्यांना खात्री होती. जोसीने रोश पिन्नाला थांबण्याचे आश्वासन दिल्याने इतरांना थोडा धीर आला.

यांची मिटींग चालू असताना बाहेरून वीस वर्षांची एक तरुण मुलगी जोसीकडे टक लावून बघत होती. त्याचे बोलणे ऐकत होती. थोड्या दिवसांपूर्वीच ती पोलंडमधल्या सायलेशियाहून इथे आली होती. तिचे नाव होते सारा. जोसी उंच आणि धिप्पाड होता तर ही मुलगी तेवढीच छोटी. जोसीचे केस लाल होते तर तिचे काळेभोर. त्याला बघताना आणि त्याचे बोलणे ऐकताना ती भान हरवून बसली.

"नवीन दिसतेस." मिटींग संपल्यावर जोसी म्हणाला.

"हो."

"मी जोसी राबिन्स्की."

"तुमचे नाव सर्वांनाच माहिती आहे."

जोसी आठवडाभर रोश पिन्नाला राहिला. सुलेमान एकदा तरी येऊन जाणार याची त्याला खात्री होती. पण सुलेमान कावेबाज होता. बेदरकारपणे वागणार नाही हेही जोसीला माहीत होते. त्याने लौकर यावे अशी जोसीची इच्छा नव्हतीच म्हणा. नाही म्हटले तरी साराने त्याचे लक्ष वेधून घेतले होते. पण ती जवळ असली की, तो बुजत असे. त्याचे तोंड बंद राही. मोठा झाल्यापासून त्याचा कोणत्याही ज्यू मुलीशी संबंध आला नव्हता. ती मात्र खुशाल त्याची चेष्टा करत असे. तो आणि कावराबावरा होई. रोश पिन्नामधल्या सर्वांना जी गोष्ट स्वच्छ दिसत होती ती जोसीला मात्र कळत नव्हती. तो साराच्या जाळ्यात अडकणार होता.

नवव्या दिवशी मध्यरात्री डझनभर तरी अरब रोश पिन्नामध्ये चुपचाप घुसले आणि शेकडो पौंड धान्य घेऊन पळाले. जोसी पहाऱ्यावर होता त्याच्या नजरेतून काही सुटले नव्हते. तो त्यांना पकडू शकला असता. पण बेदुईन चोरी करताना पकडले गेले तरी तो गुन्हा नव्हताच. त्याच्या मनात वेगळीच कल्पना आली होती.

दुसऱ्या दिवशी तो पुन्हा सुलेमानच्या कॅम्पला जायला निघाला. आज त्याच्याकडे त्याचे स्वत:चे शस्त्र होते. दहा फूट लांबीचा, बैलांनाही वठणीवर आणणारा चाबूक. तो सरळ दौडत सुलेमानच्या तंबूपर्यंत पोचला. घोड्यावरून खाली उतरला. मागचाच काळा गुलाम बाहेर आला आणि हळूच गोड हसला. जोसीला तंबूत शिरायचे निमंत्रणही दिले. जोसीने दंडावरची माशी झटकावी तसा उलट्या हातानेच एक असा फटका हाणला की, तो मागच्या मागे कोलमडला.

"सुलेमान!" त्याचा खणखणीत आवाज कॅम्पभर घुमला. "बाहेर ये!"

आश्चर्यचकित झालेले बंदुकधारी डझनभर तरी अरब कुठून कुठून बाहेर आले.

"बाहेर ये सुलेमान!" जोसीचा आवाज पुन्हा कॅम्पच्या कानाकोपऱ्यात पोचला.

शांतपणे वेळ काढत सुलेमान बाहेर आला. हळूच हसत उभा राहिला. त्या हसण्यातसुद्धा एक प्रकारची गुर्मी होती. दहा एक फूट अंतरावर दोघे उभे होते.

"माझ्या तंबूबाहेर येऊन कोण आजारी बकऱ्यासारखे केकाटते आहे?" सुलेमानने विचारले. त्याचे सगळे साथीदार खदखदा हसले. जोसीने एक क्षणही आपली नजर सुलेमानवरून ढळवली नाही.

"आजारी बकऱ्यासारखा केकाटणारा जोसी राबिन्स्की आहे. तो म्हणतो आहे की, सुलेमान चोर आहे आणि खोटारडा आहे."

सुलेमानच्या चेहऱ्यावरचे हसू नाहीसे झाले. तो क्रूर दिसायला लागला. जोसीवर झडप घालण्यासाठी इशारा मिळण्याचीच इतरजण वाट बघत होते.

"बोलाव, बोलाव तुझ्या पुतण्यांना. एखाद्या डुकराएवढीसुद्धा लायकी नाही तुझी आणि मी तर ऐकले आहे की, तुझे शौर्य काही एखाद्या स्त्रीपेक्षा जास्ती नाही."

स्त्री एवढेही शौर्य नाही? या इतका अपमान आजपर्यंत कोणी केला नव्हता त्याचा. जोसीने उघड उघड आव्हानच दिले होते त्याला.

सुलेमान मूठ वळवत ओरडला, "आणि तुझी आई म्हणजे जगातली सर्वात बदचालीची बाई आहे."

"बोल बायल्या! बोल तू नुसता!"

सुलेमानचे सर्वस्व या क्षणाला पणाला लागले होते. त्याने कंबरेचा चांदीचा सुरा काढला आणि एक आरोळी ठोकत तो जोसीच्या अंगावर धावला.

जोसीचा चाबूक कडाडला.

सुलेमानच्या पायांभोवती चाबकाचा विळखा घालून जोसीने त्याला पालथा घातला आणि त्याच्या दिशेने धाव घेतली. चाबूक सोडवून घेऊन त्याच्या पाठीवर फटक्यांवर फटके मारायला सुरुवात केली. प्रत्येक फटक्याचा आवाज जसा काही आजूबाजूंच्या टेकड्यांमध्ये घुमत होता.

सुलेमानला पाच फटकेच खूप झाले. "भाऊ, भाऊ आहोत आपण." त्याने दयेचीच भीक मागितली होती.

"तू मित्रत्वाने माझ्याशी हात मिळवला होतास. खोटे बोललास तू." थरथरणाऱ्या सुलेमानकडे बोट रोखून जोसी म्हणाला, "याद राखून ठेव सुलेमान. यापुढे तू किंवा तुझ्या जमातीतल्या कुठल्याही अरबाने आमच्या शेतात पाऊल जरी ठेवले तर या चाबकानेच तुझ्या चिंधड्या उडवीन आणि ते तुकडे कोल्ह्याकुत्र्यांना खायला घालीन."

जोसीने हळूच आपली नजर सर्व अरबांवर फिरवली. ते इतके थक्क झाले की,

दगडासारखे उभे राहिले होते. इतका ताकदवान, निर्भय आणि संतापलेला माणूस त्यांनी आजपर्यंत कधी पाहिला नव्हता. त्यांच्या बंदुकांकडे तुच्छतेने बघत त्याने घोड्यावर टांग मारली आणि तो निघूनही गेला.

त्यानंतर सुलेमानने कुठल्याही ज्यूंच्या शेतात पाऊल टाकले नाही.

दुसऱ्या दिवशी सकाळी जोसी माऊन्ट कनानला आपल्या तुकडीला जाऊन मिळण्यासाठी निघाला तेव्हा साराने परत कधी येणार ते विचारले. महिन्यातून एकदा रोश पिन्नाला येणारच आहे असे काही तरी पुटपुटत त्याने घोड्यावर मांड ठोकली. एक सॅल्यूट देऊन तो निघाला. साराच्या हृदयाचे पाणी पाणी झाले. असा दुसरा माणूस नसणार. ज्यू, अरब, कोसॅक, एखादा राजासुद्धा. तिने त्या क्षणाला मनोमन शपथ घेतली की, उरलेले सर्व आयुष्य त्याच्यावर प्रेम करायचे म्हणून.

वर्षभर आपले संरक्षक पथक जोसीने त्या भागात इतक्या कौशल्याने वापरले की, कोणालाच त्रास झाला नाही. त्याला कधी बंदुकीची गोळी झाडावी लागली नाही. कुठे गडबड झाली की, तो प्रथम अरबांकडे मैत्रीचा हात घेऊन जाई. त्यांना इशाराही देई. दुसऱ्या वेळी त्याचा चाबूक बरोबर असे. त्याच्या लाल दाढीइतकाच त्याचा चाबुकसुद्धा गॅलिलीभर प्रसिद्ध झाला. अरबांनी त्याच्या चाबकाला नाव ठेवले होते. "बिजली."

पण काही मारामाऱ्या नाहीत, गडबड नाही याचाच सहा महिन्यात याकोबला कंटाळा आला आणि संरक्षक दल सोडून तो पुन्हा निघाला. त्याच्या आयुष्यात निर्माण झालेली पोकळी कशी भरून काढायची हे त्याला कळेनासे झाले होते.

जोसीला तो करत असलेल्या कामाचा आनंद नव्हता, दु:खही नव्हते. पण जमिनी विकत घेण्यापेक्षा त्याला संरक्षक दलाचे नेतृत्व करणे नक्कीच आवडले होते. सर्वात महत्त्वाची बाब म्हणजे ज्यू स्वत:चे रक्षण करू शकतात आणि करतील हे त्याने सिद्ध करून दाखवले होते. ज्यू आता "मृत्युची लेकरे" राहिले नव्हते. उत्तरेकडे गस्तीवर असताना कम्माललला भेटायला तो उत्सुक असे आणि नंतर "त्याच्या" टेकडीवर जायला. त्याचे स्वप्न त्याला जिवंत ठेवायचे होते.

आणि रोश पिन्नामध्ये आल्यावर आपल्या पांढऱ्या शुभ्र अरबी घोड्यावर तो आणि ताठ बसे. त्याच्या हृदयाची धडधड वाढे. त्याला खात्री असे की, काळ्याभोर डोळ्यांची सायलेशियामधून आलेली सारा कुठून तरी त्याच्यावर लक्ष ठेवून असणार. पण तिच्याशी काही बोलायचे म्हटले की, हा गळफटून जाई आणि काही करणे दूरच.

साराला काय करावे ते समजेनासे झाले होते. जुन्यासारख्या कुठल्या देशात ते असते तर लग्नाचा मध्यस्थ जोसीच्या वडलांकडे गेला असता आणि त्याने सर्व गोष्टी पार पाडल्या असत्या. इथे मध्यस्थ नव्हता. राब्बीसुद्धा नव्हता.

वर्ष असेच गेले.

एक दिवस जोसी अचानक रोश पिन्नाला आला. कसेबसे त्याने साराला त्याच्याबरोबर हुले खोऱ्यात येणार का विचारले.

काय धैर्य हे! जोसीशिवाय दुसरा कोणताही ज्यू इतक्या लांबवर एकटा गेला नसता. या भूमीवरचे त्याचे प्रेम तिला माहीत होते. अबू येशावरून ते पुढे दौडतच टेकड्यांमध्ये पोचले. त्याच्या टेकडीच्या माथ्यावर रस्ता संपला.

"याच ठिकाणाहून मी पॅलेस्टाईनमध्ये पाय ठेवला." तो हळूच म्हणाला.

त्याने खाली नजर फिरवली. एक शब्द जास्ती उच्चारला नाही. आवश्यकताच नव्हती. साराला त्याच्या या प्रेमाचीही पूर्ण कल्पना होती. दोघेही बराच वेळ त्या दृश्याकडे बघत होते. सारा कशीबशी त्याच्या छातीपर्यंत पोचत होती. जोसीने त्याच्या एकमेव मार्गाने आपल्या प्रेमाची साराला जाणीव करून दिली होती.

"जोसी राबिन्स्की!" ती अगदी मृदु आवाजात म्हणाली. "तू माझ्याशी लग्न करशील ना?"

जोसीने आपला घसा साफ केला आणि तो अडखळत अडखळत म्हणाला, "अं? हं– कमाल आहे तुझी! असेच काही तरी विचारायचे माझ्याही मनात होते."

जोसी आणि साराच्या लग्नाशी तुलना होईल असे लग्न पॅलेस्टाईनमध्ये पूर्वी झालेच नव्हते. सर्व गॅलिलीतून, लांब जाफावरून, दोन दोन दिवस प्रवास करून लोक आले. याकोब होता, संरक्षक दलातले मित्र होते, रोश पिन्नाच्या वसाहतीमधले ज्यू होते, तुर्की होते, कम्माल होता. एवढेच काय सुलेमानसुद्धा आला होता. मांडवाखाली जोसी आणि सारा आणाभाका घेताना सर्व पहात होते. त्यांनी पवित्र द्राक्षरस प्यायला. जोसीने त्याच्या ग्लासचे पायाखाली तुकडे केले. मंदिर उद्ध्वस्त झाल्याच्या कटुतेची आठवण म्हणून. एखाद्या सैन्याला पुरेल एवढे अन्न बनले होते. नृत्य, आनंद, मोठा समारंभ झाला. आठ दिवस मजाच मजा.

लग्नानंतर काही दिवसांनी ते माऊन्ट कनानहून जाफाला गेले. नवीन ज्यूंची व्यवस्था लावायचे काम त्याचेच होते. झायोन सेटलमेन्ट सोसायटीचा तो मुख्य सल्लागार बनला.

जाफामधल्या ज्यूंची संख्या वाढत होती. त्यांना आता चांगली घरे, आरोग्य सेवा, कला, आपली विशेष संस्कृती यांची ओढ वाटत होती. जाफा या प्राचीन शहरात या गोष्टींचा मागसूम नव्हता. सर्वांनी जोसीचा सल्ला घेतला. जाफाच्या उत्तरेला त्यांनी जमिनीचा एक तुकडा विकत घेतला. या ठिकाणी फक्त ज्यूंसाठी म्हणून दोन हजार वर्षांनी एक शहर बांधले गेले. त्यांनी आपल्या शहराचे नाव ठेवले तेल अव्हिव! (Hill of spring)

# ९

शेती वसाहतींना मात्र यश लाभत नव्हते.

कारणे अनेक होती. आळस, औदासिन्य आणि कुठल्याही तऱ्हेचे ध्येय नाही. फक्त परदेशी पाठवता येतील अशा पिकांची लागवड होत होती. स्वस्त अरब मजूर वापरत होते. शेती करायची इच्छा असणाऱ्या अनेक ज्यूंना मात्र काम दिले जात नव्हते.

एकूण परिस्थिती निराशाजनक होती. वीस वर्षांपूर्वी जोसी आणि याकोब पॅलेस्टाईनला आले होते. त्या वेळेपासून परिस्थितीत फरक पडला नव्हता. ज्यूंची संस्कृती तेल अव्हिवच्या आसपास मूळ धरायला लागली होती एवढेच. पण बाकी सुधारणा शून्यच.

ज्यूंचा दुसऱ्या लोंढ्याबरोबर आलेला उत्साह, जोश वाया चालला होता. ज्यू नुसतेच एका ठिकाणाहून दुसऱ्या ठिकाणी भटकत होते. कुठे स्थिर होत नव्हते.

झायोन सेटलमेन्ट सोसायटी जमिनी विकत घेतच होती. वसाहतींबद्दल काही तरी आगळा विचार करणे भाग होते. हे सगळ्यांनाच कळत होते. पण काय? वैयक्तिक शेती अशक्य होती हे उघड दिसत होते. शेतीच्या बाबतीत ज्यू अज्ञानी होते. स्वसंरक्षणाचा प्रश्न होताच. सगळी जमीन काहीही न करता फुकट चालली होती.

जोसीला पाहिजे होती ज्यूंची खेडी. सर्व तऱ्हेचे धान्य पिकवायला हवे. त्यांना वर्षभर पुरेल इतके. याशिवाय स्वत:चे स्वत: संरक्षणही करायला हवे.

या दृष्टिकोनातून एक अत्यंत महत्त्वाचे पाऊल उचलण्यात आले. सर्व जमीन झायोन सेटलमेन्ट सोसायटीची असेल. ज्यूंची सर्व जमीन सर्व ज्यूंसाठी. कोणतेही काम फक्त तिथल्या ज्यूंनी करायचे. कुणाही अरब किंवा ज्यू मजुरांचीसुद्धा मदत घ्यायची नाही.

दुसऱ्या लोंढ्याबरोबर आलेल्या ज्यूंनी असाच एक इतिहास बदलणारा निर्णय घेतला. स्वत:च्या फायद्यासाठी नाही किंवा कोणत्याही महत्त्वाकांक्षेसाठी म्हणूनही नाही तर मातृभूमीसाठी म्हणून जमीन लागवडीखाली आणायची. ज्यूंचे अस्तित्व राखायचे असेल तर दुसरा पर्यायच नव्हता.

१९०९. एका दूरगामी परिणाम करणाऱ्या प्रयोगाची तयारी झाली. जॉर्डन नदी गॅलिलीच्या समुद्राला मिळते त्या ठिकाणी झायोन सेटलमेन्ट सोसायटीने ४००० डुनेम जमीन घेतली. बहुतेक सर्व दलदलीचा प्रदेश. एक वर्ष पुरेल इतके धान्य आणि पैसे देऊन वीस तरुणांच्या ताब्यात ही जमीन त्यांनी दिली. त्यांनी ही जमीन लागवडीसाठी योग्य बनवायची होती.

त्यांनी आपले तंबू टाकताना जोसी हजर होता. गॅलिलीच्या भागात फुलणाऱ्या

एका जंगली गुलाबाचे नावच या वसाहतीला द्यायचे ठरले. शोशान्ना!

एक्झोडस्च्या काळानंतर ज्यूंच्या भूमीवर ज्यूंचा वसाहती स्थापन करण्यासाठी हाती घेतलेला शोशान्ना इथला प्रयोग हे अत्यंत महत्त्वाचे पाऊल होते.

तीन शेडस् बांधण्यात आल्या. एक सामायिक भोजनगृह आणि मिटींग हॉल, दुसरी शेतीची अवजारे ठेवण्यासाठी आणि तिसरी सोळा तरुण आणि चार तरुणी यांना राहण्यासाठी.

पहिल्या हिवाळ्यात वाऱ्यावादळाने आणि पावसाने डझनभर तरी वेळा शेडस् कोसळल्या. आजूबाजूला इतका चिखल आणि पाऊस की, ते इतरांपासून अलग पडले. शेवटी नाईलाजाने त्यांना शेजारच्या अरब गावांमध्ये आश्रय घेणे भाग पडले.

हिवाळा संपल्यावर सर्व परतले. जोसीही आला. एक एक फूट दलदल मागे हटवावी लागे. ऑस्ट्रेलियाहून मागवलेली हजारो निलगिरीची झाडे पाणी शोषून घेण्यासाठी लावण्यात आली. सूर्योदयापासून सूर्यास्तापर्यंत पाण्याचा निचरा होण्यासाठी ड्रेनेज बांधण्याचे काम चाले. त्यासाठी हातच वापरावे लागत. अतिश्रमांनी आणि दलदलीने एक तृतीयांश माणसे नेहमी मलेरियाने आजारी असत. यावर उपाय एकच. अरबांचाच! कानाच्या पाळीला भोक पाडायचे आणि त्यातून रक्ताचा निचरा होऊ द्यायचा. त्या भयंकर उन्हाळ्यात ते कंबरेएवढ्या दलदलीच्या पाण्यात काम करत होते.

दोन वर्षांच्या अफाट परिश्रमानंतर दाखवण्यासाठी थोडीशी जमीन दिसायला लागली. आता त्या जमिनीतले दगड काढून ते गाढवांवरून वाहून न्यायला आणि झुडुपे तोडायला सुरुवात झाली.

इकडे तेल अव्हिवमधे जोसी या प्रयोगासाठी इतरांची मदत थांबू नये या प्रयत्नात होता. एक आश्चर्यकारक गोष्ट त्याच्या ध्यानात आली होती. स्वत:च्या देशाची उभारणी करण्याचा यांचा ध्यास इतका विलक्षण होता की, एक पैसा न घेता हे अफाट परिश्रम करायला कोणत्याही वेळेला वीस माणसे तयार असत.

परिश्रम संपतच नव्हते. पण दोन वर्षांनी पिक लावावे इतकी जमीन दलदलीपासून मुक्त झाली. आता अत्यंत दुर्बोध आणि निर्णायक टप्पा होता. कुणालाही शेतीबद्दल काडीचेही ज्ञान नव्हते. शेती करायची म्हणजे नक्की काय करायचे, काय पिके काढायची, कधी काढायची याची कल्पनाच नव्हती. कोंबडा आणि कोंबडी मधला फरक कोणाला कळत नव्हता. रोपे कशी लावायची, सरळ रेषेत नांगर कसा ओढायचा, गाईचे दूध कसे काढायचे हे ठाऊक नव्हते. चूक झाली की, दुरुस्त करायची हाच खाक्या होता. अर्थातच चुकाच जास्ती होत होत्या. धरतीमाता रहस्यमय आहे एवढेच त्यांना कळत होते.

दलदल नाहीशी करण्यासाठी त्यांनी जितक्या निर्धाराने कष्ट घेतले होते त्याच जिद्दीने त्यांनी काम सुरू केले. पाणी आणायचे तर प्रथम त्यांनी गाढवावरून बादल्या

भरून आणल्या. नंतर अरबांप्रमाणे रहाटगाडग्यांचा प्रयोग केला. मग त्यांनी छोटे छोटे कालवेच खणले. हिवाळी पावसाचे पाणी अडवण्यासाठी आणि साठवण्यासाठी बांध घातले.

आणि हळूहळू धरतीने आपली रहस्ये उघड करायला सुरुवात केली.

काय होते या कष्टाळू लोकांकडे? स्वत:ची म्हणता येईल अशी एक गोष्ट नव्हती. अगदी अंगावरचे कपडेदेखील. एका भोजनगृहात मिळेल ते जेवत होते. संडास बाथरुमसुद्धा सर्वांसाठी सामायिक. एकाच छपराखाली झोपत होते. जोसी यांच्या निश्चयाने, धैर्याने अचंबित व्हायचा.

अरब आणि बेदुईन आश्चर्याने घडणारा चमत्कार बघत होते. शेकडो डुनेम जमीन लागवडीखाली आणली गेल्यावर मात्र या ज्यूंना इथून हुसकवायचे त्यांच्या मनात आले.

आजारीपणा, भयानक परिश्रम यांच्या जोडीने स्वसंरक्षण हा प्रश्न होता. दिवसभर अफाट कष्ट करायचे आणि रात्री पुन्हा गस्त घालायची. एकाकीपणा, अज्ञान, दलदली, भयानक उष्णता, मलेरिया, अरब हल्ल्यांची धास्ती या सर्वांना अजूनपर्यंत तरी त्यांनी तोंड दिले होते.

याकोब राबिन्स्की आता शोशान्नाला आपले नशीब अजमावायला आला.

जोसेफ ट्रम्पलडोर आला. रशियन सैन्यामधला एक शूर अधिकारी. १९०५ च्या रशिया आणि जपान यांच्यामधल्या युद्धात त्याने आपला एक हात गमावला होता. प्रथम पॅलेस्टाईन आणि नंतर शोशान्नाला पोचला. संरक्षणाचे काम याकोब आणि ट्रम्पलडोर यांनी स्वीकारले आणि वस्तीवर होणारे हल्ले थांबले.

पण एकत्रित समाजात रहाणेसुद्धा सोपे नव्हते. लोकशाहीने सर्व कामे होत असतीलही पण दोन ज्यूंचे एखाद्या गोष्टीबद्दल एकमत हीच मुश्कील बाब होती. सर्व व्यवस्था कोलमडण्याचा धोका निर्माण झाला. आरोग्य आणि शिक्षण समाजाची जबाबदारी. पण दिवसभर काम करणे शक्य नसलेल्या किंवा कामच न करणाऱ्यांना काम करायला कसे भाग पाडणार? ज्यांना नेमून दिलेले कामच पसंत नव्हते, अशा माणसांबाबत काय करायचे? प्रत्येकाचा स्वभाव वेगळा. एकाच ठिकाणी छोट्या जागेत अन्न शिजवायला काहींचा विरोध होता.

एका गोष्टीबद्दल मात्र सर्वांचे एकमत होते. घेटोमध्ये राहणे भाग पाडणाऱ्या प्रत्येक गोष्टीचा त्यांना द्वेष होता. त्या सर्व गोष्टींचा नाश करण्याचा त्यांनी विडा उचलला होता. स्वत:चा निर्भय देश उभा करण्याचे त्यांचे स्वप्न होते. शोशान्नामध्ये वेगळे नियम तयार झाले.

सर्वांच्या संमतीने लग्ने होत, घटस्फोट दिले जात. जुन्या सर्व परंपरांचे मानेवरचे जोखड त्यांनी झुगारून दिले.

शोशान्ना येथे प्रथम ज्यू शेतकऱ्यांनी जन्म घेतला. काळ जात होता तशी त्यांनी फुले लावली, झुडुपे लावली, हिरवळ तयार केली. नवीन लग्ने झालेल्यांसाठी आखीव-रेखीव छोटी घरे बांधली. लायब्ररी सुरू झाली. पूर्ण वेळ डॉक्टर आला.

आणि मग स्त्रिया बंड करून उठल्या, अगदी प्रथमपासून असलेल्या चार स्त्रियांमध्ये एक होती रुथ. देखणी नसेल पण दणकट होती. आम्ही रशियामधल्या ज्युईश पेलमधून किंवा पोलंडमधून शोशान्नाला पोचलो आहोत, ते काही फक्त घरकाम करायला नाही असे त्यांनी ठणकावले. त्यांना शेतीमध्ये आणि इतर सर्व गोष्टीत समान हक्क आणि जबाबदाऱ्याही हव्या होत्या. एक एक करत त्यांनी पुरातन काळापासून चालत आलेली सर्व बंधने झुगारून दिली. पुरुषांच्या खांद्याला खांदा देऊन सर्व तऱ्हेच्या परिश्रमात आणि कामात आम्ही कमी नाही याची जाणीव करून दिली. नांगर ओढणे, भाजीपाला लावणे, कोंबड्या पाळणे, शस्त्रे चालवणे आणि रात्री गस्त घालणेही त्यांनी स्वीकारले.

पण रुथचा डोळा होता तो दूध देणाऱ्या पाच गाईंवर. तिला त्यांची सर्व जबाबदारी हवी होती. या बायका अतीच करताहेत म्हणत सर्व पुरुषांनी खोडा घातला. त्यांनी याकोबला रुथशी वादविवाद करायला पाठवून दिले. गाईंशी संबंध किती धोकादायक आहे ही साधी गोष्ट या बायकांना कळत नाही. आणि या पाच गाई म्हणजे शोशान्नामधली सर्वात महत्त्वाची आणि लाडावलेली मालमत्ता होती.

रुथ वादविवाद न करता गप्प होताच सर्वजण चमकले. रुथच्या बाबतीत अनपेक्षित गोष्टच. तिने महिनाभर गाय हा शब्दही तोंडातून काढला नाही. पण संधी मिळताच ती शोशान्नामधून शेजारच्या गावात जाऊन दूध काढायला शिकली. दुधदुभत्याच्या व्यवसायाबाबत हाताला लागतील त्या सर्व पुस्तकांचा तिने अभ्यास केला.

एक दिवस रात्रीची गस्त संपवून याकोब परतला तर रुथ जिझाबेल या सर्वोत्कृष्ट गाईचे दूध काढण्यात दंग होती. तिने आपला शब्द मोडला होता. समाजाची आज्ञा पाळली नव्हती.

तिची खरडपट्टी काढण्यासाठी खास मिटींग बोलवण्यात आली. रुथ या वेळी तयारीत होती. तिने आकडेवारी देऊन सांगितले की, योग्य त्या प्रमाणात चारा, अन्न आणि इतर गोष्टी देऊन आणि सर्व लक्ष केन्द्रित करून गाईंची निगा राखली तर ती किती तरी पटीने त्यांचे उत्पन्न वाढवू शकेल. पुरुष नुसतेच अज्ञानी नव्हते तर त्यांना दुसऱ्यांच्या योग्य मतांची कदरही नव्हती असा आरोपही केला. त्यांनी शेवटी एक महिना हा कळप तिच्याच ताब्यात देण्याचा निर्णय घेतला. काय दिवे लावते ते दिसेलच. नंतर पुन्हा म्हणणार नाही की, गाई हव्यात म्हणून.

झाले उलटेच. त्या गाई नंतर कायमच्याच रुथच्या ताब्यात देण्याशिवाय

गत्यंतर राहिले नाही. तिने पंचवीस पटीने तो कळप वाढवला. सबंध पॅलेस्टाईनमधे दुग्ध व्यवसायात नाव कमावले.

याकोब आणि रुथ यांचे लग्न झाले. त्याच्याबरोबर वादविवाद करून फक्त तीच त्याचे तोंड गप्प करू शकत असे. आश्चर्याची गोष्ट म्हणजे ते फार सुखी झाले.

शोशान्नामधे पहिले मूल जन्माला आले आणि सर्वात मोठा प्रश्न उभा राहिला. स्त्रियांनी समतेसाठी लढा देऊन ती मिळवली होती. शेती उद्योगात महत्त्वाचे स्थान मिळवले होते. काही अगदी महत्त्वाच्या पदांवर काम करत होत्या. मूल झाले की, सर्व सोडून द्यायचे? खूप चर्चा झाली. आपले आयुष्यच वेगळे आहे तर मुलांसाठीही वेगळा मार्ग शोधून काढला पाहिजे या विचारातून पाळणाघरे निघाली, शोशान्नामधल्या काही जणांची मुलांना सांभाळण्यासाठीच निवड करण्यात आली. त्यामुळे दिवसा स्त्रिया नेहमीप्रमाणे आपापली कामे उरकण्यास मोकळ्या झाल्या. संध्याकाळ झाली की, कुटुंब एकत्र येई. कुटुंब या एकाच संस्थेमुळे शेकडो वर्षांच्या अत्याचारांनंतरही ज्यू तग धरून होते. या गोष्टीमुळे कुटुंबसंस्था नाहीशी होईल अशी बाहेरच्या ज्यूंनी हाकाटी केली. पण शेवटी लक्षात आले की, या कुटुंबांमधले संबंध बाहेरच्या कुटुंबांइतकेच दृढ आहेत म्हणून.

शोशान्नामधे आता जवळ जवळ शंभर माणसे राहत होती. हजारहून जास्ती डुनेम जमीन लागवडीखाली आणली होती.

याकोबकडे पैसे नव्हते. वापरत होता ते कपडेही त्याच्या मालकीचे नव्हते. तिखट जिभेची पण गॅलिलीमधली सर्वोत्कृष्ट शेतकरी स्त्री त्याची पत्नी होती. आयुष्यात प्रथमच तो फार समाधानी होता.

झायोनिझम ज्या गोष्टीच्या शोधात होता ती गोष्ट शोशान्नाने जमवून आणली. स्वतंत्र, परिपूर्ण, स्वावलंबी ज्यू वसाहत.

किब्बुत्झ!

## १०

एकदा जोसी घरी आला तेव्हा खूप विचारात गढला होता. तो मिटींग्जमधून दिवसा, रात्री-बेरात्री कोणत्याही वेळी घरी परत आला तरी सारा त्याच्यासाठी चहा करायची. घराच्या बाल्कनीत ते चहा घेत बसत. समोर भूमध्य समुद्र. थेट जाफापर्यंत बघता यायचे.

"सारा! मी एक गोष्ट ठरवली आहे. आज मी वद हलोशानच्या मिटींगला गेलो होतो. मी हिब्रू नाव घ्यावे अशी त्यांनी मला विनंती केली आहे आणि यापुढे फक्त तीच भाषा बोलायची. आज रात्री मी बेन येहुदाचे भाषण ऐकले. हिब्रू ही भाषा

आधुनिक बनवण्यासाठी त्यांनी खूप कष्ट घेतले आहेत."

"काहीतरीच बोलणे तुमचे. तुम्हीच तर इतके दिवस म्हणत होतात की, इतिहासात कधीही मृत भाषेचे पुनरुज्जीवन झालेले नाही म्हणून."

"आज जर आपण दोन हजार वर्षे मृत असलेला देश उभारायची इच्छा धरत आहोत तर मग भाषेचे काय विशेष? शोशान्ना आणि इतर किब्बुत्झमधे आपण जे करू शकलो आहोत..."

"शोशान्ना! आले लक्षात. तुमचा भाऊ म्हणजे पूर्वीचा याकोब राबिन्स्कीने हिब्रू नाव धारण केले आहे म्हणून तुम्हालाही तेच करायचे आहे. हल्ली आपले बंधुराज स्वत:ला काय म्हणवतात?"

"अकिवा! त्याचा लहानपणचा आवडता नायक."

"मग तुम्ही बहुधा स्वत:ला जीझस क्राईस्ट म्हणवणार असाल?"

"गप बसशील का आता?" असे ओरडून, पाय आपटत जोसी बाल्कनीतून आत आला.

"परत कधी सिनॅगागमध्ये गेलात तर कळेल की, हिब्रू ही फक्त देवाशी बोलायचीच भाषा आहे म्हणून."

"सारा! काही वेळा मला खरेच वाटते की, तू सायलेशियात होतीस तेच बरे होते. एका ज्यू राष्ट्रासारखा विचार करायचा असेल तर त्या राष्ट्रासाठी एकच भाषा हवी."

"आहे की,! आपली भाषा आहेच. यिद्दीश."

"राष्ट्रभाषा? ती आहे निर्वासितांची भाषा. घेटोमधल्या ज्यूंची भाषा. हिब्रू ही जगामधल्या प्रत्येक ज्यूची भाषा असणार आहे."

आपले बोट धिप्पाड अशा आपल्या नवऱ्यापुढे नाचवत सारा म्हणाली, "झायोनिस्ट प्रचाराची पोपटपंची माझ्यासमोर करायची काही आवश्यकता नाही. मी मरेपर्यंत तुम्ही जोसी राबिन्स्कीच आहात माझ्यासाठी."

"मी निर्णय घेतला आहे सारा. तू हिब्रू शिकावेस हे बरे. यापुढे या घरात फक्त तीच भाषा बोलली जाणार आहे."

"हा! तुमचा निर्णय म्हणे! मूर्खपणा आहे सर्व."

बेन येहुदा आणि इतरांशी सहमत व्हायला जोसीला वेळ लागला होता. एक राष्ट्र म्हणून जगायची जाज्वल्य इच्छा असेल तर मृत भाषेतही जीव आणणे अशक्य नाही, हिब्रू भाषेचे म्हणूनच पुनरुज्जीवन आवश्यक आहे हे त्याला पटले होते. पण साराही तिच्या मताशी ठाम होती. ती यिद्दीश बोलत असे. तिची आईही तीच भाषा बोलत असे. या वयात तिला नसती हुशारी दाखवायची इच्छा नव्हती.

आठवडाभर साराने जोसीला त्यांच्या झोपायच्या खोलीत पाऊल टाकू दिले

नाही. तो हिब्रू बोले. ती यिद्दीशमधे उत्तरे देई.

"जोसी!" एक रात्री तिने हाक मारली. "जरा इकडे येऊन मदत करा मला."

"या घरात जोसी नावाचे कोणी राहत नाही आणि माझ्याशी बोलत असशील तर माझे नाव आहे बराक. बराक बेन कनान!"

"बराक बेन कनान?"

"बरोबर. योग्य नाव शोधायला खूप विचार करायला लागला मला. अरब माझ्या विजेसारख्या लवलवणाऱ्या चाबकाला काय म्हणायचे ठाऊक आहे ना? बिजली. बराक म्हणजे हिब्रूमधे बिजलीच. डेबोराच्या एका जनरलचे नावही तेच आहे. मला माऊन्ट कनान आवडतो म्हणून कनान. बराक बेन कनान!"

साराने धाडकन् दरवाजा लावून घेतला.

"किती सुखी होतो मी माऊन्ट कनानवर. त्या वेळी तुझ्यासारखी बथ्थड डोक्याची स्त्री नव्हती ना बरोबर! सवय करून घे या नावाची सारा बेन कनान! कळले? सारा बेन कनान!"

जोसी, नाही बराक, त्या दिवशीही झोपायच्या खोलीबाहेरच राहिला. सबंध आठवडाभर दोघे एकमेकांशी एक शब्द बोलले नाहीत.

या सर्व आदळआपटीला महिना होत आला. तीन दिवस जेरुसलेममध्ये मिटींगला जाऊन थकून भागून बराक रात्री परत आला. सारा चहाचा कप घेऊन बोलायला येईल असे त्याला वाटत होते. पण तिच्या खोलीचा दरवाजा बंदच राहिला. त्याने एक सुस्कारा सोडला, बूट काढले आणि तो सोफ्यावरच आडवा झाला. कशाला आपण नसती भानगड सुरू केली असे झाले होते त्याला. डुलकी खाता खाता त्याला जाग आली. झोपायच्या खोलीचा दरवाजा थोडा उघडा होता. फटीतून प्रकाशाची तिरीप बाहेर येत होती. पाऊल न वाजवता सारा जवळ आली, गुडघ्यांवर बसली आणि तिने आपले डोके हळूच त्याच्या छातीवर टेकवले.

"माझे फार प्रेम आहे तुमच्यावर बराक बेन कनान." शुद्ध हिब्रूमधे ती कुजबुजली.

तेल अव्हिव या नवीन शहरात बराक बेन कनानचे आयुष्य अत्यंत गडबडीचे होते. ज्यूंची संख्या वाढत चालली तसे त्यांना नाव पडले-इशोव्ह आणि इशोव्हची भाषा म्हणून हिब्रूचा पुनर्जन्मच झाला. झायोनिस्ट आणि झायोन सेटलमेन्ट सोसायटीमधे बराक बेन कनान उच्च पदावर होता. तुर्की आणि अरबांबरोबर वाटाघाटी करण्यात त्याचा बराच वेळ जात होता. ज्यूंच्या राज्यव्यवस्थेबद्दल त्याचे अनेक लेख प्रसिद्ध झाले. झायोनिस्टचे मुख्य कार्यालय लंडनमध्ये होते. तो आणि सारा अनेकदा लंडनला आणि स्वित्झर्लंडला आंतरराष्ट्रीय परिषदांना जाऊन आले. पण याकोब या त्याच्या भावाला जे सुख, समाधान लाभले होते ते मात्र बराकला नव्हते. त्याचे मन

माऊन्ट कनान आणि हुले खोऱ्यातल्या जमिनीत होते. ही त्याची भूक मुले देऊन भागवण्याचा सारा प्रयत्न करत होती. पण लागोपाठ पाच वर्षे तिने मुले गमावली आणि दुःखच वाट्याला आले. बराक आता चाळीशीत होता.

१९०८. तुर्की जनतेने उठाव केला आणि जुलमी आणि क्रूर दुसरा अब्दुल हमीद याला सिंहासनावरून खाली खेचले. त्याच्या जागी सुलतान म्हणून पाचवा मोहम्मद गादीवर आला. ओटोमन साम्राज्याचा सम्राट आणि मुस्लीमांचा अध्यात्मिक गुरू. झायोनिस्टना वाटले की, आता तरी त्यांना सनद मिळण्याबद्दल काही पावले उचलली जातील. तो भ्रमच ठरला. तो जगामध्ये "युरोपचा आजारी माणूस" (Sick man of Europe) म्हणून प्रसिद्ध झाला.

प्रथमपासून फक्त ब्रिटीशांनी झायोनिस्टना सहानुभूती दाखवली होती. ज्यू आणि ब्रिटीश या दोघांचेही हित त्यांनी एकत्र राहण्यात आहे, या उलट तुर्कांशी सहकार्य करून कुणाचाच फायदा होणार नाही असे बराकला वाटे. ब्रिटीशांनी ज्यूंसाठी प्रथम युगांडा आणि नंतर सिनाई देण्याची तयारी दर्शवली होती. ज्यू राज्यासाठी कित्येक ब्रिटीश अधिकारी उघड उघड बोलत होते. झायोनिस्टचे मुख्य कार्यालय लंडनमध्ये होते. डॉ. हाईम वाईझमन हा रशियात जन्मलेला ज्यू झायोनिस्टचा जगभरचा प्रतिनिधी होता.

ओटोमन साम्राज्य कोलमडण्याची चिन्हे होती. मध्यपूर्वेमधे ब्रिटीश पाय रोवायला लागले होते. बराक, इशोव्ह आणि इतर झायोनिस्ट उघड उघड ब्रिटीशांच्या बाजूचे होते.

पाचव्या मोहम्मदाने बाल्कन्समध्ये खेळलेली युद्धे अत्यंत खर्चिक ठरली. "देवाची सावली"– Shadow of God– ही त्याची मुस्लीम धर्माची जागाही ओटोमन साम्राज्याच्या आर्थिक दुरावस्थेने धोक्यात आली.

शतकानुशतके रशियाच्या प्रत्येक झारने भूमध्य समुद्रात वर्षभर मोकळी असणारी बंदरे हवी, अशी स्वप्ने बाळगली होती. बॉस्फरस आणि डार्डानेलीसमधून चढाई करण्याची त्यांची फार इच्छा होती. ओटोमन साम्राज्याचा निश्चितपणे होणारा विनाश लक्षात घेऊन त्यांनी एक योजना आखली. एका बाजूला तुर्कस्तानने जर्मनीच्या बाजूने युद्धात पडावे म्हणून झारने दडपण आणायला सुरुवात केली आणि त्याच वेळी गुप्तपणे कॉन्स्टॅन्टिनोपलच्या बदल्यात मित्र राष्ट्रांच्या बाजूने लढण्याचे कबूल केले. रशियाला काहीही करून तुर्कस्तानशी युद्ध करायला निमित्त हवे होते. रशियाच्या कारस्थानाचा पूर्ण अंदाज पाचव्या मोहम्मदला होता. तो मुळी युद्धाची वेळच येऊ देत नव्हता. रशिया तर कॉन्स्टॅन्टिनोपल घेईलच पण ब्रिटन, फ्रान्स आणि इटली हे देशही त्याच्या साम्राज्याचे तुकडे करून ते वाटून घेतील याची त्याला खात्री होती.

आणि पहिले महायुद्ध पेटले.

रशिया काय किंवा ब्रिटन काय, दोघांचेही आडाखे पाचव्या मोहम्मदाने खोटे ठरवले. त्याचे साम्राज्य कोसळले तर नाहीच, उलट तुर्की सैन्याने कॉकेशस पर्वत पार करून येणाऱ्या रशियन सैन्याला तिथेच थोपवले आणि पॅलेस्टाईन आणि सिनाई पार करून तेच ब्रिटिशांच्या सुएज कालव्यावर येऊन थडकले.

अरबांनी ओटोमन साम्राज्याविरुद्ध बंड करून उठावे म्हणून इजिप्तमधला ब्रिटीश कमिशनर मॅक्मोहन याने त्यांना स्वातंत्र्याची वचने द्यायला सुरुवात केली. अरेबियामधला सर्वात ताकदवान अरब राजपुत्र इब्न सौद याची ब्रिटिशांनी भेट घेतली. तो शांत बसला. नक्की कोणती बाजू महायुद्धात जिंकणार आहे याचा अंदाज येईपर्यंत त्याला कोणताही धोका स्वीकारायचा नव्हता. बहुतेक अरब जगताने हाच खेळ खेळला. थोडेफार तुर्कस्तानच्या बाजूनेच लढले.

सर्व मुस्लीमांचा अध्यात्मिक गुरू म्हणवणाऱ्या पाचव्या मोहम्मदाने सबंध मुस्लीम जगताने ब्रिटनविरुद्ध जिहाद पुकारावा अशी हाक दिली. कुणीही प्रतिसाद दिला नाही.

ब्रिटनच्या लक्षात आले की, अरबांना त्यांच्या बाजूने वळवण्याचा एकच मार्ग आहे. पैसा! अरबस्तानात ब्रिटीश सोने आले आणि अनेक मासे गळाला लागले. मक्केचा शेरीफ ही जागा ओटोमन साम्राज्यामधली असली तरी त्याच्या कारभारामध्ये त्याला पूर्ण स्वातंत्र्य होते. मक्का आणि मदीना या पवित्र स्थानांची देखरेख त्याच्याकडे तहहयात असे. वंशपरंपरेने चालत येणारी जागा. प्रेषित मोहम्मदाच्या वंशामध्ये राहणारी.

तसा अरब जगतातला हा छोटा माणूस. इब्न सौदचा कट्टर शत्रु. ब्रिटिशांचे दूत त्याच्याकडे आले. जर पाचवा मोहम्मद आणि त्याचे ओटोमन साम्राज्य कोसळले तर सबंध अरब जगतावर आपली धार्मिक सत्ता राहील हे त्याच्या लक्षात आले. काही लाख पौंडाच्या बदल्यात तो ब्रिटिशांना मिळाला. शेरीफला एक मुलगा होता. फैजल! अगदी वेगळा माणूस. त्याला आपली काही सामाजिक कर्तव्ये आहेत असे वाटे. त्याच्या डोळ्यासमोर वेगळीच स्वप्ने होती. शतकानुशतके राज्य करणाऱ्या अरब सत्ताधीशांहून फार वेगळ्या तऱ्हेची. अरबांनी तुर्की साम्राज्याविरुद्ध बंड करून उठावे यासाठी त्याने पित्याला मदत करण्यास संमती दिली.

पॅलेस्टाईनमधल्या ज्यूंना पैशाची लालूच दाखवण्याची आवश्यकता नव्हती. ते पूर्णपणे ब्रिटिशांमागे उभे होते. आणि म्हणूनच युद्ध सुरू होताच ओटोमन साम्राज्याचे शत्रु म्हणून धोक्यात आले.

एका फटक्यात जेमाल पाशा या तुर्की अधिकाऱ्याने पॅलेस्टाईन ताब्यात घेतले आणि ज्यूंविरुद्ध मोहिम उघडली.

अकिवा आणि बराक दोघेही तुर्कांच्या काळ्या यादीवर होते. हातात सापडले तर मृत्युदंडच. पॅलेस्टाईनहून पळून जाण्यासाठी बराकला फक्त सहा तासांची सूचना मिळाली.

''कधी जायचे?'' साराने विचारले.

''दिवस उजाडताच. हातात धरण्याइतकी एक छोटी बॅग घे फक्त. बाकी सर्व सोडून दे.''

सारा सहा महिन्यांची गरोदर होती. गेल्या पाच वर्षात कधी नव्हती ती बाळाची चाहूल तिला होती. आजपर्यंत जन्म द्यायच्या आधीच पाच वेळेला तिने आपली बाळे गमावली होती.

''मी नाही जाऊ शकत.''

''सारा! ही वेळ गोष्टी करायची नाही.''

तिने त्याच्या गळ्याला मिठी मारली. ''मला हे मूलही नाही गमवायचे हो. मुळीच नाही.''

त्याने मोठा सुस्कारा सोडला. ''पण तरी तुला माझ्याबरोबर यायलाच हवे. तू जर तुर्कांच्या ताब्यात सापडलीस तर तुझे काय होईल हे फक्त देवालाच माहीत.''

''मी माझे मूल गमावणार नाही.''

बराकने आपली बॅग उचलली. ''तर मग ताबडतोब शोशान्नाला जा. रुथ तुझी काळजी घेईल. आणि तिच्या त्या गाईंपासून दूर राहा. शालोम सारा! माझा फार जीव आहे ग तुझ्यावर.''

तो नाहीसा झाला.

गाढवाच्या गाडीतून प्रवास करत ती कशीबशी शोशान्नाला पोचली. रुथ आणि ती बाळाच्या जन्माची वाट पहात राहिली.

अकिवा आणि बराक थेट कैरोला गेले. जोसेफ ट्रम्पलडोर ब्रिटिश सैन्यात सामील करण्यासाठी ज्यूंची एक तुकडी उभारण्यात दंग होता.

ज्यूईश म्यूल कॉर्प्स आणि त्यामधले अकिवा आणि बराक गॅलिपोलीच्या चढाईत ब्रिटीश सैन्याबरोबर होते. ती चढाई फसली आणि नंतरच्या पळापळीत अकिवाच्या छातीत गोळी बसून तो जखमी झाला.

गॅलिपोलीच्या फसलेल्या मोहिमेनंतर ज्यूईश म्यूल कॉर्प्स बरखास्त करण्यात आले. अकिवा आणि बराक इंग्लंडला गेले. झेव जाबोतिन्स्की हा कट्टर झायोनिस्ट ज्यूंच्या ३८, ३९ आणि ४० या रॉयल फ्युझिलिअर्सच्या मोठ्या तुकड्या उभारण्यात दंग होता. या तिन्ही मिळून एक ब्रिगेड होती. ज्यूडीअन्स!

अकिवा अजूनही प्रकृतीने सुधारला नव्हता. ज्यूंच्या मातृभूमीसाठी भाषणे देण्यासाठी त्याला अमेरिकेला पाठवण्यात आले.

बराक बेन कनान फ्युझिलिअर्समध्ये भरती झाला आहे, हे कळताच झायोनिस्टचा जगभरचा प्रतिनिधी डॉ. वाईझमन याने त्याला तिथून बाहेर काढले. रायफल घेऊन लढण्यापेक्षा इतरही खूप महत्त्वाची कामे होती.

जनरल मॉडचा ओटोमन साम्राज्यावर मेसापोटेमिया– पॅलेस्टाईन या मार्गाने हल्ला करायचा विचार होता. टायग्रीस आणि युफ्रेटीस नद्यांच्या खोऱ्यातून बगदाद ताब्यात घ्यायचे आणि मग समुद्राच्या दिशेनेच धडक मारायची. अरब शत्रु होते तोपर्यंत जनरल मॉड जोरात होता. कुट या ठिकाणी तुर्की डिव्हीजनशी गाठ पडताच ब्रिटिशांची दाणादाण उडाली.

ब्रिटीश सर्व बाजूंनी कोंडीत सापडले होते. ओटोमन साम्राज्याविरुद्ध अरबांनी बंड करून उठावे म्हणून ब्रिटीशांनी केलेले सर्व प्रयत्न फसले होते. तुर्की सैन्यच सुएजच्या तोंडावर येऊन पोचले होते. जर्मनांनी सरहद्दीवरच्या रशियन सैन्याची धूळधाण उडवली होती. भरीत भर म्हणून अरबांना संशय आला की, त्यांची राज्ये आपापसात वाटून घेण्याचा गुप्त करार ब्रिटन आणि फ्रान्स करत आहेत.

डॉ. वाईझमन आणि झायोनिस्टना ज्यूंच्या देशासाठी प्रयत्न करण्यासाठी ही वेळ अगदी योग्य वाटली. इंग्लंडला सहानुभूती आणि मदतीची गरज होती. जर्मनी आणि ऑस्ट्रियामधले ज्यू आपापल्या देशांसाठी लढत होते. इतर जगातल्या आणि मुख्यत: अमेरिकेमधल्या ज्यूंचा पाठिंबा मिळवण्यासाठी एक धाडसी निर्णय घेण्यात आला. झायोनिस्ट आणि ब्रिटन यांच्यामधली बोलणी संपली आणि ब्रिटीश परराष्ट्रमंत्री लॉर्ड बाल्फोर यांनी लॉर्ड रोत्सशील्ड यांना एक पत्र लिहिले.

*''ज्यूंसाठी पॅलेस्टाईनमधे देश मिळावा या मताला ब्रिटनचा पाठिंबा आहे. या दृष्टीने ब्रिटन सर्वतोपरी प्रयत्न करेल.''*

हाच बाल्फोर जाहिरनामा! ज्यू जमातीसाठीचा मॅग्ना कार्टाच!

## ११

प्रसूतीच्या वेळेला दोन एक आठवडे राहिले असतील नसतील आणि जेमाल पाशाच्या पोलिसांना शोशान्ना किब्बुत्झमधल्या सारा बेन कनानचा पत्ता लागला. तोपर्यंत रुथ आणि किब्बुत्झमधल्या इतरांनी तिची सर्वतोपरी काळजी घेतली होती. जन्मास येणाऱ्या मुलाच्या दृष्टीने तिला संपूर्ण आराम दिला होता.

तुर्की पोलिसांना अर्थातच् तिच्या परिस्थितीचा विचार करण्याचे कारण नव्हते. त्यांनी मध्यरात्री तिला खेचत बंद गाडीत बसवले आणि कच्च्या रस्त्यांवरून दणके खात ती गाडी टायबेरीअसमधल्या ब्लॅक बॅसॉल्ट रॉक पोलिस स्टेशनाकडे गेली.

चोवीस तास तिला क्षणभर विश्रांती न देता तिच्यावर प्रश्नांचा भडिमार करण्यात आला.

*नवरा कुठे आहे तुझा?— तो कसा पळाला?— त्याच्याशी कसा संबंध ठेवतेस?— तू त्याला माहिती पाठवतेस– तू ब्रिटीशांची गुप्त हेर आहेस– नाकारण्यात अर्थ नाही– ब्रिटीशांसाठीच तर त्याने लिखाण केले आहे– पॅलेस्टाईनमधल्या इतर कुठल्या ज्यूंशी तू संपर्क ठेऊन आहेस?*

साराने सरळपणे सर्व प्रश्नांची उत्तरे दिली. ब्रिटीशांबद्दल सहानुभूती आहे म्हणूनच बराक पळाला. अर्थात् यात गुप्त काहीच नव्हते. ती मागे राहिली ती सुद्धा मुलाच्या जन्मासाठीच. यापलीकडे सांगण्यासारखे तिच्याकडे काही नव्हतेच. चोवीस तासांनी पोलिस स्टेशनमध्ये अत्यंत शांतपणे बसलेली एकच व्यक्ती होती. सारा!

आणि मग दमदाटी सुरू झाली. तरीही सारा शांतच होती, सरळपणे उत्तरे देत होती. शेवटी तिला खिडकीसुद्धा नसणाऱ्या खोलीत नेऊन पोलिसांनी पाठीवर झोपवले आणि पकडून धरले. तिचे बूट काढून झाडाच्या जाड फांद्यांनी तिच्या तळपायांवर फटके मारायला सुरुवात केली. तेच प्रश्न. तीच उत्तरे.

*हेर! हेर आहेस तू! बोल! बराक बेन कनानला तू कशी माहिती पाठवतेस? आणि इतर ब्रिटीश एजंटांना? बोल! बोल!!*

तिला भयंकर यातना होत होत्या. आणि तिने आपले तोंड बंद केले. तिच्या धैर्यानेच पोलिस चवताळले. तिच्या तळपायांची कातडी लोंबायला लागली.

बोल! बोल!

असह्य यातनांनी ती तडफडत होती.

शेवटी कधीतरी ती बेशुद्ध पडली. तिच्या तोंडावर पाणी ओतून पुन्हा प्रश्न सुरू झाले. ती पुन्हा पुन्हा बेशुद्ध पडत होती आणि ते पुन्हा पुन्हा तिला शुद्धीवर आणून छळ चालूच ठेवत होते. शेवटी तिच्या काखेत त्यांनी तापवून लाल केलेले दगडही ठेवले. तीन दिवस आणि तीन रात्री हा छळ सोसूनही तिने तोंडातून अक्षर काढले नाही की, दयेची याचना केली नाही. इतक्या यातनांना तोंड देणारी स्त्री तुर्की पोलिसांनी कधी पाहिली नव्हती. शक्य आहे की, तिच्या धैर्याची तारीफ म्हणूनच त्यांनी तिची सुटका केली. पोलिस स्टेशनबाहेर रुथ बसलेलीच होती. तिने साराला परत शोशान्नाला नेले.

प्रसूतीवेदना सुरू झाल्या आणि आता ती किंचाळायला लागली. तुर्की पोलिसांना हेच समाधान तिने लाभू दिले नव्हते. हळूहळू तिच्या किंचाळ्या थांबल्या. ती यातून जिवंत बाहेर पडेल ही आशा कुणालाच नव्हती.

तिने एका मुलाला जन्म दिला आणि तीही जगली. कितीतरी आठवडे जीवन मरणाच्या सीमेवर राहून जगली. बराकला पुन्हा बघायची तिची इच्छा इतकी दुर्दम्य

होती की, मृत्युही परतला. रुथ आणि शोशान्नामधल्या इतर शेतकरी स्त्रियांनी तिची अहोरात्र सेवा केली. प्रेमाने काळजी घेतली.

नुसते उभे राहायला तिला कित्येक महिने लागले. वर्षभराने तिची प्रकृती सुधारली आणि ती आपल्या पायांवर चालायला लागली. तरी एका पायात थोडा अधूपणा राहिलाच.

मुलगा मात्र एकदम धडधाकट होता. सर्वजण म्हणत की, तो दुसरा बराकच होणार म्हणून. सडपातळ आणि उंच. सारासारखा सावळा.

इकडे दोघे भाऊ कैरो, गॅलिपोली, इंग्लंड, अमेरिका फिरत होते. सारा आणि रुथ यांच्याबद्दलच्या काळजीने आणि भीतिने त्यांच्या मनाला शांतता नव्हती. जेमाल पाशाच्या अत्याचारांच्या पॅलेस्टाईनहून येणाऱ्या बातम्यांनी ते व्यथित होत होते.

१९१७ मधे ब्रिटीश सैन्य इजिप्तमधून चढाई करत निघाले. सिनाईपासून पॅलेस्टाईनपर्यंत त्यांनी तुर्कांना माघार घ्यायला लावली. १९१७ च्या अखेरीपर्यंत त्यांनी पॅलेस्टाईनमधे घुसुन बीरशेबा जिंकले. गाझाचे प्राचीन दरवाजेही कोसळले. गाझा पडले आणि ब्रिटीशांनी जाफापर्यंत धडक मारली.

जनरल ॲलेन्बीच्या यशस्वी चढाईनंतर इतकी वर्षे ब्रिटीश ज्याची वाट पाहत होते तो उठाव झाला. तुर्कांचा पराजय निश्चित झाल्यावरच मक्केच्या शेरीफचा पुत्र फैजल याने काही अरब टोळ्या जमवून ''क्रांती'' सुरू केली. ओटोमन साम्राज्य कोसळल्यावर होणाऱ्या वाटणीत आता त्यांना रस होता. रेल्वे लाईनींचा काही भाग त्यांनी उडवला. पण रेल्वे पूर्ण थांबवू शकले नाहीत. एकदाही छोट्या मोठ्या लढाईत या अरब बंडखोरांनी भाग घेतला नाही.

मेगिदो या प्राचीन शहराबाहेर तुर्की फौजा आणि ॲलेन्बीच्या ब्रिटीश फौजा निर्णायक लढाईसाठी समोरासमोर उभ्या ठाकल्या. पाच हजार वर्षांच्या इतिहासात याच युद्धभूमीवर सर्व हल्लेखोरांना निर्णायक विजयासाठी शेवटची लढाई द्यावी लागली आहे.

मेगिदो!... इथेच सॉलोमनच्या पागा सापडल्या आहेत.

मेगिदो!... जीझस क्राईस्ट परत येईल तो याच ठिकाणी असा समज आहे.

मेगिदो ॲलेन्बीने जिंकले.

ब्रिटीश फौजांचे नेतृत्व स्वीकारल्यानंतर वर्षभरातच ॲलेन्बीने जेरुसलेमची मुक्तता केली.

ब्रिटीश फौजांनी दमास्कसपर्यंत धडक मारली आणि तुर्की प्रतिकार पूर्णपणे नष्ट झाला. दमास्कसच्या पाडावाबरोबरच ओटोमन साम्राज्य कोसळले.

रशियाच्या ज्या झारने कॉन्स्टॅन्टिनोपलवर नजर ठेऊन तुर्कांशी युद्ध खेळायचा डाव रचला होता, तो कधीच आपले स्वप्न प्रत्यक्षात उतरलेले बघू शकला नाही.

शेकडो वर्षे दडपलेल्या जनतेने रशियामधे क्रांती केली आणि झार आणि त्याच्या कुटुंबियांची कत्तल उडवली.

सर्व साम्राज्य धुळीला मिळत असताना, त्याचे लचके तुटत असताना, कोट्यावधी मुस्लीमांचा ''शॅडो ऑफ गॉड'' म्हणवणाऱ्या सुलतानाचे पद जात असताना, पाचवा मोहम्मद हा सुलतान ऐषआरामात रममाण झाला होता.

बराक बेन कनान आणि अकिवा घरी परतले. शोशान्नाच्या प्रवेशद्वारातून ते आत शिरत असताना सर्व जमीन हिरवीगार दिसत होती, गुलाब फुलले होते, जॉर्डन नदी गॅलिलीच्या समुद्राला मिळत होती.

बराकच्या लाल दाढीत आता थोडे पांढरे केस दिसायला लागले होते. साराच्या काळ्याभोर केसामधेही. त्यांच्या कॉटेजबाहेर दोघेही एकमेकांकडे बघत नुसते उभे होते. त्याने साराला प्रेमाने आणि अगदी हळूवारपणे जवळ घेतले. कित्येक वर्षांचे दुःख, व्यथा, खडतर परिश्रम जणू क्षणात नाहीसे झाले. साराने त्याचे बोट धरून हळूच त्याला आत नेले. चालताना ती थोडी लंगडत होती. चमकदार डोळ्यांचा तीनएक वर्षांचा मुलगा त्याच्याकडे कुतुहलाने बघत होता.

बराकने गुडघ्यांवर बसून त्याला आपल्या ताकदवान हातांनी वर उचलले. ''माझा मुलगा.'' तो पुटपुटला. ''माझा मुलगा.''

''तुमचाच मुलगा— आरी!'' सारा हळूच म्हणाली.

## १२

पन्नास देशांनी बाल्फोरचा जाहिरनामा मान्य केला.

तुर्कांच्या दहशतीमुळे पहिल्या महायुद्धाच्या काळात इशोव्हची लोकसंख्या अर्धी झाली. युद्धकाळात पूर्व युरोपमधे पुन्हा पोग्रोम्स सुरू झाले. नंतरचा काळ इशोव्हच्या दृष्टीने अत्यंत महत्त्वाचा आणि घडामोडींचा होता. युरोपमधल्या अत्याचारांनी ज्यूंचा तिसरा लोंढा (The Third Aliyah) पॅलेस्टाईनमधे येत होता आणि कमी झालेली संख्या भरून काढत होता.

गॅलिलीच्या दक्षिणेकडच्या जेझरील खोऱ्यावर झायोन सेटलमेन्ट सोसायटीची अनेक वर्षे नजर होती. थोडीशी अरब गावे आणि बाकी दलदल आणि चिखल. सर्व जमीन सुरसुका नावाच्या एकाच जमीनदाराच्या मालकीची होती. तो स्वत: बैरूटमधेच रहायचा. तुर्कांनी आजपर्यंत या भागात ज्यूंना जमीन विकत घेऊ दिली नव्हती. आता ब्रिटिश आले होते. सर्व बंधने दूर झाली होती. बराक बेन कनान आणि इतर दोघे बैरूटला पोचले. त्यांनी हैफा ते नाझारेथपर्यंतचा भूभाग विकत घेतला. पॅलेस्टाईनमधली

इतक्या मोठ्या प्रमाणावरची ही पहिलीच जमीन खरेदी. संपूर्णपणे ज्यूंच्या पैशाने केलेली. आणखी काही किब्बुत्झ उभारण्याची संधी होती.

जुन्या किब्बुत्झमधल्या अनुभवी शेतकऱ्यांनी नि:स्वार्थीपणे आपली शेते सोडली आणि ते नवीन किब्बुत्झचा विकास करायला मदतीसाठी आले. रुथ आणि आपली मुलगी शारोन यांना घेऊन अकिवा शोशान्नामधले किब्बुत्झ सोडून रोश पिन्नाच्या उत्तरेला एक नवीन किब्बुत्झ उभारायला आला. या किब्बुत्झचे नाव ठेवले होते एन् ओर (Fountain of Light).

बराक बेन कनानचे स्वप्न आकार घेत होते. हुले खोऱ्यात सीरिया आणि लेबॅनॉनच्या सरहद्दीजवळ ज्यूंनी जमीन विकत घेतली. त्यांनी बराकच्या आवडत्या टेकडीवरसुद्धा शेती सुरू केली. किब्बुत्झची सुरुवात केली. संरक्षणाची व्यवस्था बराकचा जुना मित्र जोसेफ ट्रम्पलडोरच्या हातात होती.

शेतीखालची जमीन वाढायला लागली तसा तेल अव्हिव आणि इतर शहरांचाही विकास व्हायला लागला. हैफामधल्या माऊन्ट कारमेलवरही ज्यूंनी घरे घ्यायला सुरुवात केली. जेरुसलेममधे ज्यूंची वस्ती वाढायला लागली.

ब्रिटिशांनीही अनेक सुधारणा केल्या. रस्ते बांधले. शाळा, हॉस्पीटल बांधली. न्यायदानाची व्यवस्था झाली. बाल्फोर स्वत: जेरुसलेमला आला. माऊन्ट स्कोपसवर हिब्रू युनिव्हर्सिटीची कोनशिलाही त्यानेच बसवली.

ज्यूंनी इशोव्हसाठी आपले प्रतिनिधी नेमले. इशोव्ह सेन्ट्रल, अरब आणि ब्रिटिश यांच्याशी संबंध ठेवून झायोन सेटलमेन्ट सोसायटी आणि जगातले झायोनिस्ट यांच्याशी समन्वय साधून होती. इशोव्ह सेन्ट्रल आणि झायोन सेटलमेन्ट सोसायटी या दोघांनीही आपली मुख्य कार्यालये जेरुसलेमला हलवली. बराक बेन कनानची इशोव्ह सेन्ट्रलवर नेमणूक झाली.

पण याचवेळी काही अनिष्ट घटनांची चाहूल लागायला लागली.

झारच्या कागदपत्रात क्रांतिकारकांना एका गुप्त कराराची प्रत मिळाली. साईक्स-पिकॉट करार. ब्रिटन आणि फ्रान्स यांना अडचणीत आणण्यासाठी तो करार रशियन क्रांतिकारकांनी प्रसिद्ध केला. फ्रान्स आणि ब्रिटन यांनी मध्यपूर्व आपापसात वाटून घेण्याचाच करार होता तो.

अरबांना स्वातंत्र्य देण्याच्या ब्रिटनच्या आश्वासनांना किंमतच राहिली नाही. आपला विश्वासघात झाल्याची भावना अरबांमधे बळावली. ब्रिटिशांनी सारवासारव करायचा खूप प्रयत्न केला. पण नंतर सॅन रेनोच्या परिषदेत इंग्लंड आणि फ्रान्स यांनी वाटणी करून घेतलीच. सिंहाचा वाटा इंग्लंडने पटकावला आणि सीरिया आणि तेलात श्रीमंत असलेल्या मोसल तेल खाणींमधली पाईपलाईन फ्रान्सने घेतली.

ओटोमन साम्राज्याच्या काळात पॅलेस्टाईन आणि लेबॅनॉनचा समावेश सीरियामधेच होता. तेव्हा पॅलेस्टाईनचा निदान उत्तरेकडचा भाग आपल्याकडे असावा अशी फ्रान्सने केलेली मागणी ब्रिटनने पार धुडकावून लावली. त्यांना मोसलच्या तेलखाणीतून हैफा येथे एक तेलाचे टर्मिनल हवे होते. शिवाय बाल्फोर जाहिरनाम्याप्रमाणे पॅलेस्टाईनची भूमी ज्यूंना द्यायची असल्याने ती त्यांच्याच ताब्यात हवी असाही ब्रिटनचा दावा होता.

सरहद्दी निश्चित होईपर्यंत उत्तर पॅलेस्टाईनचा जास्तीत जास्त भाग गिळंकृत करण्याच्या दृष्टीने फ्रान्सने सीरियामधल्या अरब जमातींना चिथावणी द्यायला सुरुवात केली. हुले खोऱ्यामधले ज्यू हुसकून काढण्याच्या दृष्टीनेही फ्रेन्चांनी अरबांना उठवले. ज्या टेकडीवर प्रथमपासून बराकचा जीव जडला होता आणि जिथून बराक आणि अकिवा प्रथम पॅलेस्टाईनमधे शिरले होते त्या तेल हाय टेकडीवरही हल्ला झाला. त्याला ज्यूंनी यशस्वीपणे तोंड दिले पण जोसेफ ट्रम्पलडोर मात्र कामाला आला.

मक्केच्या शेरीफचा मुलगा फैजल यानेही फ्रान्सला अडचणीत आणले. त्याने दमास्कसला येऊन जाहीर केले की, तो अरबस्तानचा राजा आहे आणि जगातल्या मुस्लीमांचा प्रमुखही. फ्रान्सने त्याला दमास्कसहून पळवून लावल्यावर तो बगदादला ब्रिटिशांकडे गेला. त्यांनी मेसापोटेमिया प्रॉव्हिन्समधून एक नवीनच देश निर्माण केला. इराक! आणि फैजलला इराकचा राजा म्हणून घोषित केले. पहिले महायुद्ध संपता संपता अरब उठावाच्या गप्पा मारल्याचे बक्षिस होते ते.

फैजलचा अब्दुल्ला म्हणून एक भाऊ होता. त्यालाही इनाम द्यायला हवे. लीग ऑफ नेशन्सची परवानगी न घेता ब्रिटनने परस्पर पॅलेस्टाईन मॅन्डेटच्या एका भागातून आणि एक नवीन देश निर्माण केला. ट्रान्स-जॉर्डन! अब्दुल्लाला त्याचा राजा बनवून टाकले.

ज्या इब्न सौदने पहिल्या महायुद्धात ब्रिटनला मदत करण्याचे नाकारले होते त्याचे फैजल आणि अब्दुल्ला अगदी कट्टर शत्रु होते.

ब्रिटनने आपले हातपाय मध्यपूर्वेत चांगलेच रोवले. इराक आणि ट्रान्स जॉर्डन या त्यांनी बनवलेल्या राज्यातले राजे नामधारी होते. खरी सत्ता ब्रिटनचीच. इजिप्त आणि सुएझ कालवा त्यांच्या ताब्यात होते. मोसलच्या तेलखाणी आणि पॅलेस्टाईन मॅन्डेट यांच्याच अधिकारकक्षेत होते. अरबस्तानात त्यांचेच मांडलिक असल्यासारखे इतर डझनभर शेख आणि छोटी राज्ये होती.

अरबांच्या आपापसातल्या वैराचा फायदा उठवून आपल्या फोडा आणि झोडा या नीतिप्रमाणे ब्रिटिश सर्वत्र राज्य करत होते. नवनवीन गाड्या आणि बायका पुरवून सर्व शेखना समाधानी ठेवत होते.

पॅलेस्टाईनचा प्रश्न वेगळा होता. तिथे कोणी कळसुत्री बाहुले बसवता येत नव्हते. बाल्फोर जाहिरनाम्याला सर्व जगाची मान्यता होती. मॅन्डेटप्रमाणे पॅलेस्टाईनमधून ज्यूंची मातृभूमी निर्माण करणे त्यांना भाग होते. ज्यूंनी लोकशाही पद्धतीने त्यांचे सरकार आणले होते. इशोव्ह सेन्ट्रल सबंध अरब जगामधली लोकशाही पद्धतीने प्रतिनिधी निवडणारी एकमेव जमात होती. ज्यूंची!

बराक बेन कनान, डॉ. हाईम वाईझमन आणि इतर डझनभर झायोनिस्ट नेत्यांनी सबंध अरब जगताचे नेतृत्व सांगणाऱ्या फैजलशी वाटाघाटी केल्या. ज्यू आणि अरब यांनी दोन्ही बाजूंच्या आकांक्षांना बाधा येणार नाही असा मित्रत्वाचा करार केला. अरबांनी ज्यूंचे स्वागतच केले. त्यांचा पॅलेस्टाईनला परतण्याचा ऐतिहासिक हक्क मान्य केला. ज्यू संस्कृती आणि हिब्रू सोनेही त्यांनी स्वीकारले. पॅलेस्टाईनमधे ज्यूंची भूमी असावी हा हक्कही मानवतेच्या भूमिकेतून मान्य केला. पॅलेस्टाईनची भूमी हिरवीगार बनवण्याच्या चमत्काराचे श्रेय अनेक अरब उघडपणे ज्यूंना देत होते.

पॅलेस्टाईनमधे किंवा संपूर्ण अरब जगात जनतेने निवडून दिलेले सरकार अस्तित्वात नव्हते. ब्रिटिशांनी अरबांना त्यांनी त्यांचे प्रातिनिधिक सरकार स्थापन करावे असे सांगितले तेव्हा त्यांच्या आपापसामधल्या भांडणांना ऊत आला.

जेरुसलेमच्या भागात जमीन असणारी एल् हुसेनी ही जमात सर्वात ताकदवान होती. त्यांच्या भीतिमुळे त्यांच्याविरूद्ध इतर जमीनदार कुटुंबांची एक फळी होती. एल् हुसेनीचा नेता होता क्रूर आणि विश्वासघातकी हाज अमीन एल् हुसेनी. तो एका वेळेला तुर्कांनाही मिळाला होता. आता ओटोमन साम्राज्य नष्ट झाल्यावर इतर अरब नेत्यांप्रमाणे त्यालाही सर्व सत्ताधीश व्हायची हाव सुटली होती. आणि त्यासाठी त्याच्याकडे खुनी पाठिराख्यांचे पाठबळही होते.

मक्का आणि मदिना नंतर मुस्लीमांचे पवित्र स्थान कुठले असेल तर ते जेरुसलेम. ओटोमन साम्राज्यात जेरुसलेमचा मुफ्ती हे एक नामधारी पद होते. कॉन्स्टॅन्टिनोपलच्या धर्मपीठाची आज्ञा सर्व जगातले मुस्लीम ऐकत होते. आता ओटोमन साम्राज्य विलयाला गेल्यावर आणि पॅलेस्टाईनमधे ख्रिश्चनांची सत्ता आल्यावर जेरुसलेमच्या मुफ्तीला फार महत्त्व प्राप्त झाले. मुस्लीम पवित्र वास्तुंच्या रक्षणासाठी सर्व मुस्लीम जगतातून पैशाचा ओघ सुरू झाला. एके काळी या पैशाचा विनियोग कॉन्स्टॅन्टिनोपलहून झाला असता. आता तो पैसा जेरुसलेमच्या मुफ्तीच्या हातात आला. हाज अमीनच्या सुपीक डोक्यात एक योजना आली. आपण मुफ्ती झालो तर सर्व पैसा तर हडप करता येईलच पण पॅलेस्टाईनही ताब्यात घेता येईल. पॅलेस्टाईनमधली नव्याण्णव टक्के जनता निरक्षर होती. धर्माच्या नावाखाली त्यांना कुणीही काहीही सांगितले तर त्यांची माथी भडकायची. त्यांच्या या प्रवृत्तीचा उपयोग राजकीय अस्त्र म्हणून करता आला असता.

पण एक अडचण होती. मुफ्तीचे पद फक्त मोहम्मदाच्या वंशजांनाच मिळू शकत होते. हाज अमीनने नामी उपाय काढला. त्याने त्या वंशातल्या एका मुलीशी लग्न केले. आणि अट पुरी झाली असे सांगून टाकले.

जेरुसलेमचा वृद्ध मुफ्ती मरण पावल्यावर या जागेसाठी निवडणूक झाली. हाज अमीन चौथ्या स्थानावर आला. तो काळजीत दिसला नाही. त्याच्या ठगांनी पहिल्या तीन जणांवर इतकी दहशत बसवली की, त्यांनी माघार घेतल्याचे जाहीर केले.

हाज अमीन एल् हुसेनी जेरुसलेमचा मुफ्ती बनला.

ज्यूंनी पॅलेस्टाईनला परतणे हे त्याच्या योजनेला धोकादायक होते.

मोजसचा जन्मदिन हा मुस्लीमांचा एक पवित्र दिवस. त्यादिवशी आपल्या विषारी भाषणांनी त्याने आपल्या अनुयायांना ज्यूंविरूद्ध लढायची हाक दिली.

आणि पॅलेस्टाईनमधे पोग्रोमला सुरुवात झाली. पण ज्यूंची शहरे किंवा किब्बुत्झवर हल्ला करण्याइतके ते पागल झाले नव्हते. तिथे ज्यू त्यांचे संरक्षण करू शकतात याची त्यांना पूर्ण खात्री होती. त्यांनी साफेद, टायबेरीअस, हेब्रॉन आणि जेरुसलेममधल्या वृद्ध ज्यूंची कत्तल उडवून टाकली.

शोशान्नाला भेट देऊन एन् ओरला जाण्यासाठी निघालेली रुथ आणि तिची मुलगी नेमकी त्यावेळी टायबेरीअसमधे होती. त्या दोघींचा खून पडला आणि अकिवा दुःखात बुडाला. बराक घाईघाईने एन् ओरला आला आणि अकिवाला घेऊन तेल अव्हिवला पोचला. त्याने लहानपणाप्रमाणे रात्रंदिवस त्याच्याकडे लक्ष दिले. कित्येक महिन्यांनी अकिवा आपले दुःख थोडेफार विसरला. पण त्याच्या मनावर पडलेला घाव पुन्हा कधीच भरून येणार नव्हता.

पॅलेस्टाईन मॅन्डेटनंतर ज्यूंच्या अनेक वस्त्यांनी आपली शस्त्रास्त्रे ब्रिटिशांच्या ताब्यात दिली होती. कायदा आणि सुव्यवस्था राखायचे काम ब्रिटनचे होते. या सर्व कत्तलींना जबाबदार असणाऱ्यांना पकडून शिक्षा होईल असे ज्यूंनी गृहीत धरले. तुर्कांचे राज्य कसेही असले तरी खुनाला त्यांच्याकडे क्षमा नव्हती.

ब्रिटिशांनी एक कमिशन नेमले.

त्या कमिशनने हाज अमीन एल् हुसेनीच या कत्तलींना जबाबदार आहे असे सांगितले.

आणि ब्रिटनने त्याचा गुन्हा माफ केला.

एक श्वेतपत्रिका प्रसिद्ध करून ज्यूंच्या पॅलेस्टाईनमधे येण्यावर बंधने घालायचा प्रस्ताव मांडला.

पॅलेस्टाईन मॅन्डेटच्या अर्ध्या भागातून ट्रान्स जॉर्डन निर्माण झाले ते याचवेळी. आणि या गोष्टीला जबाबदार होते विन्स्टन चर्चिल.

इशोव्हच्या दृष्टीने एका युगाचा अस्त झाला होता.

ब्रिटिशांच्या दयाळूपणाचा बुडबुडा फुटला. इशोव्ह सेन्ट्रल आणि झायोन

सेटलमेन्ट सोसायटीची गुप्त सभा झाली. पन्नास प्रतिनिधी हजर होते.

डॉ. हाईम वाईझमन लंडनहून आला होता. बराक, अकिवा होते. इत्साक बेन झ्वी होता. ज्यूंच्या दुसऱ्या लोंढ्याबरोबर पॅलेस्टाईनला पोचलेला एक मध्यम उंचीचा आणि दणकट तरुण होता. डेव्हिड बेन गुरीयन. सळसळणाऱ्या रक्ताचा आणि सारखे बायबलमधले उतारे सांगणारा हा तरुण आज ना उद्या इशोव्हचे नेतृत्व करणार असे अनेकांना वाटत होते. ज्यूंच्या तिसऱ्या लोंढ्याबरोबर आलेला, टक्कल पडलेला आणि अत्यंत धडधाकट असा अविदान होता. रशियन सैन्यातला अनुभव असलेल्या अविदानची कीर्ती ट्रम्पलडोरच्या खालोखाल झाली होती. ज्यूंच्या संरक्षणाची जबाबदारी या तरुणावरच पडणार असा अनेकांचा विश्वास होता.

बराक बेन कनानने सभेला सुरुवात केली. सर्वजण गंभीर होते. आजपर्यंतच्या ज्यूंच्या दुर्दैवी इतिहासाचा त्याने मागोवा घेतला. जगामधल्या ज्या एकाच ठिकाणी स्वातंत्र्य मिळेल अशी आशा होती तिथेच पोग्रोम घडला होता.

डॉ. हाईम वाईझमनचा गट म्हणत होता की, शेवटी ब्रिटनकडेच त्यांच्या संरक्षणाची जबाबदारी अधिकृतरीत्या असल्याने त्यांच्याशीच याबाबतीत उघड उघड चर्चा करावी.

अति शांतताप्रेमी असा दुसरा गट म्हणत होता की, ज्यू जर शस्त्रसज्ज झाले तर त्यांना अरबांकडून फारच त्रास होईल.

तिसरा गट अकिवासारख्यांचा. तात्काळ आणि जबरदस्त सूड घेण्यापलीकडे त्यांना दुसरा पर्यायच नको होता. ब्रिटिश संरक्षण करतील हा भ्रम आहे. त्यांना फक्त स्वतःचा स्वार्थ कळतो. अरबांना चर्चा, कागदपत्रे, करार काही कळत नाहीत. त्यांना फक्त बंदुकीची भाषाच कळते ही त्यांची मते होती.

रात्र सरत आली तरी वाद चालूच होते. शांतताप्रिय धीर धरायला सांगत होते. काही ब्रिटिशांची निंदा करत होते तर काही स्तुती. काही म्हणत होते पॅलेस्टाईन म्हणजे दोन जणांना वचन दिली गेलेली भूमी आहे. एकदा ज्यूंना. एकदा अरबांना.

दोन टोकांच्या या भूमिकातून बेन गुरीयन, बेन कनान, अविदान सारख्यांनी एक व्यवहारी तोडगा सुचवला. ज्यूंनी शस्त्रसज्ज होणे आवश्यक आहे पण कायदेशीर मार्गही चोखाळायलाच हवा.

या लोकांनी इशोव्हतर्फे गुप्तपणे शस्त्रास्त्रे मिळवण्याचे आणि ज्यूंना लष्करी शिक्षण देण्याचे ठरवले. हे शस्त्रसज्ज दल एकाच आणि फक्त एकाच गोष्टीसाठी वापरायचे. स्वसंरक्षण!

इशोव्हच्या सर्व अधिकृत संघटनांनी या दलाच्या अस्तित्वाबद्दल कायमच कानावर हात ठेवायचे आणि त्याचवेळी ते वाढवण्याबाबत सर्व सहकार्य द्यायचे.

या शस्त्रसज्जतेने एका बाजूला अरबांवर दडपण ठेवता येईल आणि दुसऱ्या

बाजूला ब्रिटिशांशी वाटाघाटी चालू ठेवता येतील.

या दलाचे नेतृत्व अविदानकडे देण्यात आले. त्यांनी या दलाचे नामकरणही केले. हॅगन्ना! (Army of Self Defence)

## १३

ज्यूंचा तिसरा लोंढा नवीन जमिनी विकत घेतलेल्या जेझरील, शारोन खोरे, समारिया, ज्यूडिआ, गॅलिली या भागात पोचला. शेकडो वर्षे पडीक असलेल्या जमिनी परत लागवडीखाली आणण्यासाठी त्यांनी यंत्रे आणली, खते आणली, कष्टाने पाणी पुरवण्याची सोय केली, आलटून पालटून पिके घ्यायला सुरुवात केली. द्राक्षे, संत्री, ऑलिव्ह यांच्या बागा उठवून शिवाय धान्ये, भाजीपाला आणि इतर पिकेही घेतली. कोंबड्या पाळल्या. गुरांचे कळपही.

नवीन पिके घेण्यासाठी आणि जुन्या पिकांचे उत्पादन वाढवण्यासाठी कोणताही प्रयोग करून पहाण्याचे त्यांनी बाकी ठेवले नाही.

मृत समुद्रामुळे अल्कधर्मी झालेल्या ज्या जमिनीत चाळीस हजार वर्षात काही उगवले नव्हते त्या जमिनीत सुद्धा त्यांनी अतोनात कष्ट घेऊन पिके काढली. तळी आणली. मत्स्योद्योग सुरू केला.

१९२० च्या आसपास शंभर किब्बुत्झमधे राहणाऱ्या पन्नास हजार ज्यूंनी अंगावर किब्बुत्झचा निळा गणवेश घालून पाच लाख डुनेम जमीन लागवडीखाली आणली होती.

त्यांनी दहा लाख झाडे तरी लावली. दहा-वीस निदान तीस वर्षांनी तरी त्या झाडांनी जमिनीची धूप कायमची थांबवली असती. झाडे लावण्याचे वेडच सर्व ज्यूंनी घेतले होते. जिथे जिथे ज्यू पोचले तिथे बघता बघता नवीन जंगले निर्माण होण्याची लक्षणे दिसायला लागली.

बायबलमधे उल्लेख असलेल्या जागांवर नवीन किब्बुत्झ स्थापन केले की, त्या जागेचेच नाव किब्बुत्झला देत. या प्राचीन भूमीवर नवनवीन नावे ऐकायला यायला लागली. बेन शेमेन (Son of Oil), दागानिया (Cornflower on the Sea of Galilee.), एन् गानिम (The Fountain of the Gardens), काफेर एहेजकेल (The village of the prophet Ezekiel.), मरहाविआ (The wide spaces of God), तेल योसेफ (The hill of Joseph). बराकच्या आवडत्या हुले खोऱ्याच्या तोंडावर आयेलेत हाश्शाहार (The Morning Star), गेशेर (The Bridge), आणि गिवात हशलोशा (The hill of the three.) प्रत्येक महिन्याला नवनवीन किब्बुत्झ बांधायला सुरुवात होत होती.

किब्बुत्झ ही गरजेपोटी निर्माण झालेली चळवळ होती. आता सर्व पॅलेस्टाईनमधे ज्यूंच्या नवीन वसाहती त्याच तत्त्वावर निर्माण झाल्या. नवीन येणारे शेकडो ज्यू आपल्यात सामावून घ्यायला लागल्या.

पण किब्बुत्झमधील आयुष्य सर्वांच्या पचनी पडत नव्हते. आपल्या स्वातंत्र्यासाठी झगडणाऱ्या स्त्रियांना तेच स्वातंत्र्य नंतर नकोसे झाले. काहींना थोडाही एकांत मिळत नव्हता म्हणून, काहींना पाळणाघरे पसंत नव्हती म्हणून, वेगवेगळ्या कारणांनी किब्बुत्झमधे रहाणे अनेकांना पसंत नव्हते. जमिनीचा तुकडासुद्धा त्यांना स्वत:चा म्हणता येत नव्हता. जमीन सर्वांचीच होती. सर्व ज्यू जमातीला मूळ कल्पना मान्य होती पण प्रत्यक्षात आणणे कठीण वाटत होते. या किब्बुत्झ चळवळीपासून अनेक ज्यू बाजूला झाले आणि त्यांनी "मोशाव" चळवळ सुरू केली. मोशावमधे प्रत्येकाला काम करण्यासाठी जमिनीचा तुकडा होता. स्वत:चे घर होते. सर्व यंत्रे मात्र मोशावच्या मालकीची. काही धान्यांची लागवड सर्वांसाठी. एक मध्यवर्ती संघटना होती. सर्व गोष्टी ती संघटना विकत होती. सर्वांसाठी खरेदी करत होती. लोकोपयोगी सर्व कामे करण्यासाठी अशीच संघटना होती.

मुख्य फरक वैयक्तिक स्वातंत्र्याचा आणि खाजगी आयुष्याचा होता. मोशावमधे प्रत्येक कुटुंबाला स्वत:चे घर होते. प्रत्येक कुटुंब स्वत:च्या मताप्रमाणे जमिनीची मशागत करू शकत होते. पहिले मोशाव जेझरील खोऱ्यात निर्माण झाले. नाव होते नहालाल (The Heritage). त्यांच्या वाट्याला आलेली सर्वात दलदलीची जमीन अपार कष्ट करून त्यांनी लागवडीखाली आणली.

मोशाव आणि किब्बुत्झमधला सर्वात मोठा फरक म्हणजे मोशावमधला प्रत्येकजण स्वत:च्या फायद्याचे बघत होता आणि किब्बुत्झप्रमाणे नवीन कुणाला सामावून घेऊ शकत नव्हता. तरी ही चळवळही फोफावली.

ज्यूंची संख्या वाढायला लागली तसे नवीन प्रश्न उभे रहायला लागले. बराक बेन कनान ही आदरणीय व्यक्ती कधी शांत बसलेली नसायची. ज्यूंमधे डझनावारी पंथ, वेगवेगळ्या राजकीय विचारसरणीचे प्रवाह होते. अरबांशी बोलणी फारच नाजूक अवस्थेत करावी लागायची.

बाल्फोर जाहिरनामा आणि मॅन्डेट ब्रिटन जसे काही विसरून गेले. त्यांच्याशी बोलणी कशी करायची ते कळत नव्हते. अपवादात्मक घटना सोडल्या तर ज्यूंवरचे संघटीत हल्ले कमी झाले होते पण शांतताही फसवी होती. कावेबाज हाज अमीन एल् हुसेनी, जेरुसलेमचा मुफ्ती, जास्ती वेळ गप्प बसणे शक्य नव्हते.

१९२४. एक दिवस तेल अव्हिवहून बराक परत आला तेव्हा कम्माल, त्याचा जुना दोस्त त्याची वाट पहात होता. बराकला आश्चर्य वाटले. आनंदही झाला.

"माझ्या लोकांची परिस्थिती कशी सुधारायची याचा मी अनेक वर्षे विचार

करतो आहे.'' कम्मालने थोड्या वेळाने सुरुवात केली. ''मला बोलताना वाईट वाटते पण आमचेच जमीनदार याला जबाबदार आहेत. इतरांची परिस्थिती सुधारणे ही त्यांना परवडणारी गोष्ट नाही. त्यांचे सुखासीन आयुष्य त्यामुळे धोक्यात येईल.''

एका अरबाकडून, ते सुद्धा कम्मालसारख्या विचारांनी पुढारलेल्या अरबाकडून, अशी सरळ कबुली ही साधी गोष्ट नव्हती. बराक लक्ष देऊन ऐकायला लागला.

''ज्यू परत येताना मी बघतो आहे. त्यांनी जमिनींबाबत घडवलेले चमत्कार बघतो आहे. आपल्या धर्मात, भाषेत, विचारात, काहीही साम्य नाही. शेवटी ज्यूच अरबांची सर्व भूमी घेणार नाहीत याचीही मला खात्री नाही. पण अरबांची स्थिती जर कुणी सुधारू शकत असतील तर ते फक्त ज्यूच आहेत. गेल्या हजार वर्षांत त्यांनीच प्रथम अरबांना आशेचा किरण दाखवला आहे.''

''कम्माल! हे सर्व बोलताना तुझ्या मनाला किती यातना होत असतील याची मला जाणीव...''

''मला माझे बोलणे आधी पुरे करू दे. प्लीज्! ज्यू आणि अरब भिन्न प्रकृतीचे असले तरी शेवटी शांततेने एकमेकांबरोबर राहू शकले तर तुम्ही जे आज करता आहात त्याचा अरबांनाच फायदा होणार आहे. अरबांची स्थिती सुधारायची तर मला दुसरा मार्गच दिसत नाही. आणि माझे जे विचार आहेत ते चूक आहेत की, बरोबर हे देखील कळत नाही मला.''

''शांततेने रहाण्याबद्दलच बोलायचे तर आम्ही आजपर्यंत स्वतःहून असे कुठलेही कृत्य केलेले नाही की, ज्यामुळे तुझ्या मनात तरी संशय यावा.''

''पण तुझ्या आणि माझ्याहून बलिष्ठ अशा शक्ती आहेत आणि आपल्या मनाविरूद्ध त्या आपल्यात संघर्ष निर्माण करतील.''

खरे आहे, अगदी खरे आहे, बराकच्या मनात विचार आला.

''बराक! हुले सरोवराजवळची जी जमीन तुला किती तरी वर्षे अगदी मनापासून हवी आहे ती झायोन सेटलमेन्ट सोसायटीला विकायची माझी तयारी आहे.''

हे शब्द ऐकताच बराकच्या हृदयाची धडधड एकदम वाढली.

''हा दानशूरपणा नाही बराक. माझ्या काही अटीही आहेत. अबू येशाच्या अरबांना तुमच्या शेतीच्या, आरोग्याच्या योजना तुम्ही शिकवल्या पाहिजेत. त्यासाठी बराच काळ घालवावा लागणार असला तरीही. आमच्या गावातल्या निवडक मुलांना तुमच्या शाळेत प्रवेश देऊन साक्षर बनवले पाहिजे.''

''नक्की.''

''आणि शेवटची अट. तू तिथे यायला हवेस.''

''मी? मी कशासाठी?''

''जोपर्यंत तू आहेस तोपर्यंत माझ्या अटी नक्की पाळल्या जातील आणि आपण

शांततेने एकत्र राहू शकू अशी माझी खात्री आहे. तीस वर्षांपूर्वी तू अबू येशामधे एक छोटासा मुलगा म्हणून आला होतास त्या क्षणापासून माझा तुझ्यावर पूर्ण विश्वास आहे.''

''ठीक आहे. विचार करतो मी.''

''कम्मालला काय सांगणार?'' साराने विचारले.

''काय सांगायचे? अर्थातच् आपण जाऊ शकत नाही. दुर्दैवाचीच गोष्ट. वर्षानुवर्षे त्याने ती जमीन विकावी म्हणून मी प्रयत्न करतो आहे. आणि आता मी गेलो नाही तर ती जमीन मिळण्याची आशाच नाही.''

''आहे खरी दुर्दैवाची गोष्ट'' असे म्हणता साराने चहा पुढे केला.

बराक अस्वस्थपणे फेऱ्या घालत पुटपुटत होता. ''हे बघ सारा, इशोव्ह सेन्ट्रल आणि झायोन सेटलमेन्ट सोसायटीला माझी गरज आहे. मी काही गोळ्या विकायचे दुकान नाही चालवत.''

''खरे आहे.'' सहानुभूतीने सारा म्हणाली. ''सबंध इशोव्हला तुमची गरज आहे. तुम्ही करता आहात ते महत्त्वाचे काम आहे फार.''

''सत्य आहे.'' त्याच्या फेऱ्या चालूच होत्या. ''आता आपणही तरुण नाही. मी पन्नाशी ओलांडली आहे. ती जमीन वापरात आणायची म्हणजे फार कष्ट आहेत. कसे जमणार?''

''अगदी बरोबर, बराक. आता पायोनिअर म्हणून कुठे जाणार? शिवाय या देशाच्या उभारणीसाठी तुम्ही तुमची जबाबदारी उचलली आहे.''

''ठरले तर. कळवून टाकतो कम्मालला की, मला येणे जमणार नाही म्हणून.''

त्याने खुर्चीत बसून निःश्वास टाकला. तो स्वतःची सुद्धा समजूत घालू शकत नव्हता. सारा जवळ उभी राहिली. तिच्या चेहऱ्यावर थोडे छद्मी हास्य दिसत होते. ''चिडवू नको मला तू. या बोलण्याचा तरी काय उपयोग आहे म्हणा.''

ती त्याच्याजवळ बसली. तो प्रेमाने तिच्या केसांवरून हात फिरवत म्हणाला, ''मी फक्त तुझा आणि आरीचा विचार करत होतो. अत्यंत कष्ट होणार आहेत, खूपच काम पडणार आहे.''

''आता चहा घ्या बघू आधी.''

बराकने झायोन सेटलमेन्ट सोसायटीमधून राजिनामा दिला. तेल अव्हिवमधली आपली जागा विकली आणि पंचवीस पायोनिअर कुटुंबांना घेऊन हुलेला मोशाव बांधण्यासाठी पोचला. त्यांनी आपल्या मोशावला नाव दिले. याद एल्! (The Hand of God.)

अबू येशाजवळच्या शेतांपलीकडे त्यांनी आपले तंबू ठोकले. इतके कठीण

काम आजपर्यंत कोणी बघितलेही नव्हते. हुले खोऱ्यातली दलदल खोल होती. पंधरा पंधरा फूट उंचीची झुडपे वाढली होती. साप, विंचू, उंदीर आणि इतर हजारो तऱ्हेच्या प्राण्यांचा सुळसुळाट होता. लांडगे आणि रानडुकरे यांचाही संचार असे. पाणी खेचरांवरून आणावे लागे.

कॅम्प, हॉस्पिटल, स्वयंपाकघर साराच्या ताब्यात होते. कुदळ आणि फावडी घेऊन काम करणाऱ्या टोळ्या बराकच्या हाताखाली काम करत होत्या. पहिल्या भयानक उन्हाळ्यात दिवस न् दिवस, मग आठवडे, मग महिने उलटले तरीही १००° उष्णतेत, कंबरेपेक्षा जास्त उंचीच्या दलदलीत सर्वजण पाण्याचा निचरा करण्यासाठी जिवापाड कष्ट करत होते, ड्रेनेजेस् बांधत होते. हात हलवता येत नाही इतकी पाळी येईपर्यंत कोयत्यांनी झाडेझुडपे तोडत होते. स्त्रियाही हीच कामे पुरुषांच्या बरोबरीने करत होत्या. आरी बेन कनान, वय वर्षे दहा आणि इतर दोन मुले जेवायला अन्न घेऊन येत पाणी आणत. तीनच मुले या मोशावमधे होती. सूर्योदय ते सूर्यास्त काम करूनही रात्री गाणी म्हणायला आणि नृत्य करायलाही कधी कधी सर्व तयार असत.

आणि रात्री पहारा तर ठेवावाच लागे.

हिवाळ्यातला पाऊस येण्यापूर्वी जर दलदलीच्या पाण्याचा निचरा झाला नाही तर हे अपार कष्ट पार वाया जाणार होते. ऑस्ट्रेलियन निलगिरीची शेकडो झाडे त्यांनी पाणी शोषून घेण्यासाठी लावली. यांच्या मदतीसाठी आजूबाजूच्या किब्बुत्झमधून आणि मोशावमधून शक्य तितकी माणसे दररोज यांच्या मदतीला येत होती.

आणि दररोज रात्री तीनही मुलांना शिक्षण देण्याचे काम सारा आणि बराक आळीपाळीने करत होते.

पाऊस आला तो ही असा की, सबंध कॅम्पच वाहून जाईल वाटायला लागले. प्रत्येक पावसानंतर धावत जाऊन सर्वजण पाण्याचा निचरा होण्यासाठी बांधलेल्या ड्रेनेजमधे अडथळा येत नाही याची खात्री करून घेत.

बराक बेन कनानसारख्या दृढनिश्चयी आणि दणकट माणसालाही वाटायला लागले की, यावेळी अशक्य असणाऱ्या कामालाच हात घातला आहे म्हणून. आरी आणि साराकडे बघितले की, बराकच्या काळजाला घरे पडायची. नेहमीच भुकेलेले, तहानलेले. सर्व शरीरावर डास आणि इतर नानाविध कीटकांनी चावल्याच्या खुणा.

आणि मलेरिया! पहिल्याच उन्हाळ्यात आणि हिवाळ्यात साराला पाच तर आरीला चार वेळा मलेरियाने ग्रासले होते. थंडी, ताप, वात. जगले हेच नशीब. प्रथम आलेल्या कुटुंबांमधली अर्धी तरी कुटुंबे कष्ट सहन होत नाहीत म्हणून शहरात निघून गेली.

आणि लौकरच याद एलूला दफनभूमीही बनवावी लागली. मलेरियामुळे दोघे मरण पावले.

यादं एल्! देवाच्या हातांनी त्यांना या ठिकाणी आणले असेलही, पण ही दलदल नष्ट करणारे हात मात्र माणसांचेच असणार होते.

तीन वर्षे, तीन वर्षे रात्रंदिवस खपून एका कुटुंबाला दोनशे डुनेम अशी पंचवीस कुटुंबांसाठी शेते तयार झाली. आनंदोत्सव साजरा करायला तरी वेळ कुणाला होता? घरे बांधायची होती, लागवड करायची होती.

आरी बेन कनान मलेरिया आणि इतर आजारांना तोंड देऊन आता तगडा युवक बनला होता. चौदाव्या वर्षीच कोणत्याही मोठ्या माणसाएवढे काम दिवसभर करू शकत होता.

आपल्या नवीन घरात गेल्यावर, जमीन नांगरून रोपे लावल्यावर वर्षानुवर्षांच्या कष्टांचे चीज व्हावे अशी बातमी साराने दिली.

चौथ्या वर्षाच्या शेवटी साराला मुलगी झाली. बराकसारख्या लाल केसांची. याद एल्चे पहिले पीक कापणीला आले.

आता मात्र सर्वांनी कष्ट थांबवून उत्सवच केला. ज्या ज्या मोशावनिकनी आणि किब्बुत्झनिकनी त्यांना मदत केली होती ते सर्व आले होते. अबू येशाचे अरब होते. आठवडाभर सर्वांनी मजा केली. जवळून जॉर्डन नदी वहात होती. बराक आणि सारा यांनी नदीचेच नाव आपल्या मुलीला ठेवले. यार्देना!

बराकने एकदा आरीला बरोबर घेतले आणि दोघे घोड्यावरून तेल हायला गेले. चाळीस वर्षांपूर्वी लेबॅनॉनमधून ते जिथे आले होते ती जागा. जोसेफ ट्रम्पलडोरचे मृत्युस्थान. पूर्वी मनोमन शपथ घेतल्याप्रमाणे बराकने टेकडीवरून याद एल्वर नजर टाकली.

"लग्नापूर्वी तुझ्या आईलाही मी इथे आणले होते. काही वर्षांनी इथे अनेक वसाहती होतील. सर्व हिरव्यागार असतील." बराक मुलाच्या खांद्यावर हात ठेवून म्हणाला.

"पपा! इथून बघा याद एल् किती छान दिसते आहे."

पंपांमधून पाणी उडत होते. शाळेची इमारत बांधण्याचे काम चालू होते. एका मोठ्या शेडमधे शेतीची अवजारे आणि यंत्रे होती. गुलाबांचे ताटवे, रंगीबेरंगी फुले, हिरवळ, झाडी.

थोडी दुःखाचीही भावना होती. याद एल्च्या दफनभूमीने आजपर्यंत पाच जणांना जवळ केले होते.

कम्मालच्या अपेक्षेप्रमाणे याद एल्च्या मोशावचा अबू येशाच्या अरबांवर विलक्षण परिणाम झाला. मोशावची स्थापना हाच त्यांना एक धडा होता. बराक आपल्या वचनाला जागला. अरबांना शिकवण्यासाठी त्याने खास शाळा काढल्या. शेतीची यंत्रे वापरायला शिकवली. शेतीच्या नवीन पद्धती शिकवल्या. शाळेत

येण्याची इच्छा असलेल्या अबू येशामधल्या कुठल्याही अरब माणसाला शाळेचे दरवाजे खुले होते. याद एलूचा डॉक्टर आणि नर्स कायमच अरबांच्या मदतीला असत.

आरीहून थोडासाच लहान असलेला ताहा, कम्मालचा लाडका मुलगा होता. कम्मालने त्याच्या लहानपणापासूनच अरब फेलायीनची परिस्थिती सुधारायला हवी असे त्याच्या मनावर बिंबवले होते. शेवटी कम्मालनंतर तोच अबू येशाचा मुक्तार बनणार होता. ताहाचा जास्ती वेळ स्वत:च्या गावापेक्षा याद एल्मधेच जात असे. ताहा आणि आरी दोस्त बनले होते. बराकच्या कुटुंबाचाच ताहा हा घटक बनला होता.

अरब आणि ज्यू संस्कृतींमधला फरक विसरून याद एल् आणि अबू येशा या वसाहती शेजारी शेजारी नांदत होत्या. त्याचवेळी पॅलेस्टाईनमधल्या इतर जमिनदार कुटुंबांवर मात्र ज्यूंनी विलक्षण कष्टांनी भरभराटीला आणलेल्या वसाहतींमुळे भीतीची छाया पसरायला लागली होती. त्यांनी खडकाळ आणि दलदलींच्या जमिनीच सोन्याच्या मोहाला बळी पडून विकल्या होत्या. ज्यूंनी अद्भुत चमत्कार घडवला होता. शेती आणि बागा उभ्या राहिल्या होत्या. पॅलेस्टाईनमधे नवीन शहरे निर्माण होत होती.

ज्यूंचे उदाहरण धोकादायक होते. उद्या या कंगाल, गुलाम फेलायीननी शिक्षण, स्वच्छतेचे धडे, आरोग्य सेवा मागितली तर? ज्यूंप्रमाणे प्रत्येक पुरुषाला आणि स्त्रीला मताचा अधिकार मागितला तर?

ज्यू घडवून आणत असलेल्या भरभराटीची धास्ती घेऊन त्यांनी परंपरागत धार्मिक माथेफिरूपणाला आवाहन करायला सुरुवात केली. स्वत:च विकलेल्या जमिनींबाबत फेलायीनच्या जमिनी बळकावण्यासाठी ज्यू आक्रमण करत आहेत असा डंका वाजवायला सुरुवात केली. ज्यू आणि अरब यांच्यात कायम दहशतीचे वातावरण राहील याची काळजी घ्यायला सुरुवात केली. ज्यूंच्या जवळीकीने अरबांच्या मनावर नवीन कल्पनांचा पगडा बसेल ही भीती त्यांना भेडसवायला लागली.

बराच काळ शांत बसलेल्या हाज अमीन एल् हुसेनी याने सबंध अरब जग खवळून उठेल असा कुटील डाव रचला.

जेरुसलेममधली ओमर मशीद किंवा डोम ऑफ रॉक मुस्लीम अत्यंत पवित्र मानतात. कारण तिथूनच इस्लामचा प्रवर्तक मोहम्मद याने स्वर्गारोहण केले. याच ठिकाणी दुसऱ्या वेळेला रोमन लोकांनी उद्ध्वस्त केलेल्या ज्यूंच्या भव्य देवळाची शिल्लक असलेली एकुलती एक भिंत आहे. ज्यूंच्या पवित्र वास्तुंमधलीसुद्धा अतिपवित्र वास्तु! धार्मिक ज्यू इथे प्रार्थना करतात आणि इस्राएलने गमावलेल्या त्यांच्या सुवर्णयुगाबद्दलही शोक करतात. त्यांनी तिथे ढाळलेल्या अश्रुंमुळेच या

भिंतीला "वेलिंग वॉल" म्हणतात. (Wailing Wall).

मुफ्तीने भिंतीजवळ उभे असलेले ज्यू डोम ऑफ रॉकचे पावित्र्य भ्रष्ट करत आहेत दर्शवणारी बनावट चित्रे बनवून घेतली आणि सर्वत्र चिकटवून टाकली. जमीनदार आणि हुसेनी यांनी भडकवलेल्या धर्मवेड्या मुस्लीमांनी पुन्हा ज्यूंविरूद्ध उठाव केला. दहा वर्षांपूर्वीच्या उठावाहून किती तरी पटीने जास्ती ज्यूंची हत्या झाली. सर्वत्र दंगेधोपे माजले. ब्रिटिशांना नेहमीप्रमाणे काय करावे ते सुचेना. आणि एका कमिशनची नेमणूक झाली. कमिशनने स्पष्टपणे अरबांना दोषी ठरवले. मग ब्रिटनने काय कारवाई केली असेल? बाल्फोर जाहिरनामा बाजूला ठेऊन "अरबांनी घाबरू नये" म्हणून ज्यूंनी जमिनी विकत घेण्यावर आणि त्यांनी पॅलेस्टाईनमधे येण्यावर निर्बंध घातले.

# १४

१९२९ च्या दंग्याच्या काळाच्या वर्षातच याद एल्चा शेतकऱ्यांनी दहा किलोमीटर अंतरावरच्या "आत्ता" या अरब खेड्यातील धान्य दळून देणाऱ्या गिरणीच्या मालकाबरोबर एक करार केला.

बराकने त्या गावी जाऊन धान्य दळण्याचे काम आरीवर सोपवले. सर्वत्र दंगली उफाळलेल्या असताना चौदा वर्षाच्या आरीला एकट्याने पाठवणे साराला मान्य नव्हते. पण बराक तिचे ऐकायला अजिबात तयार नव्हता. "घेटोमधे भीतीमुळे दडून राहणाऱ्या ज्यूंप्रमाणे आरी जगणार नाही– आणि यार्देनाही."

पपांनी दाखवलेल्या विश्वासाने खूष होऊन डझनभर पोती गाढवाच्या गाडीवर लादून आरी 'आत्ता'ला निघाला. त्या गावात पोचताच कॉफी-हाऊसपाशी वेळ काढणाऱ्या डझनभर अरब पोरांचे लक्ष त्याच्याकडे गेले. ते लांबून त्याच्यामागे जायला लागले. आरीच्या ते लक्षातही आले नाही. तो फार महत्त्वाच्या कामात होता ना. तो ताहाकडून अरबी भाषा शिकला होता. अरबी भाषेत संभाषण करून, धान्य दळून घेऊन, त्याच दळणाने पोती भरली गेली आहेत याची खात्री करून घेऊन तो निघाला.

अरब पोरांनी ताबडतोब गिरणीमालकाला गाठले. आरीच्या गव्हाच्या पिठाची पोती चोरून ती पुन्हा त्या गिरणी मालकाला विकायचा सौदा ठरला. जवळच्या मार्गाने पुढे जाऊन ते आरीची वाट बघत बसले.

आरी दिसताच दगडफेक करून ते त्याच्या अंगावर धावले. पुढे रस्ता बंद करून ठेवला होता. चार जणांनी आरीला गाडीवरून खेचून जमिनीवर दाबून मारहाण केली. तोपर्यंत इतरजण पोती घेऊन पळाले.

रात्री उशीरा याद एल्ला घरी पोचल्यावर साराच्या दृष्टीला त्याचे फाटके कपडे आणि रक्तबंबाळ चेहरा दिसला मात्र ती किंचाळलीच. तोंडातून एक अक्षर न काढता मुठी वळवून तो क्षणभर उभा राहिला, आपल्या खोलीत गेला आणि त्याने आतून कडी लावून घेतली.

मोशावची मिटींग आटपून बराक परतला तेव्हाच त्याने कडी उघडली. ''तुम्ही माझ्यावर विश्वास ठेवला आणि मी... मी सर्व गहू गमावला पपा.'' तो सुजलेल्या ओठांनी कसाबसा म्हणाला.

''दोष माझाच आहे पोरा'' बराक म्हणाला. सारा धावतच आली आणि ''पुन्हा कधी याला एकट्याने पाठवू नका.'' म्हणत त्याला आत घेऊन गेली.

दुसऱ्या दिवशी ब्रेकफास्ट झाल्यावर शेतावर जाण्यापूर्वी बराक त्याला धान्याच्या कोठाराशी घेऊन गेला. ''तुझ्या शिक्षणाकडे थोडे दुर्लक्षच झाले माझे'' म्हणत त्याने खुंटीवरून आपला जुना चाबूक काढला. एक बाहुला बनवून त्याने कुंपणाला खिळ्याने ठोकला.

चाबूक कसा पकडायचा, अंतराचा अंदाज कसा घ्यायचा, नेम कसा धरायचा आणि तो कसा फटकवायचा हे बराकने आरीला समजावून सांगितले. चाबकाच्या फटकाऱ्याचा पहिला आवाज कानांवर पडताच यार्देनाला कडेवर घेतलेली सारा धावतच बाहेर आली.

''बैलाचा चाबूक कसा वापरायचा ते त्या पोराला शिकवताय? डोके फिरले की काय तुमचे?''

''गप्प बस.'' बराक इतक्या मोठ्याने आणि जरबेच्या आवाजात ओरडला की, साराच्या तोंडातून शब्द फुटेना. लग्न झाल्यापासून वीस वर्षांत तिने त्याचा हा आवाज ऐकला नव्हता. ''बराक बेन कनानचा पुत्र स्वतंत्र आहे. तो कधी घेटोमधला ज्यू असणार नाही. आत जा तू आता. आम्हाला खूप काम आहे.''

सकाळपासून रात्रीपर्यंत आरी चाबूक वापरायचा सराव करायला लागला. त्याने बाहुल्याच्या चिंध्या उडवल्या. खडक, बाटल्या, डबे, समोर दिसेल त्या वस्तुवर नेम धरून चाबूक फडकवत राहिला. मनगटाला थोडासा झटका आणि समोरची वस्तु तुटलीच पाहिजे. तो इतका सराव करायचा की, रात्र पडताना त्याला हात उचलता यायचा नाही.

दोन आठवडे झाले. बराकने पुन्हा डझनभर पिशव्या गाढवाच्या गाडीवर चढवल्या. आरीच्या खांद्यावर हात ठेऊन ''आत्ता''ला जाऊन दळण घेऊन ये म्हणत त्याने त्याच्या हातात चाबूक ठेवला.

''एक गोष्ट लक्षात ठेव आरी. तुझ्या हातातले शस्त्र कधीही रागामधे, सूडाच्या भावनेने उचलायचे नाही. शस्त्राचा उपयोग नेहमी न्यायासाठी व्हायला हवा.''

''हो, पपा.'' आरी हळूच उत्तरला आणि गाढवाच्या गाडीवर चढला. रस्त्यावरून

तो वळून दिसेनासा झाल्यावर सारा आत गेली आणि रडायला लागली.

किती तरी वर्षात न केलेली गोष्ट आज बराकने केली. त्याने बायबल काढले. वाचायला सुरुवात केली.

'आत्ता'हून दळण घेऊन परत येताना एखादा मैल अंतरच आरीने पार केले असेल. आरी अत्यंत सावध होता. पपांचे शब्द त्याच्या कानात घुमत होते. तो शांत होता. कोणत्याही प्रसंगाला तोंड द्यायला सज्ज होता. मागच्याप्रमाणेच अंगावर पहिला दगड पडताच आरीने गाडीतून उडी मारली. अरब पोरांच्या नायकाच्याच दिशेने त्याचा चाबूक कडाडला. त्याच्या मानेला विळखा घालून त्याने त्याला लोळवले. चाबूक सोडवला. पुन्हा एक आवाज आणि त्याची कातडी लोंबायला लागली, क्षणार्धात सर्व पळाले.

सूर्य मावळायला आला. बराकचा चेहरा पांढराफटक पडला. आरी अजून परतला नव्हता. तो याद एल्च्या फाटकाजवळ थरथरत उभा राहिला. त्याला गाढवाची गाडी लांबून येताना दिसली. त्याच्या चेहऱ्यावर मोठे हसू फुटले. आरीजवळ येऊन उभा राहिला.

"कशी काय झाली ट्रीप आरी?"

"छान झाली पपा."

"मी पिशव्या काढून आत नेतो. तू जाऊन जरा ममाला भेट. का कुणास ठाऊक, पण जरा काळजी करत होती."

१९३०. दंगली थांबल्या होत्या. अबू येशा आणि याद एल् यांना दंगलीची झळ पोचली नव्हती. मुफ्तीचा संबंध नसलेल्या सर्व खेड्यात शांतता होती.

आरी बेन कनान नुसताच पित्यासारखा दिसायचा नाही तर वागायचाही तसाच. आपल्या अरब शेजाऱ्यांबद्दल सर्व माहिती असण्याचे महत्त्व त्याला पटले होते. ताहा त्याचा खास मित्र होता. त्याची इतर अरबांबरोबरची वागणुकही अत्यंत समजूतदारपणाची आणि दयाळूपणाची होती.

दीड एक मैलावर शेत असणाऱ्या कुटुंबातील डाफना या मुलीवर आरीचे प्रेम कसे जडले ते कुणालाच कळले नाही. एक दिवस ते लग्न करणार याबद्दल कुणालाच शंका नव्हती.

छोटी लाल केसांची यार्देना बंडखोर मुलगी होती, खरे म्हणजे पॅलेस्टाईनमधे येऊन वस्ती केलेल्या सर्वच ज्यूंची मुले तशी होती. त्यांच्या मातापित्यांचे आयुष्य घेटोमधे गेले होते. केवळ ज्यू आहेत म्हणून त्यांनी अत्यंत अपमान सहन केले होते, भीतीच्या दडपणाखालीच ते वाढले होते. नवीन पिढीला तसे आयुष्य काढावे लागू नये म्हणून ते दक्ष होते. मुलांना धाडसी आणि स्वतंत्र बनवण्यासाठी त्यांनी खूप

त्याग केला होता.

पंधराव्या वर्षी आरी हॅगन्नाचा सदस्य होता. हॅगन्ना! स्वसंरक्षणार्थ गुप्तपणे उभारण्यात येत असलेले सैन्यदल! वयाच्या तेराव्या वर्षीच डाफनाला डझनावारी शस्त्रांची ओळख होती. ती वापरता येत होती. दुसऱ्या आणि तिसऱ्या लोंढ्याचे जे कार्य होते त्यापेक्षा फार महत्त्वाचे कार्य या नवीन पिढीच्या वेगळ्या ज्यूंना पार पाडायचे होते.

हॅगन्ना समर्थ बनत होती. मुफ्तीने निर्माण केलेल्या दंग्यांना चोखपणे काबूत ठेवू शकत होती. पण नेहमी निर्माण होणाऱ्या या दंग्यांचे कारण नाहीसे करायचे खरे तर ब्रिटिशांच्या हातात होते. पण पुन्हा एक कमिशन नेमून ब्रिटिशांनी अरब दुष्कृत्यांवरच पडदा टाकला. ब्रिटिशांच्या या बोटचेपेपणामुळेच मुफ्ती मस्तवाल बनत चालला होता.

दंगे थंडावल्यावर हाज अमीन एल् हुसेनी याने मुस्लीम नेत्यांची एक परिषद जेरुसलेममधे बोलावली. सर्व जगामधून नेते आले. ब्रिटिश आणि ज्यू यांच्यापासून इस्लामचे रक्षण करण्यासाठी त्याने एक फेडरेशन स्थापन केले. फेडरेशनचा प्रमुख अर्थात् तो स्वत:च होता.

ज्यूं बरोबरची आतापावेतोची अरबांची मैत्री, ज्यूंमुळे सबंध अरब जगतात होत असलेली भरभराट आणि प्रगती, हजारो वर्षे दुर्लक्षित राहिलेल्या पॅलेस्टाईनच्या उन्नतीला ज्यूंची होत असलेली मदत या सर्व गोष्टी मुफ्तीच्या धर्मवेड्या चिथावणीमुळे नजरेआड व्हायला लागल्या. ज्यू देशाची धूळधाण करायची हा एकच नारा ऐकू यायला लागला.

आता ब्रिटिशांची पाळी आली. अरबांच्या स्वातंत्र्याची खोटी वचने त्यांनी दिली होती. ज्यूंना तेच अरबांविरूद्ध मदत करतात असा प्रचार सुरू झाला. अरब नेते भडक भाषणांनी अरबांना चिथावणी देत होते आणि ब्रिटिश तोंड दाबून बसले होते.

१९३३ मधे ज्यूंच्या दृष्टीने एक अत्यंत मोठी दुर्घटना घडली. ॲडॉल्फ हिटलर आणि नाझी पार्टी जर्मनीत सत्तेवर आले. आधी त्यांनी आपले लक्ष वेगवेगळ्या उद्योगधंद्यात गुंतलेल्या ज्यूंकडे वळवले. शहाण्या ज्यूंनी जर्मनी सोडून जायला सुरुवात केली. काही पॅलेस्टाईनलाही पोचले.

आपल्याला स्वत:चा म्हणता येईल अशा देशाची गरज नक्कीच आहे याची ज्यूंना पुन्हा प्रकर्षाने जाणीव झाली. ज्यूंना जगाच्या सर्व भागात धोका निर्माण होत असल्याची चिन्हे दिसायला लागली.

हिटलरच्या जर्मनीतून पळालेले ज्यू घेटोमधल्या किंवा पूर्व युरोपमधल्या ज्यूंपेक्षा वेगळे होते. ते कर्मठ झायोनिस्ट नव्हते. जर्मन समाजात मिसळून गेले होते. ते पायोनिअर्स नव्हते. व्यापारीही नव्हते. डॉक्टर, वकील, शास्त्रज्ञ, तंत्रज्ञ होते.

ज्यूंचा जो ओघ सुरू होत होता त्याविरूद्ध १९३३ मधे अरब नेत्यांनी संपाची हाक दिली. दंगल माजवण्याचे प्रयत्न केले. दोन्ही फसले. ज्या ज्या अरबांचा ज्यूंशी व्यापारी संबंध होता त्यांनी ते संबंध तसेच चालू ठेवले. अरब आणि ज्यू दोघे एकमेकांवर अवलंबून होते. अबू येशा आणि याद एल् सारख्या वसाहती शेजारी शेजारी सुखासमाधानाने नांदत होत्या. शिवाय १९२९ प्रमाणे कत्तली होऊ नयेत म्हणून हॅगन्ना सज्ज होती.

संपाच्या हाकेला ब्रिटिशांचे नेहमीचेच उत्तर होते. एक चौकशी समिती. ज्यावेळी जास्तीत जास्ती ज्यू पॅलेस्टाईनला यायला हवे होते त्याच वेळी आपल्या वचनांना हरताळ फासून ब्रिटिशांनी अरबांचा अनुनय करायला सुरुवात केली. जमीन खरेदी आणि ज्यूंच्या प्रवेशावर निर्बंध लादायला सुरुवात केली.

इशोव्ह सेन्ट्रल आणि हॅगन्ना यांनी आपल्या नेहमीच्या पद्धतीने या निर्बंधांना तोंड द्यायला सुरुवात केली– आलिया बेत– बेकायदेशीरपणे पॅलेस्टाईनमधे ज्यू आणणे.

ब्रिटिशांनी मुफ्तीच्या दबावामुळे चोरून आणण्यात येणाऱ्या ज्यूंना अटकाव करण्यासाठी रॉयल नेव्हीची जहाजे पाठवून सबंध पॅलेस्टाईनच्या किनाऱ्याची नाकेबंदी करायला सुरुवात केली.

हाज अमीन एल् हुसेनीची ताकद दर दिवशी वाढत होती. त्याला आता तसाच एक मित्र लाभला– अॅडॉल्फ हिटलर! मध्यपूर्वेतल्या जर्मन महत्त्वाकांक्षेला परिस्थिती अनुकूल होती. ज्यूंनी आधी जर्मनी बळकवायचा प्रयत्न केला आणि आता ते अरब भूमी बळकवायचा प्रयत्न करत आहेत हे प्रचाराचे साधनही मिळाले. ज्यूंना डिवचायचे आणि ब्रिटिश साम्राज्यवादावरही घाला घालायचा. मुफ्ती खुष झाला. अरब जग ताब्यात घ्यायला उत्कृष्ट वेळ होती.

जर्मनी तुमचा मित्र आहे! अरब भूमी अरबांसाठी! ब्रिटिश आणि ज्यूंना हाकला! कैरो आणि दमास्कस येथे जर्मनांनी ओतलेल्या पैशाने सर्व अरब जग ढवळून निघायला लागले. कैरो, बगदाद, सीरिया इथे अरबांनी नाझींशी हातमिळवणी केली.

पण इशोव्हकडे एक गुप्त अस्त्र होते. हॅगन्ना! अधिकृतपणे इशोव्ह सेन्ट्रल हात झटकत असले तरी या सैन्याचे अस्तित्व हे उघड गुपित होते. ज्यू काहीच बोलत नसले तरी ब्रिटिशांना पूर्ण कल्पना होती आणि मुफ्तीलाही.

आता या सैन्यात पंचवीस हजार तरुण तरुणी होते. त्यांचे हेरखाते अत्यंत कार्यक्षम होते. अनेक ब्रिटिश अधिकाऱ्यांचा त्यांना पाठिंबा होता. अरब हेरही सहज विकत घेता येत होते. प्रत्येक शहरात, गावात, मोशावमधे, किब्बुत्झमधे हॅगन्नाचा वावर होता. एका सांकेतिक सन्देशाने हजारो स्त्रीपुरुष काही मिनिटात लपवलेल्या शस्त्रसाठ्यांकडे धाव घेऊ शकत होते.

गेली पंधरा वर्षे ब्रिटिशांच्या नाकावर टिच्चून अविदानने हॅगन्नाची उभारणी केली होती. हॅगन्नाची कार्यक्षमता इतरांत धडकी निर्माण करत होती. त्यांच्याकडे गुप्त रेडिओ होते. ते बेकायदेशीरपणे ज्यूंना पॅलेस्टाईनमधे आणत होते. जगभर पसरलेले त्यांचे एजन्ट शस्त्रास्त्रे खरेदी करून चोरून ती इशोव्ह सेन्ट्रलकडे पाठवत होते. शेकडो मार्गांनी शस्त्रास्त्रे पॅलेस्टाईनला पोचत होती. इमारत बांधकामांच्या वजनदार यंत्रांमधून, स्टीम रोलर्सच्या रोलरमधून शेकडो रायफली येत होत्या. पॅलेस्टाईनमधे येणारा प्रत्येक खोका, प्रत्येक यंत्र, अन्नाचे डबे, दारूच्या बाटल्या शस्त्रास्त्रांची वाहतूक करत होत्या. प्रत्येक गोष्ट उघडून बघितल्याशिवाय हा चोरटा व्यापार थांबवणे ब्रिटिशांना अशक्य होते. कित्येक ब्रिटिश अधिकारी तर या शस्त्रांच्या आयातीकडे जाणुनबुजून दुर्लक्ष करत होते.

सबंध इशोव्ह या चोरट्या वाहतुकीत सामील असली तरी मोठी शस्त्रास्त्रे आणि छोटी उत्कृष्ट शस्त्रास्त्रे हव्या त्या प्रमाणात आणता येत नव्हती. येत होत्या त्या इतर देशांनी वापरातून काढून टाकलेल्या जुन्या बंदुका आणि पिस्तुले. हॅगन्नाकडे जितक्या विविध तऱ्हेची शस्त्रास्त्रे होती तेवढी जगात कुणाकडे नसतील. शिवाय गावठी उखळी तोफा, स्टेनगन्स, हातबॉम्ब गुप्तपणे बनवले जात. चालताना हातात धरायच्या छड्यासुद्धा एक गोळी झाडू शकत.

एकदा शस्त्रे पॅलेस्टाईनला पोचली की, प्रत्येक टेबल खुर्ची, बर्फाची पेटी, गाद्या, सोफे, सर्व काही ती लपवण्यासाठी उपयोगात आणत. प्रत्येक ज्यूच्या घरात शस्त्रे लपवण्यासाठी एकतरी गुप्त ड्रॉवर, खण, खोली, भिंत असे.

बसचे टायर्स, मार्केटींगच्या टोपल्या, गाढवांच्या गाड्या, मुलांचे स्कर्टस् या सर्वांचा उपयोग शस्त्रास्त्रे एकीकडून दुसरीकडे नेण्यासाठी केला जाई. आता मुलांच्या स्कर्टखाली लपवून शस्त्रे न्यायची हा मात्र ब्रिटिश "सभ्यतेचा" फायदा उठवणे होते ही गोष्ट अलाहिदा.

किब्बुत्झचा उपयोग तरुण सैनिकांना शिक्षण देण्यासाठी होई. किब्बुत्झच्या तीन चारशे संख्येत डझन, दोन डझन सहज खपून जात. शस्त्रास्त्रे लपवायला आणि तयार करायलाही किब्बुत्झच्या जागा उत्कृष्ट होत्या. चोरून पॅलेस्टाईनमधे आणलेले ज्यूही इथे आणता येत. हॅगन्नाचे सर्वोत्कृष्ट नेतृत्व या किब्बुत्झमधूनच तयार झाले.

हॅगन्नाची सर्वात मोठी ताकद म्हणजे संपूर्ण इशोव्ह त्यांच्या आज्ञा पाळत असे. अविदान आणि इतर नेते कायम काळजी घेत की, हॅगन्नाचा उपयोग फक्त स्वसंरक्षणासाठीच होईल. १९३३ मधे हरताळ झाला तेव्हा अविदानने सूचना दिली की, पॅलेस्टाईनमधल्या अरबांना जिंकणे हे त्यांचे ध्येय नाही. पॅलेस्टाईन जिंकले जाईल ते घाम गाळून.

हॅगन्नातल्या बऱ्याच जणांना हे निर्बंध जाचक वाटत होते. त्यांना ठोशाचे उत्तर

तात्काळ ठोशानेच देणे पसंत होते. अकिवा अशांपैकीच एक. इतरांच्या दृष्टीने तो एन् ओरच्या किब्बुत्झमधला शेतकरी होता. पण सबंध गॅलिलीच्या संरक्षणाची जबाबदारी त्याच्यावर होती हे फार थोड्या जणांना ठाऊक होते.

आपल्या मोठ्या भावापेक्षा अकिवा हल्ली जास्तीच वृद्ध दिसत असे. कायम थकलेला. दाढी पांढरी झालेली. रुथ आणि शारोनच्या मृत्युनंतर तो पहिल्यासारखा राहिलाच नव्हता.

हॅगन्नामधल्या ज्यांचे मत तात्काळ लढण्याचेच होते अशांचा तो नेता होता. काळ जात चालला आणि दंगेधोपे वाढत चालले तसे यांचे रक्त सळसळायला लागले. पॅलेस्टाईनबाहेरच्या झायोनिस्टांपैकी काही जणांचा पाठिंबा त्यांना मिळायला लागला. पॅलेस्टाईनच्या किनाऱ्याची ब्रिटिशांनी नाकेबंदी केल्यावर या सर्वांची माथी भडकली आणि त्यांनी घेतलेल्या निर्णयाने संपूर्ण इशोव्ह हादरले.

१९३४ च्या वसंतऋतुत अविदानने बराकला ताबडतोब जेरुसलेमला बोलावले. ''भयंकर गोष्ट घडली आहे बराक'' अविदानने सांगितले. ''अकिवा हॅगन्नातून आपले डझनावारी उत्कृष्ट लढवय्ये घेऊन बाहेर पडला आहे आणि इतर शेकडोजण त्याच्यामागे जात आहेत.''

बराकलाही धक्का बसला. त्याने एक नि:श्वास टाकून म्हटले, ''तो किती वर्षे याची धमकी देतो आहे. आजपर्यंत त्याने मनावर ताबा ठेवला याचेच खरे म्हणजे मला आश्चर्य वाटते. पपांच्या मृत्युपासून तो आतून धुमसतो आहे नुसता. आणि रुथ आणि शारोनच्या मृत्युच्या दु:खातून तर तो कधीच बाहेर आला नाही.''

''तुला माहिती आहे की, माझा अर्धा जीव हॅगन्नामधल्या तरुणांना आवरण्यात जातो. आपण हो म्हटले तर ते उद्या ब्रिटिशांशी युद्धाला देखील तयार होतील. तू, मी, अकिवा, सर्वांच्या भावना एकच आहेत बराक. पण आज तो आपला सर्वनाश घडवून आणू शकेल. आज आपण पॅलेस्टाईनमधे जे काही कमावले आहे त्याचे महत्त्वाचे कारण म्हणजे आपल्यामधे कितीही मतभिन्नता असली तरी बाहेरच्यांशी बोलताना आपण एकमुखाने बोलतो आहोत. ब्रिटिश काय किंवा अरब काय यांना एकाच व्यक्तीशी बोलणी करावी तशी आपल्याशी बोलणी करावी लागतात. आता अकिवाकडे डोके फिरलेल्या लढवय्यांची गॅन्ग आहे. त्यांनी जर काही दहशतवादी कृत्ये केली तर संपूर्ण इशोव्हला त्याचे उत्तर द्यावे लागेल.''

याद एल् मोशावपासून एन् ओर काही लांब नव्हते. बराक तिकडे जायला निघाला. तिथेही इतर किब्बुत्झप्रमाणे हिरवीगार शेते डोलत होती. अकिवा हा मोशावचा एक संस्थापक असल्याने त्याला दोन खोल्यांचे एक छोटे वेगळे घर होते. त्याने वाचन केलेल्या पुस्तकांनी भरलेले एक कपाट होते. स्वत:चा रेडिओ होता.

वेगळी बाथरूमही. किब्बुत्झमधे क्वचितच् आढळणारी गोष्ट. अकिवाचा एन् ओरवर जीव होता. रुथ आणि शारोनच्या मृत्युनंतर त्याने याद एल्ला आपल्याबरोबर रहायला यावे असे बराकला वाटत होते. पण तो रहात होता तिथलेच आयुष्य अकिवाला पसंत होते. मृत पत्नी आणि मुलीची आठवण ठेऊन तो एकटाच राहिला होता. चांगली गोष्ट नव्हती ती.

बराक हळू हळू बोलत होता. भावाशी चर्चा करायची म्हटली की, अकिवा फार अस्वस्थ होई. आणि ते सर्व मुद्दे तो वर्षानुवर्षे ऐकत होता.

''इशोव्ह सेन्ट्रलने पाठवले असणार तुला. त्यांचे रडगाणे गायला. दुसऱ्यांचा अनुनय करण्यात तयार झाले आहेत ते.''

''तू काय गाढवपणा केला आहेस हे कळल्यावर मी स्वतःच आलो असतो.''

अकिवा रागारागाने फेऱ्या घालत होता. छोटा असताना त्याच्या हृदयात जशी आग भडकायची तशीच ती आजही भडकत होती. ''मी जे काही करतो आहे ते करायला इशोव्ह सेन्ट्रलला भीती वाटते. पण आज ना उद्या सत्य परिस्थितीला तोंड देण्याशिवाय त्यांना गत्यंतर उरणार नाही. ब्रिटिशच आपले शत्रु आहेत.''

''आम्हाला तसे वाटत नाही. सर्व विचार करता त्यांच्या राज्यात आपण चांगले काम केले आहे.''

''तसे तुम्हाला वाटत असेल तर तो मूर्खपणा आहे.''

''शक्य आहे. चुका मीही केल्या आहेत. पण पॅलेस्टाईनमधे ब्रिटिशांचे कायदेशीर राज्य आहे.''

''आणि ते कायदेशीरपणे आपले गळे कापत असताना इशोव्ह सेन्ट्रलचे प्रतिनिधी त्यांच्या ब्रीफकेसेस घेऊन परिषदा भरवत आहेत.'' अकिवाने टोमणा मारला. ''आणि मुफ्ती आपले गळे घोटताना मुजरे करत आहेत. अरबांना कधीतरी वाटाघाटी करताना बघितले आहेस तू?''

''आपण आपले ध्येय कायदेशीरपणेच मिळवू.''

''चूक. आपण आपले ध्येय लढूनच साध्य करू.''

''तर मग लढू या ना. पण एकत्रितपणे. तू आज मुफ्तीसारखा वागतो आहेस. ब्रिटिश जर पॅलेस्टाईन सोडून गेले तर काय होईल याची कल्पना तरी तू कधी केली आहेस का? त्यांच्याबद्दल तुला काय किंवा मला काय खूप राग असला तरी आपला देश मिळवायचा तर त्यासाठी ब्रिटिशांचाच उपयोग होणार आहे.''

''आपण पॅलेस्टाईनमधे वाळवंटाचे नंदनवन कसे बनवले आहे माहिती आहे? निढळाचा घाम आणि रक्त सांडून. आपण आपला देशही तसाच मिळवू शकतो. ब्रिटन त्याची भीक घालेपर्यंत थांबायची माझी तयारी नाही.''

''शेवटचे सांगतो अकिवा. तू हे थांबव. तू यामुळे आपल्या शत्रूंना प्रचार

करायची संधी देतो आहेस.''

''शेवटी मुद्यावर आलास तर. ज्यूंनी नियमाप्रमाणेच वागले पाहिजे. सारखे नाकच घासले पाहिजे. भीक मागितली पाहिजे. चुकीची गोष्ट करता कामा नये. एका गालावर कुणी प्रहार केला तर दुसरा....''

''अकिवा! गप्प बैस अकिवा!''

''मुळीच नाही. वाटेल ते करा पण शस्त्र हातात धरू नका. नाहीतर अरब, ब्रिटिश आणि जर्मनांना वाटेल की, तुम्ही दंगेखोर आहात.''

''बस् अकिवा! तोंड बंद ठेव!''

''शेवटी घेटोतलाच ज्यू तू. आणि इशोव्ह सेन्ट्रलसुद्धा. एक सांगू प्रिय बंधो? इथे हा एक असा ज्यू आहे की, जो चूक करत असेल पण तो जगणार आहे. सगळ्या जगाची पर्वा नाही त्याला.''

बराक संतापाने थरथरत होता. मनावर ताबा ठेवण्यासाठी तो पापणीही न हलवता स्तब्ध बसला. पण अकिवा बोलतो आहे तेच तर खरे नसेल? शस्त्र उचलण्यापूर्वी नक्की किती दुःख, यातना, अपमान आणि विश्वासघात तरी माणसाने सहन करायचा? त्याला तरी काही मर्यादा?

बराक खुर्चीतून उठून बाहेर पडायला लागला.

''अविदान आणि इशोव्ह सेन्ट्रलच्या सभ्यतेने बोलणी करणाऱ्या सर्वांना सांग की, मक्काबीजचा ब्रिटिश आणि अरब यांना एकच सन्देश आहे म्हणावे. ठोशाचे उत्तर यापुढे ठोशानेच मिळेल.''

''पुन्हा माझ्या घरात पाऊल टाकू नकोस अकिवा.''

दोघे रागारागाने एकमेकांकडे बघत राहिले. अकिवाच्या डोळ्यातून अश्रुधारा वहात होत्या. ''पुन्हा तुझ्या घरात पाऊल टाकायचे नाही?''

बराक थबकला. दगडासारखा उभा राहिला.

''आपण भाऊ आहोत बराक. तू पाठीवर घेऊन मला पॅलेस्टाईनला आणले आहेस.''

''त्याचेच दुःख होते आहे आज मला.''

अकिवाचे ओठसुद्धा थरथरायला लागले. ''तुझे जेवढे पॅलेस्टाईनवर प्रेम आहे तेवढेच माझेही आहे. मी माझ्या सदसद्विवेकबुद्धीला पटते आहे तेच करतो आहे आणि त्याबद्दल तू मला दोषी ठरवतो आहेस.''

बराक पुन्हा आत आला. ''तू आणि तुझे मक्काबीज आज भावाविरूद्ध भावाला उठवत आहेत. मी लहान असल्यापासून तुझे बायबलमधले उतारे ऐकतो आहे. तुझ्या सोयीचे असतील तेवढेच. मला वाटते तू आता पुन्हा एकदा बायबल नीट वाचावेस. धर्मवेड्या ज्यूंनीच भावाविरूद्ध भावाला उठवले, ज्यूंमधे फूट पाडली

आणि रोमन लोकांनी जेरुसलेमचा नाश केला. तुम्ही स्वत:ला मक्काबीज म्हणवता. मी तुम्हाला धर्मवेडेच म्हणेन.''

बराक पुन्हा जायला निघाला.

''एक गोष्ट लक्षात ठेव बराक बेन कनान. दोन हजार वर्षे ज्यूंचे खून पडत आहेत, त्यांच्यावर अत्याचार होत आहेत, त्यांच्याशी तुलना करता मक्काबीजनी काहीही केले तरी ते अन्याय्य होणार नाही.''

## १५

याद एल्चा कायापालट झाला. आणखी शंभर कुटुंबे आणता येतील इतकी जमीन त्यांनी दलदल हटवून तयार केली. दोन डझन तरी अवजड शेती यंत्रे आली. तळी बांधून त्यांनी मत्स्यव्यवसाय सुरू केला. याद एल्ला शाळा, पोहण्याचा तलाव, लायब्ररी, थिएटर, हॉस्पिटल, पूर्ण वेळ डॉक्टर सर्व सोयी झाल्या. याद एल्चे रस्ते वर्षभर हिरवेगार भासत. सर्वत्र रंगीबेरंगी फुले कायम फुललेली असत.

वीज पोचल्यावर तर जल्लोषच झाला. त्याच वर्षी याद एल्च्या ज्यूंनी अबू येशाला पाण्याचे नळ पोचवले. सबंध पॅलेस्टाईनमधले नळाचे पाणी आलेले पहिले अरब खेडे. याद एल्ने इलेक्ट्रिसिटीवर चालणारे काही पंपही अबू येशाला बसवून शेताला पाणी पुरवठा करायची प्रात्यक्षिके दाखवली. तरुणांसाठी खेडे बांधण्यासाठी झायोन सेटलमेन्ट सोसायटी जागा बघते आहे कळल्यावर कम्मालने एका टेकडीवरची जागा देऊन आपली कृतज्ञता व्यक्त केली.

आरी बेन कनान म्हणजे बराकच्या काळजाचा तुकडा होता. सतराव्या वर्षीच तो सहा फूट उंच आणि सिंहासारखा दणकट होता. हिब्रू आणि इंग्लिश, अरेबिक, जर्मन, फ्रेन्च या भाषा त्याला उत्कृष्ट येत होत्या. आणि यिद्दीशसुद्धा. साराचे कधी डोके फिरले की, ती सर्व हिब्रू विसरून यिद्दीशमधे तणतण करायची.

आणि आरीला शेती करणे मनापासून आवडायचे.

तो, डाफना आणि मोशावमधली सर्व तरुण तरुणी सबंध पॅलेस्टाईन पायाखाली तुडवून काढत होते. जुने अवशेष, शहरे, थडगी, जुन्या लढायांची ठिकाणे या सर्व ठिकाणी त्यांचा संचार असे. तीन वर्षे रोमनांच्या वेढ्याला दाद न देता हिब्रूंनी जिथे लढा दिला होता त्या मसादावर ते चढले. मोजस आणि त्याच्याबरोबरच्या बारा जमातींनी ज्या मार्गाने वाळवंटात वाटचाल केली होती तो मार्गही त्यांनी पायी पालथा घातला. ते परंपरागत निळा गणवेश घालत आणि ज्यूंची भूमी परत मिळवण्याची गाणी गात.

डाफना एक सुंदर तरुणी बनली होती. बराक बेन कनानच्या मुलाच्या प्रेमात पडलेली. आरी आणि डाफना लौकरच लग्न करण्याची चिन्हे होती. एक तर याद एल् इथे शेत घेऊन शेती करतील किंवा नवीन किब्बुत्झ किंवा मोशावमधे जातील. पण पॅलेस्टाईनमधे गडबड सुरू झाल्यावर बरोबर घालवायला त्यांना जास्ती वेळ होताच कुठे? वयाने लहान असला तरी हॅगन्नामधे आरी एक नेता होता. सबंध पॅलेस्टाईनमधे त्याच्यासारखा सैनिक नाही असे अविदानचे मत होते. हॅगन्नाचे सर्वच उत्कृष्ट सैनिक तसे वयाने लहानच होते म्हणा.

याद एल्, एन ओर आणि इतर अर्धा डझन किब्बुत्झमधे आरीने मजबूत संरक्षक व्यवस्था बनवली आणि नंतर त्याचा पूर्ण वेळ हॅगन्नासाठीच जायला लागला.

ब्रिटनच्या नाकेबंदीला उत्तर म्हणून जेव्हा बेकायदेशीरपणे पॅलेस्टाईनमधे ज्यू आणायला सुरुवात झाली तेव्हा ती जहाजे जिथे किनाऱ्याला लागणार असत तिथे आरी हजर असे. उतरलेल्या सर्वांना वेगवेगळ्या किब्बुत्झमधे विखरून या ''हौशी प्रवाशांचे'' व्हिसा, पासपोर्ट, स्वत:जवळ ठेवत असे.

कधी एक दोन दिवस वेळ मिळे तेव्हा डाफना याद एल्हून त्याला भेटायला तेल अव्हिवला येत असे. ते फिलहार्मानिक ऑर्केस्ट्राला जात, किंवा कला प्रदर्शनाला, नाहीतर तेल अव्हिवच्या किनाऱ्यावर फिरत. प्रत्येक वेळी ताटातुटीची पाळी झाली की, निरोप घेणे कठीण व्हायला लागले होते. स्वत:चा जमिनीचा तुकडा मिळेपर्यंत आणि घर बांधेपर्यंत आरीची लग्नाची तयारी नव्हती. नेहमीची अशांतता आणि हॅगन्नातल्या जबाबदाऱ्यांमुळे आरीला वेळ मिळेनासा झाला. ती आता सतरा वर्षांची होती. तो एकोणीस. आता मात्र जेव्हा एक दोन दिवस वेळ मिळे तेव्हा त्यांना धीर निघेनासा झाला. त्यांच्यातला दुरावा नाहीसा व्हायला लागला.

१९३३ च्या जर्मन आलियानंतर पुन्हा पॅलेस्टाईनमधे ज्यू यायला सुरुवात झाली. १९३५ मधे तर कायदेशीर आणि बेकायदेशीरपणे जास्तीत जास्ती ज्यू पॅलेस्टाईनमधे आले. दुसऱ्या आलियाच्या वेळी नवीन कल्पना आणि नेते आले होते. जर्मन आलियाच्या काळात शास्त्रज्ञही आले.

ज्यूंची भरभराट पाहून अरब जमीनदार इतके भयंकर धास्तावले की, आपापसातली भांडणे विसरून त्यांनी एकत्रपणे ब्रिटिशांकडे मागणी केली की, ज्यूंना जमिनी विकणे आणि नवीन ज्यूंना प्रवेश देणे बंद करा.

जर्मनीतले ज्यू १९३६ च्या सुमाराला सैरभैर व्हायला लागले होते. त्यांच्यासाठी इशोव्ह सेन्ट्रलने हजारो व्हिसांची मागणी केली असताना, अरबांच्या दडपणाला बळी पडून ब्रिटनने हजार व्हिसासुद्धा दिले नाहीत. ब्रिटिशांचा नाकर्तेपणा लक्षात घेऊन मुफ्तीने पॅलेस्टाईन बळकावण्यासाठी १९३६ मधे तेल अव्हिवमधल्या सर्व अरबांना पकडून ज्यू त्यांचे खून करत आहेत अशी आवई उठवली. प्रथम जाफा येथे

दंगे माजवले. नेहमीप्रमाणेच ते इतर शहरातही पसरले. पहिले बळीही वृद्ध कर्मठ ज्यूच होते. ब्रिटिशांच्या ''ज्यू धार्जिण्या'' धोरणाविरूद्ध स्वत:च्या नेतृत्वाखाली एक अरब कमिटी स्थापून हाज अमीनने अरबांना संपाची हाक दिली.

यावेळी प्रत्येक पाऊल मुफ्ती विचारपूर्वक उचलत होता. संपाची हाक दिल्याक्षणी एल् हुसेनीच्या गुंड टोळ्या इतर भाडोत्री ठगांना घेऊन सर्वत्र संप यशस्वी करण्यासाठी पसरल्या. मुफ्तीच्या विरोधकांचे वेचून खून पडायला लागले. हे बंड ज्यू आणि ब्रिटिश विरोधात असले तरी मुफ्तीचा मुख्य हेतू आपले राजकीय विरोधक संपवणे हाच होता.

बराक बेन कनानचा वर्षानुवर्षाचा मित्र आणि अबू येशाचा मुक्तार कम्माल गावातल्या छोट्या मशिदीत नमाज पढत असतानाच, मुफ्तीच्या ठगांनी त्याला गाठले आणि त्याचा गळा अक्षरश: कापला. त्याच्या ज्यूंबरोबरच्या मैत्रीचा असा सूड उगवला.

त्याच्या मुलाला, ताहाला, याद एल्मधे आसरा देऊन बेन कनानने वाचवले. ज्यूंवर बहिष्कार आणि संप या अस्त्रांनी अरबांची उभी पिके नष्ट व्हायला लागली कारण ती विकत घ्यायलाच कोणी नव्हते. जाफामधला व्यापार थंडावला. गोद्या ओस पडल्या. अरबांची स्थिती दयनीय होत होती. पण मुफ्तीविरूद्ध ब्र काढायची कुणाची छाती नव्हती. आणि या सर्वांना ज्यू जबाबदार आहेत हे तो आपल्या धर्मपीठावरून ओरडतच होता. खऱ्या खोट्या प्रचाराला बळी पडून अरब खवळायला लागले आणि ज्यूंच्या वस्त्यांवर हल्ला करायला लागले, त्यांची शेते जाळायला लागले. एखादा ज्यू एकटा सापडला की, खून करून त्याचे डोळे काढायला, डोके उडवायला आणि जास्तीतजास्ती क्रूरपणे त्याचे तुकडे तुकडे उडवायला सुरुवात केली.

तरीही अविदानने इशोव्हला डोके शांत ठेवायला सांगितले. क्रौर्याला तसेच उत्तर देऊन काही मिळणार नाही कारण अरबांचा प्याद्यासारखा उपयोग केला जातो हे समजावले.

पण अकिवा आणि त्याचे मक्काबीज यांची गोष्ट वेगळी होती. हॅगन्नापासून फुटून निघताच ब्रिटीशांनी त्यांच्यावर बंदी घातल्याने त्यांना भूमिगत होणे भाग पडले होते. हॅगन्ना फक्त स्वसंरक्षणासाठीच लढेल आणि कधीही ब्रिटीशांविरुद्ध शस्त्र उचलणार नाही याची ब्रिटीशांना खात्री असल्याने ते हॅगन्नाकडे आजपर्यंत काणाडोळा करत होते. मक्काबीज ब्रिटीशांनाही शत्रुच मानत. त्यांना आता तेल अव्हिव, जेरूसलेम आणि हैफा या मोठ्या शहरात दडून रहाणे भाग पडले.

त्यांनी प्रत्येक क्रूर घटनेला तसेच उत्तर द्यायला सुरुवात केली. पण मुफ्तीच्या ठगांच्या तुलनेत त्यांची संख्याच नगण्य असल्याने त्याचा विशेष परिणाम होणेच

शक्य नव्हते. पण इशोव्हमधल्या अनेकांचा मक्काबीजच्या कृत्यांना पाठिंबा होता. पॅलेस्टाईनमध्ये अशी परिस्थिती निर्माण केल्यावर मुफ्तीने आपल्या योजनेतले पुढले पाऊल टाकले. अत्यंत भडक आणि प्रक्षोभक भाषेत जगातल्या सर्व अरबांना ब्रिटीश आणि ज्यूंच्या तावडीतून पॅलेस्टाईन वाचवण्याचे आवाहन केले.

ज्यूंच्या वस्त्यांवर हल्ले करण्यासाठी प्रत्येक अरब गावात जाऊन त्यांनी फेदायीनना जबरदस्तीने भरती केले. बहुतेकांची हल्ले करायची इच्छा नसली तरी मुफ्तीची दहशत इतकी जबरदस्त होती की, कुणाची नाही म्हणण्याची ताकद नव्हती.

मुफ्तीच्या आवाहनाला प्रतिसाद देऊन कावुकजी नावाचा एक इराकी सैन्यातला अधिकारी आला. पॅलेस्टाईनमधल्या बंडाळीचा फायदा उठवून त्याला मुफ्तीच्या सैन्याचा प्रमुख व्हायचे होते. त्याला स्वत:च्या मर्दुमकीची खूपच खात्री होती. त्याने अनेक गणवेश खरेदी करून त्यावर वेगवेगळी मेडल्स लटकावली. स्वत:ला पॅलेस्टाईनच्या स्वातंत्र्यसेनेचा जनरल म्हणून घोषित केले. मुफ्तीने पॅलेस्टाईनमधल्या अरबांकडून गोळा केलेल्या खंडणीतून तो सैन्य उभारायला लागला. चोर, खुनी, गुलामांचे व्यापारी, दरोडेखोर यांना हिब्रू सोने आणि हाताला लागतील तितक्या ज्यू स्त्रिया यांची लालूच दाखवून त्याने अनेक क्रूरकर्मा आणि कसलीच चाड न बाळगणारे ठग गोळा केले.

काबुकजीचे तंत्र साधे होते. तशीच वेळ आली तर स्वत:लाच पळायला मार्ग आहे याची आधी खात्री करून तो आणि त्याचे ठग दबा धरून बसत. एखादी बस, मोटार किंवा थोडेसेच नि:शस्त्र लोक दिसले की, त्यांच्यावर हल्ला करायचा, लुटालूट करायची आणि पळून जायचे.

अरब समाजाला वाली नव्हता. ब्रिटिशांना मुफ्तीशी दोन हात करायचीच इच्छा नव्हती आणि ज्यू फक्त स्वसंरक्षणार्थ शस्त्र उचलणार. यामुळे कावुकजीचे ठग आणि मुफ्तीचे खुनी यांनी सबंध पॅलेस्टाईनमध्ये दहशत निर्माण केली. अरबांचे हल्ले कठोरपणे दडपून टाकण्याऐवजी ब्रिटीशांनी सर्व पॅलेस्टाईनमध्ये पन्नासहून जास्ती काँक्रीटचे किल्ले बांधले. लहान मोठ्या या किल्ल्यात शेकडो ते हजारो सैनिक राहू शकत. आपल्या आसपासच्या भागात त्यांनी शांतता राखायची होती. टॅगार्ट नावाच्या माणसाने यांचा आराखडा बनवला होता आणि ते बांधले ज्यूंनी.

बायबलच्या काळात ज्यूंनी बारा पर्वतांचा असाच उपयोग केला होता. एकावर पेटवलेली आग पुढल्या पर्वतावरून दिसे. क्रूसेडर्सनी अशाच तऱ्हेने गढ्या बांधल्या. या भूमीची परंपराच टॅगार्टने पुढे चालवली होती. ज्यूही आता आपल्या नवीन वसाहती आधीच्या वसाहतींजवळ निर्माण करायला लागले.

रात्री ब्रिटीश आपल्या किल्ल्यांमध्ये दडून रहात. दिवसा त्यांचे छापे निरुपयोगी ठरत. किल्ल्यातून लष्करी वाहने निघाली की, सर्वत्र संदेश पोचे. प्रत्येक शेतातला

प्रत्येक अरब हा ब्रिटीश विरोधी हेर असे. ठरवलेल्या ठिकाणी छापा घालायला ब्रिटीश पोचेपर्यंत तिथे चिटपाखरू नसे.

पण अशा काळातही नवीन ज्यू येतच होते. नव्या वसाहती बांधत होते. वसाहत बांधायला सुरुवात केली की, पहिल्याच दिवशी सूर्योदय ते सूर्यास्तापर्यंत आजूबाजूचे शेकडो शेतकरी येत आणि कारागीरही. एक टॉवर, त्यावर सर्चलाईटस्, एक जनरेटर, सर्वांभोवती एक मजबूत कुंपण एवढ्या गोष्टी पुऱ्या करत. रात्री काम आटपून परत जात. या नवीन वसाहतीचे संरक्षण करण्यासाठी हॅगन्नाची एक तुकडी येई.

आरी बेन कनान यात तरबेज बनला होता. नवीन वसाहतीमधल्या हॅगन्नाच्या पथकाबरोबर तो असे. अरबांपासून स्वत:चे संरक्षण कसे करायचे, शस्त्रास्त्रे कशी वापरायची यांचे शिक्षण तो देई. अरबांचा हल्ला नेहमी व्हायचाच पण तो परतवलाही जायचा. हॅगन्नाच्या या तुकडीने नवीन ज्यूंना धीर येत असे.

एका वसाहतीत काही दिवस काढल्यावर आरी आपले पथक घेऊन नवीन बांधल्या जाणाऱ्या दुसऱ्या किब्बुत्झमध्ये पोचे. तिथे शिक्षण देत असे. या तऱ्हेचे किब्बुत्झ ज्यूंनी कधी गमावले नाही.

मग थोडी थोडी जास्ती जमीन ताब्यात घेऊन नवीन इमारती बांधल्या जात. किब्बुत्झ स्थापन होई. पहिली इमारत नेहमी मुलांची. सर्वांत आतमध्ये असे. मोठा हल्ला झालाच तरी हल्लेखोर शेवटी पोचू शकतील असे ठिकाण. एका हातात नांगर आणि एका हातात भाला घेऊन जेरूसलेम पुन्हा बांधले जाईल अशी बायबलची भविष्यवाणी होती. तेव्हा या वसाहतींना बायबलचा आधार होता. प्रत्येक शेतकऱ्याच्या आणि कारागिराच्या मागे रायफलधारी सैनिक संरक्षणार्थ उभा असे.

ब्रिटीशांच्या शेळपटपणामुळे दहशतीने कळस गाठला. हाज अमीन आणि कावुकजी यांनी ब्रिटीशांना पार मूर्खात काढले. त्यांच्याकडे दुर्लक्ष करणेच अशक्य झाल्यावर त्यांनी अरब कमिटीवर बंदी घातली. हाज अमीनच्या अटकेचे वॉरंट काढले. पॅलेस्टाईनमधल्या मुस्लीमांच्या अत्यंत पवित्र अशा ओमरच्या मशिदीत जाऊन तो लपून बसला. मशिदीवर हल्ला करणे शक्य नव्हते. पण आठवडाभराने स्त्रीच्या वेशात प्रथम जाफा आणि तिथून लेबॅनॉनला तो पळून गेला.

सर्वत्र शांतता पसरायला लागली आणि ब्रिटिशांनी चौकशी समिती आणि शोधाचा फार्स सुरू केला. अरबांनी चौकशी समितीवर बहिष्कार घातला. माथेफिरू आणि धर्मवेड्या प्रतिनिधींनी लिहून आणलेली प्रक्षोभक भाषणे समितीसमोर वाचून दाखवली. हाज अमीन नसला तरी त्याचे ठग होतेच. ज्यूंची संख्या अरबांहून कमी असली तरी पंच्याऐंशी टक्के कर ते भरत होते. तरीही अमीनच्या ठगांनी अशक्य अशा मागण्या रेटायला सुरुवात केली.

ब्रिटीशांनी आता वेगळीच भाषा सुरू केली. पॅलेस्टाईनचे दोन भाग पाडायचे.

मोठा भाग अरबांसाठी. तेल अव्हिव ते हैफा बंदरापर्यंतचा जमिनीचा छोटा तुकडा आणि गॅलिलीचा त्यांनी निढळाच्या घामाने हिरवागार बनवलेला भाग फक्त ज्यूंसाठी. इशोव्ह सेन्ट्रल, झायोनिस्ट आणि पॅलेस्टाईनमधल्या ज्यूंना नाहक होणाऱ्या रक्तपाताचा, धर्मवेड्या अरबांचा आणि दगाबाज ब्रिटीशांचा कंटाळा आला होता. पॅलेस्टाईन मॅन्डेटप्रमाणे ज्यूंसाठी जॉर्डन नदीच्या दोन्ही तीरांचा भाग द्यायचे कबूल करून आज ब्रिटीश एक छोटा तुकडा तोंडावर फेकत असतानाही ज्यूंनी याला तयारी दर्शवली.

ब्रिटीशांनी अरबांना सत्य समजावण्याचा प्रयत्न केला. ज्यूंना देण्यात येणाऱ्या छोट्या राज्यात जास्ती ज्यू सामावून घेणे शक्य नाही हे पटवायचा प्रयत्न केला. पण अरबांना आता प्रत्येक ज्यूला समुद्रात फेकून द्यायचे होते. याहून जास्ती काही नाही आणि कमीही नाही. हाज अमीन एल् हुसेनीने आता बैरूटहून हालचाली करायला सुरुवात केली.

टॅगार्टने मुफ्तीच्या ठगांना आणि चोरटी शस्त्रे आणणाऱ्यांना प्रतिबंध करण्यासाठी लेबॅनॉनच्या सीमेवर काटेरी तारांचे कुंपण उभारले. नवीन नवीन किल्ले बांधले. कुंपणावर विजेचे प्रवाह खेळवले.

त्यातला एक किल्ला अबू येशा आणि याद एल् जवळ होता. त्या जागेत राणी ईस्थरचे थडगे आहे, असा समज असल्याने त्याला फोर्ट ईस्थर असेच नाव पडले.

हॅगन्नाने आजपर्यंत स्वत:वर ताबा ठेवला होता. पण आता ते अशक्य बनत होते. इशोव्ह विचार करत होते की, इशोव्ह सेन्ट्रल आता तरी हॅगन्नाला लढायची परवानगी देणार की, नाही. एकूण परिस्थितीचा विचार करून बेन गुरीयनने अविदानने मांडलेल्या योजनेचा विचार केला. झायोन सेटलमेंट सोसायटीने गॅलिलीच्या उत्तरेला अगदी लेबॅनॉनच्या सरहद्दीजवळची जमीन विकत घेतली. या ठिकाणाहूनच अरबी घुसखोर येऊन ज्यूंवर हल्ले करतात असा संशय होता.

जमीन घेतल्यावर आरी बेन कनान आणि हॅगन्नाच्या दोन उच्चपदस्थ तरुणांना अविदानने गुप्तपणे तेल अव्हिवला बोलावले. ''तुम्ही तिघांनी हॅगन्नाचे एक पथक घेऊन या जमिनीवर एक किब्बुत्झ बांधा. आम्ही काळजीपूर्वक ऐंशी तरुण आणि वीस तरुणी निवडत आहोत. तुम्हाला कशाला तोंड द्यायचे आहे ते सांगायची आवश्यकता नाही. तुम्हाला तिथून हुसकावून लावण्यासाठी मुफ्ती सर्व काही करेल. प्रथमच आपण फक्त संरक्षणाच्या दृष्टीने मोक्याची जागा घेऊन तिथेच किब्बुत्झ बांधणार आहोत.''

सारा बेन कनानला खूप धक्का बसला. आरीच्या हातात चाबूक किंवा बंदुक नाही असे तिने कधी पाहिले नव्हते आणि आताची कामगिरी म्हणजे इशोव्हच्या सर्वोत्कृष्ट शंभर सदस्यांना मृत्युच्या जबड्यातच लोटण्यासारखे होते. तिचा धीरच सुटला. निघताना आरीने हळूच तिचे डोळे पुसून खात्री दिली की, काळजी करू नकोस. पपांशी फक्त हात मिळवून तो निघाला. काही बोलायची आवश्यकता

नव्हती. त्यांचा एकमेकांवर गाढ विश्वास होता.

तेवढ्यात डाफना आली. दोघांनी त्यांचा निरोप घेतला.

डाफना आणि आरी याद एल् बाहेर पडले. क्षणभर निरोप द्यायला आलेल्या सर्वांवर आणि आपल्या शेतांवर त्यांनी नजर फिरवली आणि ते निघाले.

बराकने हळूच साराच्या खांद्यावर हात ठेवला.

"त्यांना काही विशेष नको आहे आयुष्यात" सारा म्हणाली. "अजून किती वर्षे या मुलाला इशोव्हसाठी द्यायचे आपण?"

बराकने मान हलवली. इलाज नव्हता. त्याने डोळे बारीक करून एकदा दिसेनाशा होत असलेल्या डाफना आणि आरीकडे बघितले.

"देवाने अब्राहमकडे त्याचा मुलगा बळी म्हणून मागितला. आपण बहुधा त्याच्याच छायेत राहतो. देवाची इच्छा असेल तोपर्यंत आरीला सोडायला हवे आपण."

इशोव्हचे सर्वोत्कृष्ट शंभर तरुण-तरुणी लेबॅनॉनच्या सरहद्दीवर पोचले. गाठ होती उलट्या काळजाच्या खुनी आणि दरोडेखोरांशी. आरीचे वय फक्त बावीस होते. तो त्यांचा दोन नंबरचा नेता होता.

त्यांनी आपल्या किब्बुत्झचे नाव ठेवले हा मिशमार. (The Guardpost)

## १६

हॅगन्नाचे शंभर तरुण-तरुणी, त्यांची शस्त्रास्त्रे आणि इतर साधनसामुग्री घेऊन दहा ट्रक नहारिया सोडून पुढे निघाले. नहारिया ही ज्यूंची शेवटची वसाहत. त्या पुढल्या भागात कोणत्याही ज्यूने आजपर्यंत पाऊल टाकले नव्हते. लेबॅनॉनच्या सरहद्दीवरच्या डोंगराळ भागात हा ताफा जात असताना हजारो अरबांचे त्याकडे लक्ष होते.

ट्रक्स थांबताच प्रथम पहारा बसला. सर्व ट्रक्स भराभरा रिकामे झाले. अंधार पडायच्या आत नहारिया मागे टाकून ट्रक परतलेही. लेबॅनॉनमध्ये शेकडो अरब लुटारू टोळ्या होत्या आणि आलेल्या रस्त्याला डझनावारी शत्रुत्वाने वागणारी अरब खेडी होती.

त्यांनी छोट्या भागाभोवती खंदक खणला. रात्र काढली.

दुसऱ्या दिवशी सकाळपर्यंत हेब्रॉन ते बैरूटपर्यंत वणव्यासारखी बातमी पसरली. ज्यू टेकड्यांवर पोचले आहेत. बैरूटमध्ये हाज अमीन एल् हुसेनीने थयथयाट केला. त्याला चेतावणी द्यायचे धाडस ज्यूंनी करावे?

पुढले काही दिवस आपली संरक्षणसिद्धता वाढविण्यात हॅगन्नाच्या पथकाने

दमछाक करून घेतली. अरब हल्ला होणारच होता. प्रश्न फक्त वेळेचा होता. रात्री दमले भागलेले आरी आणि डाफना एकमेकांच्या मिठीतच झोपत.

चौथ्या रात्री अरबांच्या हजार एक रायफली आणि मशिनगन टेकडीवरून गोळ्यांच्या फैरीच्या फैरी झाडायला लागल्या. प्रथमच अरबांनी उखळी तोफाही वापरल्या. आरी आणि सर्व सैनिकांनी एक गोळी न झाडता दडून राहून ते तास काढले. दातांमध्ये सुरे धरून अरबी ठग टेकडीवरून घसरत खाली पोचले आणि अचानक फिरू लागलेल्या सर्चलाईटस्च्या प्रखर प्रकाशात सापडले. ज्यूंच्या पहिल्याच गोळीबारात गडबड उडालेले साठ तरी अरब ठार झाले. अरब भीतीने थरथरत असतानाच ज्यूंनी सरळ बाहेर पडून त्यांच्यावर इतका जोरदार हल्ला चढवला की, सर्वत्र मृत आणि जखमी अरब नजरेस यायला लागले. बाकीच्यांनी जिवाच्या आकांताने पळ काढला.

मुफ्ती आणि कावुकजी यांनी काहीही सांगितले तरी, धमकावले तरी आठवडाभर अरबांना पुन्हा हल्ला करायचा धीर झाला नाही.

पहिल्याच रात्री हॅगन्नाने तीन तरुण आणि एक तरुणी असे चार सैनिक गमावले. त्यात त्यांच्या मुख्य नेत्याचा समावेश होता. आरी बेन कनान आता या पथकाचा नेता बनला.

प्रत्येक दिवशी टेकडीवर काही फूट चढून ज्यू आपला तळ वाढवत होते. तो संपूर्ण भाग पूर्ण संरक्षित करूनच रात्री अरबांची वाट पाहत होते. अरबांचे लक्ष होते, पण त्यांना काही दिवसा हल्ला करायचा धीर झाला नाही. आठवडाभराने पहिला तळ सोडून आरीने उंचावर चक्क दुसरा तळ उभारला. अरबांनी पुन्हा हालचाल सुरू केली. पण पहिलाच तडाखा त्यांच्या ध्यानात होता. ते लांबूनच गोळाबारी करत होते.

आता अरबांच्या हल्ल्याची वाट न बघता आरीने प्रतिचढाईचा निर्णय घेतला. दुसऱ्या आठवड्याच्या शेवटी पहाटे पहाटे पंचवीस तरुण आणि दहा तरुणी यांचा एक गट घेऊन आरी बाहेर पडला. रात्रभर गोळाबारी करून अरब दमलेले असताना, आरीने असा दणका दिला की, त्यांची पळापळ झाली. पुन्हा एकत्र येऊन त्यांनी चाल करायच्या आत आरीने तो भाग कडेकोट संरक्षणाखाली आणला. त्याने पाच सैनिक गमावले पण जागा सोडली नाही. टेकडीवर गस्तीसाठी सैनिक पाठवून त्याने कोणत्याही प्रसंगाला तोंड देण्याची जय्यत तयारी केली.

मुफ्ती नुसता जळफळत होता. त्याने कमांडर बदलले. पुन्हा हजार एक अरब चाल करून आले. हॅगन्नाच्या जवळपासही पोचू शकले नाहीत.

प्रथमच उंचावरची जागा ज्यूंच्या हातात होती आणि अरब त्यांना या जागेतून हुसकावून लावू शकत नव्हते. पण ते ज्यूंना शांतताही लाभू देत नव्हते. इशोव्हचा

आणि हॅगन्नाच्या या पथकाचा संपूर्ण संबंध तुटला होता. अगदी जवळची वसाहत म्हणजे नहारिया. पाण्यापासून सर्व गोष्टी ट्रकमधून आणाव्या लागत होत्या आणि हातात धरून चढत वर न्याव्या लागत होत्या.

सर्व कठीण प्रसंगांना तोंड देत हा मिशमार ठाम उभे राहिले. संरक्षित कुंपणाआड साध्यासुध्या झोपड्या उभ्या राहिल्या, वरपासून खालपर्यंत रस्ता बांधून झाला. चोरटी शस्त्रे आणणाऱ्या आणि घुसखोर अरबांना अटकाव करण्यासाठी त्यांनी टॅगार्ट वॉलजवळ रात्रीची गस्तपथके सुरू केली. मुफ्तीच्या ठगांचा पॅलेस्टाईनमधला येण्याचा मार्गच हळूहळू बंद व्हायला लागला.

हॅगन्ना पथकातले नव्वद टक्के तरुण कुठल्यातरी किब्बुत्झ किंवा मोशावमधले होते. जमिनीत काही तरी पेरल्याशिवाय त्यांना चैनच पडत नसे. हा मिशमारला किल्ला बांधायला नव्हे तर किब्बुत्झ स्थापायला ते आले होते. ठीक आहे. किब्बुत्झच बनवू या. त्यांनी आयुष्यात प्रथमच टेकडीच्या उतारावर पिके काढायचा प्रयत्न सुरू केला. थोडासा पावसाचा शिडकावा होईल तेच पाणी. जेझरील खोऱ्यातली दलदल आणि शारोनच्या सपाट प्रदेशातील हजारो वर्षे धूप झालेली जमीन लागवडीखाली आणण्यासाठी त्यांनी जसे कष्ट घेतले होते. तसेच त्यांनी या टेकड्यांच्या उतारावर पिके काढण्यासाठी घ्यायला सुरुवात केली. झायोन सेटलमेंट सोसायटीकडे अवजारांसाठी आणि इतर गोष्टींसाठी मदत मागितली. हा मिशमारच्या जिद्दी तरुणतरुणींच्या यशाने इशोव्ह सेंट्रल इतके खुष झाले की, त्यांनी निर्णय घेतला की, यापुढे अरबांना पायबंद घालण्यासाठी संरक्षणाच्या दृष्टीने महत्त्वाच्या आणि मोक्याच्या जमिनीच घ्यायच्या आणि तिथेच ज्यूंच्या वसाहती निर्माण करायच्या.

कर्मठ ज्यूंच्या दुसऱ्या गटाने ट्रान्सजॉर्डन आणि सीरियाच्या सीमेवर बेथ शान व्हॅलीमध्ये असाच एक किब्बुत्झ स्थापन केला. तिरात तावी. (The Castle of Rabbi Tsvi). आसपास डझनभर अरब गावे होती. मुफ्तीने या कर्मठ ज्यूंना इथून हुसकवायचा प्रयत्न केला. पण हे धार्मिक ज्यू पवित्र शहरातल्या धार्मिक ज्यूंसारखे शस्त्र न उचलणारे नव्हते. त्यांचा पिंडच वेगळा होता. हा मिशमारप्रमाणे तिरात तावीच्या या ज्यूंनाही हुसकावून लावणे मुफ्तीला शक्य झाले नाही.

आरी आपल्या तंबूत शांत झोपला होता.

"आरी– लौकर ये."

ब्लॅन्केट उडवून रायफल घेऊन तो धावत निघाला. बरेच जण उभे होते. आरीला बघताच सर्व गप्प झाले. त्यांच्यामधून वाट काढत आरी पुढे आला. जमिनीवर रक्ताचे डाग होते. निळ्या ब्लाऊजचे तुकडेही. टेकडीवरपर्यंत रक्ताचे डाग दिसत होते. आरीने सर्वांच्या तोंडाकडे बघितले. कुणीही तोंडातून शब्द काढला नाही.

"डाफना!" त्याच्या तोंडातून कसाबसा शब्द आला.

दोन दिवसांनी तिचे प्रेत कॅम्पजवळ फेकून दिलेले आढळले. तिचे नाक, कान, हात तोडलेले होते. डोळे उपटलेले. शंभर एक वेळा तरी अत्याचार झाल्याच्या खुणा.

आरी बेन कनानला कोणी रडताना पाहिले नाही. मोठ्या आवाजात बोलतानाही. तो नंतर कित्येक वेळा तासन्तास नाहीसा होई. परतल्यावर त्याचा चेहरा पांढरा पडलेला असे. पण त्याने कधीही, राग, द्वेष, तिरस्कार दाखवला नाही. इशोव्ह अशा दुःखद घटनांना जशा तऱ्हेने तोंड देत होते त्याच तऱ्हेने आरीनेही दिले. सूडाची भावना ठेवून नाही तर या भूमीवरून मला कुणीही हलवू शकणार नाही हा दृढनिश्चय बाळगून. आरी बेन कनानच्या सूडाचा घाला कुणावर पडणार या भीतीने आसपासची अरब खेडी जीव मुठीत धरून होती. तो हल्ला कधीच झाला नाही. तो हाडाचा सैनिक होता.

हा मिशमार, तिरात तावी आणि मोक्याच्या ठिकाणांवरची इतर अर्धा डझन किब्बुत्झ धडपड करून जागा पकडून राहिली. मुफ्तीच्या दंग्यांना या किब्बुत्झमुळे पायबंद बसला तरी तो पूर्णपणे थांबत नव्हता.

आणि अशा या विचित्र परिस्थितीत तिथे पोचला ब्रिटीश मेजर पी.पी. माल्कम!

मुफ्तीच्या बंडाळीच्या सुरुवातीला त्याची बदली जेरूसलेममधल्या ब्रिटीश इन्टलिजन्समध्ये झाली होती. एकलकोंडा माणूस. लष्करी परंपराच न मानणारा. पोशाखही गबाळा. मनातल्या भावना सरळ सरळ आणि गरज असेल तर दांडगाईनेच मांडणारा. पण एकदा चिंतन करायला लागला की, दाढी नाही की, केसाला कंगवा लागायचा नाही. परेड म्हणजे वेळ फुकट घालवणे. परेडवर असतानाही कधी कधी त्याचे लक्ष पूर्णपणे उडायचे. जीभ तर अशी तिखट की, आजूबाजूचे लोक आ वासून बघत रहात. थोडक्यात म्हणजे चक्रम आणि विक्षिप्त प्राणी. उंच, हडकुळा आणि थोडासा लंगडाही. ब्रिटीश सैन्याधिकारी कसा नसावा याचे उदाहरण.

आला तेव्हा अरबांचा पक्षपाती. ब्रिटीश अधिकाऱ्यांची फॅशनच ती. पण बघता बघता कट्टर झायोनिस्ट बनला. एका राब्बीपासून हिब्रू शिकला. नंतरचा प्रत्येक मोकळा क्षण बायबल वाचायला लागला. ज्यूंनी आपला देश पुन्हा उभा करणे ही देवाची योजना आहे अशी त्याची खात्री पटली. जोशुआ, डेव्हिड, गिडीअन यांच्या व्यूहरचना, डावपेच, सर्व त्याने आत्मसात केले. शेवटी त्याची अशीही खात्री पटली की, त्याचे पॅलेस्टाईनला येणे हा सुद्धा देवाच्या योजनेचाच एक भाग आहे. मेजर पी.पी. माल्कमला देवाने ज्यूंचा देश निर्माण करण्याच्या कामगिरीवरच पाठवले आहे. याबद्दल त्याच्या स्वतःच्या मनात संशयच राहिला नाही.

तो एका जुनाट मोटारीतून पॅलेस्टाईनभर फिरत होता. रस्ते नसतील तिथे

लंगडत तंगडतोड करत होता. बायबलमध्ये उल्लेख असलेल्या प्रत्येक रणभूमीला त्याने भेट दिली. त्या ठिकाणी झालेल्या लढायांचा अभ्यास केला. रस्त्याने लंगडत चालत मोठ्या आवाजात प्रार्थना करत जाणारी ही वल्ली बघितली की, प्रत्येक अरब आणि ज्यू दचकायचा. त्याचे स्वत:चे कुठेच लक्ष नसे.

ब्रिटीश याचा विक्षिप्तपणा कसा काय खपवून घेतात हा प्रश्नच अनेकांना होता. पॅलेस्टाईनमधला ब्रिटीश कमान्डर जनरल चार्लस् याला माहीत होते की, या प्राण्याकडे अलौकिक बुद्धीमत्ता आहे. अशा तऱ्हेची लष्करी माणसे अधूनमधून जन्माला येतातच. युद्धाबाबतच्या डावपेचांची ब्रिटीश पुस्तके त्याला केराच्या टोपलीत टाकायच्या लायकीची वाटत. ब्रिटीश सैन्यावर खर्च होत असलेला पैसा वाया जातो आहे हे त्याचे स्पष्ट मत होते. त्याच्याबरोबर वादविवाद करून कोणी त्याला गप्प करू शकला नव्हता. त्याची चूक कोणी दाखवू शकला नव्हता. आपण कधीही चूक करत नाही याची त्याला स्वत:ला तर पूर्ण खात्री होती.

एक दिवस पी.पी. माल्कमच्या गाडीचे दोन टायर एकदम पंक्चर झाले. तो याद एल्‌ला पोचला. अर्धा डझन पहारेकऱ्यांकडे हसून हात हलवत त्याने बराक बेन कनानकडे नेण्याची सूचना केली.

बराकच्या घराच्या बाहेरच्या खोलीत माल्कम फेऱ्या घालत होता. नेहमीपेक्षा जास्तीच गबाळा पोशाख. त्याने तासभर बराकला झायोनिझम आणि हिब्रू देशाच्या भवितव्याबद्दल व्याख्यान दिले.

"मला ज्यू सैनिक आवडतात. उत्कृष्ट! कारण ते नेहमी कुठल्या तरी ध्येयासाठी लढत असतात. शिस्तबद्ध असतात. हॅगन्नासारखे सुशिक्षित, बुद्धीमान आणि ध्येयाने भारलेले सैन्य या जगात नसेल.

आता ब्रिटीश सैनिकसुद्धा शूर असतो. शिस्त पाळतो. पण साम्य एवढेच. मूर्ख आणि दारूडाही असतो तो आणि बेन कनान, मी तुझ्याकडे याचसाठी आलो आहे. मी तुझे हॅगन्ना माझ्याच ताब्यात घेणार आहे. त्याचे सर्वोत्तम लष्करात रूपांतर करणार आहे."

बराकला या सबंध वेळात तोंडातून अक्षरही काढायची संधीच मिळाली नव्हती. हे ऐकताच तो चकित होऊन आ वासून बघत राहिला.

माल्कमने खिडकीतून बाहेर नजर टाकली. शेतात पाण्याचे फवारे काम करत होते. लांबवर फोर्ट ईस्थर आणि अबू येशा नजरेला पडत होते.

"तो किल्ला बघतो आहेस ना? फोर्ट ईस्थर म्हणे. एक विनोदच. तो कसा काय अरबांना अटकाव करणार? अरब कधीही त्याला वळसा घालून जाऊ शकतात. ब्रिटीशांना कधी अक्कल येणार कळत नाही." माल्कमने हिब्रूमध्ये ४८ वे गीत हळू आवाजात म्हणायला सुरुवात केली. "१२६ पर्यंत गीते पाठ आहेत माझी. मनाला

खूप शांतता देतात.''

"मेजर माल्कम, तुम्ही नक्की कशासाठी आला आहात?''

"सर्व जणांना माहीत आहे की, तू न्यायी आहेस, नि:पक्षपाती आहेस. खरे सांगायचे तर ज्यू बडबडच जास्ती करतात. माझ्या ज्यू सैन्यात कुणाला दहा शब्द बोलावे लागणार नाहीत. बोलायचे काम मीच करेन.''

"ते तर तुम्ही इथे पाऊल ठेवल्यापासून लक्षात आले आहे माझ्या.''

"ठीक, ठीक.'' माल्कमचे लक्ष अजूनही याद एल्च्या हिरव्यागार शेतांकडे होते. तो गर्रकन् वळला. त्याचे डोळे चमकत होते. बराकला या क्षणी अकिवाचीच आठवण झाली.

"लढले पाहिजे.'' तो भावनोत्कटतेने म्हणाला, "लढायलाच हवे. ज्यूंचा देश आपल्या विधिलिखितात लिहिलेला आहे. कळले बेन कनान?''

"ज्यूंच्या देशाबद्दलच बोलायचे तर त्याची मला आठवण करून द्यायची आवश्यकता नाही.''

"आहे. जोपर्यंत आपल्या वस्त्यांमध्ये दडून राहता आहात तोपर्यंत नक्की आठवण करून द्यायची आवश्यकता आहे. एखादा अरब कॉफी हाऊसमधून बाहेर पडतो. हजार एक यार्डांवरून किब्बुत्झच्या दिशेने गोळी झाडतो आणि स्वत:ला फार शूर समजतो. त्यांना धडा शिकवायची वेळ आली आहे. म्हणूनच मला हिब्रू सैनिक हवे आहेत. अविदानबरोबर भेटीची वेळ ठरव माझी. माझ्या पद्धती ब्रिटीशांना कळतच नाहीत. मूर्ख लेकाचे.''

याद एल्ला जसा अचानक आला होता तसाच तो निघूनही गेला. बराक बेन कनानला काही सुचत नव्हते. कशाचा उलगडा होत नव्हता. त्याने अविदानला फोन केला. यिद्दीशमध्ये बोलणे सुरू केले. फोन टॅप केला असला तर?

"अविदान? कोण प्राणी आहे हा माल्कम? एखाद्या मसीहासारखा येऊन समोर उभा राहिला. झायोनिझमबद्दल मलाच ऐकवून गेला.''

"आम्हाला त्याच्याबद्दल अनेक ठिकाणाहून कळते आहे. पण तो नक्की कसा आहे ते कळत नाही.''

"विश्वास ठेवता येईल?''

"तेही कळत नाही.''

मेजर पी.पी. माल्कम आपला मोकळा वेळ ज्यूंमध्येच घालवत असे. थोड्या काळातच तो संबंध इशोव्हमध्ये माहीत झाला होता. "आमचा वेडा इंग्रज.'' इतर ब्रिटीश त्याच्याबद्दल प्रेमाने म्हणत.

पण थोड्याच दिवसात एक गोष्ट स्पष्ट झाली. विक्षिप्त असला तरी तो वेडा नक्कीच नव्हता. आपले म्हणणे कुणाच्याही गळी उतरवण्याची त्याची हातोटी तर

विलक्षण होती. त्याला भेटून येणारा प्रत्येक ज्यू भारल्यासारखा परत येई.

सहा महिने इकडे तिकडे काढून एक दिवस कोणतीही पूर्वसूचना न देता जेरूसलेममधल्या इशोव्ह इमारतीत तो बेन गुरीयनच्या कार्यालयात थडकला.

"बेन गुरीयन! मूर्खच आहेस तू. सगळा वेळ शत्रुशी बोलण्यात घालवतो आहेस आणि मित्रासाठी पाच मिनिटे वेळ नाही काढता येत?"

माल्कमची नंतरची भेट होती मिलिटरी कमांडर जनरल चार्लस्शी. अरब युद्धांबद्दल त्याने काही आडाखे बांधले होते. त्यांची सत्यासत्यता पारखण्यासाठी त्याला ज्यू सैनिक वापरायचे होते. जनरल चार्लस् स्वत: अरबांचा पक्षपाती असेलही, पण मुफ्तीच्या बंडाळीने तो पार टेकीला आला होता. थोड्या थोड्या संख्येने शेवटी ब्रिटीशांनीच ज्यू पोलिसांना शिक्षण दिले होते. शस्त्रे दिली होती. हॅगन्नाच्या शस्त्रास्त्रांकडे त्यांनी जाणूनबुजून दुर्लक्ष केले होते. या बंडाळीबाबत ब्रिटीश काही करू शकले नव्हते. त्याने माल्कमच्या योजनेला संमती दिली.

माल्कमची गाडी हा मिशमारला पोचल्यावर पहारेकऱ्यांनी त्याला आरीकडे नेले. या फाटक्या इंग्रज माणसाकडे तो कोड्यात पडूनच बघत होता.

"चांगला मुलगा दिसतोस." माल्कम त्याच्या गालावर चापट मारत म्हणाला. "आता जरा माझे ऐक. माझ्या आज्ञा पाळ. मी काय करतो त्याकडे नीट लक्ष दे. अजूनसुद्धा मी तुझा एक उत्कृष्ट सैनिक बनवून दाखवेन. आता मला तुझा कॅम्प आणि संरक्षणाची व्यवस्था दाखव."

आरीला अजून कशाचाच उलगडा होत नव्हता. आरीच्या गस्तीपथकांकडे ब्रिटीश ठरवूनच दुर्लक्ष करत होते. हा मिशमारमध्ये पाऊल टाकत नव्हते. पण कायदेशीरपणे त्यांना तसा पूर्ण अधिकार होता. आरी संशयाने बघत होता पण माल्कमने त्याच्याकडे काही लक्ष दिले नाही. आरी काही नीट माहिती देत नाही असे लक्षात येतात त्याने आरीला त्याच्या तंबूत न्यायला सांगितले.

"काय पाहिजे तुम्हाला इथे?" आरीने स्पष्टच विचारले.

"मला एक नकाशा दे मुला." आरीचा प्रश्न माल्कमला जसा काही ऐकूच आला नव्हता. त्याने नकाशा उघडला. आपली दाढी खाजवली. "कुठून येतात हे अरब गुंड?"

लेबॅनॉनमध्ये पंधरा किलोमीटर आत असलेल्या एका गावाकडे आरीने बोट दाखवले.

"आज रात्री उडवून टाकू ते." शांतपणे माल्कम म्हणाला.

माल्कमच्या नेतृत्वाखाली त्या रात्री आठ तरुण आणि दोन तरुणी हा मिशमारहून

निघाल्या. माल्कमचा वेग आणि त्याची धमक बघूनच सर्व थक्क झाले. त्या टेकड्यांमधून एकदाही विश्रांतीसाठी न थांबता किंवा कुठे जातो आहोत, याची दिशा नक्की करण्यासाठी न थांबता तो झपाट्याने चालत होता. निघतानाच कोणी तरी शिंकले होते. त्याने त्या तरुणाला बरोबर घेतले नाही. कोणी त्याच्या बरोबरीने चालू शकले नाही तर फटके मारल्याशिवाय सोडणार नाही, अशी धमकीही त्याने दिली होती.

त्या गावाजवळ पोचताच तो एकदाच पुढे गेला. टेहळणी करून अर्ध्या तासात परतला.

''अपेक्षेप्रमाणे कोणीही पहाऱ्यावर नाही. आता नीट ऐका आपण काय करणार आहोत ते.'' त्याने घाईघाईने एक नकाशा काढला. त्यावर तीन-चार ठिकाणी असलेल्या झोपड्यांची जागा दाखवली. ''मी तिघांना घेऊन पुढे जातो. अगदी जवळून गोळीबार करतो. हातबॉम्ब फेकतो. बेन कनान! तू या ठिकाणी दबा धरून बस. तुझ्याच दिशेने ते पळतील याची मी काळजी घेईन आणि कृपा करून निदान दोन कैदी पकड. या भागामध्ये नक्कीच खूप शस्त्रास्त्रे लपवली असणार.''

''तुमची योजना गाढवपणाची आहे.'' आरी म्हणाला.

''मग मला वाटते तू आताच पॅलेस्टाईनच्या दिशेने चालायला सुरुवात करावीस.'' माल्कमने टोमणा मारला.

पी.पी. माल्कमच्या शब्दावर अविश्वास दाखवायची आरीची ही पहिली आणि शेवटचीच वेळ! माल्कमला स्वत:बद्दल इतका दृढ विश्वास होता की, इतरांनाही आपोआप खात्री वाटायला लागे.

''तरुण माणसा! माझ्या कोणत्याही निर्णयाबाबत कधी संशयही आणू नकोस मनात.''

सर्व काही माल्कमच्या योजनेबरहुकूम झाले. ठगांचे मुख्य ठाणे असावे असा संशय असलेल्या झोपडीजवळ मेजर माल्कम स्वत: चार माणसांना घेऊन गेला. आतमध्ये चार हातबॉम्ब टाकून त्यांनी गोळीबार सुरू केला. घाबरून सर्व पळत सुटले ते बरोबर आरीच्या दडून राहिलेल्या पथकाच्या तावडीत सापडले. दहा मिनिटात कामगिरी फत्ते.

''तुमच्या बंदुका कुठे लपवल्या आहेत?'' माल्कमने पहिल्या अरबाला अरेबिकमध्ये विचारले. त्याने नुसते खांदे उडवले.

माल्कमने त्याच्या कानाखाली आवाज काढून पुन्हा तोच प्रश्न विचारला. अल्लाची शपथ घेऊन त्याने आपल्याला काही माहिती नाही सांगितले. माल्कमने शांतपणे आपले पिस्तुल काढले आणि त्या अरबाच्या डोक्यात गोळी हाणली. दुसऱ्याकडे वळून मृदु आवाजात त्याने तोच प्रश्न विचारला. त्याने घडाघडा सर्व

माहिती दिली.

"ज्यूडिआच्या मुलामुलींनो, आज तुम्ही अनेक महत्त्वाचे धडे शिकला आहात. तपशीलवार उद्या सकाळी सांगतो. पण एक गोष्ट आताच सांगतो. माहिती मिळवण्यासाठी क्रौर्याचा उपयोग नसतो. झट की पट मुद्यावर यायला हवे."

माल्कमच्या यशस्वी छाप्याचा सबंध पॅलेस्टाईनभर दूरगामी परिणाम झाला. इशोव्हच्या दृष्टीने तर ती ऐतिहासिक घटना होती. प्रथमच ज्यूंनी आपल्या वस्तीबाहेर पडून आक्रमण केले होते. फार पूर्वीच हे करायला हवे होते असे अनेकांचे मत होते.

ब्रिटीश खवळले होते. पी.पी. माल्कमची हकालपट्टी करण्याची अनेकांनी मागणी केली. पण जनरल चार्लस्‌ला तसे वाटत नव्हते. अरबांशी दोन हात करण्याच्या ब्रिटीश पद्धती निरुपयोगी ठरल्या होत्या. निदान माल्कमला काही उत्तरे माहिती होती.

मुफ्तीचे ठग, हुसेनी आणि पिसाट धर्मवेड्या अरबांना जाब द्यायला लावणारा दिवस शेवटी उगवला होता. मनात येईल तेव्हा आणि मनात येईल तिथे हल्ले करण्याचे दिवस संपले होते. बदला तात्काळ घेतला जाणार होता.

लेबॅनॉनमध्ये खोलवर निदान डझनभर वेळा तरी पी.पी. माल्कमबरोबर आरीने छापे मारले. प्रत्येक छापा यशस्वी. लुटारू, ठग, शस्त्रांचे व्यापारी, कावुकजीचे भाडोत्री गुंड सर्वांची मस्ती उतरली. मुफ्तीने तर पी.पी. माल्कमच्या डोक्यावर एक हजार पौंडांचे इनाम लावले.

माल्कम आणि हा मिशमारच्या हॅगन्नाच्या पथकाने सबंध टॅगार्ट लाईनवरची गडबड बंद केली. मग पी.पी. माल्कम एन् ओर किब्बुत्झवर पोचला. त्याने आरी बेन कनान आणि इतर दिडशे उत्कृष्ट हॅगन्ना सैनिकांची मागणी केली. एन् ओरला त्याने आपल्या गनिमी पथकाची स्थापना केली. रेडर्स युनिट. (Raider Unit)

सर्व इशोव्हमधून निवडलेल्या एकशे पन्नास जणांना घेऊन तो हायकिंगला निघाला. माऊन्ट गिलबोआवर. तिथेच गिडीअनचे थडगे आहे. हिब्रू योद्धा आणि न्यायाधीश. माल्कमचे दैवत. सर्वांना भोवती उभे करून माल्कमने आपले बायबल काढले आणि हिब्रूमध्ये वाचायला सुरुवात केली.

*"... so Gideon, and the hundred men that were with him, came unto the outside of the camp in the beginning of the middle watch; and they had but newly set the watch : and they blew the horns, and brake the pitchers that were in their hands. And the three companies blew the horns, and break the pitchers, and held the lamps in their left hands, and the*

*horns in their right hands to blow withal ; and they cried, The sword of the Lord and of Gideon. And they stood every man in his place round about the camp; and all the host ran, and cried, and fled."*

माल्कमने बायबल बंद केले. फेऱ्या मारायला सुरुवात केली. त्याचे लक्ष कुठे अवकाशात होते. ''गिडीअन हुशार होता. त्याला माहीत होते की, मिद्यानी अज्ञानी होते, अंधश्रद्धाळू होते. आवाज आणि अंधार यांची त्यांना जी भीती असे त्याचाच फायदा उठवता येईल हे त्याला ठाऊक होते– आपल्यालाही ते ठाऊक आहे.''

माल्कमचे हे गनिमी पथक कधी आणि कुठे हल्ला चढवेल हेच अरबांना कळेनासे झाले. माहिती काढण्याची त्यांची जुनी पद्धत माल्कमपुढे निरुपयोगी ठरायला लागली. एकाच वेळी तो तीन ठिकाणी तीन पथके पाठवून त्यांचा पार गोंधळ उडवून टाकत असे. एखाद्या खेड्यामधून तो पुढे निघून जाई आणि नंतर मागे वळून त्याच खेड्यावर जोरदार हल्ला करे. ट्रक्सचा ताफाच्या ताफा रस्त्याने पाठवून एक एक सैनिक उतरवत असे. दिवसा लपून राहून ते रात्री एकत्र जमून भलतीकडेच छापा घालत. प्रत्येक हल्ल्याच्या वेळी हजार एक जण हल्ला करत आहेत वाटण्याइतका गोंधळ तो माजवत असे. अरबांची भीतीनेच दाणादाण उडे.

पॅलेस्टाईनचा भूगोल त्याला माहीत होता. ज्यूंनाही. प्रत्येक वाडी, प्रत्येक टेकडी, प्रत्येक झाड यांचा महत्त्वाचा जुना इतिहास तो त्यांना सांगत असे. या प्रत्येक गोष्टीचा फायदा जुन्या हिब्रू जनरलनी लष्करी मोहिमांमध्ये कसा उठवला होता ते तो समजावून सांगे.

आरी बेन कनान आणि इतर सर्व सैनिक या विक्षिप्त इंग्रजाचे भक्त बनले होते. शेकडो छापे मारून पी.पी. माल्कमने कधी चुकीचा निर्णय घेतला नव्हता. जसे काही देवाचेच छत्र त्याच्यावर होते. या सर्व विजयांमागे त्याची कडक शिस्त होती. त्याचा शब्द म्हणजे सर्वांच्या दृष्टीने देवाने दिलेली आज्ञा असे.

अरबांच्या मनात या पथकाने रात्रंदिवस इतकी दहशत निर्माण केली की, त्यापुढे हुसेनीची भीति काहीच नव्हती. फक्त एकशे पन्नास सैनिकांच्या सहाय्याने त्याने मुफ्तीच्या बंडाळीचा बीमोड केला. सगळ्या खुनी, दरोडेखोर, गुंड आणि कावुकजीच्या भाडोत्री स्वातंत्र्य सैनिकांनी पॅलेस्टाईनमधून पळ काढायला सुरुवात केली आणि ते लेबॅनॉनमध्ये पोचले. निराश होत चाललेल्या मुफ्तीने आपले लक्ष मग मोसलच्या तेलखाणींपासून हैफापर्यंत जाणाऱ्या तेलवाहिनींकडे वळवले.

''डोक्यात दगड भरलेल्या वीस हजार इंग्रजांना या पाईपलाईनचे संरक्षण करणे जमले नाही. आपण ते करू. अगदी साध्या तऱ्हेने. प्रत्येक वेळी पाईपलाईन तोडली

की, तिथून जवळात जवळ असणारे अरब खेडे धुळीला मिळवायचे. शेवटी स्वत:ची कातडी बचावण्यासाठी तेच या ठगांपासून पाईपलाईनचे रक्षण करतील. त्यांना आसरा देणार नाहीत. आपल्याहून संख्येने ते खूप जास्ती आहेत. तेव्हा त्यांना वठणीवर आणायचा एकच उपाय आहे.– अपकाराचा बदला अपकारानेच.''

त्यानंतर अरबांनी कुठलीही हालचाल केली की, तात्काळ त्याची सव्याज परतफेड व्हायला लागली. ज्यूंचे स्वसंरक्षणासाठी हेच धोरण ठरले.

अरबांचे बंड शमले. फार मोठी किंमत मोजून पार नाहीसे झाले. अरबांनी स्वत:चीच आर्थिक परिस्थिती डबघाईला आणली होती. आपल्याच सरळ विचारांच्या नेत्यांचे खून पाडले होते. तीन वर्षांच्या बंडाळीनंतर ते भिकेला लागायची पाळी आली होती. त्या काळात ते एकही ज्यू वस्ती हलवू शकले नाहीत की, नवीन निर्माण होणाऱ्या पन्नास वस्त्या थांबवू शकले नाहीत.

आणि बंडाळी शमल्यावर जागे झाल्याप्रमाणे व्हाईटहॉलने आपल्या मॅन्डेटमधले सर्व सरकार बदलून टाकले. पी.पी. माल्कमचा आता ज्यूंशी संबंध असणे त्यांना अडचणीचे वाटले. या एकाच माणसाने अरबांच्या बंडाळीचा कणा मोडून टाकला होता. त्याने शिकवलेल्या सैनिकांमधून एक नवीन सामर्थ्यवान ज्यू सेना निर्माण होणार होती. त्याने शिकवलेले लष्करी डावपेच बायबलप्रमाणे ती सेना आत्मसात करणार होती. मेजर पी.पी. माल्कमला पॅलेस्टाईन सोडून जाण्याचा हुकूम मिळाला.

एन् ओर इथल्या ज्यूंसमोर तो अखेरच्या वेळी उभा राहिला तेव्हा त्याच्या पथकातल्या प्रत्येकाने आपल्या निळ्या शेतकऱ्याच्या पोशाखावर रेडर्स युनिटचा लाल बॅज लावला होता. अत्यंत अभिमानाने! त्याला मानवंदना देताना अनेकांच्या डोळ्यात अश्रू उभे राहिले.

माल्कमने आपले बायबल उघडले– *Gird thy sword upon thy thigh O most mighty, with thy glory and thy majesty. And in thy majesty ride prosperously because of truth and meekness and righteousness.*

ज्यू नसणाऱ्या माणसाला देण्यासारखा सर्वोच्च बहुमान इशोव्हने माल्कमला दिला. त्यांनी त्याला ''आमचा मित्र'' म्हटले. हृदय हेलावणाराच प्रसंग. एक शब्द न उच्चारता तो घाईघाईने त्याच्यासाठी थांबलेल्या गाडीत बसला आणि निघून गेला.

रेडर्स युनिट बरखास्त झाले. आरी बेन कनान याद एल्ला परतला. पण त्याचे मन मात्र ज्या ठिकाणी डाफना आणि वीस हॅगन्नाचे तरुण तरुणी चिरविश्रांती घेत होते, त्या लेबॅनॉनच्या सरहद्दीवरच्या टेकडीवरच रेंगाळत होते.

सर्वत्र शांतता झाल्यावर आणि सुरक्षित वाटायला लागल्यावर ताहा याद एल् सोडून अबू येशाला मुक्तार म्हणून परत गेला. बंडाळीच्या काळात तो बेन कनानच्या

संरक्षणाखाली त्याच्याच कुटुंबात रहात होता. त्या अठरा महिन्यांच्या काळात बराक आणि साराच्या लक्षात आले होते की, तो यार्देनाच्या प्रेमात पडला होता म्हणून. तिला आता कुठे तेरा वर्षे पुरी होत होती. ताहाच्या लोकात इतक्यात लहान मुलीच्या प्रेमात पडणे ही गोष्ट नवीन नव्हती. काही दिवसांनी तो आपले प्रेम दुःखी न होता विसरून जाईल या अपेक्षेने दोघेही काही बोलले नाहीत.

जनरल हॅवनहर्स्टच्या नेतृत्वाखाली पॅलेस्टाईनमध्ये नवीन राज्यकारभार सुरू झाला. त्याने प्रथम रेडर्स युनिटच्या सर्वांना एक एक करून कोर्टात खेचले आणि सहा महिने ते पाच वर्षे तुरुंगवासाच्या शिक्षा फर्मावल्या. अपराध? शस्त्रांचा बेकायदा वापर.

आरी आणि त्याच्याबरोबरच्या शंभर हॅगन्ना तरुणतरुणींना आकर तुरुंगाच्या अंधारकोठड्यात डांबण्यात आले. आता चाललेला प्रकार त्यांना मोठा विनोदच वाटत होता. सर्व कोठड्यात अंधार, उंदीर, झिरपणारे पाणी. तरीही दिवसरात्र हॅगन्नाची गाणी म्हणत ते तिथल्या गार्डस्ना त्रास देत होते.

१९३९ मध्ये आरीची सुटका झाली. तो याद एल्ला परतला आणि त्याच्याकडे बघताच आपल्या खोलीत जाऊन साराने आपल्या अश्रुंना वाट करून दिली. जन्मापासून या मुलाच्या नशिबात चाबूक, बंदुक आणि दुःखच लिहिले होते. डाफना आणि त्याचे अनेक मित्र मरण पावले होते. किती काळ चालणार हे? तिने कायम त्याला याद एल्लाच ठेवून घ्यायची शपथ घेतली.

हॅवनहर्स्ट पक्का ज्यू द्वेष्टा होता. त्याचा वरवंटा पॅलेस्टाईनभर फिरायला लागला. आता शेवटच्या विश्वासघाताची वेळ आली होती. आणखी एका चौकशी समितीचा फार्स झाला. मुफ्तीने सुरू केलेल्या रक्तरंजीत तीन वर्षांच्या बंडाळीबद्दलही ज्यूंनाच जबाबदार धरण्यात आले. ते पॅलेस्टाईनमध्ये येत असल्यानेच ही बंडाळी म्हणे माजली होती.

व्हाईट हॉल, चॅथॅम हाऊस आणि नेव्हिल चेंबर्लेन यांनी दुसऱ्या महायुद्धाच्या तोंडावरच एक श्वेतपत्रिका प्रसिद्ध केली. जीव वाचवण्यासाठी काहीही करून जर्मनी सोडण्याच्या प्रयत्नात असलेल्या ज्यूंना पॅलेस्टाईनमध्ये प्रवेश करायला बंदी घातली. नवीन जमीन खरेदीवर बंदी घातली. ज्यांनी म्युनिचमध्ये जर्मनीपुढे लोटांगण घालून स्पेन आणि झेकोस्लोवाकियाचा विश्वासघात केला होता, त्यांनी पॅलेस्टाईनमधल्या ज्यूंच्या बाबतीतही तेच केले होते.

## १७

ब्रिटनच्या श्वेतपत्रिकेने इशोव्ह मुळापासून हादरली. युद्ध सुरू होण्याची स्पष्ट

चिन्हे दिसत होती आणि जर्मन ज्यूंच्या सुटकेचा मार्गच ब्रिटीशांनी बंद केला होता. हा धक्का जबरदस्त होता.

मक्काबीजचे अस्तित्व आतापर्यंत सर्व विसरायला लागले होते. आता शेकडो ज्यू त्यांना जाऊन मिळायला लागले. त्यांनी ब्रिटीशांविरुद्ध उघड उघड बंड पुकारले. जेरूसलेममधल्या ब्रिटीश ऑफिसर्स क्लबवर बॉम्बहल्ला केला. अरबांमध्ये दहशत माजवली. त्यांचे अनेक ताफे लुटले. ब्रिटीश शस्त्रागारांवर हल्ले चढवले.

जनरल हॅवनहर्स्टने ज्यू पोलिसपथके बरखास्त करून टाकली. इशोव्ह सेंट्रल आणि रेडर्स युनिटच्या उरलेल्या लोकांची धरपकड करून त्यांना आकर तुरुंगात टाकले. हॅगन्नाही भूमिगत झाली.

बेन गुरीयनने आवाहन केले की, आजपर्यंत इशोव्हने जो शहाणपणा आणि सहनशीलता दाखवली होती ती आजही दाखवावी. त्याने उघडपणे ज्यूंच्या दहशतवादी कृत्यांची निंदा केली. पण त्याच वेळी हॅगन्नामधला मोठा गट सरळ ब्रिटीशांशी दोन हात करावे म्हणत होता. त्यांना अविदानने कसेबसे रोखून ठेवले. त्याला हॅगन्नाचा सर्वनाश होण्याची भीती वाटत होती.

ब्रिटनने आपली श्वेतपत्रिका मागे घ्यावी म्हणून झायोनिस्ट प्रतिनिधी, डॉ. हाईम वाईझमन आणि बराक बेन कनान लंडनला गेले. पण श्वेतपत्रिका मागे घेतली तर आता अरब संतापणार होते. व्हाईटहॉलमध्ये श्वेतपत्रिका मागे घ्यायला कुणी तयार नव्हते.

पॅलेस्टाईनमध्ये हुसेनीच्या ठगांनी पुन्हा खुनांचे सत्र आरंभले. उच्च अरब कमिटी म्हणजे मुफ्तीचा पुतण्या जेमाल हुसेनीच्या हातामधले बाहुले होते.

जर्मन ज्यू घाबरून देश सोडायचा प्रयत्न करत होते. त्यांची परिस्थिती अत्यंत हलाखीची होती. तिथली झायोनिस्ट संघटना कोसळली.

काही ज्यूंना पॅलेस्टाईन सोडू द्यायचे नाही आणि जर्मन ज्यूंना पॅलेस्टाईनमध्ये प्रवेश द्यायचा नाही असा पवित्रा ब्रिटनने घेतला. हॅगन्ना किंवा आलिया बेतशी संबंध आलेला ज्यू त्यांचा एजन्टच असतो अशी ब्रिटनची खात्री होती. अविदानच्या आज्ञेवरून आरीने पॅलेस्टाईन सोडले तेव्हा तो प्रथम हा मिशमारहून लेबॅनॉनला निसटला. तिथून चालत बैरूटला गेला, नंतर बोटीने मार्सेलीसला पोचला आणि आठवडाभराने त्याने बर्लिनचे झायोनिस्ट कार्यालय गाठले.

''जितके ज्यू जर्मनीबाहेर काढता येतील तेवढे काढ'' ही एकच आज्ञा त्याला होती.

तो बर्लिनला पोचला तेव्हा झायोनिस्ट कार्यालयात गोंधळ माजला होता. जर्मनांच्या ताब्यात एक हुकमी एक्का होता. व्हिसा! जिवाच्या धास्तीने जर्मनी सोडण्याचा प्रयत्न करणारे ज्यू जितके निराश होत होते तितकी व्हिसाची किंमत

वाढत होती. कित्येक ज्यूंनी आपल्या कुटुंबासाठी व्हिसा मिळवण्यासाठी आयुष्यभर कमावलेला सर्व पैसा ओतला. व्हिसा चोरले जात होते. बनावट व्हिसा बनवले जात होते आणि एक क्रूर सत्य म्हणजे जगातल्या बहुतेक सर्व देशांना जर्मन ज्यू नकोच होते. त्यांनी आपले दरवाजे ज्यूंसाठी बंदच करून टाकले. जेव्हा ते देश कसेबसे व्हिसा देत तेव्हा त्यांची महत्त्वाची अट होती की, ते जर्मनीतून बाहेर पडण्यासाठीच फक्त वापरले जातील. ज्यूंनी त्यांच्या देशात पाऊल टाकता कामा नये.

व्हिसा कुणाला द्यायचे आणि कुणाला नाही हा निर्णय आरीवर सोपवण्यात आला. निराश ज्यूंचे शिव्याशाप आणि धमक्या यांना तो दररोज तोंड देत होता. पाच वर्षे ज्यूंनी जर्मनीबाहेर पडावे असा लकडा झायोनिस्ट लावत असताना कोणीही देश सोडला नव्हता आणि आता ते त्यासाठी जिवावर उदार झाले होते. आता झायोनिस्टनी सर्व प्रथम ज्यू मुलांना बाहेर काढायचे ठरवले. त्यांच्याबरोबरीने शास्त्रज्ञ, डॉक्टर, आपापल्या उद्योगातले अग्रणी असे ज्यू, समाजाच्या उच्च थरांमधले ज्यू.

हजारो ज्यूंची जर्मनी सोडायची आशा नष्ट होत असताना आरी आणि आलिया बेत काही शेकडो ज्यूंसाठीच व्हिसा मिळवू शकत होते. आरीने एक मोठा जुगार खेळून नशीब अजमावायचे ठरवले. हजारो व्हिसा एकदाच मिळवायचा प्रयत्न करायचा. सर्व मुले आणि इतर मान्यवर ज्यूंना एकाच वेळी बाहेर काढायचे. त्याने फ्रान्समधल्या आलिया बेतला सावधान रहायचा संदेश दिला. हे काही हजार ज्यू तरी पोचतील नाही तर त्याची तरी रवानगी यातनातळावर झाली असेल.

त्याने चक्क उच्चपदस्थ नाझींशीच वाटाघाटी सुरू केल्या. त्याचा युक्तिवाद वेगळाच होता. ब्रिटन आणि जर्मनी दोघेही अरबांना आपल्या बाजूने खेचायला बघत होते. जितके ज्यू पॅलेस्टाईनला पोचलीत तेवढाच अरबांचा ब्रिटनवरचा राग वाढेल आणि विरोधही. ब्रिटनच्या विरोधात आलिया बेतने नाझींशी संगनमत करावे अशी विचित्र परिस्थिती निर्माण झाली होती. गेस्टापोच्या रक्षणाखालीच आरीने बर्लिनमध्ये काम सुरू केले.

काहीही करून जास्तीत जास्त व्हिसा मिळवण्याच्या प्रयत्नांना तो लागला. विकत घ्यायचे, चोरायचे, लाच देऊन मिळवायचे. कोणताही मार्ग वर्ज्य नव्हता. भूमिगत मार्गाने दोन दोन, तीन तीन करून उच्चपदस्थ शास्त्रज्ञांना जर्मनीबाहेर काढायचेही त्याचे प्रयत्न होते. १९३९ चे भीतिदायक वर्ष संपत आले होते. शेवटची वेळही निघून जात होती. तो चोवीस चोवीस तास काम करत होता.

इकडे लंडनमध्ये बराक बेन कनान आणि इतर प्रतिनिधीही चोवीस तास तिथले मंत्री, खासदार यांच्या भेटी घेत होते. पण त्यांचे कुणी ऐकत नव्हते. ब्रिटीश आपली भूमिका बदलायला तयार नव्हते.

ऑगस्टच्या मध्याला आरीला फ्रान्समधल्या आलिया बेतचा तातडीचा संदेश

मिळाला. "तात्काळ जर्मनी सोड."

आरीने त्या संदेशाकडे दुर्लक्ष करून आपले काम चालू ठेवले. प्रत्येक दिवस म्हणजे आता मृत्यूशी शर्यत होती.

दुसऱ्यांदा तोच संदेश आला. हॅगन्नाकडून!

बहात्तर तासात ज्यूंनी भरलेली एक आगगाडीच जर्मनीबाहेर काढून डेन्मार्कला न्यायचा त्याचा प्रयत्न चालू होता.

तिसरा संदेश मिळाला– चौथाही.

मुलांनी भरलेली आगगाडी डेन्मार्कची सरहद्द पार करताना आरी बेन कनान जर्मनीबाहेर निसटला. जर्मन सैन्याने पोलंडवर हल्ला करून दुसरे महायुद्ध सुरू करायच्या फक्त अठ्ठेचाळीस तास आधी.

आरी आणि बराक बेन कनान दोघेही त्यांच्यावर सोपवलेल्या कामगिऱ्या पार पाडून पॅलेस्टाईनला परत आले. दोघेही अत्यंत थकलेले होते आणि अत्यंत निराश बनलेले होते.

युद्धाला तोंड लागताच ज्यू नेत्यांना पुढला मार्ग ठरवायला फक्त दहा मिनिटे पुरली. बेन गुरीयनने इशोव्हला ब्रिटीश सैन्यात भरती व्हा असा लकडा लावला. ब्रिटीशांचा आणि त्यांचा शत्रु आता तरी एकच होता.

या निमित्ताने कायदेशीरपणे शस्त्रास्त्रे चालवण्याचे शिक्षण घ्यायला संधी मिळेल या हेतूने हॅगन्नानेही याला संमती दिली.

पॅलेस्टाईनचा ब्रिटीश कमांडर जनरल हॅवनहर्स्ट याने पॅलेस्टाईनमधल्या ज्यूंना ब्रिटीश सैन्यात भरती करायला सक्त विरोध दर्शविला आणि तसे ब्रिटीश वॉर ऑफिसला कळवून टाकले. "आज जर आपण ज्यूंना शस्त्रसज्ज केले आणि त्यांना युद्धाचा अनुभव दिला तर उद्या निश्चितपणे याच ज्यूंशी आपल्याला लढायला लागेल."

युद्ध सुरू झाल्यापासून आठवड्यात एक लक्ष तीस हजार तरुण तरुणींनी इशोव्ह सेंट्रलकडे सैन्यात भरती होण्यासाठी स्वत:हून नावे दिली. सबंध इशोव्हमधला प्रत्येकी चार माणसातला एक सैन्यात भरती होत होता.

अरब जर्मनांकडे आपले "मुक्तिदाते" म्हणून बघत होते. त्यांची वाट बघत होते.

इशोव्हने सैन्यात भरती होण्याची जी तयारी दाखवली होती. तिच्याकडे ब्रिटीशांना दुर्लक्ष करता येत नव्हते आणि हॅवनहर्स्टने दिलेल्या धोक्याच्या इशाऱ्याकडेही. त्यांनी मधला मार्ग स्वीकारला. पॅलेस्टाईनमधल्या ज्यूंना सैन्यात भरती करून घ्यायचे पण आघाडीवर पाठवायचे नाही म्हणजे त्यांना शस्त्रास्त्रे वापरायचा आणि युद्धाचा अनुभव मिळणार नाही. त्यांनी ज्यूंना ट्रान्स्पोर्टेशन, इंजिनिअरींग युनिटस्‌मध्ये घेतले. इशोव्ह सेंट्रलने या भेदभावाबद्दल रागारागानेच विरोध केला. जर्मनांशी

लढण्यासाठीही सर्वांनाच सारखी संधी मिळायला हवी.

मक्काबीज सोडले तर सबंध इशोव्ह एकजुटीने सर्व निर्णय घेत होते. अविदानने आपला अभिमान गिळून अकिवाशी संपर्क साधला. जेरूसलेममधल्या किंग जॉर्ज रोडवरच्या फ्रॅन्केल रेस्टॉरन्टच्या तळघरात दोघे भेटले. पाच वर्षांनी दोघे प्रथमच समोरासमोर आले होते.

अकिवा साठ वर्षांचा वृद्ध वाटत होता. दोन किब्बुत्झची उभारणी आणि गेल्या काही वर्षातले दडून रहाणे यामुळेच तो थकला होता. दोघांनीही आपापल्या रक्षकांना खोलीबाहेर पाठवले. दोघांनाही बराच वेळ बोलायची सुरुवात करता येईना. ते एकमेकांकडे नुसते बघत राहिले.

शेवटी अविदानच म्हणाला की, तो एकच विनंती करायला आला आहे. युद्धसंपेपर्यंत तरी मक्काबीजनी ब्रिटीशांशी शस्त्रसंधी करावा.

ब्रिटीश, त्यांची ती श्वेतपत्रिका, इशोव्ह सेन्ट्रल आणि हॅगन्ना यांचा नाकर्तेपणा या सगळ्या गोष्टींवरचा खदखदत असलेला राग ताबडतोब बाहेर आला. संतापाने जळफळत अकिवा नुसती आगपाखड करत होता.

स्वत:वर ताबा ठेवून अविदान शांतपणे म्हणाला, "अकिवा! प्लीज्! तुझ्या भावना मला माहीत आहेत. आपल्या दृष्टिकोनात काय फरक आहे तोही माहीत आहे. तरीसुद्धा या घडीला जर्मनी हाच आपला मोठा शत्रु आहे. ब्रिटीशांपेक्षा आज आपल्या अस्तित्वाला जर्मनीकडून धोका आहे."

अकिवाने अविदानकडे पाठ फिरवली. तो विचार करून वळला आणि त्वेषाने उद्गारला, "ब्रिटिशांना त्यांची श्वेतपत्रिका मागे घ्यायला लावायची हीच वेळ आहे. आज आणि आता जॉर्डनच्या दोन्ही तीरांवर आपले राष्ट्र जाहीर करा. ब्रिटीश कठीण परिस्थितीत आहेत ना? मग त्यांना ठोकायला हीच वेळ योग्य आहे."

"आपली राष्ट्रनिर्मिती इतकी महत्त्वाची आहे की, त्यासाठी आपण जर्मनांच्या विजयाला हातभार लावावा?"

"आणि तुम्हाला काय वाटते की, ब्रिटीश आपला पुन्हा विश्वासघात करण्यासाठी थोडेही कचरतील म्हणून?"

"आज तरी जर्मनांशी लढण्यावाचून दुसरा पर्याय आहे असे वाटत नाही मला अकिवा."

अकिवा प्रक्षुब्धपणे फेऱ्या घालत होता. रागामुळेच त्याच्या डोळ्यात अश्रू जमा व्हायला लागले. तो स्वत:शीच पुटपुटत होता. गुरगुरत होता. शेवटी थरथरत्या आवाजात पण हळू स्वरात तो म्हणाला, "जिवाच्या भीतीने सैरभैर झालेल्या ज्यूंना ब्रिटीशांनी पॅलेस्टाईनचा किनारा बंद केला आहे– आपल्या मुलांना त्यांच्या सैन्यात घेटोत असल्याप्रमाणे सापत्न वागणूक मिळत आहे– श्वेतपत्रिका प्रसिद्ध करून

त्यांनी आपला गळा कापला आहे– इशोव्ह तनमनधन अर्पून ब्रिटीशांना त्यांच्या युद्धप्रयत्नात हरतऱ्हेची मदत करत आहे आणि अरब गिधाडांसारखे नुसते टपून बसले आहेत– तरीसद्धा ब्रिटीशांपेक्षा जर्मनी मोठा शत्रू आहे आणि म्हणून ब्रिटीशांच्या खांद्याला खांदा देऊन लढायला हवे– बरोबर अविदान? जशी तुमची इच्छा.– मक्काबीज शस्त्रसंधी पाळतील.''

दोघे वैऱ्यासारखे समोरासमोर उभे होते. शेवटी दोघांनी हात मिळवले. अकिवाने ओठांवर जीभ फिरवत हळूच विचारले. ''भाऊ कसा आहे माझा?''

''आताच लंडनहून परत आला आहे.''

''बरोबर. परिषदा– बराकला तेच जमते आणि सारा आणि मुले?''

''ठीक आहेत. आरीचा तर तुलाही अभिमान वाटावा.''

''बरोबर! आरी! चांगला मुलगा आहे. चांगलाच आहे आणि– आणि एन्ओर कसे दिसते हल्ली?''

अविदानची नजर खाली गेली. ''एन् ओर! शोशान्ना! प्रेमाने आणि अपार घाम आणि रक्त गाळून बांधल्या गेलेल्या वसाहती आहेत अकिवा. त्या जशा दिसायला पाहिजेत तशाच दिसतात.'' अविदान वळला आणि बाहेर पडला.

*``Zion shall be redeemed with judgment'' अकिवा अंधाऱ्या तळघरातून ओरडला. ``and the destruction of the transgressors and of the sinners shall be together and they that foresake the Lord shall be consumed.* ब्रिटीशांशी एक दिवस दोन हात करावे लागतीलच.''

आरीत खूप बदल झाला होता. तो कायम खिन्न असे. नक्की कोणत्या घटनेने तो मनाने इतका खचला होता हे सांगणे कठीण होते. हा मिशमार?– रेडर्स युनिट– आकर तुरुंग-आलिया बेतसाठी ज्यूंना वाचवण्यासाठी बर्लिनमध्ये केलेले हृदयद्रावक काम– डाफनाचा मृत्यु? त्याला आता कुणात मिसळायची इच्छा नव्हती. याद एल्‌ला रहायचे आणि शेती करायची. दुसरे कुणीही जवळ नको. बस्. तो एक शब्द कुणाशी बोलत नव्हता.

युद्ध सुरू झाले तेव्हाही तो याद एल्‌मधेच रहात होता. मोकळा वेळ आता अबू येशाचा मुक्तार असलेल्या त्याचा बालमित्र ताहाबरोबर घालवत होता. बऱ्याच महिन्यांनी एक दिवस तो शेतावरून परतला तर स्वत: अविदानच त्याला भेटायला आलेला दिसला.

''मी का आलो आहे तुला कळले असेलच.'' जेवणानंतर अविदानने बोलायला सुरुवात केली.

"हं."

"मी स्पष्टच बोलतो. अजून आपल्यापैकी काही डझन तरुण असे आहेत की, त्यांनी सैन्यात भरती व्हावे असे मला वाटते. ब्रिटीशांनी अनेक वेळा हॅगन्नाकडे तुझ्याबद्दल चौकशी केली आहे. ते तुला कमिशन्ड ऑफिसर म्हणून घ्यायला तयार आहेत."

"मला इच्छा नाही तशी."

"त्यांना गरज आहे तुझी. आम्ही तुला अरब इन्टलिजन्समध्ये घेऊ शकतो. हॅगन्नालाही फायदा होईल त्याचा."

"ओ! मला वाटले इतर ज्यूंसारखे कचरा गोळा करायचे काम देतील म्हणून. चांगल्या ज्यूंच्या यादीत नाव दिसते माझे."

"आरी! आज्ञा द्यायची पाळी आणू नकोस माझ्यावर."

"आज्ञा दिलीत तर एखादेवेळी तुम्हालाच आश्चर्याचा धक्का बसेल."

अविदान पोलादी शिस्तीचा माणूस होता. या उत्तराने तो चमकलाच. हॅगन्नामधल्या इतर सैनिकांप्रमाणेच आरी बेन कनान विश्वासू आणि आज्ञाधारक होता.

"आज सरळसरळ बोलणे होते आहे ते चांगले आहे. बर्लिनहून परत आल्यापासून हा मुलगा विषण्णच आहे." बराक म्हणाला.

"आरी– आम्हाला खरंच तशी सक्ती करावी लागेल."

"पण मी कशाला ब्रिटीश गणवेश चढवावा? नंतर त्यांच्या बाजूने शस्त्र हातात धरले म्हणून तुरुंगात टाकायला?"

बराकने मुलगा काय वेड्यासारखा बोलतो आहे अशा थाटात हात वर उचलले.

"ठीक आहे पपा! मीही स्पष्टच बोलतो. पाच वर्षांपूर्वी अकिवाकाकांनीच फक्त आपला मुख्य शत्रू कोण आहे हे स्वच्छ सांगितले होते."

"त्याचे नाव घेऊ नकोस माझ्या घरात" बराक ओरडला.

"पण तीच वेळ आज आली आहे. मी देखील मक्काबीजना जाऊन मिळालो नाही ते केवळ तुमच्याविरुद्ध पाऊल उचलायचे नाही म्हणून."

रागावून आणि काही बोलायची बराकला संधी मिळू नये म्हणून अविदान घाईघाईने म्हणाला, "पण अकिवा आणि मक्काबीजनी सुद्धा ब्रिटीशांशी शस्त्रसंधी केला आहे."

आरीने पाठ फिरवून दरवाजातून बाहेर पडण्यासाठी पाऊल उचलले. "मी ताहाच्या घरी जातो आहे. जर्मनांनी आक्रमण केले तर कळवा मला."

डंकर्क! क्रीट! ग्रीस! जर्मन्स युरोपला पायदळी तुडवत होते. ब्रिटीश प्रत्येक ठिकाणी मार खात होते. लंडनवर अविरत बॉम्बवर्षाव चालू होता.

ब्रिटीशांच्या युद्ध प्रयत्नात ज्यू आपली सर्व ताकद पणाला लावत असताना, ब्रिटीश त्यांना जास्तीत जास्ती अपमानास्पद वागणूक देत होते. काही भीषण घटनांनी उरल्यासुरल्या ज्यूंची सहनशक्ती नाहीशी व्हायला लागली.

युरोपमधून जीव घेऊन पळालेल्या आठशे ज्यूंनी भरलेली स्टूमा ही बोट कशीबशी इस्तंबूल बंदरात पोचली. बोट कधी तळाला पोचेल याची शाश्वती नव्हती. बोटीवरल्या ज्यूंची परिस्थितीही वाईट होती. इशोव्ह सेंट्रलने व्हिसांसाठी ब्रिटीशांकडे याचना केली. ब्रिटीशांनी नकार दिला आणि इस्तंबूलमधून ती बोट बाहेर काढण्यासाठी दडपण आणले. तुर्की पोलिसांनी बॉस्फरसमधून खेचत नेऊन ती काळ्या समुद्रात ढकलून दिली. ती तात्काळ बुडली. आठशे ज्यूंपैकी सातशे नव्याण्णव बुडून मेले.

दोन दुसऱ्या स्टीमर दोन हजार अशाच निर्वासितांना घेऊन पॅलेस्टाईनला कशाबशा पोचल्यावर ब्रिटीशांनी त्या सर्वांना मॉरीशसमध्ये हद्दपार करण्यासाठी पेट्रीआ या छोट्या बोटीवर चढवले. हैफा बंदरासमोरच ती बुडाली आणि शेकडो जणांना जलसमाधी मिळाली.

आणि या अपवादात्मक घटना नव्हत्या.

ब्रिटन आपल्या श्वेतपत्रिकेला चिकटून बसले होते. काहीही झाले तरी अरबांना दुखवायचे नाही.

१९४१ च्या शेवटी शेवटी ब्रिटीश घायकुतीला आले होते. अरबांकडून काडीइतकी मदत होत नव्हती. एक माणूस सैन्यात भरती झाला नव्हता. अरब गप्प बसून असताना पन्नास हजार ज्यू ब्रिटिश गणवेषात होते. हॅवनहर्स्टचा विरोध असूनही नाईलाजाने ज्यूंच्या पलटणी आघाडीवर पाठवण्याशिवाय ब्रिटीशांना गत्यंतर नव्हते.

पश्चिम युरोप पादाक्रांत केल्यावर इंग्लिश खाडीवर जर्मनांची ब्रिटनवरच्या चढाईसाठी जमवाजमव सुरू झाली. इंग्लंड धुळीला मिळण्याची चिन्हे दिसत होती. त्यांना भविष्यात फक्त काळाकुट्ट अंधार दिसत होता. आश्चर्याची गोष्ट म्हणजे हाच काळ त्यांना अंतिम विजयाकडे घेऊन जाणार होता. जर्मनीने रशिया, ग्रीस, युगोस्लाव्हिया यांच्या सैन्यांना खडे चारले होते. ब्रिटीशांनी अत्यंत निग्रहाने सर्व पराभव पचवून तीन वर्षे जर्मनीला तोंड दिले होते आणि म्हणूनच की काय ब्रिटनवर शेवटची चढाई करायला ते कचरत होते.

ब्रिटनने ओटोमन साम्राज्याचे जसे तुकडे उडवले होते, तसेच ब्रिटीश साम्राज्याचे तुकडे उडवायला जर्मनी सज्ज झाले होते. मध्यपूर्वेतून ब्रिटीशांना हाकलून देऊन हिंदुस्तान आणि पूर्वेकडला मार्ग मोकळा करण्यासाठी रोमेलची आफ्रिका कॉर्प्स एका मागोमाग एक चढाया करत होती.

हाज अमीन एल् हुसेनी लेबॅनॉनहून बगदादला आला. नावापुरतेच इराक ब्रिटनच्या बाजूने उभे होते. इस्लामसाठी सर्वस्व गमावणारा अशी त्याने स्वत:ची प्रसिद्धी करून घेतली होती. इराकच्या काही सैन्याधिकाऱ्यांना हाताशी धरून त्याने इराकचे सरकार उलथवून टाकण्याचा प्रयत्न केला. शेवटच्या क्षणी अरब लीजनच्या फौजा पाठवून ब्रिटीशांनी त्याचा प्रयत्न हाणून पाडला. हाज अमीन पळाला तो सरळ जर्मनीला पोचला. ॲडॉल्फ हिटरलने स्वत: ''आपला भाऊ'' म्हणत त्याचे स्वागत केले. या दोन पिसाटलेल्या माणसांना एकमेकांचा फायदा उठवायचा होता. जर्मनीच्या लष्करी योजनांच्या आधारे मुफ्तीला सबंध अरब जगताचे स्वामित्व हवे होते. हिटलरला दाखवून द्यायचे होते की, अरब आणि जर्मनी यांच्यात किती सौहार्दपूर्ण मैत्री होऊ शकते. नाझींचा एजन्ट म्हणून मुफ्तीने बर्लिन रेडिओवरून भाषणे ठोकायला सुरुवात केली.

''अरबांनो, उठा! तुमच्या हुतात्म्यांचा सूड घ्या! मी पॅलेस्टाईनचा मुफ्ती जुलुमी ब्रिटीशांविरुद्ध जिहादची हाक देतो आहे– ब्रिटीशांविरुद्ध तुम्हाला किती तिरस्कार आहे, ते मला ठाऊक आहे– ब्रिटीश आणि ज्यू इस्लामचे शत्रू आहेत– ज्यू आपल्या इस्लामिक संस्थांवर कब्जा करण्यासाठी टपलेले आहेत– परम पवित्र ओमर मशिदीच्या जागी त्यांचे देऊळ होते असे ते म्हणतच आहेत आणि संधी मिळताच ती मशीद ते भ्रष्ट करतील– ज्यू मिळतील तिथे त्यांना ठेचून काढा– ते देवाला आवडणारे कृत्य आहे– तो तुमचा पाठीराखा आहे.''

आणि या चिथावणीचा परिणाम अरबांवर नक्कीच होत होता.

सीरिया आणि लेबॅनॉन व्हिची फ्रेंचांच्या ताब्यात होते. पॅलेस्टाईन आणि इजिप्तवरल्या चढाईसाठी तिथे अफाट युद्धसामुग्री येत होती. इजिप्शियन चीफ ऑफ स्टाफ जर्मनांना गुपिते विकत होता. इजिप्तच्या रक्षणासाठी राजे फरूख एक सैनिक ब्रिटीशांना देत नव्हते. इराकमध्ये ब्रिटीशांविरुद्ध कटकारस्थाने चालू होती.

दोस्तांना एकच मित्र होता. अमेरिकन डॉलर्सनी विकत घेतलेला क्रूरकर्मा इब्न सौद. पण तेवढेच. ब्रिटीशांची आठवी आर्मी जीवनमरणाच्या लढ्यात गुंतलेली असताना त्याने त्यांना एक उंटही दिला नव्हता.

संबंध मध्यपूर्वेत दोस्तांच्या बाजूने कोणी लढत असतील तर ते फक्त ज्यू होते.

लिबियातल्या विजयानंतर रोमेलचे डोळे अलेक्झांड्रियावर खिळले होते. जर्मन ''मुक्तिसेनेच्या'' स्वागतासाठी अलेक्झांड्रियामध्ये जर्मन ध्वज तयार होत होते.

रशियन आघाडीवर जर्मन सेना स्टॅलिनग्राडच्या वेशीवर उभ्या होत्या.

दोस्तांना कुठेही आशेचा किरण नजरेस पडत नव्हता.

जर्मन सैन्याचे मुख्य लक्ष होते सुएज, इजिप्त, पॅलेस्टाईन. ब्रिटीश साम्राज्याच्या गळ्याला इथेच नख लावता येत होते. स्टॅलिनग्राड हस्तगत केल्यावर कॉकेशस पर्वतातून पूर्वेकडे आणि हिंदुस्तानवर दुसरी धडक मारता येणार होती.

अशा अत्यंत कठीण प्रसंगाच्या वेळी नाक मुठीत धरून ब्रिटनने इशोव्ह सेंट्रलला गनिमी सैन्य उभारून ब्रिटीशांना स्वत:चा जीव वाचवण्यासाठी आणि जर्मनांना पायबंद करण्यासाठी मदत करण्याची विनंती केली. या गनिमी सैन्याचे नाव होते पालमाख. नंतरचे हॅगन्नाचे सशस्त्र दल.

"आज मी ब्रिटीश सैन्यात भरती झालो." एके दिवशी रात्री जेवताना शांतपणे आरी बेन कनानने सांगितले.

दुसऱ्या दिवशी बेथ एलोहिम किब्बुत्झमध्ये आरी हजर झाला. पॅलेस्टाईनमधले सैन्यात भरती झालेले सर्व तरुण तिथे येत होते. पालमाख सैन्याची उभारणी होत होती.

## १८

*बेथ एलोहिम* हे किब्बुत्झ जेझरील खोऱ्याच्या मध्यभागी माऊन्ट टाबोरच्या पायथ्याशी होते. ब्रिटनने कमिशन्ड ऑफिसर म्हणून आरी बेन कनानला या गनिमी सैन्याचा प्रमुख नेमले. बहुतेक सर्व तरुण आणि तरुणी अत्यंत लहान वयाचे होते. पालमाखचे सैन्याधिकारीही आरीप्रमाणेच विशीतले होते.

मेजर पी. पी. माल्कमने शिकवलेले धडे गिरवून घेण्यासाठी पूर्वीच्या रेडर्स युनिटमधली अनुभवी माणसे आली.

कुणालाही गणवेश नव्हता की, वेगळा हुद्दा नव्हता. मुलांना आणि मुलींना एकाच तऱ्हेने वागविण्यात येत होते. बायबलप्रमाणेच तुमचे भविष्य आता तुमच्याच हातात आहे या पी. पी. माल्कमच्या शिकवणीनुसार शिक्षण देण्यात येत होते. दोन तरुण इतके हुशार होते की, त्या दोघांना आरीच्या हाताखाली दोन युनिटस्‌चे मुख्य बनवण्यात आले. एक होता गॅलिलीमधल्या किब्बुत्झमधून आलेला दणकट शरीरयष्टीचा झुबकेदार मिशांचा झेव गिलबोआ. नंतर अशा मिशा ठेवण्याची पालमाखनिखची पद्धतच पडली. दुसरा होता विचारी आणि अत्यंत भावनाविवश होऊन बोलणारा जेरुसलेमहून आलेला विद्यार्थी डेव्हिड बेन अमी. दोघेही विशीच्या आतच होते.

एक दिवस जनरल हॅवनहर्स्टने भेट दिली. त्याने कॅम्पची पहाणी केली. कुणी त्याच्याशी विशेष बोलले नाही. त्याने आरीला कॅम्पच्या मुख्य कार्यालयात बोलावले.

समोरासमोर आल्यावर दोघांनी एकमेकांना हात केला. नाईलाज म्हणूनच दाखवलेली सभ्यता. दोघांनाही एकमेकांबद्दल मनस्वी चीड होती.

"या पालमाख सैनिकांच्या उत्कृष्ट शिक्षणाबद्दल अभिनंदन लेफ्टनंट बेन कनान."

"थॅन्क यू सर."

"तुझेच रेकॉर्ड बघत होतो. बऱ्याच उचापती करतोस."

"माझ्या जन्मापासूनची परिस्थितीच याला कारणीभूत आहे सर. खरा म्हणजे मी हाडाचा शेतकरी आहे."

"एका खास कामगिरीसाठी तू स्वतःहून यावेस म्हणून मी खरे म्हणजे आज इथे आलो आहे. तू भरती होताना घातलेली फक्त पालमाखना शिक्षण देण्याची अट मला माहिती आहे. पण आज परिस्थिती अशी आहे की, ती अट थोडी शिथील करावीस अशी माझी इच्छा आहे."

"मी ब्रिटिश सैन्यात आहे सर. जी कामगिरी देण्यात येईल ती मी स्वीकारेन."

"छान! मग थोडक्यात सांगतो. सीरियामधे जर्मन सैन्याची जमवाजमव चालू आहे. या वसंतऋतुत पॅलेस्टाईनमधे चढाई करण्याचा त्यांचा इरादा दिसतो. आपले व्हिची फ्रेन्च सरकारशी युद्ध नाही म्हणून आपण सीरियावर चढाई करू शकत नाही. त्या कामासाठी आपल्याकडे फ्री फ्रेन्च सैन्याच्या तुकड्या आहेत. आपल्याला गरज आहे ती तपशीलवार माहितीची. हा मिशमार पासूनच तुला लेबॅनॉन आणि सीरियाची माहिती आहे. तुला अरेबिक उत्कृष्ट बोलता येते. म्हणून आम्ही तुझी निवड केली आहे. त्यावेळचे तुझ्याबरोबरचे तरुण गोळा करून तू पुन्हा हा मिशमारला जावेस आणि तिथे मुख्य तळ उभारावास आणि तिथून टेहळणीसाठी आणि माहिती मिळवण्यासाठी सर्वत्र हेर पाठवावेस. सीरियावर चढाई सुरू झाली की, काही खास कामगिऱ्या असतीलही. तुला आम्ही कॅप्टनचा हुद्दाही देऊ."

"यात एकच अडचण दिसते सर."

"कुठली?"

"हा मिशमारमधले अनेक तरुण ब्रिटिशांनीच तुरुंगामधे डांबून ठेवले आहेत सर."

हॅवनहर्स्टचा चेहरा लाल झाला. "त्यांची सुटका करू आम्ही."

"इथल्या दोन तरुणांनाही मला हा मिशमारला न्यायची इच्छा आहे. त्यांचीही ब्रिटिश सैन्यात बदली करावी."

"ठीक आहे."

आरी दरवाजापर्यंत जात म्हणाला, "या क्षणाला सीरियावर चढाई करायची कल्पना उत्कृष्ट आहे सर. थेट हिन्दुस्तानपर्यंत माघार घ्यायला ब्रिटिश आठव्या आर्मीला जागा मिळेल मग."

हॅवनहर्स्टने या ज्यूकडे एकदा रोखून बघितले. "सांगायची आवश्यकता दिसत नाही बेन कनान पण एक दिवस आपण शत्रुसारखे एकमेकांसमोर उभे ठाकणार आहोत."

"एक दिवस? तसे आजच आहोत आपण सर."

आरीने बेथ एलोहिम सोडले आणि झेव गिलबोआ आणि डेव्हिड बेन अमी या आपल्या सार्जंटना घेऊन तो हा मिशमारच्या टेकडीवर पोचला. तिथल्या दु:खद आठवणी आजही त्याच्या मनात ताज्या होत्या. जगाच्या कानाकोपऱ्यात ब्रिटिश सैन्यात असणाऱ्या मूळ हॅगन्ना गॅन्गमधले पन्नासजणही हा मिशमारला येऊन पोचले.

हा मिशमार या मुख्य ठाण्यापासून थेट दमास्कसपर्यंत आरीची पथके गेली. अत्यंत सावधानतेने. चढाई अकल्पितपणे घडणारी गोष्ट ठरायला हवी होती. बहुतेक सर्वजण आपली मातृभाषा असल्याप्रमाणे उत्कृष्ट अरेबिक बोलत. त्यांना तो भूभागही पूर्ण ओळखीचा होता. दिवसा अरब वेशात ते नुसते इकडे तिकडे फिरून माहिती गोळा करत. पण आरीला खुद्द दमास्कस आणि बैरुटमधे जायचे होते. ती एखादेवेळी कुणाच्या तरी जीवावर बेतणारी गोष्टही ठरली असती. ते काम कुणी तरी एकट्यानेच करायला हवे होते. थोडाही संशय न येता त्या तरुणाला सर्वत्र संचार करायचा होता. आरीने हॅगन्नाशी विचारविनीमय केला. त्यांनी सतरा वर्षांच्या जोआब यारकोनीला त्याच्याकडे पाठवले.

जोआब यारकोनी हा कॅसाब्लॅन्का मधे जन्मलेला मोरोक्कन ज्यू. खरोखरच अरब म्हणूनच खपून गेला असता. त्याचे डोळे मोठे आणि चमकदार होते. तो अत्यंत हजरजबाबी आणि विनोदीही होता.

कॅसाब्लॅन्कामधल्या मेल्लात तो रहात असे. घेटोचा आफ्रिकन अवतार. या ज्यूंमधे आणि रशियन किंवा जर्मन ज्यूंमधे सांस्कृतिकदृष्ट्या काडीइतके साम्य नव्हते. स्पॅनिश इन्क्विझिशनच्या काळात पळालेल्यांचे हे वंशज. अजूनही त्यांच्यामधे किती तरी स्पॅनिश नावे होती.

कोणत्याच ज्यूला मुस्लीमांसारखी वागणूक मिळणे शक्य नसले तरी काही अरब प्रदेशात ज्यूंना तशी समान वागणूक मिळे. हजार वर्षांपूर्वी इस्लामचा जगभर प्रसार होण्याच्या काळात त्यांना खूप मान होता. त्या काळात ते डॉक्टर होते, तत्त्वज्ञ होते, कारागिर होते. अरब समाजातल्या उच्चभ्रू श्रेणीत ते वावरत होते. मंगोल आक्रमणानंतर अरब संस्कृती धुळीला मिळालीच पण ज्यूंची तर पार वाताहात झाली.

बगदाद, कैरो, दमास्कस, कुर्दिस्तान, कॅसाब्लॅन्का आणि आफ्रिकेतल्या किनाऱ्यावर आणि मध्यपूर्वेत सर्वत्र ज्यू होते. ख्रिश्चन लोकांनी ज्यूंची जशी सरसकट कत्तल उडवली होती तशी मुस्लीमांनी कधीच केली नव्हती. दंग्याधोप्यांच्या काळात ज्यूंचे डझनावारी खून पडत तेवढेच.

जोआब यारकोनी लहान असतानाच त्याचे कुटुंब पळाले आणि सुदोत याम (Fields of the Sea) किब्बुत्झमधे स्थायिक झाले. फक्त बारा वर्षांचा असताना जोआबने आलिया बेतसाठी चोरट्या शस्त्रांची वाहतूक करायला सुरुवात केली.

पंधराव्या वर्षी त्याने स्वत:हूनच असे एक धाडसी काम करून दाखवले की, त्याची इशोव्हमधे प्रसिद्धी झाली. एक गाढव घेऊन तो सुदोत यामपासून बगदादपर्यंत चालत गेला. तिथे इराकी डेटपाम वृक्षांची रोपे त्याने चोरली आणि पॅलेस्टाईनमधे परतला. त्यांची शोशान्ना इथल्या किब्बुत्झमधे लागवड केल्यावर एक नवीनच पीक इशोव्हला निर्यातीसाठी उपलब्ध झाले.

आरीचे काम जोआबच्या दृष्टीने फार सोपे होते. तो दमास्कसला चालत गेला. तिथून बैरुट. तिथून टायर. तीन आठवड्यांनी तो हा मिशमारला परत आला. त्याने दिलेली माहिती आधी काढलेल्या माहितीशी तंतोतंत जुळत होती. शिवाय सरकारचे नक्की सैन्य किती आहे याचीही पक्की खबर त्याने आणली.

फ्री फ्रेन्च फौजा कुणाला सुगावा लागू न देता पॅलेस्टाईनमधून गॅलिलीला पोचल्या. चढाईची सर्व तयारी झाली.

आरीच्या पन्नास सैनिकांच्या मदतीला चाळीस निवडक ऑस्ट्रेलियन आले. स्वयंचलित शस्त्रास्त्रे, स्फोटके आणि सुरुंगातले तज्ञ. या सर्वांचे तीन गट करण्यात आले. प्रत्येक गटावर एक महत्त्वाची कामगिरी सोपवण्यात आली. चढाई सुरू होण्यापूर्वी लेबॅनॉन आणि सीरियाला जायचे आणि तिथले महत्त्वाचे रस्ते आणि पूल मुख्य फौजा पोचेपर्यंत ताब्यात ठेवायचे.

सर्वात धोकादायक काम आरीच्या गटाकडे होते. लेबॅनॉनच्या किनाऱ्याने तीस सैनिकांचा गट घेऊन एका व्हिची सैनिकी ठाण्याजवळ पोचायचे. फ्री फ्रेन्च फोर्सेस चढाई करून खिंडींमधल्या महत्त्वाच्या पुलांवर पोचेपर्यंत व्हिची सैनिकांना त्यांच्या ठाण्यातून बाहेर पडू द्यायचे नाही. जोआब, डेव्हिड, झेव आणि इतर सोळा ज्यू आणि दहा ऑस्ट्रेलियन्सना घेऊन आरी निघाला. त्यांना इंच न् इंच रस्ता माहीत असल्याने ते चोवीस तास आधी एक एक करत सहा पूल पार करून सहज ठरल्याजागी पोचले.

फोर्ट हेन्री इथल्या सैनिकी ठाण्यापासून तीन मैलांवर त्यांनी दबा धरला. रस्त्यावर सुरुंग पेरले. मशिनगन्स लावून फ्री फ्रेन्च फौजा तिथे पोचायची वाट बघत बसले.

अनेक महत्त्वाच्या लढायांच्या वेळी होते तशीच एक चूक यावेळीही घडली. ती का झाली, कशी झाली, कुणी केली याला त्यानंतर महत्त्व रहात नाही. लक्षात रहातात ते त्या चुकीचे परिणाम. ठरलेल्या वेळेच्या बारा तास आधीच फ्री फ्रेन्च फौजांच्या तुकड्या ट्रान्स जॉर्डनमधून सीरियात पोचल्या आणि दमास्कसच्या दिशेने निघाल्या. चढाईची बातमी लेबॅनॉनमधे आधीच पोचली आणि हे बारा तास आणि फौजा पोचेपर्यंत आणि चार पाच तास व्हिची तुकड्यांशी मुकाबला करायची पाळी आरीच्या तीस जणांच्या गटावर आली.

व्हिची सैन्याला चढाईची बातमी कळल्यावर फोर्ट हेन्री इथे त्यांनी तोफा आणि रणगाडे घेऊन दोन बटॅलियन्स तयार केल्या आणि लेबॅनॉनच्या सरहद्दीवरच्या पर्वतांवरील पूल उडवून टाकायला त्या निघाल्या.

त्यांना बघताक्षणी काहीतरी गोंधळ झाल्याची आरीला जाणीव झाली. डेव्हिड आणि झेव यांना त्याने तातडीने पॅलेस्टाईनहून मदत घेऊन येण्यासाठी परत पाठवले.

व्हिची फौजा बेसावधपणे आरीच्या गटापर्यंत पोचल्या. स्फोटांनी आणि दोन्ही बाजूंनी सज्ज ठेवलेल्या मशिनगन्सनी पहिल्या तुकडीचा धुव्वा उडाला. त्यांनी माघार घेऊन पुन्हा जमवाजमव केली. तोफांचा मारा सुरू केला.

डेव्हिड आणि झेव सहा तासांनी फ्री फ्रेन्च फोर्सेसची बटॅलियन घेऊन पोचले. व्हिची फौजा आरीची फळी तोडू शकल्या नव्हत्या. सर्व पूल सुस्थितीत होते. चारशेहून जास्ती व्हिची सैनिकांची प्रेते खिंडीत पडली होती. पण आरीच्या गटामधले फक्त पाचजण जिवंत होते. स्वत: आरी बेन कनान मृत्युशीच झगडत होता. त्याच्या शरीरात दोन गोळ्या घुसल्या होत्या. पाठीमधे शार्पनेलचे तुकडे. एक पाय आणि नाक यांची हाडे मोडली होती.

फ्री फ्रेन्च तुकड्यांनी सीरिया ताब्यात घेतला.

आरी बेन कनानच्या दृष्टीने युद्ध संपले होते. त्याला पॅलेस्टाईनला परत आणण्यात आले. ब्रिटिशांनी मेजर म्हणून त्याला बढती दिली. त्याच्या कामगिरीचा पदक देऊन गौरव केला.

दोस्तांच्या विजयासाठी आरीने आणि इशोव्हने आपले काम चोख केले होते.

टोब्रुक आणि बारदिया जिंकण्यासाठी आत्मघात करून घेणाऱ्या पथकांमधे इशोव्हच्या सदस्यांचा सहभाग होता. नंतर टोब्रुकच्या संरक्षणासाठी सर्वस्व पणाला लावून लढणाऱ्या दोस्त सैन्यात पॅलेस्टीनियन बटॅलियन होती.

इटली, ग्रीस, क्रिट या ठिकाणी ते लढले. रॉयल एअर फोर्समधे हजारो ज्यू होते. भूमध्य सागरातल्या टेहळणी नौकातही. पॅलेस्टाईनमधल्या अरब जनतेला ज्यू होमगार्डनी काबूत ठेवले. वाळवंटी युद्धातही भाग घेतला.

इथिओपियावरल्या चढाईच्या वेळी शूर ज्यू युनिटस्‌ची मुद्दाम निवड केली होती. झेकोस्लोवाकिया, हॉलंड, फ्रान्स, इतकेच नव्हे तर पोलंडमधे उभारलेल्या भूमिगत सेनेतही ज्यू होते. त्रिपोलीच्या तेलखाणी उद्ध्वस्त करायला ज्यूंचे आत्मघातकी पथक होते. त्यातला प्रत्येकजण ठार झाला. हेरगिरीसाठी, धोक्याच्या प्रत्येक कामगिरीसाठी ब्रिटन ज्यूंची निवड करत होते. जर्मन गणवेशातील जर्मन ज्यू रोमेलच्या कार्यालयात काम करत होते. मोसल येथील तेलाच्या खाणींचे अरब

हल्ल्यांपासून रक्षण करत होते तेही ज्यूच.

लिथुआनिया, लाटव्हिया, इस्टोनियामधे हेर हवे होते तेव्हा ब्रिटनला ज्यूंचीच आठवण झाली. पॅराशूटच्या सहाय्याने त्यांना शत्रुच्या प्रदेशात उतरवण्यात येई. तिथले ज्यू त्यांना मदत करतील ही अपेक्षा. पण फार थोडे जिवंत राहून परत आले. जोआब यारकोनीच्या किब्बुत्झमधली एक तरुणी हन्ना सेनेश हिला असेच हंगेरीमधे उतरवण्यात आले. ती पकडली गेल्यावर नाझींनी तिचा अमानुष छळ केला. तिने हौतात्म्य स्वीकारले पण शेवटपर्यंत तोंड उघडले नाही.

इशोव्हने दोस्तांच्या विजयासाठी काही करायचे बाकी ठेवले नाही. पहिल्या महायुद्धाच्या शेवटी न झालेल्या अरब क्रांतीची थोरवी ब्रिटनने इतरांच्या गळी उतरवण्याचा प्रयत्न केला होता. यावेळी इशोव्हची विजयगाथा त्यांनी लपवून ठेवली. नंतर स्वत:च्या राष्ट्राच्या निर्मितीसाठी होणाऱ्या वाटाघाटीत याचा उपयोग ज्यू करून घेतील अशी ब्रिटनला भीती वाटत होती. चॅथॅम हाऊस आणि व्हाईटहॉलने ज्यूंनी केलेले पराक्रम आणि जीव पणाला लावून युद्ध जिंकायला लावलेला हातभार कधी जगापुढे येऊ दिला नाही.

रोमेल अलेक्झांड्रियाला पोचू शकला नाही. स्टॅलिनग्राड जर्मन्स जिंकू शकले नाहीत.

युद्धाचे पारडे फिरायला लागलेले दिसल्यावर अरबांनी जर्मन मुक्तिसेनेचा जयघोष थांबवला. त्यांनी जर्मनीविरूद्ध युद्ध पुकारले. नंतरच्या शांती वाटाघाटीत फक्त घोषणा करून त्यांना मते हवी होती. आपल्या हजारो सुपुत्रांचे रक्त सांडूनही झायोनिस्टकडे मते नव्हती.

अरबांनी विश्वासघात केला होता. दोस्तांच्या विजयासाठी बोट उचलले नव्हते. ज्यूंनी त्यासाठी सर्वस्व पणाला लावले होते. पण तरीही ब्रिटनने श्वेतपत्रिका मागे घेतली नाही. साठ लक्ष ज्यूंची निर्दयपणे हत्या होऊनही उरल्यासुरल्या ज्यूंना ब्रिटनने पॅलेस्टाईनमधे प्रवेश नाकारला.

हॅगन्ना अस्वस्थ होती. पण शेवटी मक्काबीजनीच शस्त्रसंधी झुगारून दिला. पॅलेस्टाईनच्या एका टोकापासून दुसऱ्या टोकापर्यंत बॉम्बस्फोटांचे दणके उडाले. ब्रिटिश पुन्हा आपल्या टॅगार्टच्या किल्ल्यात दडी मारून बसले.

जनरल हॅवनहर्स्टने शेकडो मक्काबीजना फसवणूक करून पकडले आणि सुदानमधे हद्दपार केले. नवीन पकडलेल्या मक्काबीजना आम जनतेसमोर चौकाचौकात फटके मारायला सुरुवात केली. मक्काबीजनी ब्रिटिश सैनिकांना पकडून तसेच फटकवायला सुरुवात केली.

मक्काबीजना फासावर लटकवायला सुरुवात केल्यावर त्यांनी ब्रिटिश सैनिकांना फासावर लटकवायला सुरुवात केली.

डझनावारी ज्यूविरोधी सैन्याधिकारी मक्काबीजच्या बंदुकीच्या गोळ्यांचे आणि हातबॉम्बचे लक्ष्य बनले.

अरबांनी खुनांचे सत्र आरंभले. पवित्र भूमीत सूडाचे थैमान सुरू झाले.

युगोस्लाव्ह सरकारने हाज अमीन एल् हुसेनी याला युद्ध गुन्हेगार म्हणून घोषित केले. जर्मनांच्या बाजूने लढलेल्या मुस्लीम सैनिकांचा तो अध्यात्मिक गुरु होता. त्याला फ्रान्समधे पकडण्यात आले. पण आवश्यक तेव्हा खुनाखुनीचे सत्र सुरू करण्यासाठी ब्रिटिशांना तो जिवंतच हवा होता. त्यांनीच त्याला इजिप्तमधे पळून जायला मदत केली. मुस्लीम हीरो म्हणून त्याचे इजिप्तमधे स्वागत झाले. पॅलेस्टाईनमधे त्याचा पुतण्या जेमालने सर्व मुस्लीम जमातीचे नेतृत्व स्वीकारले.

अमेरिका आता मध्यपूर्वेत एक महासत्ता म्हणून पाय रोवत होती. युरोपमधले ज्यू नाहीसेच झाले होते. त्यामुळे आपोआपच अमेरिकन ज्यू झायोनिस्ट चळवळीचे नेते बनत होते. अमेरिका आणि ब्रिटनने पॅलेस्टाईनमधल्या परिस्थितीचे मूल्यमापन करण्यासाठी एक संयुक्त चौकशी समिती नेमली. त्यांनी अरबांच्या भेटी घेतल्या, इशोव्ह सेन्ट्रलच्या नेत्यांच्या आणि युरोपमधल्या उरल्यासुरल्या ज्यूंच्याही. मानवतावादी दृष्टिकोनातून समितीने निर्णय दिला की, ताबडतोब एक लक्ष ज्यूंना पॅलेस्टाईनमधे प्रवेश द्यावा.

ब्रिटिशांना हे नकोच होते.

हॅगन्ना आणि पालमाख बरखास्त केल्यावरच याचा विचार करू असा ब्रिटनने नवाच प्रस्ताव टाकला. इतर डझनावारी कारणे पुढे करून गोंधळ निर्माण केला.

अरब आणि मक्काबीजनी आता पॅलेस्टाईनमधे धुमाकूळ माजवला.

इशोव्ह सेन्ट्रलने आजपर्यंत न्याय मिळेल म्हणून धीर धरला होता. पण आता मात्र ते शक्य दिसत नव्हते. त्यांनी पालमाख आणि हॅगन्नाला ब्रिटनच्या ठाण्यांवर छापे मारायला परवानगी दिली.

युद्ध आघाड्यांवर लढलेल्या हजारो सैनिकांना ब्रिटनने पॅलेस्टाईनमधे आणले. पॅलेस्टाईन म्हणजे एक पोलिस राज्य बनले. शेकडो ज्यू नेत्यांना पकडून त्यांनी त्यांची लॅट्रन तुरुंगात रवानगी केली.

हॅगन्नाने एका रात्री पॅलेस्टाईनमधून बाहेर पडण्याचा प्रत्येक पूल उद्ध्वस्त केला. आलिया बेतने ब्रिटनवर जबरदस्त दडपण आणले.

ब्रिटनच्या परराष्ट्रमंत्र्याने ज्यूविरोधी आगपाखड करून ज्यूंना पॅलेस्टाईनमधे संपूर्ण प्रवेशबंदी केली.

मक्काबीजनीच याचे चोख उत्तर दिले. जेरुसलेममधल्या किंग डेव्हिड हॉटेलच्या इमारतीत संपूर्ण उजव्या बाजूच्या भागात ब्रिटिश सैन्याचे मुख्य ठाणे होते. हॉटेल जेरुसलेमच्या भागात होते पण मागचा भाग आणि बाग जुन्या शहराच्या भिंतीसमोर

होते. अरब वेशातल्या डझनभर मक्काबीजनी मागच्या बाजूने हॉटेलच्या तळघरात डायनामाईटने भरलेले दुधाचे ड्रम निरनिराळ्या वेळी स्फोट होतील अशा तऱ्हेने ठेवले. हॉटेल खाली करा असा सन्देशही ब्रिटिशांना दिला. मक्काबीज चेष्टा करत असणार. ब्रिटिशांच्या मुख्य ठाण्यावरच हल्ला करायची हिंमत त्यांना होणारच नाही असा ब्रिटिशांचा पूर्ण विश्वास होता.

काही मिनिटातच किंग डेव्हिड हॉटेलचा उजवा भाग इतका मोठा दणका देऊन उद्‌ध्वस्त झाला की, तो आवाज सबंध पॅलेस्टाईनभर ऐकू गेला असेल.

## १९

पॅलेस्टाईनला जाण्यासाठी एक्झोडस् सज्ज झाले.

डोम हॉटेलच्या व्यवस्थापनाने टेरेसवर हानुक्का पार्टी ठरवली होती. दुसऱ्या दिवशी सकाळी निघायचे आरीने ठरवले होते. मुलांसाठी तीनशे खुर्च्या मांडल्या होत्या. सायप्रसमधे असलेले थोडे ज्यू आणि एक्झोडस्वरचा नोकरवर्ग हजर होता. नवीन पोशाखात सर्व मुले धावत टेरेसवर आली आणि टेबलावरच्या खाण्याच्या असंख्य वस्तू पाहूनच चिवचिवाट करायला लागली. मुलांसाठी सायप्रसमधल्या जनतेने आणि ब्रिटिश सैनिकांनीही शेकडो भेटी पाठवल्या होत्या. प्रत्येकाने फक्त एकच भेट स्वत:साठी ठेवून बाकीच्या सर्व भेटी कॅरलॉसमधल्या इतर मुलांसाठी राखून ठेवल्या. अन्नसत्याग्रह संपला होता. या छोट्या मुलांनी मोठ्या माणसांप्रमाणे सर्व प्रसंगांना तोंड दिले होते. आता ती पुन्हा होती त्याप्रमाणे छोटी मुले बनली होती. अगदी मजेत होती. अनेक ग्रीक आणि ब्रिटिश सैनिकही टेरेसवरचा आनंदसोहळा बघत होते.

कारेनचे डोळे किटीला शोधत होते. मार्क पार्करबरोबर ती कठड्याला टेकून उभी राहिलेली दिसल्यावर तिचे डोळे आनंदाने चमकले.

"किटी! तुझ्यासाठी जागा ठेवली आहे." तिने हाक मारून सांगितले.

"आजची ही पार्टी तुमची आहे. मी बघते नुसती."

प्रत्येकाने आपापल्या भेटी आनंदाने उघडून बघितल्यावर डेव्हिड बेन अमी बोलायला उभा राहिला. सर्वत्र शांतता पसरली.

"आज हानुक्काचा पहिला दिवस. ज्युडा मक्काबी, त्याचे भाऊ आणि त्याच्या इमानदार पाठिराख्यांनी ज्युडीआच्या टेकड्यांवरून खाली येऊन आपल्या जनतेला गुलामगिरीत लोटणाऱ्या ग्रीकांशी युद्ध केले. त्यांच्या सन्मानासाठी आपण हा आजचा दिवस साजरा करतो.

ज्युडा मक्काबीच्या सैनिकांची संख्या अगदी कमी होती. सर्व जगावर राज्य

करणाऱ्या ग्रीकांसारख्या बलाढ्य आणि संख्येने प्रचंड अशा शत्रुशी युद्ध करण्याची खरी म्हणजे त्यांच्याकडे ताकदच नव्हती. पण त्यांच्याकडे एक गोष्ट होती. श्रद्धा! दृढ विश्वास की, त्यांचा खरा देवच त्यांना योग्य तो मार्ग दाखवेल. ज्युडा हा उत्कृष्ट योद्धा होता. त्याने पुन्हा पुन्हा ग्रीकांना चकवले. त्याच्या सैनिकांएवढी युद्धकलेत प्रवीण असणारी माणसे जगात दुसरी नव्हती. याचे कारण म्हणजे त्यांच्या हृदयात देवाबद्दल अढळ श्रद्धा होती. मक्काबीजनी जेरुसलेम काबीज केले आणि ग्रीकांना पळवून लावले.''

मुलांनी टाळ्यांचा कडकडाट केला.

''ज्युडाने देवळात प्रवेश केला. ग्रीकांनी उभारलेला झीसचा पुतळा उद्ध्वस्त केला. आपल्या देवाची पुनर्स्थापना केली. ज्याने आपल्याला ब्रिटिश साम्राज्याशी टक्कर द्यायला ताकद दिली तोच हा देव.''

नंतर ज्यूंच्या देशात पुनर्निर्मितीची गोष्ट डेव्हिड सांगत असताना किटी कान देऊन ऐकत होती. तिने कारेनकडे बघितले– दोव्ह लानडावकडे– नंतर मार्ककडेही. तिची नजर खाली वळली. कोणीतरी जवळ येऊन उभे राहिल्याची तिला जाणीव झाली. तिने मान वर केली. तो ब्रिगेडीअर ब्रूस सदरलॅन्ड होता.

''आज आपण मेनोराची पहिली मेणबत्ती लावणार आहोत. नंतर प्रत्येक रात्री एक याप्रमाणे आठ मेणबत्त्या पेटवणार आहोत. हानुक्काला आपण दिव्यांचा सणच म्हणतो.''

डेव्हिड बेन अमीने पहिली मेणबत्ती पेटवली. मुलांनी अहा, छान, असे बडबडत दाद दिली.

''उद्या दुसरी मेणबत्ती आपण समुद्रावर असताना लावणार आहोत. परवा तिसरी. इस्राएलच्या भूमीमधे.''

डेव्हिडने आपली छोटी टोपी डोक्यावर ठेवली. बायबल उघडले. *''He will not suffer thy foot to be moved; he that keepeth thee will not slumber.''*

दुसऱ्या एका मोठ्या टेबलाभोवती सायप्रसमधले ज्यू आणि एक्झोडस्वरचा नोकरवर्ग बसला होता. किटीची नजर झेव गिलबोआवर पडली– गॅलिलीचा शेतकरी; डेव्हिड बेन अमी– जेरुसलेमहून आलेला तरुण स्कॉलर;– जोआब यारकोनीवर– मोरोक्कोचा ज्यू; आणि शेवटी आरी बेन कनानवर. तिची दृष्टी आरी बेन कनानवर खिळून राहिली. कित्येक दिवसांनी त्याच्या डोक्यावरचे आणि मनावरचे ओझे उतरले होते. आणि तो खरोखर किती थकला आहे हे लक्षात येत होते. डेव्हिडने बायबल खाली ठेवले.

*''Behold! he that keepeth Israel shall neither slumber nor sleep.''*

एक बर्फासारखी थंड शिरशिरी किटी फ्रेमॉन्टच्या शरीरातून गेली. तिची नजर थकल्या भागलेल्या बेन कनानवरून हलत नव्हती– *He that keepeth Israel shall neither slumber nor sleep.*

कायरेनिया बंदरातून वळून *एक्झोडस्* बाहेर पडली आणि पॅलेस्टाईनच्या दिशेने निघाली.

दुसऱ्या दिवशी पहाटे जमीन दृष्टीला पडली.

"पॅलेस्टाईन!"

"पवित्र भूमी!"

मुले ओरडायला लागली, हसायला लागली, नाचायला लागली आणि रडायलाही लागली. या पवित्र भूमीचा ध्यास घेऊन किती यातना या छोट्या वयात सर्वांनी सहन केल्या होत्या.

एक्झोडस् बंदराजवळ पोचली आणि सबंध इशोव्हमधे बातमी पसरली. ब्रिटिश साम्राज्याच्या पाशवी शक्तीला नमवणारी मुले येत आहेत.

हैफा बंदरात शिरताना शिट्या, कर्णे यांचे आवाजच सर्वत्र ऐकायला येत होते. या स्वागताचा जल्लोष हैफा, इतर खेडी, किब्बुत्झ, मोशाव आणि थेट जेरुसलेममधल्या इशोव्ह सेन्ट्रलच्या इमारतीपर्यंत पोचला.

पंचवीस हजार ज्यूंनी हैफा बंदरात एक्झोडस्च्या स्वागतासाठी धाव घेतली. पॅलेस्टाईन फिलहारमॉनिक ऑर्केस्ट्रावर ज्यूंचे राष्ट्रगीत चालू झाले.– हा तिक्वा– *The Hope*.

किटीकडे बघताना कारेन हॅन्सेन क्लेमेन्टच्या डोळ्यातून अश्रुधारा वहात होत्या.

एक्झोडस् स्वगृही पोचले होते.

❑❑❑

## भाग ३

## जशास तसे

कोणीही तुमच्या जिवावर उठल्यास त्याचा जीव घ्यावा. डोळ्याबद्दल डोळा फोडून, दाताबद्दल दात पाडून, हाताबद्दल हात आणि पायाबद्दल पाय तोडून बदला घ्यावा.

*देवाने मोजसला केलेला उपदेश*

***-एक्झोडस***

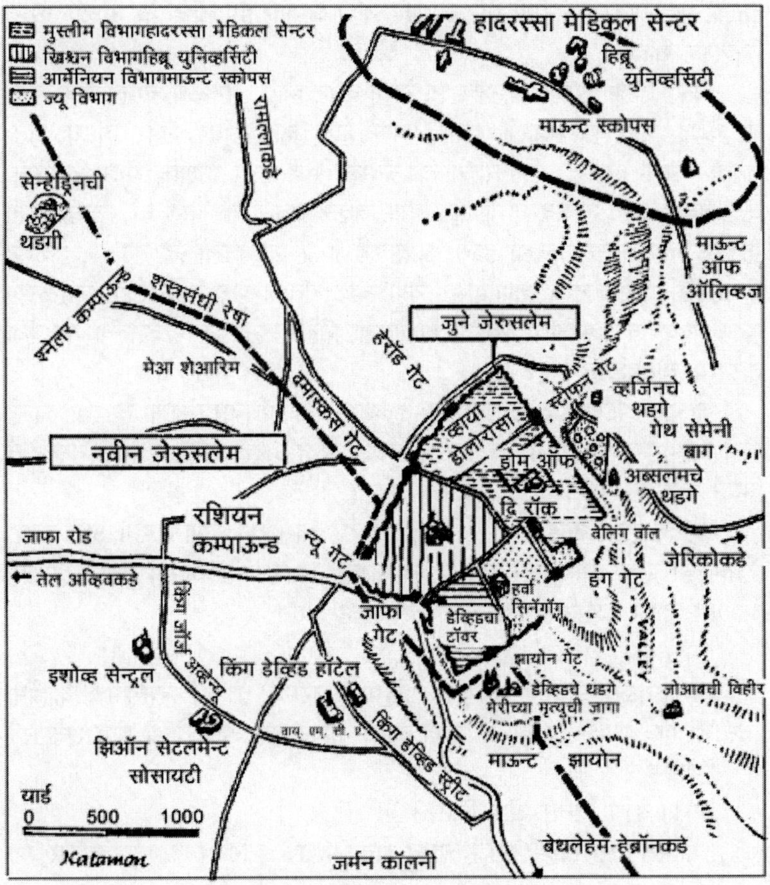

## १

पॅलेस्टाईन बस को-ऑपरेटीव्हच्या निळ्या आणि चंदेरी पट्ट्याच्या बसेस् मुलांना नेण्यासाठी आल्या होत्या. समारंभ कमीत कमी वेळात उरकून सर्व मुलांना त्या बसेस्‌मधून ब्रिटीश चिलखती दलाच्या संरक्षणाखाली हलवण्यात आले. बसेस् निघून जात असताना बॅन्ड वाजत होता आणि लोक आरडाओरडा करत होते.

कारेनने तिच्या बाजूची बसची खिडकी उघडली आणि किटीला हाक मारली. पण एवढ्या कोलाहलात तिचा आवाज किटीपर्यंत पोचणे शक्य नव्हते. बसेस् दिसेनाशा झाल्यावर गर्दीही नाहीशी झाली. पंधरा मिनिटात धक्क्यावर सामसूम झाली. पहाऱ्यावरचे ब्रिटीश सैनिक आणि काम करणारे हमालांचे एक टोळके फक्त शिल्लक राहिले.

किटी एक्झोडस्‌च्या कठड्याला रेलून बघत होती. सगळेच चमत्कारिक होते. ती कशी काय इथे आली होती? पण हैफा काय सुंदर शहर वाटत होते. टेकड्यांवरची आणि उपसागरांच्या काठांवरची सर्व शहरे अशीच सुंदर दिसतात. बंदराजवळ अरब लोकवस्तीचा भाग होता. जवळ जवळ बांधलेली घरे. ज्यूंची वस्ती माऊन्ट कारमेलवर पोचली होती. डावीकडे हैफा शहरापलीकडे तेल शुद्धीकरण कारखाना. मोसल तेल खाणींपासून येणाऱ्या तेलवाहिन्यांचे टर्मिनसही. जवळच्या एका धक्क्यावर आलिया बेतच्या कशाबशा पॅलेस्टाईनपर्यंत पोचलेल्या मोडक्या तोडक्या बोटीही होत्या.

जोआब आणि डेव्हिड येताना पाहिल्यावर तिची विचारशृंखला तुटली. त्यांनी तिचे आभार मानले. निरोप घेताना ती पुन्हा भेटेल अशी आशाही प्रकट केली. ते निघून गेल्यावर किटी पुन्हा एकटीच राहिली.

"सुंदर शहर आहे ना?" किटी वळली. आरी बेन कनान मागे उभा होता. "आमच्या पाहुण्यांना पॅलेस्टाईनला आणायचे असले की, आम्ही त्यांना हैफाला आणतो. प्रथम दर्शनीच छाप पाडायचा प्रयत्न करतो."

"मुले कुठे जाणार?"

"वेगवेगळ्या अर्धा डझन यूथ आलिया सेन्टरमधे. काही किब्बुत्झमधे. काहींना स्वत:ची गावे आहेत. काही दिवसांनी कारेन नक्की कुठे आहे ते मी सांगू शकेन."

"थॅन्क्स्."

"तुझा काय विचार आहे किटी?"

"मी स्वत:ला तोच प्रश्न विचारत होते. म्हणजे इतर अनेक प्रश्नांबरोबर. मी

या शहरात नवीन आहे. परकी आहे. मी इथे येण्यात किती गाढवपणा केला आहे तेही मला कळत नाही मिस्टर बेन कनान. तशी खूप काळजी नाही म्हणा. नर्स फ्रेमॉन्टची कुठे तरी सोय होईलच.''

''मी मदत करू का?''

''तू खूप कामात आहेस. आणि आजपर्यंत नाहीतरी मी एकट्यानेच सर्व गोष्टी केल्या आहेत.''

''माझे ऐकणार का जरा? यूथ आलिया तुझ्यासाठी उत्कृष्ट आहे. यूथ आलियाची प्रमुख माझी अगदी जवळची मित्र आहे. जेरूसलेममधे तिला भेटायची वेळ मी पक्की ठरवतो.''

''खरंच मी खूप आभारी आहे. पण माझ्यासाठी दुसऱ्याला त्रास.....''

''वाटेल ते बडबडू नकोस किटी. निदान एवढी छोटी गोष्ट तरी करू दे मला. आणि काही दिवस माझ्याबरोबर काढू शकणार असशील तर आपण बरोबरच जेरूसलेमला जाऊ. मात्र त्याच्या आधी मला तेल अव्हिवला काम आहे. एका दृष्टीने तेही ठीकच आहे म्हणा. तुझी भेटीची वेळ ठरवता येईल.''

''माझ्यासाठी काही केलेच पाहिजे असे नाही पण.''

''माझीच इच्छा आहे म्हणून मी करतो आहे. झाले समाधान?''

किटीला मनातून खूप बरे वाटले. परक्या देशात आताच खूप एकटे एकटे वाटत होते तिला.

''ठरले तर मग. आजची रात्र हैफामधेच काढावी लागेल. कर्फ्यु असतो रस्त्यांवर. एकच छोटी बॅग भरून थोडे दिवस काढता येतील एवढे सामान घे. नाही तर दर पाच मिनिटांनी ब्रिटीश तुझ्या सामानाची उलथापालथ करत बसतील. बाकीचे तुझे सामान मी सीलबंद करून कस्टममधे ठेऊन देतो.''

सगळे सोपस्कार पार पाडल्यावर आरीने टॅक्सी बोलावली. ते माऊन्ट कारमेलवरच्या ज्यू विभागाकडे निघाले. अगदी वर पोचल्यावर ते एका छोट्या खाणावळीशी पोचले.

''इथेच राहिलेले बरे. मला अनेकजण ओळखतात आणि शहरात कुठेही राहिलो तरी एक मिनिट शांतता मिळणार नाही. आता तू जरा विश्रांती घे. मी पुन्हा परत जाऊन आपल्यासाठी एखाद्या मोटारची व्यवस्था करतो. जेवायच्या वेळेपर्यंत आलोच मी.''

रात्री आरी किटीला माऊन्ट कारमेलच्या अगदी माथ्यावर असलेल्या हॉटेलमधे जेवायला घेऊन गेला. लांबपर्यंतचे सर्व दिसत होते. सुरेख दृश्य होते. सबंध टेकडीवर हिरवीगार झाडे होती. त्यात दडलेली अरबी पद्धतीची चौकोनी बदामी दगडांची घरे. तेल शुद्धीकरण कारखाना इथून एखाद्या ठिपक्यासारखा वाटत होता.

टेकडीवरच्या वळणावळणांच्या रस्त्यांवरचे दिवे चमकत होते. 'हार हा कारमेल' या हैफाच्या ज्यू विभागापासून ते थेट अरब वस्तीपर्यंत.

आरी तिच्याकडे लक्ष ठेवून होता. किटी खूष होती. ज्यूंचे हैफा शहर आधुनिक होते. एका वेटरने आणि आरीला ओळखून त्यांच्या टेबलाजवळ येणाऱ्या डझनभर माणसांनी इंग्रजी भाषेत तिच्याशी संभाषण केल्यावर तिला वाटणारा एकाकीपणा क्षणात नाहीसा झाला.

जेवण संपल्यावर ब्रॅन्डीचा पेला हातात धरून खालचे दृश्य बघण्यात पुन्हा दंग झालेल्या किटीला आरीने विचारले, "अजूनही तू इथे काय करते आहेस याच विचारात आहेस का?"

"नक्कीच. मी पॅलेस्टाईनमधे आले आहे यावर विश्वास बसत नाही. सगळे वेगळे वाटते."

"तुझ्याच लक्षात येईल की, आम्ही तसे पुढारलेले आहोत. आणि तसा मीही सभ्य माणसासारखा वागू शकतो– निदान अधूनमधून तरी. तुझे धड आभारही मी मानलेले नाहीत."

"त्याची गरजच नाही. त्यासाठी तू करतो आहेस ते खूप आहे. या इतक्या चांगल्या दुसऱ्या एका शहराची मला आता आठवण येते आहे."

"सान्-फ्रान्सिस्को?"

"तिथे गेला आहेस कधी आरी?"

"नाही. पण सर्व अमेरिकन हैफा पाहिले की, म्हणतात त्यांना सान्फ्रान्सिस्कोची आठवण येते."

अंधार पडला. माऊन्ट कारमेलवर सर्वत्र दिवे लखलखत होते. छोटा ऑर्केस्ट्रा चालू होता. आरीने पुन्हा एकदा किटीचा ब्रॅन्डीचा पेला भरला. एकमेकांना शुभेच्छा देण्यासाठी त्यांनी आपले पेले टेकवले.

अचानक संगीत थांबले.

सगळीकडल्या गप्पांचे आवाज बंद झाले.

ट्रक भरून ब्रिटीश सैनिक एकाएकी हॉटेलसमोर उतरले आणि त्यांनी हॉटेलला वेढा घातला. सहा सैनिकांना घेऊन एक कॅप्टन आत शिरला. त्याने सर्वत्र नजर फिरवली. टेबलांमधून फिरत मधेच कुणाकडे तरी ओळखपत्र मागायला सुरुवात केली.

"घाबरू नकोस. नेहमीचेच आहे." आरी कुजबुजला. "तुलाही सवय होईल त्याची."

कॅप्टनचे आरीच्या टेबलाकडे लक्ष जाताच तो आरीच्या दिशेने निघाला. "आरी बेन कनान तर! बरेच दिवस फोटो झळकला नाही आमच्या बोर्डावर. सध्या दुसरीकडे उद्योग चालले आहेत आपले असे ऐकतो."

"गुड इव्हिनिंग सार्जंट! तुमचे नाव आठवले असते तर हिच्याशी ओळख करून दिली असती."

दात ओठ चावतच सार्जंट हसला. "त्याची आवश्यकता नाही. मला तुमचे नाव माहीत आहे हे महत्त्वाचे. आकर तुरुंगातली जुनी कोठडी वाट बघते आहे तुमची. हाय कमिशनर यावेळी तरी शहाणपणाने वागेल आणि तुम्हाला फासावर चढवेल अशी अपेक्षा आहे माझी." आरीला एक सलामी देऊन तो पुढे निघाला.

"काय छान स्वागत होते आहे पॅलेस्टाईनमधे" किटी म्हणाली, "खत्रुड माणूस दिसतो अगदी."

आरी वाकून किटीच्या कानाशी लागला. "तो होता कॅप्टन ॲलन ब्रिजेस. हॅगन्नाचा एक उत्कृष्ट मित्र. अरब आणि ब्रिटीश हैफामधे जे जे काही ठरवतात त्याची वित्तंबातमी तो आम्हाला पुरवतो. आताचे त्याचे वागणे म्हणजे एक नाटक होते फक्त."

किटीच्या मनात गोंधळ उडाला. तिने नुसती मान हलवली. ज्यांचे कागदपत्र व्यवस्थित नव्हते अशा दोन ज्यूंना बरोबर घेऊन सैन्याची तुकडी निघून गेली. ऑर्केस्ट्रा पुन्हा सुरू झाला. पुन्हा पुन्हा एकच ओळ वाजवत होते. "God save the King."

सैनिकांचा ट्रक निघाल्याचा आवाज आला आणि वातावरण बदलले. जणु काही विशेष असे काही घडलेच नव्हते. किटीला मात्र धक्का बसला होता. इतर सर्वांच्या शांतपणानेच ती आश्चर्यचकित होत होती.

"काही काळ लोटला की, कुणीही दडपणाखाली शांतपणे वावरायला शिकतो." आरीचे तिच्या चेहऱ्यावर बारीक लक्ष होते. "तुला सुद्धा सवय होईल. हा भावनाप्रधान आणि संतापलेल्या लोकांचा देश आहे. नंतर कधी काहीही न घडता एखादा आठवडा शांतपणे गेला तर तुला काय करायचे ते कळणार नाही. वाईट वाटून घेऊ नकोस की, तू आता कुठे....."

रेस्टॉरन्टमधून भूकंपासारखी एक लहर झंझावातासारखी येऊन गेली. खिडक्यांच्या काचा खळखळल्या. टेबलावरच्या डिशेस् खडखडल्या. सेकंदातच लांबवर आकाशात ज्वाळा उफाळल्या. पुन्हा पुन्हा बसलेल्या लागोपाठच्या दणक्यांनी सबंध हॉटेल मुळापासून हादरले.

"तेल शुद्धीकरण कारखाना!" कोणीतरी ओरडले.

"मक्काबीजनी कारखाना उडवलेला दिसतो."

आरीने किटीचा हात पकडला. "आता मात्र प्रथम इथून बाहेर पडू या. काही मिनिटातच माऊन्ट कारमेलवर सैनिकच सैनिक असतील."

बघता बघता हॉटेल खाली झाले. आरीने भराभरा किटीला दूर न्यायला सुरुवात केली. खाली तेलशुद्धीकरण कारखान्यात तेलाने पेट घेतला होता. सबंध शहरात आगीच्या बंबांचे आणि ब्रिटीश सैनिकी पथकांच्या गाड्यांचे सायरन्स वाजत होते.

अचानक घडलेल्या हिंसक घटनांचा अर्थ समजून घ्यायचा प्रयत्न करत किटी अर्धी रात्र जागीच होती. आरी बरोबर होता याचा तिला आनंदच झाला होता. असे आयुष्य जगतात तरी कसे हे लोक? ती पार चक्रावून गेली. पॅलेस्टाईनमधे येण्यात फार मोठी चूक झाली होती.

दुसऱ्या दिवशीची सकाळ उजाडली. कारखान्यातली आग अजूनही भडकलेलीच होती. मक्काबीजच्या दहशतवाद्यांनी बेन मोशे (Son of Moses) या अकिवाच्या फिल्ड कमान्डरच्या नेतृत्वाखाली हे धाडसी कृत्य केले होते. बेन मोशे हा पूर्वी हिब्रू युनिव्हर्सिटीत प्रोफेसर होता. मक्काबीजनी त्याचवेळी पॅलेस्टाईनच्या दुसऱ्या भागात लिदा विमानतळावरही हल्ला करून साठ लक्ष डॉलर्सच्या स्फिटफायर विमानांची राखरांगोळी केली. मक्काबीजनी या तऱ्हेने एक्झोडस्‌चे स्वागत केले.

आरीने १९३३ ची एक फियाट मिळवली. तेल अव्हिवला पोचायला काही तास पुरत. पण सध्याची परिस्थिती विचारात घेऊन ते सकाळी लौकरच हैफाहून निघाले. माऊन्ट कारमेलवरून खाली येऊन त्यांनी समारियाच्या बाजूने समुद्रकाठचा रस्ता पकडला. वाटेतल्या प्रत्येक किब्बुत्झमधे हिरवीगार शेते डुलत होती. किटीला कौतुक वाटले. जवळच्या रखरखीत उघड्याबोडक्या टेकड्या आणि प्रखर सूर्यप्रकाश यांच्या तुलनेत तर किब्बुत्झची शेती डोळ्यात भरणारी होती. हैफाहून थोड्या अंतरावर पोचताच तपासणीसाठी रस्त्यावर अडथळा उभारलेला दिसला. याची कल्पना आरीने किटीला आधीच दिली होती. तिने त्याच्याकडे पाहिले. त्याच्या चेहऱ्यावर कसलेच भाव नव्हते. अनेक सैनिक त्याला ओळखून टोमणे मारत होते. सध्याचे त्याचे स्वातंत्र्य तात्पुरते आहे याची प्रत्येकाला खात्री दिसत होती.

मुख्य रस्ता सोडून तो सीजेरीयाच्या प्राचीन अवशेषांकडे वळला. त्यांनी बरोबर आणलेले जेवण तिथेच घेतले. त्याने तिथून जोआब यारकोनीचे सुदोत याम (Fields of the Sea) किब्बुत्झ दाखवले. १९३६ ते १९३९ या काळात आलिया बेतने अनेक जहाजे तिथेच किनाऱ्याला लावली होती आणि जोआब यारकोनी त्यावेळी आलिया बेतच्या कामात दंग होता. अरबांनी त्यांचे शहर जुन्या अवशेषांवरच कसे उभारले होते ते आरीने दाखवले. काही अवशेष रोमन तर काही क्रूसेडर्सचे. दुसऱ्या संस्कृतीच्या अवशेषांवरच आपली शहरे उठवण्यात अरब तरबेज होते. हजार वर्षात संपूर्ण नवीन असे एकच शहर त्यांनी पॅलेस्टाईनमधे बांधले होते. रोमन संस्कृतींचे उत्कृष्ट पुतळे आणि स्तंभच्या स्तंभ वाहून नेऊन समारिया आणि शारोन जिल्ह्यात आपल्या घरांसाठी अरबांनी त्यांचा उपयोग केला होता.

जेवणानंतर तेल अव्हिवला निघाल्यावर वाहनांची वर्दळ कमी झाली. एखाद दुसरी अरब किंवा ज्यूंना घेऊन जाणारी बस दिसे नाहीतर गाढवाची गाडी. मधेच सायरन्स वाजवत ब्रिटीश सैन्याचा ताफा जाई. अरब भागातून जाताना प्रथमच ज्यू

आणि अरब यांच्या रहाणीतील तफावत किटीच्या लक्षात आली. खडकाळ शेतात बुरखा पांघरलेल्या अरब स्त्रिया काम करत होत्या. प्रचंड ओझी डोक्यावर संभाळून रस्त्याने चालत होत्या. कॉफी हाऊसेस्च्या आसपास अरब पुरुष आडवे होऊन किंवा पाय पसरून शांतपणे बसून वेळ घालवत होते. झिकरोन याकोबजवळ (Memory of Jacob) तिने भीतीदायक वाटणारा पहिला टॅगार्ट किल्ला पाहिला. पुढे हादेराजवळ. नंतर प्रत्येक छोट्या शहराजवळही. शारोन जवळची जमीन अत्यंत सुपीक आणि हिरवीगार होती. रस्त्याच्या दुतर्फा लावलेल्या ऑस्ट्रेलियन निलगिरींच्या झाडांमधूनच रस्ता जात होता.

''पंचवीस वर्षांपूर्वी इथेही काहीच नव्हते.''आरीने सांगितले.

दुपारी ते तेल अव्हिवला पोचले. (The Hill of Spring.) भूमध्य समुद्राच्या किनाऱ्यावरच्या या शहरामधल्या इमारती इतक्या शुभ्र होत्या की, सूर्यप्रकाशात नुसत्या चमकत होत्या. दोन बाजूला अपार्टमेन्ट बांधलेली. समोर दुतर्फा झाडे. रुंदच रुंद रस्ते. धावपळ आणि गर्दीचे शहर. नजर पडता क्षणीच किटीला आवडले.

सागरकिनाऱ्याजवळच्या गात रिमॉन हॉटेलमधे ते उतरले. संध्याकाळ व्हायला लागताच दुकाने उघडायला लागली. आरी आणि किटी ॲलेन्बी रोडने निघाले. किटीला पैसे बदलून घ्यायचे होते. थोडी खरेदी करायची होती. आणि सर्व बघण्याचे कुतूहल होतेच. मोगोराबी थिएटरनंतर छोटी छोटी दुकाने होती. बसेस् धावत होत्या. मोटारी पळत होत्या. माणसे घाईगर्दीने फिरत होती. किटी प्रत्येक दुकानात डोकावत होती. हिब्रूमधे लिहिलेली नावे उगीचच नीट बघत होती. पुस्तकांची डझनभर तरी दुकाने तिला दिसली. ते चालतच होते. रोत्सशील्ड बोलीवार्ड या मोठ्या रस्त्यानंतर ते जुन्या भागात पोचले. जाफापासून वाढत वाढत आलेल्या या शहराचा जुना अरब भाग. इमारती जुनाट. दुकाने तितकीच जुनाट. नव्या-जुन्या भागांना जोडणाऱ्या या रस्त्याने चालताना किटीला ती सरळ भूतकाळाच्या दिशेने वाटचाल करत आहे असे वाटले. शहर जास्तीच गलिच्छ होत होते. घाण वाढत होती. तशी दुर्गंधीही. पावलागणिक दुकानेही छोटी छोटी होत होती आणि खराबही. गोल चक्कर मारून ते दुसऱ्या रस्त्याने परत यायला निघाले. इथल्या बाजारात ज्यू आणि अरब दोघांचीही दुकाने होती. स्टॉल्सभोवती गर्दी करून घासाघीस चालू होती. ॲलेन्बी रोडला परत येऊन ते बेन येहुदा स्ट्रीटवर वळले. तोही तसाच रुंद. दुतर्फा झाडे लावलेली. कॅफेज्. प्रत्येक कॅफे वेगळ्या तऱ्हेच्या माणसांचा. एका ठिकाणी वकिलांची गर्दी. दुसरीकडे कलाकार. तिसरीकडे राजकारणी. दहशतवाद्यांकडे ओढा असणाऱ्या माणसांचे कॅफेही वेगळे होते. निवृत्त लोक बुद्धीबळांचे डाव टाकण्यासाठी एका कॅफेचा उपयोग करत होते. सर्वच कॅफेज्मधे कोलाहल, गडबड, आवाज येत होते. वादविवाद चालू होते.

चार पानांचे एक छोटे हिब्रू वर्तमानपत्र विकणारा मुलगा मक्काबीजच्या हैफा

तेल शुद्धीकरण कारखाना आणि विमानतळावरच्या हल्ल्यांबद्दल, एक्झोडस् पॅलेस्टाईनला पोचल्याबद्दल ओरडत वर्तमानपत्रे विकत होता. शेकडो माणसे फिरत होती. काही पूर्वेकडल्या देशांची वाटत होती. अनेक स्त्रिया अद्ययावत् युरोपिअन फॅशनचे कपडे घालून वावरत होत्या. खाकी अर्ध्या पॅन्ट आणि पांढरे शर्ट घातलेले मूळचे हिब्रू रहिवासी होते.

"स्टार ऑफ डेव्हिड" असलेले नेकलेस त्यांनी घातले होते. आणि काळ्या भरगच्च मिशा तर हव्यातच. तो तर मूळ रहिवाशांचा ट्रेडमार्क. त्यांच्या स्त्रियाही तशाच उंच, धडधाकट आणि मन वेधून घेणाऱ्या. पोशाख साधा पण चालण्यात एक तऱ्हेचा अभिमान आणि ताठाही. अचानक सर्व कोलाहल, गजबजाट थांबला.

हैफामधे आदल्या रात्री हॉटेलमधे अवचित अशीच शांतता पसरलेली किटीने अनुभवली होती.

एक ब्रिटीश चिलखती गाडी रस्त्यामधून येत होती. मशिनगन्सवर गंभीर चेहऱ्याचे ब्रिटीश सैनिक.

"सर्व ज्यूंनी लक्ष द्या. कमान्डिग जनरलने कर्फ्यु जाहीर केली आहे. अंधार पडायच्या आत सर्व ज्यूंनी रस्त्यांवरून निघून जावे. सर्व ज्यूंनी लक्ष द्या. कमान्डिग जनरलने कर्फ्यु जाहीर केली आहे. अंधार पडायच्या आत सर्व ज्यूंनी रस्त्यांवरून निघून जावे."

कॅफेज्मधून टाळ्या आणि कुत्सित हसू कानावर आले. "काळजी घे टॉमी." कोणीतरी ओरडले. "पुढल्या चौकात सुरुंग पेरलेले आहेत."

चिलखती गाडी दिसेनाशी झाली आणि परिस्थिती क्षणात पूर्ववत बनली.

"परत जाऊ या हॉटेलमधे." किटी म्हणाली.

"मी सांगितले होते तुला की, महिन्याभरात असे काहीच घडले नाही तर तुला कसे जगायचे ते कळणार नाही."

"नाही आरी. मला नाही याची सवय होणार."

किटीने ठिकठिकाणी घेतलेल्या वस्तु घेऊन ते हॉटेलमधे परतले. जेवायच्या आधी टेरेसवर उभे असताना किनाऱ्यावरचे नवीन तेल अव्हिव तसेच पुढे मिळणारा जाफाचा जुना भागही दिसत होता. जगातले एक प्राचीन बंदर.

"उभारलेले अडथळे, गस्ती पथके सोडून देऊ आपण. पण दिवस फार चांगला गेला आरी. थॅन्क्स्."

"जेवणानंतर मला जरा बाहेर जाऊन यावे लागेल. सॉरी."

"पण कर्फ्यु आहे ना बाहेर?"

"ती फक्त ज्यूंना लागू आहे."

किटीला सोडून आरी तेल अव्हिव जवळच्या रमात गान (The Hill Garden) या उपनगरात पोचला. तेल अव्हिवमधे अपार्टमेन्ट हाऊसेस होती. इथे बंगले होते. बंगल्यांभोवती हिरवळ होती, झाडे होती, बागा होत्या. छोट्या कॉटेजेस्पासून मोठमोठे व्हिला बांधलेले होते. आरीने गाडी उभी केली. कोणीही आपला पाठलाग करत नाही याची खात्री करून घेण्यासाठी अर्धा तास उलट्या सुलट्या रस्त्यांवरून चालत तो मॉन्टफिओरे स्ट्रीटवरच्या डॉ. तामीर यांच्या व्हिलाजवळ पोचला. त्याने दार ठोकले. डॉ. तामीर यांनी दार उघडून आरीचे स्वागत केले. त्याला सरळ तळघरात घेऊन गेले.

तामीर यांचा व्हिला म्हणजे हॅगन्नाचे मुख्य ठाणे होते. तळघरात शस्त्रास्त्रे, दारूगोळा यांचा साठा होता. एक प्रिन्टींग प्रेस होता. अरबांनी शांतता राखावी असे आवाहन करणारी पत्रके इथेच छापत. दुसऱ्या भागात पत्रकांवरचाच सन्देश एक मुलगी अरेबिक भाषेत टेपरेकॉर्डरवर टेप करत होती. हातबॉम्ब आणि स्टेनगन्सही या तळघरात बनवण्यात येत. त्यांच्या गुप्त रेडिओ स्टेशनवरून नंतर हा सन्देश प्रसारित झाला असता. कोल इस्त्राएल– व्हाईस ऑफ इस्त्राएल.

आरीला घेऊन डॉ. तामीर पोचल्यावर तिथले काम एकदम थांबले. सर्वांनी त्याच्याभोवती गर्दी करून एक्झोडस्‌बद्दल त्याचे अभिनंदन केले. सर्वजण त्याच्यावर प्रश्नांचा भडिमार करायला लागल्यावर डॉ. तामीर यांनी त्यांना आवरले. "नंतर! नंतर!!"

"अविदान? अविदानला भेटलेच पाहिजे मला." आरी म्हणाला.

रायफल्सनी भरलेल्या खोक्यांपलीकडे एक दरवाजा होता. आरीने पुढे होऊन त्या दरवाजावर टकटक केली.

"कोण?"

आरीने दरवाजा उघडला. समोर टेबलाशी टक्कल पडलेला एक दणकट शेतकरी होता. भूमिगत सैन्याचा प्रमुख. अविदान! आरीने आत प्रवेश करताच त्याने कागदांवरची आपली नजर वर उचलली. आरी दिसताच त्याच्या चेहऱ्यावर हसू उमटले.

"आरी? शालोम!" म्हणत तो उठला आणि त्याने आरीला मिठीच मारली. त्याने आरीला खुर्चीत बसवले, दरवाजा लावून घेतला आणि तिने त्याच्या पाठीत दोन दणके ठेऊन दिले." काय आनंद झाला आहे आरी तुला बघून. ब्रिटीशांचे चांगले नाक ठेचलेस. आणि मुले कुठे आहेत?"

"घरी पाठवून दिली."

"बरे केलेस. त्यांना थोडी विश्रांतीची गरजच आहे. खरी म्हणजे तुला सुद्धा आहे."

अविदानने स्वत: गेल्या पंचवीस वर्षांत रजा घेतली नव्हती. त्याच्याकडून मिळणारे हे बक्षीस अमूल्य होते.

"आणि तुझ्याबरोबरची ती मुलगी कोण?"

"आहे एक अरब हेर. सगळी बरी माहिती हवी असते तुला."

"मित्र आहे आपली?"

"नाही, नक्कीच नाही. आपल्या बाजूची पण नाही."

"वाईट झाले. एक अमेरिकन ख्रिश्चन मुलगी. कामाला आली असती."

"प्राणीसंग्रहालयात ठेवलेले प्राणी बघावेत तशी ती ज्यूंकडे बघते. पण चांगली आहे. उद्या मी तिला जेरूसलेमला घेऊन जाणार आहे आणि हॅरीएट सॅल्झमनशी तिची गाठ घालून देणार आहे. यूथ आलियामधे तिच्यासाठी काही काम आहे का बघतो."

"विशेष काही?"

"अरे देवा! तुझे ते ज्युईश कुतूहल जरा बाजूला ठेवशील का आता?"

खोली बंद होती. फार गरम होत होते. अविदानने मोठा निळा रुमाल काढून आपले टक्कल पुसले.

"मक्काबीजनी आमचे जोरदार स्वागत केले काल. आठवडाभर तरी आग विझायची चिन्हे नाहीत असे ऐकतो आहे."

अविदानने नकारार्थी मान हलवली. "कालचा छापा यशस्वी होता. पण उद्याचे काय? आणि परवाचे? प्रत्येक चांगल्या छाप्यामागे तीनदा ते गाढवपणा करतात. कारण नसताना क्रूरपणे वागतात. खून पाडतात. त्याची फळे सबंध इशोव्हला भोगावी लागतात. मक्काबीजच्या छाप्यांची उत्तरेही आपल्याला द्यावी लागतात. उद्या जनरल हॅवनहर्स्ट आणि हाय कमिशनर दोघेही इशोव्ह सेन्ट्रलला येणार आहेत. बेन गुरीयनच्या टेबलावर मुठी आदळत हॅगन्नाने त्यांना अटकाव करावा अशी मागणी ते करतील. काही वेळा तर काय करावे ते मला समजत नाही. आजपर्यंत ब्रिटीश हॅगन्नापासून दूर राहिले आहेत पण मक्काबीजची दहशती कृत्ये तशीच चालू राहिली तर..... आता तर पैसे उभे करण्यासाठी त्यांनी बॅन्काही लुटायला आरंभ केला आहे."

"त्या तरी निदान ब्रिटीश बॅन्काच असतील अशी आशा आहे माझी." आरीने खुर्चीतून उठून त्या छोट्या खोलीत फेऱ्या मारायला सुरुवात केली. "आपणही काही महत्त्वाचे छापे घालायची वेळ आली आहे असे वाटते मला."

"अजिबात नाही. हॅगन्ना महत्त्वाची आहे. हॅगन्नाला धोका पोचता कामा नये. सर्व ज्यूंचे रक्षण करायची जबाबदारी फक्त आपल्यावर आहे. चोरून ज्यू पॅलेस्टाईनमधे आणूनच आपण ब्रिटीशांचे नाक दाबू शकतो. एक्झोडस्‌सारखी एक घटना दहा तेल शुद्धीकरण कारखाने उद्‌ध्वस्त करण्यापेक्षा जास्ती महत्त्वाची आहे."

''पण अविदान एक दिवस येणारच आहे की, जेव्हा आपल्याला दोन हात करावेच लागतील. आपल्याकडे एक तर सैन्य आहे तरी नाही तर नाही तरी.''

अविदानने टेबलाच्या खणातून काही कागदपत्र काढून ते आरीपुढे सरकवले. आरीने एक एक कागद उचलून बघायला सुरूवात केली.

ऑर्डर ऑफ बॅटल– सहावी एअरबॉर्न डिव्हिजन.

आरीने मान वर केली. ''तीन पॅराशूट ब्रिगेड?''

''वाच पुढे.''

रॉयल आर्मर्ड कॉर्प्स विथ किंग्ज ओन हसार्स– त्रेपन्नावी वॉर्सेस्टरशायर– दोनशे एकोणपन्नासावी एअरबॉर्न पार्क– ड्रॅगून गार्डस्– रॉयल लान्सर्स– क्वीन्स रॉयल– ईस्ट सरे– मिडल सेक्स– गॉर्डन हायलॅन्डर्स– अल्स्टर रायफल्स– हार्टफोर्डशायर रेजिमेन्ट– ब्रिटीशांच्या पॅलेस्टाईनमधे असलेल्या पलटणींची यादी संपतच नव्हती.

आरीने कागदपत्र खाली ठेवत म्हटले, ''ते लढताहेत तरी कुणाशी? रशियन सैन्याशी?''

''लक्षात आले आरी? दररोज एकदा तरी पालमाखच्या संतापलेल्या तरुणांना मला उत्तरे द्यावी लागतात. आपण का नाही छापे मारत? का नाही उघडपणे युद्ध पुकारत? संपूर्ण ब्रिटीश सैन्याचा वीस टक्के भाग आज पॅलेस्टाईनमधे आहे. एक लक्ष सैनिक. अफाट शस्त्रास्त्रे. शिवाय ट्रान्सजॉर्डनमधे अरब लीजन आहेच. मक्काबीज छापे मारतात. थोडा काळ वर्तमानपत्रात नाव येते. वर आपण लपून रहातो आहोत अशी बोंबही ठोकता येते. मी सैन्य उभारायचा प्रयत्न करतो आहे. आपल्याकडे दहा हजार रायफलीही नाहीत. लक्षात घे आरी, हॅगन्नाचे अस्तित्व नाहीसे झाले तर आपण सर्व धुळीला मिळू.

काही भडक डोक्याची मुले मक्काबीजकडे आहेत. ती कुठेही लपून जातात. पण आपल्याला आता हॅवनहर्स्टला शांत ठेवायला हवे. प्रत्येक पाच ज्यूंमागे एक ब्रिटीश सैनिक हजर असताना आपण त्यांना उघडपणे तोंड देऊच शकत नाही.''

आरीने पुन्हा ते कागदपत्र वाचायला हातात घेतले.

''प्रत्येक दिवशी ब्रिटीश जास्ती उन्मत्त होत आहेत. अरब त्यांची ताकद वाढवत असताना दुर्लक्ष करत आहेत.''

आरीने शेवटी मान डोलावली. ''मग मी काय करू यानंतर?''

''आताच काही नाही. घरी जा आणि थोड्या दिवसांनी एन् ओरच्या पालमाख ठाण्यावर हजर हो. गॅलिलीमधल्या आपल्या प्रत्येक वस्तीची पहाणी कर. आपल्या प्रत्येक ठिकाणच्या ताकदीचा अंदाज घे. वेळ येईल तेव्हा आपण नक्की काय गमावणार आहोत आणि कशाचे रक्षण करू शकणार आहोत याची माहिती मला हवी आहे.''

''अशा तऱ्हेने बोलताना कधी ऐकले नव्हते अविदान.''

''कारण आजच्याइतकी वाईट परिस्थिती पूर्वी कधीच नव्हती. लंडनमधे एकाच टेबलावर बसून चर्चा करायचीही आता अरबांची तयारी नाही.''

आरी निघाला.

''बराक आणि साराला नमस्कार सांग माझा. डेव्हिड बेन अमी घरी पोचला आहे. यार्देनाला म्हणावे नीट वाग. त्याला आणि इतर मुलांना मी एन् ओरला पाठवीन म्हणतो.''

''ठीक आहे. पण उद्या मी जेरुसलेममधे असणार आहे, काही हवे आहे तिथून?''

''पाहिजे. दहा हजारांचे सैन्य उभारून त्यांना शस्त्रास्त्रसज्ज करता आले तर बघ.''

''शालोम, अविदान!''

''शालोम, आरी. तू घरी आलास. खूप बरे वाटते आहे.''

तेल अव्हिवला परत जाताना आरी जास्ती जास्तीच खिन्न बनत होता. सायप्रसमधे असताना त्याने एकदा तरुण डेव्हिड बेन अमीला सांगितले होते की, हॅगन्ना, पालमाख आलिया बेत अनेक गोष्टींचा प्रयत्न करत असतात. कधी यश लाभते, कधी अपयश. पण भावनाप्रधान न बनता काम करत रहायला पाहिजे. आरी बेन कनान एक यंत्र आहे. कार्यक्षम अधिकारी. तो देखील कधी जिंकतो, कधी हरतो.

पण चुकून कधीतरी आजच्याप्रमाणे आरी बेन कनान सत्य परिस्थितीला सामोरा जाई. कठोर वास्तव डोळ्यासमोर उभे राही आणि त्या क्षणाला तो निराश होई. पार निराश होई.

एक्झोडस्, तेल शुद्धीकरण कारखान्यात घातपात, लिदा विमानतळावर छापा, फक्त पन्नास रायफली चोरून आणताना ओढवलेले मृत्यु. जीवाच्या भीतीने सैरभैर झालेले शंभर ज्यू चोरून आणले तरी फासावर लटकावले जाणारे ज्यू. तो एक छोटा माणूस होता. फार छोटा माणूस आणि त्याची गाठ फार मोठ्या पाशवी शक्तीशी होती. डेव्हिड बेन अमीसारखी श्रद्धा असती तर योग्य वेळी देव चमत्कार घडवून आणेल अशी त्याची खात्री तरी पटली असती. पण ते शक्य नव्हते. तो श्रद्धाळू नव्हता. स्वप्नाळू तर नव्हताच नव्हता.

किटी फ्रेमॉन्ट आरीची वाट बघत थांबली होती. पॅलेस्टाईनमधे पाय ठेवल्यापासून आरी इतक्या सभ्यपणे वागत होता की, किटीलाच त्याच्यासाठी थांबावेसे वाटले होते. बोलता येईल, थोड्या गप्पाही मारता येतील हा हेतू होताच. हॉटेलच्या लॉबीमधे शिरून तो डेस्कजवळ किल्ली मागायला जाताना तिने पाहिले.

''आरी!'' तिने हाक मारली.

पहिल्या दिवशी त्याला सायप्रसमधे बघता क्षणी त्याच्या चेहऱ्यावर जे विचारात पडल्याचे भाव तिने पाहिले होते तसेच भाव आज त्याच्या चेहऱ्यावर होते. चेहरा अत्यंत गंभीर, विचारमग्न आणि चिंतातूर होता. तिने त्याला हात केला. त्याला

तिची हाक ऐकू आली नाही. तिने हलवलेला हातही त्याला दिसला नाही. त्याचे तिच्याकडे लक्षही गेले नाही. तिच्या दिशेने बघत पुढे निघून जातानाही त्याला ती दिसली नाही. तो पायऱ्या चढत आपल्या खोलीत गेला.

## २

एक्झोडस्‌वरच्या पन्नास मुलांना घेऊन जाणाऱ्या दोन बसेस् हाजोर पार करून हुले खोऱ्याच्या दिशेने निघाल्या. हैफा आणि गॅलिलीमधून जाताना बसमधून वाकून वाकून सर्व मुले ओरडत होती, हात दाखवत होती. ती त्यांच्या ईश्वरदत्त भूमीला पोचली होती.

“दोव्ह! काय सुंदर आहे ना सर्व?” कारेन मधेच ओरडायची.

दोव्हने गुरगुरल्यासारखा आवाज काढल्यावर कारेन त्याचा अर्थ लावायची. एवढा आरडाओरडा करण्यासारखे काही नाही त्यात.

हुले खोऱ्यातून जात बसेस् याद एल्‌च्या दिशेने निघाल्या. आरी बेन कनानचे घर. मुख्य रस्त्यावरून एक रस्ता लेबॅनॉनच्या सीमेकडे जात होता. गान डाफनाकडे जाणारा रस्ता दाखवणारी पाटी बघताच मुले उत्सुकतेने चिवचिवाट करायला लागली. अर्थात् दोव्ह सोडून. वळणावळणाच्या रस्त्याने बसेस् वर चढल्या आणि हिरवीगार किब्बुत्झ आणि मोशाव दिसायला लागली. हुले सरोवराजवळ चौरस आकाराची अनेक तळी होती. माशांची पैदास करण्यासाठी.

अर्ध्या रस्त्यावर अबू येशा हे अरब खेडेगाव होते. इतर अरब गावातून बसेस् जाताना अरब तिरस्कारानेच त्यांच्याकडे बघत होते. अबू येशामधल्या अरबांनी मित्रांप्रमाणे हात उंचावले.

अबू येशाच्या पलीकडे दोन हजार फूटांहून जास्ती उंचीवर पोचल्यावर तिथून पुढे गान डाफना. (The Garden of Dafna.) यूथ आलियाचे गाव. गावाच्या मध्यभागी शंभर यार्ड लांब आणि पन्नास यार्ड रुंद अशी हिरवळ असलेले पटांगण होते. आजूबाजूला ऑफिसेस्‌च्या इमारती. सर्वत्र रंगीबेरंगी फुले, झाडे. गावातल्या ऑर्केस्ट्राने मुलांचे स्वागत झाले.

हिरवळीच्या मध्यभागी डाफनाचा पूर्णाकृती ब्रॉन्झचा पुतळा होता. हातात रायफल धरून ती हुले खोऱ्याकडे बघत होती. “हा मिशमार”ला अशीच लक्ष ठेवून असताना तिचा मृत्यु ओढवला होता.

या गावाच्या स्थापनेला कारणीभूत होता लहानसर चणीचा, पाठीला कुबड असलेला डॉ. लिबरमन. मुलांचे स्वागत करताना त्याने आपला पाईप हातात घेतला. त्याने त्यांना थोडक्यात सांगितले की, १९३४ मधे जर्मनी सोडून तो निघाला

आणि १९४० मधे त्याने या ठिकाणी गान डाफनाची स्थापना केली. अबू येशाचा मुक्तार कम्माल याने ही जमीन यूथ आलियाला उदारपणे दान दिली होती. प्रत्येक मुलाजवळ जाऊन डॉ. लिबरमन त्याच्याशी चार शब्द बोलत होता. तशा त्याला अर्धा डझन भाषा येत होत्या. कारेन त्यांच्याकडे बघत होती. त्यांना पूर्वी कुठे तरी पाहिले आहे असे तिला वाटत होते. ती लहान असताना कलोनला त्यांच्या घरी येणाऱ्या प्रोफेसरांसारखा तो वागत होता. पण त्या सर्व गोष्टींना फारच काळ लोटला होता. तिला खरे म्हणजे काही आठवत नव्हते.

प्रत्येक नवीन मुलाकडे गावातले कुणी तरी लक्ष देत होते.

"कारेन क्लेमेन्ट?"

"हो."

"मी योना. तुझ्याबरोबर खोलीत रहाणार आहे." ती इजिप्शियन ज्यू होती. कारेनहून थोडीशीच मोठी. "चल! मी तुला आपली खोली दाखवते. इथे आवडेल तुला."

कारेनने दोव्हला हाक मारून नंतर भेटते सांगितले. योना आणि ती निघाल्या. इमारती आणि शाळेच्या खोल्या सोडून पलीकडे असलेल्या कॉटेजेस्‌जवळ पोचल्या. पायवाटेच्या बाजूंनी छान झुडुपे लावली होती.

"आपण थोड्या मोठ्या आहोत म्हणून आपल्याला कॉटेज मिळाले आहे."

कारेन कॉटेजबाहेर थबकली. तिचा स्वत:च्या डोळ्यांवर विश्वास बसेना. मग ती हळूच आत शिरली. ती आजपर्यंत राहिलेल्या जागातली सर्वोत्कृष्ट जागा. एक गादी, टेबल, खुर्ची, एक कपाट– प्रत्येक गोष्ट तिची. फक्त तिची!

संध्याकाळपर्यंत कारेनला एक क्षण मोकळा वेळ मिळाला नाही. रात्री जेवणानंतर मुलांच्या स्वागतासाठी बाहेर उघड्या थिएटरमधे कार्यक्रम होता.

कारेन हिरवळीमधल्या डाफनाच्या पुतळ्याजवळ दोव्हला भेटली. कित्येक महिन्यांनी आज तिला नृत्य करावेसे वाटत होते. हवा काय मस्त होती. गाव म्हणजे तर स्वर्गच. ती आनंदात होती. दोव्हला तिने अबू येशामधली नजरेस पडणारी घरे दाखवली. वरच्या बाजूला टॅगार्ट किल्ला. फोर्ट ईस्थर. अगदी लेबॅनॉनच्या सीमेवर होता. तळाशी याद एल्. डुलणारी हिरवीगार शेती. हुले खोऱ्याच्या पलीकडे तेल हाय. पुढे माऊन्ट हेरमोन आणि सीरिया.

कारेनने ऑलिव्ह रंगाच्या स्लॅक्स घातल्या होत्या. उंच कॉलरचा ब्लाऊज. शेतकरी स्त्रिया घालतात तसा. पायात नवीन सॅन्डल. "दोव्ह! दोव्ह! माझ्या आयुष्यातला सर्वात सुखाचा दिवस आहे आज. आणि योना म्हणते की, डॉ. लिबरमनसारखा माणूस जगात नाही."

तिने हिरवळीवर लोळण घेतली. आकाशाकडे बघत बसली. मग एक सुस्कारा सोडला. बसून तिने दोव्हचा हात पकडला आणि त्याला शेजारी बसायला सांगितले.

“बस झाले ना आता” तो तिरसटासारखा ओरडला.

तिने त्याच्या बडबडीकडे लक्षच दिले नाही. शेवटी तो खाली बसला. तिने त्याच्या खांद्यावर डोके टेकवले. तिच्या स्पर्शाने तो अस्वस्थ झाला. “तू पण रहा ना आता आनंदात.” ती म्हणाली.

त्याने खांदे उडवले. तिला बाजूला केले. “कुणाला पर्वा आहे त्याची?”

“मला आहे.” ती उत्तरली. “मला तुझी काळजी आहे.”

“यापुढे तू स्वत:चीच काळजी घे. ते बरे होईल.”

गुडघ्यावर बसून तिने त्याच्या खांद्यांवर हात ठेवले. “ती तर मी करतेच आहे. आणि तू तुझी खोली बघितलीस का रे? आणि झोपायची गादी? अशा खोलीत राहून किती वर्षे झाली तुला?”

तिच्या स्पर्शानेच दोव्हचे डोळे खाली वळले.

“विचार कर दोव्ह. पुन्हा कुठली निर्वासित छावणी नाही. ला सिओता नाही. कॅरलॉस नाही. बेकायदेशीर जहाजे नाहीत. आपण घरी पोचलो आहोत दोव्ह आणि ते माझ्या कल्पनेपेक्षाही सुंदर आहे.”

दोव्ह उभा राहिला आणि त्याने तिच्याकडे पाठ फिरवली.

“तुझ्यासाठी छान जागा आहे ही कारेन पण माझ्या डोक्यात वेगळे विचार आहेत.”

“विसरून जा ते दोव्ह.” तिने हळूच याचना केली.

ऑर्केस्ट्राचे सूर तरंगतच त्यांच्याजवळ पोचले.

“चल दोव्ह. थिएटरमधे जाऊ या.” कारेन म्हणाली.

आरी आणि किटी यांनी तेल अव्हिव सोडून सराफंद इथला प्रचंड ब्रिटीश सैनिकी तळ मागे टाकला मात्र आणि किटीला पुन्हा पॅलेस्टाईनचे दडपण जाणवायला लागले. रामले या अरब खेड्यातून जात असताना अरबांच्या रागीट नजरा त्यांच्यावर खिळल्या. आरीचे त्यांच्याकडे अजिबात लक्ष नव्हते. किटीकडेही नव्हते. दिवसभरात आतापर्यंत तो तिच्याशी डझनभर शब्दही बोलला नव्हता.

पुढे बाब एल् वद आणि ज्युडिअन टेकड्यांमधला वळणावळणाचा रस्ता. ज्यूंनी दुतर्फा लावलेली झाडे. प्राचीन टेकड्यांमधे तशीच प्राचीन काळची शेतीची टेरेसेस् होती. एके काळी या टेकड्या आणि टेरेसेस्मधे लाखो लोक रहात होते. आता त्यांची संपूर्ण धूप झाली होती. टेकड्यांवर दाटीदाटीने अरब खेडी दिसत होती.

बाब एल् वदमधेच जेरूसलेमच्या जादूने किटी फ्रेमॉन्ट पार भारून गेली. ज्युडीअन टेकड्यांमधून प्रथमच जाणारा कुठलाही माणूस डेव्हिडच्या शहराच्या ताकदीने झपाटल्याशिवाय रहातच नाही. पण तरी आपल्यावर सुद्धा असा विलक्षण

प्रभाव पडावा याचे किटीला आश्चर्य वाटले. तिचे धार्मिक शिक्षण साधे सरळ होते. प्रामाणिकपणे दिलेले. पण त्यात प्रखर भावनातिरेक नव्हता. ज्युडीअन टेकड्यांमधून वर जाताना तिला आता कुठली तरी अनामिक ओढ वाटायला लागली. ती जणु बायबलच्या काळात वावरायला लागली. प्रथमच या शांत टेकड्यांचे सुप्त सामर्थ्य जाणवायला लागले. पवित्र भूमीमध्ये पाऊल टाकणे म्हणजे काय याची सत्यार्थाने कल्पना आली. पवित्र भूमी! बायबलची भूमी!

दूर अंतरावर जेरूसलेम अस्पष्टपणे नजरेस पडायला लागले आणि तिच्या मनात उदात्त अशा भावनांच्या उर्मी उसळायला लागल्या.

ज्यूंनी बांधलेल्या नवीन शहरातून ते आत शिरले. जाफा गेट– व्यापाराचा, दुकानांचा प्रमुख रस्ता– तिथून जुन्या शहराची भिंत. जाफा गेटच्या बाजूने आरी भिंतीलगतच्या किंग डेव्हिड अव्हेन्यूवरून पुढे निघाला. काही क्षणातच ते किंग डेव्हिड हॉटेलवर पोचले. मोटारमधून खाली पाय ठेवताच संपूर्ण उजवी बाजू उद्ध्वस्त झालेल्या हॉटेलकडे किटी आ वासून बघत राहिली.

"एके काळी हे ब्रिटीशांचे मुख्य ठाणे होते. मक्काबीजनी त्याचे स्वरूप पार पालटून टाकले." आरीने सांगितले.

हॉटेल खरेच प्रचंड होते. जेरूसलेमच्या दगडांनी बांधलेले. लॉबी म्हणजे किंग डेव्हिडचे कोर्ट असावे अशी विशाल.

किटी प्रथम जेवणासाठी खाली उतरली. मागच्या टेरेसवरून जुन्या शहराच्या तटबंदीकडे बघत होती. समोर डेव्हिडचा टॉवर.

आरी टेरेसवर पोचला आणि किटीवर नजर पडताच जमिनीला खिळून उभा राहिला. किटी इतकी मोहक दिसू शकेल हे त्याच्या स्वप्नातही कधी आले नव्हते. तिने खास पोशाख चढवला होता. हातात पांढरे मोजे, डोक्यावर हॅट. त्या क्षणाला आपण तिच्यापासून फार फार लांब आहोत असे त्याला वाटले. रोम आणि पॅरीस आणि बर्लिनमधल्या सौंदर्यवान युवतींपैकी ती एक होती. त्यांचे वागणे त्याला वेगळेच वाटे. काही समजायचे नाही त्याला. तो त्यांच्या विश्वातला नव्हता. किटी आणि डाफना यांच्यामधे किती तरी प्रकाश योजनांचे अंतर होते. पण ती सुंदर होती खरेच. वादातीतपणे अप्रतिम सुंदर होती.

ते टेबलावर बसले. "मी हॅरीएट सॅल्झमनशी बोललो. ती जेवणानंतर आपल्याला भेटणार आहे."

"थॅन्क्स्! जेरूसलेम बघायच्या नुसत्या कल्पेनेनेच माझ्या मनात खूप खळबळ माजली आहे."

"जेरूसलेममधे रहस्यमय शक्ती आहे हे निर्विवाद सत्य आहे. प्रथम येणारा प्रत्येकजण असे म्हणतो. डेव्हिड बेन अमीला विचार. त्याला जेरूसलेमशिवाय दुसरे

काही सुचत नाही. उद्या तोच येणार आहे तुझ्याबरोबर. उद्या शब्बाथ. तो तुला जुन्या शहरात घेऊन जाईल.''

''त्याने माझा विचार केल्याबद्दल कौतुक वाटते मला त्याचे.''

आरीने तिच्याकडे निरखून पाहिले. त्याची नजर तिच्यावरून हलेनाशी झाली होती. मोठ्या कष्टाने तिच्यावरची नजर खेचून काढून त्याने वेटरला बोलावले. ऑर्डर दिली. तो शून्यात नजर लावल्याप्रमाणे बसला. आरीने शब्द दिला होता आणि आता आपले कर्तव्य पूर्ण करायची त्याला घाई झाली आहे असे काही तरी किटीला वाटायला लागले. दहा मिनिटे दोघे स्तब्धच होते.

''माझा सहवास कंटाळवाणा होतो आहे का?''

''काही तरी बोलू नकोस किटी.''

''काल रात्री बाहेरून आल्यापासून माझे अस्तित्वच विसरल्यासारखा वागतो आहेस तू.''

''सॉरी किटी!'' तिच्याकडे न बघताच तो उद्गारला. ''खरे म्हणजे आज माझा सहवासच काही चांगला नाही तुझ्या दृष्टीने.''

''कुठे काही गडबड आहे का?''

''ती तर आहेच. पण तिचा संबंध तुझ्याशी नाही. माझ्याशी नाही. माझ्या असभ्य वागणुकीशीही नाही. ते जाऊ दे. मी हॅरीएट सॅल्झमनबद्दल सांगतो. अमेरिकन आहे. कमीत कमी ऐंशी वर्षांची तरी आहे. इशोव्हमधे कधी कुणाला संत म्हणून जाहीर करायचे झाले तर ती आमची पहिली निवड असेल. जुन्या शहरापलीकडची ती टेकडी दिसते?''

''ती?'' किटीने बोट दाखवत विचारले.

''बरोबर. ती टेकडी म्हणजे माऊन्ट स्कोपस. मध्यपूर्वेतली सर्वोत्कृष्ट आणि अत्याधुनिक वैद्यकीय केन्द्रे तिथल्या इमारतीत आहेत.

पहिल्या महायुद्धानंतर हॅरीएटने अमेरिकन स्त्रियांची एक संघटना निर्माण केली. त्याच झायोनिस्ट स्त्रियांकडून यासाठी पैसा मिळतो. पॅलेस्टाईनमधली इतर हॉस्पिटल्स आणि केन्द्रेही तिच्याच हादस्सा संघटनेनी स्थापन केली आहेत.''

''वेगळीच स्त्री दिसते.''

''तशीच आहे ती. हिटलर सत्तेवर आल्यावर तिने यूथ आलियाची स्थापना केली. हजारो तरूणांना तिने जीवदान दिले आहे. पॅलेस्टाईनभर डझनावारी यूथ सेन्टर आहेत. तुझे चांगले जमेल तिच्याशी.''

''असे का म्हणतोस?''

''पॅलेस्टाईनमधे राहिलेला कोणताही ज्यू इथून गेला तरी त्याचे हृदय इथेच रहाते आणि मन इथेच रेंगाळते. अमेरिकन्सचे बहुधा तसेच होते. इतकी वर्षे

पॅलेस्टाईनमधे घालवूनही ती अमेरिकनच राहिली आहे.''

ऑर्केस्ट्रा बंद झाला.

जेरूसलेममधे शांतता पसरली. जुन्या शहरातल्या मशिदींच्या मिनारांवरून मुल्ला प्रार्थनेसाठी बोलावत होते. ते आवाज विरले आणि पुन्हा शांतता पसरली. किटीला अशा शांततेचाही कधी अनुभव नव्हता.

वाय्. एम्. सी. ए. मधूनही घंटांचे निनाद कानावर पडले. एक प्रार्थना. सर्व दऱ्याखोऱ्यात हे नाद घुमुन पुन्हा एकदा शांतता झाली. इतकी नि:स्तब्ध शांतता की, बोलणेही पाप ठरावे. या क्षणी काळसुद्धा थांबला असावा असे वाटले किटीला.

''काय वेगळ्याच भावना आणि विचार येतात मनात.'' किटी हळूच म्हणाली.

''असे प्रसंगही क्वचितच येतात हल्ली. ही शांतताही फसवीच आहे किटी.'' आरी उत्तरला.

एक छोटा माणूस टेरेसच्या दरवाजात उभा रहाताच आरीने त्याला ओळखले. बार इस्त्राएल. मक्काबीजशी संपर्क साधणारा दुवा. त्याने आरीला खूण केली आणि तो नाहीसा झाला.

''आलोच मी किटी.'' म्हणत आरी उठला आणि त्याच्या मागोमाग गेला. लॉबीमधल्या सिगरेट स्टॅन्डवर त्याने सिगारेटचे एक पाकीट घेतले. एक मासिकही चाळले. बार इस्त्राएल पुन्हा जवळ पोचला.''

''तुझे काका अकिवा जेरूसलेममधे आहेत.'' तो कुजबुजला. ''त्यांना भेटायचे आहे तुला.''

''मला झायोन सेटलमेन्ट सोसायटीत जायचे आहे. मग रिकामाच आहे मी.''

''रशियन कम्पाऊन्डमधे भेट.'' असे बोलून बार इस्त्राएल नाहीसा झाला.

नवीन जेरूसलेम शहरातला किंग जॉर्ज अव्हेन्यू हा दुतर्फा झाडी असलेला रूंद रस्ता होता. आजूबाजूला कार्यालयांच्या इमारती, शाळा, चर्चेस होती. एका कोपऱ्यात झायोन सेटलमेन्ट सोसायटीची चार मजली मोठी इमारत होती. मुख्य दरवाजापासून आत इमारतीपर्यंत पोचण्यासाठी रस्ता होता.

आरीला बघताच टेबलामागून पटकन् उठून हॅरीएट सॅल्झमन पुढे झाली आणि ''शालोम आरी'' करत तिने त्याच्या गळ्याला मिठी मारली. तिचा उत्साह बघताना कोणीही तिचे वय विसरून गेला असता.

''चांगला मुलगा आहेस तू आरी. सायप्रसमधे काय जिरवली आहेस तू ब्रिटीशांची. छान काम केलेस.''

किटी दरवाजात उभी राहून ही भेट बघत होती. हॅरीएट मग तिच्याकडे वळली. ''ही कॅथरीन फ्रेमॉन्ट तर! मुली! खरेच तू फार सुंदर आहेस.''

"थॅन्क यू मिसेस् सॅल्झमन."

"ते मिसेस् सॅल्झमन नको सारखे. मग वय लक्षात येते माझेच माझ्या. आणि दुसरे म्हणजे फक्त अरब आणि इंग्रजच माझ्याशी तसे बोलतात. बस इथे. मी चहा मागवते. का कॉफी हवी तुला?"

"चहाच आवडेल."

"लक्षात आले आरी, अमेरिकन मुली कशा दिसतात ते?" तिच्या डोळ्यात मिस्किल भाव होते.

"सर्वच अमेरिकन मुली काही किटीएवढ्या सुंदर असतील असे वाटत नाही मला."

"प्लीज्. माझी स्तुती थांबवा ना तुम्ही. फार विचित्र वाटते मला."

"तुम्हा मुलींना माझी गरज नाही. मला काही कामेही आहेत. तेव्हा मी निघतो. किटी तुला न्यायला मी येऊ शकलो नाही तर तू टॅक्सी घेऊन हॉटेलवर जाऊ शकशील?"

"तू आधी जा आता. माझ्या फ्लॅटवर आम्ही दोघी जेवण घेऊ. त्यात तुझी कटकट नकोच आहे मला."

आरी हसला आणि निघून गेला.

"चांगला आहे आरी. त्याच्यासारखी खूप चांगली मुले आहेत आमच्याकडे. खूप कामे करतात आणि दुर्दैवाने तरूणपणीच मृत्यु ओढवतो. कुठली तू?"

"इन्डियाना."

"मी सान्फ्रान्सिस्कोची."

"सुरेख आहे सान्फ्रान्सिस्को. एकदा माझ्या पतीबरोबर गेले होते. पुन्हा एकदा कधी तरी जावेसे वाटते."

"मलाही. दरवर्षी अमेरिकेबद्दलची माझी ओढ वाढते आहे. गेली पंधरा वर्षे अमेरिकेला जायचे घोकते आहे, पण इथले काम संपेल तर जाईन ना. पण खरेच हल्ली मला डोळ्यांसमोर अमेरिकाच दिसायला लागली आहे. वाढत्या वयाने चळ लागतो आहे बहुधा."

"ते शक्य नाही पण."

"ज्यूंच्या देशाची पुन्हा निर्मिती करायची आणि त्यासाठी ज्यू म्हणून काम करायचे ही फार छान गोष्ट आहे. पण अमेरिकन असणे चांगलेच. विसरू नकोस कधी हे. एक्झोडस्च्या घटनेपासून तुला भेटायची खूप उत्सुकता होती. आणि खरे सांगू कॅथरीन फ्रेमॉन्ट, मी अत्यंत आश्चर्यचकित झाले आहे. आणि मला तसे आश्चर्य क्वचितच वाटते."

"माझ्याबद्दल तुम्हाला जे काही कळले आहे ते बहुधा फार तिखटमीठ लावून सांगितले गेले आहे."

सहज मैत्री करू शकणाऱ्या हॅरीएट सॅल्झमनची बुद्धी अत्यंत तेज होती. किटीला थोडेफारही परके वाटत नव्हते. पण प्रत्येक क्षणाला आपली परीक्षा होते आहे याबद्दलही तिच्या मनात संशय नव्हता. चहा घेत त्या गप्पा मारत होत्या. बहुतेक सर्व गप्पा एकाच विषयावर. अमेरिका! हॅरीएट सॅल्झमनला नि:संशय घराची ओढ लागली होती. "पुढल्या वर्षी मी नक्की घरी जाणार. काही तरी कारण काढेन. कामासाठी पैसे उभे करायचे आहेत. नेहमीचेच कारण. सबंध अमेरिकन जनता रेडक्रॉसला जितका पैसा देते त्याहून जास्ती पैसा अमेरिकन ज्यू आम्हाला देतात हे ठाऊक आहे तुला? जाऊ दे. माझ्या या गप्पांचा कंटाळा येईल तुला. मग काय आमच्याबरोबर काम करणार?"

"पण मी सर्टिफिकेटस् वगैरे काहीच आणलेली नाहीत."

"त्यांची आवश्यकता नाही. आम्हाला तुझी सर्व माहिती आहे."

"सर्व?"

"अगदी सर्व. तुझ्याबद्दलचे निदान अर्धा डझन तरी रिपोर्ट माझ्या फाईलमधे आहेत."

"मला आनंद वाटायला हवा की, राग ते कळत नाही."

"रागावू तर मुळीच नकोस. काळच तसा आहे. आम्हाला प्रत्येकाची खात्री पटायला हवी. आमचा समाज फार छोटा आहे. अशी कोणतीच गोष्ट घडू शकत नाही की, जी या म्हाताऱ्या कानांपर्यंत पोचत नाही. आणि अगदीच खरे बोलायचे तर तू यायच्या आधी मी तुझ्याबद्दलची आमची फाईल वाचली आहे. तू इथे का आलीस ते कळत नाही मला."

"तुम्हाला नर्सेस्‌ची आवश्यकता आहे आणि मी एक नर्स आहे."

हॅरीएट सॅल्झमनने नकारार्थी मान डोलावली. "बाहेरची माणसे त्या कारणासाठी इथे येत नाहीत. दुसरे काहीतरी कारण असले पाहिजे. आरी बेन कनानसाठी पॅलेस्टाईनला आली आहेस?"

"नाही. पण तो आवडतो मला."

"तसा शंभर स्त्रियांना आवडतो तो. पण त्याला आवडणारी स्त्री तूच आहेस."

"मला नाही वाटत तसे हॅरीएट."

"ठीक आहे. याद एल्पासून इन्डियाना खूप लांब आहे. शिवाय तो साब्रा आहे आणि दुसरी साब्राच त्याला समजून घेऊ शकेल."

"साब्रा?"

"पॅलेस्टाईनमधे जन्मलेल्या ज्यूंना साब्रा म्हणतो आम्ही. सबंध पॅलेस्टाईनभर उगवणाऱ्या एका जंगली निवडुंगाचे फळ म्हणजे साब्रा. बाहेरून कठीण, आतून मुलायम आणि गोड."

"चांगली उपमा आहे ही."

"आरी आणि इतर साब्रांना जशी अमेरिकन आयुष्याबद्दल थोडीही कल्पना नाही तशीच त्यांच्या आयुष्याबद्दल तुला कल्पना करता येणार नाही.

अगदी खरे बोलू? दुसरे कुणीही आमच्याकडे येते ते मित्र म्हणून. तू मित्र म्हणून आलेली नाहीस. तू आमच्यापैकी नाहीस. तू एक सुंदर अमेरिकन तरुणी आहेस. स्वत:ला ज्यू म्हणवणाऱ्या लोकांचे तुला कोडे पडले आहे. मग नक्की कशासाठी आली आहेस तू इथे?"

"त्यात काही रहस्य नाही. एक्झोडस्वरून आलेली एक छोटी मुलगी मला खूप आवडते. प्रथम आमची भेट कॅरलॉस कॅम्पमध्ये झाली. तिच्या बाबांचा पत्ता लावण्याचे प्रयत्न यशस्वी ठरणार नाहीत अशी मला भीती वाटते. पण तसे झालेच तर मला तिला दत्तक घेऊन अमेरिकेला न्यायची इच्छा आहे."

"ठीक आहे. निदान तू खरे सांगते आहेस. आता मुद्याकडे वळू. उत्तर गॅलिलीमधल्या एका यूथ व्हिलेजमध्ये हेडनर्सची जागा रिकामी आहे. सुंदर गाव आहे. तिथले डायरेक्टर आहेत, डॉ. अर्नेस्ट लिबरमन. माझे जुने घनिष्ठ संबंध असलेले मित्र. त्या गावाचे नाव आहे गान डाफना. तिथे चारशे तरी मुले आहेत. यातनातळांमध्ये वाढलेली. त्यांना मदतीची नितांत आवश्यकता आहे. तू ती जागा घेशील अशी माझी आशा आहे. पगार आणि इतर गोष्टीही चांगल्या आहेत."

"पण... पण मला एक माहिती...."

"कारेन हॅन्सेन?"

"तुम्हाला कसे कळले?"

"मी मगाशीच म्हटले तुला की, आमचा समाज फार छोटा आहे. कारेन गान डाफनामध्येच आहे."

"तुमचे आभार कसे मानायचे ते कळत नाही मला."

"आभारच मानायचे असतील तर ते माझे नकोत. आरीचे मान. त्यानेच हे सर्व जुळवून आणले आहे. आरी घेऊन जाईल तुला. त्याच्या घरापासून जवळ आहे गान डाफना."

हॅरीएटने चहाचा रिकामा कप खाली ठेवला. ती खुर्चीत मागे रेलून बसली.

"एक सल्ला दिला तर चालेल किटी?"

"नक्की."

"मी १९३३ पासून अनाथ मुलांमध्ये काम करते आहे. त्यांचे पॅलेस्टाईनबद्दलचे आकर्षण तुझ्यासारख्या मुलीला समजणे कठीण आहे. एकदा का त्यांनी स्वातंत्र्याची हवा चाखली, देशभक्तीने ती भारून गेली की, पॅलेस्टाईन सोडणे ही अत्यंत कठीण बाब बनते. तरीही जे पॅलेस्टाईन सोडतात त्यांना इतरत्र आयुष्य काढणे जमत नाही.

त्यांची पॅलेस्टाईनवरची भक्ती समजणेही कठीण आहे. अमेरिकन किती तरी गोष्टी गृहीत धरतात. इथे प्रत्येक दिवस उजाडतो तो नवीन शंका आणि दडपणे घेऊन. ज्यासाठी एखादा माणूस आयुष्यभर झगडला असेल त्या गोष्टी एका क्षणात त्याच्याकडून हिरावून घेतल्या जाऊ शकतात. त्यांच्या देशाचा ते दिवसाचे चोवीस तास विचार करत असतात. त्यांचे आयुष्य या एकाच गोष्टीभोवती गुंफलेले आहे. देश नसेल तर त्यांच्या अस्तित्वालाच अर्थ उरणार नाही.''

''माझ्याबरोबर येण्यासाठी मी एखादेवेळी कारेनचे मन वळवू शकणार नाही असे सुचवायचे आहे का तुम्हाला?''

''नाही. पण परिस्थिती किती प्रतिकूल आहे हे तुझ्या ध्यानात यावे एवढी माझी इच्छा आहे.''

दरवाजावर टकटक् झाली.

डेव्हिड बेन अमी आत आला. ''शालोम हॅरीएट! शालोम किटी! आरीने तू इथे आहेस सांगितले. पण मी तुमच्या कामात अडथळा आणत असेन तर.....''

''आमचे काम झाले आहे. मी कॅथरीनला गान डाफनाला पाठवणार आहे.''

''ते छान झाले एकदम. शब्बाथ सुरू होताना किटीला मेआ शेआरिमच्या आसपास न्यावे का अशा विचारात आहे मी.''

''चांगली कल्पना आहे डेव्हिड.''

''तर मग आताच निघालेले बरे. तुम्ही येणार का आमच्या बरोबर?''

''मी? अशक्य! पण दोन तासात तिला माझ्या फ्लॅटवर सोड.''

किटीने हॅरिएटशी हस्तांदोलन केले. तिचे आभार मानले आणि ती डेव्हिडकडे वळली. तो एकटक नुसता तिच्याकडे बघतच राहिला.

''काही गडबड आहे का डेव्हिड?''

''गडबड? छे! छे! पण तुला मुद्दाम घातलेल्या खास पोशाखात बघितलीच नव्हती. सुंदर दिसतेस.'' त्याने चपापून स्वत:वरच नजर फिरवली. ''मला वाटते की, तुझ्याबरोबर यावे असा पोशाख नाही माझा.''

''चावटपणा करू नको डेव्हिड. ड्रेस वगैरे फक्त नवीन बॉसवर छाप पाडण्यासाठी होते.''

''शालोम! मुलांनो तुम्ही निघा आता. नंतर भेटू.'' हॅरीएटने त्यांना निरोप दिला.

इतर कुठल्या ज्यूपेक्षा डेव्हिड बरोबर आहे, याचा किटीला आनंद वाटला. तो बरोबर असताना तिला अवघडल्यासारखे वाटायचे नाही. झायोन सेटलमेन्ट सोसायटीमधून बाहेर पडून ते स्ट्रीट ऑफ दि प्रॉफेटस्वर वळले. डेव्हिडही सर्वकडे कुतूहलाने बघत होता. जसा काही तो पण प्रथमच जेरुसलेमला आला होता. प्रत्येक गोष्ट बघताना तो सुखावत होता. ''घरी आलो म्हणून खुश आहे मी. कसे वाटले माझे शहर?''

''शब्द सापडत नाहीत सांगायला. स्वत:वरचा ताबा सुटतो. थोडी भीतीही वाटते.''

''लहान असल्यापासून जेरुसलेमबद्दल माझे अगदी असेच मत आहे. झपाटून टाकते जेरुसलेम मला. रोमांचक अनुभव आहे.''

''डेव्हिड! माझ्याबरोबर यायचे म्हणजे तुला तुझ्या कुटुंबापासून दूर राहावे लागते आहे. कसे आभार मानू तुझे?''

''आमचे कुटुंब अजून एकत्र यायचे आहे. मला सहा भाऊ आहेत. माहिती आहे? बहुतेक सर्व पालमाखमध्ये आहेत. मी सर्वात छोटा आहे. सर्व येतीलच. फक्त एकाची भेट मला एकट्याने वेगळी घ्यावी लागेल.''

''आजारी आहे?''

''नाही. दहशतवादी आहे. मक्काबीज. मक्काबीजचा नेता बेन मोशे यांच्याबरोबर असतो. त्याला घरात पाय ठेवायला बंदी केली आहे बाबांनी. बेन मोशेसुद्धा पूर्वी काय करायचे माहिती आहे? हिब्रू युनिव्हर्सिटीत माझे प्रोफेसर होते एके काळी. हादस्सा मेडिकल सेन्टर पलीकडल्या माऊन्ट स्कोपसकडे बोट दाखवत त्याने युनिव्हर्सिटी दाखवली.

''युनिव्हर्सिटीत जाता येत नाही याचे दुःख वाटते?''

''अर्थातच. पण कधी तरी परत जायची संधी नक्की मिळेल.''

अंधार पडता पडता शिंगाचा कर्णकटु आवाज सर्वत्र घुमला.

''शब्बाथ! शब्बाथ!'' सर्व रस्त्यांवरून इशारे आले.

सबंध जेरुसलेममध्ये प्राचीन शिंगांचे आवाज ऐकू येत होते. डेव्हिडने आपली स्कलकॅप डोक्यावर घातली आणि किटीला मेआ शेआरिम स्ट्रीटवर नेले. The Hundred Gates of the ultra Orthodox.

''मेआ शेआरिमवर तुला वेगवेगळ्या सिनॅगॉग्जमध्ये डोकावता येईल. नाना तऱ्हांनी प्रार्थना करणारे ज्यू बघता येतील. उंटावर बसल्यावर जसे झोके खावे लागतात त्याप्रमाणे डुलत येमेनमधले ज्यू प्रार्थना करतात. मुस्लीमांपेक्षा डोके उंचावर असता कामा नये म्हणून त्यांना उंटावर बसायची मुभा नव्हती. अशी प्रार्थना करून ते शतकानुशतकांची अपमानास्पद वागणूक बहुधा पुसून टाकत आहेत.

स्पॅनिश ज्यूंनी कॅथॉलिक धर्म स्वीकारला नाही तर मृत्युदंडाचीच शिक्षा होती. स्पॅनिश ज्यू लॅटीन प्रार्थना मोठ्याने म्हणत पण प्रत्येक वाक्याच्या शेवटी हळूच हिब्रू प्रार्थना पुटपुटत. आज प्रार्थना करताना त्या स्पॅनिश ज्यूंचे वंशज प्रत्येक वाक्यानंतर क्षणभर गप्प राहतात.''

मेआ शेआरिममध्ये वळल्यावर किटीच्या तोंडून शब्द फुटेना. दोन्ही बाजूंना दुमजली दगडी घरे. बाल्कनी लोखंडी ग्रीलने बंद केलेल्या.

सर्वांनी दाढी मिशा राखलेल्या. कानांवर झुलपे. डोक्यावर फरच्या टोप्या. लांब काळे सॅटीनचे झगे. येमेनी ज्यू अरबी पोशाखात. कुर्द, पर्शियन ज्यू रेशमी रंगीबेरंगी

कपड्यात. स्नान करून घाईघाईने पण तरीही डुलत असल्याप्रमाणे सर्वजण प्रार्थनेला निघालेले.

काही मिनिटात रस्ता रिकामा झाला. सर्वजण आसपासच्या सिनॅगॉग्जमध्ये छोट्या छोट्या खोल्यांमध्ये प्रार्थनेला शिरले. अफगाणिस्तान, इटली, पोलंड, हंगेरी, मोरोक्को ठिकठिकाणचे ज्यू त्यांच्या त्यांच्या घोळक्याने वेगवेगळ्या सिनॅगॉग्जमध्ये जात होते. रस्त्यावर फक्त वेगवेगळ्या तऱ्हांनी होत असलेल्या प्रार्थनांचे आवाज येत होते. स्त्रियांना आत मज्जाव होता. तेव्हा किटी आणि डेव्हिड खिडक्यांमधून डोकवत चालत होते.

काय विचित्र जागा– काय विचित्र लोक! काही ज्यू मनावरचा ताबा उडाल्याप्रमाणे सेफेर तोराशी गोळा होऊन रडत होते, मुसमुसत होते. उशांवर मांडी घालून बसून येमेनी ज्यू प्रार्थना करत होते. कित्येक वृद्ध ज्यू एका सुरात त्यांच्या प्रार्थनेच्या पुस्तकातून हिब्रू प्रार्थना वाचत मागे पुढे डोलत होते. तेल अव्हिवचे देखणे स्त्री-पुरुष आणि या ज्यूंमध्ये जमीन अस्मानाचा फरक होता.

"आमच्याकडे सर्व तऱ्हेचे ज्यू आहेत." डेव्हिड म्हणाला. "मी तुला मुद्दामच इथे आणले कारण आरीने आणले नसते. तो आणि इतर अनेक साब्रा या ज्यूंचा तिरस्कार करतात. ते शेती करायला तयार नाहीत, शस्त्र हातात धरायला तयार नाहीत. ज्युडाईझमची कुठली तरी प्राचीन परंपरा आमच्या गळ्यात मारायला बघतात. आम्ही जे काही करायचा प्रयत्न करत आहोत त्याला यांचा विरोध आहे. पण माझ्याप्रमाणे जेरुसलेमला राहिलेला कुणीही त्यांच्याकडे दुर्लक्ष करतो. त्यांच्या पूर्वायुष्यात अशा काही घटना घडल्या असतील की, ज्यामुळे ते इतके कर्मठ बनले असतील हे आम्ही निदान समजून घेऊ शकतो."

रशियन कम्पाऊन्डमधल्या ग्रीक चर्चजवळ आरी बेन कनान वाट बघत होता. अंधार पडता पडता बार इस्त्राएल अचानक पोचला. आरी त्याच्या मागोमाग एका गल्लीत शिरला. तिथे एक टॅक्सी उभी होती. बार इस्त्राएलने खिशातून मोठा काळा रुमाल काढला.

"हे करायलाच हवे का?"

"माझा विश्वास आहे तुझ्यावर आरी, पण आज्ञा पाळायलाच हव्यात मला."

आरीच्या डोळ्यांवर काळी पट्टी बांधून त्याला टॅक्सीत खाली झोपवून त्याने त्याच्यावर एक ब्लॅन्केट टाकले. आरीला कुठे जात आहोत हे लक्षात येऊ नये म्हणून वीस एक मिनिटे टॅक्सी उगीचच उलट्या-सुलट्या रस्त्यांनी फिरवून शेवटी पूर्वीच्या जर्मन कॉलनीत पोचली. टॅक्सी थांबताच आरीला पटकन् एका घरातल्या खोलीत नेण्यात आले. डोळ्यांवरची पट्टी निघाली.

आरीला नीटपणे दिसायला लागेपर्यंत थोडा वेळ लागला. एक टेबल, एक खुर्ची, टेबलावर एक फडफडणारी मेणबत्ती, ब्रॅन्डीची बाटली आणि दोन ग्लासेस्. बाकी खोली रिकामी. टेबलामागे आरीचे काका उभे होते. अकिवा! अकिवाचे केस आणि दाढी पूर्ण पांढरी पडली होती. चेहऱ्यावर आणि शरीरावरही सुरकुत्या पडल्या होत्या. वृद्धात्वामुळे थोडा वाकलाही होता. आरी हळूच त्यांच्याजवळ गेला.

"काका!"

"आरी!" दोघांनी एकमेकांना मिठी मारली. अकिवाला स्वत:वर ताबा ठेवणे कठीण जात होते. त्याने मेणबत्ती उचलली. आरीचा चेहरा त्या प्रकाशात निरखून बघितला.

"ठीक वाटतोस. सायप्रसमध्ये चांगले काम केलेस."

"थॅन्क यू."

"एका मुलीबरोबर आला आहेस. म्हणे."

"अमेरिकन. तिने आम्हाला मदत केली. पण ती मित्रांमध्ये मोडत नाही. तुम्ही कसे आहात काका?"

खांदे उडवून अकिवा म्हणाला, "लपून छपून आयुष्य काढताना जितका चांगला राहीन तितका आहे. खूपच काळ गेला तुला भेटून आरी. फारच खरा म्हणजे. दोन वर्षे तरी होऊन गेली आहेत. यार्देना युनिव्हर्सिटीत शिकत होती तेव्हा बरे होते. आठवड्यातून एकदा तरी भेटत होतो तिला. वीस एक वर्षांची झाली असणार तीही आता. ती कशी आहे? अजून भेटते का त्या मुलाला?"

"डेव्हीड बेन अमी? हो. आणि दोघांचे खूप प्रेम आहे एकमेकांवर. सायप्रसमध्ये तो माझ्याबरोबर होता. खूप अपेक्षा बाळगाव्यात असा तरुण आहे."

"त्याचा भाऊ मक्काबी आहे, माहिती आहे? बेन मोशे त्याला युनिव्हर्सिटीत शिकवत होता. एखादे वेळी कधीतरी भेटेन त्याला."

"नक्की."

"यार्देना पालमाखमध्ये आहे म्हणे."

"हो. गान डाफनामधल्या मुलांना ती शिकवते आणि आमच्या भागात जेव्हा संदेश द्यायचे असतात तेव्हा ती मोबाईल रेडिओ स्टेशनही चालवते."

"मग तर ती माझ्याच किब्बुत्झजवळ असणार. एन्.ओर."

"हो."

"ती... ती कधी तरी एन् ओर कसे दिसते याबद्दल बोलते?"

"एन् ओर नेहमीच सुंदर असते."

"एखादे दिवशी एन् ओरलाही भेट देता येईल." अकिवा खाली बसत म्हणाला. त्याने दोन ग्लासेसमध्ये ब्रॅन्डी ओतली.

"ले खाईम (To Life)" ग्लासवर ग्लास टेकवत दोघे म्हणाले.

"काल मी अविदानबरोबर होतो काका. त्यांनी मला ब्रिटीश बॅटल ऑर्डर दाखवली. तुम्ही पाहिली आहे ती?"

"आमचेही मित्र आहेत ब्रिटीश इन्टलिजन्समध्ये."

अकिवा उभा राहिला. हळूहळू खोलीत फेऱ्या घालायला लागला. हॅवनहर्स्टला माझी संघटना नेस्तनाबूद करायची आहे. आमच्या कैद्यांचा ते छळ करतात, फाशीवर चढवतात. आमचे अनेक नेते हद्दपार आहेत. ब्रिटीशांशी दोन हात करायचे धैर्य मक्काबीजमध्ये आहे. ही गोष्ट अपुरी ठरावी म्हणून की काय आमच्यामधल्याच घरभेद्यांशीही आम्हाला सामना करावा लागतो. हॅगन्नाच फितूर होऊन आमच्या लोकांना ब्रिटीशांच्या ताब्यात देते."

"खोटे आहे ते."

"अगदी खरे आहे."

"चूक. आजच इशोव्ह सेन्ट्रलमध्ये येऊन हॅवनहर्स्ट दम मारत होता की, ज्यूंनी मक्काबीजचा नाश करायला हवा म्हणून. इशोव्ह सेन्ट्रलने तेव्हाही नकारच दिला."

अकिवा संतापला. "हॅगन्नाकडून नाही तर ब्रिटिशांना आमच्या बातम्या कुठून कळतात? इशोव्ह सेन्ट्रलमधल्या भित्र्या लोकांमुळेच मस्काबीजचे रक्त सांडते आहे. ते मरत आहेत. नक्कीच आमचा विश्वासघात होतो आहे. फार हुशारीने करत असतील पण विश्वासघात करत आहेत."

"मी हे ऐकून घेणार नाही काका. पालमाख आणि हॅगन्नामधल्या सर्वांनाच आता ब्रिटीशांविरुद्ध उठायचे आहे आणि आम्हाला थोपवणे त्यांना कठीण होते आहे. पण उभ्या केलेल्या सर्व गोष्टींचा विनाशही आम्ही करू शकत नाही."

"बोल! बोल ते! आम्हीच सर्वांचा नाश करतो आहोत असेच ना?"

आरीने कसाबसा मनावर ताबा ठेवला. अकिवाने हात झटकले आणि तो गप्प बसला. "इच्छा नसली तरी मी भांडत बसतो नेहमी."

"जाऊ दे काका."

"सॉरी आरी! आणि थोडी ब्रॅन्डी?"

"नको. थॅन्क यू."

अकिवाने पाठ फिरवून हळूच विचारले, "आणि भाऊ कसा आहे माझा?"

"मध्ये भेटले तेव्हा ठीक होते पपा. कॉन्फरन्ससाठी लंडनला जाणार आहेत."

"बरोबर. प्रिय बराक. तो बोलत राहील. अखेरपर्यंत बोलत राहील. तू, यार्देना, सारा मला भेटतात हे ठाऊक आहे त्याला?"

"असणार."

अकिवा आरीकडे बघत बसला. त्याचा चेहरा दु:खाने व्याकूळ झाला होता.

"माझ्या..... माझ्याबद्दल कधी तरी विचारतो तो?"

"नाही."

अकिवा हसला. विषण्णतेने हसला. हसण्यातही दु:खच जास्ती. स्वत:साठी ब्रॅन्डी ओतत म्हणाला, "काय आयुष्य आहे! मीच नेहमी संतापी होतो. आणि बराक नेहमी सर्व विसरून मला माफ करत असे. आरी.... मी खूप थकलो आहे रे आरी! वर्ष. दोन वर्षे. माहीत नाही आता किती जगेन. आम्ही एकमेकांना जे दु:ख दिले आहे ते आता नाहीसे करता येत नाही. पण एकदा तरी त्याने त्याचा अबोला मनापासून मोडायला हवा रे. माझ्यासाठी नाही तरी आमच्या पपांसाठी त्याने मला क्षमा केली पाहिजे."

## ३

जेरुसलेममधला रविवार. ख्रिश्चनांचा शब्बाथ. जुने जेरुसलेम, व्हॅली ऑफ केड्रोन, माऊन्ट ऑफ ऑलिव्हज्, माऊन्ट झायोनवरच्या शेकडो चर्चेसमध्ये घंटानाद होत होते.

कलाकुसरीच्या दमास्कम गेटमधून डेव्हिड बेन अमीने किटीला जुन्या शहरात नेले. व्हाया-डोलोरोसा, क्रूस खांद्यावर घेऊन जीझस क्राईस्ट ज्या रस्त्याने चालला त्या रस्त्याने ते स्टीफन गेटपाशी पोचले. तिथून मग केड्रोन, झकारायस, ॲब्सलम, मेरी यांची थडगी आणि माऊन्ट ऑफ ऑलिव्ह दिसत होते. जीझस क्राईस्ट तिथूनच वर स्वर्गात गेला.

अरुंद गल्ल्यांमधल्या छोट्या अरब दुकानात नजर टाकत ते फिरले. आरडाओरडा चालू होता. खरेदीसाठी घासघीसही. डोम ऑफ दि रॉकपाशी, ओमरच्या मशीदीच्या पायऱ्यांवर हजारो चपलांचे जोड दिसत होते. भग्न झालेल्या मंदिराच्या शिल्लक असलेल्या एकुलत्या एका भिंतीसमोर अत्यंत वृद्ध आणि दाढीवाले ज्यू रडत होते, शोक करत होते.

पुन्हा एकदा किटीच्या तेच मनात आले. काय चमत्कारिक जागा आहे. सर्व ठिकाणांहून दूर असलेल्या या उजाड टेकड्यांमध्ये हजारो वर्षांतल्या शेकडो संस्कृती एकवटल्या होत्या. एवढे जग असताना हीच जागा, हाच रस्ता, हीच भिंत आणि हेच चर्च का? रोमन, ग्रीक, क्रूसेडर्स, तुर्की, अरब, असीरीयन्स, बाबिलोनियन, ब्रिटीश, थोडक्यात ज्यूंचा द्वेष करणारे सर्वजण त्यांच्याच शहरात होते. अत्यंत शक्तिमान, अत्यंत दुर्बल, अत्यंत पवित्र आणि तितक्याच पापी गोष्टी शहरात होत्या. अत्यंत धार्मिक, अत्यंत पवित्र आणि तितकेच शापित शहर. जेरुसलेम! कॅलवरी, जिथे जीझस क्राईस्टला क्रूसावर चढवले, माऊन्ट ऑफ ऑलिव्हज् इथली गेथ सेमेनी ही बाग

जिथे तो प्रार्थना करे, शेवटचे जेवण घेतले ती खोली, ज्यूंच्या पासोव्हर सेदेरची जागा.

डेव्हिड किटीला जीझस क्राईस्टला क्रूसावर चढवले होते त्या ठिकाणी घेऊन गेला. छोटासा चॅपेल. कलाकुसरीचे टांगलेले दिवे. संगमरवरी दगडाने बांधलेले थडगे. कायम जळत असलेल्या मेणबत्त्या.

किटी थडग्याशेजारी बसली आणि हळूच तिने आपले ओठ थडग्यावर टेकले. कोट्यावधी यात्रेकरुंनी आजपर्यंत असेच ओठ टेकवल्याने संगमरवरी दगडही झिजले होते.

दुसऱ्या दिवशी सकाळी आरी आणि किटी जेरुसलेम सोडून गॅलिलीच्या दिशेने निघाले. शतकानुशतके काहीही बदल न घडलेल्या अरब गावातून ते जेझरील खोऱ्यामध्ये पोचले. दलदलीच्या या खोऱ्याचे रूपांतर ज्यूंनी मध्यपूर्वेतल्या सर्वोत्कृष्ट शेतजमिनीत केले होते. तिथून पुढे नाझारेथ. टेकड्यांच्या एका बाजूला डुलणारी हिरवीगार शेते. ज्यूंनी घाम गाळून, जीव देऊन निर्माण केलेली. दुसऱ्या बाजूला अरबांची उजाड पडलेली शेते. तरुणपणी जीझसला नाझारेथ जसे नजरेस पडले असेल तसेच ते आजही होते. भूतकाळातून बाहेर न पडलेले गाव.

आरीने नाझारेथच्या मुख्य चौकात गाडी उभी केली. अरब पोरांनी त्यांना गराडा घातला. त्याने सर्वांना हाकलवले. पण एक मुलगा त्याची पाठ सोडायला तयार नव्हता.

"गाईड?"

"नको."

"आठवण म्हणून काही तरी. क्रूसाचे लाकूड नाहीतर झग्याचा तुकडा?"

"चालता हो."

"अश्लील चित्रे तरी?"

आरीने पुन्हा त्याला टाळून पुढे जायचा प्रयत्न केला तर त्या मुलाने त्याची पॅन्ट पकडली. "का माझी बहीण आवडेल? कुमारिकाच आहे."

आरीने एक नाणे त्याच्याकडे फेकले. "गाडीची काळजी घे."

नाझारेथ! शेणाने भरलेला रस्ता. भीक मागणारे आंधळे. फाटकेतुटके कपडे घातलेली घाणेरडी मुले. घोंघावणाऱ्या माशा. किटीने आरीचा हात घट्ट पकडला. ते जोसेफ कारपेन्टरच्या दुकानाकडे आणि मेरीच्या किचनकडे निघाले. निदान तशी समजूत तरी होती.

नाझारेथ भयानक जागा होती. परतताना किटी विचारात होती.

"निदान हे अरब शत्रू नाहीत. ख्रिश्चन आहेत." आरी म्हणाला.

"या ख्रिश्चनांना स्वच्छ आंघोळीची आवश्यकता आहे."

पाण्याचे वाईनमध्ये रूपांतर करण्याचा पहिला चमत्कार काफेर कन्ना इथल्या ज्या चर्चमध्ये क्राईस्टने केला होता त्या चर्चमध्ये मग ते गेले. हे देखील काळाचा काहीही परिणाम न झालेले गाव होते. अरब गाव.

गेल्या काही दिवसांमधेच बघितलेल्या गोष्टींचा किटी विचार करत होती. किती छोटासा प्रदेश. पण जय-पराजय-रक्तपात-युद्धे यांची भुते इंचाइंचावर होती. कधी या भूमीच्या पावित्र्यानेच अंगावर रोमांच उभे राहत. दुसऱ्या क्षणी मनातल्या उदात्त भावना नाहीशा होत. नकोत त्या जुन्या आठवणी. काही पवित्र स्थानांवर तिच्या तोंडातून शब्द उमटू शकत नसे. इतर अशाच काही ठिकाणी तिला दिसणाऱ्या गोष्टींचा संशय येत असे. मेआ शेआरिम इथे राहणारे ज्यू आणि जळणारा तेल-शुद्धीकरण कारखाना, तेल अव्हिवचे अभिमानी साब्रा, जेझरीलचे शेतकरी. जुने आणि नवीन एकाच ठिकाणी. प्रत्येक वळणावर काही तरी विसंगती नाहीतर विरोधाभास.

याद एल्च्या फाटकाशी आरी वळला तेव्हा दुपार उलटून गेली होती. आसपास फुलेच फुले उगवलेल्या एका छोट्या कॉटेजसमोर तो थांबला.

"आरी! काय सुरेख आहे."

कॉटेजचा दरवाजा उघडून "आरी! आरी!" म्हणत सारा बेन कनान धावतच बाहेर आली. आरीने तिला उचलूनच मिठी मारली.

"शालोम इमा."

"रडू नको इमा– स्स. रडू नको. अजिबात रडू नको."

मागोमाग धिप्पाड बराक बेन कनान घाईघाईने कॉटेजबाहेर आला. आरीच्या पाठीवर थापा मारत "चांगला दिसतोस आरी, चांगला दिसतोस" एवढेच म्हणत बसला. त्यालाही दुसरे काय बोलायचे सुचत नसावे.

"शालोम आबा, शालोम."

बराकने आरीला प्रेमाने जवळ घेतले.

सारा आरीच्या चेहऱ्याकडे निरखून बघत होती. "दमला आहे तो. खूप दमला आहे. तुला नाही वाटत असे बराक?"

"मी खरेच ठीक आहे इमा. आणि माझ्याबरोबर दुसरेही कुणी तरी आहे. ही मिसेस् कॅथरीन फ्रेमॉन्ट. गान डाफनामध्ये ती उद्यापासून काम करणार आहे."

कॅथरीन फ्रेमॉन्ट तूच तर. "तिचे हात आपल्या हातात घेत बराक म्हणाला. "याद एल्ला स्वागत आहे तुझे."

"आरी! अगदी असा कसा आहेस रे तू आरी! काहीच कसे कळत नाही तुला?" सारा म्हणाली. "फोन करून सांगायचे नाहीस का बरोबर मिसेस् फ्रेमॉन्टला आणणार

आहेस म्हणून? ये मुली. आत ये. आंघोळ कर. कपडे बदल. तो पर्यंत थोडे खायला करते. ते खा. म्हणजे मग बरे वाटेल तुला.'' किटीच्या कंबरेभोवती हात घालूनच तिने तिला आत नेले. ''बराक! मिसेस् फ्रेमॉन्टचे सामान घेऊन ये आत.''

यार्देना एक्झोडस्वरून आलेल्या नवीन मुलांसमोर उभी होती. एकोणीस वर्षांची यार्देना चांगली उंच होती आणि ताठही. खांद्यांपर्यंत पोचणारे लाल केस. ग्रीक किंवा रोमन स्त्रियांप्रमाणे आखीव रेखीव सुंदर होती. युनिव्हर्सिटी सोडल्यापासून पालमाखमध्ये होती. गान डाफनामधल्या चौदा वर्षांहून मोठ्या असणाऱ्या प्रत्येक मुला मुलीला लष्करी शिक्षण द्यायची जबाबदारी पालमाखने तिच्यावर टाकली होती. शस्त्रास्त्रे लपवून ठेवण्यासाठीही गान डाफना हे मुख्य केंद्र होते. नंतर ती हुलेमधल्या सर्व ज्यू वस्त्यांमध्ये चोरून पाठवली जात. व्हॉईस ऑफ इस्त्राएल या गुप्त रेडिओवरून हुले भागासाठीचे प्रक्षेपण यार्देना करत असे. ती बहुतेक वेळा आपल्या ऑफिसमध्येच झोपत असे.

''मी यार्देना बेन कनान. तुमची कमान्डर.'' तिने एक्झोडस्वरून आलेल्या मुलांना सांगितले. ''पुढल्या काही दिवसात माहिती कशी काढायची, संदेश कसे पाठवायचे, शस्त्रास्त्रे कशी स्वच्छ करायची, कशी वापरायची हे तुम्ही शिकणार आहात. आता तुम्ही पॅलेस्टाईनमध्ये आहात. केवळ ज्यू आहात म्हणून यापुढे कधीही तुम्हाला मान खाली घालावी लागणार नाही की, कुणाची भीती बाळगावी लागणार नाही. पण आपल्याला खूप कष्ट करावे लागणार आहेत. पवित्र भूमीला तुमची गरज आहे. उद्या आपण प्रथम हायकिंगला जाणार आहोत. उत्तरेला तेल हायच्या पलीकडे. साठ एक वर्षांपूर्वी माझे पपा तिथूनच पॅलेस्टाईनमध्ये आले. जोसेफ ट्रम्पलडोर या आपल्या एका श्रेष्ठ वीर पुरुषाने तिथेच देह ठेवला. तिथे त्यांची समाधी आहे. तिथे हुलेकडे बघणारा एक मोठा दगडी सिंह आहे. इथून जसा डाफनाचा पुतळा हुलेकडे बघतो तसाच. त्या सिंहाच्या पायथ्याशी शब्द लिहिले आहेत. 'स्वत:च्या देशासाठी मृत्यू येणे या एवढी भाग्याची गोष्ट नाही.' मी तर पुढे म्हणेन की, 'ज्या देशासाठी मृत्यू यावा असा देश लाभणे' ही देखील तितकीच भाग्याची गोष्ट आहे.''

नंतर यार्देना तिच्या ऑफिसमध्ये शिरली आणि फोन वाजला. फोन उचलून ती म्हणाली, ''शालोम, यार्देना.''

''शालोम'' आवाज उत्साहित ''इमा. आरी आला आहे घरी.''

''आरी!''

यार्देना धावतच ऑफिसमधून निघाली आणि घोड्यांच्या पागेजवळ पोचली. पपांच्या पांढऱ्या घोड्यावर मांड टाकून दौडतच गान डाफनामधून बाहेर पडली. अबू येशा या अरब गावातून जाताना तिचे लाल केस मागे उडत होते. मुख्य रस्त्यातून डझनावारी अरब धावपळ करतच तिच्या मार्गातून बाजूला झाले. कॉफी हाऊमधले

काही अरब बघत होते, तिरस्काराने हसत होते. काय मुलगी आहे. कोणाचा मान नाही. तोकड्या कपड्यांमध्ये रस्त्यावरून घोडा दौडत न्यायचा धीर तरी कसा होतो या सटवीला. ती बराकची मुलगी आणि आरीची बहीण होती हे तिचे नशीबच होते.

आरीने किटीचा हात पकडून तिला म्हटले, ''चल, अंधार पडायच्या आत आमची थोडीफार शेती दाखवतो.''

''मिसेस् फ्रेमॉन्ट, थोडे फार तरी खाल्लेत का?''

''थोडेफार? पोटात जागा शिल्लक नाही माझ्या.''

''खोली ठीक आहे ना?''

''एकदम छान आहे मिसेस् बेन कनान.''

''जास्ती उशीर करू नका पण. गान डाफनाहून यार्देना परत येईपर्यंत जेवण तयार होईल.''

ते निघाल्यावर सारा आणि बराक मागून त्यांच्याकडे पहात होते. मग एकमेकांकडे. ''सुंदर आहे. पण आपल्या आरीसाठी....''

''ममा! आता त्यांचे लग्न नको जुळवू ताबडतोब.''

''बराक! आरी कसा बघतो तिच्याकडे कळत नाही का? का आपल्याच मुलाला ओळखत नाहीस अजून? तो एकटा थकला आहे आता.''

आरी आणि किटी घराबाहेरच्या बागेतून भोवतालच्या छोट्या कुंपणापर्यंत पोचले. आपला पाय कुंपणाच्या एका रेलिंगवर ठेऊन आरी मोशावमधल्या आपल्या शेताकडे बघत होता. फवाऱ्याने पाणी मारणे चालू होते. संध्याकाळचा थोडा गार वारा वहात होता. आरी बेन कनानला ओळखायला लागल्यापासून आज प्रथमच तो अगदी शांत वाटतो आहे असे किटीच्या मनात आले. कुठली चिंता नाही, खळबळ नाही. असे क्षण खरेच याच्या आयुष्यात क्वचितच् येत असावेत. जेरुसलेममधेही अगदी थोडा वेळ तो असाच शांत वाटला होता.

''तुझ्या इन्डियानासारखे नाही.'' आरी म्हणाला.

''तरी ठीक आहे. चालेल.''

''अर्थात् इन्डियाना दलदल हटवून उभे करावे लागले नव्हते म्हणा.'' आरीला तिला खूप काही सांगायचे होते. घरी येऊन फक्त शेती करायची त्याला किती इच्छा आहे, त्याच्या लोकांना अशी स्वत:ची जमीन लाभणे ही किती मोलाची गोष्ट आहे.

किटी कुंपणावर डोकावून सर्वत्र नजर फिरवत होती. याद एल्! अत्यंत अभिमान बाळगावा असेच मोशाव. त्या क्षणाला तीही इतकी प्रसन्न दिसत होती की, तिला आपल्या बाहुपाशात घ्यावे असा मोह आरीला होत होता. अर्थात् त्याने तसे काहीच केले नाही आणि तो काही बोललाही नाही. दोघेही वळून मग कोंबड्या, बदकांच्या खुराड्यांकडे गेले. फाटकाच्या दरवाजाचे बिजागर निखळले होते.

"बऱ्याच छोट्या छोट्या गोष्टी करायच्या आहेत. पण मी काय किंवा यार्देना काय दोघे सारखे बाहेरच असतो. पपांना वेगवेगळ्या परिषदांना जावे लागते. आमची ही शेती म्हणजे मोशाववर एक लोढणे होते आहे बहुधा. तरी सर्वजण करतात इथली कामे. पण एक दिवस आम्ही सर्व एकत्र येऊन राहायला लागू– मग तुला खूप फरक दिसेल."

दुसऱ्या ठिकाणी डझनभर डुकराची पिले चिखलात धापा टाकणाऱ्या आईच्या मागे फिरत होती. "झेब्रा!" आरीने बोट दाखवले.

"मी जर झेब्रा विषयातली तज्ज्ञ नसते ना तर मी शपथ घेऊन ती डुकरे आहेत म्हटले असते."

"शू! हळू बोल. लॅन्ड फन्डमधल्या कुणी तरी ऐकले तर? आम्हाला डु.... नव्हे झेब्रा बाळगायला परवानगी नाही. गान डाफनामधली मुले यांना पेलिकन म्हणतात. किब्बुत्झनमधले लोक फार सत्यवान. ते कॉमड म्हणतात यांना."

शेतीची अवजारे आणि यंत्रे ठेवलेली शेड पार करून ते शेतापाशी आले. लेबॅनॉनच्या सरहद्दीकडे बोट दाखवत आरीने गान डाफना दाखवले.

"ती पांढरी घरे दिसतात ते?"

"ते अबू येशा. अरब गाव. जरा उजवीकडे आणि टेकडीवर बघ. झाडी दिसते? थोडे पठारही? ते गान डाफना."

"खूप उंचावर आहे की, आणि त्याच्या मागे देखील काहीतरी उंच दिसते आहे ते काय?"

"फोर्ट ईस्थर. ब्रिटिशांचे सरहद्दीवरचे ठाणे. चल, तुला आणि काहीतरी दाखवायचे आहे मला."

अंधार पडता पडता ते शेतांमधून पुढे चालत निघाले. बदलणाऱ्या सूर्यप्रकाशात टेकड्यांचे रंगही बदलत होते. शेतांच्या शेवटी ते गर्द झाडी असणाऱ्या भागाशी आले. एक ओढा झुळझुळ हुले सरोवराच्या दिशेने वहात होता.

"अमेरिकेतले तुमचे काळे लोक या ओढ्याबद्दल काय काय धार्मिक गाणी गात असतात."

"हा ओढा म्हणजे... म्हणजे जॉर्डन नदी?"

"बरोबर."

आरी किटीच्या जवळ सरकला. दोघेही एकमेकांकडेच बघत होते. "आवडले सर्व? आणि माझी ममा? आणि पपाही?"

किटीने मान डोलावली. या क्षणी आरीने आपल्याला जवळ घ्यावे अशी तिचीही खूप इच्छा होती. आरीच्या हातांनी हळूच तिच्या खांद्यांना स्पर्श केला. आणि.....

"आरी– आरी– आरी" दुरून लागोपाठ हाका ऐकू आल्या. किटीच्या खांद्यावरचे हात क्षणार्धात खाली घेऊन तो मागे वळला. मागच्या सूर्यप्रकाशात चमकणारा एक घोडेस्वार दौडतच त्यांच्या दिशेने येत होता. जवळ येतानाच त्याला घोड्यावरच्या व्यक्तीचे उडणारे लाल लाल केस दिसले.

"यार्देना!" हा शब्द तोंडातून बाहेर पडेपर्यंत घोडा खाडकन् जवळ येऊन थांबला आणि आनंदाने ओरडत यार्देनाने घोड्यावरून उडी घेऊन त्याच्या मानेला मिठी मारली. दोघेही खाली कोसळले. खाली पडलेल्या आरीच्या चेहऱ्याचे यार्देनाने मुके घ्यायला सुरुवात केली.

थोडा श्वास घ्यायला फुरसद मिळाल्यावर आरी कसाबसा उद्गारला, "बस आता यार्देना. पुरे झाले तुझे हे प्रेम." तिने त्याला गुदगुदल्या करायला सुरुवात केल्यावर दोघांनी लोळण घ्यायला सुरुवात केली. शेवटी एकदा आरीने कसेबसे तिचे दंड पकडून तिला धरून ठेवले. किटी आश्चर्यानेच हे सर्व बघत होती. तिला थोडे हसूही येत होते. यार्देनाचे तिच्याकडे लक्ष गेले आणि तिच्या चेहऱ्यावरचे भाव बदलले. आरीलाही किटीची आठवण झाली आणि त्याने खालच्या मानेने यार्देनाला हात देऊन उठवले.

"ही माझी छोटी बहीण यार्देना. ती मला डेव्हिड बेन अमी समजली की, काय कुणास ठाऊक."

"हॅलो यार्देना. डेव्हिडकडून ऐकल्यामुळे तुझी माझी जुनी ओळख आहे असेच वाटते." किटीने आपला हात पुढे केला.

"कॅथरीन फ्रेमॉन्ट! मी पण ऐकले आहे तुमच्याबद्दल." पण यार्देनाला तिला बघून थोडाही आनंद झाला आहे असे वाटत नव्हते. तिने कसेबसे हस्तांदोलन केले, वळून घोड्याचा लगाम हातात घेतला आणि ती घराच्या दिशेने वळली. मागोमाग किटी आणि आरी. किटी विचारात पडली होती.

"डेव्हिड भेटला होता?" यार्देनाने मागे वळून आरीला विचारले.

"तो काही दिवस जेरुसलेमला राहणार आहे. आज रात्री तुला फोन करून आठवडाअखेर तो इथे येईन म्हणाला. म्हणजे तूच जेरुसलेमला जाणार नसशील तर."

"गान डाफनाला नवीन मुले आली आहेत. जेरुसलेमला बहुधा नाही जाऊ शकणार."

आरीने किटीकडे बघून डोळे मिचकावले. "ओ! आणि तेल अव्हिवला अविदान भेटला होता. तोही काही तरी म्हणत होता. काय ते आठवले. डेव्हिडची एन् ओरच्या गॅलिली ब्रिगेडमध्ये बदली करण्याबद्दल काहीतरी..."

यार्देना वळली. तिचे निळे निळे डोळे विस्फारले. एक क्षण ती काहीच बोलू शकली नाही. "आरी! खरे बोलतो आहेस ना? चेष्टा करत नाहीस ना माझी?"

आरीने खांदे उडवले. "वेडी का तू?"

"मला अस्सा राग आला आहे तुझा. आधीच का नाही सांगितलेस मला?"

"मला वाटले नाही की, ही गोष्ट इतकी महत्त्वाची आहे म्हणून." आरीने चिडवले.

ती पुन्हा एकदा आरीवर धाव घेणार होती. पण किटी असल्याने तिने स्वत:वर ताबा राखला. "खूप आनंद झाला मला." एवढेच फक्त ती म्हणाली.

किटीला पुन्हा एकदा भरपूर जेवावे लागले. नाईलाजच झाला तिला. नाही म्हटले तर आंतरराष्ट्रीय प्रश्न निर्माण होण्याची भीती होती ना! त्यानंतरही साराने खाण्याच्या अनेक गोष्टी आणून ठेवल्या.

याद एल्मधला जवळजवळ प्रत्येकजण आरीला भेटायला म्हणून आणि त्याच्याबरोबर आलेल्या अमेरिकन स्त्रीबद्दलचे कुतूहल शमवायला आला. हिब्रू भाषेत गप्पा होत होत्या. ती तशी साधीभोळी पण स्वभावाने कणखर माणसे होती. किटीला थोडेही परक्यासारखे वाटू नये म्हणून आपापल्या परीने शिकस्त करत होती. जशी काही किटीच प्रसिद्ध व्यक्ती होती. तिच्यावर वेगवेगळ्या प्रश्नांचा भडिमार होणार तेव्हा तिची आवश्यक तर नको त्या प्रश्नांपासून सुटका करावी या हेतूने आरी कायम तिच्याभोवती घुटमळत होता. पण किटी इतक्या सहजपणे सर्व प्रश्नांना उत्तरे देत होती की, त्याला आश्चर्यच वाटले.

संध्याकाळ सरत आली तेव्हापासूनच यार्देनाची किटीबद्दलची मनातली अढी स्पष्ट होत होती. ती मनातून किटीवर चिडली होती हे उघडच होते. किटीला तर तिच्या मनातले विचारही वाचता येत होते. "माझ्या भावाची अभिलाषा तू धरतेस? लायकी आहे का तेवढी?" किटी सर्वांशी हसूनखेळून वागताना सर्वांवर छाप पाडत असताना यार्देनाच्या मनात अगदी हेच विचार होते. नुसतीच गोरीगोमटी, निरुपयोगी स्त्री. इंग्रज अधिकाऱ्यांच्या पत्नी असतात तशी. पार्ट्या हाणायच्या आणि किंग डेव्हिड हॉटेलमध्ये फालतू गप्पाटप्पा मारायच्या.

शेवटचे पाहुणे निघून जाईपर्यंत खूप उशीर झाला होता. आरी आणि बराकला आता कुठे एकमेकांशी बोलायला सवड मिळाली. ते आपल्या शेताबद्दल बोलले. ते नसतानासुद्धा शेताची देखभाल चांगली होत होती. आरी, यार्देना, बराक नसले तरी मोशाव त्यांच्या शेतांची काळजी घेत होते.

बराकने खोलीभर नजर फिरवून दारूची एखादी बाटली सापडते का बघितले. दोन ग्लास भरून, पाय लांब करून ते शांतपणे बसले.

"आणि तुझी मिसेस् फ्रेमॉन्ट काय म्हणते? आम्हाला सर्वांनाच उत्सुकता आहे."

"सॉरी पपा. तुमची निराशा करायचे माझ्या जिवावर येते आहे. पण ती पॅलेस्टाईनमध्ये एक्झोडस्वरून आलेल्या एका मुलीसाठीच केवळ आली आहे.

तिला त्या मुलीला दत्तक घ्यायची इच्छा आहे असे ऐकतो. आमची थोडीफार मैत्री आहे एवढेच.''

''आणि काहीही नाही?''

''नाही.''

''मला ती आवडली आहे आरी. खूप आवडली आहे. पण ती आपल्यातली नाही हे पण खरेच आहे. तेल अव्हिवमध्ये अविदान भेटला?''

''हो. बहुतेक मी एन् ओरला येईन. आपल्या प्रत्येक गावामधल्या खऱ्या बळाचा अंदाज हवा आहे त्याला.''

''ते छान झाले. तू इतकी वर्षे बाहेर आहेस. आता थोडा काळ तरी इमाला तुझी काळजी घेण्याची हौस पुरवता येईल.''

''आणि तुमचे काय पपा?''

''अविदानने लंडनला जायला सांगितले आहे मला. कॉन्फरन्ससाठी.''

''वाटत होते मला तसे.''

''राजकीय विजय मिळवायचा तर वाटाघाटी करायला पाहिजेत आणि लढायलाही हवे. लष्करी विजय या क्षणी इशोव्हला शक्य नाही. तेव्हा लंडनला जाणे भाग आहे. मला दुःख एकच वाटते. ब्रिटीश आपला विश्वासघात करणार याबद्दल माझी खात्री पटत चालली आहे.''

आरी उठला. फेऱ्या घालायला लागला. अविदानने दुसरी कुठली कामगिरी सोपवली असती तर बरे झाले असते. इशोव्ह वास्तवात किती निराश होत चालले आहे ते कळले नसते. चोवीस तास एखाद्या कामगिरीवर असले की, इतर गोष्टींचा विचार तरी करावा लागत नाही. वेळच मिळत नाही त्यासाठी.

''आरी! अबू येशाला जाऊन एकदा ताहाशी बोल.''

''आज तो आला नाही याचे आश्चर्य वाटते मलाही. काही बिनसले आहे का?''

''त्या एकट्याचे नाही. या देशाचेच सर्व बिघडले आहे. वीस वर्षे झाली. आपण अबू येशाच्या अरबांबरोबर गुण्यागोविंदाने राहतो आहोत. कम्मालची आणि माझी मैत्री तर पन्नास वर्षांची होती. आता त्यांच्या वागणुकीत फार दुरावा आला आहे. त्या सर्वांना त्यांच्या स्वतःच्या नावांनी आपण ओळखतो, त्यांच्या घरी अनेकदा गेलो आहोत, त्यांनी आपल्या शाळांमध्ये शिक्षण घेतले आहे, एकमेकांची लग्नकार्ये आपण एकत्र उत्साहाने साजरी केली आहेत. आरी, ते मित्र आहेत रे आपले. संबंध बिघडले असले तरी ते कारणे शोधून सुधारायला हवेत.''

''उद्या मी मिसेस् फ्रेमॉन्टला गान डाफनाला सोडतो आणि भेटतो त्याला.''

आरी बुककेसेस्कडे बघत होता. हिब्रू, इंग्रजी, फ्रेन्च, जर्मन, रशियन या सर्व भाषांमधले उत्कृष्ट साहित्य होते. त्या ग्रंथांवर हात फिरवत, थोडा थबकत, तो

बराकला म्हणाला, ‘‘जेरुसलेममध्ये अकिवांना भेटलो होतो.’’

बराक फटका बसल्याप्रमाणे ताठ झाला. काही तरी बोलण्यासाठी त्याचे ओठ हलले. ते घट्ट मिटून त्याने कसा आहे अकिवा हे सहजतेने फुटणारे शब्द तोंडातून बाहेर पडू दिले नाहीत. ‘‘या घरात अकिवाबद्दल बोलू नकोस.’’ तो हळूच म्हणाला.

‘‘अकिवा खूप वृद्ध झाले आहेत. जास्ती काळ जगतील असे वाटत नाही. त्यांच्याबरोबरचे तुमचे भांडण तुमच्या पित्यासाठी तरी तुम्ही संपवावे अशी त्यांनी याचना केली आहे.’’

‘‘मला काहीही ऐकायचे नाही.’’ थरथरत्या स्वरात बराक म्हणाला.

‘‘पंधरा वर्षे तुम्ही एकमेकांशी एक अक्षर बोललेला नाहीत. तेवढे पुरे नाही झाले?’’

बराक आरीच्या डोळ्यात बघत म्हणाला, ‘‘त्याने ज्यूंविरुद्ध ज्यूंना उठवले. आता त्याचे मक्काबीज अबू येशाच्या आपल्या मित्रांना आपल्या विरुद्ध उठवत आहेत. देव त्याला एखादे वेळी क्षमा करेलही, पण मी करणार नाही. कधीही नाही.’’

‘‘पपा! कृपा करून माझे ऐका पपा!’’

‘‘गुड नाईट आरी!’’

दुसऱ्या दिवशी सकाळी किटीने बेन कनानच्या कुटुंबाचा निरोप घेतला. आरीने याद एल् सोडून गान डाफनाचा वर चढणारा रस्ता पकडला. वाटेत अबू येशाला थांबून त्याने ताहाकडे निरोप पाठवला की, तो तासाभरात त्याच्याकडे पोचेल म्हणून.

टेकड्यांमधून वर वर जाताना किटीची कारेनला भेटायची उत्सुकता वाढत होती. गान डाफनाबद्दल थोडीशी काळजीही वाटत होती. यार्देना बेन कनानचा द्वेष केवळ आरीची बहीण म्हणून होता का इतर ज्यूही ती त्यांच्यामधली एक नव्हती म्हणून तिचा तसाच द्वेष करणार होते? हॅरीएट सॅल्झमनने प्रथमच तिला धोक्याची सूचना दिली होती की, ती परकीच होती आणि पॅलेस्टाईनमध्ये तिने यायलाच नको होते. प्रत्येक गोष्ट तिला त्यांच्यातला फरक स्पष्ट दर्शवत होती. यार्देनाने तर तिची मन:शांती पार बिघडवून टाकली होती. किटीने सर्वांशी मिळून मिसळून वागायचा प्रयत्न केला होता. शक्य आहे की, तसे वागतानाही ती कळत नकळत आपपरभाव दाखवत असेल. पण शेवटी किटीने विचार केला की, मी आहे ही अशी आहे. जिथून ती आली होती तिथे प्रत्येक माणसाची योग्यता फक्त त्या माणसाच्या गुणांवरच ठरत होती. बाकी कशावरही नाही.

गान डाफना जवळ यायला लागले तसे तिला फार एकाकी वाटायला लागले.

‘‘मला ताबडतोब परत निघायला लागणार आहे.’’ आरीने म्हटले.

‘‘परत भेटणार ना?’’

“मधून मधून. तुझी इच्छा आहे तशी किटी?”

“नक्की.”

“मग प्रयत्न करेन.”

त्यांनी शेवटचे वळण घेतले आणि समोर पठारावर पसरलेले गान डाफना दिसले. हिरवळीच्या मध्यभागी असलेल्या डाफनाच्या ब्रॉन्झच्या पुतळ्याजवळ डॉ. लिबरमन, त्यांचा ऑर्केस्ट्रा, तिथला कर्मचारी आणि अधिकारी वर्ग आणि एक्झोडस्‌वरून आलेली पन्नास मुले घोळका करून उभी होती. किटीचे सर्वांनी मनापासून स्वागत केले आणि तिला वाटणारी धाकधूक नाहीशी झाली. कारेनने धावत येऊन तिला मिठी मारली. गुलाबांचा गुच्छ हातात दिला. मागोमाग एक्झोडस्‌वरच्या “तिच्या” मुलांनी तिला गराडा घातला. तिने मागे मान वळवून आरी दिसेनासा होईपर्यंत त्याच्याकडे बघितले.

स्वागताची गडबड संपल्यावर डॉ. लिबरमन आणि कारेन किटीला घेऊन दुतर्फा झाडी असलेल्या छोट्या रस्त्याने निघाले. दोन्ही बाजूंना दोन आणि तीन खोल्यांची कॉटेजेस्‌ बांधलेली होती. अर्धा रस्ता पार केल्यावर ते एका पांढऱ्या कॉटेजपाशी आले. भोवती नानाविध फुलांच्या झाडांना बहर आला होता.

कारेनने पोर्चवरून धावत जाऊन दरवाजा उघडला आणि किटीने आत पाऊल टाकल्यावर ती श्वास रोखून उभी राहिली. हॉल आणि बेडरूम एकच. नेगेव्हच्या लिननचे पडदे खिडक्यांवर सोडलेले. तसेच कापड कोचावर आणि बेडवर. आणि शेकडो फुले खोलीत मांडली होती. “शालोम किटी” लिहिलेला कापडाचा पडदा खोलीच्या एका टोकापासून दुसऱ्या टोकापर्यंत चिकटवला होता. तिच्या एक्झोडस्‌च्या मुलांनी केलेली खटपट होती ही सर्व. कारेनने धावत पुढे जाऊन खिडकी उघडली. तिथून दोन हजार फूट खोल असलेल्या दरीचे विहंगम दृश्य दिसत होते. कॉटेजमध्ये आणि एक छोटी खोली होती, एक अभ्यासिका, किचन, स्नानगृह. सर्व उत्कृष्ट. किटीच्या चेहऱ्यावर खुशीचे हसू उमटले.

डॉ. लिबरमनने कारेनला नंतर मिसेस्‌ फ्रेमॉन्ट भेटेल तुला असे सांगून बाहेर काढले.

“गुडबाय किटी!”

“गुडबाय कारेन!”

“आवडली जागा?” डॉ. लिबरमनने विचारले.

“अप्रतिम.”

डॉ. लिबरमन कोचाच्या एका टोकावर बसला. “तुम्ही गान डाफनाला येणार असे एक्झोडस्‌वरच्या मुलांना कळताच त्यांनी रात्रंदिवस खपून स्वत: हे कॉटेज रंगवले, पडदे बनवले. झाडे आणली. सबंध गान डाफनामध्ये फुलणारे प्रत्येक फुलझाड तुमच्या कॉटेजच्या हिरवळीवर त्यांनी लावले आहे. त्यांचे तुमच्यावर

खरेच खूप प्रेम आहे.''

किटीला काय बोलावे ते सुचेना.''त्यांनी इतके प्रेम करावे असे मी काहीही केलेले नाही हो.''

''मुलांना त्यांचे मित्र उपजत कळतात. गान डाफना बघायचे आहे आता?''

''नक्कीच आवडेल मला बघायला.''

डॉ. लिबरमन आणि किटी बाहेर पडले. पुन्हा ऑफिस बिल्डिंग्ज मागे सोडून ते पुढे निघाले. डॉ. लिबरमन मागे हात बांधून नाहीतर पाईप पेटवण्यासाठी काड्यापेटी हवी म्हणून सारखे खिसे चाचपत चालत होता.

''मी १९३३ मध्ये जर्मनी सोडून आलो. पुढे काय घडणार आहे हे बहुधा मला आधीपासून स्वच्छ कळले होते. मी इथे आल्यानंतर थोड्याच दिवसात माझी पत्नी गेली. १९४० पर्यंत मी युनिव्हर्सिटीत ''ह्यूमॅनिटीज्'' शिकवत होतो. हॅरीएट सॅल्झमनने या ठिकाणी येऊन ''यूथ आलिया व्हिलेज'' उभारावे असे सांगितल्यावर इथे आलो. तसे काही तरी करायची माझी खूप इच्छा होती. हे सबंध पठार आम्हाला त्या वेळचा अबू येशाचा मुक्तार कम्माल याने दिले आहे. अत्यंत दानशूर माणूस. अबू येशामध्ये असलेले अरब आणि ज्यू यांचे मित्रत्वाचे नमुनेदार संबंध जर ...... काड्यापेटी आहे तुझ्याकडे?''

''सॉरी.''

''जाऊ दे. नाही तरी मी फारच तंबाखू ओढतो.''

ते मध्यभागाच्या हिरवळीवर पोचले. तिथून हुलेचे खोरे दिसत होते. ''आपली शेती त्या खोऱ्यात आहे. जमीन याद एल् मोशावने दिली.''

ते पुतळ्याजवळ पोचले. ''ही डाफना. याद एल् मधली मुलगी. हॅगन्नामध्ये असताना मारली गेली. आरी बेन कनानची प्रेयसी. तिचेच नाव या गावाला दिले आहे.''

किटीला क्षणभर तिचा मत्सर वाटला. तिच्यातली ताकद तिच्या पुतळ्यातून जाणवत होती. यार्देना बेन कनानसारखीच भूमिकन्या. काल आरी बेन कनानच्या घरी अशाच शेतकरी मुली तिला भेटल्या होत्या.

आपले दोन्ही हात पसरून तो पुढे म्हणाला, ''बाकी आपल्या सर्व बाजूंनी आहे तो इतिहास. पलीकडे माऊन्ट हेरमोन. जवळच प्राचीन डॅन. आपल्या भूतकाळावर मी तासभर बडबडू शकेन.

आम्ही ज्यूंनी पॅलेस्टाईनमध्ये एक वेगळीच संस्कृती निर्माण केली आहे. सर्व जगात तिथल्या लोकांची संस्कृती त्यांच्या शहरांमध्ये निर्माण झाली. इथे अगदी उलट घडते आहे. स्वत:ची जमीन असावी अशी अभिलाषा ज्यू शेकडो वर्षे बाळगून आहेत. आपली नवीन परंपरा म्हणूनच या खेड्यांमधून सुरू होत आहे. संगीत,

काव्य, कला, वाङ्मय, आपले बुद्धीमान लोक, आपले सैनिक सर्वजण किब्बुत्झ आणि मोशाव यांची देणगी आहेत. मुलांची ही कॉटेजेस् बघ. प्रत्येक कॉटेजची खिडकी खोऱ्यांमधल्या शेतांच्या बाजूने आहे. सकाळी उठताक्षणी त्यांच्या नजरेला पडते ती त्यांची जमीन. रात्री झोपताना जी शेवटची गोष्ट ते बघतात तीही त्यांची जमीन. शाळेतले अर्धे विषय शेती व्यवसायाशी निगडीत आहेत. या खेड्यातून गटागटाने बाहेर पडलेल्यांनी चार नवीन किब्बुत्झची सुरुवात केली आहे. आपण अन्नधान्याच्या बाबतीत स्वयंपूर्ण आहोत. आपली डेअरी आहे. कोंबड्या आहेत. गुरे आहेत, आपल्याला हवे ते सर्व कापड आपण विणतो. फर्निचर बनवतो. शेतीची यंत्रे आणि अवजारे दुरुस्त करतो. या सर्व गोष्टी इथली मुले करतात. इथला कारखानाही तेच चालवतात. अगदी चांगल्या तऱ्हेने चालवतात.''

हिरवळ संपता संपता खणलेला खंदक तिला दिसला. नंतर लक्षात आले की, सर्वच बाजूंनी तसे अनेक खंदक आहेत. बॉम्बफेकीपासून बचाव होण्यासाठी बांधलेले तळघरही तिला दिसले.

''हेच फक्त वाईट आहे. आपल्या मुलांची सैन्यावर फार भक्ती आहे. आपल्याला स्वातंत्र्य मिळेपर्यंत ही परिस्थिती पालटणार नाही. शस्त्रास्त्रांपलीकडे काही मानवतावादी गोष्टी आहेत ते कळणार नाही.''

ते खंदकाच्या बाजूने चालत निघाले. तिला काही विचित्र गोष्टी दिसल्या. खंदकाजवळ काही वाळलेली झाडे होती. एका झाडाची मुळेही खंदकाने उघडी पडली होती. खंदकात खाली दगडी पाया होता. दगडांच्या मध्ये माती होती. फक्त काही इंच उंचीचे थर. अशा जमिनीत उगवल्याने झाडांची उंची खुंटली होती. पण तरीही जगण्यासाठी मुळांची धडपड चालू होती. दगडांच्या वरून खालून मुळे जात होती. जिथे माती मिळेल तिथे ती जाड होती.

''झाडे कशी जगण्यासाठी धडपड करतात ना! खडकांमधूनही मुळे मार्ग काढायचा प्रयत्न करत आहेत.'' किटी म्हणाली.

क्षणभर त्या मुळांकडे निरखून बघत डॉ. लिबरमन म्हणाले, ''ते झाड म्हणजे पॅलेस्टाईनला परत आलेल्या ज्यूंच्या धडपडीचेच प्रतीक आहे.''

आरी ताहाच्या बाहेरच्या खोलीत उभा होता. तरुण ताहा, आरीचा बालपणापासूनचा मित्र. आरीने फेऱ्या घालायला सुरुवात करताना त्याच्याकडे बघत होता. फळे खात होता.

''लंडनमधल्या कॉन्फरन्समध्ये भरपूर उलटीसुलटी बोलणी चालू आहेत. तू आणि मी इथे तरी सरळ बोलू या का?''

''तुला कसे सांगू आरी? मी खूप विरोध करायचा प्रयत्न केला पण मलाही फार दहशतीला तोंड द्यावे लागते आहे.''

''विरोध केला आहेस? प्लीज् ताहा. तू आरी बेन कनानशी बोलतो आहेस.''

"पण काळच बदलतो आहे."

"काळ बदलतो आहे? दोन दंगलींच्या काळात आपण एकत्र शांततेने राहिलो. तू याद एल्च्या शाळेत जात होतास. पपांच्या संरक्षणाखाली तू आमच्या घरीही राहिला आहेस."

"बरोबर. तुमच्या कृपेमुळेच मी जगलो. आजही तुमच्या कृपेखालीच आम्ही राहावे असे तू सुचवतो आहेस. तुम्ही शस्त्रसज्ज होत आहात पण आम्ही हातात शस्त्र धरायचे नाही. का? तुमच्या हातात शस्त्रे असताना आमचा तुमच्यावर विश्वास आहे. तसाच विश्वास तुम्ही आमच्यावर का दाखवत नाही?"

"हे तू बोलतो आहेस असे वाटत नाही ताहा."

"तू आणि मी एकमेकांविरुद्ध उभे राहू तो दिवस बघावा लागावा अशी माझी इच्छा नाही. पण काहीही न करण्याचा काळही आता भूतकाळात जमा झाला आहे."

"काय डोक्यात शिरले आहे तुझ्या ताहा?" आरी रागानेच म्हणाला. "लक्षात काहीच राहिले नसेल तर पुन्हा एकदा ऐक. तुझ्या गावातल्या या दगडी घरांचे आराखडे आम्ही बनवले. घरे आम्ही बांधली. तुमची मुले लिहायला, वाचायला आमच्यामुळे शिकली. सांडपाण्याची व्यवस्था आम्ही केली. सहा वर्षांच्या आतमधले बालमृत्यु आम्ही थांबवले. पद्धतशीर शेती कशी करायची, व्यवस्थित कसे राहायचे हे धडे आम्ही दिले. तुमच्या लोकांनी पुढल्या हजार वर्षातही या गोष्टी तुम्हाला दिल्या नसत्या. तुझ्या बाबांना याची पूर्ण कल्पना होती आणि ते मनाने इतके मोठे होते की, ते कबूल करायचे धाडस त्यांच्यात होते. अरबांचा द्वेष करणारे आणि त्यांचा कसाही फायदा उठवणारे अरबच आहेत, हे शब्द त्यांचे आहेत ताहा. या सर्व भोगातून तुमची सुटका फक्त ज्यूच करू शकतात याची त्यांना जाणीव होती म्हणूनच त्यांचा मृत्यू ओढवला. पण आपल्या मतांशी प्रामाणिक राहायचे धैर्य त्यांच्याकडे होते हे नक्की."

"तू शब्द देऊ शकतोस की, मक्काबीज आज रात्रीच अबू येशामध्ये येऊन आमची कत्तल उडवणार नाहीत?" ताहाही उभा राहून बोलला.

"तुला माहिती आहे की, अशी खात्री मी देऊ शकत नाही. तुला तरी मक्काबीजचे खरे स्वरूप ठाऊक आहे. मुफ्तीची भूमिका नक्की काय आहे तेही तुला चांगले ठाऊक आहे."

"आरी! मी शब्द देतो तुला की, याद एल्विरुद्ध मी हात उचलणार नाही."

जास्ती काही बोलण्यात अर्थ नव्हता. ताहाने त्याचा शब्द पाळला असता. पण कम्मालची ताकद आणि निर्धार त्याच्यात नव्हता. एकमेकांशी शांतता राखायची वचने देत असतानाच त्यांच्यामध्ये एक प्रकारची दरी निर्माण होत होती. याद एल् आणि अबू येशा यांच्यापुरतीच ही गोष्ट घडत नव्हती. जिथे जिथे ज्यू आणि अरब

गावे शेजारी शेजारी सुखासमाधानाने नांदत होती त्या सर्व ठिकाणी ज्यू आणि अरब यांच्यामध्ये अविश्वासाची एक भिंत निर्माण होत होती.

ओढा पार करून मशिदीशेजारून आरी दिसेनासा झाला तरी ताहा स्तब्ध उभा राहून बघत होता. तू अरब आहेस. तू मुस्लीम आहेस. यापुढे कुणाच्या बाजूने उभे राहायचे हे नक्की ठरव असे दडपण त्याच्यावर वाढत होते. अरब आणि मुस्लीमांना सर्वत्र इतकी चिथावणी दिली जात होती की, अबू येशामधेच आता काहीजण त्याच्याविरुद्ध बोलायला लागले होते. पण आरी आणि बराक बेन कनान यांच्याविरुद्ध कसा उभा राहणार तो? पण त्याच्या गावामधले आणि इतर सर्व बाजूंनी येणारे विरोधी आवाज तरी कसे बंद करणार?

तो आरीचा भाऊ होता. नक्की होता ना? या एकाच प्रश्नाने त्याची झोप उडाली होती. अबू येशाचा तो भावी मुक्तार आहे हे ध्यानात घेऊन कम्मालने त्याला वाढवले होते. ज्यूंनी मोठी शहरे उभी केली आहेत, मोठे रस्ते बांधले आहेत, शाळा उभारल्या आहेत, हजारो वर्षे नापिक पडलेल्या जमिनी शेतीखाली आणल्या आहेत, आचाराने आणि विचारांनी ज्यू खूप सुसंस्कृत आणि पुढारलेले आहेत या सर्व गोष्टी लहानपणापासून त्याच्या लक्षात येत होत्या. मग तो त्यांच्या बरोबरीचा होता? की, त्याच्या स्वत:च्याच देशात तो दुय्यम नागरिक बनत होता? उच्चशिक्षित सुसंस्कृत ज्यूंनी कृपाळू होऊन फेकलेल्या तुकड्यांवर तो जगणार होता? त्यांच्या नेत्रदीपक यशाच्या केवळ सावलीतच आयुष्य काढणार होता?

ज्यूंपासून त्याला खूप फायदे झाले होते? नक्कीच! अरबांपेक्षा ज्यूंशी मैत्रीच जास्ती फायदेशीर आहे हे कम्मालला पटले असल्यानेच त्याच्या लोकांचा विकास झाला होता हेही खरेच. पण त्यात माझे काही स्थान आहे? तो ज्यूंच्या यशात भागीदार होता? सहकारी होता? त्यांची समानतेची वागणूक खरी मानायची का ते शब्द होते निव्वळ? मोठ्या मनाने ते त्याच्याबरोबर सहिष्णुतेने वागत होते की, तो त्यांच्याच बरोबरीचा आहे हे त्यांना मनापासून पटत होते?

आरी बेन कनानचा तो खराखुरा भाऊ आहे? का आपला दूरचा गरीब नातेवाईक? अरब असूनही तो कधी त्याला म्हणू शकला असता की, त्याचे यार्देना बेन कनानवर प्रेम जडले आहे आणि इतकी वर्षे तो ते उघडपणे व्यक्त करू शकला नव्हता? त्यांच्या घरी रहात असल्यापासून त्याचे तिच्यावर प्रेम आहे आणि त्या वेळी तर ती फक्त तेरा वर्षांची होती?

त्यांची समानता कितपत खरी होती? का तिलाही काही मर्यादा होती? ताहा आणि यार्देना पती-पत्नी होऊ शकतात याला मान्यता मिळण्याइतकी ती मोठी होती? लोकशाहीच्या गप्पा ठोकणारे मोशावमधले ज्यू त्यांच्या लग्नाला येतील?

ताहाने यार्देनाकडे जाऊन आपले प्रेम व्यक्त केले तर काय होईल? ती थुंकेल

त्याच्यावर. नक्की तेच करेल.

खरे म्हणजे त्याची स्वतःचीच मनोमन खात्री पटली होती की, तो त्यांच्या योग्यतेचा नाही आणि हे विदारक सत्यच त्याचे हृदय भंग करत होते. जमिनीचे मालक असणारे अरब आणि मरेपर्यंत गुलामगिरी करणारी त्यांची कुळे यांच्याएवढे अंतर त्यांच्यामध्ये नसेलही, पण ताहा न्यूनगंडाने पछाडला गेला होता.

तो कधी आरीविरुद्ध हात उचलू शकत नव्हता. यार्देनाकडे जाऊन आपले प्रेम व्यक्त करू शकत नव्हता आणि त्याच्यापेक्षा बलवान अशा ज्या शक्ती आज तू अरब आहेस, तू अरब आहेस, ज्यू तुझे शत्रू आहेत असे सांगत होत्या, त्यांनाही विरोध करू शकत नव्हता. चूक का बरोबर याचा विचार करायची वेळ निघून जात होती. इच्छा असो की, नसो त्याला ज्यूंशी लढणे भाग पडणार होते.

## ४

डॉ. लिबरमन. पाठीला कुबड असणारा विनोदी माणूस. पण सर्वांवर अपार प्रेम करणारा. ते प्रेम त्याने गान डाफना येथे वेगळ्या स्वरूपात दाखवले होते. मुलांना कुठेही जायची मुभा होती. शाळेचे वर्ग उघड्या मैदानावर भरत. कोणताही पोशाख चाले. विषय कोणतेही असले तरी त्यांचा अभ्यास त्यांच्या आवडत्या निसर्गाच्या सान्निध्यात होई. गान डाफनाचे सर्व वातावरण उन्हाळ्यात भरणाऱ्या मुलांच्या शिबिरासारखे होते.

डॉ. लिबरमन यांची मुले जगामधल्या अत्यंत गलिच्छ, दरिद्री भागातून, यातनातळांमधून, घेटोमधून आली होती. पण कधी शिस्तीचा बडगा उभारावा लागला नव्हता. आज्ञेचे उल्लंघन होत नव्हते. चोरी ठाऊक नव्हती. गान डाफना म्हणजे मुलांचा प्राण होता. ती अभिमानाने सर्व कारभार चालवत होती. त्यांच्यावर करण्यात येणाऱ्या प्रेमाची सव्याज परतफेड करत होती.

गान डाफना इथल्या शिक्षणाची आणि विचारांची व्याप्ती चकित करणारी होती. इथली मुले बाल वयातील आहेत यावर तिथली लायब्ररी बघितली असती तर विश्वास बसला नसता. कोणत्याही विषयावरल्या पुस्तकाला ना नव्हती. कोणताच विषय कठीण, न समजणारा असू शकत नव्हता. चालू राजकारणावरची मुलांची उमज तर त्यांच्या वयाच्या मानाने थक्क करणारीच होती.

त्यांच्या आयुष्याला एक निश्चित ध्येय आहे याची जाणीव शिक्षक आणि इतर सर्वांनी त्यांना सुरुवातीपासून करून दिली होती.

शिक्षक तर आंतरराष्ट्रीय. बावीस देशांमधून आलेले. इराणीयन्सपासून ते किब्बुत्झमधे जन्मलेल्या, अभिमानी, कुणालाच न भिणाऱ्या, ताठ मानेने चालणाऱ्या

साब्रांपर्यंत. वेगळी होती ती फक्त किटी. ज्यू नसणारी अमेरिकन. त्यामुळे तिच्याकडे बघताना, तिच्याशी वागताना, थोडे अंतर राखले जाई. पण प्रेम आणि आदरही वाटे. ज्यू नाही म्हणून आपल्याला कशी वागणूक मिळेल ही तिची भीति अगदीच निराधार ठरली. गान डाफनामध्ये बुद्धीमान मुले इतकी होती की, तो अनाथाश्रम नसून युनिव्हर्सिटी वाटे. मुलांच्या विकासाच्या आणि स्वास्थ्याच्या दृष्टीने ती सर्वांबरोबर काम करत होती. तिची अनेक जणांशी मैत्री जडली होती. तिचे वेगळेपण तीच विसरत होती. ज्यू धर्माचा असा पगडा गावावर जास्ती नव्हता. होती ती फक्त प्रखर राष्ट्रभक्ती. धर्माची शिकवण मुद्दाम अशी दिलीच जात नव्हती. गान डाफनामध्ये सिनॅगॉगसुद्धा नव्हता.

पॅलेस्टाईनमध्ये पुन्हा घातपाती कृत्यांना सुरुवात झाली असली तरी त्याची भीती आणि दडपण मुलांपर्यंत पोचू दिले जात नव्हते. तसे गान डाफना इतर ज्यू वस्तींहून लांबही होते. बाहेरची सत्य परिस्थिती पटकन् कळत नव्हती. पण धोक्याची चिन्हे डोळ्यात भरत होती. लेबॅनॉनची सरहद्द जवळ होती. फोर्ट ईस्थर तर नजरेसमोरच होता. खंदक, तळघरे, शस्त्रास्त्रे, लष्करी शिक्षण चालूच होते.

कार्यालयीन इमारतींच्या जवळच्या इमारतींमध्ये वैद्यकीय सोयी होत्या. एक क्लिनिक, वीस खाटांचे हॉस्पिटल, ऑपरेशन थिएटर. याद एल् आणि गान डाफनासाठी एकच डॉक्टर होता. दररोज येऊन जात असे. एक डेन्टिस्ट. एक मानसोपचार तज्ज्ञ आणि चार नर्सेस. त्या मात्र किटीच्या हाताखाली होत्या.

किटीने क्लिनिक आणि हॉस्पिटलची सर्व व्यवस्थाच बदलून टाकली. यंत्राप्रमाणे सर्व कामे व्यवस्थित व्हायला लागली. हॉस्पिटलच्या राऊन्ड, आजारी मुलांच्या भेटी, ट्रीटमेन्ट द्यायच्या वेळा यांचे पक्के वेळापत्रक तिने बनवून टाकले. कामाच्या ठिकाणी तिची वागणूक वेगळी असे. तिथे आपल्या सहकाऱ्यांपासून ती अंतर राखून वागे. योग्य तो आदर त्या ठिकाणी तिला द्यावाच लागे. गावात तसे शिस्तीचे बंधन नसले तरी तिच्या कामात शिस्त होती. गान डाफनाला हा वेगळा अनुभव होता. पण गान डाफनामधली ही वैद्यकीय सेवा सर्वात कार्यक्षमतेने चालणारा विभाग झाल्यावर ती आपोआप सर्वांच्या आदराला पात्र ठरली. पूर्ण स्वातंत्र्य हवे म्हणून शिस्तच पाळायची नाही अशी इथल्या ज्यूंची समजूत व्हायला लागली होती. त्यामुळे प्रथम प्रथम ही शिस्त गळी पडायला वेळ लागला. पण एकदा का किटीने आपला युनिफॉर्म उतरवला की, गान डाफनामध्ये सर्वांना तिचा सहवास हवाहवासा वाटे.

तिच्या कामात तिची शिस्त कितीही कठोर असली तरी "तिच्या" मुलांना सर्व क्षम्य होते. ती पन्नास मुले कायम किटीच्या मागे असत. त्यांचे वेगळेपण आपोआपच यामुळे लक्षात येई. एक्झोडस्च्या मुलांची आईच बनली होती ती. एक्झोडस्वरच्या काही मुलांना मोठे मानसिक प्रश्न होते. मानसोपचार तज्ज्ञांबरोबर ती या मुलांच्या

बरोबर चिकित्सेला स्वत:हून हजर रहात असे. ती त्यांच्यासाठी काहीही करायला तयार होती. गतकाळातल्या भीषण आठवणी पुन्हा बुजून जाईपर्यंत या मुलांना असुरक्षित वाटणार होते. कधी कधी त्यांचा खदखदणारा राग उफाळून वर येत असे. ती धीराने, शांततेने, कौशल्याने त्यांना सांभाळून घेत होती. मुख्य म्हणजे गान डाफना आणि पॅलेस्टाईनची सुप्त शक्ती यांच्यामुळेच त्यांच्यात आश्चर्यकारक सुधारणा घडून येत होती.

आठवड्यातून एकदा अबू येशामध्ये सकाळचे क्लिनिक चालवायला ती जात असे. गान डाफनाची मुले आणि इतर अरब मुले यांच्यात जमीन अस्मानाचा फरक होता. यूथ आलियाची कुठल्या तरी ध्येयाने भारली गेलेली मुले बघता, या अरब मुलांच्या जीवनाचा अर्थच नाहीसा झाल्याचा भास होत होता. अरब मुले हसताना तिने कधी बघितली नाहीत. गाणी गाताना ऐकली नाहीत. खेळताना पाहिली नाहीत. या अथांग वाळवंटात प्रत्येक पिढी म्हणजे एका बाजूने येऊन दुसऱ्या बाजूने नाहीसा होणारा एक काफिला होता. कुत्री, मांजरे, कोंबड्या आणि गाढवांबरोबर एका खोलीतच आयुष्य काढताना या मुलांना पाहिले की, कधी कधी तिच्या पोटात ढवळायला लागे. आठ दहा माणसे त्या खोलीत कोंबून झोपलेली असत.

पण तरी तिला अरब आवडत. मोठ्या मनाचे, सरळ हृदयाचे आणि अत्यंत उदार. अदबीने वागत. ताहा बरोबरही तिची मैत्री जमली. तो क्लिनिकच्या दिवशी न चुकता हजर असे. त्याला गावातल्या इतर गोष्टींबद्दलही तिच्याशी बोलायची इच्छा होती. पण शेवटी तो होता एक अरबच. सर्व गोष्टी स्त्रियांशी बोलणे त्याला शक्यच होत नव्हते. त्याला कायम वाटत असलेली भीतीही तो तिच्याजवळ सांगू शकत नव्हता.

दिवस चालले होते. १९४७ चा हिवाळा संपत आला.

कारेन आणि किटी मनाने खूप जवळ आल्या होत्या. वाटेल त्या ठिकाणी थोडासा आनंद शोधू शकणारी कारेन गान डाफनाला आली आणि तिचे स्वरूपच पालटले. बघता बघता ती गान डाफनामध्ये सर्वांना प्रिय झाली. तिचे वयही आता असे होते की, ती किटीवर जास्ती जास्ती अवलंबून रहायला लागली. गान डाफनामध्ये जाणारा प्रत्येक दिवस कारेनला अमेरिकेपासून दूर नेणारा आहे याची किटीला पूर्ण कल्पना होती. पण ती कारेनला अमेरिकेचा विसर पडू देत नव्हती. तिच्या बाबांचा शोध तर चालूच होता.

दोव्ह लानडाव मात्र एक प्रश्नचिन्ह होते. कित्येक वेळा दोव्ह आणि कारेन यांच्यामध्ये पडावे अशी तिला इच्छा होई. ते दोघे नक्की मनाने जवळ येत होते. तिने त्यांना दूर करायचा प्रयत्न केला तर उलट ते जास्तीच जवळ येण्याचीही शक्यता होती. पण कारेनचे त्याच्याबद्दलचे वेड बघून तिला काळजी वाटे. दोव्ह तर

कारेनला कसलेच समाधान देत नव्हता. तो एकाकीच बनत चालला होता. पूर्वीपेक्षा थोडा बोलायचा एवढेच. पण गान डाफनामध्येही कारेनच फक्त त्याच्या आसपास तरी पोचू शकत होती.

दोव्हने शिकायचे जबरदस्त वेड घेतले. आधी तो जवळजवळ काहीच शिकला नव्हता आणि आता ती कसर भरून काढण्याच्या प्रबळ इच्छेने तो भारून गेला होता. शेतकी आणि लष्करी या दोन्ही शिक्षणातून त्याला सूट दिली गेली. जितके जास्तीत जास्त शिकता येईल तेवढे तो डोक्यात नुसता भरत होता, रात्रंदिवस शिकत होता, वाचत होता. कला तर उपजत होतीच. तिचा उपयोग तो शरीरशास्त्र, शिल्पशास्त्र, ब्ल्यू प्रिंटिंग यासाठी करायला लागला. त्याच्या दाबून ठेवलेल्या भावनांना ती एक वाट मिळाल्याने मधेच तो अशी चित्रे रेखाटे की, बाकीचे थक्क होत. इतरांच्यात मिसळायचा क्षण जवळ आला आहे असे वाटे आणि अवचित तो पुन्हा आपल्या कोशात शिरे. तो अजूनही एकटाच रहात होता. कशातही इतरांबरोबर भाग घेत नव्हता आणि कारेनशिवाय दुसऱ्या कुणाशीही संबंध ठेवत नव्हता.

किटी त्याच्या बाबतीत डॉ. लिबरमन यांच्याशी बोलली. त्यांनी दोव्ह लानडावसारखी अनेक मुले बघितली होती. दोव्ह नेहमी सावध असे. बुद्धीमान होताच. त्याला कलेची नैसर्गिक देणगीपण होती. त्यांना एका गोष्टीबद्दल खात्री पटली होती. त्याच्याकडे मुद्दाम लक्ष दिले तर परिणाम उलटा होण्याची शक्यता होती. तो जोपर्यंत इतरांना स्वतःहून त्रासही देत नव्हता तोपर्यंत त्याला तसेच एकटे राहू देणे श्रेयस्कर होते. त्यांनी किटीला तोच सल्ला दिला.

काही आठवडे गेले. आरीकडून काही कळले नव्हते. तो नंतर भेटलाही नव्हता. तिचा थोडा विरसच झाला. डाफनाचा पुतळा आणि याद एल् मोशाव यांच्यामुळे त्याची आठवण तिला नेहमी येई. याद एल्च्या आसपास जाताना ती न चुकता सारा बेन कनानची भेट घेई. त्या दोघींची चांगली मैत्री जमली. यार्देनाला ही गोष्ट अजिबात आवडली नाही आणि तिने ते स्पष्टपणे दाखवलेही. किटीशी कधीही बोलायची पाळी आली तर ही लाल केसांची सुंदरी आपला तिरस्कार लपवत नसे. नेहमी उद्धटपणे बोलत असे.

एक दिवस किटी परतली तर यार्देना तिचाच संध्याकाळी जेवायला जायचा पोशाख हातात धरून आरशासमोर उभी होती. किटी अचानक आली तरी ती बिचकलीसुद्धा नाही. ''चांगला आहे. अर्थात् तशाच तऱ्हेच्या गोष्टी आवडत असतील तर.'' कपाटात तो अडकवता अडकवता यार्देना म्हणाली.

किटीने चहासाठी पाणी स्टोव्हवर ठेवले. ''मुद्दाम वाकडी वाट करून आज इथे कशी काय आलीस?''

यार्देनाचे जसे काही लक्षच नव्हते. ती किटीच्या कॉटेजचे, तिच्या अस्तित्वाच्या

छोट्या छोट्या वस्तूंचे निरीक्षण करत होती. "एन् ओर किब्बुत्झमध्ये काही पालमाख लष्करी शिक्षण घेत आहेत."

"ऐकले आहे तसे काही तरी."

"इतर सर्व गोष्टींप्रमाणे आमच्याकडे शिक्षकांची कमतरता आहे. मला सांगितले आहे की, तुला विचारावे की, आठवड्यातून एकदा एन् ओरला येऊन फर्स्ट एड आणि फिल्ड सॅनिटेशनबद्दल तू पालमाखना शिकवशील का म्हणून."

किटीने पडदे बाजूला ओढले, आपले बूट काढले, गादीवर बसली. "सैनिकांशी संबंध येईल अशी कुठलीही गोष्ट करायची मला इच्छा नाही."

"का?"

"सभ्यपणे तुला नकार देणे शक्यच नाही. पालमाखना त्याचे कारण आपोआप कळले तर मला आवडेल."

"त्यात समजावे असे काय आहे पण?"

"माझी वैयक्तिक भावना. मला कशातही गुंतुन पडायची इच्छा नाही."

"मी आधीच त्यांना सांगितले होते की, तुझ्याशी बोलणे हे वेळ फुकट घालवणे ठरेल." यार्देना तिरस्काराने म्हणाली.

"पण माझ्या भावनांची थोडीशीही कदर करणे हे तुला इतके अशक्य का वाटावे?"

"मिसेस् फ्रेमॉन्ट, जगात इतरत्र कुठेही काम करून तू तटस्थ राहू शकशील. अडचणीत पडायचे नव्हते तर या ठिकाणी यायला नको होते. तू इथे खरी का आली आहेस?"

किटी रागानेच उठून म्हणाली, "तुला काय करायचे आहे? तुझा संबंधच नाही त्याच्याशी."

किटलीची शिटी झाली आणि किटीने खाडकन् स्टोव्ह बंद केला.

"मला माहिती आहे तू का आली आहेस. तुला आरी हवा आहे."

"तू अत्यंत उद्धट मुलगी आहेस. तुझ्याकडून आणि काही ऐकायची इच्छा नाही माझी."

यार्देनावर कशाचाच परिणाम होत नव्हता. ती निगरगट्टपणे म्हणाली. "त्याच्याकडे कशी बघतेस ते पाहिले आहे मी."

"आणि समजा मला आरी हवा असेल तर त्यात तुझा काहीही अडथळा येणार नाही मला."

"आरी नको आहे हे स्वतःला सांग हवे तर. मला नको. आरीला ज्या तऱ्हेची मुलगी हवी तशी तू नाहीस कारण तुला आमची काळजी नाही. डाफना तशी मुलगी होती. ती त्याला समजू शकत होती. कोणतीही अमेरिकन स्त्री आरीला समजून घेऊ शकणार नाही."

किटी रागावलेली होती तरी शांत स्वरात म्हणाली, "मी तोकड्या कपड्यात

फिरत नाही, पर्वतांवर हायकिंगला जात नाही, तोफा डागत नाही आणि खंदकात झोपत नाही म्हणून मी तुझ्याहून कमी स्त्री नाही. तू काय आणि तो पुतळा काय. मला नक्की माहिती आहे तुझ्या वागण्याचे कारण. तुला माझी भीती वाटते.''

''तुझी भीती? हा! विनोदच आहे.''

''स्त्रीत्व कशात असते ते तू मला सांगायचा प्रयत्नही करू नको. तुला ते कळत नाही कारण तू स्त्री नाहीस. तू टारझनची सखी आहेस. जंगलात रहायला हवे अशी वागतेस. एक कंगवा आणि ब्रश घेऊन सुरूवात केली तरी खूप सुधारणा होऊ शकेल तुझ्यात.'' किटीने यार्देनच्या बाजूने जाऊन कपाट उघडले. ''नीट बघ. स्त्रिया असे पोशाख घालतात.''

संतापानेच यार्देनाच्या डोळ्यात अश्रू उभे राहिले.

''आणि परत कधी मला भेटायचे असेल तर ऑफिसवर ये. मी काही किब्बुत्झनिख नाही की, कोणीही कधीही यावे आणि माझ्या खाजगी आयुष्यात डोकवावे.''

यार्देना इतक्या दाणकन् दरवाजा आदळून गेली की, सबंध कॉटेज हादरले.

रात्रीच्या जेवणानंतर आजाऱ्यांवर शेवटची नजर टाकून कारेन आली आणि खुर्चीत आडवी झाली.

''कसा काय गेला आजचा दिवस?'' किटीने विचारले.

''दम नाही हातात.'' गाईचे दूध काढायची नक्कल करत कारेन म्हणाली. ''काही जमत नाही ते मला. आणि किटी मला तुझ्याशी बोलायचे आहे. बोलायलाच हवे. फार दु:ख झाले आहे मला.'' अगदी लहान मुलीप्रमाणे ती म्हणाली.

''बोल मग.''

''आता नाही. मिटींग आहे. नवीन आलेल्या हंगेरीयन रायफल्स साफ करायला हव्या आहेत.''

''हंगेरीयन रायफल्स राहू देत जरा बाजूला. तुला दु:ख कशाचे झाले आहे एवढे ते सांग.''

''योना, माझ्याबरोबर रहाणारी मुलगी. आता कुठे आमची मैत्री जुळायला लागली आहे तर पुढल्या आठवड्यात ती पालमाखमधे भरती होणार आहे.''

किटी क्षणभर एकदम निराश झाली. कारेन तसेच येऊन एक दिवस सांगेपर्यंत किती काळ जाईल? किटीने समोरचे कागदपत्र बाजूला सरकावले. ''मी विचार करते आहे कारेन. आपल्याकडे शिकलेल्या नर्सेस कमीच आहेत. पालमाखमधे आणि किब्बुत्झमधेही. निर्वासित मुलांच्या कॅम्पमधे तुला छोट्या मुलांबरोबर काम करायचा खूप अनुभव आहे. मी समजा डॉ. लिबरमनना सांगितले की, तुला माझ्या मदतीसाठी पाठवा आणि मी तुला माझी सहाय्यक म्हणून शिकवेन तर कसे वाटेल तुला?''

"कसे वाटेल?" कारेन खुशीने हसलीच एकदम.

"ठरेल तर. मी प्रयत्न करते. शाळा संपल्यानंतर शेतीच्या शिक्षणासाठी जाण्याऐवजी तू परस्पर माझ्या ऑफिसातच यायचे."

मग भानावर आल्याप्रमाणे कारेन उद्गारली, "पण हे इतरांवर अन्याय करण्यासारखे आहे. मला बरोबर नाही वाटत."

"अमेरिकन काय म्हणतील अशा वेळी माहिती आहे? ते काही एक शेतकरी गमवत नाहीत तर एक नर्स मिळवत आहेत."

"किटी, मला एक कबुलीजबाब द्यायचा आहे. यूथ आलिया, झायोन सेटलमेन्ट सोसायटी, किब्बुत्झ मुव्हमेन्ट सोसायटी यांना कळवायचे नाही, पण प्रामाणिकपणे बोलायचे तर गान डाफना इथली मी सर्वात वाईट शेतकरी आहे. आणि नर्स बनायला मला खरेच आवडेल."

किटी उठली आणि तिने कारेनच्या खांद्यावर हात ठेवले. "योना जर आता निघून जाणार असेल तर तुला माझ्या कॉटेजमध्ये माझ्याबरोबर रहायला आवडेल?"

कारेनचा चेहरा आनंदाने इतका फुलला की, किटीला उत्तराची गरजच नव्हती.

कारेनला चांगली बातमी देण्यासाठी किटी डॉ. लिबरमन यांच्या कॉटेजमधून लौकर निघाली. नियमांच्या जंजाळात अडकण्यापेक्षा इतरांचे सुख महत्त्वाचे. एक शेतकरी कमी झाला आणि एक नर्स मिळाली तर विशेष बिघडत नाही या विचाराने डॉ. लिबरमनने संमती दिली होती.

कारेनला भेटून परत येताना ती डाफनाच्या पुतळ्याजवळ थांबली. आज तिने डाफनाला दुखवले होते. एक विजय मिळवला होता. कारेन तिच्याबरोबर राहिली तर ती एक रागीट, युद्धखोर, साब्रा बनणार नव्हती. कोणत्या तरी ध्येयाचा ध्यास घेऊन आयुष्य घालवणे चांगले हे किटीला कळत होते. पण ध्येयवेडाने भारलेली स्त्री ही स्त्री रहात नाही. तिने यार्देनाच्या मर्मावर बोट ठेवले होते आणि तिलाही ते कळले होते. जन्मापासून यार्देनाला स्वतःचे सुख, स्वतःचे जीवन, स्त्रीत्व याकडे दुर्लक्ष करून, एक प्रश्नही न विचारता, पार पाडण्याचे एक कार्य आखून दिले होते. युरोप, अमेरिकेहून पॅलेस्टाईनला येणाऱ्या स्त्रियांबरोबर कुठलीही स्पर्धा तिला अशक्य होती. ती त्यांच्यासारखी सुसंस्कृतपणे वागू शकत नव्हती. त्यांच्यासारखी मोहक दिसू शकत नव्हती. तिला किटीसारखे बनायचे होते आणि म्हणूनच ती किटीचा तिरस्कार करत होती, हे किटीला कळले होते.

"किटी?" अंधारातून आवाज आला.

"कोण?"

"घाबरली नाहीस ना?" पुढे येत आरीने विचारले. नेहमीप्रमाणे आरी समोर दिसताच तिला काय बोलायचे ते सुचेना.

“सॉरी. या आधी भेटता नाही आले. यार्देनाने माझे निरोप दिले ना?”

“यार्देना? हो...हो दिले की,.”

“कसे जमते आहे तुमचे?”

“छान! छानच!”

“मी विचारायला आलो होतो की, उद्या तू सुटी घेऊ शकशील का म्हणून पालमाखचा एक गट माऊन्ट टाबोरवर जाणार आहे. चुकवण्यासारखी सहल नाही ही. माझ्याबरोबर येशील?”

“नक्कीच.”

## ५

बेथ एलोहिम -The House of the Oaks- या माऊन्ट टाबोरच्या पायथ्याशी असलेल्या किब्बुत्झजवळ पहाटे पहाटे आरी आणि किटी पोचले. युद्धकाळात पालमाखची स्थापना याच किब्बुत्झमधे झाली होती. आरीने त्यांना इथेच सैनिकी शिक्षण दिले होते.

माऊन्ट टाबोर डोंगर म्हणावा तर उंच होता, पर्वत म्हणावा तर छोटा. आसपासच्या सपाट प्रदेशात जमिनीतून आंगठा वर आल्यासारखा दिसत असे तो.

ब्रेकफास्टनंतर आरीने दोन पॅक बरोबर घेतले. रेशन्स, कॅन्टीन, ब्लॅन्केटस्. एक स्टेनगनही उचलली. सकाळच्या थंड हवेच्या वेळात इतरांपेक्षा पुढे निघून जायची त्याची इच्छा होती. हवा सुरेख होती. किटीही उत्साहात होती. एका पायवाटेने ते निघाले. काही वेळातच कित्येक किलोमीटर अंतरावरचे नाझारेथ दृष्टीस पडण्याइतक्या उंच ते पोचले. किटीच्या लक्षात आले की, वाटत होते त्याहून माऊन्ट टाबोर फारच उंच होता. दोन हजार फूटांहून जास्ती उंच होताच तो.

आरी एकाएकी थबकला.

“काय झाले?”

“बकऱ्या. वास येतो आहे त्यांचा तुला?”

“नाही बुवा. मला कसलाच वास येत नाही.”

पण आरी एकदम सावध बनला. त्याची तीक्ष्ण नजर पुढल्या वाटेवरून फिरली.

“बेदुईन असणार. काल किब्बुत्झमधे कळले होते तसे. कालपासूनच केव्हा तरी इथे पोचले असणार.”

ते वाटेने वळले आणि बकऱ्यांच्या कातड्यांचे डझनभर तंबू दृष्टीस पडले. चरणारा कळपही. दोन रायफलधारी भटके बेदुईन जवळ पोचले. अरेबिकमधे

आरीशी काही बोलणे झाल्यावर हे दोघे त्यांच्या मागोमाग सर्वात मोठ्या तंबूच्या दिशेने निघाले. त्यांचा शेख तिथेच असणार. किटीने सर्वत्र नजर फिरवली. समाजाच्या अगदी खालच्या थरातले दिसत होते. स्त्रियांनी पायघोळ काळे बुरखे पांघरले होते आणि त्यावर मातीची अनेक पुटे चढली होती. तिला बकऱ्यांचा वास आला नव्हता पण या बायकांची घाण आली. ओटोमन नाण्यांच्या माळा करून त्यांनी चेहऱ्यावर घातल्या होत्या. मुलांच्या अंगांवर अस्वच्छ आणि फाटके तुटके कपडे होते. आतमधून शेख बाहेर आला. त्याने आरीचे स्वागत केले. आरी हळूच किटीला म्हणाला, "आत जायलाच हवे. नाहीतर अपमान होईल त्याचा. आणि कृपा करून समोर येईल ते खा. नंतर बाहेर काढलेस तरी चालेल."

आतमधे भयंकर दुर्गंधी होती. बकऱ्यांच्या केसांचे आणि मेंढ्यांच्या कातड्याचे रग अंथरले होते. त्यावर बसून आरी आणि शेख बोलत होते. किटी अमेरिकेहून आली आहे म्हटल्यावर तो खुश झाला. माझ्याकडे एकदा मिसेस् रूझवेल्टचा फोटो होता ही माहितीही त्याने पुरवली. मग खाणे पिणे झाले. किटीच्या हातात रस गळत असलेला कोकराचा एक पाय आला. ग्रॅव्हीने ओथंबलेला. भातही. ती जेवण चिवडत असताना शेख तिच्याकडे बघताना दिसल्यावर छानच आहे अशी खूण तिला करावीच लागली. मग फळे आली. न धुतलेली. शेवटी घाणीचे थर बसलेल्या कपांमधून अत्यंत गोड कॉफी. जेवण संपल्यावर सगळ्यांनी पॅन्टना हात पुसले आणि शर्टाच्या बाहींना तोंडे. शेवटी कसेबसे त्याचा निरोप घेऊन ते निघाले.

खूप लांब आल्यावर एक मोठा सुस्कारा टाकत किटी म्हणाली, "मला वाईट वाटते त्यांच्याबद्दल."

"मुळीच वाईट वाटून घेऊ नकोस. त्यांच्याइतके स्वतंत्र कुणीच नाही याची खात्री आहे त्यांना. लहान असताना Desert Song पाहिले होतेस?"

"पण आज माझी खात्री पटली आहे की, त्याने बेदुईनचा कॅम्प कधीच पाहिला नसणार. तुम्ही दोघे एवढे काय बडबडत होतात?"

"पालमाखकडून अंगठ्या, घड्याळे वगैरे गोळा करायचा प्रयत्न न करता नीट वाग असे मी सांगितले."

"आणि?"

"मला सहा ऊंट देऊन तो तुला विकत घ्यायला तयार होता."

"सैतानीच म्हातारा दिसतो. मग तू काय सांगितलेस?"

"मी म्हटले की, तुझ्याकडे नुसते बघताच लक्षात यायला हवे होते की, त्यासाठी कमीत कमी दहा ऊंट तरी लागतील म्हणून." आरीचे लक्ष उगवणाऱ्या सूर्याकडे गेले. "आता बघता बघता उकडायला लागेल. आपले गरम कपडे गुंडाळून ठेऊ या."

गरम कपड्यांखाली किटीने गान डाफनाच्या दुकानातून विकत घेतलेली तोकडी निळी पॅन्ट घातली होती.

"अरे वा! तू तर साब्राच दिसतेस आता." आरी खुशीत म्हणाला.

काही ठिकाणी पायवाट नव्हती तेव्हा त्यांना चढावे लागत होते. थोड्याच वेळात ते घामाने निथळायला लागले. चढणे कठीण पडे तेव्हा आरी किटीला आधार देऊन चढवत होता. दुपार उलटली आणि त्यांनी दोन हजार फूट उंची दाखवणारा दगड पार केला.

माथ्यावर गोलाकृती पठार होते. दक्षिणेकडे जेझरील खोरे दिसत होते. ज्यू वस्त्यांमधली चौकोनी शेते, घरांभोवतालची झाडी, माऊन्ट कारमेल आणि थेट भूमध्यसमुद्रापर्यंतची पुंजक्या पुंजक्याने दिसणारी पांढऱ्या घरांची अरब खेडी. दुसऱ्या दिशेला गॅलिलीचा समुद्र. पॅलेस्टाईनची सबंध रुंदी इथून दृष्टीस पडत होती. सॉलला जिथे चेटकीण दिसली ते "एन् दोर," जिथे गिडीअनचे थडगे आहे आणि फिलिस्टाईन्सशी लढताना जोनाथन आणि सॉल जिथे धारातीर्थी पडले तो माऊन्ट गिलबोझा आरीने दुर्बिणीतून किटीला दाखवला.

*``ye mountains of Gilboa, let there be no dew, neither let there be rain, upon you nor fields of offerings; for there the shield of the mighty is vilely cast away, the shield of Saul..."*

किटीने दुर्बिण खाली करत म्हटले, "तू तर कवीही आहेस की, आरी."

"उंचीवरल्या विरळ हवेचा परिणाम असावा. इथून सर्व गोष्टी किती दूर वाटतात बघ. ते बेथ शानचे खोरे. बेथ शान "तेल" खाली जगातले सर्वात प्राचीन सुधारलेले शहर होते. अर्थात् अशा सर्व गोष्टींमधे डेव्हिड तज्ञ आहे. पॅलेस्टाईनमधे अशा शेकडो "तेल" आहेत. (टेकड्या). तिथे उत्खनन सुरू केले तर ते संपेपर्यंत आपली आजची नवीन शहरेही धुळीला मिळालेली असतील असे डेव्हिड म्हणतो. पॅलेस्टाईन म्हणजे इतिहासामधल्या प्रत्येक संस्कृतीला जोडणारा पूल आहे. मानव दगडापासून कुऱ्हाडी बनवायला लागला तेव्हापासून टाबोर ही युद्धभूमी आहे. रोमन आणि हिब्रू इथेच लढले. क्रूसेडर्स आणि अरब यांनी पन्नास एक वेळा तरी टाबोर एकमेकांकडून जिंकून घेतले. डेबोरा आपले सैन्य घेऊन इथेच दडून राहिली होती आणि कनानाईटस्‌वर तुटून पडली होती. युगायुगांचे युद्धक्षेत्र- आम्ही काय म्हणतो ठाऊक आहे? - मोजसने आपल्या जमातींना घेऊन आणि चाळीस वर्षे भटकायला हवे होते. निदान चांगली जागा, शोधली गेली असती."

ते पाईन वृक्षांच्या जंगलातून चालत निघाले. पठारावर रोमन, क्रूसेडर, अरब, बायझन्टाईन सर्व संस्कृतींचे भग्न अवशेष होते. कुठे एखादा दगड, कुठे एक मातीच्या भांड्याचा तुकडा, कुठे एखादे नक्षीकाम, नाहीतर एखादी भिंत तरी.

ज्या ठिकाणी जीझस क्राईस्टचे रूपांतर झाले आणि त्याने मोजस आणि एलायझा यांच्याशी बोलणे केले त्या जागेजवळ दोन ॲबे आहेत. एक ग्रीक ऑर्थाडॉक्स आणि एक रोमन.

पलीकडे माऊन्ट टाबोरचा सर्वात उंच भाग होता. एक क्रूसेडर किल्ला, एक गढी यांचे अवशेष तिथे दिसत होते. दगड माती, पडक्या भिंती यांच्यामधून वाट काढत ते टोकावरच्या तटावर पोचले- Wall of the East Wind इथून गॅलिलीचा समुद्र नजरेस येत होता.

वारा वहायला लागला. हवा थंड व्हायला लागली. दोघे तासभर तटाच्या भिंतींवर बसले. बायबलमधल्या किती तरी ऐतिहासिक गोष्टी तो तिथून तिला दाखवत होता. ते पुन्हा मागे वळले. गढीजवळ पोचले. त्यांनी आपले गरम कपडे चढवले. आरीने खाली ब्लॅन्केटस् पसरली आणि ते आडवे झाले.

"आजचा दिवस छानच जातो आहे आरी. पण मग आठवडाभर अंग दुखणार बहुधा." किटीकडे बघता बघता आरीचे मन पुन्हा तिच्याकडे ओढ घ्यायला लागले. पण तो गप्प बसला. अंधार होता होता तीन तीन, चार चार, पाच पाचचे गट वर पोचायला लागले. काळ्यासावळ्या रंगाचे पूर्वेकडल्या देशांमधले ज्यू होते, आफ्रिकेमधले होते, गोरे होते, तशाच मुलीही. मोठ्या मिशांचे, आक्रमक प्रवृत्तीचे साब्रा होते. सर्व जुन्या मित्रांचे संमेलन भरल्यासारखे वाटत होते. लपून राहून लष्करी शिक्षण घ्यावे लागत असल्याने तीन तीन चार चारच्या गटांनी वेगवेगळ्या किब्बुत्झमधे पालमाख शिक्षण घेत. शहरातल्या आणि निरनिराळ्या किब्बुत्झमधल्या मित्रांना एकमेकांना भेटायची ही संधी होती. सर्व जण आनंदाने एकमेकांना मिठ्या मारत होते, पाठीवर थापा मारत होते. शेवटी बहुतेक सर्व विशीच्या आतली मुलेच तर होती.

जोआब यारकोनी आणि झेव गिलबोआ यांना किटी येणार असे कळल्याने ते आले होते. किटी खूश झाली.

डेव्हिड आणि यार्देना आले. डेव्हिड किटीकडे जास्ती लक्ष देताना बघून ती खरी रागावली होती पण नको त्या ठिकाणी तमाशा नको म्हणून गप्प राहिली.

दोनशे पालमाख अंधार पडेपर्यंत पोचले होते. खड्डा खणून रात्रभर शेकोटीला पुरतील एवढी लाकडे इतरांनी गोळा केली. तीन कोकरे भाजण्यात आली. शेकोटी भोवती सर्वांनी वर्तुळ बनवले. किटी प्रमुख पाहुणी. तिला जोआब, झेव आणि आरी यांच्या बरोबरीने मानाची जागा दिली होती.

थोड्याच वेळाने माऊन्ट टाबोरच्या पठारावर गाणी रंगायला लागली. गान डाफना इथल्या मुलांकडून किटीने हीच गाणी ऐकली होती. गॅलिली आणि ज्युडीआचे सौंदर्य, परत मिळवलेल्या जमिनींवर पाणी शिंपडणाऱ्या फवाऱ्यांचा चमत्कार याबद्दलची गाणी होती ती. नेगेव्हच्या वाळवंटाची ओढ, जुन्या गार्डस्मनच्या आणि

हॅगन्ना आणि पालमाख यांच्या शिस्तबद्ध संचलनाबद्दलही होती. डेव्हिड हा राजा आजही इस्त्राएलमधे संचार करतो आहे असे सांगणारे एक गाणेही होते.

वेळूच्या बासरीवर एक जण प्राचीन हिब्रू गाणे वाजवत असताना जोआब मांडी घालून समोर मातीचा, बकऱ्याचे कातडे ताठ ओढून लावलेला ड्रम-टॅम्बो-वाजवत त्याला साथ देत होता. सॉलोमनच्या राजवाड्यात धीम्या गतीने जसे नृत्य होत असेल तसेच नृत्य अनेक मुली करत होत्या. प्रत्येक नवीन गाण्याबरोबर, प्रत्येक नवीन नृत्याबरोबर हल्लागुल्ला वाढत होता.

''यार्देना! यार्देना!!'' कोणी तरी मागणी केली आणि इतरांनी ती उचलून धरली. ती वर्तुळात आल्यावर तिच्या नावाचा घोष झाला. ॲकॉर्डियनवर एकजण हंगेरीयन लोकनृत्याची धून वाजवायला लागला! टाळ्या वाजवत इतरांनी ताल द्यायला सुरूवात केली आणि यार्देनाने गरागरा फिरत नाचायला सुरूवात केली. थोड्या थोड्या वेळाने ती कुणाला तरी साथीला आत नेत होती. तरीही तेच प्रथम दमत होते. शेकोटीच्या प्रकाशात तिचे लाल केस चमचमत होते, नृत्याची गती, लय वाढत होती, शेवटी तीही दमली.

नंतर इतर अर्धा डझन मुलांनी ज्यूंचे होरा हे शेतकरी नृत्य सुरू केले. प्रथम एक वर्तुळ होते. जास्तीजण सामील झाल्यावर दुसरे वर्तुळही बनले. आरी आणि जोआब यांनी किटीलाही भाग घ्यायला लावला. चार तास होऊन गेले तरी सर्व चालूच होते. डेव्हिड आणि यार्देना निसटले आणि गढीमधे गेले. नृत्याचा आवाज ऐकू येईनासा होईपर्यंत त्यांनी एकांताची जागा शोधली आणि मनावरचा संयम झुगारून दिला. खूप वेळाने ते एकमेकांच्या मिठीतच झोपले.

सकाळी चार वाजता कोकराचे रूचकर मांस आणि कॉफी आली. डेव्हिड आणि यार्देनाप्रमाणे अनेक जण हळू हळू पळत होते. बासरी वाजतच होती आणि टॅम्बो साथ देत होता. प्राचीन इतिहासातली तितकीच प्राचीन गीते. पार येमेनवरून आलेली एक मुलगी बायबलमधले गूढ आणि खिन्न गाणे गात होती.

किटी फ्रेमॉन्ट विझत आलेल्या शेकोटीच्या प्रकाशात सर्वांचे चेहरे बघत होती.

हे कसले सैन्य? युनिफॉर्म नाहीत. अधिकारी नाहीत. पुरुषांबरोबर स्त्रियाही रायफल आणि संगीनींनी लढत आहेत. कुठल्या प्रकारची सेना आहे ही? ज्युडीआचे हे तरुण सिंह आहेत तरी कोण?

तिचे आरी बेन कनानच्या चेहऱ्याकडे लक्ष गेले आणि तिच्या अंगातून एक थंड गार शिरशिरी गेली. विजेचा धक्का बसावा तसा तिच्या डोक्यात प्रकाश पडला.

हे.....हे सैन्य मर्त्य मानवांचे नव्हतेच.

हे सैन्य होते प्राचीन हिब्रूंचे!

हे चेहरे होते डॅन आणि रूबेन आणि ज्युडा आणि एफ्राइमचे!

हे होते सॅम्सन आणि डेबोरा आणि जोआब आणि सॉलचे अवतार!

हे सैन्य होते देवानेच सामर्थ्य दिलेले इस्राएलचे सैन्य!

आणि जगातली कोणतीही शक्ती त्यांना अडवू शकणार नव्हती.

## ७

*चॅथॅम हाऊस*
*इन्स्टिटट्यूट ऑफ इन्टरनॅशनल रिलेशन्स*
***लंडन***

मध्यपूर्वेचा तज्ञ सेसिल ब्रॅडशॉ वेगवेगळ्या ठिकाणांहून आलेल्या अहवालांचा अभ्यास करत होता. गेले तीन दिवस तो महत्त्वाचे मुद्दे वाचत होता. पंतप्रधानांचे कार्यालय, मंत्रिमंडळ सर्वांचे दडपण वाढत होते. पॅलेस्टाईन मॅन्डेटमधे सर्व घोटाळा झाला होता. नवीन धोरण आखणे भाग होते. या भागाचा त्याला सदोतीस वर्षांचा अनुभव होता. त्या काळात झायोनिस्ट आणि अरब यांच्यामधल्या शंभर परिषदांना तरी तो हजर राहिला होता. इतर अनेक ब्रिटिश अधिकाऱ्यांप्रमाणे सेसिल ब्रॅडशॉचेही मत होते की, ब्रिटनचे हित अरबांच्या बाजूने उभे रहाण्यातच आहे. त्याने पुन्हा पुन्हा अरबांचा खोटा प्रचार, धमक्या, दहशत यावर पांघरूण घातले होते. आता मात्र अरब डोके फिरल्यासारखेच वागत होते. लंडनमधे वाटाघाटी अशक्य बनल्या होत्या.

*एक गोष्ट निश्चित आहे की, कैरोमधे हद्दपार असूनही पॅलेस्टाईन हायर अरब कमिटी ही हाज अमीन एल् हुसेनी याच्याच हातात आहे. धार्मिक भावनांना चेतावणी नको म्हणून युद्ध गुन्हेगार म्हणून त्याच्यावर खटला न भरण्याची कृती आता आपल्यावरच उलटत आहे. त्यांच्या अवाजवी मागण्या पूर्ण होत नाहीत म्हणून अरब आता ज्यूंबरोबर एकाच टेबलावर बसून वाटाघाटी करायलाही तयार नाहीत.*

सॅन रेमो कॉन्फरन्समधे मध्यपूर्वेची ब्रिटन आणि फ्रान्समधे विभागणी झाली होती त्या वेळी ब्रॅडशॉ हजर होता. पॅलेस्टाईन मॅन्डेटचा करार झाला तेव्हांही तो होता. बाल्फोर जाहिरनामा ब्रॅडशॉच्या हजेरीमधेच प्रसिद्ध झाला होता. पॅलेस्टाईन मॅन्डेटचा अर्धा भाग तोडून ट्रान्सजॉर्डन हे राज्य चर्चिल यांच्या गटाने निर्माण केले

तेव्हाही तो होता. पण या सबंध काळात, मुफ्तीने माजवलेल्या बंडाळीतसुद्धा, मक्काबीज सारख्या लढवय्यांना ब्रिटिशांना तोंड द्यावे लागले नव्हते. ज्यू दहशतवाद्यांच्या स्वसामर्थ्याबद्दलच्या दांडग्या आत्मविश्वासानेच त्याला भीती वाटत होती.

*इशोव्ह सेन्ट्रल आणि इतर ज्यूंकडेही आम्ही पुन्हा पुन्हा मागणी केली आहे की, मक्काबीजच्या नावाखाली जे ठग दहशतवाद माजवत आहेत त्यांना ठेचून काढण्यासाठी त्यांनी ब्रिटिशांना सहकार्य द्यावे. इशोव्ह सेन्ट्रल उघड उघड मक्काबीजच्या कृत्यांचा धिःकार करत आहे. त्यांच्याशी कुठलाच संबंध नाही म्हणत आहे. पण ज्यू जमातीच्या मोठ्या गटाला ही दहशतवादी कृत्ये मान्य आहेत असा संशय आहे. याबाबत कुठलेही सहकार्य आम्हाला मिळालेले नाही. मक्काबीजचा दहशतवाद आता इतक्या थराला पोचला आहे की, ज्यांची उपस्थिती पॅलेस्टाईनमधे आवश्यक नाही असे ब्रिटिश नागरिक आणि त्यांची कुटुंबिय मंडळी यांना पॅलेस्टाईनमधून हलवण्याच्या निर्णयाला आम्ही आलो आहोत.*

सर्व अहवालात पवित्र भूमीच्या एका टोकापासून ते दुसऱ्या टोकापर्यंत माजलेल्या दहशतवादाची माहिती होती.

*या ठगांच्या हल्ल्यामुळे तेलशुद्धीकरणाचे उत्पादन दोन आठवडे थांबले. याशिवाय लिदा विमानतळावरच्या हल्ल्यात लढाऊ विमानांचा एक ताफा उद्ध्वस्त झाला. ब्रिटिश ठाण्यांवर आणि मोक्याच्या रस्त्यांवरही दहशतवाद्यांचे डझनावारी हल्ले झाले. हॅगन्ना आणि त्यांचे लढाऊ दल पालमाख यांचा संयमही सुटत चालल्याची स्पष्ट चिन्हे दिसत आहेत. एखादेवेळी सध्या होत असलेल्या काही छाप्यांमागे त्यांचाच हातही असू शकेल.*

आणि गळक्या टबमधून बेकायदेशीरपणे आणले जाणारे ज्यू पॅलेस्टाईनच्या किनाऱ्यावर उतरत आहेतच.

*नौदलाची गस्त वाढवूनसुद्धा एक्झोडस्च्या घटनेपासून आलिया बेतचे बेकायदेशीरपणे ज्यू आणण्याचे उद्योग वाढतच आहेत.*

*युरोपमधल्या निर्वासित कॅम्पमधले आठ हजार ज्यू द अमेरिका, सॅन मिगेल, ॲबरील, सुसान्ना, सॅन फिलिपो जहाजांमधून पॅलेस्टाईनमधे पोचले आहेत. इतर दोन जहाजेही नाकेबंदी टाळून किनाऱ्यावर धडकल्याचा आम्हाला संशय आहे. भूमध्य समुद्राच्या किनाऱ्यावरील आपल्या देशांच्या वकिलातीतून मिळालेल्या माहितीप्रमाणे अशी आणि पाच जहाजे लौकरच पॅलेस्टाईनला आणण्याचा प्रयत्न आलिया बेत करणार आहे.*

ब्रिटीशांची पॅलेस्टाईनमधली ताकद जबरदस्त होती. या छोट्याशा देशामधे बावन्न टॅगार्ट किल्ले बांधलेले होते. सरहद्दींवरही फोर्ट ईस्थरसारखे अनेक किल्ले होते. प्रत्येक शहरात पोलिस दले होती. ट्रान्सजॉर्डनमधून आलेली ताकदवान अरब लीजन होती. हैफा भागातल्या ॲटलिट येथे, जेरूसलेममधल्या श्नेलर बरॅक्समधे, तेल अव्हिव बाहेरच्या सराफंद कॅम्पमध्ये प्रचंड ब्रिटिश तळही होते.

*गेल्या काही महिन्यात आम्ही ऑपरेशन नोहा, आर्क, लॉबस्टर, मॅकरेल, कॉशस, लोनसम, ऑक्टोपस, कॅन्टोन्मेंट आणि हार्प यासारख्या मोहिमा इशोव्हवर दडपण आणण्यासाठी आखल्या. या मोहिमा मुख्यत: चोरून आणलेल्या ज्यूंच्या शोधासाठीच होत्या. एखाद्या भागाला अवचित वेढा घालायचा, छापें मारायचे, शस्त्रास्त्रे शोधायची, जिथे आपल्या दलांवर हल्ले झाले असतील तो भाग पिंजून काढायचा. पण प्रत्येक ज्यूचे इशोव्ह सेन्ट्रलला त्यांच्या प्रयत्नात शंभर टक्के सहकार्य असल्याने या मोहिमा म्हणाव्या तितक्या यशस्वी ठरल्या नाहीत. फुलाझाडांच्या कुंड्या, फायलिंग कॅबिनेटस्, स्टोव्ह, रेफ्रिजरेटर्स, टेबलांचे खोटे पाय यासारख्या कल्पकतेने शोधलेल्या हजार ठिकाणी शस्त्रास्त्रे लपवली जात असल्याने त्यांचा शोध करणे कठीण बनले आहे. स्त्रिया आणि छोटी मुले स्वत:हून शस्त्रास्त्रांची चोरटी वाहतूक करायला तयार होतात.*

*ज्यूंची माहिती काढण्यासाठी एक ज्यू कधी फितवता आला नाही. याउलट ज्यूंना त्यांच्याबद्दल सहानुभूती असणाऱ्या ब्रिटिश लष्करी अधिकाऱ्यांकडून माहिती मिळते. अरब हेर तर ते नेहमीच विकत घेऊ शकतात. ज्यू सुधारलेली शस्त्रास्त्रे बनवायला लागले आहेत. स्टेनगन्स, सुरुंग, हात बॉम्ब यांचा दर्जा सुधारतो आहे. एका किब्बुत्झमधल्या शस्त्रास्त्रांचा साठा शोधायला हल्लीच गेलो होतो तेव्हा तिथल्या स्त्रियांनी आपल्या सैनिकांवर उकळते पाणीही फेकले.*

पॅलेस्टाईन मॅन्डेटबद्दल काय करावे हे ब्रॅडशॉला सुचत नव्हते. इंग्लंडमधे प्रत्येक गोष्टीची वानवा होती. लोकांची परिस्थिती खडतर होती. आर्थिक परिस्थिती डबघाईला आली होती. त्यात पॅलेस्टाईनमधे प्रचंड सैन्य ठेवायचा खर्च अफाट होता. इंग्रजही आता रक्तपाताला विटले होते. अमेरिकन झायोनिस्टचे म्हणणे ट्रुमन आता लक्ष देऊन सहानुभूतीने ऐकत होते. या गोष्टींचा पॅलेस्टाईन मॅन्डेटशी संबंध नसला तरी ही दडपणेही सेसिल ब्रॅडशॉला विचारात घेणे भाग होते.

*ॲन्ग्लो-अमेरिकन कमिटीची एक लक्ष ज्यूंना ताबडतोब पॅलेस्टाईनमधे प्रवेश द्यावा ही शिफारस धुडकावल्यापासून आपल्या मित्रांमधली आपली पतही ढासळली*

*आहे. ज्या बेदरकारपणे मक्काबीज आपली दहशतवादी कृत्ये करत आहेत त्यामुळे ब्रिटीश सत्तेबद्दलचा उरलासुरला आदरही धुळीला मिळतो आहे. ज्यू दहशतवाद्यांना शिक्षा फर्मावणाऱ्या न्यायाधीशाचे अपहरण झाल्यावर तर ब्रिटिश वर्चस्वाबद्दलच संशय निर्माण व्हायला लागला आहे.*

सेसिल ब्रॅडशॉने चष्मा पुसला, आपले लाल झालेले डोळे पुसले. खिन्नतेने मान हलवली. गोंधळ तरी किती व्हावा? त्याने पुन्हा एकदा रिपोर्ट चाळले. मुफ्तीचा पुतण्या जेमाल हुसेनी याने परत आपल्या विरोधी अरब नेत्यांचे खून पाडायला सुरुवात केली होती. हॅगन्नाच्या मदतीने आलिया बेतने आणि अकिवाच्या नेतृत्वाखाली मक्काबीजनी ब्रिटीशांना काही करणे अशक्य करून टाकले होते. ब्रिटीशांना आता जशास तसे प्रवृत्तीला तोंड द्यावे लागत होते. ब्रिटीश अधिकाऱ्यांना भर चौकात चाबकाने फोडून काढले जात होते. फासावर लटकावले जात होते. ज्या ज्यूंनी आधीच्या दोन अरब दहशतवादांच्या काळात शांततेचे आवाहन केले होते, संयम बाळगला होता तेही आता अरबांच्या कृत्यांकडे दुर्लक्ष करण्याच्या मन:स्थितीत नव्हते.

अधिकारी वर्तुळात मत होते की, एक्झोडस्च्या घटनेपासून सेसिल ब्रॅडशॉची ज्यूंशी दोन हात करायची इच्छाच नाहीशी झाली आहे. त्याच्या मते पॅलेस्टाईन मॅन्डेटची घटका भरत आली होती. ब्रिटीश साम्राज्याच्या दृष्टीने पॅलेस्टाईनचे स्थान मोक्याचे होते. हैफाचा तेलशुद्धीकरण कारखाना, नौदलाचा तळ, सुएज या सर्वांचा विचार करता पॅलेस्टाईन हातातून जाता कामा नये.

ब्रॅडशॉच्या टेबलावरचा फोन वाजला.

"जनरल टेव्हर ब्राऊन आले आहेत."

टेव्हर ब्राऊन ज्यूंबद्दल सहानुभूती बाळगणारा म्हणून प्रसिद्ध. ब्रॅडशॉने त्याचे तोंडदेखले स्वागत केले. एक्झोडस्च्या घटनेच्या वेळी अन्नसत्याग्रह सुरू होण्यापूर्वीच त्याने एक्झोडस्ला पॅलेस्टाईनला जाऊ द्यावे अशी सूचना केली होती. पॅलेस्टाईन मॅन्डेटचे बारा वाजतील हे भाकित त्याने याच ऑफिसात वर्तवले होते. ज्यूंनीच नेहमी ब्रिटनला मदत केली आहे आणि फक्त तेच, अरब नव्हेत, नेहमी विश्वासू ठरले आहेत. पाठपुरावाच करायचा तर तो ज्यूंचा करावा, अरबांचा नाही असे त्याचे स्पष्ट मत होते. पॅलेस्टाईनमधून कॉमनवेल्थमधे रहाणारे ज्यू राष्ट्र निर्माण करावे अशी त्याची इच्छा होती.

जनरल टेव्हर ब्राऊनच्या विचारांचा ब्रॅडशॉ, चॅथॅम हाऊस आणि कॉलोनिअल ऑफिसवर काहीच परिणाम झाला नव्हता. अगदी या क्षणाला सुद्धा चूक कबूल करायला लागणारे धैर्य त्यांच्यापैकी कुणाकडे नव्हते. तेल आणि सुएज कालवा यांच्या धास्तीने अरब त्यांना नाचवत होते.

“अहवाल वाचत होतो” ब्रॅडशॉ म्हणाला.

“मागे मागे जात समुद्रात बुडायलाही ज्यू तयार नाहीत. आपल्यासाठी काही करत नाहीत ते.” मी सांगितले होते तुम्हाला या थाटात टेव्हर ब्राऊन बोलला आणि त्यामुळेच ब्रॅडशॉ त्याच्यावर मनातून संतापला.

“काही तरी शिफारशी येत्या काही आठवड्यात मला कराव्याच लागणार आहेत. आणि तुम्ही काय सुचवता आहात ते मला पूर्ण माहिती आहे सर क्लॅरेन्स. प्रश्न आहे हॅवनहर्स्टला ठेवावे की, नाही. ज्यूंना धडा शिकवायची वेळ आली आहे आता.”

“त्यासाठी तर हॅवनहर्स्ट एकदम योग्य माणूस आहे. म्हणजे युद्धगुन्हेगार म्हणून कैदेत अडकवलेल्या काही एस. एस. जनरल्सची मदत नको असेल तरच अर्थात. पण मला वाटले की, पॅलेस्टाईनमधे अजून आपले सरकार अस्तित्वात आहे म्हणून. हाय कमिशनरही आहे.”

एका मागोमाग होणाऱ्या अपमानांनी ब्रॅडशॉचा चेहरा तांबडा लाल पडत होता. तो आधीच धुमसत होता. त्याला स्वत:वर ताबा ठेवणे कठीण पडत होते. “मला वाटते की, आता हॅवनहर्स्टला जादा अधिकार द्यायची वेळ आली आहे.” टेबलावरचा एक कागद ब्रॅडशॉने टेव्हर ब्राऊनच्या हातात ठेवला.

पॅलेस्टाईनमधला ब्रिटीश कमान्डर जनरल आर्नोल्ड हॅवनहर्स्ट यांना लिहिलेले पत्र होते ते. “पॅलेस्टाईनमधली अत्यंत बिघडत चाललेली परिस्थिती सुधारण्यासाठी तुमच्याकडून काहीच सूचना आल्या नाहीत तर पॅलेस्टाईन मॅन्डेटचा सर्व प्रश्न संयुक्त राष्ट्रसंघाकडे सोपवण्याची शिफारस करण्याशिवाय मला गत्यंतर ठरणार नाही.”

“वा! वा! ब्रॅडशॉ! उत्कृष्ट! तुम्हाला हृदयात धडकी भरवणाऱ्या भयकथा आवडतात ना? मला खात्री आहे की, हॅवनहर्स्ट नक्की अशाच काही तरी गोष्टी सुचविणार आहे.”

## साफेद-पॅलेस्टाईन

एक्झोडस्च्या घटनेनंतर ब्रिगेडिअर ब्रूस सदरलॅन्डच्या निवृत्तीच्या आज्ञा अगदी तातडीने आणि गाजावाजा न होता आल्या. उत्तर गॅलिलीमधे हुले खोऱ्याच्या तोंडाशी साफेद हे प्राचीन शहर आहे. निवृत्त झाल्यावर सदरलॅन्ड साफेदजवळच्या माऊन्ट कनानवर जाऊन राहिला.

आईच्या मृत्युनंतर त्याच्या मनाची कुतरओढ थांबलीच नव्हती. इतक्या वर्षांनी आता त्याच्या मनाला थोडी शांतता लाभली. भयानक स्वप्ने पडायची थांबली. त्यामुळे मग त्याची झोपायची भीतीही गेली. साफेदपासून तीन मैल अंतरावर माऊन्ट कनानवर त्याने एक उत्कृष्ट बंगला विकत घेतला. इथे असणाऱ्या हवेइतकी शुद्ध

हवा पॅलेस्टाईनमध्ये दुसरीकडे कुठे नव्हती. कायम वारा वाहत असल्याने उन्हाळा जाणवत नसे. भिंतींना पांढरे प्लास्टर, लाल कौले. मागे चार डुनेम स्वत:ची जमीन. त्या जमिनीत त्याने गॅलिलीचे चारशे गुलाब लावले.

इथून दिसणारे साफेदचे दृश्य अप्रतिम होते. ते शहर एखाद्या सुळक्याच्या आकारासारखे दिसे. साफेदच्या टेकडीखालून वळणावळणाने वर चढत जाणारा रस्ता माथ्यावरच्या अॅक्रोपोलीसपर्यंत जाई. तीन हजार फूटांहून उंचीवर असलेले अॅक्रोपोलीस ग्रीक आणि रोमन यांच्याविरुद्ध हिब्रूंनी केलेल्या उठावाचे प्रतीक होते. पॅलेस्टाईनमधल्या बहुतेक सर्व डोंगरमाथ्यांवर अशा गढ्या, किल्ले होतेच म्हणा.

त्याचा बहुतेक सगळा वेळ त्याच्या बागेतच जाई. या बागेची ख्याती पॅलेस्टाईनभर पसरली होती. नाहीतर तो पवित्र स्थानांना भेटी देई. हिब्रू आणि अरेबिक शिके. लहर लागली तर साफेदच्या गल्लीबोळांतून भ्रमंती करे. सर्व घरे कशी दाटीवाटीने बांधली होती. पण प्रत्येक वेगळ्या तऱ्हेचे. खिडक्या तऱ्हतऱ्हेच्या, ग्रील तऱ्हतऱ्हेची. मजेशीर वाटायचे.

शहराच्या एका छोट्या भागात अत्यंत दरिद्री आणि अत्यंत कर्मठ असे दुसऱ्या ज्यूंच्या दानावर दिवस ढकलणारे ज्यू राहायचे. अनेकांना गूढ आणि अनाकलनीय वाटणाऱ्या कब्बाला या ज्यू पंथाचे साफेद हे एक केंद्र होते. इथली वृद्ध मंडळी अभ्यास आणि प्रार्थनेत दंग असत. आपले जुने फाटके रेशमी कपडे घालून हे वयोवृद्ध ज्यू छोट्या रस्त्यातून फिरत तेव्हा कोणाचेही लक्ष वेधले जाई. हे वेगळे ज्यूसुद्धा या शहराचे एक वैशिष्ट्य होते. ते स्वभावाने अत्यंत गरीब, शांततेने राहणारे असल्यानेच मुफ्तीच्या दंग्यात सर्वात जास्ती उपसर्ग यांना पोचला होता. ते स्वत:चे रक्षण करण्यास पूर्णत: असमर्थ होते.

पवित्र भूमीत कायम राहिलेले कुठले ज्यू असतील तर ते या कब्बाला पंथाचे. क्रूसेडर्सनी त्यांना हुसकावून लावले होते. पण क्रूसेडर्सच्या पराभवानंतर ते साफेदला परत आले ते आजपर्यंत. चारशे पाचशे वर्षांपूर्वी मरण पावलेल्या बुद्धीमान ज्यूंची थडगी आजही तिथे होती. साफेदमध्ये दफन झालेला प्रत्येक ज्यू सरळ गान ईडनला (Garden of Eden) पोचतो अशी त्यांची श्रद्धा होती.

छोटी सिनॅगॉग्ज असणाऱ्या वाकड्यातिकड्या गल्ली बोळांतून भटकत, लोककथा, दंतकथा, आख्यायिका गोळा करत आणि राब्बींकडून कब्बालाच्या गूढ तत्त्वज्ञानाविषयी ऐकत फिरताना सदरलॅन्डला कधी कंटाळा येत नसे.

अरब लोकवस्तीचा भाग जगामधल्या प्रत्येक अरब शहरासारखाच. मोडकी तोडकी घरे. पण साफेदची उत्कृष्ट हवा आणि नैसर्गिक सौंदर्य यामुळे अनेक श्रीमंत अरब जमीनदारांनी या ठिकाणी मोठे मोठे व्हिलाही बांधले होते. माऊन्ट कनानवर जशी श्रीमंत ज्यूंची वस्ती होती तशीच साफेदमध्ये श्रीमंत अरबांची. सदरलॅन्डचे मित्र

सर्व ठिकाणी होते.

जुन्या अवशेषांवर नवीन इमारती बांधायची अरबांची जुनीच पद्धत. तेव्हा पाच सातशे वर्षांपूर्वीच्या मध्ययुगीन अवशेषांवर बांधलेल्या आजकालच्या इमारतीही साफेदच्या अरब भागात दिसत. याचे उत्तम उदाहरण होते एका हंगेरीयन क्रूसेडर कॉन्व्हेन्टवर बांधलेले मॉस्क ऑफ दि डॉटर्स ऑफ जेकब.

ॲक्रोपोलीस म्हणजे साफेदचे एक आकर्षण. ज्या वाटा वरपर्यंत पोचत तिथे एक गढी होती, नाईटस् टेम्पलर कॅसल आणि एका हिब्रू किल्ल्याचे अवशेषही. टेकडीच्या माथ्यावर पाईन वृक्षांचे जंगल होते. सर्वत्र रंगीबेरंगी फुले उगवलेली असत. दक्षिणेला गॅलिलीचा समुद्र आणि उत्तरेकडे हुले सरोवरापर्यंतचा परिसर दिसत असे. मधे वळणावळणाने जाणारी जॉर्डन नदी. क्षितिजावर माऊन्ट हेरमोन.

सर्व वृद्ध ज्यू वर्षातून एकदा या टेकडीवर शेकोटी पेटवायला येत. पवित्र दिवस सुरू होत असल्याची खूण. मुख्य राब्बींनी या पवित्र दिवसांचे कॅलेन्डर बनवण्यापूर्वी जेरुसलेम, टाबोर, गिलबोआ, साफेद इथल्या टेकड्यांवर आगी पेटवल्या जात आणि त्या थेट बाबिलोनमधे गुलामगिरीमधे आयुष्य काढणाऱ्या ज्यूंनाही दिसत.

या सर्व नैसर्गिक सौंदर्याला हल्ली एक गालबोट लागले होते. साफेदबाहेर माऊन्ट कनानच्या रस्त्यावर बांधलेला टॅगार्ट फोर्ट. सदरलॅन्डच्या व्हिलामधूनही तो नजरेला पडत असे.

सदरलॅन्ड कुठेही फिरायचा हे खरे. हाजोरच्या टेकडीवर, लेबॅनॉनच्या सरहद्दीवर, ईस्थरच्या थडग्याशी. अबू येशामधल्या जोशुआच्या थडग्याशीही. अशाच भ्रमंतीवर असताना तो गान डाफनाला पोचला आणि त्याची डॉ. लिबरमनशी दोस्ती झाली. किटी भेटल्यावर त्यांच्या जुन्या ओळखीलाच उजाळा मिळाला. सायप्रसमधे त्यांची गाठ पडली होती, मुलांसाठी काहीही करायला तो आनंदाने तयार झाला. अजूनही मनोरुग्ण असणाऱ्या मुलांना घेऊन त्याच्या व्हिलावर यायची परवानगी त्याने किटीला दिली. ती साफेदलाही जायची. थोड्याच काळात त्यांची चांगलीच मैत्री जुळली.

एक दिवस गान डाफनाहून परतल्यावर मेजर फ्रेड काल्डवेल त्याच्यासाठी थांबलेला दिसला आणि सदरलॅन्ड चकित झाला.

"किती दिवस झाले पॅलेस्टाईनला येऊन फ्रेडी?"

"हल्लीच आलो."

"काय करतोस?"

"जेरुसलेम हेडक्वार्टर्समधे आहे. इन्टलिजन्स विभागात. सी. आय. डी. शीही संबंध ठेवायचा. त्यांच्यामधेसुद्धा हल्ली खूप बदल्या वगैरे झाल्या आहेत. आपल्यातले

काही जण हॅगन्नाशी संबंध राखून आहेत असे दिसते. मक्काबीजशीसुद्धा. कल्पनेत तरी येईल तुझ्या?''

सदरलॅन्डला खरे तर त्यात आश्चर्य करण्यासारखे काही वाटले नाही.

''तुमचे कसे काय चालले आहे बघण्यासाठी कधी तरी येणारच होतो मी. पण आज आलो आहे ते खास हॅवनहर्स्टने विनंती केली म्हणून. मी पूर्वी तुमच्या हाताखाली काम केले होते हे माहीत आहे त्यांना.''

''मग?''

''ज्यांनी पॅलेस्टाईनमधे रहाण्याची आवश्यकता नाही अशा ब्रिटीशांना हलवण्याची योजना, ऑपरेशन पॉली, सध्या चालू आहे. तुम्हाला माहीत असेलच ते.''

''Operation Polly? ऑपरेशन फॉली (Operation Folly) असे कोणीतरी बोलताना ऐकले आहे खरे मी.'' उपहासानेच सदरलॅन्ड म्हणाला.

सदरलॅन्डच्या कुत्सितपणाकडे दुर्लक्ष करत फ्रेडी हसला आणि म्हणाला, ''तुम्ही काय करणार आहात असे हॅवनहर्स्ट विचारत होते.''

''मी? मी काय करणार? मी काहीच करणार नाही. हेच माझे घर आहे आणि मी इथेच रहाणार आहे.''

फ्रेडीच्या मनावरचा ताबा उडायला लागला. टेबलावर बोटे वाजवत तो म्हणाला, ''एकदा का अनावश्यक ब्रिटीश नागरीक इथून गेले की, तुमच्या संरक्षणाची जबाबदारी कोणी घेऊ शकणार नाही असे हॅवनहर्स्ट यांनी स्पष्ट केले आहे. तुम्ही इथे राहिलात तर आम्हाला प्रश्न निर्माण होऊ शकतात.''

काल्डवेलचे बोलणे वाकड्यात शिरणारे होते. सदरलॅन्डची सहानुभूती कुठल्या बाजूला आहे याची हॅवनहर्स्टला पूर्ण कल्पना होती आणि सदरलॅन्ड हॅगन्नाबरोबर काम करेल याची त्याला धास्ती वाटत होती. थोडक्यात सदरलॅन्डने पॅलेस्टाईन सोडून जावे अशी सूचना हॅवनहर्स्ट करत होता.

''जनरल हॅवनहर्स्ट दाखवत असलेल्या काळजीबद्दल मी खूप आभारी आहे असे सांग त्यांना.''

फ्रेडी इतक्या सहजतेने निघून जाणार नव्हता. पण सदरलॅन्डने त्याला पुढे काही बोलण्याची संधीच दिली नाही. तो उठला. त्याने काल्डवेल मुद्दाम वेळ काढून आल्याबद्दल त्याचे आभार मानले आणि त्याला सोडायला तो बाहेर आला. बाहेर एक सार्जन्ट स्टाफ कारजवळ उभा होता. टॅगार्ट फोर्टच्या दिशेने ती मोटार जाईपर्यंत सदरलॅन्ड बघत होता. फ्रेडीने नेहमीप्रमाणे त्याच्यावर सोपविलेल्या कामगिरीची वाट लावली होती. हॅवनहर्स्टची धोक्याची सूचना अशा अयोग्य तऱ्हेने त्याच्यापुढे मांडण्याचे कारण नव्हते.

सदरलॅन्ड पुन्हा आत आला. तो विचारात होता. तो निवृत्त ब्रिटीश ब्रिगेडिअर

होता. त्याचे अरब मित्र होते आणि तो माऊन्ट कनानवर एकटाच रहात होता. मक्काबीजकडून त्याला नक्कीच धोका होता. अर्थात् पुन्हा पुन्हा विचार केल्याशिवाय त्यांनी हे पाऊल उचलले नसते. हॅगन्नाची भीती बाळगण्याचे काहीही कारण नव्हते. ते कुठलीही गोष्ट विचाराने करत. सहज खून पाडत नसत. त्यांच्याशी तो संपर्क राखू शकला असता. हुसेनी काय करेल ते सांगता येणे मात्र कठीण होते. ज्यूंमधे सदरलॅन्डचे मित्र होते. त्यातले काही मक्काबीज नसतील याची खात्री कोण देणार?

तो आपल्या बागेत गेला. गुलाबच गुलाब फुलले होते. तिथून त्याने साफेदकडे नजर टाकली. त्याच्या मनाला कित्येक वर्षांनी इथेच प्रथम शांतता लाभली होती. झोपेत पडणारी भयानक स्वप्ने बंद झाली होती. सुखात होता तो. तो इथून कुठेच जाणार नव्हता. उद्याच काय पण कधीच नाही.

काल्डवेल थोड्याच वेळात टॅगार्ट फोर्टवर पोचला. बाहेरच्या चार भिंतीत बरॅक्स, ऑफिसेस् होती. आतल्या भागात सर्वांनी एकत्र उभे रहायला किंवा गाड्या उभ्या करायला जागा होती. तो उतरताच सी. आय्. डी. ऑफिसात यावे असा निरोप त्याला मिळाला.

"आज रात्री तुम्ही जेरुसलेमला परत जाणार का?" सी. आय्. डी. इन्स्पेक्टरने विचारले.

फ्रेडीने आपल्या घड्याळाकडे बघितले, "हो. आत्ताच निघालो तर संध्याकाळपर्यंत पोचेन."

"मग चांगलेच झाले. इथे एक ज्यू आहे. मक्काबीज कैदी. तो इथे आहे हे मक्काबीजना नक्की माहिती आहे. इथून निघणाऱ्या प्रत्येक गाड्यांच्या ताफ्यावर त्यांचे लक्ष असणार. तेव्हा तुम्हीच त्याला उलट तपासणीसाठी जेरुसलेमच्या सी. आय्. डी. ऑफिसमधे पोचवाल का? तुमच्या गाडीमधून त्याला नेलेत तर कुणाला संशय येणार नाही."

"जरूर."

"त्या ज्यू मुलाला आणा रे." इन्स्पेक्टरने आपल्या सहकाऱ्यांना आज्ञा केली.

साखळदंडांनी हातपाय बांधून ठेवलेल्या एका चौदा पंधरा वर्षांच्या मुलाला दोन सैनिकांनी खेचत आणले. त्याच्या तोंडावर चिकटपट्टी चिकटवली होती. चेहऱ्यावर मारहाण केल्याची चिन्हे होती. "बेन सॉलोमनच्या निष्पाप चेहऱ्यावर जाऊ नका. हरामखोर पोरगा आहे." इन्स्पेक्टरने माहिती पुरवली.

"बेन सॉलोमन? नाव ऐकल्याचे आठवत नाही."

"काल रात्रीच पकडला. साफेद पोलिस स्टेशनवर हल्ला करून शस्त्रास्त्रे पळवण्याचा प्रयत्न झाला होता. हातबॉम्ब टाकून याने दोन पोलिसांना ठार केले. फार खुनशी कार्टे आहे."

बेन सॉलोमन शांतपणे उभा होता. पण त्याचे डोळे मात्र इन्स्पेक्टरकडे तुच्छतेने बघत होते.

''मेजर काल्डवेल, याच्या तोंडावरची पट्टी काढू नका नाहीतर तो बायबलमधली गीते गात बसेल.''

त्या मुलाच्या रोखून बघण्यानेच इन्स्पेक्टरचे माथे भडकले. त्याने मूठ वळवून बेन सॉलोमनच्या तोंडावर ठोसा चढवला. बेन सॉलोमन मागच्या मागे कोसळला. बांधलेल्या साखळदंडात अडकला.

इन्स्पेक्टर एकदम बावचळला आणि हळू आवाजात म्हणाला, ''घेऊन जा याला इथून.''

मोटारीत मागच्या बाजूला त्याला झोपवून एक शस्त्रधारी सैनिक मागे बसला. काल्डवेल ड्रायव्हरशेजारी बसला आणि ते टॅगार्ट फोर्ट सोडून निघाले.

''हरामखोर लेकाचे.'' ड्रायव्हर पुटपुटत होता. ''खरे सांगू मेजर काल्डवेल, काही आठवडे द्या आम्हाला फक्त आणि मग बघा या ज्यूंना कसा धडा शिकवतो आम्ही ते.''

''गेल्या आठवड्यात माझ्या सहकाऱ्याला मक्काबीजनी ठार केले. डोक्यातच गोळी घातली, चांगला होता बिचारा. बायको आहे त्याची आणि एक लहान मूलही.''

बेथ शान व्हॅलीमधे पोचल्यावर त्यांच्या डोक्यावरचे ओझे थोडे उतरले. जेरुसलेमपर्यंत आता सर्व अरब लोकवस्तीचा भाग होता. हल्ल्याची भीती नव्हती.

काल्डवेलने मागे वळून खाली आडव्या झोपवलेल्या कैद्याकडे बघितले. त्याचा ज्यूंबाबतचा तिरस्कार उफाळायला लागला. त्याला ब्रूस सदरलॅन्डचासुद्धा राग होता. त्याला मनातून पूर्ण खात्री होती की, तो हॅगन्नाला मदत करत असणार म्हणून. या.... याच सदरलॅन्डने सायप्रसवरची घटना मुद्दाम घडवून आणली होती. ज्यू प्रेमी ब्रिगेडिअर!

कॅरलॉसच्या कॅम्पमधे तारांच्या भेंडोळ्याआड उभा असताना एक जाडी ज्यू बाई त्याच्यावर थुंकली होती याची त्याला आठवण झाली.

त्याने पुन्हा ज्यू पोराकडे पाहिले. वजनदार बूट घातलेला एक पाय कैद्याच्या डोक्यावर ठेवून गार्ड मधे बसला होता. त्याला मजाच वाटत होती.

''नालायक ज्यू.'' काल्डवेल पुटपुटला.

त्याच्या डोळ्यासमोर या हलकट ज्यूंची परेडच दिसायला लागली. लंडनच्या व्हाईट चॅपेलमधला दाढीवाला. आठवणीनेच त्याला लोणच्याचा वास नाकात शिरल्यासारखे वाटले. गहाण वस्तू घेणाऱ्या ज्यूंची छोटी छोटी दुकाने. बाकांवर बसून सारखे प्रार्थना म्हणणारे ज्यू. डोक्यावर काळ्या टोप्या घालून शाळेला जाणारी ज्यू कार्टी.

ते नाब्लुस शहराजवळ पोचले. अरबांचे शहर.

ऑफिसर्स क्लबमधले विनोद त्याला एकाएकी आठवले आणि त्याला क्षणभर हसू आले. दुसऱ्या क्षणी उद्धट ज्यू डॉक्टरकडे त्याला घेऊन जाणारी आई आठवली.

हिटलरने काही चूक केली नव्हती. काय करायचे ते त्याला बरोबर ठाऊक होते. सर्व ज्यूंचा निकाल लागायच्या आत युद्ध संपले हीच वाईट गोष्ट घडली होती. तो सदरलॅन्डबरोबरच बेर्गेन बेल्झेनमधे शिरला होता. सर्व दृश्ये बघून सदरलॅन्डच्या पोटात ढवळायला लागले होते. काल्डवेलवर काही परिणाम झाला नव्हता. जितके जास्ती ज्यू मरतील तितके चांगलेच होते की,.

आणि एक अरब गाव. हुसेनीची सत्ता असणारे. ज्यू द्वेष्टे. या ठिकाणी ज्यूंविरुद्ध अनेक हिंसक घटना घडल्या होत्या.

''गाडी थांबव आणि मी काय सांगतो आहे ते दोघांनी नीट ऐका. या कार्ट्याला आपण बाहेर फेकून देणार आहोत.''

''पण मेजर, ते त्याचा खून करतील सर.'' गार्ड उद्गारला.

''मला ज्यूंबद्दल अत्यंत राग आहे हे खरे.'' ड्रायव्हर म्हणाला, ''पण या कैद्याला सुखरूप जेरुसलेमला पोचवायची आपली जबाबदारी आहे सर.''

''एक शब्द बोलू नकोस'' काल्डवेल त्या क्षणाला द्वेषाने पछाडला गेला होता. सरळ विचार करण्याच्या परिस्थितीतच नव्हता. त्याचे डोके पार फिरले होते. ''मी सांगितले त्याप्रमाणे आपण या कार्ट्याला बाहेर फेकून देणार आहोत. रस्त्यावर अडथळा उभारून मक्काबीजनी त्याला सोडवून नेले असेही तुम्ही नंतर शपथेवर सांगणार आहात. काही वेगळे बोलाल तर गाठ माझ्याशी आहे. लक्षात आले?''

काल्डवेलच्या डोळ्यातली वेडाची चमक त्यांनी पाहिली. त्यांच्या सर्व लक्षात आले. त्यांनी मान डोलावली.

एका कॉफीहाऊसशेजारी गाडीचा वेग कमी झाला. बेन सॉलोमनला रस्त्यात फेकून देऊन गाडी वेगाने जेरूसलेमच्या दिशेने गेली.

काल्डवेलला कल्पना होती तसेच घडले. तासभरातच बेन सॉलोमनचे तुकडे उडाले. केसांनी त्याचे मुंडके धरून आसपास हसणाऱ्या वीस एक अरबांचे फोटो निघाले आणि आज नाही तर उद्या सर्व ज्यूंचे काय होणार आहे असा इशारा देत ते प्रसिद्ध झाले.

पण मेजर काल्डवेलच्या हातून घोडचूक झाली होती. गाडीमधून बेन सॉलोमनला फेकताना पहाणाऱ्या कॉफीहाऊसमधल्या अरबांमधे एक मक्काबीजचा सदस्य होता.

जनरल सर आर्नोल्ड हॅवनहर्स्ट K.B.E., C.B., D.S.O. M.C. जळफळत

जेरूसलेममधल्या आपल्या ऑफिसमधे फेऱ्या घालत होता. सेसिल ब्रॅडशॉचे पत्र त्याने पुन्हा एकदा टेबलावरून उचलले आणि वाचले.

*"पॅलेस्टाईनमधली बिघडत चाललेली परिस्थिती सुधारण्यासाठी तुमच्याकडून काहीच सूचना आल्या नाहीत तर पॅलेस्टाईन मॅन्डेटचा सर्व प्रश्न संयुक्त राष्ट्रसंघाकडे सोपवण्याची शिफारस करण्याशिवाय मला गत्यंतर उरणार नाही."*

संयुक्त राष्ट्रसंघाकडे सोपवणार म्हणे! हॅवनहर्स्टने रागारागाने पत्राचा चोळामोळा केला आणि ते फेकून दिले. आठवडाभरापूर्वी हॅवनहर्स्टने ज्यूंच्या सर्व धंद्यांवर बहिष्कार घालायची आज्ञा काढली होती.

पाच वर्षे ज्यूंशी लढण्याचे हे बक्षिस? दुसऱ्या महायुद्धाच्या वेळी त्याने घसा खरवडून गृहखात्याला पुन्हा पुन्हा सांगितले होते की, ज्यूंची सैन्यात भरती करू नका. ऐकले कोणी त्यावेळी? आणि आता पॅलेस्टाईन मॅन्डेटही सोडायचे हातातून? हॅवनहर्स्ट टेबलावर बसला आणि त्याने ब्रॅडशॉच्या पत्राला उत्तर लिहायला सुरूवात केली.

*माझी खात्री आहे की, खालील सूचना अंमलात आणायला संमती दिली तर पॅलेस्टाईनमधे शांतता नांदायला वेळ लागणार नाही.*

*(१) सर्व मुलकी आणि दिवाणी न्यायालये रद्द करावीत. दंड, तुरुंगवास या शिक्षा देण्याचे अधिकार मिलिटरी कमान्डरना द्यावेत.*

*(२) इशोव्ह सेन्ट्रल, झायोन सेटलमेन्ट सोसायटी आणि इतर सर्व ज्यू एजन्सीज् बरखास्त कराव्यात.*

*(३) ज्यूंची वृत्तपत्रे आणि इतर सर्व प्रकाशने बंद करावीत.*

*(४) साठ एक उच्च इशोव्ह नेत्यांची तातडीने हत्या करावी. आपल्या राजकीय विरोधकांच्या बाबतीत हाज अमीन एल् हुसेनी याने या मार्गाचा यशस्वी उपयोग केला आहे. या साठी अरब मित्रांचा उपयोग करावा.*

*(५) ट्रान्स जॉर्डनमधल्या अरब लीजनचा वापर ज्यूंविरूद्ध करावा.*

*(६) इशोव्हच्या दुसऱ्या दर्जाच्या शेकडो नेत्यांना प्रथम तात्काळ तुरुंगात डांबावे आणि नंतर दूरच्या आफ्रिकेतल्या वसाहतींमधे हद्दपार करावे.*

*(७) ज्या ज्या खेड्यात, शहराच्या भागात, किब्बुत्झमधे, मोशावमधे शस्त्रास्त्रे मिळतील ती खेडी, शहराचा भाग, किब्बुत्झ, मोशाव जमीनदोस्त करण्याचे अधिकार मिलिटरी कमान्डरना द्यावेत. देशभर झडत्यांचे सत्र सुरू करून बेकायदेशीरपणे घुसलेल्या ज्यूंना ताबडतोब हद्दपार करावे.*

*(८) मक्काबीजच्या प्रत्येक दहशतवादी कृत्याबद्दल संपूर्ण ज्यू जनतेला जबाबदार*

*धरून असा जबरदस्त दंड बसवावा की, या ठगांना पकडण्यासाठी शेवटी ज्यूच सहकार्य देतील.*

*(९) महत्त्वाच्या मक्काबीज नेत्यांबद्दल, आलिया बेत एजन्टसूबद्दल आणि हॅगन्ना नेत्यांबद्दल माहिती देणाऱ्यांना भरघोस पारितोषिके जाहीर करावीत.*

*(१०) मक्काबीजचा ठग हाताला लागताच त्याला तिथल्या तिथे फासावर लटकवावे नाहीतर ठार मारावे.*

*(११) ज्यूंचे धंदे, शेतीमाल यांच्यावर बहिष्कार घालावा. ज्यूंची सर्व आयात-निर्यात बंद करावी. ज्यूंच्या वाहनांवर बंदी घालावी.*

*(१२) ज्या किब्बुत्झमधे पालमाखना आसरा मिळतो असा संशय आहे त्या किब्बुत्झवर हल्ले करून ती धुळीला मिळवावीत.*

*फार कठीण परिस्थितीत सैन्यदलाला काम करावे लागत आहे. अनेक नियमांच्या बंधनांमुळे संयमाने वागावे लागते आणि आपली पूर्ण ताकद वापरता येत नाही. या उलट मक्काबीज, हॅगन्ना, पालमाख आणि आलिया बेत यांना कोणतेच नियम पाळावे लागत नाहीत आणि आपल्या संयमाचा अर्थ आपली ताकद कमी आहे असा केला जातो. हातातली पूर्ण शक्ती वापरायची परवानगी मिळाली तर थोड्याच काळात बंडाळीचा बीमोड करता येईल अशी माझी पूर्ण खात्री आहे.*

*जनरल सर आर्नोल्ड हॅवनहर्स्ट*

K.B.E, C.B., D.S.O., M.C.

जनरल टेव्हर ब्राऊन सेसिल ब्रॅडशॉच्या ऑफिसात पोचला. ब्रॅडशॉचा चेहरा पांढराफटक पडला होता.

"मग काय ब्रॅडशॉ, हॅवनहर्स्टकडून मागवलेल्या सूचना मिळालेल्या दिसतात. चेहराच सांगतो आहे. कशा काय कल्पना आहेत?"

"तो माणूस ठार वेडा झाला आहे. त्याचा रिपोर्ट वाचताना ॲडॉल्फ हिटलरचा "अंतिम निर्णय" वाचतो आहे की, काय असे वाटते."

ब्रॅडशॉने बारा कलमी हॅवनहर्स्ट रिपोर्ट उचलला आणि आपली मान हलवली. "आम्हाला पॅलेस्टाईन सोडायचे नाही. त्याबद्दल शंकाच नाही. पण त्यासाठी खून, जाळपोळ, फाशी, उपासमार? या भयानक सूचनांची शिफारस मी करूच शकत नाही. आणि समजा केलीच तर ब्रिटिश सैन्यात त्या सूचना पाळण्याएवढे सैनिक निघतील असे मला वाटत नाही. ब्रिटिश साम्राज्यासाठी आयुष्य वेचले आहे मी सर क्लॅरेन्स आणि त्यासाठी अनेक वेळा निष्ठुर आणि अन्याय्य पद्धतीही वापरल्या आहेत. मान्य आहे मला. पण माझा देवावरही विश्वास आहे. अशा तऱ्हेने वागून आपण पॅलेस्टाईन ताब्यात ठेवू शकणार नाही. दुसऱ्या कुणाला हॅवनहर्स्टच्या

सूचना मान्य असतील तर त्याने तशी शिफारस करावी. मी करणार नाही. मला याच्याशी काही संबंध नको आहे.''

सेसिल ब्रॅडशॉने हॅवनहर्स्ट रिपोर्ट उचलला. त्याचे तुकडे तुकडे करून एका मोठ्या रक्षापात्रात ठेवले आणि काडी लावली. राख होईपर्यंत तो टक लावून बघत होता. ''आपल्या पापांबद्दल जाब देण्याचे धैर्य आपल्यात आहे ही देवाची कृपा.'' तो पुटपुटला.

पॅलेस्टाईन मॅन्डेटचा प्रश्न संयुक्त राष्ट्रसंघाकडे सोपवण्यात आला.

## ७

१९४७. वसंतऋतू संपत आला. आरी बेन कनान जसा काही किटी फ्रेमॉन्टच्या आयुष्यातून नाहीसाच झाला. माऊन्ट टाबोरनंतर तिने त्याला पाहिले नाही की, त्याच्याकडून काही ऐकले नाही. यार्देनाकडे काही निरोप त्याने दिले असलेच तर ते तिला पोचले नव्हते. त्या दोघी एखादा शब्दही बोलत नसत. किटी दुर्लक्ष करण्याचा प्रयत्न करे. पण यार्देनाचे वागणेच इतके तिरसट असे की, तेही कठीण होई.

पॅलेस्टाईन मॅन्डेटचा प्रश्न संयुक्त राष्ट्रसंघाकडे गेल्यावर तटस्थ राष्ट्रांची एक समिती स्थापण्याचा विचार होत होता. आमसभेसाठी ती समिती शिफारशी देणार होती. इशोव्ह सेन्ट्रल आणि वर्ल्ड झायोनिस्टना संयुक्त राष्ट्रसंघाची मध्यस्थी मान्य होती. अरब मात्र धमक्या, बहिष्कार अशा अस्त्रांचा उपयोग करून कोणताही नि:पक्षपाती निर्णय पॅलेस्टाईन मॅन्डेटवर घेतलाच जाऊ नये या प्रयत्नात होते.

गान डाफना इथले लष्करी शिक्षण जोरात चालू होते. या खेड्यात आता शस्त्रास्त्रांचा प्रचंड साठा होता. आणलेल्या रायफली मुले स्वच्छ करत. ट्रक्समधून पालमाखना आणि हुलेमधल्या ज्यू वस्त्यांना त्या पोचवल्या जात. कारेनला पुन्हा पुन्हा शस्त्रांची चोरटी वाहतूक करण्यासाठी बोलावले जाई. ती काय किंवा इतर मुले काय दिलेले कोणतेही काम बिनबोभाट करत. अशा कामांना कारेन गेली की, किटीच्या पोटात गोळा उठे. पण तिला काही बोलणे शक्य नव्हते.

आपल्या बाबांचा शोधही कारेन करतच होती. तिचे प्रयत्न कधीच थांबले नव्हते. ला सिओता इथे एका क्षणी वाटलेली आशा मात्र आता मावळत चालली होती.

कारेन डेन्मार्कमधल्या हॅन्सेन्सशी संबंध राखून होती. दर आठवड्याला ती पत्र लिहित असे. तिला उत्तरे मिळत. कधी एखादी भेटवस्तू कोपनहेगनहून येई. मेता आणि आग् हॅन्सेन यांनी कारेन परत येईल ही आशा मात्र सोडून दिली असावी.

बाबांचा शोध लागला किंवा न लागला तरी ती गोष्ट निश्चित आहे असे तिच्या पत्रांवरून, का कुणास ठाऊक, पण त्यांना वाटत होते. कारेन ज्यू होती आणि ती पॅलेस्टाईनमधेच रहाणार होती. प्रश्न होता तो फक्त किटी फ्रेमॉन्टचा.

दोव्ह लानडावचे वागणे दोलायमान होते. कधी तो आपला एकाकीपणा विसरे आणि त्या क्षणांना त्याचे कारेनशी संबंधही वेगळे बनत. त्या मागे काही तरी भावना दडल्या आहेत असे वाटे. आणि ही गोष्ट त्याच्याच लक्षात आली की, आपल्या धारिष्ट्यानेच तो बावचळून पुन्हा संबंध तोडून टाके. स्वत:शी सरळ विचार करताना कारेनवर आपण खूप अन्याय करतो आहो हे त्याच्या लक्षात येई. तिची त्याच्यावरची निष्ठा बघून एकाच वेळी स्वत:बद्दल घृणा निर्माण होई, तिचा तिरस्कार वाटे आणि तिच्याबद्दल अतोनात प्रेमही वाटे. तिने आपल्याशी संबंध ठेवण्यात काही अर्थ नाही असे वाटत असतानाच त्याचा जगाशी असलेला थोडाफार संबंध तिच्यामुळेच आहे याची त्याला जाणीव होई. हा एकुलता एक दुवा तोडायची मात्र त्याची तयारी नसावी. मग पुन्हा त्याच्या मनात राग धुमसायला लागे आणि तो तासन्‌तास दंडावर गोंदवलेल्या नंबराकडे बघत राही. एकाग्र चित्ताने आपल्या पुस्तकांकडे वळे, कलेकडे वळे. फक्त कारेनच त्याला त्याच्या अंधाऱ्या जगातून पुन:श्च माणसात आणू शकत होती आणि ती एकटीच अशी मुलगी होती की, कितीही कटुता मनात निर्माण झाली तरी तो तिच्यावरच उलटत नव्हता.

किटी फ्रेमॉन्ट गान डाफनामधली एक महत्त्वाची व्यक्ती बनली. डॉ. लिबरमन तिच्यावर जास्ती जास्ती अवलंबून रहायला लागला. त्यांची मैत्री ही तिच्या दृष्टीने एक अत्यंत अमूल्य चीज होती. गान डाफनाच्या आयुष्यात ती समरस होऊन गेली. मन:स्थिती बिघडलेल्या मुलांबद्दल तिचे काम उत्कृष्टच होते. पण तरी थोडा परकेपणा अजून शिल्लक होता. त्याला जबाबदार ती स्वत:च होती कारण तिला स्वत:लाच थोडे अंतर राखायचे होते.

पण गान डाफना इथल्या माणसांपेक्षा ती ब्रूस सदरलॅन्डबरोबर असायची तेव्हा तिला तिचे वेगळेपण पूर्ण विसरायला होई. कधी दिवस रिकामा मिळतो आणि कारेनला घेऊन आपण त्याच्याकडे जातो याची ती वाट पहात असे. तिच्यात आणि इतर ज्यूंमधे फरक आहे याची सदरलॅन्ड बरोबर असतानाच तिला प्रकर्षाने जाणीव होई.

हॅरीएट सॅल्झमन दोन वेळेला गान डाफनाला आली. दोन्ही वेळेला तेल अव्हिवजवळच्या एका नवीन यूथ आलिया सेन्टरचा ताबा किटीने घ्यावा अशी तिने कळकळीने विनंती केली. किटीचे संघटनाचातुर्य आणि कामाच्या आखणीची पद्धत ती बघत होती. तिचा अनुभव तिला माहीत होता. सर्व सेन्टर्स गान डाफनाप्रमाणे पद्धतशीर चालवली जात नव्हती. किटी फ्रेमॉन्टसारखी ''बाहेरची'' व्यक्तीच यूथ

आलिया सेन्टरसाठी परिणामकारक ठरेल याबद्दल हॅरीएट सॅल्झमनची खात्री होती.

किटीने दोन्ही वेळा स्पष्ट नकार दिला. ती गान डाफनामधल्या वातावरणात रमली. कारेन घरच्यासारखी बरोबर रहात असे. यूथ आलियासाठी तिला आयुष्य घालवायचे नव्हते आणि दुसरी कुठली महत्त्वाकांक्षाही तिने बाळगली नव्हती.

या व्यतिरिक्त एक महत्त्वाचे कारणही होतेच. तिला कुठेही अशा पदावर काम करायचे नव्हते की, जिथे तिथल्या बेकायदेशीर कृत्यांबद्दल तिच्यावरच जाब द्यायची पाळी येईल. आपली तटस्थता तिला सोडायची नव्हती. राजकारणाशी संबंध न येता तिला तिचे काम करायची इच्छा होती.

कारेन क्लेमेन्टच्या दृष्टीने किटी फ्रेमॉन्ट जशी काही तिची मोठी बहीणच होती. मातापित्यांच्या अनुपस्थितीत तिला वाढवत होती. किटीशिवाय कारेनचे आता पान हलत नव्हते. तिच्या आयुष्यातून डेन्मार्कच्या हॅन्सेन्सची आठवण पुसट होत चालली होती. तिच्या बाबांचा ठावठिकाणा अजूनही सापडला नव्हता. रहाता राहिला दोव्ह. तो कारेनला काहीच देत नव्हता. कारेन तिच्यावरच अवलंबून राहील यावर किटीचे लक्ष होते. शेवटी पवित्र भूमीची रहस्यमय शक्तीही कारेनला तिच्यापासून दूर ठेऊ शकली नसती.

आठवडे जात होते. महिनेही. मग सुटीचे दिवस येऊन गेले. हिवाळ्याच्या शेवटी तुवे शिआत, अरबोर डे. ज्यूंचे झाडे लावायचे वेड पुन्हा उफाळून वर आले.

मार्चच्या शेवटी हीरोदिन. यार्देनाने मुलांना हायकिंगला नेले. अकिवा आणि बराक ज्या ठिकाणी लेबॅनॉनहून पॅलेस्टाईनमधे शिरले होते त्या तेल हायला. ती आता पवित्र जागा होती. तिथे ट्रम्पलडोरची समाधी होती. पालमाख सैनिकांनी त्या ठिकाणी त्यांच्या नवीन नायकांना वंदन केले.

मग पुरीम सण. जत्रेसारखे वातावरण. वेगवेगळे मुखवटे, फ्लोटस्. पुरीमची गोष्ट सांगितली गेली. राणी ईस्थरने त्यावेळच्या पर्शियन साम्राज्यामधे असलेल्या ज्यूंना वाचवले ती गोष्ट. दुष्ट हामामने ज्यूंचा संहार करण्याचा कट रचला पण ईस्थरने तो उघडकीला आणला. ईस्थरचे थडगे लेबॅनॉनच्या सरहद्दीजवळच्या फोर्ट ईस्थरवर होते. म्हणून काही कार्यक्रम तिथे झाले. गान डाफनाच्या मुलांना पुरीमची कथा अगदी खरीखुरी वाटत होती. सर्वजण हल्लीच्या काळातल्या दुसऱ्या एका दुष्ट हामामचेच तर बळी होते. ॲडॉल्फ हिटलरचे!

पासोव्हरचे दिवस येऊन गेले.

तीस दिवसांनंतर पौर्णिमेला लाग् बा ओमेरची रजा. हिब्रूंनी दुसऱ्यांदा रोमन लोकांविरूद्ध केलेल्या उठावाची स्मृती. मेरॉन, साफेद, टायबेरीअस इथे दफन झालेल्या ज्ञानी महात्म्यांना श्रद्धांजली वहाण्यात आली. मोजस मायमोनिडासा- अमर तत्त्ववेत्ता आणि धन्वंतरी- हिया, एलिएझेर, कहाना हे राब्बी, क्रांतिकारक

राब्बी अकिवा, चमत्कार घडवणारा राब्बी मायर यांची थडगी टायबेरीअस इथेच होती. म्हणूनच उत्सवाची सुरुवात टायबेरीअसपासून होई. तिथून साफेद, मग मेरॉन. जोहानन, हिल्लेल, शम्माय या सर्वांची थडगी मेरॉनला आहेत. अत्यंत प्राचीन असे सिनॅगॉग आजही तिथे तग धरून आहेत. मसीहा परत येणार आहे आणि त्याचे स्वागत करायला हवे म्हणून त्यांचे दरवाजे उघडेच आहेत.

लाग् बा ओमेरच्या दिवशी ज्या राब्बींची आठवण ठेवली जाते, त्यांच्यात सर्वात आदरणीय राब्बी म्हणजे सिमोन बार योहाय. रोमन लोकांनी हुकुम काढला की, ज्यू धर्माचे पालन करणे हा गुन्हा आहे. बार योहाय यांनी आज्ञा न जुमानता पेकिएन या गावाला पळ काढला आणि तिथे एका गुहेत राहिले. देवाने त्या ठिकाणी पाण्यासाठी एक ओढा, खाण्यासाठी एक कॅरोब वृक्ष निर्माण केला. सतरा वर्षे त्यांनी त्या ठिकाणी लपून काढली. प्रत्येक वर्षी एक दिवस मेरॉनला येऊन ते आपल्या शिष्यांना तोरा शिकवत. मुस्लीम आणि ख्रिश्चन दोघेही म्हणतात की, लपून छपून ज्यू धर्म जिवंत ठेवणाऱ्या या अशा राब्बींमुळेच इस्लाम आणि ख्रिश्चन धर्मांचे अस्तित्व शिल्लक राहिले आहे. पवित्र तोरा आणि ज्युडाईझम यांच्याशिवाय हे धर्म शिल्लक राहू शकले नसते. त्या धर्मांचा उगम तोरामधे आहे.

त्या काळातच बार योहाय यांनी झोहार (The Brightness) लिहिले. कब्बालाचे गूढ तत्त्वज्ञान समजवणारे पुस्तक.

पॅलेस्टाईनच्या कानाकोपऱ्यातून आलेले ज्यू टायबेरीअस आणि साफेद या पवित्र स्थानांना भेट देऊन पुढे मेरॉनपर्यंत जातात आणि कित्येक दिवस आणि रात्री प्रार्थनेत घालवतात, नृत्य करतात, गीते गातात आणि सिमोन बार योहायची भक्ती करतात.

मे महिना. पाऊस संपला. हुले खोरे आणि सीरिया आणि लेबॅनानच्या टेकड्या हिरव्यागार दिसायला लागल्या, रंगीबेरंगी जंगली फुलांचे गालिचे सर्वत्र पसरले. पांढरे, तांबडे, पिवळे, गुलाब फुलले. नवीन वर्षाची पहिली फळे येणार म्हणून साजऱ्या होणाऱ्या शाबुओथ उत्सवाचे दिवस आले. गान डाफना त्या तयारीला लागले.

शेतीसंबंधीचे उत्सव पॅलेस्टाईनमधल्या ज्यूंच्या अगदी मनापासून आवडीचे. या उत्सवात भाग घेण्यासाठी हुलेमधल्या सर्व ज्यू वसाहतींचे आणि मुलांच्या खेड्यांमधले प्रतिनिधी गान डाफनामधे येत असत. ती एक परंपराच झाली होती.

याद एल् मोशावमधून ट्रक्स भरभरून शेतकरी आले. सारा बेन कनानही आली. गान डाफनामधे आनंदाचे वातावरण पसरले.

लेबॅनॉनच्या सरहद्दीवरल्या क्फार गिलादी या किब्बुत्झमधून, आयेलेत हाश्शाहार

मधून, एन् ओरमधून सीरियाच्या सरहद्दीजवळच्या डॅनमधून आणि पर्वतावरच्या मनोराहूनही शेतकरी येऊन पोचले.

यावेळी अबू येशाहून नेहमीपेक्षा खूप कमी माणसे आली. ताहाही आला नव्हता. अर्थ सरळ होता. डॉ. लिबरमन यांनी आपली निराशा आणि दु:ख किटी आणि हॅरीएट सॅल्झमन यांच्याकडे व्यक्त केले.

आरी बेन कनान येईल असे वाटत असल्याने प्रत्येक ट्रक आला की, किटी उतरणाऱ्या सर्वांवर लक्ष ठेवत होती. ती तिची निराशा लपवू शकली नाही. यार्देनाचे लक्ष किटीकडे होतेच. ती जरा खवचटपणेच हसत होती.

फोर्ट ईस्थरवरचे काही सैनिक आले. ज्यूंच्या ''मित्रात'' गणना होणारे. शस्त्रांसाठी झडत्या होणार याची बातमी ते आधीच पोचवत.

दिवसभर जल्लोष चालू होता. मर्दानी खेळांच्या स्पर्धा होत्या. होरा नृत्ये. बाहेर मांडलेल्या टेबलांवर खाण्यापिण्याच्या जिन्नसांचे ढीग लावून ठेवले होते.

अंधार पडला. सर्वजण टेकडीची एक बाजू खणून तयार केलेल्या ओपन थिएटरमधे आले. आजूबाजूला पाईन वृक्षांची झाडे. थिएटर भरून बाहेरच्या हिरवळीवरही शेकडो जण होते. रंगीबेरंगी दिवे झाडांवर सोडले होते.

गान डाफना ऑर्केस्ट्रावर हा तिक्वा (The Hope)- ज्यूंचे राष्ट्रगीत वाजवले गेले. डॉ. लिबरमन यांनी छोटेसे स्वागतपर भाषण केले आणि शाबुओथची परेड सुरू करण्याची खूण केली. ते परत किटी, सदरलॅन्ड आणि हॅरीएट सॅल्झमन यांच्याजवळ येऊन बसले.

प्रथम आली ती कारेन. एका मोठ्या पांढऱ्याशुभ्र घोड्यावर बसलेली, हातात पांढऱ्या रंगाचा आणि वरती निळा ''स्टार ऑफ डेव्हिड'' असलेला ध्वज धरलेला. काळी पॅन्ट आणि वरती कशिदा केलेला शुभ्र ब्लाऊज, पायात सॅन्डल्स. किटीची नजर कारेनवर पडताच ती भीतीने थरथरली. तिने हातांनी आपली खुर्ची घट्ट पकडली. कारेनचे रूप म्हणजे आजच्या लढवय्या ज्यूंचे प्रतीक होते.

गेली ती माझ्या ताब्यातून? गेली ताब्यातून? वाऱ्यावर ध्वज फडफडत होता. क्षणभर घोडा बिचकला पण तत्क्षणी कारेनने त्याला सावरले. आधी हॅन्सेन्सपासून दुरावली. आता माझ्यापासून. किटी धास्तावली.

हॅरीएट सॅल्झमनचे किटीवर पूर्ण लक्ष होते. किटीच्या ते लक्षात येताच तिची नजर खाली झुकली.

कारेन पुढे निघून गेली. परेड पुढे सरकायला लागली. गान डाफनाचे पाच ट्रॅक्टर घासून पुसून चकचकीत केले होते. प्रत्येक ट्रॅक्टरमागे एका गाडीवर फळे, भाज्या आणि गावातल्या शेतात पिकवलेल्या धान्याची रास होती.

बागेतल्या फुलांनी सजवलेल्या जीप्स, ट्रक्स, स्टेशन- वॅगन्स पुढे गेल्या. मागे

मुलांनी भरलेल्या ट्रक्स. मुलांच्या हातात विळे, कोयते, शेतीची यंत्रे दिसत होती.

मागोमाग रिबिनी बांधून फुलांनी सजवलेल्या गाई, धिप्पाड घोडे, शेळ्या, बकऱ्या, कुत्री, मांजरी आणि पांढरे उंदीरही.

स्वत: विणलेली कापडे, छापलेली वर्तमानपत्रे, बनवलेल्या कलाकुसरीच्या वस्तु, टोपल्या, मातीची भांडी घेऊन मुले चालत होती. त्यांच्या मागोमाग वेगवेगळ्या मर्दानी स्पर्धात भाग घेतलेले स्पर्धक.

परेड संपली. टाळ्यांचा कडकडाट झाला.

डॉ. लिबरमन यांची सेक्रेटरी हळूच आली आणि त्यांच्या कानात कुजबुजली.

"महत्त्वाचा फोन आहे. येतोच." म्हणत ते निघाले.

"लौकर ये." हॅरीएट सॅल्झमनने ओरडून सांगितले.

झाडांवरचे दिवे बंद झाले. काळाकुट्ट अंधार झाला आणि स्टेजवरती प्रकाशाचा झोत पडला. पडदा उघडला. बासरीवर प्राचीन गाण्याची धून. बरोबर टॅम्बोची साथ. मुलांनी त्या साथीवर मूकनाट्य सुरू केले. रूथचे गाणे. (Song of Ruth). पोशाखही जुन्या काळातले. रूथ आणि नॉमीच्या काळाप्रमाणेच अगदी हळूवार लयीत नृत्य. नंतरचे नृत्य माऊन्ट टाबोरवर किटीने पाहिले होते तसेच. जोशपूर्ण.

भूतकाळाबद्दलची काय जबरदस्त ओढ होती यांना. इस्त्राएलचे गेलेले राज्य पुन्हा उभे करण्याची जिद्दही तशीच.

कारेनने स्टेजवर पाय ठेवताक्षणीच सर्वत्र आपोआप शांतता पसरली. ती रूथची भूमिका करत होती. बेथलेहेमला (The House of Bread) येणारी एक मुलगी आणि तिची हिब्रू सासू यांची सुंदर कथा साध्या रीतीने, सरळपणे, पण अत्यंत कलात्मकतेने त्यामधून सादर होत होती. या प्रेमाची आणि त्यांच्या एकमेव देवाची कथा शाबुओथमधे मक्काबीजच्या काळापासून सांगितली जात होती.

ज्यूंच्या देशातली पण ज्यू नसलेल्या रूथची कथा. पण तरीही रूथ ही राजा डेव्हिडची पूर्वज होती. रूथ नॉमीला सांगत होती की, ती हिब्रूंच्या देशात येईल.

*"तू जिथे जाशील तिथे मी येईन. तू जिथे राहशील तिथे मी राहीन. तुझे लोक ते माझेच लोक. तुमचा देव तो माझाही देव."*

किटीची नजर कारेनवरून ढळत नव्हती. या—या सर्वांपासून कारेनला दूर नेणे शक्य आहे? किटी फ्रेमॉन्ट परकी होती. परकीच रहाणार होती. ज्यूंमधे राहणारी पण ज्यू नसलेली. ती रूथ म्हणाली तसे म्हणू शकत नव्हती. "तुझे लोक ते माझेच लोक." मग कारेन तिच्यापासून दूरच जाणार का? आजपर्यंत कधी निराश झाली नसेल तेवढी या क्षणाला किटी निराश झाली.

डॉ. लिबरमन यांच्या सेक्रेटरीने तिच्या पाठीवर हात ठेवला. "ताबडतोब डॉ. लिबरमन यांच्या ऑफिसात येता का?"

किटीही आपल्या जागेवरून उठली. वरून एकदा तिने पुन्हा एकदा मागे मुलांकडे नजर टाकली. कारेन बोआझच्या पायांपाशी झोपत होती. मुलांचे शेतकरी नृत्य सुरू होते.

वाटेवर पूर्ण अंधार होता. खंदकांकडेही लक्ष ठेवायला पाहिजे होते. तिने आपली छोटी बॅटरी बाहेर काढली. मधल्या हिरवळीवरून ती डाफनाच्या पुतळ्यापुढे आली. मागे बासरी आणि टॅम्बो यांचे आवाज कानांवर पडत होते. ती ऑफिस बिल्डिंगमध्ये शिरली. तिने डॉ. लिबरमन यांच्या ऑफिसचा दरवाजा उघडला आणि ती आत शिरली.

"अरे देवा!" त्यांच्याकडे बघताच ती चमकून उद्गारली, "काय झाले? तुमचा चेहरा बघितला की, वाटते आहे एखादे...."

"त्यांना कारेनचे वडील सापडले आहेत." डॉ. लिबरमन यांच्या तोंडून कसेबसे शब्द बाहेर आले.

## ८

दुसऱ्या दिवशी ब्रूस सदरलॅन्ड किटी आणि कारेनला घेऊन तेल अव्हिवला आला. अनेक दिवस बऱ्याच गोष्टी घ्यायच्या राहिल्या आहेत, किटीने कारेनला सांगितले. कारेनने कधी इतके मोठे शहर पाहिले नव्हते. दुपारच्या थोड्या आधी ते पोचले आणि किनाऱ्यावरच्या हायारखोन स्ट्रीटवरच्या गात रिभॉन हॉटेलवर उतरले. जेवणानंतर निमित्त सांगून ब्रूस सदरलॅन्ड निघून गेला. दुपारी दुकाने बंद रहातात म्हणून हॉटेलखालच्या समुद्राच्या वाळूत दोघी फिरत राहिल्या. मग पोहायलाही गेल्या.

तीन वाजता किटीने टॅक्सी बोलावली. गान डाफना इथे त्यांना कळले होते की, जाफाला तांब्याच्या आणि पितळेच्या सुरेख अरबी आणि पर्शियन कलाकुसरीच्या वस्तू मिळतात. कॉटेजसाठी किटीला काही वस्तु घ्यायची इच्छा होती. अरुंद वळणावळणाच्या गल्ल्यांतून टॅक्सी जाफाच्या मध्यभागाच्या जुन्या बाजारात पोचली. क्रूसेडर किल्ल्याच्या भिंतीमधेच अनेक छोटी छोटी दुकाने हारीने लागली होती. ते एका अशाच दुकानापाशी गेले. गलेलठ्ठ मालक दारातच डोळ्यावर फेज कॅप ओढून झोपला होता. कारेन आणि किटीने दुकानाचे निरीक्षण केले. पाच एक फूट रुंद आणि फार तर तेवढेच खोल. पण भांडी, प्लेटस्, सुरया, फुलदाण्या, मेणबत्त्या लावण्यासाठी कॅन्डलस्टीक्स आणि टांगलेल्या इतर हजार गोष्टी होत्या. जमीन मात्र बहुतेक दहा एक वर्षे तरी झाडली नसावी.

गिऱ्हाईक आल्याची जाणीव त्या अर्धवट झोपेतसुद्धा त्या माणसाला झाली आणि तो जागा होऊन उठून बसला. आदराने त्याने त्यांना आत बोलावले. दोन

खोक्यांवरच्या तांब्याच्या वस्तु खाली ढकलून त्यांना बसायची विनंती केली. धावत बाहेर जाऊन आपल्या मोठ्या मुलाला कॉफी आणण्यासाठी पिटाळले. कॉफी आली. किटी आणि कारेन यांनी सभ्यपणे ती चांगली आहे म्हणत घुटके घ्यायला सुरुवात केली. हळूच मधून मधून त्याच्याकडे बघत हास्य केले. मुलगा मख्खासारखा बाहेर उभा होता. अर्धा डझन तरी रिकामटेकडी माणसे गोळा झाली. पण संभाषण कसे होणार? सारख्या खुणा, हातवारे करणे कंटाळवाणे होते. कारेनला डॅनिश, फ्रेंच, जर्मन, इंग्लिश आणि हिब्रू भाषा येत होत्या. किटीला इंग्लिश, स्पॅनिश आणि मोडकी तोडकी ग्रीक भाषा बोलता येत होती. अरब दुकानदाराला अरेबिकशिवाय कुठल्याच भाषेचा गंध नव्हता. दुकानदाराने पुन्हा एकदा आपल्या मुलाला दुभाषाला घेऊन येण्यासाठी पाठवले आणि त्याने एक माणूस आणलाही. त्याचे इंग्रजी यथातथाच असले तरी तो समजूतदार दिसत होता. एवढे सगळे सोपस्कार झाल्यावर खरी बोलणी सुरू झाली.

धुळीने माखलेल्या जुन्या वस्तुंवरची धूळ उडवत त्या दोघी प्रत्येक गोष्ट बघायला लागल्या. काही गोष्टींवरची धूळ शंभर एक वर्षांत झटकली गेली नसावी असे वाटत होते. त्या खऱ्याखुऱ्या "प्राचीन" वाटायला हव्यात ना! पाऊण तासात त्यांनी दुकानामधली प्रत्येक गोष्ट हाताळली होती. त्यांना फुले ठेवण्याचे दोन वाझ आवडले होते. नाजूक नक्षीकाम असलेली तीन निमुळती अरब कॉफीची भांडी आणि एक प्रचंड पर्शियन प्लेट. हाताने कोरलेल्या शेकडो आकृती त्यावर होत्या. सबंध दंतकथाच कोरली असावी. किटीने या सर्वांची एकदम किंमत विचारली. अर्थात् ती साफ करून, घासून, चकचकीत पॉलीश करून हॉटेलमध्ये पोचवायचीही होती. दुभाषा आणि मालक एकमेकांच्या कानाला लागल्यावर इतरांनी त्यांच्याभोवती घोळका केला.

दुभाषा वळला आणि एक निःश्वास टाकत उद्गारला, "मिस्टर अकिम, त्याचे हृदय फाटते आहे. त्याचा जतन करून ठेवलेला अमूल्य ठेवा जाणार म्हणून. ती प्लेटच बघा. अल्लाची शपथ घेऊन तो सांगतो की, तीनशे वर्षांची जुनी आहे."

"आता मिस्टर अकिम यांचे दुभंगलेले हृदय सांधायला किती पडतील?"

"आपली मुलगी आली आहे, खूप सुंदर आहे. तेव्हा अकिम खास किंमतीला द्यायला तयार आहे. सर्व मिळून सोळा पौंड स्टर्लिंग."

"काय स्वस्त देतो आहे." किटी कारेनच्या कानात कुजबुजली.

"तो सांगेल ती किंमत द्यायची नसते पण." कारेन किटीला काहीच कसे कळत नाही अशा स्वरात म्हणाली, "घासाघीस केली नाहीस तर त्याचा सबंध दिवस फुकट गेल्यासारखे वाटेल त्याला."

"मी सर्व घेऊन पळून जाणार आहे." किटी पुन्हा कारेनच्या कानात कुजबुजली.

“त्या प्लेटचीच किंमत अमेरिकेत चारशे डॉलर्स पडेल.”

“किटी, प्लीज्.” कारेन वैतागूनच म्हणाली आणि तिने पुढे पाऊल टाकले. अकिमच्या चेहऱ्यावरचे हसू मावळले. “फक्त नऊ पौंड स्टर्लिंग.”

दुभाषाने कारेन काय देऊ करते आहे ते सांगितले. अकिमला दु:खाने रडूच कोसळले. केवढे कुटुंब आहे त्याचे. कसा तो खाऊ पिऊ घालणार त्यांना. त्याच्या दयाळूपणाचा गैरफायदा घेत आहेत त्या. त्यांना माहिती आहे की, त्या जुन्या अमूल्य वस्तू आहेत. हुशार आहेत त्या. पण त्याच्या पित्याची आणि अल्लाची शपथ– तेरा पौंडा तरी हवेतच.”

“बारा, शेवटचे सांगते.”

अकिम हुंदके द्यायला लागला. फसवत आहेत या त्याला. पण तो पडला गरीब अरब, या हुशार बायकांसमोर काही बोलताही येत नाही त्याला. “साडे बारा पौंड तरी.”

सौदा पटला.

सर्वांच्या चेहऱ्यावर हसू उमटले. हातमिळवणी झाली. अकिमने किटी, कारेन आणि त्यांच्या पुढल्या सर्व पिढ्यांना शुभाशिर्वाद दिले. किटीने हॉटेलचे नाव दिले. साफ करून, चकचकीत पॉलीश करून वस्तू पोचवल्यावरच पैसे मिळतील हे स्पष्ट केले. दुभाष्याला आणि अकिमच्या पोरालाही किटीने पैसे दिले.

त्या निघाल्या. छोट्या छोट्या जागांमध्ये एवढा माल भरतात तरी कसे हे त्यांना कळत नव्हते. आणि एकेका रस्त्यावर एवढी घाण तरी कशी असू शकते? रस्ता संपता संपता साब्रा वाटणारा एक माणूस कारेनजवळ आला, हिब्रूमध्ये काहीतरी बडबडला आणि निघून गेला.

“काय हवे होते त्याला?”

“माझ्या युनिफॉर्मवरून मी ज्यू आहे हे त्याला कळले. तू इंग्रज आहेस का विचारत होता. मी तू कोण आहेस ते सांगितल्यावर त्याने ताबडतोब तेल अव्हिवला परत जायला सांगितले आहे. गडबड होण्याची शक्यता वाटते.”

किटीने तो माणूस कुठे दिसतो का बघायचा प्रयत्न केला. पण तो नाहीसा झाला होता.

“मक्काबी असणार” कारेन उद्गारली.

त्या घाईनेच निघाल्या. जाफाबाहेर पडेपर्यंत किटीच्या हृदयात धडधड होत होती. ॲलेन्बी रोड आणि रोत्सशील्ड बोलीवार्डच्या चौकात पोचल्यावर दृश्य एकदम बदलले. ॲलेन्बी रोडवर सर्व नवीन दुकाने होती. रोत्सशील्ड बोलीवार्डवर तीनतीन मजले उंच आधुनिक अपार्टमेंट हाऊसेस् होती. बसेस धावत होत्या. मोटारी धावत होत्या. लोक घाईत होते.

"काय छान वाटते सर्व" कारेन म्हणाली. "बरे झाले मला यायला मिळाले ते. इथला प्रत्येकजण, बस ड्रायव्हर्स, वेटर्स, सेल्समन सर्व ज्यू आहेत हे पटकन् लक्षातही येत नाही. हे शहरच त्यांनी बांधले आहे– ज्यूंचे शहर. त्याचा अर्थ लक्षात नाही येणार तुझ्या– असे शहर की, ज्यामधली प्रत्येक गोष्ट ज्यूंची आहे– आले लक्षात?"

कारेनचे शब्द किटीला मुळीच आवडले नाहीत.

"अमेरिकेतही खूप महत्त्वाच्या पदांवर ज्यू आहेत कारेन– ते खूप सुखात आहेत आणि अमेरिकन आहेत."

"पण ज्यूंचा देश तो ज्यूंचा देश. कुठेही गेलात, काहीही केलेत तरी जगाचा हा कोपरा तरी असा आहे की, जिथे तुमची गरज आहे. जो फक्त तुमचाच आहे, हे माहीत असणे फार वेगळे आहे."

किटीला या विषयावर जास्ती बोलण्याची इच्छा नव्हती. तिने घाईघाईने पर्स उघडली आणि एक कागद बाहेर काढला. "हा पत्ता माहिती आहे?"

"अजून दोन चौक पुढे. आता हिब्रू शिकणार तरी कधी तू?"

"कधीच नाही" असे शब्द ताबडतोब निघून गेल्यावर असे बोलायला नको होते असे वाटल्यानेच की, काय ती पुढे म्हणाली, "काही शब्द बोलायचा प्रयत्न केला होता काल आणि दोन दातांचे तुकडे उडाले."

त्यांनी पत्ता शोधला. तयार कपड्यांचे दुकान होते ते.

"काय घेणार आहेस तू?" कारेनने विचारले.

"तुझ्यासाठीच कपडे घ्यायचे ठरवले आहे आज. ब्रिगेडिअर सदरलॅन्ड आणि मी तुला चकित करणार होतो."

कारेन थबकली. "नाही घेऊ शकत मी."

"का? काय झाले?"

"मी घालते त्या कपड्यात काय वाईट आहे?"

"गान डाफनासाठी चांगलेच आहेत ते..."

"नको. माझ्याकडे खूप आहेत कपडे."

काही वेळेला ही देखील यार्देना बेन कनानसारखीच वागते, किटीच्या मनात विचार आला. "कारेन, तू एक तरुण मुलगी आहेस हे विसरू नकोस. कधी तरी चांगला पोशाख घातलास तर तुझ्या ध्येयाला काही बाधा येत नाही."

"पण मला अभिमान आहे की,..."

"बस्. मला काही ऐकायचे नाही आता. तू प्रत्येक दिवशी साब्रासारखीच बोलायला लागली आहेस. गान डाफनाहून आता तू लांब आहेस, माझ्याबरोबर आली आहेस. तेव्हा मला आणि ब्रूसला समाधान होईल अशी वागलीस तरी चालेल."

रागावलेल्या किटीची माघार घ्यायची तयारी दिसत नव्हती. कारेनने आपला ओठ चावला. शो केसेस्‌मधल्या पुतळ्यांवर घातलेल्या पोशाखांकडे तिने नजर टाकली. ''पण मी एकटीनेच असा पोशाख घालायचा? इतर मुलींना काय वाटेल?'' कारेनने शेवटचा प्रयत्न करून पाहिला.

''मग रायफल्सखाली तुझे ड्रेस लपवून ठेवू. झाले समाधान?''

आणि काही क्षणांनी ती दुकानातल्या आरशासमोर एकपात्री फॅशन शो करत होती. काय खुशीमध्ये ड्रेसेस घालून बघत होती. काय छान ड्रेस होते आणि ते घालून ती स्वत: पण किती छान दिसत होती. बरेच झाले किटीने आग्रह केला म्हणून. असे सुंदर सुंदर ड्रेस यापूर्वी कधी बरं घातले होते आपण?

डेन्मार्क– इतका काळ लोटला होता की, ती सर्व विसरून गेली होती. किटीचा आनंद तर अवर्णनीय होता. साध्या शेतकरी मुलीचे रूपांतर एका सुरेख तरुणीत होत होते. ॲलेन्बी रोडवर त्या खरेदी करण्यात दंग झाल्या. हातात अनेक खोकी घेऊन मोगोराबी चौकातून त्या बेन येहुदा स्ट्रीटवर वळल्या आणि दमून एका कॅफेमधल्या खुर्च्यांत हाशहुश् करत बसल्या. एक आईस्क्रीम सोडा घेऊन कारेन सर्वत्र विस्फारलेल्या डोळ्यांनी बघत होती. चमचाभर आईस्क्रीम तोंडात कोंबून ती म्हणाली, ''माझ्या आठवणीतला हा सर्वांत छान दिवस आहे. दोव्ह आणि आरी इथे असते तर किती बरे झाले असते.''

काय प्रेमळ मुलगी आहे, किटी विचार करत होती. आपला आनंदही दुसऱ्यांना वाटायचा असतो तिला.

ग्लास संपवता संपवता कारेन विचार करत असावी. ''काय विचित्र माणसे तरी आपल्या दोघांना आवडतात.'' ती अचानक म्हणाली.

''आपल्याला?''

''हो. आपल्यालाच. तू आणि आरी, मी आणि दोव्ह.''

''माझ्यात आणि मिस्टर बेन कनानमध्ये काही आहे असे तुला का वाटावे ते कळत नाही. तुझी काही तरी चूक होते आहे खात्रीने.''

''हा! हा! हा! कालच्या शाबुओथच्या उत्सवाच्या वेळी गेटवर उभे राहून प्रत्येक ट्रकमध्ये मान वाकडी करून कशाला बघत होतीस मग? आरी बेन कनानला नाही तर कुणाला शोधत होतीस?''

किटी एकदम गोंधळली. काय बोलायचे ते सुचेना म्हणून तिने कॉफीचा कप तोंडाला लावला.

कारेनचे बोलणे अजून संपले नव्हते पण. ''कुणालाही कळेल की, तुझा त्याच्यावर जीव आहे म्हणून.''

किटी डोळे वटारून कारेनला म्हणाली, ''बस, बस. फार शहाणी झाली

आहेस. आता मी सांगते ते ऐक जरा...''

''नाही म्हणच तू. या रस्त्यावर हिब्रूमध्ये ते ओरडत धावेन मी.''

किटीने माघार घेतली. ''तुझ्याशी वादविवाद करण्यात अर्थ नाही. कधी तरी कळेल तुला की, आमच्यासारख्या तीस वर्षांच्या म्हाताऱ्यांना एखादा माणूस खूप आवडतो. पण ती गोष्ट आम्ही काही विशेष गंभीरपणे विचारात घेत नसतो. आरी आवडतो मला. पण तुझ्या मनाला वाटते आहे तसे काही प्रेमप्रकरण वगैरे नाही त्यात.''

कारेनने न बोलता किटीकडे बघितले, तिची नजर सुचवत होती की, तिचा किटीच्या बोलण्यावर काडीमात्र विश्वास बसलेला नाही. तिने एक नि:श्वास टाकला, किटीचा दंड पकडला आणि एखादी गुप्त गोष्ट सांगावी तशी ती म्हणाली, ''पण आरीला गरज आहे तुझी. खात्री आहे माझी तशी.''

किटीने तिच्या हातांवर थोपटले. ''मी सोळा वर्षांची असते तर खूप छान झाले असते. आयुष्य कसे साधेसरळ असते मग. आणि आरीला माझी गरज नाही कारेन. आरी बेन कनान हा अशा सुपरमॅनचा वंशज आहे की, ज्यांना इतरांची गरजच नसते. प्रत्येक गोष्ट ते स्वबळावर करू शकतात. ज्या दिवशी आरीच्या पप्पांनी त्याच्या हातात बैलांनाही वठणीवर आणेल असा चाबूक ठेवला त्या क्षणापासून त्याला दुसऱ्या कुणाचीही गरज पडलेली नाही. त्याच्या रक्तातही पोलादाचा अंश असावा थोडा आणि बर्फाच्या तुकड्यांचा थंडपणा. ती बस दिसते पलीकडे उभी आहे ती? त्या बसमधल्या मोटारासारखा पंप त्याच्या हृदयात बसवलेला आहे. सर्वसामान्य माणसांच्या भावनांशी त्याचा कधीही संबंध येणार नाही. त्याला स्वत:लाच त्या अज्ञात आहेत.'' किटी गप्प झाली. ती कारेनकडे बघत असेलही पण तिला कारेन दिसत नव्हती. तिला त्या क्षणी तरी काहीच दिसत नव्हते.

कारेनने तिच्याकडे नीट बघितले. ''पण तरीही तुला काळजी वाटते त्याची'' कारेनला याबाबत संशयच नव्हता मनात.

किटीने एक मोठा सुस्कारा टाकला. ''हो! खूप वाटते मला त्याच्याबद्दल. आणि तू आधी म्हणालीस ते खरे आहे अगदी. विचित्र माणसेच आपल्याला आवडली आहेत. जाऊ दे ते. चल परत जाऊ हॉटेलवर. नवा ड्रेस घाल. राजकुमारीच शोभशील. आणि ब्रूस आणि मी तुला एक बक्षीसही देणार आहोत.''

रात्रीच्या जेवणासाठी त्यांना घेऊन जाण्यासाठी ब्रूस सदरलॅन्ड पोचला तेव्हा ती दिसत होती खरीच एखाद्या राजकुमारीसारखी. एका फ्रेन्च कंपनीचा ''स्वान लेक'' हा बॅलेचा प्रयोग हाबिमा नॅशनल थिएटरवर होता. साथीला पॅलेस्टाईन फिलहारमॉनिक ऑर्केस्ट्रा. ब्रूस आणि किटी यांनी तिला त्या प्रयोगाला नेले. सबंध प्रयोग उत्सुकतेने खुर्चीच्या काठावर बसून कारेन बघत होती. या परिकथेतील प्रायमा बॅलेरीना स्टेजवर

जशी काही तरंगत होती आणि ऑर्केस्ट्राचे सूर तर अप्रतिम सुंदर. वेगळ्याच जगात घेऊन जाणारे.

काय बॅले सुंदर होता. बॅलेसारख्या गोष्टी जगात असतात हे देखील कारेन विसरून गेली होती. किटी फ्रेमॉन्ट तिच्या बरोबर आहे हे नशीबच. शेवटी सबंध स्टेजवर निळसर प्रकाश पसरतो. ऑर्केस्ट्राचे सूर चढत जातात आणि वादळ आणि सिग्फ्रीड दुष्ट फॉन रोटाबार्टचा पराभव करतात. काय संगीत होते त्या दृश्यात! आणि सर्वजणींचे रूपांतर मग सुंदर तरुणींमधे होते. कारेन इतकी तल्लीन झाली होती की, आनंदानेच तिच्या डोळ्यातून अश्रुधारा वहायला लागल्या.

किटीचे लक्ष बॅलेपेक्षा कारेनवर खिळले होते. कारेनच्या मनातली कुठली तरी दबून राहिलेली तार नक्की छेडली गेली होती. गॅलिलीच्या हिरव्यागार शेतांसारख्याच तिच्या आयुष्यात कधीतरी येऊन गेलेल्या अशा इतर गोष्टीही तितक्याच महत्त्वाच्या आहेत असा शोध एखादेवेळी या क्षणी तरी कारेनला लागला असेल. किटीने मनाशी निश्चय केला की, या गोष्टी तिच्या मनात जिवंत ठेवायच्या. ज्यूंनी तिच्या मनावर खूप मोहिनी घातली असली तरी या गोष्टी ते तिला विसरायला लावू शकत नव्हते.

उद्या कारेनची तिच्या पपांशी गाठ पडेल आणि एखादेवेळी तिच्या आयुष्याची दिशाच बदलून जाईल. पण आजचा दिवस नक्की किटीचा होता. फक्त किटीचा होता.

खूप उशीरा ते हॉटेलमधे परत आले. कारेन अत्यंत आनंदात होती. हॉटेलचा दरवाजा उघडून ती नाचतच आत शिरली. ब्रिटीश अधिकारी बघतच राहिले. तिला वर पाठवून किटी आणि ब्रूस बारमधे आले.

"तिच्या वडिलांबद्दल सांगितले आहेस तिला?"

"नाही."

"मी येऊ का तुझ्याबरोबर?"

"नको... मी सांगते. एकटीच सांगते."

"ठीक आहे."

"पण.... पण नंतर या मात्र."

"अर्थातच. मी आहेच."

"गुड नाईट ब्रूस" त्याच्या गालांवर ओठ टेकवत किटी उद्गारली.

किटी वर पोचली तरी कारेन खोलीभर नाचतच होती.

"आता खूप रात्र झाली आहे कारेन."

"काय मस्त दिवस गेला आजचा." बेडवर धाडकन् आडवी होत कारेन म्हणाली.

किटीने कपडे बदलले. कारेन हळू आवाजात बॅलेमधली गाणी गुणगुणत होती. "अरे देवा!" किटी हळूच स्वत:शीच म्हणाली. "हिच्याच बाबतीत का घडावे हे?" तिने आपल्या हातांनी आपला चेहरा झाकून घेतला. तिचे हात थरथरायला लागले. "देवा! तिला शक्ती दे! प्लीज्– तिला हे सहन करायची शक्ती दे."

किटी अंधारातच बेडवर पडली. पण तिचे डोळे सताड उघडे होते. कारेनच्या बेडवर काहीतरी खुसखुस चालू होती. तिने तिकडे बघितले. कारेन उठली. गुडघे टेकून किटीच्या बेडजवळ बसली आणि तिने आपले डोके किटीच्या छातीवर टेकवले. "माझे तुझ्यावर खूप प्रेम आहे किटी. माझ्या आईवरही केले नसेल एवढे."

किटीने कारेनच्या केसांवर हात फिरवले आणि आपले तोंड फिरवले. "तू झोप आता कारेन." ती कशीबशी म्हणाली. "उद्याही खूप धावपळ होणार आहे."

किटीला झोप येईना. मधून मधून उठून ती फेऱ्या घालत होती. एका मागोमाग एक सिगरेट ओढत होती. झोपलेल्या कारेनकडे बघितले की, तिचा श्वास अडकायचा. मध्यरात्र उलटली. ती खिडकीत उभी राहून लाटांचा आवाज ऐकत होती. खिडकीतून जाफाचा किनारा नजरेस पडत होता. चार वाजायच्या सुमाराला तिचा थोडा डोळा लागला.

सकाळी ती उठली तेव्हा अगदी निराश झाली होती. झोप नव्हती. चेहरा काळवंडलेला. डोळ्यांभोवती काळी वर्तुळे. डझनभर तरी वेळा तिने कारेनच्या वडिलांबद्दल बोलायचा प्रयत्न केला. जमले नाही. टेरेसवर कॉफी घेतानाही ती गप्पगप्पच होती.

"ब्रिगेडिअर सदरलॅन्ड कुठे आहेत?" कारेनने चौकशी केली.

"काहीतरी काम होते त्यांना सकाळी. नंतर येणार आहेत."

"आज काय करणार आहोत आपण?"

"असेच जाऊ इकडे तिकडे."

"किटी– प्लीज्– माझ्या बाबांबद्दल नक्की काहीतरी कळलेले आहे. बरोबर आहे ना?"

किटीची मान खाली गेली.

"मला वाटतच होते तसे."

"कारेन– तुला फसवायचे नाही मला. मी.... मी....."

"काय झाले किटी?.... प्लीज् सांग काय ते.... काय झाले?"

"ते आजारी आहेत. खूप आजारी आहेत."

"मला भेटायचे आहे त्यांना."

"कारेन... ते तुला ओळखू शकणार नाहीत, कारेन."

कारेन उभी राहिली. टक लावून समुद्राकडे बघत म्हणाली, ''या.... याच दिवसाची मी किती वाट पहाते आहे.''

''कारेन.... कारेन!''

''युद्ध संपणार असे दोन वर्षांपूर्वी दिसायला लागले. तेव्हापासून दररोज झोपताना मी एकच स्वप्न बघितले आहे. आमच्या भेटीचे चित्र रंगवले आहे. ते कसे दिसतील हे नक्की कळेल मला आणि आम्ही एकमेकांशी काय बोलू तेही. कॅरलॉसमधल्या कॅम्पमधे, सायप्रसमधे, गेले कित्येक महिने दररोज रात्री माझे ते एकच स्वप्न आहे. मला खात्री होती की, ते जिवंत आहेत. पुन्हा पुन्हा तेच मी मनाशी बोलत होते.''

''कारेन... थांब जरा!... शांत हो!... ही भेट तुझ्या स्वप्नासारखी होणार नाही.''

कारेन थरथरायला लागली. तिच्या हातांचे तळवे ओले पडले. ''तरी मला घेऊन जा त्यांच्याकडे.''

किटीने तिचे दंड घट्ट पकडले. ''पण सत्य फार भयानक आहे कारेन. मनाची नीट तयारी कर.''

''प्लीज् किटी! त्यांच्याकडे जाऊ या आपण.''

''एक गोष्ट विसरू नकोस... काहीही झाले तरी एक गोष्ट विसरू नकोस... मी तुझ्याबरोबर असणार आहे तिथे. लक्षात आले मी काय सांगते आहे ते? कारेन...''

''हो!''

डॉक्टरांनी कारेन आणि किटी यांना आपल्यासमोर बसवले.

'गेस्टॅपोने तुझ्या वडिलांचे खूप हाल केले आहेत कारेन. युद्धाच्या सुरुवातीच्या काळात त्यांनी जर्मनांना सहकार्य द्यावे म्हणून त्यांच्यावर खूप दडपण आणले होते. नंतर त्यांनी नाद सोडला. तुझी आई, तुझे भाऊ यांच्या जिवाला धोका असतानासुद्धा जर्मनांसाठी काम करणे त्यांना शक्य झाले नाही.''

''आठवले मला.'' कारेन म्हणाली. ''डेन्मार्कला पत्रे यायची बंद झाली आणि आग्‌ना माझ्या कुटुंबाबद्दल विचारायचा मला धीर झाला नाही.''

''त्यांना झेकोस्लोवाकियामधल्या थेरेनजीनस्टाट या ठिकाणी पाठवले. तुझी आई आणि भाऊ...''

''त्यांच्याबद्दल कळले आहे मला.''

''थेरेनजीनस्टाटला रवानगी केल्यानंतर त्यांच्या विचारात बदल होईल असे त्यांना वाटले. युद्धानंतर तुझ्या आईबद्दल आणि भावांबद्दल त्यांनी प्रथम माहिती काढली. जर्मनी सोडायला खूप उशीर केल्याची आणि तुझ्या आईची आणि भावांची सुटकेची आशा नष्ट केल्याच्या अपराधाची टोचणी त्यांना आधीच होती. त्यांचे खूप

हालही झाले होते. त्यात तुझी आई आणि भाऊ यांचे काय झाले ते कळल्यावर त्यांचा मनावरचा ताबा उडाला.''

"बरे होतील ते?''

डॉक्टरांनी किटीकडे बघितले. "He has a psychotic depression– extreme melacncholia.''

"म्हणजे काय डॉक्टर?'' कारेनने स्पष्टपणे विचारले.

"म्हणजे तुझे वडील बरे होण्याची शक्यता जवळजवळ नाही.''

"खोटे. साफ खोटे. विश्वास नाही माझा. मला बघायचे आहे त्यांना.''

"तुला त्यांची आठवण आहे काही?''

"फार थोडी.''

"चांगल्या आठवणींची उजळणी करणे त्यांना बघण्यापेक्षा चांगले ठरेल कारेन.'' डॉक्टर हळूच म्हणाले.

"नाही डॉक्टर.'' किटी डॉक्टरांकडे वळून म्हणाली. "तिने त्यांना भेटायलाच हवे. कितीही कठीण असले तरीही भेटायला हवे. सर्वच गोष्टी अशा अधांतरी ठेवण्यात अर्थ नाही. तिला भेटू दे त्यांना.''

डॉक्टर कॉरिडॉरमधून त्यांना एका खोलीसमोर घेऊन गेले. एका नर्सने कुलुप काढले. डॉक्टरांनी दरवाजा उघडून धरला.

कारेनने खोलीत पाय टाकला. एखाद्या कोठडीसारखीच वाटत होती ती. आत एक खुर्ची होती. एक स्टॅन्ड. एक बेड. तिची नजर सर्वत्र फिरली आणि ती एकदम ताठ झाली. एका कोपऱ्यात एक माणूस जमिनीवर बसला होता. पायात काही नाही. केस अस्ताव्यस्त. भिंतीला पाठ टेकून, गुडघे हातांनी पकडून तो समोरच्या भिंतीकडे बघत होता.

कारेनने त्याच्या दिशेने पाऊल टाकले. त्याच्या दाढीचे खुंट वाढले होते. चेहऱ्यावर अनेक व्रण होते. कारेनच्या हृदयाची धडधड एका क्षणात कमी झाली. चूक होते आहे काहीतरी, तिच्या मनात विचार आला. – यांना मी ओळखत नाही– हे बाबा नाहीत माझे– शक्यच नाही माझे बाबा असणे– चूक आहे– चूक आहे. मागे वळून किंचाळत जाण्याची उर्मी तिच्या मनात दाटून आली– चुकता आहात तुम्ही. ते माझे बाबा नाहीत– जोहान क्लेमेन्ट नाहीत– माझे बाबा अजून कुठेतरी जिवंत आहेत आणि माझा शोध करत आहेत. खात्री पटवण्यासाठी ती त्या माणसाजवळ उभी राहिली. तिने त्यांच्या डोळ्यात बघितले– फार काळ लोटला आहे– फारच काळ लोटला आहे. काही आठवत नाही. पण पुन्हा भेटणार असे ज्या माणसाबद्दलचे स्वप्न होते तो माणूस हा नाही.

*खोलीत शेकोटी पेटलेली असे. पाईपमधल्या तंबाखूचा वास दरवळत असे. एक केसाळ कुत्रा होता. मॅक्सिमिलीयन. शेजारच्या खोलीतून छोट्या बाळाच्या रडण्याचा आवाज. "मिरीयम, हान्सकडे बघ जरा. मी माझ्या छोट्या मुलीला गोष्ट वाचून दाखवतो आहे.*

ज्याचे मनच हरवून गेले होते अशा त्या माणसासमोर कारेन हॅन्सेन क्लेमेन्ट हळूच गुडघे टेकून बसली.

*बॉनमधल्या आजीच्या घरात नेहमी ताज्या बिस्किटांचा वास दरवळत असे. सर्व कुटुंब रविवारी येणार म्हणून आठवडाभर ती बिस्किटे भाजत असे.*

त्या खोलीमधे तो एकटाच आहे अशा थाटात तो माणूस समोरच्या भिंतीकडे टक लावून बघत होता.

*कलोनच्या प्राणीसंग्रहालयातील माकडे मजेशीर होती. कलोनसारखे प्राणीसंग्रहालय कुठेही नाही. आता पुन्हा उत्सवाचे दिवस कधी?*

तिने त्या माणसाच्या पायांपासून ते व्रण पडलेल्या चेहऱ्यापर्यंत नजर टाकली. काही नाही– याच्यामध्ये बाबांसारखे काही नाही–

*"ज्यू! ज्यू! ज्यू!" रक्ताळलेल्या चेहऱ्याने ती पळत घरात शिरत असताना तिच्या कानात मागे लागलेल्या घोळक्यामधून आवाज येत होते. "उगी, उगी, कारेन! रडू नकोस. आता बाबा आहेत ना जवळ? ते कुणाला दुखवू देणार नाहीत तुला."*

कारेनने आपला हात उचलला. हळूच त्या माणसाच्या गालावर ठेवला. "बाबा?" त्या माणसाच्या चेहऱ्यावरची रेषाही हलली नाही. कुठलीच प्रतिक्रियाही नाही.

*एक आगगाडी होती. खूप मुले होती. सर्वजण डेन्मार्कला जाण्याबद्दल बोलत होते. ती खूप दमली होती. "गुड बाय बाबा!" कारेन म्हणाली. "ही माझी बाहुली ठेवा तुमच्याजवळ. ती तुमची काळजी घेईल." ती आगगाडीच्या मागच्या डब्याच्या प्लॅटफॉर्मवर उभी होती. गाडी निघाली. स्टेशनवर उभे असलेले बाबा लहान लहान दिसायला लागले.*

"बाबा! बाबा!" कारेन ओरडली. "मी कारेन, बाबा! तुमची छोटी मुलगी. मी मोठी झाली आहे आता. बाबा! ओळखत नाही का मला बाबा?"

किटी थरथरत पुढे यायचा प्रयत्न करत होती. डॉक्टरांनी तिला दरवाजातच घट्ट पकडून ठेवले. "मला मदत करू दे तिला. प्लीज् डॉक्टर!"

"जे काय घडणार असेल ते घडू दे किटी."

आणि कारेनला सर्व आठवणी यायला लागल्या. "हो. हे बाबा आहेत माझे! बाबाच आहेत माझे!"

"बाबा!" म्हणून ती किंचाळली आणि त्या माणसाच्या गळ्यात पडली. "माझ्याशी बोला हो बाबा! प्लीज् काहीतरी बोला हो माझ्याशी!

एके काळी जित्या जागत्या प्रोफेसर जोहान क्लेमेन्ट असणाऱ्या त्या माणसाच्या डोळ्यांची उघडझाप झाली. क्षणभर, अगदी एक क्षणभर, गळ्यात पडलेल्या कुणाची तरी जाणीव त्याला झाली आणि समजून घेण्याची इच्छा डोळ्यात दिसली. तो नक्की आपल्या परीने काहीतरी आठवायचा प्रयत्न करत होता. अंधारलेल्या मनातून स्मृतीच्या प्रकाशाची तिरीप येत असल्याचा भास झाला. क्षणभर! फक्त क्षणभरच! दुसऱ्या क्षणी त्याच्या डोळ्यात पुन्हा काही दिसले नाही.

"बाबा! बाबा!!" कारेनचा आवाज त्या रिकाम्या खोलीत आणि बाहेरच्या कॉरिडॉरमधे घुमला. "बाबा!!!"

डॉक्टरांच्या मजबूत हातांनी तिच्या हातांची मिठी सोडवली आणि ओढतच ते तिला खोलीबाहेर घेऊन आले. दरवाजा बंद झाला. कुलुप लागले. जोहान क्लेमेन्ट तिच्यापासून दूर झाले.– अगदी कायमचे अंतरले– हुंदके देत देत कारेन किटीच्या हातांमधे कोसळली. "त्यांनी ओळखले नाही. त्यांनी मला ओळखले नाही. अरे देवा! त्यांनी कसे मला ओळखले नाही? सांग, सांग मला– देवा– सांग मला."

"रडू नकोस कारेन. सर्व ठीक होईल. किटी आहे ना तुझ्याबरोबर?"

"मला सोडू नकोस! मला कधी सोडून जाऊ नकोस किटी!"

"नाही बेटा. कध्धी नाही. – किटी तुला कधीच सोडणार नाही. कधीही नाही."

## ९

किटी आणि कारेन गान डाफनाला परत पोचण्यापूर्वीच कारेनच्या बाबांबद्दल सर्वांना ठाऊक झाले होते. दोव्ह लानडावला जबरदस्त धक्का बसला. त्याचे हृदय शतशः विदीर्ण झाले. वॉर्सा घेटोमधे मुन्डेकने त्याला घट्ट हृदयाशी धरल्यानंतर आज प्रथमच स्वतःपेक्षा दुसऱ्याची दया त्याला आली होती. त्याच्या या दुःखामुळेच की, काय स्वतःला कोंडून घेतलेल्या अंधाऱ्या जगातून तो बाहेर आला.

कारेन ही एकच व्यक्ती अशी होती की, जिच्यावर त्याचा पूर्ण विश्वास होता. जगात असंख्य लोक असताना तिच्याच वाट्याला हे दु:ख का यावे? मनाने साध्याभोळ्या कारेनने आपली देवावरची श्रद्धा सायप्रसमधल्या गलिच्छ कॅम्पमधेसुद्धा किती वेळा त्याला बोलून दाखवली होती? तिच्या निराशेने आणि दु:खाने आज प्रथमच त्याच्या हृदयात खोलवर जखम झाली होती.

तिला तिचे असे कोण राहिले आता? तो स्वतः आणि किटी फ्रेमॉन्ट. तिच्या दृष्टीने तो कोण होता? गळ्यामधे तिने स्वत:हून अडकवून घेतलेली एक धोंड फक्त. अनेक वेळा त्याला किटीचा द्वेष करावासा वाटे. पण ती कारेनवर किती प्रेम करते याची त्याला खरीच कल्पना होती. आता कारेनचे बाबा त्यांच्या स्मृती हरवलेल्या जगातून कधीही परत येणार नव्हते. एखादे वेळी मिसेस् फ्रेमॉन्ट तिला अमेरिकेला घेऊन जाईलही.

पण एक अडचण होती. तो स्वत:च एक अडथळा बनू शकत होता. कारेन त्याला सोडून कधीच गेली नसती. त्याला एकच गोष्ट करता येण्यासारखी होती.

मक्काबीजमधे मुलांना भरती करणारा मोर्देखाय हा एक गुप्त एजन्ट गान डाफनामधे होता. या भूमिगत संघटनेशी कसा संपर्क साधायचा ही माहिती त्याच्याकडून मिळवण्यात दोव्ह यशस्वी झाला. गान डाफना इथल्या अधिकारी वर्गाच्या आणि इतर वेगवेगळ्या प्रमुखांच्या कॉटेजेस्ना कधीही कुलुपे लावायची पद्धत नव्हती. एक दिवस ते सर्वजण रात्री जेवायला जाईपर्यंत तो थांबला. अनेक कॉटेजेस् धुंडुन त्याने सोन्याच्या छोट्या छोट्या वस्तु चोरल्या आणि तो जेरूसलेमला पळून गेला.

ब्रूस सदरलॅन्डने डॉ. लिबरमन यांची गाठ घेतली. कारेनला बसलेल्या धक्क्यातून तिला सावरण्यासाठी किटीने तिला घेऊन एक दोन आठवडे त्याच्या बंगल्यावर यावे अशी किटीलाच गळ घालायची विनंती त्याने डॉक्टरांना केली.

कारेनने आजपर्यंतच्या आयुष्यात ज्या धीराने अनंत अडचणींना आणि दु:खद घटनांना तोंड दिले होते, त्याच धीराने ती या धक्क्यालाही शांतपणे तोंड देत होती. किटी शहाणी होती. तिने कारेनला अजिबात दूर होऊन दिले नाही. कारेनच्या बाबांचे दुर्भाग्य आणि दोव्ह लानडावचे नाहीसे होणे या नशिबातल्या विचित्र घटनांनी ती कधी तरी कारेनला अमेरिकेला घेऊन जाऊ शकेल अशी आशा किटीमधे निर्माण झाली. कारेनवर ओढवलेल्या दुर्धर प्रसंगात आपण मात्र स्वत:च्या स्वार्थाचा विचार करतो आहोत अशी टोचणी लागूनही किटी तिच्या मनात येणारे विचार दाबून ठेवू शकत नव्हती. कॅरलॉस कॅम्पमधे कारेन दृष्टीस पडलेल्या क्षणापासून किटीचे आयुष्यच तिच्याभोवती घोटाळत राहिले होते.

एक दिवस दुपारी आरी बेन कनान ब्रूस सदरलॅन्डच्या बंगल्यावर आला. ब्रूस

टेरेसवरून परत येईपर्यंत तो त्याच्या अभ्यासिकेतच थांबला. दोघींना टेरेसवर सोडून तो आला आणि दोघे तासभर काम करत होते, चर्चा करत होते.

"तुझी मैत्रिण आहे इथेच." बोलणे संपल्यावर ब्रूस सदरलॅन्डने आरीला सांगितले. "कारेनबरोबर पंधरा दिवस रहायला म्हणून आली आहे."

"तुम्हा दोघांची दोस्ती झाली आहे असे ऐकतो."

"हो. कॅथरीन फ्रेमॉन्टसारखी स्त्री क्वचितच् भेटते. गान डाफनामधे काही मुलांच्या बाबतीत तिने घडवून आणलेला चमत्कार तू बघशील तर तूही थक्क होशील. सहा महिन्यांपूर्वीपर्यंत तोंडातून शब्दही न काढणारा एक मुलगा आज सर्वांत मिसळायला लागला आहे. शाळेच्या बॅन्डमधे बिगुलसुद्धा वाजवतो."

"त्याच्याबद्दल पण मी ऐकले आहे."

"मीच तिला आग्रह केला होता की, त्या मुलीला घेऊन तू इकडे ये. तिचे बाबा सापडले खरे पण ते ठार वेडे झाले आहेत. कधीही बरे होण्याची शक्यता नाही. फार मोठा धक्का बसला असणार तिला. चल, बागेत जाऊ."

"आता नको. खूप कामे आहेत मला."

आरीचे न ऐकता ब्रूस सदरलॅन्डने त्याचा दंड पकडला आणि तो त्याला घेऊन गेला.

माऊन्ट टाबोरला गेल्यानंतर किटीने त्याला बघितलेही नव्हते. आता तो दृष्टीस पडताच ती चमकली. स्वत:ची काहीच काळजी घेत नसावा.

आरीने कारेनकडे आपले दु:ख व्यक्त केले. तो इतक्या हळूवारपणे तिच्याशी बोलत होता की, ती चमकली. त्याच्या मनाचा मृदुपणा फक्त त्याच्याच माणसांसाठी आहे का? किटीशी बोलताना तो असा कधी वागला नव्हता. आपल्या मनात येणाऱ्या विचारांचा तिचा तिलाच राग आला. कारेन ही ज्यू आहे हे लक्षात घेऊनच ती प्रत्येक शब्दाचा आणि प्रसंगाचा अर्थ लावायला लागली असावी. नसलेले अर्थ काढायला लागली असावी.

सदरलॅन्डच्या बागेत फिरता फिरता आरीने किटीकडे कारेनबद्दल चौकशी केली.

"ती मनाने खूप खंबीर आणि धीराची आहे." किटी उत्तरली. "खूपच धक्कादायक प्रसंग होता तो. पण ती तोंड देते आहे त्याला."

कारेन आणि सदरलॅन्ड चेकर्स खेळत होते. आरीने मागे वळून तिच्याकडे बघितले. "खरंच फार गोड मुलगी आहे." तो अगदी मनापासून म्हणाला.

सुंदर गोष्टी त्याच्या कधी लक्षातही येत नसाव्यात अशा निष्कर्षाला पोचलेल्या किटीला आरीचे आजचे वागणे थक्क करत होते. त्याच्या स्वरात मनापासून कारेनचे कौतुक होते. किटीला खरेच खूप आश्चर्य वाटत होते. चालत चालत ते भिंतीपर्यंत आले. पलीकडे दरी आणि साफेद. किटी भिंतीवर बसून गॅलिलीकडे बघत राहिली. दोन मिनिटे दोघेही गप्पच होते.

"एक विचारू आरी? माझ्यासाठी काही करशील?"

"बोल."

"बाबांबद्दलचे दु:ख कारेन काही काळानंतर विसरेल. पण दोव्ह लानडाव गान डाफनाहून पळून गेला आहे. मक्काबीजना मिळण्यासाठी तो जेरूसलेमला गेला असावा, असे आम्हाला वाटते. बाबांच्या परिस्थितीने तर दोव्ह नाही हे दु:ख जास्तीच होते आहे तिला. त्याला शोधून काढून तू गान डाफनाला परत आणशील? नाही म्हणू नकोस. तुला कुणाशी कसा संपर्क साधायचा माहिती आहे. कारेनला त्याची गरज आहे याची तू दोव्हला खात्री पटवलीस तर तो नक्की परत येईल."

"किटी! तू काय म्हणते आहेस हे माझ्या अजिबात लक्षात येत नाही." आरी थोड्या आश्चर्यानेच तिच्याकडे बघत म्हणाला. "या क्षणाला ती तुझी आहे. फक्त तुझी आहे. तुझ्या मार्गात फक्त दोव्हचा अडथळा होता आणि तो स्वत:हून बाजूला झाला आहे."

"तू जे सुचवतो आहेस त्याचा मला खरे म्हणजे राग यायला पाहिजे." ती त्याच्या नजरेला नजर देत म्हणाली. "पण मला राग येत नाही कारण तू बोलतो आहेस ते पूर्ण सत्य आहे. पण तिला दु:खात ठेवून मला माझा आनंद मिळवायचा नाही. दोव्हचा प्रश्न सुटल्याशिवाय मला तिला घेऊन अमेरिकेला जायचे नाही."

"तुझे खरेच कौतुक करायला हवे किटी."

"नाही. तसे नाही. कारेन सर्व बाबतीत पूर्ण शहाणी आहे. फक्त दोव्ह सोडून. प्रत्येकाच्याच बाबतीत असा एखादा मर्मबिन्दू असावा असे वाटते मला. गान डाफनामधे तो असेल तर एखादेवेळी तिचे त्याच्याबद्दलचे वेड कमीही होईल. पण तो मक्काबीजना जाऊन मिळाला तर मात्र त्याची ताटातूट तिच्या मनात भलतेच विचार आणतील."

"सॉरी किटी! मी आपला साधासरळ विचार करत होतो. पण तू हुशार आहेस. खरोखर हुशार आहेस."

"अगदी सरळसरळ आणि प्रामाणिकपणे बोलायचे तर माझे कारेनवर वादातीतपणे अतोनात प्रेम आहे."

"तुझ्याबरोबर जाण्याशिवाय तिला पर्यायच रहाणार नाही याची काळजी घेते आहेस तू."

"ती चांगल्या ठिकाणी जाऊ शकेल असा दिलासा मी तिला देते आहे. मी सांगते त्याच्यावर एखादेवेळी तुझा विश्वास बसणार नाही. पण ती पॅलेस्टाईनमधे राहून जास्ती सुखी राहील अशी माझी खात्री झाली तर तिने इथेच रहावे असे मी खरेच म्हणेन."

"शक्य आहे की, तू बोलतेस त्यावर माझा पूर्ण विश्वास बसतो आहे."

"मला कारेनला घेऊन अमेरिकेला जायची इच्छा आहे त्यात मी काही चूक करते आहे असे प्रामाणिकपणे तू म्हणू शकशील आरी?"

"नाही.– काही चूक नाही त्यात."

"मग दोव्हला परत आणण्यासाठी मदत कर मला."

पुन्हा दोघे गप्प झाले. आरीने आपली सिगरेट विझवली. कागद सुटा करून तंबाखू वाऱ्यावर उडवून दिला. कागदाचा बोळा करून तो खिशात टाकला. पी. पी. माल्कमची शिकवण अंगवळणी पडली होती. सिगरेट ओढली होती याचा पुरावा मागे रहाता कामा नये. अरब मागावर असतील तर अशा खुणा त्यांना रस्ता दाखवतील.

"ते शक्य नाही पण."

"दोव्हला तुझ्याबद्दल आदर आहे. शक्य आहे तुला ते."

"मी त्याला शोधून काढू शकेन. त्याला गान डाफनाला येणे भाग पाडू शकेन.– इथेच रहा रे– तुला काही व्हावे अशी या मुलींची इच्छा नाही असेही सांगू शकेन– पण आपल्या सद्सद्विवेक बुद्धीला स्मरून पॅलेस्टाईनमधल्या प्रत्येक ज्यूला जो निर्णय कधी ना कधी घ्यावा लागतो तो वैयक्तिक निर्णय दोव्हने घेतला आहे. या बाबतच्या भावना किती तीव्र असतात याची तुला कल्पना नाही. माझे पप्पा आणि काका याच कारणाने गेली पंधरा वर्षे एकमेकांशी एक शब्द बोललेले नाहीत. दोव्ह लानडावच्या शरीरातील रक्ताचा प्रत्येक थेंब सूड मागतो आहे. त्याला थांबवणे फक्त देवाच्या हातात आहे. आणि बंदुकीच्या गोळीच्या."

"तुझ्या बोलण्यावरून तर तुझा दहशतवाद्यांना पाठिंबा आहे असे वाटते."

"काही काही वेळा मला त्यांच्याबद्दल सहानुभूती वाटते. काही वेळा तिरस्कार. पण त्यांच्या कृत्यांचा जाब मी विचारणार नाही. दोव्ह लानडाव जे करतो आहे ते बरोबर नाही हे तू किंवा मी कसे ठरवणार? त्याने काय सहन केले आहे ते तुला माहिती आहे. तुझी आणि एक चूक होते आहे. त्याला परत आणले तर तो कारेनला जास्तीच दु:ख देईल. त्याने काय करायचे आहे ते त्याचे त्याला ठरवू दे."

किटी भिंतीवरून खाली उतरली. तिने आपला स्कर्ट झटकला आणि ती बाहेर निघाली. "तुझे म्हणणे बरोबर आहे आरी."

सदरलॅन्डही तेवढ्यात आला. "किती मुक्काम आहे इथे बेन कनान?"

"साफेदलाही काही कामे आहेत. ती उरकतो."

"मग रात्री जेवायला इथेच का नाही येत?"

"पण..."

"ये ना आरी." किटीने आग्रह केला.

"बरं येतो. थॅन्क यू."

"छान! मग साफेदमधले काम झाले की, ताबडतोब तसाच इथे ये."

आरी निघाला. उतारावरून त्याची गाडी फोर्ट टॅगार्टला वळसा घालून पुढे जाईपर्यंत ते बघत होते.

*"He who guards Israel shall neither rest nor sleep."*

किटी उद्‌गारली.

"अरे देवा! किटी! तू सुद्धा आता बायबलमधले उतारे बडबडायला लागलीस?"

ते गेट उघडून आत आले.

"तो खूप दमल्यासारखा वाटतो."

"अजिबात नाही." सदरलॅन्ड म्हणाला. "आठवड्याला एकशे दहा तास काम करतो त्या मानाने खूपच चांगला दिसतो."

"कोणत्याही कामाला इतके वाहून घेणारा माणूस मी कधी बघितला नाही. अतिरेकही करत असेल एखादे वेळी. पण तो इथे कसा आला ब्रूस? तुम्ही त्यांच्या भानगडींमधे गुंतला असाल याची कल्पना नव्हती मला."

सदरलॅन्डने आपल्या पाईपमधे तंबाखू भरला. "तसा प्रत्यक्ष नाही. हॅगन्नाने मला एकदा विनंती केली की, पॅलेस्टाईन बाहेरच्या अरब सैन्यदलाच्या ताकदीचा नक्की अंदाज मी काढावा. त्यांना त्रयस्थ माणसाकडून खरेखुरे मत हवे होते. आणि तसाच विचार केला किटी तर तूही जरा आता प्रामाणिकपणे या सर्व बाबींचा विचार करावासा हे बरे."

"मला कुणाचीच बाजू घ्यायची नाही."

"तू एखाद्या शहामृगासारखी वागते आहेस किटी. युद्धभूमीच्या मध्यावर राहून माझ्या घरावर तोफा डागू नका, मी पडदे ओढून घेतले आहेत म्हणण्यासारखे आहे ते."

"मी पॅलेस्टाईन सोडणार आहे ब्रूस."

"मग अजिबात वेळ दवडू नकोस. आजपर्यंत रहात आलीस तशीच जास्ती काळ राहू शकशील असे तुला वाटत असेल तर तू मूर्खांच्या नंदनवनात वावरते आहेस."

"पण मला थोडा वेळ हवा आहे अजून. कारेन तिला बसलेल्या धक्क्यातून सावरायला हवी."

"तेवढे एकच कारण आहे किटी?"

किटीने नकारार्थी मान डोलावली. "अंतिम निर्णय घ्यायच्या वेळेची कधी कधी खूप भीतीच वाटते मला. ती आणि तिचे पॅलेस्टाईन यांची फारकत मी करू शकेन याची कधी कधी खात्री वाटते. इतर वेळी, म्हणजे आतासारख्या, मला विश्वास वाटत नाही."

अंधार पडला. मोठा चन्द्र दिसत होता. जेवणापूर्वी चौघेही बाहेर उभे होते.

*“देवाने इस्राएलला तीन गोष्टींची देणगी दिली आहे. पण प्रत्येक गोष्ट अपार दुःख सहन करूनच मिळणार आहे. त्यापैकी एक म्हणजे इस्राएलची भूमी.”* सदरलॅन्ड म्हणाला. “दोन हजार वर्षांपूर्वीचे बार योहायचे शब्द आहेत हे. द्रष्टाच असावा तो.”

“आता शहाण्या माणसांबद्दल बोलायचे तर उद्या मी गॅलिलीच्या समुद्रावर जाणार आहे.” आरी म्हणाला. “अजून गेली आहेस तिथे किटी?”

“तसा मी काही खूप प्रवास केलेला नाही.”

“बघायला हवा. काही आठवड्यात तिथली हवा खूप गरम होईल. लौकर बघशील तेवढे बरे.”

“तूच का तिला घेऊन जात नाहीस?” कारेनने विचारले. कुणालाच क्षणभर काय बोलायचे ते सुचेना.

“चांगली कल्पना आहे.” आरीच शेवटी म्हणाला. “तशी मी थोडी रजा घेऊ शकेन. आपण चौघांनीही जाऊ या.”

“मी दोन वेळेला जाऊन आले आहे. मला नाही यायचे.” कारेन पटकन् म्हणाली.

“मी पण डझनभर वेळा तरी गेलो आहे.” ब्रूसने कारेनची तात्काळ री ओढली.

“किटी! तू जा आरीबरोबर” कारेन सरळच म्हणाली.

“नको. मी तुझ्याबरोबर रहाते इथे.”

“कारेन आणि मी व्यवस्थित राहू किटी.” ब्रूसने खात्री दिली. “थोडे दिवस तू नसशील तर खरे बरे होईल. आरीलाही विश्रांतीची गरज आहे.”

किटी हसली. “आरी! मला वाटते हे बहुधा आपल्याला एकत्र आणायचा प्रयत्न करत आहेत. सिद्दोखच म्हणायचे ना?”

“ऐक! ऐक!!”कारेन खुशीतच उद्गारली.

“आरी, तुला अडकवले आहे यांनी माझ्याबरोबर.”

“ठीक आहे. आनंदच आहे मला.”

## १०

दुसऱ्या दिवशी आरी आणि किटी सकाळीच निघाले. गॅलिलीच्या समुद्राच्या उत्तर बाजूने ते गिनोसर व्हॅलीत शिरले. पलीकडे सीरियामधल्या टेकड्या दिसत होत्या.

हा देवाचा स्वत:चा समुद्र दिसतो. किटीच्या मनात विचार आला. पुन्हा एकदा ती आरीबरोबर एकटी होती. या भूमीवरती काळ जसा काही थबकला होता. पुढे सरकतच नव्हता. ज्युडीआच्या टेकड्यांवर तिला तसेच वाटले होते. आरी बरोबर असला की, मनावर प्रत्येक गोष्टीचा जास्ती परिणाम कसा काय होतो?

समुद्रकाठावरच्या कपेसनॉरच्या सिनॅगॉगचे अवशेष दाखवायला आरी थांबला. जीझस इथे चालला होता. आपली शिकवण त्याने इथे दिली होती. लोकांचे रोग बरे केले होते. पार विसरून गेलो आहोत असे वाटणाऱ्या शब्दांची किटीला आठवण झाली. *"जीझस गॅलिलीच्या समुद्राजवळून चालत होता तेव्हा त्याने दोन भावांना बघितले. सायमन, ज्याला पीटर म्हणत, आणि जाळे टाकून बसलेला अॅन्ड्र्यू. ते कपेसनॉरला गेले. शब्बाथच्या दिवशी जीझस सिनॅगॉगमधे शिरला आणि त्याने प्रवचन दिले."*

जीझस जसा काही इथून गेलाच नव्हता. काठावर कोळी आपली जाळी टाकून बसले होते. बकऱ्यांचा छोटा कळप चरत होता. काळ थांबला होता. कपेसनॉरहून जवळच असलेल्या एका चर्चमधे ते गेले. त्याच जागी चमत्कार घडला होता. पावाचे दोन तुकडे आणि दोन मासे अनेकांना जेवण द्यायला पुरले होते.

तिथून ते माऊन्ट बिआटिटूस या एका छोट्या टेकडीवरच्या चॅपेलमधे गेले. जीझसने Sermon on the Mount हे प्रवचन इथे दिले होते. *Blessed are they which are persecuted for rightouness' sake; for theirs is the kingdom of heaven. Blessed are ye, when men shall revile you, and persecute you, and shall say all manner of evil against you falsely, for my sake, Rejoice, and be exceeding glad; for great is your reward in heaven; for so persecuted they the prophets which were before you.*

या ठिकाणी उच्चारलेले "त्याचे" शब्द होते ते. ख्रिश्चनांची पवित्र स्थाने दिसायला लागल्यावर तिच्या मनात विचारांचा गोंधळ निर्माण व्हायला लागला. आरी बेन कनान, डेव्हिड बेन अमी आणि तिची कारेन यांनी या सर्व पवित्र स्थानांशी जी जवळीक साधली होती ती साधणे तिला कधीही शक्य होणार नव्हते.

मेरी मॅगडालीन ज्या गावात जन्मली ते मिगदाल हे अरब गाव त्यांनी मागे टाकले. नंतर मोजसचा सासरा जेथरोचे थडगे. जेथरो हा डूसचाही मुख्य प्रेषित होता. पण किटीचे मन आता भरकटायला लागले.

थोडेसे पुढे गेले आणि किटी आश्चर्याने नुसती बघत राहिली. दृष्टी पोचेपर्यंत लाल लाल फुलांचा गालिचा पसरला असावा असे वाटत होते.

"काय लाल रंग आहे! एक क्षणभर गाडी थांबवणार का आरी?" त्याने रस्त्याच्या कडेला गाडी उभी केली. किटी खाली उतरली. तिने एक फूल तोडले आणि त्याचे निरीक्षण करता करता तिचे डोळे भेदरल्यासारखे झाले. "मी कधीही असे फूल बघितलेले नाही" ती थरथरत्या आवाजात म्हणाली.

"प्राचीन काळचे मक्काबीज आसपासच्या गुहांमधे रहात असत. हे फूल जगात

फक्त याच ठिकाणी उगवते. नाव आहे "Blood of the Maccabees"

किटीने पुन्हा एकदा त्याचा रंग नीट बघितला. रक्ताचे थेंब पडावेत तसा रंग दिसत होता खरा. तिने पटकन् फूल खाली टाकून दिले. धास्तावल्यासारखा हात स्कर्टवर घासला.

आधीच या भूमीचे आणि इथल्या प्रत्येक गोष्टीचे तिच्या मनावर दडपण येत होते आणि आता जंगली फुलेसुद्धा एक क्षण इथला इतिहास विसरू देत नव्हती. ही जमीन, ही हवासुद्धा या भूमीला भोगाव्या लागलेल्या यातनांचा विसर पडू देत नव्हती.

किटी फ्रेमॉन्टच्या मनात भीती निर्माण व्हायला लागली. तिच्या लक्षात यायला लागले की, पॅलेस्टाईन सोडायचेच असेल तर उशीर करून चालणार नाही. या मातीच्या कणाकणातून आणि हवेतूनसुद्धा जाणवणाऱ्या तिच्या प्रभावाने किटी घुसमटायला लागली.

ज्यूंच्या नवीन उपनगरातून, किर्यात् शमोएल् मधून, (The Village of Samuel) ते टायबेरीअस मधे शिरले. एका टॅगार्ट फोर्टला वळसा घेऊन टेकड्यांवरून खाली जुन्या शहरात उतरले. बहुतेक सर्व घरे काळ्या बॅसॉल्ट खडकांची. आजूबाजूच्या टेकड्यांवर बायबलच्या काळामधील प्रसिद्ध हिब्रूंची थडगी आणि गुहा.

दुपार होत आली. हवा फारच गरम होती. ते एका हॉटेलात पोचले. किटीला जेवण जात नव्हते. उगीच आलो आपण असे तिला वाटायला लागले.

"पण सर्वात पवित्र जागा तर मी तुला अजून दाखवलेलीच नाही." आरी उद्गारला.

"कुठे?"

"शोशान्ना किब्बुत्झ. तिथेच माझा जन्म झाला."

किटी हसली. तिची बिघडलेली मनःस्थिती त्याच्या लक्षात आली होती. तो तिच्या मनावरचा ताण दूर करायचा प्रयत्न करत होता.

"कुठे आहे ही अति पवित्र जागा?"

"जॉर्डन नदी समुद्राला मिळते तिथून काही मैलांवर. माझा जन्म जवळ जवळ इथल्या पोलिस स्टेशनमधेच व्हायची पाळी आली होती असे ऐकले आहे मी. हिवाळ्यामधे इथे अनेक पर्यटक येतात. आज सर्व आपल्यासाठीच आहे. पोहायला जायचे का?"

"जाऊ या की, चांगली कल्पना आहे."

हॉटेलपासून चाळीस एक यार्ड– सरोवरापर्यंत, बॅसॉल्ट रॉकचा एक धक्का पोचला होता. जेवणानंतर आरी प्रथम धक्क्यावर पोचला. पोहण्याच्या पोशाखात. कणखर आणि ताकदवान वाटत होता.

"पोहून आलास?"

"थांबलो आहे तुझ्यासाठी."

"किती खोल आहे तिथे?"

"फार तर दहा फूट. त्या तराफ्यापर्यंत पोहता येईल?"

"पोहता येईल? शर्यत लावायची?"

किटीने आपला लांब झगा काढला. डोक्यावर टोपी चढवली. किटीने येता येता जसे त्याचे निरीक्षण केले होते तसेच त्यानेही केले. साब्रा नसेल पण अमेरिकन तरुणी असावी तशी होती. दोघांची क्षणभर नजरानजर झाली आणि दोघेही गोंधळल्यासारखे झाले.

तिने त्याच्या जवळून जाऊन पाण्यात उडी घेतली. मागोमाग त्यानेही. तिला गाठून तो कसाबसा पुढे गेला एवढेच. त्याला आश्चर्य वाटले. तिच्या पोहण्यात एक मोहकता होती, एका तऱ्हेचे सौंदर्य आणि विश्वासही. हसत हसत ते दोघे तराफ्यावर चढले.

"कल्पना नव्हती तुला इतके चांगले पोहता येते." आरी म्हणाला.

"मी सांगायची विसरले पण..."

"कळले. कळले. कॉलेजमधे मुलींच्या पोहण्याच्या टीममधे होतीस."

ती शांतपणे पाठीवर पडली. पाणी थंड होते. छान वाटले पोहायला. मनावरचा ताणही दूर झाला तिच्या.

दुपारनंतर ते हॉटेलवर परत आले. आपापल्या खोलीमधे विश्रांतीसाठी गेले. आरीला गेल्या कित्येक आठवड्यात थोडीही विश्रांती मिळाली नव्हती. पाठ टेकताक्षणी तो झोपला. किटी फेऱ्या घालत होती. तिच्या मनामधली सकाळची खळबळ नाहीशी झाली होती. पण पॅलेस्टाईनमधल्या भूमीमधे काहीतरी गूढ अशी ताकद आहे याची खात्रीच पटली असल्याने की काय तिला याक्षणीही फार अस्वस्थ वाटत होते. नेहमीच्या साध्यासरळ, आखीव रेखीव आयुष्यात कधी परत जातो असे तिला झाले होते. कारेनलाही तशाच तऱ्हेच्या आयुष्याची गरज आहे याबद्दल तिची स्वत:ची खात्री पटली. एकदा कारेनबरोबर बोलून सोक्षमोक्ष लावायचे तिने ठरवून टाकले.

संध्याकाळी हवा थंड व्हायला लागली. जेवणासाठी ती तयारीला लागली. कपाटात तीन ड्रेस टांगलेले होते. तिने एक बाहेर काढला. यार्देनाशी भांडण झाले होते त्यादिवशी यार्देनाने निवडलेला ड्रेस. आज धक्क्यावर तिच्याकडे लागलेली आरीची नजर तिला आठवली. किटीला स्वत:लाही तो ड्रेस आवडला होता. खांद्यावर पट्टे नाहीत. अंगाला चिकटून रहाणारा.

तो ड्रेस घालून ती बाहेर पडल्यावर प्रत्येक पुरुषाची नजर तिच्यावर खिळली होती. तिने लावलेला सेन्टही सर्वांना पसंत असावा. ती लॉबी क्रॉस करत असताना

आरी सर्व विसरून तिच्याकडे बघतच राहिला. त्याचा त्याच्या नजरेवर विश्वास बसत नसावा. ती जवळ पोचली आणि त्याच्या लक्षात आले की, तो तिच्याकडे डोळे विस्फारून अगदी टक लावून बघत होता. त्याने मनातला गोंधळ लपवून म्हटले, "आज मी तुला चकित करणार आहे. सरोवरापलीकडे एन् गेव्ह (The Spring of the Mountain Pass) किब्बुत्झमधे जलसा आहे आज. जेवण झाल्यावर जाऊ या."

"हा ड्रेस चालेल?"

"अं– हो– चालेल. छानच आहे."

त्यांच्या मोटार लॉन्चने धक्का सोडला. सीरियाच्या टेकड्यांमागून चन्द्र उगवला. तो ही केवढा मोठा दिसत होता. पाण्याची काही हालचाल नव्हती. चन्द्रप्रकाशाच्या पट्ट्यात पाणी चमकत होते.

"समुद्र किती शांत आहे." किटी म्हणाली.

"फसवी शांतता असते ही. देव रागावला की, तो काही मिनिटात महासागरासारखा खवळतो."

अर्ध्या तासात ते एन् गेव्ह किब्बुत्झच्या धक्क्याला लागले. एन् गेव्हचे किब्बुत्झ हा एक धाडसी प्रयोग होता. पॅलेस्टाईनच्या इतर भूभागापासून वेगळे असलेले आणि सीरियन टेकड्यांच्या अगदी पायथ्याशी हे किब्बुत्झ होते. शेती थेट सरहद्दीपर्यंत होती. १९३७ च्या जर्मन आलियाच्या वेळी पॅलेस्टाईनला आलेल्या ज्यूंनी हे स्थापन केले. जागा मोक्याची म्हणूनच निवडलेली.

यरमुख नदी आणि सीरिया व ट्रान्स जॉर्डन यांच्या सरहद्दी यांच्यामधल्या खोलगट भागात ते उभारले होते. इतिहासपूर्व प्राचीन काळातील मानवी वस्तींचे अवशेष शेते नांगरताना सापडत. हजारो वर्षांचे जुने नांगर, मातीच्या भांड्यांचे अवशेष हाताला लागत. त्याकाळीही शेती करणारा समाज या ठिकाणी अस्तित्वात होता याचे पुरावेच ते.

एन् गेव्ह आणि सीरियाच्या अगदी सरहद्दीवर एक छोटासा स्तंभासारखा दिसणारा डोंगर आहे. सुसिता (The Horse). वर एका रोमन किल्लेवजा शहराचे अवशेष आहेत.

जर्मनीमधून आलेल्या पायोनिअर्समधे अनेकजण संगीत क्षेत्रातले दर्दी होते. खूप धडपडेही. शेती आणि मत्स्यव्यवसाय होताच. किब्बुत्झचे उत्पन्न वाढवण्यासाठी त्यांना नवीन कल्पना सुचली. त्यांनी एक ऑर्केस्ट्रा स्थापन केला. दोन लॉन्चेस घेतल्या. हिवाळ्यात पॅलेस्टाईनमधे फिरणाऱ्या पर्यटकांना टायबेरीअसमधून सरोवर पार करून या ठिकाणी जलशाच्या कार्यक्रमाला आणायचे. कल्पना यशस्वी ठरली आणि एक परंपराच निर्माण झाली. पॅलेस्टाईनमधे येणारा प्रत्येक कलाकार एन्

गेव्हला कार्यक्रम करायला लागला. सरोवराच्या काठावर निसर्गाच्या सान्निध्यात एक ओपन एअर ऑडिटोरीयम बांधला गेला.

आरीने ऑडिटोरीयमजवळच्या हिरवळीवर ब्लॅन्केट पसरले. पाठीवर पडून दोघे आकाशाकडे बघत बसले. लाग् बा ओमेरचा चन्द्र हळू हळू दिसेनासा झाला आणि कोट्यावधी तारे दिसायला लागले. ऑर्केस्ट्रावर बीथोवनचे सूर ऐकता ऐकता किटी समाधान पावत होती. सर्व चिंता, काळज्या जशा काही दूर पळाल्या. याहून उत्कृष्ट अशी वेळ दुर्लभच. हा क्षण खरा आहे की, खोटा हे ही कळेना. हे सर्व असेच चालू रहावे असे तिला वाटायला लागले.

जलसा संपला. आरीने तिचा हात धरून पायवाटेने गर्दीपासून दूर नेले. हवेमधे पाईन वृक्षांचा गंध दरवळत होता. गॅलिलीचा समुद्र आरशासारखा चमकत होता. पाण्याच्या काठावर जुन्या मंदिराच्या अवशेषांचा बाक बनवला होता. बाकावर बसल्यावर त्यांना टायबेरीअसचे चमचमणारे दिवेही दिसत होते. मधेच एकदा आरीच्या हाताचा स्पर्श तिला झाला. तिने वळून त्याच्याकडे पाहिले. खरोखर काय देखणा होता आरी बेन कनान. त्या क्षणाला तिला इच्छा झाली की, त्याला जवळ घ्यावे, त्याच्या गालाला हात लावावा, केसांवरूनही फिरवावा, इतके काम नको करूस सांगावे. तुझ्या ह्रदयातल्या भावनातरी एकदा कळू दे सांगावे. तो जवळ असताना तिचे मन तिच्या काबूत कसे रहात नाही सांगावे. असा परक्यासारखा का वागतोस विचारावे. दोघांनी मिळून करण्यासारख्या गोष्टी असतीलच की,. पण आरी बेन कनान हा परका माणूसच होता. तिच्या मनातले हे विचार त्याला सांगता येणेच शक्य नव्हते.

समुद्रातली शांतता संपली असावी. किनाऱ्यावर लाटा यायला लागल्या. अचानक वाऱ्याची मोठी झुळुक आली. किटीने मान वळवली.

त्याचा हात खांद्यावर पडताच ती एकदम शहारली. "तू थंड पडायला लागली आहेस." त्याने तिचा कोट तिच्या अंगावर चढवला. पुन्हा दोघे एकमेकांकडे बघत बसले.

आरी एकदम उभा राहिला. "लॉन्च परत येते आहे बहुधा. निघावे हे बरे."

लॉन्च परत निघाली आणि येतानाच आरी म्हणत होता त्याप्रमाणे समुद्राच्या पाण्यात खळबळ माजायला लागली. इतका वेळ शांत असलेला समुद्र अचानक खवळायला लागला. लॉन्चच्या पुढल्या भागावर फुटणारे पाणी त्यांच्या अंगावर उडायला लागले. आरीने तिच्या अंगावर पाणी पडू नये म्हणून तिच्या खांद्यावर हात टाकून तिला जवळ ओढले. सबंध प्रवासात ती त्याच्या छातीवर डोके ठेवून विसावली होती. त्याच्या ह्रदयाची धडधड तिला स्पष्ट जाणवत होती.

हातात हात घालून ते धक्क्यावरून हॉटेलात जायला निघाले. ती एका

वृक्षाखाली थांबली. त्याच्या फांद्या एखाद्या मोठ्या छत्रीप्रमाणे वाकल्या होत्या. तिला काही तरी बोलायची इच्छा होती. पण तिच्या तोंडातून शब्द फुटेना.

आरीने तिच्या ओल्या केसांना हात लावला. ते मागे केले. त्याच्या चेहऱ्यावर भावनांचा खेळ चालू होता. त्याने तिच्या खांद्यावर हात ठेवून तिला जवळ घेताच तिने आपले तोंड वर केले. त्याने आवेगानेच कडकडून मिठी मारली. महिने न् महिने दाबून ठेवलेल्या भावनाच जणु काही त्या पहिल्या मिठीत उफाळून वर आल्या.

किटी सुखात होती त्याच्या बाहुपाशात. काय ताकद होती आरीमधे. आता या क्षणी तिला आरीबद्दल जे वाटत होते तसे यापूर्वी कुठल्याही माणसाबद्दल तिला वाटले नव्हते. अगदी टॉम फ्रेमॉन्टबद्दलसुद्धा. ते पुन्हा पुन्हा ओठांवर ओठ टेकत राहिले. आरीच्या मजबूत हातांची पकड सुटूच नये असे वाटत असतानाच चमकून वेगळे झाले आणि गप्प गप्प हॉटेलच्या दिशेने चालायला लागले.

किटी तिच्या खोलीच्या दरवाजाबाहेर द्विधा मन:स्थितीत उभी राहिली. आरी आपल्या खोलीत जाण्यासाठी वळल्यावर तिने त्याचा हात धरून त्याला फिरवले. एक अक्षर न बोलता दोघे एकमेकांकडे बघत होते. किटीने मान डोलावली. वळून ती पटकन आत शिरली आणि तिने दरवाजा लावून घेतला.

अंधारातच तिने कपडे बदलले. नाईट गाऊन चढवला आणि ती बाल्कनीत गेली. तिथून शेजारच्या त्याच्या खोलीतला प्रकाश दिसत होता. तो आत फेऱ्या घालत होता हे तिला कळले. दिवा बंद झाला. ती जरा अंधारात सरकली. काही क्षणातच तो तिच्या बाल्कनीत होता.

''मला हवी आहेस तू'' आरी कुजबुजला.

ती धावतच त्याच्या मिठीत शिरली. तिने त्याला घट्ट पकडून धरले. तिलाही तो हवाच होता. ती पूर्णपणे त्याच्या आधीन झाली. प्रत्येक गोष्टीला मुक्तपणे प्रतिसाद द्यायला लागली. त्याने तिला उचलूनच बेडवर नेले आणि तो शेजारी ओणवा झाला. तिने बेडशीट घट्ट हातात पकडले. ती हुंदके द्यायला लागली. त्याने खांद्यावरून तिचा नाईट गाऊन खाली सरकवला आणि त्याचा हात आत सरकला. एकाएकी ती धडपडत त्याच्या पकडीतून सुटून उभी राहिली. ''नको! नको!''

आरी दगडासारखा उभा राहिला.

तिचे डोळे भरून आले. ती भिंतीला टेकून कशीबशी उभी राहिली. तिला स्वत:च्या शरीराची थरथर थांबवता येईना. ती खुर्चीत कोसळलीच. काही सेकंदांनी तिच्या शरीराची थरथर कमी झाली. धाप कमी झाली. आरी शेजारी उभा राहून बघत होता.

''तुला माझी घृणा वाटत असेल ना?''

त्याने काही उत्तर दिले नाही. तिने मान वर केली. त्याला बसलेला धक्का त्याच्या चेहऱ्यावरच दिसत होता.

"बोल आरी! बोल... काहीही बोल!"

तरीही त्याच्या तोंडातून शब्द बाहेर पडला नाही.

किटी उभी राहिली. त्याच्याकडे बघत म्हणाली, "इतर कोणत्याही स्त्रियांप्रमाणे मला हे नको आहे आरी. अशा तऱ्हेने नको आहे. चन्द्रप्रकाशामुळे आणि...."

"एका पवित्र कुमारिकेच्या इच्छेविरूद्ध मी तिच्यावर प्रेम करतो आहे असे वाटायला नको होते मला."

"आरी... प्लीज्."

"मला खेळ खेळायला आणि बडबड करायला वेळ नाही, मी लहान नाही. तूही नाहीस."

"तू अगदी व्यवस्थित बोलतो आहेस हे."

त्याचा आवाज कठोर बनला. "तुझी परवानगी असेल तर आता दरवाजानेच बाहेर जातो." दरवाजा खाडकन् बंद झाला. त्या आवाजानेही ती थरथरली. बराच वेळ ती गॅलिलीच्या समुद्राकडे बघत होती. समुद्र खवळला होता. चन्द्र ढगांआड गेला होता.

किटी सुन्न झाली होती. का ती त्याच्यापासून दूर पळाली? दुसऱ्या कुणाबद्दलही तिला एवढे आकर्षण पूर्वी वाटले नव्हते आणि स्वत:वरचा ताबाही कधी असा सुटला नव्हता. स्वत:च्या बेदरकार वागण्यानेही ती चरकली होती. पण आरी बेन कनानला "किटी" नको होती. एका रात्री पलीकडे त्याला तिची आवश्यकता नव्हती. दुसऱ्या कोणत्याही पुरुषाने अशा तऱ्हेने तिला वागवले नव्हते.

तिला जाणीव झाली की, तिला त्याच्याबद्दल निर्माण झालेल्या जबरदस्त आकर्षणापासूनही पळायचा तिचा प्रयत्न होता. नाहीतर ती पॅलेस्टाईनमधे राहिली असती. पुन्हा असे कधीही घडता कामा नये. ती कारेनबरोबर निघून जाणार होती आणि कोणतीही गोष्ट आड येऊ देणार नव्हती. आरीची आपल्याला भीती वाटते हे तिला कळत होते. तो तिचा निश्चय ढळवू शकत होता. त्याला किटीबद्दल काही पर्वा आहे, किटी म्हणून तिची काळजी वाटते असे थोडेसे चिन्ह जरी तिला दिसले तर त्याला नकार देण्याची ताकद तिच्यात नव्हती. त्याच्या कठोर वागण्यानेच त्याला विरोध करण्याचा तिचा निश्चय बळावला. तिला स्वत:ची खात्री पटली आणि त्याचवेळी त्याच्याबद्दल रागही.

खूप दमली असल्यानेच ती झोपली.

सकाळी सर्व शांत होते. रात्रीची आठवण आल्यावर तिला क्षणभर स्वत:ची लाज वाटली. फार भयंकर असे काहीच घडलेले नाही असे तिला वाटत असले तरी तिच्या मनाचा गोंधळ उडाला. काल थोडा तमाशाच झाला होता आणि आपले वागणे त्याला पोरकटपणाचे वाटले असणार याबद्दल तिच्या मनात शंका नव्हती. सर्व दोष तिचाच होता. त्याच्याशी नीट आणि स्पष्टपणे बोलून ती सर्व सुरळीत

आणि पूर्ववत करू शकेल याची तिला खात्री होती. ती ड्रेस करून खाली गेली. आरीची वाट पहात डायनिंगरूममधे थांबली. त्याची कशी क्षमा मागायची ते शब्द मनात जुळवत राहिली.

तिने कॉफी मागवली. ती संपत आली.

अर्धा तास उलटला. आरी खाली आला नाही.

तिसरी सिगरेट विझवून ती रिसेप्शनिस्टकडे गेली.

"आरी बेन कनान यांना पाहिलेत आज सकाळी?"

"ते सहा वाजताच हॉटेल सोडून गेले."

"कुठे जाणार वगैरे बोलले काही?"

"मिस्टर बेन कनान कधीच कुठे जाणार ते सांगत नाहीत."

"काही निरोप माझ्यासाठी?"

नव्हता ठेवलेला.

"बरं, थँन्क यू."

## ११

जुन्या जेरूसलेममधे स्ट्रीट ऑफ दि चेनवर दोव्ह लानडावने एका भुक्कड हॉटेलात खोली घेतली. सूचना मिळाल्याप्रमाणे दमास्कस गेटजवळ नाब्लुस रोडवरच्या सलादिन कॅफेमधे तो गेला. त्याने स्वत:चे आणि तो रहात असलेल्या हॉटेलचे नाव बार इस्राएलला देण्यासाठी देऊन ठेवले.

चोरलेल्या सोन्याच्या अंगठ्या आणि चेन्स त्याने गहाण ठेवल्या आणि तो जेरूसलेम बघायला निघाला. घेटोमधल्या उंदराला आणि चोऱ्या करण्यात तरबेज असलेल्या दोव्हला जेरूसलेम शहर साधेच होते. तीन दिवसांत जुन्या शहरातला प्रत्येक रस्ता आणि प्रत्येक गल्ली त्याला पाठ झाली. आजूबाजूंच्या धंद्यांचा भागही. त्याने नजर ठेऊन, मनाशी किंमतीचा अंदाज घेऊन अनेक वस्तु उचलल्या. अरूंद गल्ल्याबोळातून आणि गर्दीच्या बाजारांच्या रस्त्यांवरून नाहीसे होणे म्हणजे त्याच्या हातचा मळ होता.

मिळालेले बहुतेक पैसे त्याने पुस्तके आणि चित्रे काढण्यासाठी आवश्यक अशा वस्तुंसाठी खर्च केले. जाफा रोडच्या अनेक पुस्तकांच्या दुकानातून भटकून त्याने ड्राफ्टस्‌मनशिप, आर्किटेक्चरची पुस्तके खरेदी केली. पुस्तके, आर्ट मटेरियल, सुकामेवा, थंड पेयांच्या बाटल्या आणून, खोली बंद करून मक्काबीजचा निरोप मिळायची तो वाट बघत राहिला. मेणबत्तीच्या प्रकाशात तो अभ्यास करत बसे. ज्यू आणि मुस्लीम भागातून डोम ऑफ दि रॉक आणि वेलिंग वॉलकडे जाणाऱ्या स्ट्रीट

ऑफ दि चेनवर काय चालले आहे ते खिडकीतून बघायची तसदीही तो घेत नव्हता. डोळ्यांची आग होऊन, पाणी वाहून, वाचणे अशक्य बनेपर्यंत तो वाचत होता. मग पोटावर पुस्तक ठेऊन आढ्याकडे बघत तो कारेन क्लेमेन्टचा विचार करे. तिची अनुपस्थिती शरीरातही वेदना निर्माण करण्याइतकी जाणवेल याची कल्पना त्याला नव्हती. कारेन इतका काळ त्याच्याबरोबर होती की, तिच्याशिवाय कधी दिवस काढले होते याचाही त्याला विसर पडला होता. तिच्याबरोबरच्या प्रत्येक क्षणाची त्याला स्पष्ट आठवण होती. कॅरलॉसवरचे, एक्झोडस्वरचे तिच्या सहवासातले दिवस तो विसरला नव्हता. गान डाफनामधल्या पहिल्या दिवशी ती किती आनंदात होती आणि किती सुंदर दिसत होती. तिचा उपजत कनवाळूपणा, चेहऱ्यावरचे दयाळू भाव, तिचा मृदुस्पर्श आणि ती कधी फारच रागावली की, येणारा कठोर स्वर सर्व परिचित होते त्याला.

त्याने त्याला आठवले तशी शंभर तरी चित्रे काढली तिची. पण त्याच्या मनाला भावलेले सौंदर्य एकाही चित्रात उमटू शकले नाही. बोळे करून फेकून दिली त्याने ती सर्व.

या खोलीत येऊन दोन आठवडे उलटले. नाईलाज झाला तेव्हाच तो बाहेर पडला. पैशाची गरज निर्माण झाली होती. काही अंगठ्या घेऊन तो त्या गहाण टाकायला निघाला. हॉटेलबाहेर पडला तर त्याला सावलीमधे कोणीतरी उभे आहे असे वाटले. खिशातले पिस्तुल पकडून तो पुढे निघाला. कसलाही आवाज झाला असता तर तो क्षणार्धात पिस्तूल रोखून वळायला तयार होता.

"हलू नकोस. वळूही नकोस." दोव्हच्या कानावर शब्द आले.

तो तिथल्या तिथे थांबला.

"तू बार इस्त्राएलबद्दल चौकशी केलीस. काय हवे आहे तुला?"

"ते माहिती आहे तुम्हाला?"

"नाव?"

"दोव्ह लानडाव."

"कुठून आलास?"

"गान डाफना."

"कोणी पाठवले तुला?"

"मोर्देखाय."

"पॅलेस्टाईनमधे कसा आलास?"

"एक्झोडस्वरून."

"रस्त्यावर येत रहा. इकडेतिकडे वळून बघत जाऊ नकोस. कोणीतरी भेटेल तुला."

आता मक्काबीजशी संपर्क साधण्याची वेळ आली तशी ही कल्पना सोडून परत गान डाफनाला जावे असे त्याला वाटायला लागले. त्याला कारेनची ताटातूट सहन होईना. त्याने अर्धा डझन वेळातरी तिला पत्र लिहायला घेतले आणि प्रत्येक पत्र फाडून टाकले.

तो खोलीत वाचत असताना त्याला डुलकी लागली. त्याने उठून नव्या मेणबत्त्या लावल्या. झोप लागली आणि जुनी स्वप्ने पडली तर त्याला अंधारात जागे व्हायचे नव्हते.

दार ठोकल्याचा आवाज आला, दोव्हने उडी मारली, पिस्तुल उचलले आणि तो हळूच दाराजवळ आला.

''तुझे मित्र आहेत.'' हॉलमधून आवाज आला. रस्त्यावर त्याच्याशी बोललेला आवाज त्याने ओळखला. त्याने दार उघडले. बाहेर कुणीच दिसले नाही.

''मागे वळ. भिंतीशी तोंड करून उभा राहा.'' अंधारातून आज्ञा आली. दोव्ह मागे वळला. दोन माणसे असावीत. त्याच्या डोळ्यांवर पट्टी बांधून दोघांनी त्याला दोन बाजूंना धरले, पायऱ्या उतरवून खाली आणले आणि उभ्या असलेल्या गाडीत मागच्या बाजूला झोपवून पांघरूण टाकले. गाडी सुरू झाली.

दोव्हने गाडी कुठे जाते आहे हे समजण्यावर लक्ष केन्द्रित केले. किंग सॉलोमन रोड, व्हाया डोलोरोसा, स्टीफन गेट. वॉर्सा घेटोमधे अंधाऱ्या गटारातून शंभर रस्ते शोधणाऱ्या दोव्हला काही कठीण नव्हते. गाडी चढ चढायला लागली. माऊन्ट ऑफ ऑलिव्हज्, व्हर्जिनचे थडगे. चांगल्या रस्त्याला गाडी लागली. हिब्रू युनिव्हर्सिटी आणि हादस्सा मेडिकल सेन्टर पार करून निघाली असणार.

दहा मिनिटांनी गाडी थांबली. प्राचीन काळच्या हिब्रू राब्बींचे न्यायमंडळ आणि सेन्हेड्रिनच्या थडग्याजवळ आपण आहोत हे दोव्हने ओळखले. एका घरात आणि मग तिथल्या खोलीत नेऊन त्याला बसवण्यात आले. सिगरेटचा धूर नाकात जात होता. पाच-सहा माणसे असावीत. दोन तास त्याची उलटतपासणी झाली. खोलीतून वेगवेगळ्या दिशांनी प्रश्नांची सरबत्ती चालली होती. त्याला घाम फुटला होता. मग त्याची तल्लख बुद्धी पुन्हा काम करायला लागली. मक्काबीजचे हेरखाते फारच कार्यक्षम होते. खोटे कागदपत्र बनवण्यात तो तरबेज आहे ही माहिती त्यांना होती. त्यांना अशा माणसाची खूप गरजही असावी. मक्काबीजच्या उच्च पदांवरील अधिकारी असणार हे. त्यांचे कमांडरही असू शकतील. शेवटी त्यांचे समाधान झाले असावे.

''समोर पडदा आहे. त्यातून तुझे हात पुढे कर.''

त्याने हात पुढे केले. त्याचा एक हात पिस्तुलावर ठेवला गेला आणि दुसरा बायबलवर. त्याने मक्काबीजची शपथ घेतली.

"मी, दोव्ह लानडाव, माझे शरीर-माझा आत्मा-माझे सर्वस्व-कोणताही आडपडदा न ठेवता मक्काबीजच्या स्वातंत्र्यसैनिकांना अर्पण करत आहे. मी मला दिलेल्या सर्व आज्ञा तंतोतंत अमलात आणेन. माझ्या वरिष्ठांची हुकमत पाळेन. बरोबरच्या मक्काबीजचे नाव किंवा कुठल्याही गुप्त गोष्टीची वाच्यता हाल झाले आणि मृत्यू ओढवला तरी उघड करणार नाही. माझ्या शेवटच्या श्वासापर्यंत ज्यूंच्या शत्रूंशी लढत राहीन. जॉर्डन नदीच्या दोन्ही तीरांवर ज्यू राष्ट्राची निर्मिती होईपर्यंत हा पवित्र संघर्ष थांबवणार नाही. अशा राष्ट्राची स्थापना हा माझ्या लोकांचा नैसर्गिक ऐतिहासिक हक्क आहे. शत्रूशी लढताना माझे एकच तत्त्व असेल. Life for life, eye for eye, tooth for tooth, hand for hand, burning for burning– अब्राहम, ऐझॅक, जेकब, सारा, रिबेक्का, राचेल, लेआ, सर्व प्रेणित, कत्तल झालेले सर्व ज्यू आणि स्वातंत्र्यासाठी प्राणार्पण करणारे माझे सर्व भाऊ आणि बहिणी यांना स्मरून मी ही शपथ घेतो आहे."

दोव्हच्या डोळ्यांवरची पट्टी निघाली. समोर ठेवलेल्या मेणबत्त्या विझवण्यात आल्या. खोलीतले दिवे लागले. सहा पुरुष आणि दोन स्त्रिया अत्यंत गंभीरपणे त्याच्याकडे बघत होते. त्यांनी दोव्हशी हात मिळवून आपली ओळख करून दिली. स्वत: वृद्ध अकिवा, फिल्ड कमान्डर बेन मोशे- ज्याचा एक भाऊ दुसऱ्या महायुद्धात ब्रिटिशांच्या बाजूने लढताना मरण पावला होता आणि बहीण पालमाखमधे होती; नाहुम बेन अमी-सात भावांपैकी एक, बाकीचे पालमाखमधे आणि इतर तिघेजण इशोव्हची बंधने पाळणे शक्य नाही किंवा संयम पाळायची इच्छाच नाही म्हणून हे सर्व असे एकत्र आले होते.

वृद्ध अकिवा पुढे येऊन म्हणाला, "तुझी मदत आम्हांला अमूल्य ठरेल. त्याचमुळे कुठल्याही ट्रेनिंगशिवाय आम्ही तुला स्वीकारले आहे."

"मी चित्रे काढण्यासाठी तुम्हाला येऊन मिळालेलो नाही." दोव्हने ताबडतोब सांगून टाकले.

"आम्ही सांगू तेच तुला करायला हवे." बेन मोशेने उत्तर दिले.

"दोव्ह तू आता मक्काबी आहेस" अकिवा म्हणाला. "तू आता कुठल्याही हिब्रू नायकाचे नाव घेऊ शकतोस. असे एखादे नाव आहे तुझ्या मनात?"

"गिओरा."

खोलीत काहीजण हसल्याचा आवाज आला. दोव्हने दातओठ चावले.

"गिओरा?" अकिवा म्हणाला. "सॉरी. तुझ्यापुढे बरेच आहेत."

"छोटा गिओरा चालेल?" नाहुम बेन अमीने विचारले. "म्हणजे मोठा गिओरा बनेपर्यंत तरी?"

"मला तुम्ही संधी दिलीत तर वेळ नाही लागणार त्याला."

"तू प्रथम खोटे कागदपत्र बनवायचे यंत्र ताब्यात घे. आमच्याबरोबर प्रवास कर. आम्ही सांगू त्याप्रमाणे वागलास तर मधून मधून आमच्याबरोबर छापे मारायला नेऊ तुला."

जेरुसलेमच्या गोल्डस्मिथ हाऊसमध्ये ब्रिटिश ऑफिसर्स क्लब होता. मेजर काल्डवेल ब्रिज खेळत होता; पण आज पत्ते खेळण्यात त्याचे लक्ष लागत नव्हते. सी.आय्.डी. च्या ऑफिसमध्ये गेले तीन दिवस ते एका मक्काबी मुलीची उलटतपासणी करत होते. तिचे नाव आयाला. युनिव्हर्सिटीत संगीत शिकली होती. वीस एक वर्षांची आणि मनमोहक. म्हणजे उलटतपासणी सुरू व्हायच्या आधी तरी सुंदर दिसत होती ती. पण पकडली गेल्यावर इतर मक्काबीजप्रमाणे तीही कशाला दाद देत नव्हती. बायबलमधले उतारे बडबडत होती. आपले ध्येय योग्य आहे अशी तिची जशी खात्री होती तशीच ब्रिटीशांच्या अटळ विनाशाचीही.

आज सकाळी त्यांचा संयम सुटला. तिचे हाल करायला सुरूवात झाली.

"फ्रेडी, तुझी पाळी."

त्याने पटकन् आपले पत्ते बघितले. एक पत्ता खाली टाकला. चुकीचा. त्याच्या मनासमोर वेगळेच चित्र दिसत होते. रबरी दंडुका घेऊन आयालाच्या चेहऱ्यावर फटके मारणाऱ्या इन्स्पेक्टरचे. पुन्हा पुन्हा तो आवाज काल्डवेलच्या कानात घुमत होता. शेवटी तिचे नाक फुटले. डोळे काळेनिळे होऊन इतके सुजले की बंदच झाले. ओठ फाटले. पण आयाला तोंडातून ब्र काढायला तयार नव्हती.

त्या ज्यू कार्टीने कधीही तोंड उघडले नसते तरी त्याला चालले असते. तिचे ते ज्यू थोबाड फोडले जात होते, तो विचार नुसता मनात आला तरी त्याला आनंदाच्या उकळ्या फुटत होत्या.

एक ऑर्डर्ली टेबलापाशी आला आणि हळूच म्हणाला, "क्षमा करा, मेजर काल्डवेल. तुमच्यासाठी टेलिफोन आहे सर."

"सॉरी मित्रांनो." त्याने पत्ते उलटे करून टेबलावर टाकले आणि तो फोन घ्यायला गेला. "काल्डवेल बोलतो आहे."

"हॅलो मेजर, सार्जंट ऑफ दि गार्ड. सी.आय्.डी. ऑफिस. इन्स्पेक्टर पार्किंग्टनने सांगितले म्हणून ताबडतोब फोन करतो आहे सर. ती मक्काबी मुलगी बोलायला तयार आहे सर आणि तुम्ही ताबडतोब आलात इथे तर बरे होईल."

"ठीक आहे."

"इन्स्पेक्टर पार्किंग्टनने तुमच्यासाठी गाडीही पाठवली आहे सर. काही मिनिटात पोचेल तिथे."

काल्डवेल परत आला. "सॉरी, काम निघाले आहे. निघतो मी." त्याने मित्रांना

सांगितले.

"इलाज नाही मग."

कुणाला इलाज हवा आहे इथे? तो तर वाटच बघत होता. तो गोल्डस्मिथ हाऊसच्या बाहेर आला. गार्डने सलाम केला. एक गाडी येऊन थांबली आणि चालवणाऱ्या सैनिकाने पुढे येऊन सलाम केला.

"मेजर काल्डवेल?"

"हं"

"सी.आय्.डी.ची गाडी सर."

त्याने दरवाजा उघडून धरला. काल्डवेल आत शिरला. सैनिक धावत येऊन ड्रायव्हरच्या जागी बसला. गाडी सुरू झाली. दोन चौक टाकल्यावर त्याने ती जरा बाजूला घेतली. तात्काळ तीन जणांनी गाडीत उड्या टाकल्या आणि ती पुन्हा वेगात निघाली. भीतीनेच काल्डवेलचा घसा कोरडा पडला. एक किंकाळी फोडून बेन मोशेच्या अंगावरून त्याने गाडीचा दरवाजा उघडायचा प्रयत्न केला. पुढे बसलेल्या मक्काबीने वळून त्याच्या कानावर पिस्तुल हाणले. बेन मोशेने कॉलर पकडूनच त्याला मागे खेचले. मक्काबी ड्रायव्हरने आपली टोपी काढली आणि आरशामधून काल्डवेलकडे पाहिले. काल्डवेलचे डोळे भीतीनेच विस्फारले.

"काय अर्थ काय याचा?"

"प्रकृती बरी नाही का तुमची मेजर काल्डवेल?" बेन मोशेने कठोरपणे विचारले.

"गाडी थांबवा आणि ताबडतोब जाऊ द्या मला. ऐकू येते ना?"

"चौदा वर्षांच्या बेन सॉलोमनला अरब खेड्यामध्ये सोडले होते तसेच सोडू तुम्हाला? काय झाले माहिती आहे का मेजर काल्डवेल? बेन सॉलोमनच्या भुताने थडग्यातून आम्हाला हाक मारून अपराध्याला शासन द्यायला सांगितले आहे."

मेजर काल्डवेलचा घाम फुटला आणि तो त्याच्या डोळ्यात उतरायला लागला. "खोटे आहे ते! साफ खोटे!"

बेन मोशेने काल्डवेलच्या मांडीवर काही तरी टाकले. त्याच्यावर छोट्या बॅटरीचा प्रकाश टाकला. बेन सॉलोमनच्या मुंडक्याचा फोटो होता तो.

काल्डवेल दयेची भीक मागायला लागला. भीतीने ओकायला लागला.

"मला वाटते मेजर काल्डवेल आता बोलण्याच्या मन:स्थितीत आहेत. मुख्य ठाण्यावर नेऊन त्यांना द्यायची ती माहिती घेऊ आधी. बेन सॉलोमनचा हिशोब नंतर चुकता करू."

ब्रिटीश सैन्याच्या सर्व योजना, सी.आय्.डी. च्या कामकाजाची पद्धत याबद्दल भडाभडा काल्डवेलने माहिती दिली. बेन सॉलोमनच्या खुनाचा लेखी कबुलीजबाबही दिला.

तीन दिवसांनी मेजर काल्डवेलचे प्रेत जुन्या शहरातल्या माऊन्ट झायोनवर डंग गेटजवळ फेकलेले आढळले. बेन सॉलोमनचा फोटो आणि काल्डवेलच्या कबुलीजबाबाची फोटोस्टॅट कॉपीही प्रेताला खोचून ठेवली होती. कबुलीजबाबावर शब्द लिहिले होते. *An eye for an eye and a tooth for a tooth.*

डेबोरा आणि तिचा सेनापती बराक यांच्याबरोबरच्या लढाईत मार खाल्ल्यावर कनानाईट सिसेरा जाएल या स्त्रीकडे पळतो आणि तीच त्याचा शिरच्छेद करते. मेजर फ्रेड काल्डवेलच्या नशीबातही तसाच मृत्यु होता.

## १२

जशास तसे न्यायाने पाडलेल्या मेजर फ्रेड काल्डवेलच्या खुनाने संपूर्ण पॅलेस्टाईन हादरले. काल्डवेल याचा खून न्याय्य होता, समर्थनीय होता, याबाबतीत कुणालाही शंका नव्हती. प्रश्न होता तो फक्त मक्काबीजच्या पद्धतीचा. अनेकांच्या ती पचनी पडली नाही.

इंग्लंडमधले लोक पॅलेस्टाईनच्या परिस्थितीने पार कंटाळले होते. ते मजूर सरकारवर पॅलेस्टाईन मॅन्डेट सोडून द्यावे म्हणून दडपण आणायला लागले. पॅलेस्टाईनमधले ब्रिटीश संतापले होते आणि काळजीतही होते.

काल्डवेलचे प्रेत सापडून दोन दिवस उलटल्यावर आयाला ही मक्काबी कैदी उलटतपासणीच्या वेळी झालेल्या अमानुष मारहाणीने अंतर्गत रक्तस्त्राव होऊन मरण पावली. संतापलेल्या मक्काबीजनी नंतर दोन आठवडे जेरूसलेममध्ये सूडसत्र जारी ठेवले. शेवटचा हल्ला तर भर दिवसा सी.आय्.डी. च्या हेडक्वार्टर्सवरच झाला.

या सैतानी पंधरवड्यात दोव्ह लानडावने दाखवलेल्या साहसाने मक्काबीजचे जुने, नाणावलेले दहशतवादीही संभ्रमात पडले. चार वेळा त्याने छापे मारले. सी.आय्.डी.च्या हेडक्वार्टर्सवरचा हल्ला तर त्याच्या नेतृत्त्वाखालीच झाला. याच दिवसात छोट्या गिओराच्या आख्यायिकेचा जन्म झाला. कशाचीच भीती नसलेला छोटा गिओरा.

पॅलेस्टाईन जीव मुठीत धरून पुढल्या हल्ल्याची वाट बघत होते. जनरल आर्नोल्ड हॅवनहर्स्टही प्रथम थक्क झाला. मग त्याने इशोव्ह विरुद्ध मार्शल लॉ पुकारला. नाकाबंदी करून, वेगवेगळ्या भागांना वेढा घालून शोध घ्यायला आरंभ केला. मृत्युदंडाचाही सर्रास वापर सुरू केला. त्याच्या या ऑपरेशन स्क्वीडमुळे पॅलेस्टाईनचे सर्व व्यवहार थंडावले. कारखाने बंद झाले. व्यापार बंद झाला.

काल्डवेलचा खून, सैतानी पंधरवडा आणि सी.आय्.डी हेडक्वार्टर्सवरच्या

छाप्याने ब्रिटीशांचे नाक कापले गेले. मक्काबीजच्या सूडसत्राच्या काळात आलिया बेतने तीन जहाजे पॅलेस्टाईनच्या किनाऱ्याला लावली. दहशतवाद आणि बेकायदा ज्यूंच्या शिरकावाने ब्रिटीश सत्तेचे हसे व्हायला लागले. फक्त ज्यूंच्या शहरातील रस्ते आणि महामार्ग यांच्यावर ब्रिटीशांची गस्त होती. ती सुद्धा हल्ल्यांच्या दहशतीखालीच.

संयुक्त राष्ट्रसंघाचे प्रतिनिधी पॅलेस्टाईनला भेट द्यायची वेळ जवळ येत होती. त्या आधीच इशोव्हचा नायनाट करायचा हॅवनहर्स्टचा निश्चय होता. त्याने आता एक अत्यंत कुटील कारस्थान रचले. ज्यू द्वेष्टे म्हणून प्रसिद्ध असलेल्या ब्रिटीश अधिकाऱ्यांची आणि सैनिकांची यादी तयार करून त्यातली अत्यंत क्रूर आणि उलट्या काळजाची अशी सहा माणसे त्याने स्वत: निवडली. दोन अधिकारी आणि चार सैनिक. श्नेलर बरॅक्समध्ये बोलावून त्यांना गुप्ततेची शपथ दिली आणि त्याच्या योजनेची माहिती दिली. पाच दिवस त्याच्या योजनांवर संपूर्ण विचार झाला आणि सहाव्या दिवशी हॅवनहर्स्टने त्या कार्यवाहीत आणण्याचे ठरवले.

सहाही जणांनी अरब वेश धारण केला. दोन जण दोन टन डायनामाईटने भरलेला एक ट्रक घेऊन किंग जॉर्ज अव्हेन्यूवरून जाऊन झायोन सेटलमेन्टच्या इमारतीच्या दिशेने निघाले. मुख्य दरवाजातून इमारतीपर्यंत सरळ रस्ता होता. अरब वेशातल्या ड्रायव्हरने स्टीअरिंग व्हील लॉक केले, ट्रक गीअरमध्ये टाकला, थ्रॉटल ओपन केले. दोघांनी ट्रकमधून बाहेर उड्या मारल्या आणि ते नाहीसे झाले. अफाट वेगाने मुख्य दरवाजातून, ड्राईव्ह वे वरून तो ट्रक इमारतीवर आदळला. प्रचंड स्फोट झाला. झायोन सेटलमेन्ट सोसायटीची इमारत जमीनदोस्त झाली.

त्याच वेळी दोन चौक पुढे तशाच तऱ्हेने डायनामाईटने भरलेला दुसरा ट्रक इशोव्ह सेन्ट्रलच्या इमारतीवर आदळायच्या दृष्टीने निघाला होता. इशोव्ह सेन्ट्रलची मिटींग चालू होती. इशोव्हचे सर्व उच्चपदस्थ नेते मिटींगला हजर होते. इमारतीच्या दिशेने भरधाव निघालेला ट्रक शेवटच्या क्षणी फूटपाथच्या कडेवर घासला आणि दिशा बदलून इशोव्ह सेन्ट्रल शेजारच्या अपार्टमेन्ट हाऊसवर जाऊन धडकला. अपार्टमेन्ट हाऊस उद्‌ध्वस्त झाले.

चौघांना घेऊन पळून जाण्यासाठी शेवटचे दोघे एक एक गाडी घेऊन तयारच होते. ब्रिटीशांच्या ताब्यातील ट्रान्स-जॉर्डनमध्ये दोन्ही गाड्या वेगाने निघून गेल्या.

एकाच फटक्यात इशोव्हचे सर्व नेते आणि त्यांचे प्रतिनिधी ठार मारून टाकायचा हॅवनहर्स्टने प्रयत्न केला होता. झायोन सेटलमेन्ट सोसायटीच्या इमारतीमध्ये शंभर जण ठार झाले. मृतांमध्ये अठ्ठ्याऐंशी वर्षांची यूथ आलियाची नेता हॅरीएट सॅल्झमनचा समावेश होता. इशोव्ह सेन्ट्रलमध्ये केवळ नशिबानेच कोणी ठार झाले नाही.

या स्फोटांचे दणके विरता विरता हॅगन्ना आणि मक्काबीजच्या हेरांनी संबंध

पॅलेस्टाईनभर गुन्हेगारांचा शोध सुरू केला. संध्याकाळपर्यंत दोन्ही संघटनांची खात्री पटली की, गुन्हेगार "अरब" हे ब्रिटीश सैनिक होते. त्यांचा आर्नोल्ड हॅवनहर्स्टशीच थेट संबंध होता, हे सुद्धा त्यांनी शोधून काढले. हातात फक्त योग्य तो पुरावा आला नव्हता. इशोव्हचे संपूर्ण नेतृत्व खतम करण्याचा जुगार हॅवनहर्स्टच्या अंगाशी झाला. परिणाम उलटाच झाला. पॅलेस्टाईनमधले सर्व ज्यू कधी नव्हे ते एक झाले आणि हॅगन्ना आणि मक्काबीजची सशस्त्र दले प्रथमच एकत्रपणे काम करायची शक्यता निर्माण झाली. हॅवनहर्स्टच्या रिपोर्टची एक प्रतही हॅगन्नाच्या ताब्यात आली. हॅवनहर्स्ट त्यांना नामशेष करायला निघालेला आहे, याची कल्पना त्यांना नव्हती असा भाग नव्हता. पण जनरल कुठल्या थराला पोचला आहे, याची खरीखुरी जाणीव मात्र या स्फोटांनी सर्व ज्यू नेतृत्वाला आणि संघटनांना झाली. अविदानने झेव गिलबोआ याला बार इस्राएलची भेट घेऊन मक्काबी कमांडरशी मिटिंग ठरवण्यासाठी जेरूसलेमला पाठवले. तशी अघटित घटनाच होती ही. यापूर्वी दुसऱ्या महायुद्धाच्या सुरुवातीला ब्रिटीशांशी शस्त्रसंधी स्वीकारण्याची गळ घालण्यासाठी अविदानने एकदाच अकिवाची भेट घेतली होती.

जेरूसलेमबाहेरच्या एका शेतामध्ये रात्री एक वाजता ही मिटिंग झाली. याच जागी पूर्वी दहाव्या रोमन लीजनचा कॅम्प होता. चारजण हजर होते. मक्काबीजतर्फे अकिवा आणि बेन मोशे, हॅगन्नातर्फे अविदान आणि हॅगन्नाचे सशस्त्र दल पालमाखच्या वतीने झेव गिलबोआ. हात मिळवणी नाही आणि काही नाही. शक्यच नव्हते. हॅगन्ना आणि मक्काबीज या संघटनांचा एकमेकांवर काडीमात्र विश्वास नव्हता. अंधारातच सर्व समोरासमोर उभे होते. उन्हाळा जवळ येत असला तरी हवा थंडच होती.

"आपण दोघे सहकार्याने एकत्र काम करू शकू का याचा विचार करण्याच्या एकाच हेतूने मी आजची भेट मागितली आहे." अविदानने बोलणे सुरू केले.

"म्हणजे आम्ही तुमच्या आज्ञेखाली काम करायचे?" बेन मोशेने संशयी स्वरात विचारले.

"तुमच्या संघटनेवर कुठल्याही तऱ्हेने नियंत्रण ठेवण्याची कल्पना मी फार पूर्वी सोडून दिली आहे." अविदान उत्तरला. "पण आपण जास्तीत जास्ती सहकार्याने काम करायची वेळ आली आहे, असे मला नक्की वाटते. तीन शहरात तुमची ताकद एकवटली आहे. आमच्यापेक्षा जास्ती चांगल्या तऱ्हेने आणि मुक्तपणे तुम्ही त्या शहरात कार्य करू शकता."

"आले लक्षात" अकिवा कडाडला. "तुम्हाला जमत नाहीत त्या गोष्टी आम्ही कराव्यात असेच ना?"

"प्लीज्, अकिवा. बोलू दे त्याला." अकिवाचा फिल्ड कमांडर बेन मोशे म्हणाला.

''मला ही कल्पनाच पसंत नाही आणि ही भेटसुद्धा मला पटली नव्हती बेन मोशे. यांनी पूर्वीही आपला विश्वासघात केलेला आहे आणि यापुढेही करतील.''

वृद्ध अकिवाच्या बोलण्याने अविदानचा चेहराही संतापाने लाल आला. ''अकिवा! आज तुझ्या अपमानास्पद बोलण्याकडे मी एकाच गोष्टीमुळे दुर्लक्ष करतो आहे. सबंध इशोव्हला कुठल्या आपत्तीला तोंड द्यावे लागणार आहे, याची तुला कल्पनाच नाही. आपल्या मतांमध्ये कितीही फरक असला तरी तूही ज्यूच आहेस आणि इस्त्राएलच्या भूमीवर तुझे प्रेम आहे ही सत्य गोष्ट आहे. हे वाच जरा.'' त्याने हॅवनहर्स्टच्या रिपोर्टची प्रत अकिवाच्या हातात दिली.

अकिवाने ती बेन मोशेच्या हातात दिली. त्याने बॅटरी लावून तो रिपोर्ट वाचायला सुरुवात केली.

''चौदा वर्षांपूर्वी मी तुला सांगितले होते की, ब्रिटीशच आपले शत्रू आहेत. त्या वेळीही तू माझ्यावर विश्वास ठेवला नाहीस.'' अकिवा हळूच म्हणाला.

''ही वेळ राजकारणावर चर्चा करायची नाही. तुम्ही आमच्याबरोबर काम करणार की, नाही एवढेच उत्तर हवे आहे मला.''

''प्रयत्न करून बघू या'' बेन मोशे म्हणाला.

मिटींग नंतर हॅगन्ना आणि मक्काबीजनी संयुक्तपणे आपली मोहीम ठरवली. हॅवनहर्स्टने घडवून आणलेल्या स्फोटानंतर दोन आठवड्यांनी झायोन सेटलमेन्ट सोसायटीची इमारत उद्ध्वस्त केल्याबद्दल आणि इशोव्ह सेन्ट्रलची इमारत तशाच तऱ्हेने उद्ध्वस्त करायचा प्रयत्न केल्याबद्दल ब्रिटीशांना जबाब मिळाला.

एकाच रात्रीत हॅगन्नाने रेल्वेची इतकी नासधूस केली की, पॅलेस्टाईनमध्ये येणारी आणि पॅलेस्टाईनमधून बाहेर जाणारी रेल्वे वाहतूक संपूर्णपणे कोलमडली.

दुसऱ्या रात्री मक्काबीजनी भूमध्य समुद्राच्या आसपासच्या सहा ब्रिटिश दूतावासांवर हल्ले चढवून आलिया बेतविरुद्ध वापरण्यात येणारे सर्व रेकॉर्डस् जाळून टाकले.

पालमाखने मोसल तेलखाणींच्या तेलवाहिनी पंधरा ठिकाणी उडवून लावल्या.

मक्काबीजनी आता आपले लक्ष फक्त एकाच महत्त्वाच्या कामगिरीवर केंद्रित केले. जनरल सर आर्नोल्ड हॅवनहर्स्टचा काटा काढणे. चोवीस तास श्नेलर कम्पाऊन्डवर नजर ठेवायला सुरुवात झाली. येणारा आणि जाणारा प्रत्येक ट्रक, प्रत्येक गाडीची नोंद व्हायला लागली. कम्पाऊन्डचा संपूर्ण आराखडा तयार झाला.

चारच दिवसात ही कामगिरी अशक्य वाटायला लागली. हजारो सैनिकांच्या गराड्यामध्ये हॅवनहर्स्ट हा अभेद्य किल्ल्यात राहत होता. फक्त ब्रिटीशांशिवाय कोणीही त्याच्या आसपासदेखील फिरकू शकत नव्हते. तो बाहेर पडायचा तोही अत्यंत गुप्तपणे आणि प्रचंड सैनिकांचा ताफा बरोबर घेऊनच. त्यावर हल्ला

करायचा म्हटला तर मक्काबीजनी शेकडो जणांचे प्राण गमावले असते. पुन्हा यशाची खात्री नव्हतीच.

आणि मग एक काहीतरी वेगळी गोष्ट ध्यानात आली.

लष्कराशी संबंध नसलेली एक मोटार आठवड्यातून तीन वेळा तरी मध्यरात्री बारा ते एकच्या दरम्यान श्नेलर कम्पाऊन्डमधून बाहेर पडे आणि दिवस उजाडता उजाडता परत येई. साध्या वेषातला एक ड्रायव्हर फक्त गाडीमध्ये असे. इतक्या नियमितपणे ये जा करणारी गाडी अर्थातच् संशयास्पद ठरली.

मक्काबीजनी ही गाडी एका श्रीमंत अरब कुटुंबाच्या मालकीची आहे हे शोधून काढले. ब्रिटीशांचे काम करणारा कुठला तरी अरब ही वापरत असणार आणि या गाडीमागे लागून हॅवनहर्स्टपर्यंत पोचणे अशक्य आहे असेही त्यांना वाटले.

हे सर्व चालू असताना हॅवनहर्स्टची संपूर्ण माहितीही गोळा केली जात होती. त्याचे कुटुंब, त्याची वागणूक, त्यांच्या सवयी या प्रत्येक गोष्टीची नोंद त्याच्या तयार होणाऱ्या फाईलमध्ये व्हायला लागली. तिचा अभ्यास सुरू झाला. तो अत्यंत महत्त्वाकांक्षी होता. त्याचे लग्नही विचार करून झाले होते. लग्नामुळे त्याला खूप पैसा उपलब्ध झाला होता. त्याच्या दृष्टीने महत्त्वाच्या अशा लोकांशी जवळचे संबंध निर्माण झाले होते. काहीही झाले तरी या दोन गोष्टींना बाधा येणार नाही याची तो जन्मभर काळजी घेत आला होता. समाजामध्ये तो एक सभ्य माणूस मानला जात होता.

मक्काबीज तरी माहिती खणतच राहिले. त्यांनी शोधून काढले की, त्याचे अनेक स्त्रियांशी संबंध होते. मक्काबीजच्या अनेक सदस्यांनी युद्धकाळामध्ये हॅवनहर्स्टच्या हाताखालीच ब्रिटीश सैन्यात काम केले होते. तो एखाद्या स्त्रीला बाळगून आहे अशी अफवा नेहमीच असायची.

आता या प्रचंड बंदोबस्तात रहावे लागत असल्याने त्याला फार एकाकी वाटत होते का? लग्न झाले असल्याने कुठलीही स्त्री तो उघडपणे कॅम्पमध्ये आणू शकत नव्हता. मग तोच एखाद्या स्त्रीकडे जात नसेल ना? एकदा या दिशेने विचार सुरू झाल्यावर रात्री जा-ये करणाऱ्या रहस्यमय गाडीतून लपून छपून हॅवनहर्स्ट कुठल्या स्त्रीकडेच तर जात नसेल ना हा विचारही ओघानेच मक्काबीजच्या मनात यायला लागला.

त्यांना स्वत:लाही हे पूर्ण पटत नव्हते. पण ती गाडी हा एकच कच्चा दुवा शिल्लक राहिला होता. तिचा विचार तसाच सोडून देणे शक्य होईना. पूर्ण माहिती मिळेपर्यंत दुर्लक्ष करण्यासारखी गोष्ट नव्हतीच ही. पण तसे असेल तर हॅवनहर्स्टची ही मिस्ट्रेस होती तरी कोण? त्याबद्दल कुठल्याही तऱ्हेची अफवासुद्धा एकाही हेराच्या कानावर आली नव्हती. त्याने कुठे मिस्ट्रेस ठेवली असेल तर ती बाबही अत्यंत हुशारीने सर्वांपासून लपवून ठेवली होती. कोणतीही ज्यू स्त्री त्याच्याबरोबर

राहण्याचा धोका पत्करणे शक्य नव्हते. इंग्रज स्त्रिया उपलब्ध नव्हत्या. शेवटचा पर्याय म्हणजे एखादी अरब स्त्रीच.

त्या गाडीचा पाठलाग करण्याचा विचारही करता येत नव्हता. तो प्रयत्न लक्षात आला तर तो तात्काळ सावध बनला असता. ती गाडीच रात्री छापा मारून पळवता आली असती. पण हॅवनहर्स्ट या गाडीतून जात असण्याची थोडीही शक्यता असली, तर ती कुठे जाते याचा तपास लावून त्याची भानगड शोधावी असा मक्काबीजच्या उच्चपदस्थांनी निर्णय घेतला.

त्यांनी विरुद्ध बाजूने तपास करायला सुरुवात केली. गाडीचा मालक शोधला. या अरब कुटुंबात एक तरुण स्त्री होती. सुंदर, शिकलेली, पुन्हा जमीनदार कुटुंबातली. हॅवनहर्स्ट आकर्षित होईल अशीच स्त्री.

त्या अरब कुटुंबाच्या घरावर लक्ष ठेवायला सुरुवात झाली. ती मुलगी कुठे जाते का यावर नजर ठेवली. दुसऱ्या दिवशी मध्यरात्री ती बाहेर पडली आणि जेरुसलेमच्या एल् बाक या श्रीमंत अरब भागामधल्या एका घरात शिरली. अर्ध्या तासाने श्नेलर कम्पाऊन्डजवळ दिसणारी रहस्यमय गाडी याच घराजवळ येऊन थांबली आणि पटकन् घरात शिरलेला जनरल आर्नोल्ड हॅवनहर्स्ट ओझरता दृष्टीस पडला.

तीन वाजता तो जागा झाला ते अंधारातून ऐकू आलेल्या रक्त गोठवून टाकणाऱ्या वाक्याने, *"Praise ye the Lord for the avenging of Israel!"*

त्याने बेडवरून बाहेर उडी घेतली. अरब स्त्री किंचाळायला लागली आणि मक्काबीजनी बंदुकीच्या गोळ्यांचा पाऊस पाडला.

सकाळी जरा उशीरानेच मक्काबीजनी ब्रिटीश हेडक्वार्टसला फोन केला. त्यांचा कमांडर कुठे सापडेल ते सांगितले. आर्नोल्ड हॅवनहर्स्टचे नको त्या अवस्थेत अनेक फोटोही घेतले आहेत आणि ब्रिटीशांनी इशोव्हवर कोणताही सूड उगवायचा प्रयत्न केला तर ते ताबडतोब सर्वत्र प्रसिद्ध होतील अशी धमकीही दिली.

एका अरब मिस्ट्रेसच्या बेडवर खून झालेल्या ब्रिटीश जनरलचे फोटो प्रसिद्ध झाले तर किती लाजिरवाणी परिस्थिती निर्माण होईल याचा अंदाज ब्रिटीशांना तात्काळ बांधता आला. त्यांनी जनरल हॅवनहर्स्ट याचा मोटार अपघातात मृत्यु झाल्याचे जाहीर करून सर्व प्रकरण दडपून टाकायचे ठरवले.

मक्काबीजनी काहीही भाष्य न करता जनरलचा मृत्यु खरोखरच मोटार अपघातात झाला आहे हे कबूल केले.

जनरल हॅवनहर्स्टचे अस्तित्व संपल्यावर सर्वच दहशतवादी कृत्ये हळूहळू कमी व्हायला लागली. संयुक्त राष्ट्रसंघाचे प्रतिनिधीमंडळ येणार होते. पॅलेस्टाईनमध्ये

अनैसर्गिक शांतता नांदायला लागली.

जून १९४७ च्या शेवटी दि युनायटेड नेशन्स स्पेशल कमिटी ऑन पॅलेस्टाईन (The United Nations Special Committee on Palestine– UNSCOP) हैफामध्ये आली. तटस्थ देशांच्या या प्रतिनिधी मंडळात स्वीडन, नेदरलँड, कॅनडा, ऑस्ट्रेलिया, ग्वाटेमाला, युरुग्वे, पेरू, झेकोस्लोव्हाकिया, युगोस्लाव्हिया, इराण आणि भारत या देशाचे प्रतिनिधी होते.

इराण हा मुस्लीम देश होता. भारतात मुस्लीमांची संख्या मोठी होती, त्या देशाचा प्रतिनिधी मुस्लीम होता आणि तो ब्रिटीश कॉमनवेल्थचा सदस्य होता. कॅनडा आणि ऑस्ट्रेलियाही ब्रिटीश कॉमनवेल्थमधले देश. झेकोस्लोवाकिया आणि युगोस्लाव्हिया हे देश सोव्हिएट रशियाच्या गटातले. रशियाचा इतिहास ज्यूं विरुद्ध. दक्षिण अमेरिकेतील युरुग्वे आणि पेरू हे देश मुख्यत: कॅथॉलिक, व्हॅटिकनच्या प्रभावाखाली. व्हॅटिकनला ज्यूंबद्दल विशेष आस्था नव्हतीच. स्वीडन आणि नेदरलँड हे दोनच देश सर्वार्थाने तटस्थ म्हणता आले असते. ज्यूंच्या उद्दिष्टाला मान्यता मिळण्याची लक्षणे कमी दिसत होती.

तरीही इशोव्हने प्रतिनिधी मंडळाचे स्वागत केले.

अरबांना संयुक्त राष्ट्रसंघाचे अस्तित्वही पॅलेस्टाईनमध्ये नको होते. संबंध पॅलेस्टाईनभर अरबांनी हरताळ पुकारला. निदर्शने झाली. धमक्या आणि विषारी भाषणे. पॅलेस्टाईन बाहेरच्या अरब देशात दंगेधोपे आणि ज्यूंवर संघटित अत्याचारांना सुरुवात झाली.

बेन गुरीयन आणि डॉ. वाईझमन यांच्यासह संयुक्त राष्ट्रसंघाच्या प्रतिनिधी मंडळाशी चर्चा आणि सल्लामसलत करण्यासाठी इशोव्हने पुन्हा बराक बेन कनानला बोलावणे पाठवले.

## १३

किटी आणि कारेन गान डाफनाला परत आल्या. कारेनशी स्पष्ट बोलण्यासाठी किटी योग्य वेळ शोधत होती. दोव्ह लानडावचे पत्र मिळाल्यावर तिने ठरवले की, आता जास्ती उशीर करण्यात अर्थ नाही.

कारेन चहा करत होती. किटी टेबलाशी बसून फारच काळजीपूर्वक नखे कापत होती. ते झाल्यावर नेलपॉलिश लावायला लागली.

"आता काय झाले आणि?" कारेनने सहजच विचारल्यासारखा प्रश्न टाकला.

"अरे देवा! आता माझा मला विचारदेखील कोणी करून देत नाही."

“गॅलिलीच्या ट्रीपवरून परत आलीस तेव्हापासून नक्की काही तरी बिघडले आहे. तुझ्यात आणि आरीत काही घडले काय?”

“माझ्यात आणि आरीच्यात खूप काही घडले. पण आता त्याचे विचार डोक्यात नाहीत. कारेन, आपल्याबद्दल आणि आपल्या भविष्याबद्दल बोलणे आता आवश्यक आहे. आताच बोललो तर जास्ती चांगले.”

“माझ्या लक्षात नाही येत काही.”

किटीने नेलपॉलिश सुकवण्यासाठी हात हलवायला सुरुवात केली. मग उभे राहून कशीबशी सिगरेट पेटवली. “माझे तुझ्यावर किती प्रेम आहे याची कल्पना तुला नक्की आहे.”

“आहे.” कारेन हळूच म्हणाली.

“कॅरलॉसला पहिल्या दिवशी तुला बघितल्यापासून मी तुला माझीच मुलगी मानत आले आहे.”

“मलाही तसेच हवे आहे किटी.”

“तर मग आता मी जे काही बोलणार आहे त्यावर मी खूप विचार केला आहे आणि मी जे काही करणार आहे ते तुझ्या भल्यासाठीच करणार आहे एवढा विश्वास ठेवशील माझ्यावर?”

“अर्थातच. तुला माहिती आहे ते.”

“पण तरीही मी जे बोलणार आहे ते तुझ्या चांगल्यासाठीच आहे हे तुला उमगेल की, नाही ते मला समजत नाही. इथली अनेक मुले मला आवडतात. गान डाफनावरसुद्धा माझा जीव जडला आहे. त्यामुळे मलाही ते कठीण वाटते. पण कारेन तू माझ्याबरोबर घरी अमेरिकेला यावेस अशी माझी इच्छा आहे.”

एखादी चपराक बसावी तशी कारेन किटीकडे बघत राहिली. क्षणभर तिला काही कळले नाही आणि कळल्यावर आपण जे ऐकतो आहोत तेच किटी बोलली ना अशा संभ्रमात ती पडली.

“घर?– पण– हेच माझे घर आहे. मला दुसरे कुठलेच घर नाही.”

“तुझे घर माझ्याबरोबर असावे– कायमचे– अशी माझी इच्छा आहे.”

“मलाही तेच हवे आहे किटी. दुसऱ्या कुठल्याही गोष्टीपेक्षा तीच मला हवी आहे. पण हे विचित्र आहे.”

“काय विचित्र आहे?”

“तू अमेरिकेला घर म्हणतेस ते.”

“पण मी अमेरिकन आहे कारेन. आणि मला माझ्या घराची खूप आठवण येते.”

कारेनला रडू फुटायला लागले. तिने आपला ओठ दाबून धरला. “खरंच विचित्र

आहे हे. मला वाटत होते आहे तेच चालू राहील. तू गान डाफना मधे असशील आणि......''

''आणि मग तिथून तू पालमाखमधे जाशील– तिथून सरहद्दीवरल्या कुठल्यातरी किब्बुत्झमधे.''

''तसेच वाटले होते खरे.''

''इथे मी अनेक गोष्टींच्या प्रेमामधे पडले आहे. पण हा देश माझा नाही. हे लोकही माझे नाहीत.''

''मी फार स्वार्थी आहे बहुधा. तुला घराची आठवण येईल आणि स्वत:साठी काही हवेसे वाटेल असा विचारच कधी माझ्या मनात आला नाही.'' कारेन म्हणाली.

''या इतके चांगले शब्द मी कधी कुणाकडून ऐकले नव्हते कारेन.''

कारेन कपांमधे चहा ओतायला लागली. किटी म्हणजे तिचे सर्वस्व होते. पण... पण हे सर्व सोडायचे?

''कशा शब्दात बोलायचे ते मला कळत नाही किटी. पण डेन्मार्कमधे असताना वाचायला यायला लागल्यापासून मी स्वत:ला ज्यू असण्याबद्दल प्रश्न विचारते आहे. आजसुद्धा त्या प्रश्नाचे उत्तर मला माहिती नाही. मला एवढेच समजते की, इथे असे काहीतरी आहे की, जे माझे आहे. ते कुणीही माझ्यापासून हिरावून घेऊ शकत नाही. ते जे काही आहे ती जगामधली सर्वात महत्त्वाची गोष्ट आहे. कधीतरी मला त्यासाठी योग्य ते शब्द सापडतील. पण मी पॅलेस्टाईन सोडणार नाही.''

''तुझ्याकडे जे आहे ते तसेच रहाणार आहे कारेन. अमेरिकेमधल्या ज्यूंना किंवा कुठेही असलेल्या ज्यूंना तशीच उत्कट इच्छा असते. इथून जाण्याने त्यात काहीच बदल होणार नाही.''

''पण ते निर्वासित ज्यू आहेत.''

''असे कसे म्हणतेस तू कारेन? अमेरिकेमधल्या ज्यूंचे त्यांच्या देशावर प्रेम आहे ते कसे कळत नाही तुला?''

''जर्मनीमधल्या ज्यूंचेही असेच त्यांच्या देशावर प्रेम होते पण...''

''गप्प बैस'' किटी ओरडली. ''आम्ही अमेरिकन तसे नाही आणि काय खोटेनाटे तुमच्या मनात भरवतात ते ऐकायचे नाही मला.'' तिने पटकन् स्वत:वर ताबा मिळवला आणि ती पुढे म्हणाली, ''अमेरिकेत ज्यूंचे त्यांच्या देशावर इतके प्रेम आहे की, ते मरण पत्करतील पण जे जर्मनीत घडले त्याची पुनरावृत्ती अमेरिकेत घडताना बघणार नाहीत.'' कारेनच्या खुर्चीमागे जाऊन ती उभी राहिली आणि तिने कारेनच्या खांद्यावर हात ठेवले. ''तुला निर्णय घेणे किती कठीण आहे ते कळत नाही का मला? तुला दु:ख होईल असे कधीतरी मी काही करेन का?''

''नाही'' कारेन हळूच म्हणाली.

किटी पुढे येऊन कारेनसमोर गुडघ्यांवर बसली. "कारेन! अग तुला शांतता म्हणजे काय याचा अर्थसुद्धा कळत नाही. स्वच्छ सूर्यप्रकाशात आजपर्यंतच्या आयुष्यात कधी दहशतीशिवाय, भीतीशिवाय फिरू तरी शकली आहेस तू? इथे तशी कधी तरी तू फिरू शकशील असे वाटते तुला? तू ज्यू म्हणूनच जग, तुझ्या भूमीवर प्रेमही कर पण याशिवाय इतर अनेक गोष्टी तुला मिळाव्यात अशी माझी इच्छा आहे."

कारेनने किटीवर खिळलेली आपली नजर बाजूला वळवली.

"तू इथे राहिलीस तर आयुष्यभर हातात बंदूक बाळगूनच राहशील. आरी आणि यार्देनासारखी कठोर बनशील. कुठल्याही चांगल्या गोष्टींवर तुझा विश्वास उरणार नाही."

"तू इथेच राहशील अशी अपेक्षा मी करायला नको होती."

"माझ्याबरोबर ये कारेन. दोघांनाही नवीन आयुष्याची संधी दे. आपण दोघांनी खूप दुःख सोसले आहे. आपल्याला एकमेकांची गरज आहे."

"मला कळत नाही मी हे सर्व सोडू शकेन की, नाही.– खरंच कळत नाही– अजिबात कळत नाही." कारेनचा आवाज थरथरायला लागला.

"कारेन- कारेन- तुला स्कर्टमधे बघायची, फोर्ड मोटारमधून फुटबॉलची मॅच बघायला जाताना बघायची खूप इच्छा आहे माझी. फोनवर हसतखेळत तुझ्या खास मित्रांशी बोलताना ऐकायचे आहे. काय हवे ते बोलताना ऐकायचे आहे. तू खरंच फार लहान आहेस. सारखी बंदुक घेऊन फिरताना तू किती गोष्टी गमावते आहेस हे देखील कळत नाही तुला. निदान जगात काय गोष्टी आहेत हे तरी अंतिम निर्णय घ्यायच्या आधी बघ, प्लीज् कारेन– प्लीज्."

कारेनचा चेहरा पांढराफटक पडला होता. ती किटीपासून दूर जात म्हणाली, "दोव्ह, दोव्हचे काय?"

किटीने खिशातून दोव्हचे पत्र काढून कारेनच्या हातात ठेवले.

"हे माझ्या टेबलावर सापडले. तिथे कसे आले ते मला ठाऊक नाही."

*मिसेस् फ्रेमॉन्ट*

*मला सांगायचे आहे ते माझ्यापेक्षा चांगले इंग्रजी जाणणाऱ्या माणसाकडून मी लिहून घेतले आणि हे माझेच पत्र आहे अशी खात्री पटावी म्हणून माझ्या हस्ताक्षरात लिहित आहे. हे पत्र वेगळ्या मार्गाने पाठवावे लागत आहे आणि त्याची कारणे तुम्हाला माहिती आहेत. मी हल्ली खूप कामात आहे. मित्रांबरोबर आहे. बऱ्याच काळानंतर मिळालेले मित्र. खरोखर चांगले मित्र. आता मी कायम इथेच रहाणार आहे. मी गान डाफनाला नाही याचा मला खूप आनंद आहे. मला सगळ्याचा आणि सर्वांचा कंटाळा आला होता. तुमचा आणि कारेनचा सुद्धा. मी खूप कामात*

*असल्याने आणि मित्रांबरोबर असल्याने यापुढे कारेन क्लेमेन्टला भेटणार नाही. मी परत येईन आणि तिची काळजी घेईन असा विचार सुद्धा कारेन क्लेमेन्टने मनात आणू नये. ती एक छोटी मुलगी आहे. मी आता माझ्याच वयाच्या एका खऱ्याखुऱ्या स्त्रीबरोबर रहातो आहे. तुम्ही कारेन क्लेमेन्टला घेऊन अमेरिकेला का जात नाही? तिने इथे राहण्यात काही अर्थ नाही.*

*दोव्ह लानडाव.*

किटीने कारेनच्या हातातून पत्र काढून घेतले आणि त्याचे तुकडे तुकडे केले. "मी राजिनामा देते असे डॉ. लिबरमन यांना सांगणार आहे. इथली सर्व व्यवस्था लावल्यावर आपण अमेरिकेचे तिकिट काढू."

"ठीक आहे किटी. मी येईन तुझ्याबरोबर."

# १४

दर काही आठवड्यांनी मक्काबीजचे नेते त्यांच्या हेडक्वार्टर्सची जागा बदलत. सैतानी पंधरवड्यानंतर आणि आर्नोल्ड हॅवनहर्स्टचा काटा काढल्यानंतर बेन मोशे आणि अकिवा यांनी थोडा काळ जेरूसलेम बाहेर रहाण्याचे ठरवले. मक्काबीजची संघटना तशी छोटी होती. काही शेकडा पूर्ण वेळ देणारी माणसे, काही हजार अर्धाअधिक वेळ देणारी माणसे आणि काही हजार पाठिराखे. एका जागी रहातच नसल्याने हेडक्वार्टर्समधे उच्च पदांवरची अर्धा डझन माणसेच असत. हॅवनहर्स्टच्या खुनानंतर मक्काबीजवरचे दडपण इतके वाढले होते की, प्रमुख नेत्यांचीही फाटाफूट करण्यात आली. चारच जण तेल अव्हिवला गेले. अकिवा, बेन मोशे, डेव्हिडचा भाऊ नाहुम बेन अमी आणि छोटा गिओरा- दोव्ह लानडाव. अकिवाचा तो खास चेला बनला होता. आधीच्या छाप्यात दाखवलेली धडाडी आणि खोटी कागदपत्रे बनवण्यातले त्याचे कसब यामुळे त्याचा अगदी आतल्या गोटात शिरकाव झाला होता.

तेल अव्हिवमधल्या सेन्ट्रल बस स्टेशनजवळ बेने बेराक रोडवर एका अपार्टमेन्ट हाऊसमधे एका मक्काबीजची बेसमेन्टमधे जागा होती. तिथे ते रहायला लागले. जुने मार्केट जवळच. नेहमी खूप वर्दळ असे. टेहळणी करण्यासाठी अपार्टमेन्ट हाऊसच्या सर्व बाजूंना मक्काबीज तयार असत. काही झाले तर सुटकेचा मार्गही ठरला होता. उत्कृष्ट जागा वाटत होती. याहून खराबही असू शकली असती.

सी. आय्. डी. आणि ब्रिटीश इन्टलिजन्सला पंधरा वर्षे अकिवा सापडू शकला नव्हता. दुसऱ्या महायुद्धानंतर सार्वत्रिक माफीच्या थोड्या काळातच फक्त अकिवा स्वतंत्र जीवन जगला होता. बाकी नेहमी फरारी गुन्हेगारांच्या यादीवर त्याचे नाव

होते. त्याने कायम ब्रिटीशांना गुंगारा दिला होता. त्याच्यासाठी लावलेल्या सापळ्यातून निसटला होता. त्याला पकडण्यासाठी कित्येक हजार पौंड स्टर्लिंगचे पारितोषिक जाहीर केलेले होते.

जे घडले ते योगायोगामुळे. निव्वळ योगायोग! मक्काबीजच्या नवीन हेडक्वार्टर्सपासून तीन घरे दूर असलेल्या एका अपार्टमेन्ट हाऊसवर सी. आय्. डी. ची नजर होती. कस्टममधून माल चोरून जाफा बंदरात तो साठवून ठेवणाऱ्या एका टोळीच्या मागे सी. आय्. डी. होते. समोरच्या घरातून या अपार्टमेन्ट हाऊसवर नजर ठेवताना दक्ष सी. आय्. डी. च्या माणसांना मक्काबीज हेडक्वार्टर्सची दररोज टेहळणी करणारी माणसे ध्यानात आली. टेलिस्कोपिक लेन्सच्या सहाय्याने त्यांनी प्रत्येकाचे फोटो घेतले. त्यातले दोघे मक्काबीज आहेत हे ओळखले. चोरांच्या मागे असताना चुकूनच त्यांना मक्काबीजचे लपायचे ठिकाण सापडले होते. मक्काबीजबद्दलचा अनुभव लक्षात घेऊन त्यांनी तात्काळ छापा घालायचा निर्णय घेतला. ताबडतोब सर्व व्यवस्था केली. कुमक मागवली. कोणाला काही कळायच्या आत छापा मारणे आवश्यक होते. या क्षणालाही त्यांना कल्पना नव्हती की, ते मक्काबीजचे तात्पुरते हेडक्वार्टर्सच आहे म्हणून.

दोव्ह बेसमेंट अपार्टमेन्टमधल्या एका खोलीत होता. एल् सॅल्वाडोरच्या एका पासपोर्टची नक्कल करत होता. फक्त अकिवा बरोबर होता. नाहुम आणि बेन मोशे, झेव गिलबोआला भेटायला गेले होते. हॅगन्ना आणि पालमाखशी संबंध ठेवणारा मध्यस्थ माणूस. अकिवा दोव्हच्या खोलीत आला.

"आज बेन मोशेबरोबर जायचे कसे काय टाळलेस?" अकिवाने विचारले.

"या पासपोर्टचे काम पूर्ण करायचे आहे."

अकिवाने घड्याळाकडे बघितले आणि दोव्हच्या मागे असलेल्या कॉटवर तो आडवा झाला. "येतील थोड्या वेळात ते."

"माझा हॅगन्नावर विश्वास नाही." दोव्ह उत्तरला.

"पण सध्यातरी त्यांच्यावर विश्वास ठेवण्याशिवाय आपल्याला पर्याय नाही."

त्याने केलेली खाडाखोड वॉटरमार्क आणि सीलमधून दिसत नाही याची खात्री करण्यासाठी पासपोर्टचा कागद दोव्हने दिव्यासमोर धरला. तज्ज्ञालासुद्धा त्याने नाव बदलले आहे, पासपोर्टधारकाचे वर्णन बदलले आहे ते कळले नसते. चांगली नक्कल बनली होती. त्याने वाकून एल् सॅल्वाडोरच्या अधिकाऱ्याची सही केली. पेन खाली ठेवले. उठून फेऱ्या घालत मधून मधून शाई वाळली आहे की, नाही बघायला लागला. पुन्हा फेऱ्या. तो काहीही करत नसला की, फार अस्वस्थ असायचा.

"धीर धरायला शीक छोटा गिओरा. भूमिगत आयुष्यात सर्वात कठीण भाग असतो तो वाट बघायचा. काही वेळा आपण कशाची वाट बघत असतो तेही कळत नाही."

“पण मी पूर्वीही राहिलो आहे असा.”

“हो.” अकिवा पुन्हा बसला. “थांबायचे. वाट बघायची. सारखी कशाची तरी वाट बघायची. तू फार तरुण आहेस दोव्ह. इतके गंभीर आणि एकाच गोष्टीचा ध्यास न धरता जगायला पाहिजे. तोही माझ्या स्वभावातल्या दोषांपैकी एक. रात्रंदिवस एकाच ध्येयासाठी लढत राहिलो फक्त.”

“अकिवा! तुमच्या तोंडातून हे शब्द? आश्चर्य आहे.”

“माणूस वृद्ध झाला की, अनेक गोष्टी बघायला शिकतो. कशाची तरी वाट बघायची संधी शोधतो. आज आपण पकडले गेलो तर हद्दपारी किंवा जन्मठेप तरी. फासावर लटकावणे, छळ करणे ही तर नेहमीचीच पद्धत झाली आहे. म्हणूनच म्हणतो– इतका गंभीर राहू नको. मक्काबीजमधे अनेक तरुणी छोट्या गिओरासाठी जीव टाकत आहेत. जोपर्यंत वेळ आहे तोपर्यंत मजा कर थोडी.”

“मला त्यांच्यात काहीही स्वारस्य नाही.”

“का आधीच एखादी मुलगी शोधली आहेस?” अकिवाने चिडवले.

“होती एक. पण आता नाही.”

“मग बेन मोशेला सांगतो तुझ्यासाठी एक मुलगी बघायला. बाहेर पडून थोडी तरी जीवाची चैन कर.”

“मला कुणी नको आहे. मी हेडक्वार्टर्समधेच रहाणार. रहाण्यासारखी सर्वात महत्त्वाची जागा.”

अकिवा पुन्हा आडवा झाला. बराच वेळ विचार करून म्हणाला, “चुकतो आहेस तू छोटा गिओरा. फार मोठी चूक करतो आहेस. सकाळी जागे होण्यासाठी सर्वात महत्त्वाची जागा कोणती आहे माहिती आहे? जिथून डोळे उघडताच आपले शेत दिसते. तिथे आपण दिवसभर खूप कबाडकष्ट करतो– रात्री परत येतो– घर! जिथे आपण जिच्यावर प्रेम करतो आणि जी आपल्यावर प्रेम करते अशी कोणी तरी असते.”

फार हळवा बनत चालला आहे म्हातारा, दोव्हच्या मनात विचार आला. त्याने कागद बघितला. सुकला होता. त्याने पासपोर्टवर फोटो चिकटवून टाकला. पुन्हा फेऱ्या घालायला सुरुवात केली. मिसेस् फ्रेमॉन्टला पत्र पाठवल्यापासून तर सर्व फार कठीण व्हायला लागले होते. त्याला कुठे तरी हल्ला करायला जायचे होते. पुन्हा पुन्हा– एकदा, दोनदा, तीनदा. आज ना उद्या मग ब्रिटीश त्याला पकडतील, फासावर लटकवतील. सर्व एकदा संपेल तरी. कायमचे संपेल. शूर म्हणे! पण तो शूर का होता? कारण त्याला कशाचीही पर्वा राहिली नव्हती. खरेच एखादी गोळी लागून मेलो तर काय बरे होईल. हल्ली पुन्हा भयानक स्वप्ने पडायला लागली होती. तो आणि गॅस चेम्बरचे दरवाजे यांच्यामधे कारेनही नव्हती उभी राहायला. आता

मिसेस् फ्रेमॉन्ट कारेनला घेऊन अमेरिकेला जाईल. चांगलेच होईल. आणि जोपर्यंत त्याचा मृत्यु ओढवत नाही तोपर्यंत तो छापे मारायला जातच राहील. कारेनशिवाय जगण्यात तरी काय अर्थ होता?

अपार्टमेन्टबाहेर साध्या वेशातले पन्नास ब्रिटीश पोलिस बस स्टेशनच्या गर्दीत मिसळून फिरत होते. टेहळणीवर असणाऱ्या मक्काबीजवर त्यांनी अशी झडप घातली की, त्यांना इशारा द्यायलाही सवड मिळाली नाही. मग त्यांनी त्या सबंध ब्लॉकभोवती कडे उभारले.

शॉटगन्स, टीअरगॅस, कुऱ्हाडी, हातोडे घेतलेले पंधरा पोलिस अपार्टमेन्टच्या दरवाजाजवळ दबा धरून बसले.

कुणीतरी दरवाजा ठोकला.

अकिवाने डोळे उघडले.

"बेन मोशे आणि नाहुम असणार. आत घे त्यांना दोव्ह."

दोव्हने सेफ्टी चेन तशीच ठेऊन दार थोडेसे उघडले. तात्काळ दरवाजावर हातोडा बसून ते सताड उघडले.

"ब्रिटीश!" दोव्ह किंचाळला.

अकिवा आणि छोटा गिओरा यांना पकडले?

पॅलेस्टाईनमधे प्रत्येकाच्या ओठांवर हेच शब्द होते. ज्याच्याबद्दल आख्यायिका जन्म घ्यायला लागल्या होत्या, ज्याने दहा वर्षांहून जास्ती काळ ब्रिटीशांना गुंगारा दिला होता तो अकिवा ब्रिटीशांच्या तावडीत सापडला होता.

"विश्वासघात!" मक्काबीज खवळले. त्यांनी हॅगन्नावर खापर फोडले. बेन मोशे आणि नाहुम बेन अमी झेव गिलबोआला भेटायला गेले होते. गिलबोआने किंवा हॅगन्नामधल्या कोणीतरी नंतर त्यांचा हेडक्वार्टर्सपर्यंत पाठलाग केला असणार. नाहीतर मक्काबीजचे हेडक्वार्टर्स सापडणे शक्य तरी कसे होते? पुन्हा हॅगन्ना आणि मक्काबीज यांच्यात संघर्ष निर्माण व्हायला लागला. मक्काबीज वाटेल ते आरोप करायला लागले. हॅगन्नाने कसा विश्वासघात केला याबद्दल शंभर तऱ्हेच्या अफवा पसरायला लागल्या.

मक्काबीजचे नीतीधैर्य खच्ची करण्याच्या दृष्टीने पॅलेस्टाईनमधल्या ब्रिटीश हायकमिशनरने तात्काळ खटला भरून त्यांना शिक्षा देण्याचा घाट घातला. अकिवाला तातडीने शिक्षा झाली तर मक्काबीजच्या हालचाली थंडावतील आणि ब्रिटीशांची अनिर्बंध सत्ता पुन्हा प्रस्थापित होईल अशी त्याची अटकळ होती. वृद्ध अकिवा मक्काबीजचा नुसता नेता नव्हता तर तो त्यांचे स्फूर्तिस्थान होता, त्यांचा अध्यात्मिक गुरू होता. त्याच्यावर मक्काबीजची देवासारखी अढळ श्रद्धा होती.

त्याने गुप्तपणे खटला चालवण्याची व्यवस्था केली. न्यायाधिशाच्या जिवाला धोका उत्पन्न होऊ नये म्हणून त्याचे नावही जाहीर केले नाही. दोव्ह आणि अकिवा यांना फाशीची शिक्षा झाली. त्यांना पकडल्या दिवसापासून पंधरा दिवसाच्या आत ते फासावर चढणार होते.

अभेद्य अशा आकर जेलमधे त्यांची रवानगी करण्यात आली.

ब्रिटीश हायकमिशनरला त्यांना फासावर लटकावण्याची झालेली घाई हीच त्याच्या हातून घडलेली फार मोठी चूक ठरली. पत्रकारांनाही खटल्याच्या वेळी मज्जाव करण्यात आला होता. अमेरिकेमधे मक्काबीजचे वजनदार मित्र होते. तिथून त्यांना आर्थिक मदतही मिळत होती. अकिवा आणि दोव्ह हे दोषी आहेत का निरपराधी हा विचारच नंतर निर्माण झालेल्या गदारोळात बाजूला पडला. एक्झोडसच्या घटनेप्रमाणेच या दोघांची फाशी हा विषय ब्रिटीश मॅन्डेटविरूद्ध हिंसक विरोधाला कारणीभूत झाली. वॉर्सा घेटो आणि ऑसविच्ची दोव्हच्या आयुष्याची पार्श्वभूमी खणून काढून प्रसिद्ध झाली. युरोपभर दोव्हबद्दल सहानुभूतीची लाट निर्माण झाली. ज्या गुप्ततेने खटला चालवला होता त्यामुळेही सर्व बिथरले. अठ्ठ्याऐंशी वर्षांचा वृद्ध अकिवा आणि अठरा वर्षांचा छोटा गिओरा यांचे फोटो झळकले. गुरु आणि चेला! पुन्हा एकदा वर्तमानपत्रातल्या लिखाणांनी वाचकांना खिळवून ठेवले. पत्रकारांनी यांना भेटू द्यायची मागणी केली.

संयुक्त राष्ट्रसंघाच्या प्रतिनिधी मंडळाबरोबर सेसिल ब्रॅडशॉही पॅलेस्टाईनला आला होता. एक्झोडसच्या घटनेने बघता बघता ब्रिटीशांची जी नाचक्की झाली होती ती तो विसरणे शक्य नव्हते. त्याने तातडीने ब्रिटीश हायकमिशनरची भेट घेतली आणि ब्रिटीश गृहमंत्रालयाकडून सूचना मागितल्या. संयुक्त राष्ट्रसंघाचे प्रतिनिधीमंडळ पॅलेस्टाईनच्या भेटीवर आलेले असतानाच ब्रिटीशांविरुद्ध जगभर मत खवळायला लागले होते. मक्काबीजची दहशती कृत्ये कमी होण्याऐवजी ते अधिकच कडवेपणाने अनेक हल्ले सुरू करण्याची शक्यता दृष्टीआड करता येत नव्हती. ब्रॅडशॉ आणि ब्रिटीश हायकमिशनर यांनी ब्रिटीश न्यायाला दयाळूपणाची झाकही आहे हे जगाला दाखवून द्यायची तयारी केली. दोव्हचे लहान वय आणि अकिवाचे वृद्धत्व लक्षात घेऊन त्यांनी दयेचा अर्ज केल्यास त्यांची फाशी रद्द होईल असे जाहीर केले. वादळी निदर्शनांची धार थोडी बोथट झाली.

स्वत: सेसिल ब्रॅडशॉ आणि ब्रिटीश हायकमिशनर यांनी आकर तुरुंगात जाऊन अकिवा आणि दोव्हची भेट घेऊन त्यांच्या कानांवर ही चांगली बातमी घालायचे ठरविले. त्यांना वॉर्डनच्या ऑफिसमध्ये आणून ब्रिटीशांनी आपला निर्णय त्यांना सांगितला.

"आम्ही समजूतदार आहोत." ब्रिटीश हाय कमिशनरने बोलायला सुरूवात केली. "दयेचे अर्ज तयार करूनच आम्ही तुमच्या सहीसाठी आणले आहेत.

अधिकृतपणे ते दयेचे अर्ज असतीलही. आपल्यातच बोलायचे तर हा एक शिष्टाचार आहे. केवळ एक पळवाट.''

''आता तुम्ही या अर्जांवर सह्या करून टाका'' ब्रॅडशॉ म्हणाला. ''आणि आम्ही तुम्हाला एक तडजोड सुचवतो. आम्ही तुम्हाला पॅलेस्टाईनबाहेर नेऊ. आफ्रिकेतल्या एखाद्या वसाहतीत काही वर्षे तुरुंगवास भोगावा लागेल, पण तोपर्यंत सर्व शांत झालेले असेल.''

''माझ्या लक्षात येत नाही तुम्ही काय सुचवता आहात ते.'' अकिवाने उत्तर दिले. ''आफ्रिकेत तरी शिक्षा कशासाठी भोगायची? आम्ही कुठला गुन्हाच केलेला नाही. आम्ही फक्त नैसर्गिक आणि ऐतिहासिक हक्कांसाठी लढतो आहोत. स्वतःच्या देशासाठी सैनिकाने लढणे हा कधीपासून गुन्हा ठरायला लागला आहे? आम्ही युद्धबंदी आहोत. आम्हाला शिक्षा ठरविण्याचा अधिकारच तुम्हाला नाही. आमचा देशच दुसऱ्यांनी बळकावला आहे.''

ब्रिटीश हायकमिशनरला घाम फुटायला लागला. वृद्ध अकिवा हट्टीपणाने वागणार होता. माथेफिरू मक्काबीजची अशी भाषणे त्याने अनेकदा ऐकली होती. ''अकिवा, ही राजकारणाची चर्चा नाही. इथे तुमच्या आयुष्याचा प्रश्न आहे. एक तर या अर्जांवर सह्या करा, नाही तर मरायला तयार व्हा.''

अकिवाने दोघांकडे पाहिले. त्यांच्या चेहऱ्यावर काळजी होती. केलेली चूक दुरुस्त करायचा त्यांचा प्रयत्न चालला होता. किंवा परिस्थितीचा फायदा उठवण्याचा तरी.

ब्रॅडशॉने दोव्हकडे लक्ष वळवले. ''हे बघ पोरा! तुला काही फाशीवर जायची इच्छा नक्कीच नाही. सही करून टाक बघू. नंतर अकिवा करेल.'' ब्रॅडशॉने दयेचा अर्ज दोव्हपुढे सरकवला. पेन काढले. दोव्हने क्षणभर त्या अर्जाकडे बघितले.

आणि तो त्यावर थुंकला.

दोघेही ब्रिटीश घाबरलेले दिसत होते. निराश वाटत होते. अकिवाने त्यांच्याकडे बघत म्हटले, *''Thine own mouth condemneth thee.''*

दयेचा अर्ज करण्याची विनंती अकिवा आणि दोव्ह यांनी धुडकावून लावल्याची बातमी दुसऱ्या दिवशी सर्व वृत्तपत्रांमध्ये पहिल्या पानावर झळकली.

इशोव्हमधल्या ज्या हजारो ज्यूंना यापूर्वी मक्काबीजबद्दल विशेष आदर नव्हता त्यांना या घटनेने प्रेरणा मिळाली. एका रात्रीत वृद्ध अकिवा आणि छोटा दोव्ह ज्यूंच्या प्रतिकाराचे प्रतीक बनले.

मक्काबीजची दहशती कृत्ये बंद करणे दूरच राहिले. दोन हुतात्मेच निर्माण होण्याची शक्यता ब्रिटीशांना दिसायला लागली. पण त्यांना आता दुसरा मार्गच नव्हता. त्यांनी दहा दिवसांनंतरची तारीख फाशीची शिक्षा अंमलात आणण्यासाठी जाहीर केली.

हॅगन्ना आणि मक्काबीजचे छापे थांबले. पॅलेस्टाईनमध्ये शांतता पसरली. अनैसर्गिक शांतता. प्रत्येक दिवशी तणाव वाढत होता. सर्व देशाला माहिती होते ही शांतताच अत्यंत स्फोटक आहे. सर्वजण जीव मुठीत धरून होते.

आकर हे अरब शहर. अर्धवर्तुळाकृती खाडीच्या उत्तर टोकाला आकर तुरुंग होता. दक्षिणेला हैफा. क्रूसेडर्सच्या अवशेषांवर बांधलेला प्रचंड तुरुंग. समुद्राच्या भिंतीच्या बाजूने उत्तरेला पार दुसऱ्या टोकापर्यंत हा राक्षसी तुरुंग पसरला होता. अहमद एल् जाझ्झाने याचे रूपांतर ओटोमन किल्ल्यामध्ये केले होते. नेपोलियनलासुद्धा या किल्ल्यापुढे माघार घ्यावी लागली होती. अनेक छोट्या-मोठ्या भिंती, अंधारकोठड्या, भुयारी मार्ग, टॉवर्स, खंदक, मोकळ्या जागा, जाडजाड भिंती. नाव ऐकताच धडकी भरावी अशा तुरुंगात ब्रिटीशांनी याचे रूपांतर करून टाकले होते.

उत्तर बाजूच्या छोट्या छोट्या आठ फूट लांब आणि सहा फूट रुंद अशा कोठड्यांमध्ये दोव्ह आणि अकिवा यांना ठेवले होते. जमीन, छत, भिंती सर्व दगडांच्या. बाहेरची भिंत सोळा फूट जाड. प्रकाश नाही. टॉयलेट नाही. जुनाट वासाची एक दुर्गंधी भरलेली असे. प्रत्येक दरवाजा लोखंडाचा. आत बघायला एक भोक, बाहेरून बंद केलेले. दोन इंच रुंद आणि बारा इंच उंचीची एक फट बाहेरच्या भिंतीतून खोदली होती. त्यामधून प्रकाशाची तिरीप आत येई. तिथून दोव्हला झाडांचे उंच शेंडे आणि नेपोलियनची टेकडी दिसे. हिंदुस्तानवर चढाई करण्यासाठी निघालेला नेपोलियन तिथपर्यंतच पोचला होता.

अकिवाची प्रकृती ढासळायला लागली. त्याच्या कोठडीच्या भिंतीतून पाणी झिरपत असे. वृद्धत्वाने जर्जर झालेल्या त्याच्या शरीराचे सांधे भयंकर दुखत होते. असहनीय वेदना होत होत्या.

फाशी टळावी म्हणून दर दिवशी ब्रिटीश अधिकारी दोन तीन फेऱ्या घालत होते. आर्जवे करत होते. दोव्ह त्यांच्याकडे लक्ष देत नव्हता आणि अकिवा बायबलमधले उतारे ऐकवून त्यांना परत पाठवत होता.

फाशीचा दिवस फक्त सहा दिवसांवर आला. फाशीच्या खोलीजवळच्या मृत्यूच्या कोठडीत अकिवा आणि दोव्ह यांना हलविण्यात आले. नेहमीच्याच लोखंडी सळ्यांच्या कोठड्या. पण तुरुंगाच्या दुसऱ्या भागात होत्या. सिमेंट कॉंक्रीटच्या चार भिंती. जमिनीमध्ये मोठा खड्डा. एक ट्रॅप डोअर. पोलादी तुळयांवरून लटकणारा फासाचा दोर. सर्व काही व्यवस्थित काम करते आहे याची चाचणी घेण्यासाठी सर्वसाधारण माणसाच्या वजनाइतके वाळूचे पोते. गार्डस्नी लिव्हर खेचला. ट्रॅप डोअरमधून धाडकन् पोते खाली पडले. अकिवा आणि दोव्ह यांना शेंदरी रंगाची पॅन्ट आणि शर्ट घालायला मिळाला. फाशीवर चढवताना घालायचा परंपरागत इंग्लिश पोशाख.

## १५

रात्रीचा एक वाजला होता. आपल्या लायब्ररीत ब्रूस सदरलॅन्ड पुस्तक वाचत बसला होता. त्याला डुलकी आली आणि दरवाजावर बसलेली थाप ऐकून जाग आली. तो पटकन् उठला. त्याचा नोकर तेवढ्यात कारेन क्लेमेन्टला घेऊन आत आला.

सदरलॅन्डने डोळे चोळले. "रात्री एक वाजता तू काय करते आहेस इथे?"

कारेन थरथरत उभी होती.

"किटीला सांगून आली आहेस?"

तिने नकारार्थी मान हलवली.

सदरलॅन्डने तिला जवळच्या खुर्चीत नेऊन बसवले. कारेनचा चेहरा पांढराफटक पडला होता. मनावरचा ताण स्पष्ट दिसत होता.

"जेवली आहेस?"

"भूक नाही."

"हिच्यासाठी सॅन्डविच आणि दूध घेऊन ये" त्याने नोकराला सांगितले. मग तो कारेनकडे वळला. "बोल कारेन, काय भानगड आहे?"

"मला दोव्ह लानडावला भेटायचे आहे. मला माहिती आहे की, फक्त तुम्हीच मला मदत करू शकाल."

थोडा कुरकुरतच तो उठला. मागे हात बांधून फेऱ्या घालायला लागला. "मी जरी तुला मदत करु शकलो तरी ते फक्त जास्ती दु:खदायकच ठरेल कारेन. काही आठवड्यात किटी आणि तू पॅलेस्टाईन सोडून जाणार आहात. तू आता त्याला विसरायचा का प्रयत्न करत नाहीस बेटा?"

"प्लीज्. मला त्याची सर्व कारणे ठाऊक आहेत. त्याला पकडल्यापासून त्याच्याशिवाय दुसरा कुठला विचार माझ्या मनात येत नाही. मला भेटलेच पाहिजे त्याला. एकदा तरी भेटले पाहिजे. प्लीज् जनरल सदरलॅन्ड, प्लीज् मदत करा मला."

"ठीक आहे. काय करता येते ते बघतो. पण प्रथम किटीला कळवतो की, तू इथे आली आहेस म्हणून. तिचा जीव टांगणीला लागला असेल. अरब भागातून एकटीने तू इथे यायला नको होतेस खरे म्हणजे."

दुसऱ्या दिवशी सकाळी सरदलॅन्डने जेरूसलेमला फोन केला. हाय कमिशनरने क्षणात भेटायची परवानगी दिली. अकिवा आणि दोव्ह यांचे मन वळवायचा बिटीश अजूनही प्रयत्न करत होते. चुकून जरी त्यासाठी दुसऱ्या कुणाची मदत झाली तरी ते त्यांना चालले असते. दोव्ह कशालाच जुमानत नव्हता. काय सांगावे? कारेनच्या भेटीनेच त्याच्या मतात बदल व्हायचा. किटी गान डाफनाहून साफेदला आली, ब्रूस

सदरलॅन्डने तिला तिथून बरोबर घेतले आणि तिघे नहारियाला पोचले. तिथून पोलिसच त्यांना सरळ आकर तुरुंगात घेऊन गेले. ते वॉर्डनच्या ऑफिसात थांबले.

कारेनचे चित्त थाऱ्यावर नव्हते. तुरुंगात पोचल्यावर तर हे सर्व एक फार वाईट स्वप्न आहे असे तिला वाटायला लागले.

वॉर्डन आत आला.

"चल मुली."

"मी येते तुझ्याबरोबर" किटी म्हणाली.

"नाही. मला एकटीलाच भेटायचे आहे त्याला" ती निश्चयाने म्हणाली.

वॉर्डनच्या ऑफिसबाहेर दोन सशस्त्र गार्ड उभे होते. एका मागोमाग एक लोखंडी दरवाजे उघडत आणि बंद करत ते तिला एका मोठ्या मोकळ्या जागेत घेऊन गेले. आजूबाजूला फक्त काही लोखंडी गज लावलेल्या खिडक्या होत्या. जाताना इतर कैदी अत्यंत वाईट नजरेने बघत होते, शिट्ट्या फुंकत होते. ती समोर बघत चालत गेली, काही अरुंद पायऱ्या चढली. इथे मृत्यूदंड झालेले कैदी शेवटचे दिवस मोजत असत. मशिनगन्स, काटेरी तारांची भेंडोळी मागे टाकून ते आणि एका दरवाजासमोर आले. दोन रायफलधारी सैनिक पहारा देत होते.

एका छोट्याशा जागेत तिला आणून उभे केले. एक सैनिक तिच्या शेजारी उभा राहिला. भिंतीमधली एक छोटी खिडकी त्याने उघडली. "यातून बोल तू त्याच्याशी."

कारेनने त्या छोट्या फटीतून आत नजर टाकली. समोर दोन अंधार कोठड्या होत्या. पहिल्या कोठडीत अकिवा. दुसऱ्यात दोव्ह. अंगावर शेंदरी पोशाख. तो आढ्याकडे बघत आडवा पडला होता. एक गार्ड कुठून तरी आला. त्याने दोव्हच्या कोठडीचा दरवाजा उघडला.

"ऊठ लानडाव. भेटायला आले आहे कुणीतरी."

दोव्हने जमीनीवरचे पुस्तक उचलले. वाचायला सुरुवात केली.

"तुला भेटायला आले आहे कुणी तरी सांगितले ना?"

"तुमच्या कोणत्याही हितचिंतकाला भेटायचे नाही मला. सांग त्यांना परत जा म्हणून."

"आमच्यापैकी कोणी आलेले नाही. तुमच्यापैकी आहे. एक मुलगी आहे लानडाव."

दोव्हने पुस्तक हातात घट्ट धरले. त्याच्या हृदयाची धडधड वाढली. "सांग तिला मी कामात आहे."

गार्डने खांदे उडवले. तो छोट्या खिडकीजवळ येऊन कारेनला म्हणाला, "तो म्हणतो त्याला कुणालाही भेटायची इच्छा नाही."

"दोव्ह! दोव्ह!" कारेनने मोठ्याने हाका मारल्या. त्या मृत्युकोठड्यांमध्ये तिचा

आवाज घुमला. ''मी आहे दोव्ह! कारेन!''

अकिवा चमकून दोव्हच्या कोठडीकडे बघत होता. दोव्हने दातओठ चावत पुस्तकाचे पान उलटले.

''दोव्ह! दोव्ह!!''

''बोल तिच्याशी बेटा.'' अकिवा ओरडून म्हणाला, ''माझा भाऊ माझ्या कर्मांची शिक्षा म्हणून न बोलता मला कबरस्थानात पाठवतो आहे. त्याच मुकेपणाने आणि तोंड बंद ठेवून तू नको मरूस. बोल बेटा, बोल तिच्याशी.''

दोव्हने पुस्तक खाली ठेवले. तो कॉटवरून उठला. गार्डला त्याची कोठडी उघडायची खूण केली. खिडकीजवळ येऊन उभा राहिला. त्या छोट्या खिडकीतून तिचा फक्त चेहराच कसाबसा दिसत होता.

कारेनने त्याच्या निळ्या, संतापलेल्या डोळ्यात बघितले.

''मला कुठलीही फसवणूक करून घ्यायची नाही. त्यांच्या सगळ्या युक्त्या मला माहिती आहेत. माझे पाय धरायला त्यांनी तुला पाठवले असेल तर तशीच वळ आणि परत जा. मी त्या हरामखोरांकडे दयेची याचना करणार नाही.''

''माझ्याशी असा बोलू नकोस रे दोव्ह.''

''त्यांनीच तुला पाठवले आहे. माहिती आहे मला.''

''देवाशपथ! कोणी मला इथे ये म्हणून सांगितलेले नाही. मी स्वत:हून आले आहे.''

''पण तू कशासाठी झाली आहेस इथे?''

''एकदाच तुला बघायचे होते म्हणून.''

दोव्हने स्वत:वर ताबा ठेवायचा आटोकाट प्रयत्न केला. तिने नको होते यायला. तिच्या गालावर हळूच हात ठेवायची मनातली प्रबळ इच्छा आवरता आवरता तो टेकीला आला.

''कसा आहेस.''

''छान!– एकदम मस्त!''

मग काही वेळ कुणीच बोलले नाही.

''किटीला लिहिलेल्या पत्रात लिहिलेले सर्व खरे आहे दोव्ह का आपले...''

''प्रत्येक गोष्ट खरी आहे.''

''मला कळायला हवे होते.''

''ठीक. कळले ना आता?''

''कळले. दोव्ह... मी... मी पवित्र भूमी सोडून अमेरिकेला जाणार आहे.''

दोव्हने फक्त खांदे उडवले.

''नको होते मी यायला. वाईट वाटते तुला त्रास दिल्याचे.''

"चालेल. तू चांगला हेतू मनात धरून आली होतीस. मला खरे माझ्या मैत्रिणीला भेटायचे आहे. पण मी मक्काबी आहे. येऊ शकत नाही. माझ्याच वयाची आहे ती. माहिती आहे ना तुला?"

"माहिती आहे."

"पण तू चांगली मुलगी आहेस कारेन... आणि... तू.... तू जा अमेरिकेला. इथले सर्व विसरून जा. तुझेच भले आहे त्यात."

"मला वाटते मी जावे आता" कारेनच्या तोंडातून शब्द फुटेनासा झाला. ती उभी राहिली. दोव्हच्या चेहऱ्यावरून काहीच कळत नव्हते.

"कारेन!"

ती पटकन् वळली.

"आपण नेहमीच मित्र आहोत– हात मिळवायला हरकत नाही– गार्डने परवानगी दिली तर."

कारेनने आपला हात खिडकीतून आत घातला. दोव्हने तो आपल्या दोन्ही हातात धरला. आपले डोके भिंतीवर ठेवून डोळे मिटून घेतले.

कारेनने त्याचा हात बाहेर खेचला. तो नको नको म्हणाला एवढेच. तिने त्याच्या हातावर आपले ओठ टेकले, गालावर घट्ट धरून ठेवला. तिच्या डोळ्यातून वाहणाऱ्या अश्रुंची जाणीव त्याला झाली असेल नसेल आणि त्याचा हात सोडून ती निघूनही गेली.

त्याच्या कोठडीचा दरवाजा खण् करत बंद झाला. दोव्हने स्वत:ला कॉटवर झोकून दिले. आयुष्यात त्याने कधी डोळ्यातून पाणी काढले नव्हते. आज डोळ्यातून येणारे अश्रू थांबू शकत नव्हते. त्याने भिंतीकडे तोंड केले. गार्ड आणि अकिवाला ते कळू नये म्हणून. आज त्याचे दु:ख तो आवरू शकत नव्हता.

संयुक्त राष्ट्रसंघाच्या प्रतिनिधींबरोबर सल्लामसलती करत फिरणाऱ्या इशोव्हच्या लोकांमध्ये बराक बेन कनानपण होता. ते पॅलेस्टाईनभर फिरून चौकशी करत होते. इशोव्हने पॅलेस्टाईनभर केलेली कामगिरी अभिमानास्पद होती. त्यांनी दलदल हटवून केलेली शेती दाखवली, बांधलेली घरे, किब्बुत्झची प्रगती, उभारलेले कारखाने, निर्माण केलेली शहरे दाखवली. ज्यू आणि अरब यांच्या उन्नतीमधला फरक बघूनच प्रतिनिधीमंडळ स्तिमित झाले. त्यानंतर अरब आणि ज्यूंना प्रतिनिधीमंडळासमोर आपापली बाजू मांडायची संधी दिली गेली.

बेन गुरीयन, डॉ. वाईझमन, बराक बेन कनान यांनी अत्यंत हुशारीने, समर्थपणे ज्यूंची न्याय्य बाजू मंडळासमोर मांडली. त्या मागची विशिष्ट तात्त्विक बैठकही समजावली.

अरबांचे प्रतिनिधित्व हुसेनी कुटुंबाच्या हातातले बाहुले असलेली उच्च अरब

कमिटी करत होती. प्रथमपासून त्यांनी संयुक्त राष्ट्रसंघाविरुद्ध निदर्शने केली. कित्येक अरब शहरांना भेट नाकारली. हजारो वर्षांपासून त्यांच्या गलिच्छपणात काहीच फरक पडला नव्हता. त्यांचे कारखानेही बघू दिले नाहीत. ते बघितले असते तर संयुक्त राष्ट्रसंघाच्या प्रतिनिधींना जेवण गेले नसते. बाजू मांडायचा प्रश्नच आला नाही. त्यांनी बहिष्कार टाकला.

पॅलेस्टाईनमध्ये मध्यम मार्ग असूच शकत नाही याची संयुक्त राष्ट्रसंघाच्या प्रतिनिधीमंडळाची खात्री पटली. न्याय्य बाजू लक्षात घेतली तर त्यांना ज्यूंच्या बाजूने मत देण्याशिवाय पर्याय नव्हता. पण अरबांची दहशत आणि धमक्याही गंभीरपणे विचारात घेणे आवश्यक होते.

काही तरी तडजोड स्वीकारावी लागेल. फाळणीही होईल हे ज्यूंना बराच काळ उघड दिसत होते. पण रशियामधल्या ज्युईश पेलप्रमाणे घेटो निर्माण केला जाईल की, काय ही भीती त्यांना भेडसावत होती.

पॅलेस्टाईनमधली चौकशी संपली. दौरा संपला. प्रतिनिधी मंडळाची जिनेव्हाला परत जायची वेळ आली. तिथे ते सर्व गोष्टींचा सखोल अभ्यास करणार होते. दुसरी एक कमिटी युरोपमधल्या ज्यू निर्वासितांच्या कॅम्पना भेटी देणार होती. हताश होत आलेले अडीच लक्ष ज्यू तिथे अजूनही खितपत होते. त्यानंतर आमसभेसाठी शिफारशी करण्यात येणार होत्या. इशोव्हने बराक बेन कनानला जिनेव्हाला जायला सांगितले.

मधला थोडा काळ साराबरोबर काढण्यासाठी तो याद एल्ला आला. इतक्या वर्षांनीसुद्धा तो बाहेर असायची सवय तिच्या अंगवळणी पडत नव्हती. यार्देना आणि आरीही नसायचे. त्यामुळे तिला वाईट वाटायचे.

आरी आणि डेव्हिड बेन अमी जवळच्या एन् ओर किब्बुत्झमध्ये होते. हुले खोऱ्यामधले पालमाखचे मुख्य ठाणे. ते याद एल्ला आले. गान डाफनाहून यार्देनाही पपांना निरोप द्यायला आली.

परत आला होता तरी बराक बेन कनानचे कशात लक्ष दिसत नव्हते. तो नक्की कुठल्या तरी विचारात होता. संयुक्त राष्ट्रसंघाच्या प्रतिनिधीमंडळाबद्दल, जिनेव्हाला जाण्याबद्दल, इतर राजकीय घडामोडींबद्दल तो काही बोलत नव्हता. त्यामुळे घरातले इतरजणही गप्प गप्प होते.

"मिसेस फ्रेमॉन्ट पॅलेस्टाईन सोडून जाणार आहे हे कळलेच असेल तुला." जेवण झाल्यावर यार्देना आरीला म्हणाली.

"नाही, असे काही कानावर आले नाही माझ्या" आपले आश्चर्य लपवून आरी म्हणाला.

"जाणार आहे. तशी नोटीसही तिने डॉ. लिबरमनना दिली आहे. त्या क्लेमेन्टलाही

घेऊन जाते आहे बरोबर. खरी धोक्याची चिन्हे दिसताच ती पळ काढेल याची खात्रीच होती म्हणा मला.'' यार्देना चिडूनच म्हणाली.

''पण तिने का जाऊ नये?'' आरीने विचारले, ''ती अमेरिकन आहे आणि त्या मुलीसाठीच तर ती पॅलेस्टाईनला आली होती.''

''आपला काही उपयोग नव्हताच तिला.'' यार्देनाचा तिच्यावरचा राग तिच्या स्वरातच दिसत होता.

''खरे नाही ते.'' डेव्हिड किटीची बाजू घेत म्हणाला.

''आणि नेहमी तिची बाजू घ्यायचीही काही आवश्यकता नाही डेव्हिड.''

''पण ती खरेच चांगली स्त्री आहे.'' सारा बेन कनानही आता म्हणाली. ''आवडते मला. अनेकदा या बाजूने जाताना ती घरी येऊन गेली आहे. त्या मुलांकडेही ती खूप लक्ष देते. त्यांचेही तिच्यावर तेवढेच प्रेम आहे.''

''गेली इथून तर ब्याद जाईल एक. ती ज्या मुलीला नेते आहे त्याचे वाईट वाटते मला. पण तिने त्या मुलीला इतके पार बिघडवून टाकले आहे की, ती ज्यू आहे असे आता कुणाला वाटणारच नाही.'' यार्देना आपल्या मताला ठाम चिकटून होती.

आरी उठला आणि बाहेर चालता झाला.

''तू नेहमी मुद्दाम आरीचे मन का दुखवतेस यार्देना?'' सारा रागावली होती. ''तिच्याबद्दल त्याच्या मनात काय भावना आहेत ते ठाऊक आहे तुला आणि तुझे काहीही मत असले तरी ती चांगली मुलगीच आहे.''

''आरीही तिचा नाद सोडेल तर बरे होईल.''

''कोणत्या पुरुषाच्या मनात काय असावे हे तू कशासाठी ठरवते आहेस यार्देना?'' बराकनेही आपले मौन सोडले.

डेव्हिडने यार्देनाचा हात पकडला. ''तू कबूल केले आहेस आज. चल, घोडदौडीला जाऊ.''

''तू तिच्याच बाजूचा आहेस डेव्हिड.''

''मला किटी फ्रेमॉन्ट आवडते. चल निघू या आपण.''

यार्देना बाहेर पडली. मागोमाग डेव्हिडही.

''जाऊ दे त्यांना सारा'' बराक म्हणाला. ''डेव्हिड शांत करेल तिला. मला तर वाटते की, आपल्या पोरीला मत्सर वाटतो मिसेस् फ्रेमॉन्टचा. साहजिकच आहे म्हणा ते. कधी तरी आपल्या मुलींना स्वत:कडे लक्ष द्यायला वेळ मिळेल अशी आशा करू या झाले.''

बराक हातात नुसताच चहाचा कप घेऊन बसला होता. सारा त्याच्या खुर्चीमागे जाऊन उभी राहिली. त्याच्या लाल केसांवर आपला गाल ठेवत म्हणाली, ''बराक!

तू जर आता काही बोलला नाहीस तर आयुष्यभर तुला ते डाचत राहील.''

त्याने साराच्या हातावर प्रेमाने हात थोपटला. ''आरी कुठे आहे बघतो जरा.''

आरी गान डाफनाच्या टेकड्यांवर नजर लावून स्तब्ध उभा होता. बराक त्याच्यामागे जाऊन उभा राहिला.

''इतकी मनापासून आवडते तुला ती?''

आरीने खांदे उडवले.

''खरे बोलायचे तर मलाही ती खूप आवडते आरी.''

''ती रेशमी स्टॉकिंग्ज आणि छान छान सेन्टस्‌च्या जगातून आली होती. आता त्याच जगात परत जाईल. काय फरक पडणार आहे?''

बराकने त्याचा दंड हळूच पकडला. शेतातून चालत चालत ते जॉर्डन नदीपर्यंत पोहोचले. यार्देना आणि डेव्हिड घोड्यांवर स्वार होऊन पुढे चालले होते. यार्देनाच्या हसण्याचा आवाज येत होता.

''बघितलेस? यार्देना विसरूनसुद्धा गेली तिला इतक्यात. एन्. ओरचे पालमाख काय म्हणतात?''

''नेहमीसारखेच पपा, चांगली मुले आणि मुली आहेत. पण फार थोडी. शस्त्रास्त्रांची नेहमीचीच टंचाई, सात देशांच्या सैन्यांविरूद्ध लढून युद्ध जिंकण्याची अपेक्षा कशी धरायची?''

फोर्ट ईस्थर मागच्या लेबॅनॉनच्या टेकड्यांच्या दिशेने सूर्य झुकायला लागला होता. शेतांमधे पाणी मारत कारंजे गरागरा फिरायला लागले. पितापुत्र बराच वेळ आपल्या शेतांकडे बघत होते. असा दिवस कधी उजाडेल की, ज्या दिवशी फक्त कुंपणच नीट करायचे आहे किंवा शेत लौकर नांगरायला पाहिजे एवढीच चिंता असेल?

''चला घरी जाऊ या.'' आरी म्हणाला, ''इमा एकटीच आहे.''

आरी परत जाण्यासाठी फिरला आणि बराकचा हात त्याच्या खांद्यावर पडला. त्याने मागे वळून पपांकडे बघितले. पपांच्या मनात नक्की कुठले तरी दु:ख दाटून आले आहे आज. खालच्या मानेनेच ते म्हणाले, ''दोन दिवसांनी मी जिनेव्हाला जातो आहे. कधी नव्हते तितके दु:ख आज माझ्या मनात आहे. पंधरा वर्षे आपल्या टेबलावरची एक जागा रिकामीच आहे. मी फार अहंकाराने, दुराग्रहाने, हट्टीपणे वागलो आणि त्याची किंमत अनंत यातना सहन करून चुकवत राहिलो. आता नाही सहन होत, आरी, माझ्या मुला, ब्रिटिशांना अकिवाला फासावर चढवू देऊ नकोस.''

# १६

संयुक्त राष्ट्रसंघाचे प्रतिनिधी मंडळ जायच्या दिवशी जेरुसलेममधले वातावरण स्फोटक बनले होते. अरब भागात जहरी भाषणे चालली होती. खवळलेले जमाव फिरत होते. प्रत्येक विभाग म्हणजेच एक किल्ला बनला होता. तारांच्या भेंडोळ्यांमागे ब्रिटीश सैनिक पहारा देत होते. बरोबर शस्त्रास्त्रांचा भरपूर साठा.

आरी बेन कनान बार इस्राएलचा शोध घेत एका विभागातून दुसऱ्या विभागात फिरत होता. त्याची नेहमीची ठिकाणे पालथी घालत होता. त्याला मक्काबीजशी संपर्क साधायलाच हवा होता. अकिवा आणि छोटा गिओरा यांना पकडल्यापासून मक्काबीज आणि हॅगन्रा यांच्यातला संपर्क संपूर्ण तुटला होता. पण शेवटी आरीकडेही माहिती काढण्याचे त्याचे स्वत:चे मार्ग होतेच. त्याने त्याची रहायची जागा शोधून काढली.

आरी सरळ तिथे पोचला आणि त्याने दरवाजा उघडला. बार इस्राएल बुद्धीबळ खेळत बसला होता. त्याने आरीकडे बघितले आणि पुन्हा खेळण्याकडे लक्ष दिले.

''बाहेर.'' आरीने दुसऱ्या माणसाला ढकलूनच दरवाजाबाहेर काढले. दरवाजा बंद केला. ''तुला माहिती आहे मी तुला शोधत होतो म्हणून.''

बार इस्राएलने खांदे उडवले. ''असणारच. जेरुसलेममधे पन्नास तरी प्रेमपत्रे सोडली आहेस तू.''

''मग का भेटला नाहीस? चोवीस तास जेरुसलेममधे आहे मी.''

''काय पाहिजे तुला?''

''बेन मोशे. मला बेन मोशेकडे घेऊन जा.''

''तुमच्या बरोबर काही संबंध नको आहे आम्हाला. हॅगन्रा कमांडरना आमचे हेडक्वार्टर्स कळावे अशीही आमची इच्छा नाही.''

''तू हॅगन्रा कमांडरशी बोलत नाहीस या क्षणी. आरी बेन कनानशी बोलतो आहेस. अकिवाचा पुतण्या.''

''आरी! तुझ्यावर विश्वास आहे माझा. पण मला आज्ञा पाळणे भाग आहे.''

आरीने बुद्धीबळाचा पट उधळून लावला. खुर्चीतून बार इस्राएलला उचलले आणि त्याचा शर्ट धरून गदगदा हलवले. ''तू मला ताबडतोब बेन मोशेकडे घेऊन गेला नाहीस तर मी तुझी मान खरोखर मोडून टाकेन.''

ग्रीक कॉलनीमधल्या मक्काबीज हेडक्वार्टर्समधे बेन मोशे आपल्या टेबलामागे बसला होता. शेजारी नाहुम बेन अमी उभा होता. दोघे संतापूनच आत घुसलेल्या बार इस्राएल आणि आरी बेन कनानकडे बघत होते.

“आपण सर्वजण आरीला ओळखतो.” जरा रडव्या सुरातच बार इस्राएल कसाबसा पुटपुटला. “म्हणून मी...”

“बाहेर, बाहेर हो आधी.” बेन मोशे बार इस्राएलवर खेकसला. बार इस्राएलला भीतीनेच घाम फुटला. “तुझे काय करायचे ते नंतर ठरवू. आणि आता तू इथे पोचलास आहेस बेन कनान तर बोल तुला काय हवे आहे ते.”

“अकिवा आणि त्या मुलाबद्दल काय करायचे ठरवले आहे तुम्ही?”

“करायचे? काय करणार? अर्थातच् काही नाही. आणि आम्ही काय करू शकणार?”

“खोटे बोलतो आहेस तू.”

“आणि समजा काही ठरवले असले तर त्याच्याशी तुमचा काही एक संबंध नाही.” नाहुम उत्तरला.

आरीने इतक्या जोराने आपली मूठ टेबलावर आदळली की, टेबलाचा तुकडा उडाला. “आहे! संबंध आहे! अकिवा माझे काका आहेत.”

बेन मोशे बर्फासारखा थंड होता. “विश्वासघातक्यांनी खूपच सहकार्य दिले आहे आम्हाला आजपर्यंत.”

आरी टेबलावर दोन हात ठेऊन वाकला, त्याचा चेहरा बेन मोशेच्या चेहऱ्यापासून फक्त काही इंचांवर होता. “तू मला अजिबात आवडत नाहीस बेन मोशे. आणि नाहुम तू देखील. पण तुमची योजना कळेपर्यंत मी इथून हलणार नाही.”

“डोक्यात गोळी बसावी अशीच इच्छा दिसते तुझी.” नाहुम म्हणाला.

“तुझे ते तोंड बंद ठेव नाहुम, नाहीतर हाडन् हाड मोडून ठेवेन तुझे.”

बेन मोशेने चष्मा काढला. तो पुसला. पुन्हा डोळ्यांवर चढवला.

“दुसऱ्याचे मन वळवण्याची तुझी ही पद्धत मात्र फार परिणामकारक आहे आरी. आम्ही आकर तुरुंगात जाऊन अकिवा आणि छोटा गिओरा यांना बाहेर काढणार आहोत.”

“वाटलेच होते मला तसे. कधी?”

“परवा.”

“मी तुमच्याबरोबर येणार आहे.”

नाहुम पुन्हा काही तरी बोलणार होता पण बेन मोशेने हात वर करून त्याला थांबवले.

“तू इथे आला आहेस याची हॅगन्नाला काहीही कल्पना नाही असा शब्द देऊ शकतोस तू?”

“दिला.”

“त्याच्या शब्दाला तरी एवढी किंमत का द्यायची पण?” नाहुमने विचारले.

"कारण तो बेन कनान आहे."

"तरीही मला हे पसंत नाही."

"त्याला मग काही इलाज नाही माझा. आम्ही काय प्रयत्न करत आहोत याची तुला पूर्ण कल्पना आहे आरी. यासाठी आम्ही आमची पूर्ण ताकद पणाला लावली आहे. तू आकर तुरुंगात होतास. तो कसा आहे तुला ठाऊक आहे. आपण यात यशस्वी झालो तर ब्रिटिशांचा धीर खचल्याशिवाय राहणार नाही."

"आकर हे अरब शहर आहे. तो तुरुंग म्हणजे ब्रिटिशांचा पॅलेस्टाईनमधला सर्वात दणकट किल्ला आहे. बघू मला तुमचे प्लॅन."

बेन मोशेने टेबलाचा खण उघडला. अनेक ब्ल्यू प्रिन्टस् बाहेर काढले. आकर शहराचा प्रत्येक भाग विचारात घेतला होता. शहराचा आराखडा, तुरुंगाकडे जाण्याचे रस्ते, पळ काढण्याचे मार्ग. तुरुंगाच्या आतल्या भागाचे आराखडे तर आरीला आठवत होते त्यावरून एकदम पक्के होते. त्या तुरुंगामधे कैद भोगून आलेल्यांनीच आराखडे बनवले होते हे नक्की. गार्ड स्टेशन्स, शस्त्रास्त्रांच्या जागा, सन्देश पाठवण्याचे मुख्य केन्द्र या सर्व गोष्टींचा आराखड्यामधे समावेश होता.

आरीने हल्ल्यांचे वेळापत्रक बघितले. योजना खरोखरच उत्कृष्ट बनवल्या होत्या. स्फोटके, हातबॉम्ब, सुरुंग अगदी कल्पकतेने वापरायचे ठरवले होते.

"काय मत आहे आरी?"

"तुम्ही आत शिरणार, त्यांना बाहेर काढणार, इथपर्यंत उत्कृष्ट. पण त्यानंतर आकरमधून पळ काढणे? जमणारच नाही."

"आम्ही जवळच्या किब्बुत्झमधे जाऊन दडून बसू शकत नाही." नाहुम बेन अमी रागातच म्हणाला.

"सर्वांनी पळ काढण्याच्या संधी मलाही तशा विशेष दिसत नाहीत." बेन मोशेने कबुली दिली.

"विशेष नाहीत? खऱ्या म्हणजे नाहीतच. लढता लढता मरण पत्करायची मक्काबीजना हौसच आहे. त्याचा अभिमानही आहे. पळ काढण्याच्या योजनेत सुधारणा केल्या नाहीत तर तेच व्हायची शक्यता जास्ती."

"मला माहिती आहे आता तो काय सुचवणार आहे ते." नाहुम म्हणाला. "हॅगन्ना आणि किब्बुत्झ यांच्या सहकार्याने..."

"बरोबर." आरी शांतपणे उद्गारला. "अगदी तेच सुचवणार आहे मी. नाहीतर बरेच हुतात्मे लाभणार आहेत तुम्हाला. बेन मोशे, तू शूर आहेस. आणि मूर्खही नाहीस. आताच्या परिस्थितीत यशस्वीपणे पळून जाण्याची शक्यता दोन टक्केही नाही. त्या योजना जर मला बनवायची परवानगी दिलीस तर ती शक्यता पन्नास टक्केपर्यंत वाढायला काहीच हरकत नाही."

“तो बोलण्यात हुशार आहे फार.” नाहुम म्हणाला, “नीट लक्ष ठेव त्याच्यावर.”

“पुढे बोल आरी.” मोशे शांतपणे उद्गारला.

आरीने मुख्य नकाशा टेबलावर पसरला. “तुरुंगाच्या आतमधे दहा पंधरा मिनिटे जास्ती घालवून तिथल्या प्रत्येक कैद्याला आपण मुक्त करू. ते वीस दिशांनी पळत सुटतील आणि ब्रिटिशांना सर्वांच्या मागे धावणे भाग पाडतील. त्यात त्यांची शक्ती विभागली जाईल.”

बेन मोशेने मान डोलावली.

“आपल्या गटांची विभागणीसुद्धा आणि छोट्या छोट्या गटात करू या. प्रत्येक गट आकर तुरुंगापासून वेगळ्या दिशेने निसटण्याचा प्रयत्न करेल. मी अकिवांना माझ्याबरोबर घेईन. तुम्ही दोव्हला न्या.”

“पुढे बोल.” नाहुम म्हणाला. ऐकता ऐकता नाहुमच्या लक्षात आले होते की, आरी योग्य त्या सूचनाच करतो आहे.

“मी स्वत: क्फा मझारिकच्या दिशेने जातो. तिथे गाडी बदलतो. तिथून आतल्या रस्त्यांनी हैफाच्या दक्षिणेला माऊन्ट कारमेलवर पोचतो. तिथल्या दालिएत एल् कार्मिल या ड्रूस खेड्यात माझे विश्वासू मित्र आहेत. तिथे शोध घ्यावा असे ब्रिटिशांच्या मनातही येणार नाही.”

“ते मात्र खरे आहे. ओळखीच्या काही ज्यूंपेक्षा ड्रूसवर विश्वास ठेवलेला बरा.” नाहुमचे डोके पुन्हा फिरले असावे.

आरीने त्याच्या अपमानास्पद बोलण्याकडे पूर्ण दुर्लक्ष केले. “दोव्ह लानडावला घेऊन जाणारा गट किनारी मार्गाने नहारियापर्यंत जाईल आणि तिथून सर्व वेगवेगळ्या दिशांनी पळतील. त्या भागामधल्या अर्ध्या डझन किब्बुत्झमधल्या कुठल्याही किब्बुत्झमधे दोव्ह लानडाव सुरक्षित राहील. माझ्या मते त्याला लेबॅनॉनच्या सरहद्दीवरच्या मिशमार किब्बुत्झमधे घेऊन जावे. त्या किब्बुत्झच्या उभारणीच्या वेळी मी तिथे होतो. त्या भागात अनेक गुहा आहेत. दुसऱ्या महायुद्धाच्या काळात तुझा भाऊ डेव्हिडही माझ्याबरोबर मिशमारला होता. वर्षानुवर्षे आमच्या नेत्यांनी दडून रहाण्यासाठी त्यांचा उपयोग केला आहे. लानडाव तिथे अगदी सुरक्षितपणे राहू शकेल.”

बेन मोशे स्तब्ध बसला होता. विचार करत होता. लपून रहाण्यासाठी जागा नसतील तर सर्व योजना शेवटी आत्मघातकीच ठरली असती. आरीची मदत घेतली तर योजना यशस्वी होण्याची शक्यता होती. पण आरीचे सहकार्य स्वीकारायचा धोका पत्करायचा का?

“ठीक आहे आरी. पळून जाण्याच्या योजना बनव. तुझे नाव बेन कनान आहे म्हणूनच केवळ हो म्हणतो आहे.”

*ठरलेल्या दिवसाच्या चार दिवस आधी*

अकिवा आणि गिओरा यांच्या फाशीचा दिवस फक्त चार दिवस लांब होता. संयुक्त राष्ट्रसंघाचे प्रतिनिधी मंडळ लिदाहून जिनेव्हाला रवाना झाले. पॅलेस्टाईनमधे पुन्हा जीवघेणी शांतता पसरली. अरब निदर्शने थांबली. मक्काबीजचे छापे थांबले. साध्या पोशाखातले इतके ब्रिटीश सगळीकडे होते की, आकरला मोठ्या लष्करी तळाचे स्वरूप आले होते.

*ठरलेल्या दिवसाच्या तीन दिवस आधी.*

ब्रिटनच्या पंतप्रधानांनी केलेली विनंतीही अकिवा आणि छोटा गिओरा यांनी धुडकावून लावली.

*ठरलेला दिवस*

आकर शहरातला बाजारचा दिवस. सकाळ होताच गॅलिलीमधल्या वीस एक खेड्यांमधून अरबांचे घोळके आकरला यायला सुरुवात झाली. बाजारामधे गाढवे, गाड्या यांची गर्दी झाली आणि अनेक तऱ्हेचा माल उतरायला लागला. सर्व रस्त्यांमधे गर्दी व्हायला लागली.

पूर्वेकडल्या देशातले ज्यू, आफ्रिकेतल्या देशांचे ज्यू आणि मक्काबीज अरब पोशाखात हळूहळू गर्दीमधे मिसळून आकरमधे प्रवेश करायला लागले. प्रत्येकजण थोड्याशा डायनामाईटच्या कांड्या, कॅप्स, वायर्स, डिटनेटर्स, हातबॉम्ब, छोटी शस्त्रास्त्रे आपल्या लांब झग्याखाली लपवून आणत होता. मक्काबीज तुरुंगाजवळच्या निरनिराळ्या स्टॉल्सजवळ, सर्व बाजारामधेही फिरत होते. एकत्र येत होते, पुन्हा वेगळे होत होते.

अकरा वाजले. नियोजित वेळेआधी दोन तास.

दोनशे पन्नास मक्काबीज तरुण आणि पन्नास मक्काबीज तरुणी आता अरब पोशाखात आकरमधे विखुरलेले होते.

सव्वाअकरा. नियोजित वेळेआधी पावणे दोन तास.

आकर तुरुंगातले पहारेकरी बदलले. मक्काबीजना फितूर असलेले चौघेजण त्यात होते.

साडे अकरा. नियोजित वेळेआधी दीड तास.

आकरच्या नेपोलियन हिलवर मक्काबीजचा एक गट एकत्र आला. ब्रिटिश सैनिकांचे गणवेश धारण केलेल्या मक्काबीजना घेऊन तीन ट्रक आकरमधे शिरल्या. तुरुंगाजवळच्या समुद्राच्या भिंतीशी येऊन उभ्या राहिल्या.

सर्व "सैनिक" चार चारच्या गटांनी गस्त घातल्याप्रमाणे रस्त्यांमधून फिरायला लागले. आकर शहरात अगोदरच इतक्या प्रचंड संख्येने सैनिक होते की, या शंभर सैनिकांकडे कुणी मुद्दाम लक्षही दिले नाही.

बारा वाजले. नियोजित वेळेआधी एक तास.

ब्रिटिश मेजरच्या युनिफॉर्ममधे एका स्टाफकारमधून आरी बेन कनानने शहरात प्रवेश केला. त्याच्या ड्रायव्हरने तुरुंगाच्या पश्चिम बाजूच्या समुद्राच्या भिंतीजवळ गाडी उभी केली. आरीने चालत तटबंदी गाठली. तिथल्या जुन्या तुर्की तोफेला टेकून तो उभा राहिला. त्याने सिगरेट पेटवली आणि खालच्या भिंतीवर आपटणाऱ्या लाटांकडे बघत बसला.

बारा-पाच. नियोजित वेळेआधी पंचावन्न मिनिटे.

आकरमधली दुकाने एक एक करत दुपारसाठी बंद व्हायला लागली. दुपारी दोन तास सर्वच दुकाने बंद रहात. दुपारचे ऊन भाजून काढत होते. कॉफी हाऊसमधे कैरो रेडिओचे मोठ्याने आवाज येत असतानाही तिथल्या अरबांना डुलक्या यायला लागल्या. ब्रिटिश सैनिकसुद्धा या उष्णतेने गळल्याप्रमाणे व्हायला लागले.

बारा-दहा. नियोजित वेळेआधी पन्नास मिनिटे.

एल् जाझ्झारच्या मशिदीच्या गोल गोल जिन्याने वर चढून मुल्लाने मुस्लीमांना प्रार्थनेची हाक दिली. दुपारच्या शांततेत तो आवाज मोठा वाटत होता. मुस्लीम आतल्या मोकळ्या जागेत प्रार्थनेसाठी गोळा व्हायला लागले. मक्का या पवित्र शहराच्या दिशेने गुडघ्यांवर बसून प्रार्थना करायला लागले.

बारा-बारा. नियोजित वेळेआधी अठ्ठेचाळीस मिनिटे.

अरबांना आणि ब्रिटिश सैनिकांना उष्णतेने सुस्ती यायला लागली. मक्काबीज ठरलेल्या ठिकाणी गोळा व्हायला लागले. दोघे दोघे तिघे तिघे उगीचच फिरत असल्याप्रमाणे शेणांनी भरलेल्या गल्ल्यांमधून त्यांच्या त्यांच्या ठरलेल्या ठिकाणी पोचले.

एक गट अबू ख्रिस्टोस (Father of Christ) या कॅफेजवळ जमला. अरब मुले समुद्रात सूर मारत होती. कॉफी पिणारे त्यांच्याकडे बघत होते. तिथून खाडीचा थेट हैफापर्यंतचा भाग दिसत होता.

दुसरा मोठा गट मशिदीजवळ पोचला. प्रार्थना करणाऱ्या अरबांच्या मागे गुडघे टेकून ते पण प्रार्थनेला बसले.

तिसरा गट खान या मोठ्या चौकाकडे गेला. शंभर वर्षांहून जास्ती काळ या मोठ्या चौकाचा उपयोग सर्व काफिले व्यापारासाठी आणि रात्री मुक्काम करण्यासाठी करत होते. उंट आणि गाढवे उभी होती. शेकडो अरब आडवे पडून विश्रांती घेत होते. तो गट त्यांच्यामधे मिसळून गेला.

चौथ्या गटाचे लोक मासेमारी होड्यांनजीक धक्क्यावर एकत्र आले.

पाचवा समुद्राच्या भिंतीजवळ लॅन्ड गेटशी पोचला.

त्याचवेळी ब्रिटिश सैनिकांच्या गणवेशातील शंभर मक्काबीजनी आपली हालचाल सुरू केली. त्यांना कुठेही फिरताना कसलीच चिंता नव्हती. ते घरांच्या गच्चांवर पोचले. आकर तुरुंगाकडे येणारा आणि जाणारा प्रत्येक रस्ता आणि गल्ली त्यांनी आता रोखून धरली असती. सर्व रस्ते त्यांच्या ताब्यात होते.

आकर शहराबाहेर शेवटच्या मक्काबीज गटाने आपले काम सुरू केले. त्यांनी कुठलेही वेषांतर केले नव्हते. त्यांनी महामार्गावर सुरूंग पेरले. दोन्ही बाजूंना मशिनगन्स सज्ज केल्या. आकरमधे कुठलीही ब्रिटिश कुमक पोचणार नाही याची जबाबदारी त्यांच्यावर होती.

बारा-पंचेचाळीस. नियोजित वेळेआधी पंधरा मिनिटे.

तुरुंगातून बाहेर पडणाऱ्या ब्रिटिशांना अटकाव करणारे पथक जागेवर होते.

आकरबाहेरचे मक्काबीजचे पथक महामार्गावर तयारीत होते.

अरब वेशामधले दोनशे पन्नास मक्काबीज छोट्या छोट्या गटांनी हल्ला चढविण्याच्या जागांजवळ पोचायला लागले.

बेन मोशे आणि बेन अमी सर्व प्रथम पोचले. त्यांची माणसे योग्य ठिकाणी पोचत होती. त्यांनी वर नजर फिरवली. गच्च्यांमधे माणसे तयार होती. त्यांनी तुरुंगाकडे बघितले. सर्व तयार आहे अशी "आतल्या" माणसाने खूण केली.

आरी बेन कनानने सिगरेट फेकून दिली. तो तटबंदीच्या टोकावर पोचला. भराभरा हल्ला करायच्या विवक्षित स्थळी जायला निघाला. ड्रायव्हर आपली स्टाफकार घेऊन हळूहळू त्याच्यामागे येत होता.

एकशे वीस वर्षे जुने असे एल् जाझारने बांधलेले एक तुर्की सार्वजनिक स्नानगृह आकर तुरुंगाच्या दक्षिणेकडल्या भिंतीला लागूनच बांधले होते. मागे सूर्यस्नानासाठी पटांगण. या स्नानगृहावर जाणारा एकच जिना होता. तो चढला की थेट तुरुंगाच्या भिंतीजवळ पोचता येत असे. आकर तुरुंगातल्या निरनिराळ्या पहाऱ्यांच्या जागांवरून आकर तुरुंगाकडे येणारा प्रत्येक रस्ता, प्रत्येक गल्ली, आसपास चालणारी हालचाल ब्रिटिशांच्या नजरेस येत असे. पण मक्काबीजच्या लक्षात आले होते की, हे तुर्की स्नानगृह आणि भिंतच फक्त आतून कुठुनही दिसायची नाही. तेव्हा याच ठिकाणी मोठा हल्ला करण्याचे ठरले होते.

एक वाजला. नियोजित वेळ.

दुपारच्या प्रखर सूर्यप्रकाशामुळे आकर सुस्तावले होते.

बेन मोशे, बेन कनान आणि बेन अमी यांनी एकदा मोठा श्वास घेतला. खूण केली. आकर तुरुंगावरचा हल्ला सुरू झाला.

पन्नास जणांना घेऊन आरी बेन कनान स्नानगृहात गेला आणि तिथून मागच्या पटांगणात. हातामधे डायनामाईटच्या कांड्या.

वाफेच्या खोलीत बसलेले अरब यांना बघताच थक्क झाले. मग भीतिनेच तिथे गोंधळ माजला. पळून जाऊन कोणी धोक्याचा इशारा देऊ नये म्हणून दुसऱ्या एका तुकडीने या सर्वांना वाफेच्या एका खोलीतच कोंडून टाकले.

अरबांना कोंडून टाकले आहे आणि आरी आपल्या जागी पोचला आहे हा सन्देश बेन मोशेला पोचला.

आरीची माणसे घाईघाईने जिन्यावरून आकर तुरुंगाच्या भिंतीजवळ पोचली आणि त्यांनी भराभर लपवलेली स्फोटके, कॅप्स, वायर्स आपल्या अंगावरच्या कपड्यांखालून बाहेर काढली. वेगाने आणि अत्यंत सराईतपणे त्यांनी भिंतीमधे स्फोटके बसवली आणि खालच्या पटांगणात जाऊन ते आडवे झाले.

*एक पंधरा.*

कानठळ्या बसवणारा एक प्रचंड स्फोट झाला आणि आख्खे आकर हादरले. उडणाऱ्या दगडांनी आणि तुकड्यांनी आसपासचा आसमंत व्यापून टाकला. धूळ बसायला आणि काही बघणे शक्य व्हायला दोन मिनिटे जावी लागली. आकर तुरुंगाच्या भिंतीला एक प्रचंड भगदाड पडले.

स्फोटाचा आवाज होता क्षणीच तुरुंगाच्या आतल्या चार माणसांनी त्यांना नेमून दिलेली कामे उरकायला सुरूवात केली. पहिल्याने स्विचबोर्डवर एक हातबॉम्ब फेकला. आकर तुरुंगातली टेलिफोन यंत्रणा निकामी झाली. दुसऱ्याने विजेच्या स्विचबॉक्सवर बॉम्ब टाकला. वीज पुरवठा थांबला आणि त्याबरोबरच धोक्याचे इशारे देणारी यंत्रणा कोलमडली. तिसऱ्या माणसाने मास्टर की ताब्यात घेतली. चौथा मक्काबीजना रस्ते दाखवण्यासाठी आणि भराभरा सूचना देण्यासाठी आतल्या बाजूने भिंतीमधे पडलेल्या भगदाडापाशी पोचला.

आरीची माणसे तुरुंगात घुसली. पहिले लक्ष्य होते तुरुंगातले शस्त्रागार. काही मिनिटांतच प्रत्येकाने स्वत:साठी योग्य ती शस्त्रास्त्रे निवडून घेतली.

त्यांच्यातल्या एका गटाने गार्डच्या बरॅक्सना वेढा घातला. तिथून कुठलीही मदत मिळणे अशक्य बनवले.

एक एक मिनिटाच्या अंतराने बेन मोशे दहा-दहा, वीस-वीसचे गट तुरुंगाच्या आत पाठवत होता. प्रत्येक गटाला आपले काम नक्की माहीत होते. प्रथम सर्व पहारेकरी ठार झाले. मक्काबीज स्टेनगन्स चालवतच आत धावत सुटले. मधे येणारा प्रत्येक अडथळा हातबॉम्बच्या सहाय्याने उडवून आणि आडव्या येणाऱ्या प्रत्येकाचा खातमा करत स्फोट झाल्यापासून काही मिनिटांच्या आत आकर तुरुंगाचा आतला भाग मक्काबीजनी ताब्यात घेतला.

बाहेर असलेले मक्काबीज येणाऱ्या ब्रिटिश सैनिकांशी मुकाबला करायला सज्ज झाले. शहरात फिरणारे सैनिक आणि साध्या वेषातल्या सी. आय्. डी. च्या लोकांना निरनिराळ्या गच्चांमधे पोचलेल्या मक्काबीजनी टिपून काढायला सुरुवात केली. जास्तीत जास्ती वेळ त्यांना आकर तुरुंगाजवळ पोचूच द्यायचे नव्हते.

सर्व दोनशेजण तुरुंगात पोचल्यावर त्यांनी कोठड्यांचे दरवाजे तोडून कैद्यांना मुक्त करायला सुरुवात केली. अरब असोत की, ज्यू, सर्व कैद्यांना भिंतीत पाडलेल्या भगदाडापाशी पाठवण्यात आले. बाहेर पडून सर्व कैद्यांनी वेगवेगळ्या रस्त्यांनी पळ काढायला सुरुवात केली.

आरी पाच जणांना घेऊन मृत्युकोठड्यांपाशी पोचला. बरोबर ताब्यात घेतलेली मास्टर की होती. तिच्या सहाय्याने बाहेरचा दरवाजा उघडायला लागल्यावर रात्रंदिवस अकिवा आणि दोव्हवर पहारा करण्यासाठी ठेवलेल्या पहारेकऱ्यांनी या लोखंडी दरवाजाच्या दिशेने गोळीबार सुरू केला. आरीने इतरांना मागे व्हायला सांगितले. एक मॅग्नेटिक माईन दरवाजाला लावली. दरवाजा बिजागरांसकट उखडला जाताच त्यांनी पहारेकऱ्यांच्या दिशेने हातबॉम्ब टाकले आणि ते फाशीच्या खोलीकडेच धावले.

पाचही जण आत आले. त्यांनी अकिवा आणि लानडावची मुक्तता केली आणि तुरुंगातून, स्नानगृहाच्या वाटेने ते आकरबाहेर पोचलेही.

मक्काबीज असलेल्या एका ट्रकमधे दोव्ह लानडावला खेचून घेण्यात आले. बेन मोशेने खूण करताच ट्रक नहारियाच्या दिशेने निघाला. दोन मिनिटातच आरीची स्टाफकार पोचली. आरी अकिवाला घेऊन कारमधे बसला. आणि ती दुसऱ्या दिशेने भरधाव निघाली.

बेन मोशेने शिटी वाजवून सर्वांना परतायचा इशारा केला. भिंतीला भगदाड पाडल्यापासून फक्त एकवीस मिनिटे झाली होती.

गोंधळलेल्या ब्रिटिश तुकड्यांनी आकर तुरुंगाच्या दिशेने यायचा प्रयत्न सुरू केला होता. रस्त्यात उभारलेले अडथळे, पेरलेले सुरुंग, दोन्ही बाजूंनी धडधडणाऱ्या मशिनगन्सनी त्यांना अटकाव केला. तुरुंगातल्या ब्रिटिश तुकड्या मुक्तता केलेल्या सर्व तीनशे कैद्यांच्या मागे लागल्या होत्या.

दोव्ह लानडावला घेऊन किनाऱ्याच्या रस्त्याने पळ काढणाऱ्या ट्रकच्या मागे आता ब्रिटिशांच्या तुकड्या लागल्या. नहारिया या ज्यू शहरात ट्रक थांबला. नाहुम बेन अमी आणि दोव्ह लानडाव लेबॅनॉनच्या सरहद्दीवरील हा मिशमार या किब्बुत्झकडे पळत सुटले. ट्रकमधल्या इतर मक्काबीजनी पाठलागावर असणाऱ्या ब्रिटिश सैनिकांना थोपवायची तयारी केली. या मक्काबीजनी केलेल्या प्रखर प्रतिकाराने दोव्ह आणि नाहुम बेन अमी यांना पळून जाण्यासाठी वेळ मिळवून दिला खरा पण

त्यातला प्रत्येकजण ठार झाला.

अकिवा आणि आरी स्टाफकारच्या मागच्या बाजूला बसले होते. ड्रायव्हर आणि एक मक्काबी पुढल्या बाजूला. आकर शहरातून बाहेर पडल्यावर आतल्या रस्त्यांनी ते क्फार मझारिक किब्बुत्झच्या दिशेने निघाले. नेपोलियन हिलजवळ मक्काबीजनी रस्त्यावर अडथळे उभारले होते. मुख्य रस्ता टाळायचा सल्ला देऊन त्यांनी स्टाफकारला पुढे पाठवले. मुख्य रस्त्यावर सुरुंग पेरले होते. ते दोन ब्रिटिश कंपन्यांना अटकाव करण्याच्या प्रयत्नात होते.

आरीने चटकन् निर्णय घेतला.

"ड्रायव्हर, या शेतातून गाडी घालून त्या ब्रिटिश तुकडीला टाळून पुढे जाता येईल?"

"बघू या प्रयत्न करून."

त्यांनी शेतात गाडी घातली. धुमश्चक्री उडत असलेल्या भागाला वळसा घालून दाण दाण दणके खात स्टाफकार शेतामधून जाऊन पुन्हा महामार्गावर निघाली. डझनभर ब्रिटिश सैनिकांच्या ती गोष्ट ध्यानात आल्यावर त्यांनी गोळ्या झाडतच त्यांच्यामागे धाव घेतली. हमरस्त्यावर चढत असतानाच इतक्या गोळीबाराच्या फैरी स्टाफकारवर आदळल्या की, ती एकदम वळली, अडकली. आरीने अकिवांना पकडून खाली झोपवले. खूपच गोळ्या यांच्या दिशेने येत होत्या. गाडी वर चढत नव्हती. फक्त चाकेच गरागरा फिरत होती. ड्रायव्हरने गाडी थोडी मागे घेतली. सब-मशिनगन्स घेतलेले दोघे सैनिक अगदी जवळ पोचत होते. आरीने मागच्या खिडकीतून गोळी घालून एकाला उडवले. दुसऱ्याने सबमशिनगनमधून स्टाफकारवर भडिमार केला.

अकिवा किंचाळला.

आणखी एक फैर.

आरी अकिवाच्या अंगावर कोसळला.

"तुम्ही ठीक आहात ना?" पुढल्याने विचारले.

"आम्हा दोघांनाही बहुतेक गोळ्या लागल्या आहेत." आरीने बसून आपला उजवा पाय बघितला. तो बधीर झाला होता. गोळी पार आत कुठेतरी अडकून बसली होती. खूप रक्त वहात नव्हते. दुखत नव्हते. पण कुठे तरी जळल्यासारख्या तीव्र वेदना होत होत्या.

त्याने हळूच अकिवांना उलटे केले. त्यांचा रक्ताळलेला शर्ट फाडला. अकिवाच्या पोटातच गोळ्या घुसल्या होत्या.

"कसे आहेत ते?"

"अत्यंत वाईट परिस्थितीत."

अकिवा शुद्धीत होता. त्याने आरीला जवळ खेचले.

"मी यातून वाचेन आरी?"

"नाही काका.'

"मग मला कुठल्या तरी गुप्त जागी घेऊन जा. लक्षात आले?"

"हो."

स्टाफकार क्फार मझारिकला पोचली. डझनभर किब्बुत्झनिख तयार होते. त्यांनी गाडी लपवली. पुढे जायला ट्रक तयार होता.

स्टाफकारमधून बाहेर पडेपर्यंत अकिवा बेशुद्ध झाला होता. रक्ताने माखला होता. आरीने क्षणभर थांबून पायावरच्या जखमेत सल्फा घातले. बॅन्डेज बांधले.

बरोबर आलेल्या दोन मक्काबीजनी त्याला थोडे बाजूला घेतले. "आणि पुढे गेलो तर अकिवा वाचण्याची शक्यता दिसत नाही. त्यांना इथेच ठेवून वैद्यकीय मदत देऊ या."

"नाही."

"डोके फिरले आहे का तुझे?"

"आता मी काय सांगतो आहे ते तुम्ही नीट ऐका. अकिवा जगणार नाहीत. तशी काहीही शक्यताच नाही. आणि जगलेच तर ब्रिटिशांना ते इथे सापडतील. आपण त्यांना सोडून पुढे गेलो आणि ते मरण पावले तर सबंध पॅलेस्टाईनभर ती बातमी पसरेल. आपल्याशिवाय इतर कुणालाही कळता कामा नये की, अकिवा पळून जाऊ शकलेले नाहीत. आणि अकिवा मरण पावले तर ते ब्रिटिशांना कळता कामा नये."

मक्काबीजना परिस्थितीची जाणीव झाली. ते ट्रकमधे पुढल्या बाजूला बसले. आरी अकिवांना घेऊन मागच्या बाजूला बसला. त्याचा पाय आता खूप ठणकायला लागला होता.

हैफा पार करून ते वळणावळणाच्या रस्त्याने माऊन्ट कारमेलवर चढायला लागले. आरी बेशुद्ध अकिवांना मांडीवर घेऊन बसला होता. मातीच्या रस्त्यावर खड्डे होते. अनेक वळणे होती. फार धक्के बसत होते. धूळ उडत होती. वर चढत चढत ते डूस रहात असलेल्या भागात पोचले. फक्त डूसच इथे एकाकीपणे रहात होते. दुसरे कोणीही नाही.

अकिवाने डोळे उघडले. बोलायचा प्रयत्न केला तरी त्याच्या तोंडातून शब्द फुटू शकला नाही. पण त्याने आरीला ओळखले आणि तो हसला. दुसऱ्या क्षणीच आरीच्या हातामधे त्याची मान कलंडली.

"दालिएत एल् कार्मिल" या डूस गावाच्या मैलभर अलीकडे ट्रक झाडीमधे उभा राहिला. मुसा हा डूस हॅगन्ना सैनिक गाढवाची गाडी घेऊन उभाच होता.

आरी घसपटतच ट्रक बाहेर पडला. अकिवाच्या रक्ताने त्याचे कपडे माखले

होते. त्याने आपला पाय चोळायला सुरुवात केली.

मुसाने त्याच्याकडे धाव घेतली.

''मी ठीक आहे. अकिवांना खाली घे. ते मरण पावले आहेत.''

थकलेल्या वृद्ध अकिवांचे मृत शरीर ट्रकमधून गाढवाच्या गाडीमधे ठेवण्यात आले.

''तुम्ही दोघे मक्काबीज आहात. अकिवा जिवंत नाहीत ही बातमी बेन मोशे आणि नाहुम यांच्याशिवाय दुसऱ्या कुणालाही कळता कामा नये. तुम्ही दोघे आता ट्रक घेऊन परत जा. तो नीट स्वच्छ करा. मुसा आणि मी अकिवांचे दफन करू.''

ट्रक वेगानेच आला त्या दिशेने परत निघून गेला.

आरी गाढवाच्या गाडीवर चढला. गाव टाकून ते माऊन्ट कारमेलच्या माथ्यावर पोचले. अंधार पडता पडता एका छोट्या झाडीच्या प्रदेशात पोचले. त्याच ठिकाणी हिब्रूंच्या सर्वात मोठ्या द्रष्ट्याची, एलायझाची, समाधी आहे. याच ठिकाणी त्याने देवाची शक्ती राणी जेझबेलच्या जादूटोणा आणि मूर्तिपूजा करणाऱ्या ''बाल'' जमातीच्या धर्मोपदेशकांना दाखवून दिली होती.

एलायझाची समाधी जेझरीलच्या खोऱ्यावर नजर ठेऊन आहे. या भूमीचा विसर कधीच पडणार नाही याचेच अमर स्मृतिचिन्ह.

समाधीजवळच त्यांनी खड्डा खणला.

''त्यांचा तो शेंदरी पोशाख काढून टाक आधी.'' आरी म्हणाला.

फाशीवर चढवताना वापरला जाणारा तो ब्रिटिश पोशाख काढून अकिवाचे दफन झाले. माती लोटून, जमीन सपाट करून त्यावर त्यांनी झाडांच्या फांद्या टाकल्या. मुसा गाडीशी जाऊन आरीची वाट बघत थांबला.

आरी बराचवेळ शेजारी गुडघे टेकून बसला होता. याकोब राबिन्स्कीचे सारे आयुष्य राग धरण्यात गेले होते आणि मृत्यु दुःखात. वर्षानुवर्षे यातना आणि क्लेश सहन केल्यानंतर आता त्याला शांती लाभली होती. आयुष्यभर मनाची जी शांतता त्याला मिळू शकली नव्हती ती आता त्याला नक्की मिळणार होती. ज्यूंच्या भूमीकडे इथून तो सर्वकाळ बघू शकणार होता. कधीतरी अकिवा कुठे चिरनिद्रा घेत आहे हे जगाला कळेल आणि ती जागा ज्यूंचे श्रद्धास्थान बनेल याची आरीला खात्री होती.

''जातो मी काका. तुमच्या भावाने तुम्हांला क्षमा केली आहे हे सांगायची संधीही नाही मिळाली मला.''

आरी उभा राहिला आणि त्याचे झोकांडे जायला लागले. मुसाने त्याच्याकडे धाव घेतली. असह्य वेदनांनी तो एकदाच कळवळून ओरडला आणि बेशुद्ध होऊन कोसळला.

# १७

किटी आणि डॉ. लिबरमन त्यांच्या ऑफिसमधे कामाबद्दल बोलत होते. दोघांचेही चेहरे पडलेले होते.

"तू इथेच रहायचा निर्णय घेशील असे काही शब्द मला सापडले असते तर मला खूप आनंद झाला असता किटी." डॉ. लिबरमन म्हणाले.

"थॅन्क्स्. आता खरेच जायची वेळ झाली तर मला फार सुने सुने वाटते आहे. गान डाफनाहून निघणे इतके जिवाला लागेल याची कल्पना नव्हती मला. रात्रभर मी या फाईल्स चाळत होते. काही मुलांची पार्श्वभूमी लक्षात घेता त्यांच्यामधे खूप सुधारणा झाली आहे."

"त्यांना तुझी खूप उणीव जाणवेल पण."

"मलासुद्धा त्यांची खूप आठवण येणार आहे. पुढल्या काही दिवसात मी साठलेले सर्व काम करून टाकेन. पण काही मुलांच्या बाबतीत माझी तुमच्याशी चर्चा करायची इच्छा आहे."

"कधीही."

किटी जायला निघाली.

"आज डायनिंग रूममधे निदान अर्धा तास लौकर यायला विसरू नकोस."

"मुलांनी असे काही केले नसते तर आवडले असते मला. निरोपादाखल पार्टी द्यायची काही आवश्यकता नाही खरी म्हणजे."

"पण प्रत्येकानेच आग्रह धरल्यावर मी तरी काय करणार?"

किटीने दरवाजा उघडला.

"आणि कारेन कशी आहे?" लिबरमनने विचारले.

"दोव्हला तुरुंगात बघितल्यापासून खूपच अस्वस्थ आहे. काल रात्री आकर तुरुंगावरच्या हल्ल्याबद्दल ऐकले आणि तिची झोप उडाली. फार वाईट रात्र गेली कालची. दोव्ह निसटला की, नाही हे एखादेवेळी लौकरच कळेलही. आयुष्यभरात एखाद्याच्या वाट्याला जेवढे दु:ख येत नसेल तेवढे तिने इतक्या लहान वयात सोसले आहे. ती पूर्ववत व्हायला एखादेवेळी थोडा वेळ लागेल डॉ. लिबरमन, पण अमेरिकेत पोचल्यावर मी तिला अगदी सुखात ठेवणार आहे."

"तू आम्हाला सोडण्यात चूक करते आहेस असे जर माझे अंतर्मन खात्रीने सांगत असते तर... पण मी नाही म्हणू शकत तसे."

कारेन त्यांच्या ऑफिसमधून निघाली. जग हादरवून टाकणाऱ्या आदल्या दिवशीच्या हल्ल्याचाच ती विचार करत होती. मक्काबीजच्या वीस तरुण तरुणींनी प्राण गमावले होते. बेन मोशे ठार झाला होता. इतर पंधरा जणांना पकडण्यात आले

होते. जखमी अवस्थेत किती जण आहेत आणि कुठे दडी मारून बसले आहेत याचा अंदाज कुणालाच नव्हता. फक्त दोन जणांसाठी इतकी किंमत मोजायची? फार मोठी किंमत वाटत होती. पण ते काही साधेसुधे दोन जीव नव्हते. ब्रिटिशांचे शिल्लक राहिलेले थोडेफार नीतीधैर्यही या छाप्यामुळे पार खच्ची झाले होते. आणि त्याचबरोबर पॅलेस्टाईनमधे रहाण्याची त्यांची इच्छाही.

किटी यार्देनाच्या ऑफिसजवळ थबकली. तिला भेटण्याची कल्पना असह्य होत होती पण... तिने पुढे दरवाजा ठोकला.

"कोण?"

किटी आत शिरली. यार्देनाने थंडपणे तिच्याकडे बघितले.

"मी विचार करत होते यार्देना. काल दोव्ह लानडाव निसटला का याच्याबद्दल काही कळले का तुला? कारेनला त्याच्याबद्दल किती जिव्हाळा वाटतो हे ठाऊक आहे तुला. जर तसे असेल तर खूप बरे वाटेल तिला."

"माहीत नाही." यार्देना तुटकपणे उत्तरली.

किटी निघाली, शेवटच्या क्षणी तिने विचारले, "आणि आरी होता त्या छाप्यात?"

"तो कुठे कुठे छापे मारायला जातो याची यादी देत नाही मला."

"एखादेवेळी तुला माहीत असेल म्हणून."

"मला कसे कळणार? तो मक्काबीजचा छापा होता."

"इच्छा असेल तर माहिती काढायचे मार्ग तुम्हा लोकांना ठाऊक आहेत."

"माहिती असती तरी ती तुम्हाला दिली नसती मी मिसेस् फ्रेमॉन्ट. पॅलेस्टाईनबाहेर जाणारे विमान पकडण्यात तुम्हाला कुठलीही अडचण येऊ नये अशी इच्छा आहे माझी."

"मैत्रिणी म्हणून एकमेकांचा निरोप घेता आला असता तर माझ्या मते छान झाले असते. पण तशी संधी देखील तू मिळू देशील असे आता वाटत नाही मला."

किटी वळली आणि पटकन् यार्देनाच्या ऑफिसबाहेर पडली. मैदानावर फुटबॉलचा खेळ चालू होता. तिथला गोंधळ आणि आरडाओरडा तिच्या कानांवर पडत होता. मधल्या हिरवळीवर छोट्या मुलांचा खेळ रंगात आला होता. काही मोठी मुले अभ्यास करण्यात दंग होती.

गान डाफनामधे फुले उगवायची कधी थांबतच नाहीत, किटीच्या मनामधे विचार येऊन गेला. आणि आसमंतात दरवळणारा सुगंधही तसाच.

ऑफिस बिल्डिंगच्या पायऱ्या उतरून ती खंदक ओलांडून पुढे झाली. डाफनाच्या पुतळ्याजवळ थबकली. या क्षणाला आरीच्या या प्रेयसीबद्दल तिच्या मनात थोडीही असूया नव्हती. डाफना कायम हुले खोऱ्याकडे नजर लावून बसली होती. अचानक

किटीला फार फार एकाकी वाटायला लागले.

"शालोम गिवेरेत किटी." तिच्या शेजारून पळत पुढे गेलेली काही मुले म्हणाली. एकाने धावत येऊन तिच्या कंबरेला मिठी मारली. तिने हळूच त्याच्या डोक्यावरून हात फिरवला. तोही पुढे गेला.

हॉस्पिटलमधे पोचेपर्यंत ती फार निराश, उद्विग्न झाली होती. गान डाफना सोडून जाताना इतके जिवावर येईल असे तिला एकदाही वाटले नव्हते.

आपल्या ऑफिसमधे पोचल्यावर तिने फाईल्स चाळायला सुरुवात केली. काही टाकून द्यायला हरकत नव्हती. काही योग्य ठिकाणी ठेवायला हव्या होत्या.

खरंच आश्चर्य आहे. कमाल आहे अगदी. सालोनिका इथला आश्रम सोडून ती निघाली तेव्हा असे काही वाटले नव्हते तिला. तिने ज्यूंचा "मित्र" बनायचा कधी प्रयत्नही केला नव्हता. मग मनाची एवढी घालमेल का? या सर्व गोष्टींची आठवण या शेवटच्या क्षणी का येते आहे?

पॅलेस्टाईनला येण्याचा निर्णय म्हणजे आयुष्यातले एक धाडसच होते. एक आगळा अनुभव होता. आरी बेन कनानला विसरायला तर खूप काळ जावा लागेल. त्याचे विचार मनात आल्याशिवाय एक दिवस जाणार नाही. पण काही काळानंतर का होईना सर्व स्थिरस्थावर होईल. पुन्हा एकदा आयुष्याला शिस्त लागेल. आणि कारेनला तिच्या आयुष्यात ज्या ज्या गोष्टी द्याव्यात अशी तिची इच्छा आहे त्या त्या देता येतील. आनंदात दिवस जायला लागतील. तिच्या सुटीमधे वेगवेगळ्या ठिकाणी जाऊन मजा करता येईल. तिला पुन्हा नृत्याच्या वर्गात घालायला पाहिजे. मग तोपर्यंत आरी बेन कनानची स्मृती धूसर होईल आणि पॅलेस्टाईनचाही विसर पडेल.

वाईट वाटणे अगदी नैसर्गिक आहे, किटीने स्वत:ची समजूत घातली. कोणतेही काम सोडताना, तिथून दुसरीकडे जाताना थोडेसे दु:ख होणारच.

"तिच्या" काही मुलांबाबत तिने केलेली टिपणे ती वाचायला लागली. त्या मुलांशी तिचा काही वैयक्तिक संबंध होता की, नव्हता? का फक्त तपासायचे, निदान करायचे, ट्रीटमेंट ठरवायची आणि पुढल्या मुलाकडे वळायचे? या जगात त्यांचे कोणी नव्हते म्हणूनच ती तिच्यावर अवलंबून होती ना? तिची इच्छा झाली तेव्हा तिने त्यांना जवळ केले होते. आता इच्छा नाही म्हणून वाऱ्यावर सोडून द्यायचे त्यांना? स्वत:ची इच्छा या पलीकडे त्यांच्याबद्दल तिचे काही कर्तव्यच नव्हते का?

छे! असले भलते सलते विचार मनातसुद्धा येऊ देता कामा नयेत. तिने तिचा खण उघडला. तिचा पासपोर्ट बाहेर काढला. कारेनचा ब्रिटिश पासपोर्टही जवळच होता. दोन तिकिटे होती. निघण्याचे ठिकाण-लिदा. जाण्याचे ठिकाण– न्यूयॉर्क.

मार्क पार्कर पूर्वेकडल्या देशात होता कुठे तरी. पण तो त्यांना घेण्यासाठी

सान्फ्रान्सिस्कोला येणार होता. प्रिय मार्क– इतका चांगला मित्र मिळेल कुठेतरी? सान्फ्रान्सिस्कोमधे त्यांची सर्व सोय होईपर्यंत तो मदत करणार होता. किटीला समुद्रसान्निध्य आवडायचे. गोल्डनगेट नजीकच्या मरीन कौन्टीमधे किंवा युनिव्हर्सिटीजवळ बर्कले भागात ते राहू शकतील. तिथून थिएटर, बॅले, सान्फ्रान्सिस्कोचे वन्डरलॅन्ड सर्व जवळ होते.

किटीने टेबलाचा खण बंद केला.

तिने फाईल्स उचलल्या आणि कपाटात ठेवायला सुरुवात केली. काही चूक नाही ती जाते यात– काहीही चूक नाही. डॉ. लिबरमनही तसेच म्हणाले. काय एवढे देणे आहे तिला या मुलांचे? शेवटी एक ''काम'' होते तिचे ते. आजपर्यंत अनेक ठिकाणी केले होते तसेच. त्याहून जास्ती काही नाही. नाही– नक्कीच काही चूक नाही ती जाते यात.

किटीने कपाटाचे दार बंद केले. एक निःश्वास सोडला. स्वतःला पटवून देता देता तिच्या मनात संशयाने घर करायला सुरुवात केली. ती नक्की हे सर्व कारेनच्या भल्यासाठी करत होती? का तिच्या कारेनवरच्या स्वार्थी प्रेमामुळे?

किटी वळली आणि भयंकर दचकली. एक अरब दरवाजात उभा होता. त्याचा पोशाख मात्र विचित्रच होता. त्याला न बसणारा, न शोभणारा सूट त्याने घातला होता. डोक्यावर लाल फेझ कॅप. पांढऱ्या कपड्याने गुंडाळलेली. त्यामुळे त्याचे डोके चपट दिसत होते. त्याची मिशी तर प्रचंड होती.

''मला घाबरवायचे नव्हते तुम्हाला.'' तो म्हणाला. ''आत येऊ मी?''

''या की.'' इंग्लिश बोलणारा अरब? आश्चर्यच वाटले तिला. जवळच्या कुठल्या गावातला असणार. आजारी असेल कुणीतरी. अरब आत आला. त्याने दरवाजा बंद करून घेतला.

''तुम्ही मिसेस् फ्रेमॉन्ट?''

''हो.''

''मी मुसा. मी डूस आहे. डूस म्हणजे कोण माहिती आहे?''

माऊन्ट कारमेलवरच्या गावात रहाणारे कोणत्यातरी मुस्लीम पंथाचे लोक असे अर्धवट काहीतरी तिला माहिती होते. त्यांची ज्यूंबद्दलची निष्ठा हे देखील त्यांचे एक वेगळेपण होते.

''घरापासून खूप दूर आला आहात.''

''मी हॅगन्ना.''

''आरी?'' ती नकळत उद्गारली.

''माझ्या 'दालिएत एल् कार्मिल' खेड्यामधे तो लपला आहे. आकर तुरुंगावरच्या हल्ल्याचे नेतृत्व त्याने केले होते. त्याने तुम्हाला ताबडतोब बोलावले आहे.''

किटीचे हृदय धडधडायला लागले.

"तो खूप जखमी झाला आहे. येणार ना?" मुसाने विचारले.

"अर्थातच्."

"जास्ती औषधे घेऊ नका. जाताना काळजी घ्यायला हवी. ब्रिटिशांनी अनेक ठिकाणी अडथळे उभारले आहेत. तपासणी करत आहेत. औषधे दिसली तर संशय येईल. मुलांनी भरलेला ट्रक आण असे आरीने सांगितले आहे. उद्या एक लग्न आहे आमच्यात. ब्रिटिशांना सांगता येईल मुले लग्नाला जात आहेत. मी ट्रक आणला आहे. ताबडतोब पंधरा मुले निवडा. बेडिंग घेऊन यायला सांगा सर्वांना."

"दहा मिनिटात तयार होतो" असे म्हणत किटीने डॉ. लिबरमनच्या ऑफिसकडे धाव घेतली.

मुसाचे खेडेगाव गान डाफनाहून ऐंशी किलोमीटर लांब होते. सगळे अरुंद आणि डोंगरातले रस्ते. प्रवास हळू हळू होत होता.

मागे बसलेली मुले मात्र खूश होती. त्यांना अनपेक्षित सुटी मिळाली होती. ती मोठ्या आवाजात गाणी गात होती. पुढल्या केबिनमधे किटीबरोबर बसलेल्या कारेनलाच फक्त या प्रवासाचे खरे कारण माहिती होते.

किटी मुसाला शंभर प्रश्न विचारत होती. चोवीस तासापूर्वी आरीच्या पायाला जखम झाली होती, तो चालू शकत नव्हता, त्याला खूप वेदना होत होत्या एवढीच माहिती त्याला होती. दोव्ह लानडावबद्दल त्याला काहीही कल्पना नव्हती. अकिवाबद्दल तर त्याने अक्षर उच्चारले नाही.

मुसाने मना करूनही तिने सल्फा, आयोडीन, बॅन्डजेस् बरोबर घेतली होती. ग्लोव्ह कम्पार्टमेन्टमधे बघितली तरी काही वेगळे वाटायचे कारण नव्हते.

आजपर्यंत फक्त दोन वेळा तिला खऱ्या भीतीचा अनुभव आला होता. शिकागोमधल्या हॉस्पिटलमधे मुलांच्या पोलिओ विभागात तीन दिवस आणि तीन रात्री तिने सॅन्ड्राबरोबर काढल्या होत्या तेव्हा आणि एक्झोडस्च्या मुलांचा अन्नसत्याग्रह चालू असताना ती डोम हॉटेलमधे बातम्या मिळायची वाट बघत थांबली होती तेव्हा.

आता तशाच जीवघेण्या भीतीचा तिच्या मनावर पगडा बसला. तारस्वरात ट्रकमधे गात असलेल्या मुलांचा आवाज तिच्या कानापर्यंत पोचत नव्हता. तिला शांत करणाऱ्या कारेनचे शब्दही. काळजीनेच तिचे डोके काम करेनासे झाले होते.

तिने डोळे मिटले. पुटपुटायला सुरुवात केली. "जो कोणता देव इस्राएलकडे लक्ष देतो आहे– प्लीज् आरीला जिवंत ठेव– प्लीज् आरीला जिवंत ठेव."

तास गेला. मग दोन तास. तीन.

चिंतेमुळेच ती इतकी अस्वस्थ बनत चालली होती की, तिच्या अंगातली ताकदच नाहीशी होत होती. कारेनच्या खांद्यावर डोके ठेऊन तिने डोळे मिटून घेतले.

ट्रक खडखड करत 'क्फार मझारिक'ला वळला. आरीने ज्या रस्त्यांनी पळ काढला होता तोच मार्ग. माऊन्ट कारमेलच्या दिशेने ट्रक निघाला आणि ब्रिटिश सैनिक दृष्टीला पडायला लागले.

रस्त्यात उभारलेल्या अडथळ्याशी ते थांबले.

''गान डाफनामधली मुले आहेत ही. उद्या लग्नसमारंभ आहे म्हणून....''

''बाहेर! पहिल्यांदा सर्वजण ट्रकच्या बाहेर!''

ब्रिटिशांनी ट्रकची पूर्ण तपासणी केली. प्रत्येक बेडिंग उघडून आतली प्रत्येक गोष्ट बघितली. दोन बेडिंग चाकूंनी फाडून बघितली. ट्रकचा खालचा भाग तपासला. जादा टायर बघितला. मुलांचीसुद्धा तपासणी झाली. एक तास शोध चालू होता.

माऊन्ट कारमेलच्या पायथ्याशी पुन्हा ट्रक अडवला गेला. दुसऱ्यांदा सर्व शोध घेऊन झाला. माऊन्ट कारमेलवर वळणावळणाच्या रस्त्याने तो चढायला लागेपर्यंत किटीची पुरी दमछाक झाली होती.

''सर्व डूस खेडी उंचावरच्या भागात वसली आहेत. आमची संख्या खूप कमी आहे. मुस्लीमांच्या हल्ल्यांना तोंड द्यायचे तर अशाच जागा हव्यात.'' मुसा सांगत होता. ''काही मिनिटात दालिएतला पोचू आपण.''

किटीने थकवा झटकला. दालिएतच्या अरुंद रस्त्यावर ट्रकचा वेग कमी झाला. इतर गलिच्छ आणि घाणेरड्या अरब गावांसारखे हे गाव नव्हते. स्वच्छ होते. घरे पांढरी शुभ्र. बहुतेक सर्व पुरुषांना मोठ्या मिशा. काहीजण चक्क पाश्चिमात्य पोशाखातही. इतर अरबांपेक्षा हेडड्रेसही वेगळे. सर्वात मोठा फरक वागणुकीतला. अत्यंत सभ्य आणि अभिमानी. त्यांचे डोळे मात्र सांगत होते की, वेळ पडली तर त्यांच्याइतके लढवय्ये दुसरे कोणीही नसतील.

स्त्रिया मन मोहून टाकणाऱ्या. पोशाख रंगीबेरंगी. डोक्यावर शुभ्र कापड बांधलेले. मुले दणकट. मोठ्या डोळ्यांची.

आज दालिएतमधे कारमेलवरच्या सर्व डूस खेड्यांमधून शेकडोजण आले होते. किब्बुत्झमधले ज्यू होते. लांबवरच्या हैफापासून आलेलेही.

लग्नसमारंभ होणार होता त्या घरासमोर भरपूर गर्दी होती. नवऱ्याला शुभेच्छा द्यायला आणि वृद्धांना भेटायलाही. ट्रक इंचाइंचाने पुढे सरकत होता. घराजवळ टेकडीच्या पायथ्याशी मांडव टाकलेला. त्याखाली पंचवीस एक यार्ड लांबीच्या टेबलावर फळे, भात, मटण, करी, दारू वगैरे अनंत गोष्टी मांडल्या होत्या. स्त्रिया भरभरून ताटे आणत होत्या, रिकामी ताटे घेऊन जात होत्या.

मुसाने थोडे पुढे जाऊन ट्रक उभा केला. मुलांच्या स्वागतासाठी अर्धा डझन माणसे पुढे झाली. आपापली बेडिंग घेऊन ती त्यांच्या कॅम्प ठोकायच्या जागेकडे गेली. नंतर ती समारंभात भाग घ्यायला आली असती.

किटी आणि कारेन यांना घेऊन मुसा ट्रकने पुढे निघाला. रेशमी शर्ट आणि रंगीबेरंगी स्कलकॅप्स घालून डूस नाचण्यात दंग होते. पुढल्या माणसाच्या खांद्यावर हात ठेऊन मागचा माणूस असे अनेकजण उभे होते. सरळ रेषेत ताठ उभे राहून मधेच उंच उड्या मारत होते. त्यांच्या पायात जशा काही स्प्रिंग बसवल्या होत्या. सर्वात पुढे पॅलेस्टाईनमधला सर्वोत्कृष्ट डूस नर्तक निस्सीम होता. हातात सुरा पकडून आणि दोन हातात सुरे धरून तो भराभर गिरक्या घेत होता.

जवळच एकजण शीघ्रकाव्य करत होता. प्रार्थनाच बनवत होता. त्यातून गोष्ट सांगत होता. त्याने एक ओळ सांगितली की, शंभरजण ती म्हणत होते. त्याची गोष्ट पुढे पुढे सरकायला लागली तसा इतरांचा आवाजही वाढायला लागला. त्याची आख्यायिका संपली आणि अर्ध्याहून जास्ती लोकांनी आकाशाच्या दिशेने हवेमधे पिस्तुलाच्या गोळ्या झाडल्या.

मुसाने मुख्य रस्त्यावरून ट्रक वळवला. अगदी अरुंद रस्त्याने ते उताराला लागले. त्याने ब्रेकवर पाय दाबून धरला होता. काही काही ठिकाणी घसरत आणि सरकतच ट्रक खाली येऊन थांबला.

पुढे ट्रक न्यायचा प्रयत्न करण्यातच अर्थ नव्हता. तिघेही पटकन उतरले. किटीने आपली फर्स्ट एडची छोटी बॅग हातात पकडली. मुसा मागोमाग काही घरे मागे टाकून ते पुढे निघाले. शहरातले आवाजही इथे पोचत नव्हते. शेवटच्या घराशी ते थांबले. शूर डूसचा एक गट पहाऱ्यावर होता.

मुसाने दरवाजा उघडून धरला. किटीने एक क्षण थांबून मोठा श्वास घेतला आणि आत पाऊल टाकले. आतल्या दुसऱ्या दरवाजाबाहेरही दोन डूस उभे होते. किटी कारेनकडे वळली.

''इथेच उभी रहा तू कारेन. गरज पडली तर मी हाक मारते. मुसा तू प्लीज् माझ्याबरोबर आत ये.''

आत अंधार होता. हवा थंड होती. खूप उंचीवर गाव होते. जमीन काँक्रीटची होती. किटीला कण्हण्याचा आवाज आला. तिने पटकन पुढे होऊन खिडकीची शटर्स उघडली. आत थोडा प्रकाश आला.

आरी पलंगावर पडला होता. डोक्याशी असलेल्या पलंगाच्या दोन दांड्या त्याने मुठीत घट्ट पकडून धरल्या होत्या. वेदनांनी कळवळत असताना त्याने त्या पार वाकवून टाकल्या होत्या. किटीने त्याच्या अंगावरचे पांघरूण काढले. त्याचे कपडे, खालची चटई रक्ताने माखली होती.

''त्याची पॅन्ट काढायला मदत कर मला'' किटीने विचार न करता मुसाला सांगितले.

तो आश्चर्याने तिच्याकडे बघतच ताठ उभा राहिला.

"ठीक आहे, ठीक आहे. तू नको काही करूस. पण माझ्या मधे मधे येऊ नकोस. तुझी मदत लागेल तेव्हा सांगेन तुला."

तिने काळजीपूर्वक त्याची पॅन्ट फाडली आणि त्याला तपासले. नाडी व्यवस्थित होती. शरीराचा रंगही. तिने त्याचे दोन्ही पाय नीट बघितले. गोळी बसलेल्या पायाला खूप सूज आलेली नव्हती. खूप रक्तही गेले नसावे.

आरी जिवंत आहे आणि त्याला धोका नाही याची खात्री पटल्यावर तिचे डोके ताळ्यावर आले.

"मुसा, पाणी, साबण आणि काही स्वच्छ टॉवेल घे. मला त्याची जखम नीट बघायची आहे."

तिने हात धुतले. जखमेजवळची जागा नीट पुसून घेतली. मांडीच्या कातडीचा रंग बदलला होता. जिथून गोळी आत शिरली होती तिथून अजूनही थेंब थेंब रक्त बाहेर येत होते.

आरीने डोळे उघडले. "किटी?"

"मी आहे इथे."

"देवाचीच कृपा."

"तू काय काय केले आहेस?"

"काल सल्फा घातले होते. बॅन्डेज बांधले होते. पण रक्त जास्ती येत नव्हते."

"मी जरा जखम नीट बघणार आहे. खूप दुखेल."

"ठीक आहे."

तिने सुजलेल्या भागाला बोट लावले मात्र आणि तो घामाने निथळायला लागला. त्याने पलंगाचे दांडे घट्ट पकडून धरले होते तरी सबंध कॉट हलली. किटीने पटकन् बोट काढले. तीन मिनिटे तरी आरी थरथरत होता. तिने टॉवेल ओला केला आणि त्याचे तोंड पुसले.

"बोलू शकशील माझ्याशी आरी?"

"ही थरथर येते आणि जाते. कुठे थोडी जखम झाली पायाला तर सर्वांना त्रास देतो आहे. कुक काऊन्टीमधे हे शिक्षण मिळाले होते?"

त्याच्या लक्षात होते तर! तिच्या चेहऱ्यावर थोडे हसू उमटले.

"कधीतरी कुणाचा तरी नवरा आपल्या बायकोला तिच्या मित्राबरोबर नको त्या गोष्टी करताना पकडायचा आणि तो मित्र नंतर इमर्जन्सी डोअरबाहेर फेकलेला आढळायचा."

"नक्की काय झाले आहे मला?"

"खात्रीपूर्वक सांगता येत नाही. बंदुकीच्या गोळ्या चमत्कारिकपणे वागतात. शरीरात गोळी घुसली की, ती कुठून कुठे जाईल ते कळणे अशक्यच. तुझी नाडी

ठीक आहे. श्वासोश्वास ठीक आहे. तुला शॉक बसलेला नाही. जखमेजवळचा भाग सोडला तर कुठे सूजपण नाही.''

''या सर्वांचा अर्थ काय पण?''

''म्हणजे अंतर्गत रक्तस्त्राव झालेला नाही. प्रमुख रक्तवाहिनीला गोळीमुळे धक्का पोचलेला नाही. बाहेरच्या जंतुंचा संसर्ग नाही. नशीब चांगले होते तुझे. मला काळजी वाटते ती तुला होणाऱ्या या वेदनांची.''

''दर काही तास उलटले की, माझी शुद्ध हरपते.''

''धीर धर. पुन्हा एकदा बघू दे मला.''

आरीने मन घट्ट केले. पण काही सेकंदच तो सर्व सहन करू शकला. आणि किंचाळून ताठ बसला एकदम. पुन्हा कॉटवर कोसळला.

''ही गोळी जीव घेणार माझा.''

त्याने बेडशीट घट्ट धरले. तो पालथा झाला. पुन्हा थरथरायला लागला.

दहा मिनिटांच्या असह्य वेदनांनंतर तो घामाने निथळून शांत झाला.

''किटी– काय प्रकार आहे हा?- मी जास्ती सहन नाही करू शकणार.''

''गोळी लागल्यानंतर तू थोडा तरी चालू शकला होतास?''

''हो! पण या असह्य वेदना कशाने होत आहेत?''

तिने मान हलवली. ''मी डॉक्टर नाही. मला खात्री नाही. मी चूकही करत असेन एखादेवेळी.''

''तुला जे वाटते आहे ते सांग किटी.'' तो कसाबसा म्हणाला.

''ठीक आहे. ऐक तर मग. गोळी मांडीतून घुसली आणि हाडावर आपटली. तिने तुझा पाय मोडला नाही. नाही तर तू चालू शकला नसतास. मांडीत दुसरीकडे कुठे गेली असती तर नक्की कुठल्यातरी रक्तवाहिनीला धक्का पोचला असता.''

''पण म्हणजे काय शेवटी?''

''ती हाडावर आदळली आणि तिथला एखादा तुकडा उडाला असावा. त्यानेच या वेदना होत आहेत. मला वाटते हाडावर आपटून गोळी पुन्हा उलटली आहे आणि कुठल्यातरी मज्जातंतूंना चिकटून राहिली आहे.''

''काय होणार आता मग?''

''गोळी बाहेर काढायलाच हवी. नाहीतर त्या वेदनांमुळे तुझा मृत्यु तरी ओढवेल नाहीतर अर्धांगवायुचा झटका तरी येईल. तू इथून हलू शकत नाहीस, त्यामुळे काहीतरी नवीन भानगडी निर्माण होण्याची शक्यता आहे. रक्तस्त्राव होऊ शकेल. आणि काय ते देवालाच माहीत. इथे काही तासात एखादा डॉक्टर येणे आवश्यक आहे. ती गोळी बाहेर काढलीच पाहिजे.''

आरीने मुसाकडे पाहिले. किटीची नजरही त्याच्याकडे वळली आणि पुन्हा

आरीकडे.

"कालच्या छाप्यामधे जखमी झालेले अनेकजण सबंध गॅलिलीभर लपून आहेत. पॅलेस्टाईनमधल्या प्रत्येक ज्यू डॉक्टरवर ब्रिटिशांची पाळत आहे. मी कुठल्याही ज्यू डॉक्टरला इथे आणण्याचा प्रयत्न केला तर ब्रिटिश त्याचा पाठलाग करत इथे पोचतील."

तिने एकदा आरीकडे बघितले, एकदा मुसाकडे. ती उभी राहिली.

"मग शरण जा. तातडीने इलाज होईल."

"आरीने मुसाला खूण केली. तो बाहेर गेला.

"किटी!"

ती जवळ गेली. त्याने तिचा हात हातात घेतला. "ते मला फासावर चढवतील किटी! सर्व आता फक्त तुझ्याच हातात आहे."

किटीच्या घशाला एकदम कोरड पडली. ती दूर झाली. भिंतीला टेकून उभी राहिली. आरी एकदम शांत होता. डोळे किटीवर खिळलेले.

"मला शक्य नाही ते. मी डॉक्टर नाही."

"तुलाच करायला हवे ते."

"माझ्याकडे उपकरणेही नाहीत काही."

"किटी! कशाही परिस्थितीत हे तूच करायला हवेस."

"शक्य नाही. शक्य नाही ते. किती वेदना होतील याची काही कल्पना आहे तुला? ते करता करता....आरी! मला खूप भीती वाटते रे आरी!" आकरवरचा हल्ला आरीच्या नेतृत्वाखाली झाला होता. ब्रिटीशांनी त्याला पकडले तर त्याचे भवितव्य उघड होते. तिला दोव्हची आठवण झाली–कारेनची. काय वाटले असेल तिला? आरीच्या सर्व आशा फक्त किटीवरती केंद्रित झाल्या होत्या. काही केले नाही तरी मृत्यू ओढवणार होता. तिने घट्ट मुठी आवळल्या. ती उभी राहिली. टेबलावर ब्रॅन्डीची एक बाटली होती. ती तिने त्याच्या हातात दिली.

"सुरू कर ती प्यायला. रिकामी झाली तर दुसरी आणू. जितकी पिता येईल तितकी पी. अगदी शुद्ध हरपायची पाळी येईपर्यंत पी. होणाऱ्या वेदना सहन करण्यापलीकडे असतील."

"थॅन्क्स् किटी."

तिने पटकन दरवाजा उघडला.

"मुसा!"

"ओ?"

"थोडी औषधे कुठे मिळतील?"

"यागोर किब्बुत्झ."

"माणूस पाठवला तर जाऊन यायला किती वेळ लागेल?"

"पाठवायचा प्रश्न नाही. पण येताना त्याला लपूनछपून यावे लागेल. तो गाडीने येऊ शकणार नाही. या डोंगरामधून रस्ते टाळत, पायवाटांनी यायला खूप तास लागतील. रात्री उशिरापर्यंत येईल बहुधा."

"मला हव्या आहेत त्या वस्तूंची यादी देते मी. जितक्या लवकर त्या किब्बुत्झला माणूस पाठवता येईल तितक्या लवकर तो पाठव."

किटी विचार करत होती. पाठवलेला माणूस एखादे वेळी रात्रीपर्यंत परत येईल किंवा येऊ शकणार नाही. किब्बुत्झच्या दवाखान्यात भूल द्यायची औषधे नक्की असतील याची खात्री तरी कशी देणार? तो माणूस परत येईपर्यंत वाट बघण्यात अर्थ नव्हता. तिने चिठ्ठी लिहिली. दोन लिटर प्लास्मा, पेनिसिलीन, मॉर्फिन, बॅन्डेजेस्, थर्मामीटर आणि इतर वस्तु. मुसाने एका पहारेकऱ्याला यागोरला पाठवून दिले.

"कारेन! मला तुझी मदत हवी आहे. पण खूप कठीण पडेल."

"मी काहीही करू शकेन."

"मुसा! तुझ्याकडे थोडी काही तरी औषधे आहेत का?"

"थोडीशीच. म्हणण्यासारखी नाहीत."

"ठीक आहे. फर्स्ट-एड किटमध्ये जी आहेत त्यावर भागवू या. बॅटरी? न वापरलेली दाढीची ब्लेड किंवा छोटासा धारदार चाकू?"

"ते सर्व मिळेल."

"ब्लेडस् आणि चाकू अर्धा तास उकळत्या पाण्यात ठेव."

मुसाने मागे वळून दुसऱ्याला सूचना दिल्या.

"आता जमिनीवर काही ब्लॅन्केटस् पसर. पलंग फार हलतो. आरीची थोडीही हालचाल होता कामा नये. त्याला खाली घेतल्यावर कारेन तू पलंगावरच्या सर्व चादरी बदल. गादीसुद्धा."

"आणि काही?" मुसाने विचारले.

"सात-आठ माणसांना बोलाव. त्याला उचलून खाली ठेवायला आणि घट्ट पकडून ठेवायला."

सर्व तयारी झाली. जमिनीवर ब्लॅन्केट पसरली. आरी ब्रॅन्डी पीत होता. चार डूसनी शक्य तितक्या हळूवारपणे त्याला कॉटवरून उचलून खाली ठेवले. कारेनने कॉटवरच्या सर्व चादरी बदलल्या. उकळलेल्या पाण्यात ठेवलेल्या ब्लेडस् आणि चाकू आला. किटीने आपले हात स्वच्छ धुतले. जखम धुतली आणि त्यावर आयोडीन लावले. त्याच्या डोक्याखाली उशी सरकवली. ब्रॅन्डी पिऊन पिऊन आरी असंबद्ध बडबडायला लागला होता. तिने त्याच्या दातात रुमालाची घडी ठेवली.

“मी तयार आहे आता. घट्ट दाबून धरा त्याला. सुरू करू या.”

एकाने आरीचे डोके धरले. दोन जणांनी त्याचा एक एक दंड पकडून धरला. दोघांनी त्याचा चांगला पाय दाबून धरला. एकाने गोळी घुसलेला पाय. आठ ड्रूसनी त्याची काहीही हालचाल होणार नाही अशा तऱ्हेने त्याला जमिनीवर जखडून टाकले. किटी बॅटरी, ब्रॅन्डी आणि असलेली थोडी फार औषधे घेऊन गुडघ्यांवर बसली. कारेनने जखमेवर बॅटरीचा प्रकाश पाडला.

इतरांना खूण करून किटीने हातात ब्लेड घेतली. मांडीवर दाबून धरून क्षणात जखमेवर दोन इंच काप दिला. आरी भयंकर धडपडायला लागला. असह्य वेदनांनी त्याचे नाक वाहायला लागले. डोळ्यातून अश्रू वाहायला लागले. आठ जणांनासुद्धा त्याला पकडून ठेवणे भारी पडत होते.

किटीचेच ओठ पांढरेफटक पडताना आणि डोळे फिरायला लागताना बघितल्यावर कारेनने तिचे केस धरून तिची मान वर केली आणि तिच्या घशात थोडी ब्रॅन्डी ओतली. किटीला ठसका लागला. तिने मन घट्ट केले आणि एक घोट स्वत:हून घेतला. आरी बेशुद्ध पडला.

पुन्हा एकदा कारेनने बॅटरी धरली. एका हाताने किटीने कापलेला भाग दोन बाजूंनी पकडून कातडी बाजूला केली. अंगठा आणि मधले बोट आत घुसवले. बोट आत फिरवायला सुरूवात केली. तिच्या नखाला प्रथम एक कठीण वस्तू कळली. दोन्ही बोटात ती धरून एकदाच जोर लावून किटीने ती घट्ट पकडली आणि बाहेर खेचली.

ती जमिनीवर बसली. बंदुकीची गोळी बघत वेड्यासारखी हसायला लागली. इतरजणही हसायला लागले. सर्वांच्या मनावरचा जबरदस्त ताण कमी झाला. हसता हसता किटी हमसाहमशी रडायला लागली. हुंदके द्यायला लागली.

“मुसा” कारेन म्हणाली. “त्याला कॉटवर घ्या. त्या जखमेला कशाचाही स्पर्श होऊ देऊ नकोस.”

कारेननेच आधार देऊन किटीला उठवले. खुर्चीत बसवले. तिच्या हातामधली बंदुकीची गोळी अजूनही इतकी घट्ट पकडलेली होती की, बोटे सोडवूनच कारेनने ती काढली. तिचे हात धुऊन स्वच्छ केले, पुसले. आरीच्या जखमेत सल्फा पावडर ओतली. हळूच वर एक बॅन्डेज बांधले. आरीचे सर्व अंग पुसून काढले. किटी अजूनही सावरलेली नव्हती. हुंदके देत होती.

कारेनने सर्वांना खोलीबाहेर काढले. किटीसाठी आणि एक पेग भरून तिच्या हातात ग्लास ठेवला आणि तीही बाहेर गेली.

किटीने हळूहळू ब्रॅन्डी संपवली. आरीजवळ गेली. त्याची नाडी बघितली. डोळ्यांच्या पापण्या उघडून डोळे तपासले. त्याच्यावर नीट नजर फिरवली.

ठीक आहे. सर्व ठीक आहे. तो यातून सुखरूप बाहेर पडणार आहे.

तिने त्याच्या छातीवर डोके ठेवले. ''आरी-आरी-आरी.'' ती स्फुंदत होती आणि त्याचे नाव घेत होती.

## १८

आरीला भयंकर वेदना होत होत्या. मागवलेली औषधे आली नव्हती. किटी क्षणभर त्याच्यापासून दूर होत नव्हती. अनेक वेळा तो हातपाय झाडायला लागल्यावर तिला मुसा आणि इतरांना हाक मारावी लागली. जखम उघडी होती. धक्का लागता कामा नये.

वरती टेकडीवर गावामध्ये नृत्य-संगीताचा जल्लोष चालूच होता. दिवसभर दृष्टीआड ठेवलेली नवरी बाहेर आली. कोट आणि हॅट घातलेला नवरा घोड्यावर बसून, फुलांच्या पायघड्या घातलेल्या गल्लीतून, दोन्ही बाजूला रायफली धरून उभ्या असलेल्या मित्रांच्या गराड्यातून तिच्याजवळ पोचला.

लग्नसमारंभानंतर आलेल्या ज्यू पाहुण्यांनी आणि गान डाफनामधल्या मुलांनी रात्री शेकोटी पेटवली. गाणी, होरा नृत्य, टॅम्बो, फ्ल्यूट. इतर ड्रूस नर्तकांनीही त्यात भाग घेतला.

कारेनने बाहेरची खोली सोडली नव्हती. रात्र संपता संपत नव्हती. ती मधूनमधून किटीच्या मदतीला येत होती. आरीवर लक्ष ठेवत होती. पहाट झाली. मनावरचे दडपण, थोडीही झोप नाही, दोघी फार थकल्या होत्या. आरीने थोडासा आवाज केला तरी खाली बसलेली किटी ताडकन् उठायची.

सकाळ झाली तरी मागवलेली औषधे पोचलीच नव्हती.

''मला वाटते की, तू मुलांना आता परत गान डाफनाला सोडून यावेस.'' किटी मुसाला म्हणाली. ''इथे इंग्रजी बोलणारे दुसरे कोणी आहे?''

''आहे. इथेच थांबायला सांगतो त्याला.''

''माझ्यासाठी दुसरा एखादा पलंग, सोफा वगैरे मिळू शकेल? मला इथेच राहून लक्ष ठेवायला हवे.''

''करतो सोय.''

कारेन पुढल्या खोलीत बाकावर बसून डुलक्या काढत होती. किटीने हळूच तिच्या गालावरून हात फिरवला. कारेन जागी झाली. डोळे चोळतच विचारले, ''कसा आहे तो? ठीक आहे?''

''नाही. त्याला खूप वेदना होत आहेत. कारेन, तूही मुलांबरोबर गान डाफनाला जा.''

“पण किटी!”

“चर्चा नको. डॉ. लिबरमनना सांग की, सर्व नीट होईपर्यंत मी इथेच रहाणार आहे.”

“परवा आपण पॅलेस्टाईन सोडून जायचे होते ना?”

किटीने नकारार्थी मान हलवली. “तिकिटे रद्द कर. आरीची काळजी समर्थपणे घेऊ शकेल असे कुणी तरी त्यांनी इथे आणेपर्यंत मी इथेच राहणार आहे. किती दिवस रहावे लागेल ते माहीत नाही.”

कारेन किटीला एकदा मिठी मारून निघाली.

“आणि कारेन! साफेदला जाऊन ब्रूस सदरलॅन्डनाही मी कुठे आहे ते कळव. त्यांना विचार की, ते मला भेटायला हैफाला येऊ शकतील का ते. म्हणावे सर्वात मोठ्या हॉटेलमध्ये रहा. कुठेही असले तरी मी ते शोधून काढेन. माझ्यासाठी काही कपडेही पाठव त्यांच्याबरोबर.”

लग्नाला आलेले शेकडो पाहुणे दुपारपासूनच ‘दालिएत एल् कार्मिल’ सोडून आपापल्या घरी जायला निघाले. ड्रूस त्यांच्या उंच डोंगरावरल्या गावी, ज्यू त्यांच्या किब्बुत्झला किंवा हैफाला, मुसा आपल्या ट्रकमधून सर्व मुलांना घेऊन गान डाफनाला.

सर्वजण निघून गेल्यावरच ड्रूसनी आरीवरला पहारा थोडा कमी केला. इंग्रजी जाणणारा एक ड्रूस मात्र कायम पुढच्या खोलीत असे.

या परक्या ठिकाणी फक्त किटीच आरीबरोबर होती. आता या शांततेच्या क्षणी घडलेल्या घटनांचा अर्थ तिच्या खाडकन् लक्षात आला. त्याच्या कॉटजवळ उभी राहून ती त्याच्याकडे बघत होती.

“अरे देवा! काय करून बसले आहे मी?” ती स्वतःशीच पुटपुटली. महिने महिने त्याच्याशी राखलेले भांडण, कष्टाने केलेला विरोध एका क्षणात कोलमडून कशी ती वेड्यासारखी धावत त्याच्याकडे आली होती? तिला आरीची भीती वाटायला लागली. सर्व विसरायला लावणारी ती एवढी कसली ताकद आहे त्याच्यात?

त्या दिवशी संध्याकाळी यागोर किब्बुत्झमधून औषधे घेऊन येणारा ड्रूस पोचला. माऊन्ट कारमेलवर ब्रिटीशांची गस्त पथके इतकी लक्ष ठेऊन होती की, लपतछपत तासन्तास लपून राहून त्याला येणे भाग पडले होते. आकर तुरुंगावरच्या हल्ल्यात जखमी झालेल्यांचा शोध घेण्यासाठी ब्रिटीशांनी मोठी मोहिम उघडली होती.

किटीने ताबडतोब एक लिटर रक्त आरीला दिले. पेनिसिलीन दिले. ज्या पद्धतीने गोळी काढावी लागली होती तो विचार करता जखम चिघळण्याची धास्ती

तिच्या मनातून जात नव्हती. तिने जखम धुतली. नवीन बॅन्डेज बांधले. असह्य वेदना होत होत्या. म्हणून मॉर्फिनचे इंजेक्शन दिले.

पुढले दोन दिवस आणि दोन रात्री ती मॉर्फिन वापरत होती. मिनिटामिनिटाला त्याच्याकडे लक्ष देत होती. ब्लेडने कापलेला भाग जुळायला लागला. तसा धोका दिसत नव्हता. आरी मधून मधूनच शुद्धीत असे. त्यावेळी तो थोडेफार खातपीत असे. पण काय चालले आहे हे त्याच्या नक्कीच लक्षात येत नव्हते. किटीची कार्यक्षमता आणि अहोरात्र काम करायची धमक बघूनच गावकरी थक्क झाले. स्त्रियांना एकाच गोष्टीचा आनंद होता. ती काय फाड् फाड् ऑर्डर सोडायची पुरुषांना.

आरीला धोका नाही, काळजी करायचे कारण नाही, फक्त थोडा वेळ लागेल आणि आरी पूर्वीसारखा ठीक होईल अशी ज्या दिवशी किटीची खात्री पटली त्या दिवशी ती बेचैन झाली, अस्वस्थ झाली. स्वतःच्या काळजीत पडली. तिला काय ठरवायचे ते समजेना. गान डाफना सोडायचा प्रश्न पुन्हा उभा राहिला.

गान डाफनाच्या मुलांना निश्चितपणे तिची गरज असताना तिला त्यांना सोडून जायचा हक्क आहे काही? कर्तव्य आणि मानवी भावना यांच्यामध्ये रेष असलीच तर कुठे आहे ती? आणि कारेनचे काय? फक्त किटी बरोबर नसेल या भीतीनेच तर ती अमेरिकेला यायला तयार होत नव्हती ना?

आणि या सर्वांचा विचार करत असताना, एका गोष्टीचा तिला अर्थच कळत नव्हता. पूर्वी एकदा या चमत्कारिक लोकांमध्ये ती तिच्या इच्छेविरुद्धच खेचली गेली होती. सायप्रसमध्ये यांच्यासाठी काम करायचे नाही असे ठरवून टाकले असताना कारेन तिच्या दृष्टीला पडली. अमेरिकेला जायचे ठरले असताना त्याचीच पुनरावृत्ती घडली आणि ती आरीसाठी धावत आली. योगायोग? का दुसरीच कुठली ताकद तिचे भवितव्य ठरवत होती? तिची बुद्धी तिला सांगत होती की, भलत्या कल्पनांच्या आहारी जाऊ नकोस. पण आता तिला अशीही भीती वाटायली लागली की, पॅलेस्टाईननेच तिला झपाटून टाकले आहे.

किटीच्या शुश्रुषेमुळे आरी झपाट्याने सुधारत होता. किटीला आरीची कमाल वाटत होती. त्याने सहन केलेल्या वेदना दुसऱ्या कुठल्याही माणसाला सहन करता आल्या नसत्या. मेलाच असता तो. चौथा दिवस संपत आला तेव्हा मॉर्फिनचा डोस तिने कमी केला. पेनिसिलीनही थांबवले. जखम भरून येते आहे याची तिला खात्री पटली.

पाचव्या दिवशी आरी उठला तेव्हा त्याला भूक लागली होती. दाढी-आंघोळ करायची इच्छा होती. मजेत वाटत होता. आरीच्या अंगात संचारलेली नवी शक्ती बघताच किटीची वागणूक बदलली. भावनांना थारा उरला नाही. सार्जंट मेजरसारख्या ऑर्डर सोडायला लागली. तो जसा काही तिच्या ओळखीचाच नाही अशा थाटात

पुढल्या आठवड्यातला औषधोपचार ठरवायला लागली.

"या आठवड्याअखेर कुठलीही औषधे घ्यायचे कारण उरणार नाही अशी माझी अपेक्षा आहे. पायाला जास्तीत जास्ती व्यायाम हवा. हालचाल हवी. जखम शिवलेली नाही. तिथे लक्ष द्यावे लागेल."

"चालता कधी यायला लागेल?"

"एक्स-रे काढल्याशिवाय सांगता येणार नाही. हाडाचा तुकडा उडला नसावा. फक्त एखादा तडा पडला असेल असे आता वाटते. तसे नसते तर आजही खूप वेदना झाल्या असत्या. पण महिनाभर तरी तू कुठे जाऊ शकत नाहीस हे नक्की."

तिने त्याच्या गळ्यापर्यंत पांघरुण ओढले.

"एक सेकंद किटी! तू एखाद्या देवदूताप्रमाणे माझी काळजी घेत होतीस. दयाळूपणे वागत होतीस. आज सकाळपासूनच रागावलेली दिसतेस. काय झाले? का मीच काही केले?"

"मी दमले आहे. फार थकले आहे. पाच रात्री झोप नाही. सॉरी, आज मी तुझ्यासाठी काहीही करण्याच्या परिस्थितीत नाही."

"ते कारण नाही. दुसरेच आहे. इथे आल्याचेच दु:ख होते आहे तुला. खरे ना?"

"हो."

"द्वेष आहे माझ्याबद्दल?"

"द्वेष? तुझ्याबद्दल मला काय वाटते ते मला वाटते मी स्पष्ट केले आहे. प्लीज्. मी फार दमलेली..."

"नक्की काय झाले आहे ते बोल किटी."

"मी तुझी काळजी घेतली याबद्दलच राग येतो आहे मला. आणि काही जाणून घ्यायची इच्छा आहे?"

"तुझ्या मनात काय चालले आहे तेच कळत नाही. विचार करायला लागलो तर फार गुंतागुंत निर्माण होते."

"असेनही मी तशीच."

"नेहमी आपण समोरासमोर आलो की, का भांडायला लागतो?"

किटी स्थिरपणे त्याच्याकडे बघत म्हणाली, "मी तुझ्यासारखा साधा सरळ विचार करत नाही.- तू मला आवडतेस- मी तुला आवडतो- तेव्हा का नको आपण एकत्र झोपू या? पालमाख मॅन्युअल पान चारशे चव्वेचाळीस. मुलांनी आणि मुलींनी बुजरेपणाने, लाजरेपणाने वागता कामा नये. पॅलेस्टाईनच्या स्त्रियांनो, अगदी सरळ वागा. ज्याच्यावर प्रेम असेल त्याच्याबरोबर झोपायला हरकत नाही."

"आम्ही ढोंगीपणाने वागत नाही."

"माझे विचार यार्देनाएवढे किंवा तुझ्या अमर डाफनाएवढे पुढारलेले नाहीत."

"एक शब्द बोलू नकोस जास्ती. माझी बहीण किंवा डाफना यांना नीतीची काहीच चाड नाही असे सुचवायचा धीर तरी कसा झाला तुला? यार्देनाने आयुष्यात फक्त एकाच माणसावर प्रेम केले आहे. आठवड्याच्या शेवटी तो जिवंत राहील किंवा ती जिवंत असेल याची कधीच खात्री देता येत नसताना एकमेकांसाठी काहीही करण्यात काय चूक आहे? अरब ठगांनी डाफनाला ठार केले. तुला काय वाटते की, याद एल्ला तिच्याबरोबर शांतपणे आयुष्य काढायची इच्छाच नव्हती माझी?"

"माझे आयुष्य कोणत्याही ध्येयासाठी वाहिलेले नाही. मला जे हवे आहे ते फार साधे आहे. ज्या माणसावर प्रेम आहे त्यालाही माझी गरज वाटायला हवी."

"वायफळ बडबड बास् झाली. मला तुझी गरज आहे हे दाखवले नव्हते मी तुला?"

किटी हसली. अत्यंत कटुपणे हसली. "बरोबर आहे. तुला माझी गरज होती खरीच आरी. कॅरलॉसमधून बनावट कागदपत्रे बाहेर आणायला तुला माझी गरज होती- तुला पुन्हा माझी गरज भासली- तुझ्या पायातली बंदुकीची गोळी काढायला. तुझे मन विलक्षण आहे आरी. अर्धवट शुद्धीत असताना आणि असह्य वेदना होत असतानाही ते सर्व तऱ्हेने विचार करू शकत होते. काय करायचे ते बरोबर ठरवू शकत होते. संशय येऊ नये म्हणून ट्रकमधून मुलांना आण. तुला माझी गरज नव्हती आरी, ब्रिटिश अडथळे पार करून येऊ शकेल असे कुणीही चालले असते तुला.

आणि मी तुला अजिबात दोष देत नाही आरी. मीच एक नंबरची मूर्ख आहे. आयुष्यभर प्रत्येकाला आपल्या कुठल्या तरी दुःखाच्या वेदना अगदी एकट्याने सहन कराव्या लागतात. माझ्या दुःखाचा संबंध तुझ्याशी आहे. मी एखाद्या साब्राप्रमाणे चेहऱ्यावर काहीही न दर्शवता त्या नाही सहन करू शकत."

"म्हणून मला एखाद्या जनावराप्रमाणे वागवणे आवश्यक आहे का?"

"हो. तू कोण आहेस वाटते तुला? एक यांत्रिक जनावरच. इस्त्रायली लोकांचे राज्य पुन्हा उभे करण्याच्या कल्पनेने तू इतका भारला गेला आहेस की, मानवी भावनांशी तुझा संबंधच उरलेला नाही. दुसऱ्यावर प्रेम करणे या शब्दांचा अर्थ तुला कळत नाही. तुला एकच गोष्ट कळते. लढाई. मीही तुझ्याशी एक लढाईच करते आहे मिस्टर आरी बेन कनान आणि मी ती जिंकणार आहे. आणि जिंकल्यावर तुझा विचारही मनातून काढून टाकणार आहे."

ती त्याच्याजवळ येऊन उभी राहिली. तिच्या डोळ्यात रागानेच अश्रू जमा झाले होते. आरी गप्प राहिला. "एक दिवस असा उजाडेल की, तुला खरीच कुणाची तरी गरज भासेल. ती वेळ फार भयंकर असणार आहे. मनापासून मदतीची हाक कशी द्यायची हेच तुला माहिती नाही."

“तू कुठे तरी चालली होतीस ना?”

“चालले आहे आणि चालतच रहाणार आहे. नर्स फ्रेमॉन्टचे काम संपले आहे. पालमाखकडून तुझी काळजी घेण्यासाठी काही दिवसात कोणी तरी येईल. तो पर्यंत तू नक्की जिवंत रहाशील.”

तिने मागे वळून दरवाजा उघडला.

“किटी!- तुला हव्या असणाऱ्या माणसाबद्दलची ही स्वप्नकल्पना- नक्की काय हवे आहे तुला?”

“मला असा माणूस हवा आहे की, ज्याला रडण्याचा अर्थ कळतो. मला कीव येते तुझी आरी बेन कनान.”

त्याच दिवशी सकाळी किटी दालिएत एल् कार्मिल सोडून निघाली.

## १९

ब्रूस सदरलॅन्ड हैफामधल्या झायोन हॉटेलमधे दोन दिवस किटीची वाट बघत होता. त्याला बघताच तिला आनंद झाला. माऊन्ट कारमेलच्या उतारावरच्या हार हा कारमेल या ज्यू विभागात तो रात्री जेवण झाल्यानंतर किटीला घेऊन गेला.

ते एका नाईटक्लबमधे गेले. तिथून पॅनोरमा रोड, खालचे शहर, बंदर, आकरपर्यंतची खाडी आणि पलीकडे लेबॅनॉनच्या टेकड्यांचे मनोहर दृश्य दिसत होते.

“ती मुलगी कशी आहे?”

“खूपच चांगली. थॅन्क यू ब्रूस. आणि आलास ते बरे झाले. पॅलेस्टाईनमधल्या पहिल्या रात्री मी 'हार हा कारमेल' मधे आले होते. आरीने आणले होते. दडपणाखालीही रहायची सवयच होते असे काही तरी बोलणे चालले होते.”

“अमेरिकन लोकांचा जसा बेसबॉल तशा ज्यूंच्या बंदुका. पण त्यामुळे फार वेगळे बनले आहेत ते.”

“या ठिकाणी मला तरी सरळ विचार करता येईनासा झाला आहे. मी जितका सरळ विचार करायचा प्रयत्न करते तितकी तितकी भावनेच्या आहारी जाते. काही वेगळ्याच शक्ती मला इथे अडवून धरत आहेत. त्या शक्तींच्या पूर्ण आहारी जाण्यापूर्वी मला इथून बाहेर पडायला पाहिजे.”

“किटी, दोव्ह लानडाव सुरक्षित आहे आणि 'हा मिशमार'ला दडून राहिला आहे असे आम्हाला कळले आहे. कारेनला अजून मी सांगितलेले नाही पण.”

“तिला सांगायला हवे. ब्रूस, इथे काय होणार आहे?”

“कोण जाणे?”

"तुला वाटते की, संयुक्त राष्ट्रसंघही अरबांच्या दडपणाला बळी पडेल?"

"काही झाले तरी युद्ध निश्चित होणार आहे किटी."

बॅन्डस्टॅन्डजवळ गर्दी झाली. एकाने येऊन हिब्रूमधे काही गोष्टी सांगितल्या. नंतर एका उंच देखण्या साब्राची ओळख करून दिली. गळ्याशी उघडा असलेला पांढरा स्वच्छ शर्ट, मोठ्या मिशा, गळ्यातल्या चेनमधे स्टार ऑफ डेव्हिड, हातामधे गितार. पवित्र भूमीला परत येणाऱ्या ज्यूंबद्दलचे एक देशभक्तीपर गीत त्याने गायले.

"गान डाफनाला काय घडणार आहे ते मला कळायलाच हवे ब्रूस."

"अरब पन्नास हजार पॅलेस्टिनियन्सचे सैन्य उभारू शकतात आणि वीस एक हजार ठग सरहद्दींपलीकडून येतील. १९३६ ते १९३९ या वर्षांमधे घडलेल्या दंगलींच्या काळात कावुकजी नावाच्या माणसाने या ठगांचे सैन्य उभारले होते. आत्ता सुद्धा तो तसे लोक जमवायला लागलेला आहे. अरबांना शस्त्रे मिळवण्यात काहीच अडचण नाही. त्यांच्या आजूबाजूला त्यांची मित्र राष्ट्रेच आहेत."

"उरलेलेही सांगून टाक ब्रूस!"

"उरलेले? इजिप्त आणि इराक या दोघांजवळ पन्नास हजार सैन्य आहे. सौदी अरेबियाच्या काही तुकड्याही इजिप्शियन सैन्यात असतील. सीरिया आणि लेबॅनॉनमधून वीस एक हजार सैन्य उतरू शकेल. ट्रान्स-जॉर्डनमधे अरब लीजन आहे- अद्ययावत् शस्त्रांनी सुसज्ज असे शिस्तबद्ध सैन्य! सगळ्यांना वाटते की, अरबांकडे उत्कृष्ट सैन्यच नाही. पण त्यांच्याकडे शस्त्रास्त्रांनी सुसज्ज अशा सैन्यदलाच्या अनेक तुकड्या, चिलखती दले, विमाने आहेत."

"तू हॅगन्नाचा सल्लागार आहेस ब्रूस. त्यांना काय सांगितले आहेस तू?"

"तेल अव्हिव ते हैफा या भागाचे संरक्षण करता येईल. ज्यूंकडे चार किंवा पाच हजार पालमाख सैनिक आहेत. हॅगन्नाकडे कागदावर जरी पन्नास हजार सैन्य असले तरी रायफली फक्त दहा हजारच आहेत. मक्काबीज फार तर दहा हजार माणसे देऊ शकतील. ताकदवान मारा करणारी शस्त्रे अजिबात नाहीत. तोफा नाहीत. विमानदलात तीन पायपर कब्ज आहेत. नौदल म्हणजे बेकायदेशीर ज्यू घेऊन येणाऱ्या गळक्या बोटी. ज्यूंच्या एका सैनिकामागे अरबांकडे चाळीस सैनिक आहेत. तुलनाच करायची तर अरबांकडे चाळीस पट सैन्य, शंभर पट लोकसंख्या, हजार पट शस्त्रास्त्रे आणि पाच हजार पट भूप्रदेश आहे. हॅगन्नाने माझा सल्ला धुडकावून लावला आहे. माझाच का, इतरांचाही. प्रत्येक मोशाव, प्रत्येक किब्बुत्झ, प्रत्येक गाव ते लढवणार आहेत. याचा अर्थ गान डाफनासुद्धा. आणि काही ऐकायचे आहे?"

किटीने आवंढा गिळला. थरथरत्या आवाजात ती म्हणाली, "नको. ऐकले ते खूप झाले. काय चमत्कारिक आहे सर्व ब्रूस. सगळ्या छोट्या आणि तरुण

पालमाखबरोबर एका रात्री मी माऊन्ट टाबोरवर गेले होते. मला तेव्हा काय वाटले सांगू? ते देवांचे सैन्य आहे. त्यांचा कोणीही पराभव करू शकणार नाही. शेकोटी आणि चन्द्रप्रकाशाचाही परिणाम होतो म्हणा माझ्यावर.''

''खरं सांगू किटी? माझ्यावरही तसाच परिणाम झाला आहे. आयुष्यभर सैन्यात शिकलेले ज्ञान मला सांगते आहे की, ज्यू जिंकू शकत नाहीत. पण या भूमीवर त्यांनी जे घडवले आहे त्याला फक्त एकच शब्द आहे. चमत्कार!''

''ब्रूस! ब्रूस!! मलाही असा विश्वास असता तर किती छान झाले असते.''

''काय सैन्य आहे ज्यूंचे! मुले आणि मुली ज्यांच्याकडे बंदुका नाहीत, गणवेश नाहीत, हुद्दे नाहीत, पगार नाहीत. पालमाख कमांडरचे वय किती? तीस वर्षे. त्याच्या तीन ब्रिगेड कमांडर्सची वये काय? पंचवीसच्या खाली. पण कोणताही लष्करी माणूस ज्या गोष्टी विचारात घेणार नाही, त्यांना या अरबांना तोंड द्यावे लागणार आहे. ज्यू त्यांच्याकडे असलेल्या प्रत्येक गोष्टीचे रक्षण प्रत्येक पुरुष, प्रत्येक स्त्री, प्रत्येक मुलगा आणि मुलगी मरेपर्यंत करणार आहेत. अरब त्यासाठी किती रक्त सांडायला तयार होतील?''

''शेवटी ज्यूच जिंकतील? तुझा खरेच विश्वास आहे?''

''शक्य असेल तर त्यांच्याकडे दैवी शक्ती आहे म्हण किंवा असे म्हणू या की, त्यांच्याकडे खूप आरी बेन कनान आहेत.''

दुसऱ्या दिवशी किटी गान डाफनाला परत आली. यार्देना बेन कनान ऑफिसमधे तिची वाट बघताना दिसल्यावर आश्चर्यच वाटले तिला. पण लाल केसांची ही साब्रा आज जरा गोंधळल्यासारखी वाटत होती.

''काय पाहिजे तुला यार्देना?'' किटीने थंडपणे विचारले. ''खूप काम राहिले आहे माझे.''

''तू आरीसाठी काय केलेस ते आम्हाला कळले आहे.'' यार्देना खाली मान घालून पुटपुटली. ''मी फार ऋणी आहे तुझी.''

''तुझे हेरखाते पुन्हा काम करायला लागलेले दिसते. ते जाऊ दे. पण माझे जाणे लांबले याचे दु:ख वाटते मला.''

यार्देना काहीच बोलली नाही.

''आणि मी सांगते ते मनाला लावून घेऊ नकोस.'' किटी पुढे म्हणाला ''पण एखाद्या जखमी कुत्र्यासाठीही मी तेवढेच श्रम घेतले असते.''

किटीने जायची तयारी सुरू केली. काही आठवडे तरी राहण्याची डॉ. लिबरमन यांनी गळ घातली. आलिया बेतने शंभर मुले आणली होती. नवीन माणसे आली होती. त्यांना ट्रेनिंग द्यायची आवश्यकता होती. त्यांच्यासाठी लौकरात लौकर घरे

बांधली जात होती. नवीन आलेल्या मुलांमधे काही मुलांनी दोन वर्षे निर्वासित छावण्यांमधे काढली होती. त्यांची परिस्थिती चांगली नव्हती. किटीचे जाणे लांबले.

त्यानंतर पुन्हा एकदा तिने जायची तयारी केली. गान डाफना आणि पॅलेस्टाईन सोडून अमेरिकेला जाण्यासाठी किटी आणि कारेनला फक्त दोन दिवस राहिले.

१९४७ च्या ऑगस्ट अखेर संयुक्त राष्ट्रसंघाने जिनेव्हाहून आपल्या वेगवेगळ्या योजना जाहीर केल्या. प्रत्येक योजनेप्रमाणे अरब आणि ज्यूंमधे फाळणी अटळ होती. जेरुसलेम हे आंतरराष्ट्रीय शहर बनणार होते. ज्यूंच्या न्याय्य हक्कांबद्दल वाद नव्हता. युरोपमधल्या निर्वासित छावण्यांमधून दर महिना सहा हजार ज्यू पॅलेस्टाईनला पाठवण्याची शिफारस होती. ज्यूंनी जमिनी विकत घेण्यावरचे निर्बंध उठवले होते.

नेगेव्हचे वाळवंट त्यांच्या राज्याला मिळावे अशी ज्यूंनी विनंती केली होती. अरबांकडे उजाड पडलेली लाखो चौरस मैल जमीन असताना ज्यूंनी काही हजार चौरस मैलांचा तुकडा मागितला होता. संयुक्त राष्ट्रसंघाने ही सूचनाही मान्य केली.

पन्नास वर्षे चाललेल्या वाटाघाटी आणि विश्वासघात यांना ज्यू विटले होते. इशोव्ह सेन्ट्रल आणि वर्ल्ड झायोनिस्टनी तडजोड स्वीकारली.

नेगेव्ह वाळवंट धरूनसुद्धा ज्यूंचे राज्य म्हणजे जमिनीचे तीन छोटे तुकडे होते. ते जेरूसलेम गमावणार होते. अरबांकडेही मोठ्या आकाराचे तीन भाग राहणार होते. शारोनचे खोरे, गॅलिलीमधला अपार कष्टाने लागवडीखाली आणलेला भाग ज्यूंकडे रहाणार होता. नेगेव्हचे वाळवंटही. आता आणि किती ताणायचे? ज्यूंनी राज्य स्वीकारले. तसे उत्तर दिले.

अरबांनीही उत्तर दिले. फाळणी म्हणजे युद्धच असे त्यांनी जाहीर केले. अरबांच्या धमक्यांना न जुमानता संयुक्त राष्ट्रसंघाच्या प्रतिनिधी मंडळाने फाळणीची योजना सप्टेंबरमधे आमसभेपुढे मांडण्याचे ठरवले.

प्रत्येक गोष्ट करून झाली होती. संध्याकाळी किटी आणि कारेन निघणार होते. पहाटे ब्रूस सदरलॅन्ड त्यांना लिदा विमानतळावर सोडणार होता. तिथून रोम. वजनदार ट्रंका जहाजाने आधीच पाठवून दिल्या होत्या. कॉटेज रिकामे करायची तयारी झाली होती.

किटी काही फोल्डर्स घेऊन बसली होती. ते फाईल्समधे ठेवायचे होते. आणि फाईल्स कपाटात. ड्रॉवर बंद करायचे. बाहेर पडायचे- कायमचे!

तिने पहिला फोल्डर उघडला. वरचाच कागद हातात घेतला. आपले टिपण वाचायला लागली.

*मिन्ना : (आडनाव माहीत नाही), वय वर्षे ७. जन्म ऑसविच् यातनातळावर*

*झाला. कोणत्याच पालकाची माहिती नाही. बहुधा पोलिश असावी. आलिया बेतने वर्षाच्या सुरुवातीला पॅलेस्टाईनमधे आणले. गान डाफनाला आणले तेव्हा खूप अशक्त होती, आजारी होती आणि मनोरूग्णही.*

*रॉबेर ड्युबुआ : वय वर्षे १६, फ्रेन्च. ब्रिटिश सैनिकांना बेर्गेन बेल्झेनला सापडला. त्यावेळी तो तेरा वर्षांचा होता, वजन अठ्ठावन पौंड. त्याने त्याची आई, बाबा, भाऊ यांची हत्या डोळ्यांनी बघितली. एक बहीण. तिला जर्मनांनी सक्तीने मौजमजेसाठी वापरली. तिने नंतर आत्महत्या केली. हिंसक प्रवृत्ती आणि....*

*सॅम्युएल कासनाविट्झ : वय वर्षे १२, ईस्टोनियन. कुटुंबातले कोणी जगले असल्यास कळलेले नाही. एका ख्रिश्चन कुटुंबाने तळघरात लपवले होते. पळणे भाग पडल्यावर तो दोन वर्षे जंगलात एकटा राहिला होता.*

*रॉबर्टो पुकेली : वय वर्षे १२, इटालियन. कुटुंबातले कोणी जगले असल्यास कळलेले नाही. ऑसविच्मधून मुक्तता. मारहाणीने उजवा हात कायमचा जायबंदी.*

*मार्सिया क्लासकिन् : वय वर्षे १३, रूमानियन. कुटुंबाची माहिती नाही. डाखाऊ यातना तळावर सापडला.*

*हान्स बेलमान : वय वर्षे १०, डच. कुटुंबाची माहिती नाही. ऑसविच् येथे सापडला. ख्रिश्चनांनी लपवले.*

किटी फाईल्स वाचतच राहिली. ''कोणीही जिवंत नाही.''

''..... ऑसविच् इथल्या बहुतेक सर्व मुलांना पडणारे स्वप्न हिलाही पडते ती एक सूटकेस भरते आहे. मृत्यूचे चिन्ह. कारण बिरकेनाऊच्या गॅस चेम्बर्समधे पाठवण्याच्या आदल्या रात्री सूटकेसेस भरल्या जात.''

''धुराचा वास येतो. दहनभूमीतून जळणाऱ्या मांसाचा वास घेतल्याचे चिन्ह.''

गाद्या ओल्या करणे

हिंसक प्रवृत्ती.

भीषण स्वप्ने.

भांडखोरपणा.

एकदा हॅरीएट सॅल्झमनला तिने लिहिलेल्या पत्राची प्रत किटीला दिसली.

*प्रिय हॅरीएट*

*या सर्व मुलांमधे कुठला समान धागा आहे आणि मानसिक संतुलन बिघडून वेडेपणाच्या सीमेवर उभ्या असलेल्या मुलांच्या बाबतीत, आमची उपाययोजना एवढी कशी काय लागू पडते आहे याबद्दल आपण चौकशी केली होती. मला वाटते याचे उत्तर माझ्यापेक्षा आपल्यालाच व्यवस्थित ठाऊक आहे. मी पहिल्यावेळी आपल्याला जेरूसलेममधे भेटले त्यावेळी आपणच ते उत्तर मला दिले होते. या आश्चर्यकारक औषधाचे नाव आहे एरेट्झ इस्त्राएल. इस्त्राएलची पवित्र भूमी. या शब्दांची मोहिनी अनैसर्गिक वाटण्याइतकी विलक्षण आहे. त्यांची एकच इच्छा आहे. त्यांच्या देशासाठी जगायचे आणि लढायचे. मुलांचे सोडा पण मोठ्या माणसातही इतका उत्साह आणि इतकी अपार जिद्द मी कधी पाहिली नव्हती........*

किटीने फाईल्स बंद केल्या.

उभे राहून बराच वेळ ती ऑफिसवर नजर टाकत बसली. मग पटकन् दिवा मालवून, दरवाजा ओढून घेऊन ती बाहेर पडली.

ती क्षणभर बाहेर उभी राहिली. फोर्ट ईस्थरच्या अलीकडे टेकडीवर शेकोटी पेटलेली होती. दहा-बारा-चौदा वर्षांची गान डाफनामधली मुले आता गात असतील, होरा नृत्य करत असतील.

तिने आपली बॅटरी पेटवली. हिरवळ पार केली. नवीन खंदक खणलेले दिसत होते. मुलांच्या घरांजवळ बॉम्बफेकीपासून बचाव करण्यासाठी मोठी तळघरेही.

डाफनाचा पुतळा पहारा देतच होता.

"शालोम, गिवेरेत किटी." धावत रिक्रिएशन हॉलकडे निघालेली काही मुले ओरडली.

तिने आपल्या कॉटेजचा दरवाजा उघडला. भरलेल्या सूटकेसेस् ओळीने दरवाजामागे चिठ्ठ्या बांधून तयार होत्या. किटी आणि कारेनने स्वत:ला आवडतात म्हणून केलेल्या, ठेवलेल्या गोष्टी आता दिसत नव्हत्या.

"कारेन! आहेस का इथे?"

स्वयंपाकघरामधल्या टेबलावर चिठी होती.

*प्रिय किटी*

*मला निरोप देण्यासाठी शेकोटी पेटवणार होते. मी खूप उशीर करणार नाही.*

कारेन.

किटीने सिगरेट पेटवली आणि ती फेऱ्या घालायला लागली. अचानक खूप अस्वस्थ झाली. तिने पडदे ओढून घेतले. थोड्या वेळानेच तिच्या लक्षात आले की, ती पडदे हातात धरूनच उभी आहे. "तिच्या" मुलांनी खास तिच्यासाठी बनवलेले पडदे. त्यांच्यापैकी दहाजण यापूर्वी गान डाफना सोडून पालमाखमधे भरती झाले होते. ज्यूंचे सैन्य! छोट्या छोट्या मुलांचे!

कॉटेजमधे जीव गुदमरत होता तिचा. ती बाहेर पोर्चमधे आली. गुलाबांचा सुगंध दरवळत होता. ती पुढे निघाली. मातीच्या रस्त्याला दोन्ही बाजूंना कॉटेजेस्. प्रत्येक कॉटेजभोवती हिरवळ, झुडुपे. मातीचा रस्ता संपला. ती परत फिरणार होती तेवढ्यात तिला डॉ. लिबरमनच्या कॉटेजमधे उजेड दिसला. तिची पावले तिकडे वळली.

गरीब बिचारा! त्याचा मुलगा आणि मुलगी दोघांनीही युनिव्हर्सिटी सोडली होती आणि ते पालमाखच्या नेगेव्ह ब्रिगेडमधे होते. तिने दरवाजा ठोकला. हाऊसकीपरने दार उघडले. डॉ. लिबरमनसारखीच खूप वृद्ध स्त्री. तिने किटीला अभ्यासिकेत पोचवले. एका पुरातन मातीच्या भांड्यावर लिहिलेले हिब्रू शब्द तो भाषांतर करण्यात दंगला होता. रेडिओवर शूमान सिम्फनी चालू होती. डॉ. लिबरमनने मान वर केली. किटीला पाहिल्यावर हातामधले भिंग खाली ठेवले.

"*शालोम!*" किटी म्हणाली.

डॉ. लिबरमन मनापासून खुशीने हसला. आजपर्यंत किटीने कधी हिब्रू भाषेत अभिवादन केले नव्हते.

"*शालोम* किटी!" तो म्हणाला. "चांगल्या मित्रांनी एकमेकांचा निरोप घेण्यासाठी शालोम हा काय सुरेख शब्द आहे."

"*शालोम* सुरेख शब्द आहेच आणि चांगल्या मित्रांना हॅलो करण्यासाठीही छान आहे."

डॉ. लिबरमनचे डोळे चमकले. "किटी.... प्रिय किटी......"

"हो. डॉ. लिबरमन..... *शालोम*..... मी गान डाफनामधेच रहाणार आहे. हेच माझे घर आहे."

❑❑❑

# भाग ४

## स्वातंत्र्याची पहाट

सर्व संकटे टळून जाईपर्यंत देवा माझ्यावर कृपाछत्र असू दे. शेवटी तूच माझा एकुलता एक आधार आहेस. माझ्यापाशी केवळ एकच गोष्ट आहे. ती म्हणजे सत्य आणि म्हणून तुझी कृपाच माझे शत्रूंपासून रक्षण करू शकेल. ज्यांचे सुळे म्हणजे भाले आणि बाण भासतात आणि जिव्हा म्हणजे तीक्ष्ण तलवारच अशा नरभक्षक सिंहाच्या गराड्यात मी सापडलो आहे.
मला अडकवण्यासाठी त्यांनी जाळे पसरले आहे आणि मी आता पार थकून गेलो आहे. पण माझ्यासाठी खणलेल्या खड्ड्यात ते स्वतःच कोसळले आहेत. तू तुझे सामर्थ्य प्रकट कर देवा, मग विजयाची पहाट काही दूर नाही.

*डेव्हिडचे सत्तावन्नावे स्तोत्र*

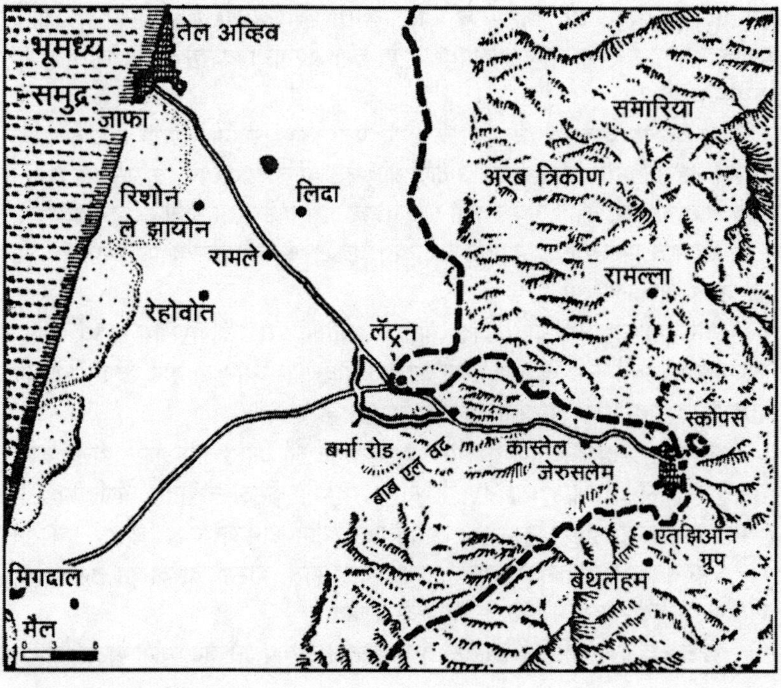

# १

*ऑटम- १९४७*
*संयुक्त राष्ट्रसंघ*
*फ्लशिंग मेडो- न्यूयॉर्क*

ज्यूंच्या सहा हजार वर्षांच्या जुन्या प्रकरणासाठी मानवजातीच्या सद्सद्विवेक बुद्धीला आवाहन करण्यात आले.

वर्ल्ड झायोनिस्टचा डॉ. हाईम वाईझमन आणि मुरब्बी, वयोवृद्ध राजकारणी बराक बेन कनान, बारा जणांचे प्रतिनिधीमंडळ घेऊन फ्लशिंग मेडोला आले. वर्षानुवर्षे अत्यंत प्रतिकूल परिस्थितीत वाटाघाटींचा मार्ग चोखाळून सर्व समझोत्याचे प्रयत्न विफल ठरले होते. त्यांनी आता कुठल्याही भ्रामक कल्पना उराशी बाळगल्या नव्हत्या. ते निराश झाले होते.

डॉ. वाईझमन यांच्या मॅनहॅटन इथल्या अपार्टमेन्टमधे या मंडळाने आपले हेडक्वार्टर्स स्थापन केले. सर्व प्रतिनिधींना एकच कार्य आखून दिले होते. आवश्यक ती मते मिळवणे. डॉ. वाईझमन स्वतः जगभरच्या ज्यूंशी संपर्क राखून, त्यांनी त्यांच्या सरकारवर दडपण आणावे आणि ह्या प्रश्नाची यशस्वी तड लावावी या प्रयत्नात होता.

बराक बेन कनानचे काम वेगळे होते. पडद्याआड राहून कोणता देश कोणत्या तऱ्हेने मतदान करेल याचे सारखे अंदाज बांधून डावपेच आखायचे. कमिटीच्या चर्चात भाग घ्यायचा. कुठे काही ताकद कमी पडते आहे असे वाटले तर प्रतिनिधीही बदलायचे.

नेहमीचे सोपस्कार पार पाडून शेवटी एकदा पॅलेस्टाईनच्या फाळणीचा प्रश्न कार्यक्रम पत्रिकेवर आला.

अरबांना यशाची पूर्ण खात्री होती. अफगाणिस्तानचे मुस्लीम राज्य आणि अजूनही मध्ययुगीन सरंजामशाहीच्या काळात वावरणारे येमेन या दोन राष्ट्रांना संयुक्त राष्ट्रसंघाचे सदस्यत्व अरबांनी द्यायला लावले होते.

आमसभेत अरब आणि मुस्लीम राष्ट्रांच्या गटाला आता अकरा मते होती. दुसरे महायुद्ध चालू असताना या देशांनी दोस्त राष्ट्रांना कुठलीच मदत केली नव्हती. जर्मनीचा पराभव निश्चित दिसायला लागल्यावर त्यांनी जर्मनीविरूद्ध "युद्ध" पुकारले होते. संयुक्त राष्ट्रसंघाचे सदस्यत्व याचे बक्षिस होते. दोस्तांच्या बाजूने तन-मनाने लढलेल्या इशोव्हला मताचा अधिकारही नव्हता.

छोट्या देशांच्या प्रतिनिधींसमोर या अकरा मतांचे आमिष दाखवून त्यांनी फाळणीविरुद्ध

मतदान करावे यासाठी अरब आणि मुस्लीम राष्ट्रांनी मोहिम उघडली. संयुक्त राष्ट्रसंघाच्या महत्त्वाच्या पदांवर नेमणुकी होताना छोट्या राष्ट्रांसाठी अकरा एकगठ्ठा मते कमी नव्हती.

एक गोष्ट प्रथमपासूनच स्वच्छ दिसत होती. फाळणीचा ठराव मंजूर व्हायचा असेल तर अमेरिका आणि रशिया या दोन्ही राष्ट्रांचा ठरावाला पाठिंबा मिळणे आवश्यक होते. या दोन बलाढ्य राष्ट्रांमधील शीतयुद्धाचा फायदा उठवून दोघांना एकमेकांविरूद्ध उठवायचा उद्योगही अरबांनी सुरू केला. आजपर्यंत कोणत्याही मुद्यावर या दोन राष्ट्रांचे एकमत झाले नव्हते. पॅलेस्टाईनच्या प्रश्नावरही यांचे एकच मत असेल अशी आशा नव्हती.

फाळणीच्या ठरावाच्या मंजुरीसाठी दोनतृतीयांश मतांची आवश्यकता होती. फक्त अरब आणि मुस्लीमांच्या अकरा मतांचा प्रभाव नाहीसा करायचा तर इशोव्हला बावीस मतांची गरज होती आणि त्यानंतर अरबांना मिळणाऱ्या प्रत्येक मतागणिक इशोव्हला दोन मतांची आवश्यकता होती. फाळणी टाळण्यासाठी अरबांना फार तर इतर अर्धा डझन मतांची आवश्यकता होती. त्यांच्याकडे आणि एक शस्त्र होते. तेल! अरबांची यशाची खात्री हे तसे साधेसुधे गणित होते.

अरब जग सोडून इतर जगातल्या वृत्तपत्रांवरून तरी त्या देशांचा फाळणीला पाठिंबा दिसत होता. दक्षिण आफ्रिकेचे जान स्मटस् आणि झेकोस्लोवाकियाचे जान मसारिक यांनी फाळणीला उघड उघड पाठिंबा दिला होता. डेन्मार्क, नॉर्वे आणि इतर काही देशांचीही ज्यूंना सहानुभूती होती. पण यावेळी सहानुभूती उपयोगी नव्हती. तिचे रूपांतर फाळणीच्या बाजूच्या मतात झाले तरच इशोव्हला उपयोग होता.

आणि अशाच वेळी चार बलाढ्य राष्ट्रांनी इशोव्हला वाऱ्यावर सोडून दिले.

आलिया बेतच्या ज्यूंच्या बेकायदेशीर प्रवेशाला आजपर्यंत फ्रान्सने उघड पाठिंबा दिला होता. फ्रान्सच्या मोरोक्को, अल्जेरिया आणि ट्यूनिशिया या वसाहतींमधे या प्रश्नावर अस्वस्थता निर्माण झाली. फ्रान्सने फाळणीच्या बाजूने मत दिले तर या वसाहतींमधे उद्रेक होईल अशी चिन्हे दिसायला लागताच, फ्रान्सने अचानक सावध पवित्रा घेतला.

रशियामधे वीस वर्षे तरी झायोनिझम बेकायदा होता. त्यांनी कागदावर ज्यूंना धार्मिक स्वातंत्र्य दिले असले तरी सत्य परिस्थिती वेगळीच होती. स्वातंत्र्य फक्त कागदावरच राहिले होते. ज्यूंचे एकही वृत्तपत्र नव्हते, शाळा नव्हती, थिएटर नव्हते. सिनॅगॉग्जची संख्या मर्यादित होती. सबंध मॉस्कोमधे फक्त एक सिनॅगॉग होता. इतर जनतेबरोबर मिसळायची ज्यूंना परवानगी नव्हती. सिनॅगॉगमधे जाणाऱ्या सर्व ज्यूंना कम्युनिस्ट पार्टीचा दरवाजा बंद होता. या सर्व उपायांनी नवीन पिढी मोठी होईपर्यंत जुडाईझमचा नायनाट होईल अशी रशियाची खात्री होती. झायोनिझम आणि फाळणीच्या बाजूने केलेले मतदान रशियन ज्यूंमधे स्वत्वाची जाणीव निर्माण करू शकली

असती. तेव्हा रशियाने फाळणीला विरोध करायचा निर्णय घेतला. रशियाच्या पावलावर पाऊल ठेवणाऱ्या स्लाव्ह देशांनीही तात्काळ तोच निर्णय घेतला.

अमेरिकेचे अध्यक्ष आणि प्रसार माध्यमांची इशोव्हला सहानुभूति होती, पण आंतरराष्ट्रीय राजकारणात अमेरिकेचे एक वेगळेच स्थान होते. मध्यपूर्वेमधे अजूनही ग्रेट ब्रिटन पाय रोवून होते. अमेरिकेचे त्या भागातले परराष्ट्रीय धोरण ब्रिटिश धोरणाची री ओढणारे होते. फाळणीला पाठिंबा दिला तर ब्रिटनचा गळा कापल्यासारखे झाले असते. अँग्लो-अमेरिकन मैत्री धोक्यात आली असती.

याशिवाय अमेरिकेला वेगळाच धोका दिसत होता. फाळणीच्या बाजूने ठराव झाला तर अरबांनी युद्धाची धमकी दिली होती. युद्ध झाले तर संयुक्त राष्ट्रसंघाला शांतता प्रस्थापित करण्यासाठी आंतरराष्ट्रीय सैन्य त्या भागात पाठवणे भाग पडले असते. अशा आंतरराष्ट्रीय सैन्यात रशिया आणि त्याची अंकित राष्ट्रे यांच्या तुकड्यांचा समावेश झाला असता आणि ही गोष्ट अमेरिकेला मुळीच नको होती. तेव्हा अमेरिका उघडपणे फाळणीला पाठिंबा देईना. हा इशोव्हला पोचलेला फार मोठा धक्का होता. जिव्हारी लागणारा.

चौथे प्रमुख राष्ट्र ग्रेट ब्रिटन. या राष्ट्राने तर फाळणीविरूद्ध मोहिमच उघडली. पॅलेस्टाईन मॅन्डेटच्या प्रश्नाचे भिजत घोंगडे संयुक्त राष्ट्रसंघाच्या गळ्यात अडकवताना ग्रेट ब्रिटनला पूर्ण खात्री होती की, संयुक्त राष्ट्रसंघ याबाबत कोणतीच तोड काढू शकणार नाही आणि शेवटी स्वतःलाच पॅलेस्टाईनमधे रहाण्याची परवानगी मिळेल. पण झाले भलतेच. संयुक्त राष्ट्रसंघाचे प्रतिनिधीमंडळ पॅलेस्टाईनला गेले. त्यांनी चौकशी केली आणि याबाबत ब्रिटनवरच ठपका ठेवला. शिवाय पॅलेस्टाईनमधे एक लाख ब्रिटिश सैन्य जिद्दीने लढणाऱ्या हॅगन्ना, पालमाख, मक्काबीज आणि आलिया बेत यांना तोंड देण्यास असमर्थ ठरले हे सत्यही जगासमोर येऊन ग्रेट ब्रिटनची जगभर छी थू झाली.

सर्व जगात इभ्रत गमावून बसलेल्या ग्रेट ब्रिटनला काहीही करून मध्यपूर्वेमधली आपली सत्ता गमवायची नव्हती. तेव्हा फाळणीचा ठराव मंजूर न होण्यासाठी ग्रेट ब्रिटनने पावले टाकायला सुरूवात केली. रशियन फौजा मध्यपूर्वेत येतील अशी अमेरिकेला भीती घालण्यासाठी ऑगस्ट १९४८ अखेरीस आपल्या फौजा परत घेतल्या जातील असे जाहीर करून टाकले. संयुक्त राष्ट्रसंघाचा निर्णय अंमलात आणण्यासाठी पॅलेस्टाईनमधल्या आपल्या फौजांचा वापर न करण्याचा निर्णयही स्पष्ट केला. अमेरिकेची अशी नाकेबंदी केल्यावर युरोपमधल्या आर्थिकदृष्ट्या त्याच्यावर अवलंबून असणाऱ्या छोट्या देशांवर आणि राष्ट्र कुलातल्या देशांनी मतदानच करू नये म्हणून त्यांच्यावरही ग्रेट ब्रिटनने दडपण आणायला सुरूवात केली.

बेल्जियम, हॉलंड, लक्झेम्बर्ग ही राष्ट्रे ताबडतोब ब्रिटीश दडपणाला बळी

पडली. इशोव्हने ज्यांच्याशी बोलणी सुरू केली होती ती इतर छोटी राष्ट्रेही बिचकली. इशोव्हच्या दृष्टीने सर्व चित्रच काळेकुट्ट दिसायला लागले.

आशियातल्या देशांची मते तासातासाला बदलत होती. पण वसाहतवादी राष्ट्रांना विरोध दर्शविण्यासाठी तरी ती शेवटी अरब राष्ट्रांच्या बाजूनेच उभी राहण्याची चिन्हे दिसायला लागली. ज्यू हे त्यांचा संबंधच नसलेल्या भागात पाश्चिमात्य देशांचे प्रतिनिधित्व करणार आहेत अशी आवईही अरबांनी उठवलेली होती आणि तिचा परिणामही या देशांवर होत असावा.

ग्रीसला अरबांबद्दल काडीइतके प्रेम नव्हते. पण दीड लक्ष ग्रीक इजिप्तमधे रहात होते. ग्रीकांनी फाळणीच्या बाजूने मत दिले तर या ग्रीक अल्पसंख्यांकांची काय परिस्थिती होईल याची स्वच्छ कल्पना इजिप्तने ग्रीसला दिली.

इथिओपियाला इजिप्तबद्दल प्रेम नव्हते पण आर्थिकदृष्ट्या तो देश इजिप्तवर अवलंबून होता.

फिलिपाईन्सचा रोम्युलो फाळणीविरुद्ध उभा राहिला.

कोलंबिया ज्यू विरोधी होता.

संयुक्त राष्ट्रसंघाच्या सत्तावन्न मतांमधली एक तृतीयांश मते मध्य आणि दक्षिण अमेरिकेतल्या देशांची होती. या सर्वच राजकारणापासून ती इतकी दूर होती की, त्यामुळे तटस्थ होती. इशोव्हला जेरूसलेम हे शहर त्यांच्या राज्याचे राजधानीचे शहर म्हणून हवे होते. जेरुसलेमशिवाय इस्त्राएल म्हणजे हृदयाशिवाय शरीर ही त्यांची धारणा होती. मध्य आणि दक्षिण अमेरिकेतले देश मुख्यत: कॅथॉलिक होते. व्हॅटिकनची इच्छा होती की, जेरुसलेम हे एक आंतरराष्ट्रीय शहर असावे. इशोव्हने जेरुसलेमचा हट्ट धरला तर ही मते गमावण्याची शक्यता होती.

सर्व गोष्टी विरोधात दिसत असतानाही इशोव्हने काम चालूच ठेवले. काही तरी चमत्कार घडला तरच राष्ट्र मिळण्याची शक्यता त्यांना दिसत होती. सप्टेंबर-ऑक्टोबरमधे डॉ. वाईझमन आणि बराक बेन कनान यांचे अविश्रांत श्रम बघूनच त्यांच्या प्रतिनिधी मंडळाचे मनोधैर्य उंचावले. एखादे मत विरोधात गेले तरी ते निराश होईनासे झाले. ठरवलेल्या धोरणात कुठे चूक होत नव्हती.

इशोव्हचे सर्वात मोठे अस्त्र होते ते म्हणजे सत्य. तटस्थ राष्ट्रांच्या प्रतिनिधीमंडळाला पॅलेस्टाईनमधले सत्य उमगले होते. पॅलेस्टाईन म्हणजे दडपशाहीचा वरवंटा फिरणारे पोलिस राज्य होते. हजारो वर्षांत सांस्कृतिकदृष्ट्या, आर्थिकदृष्ट्या अरब समाजाने काहीही प्रगती केली नव्हती. ते अजूनही इतिहासाच्या काळ्या खंडातच वावरत होते. ज्यूंनी वाळवंटात त्यांची शहरे निर्माण केली होती. हजारो वर्षे नापिक पडलेल्या जमिनी हिरव्यागार बनवून टाकल्या होत्या. कारस्थाने स्थापन केले होते. बुद्धीने आणि दयाळूपणाने वागून आपली सामाजिक आणि आर्थिक उन्नती केली

होती. अरबांनी कितीही फसवणूक करायचा प्रयत्न केला तरी हे सत्य ते दडपू शकले नव्हते.

ग्वाटेमालाचे ग्रॅनाडोस, कॅनडाचे लेस्टर पीअर्सन, ऑस्ट्रेलियाचे इव्हॅट, झेकोस्लोवाकियाचे जान मसारिक, दक्षिण आफ्रिकेचे जान स्मट्स आणि इतर छोट्या देशातल्या छोट्या माणसांनी फ्लशिंग मेडो इथे सत्य जिवंत ठेवले होते.

नोव्हेंबर १९४७. प्रथमच अमेरिकेने तत्त्वत: फाळणी मान्य केली. अगदी मोजक्या शब्दात.

वीस वर्षे झायोनिझमवर बंदी घालणाऱ्या रशियानेही एकाएकी पवित्रा बदलला आणि जगाला धक्का दिला. स्लाव देशांच्या गुप्त बैठकीनंतर व्हिशिन्स्की यांनी अत्यंत भावनापूर्ण भाषणात सांगितले की, आजपर्यंत वाहिलेल्या ज्यूंच्या रक्तांच्या नद्या लक्षात घेऊन त्यांना स्वत:ची भूमि मिळणे अत्यंत न्याय्य आहे.

दयाळूपणाच्या या बुरख्याआड रशियाची एक राजकीय चाल निश्चितच होती. त्यांचा अरबांवर अजिबात विश्वास नव्हता. अरबांच्या रागालाही विशेष भिक घालायची गरज त्यांना भासत नव्हती. आज फाळणीला मान्यता दिली तरी उद्या अरबांना चुचकारता येईल अशी रशियाची खात्री होती. एकाच वेळी ग्रेट ब्रिटन ही जुलमी सत्ता आहे दाखवायचे आणि मध्यपूर्वेत पाय ठेवायलाही जागा मिळवायची हा रशियाचा हेतू होता. रशियाने फाळणीला मान्यता दिली तर अमेरिकेलाही मान्यता देण्यावाचून गत्यंतर ठरणार नव्हते, नाहीतर जगभर वाजणारा त्यांचा न्यायीपणाचा डंका किती खोटा आहे हे सिद्ध झाले असते. ग्रेट ब्रिटन आणि अमेरिका नेहमीच एकत्र होते. अमेरिकेने फाळणीच्या बाजूने मत देणे म्हणजे त्या दोन देशांच्या ऐक्यालाच तडा जाणार होता. रशियाच्या दयाळूपणाने जगभर त्या देशाची मान ताठ होणार होती.

काही कल्पना नसताना चमत्कार घडत होता आणि इशोव्हला भलत्याच देशांकडून अनपेक्षित पाठिंबा मिळण्याची शक्यता निर्माण होत होती.

या दोन महासत्ता काळजीपूर्वक शब्द वापरून फाळणीला मान्यता दर्शवत असताना संयुक्त राष्ट्रसंघामध्ये तासातासाला नवीन अफवा कानावर पडत होत्या. लेस्ली पीअर्सन आणि ग्रॅनाडोस या महत्त्वाच्या व्यक्ती ठरत होत्या. खूप कष्ट घेऊन, पुन्हा पुन्हा बोलणी करून ते रशिया आणि अमेरिका या दोन राष्ट्रांच्या प्रतिनिधींना एकत्र आणण्यात यशस्वी झाले. त्या मिटींगनंतर दोघांनीही फाळणीच्या बाजूने मतदान करण्याचे जाहीर केले.

आता हा ठराव आमसभेत मतदानालाच येऊ नये म्हणून अरबांनी कंबर कसली. शेवटी अशी चिन्हे दिसायला लागली की, अंतिम मतदानापूर्वी हा ठराव मांडण्यासाठीच मतदान घ्यावे लागेल. तिथे मात्र साध्या बहुमताची आवश्यकता

होती. पण त्यावरून जगातल्या देशांचा निश्चित कल आणि आपापले बलाबल याचा अंदाज दोन्ही बाजूंना आला असता. तसे मतदान होऊनच शेवटी ठराव आमसभेत गेला. पण इशोव्हला मोठा धक्का बसला. पंचवीस देशांनी ठरावाला मान्यता दिली, तेरा देशांनी विरोध केला आणि सतरा देशांनी मतच दिले नाही. हीच गोष्ट निर्णायक फेरीत घडली तर इशोव्हला दोन तृतीयांश मते मिळणे दुरापास्त होते. फ्रान्स, बेल्जियम, लक्झेम्बर्ग हे देश तटस्थ राहिले. नेदर्लंड आणि न्यूझीलन्ड यांनी मतदान केले नाही आणि पेरुग्वे आणि फिलिपाईन्सचे प्रतिनिधी गैरहजर राहिले.

खात्रीपूर्वक फाळणीला पाठिंबा देतील असे वाटलेल्या देशांची मते इशोव्हला मिळालेली नाहीत आणि दोन तृतीयांश मते मिळणे तर फार कठीण आहे हे अरबांच्या ध्यानात आले. त्यांनाच एक दोन मते जास्ती मिळण्याची खात्री होती. आता आमसभेत अंतिम मतदानासाठी ठराव यावा म्हणून अरबांनी दबाव आणायला सुरुवात केली.

*बुधवार– २७ नोव्हेंबर १९४७*

अंतिम चर्चा जोरात चालू होत्या. फाशीचा दोर गळ्यामधे पडण्याची वाट बघत असल्याप्रमाणे इशोव्हचे प्रतिनिधी आमसभेच्या खास दालनात बसले होते. आधीच्या मतदानाने त्यांना निराशेने घेरले होते. चर्चा चालू होती आणि तासातासाला त्यांची उरलीसुरली आशा मावळत चालली होती.

अमेरिकेबरोबरची मैत्री लक्षात घेऊन तटस्थ राहील अशी अपेक्षा असलेल्या ग्रीसने, इजिप्शियन त्यांच्या देशातील अल्पसंख्यांक ग्रीकांचे काय करतील या भीतीने फाळणीविरुद्ध मतदान करणार म्हणून जाहीर केले.

हैतीच्या प्रतिनिधीला सूचनाच आल्या नाहीत.

लिबेरीयाचा प्रतिनिधी काहीच बोलेना.

सयाम परत अरबांना जाऊन मिळाला.

ज्यूंच्या दृष्टीने हा काळा बुधवार ठरला होता.

इशोव्हच्या मित्रांनी मतदानच पुढे ढकलले जावे असे प्रयत्न सुरू केले. दुसरा दिवस अमेरिकेतला 'थॅन्क्स गिव्हिंग डे'. सुटीचा दिवस. चोवीस तास अवधी मिळणार होता.

इशोव्हचे प्रतिनिधी नंतर पुन्हा एकत्र जमल्यावर सर्वांनी एकदम बोलायला सुरूवात केली. ''गप्प बसा सर्वांनी. आपल्याला अजून चोवीस तास आहेत. घाबरून जाऊ नका एकदम.'' बराक बेन कनान कडाडला.

डॉ. वाईझमन उत्साहित होऊन खोलीत आला. ''पॅरीसहून संदेश मिळाला आहे. लियाँ ब्ल स्वत: फ्रान्सच्या मतासाठी प्रयत्न करत आहे. फाळणीच्या बाजूने फ्रान्सने मतदान करावे असा सर्वांचा कल दिसतो आहे.'' फ्रान्सच्या भूतपूर्व ज्यू

पंतप्रधानांच्या मताला आजही किंमत होती. चांगली बातमी होती.

"ग्रीस आणि फिलिपाईन्स यांनी फाळणीच्या बाजूने मतदान करण्यासाठी अमेरिकेने प्रयत्न करावेत अशी विनंती आपण करू शकत नाही का?"

अमेरिकेत काम केलेल्या प्रतिनिधीने नकारार्थी मान हलवली. "ट्रुमनने स्पष्ट आज्ञा केली आहे की, कुठल्याही देशांच्या प्रतिनिधींवर दडपण आणायचे नाही."

"काय वेळ पण शोधून काढली आहे सभ्य बनण्यासाठी."

फोन वाजला. वाईझमनने फोन उचलला, कानाला लावला. "छान, छान शालोम." त्याने फोन खाली ठेवला. "इथिओपियाने तटस्थ राहायचे कबूल केले आहे." इजिप्तच्या दडपणाखाली इथिओपिया फाळणीविरुद्ध मत देईल अशी अपेक्षा होती. हा निर्णय घेण्यात हेले सेलासी यांनी खूपच धैर्य दाखवले होते.

इशोव्हच्या चांगल्या ओळखीच्या एका वार्ताहाराने दरवाजावर थाप मारून आत प्रवेश केला. "तुम्हाला आनंद होईल ही बातमी ऐकून. सयाममध्ये क्रांती झाली आहे. सयामचा प्रतिनिधी आधीच्या सरकारचा असल्याने मत देणार नाही." अरबांनी खात्रीचे असे एक मत गमावले होते.

बराकच्या डोक्यात क्षणाक्षणाला बदलणारी परिस्थिती लक्षात घेऊन सारखी मतमोजणी चालू होती.

"काय वाटते बराक?"

"हैती आणि लिबेरीया आपल्या बाजूने आले, फ्रान्सने पवित्रा बदलला आणि आपण आपली खात्रीची मते निश्चित मिळवली तर एखादेवेळी कसाबसा ठराव पास होईलही."

पण फक्त एकच मतसुद्धा सर्व चित्रच पालटू शकत होते. या क्षणाला एकही मत गमावून चालणार नव्हते. बराकने सर्वांना अंतिम सूचना दिल्या.

पुन्हा दरवाजावर टकटक झाली. ग्वाटेमालाचे ग्रॅनाडोस आत आले. त्यांच्या डोळ्यात अश्रु उभे होते. "चिलीच्या अध्यक्षांनी तटस्थ रहाण्याच्या सूचना आत्ताच त्यांच्या प्रतिनिधी मंडळाला पाठवल्या आणि प्रतिनिधाने विरोध दर्शवून राजिनामा सादर केला आहे."

"अशक्य!" डॉ. वाईझमन ओरडलाच एकदम. "चिलीयन झायोनिस्टचा तिथला अध्यक्ष ऑनररी चेअरमन आहे."

पण त्याच्यावर कुठला दबाव आणला असेल हे कुणाला कळणार? आणि कळून तरी उपयोग काय? पुढल्या चोवीस तासात आणि कोणकोणत्या देशांना कुठल्या तऱ्हेच्या धमक्या दिल्या जातील? परिस्थिती किती वाईट आहे याची जाणीव सर्वांनाच एकाएकी झाली.

*शुक्रवार, २९ नोव्हेंबर १९४७*

आमसभेचे कामकाज सुरू झाले.

''फाळणीच्या ठरावावर मतदानाला सुरुवात होईल. ठराव मंजूर होण्यासाठी दोन तृतीयांश मतांची गरज आहे. प्रतिनिधी तीन पैकी एका तऱ्हेने मत देऊ शकतील. फाळणीच्या बाजूने, फाळणीच्या विरुद्ध किंवा तटस्थ राहून.''

आमसभेच्या प्रचंड सभागृहात शांतता पसरली.

''अफगाणिस्तान.''

''अफगाणिस्तान फाळणी विरोधात.''

इशोव्हने पहिलेच मत गमावले होते. बराकच्या हातात पॅड होते. त्याने त्यावर खूण केली.

''अर्जेंटिना''

''अर्जेंटिनाचे सरकार तटस्थ राहू इच्छिते.''

''ही तटस्थ मते आपला घात करणार आहेत.'' बराक कुजबुजला. ''ती कमी व्हायला हवीत.''

''ऑस्ट्रेलिया.''

ब्रिटीश राष्ट्रकुलातल्या देशांमधला पहिला देश. इव्हॅट उभा राहिला. प्रत्येकाचे कान तो काय बोलतो याकडे लागले.

''ऑस्ट्रेलिया फाळणीच्या बाजूने मत देत आहे.''

सर्वत्र कुजबुज सुरू झाली. वाईझमन बराकच्या कानाला लागला, ''हे असेच चालू राहिले तर...''

''सांगता येत नाही काहीच. आपण आपले एका वेळी एक मत बघू.''

''बेल्जियम.''

''बेल्जियम फाळणीच्या बाजूने मत देत आहे.''

काही दिवसांपूर्वीच्या मतदानात बेल्जियम तटस्थ राहिला होता. आज महत्त्वाच्या क्षणाला स्पाकने ब्रिटीशांच्या दडपणाला जुमानले नव्हते.

''बोलीव्हिया.''

''बोलीव्हिया फाळणीच्या बाजूने मत देत आहे.''

''ब्राझिल.''

''ब्राझिल फाळणीच्या बाजूने.''

दक्षिण अमेरिकेमधले सर्व देश फाळणीच्या बाजूने मतदान करतील?

पुढले मत फार महत्त्वाचे होते. रशिया विश्वासघात करणार असेल तर जगाला ते आताच कळले असते. पुढला देश होता व्हाईट रशिया. सोव्हिएट रशियाचा अंकित देश.

''बालोरशिया''

''व्हाईट रशिया फाळणीच्या बाजूने मत देत आहे.''

''कॅनडा.''

लेस्टर पीअर्सन उभा राहिला आणि स्पष्ट शब्दात म्हणाला, ''कॅनडा फाळणीच्या बाजूने मतदान करत आहे.'' ब्रिटीश राष्ट्रकुलातल्या दुसऱ्या देशाने ग्रेट ब्रिटनविरुद्धच मत दिले होते.

''चिली.''

राजिनामा दिलेल्या प्रमुख प्रतिनिधीच्या ऐवजी दुसरा प्रतिनिधी उभा राहिला. ''चिलीला तटस्थ रहाण्याच्या आज्ञा मिळाल्या आहेत.''

''चीन.''

आशियामध्ये महासत्ता बनण्याचा चीनचा प्रयत्न चालू होता. भारत आणि पाकिस्तानमधल्या मुस्लीम मतांविरुद्ध जाण्याची चीनची इच्छा नव्हती.

''चीन तटस्थ.''

इशोव्हच्या दृष्टीने एक मत गेले होते.

''कोस्टारिका.''

संयुक्त राष्ट्रसंघातल्या महत्त्वाच्या जागेसाठी पाठिंबा देण्याचे आमिष दाखवून अरब राष्ट्रे कोस्टारिकाच्या प्रतिनिधीला भेटली होती. त्या प्रतिनिधीने उभे राहून एकदा इजिप्शियन प्रतिनिधी मंडळाकडे बघितले.

''कोस्टारिका फाळणीच्या बाजूने मत देत आहे.''

विकला न गेलेला प्रतिनिधी स्वत:शी हसत खाली बसला.

''क्यूबा.''

''क्यूबा फाळणीच्या विरोधात मत देत आहे.''

इशोव्हला धक्का बसला. ही गोष्ट अनपेक्षित होती.

''झेकोस्लोवाकिया.''

''झेकोस्लोवाकिया फाळणीच्या बाजूने मत देत आहे.'' जान मसारिक उभा राहून म्हणाला.

''डेन्मार्क फाळणीच्या बाजूने मत देत आहे.''

''डोमिनिकन रिपब्लिक फाळणीच्या बाजूने.''

''इजिप्त.''

''इजिप्त फाळणीविरुद्ध. दुसरे काही मान्य करणार नाही इजिप्त.''

लाकडी हातोडा आपटल्याचा आवाज. इजिप्तच्या प्रतिनिधीच्या संतापलेल्या प्रतिक्रियेनंतर हळूहळू शांतता प्रस्थापित झाली.

''इक्वेडोर.''

''फाळणीच्या बाजूने.''

''इथिओपिया.''

''इथिओपिया.... तटस्थ.''

सगळ्या अरब देशांच्या प्रतिनिधींना जबरदस्त धक्का बसला. सीरियन प्रतिनिधीने इथिओपियाच्या प्रतिनिधीला मूठ वळवून दाखवली.

''फ्रान्स.''

पहिली महासत्ता. ठरावाच्या बाजूने मतदान करायला आतापर्यंत फ्रान्सने तयारी दाखवली नव्हती. पारोडी हळूच उभा राहिला. फ्रान्स तटस्थ राहिला तर इशोव्हची आशा मावळण्याची लक्षणे होती.

''फ्रान्सचे प्रजासत्ताक फाळणीच्या बाजूने मतदान करत आहे.'' पारोडीच्या आवाजात समाधान होते.

काय सांगावे? खरंच चमत्कार घडेलही, असे इशोव्हच्या प्रतिनिधींच्या मनात आले.

''ग्वाटेमाला.''

ग्रॅनाडोसने इशोव्हसाठी खूप कष्ट घेतले होते. ''फाळणीच्या बाजूने.''

''ग्रीस.''

''ग्रीस फाळणीच्या विरुद्ध मत देत आहे.''

शेवटच्या क्षणी ग्रीस इजिप्तच्या धमक्यांना बळी पडले होते.

''हैती.''

हैतीचे मत फार महत्त्वाचे होते. पण गेले दोन दिवस हैतीच्या प्रतिनिधीला सरकारकडून कुठल्या सूचनाच मिळाल्या नव्हत्या. ''हैती सरकारने आताच सूचना पाठवल्या आहेत. हैती फाळणीच्या बाजूने मत देत आहे.''

''होन्डुरास.''

''होन्डुरास तटस्थ राहू इच्छितो.''

''आईसलॅन्ड.''

''आईसलॅन्ड फाळणीच्या बाजूने मत देत आहे.'' जगातल्या सर्वात जुन्या प्रजासत्ताकाने जगातले सर्वात नवीन प्रजासत्ताक निर्माण करण्याला हातभार लावायचा प्रयत्न केला होता.

''भारत.''

''भारत फाळणी विरोधात मत देत आहे.''

''इराण.''

''इराण फाळणीविरुद्ध''

''इराक.''

“इराक फाळणीविरुद्ध. ज्यूंना आम्ही कधीही मान्यता देणार नाही. आजच्या दिवसाचा अर्थ आहे रक्तपात. इराक फाळणीविरुद्धच मत देत आहे.”

“लेबॅनॉन.”

“लेबॅनॉन फाळणीविरुद्ध मत देत आहे.”

“कशी मते आहेत आतापर्यंत?” वाईझमनने बराकला विचारले.

“फाळणीच्या बाजूने पंधरा, विरुद्ध आठ, तटस्थ सात.”

आशादायक परिस्थिती नव्हती. दोन तृतीयांश मतांसाठी आतापर्यंत एक मत कमीच होते. तटस्थांची संख्याही वाढत होती.

“तुला काय वाटते बराक?”

“दक्षिण अमेरिकेतल्या पुढल्या तीन देशांच्या मतांनंतरच कळेल.”

“अर्धे मतदान झाले आहे. आता झपाट्याने पुढे नाही गेलो तर... अजून आपल्या बाजूने हवी तितकी मते मिळत नाहीत.” वाईझमन म्हणाला.

“लिबेरीया.”

“लिबेरीया फाळणीच्या बाजूने मत देत आहे.”

“लक्झेम्बर्ग.”

एक छोटा देश. आर्थिकदृष्ट्या ब्रिटनवर अवलंबून असलेला.

“लक्झेम्बर्ग फाळणीच्या बाजूने मत देत आहे.”

या छोट्या देशानेही ग्रेट ब्रिटनच्या धमक्यांना जुमानले नव्हते. या क्षणी पहिल्या प्रथम दोन तृतीयांशावर एक मत इशोव्हकडे होते.

“मेक्सिको”

“तटस्थ.”

इशोव्हच्या प्रतिनिधींनी डोळे मिटले.

“नेदर्लंड.”

“नेदर्लंड फाळणीच्या बाजूने.”

“न्युझीलंड.”

“न्युझीलंड फाळणीच्या बाजूने.”

“निकाराग्वा– फाळणीच्या बाजूने.”

“नॉर्वे– बाजूने.”

“पाकिस्तान फाळणीविरुद्ध मत देत आहे.”

भविष्य बदलून टाकतील अशा ज्या मतांवर सर्व काही अवलंबून होते अशी मते आता येणार होती. “पुढली चार मते आपल्याला मिळाली तर मला वाटते...” बराक थरथरत्या आवाजात म्हणाला.

“पनामा.”

"पनामाचे प्रजासत्ताक फाळणीच्या बाजूने."

"पेरुग्वे."

"पेरुग्वेला आताच सूचना मिळाल्या आहेत की, तटस्थ राहू नये. उलट..... पेरुग्वे फाळणीच्या बाजूने मत देत आहे."

"पेरु."

"पेरु फाळणीच्या बाजूने."

"फिलिपाईन्स."

एक क्षण जसा काही सर्व जगाने श्वास रोखून धरला होता. रोम्युलोला फ्लशिंग मेडोहून परत बोलावले होते. त्याच्याऐवजी दुसरा प्रतिनिधी उभा राहिला.

"फिलिपाईन्स फाळणीच्या बाजूने मत देत आहे."

सर्वत्र गडबड सुरू झाली. ज्यूंचे प्रतिनिधी मंडळ एकमेकांकडे गोंधळून बघत होते.

"अरे देवा!" बराक कसाबसा उद्गारला. "आपण जिंकणार बहुधा."

"पोलंड."

"पोलंड फाळणीच्या बाजूने मत देत आहे."

ज्यू पुढे चालले होते. शेकडो वर्षांच्या ज्यूंवरच्या अत्याचारांची थोडीशी तरी भरपाई आता पोलंड करत होते.

"सयाम."

प्रतिनिधी हजरच नव्हता.

"सौदी अरेबिया."

अत्यंत द्वेषाने आणि विषारी फुत्कार टाकतच सौदी अरेबियाचा पांढऱ्या झग्यातला प्रतिनिधी "फाळणीविरुद्ध" म्हणून किंचाळला.

"स्वीडन."

"स्वीडन फाळणीच्या बाजूने."

शेवटची मते येताना अरबांना पराभव दिसायला लागला. त्यांचे शर्थीचे प्रयत्न सुरू झाले.

"सीरिया– फाळणीविरुद्ध."

"तुर्कस्तान– फाळणीविरुद्ध."

बराकने उरलेल्या नावांवर नजर टाकली. अजूनही अरब जिंकू शकत होते. त्यांना आतापर्यंत बारा मते पडली होती. आणखी एक मत निश्चित होते. शेवटच्या क्षणालाही घात होऊ शकला असता.

"युक्रेन."

"बाजूने."

"दक्षिण आफ्रिका– बाजूने."

"युनियन ऑफ सोव्हिएट सोशॅलिस्ट रिपब्लिक."

"व्हिशिन्स्की उभा राहिला." युनियन ऑफ सोव्हिएट सोशॅलिस्ट रिपब्लिक फाळणीच्या बाजूने मतदान करत आहे.

"दि युनायटेड किंगडम ऑफ ग्रेट ब्रिटन."

सबंध हॉलमध्ये शांतता पसरली. ब्रिटीश प्रतिनिधी उभा राहिला. त्याने सर्वत्र नजर फिरवली. त्याचा चेहरा पांढराफटक पडला होता. राष्ट्रकुल देशांनी ब्रिटनच्या दडपणांना भीक घातली नव्हती. फ्रान्स आणि युनायटेड स्टेट्स ऑफ अमेरिका या मित्रांनी ग्रेट ब्रिटनला वाऱ्यावर सोडून दिले होते.

"तटस्थ." थरथरत्या आवाजात इंग्रज उद्गारला.

"दि युनायटेड स्टेट्स ऑफ अमेरिका."

"दि युनायटेड स्टेट्स ऑफ अमेरिका फाळणीच्या बाजूने मत देत आहे."

मतदान संपताच वार्ताहारांनी आपापल्या फोन्सकडे धाव घेतली. जगभर बातमी पसरली. येमेनने अरबांना त्यांचे तेरावे मत दिले. युगोस्लाव्हियामध्ये मुस्लीम अल्पसंख्य होते. तो देश तटस्थ राहिला.

युरुग्वे आणि व्हेनिझुएलाने फाळणीच्या बाजूने बत्तीसावे आणि तेहतीसावे मत दिले.

तेल अव्हिवमधे गोंधळ माजला.

ज्यूंचा विजय अपूर्व होता. अरबांना तेरा मते मिळाली. त्यापैकी अकरा अरब आणि मुस्लीम देशांचीच होती. बारावे धमक्यांना घाबरून ग्रीसने दिलेले. तेरावे क्यूबाचे. जगाच्या पाठीवरल्या या एकुलत्या एका देशाला अरब त्यांच्या बाजूला वळवण्यात यशस्वी ठरले होते.

चमत्कार घडताना बघणाऱ्या आणि फ्लशिंग मेडो इथली लढाई जिंकलेल्या ज्यूंनी वास्तवाचे भान सोडले नव्हते. तेल अव्हिवमधला विजयोत्सवही थोडक्यातच आटपला. ज्यूंचा नायनाट करण्याच्या गर्जना अरबांनी आताच सुरू केल्या होत्या. बेन गुरीयन आणि इशोव्हच्या इतर नेत्यांना दिसत होते की, स्वातंत्र्याची घोषणा केली तरी ते राखायचे असेल तर त्याहून मोठा दैवी चमत्कारच घडायला हवा होता.

## २

कुवातली, अध्यक्ष, सीरिया– *आम्ही पॅलेस्टाईनबरोबरच जगू किंवा मरू.*

अल् कुएल्टा; वृत्तपत्र, कैरो– *पाच लाख इराकी जिहादच्या तयारीत आहेत. दीड लाख सीरियन्स पॅलेस्टाईनच्या सरहद्दीवरून आत घुसायला सज्ज आहेत.*

*आपले राज्य जाहीर करायचे धारिष्ट्य ज्यूंनी दाखवलेच तर सामर्थ्यवान इजिप्शियन सैन्य त्यांना समुद्रात फेकून देईल.*

जामील मर्दाम; पंतप्रधान, सीरिया– *मुस्लीम बांधवांनो, ही बोलण्याची वेळ नाही. उठा आणि झायोनिस्टना ठेचून काढा.*

इब्न सौद : सौदी अरेबियाचा राजा– *पाच कोटी अरब आहेत. सर्व ज्यूंना ठार करण्यामधे एखादा कोटी अरब मेले तरी काय बिघडणार आहे? ज्यूंच्या नि:पातासाठी विशेष किंमत नाही ही.*

सेलेब हारेब पाशा : मुस्लीम तरूण– *ज्यूंविरूद्ध आपल्या तरवारी म्यानाबाहेर काढा आणि ठार करा त्यांना. विजय आपलाच आहे.*

शेख हसन अल् बाना : मुस्लीम ब्रदरहुड– *सर्व अरब उठतील आणि ज्यूंचा नि:पात करतील. ज्यूंच्या प्रेतांनी समुद्र भरून टाकू.*

अक्रम युविदार : मुफ्तीचा प्रतिनिधी– *पाच कोटी अरब त्यांच्या रक्ताच्या शेवटच्या थेंबापर्यंत लढतील.*

हाज अमीन एल् हुसेनी– *मुस्लीम बांधवांनो, हा जिहाद आहे. ज्यूंचे खून पाडा. एकही ज्यू जिवंत रहाता कामा नये.*

आझम पाशा, सेक्रेटरी जनरल : अरब लीग– *ज्यूंच्या समूळ नाशाचे हे युद्ध आहे. अशा कत्तली घडतील की, मंगोलियन्सनी केलेल्या कत्तलींचीच याद येईल.*

इतर अरब नेते, वृत्तपत्रे, रेडिओ संयुक्त राष्ट्रसंघाच्या पॅलेस्टाईनच्या फाळणीच्या निर्णयानंतर अशाच अर्वाच्य आणि शिवराळ भाषेत गरळ ओकत होते.

१ डिसेंबर १९४७. संयुक्त राष्ट्रसंघातील मतदानानंतर एक दिवसाने पॅलेस्टाईनमधल्या अरब कमिटीचा डॉ. खलिदी याने सार्वत्रिक संपाची हाक दिली. चवताळलेल्या जमावांनी लुटमार आणि जाळपोळ सुरू केली. जेरुसलेमच्या ज्यू भागातील व्यापारी केन्द्रात घुसुन त्यांनी लुटमार आणि जाळपोळ केली. ब्रिटिश सैनिक शांतपणे दंगा बघत होते.

अलेप्पो, एडन आणि सर्वच अरब भागात नेत्यांनी प्रक्षोभक भाषणांनी चिथावलेले जमाव लुटालूट, खून, बलात्कार या विचारांनी भारूनच ज्यू वस्त्यांमधे घुसले.

मधल्या काळात शांतता राखण्यासाठी आंतरराष्ट्रीय पोलिस दल निर्माण करण्याऐवजी संयुक्त राष्ट्रसंघ कमिट्या स्थापन करण्यात आणि नुसत्या चर्चा करण्यात वेळ घालवत होते. जशी काही बंदुकीची एक गोळी न झाडता शांतपणे फाळणीचा निर्णय अंमलात येणार होता.

पण ज्यूंना सत्य परिस्थितीची पूर्ण कल्पना होती. कायदेशीर मान्यता मिळाली असली तरी ब्रिटिशांनी पॅलेस्टाईन सोडल्यावर ज्यू राज्याच्या स्थापनेची घोषणा केली

की, त्यांना एकट्यानेच अरबांना तोंड द्यावे लागणार होते ही गोष्ट उघड होती.

ज्यू द्वेषाने पछाडलेल्या पाच कोटी अरबांना थोडीफार शस्त्रास्त्रे असलेले पाच लक्ष ज्यू तोंड देऊ शकतील? प्रश्न केवळ पॅलेस्टाईनमधल्या अरबांचाच नव्हता तर सर्व बाजूंच्या माथेफिरू अरबांचा आणि त्यांच्या शस्त्रसज्ज सैन्यांचा होता.

डॉ. वाईझमनने वर्ल्ड झायोनिस्ट गटांना शस्त्रे खरेदीसाठी पैसा उभा करायच्या योजना आखायला सांगितल्या. फाळणीचा तपशील ठरवण्यासाठी आणि शस्त्रास्त्रे मिळवण्याचा प्रयत्न करण्यासाठी बराकच्या नेतृत्वाखाली इशोव्हचे प्रतिनिधी लेक सक्सेसला ठाण मांडून बसले.

सर्व जग एकच प्रश्न विचारत होते. ज्यू खरोखरच आपल्या स्वतंत्र राष्ट्राची घोषणा करतील?

पण अरबांची मे महिन्यापर्यंत थांबायचीही तयारी नव्हती. त्यांनी आपली सैन्यदले मागे ठेवली असली तरी वेगवेगळ्या "स्वातंत्र्य सेना" उभ्या करायला सुरुवात केली. त्या उभ्या करायला स्वयंसेवकांची कमतरता नव्हतीच. शस्त्रास्त्रांचे डोंगर पॅलेस्टाईनमधे रचायला सुरुवात झाली.

नाझींचा हस्तक हाज अमिन एल् हुसेनी याने पुन्हा आपल्या उद्योगांना आरंभ केला. दमास्कसमधे कार्यालय थाटले. "स्वातंत्र्य सेना" उभारण्यासाठी पैसा हवा. तो मध्यपूर्वेतल्या सर्व अरबांकडून दहशतीने उकळायला सुरुवात केली. १९३६ ते १९३९ च्या काळात मुफ्तीने माजवलेल्या दंगलीत त्याला मदत करणाऱ्या "जनरल" कावुकजीला पुन्हा निमंत्रण गेले. तीच पदवी त्याला पुन्हा सन्मानाने प्रदान करण्यात आली. इराक जर्मनांच्या ताब्यात देण्याचा त्याचा कट उघडकीला आल्यावर तो इराककडून फरारी होऊन थेट जर्मनीला पोचला होता. तिथे त्याने लग्नही केले होते. ब्रिटिशांनी मुफ्तीबरोबर त्यालाही युद्ध गुन्हेगार असूनही माफी दिली होती.

कावुकजीच्या हस्तकांनी दमास्कस, बैरूट, बगदादमधले गुंड विभाग पालथे घालून चोर, लुटारू, चोरटे व्यापारी, खुनी यांची भरती करायला सुरुवात केली. कावुकजीने आपल्या या फौजेचे नामकरण "यरमुखचे सशस्त्र दल" करून टाकले. कित्येक शतकांपूर्वी यरमुखची लढाई अरब जिंकले होते त्याची स्मृती होती ही. सीरियन सैन्यदलातले "स्वयंसेवक"या सशस्त्र दलाला शिक्षण देत होते. कावकुजीच्या शस्त्रसज्ज सैनिकांनी लेबॅनॉन, सीरिया आणि जॉर्डनमधून पॅलेस्टाईनमधे घुसुन अरब गावांमधे मुक्काम करायलाही सुरुवात केली. त्यांचा मुख्य तळ जेरुसलेमच्या उत्तरेच्या समारिया भागातील नाब्लुस येथे होता.

हे सर्व चालू असताना ज्यूंना शस्त्रेही मिळत नव्हती. ब्रिटिशांनी पॅलेस्टाईनची नाकेबंदी चालूच ठेवली होती. सायप्रसमधे अडकवून ठेवलेल्या ज्यूंनाही त्यांनी प्रवेश नाकारला. इशोव्हचे हस्तक शस्त्रास्त्रे मिळवण्यासाठी जग पालथे घालत

असतानाच अमेरिकेने ज्यूंवर जीवघेणा घाव घातला. मध्यपूर्वेमधे कुणालाच शस्त्रास्त्रे न पुरवण्याचा निर्णय घेतला. मुसोलिनी आणि हिटलर यांना विरोध करणाऱ्या स्पॅनिश लोकांवर बहिष्कार घातला गेला होता त्याचीच आठवण व्हावी. या निर्णयाचा फायदा अरबांनाच होता. मुळात त्यांना शस्त्रास्त्रांची टंचाईच नव्हती.

युद्धाच्या दृष्टीने योजना आखत असताना इशोव्ह सेन्ट्रलला पुन्हा एकदा त्यांच्या ''सामर्थ्याची'' स्पष्ट कल्पना आली. त्यांच्याकडे शस्त्रास्त्रांनी सुसज्ज असे चार हजार पालमाख होते. मक्काबीजकडे फार तर एक हजार आणि त्यांचे किती सहकार्य लाभेल याबाबत नेहमीच संशय वाटण्याजोगी परिस्थिती असे.

तरी अविदानला वाटे की, काही गोष्टी निश्चितपणे ज्यूंना अनुकुल होत्या. दुसऱ्या महायुद्धात ब्रिटिशांनीच सैनिकी शिक्षण दिलेले आणि युद्धाचा प्रत्यक्ष अनुभव असणारे काही हजार हॅगन्ना सैनिक त्यांच्याकडे राखीव दलात होते. किब्बुत्झ आणि मोशाव यांचा बचाव करण्यासाठी गेली वीस वर्षे ते योजना आखत होते आणि त्या प्रत्यक्षात उतरवत होते. त्यांचे हेरखाते उत्कृष्ट होते. पण फक्त संख्याबलाचा विचार केला तर अरबांकडे अफाट सैन्य होते. शस्त्रास्त्रे प्रचंड प्रमाणात होती. कावुकजीचे रक्तपिपासू ठग पॅलेस्टाईनमधल्या सर्व अरब गावांमधे पोचत होते. मुफ्तीचा नातेवाईक अब्दुल कादर या एक उत्कृष्ट लष्करी नेता होता.

आणि हे सर्व कमी होते म्हणून की, काय ब्रिटिशांचा प्रश्न होताच. व्हाईटहॉलला वाटत होते की, सत्य परिस्थितीची जाणीव झाल्यावर ज्यू कच खातील आणि फाळणीची कल्पना सोडून ब्रिटिशांनाच तुम्ही पॅलेस्टाईनमधे रहा अशी गळ घालतील. सत्य परिस्थितीची जाणीव ज्यूंना नेहमीच होती. पण कोणत्याही परिस्थितीत राष्ट्र उभारण्याची कल्पना सोडून ते ब्रिटिशांच्या पायांवर लोटांगण घालणार नव्हते.

टॅगार्ट फोर्टस् खाली करताना आजूबाजूला ज्यांचे मताधिक्य असेल त्यांच्या ताब्यात ते द्यायचे होते. पण एका एका विभागातून आपल्या फौजा मागे घेत असताना ज्यूंच्या ताब्यात जे किल्ले यायला हवे होते तेही ब्रिटिशांनी सरळ अरबांच्या हातात सोपवले.

यरमुखच्या सशस्त्र दलांमधे आणि अरबांच्या इतर स्वातंत्र्य सेनांमधे पूर्वीचे नाझी सैनिक भरती व्हायला लागले. अस्तित्वात आल्यापासून प्रथमच हॅगन्नाने सर्व ज्यूंना लष्करात भरती व्हायचे आवाहन केले.

या तणावाच्या वातावरणात गोळीबाराच्या पहिल्या फैरी झडायलाही वेळ लागला नाही. हुले खोऱ्यातल्या अरब गावकऱ्यांनी इतर ठगांच्या मदतीने एन् झेतिम, बिरिया आणि अमिन आद या ज्यू वस्त्यांवर गोळीबार केला. पण तेवढेच. त्या वस्त्यांवर मोठे हल्ले करायचा त्यांना धीर झाला नाही. सर्व हल्ल्यांना ज्यू वस्त्यांनी यशस्वीपणे तोंड दिले.

पण अशा घटना हळूहळू वाढायला लागल्या. रस्त्यांवर दबा धरून हल्ले व्हायला लागले. अरब गावांजवळून किंवा गावांमधून ज्यूंच्या गाड्या जाऊ शकेनात. इशोव्हच्या सर्वच गोष्टींची वाहतूक रस्त्यांनी होत असे. ती बंद झाली तर ज्यू वस्त्यांना जीवनावश्यक वस्तुंचीही टंचाई निर्माण होण्याची शक्यता दिसायला लागली.

शहरांमधे तर चकमकीच झडायला लागल्या. जेरुसलेममधल्या जुन्या शहरातल्या पवित्र वास्तुंचा वापर अरब सर्रास गोळीबार करण्यासाठी करायला लागले. ज्यू आणि अरब विभाग निर्माण व्हायला लागले. मधे अडथळे उभे करण्यात यायला लागले. कुठल्याही एका भागामधून दुसऱ्या भागामधे जायचे म्हणजे मृत्युशीच गाठ पडायची. तेल अव्हिव आणि हैफा मधल्या रस्त्यांवरही अडथळे निर्माण झाले आणि लपून छपून गोळीबारही व्हायला लागले.

सर्वात मोठी दंगल हैफामधल्या तेलाच्या खाणींमधे झाली. मक्काबीजच्या छाप्यांना उत्तर म्हणून ज्या ठिकाणी अरब आणि ज्यू दोन्ही कामगार काम करत होते त्याच ठिकाणी पन्नासहून अधिक ज्यूंची हत्या झाली.

उत्तरेकडे कावुकजी आणि साफवेत योजनाबद्ध हल्ले करू शकत नव्हते. त्यांच्याकडे तेवढे चातुर्य नव्हते. पण जेरुसलेममधे आणि आसपास अब्दुल कादरने पद्धतशीर व्यूहरचना करायला सुरुवात केली. ठगांच्या आणि पॅलेस्टाईनमधल्या अरबांच्या सेना संघटीतपणे ज्यूंवर हल्ले करण्यात तरबेज नाहीत हे लक्षात घेऊनच अब्दुल कादरने आपली योजना बनवली. इतरांच्या लक्षात न येणारी एक गोष्टही त्याच्या ध्यानात येत होती. प्रत्येक ज्यू वस्ती शेवटचा ज्यू जिवंत असेपर्यंत लढवली जाईल आणि अरबांचे जास्तीत जास्ती रक्तही सांडले जाईल. अरबांना प्रभावित करायचे तर काही छोटे विजय गाठीशी असायला हवेत. त्याने दोन गोष्टींवर भर देण्याचे ठरवले. ज्यूंच्या वसाहती एकमेकांपासून अलग पाडून त्यांची उपासमार करायची आणि ज्यूंच्या वाहतुकीवर सारखे हल्ले चढवून पळून जायचे. इतके दडपण आणायचे की, ती वाहतूक कोलमडली पाहिजे.

कादरची योजना यशस्वी ठरली. अरबांना हालचाल करायला अडचणच नव्हती पण ज्यूंना आपापल्या वस्त्या सोडून बाहेर पडता येईना. प्रत्येक दिवशी प्रत्येक ज्यू वसाहतीची परिस्थिती वेढ्यामधे अडकल्याप्रमाणे गंभीर व्हायला लागली.

अब्दुल कादरने आपले लक्ष आता जेरुसलेमवर केन्द्रित केले. तेल अव्हिव ते जेरुसलेम हा रस्ता ज्यूडीआच्या डोंगराळ प्रदेशातून जात होता. मधे अनेक अरब खेडी होती. कित्येक तर उंचीवरच्या ठिकाणी होती की, जिथून अरब आजूबाजूच्या भागावर वचक ठेवू शकत होते. नवीन जेरुसलेममधल्या एक लक्ष ज्यूंना अलग करून तो त्यांची उपासमार करू शकला तर इशोव्हला मोठाच धक्का पोचला असता.

हा प्रयत्न विफल ठरवण्यासाठी इशोव्हने काही चिलखती गाड्या बनवल्या आणि त्यांच्या संरक्षणाखाली ट्रॅक्सच्या सहाय्याने आवश्यक त्या वस्तू जेरुसलेममधे पोचवायचा प्रयत्न केला. सारखेच अरबांना तोंड देत पुढे जावे लागत असल्याने या गाड्यांची इतकी नासधूस झाली की, सबंध रस्त्याच्या बाजूला उद्ध्वस्त केलेल्या चिलखती गाड्यांचे सांगाडे दिसायला लागले. जेरुसलेममधे हळू हळू जीवनावश्यक वस्तुंची टंचाई भासायला लागली. बसेस्नासुद्धा पोलादी आवरणे बसवायची पाळी आली. लपून बसलेल्या नेमबाजांच्या गोळ्यांना खेळणारी मुलेसुद्धा कधीही बळी पडण्याची शक्यता निर्माण झाली.

नवीन शस्त्रास्त्रे, भरती होणारे नवनवीन स्वयंसेवक यांच्यामुळे अरबांची ताकद प्रत्येक दिवशी वाढत होती. ज्यूंना कशाचाच पुरवठा होईना. सबंध हिवाळा थांबायची अब्दुल कादरची तयारी होती. नंतर एक एक करून ज्यू वसाहतींचा नायनाट करता आला असता.

इशोव्हने ब्रिटिशांनी जेरुसलेममधे गस्त घालावी आणि सामान्य ज्यू जनतेची उपासमार थांबवावी अशी विनंती ब्रिटनला केली. ब्रिटनने ती धुडकावून लावली.

अब्दुल कादर या हुशार सैन्याधिकाऱ्याच्या सुरुवातीच्या डावपेचांनी इशोव्ह जेरीला आली. हॅगन्नाने प्रत्येक मोशाव आणि प्रत्येक किब्बुत्झवर एखाद्या किल्ल्याप्रमाणे संरक्षण व्यवस्था करायची आज्ञा दिली. या जमिनींसाठी ज्यूंनी त्यांचे रक्त आटवले होते आणि अरबांना त्या हव्या असतील तर रक्त सांडूनच घ्याव्या लागणार होत्या.

रस्ते ताब्यात ठेवणे ही पुढल्या युद्धाची नांदी ठरत होती. आपल्या स्वातंत्र्याची घोषणा करायची की, नाही हा प्रश्न अजून तरी लोंबकळत राहिला होता.

आरी बेन कनानची प्रकृती फारच हळू हळू सुधारत होती. अविदान चिंतेत होता. पालमाखच्या तीन ब्रिगेडस्पैकी एकीचे नेतृत्व त्याने करावे अशी अविदानची इच्छा होती. या मधली एक होती हनिता ब्रिगेड. (The Spearhead). सबंध गॅलिली, ज्यूडिआमधले ज्यू आणि दक्षिणेकडले डेझर्ट रॅटस् यांचा या ब्रिगेडमधे समावेश होता.

हाताखालचे पालमाख कमान्डर्स म्हणजे वीस एक वर्षांचे तरुण होते. रागीट, संतापी, स्वतःला सर्वोत्कृष्ट समजणारे. सैनिक म्हणजे किब्बुत्झमधली मुले-मुली होती. काही वेळेला इशोव्ह सेन्ट्रलला त्यांचा राजकीय विरोध असे, हॅगन्नाची हुकमतही कधी कधी जाचक वाटत असे.

वयाच्या मानाने आरी बेन कनानकडे समज जास्ती होती. विचार परिपक्व होते. सर्व समावेशक योजना तो समजून घेऊ शकत होता आणि आज्ञा पाळू शकत होता. ही वेळ वैयक्तिक युद्धाची नव्हती. हॅगन्नाचा अधिकार मान्य करून एकत्रितपणे काम करू शकत असल्यानेच तो पालमाख कमान्डर बनण्यास योग्य होता. पण आता

तो अधिकाराचे पद घेऊ शकण्याच्या परिस्थितीतच नव्हता. प्रत्येक ब्रिगेडवर फार मोठ्या आणि बचाव करण्यास कठीण अशा प्रदेशाचे संरक्षण करण्याची जबाबदारी होती. अत्यंत बिकट अवस्थेत रहावे लागणार होते. आणि आरीचा पायच बरा होत नव्हता.

तेव्हा अविदानने पॅलेस्टाईनमधल्या दुसऱ्या एका अत्यंत महत्त्वाच्या ठिकाणी, हुले खोऱ्यात, हॅगन्ना कमान्डर म्हणून आरीची नेमणूक केली. उत्तरेकडे गॅलिलीचा समुद्र, साफेद आणि खोऱ्यातून पुढे लेबॅनॉन आणि सीरिया यांच्या सरहद्दींमधली जमीनीची एक पट्टी होती. दक्षिणेला यरमुख नदीजवळ तिसऱ्या अरब देशाची, ट्रान्स-जॉर्डनची सरहद्द होती. अत्यंत महत्त्वाचा प्रदेश.

कावुकजीचे ठग याच भागातून पॅलेस्टाईनमधे घुसत असत. युद्ध सुरू झाले आणि अरब सैन्ये पॅलेस्टाईनमधे घुसली तर हुले खोऱ्यावर त्यांची पहिली झडप पडणार होती. ते वेगवेगळ्या दिशांनी हल्ला करून हुले खोऱ्यात एकत्र येतील किंवा प्रथम हुले खोरे काबीज करून तिथे मोठा तळ स्थापन करून सबंध गॅलिलीचा प्रदेश जिंकू शकतील. हैफा आणि तेल अव्हिव यांचा संबंधही तोडू शकतील.

आरीच्या भागामधे डझनभर वर्षे अस्तित्वात असलेली मोशाव, किब्बुत्झ आणि इतर गावे होती. याद एलूही याच भागात होते. याद एलूचे निर्भय आणि दणकट शेतकरी कावुकजीच्या ठगांना आणि अरबांना पुरुन उरले असते. सर्व किब्बुत्झ आणि मोशाव जवळ जवळ होती. त्यांना वेगळे पाडणे कठीण होते आणि वेढा घालून जिंकणेही सोपे नव्हते.

लेबॅनॉनच्या सरहद्दीवरला डोंगराळ प्रदेश हे एक प्रश्नचिन्ह होते. फोर्ट ईस्थरचे स्वामित्व ही फार महत्त्वाची बाब ठरणार होती. कराराप्रमाणे फोर्ट ईस्थर आरीच्या ताब्यात येणार होता कारण जवळच्या हुले खोऱ्यात ज्यू वस्ती जास्ती होती. हॅगन्नाच्या ताब्यात फोर्ट ईस्थर आला तर सरहद्दीवर चांगले लक्ष ठेवता आले असते.

आरीने आपले हेडक्वार्टर्स मध्यवर्ती एन् ओर (The Fountain of Light) या किब्बुत्झमधे उभारले. त्याच्याबरोबर हनिता ब्रिगेडमधले काही शेकडा पालमाख सैनिक होते. झेव गिलबोआ, डेव्हिड बेन अमी आणि जोआब यारकोनी त्याचे प्रमुख मदतनीस होते. त्याच्या भागातल्या प्रत्येक किब्बुत्झमधला प्रत्येक जण शस्त्रास्त्रांचे संपूर्ण शिक्षण घेतलेला सैनिक होता.

त्याच्यापुढे प्रश्न नेहमीचाच होता. शस्त्रास्त्रांची कमतरता. खरे म्हणजे सबंध पॅलेस्टाईनमधे इशोव्हसमोर हाच प्रश्न होता. प्रत्येक कमान्डर दररोज आरीकडे शस्त्रे मागत होता. त्याच्याकडे शस्त्रे नव्हती. अविदानकडेही नव्हती.

आरीच्या प्रदेशातले दोन भाग संरक्षणाच्या दृष्टीने कमजोर होते. गान डाफना आणि साफेद. ब्रिटिशांनी फोर्ट ईस्थर त्याच्या ताब्यात दिल्यावर गान डाफनाचे

संरक्षण करता येईल याची त्याला पूर्ण खात्री होती. आणि अबू येशामधून गान डाफनाला पोचणारा रस्ता खुला असेपर्यंत गान डाफनाला भीती नव्हती.

पॅलेस्टाईनमधल्या दुसऱ्या कुठल्याही कमान्डरला नसेल अशी साफेद ही वेगळीच डोकेदुखी होती. काहीही झाले तरी प्रत्येक वसाहतीचे संरक्षण केलेच पाहिजे असा निर्णय घेतल्यानंतरही ज्या काही वसाहतींच्या बाबतीत ते अशक्य बनणार होते याची ज्यूंना स्वत:लाच खात्री होती त्यापैकी एक वसाहत साफेदची होती.

आसपासच्या गावांमधल्या चाळीस हजार अरबांच्या गराड्यात साफेद अडकले होते. खुद्द साफेदमधे ज्यू आणि अरब यांचे प्रमाण एकास सहा होते. बहुतेक ज्यू कब्बालीस्ट होते. हात उगारायचे ठाऊक नसणारे, लढू न शकणारे ज्यू. साफेदमधे हॅगन्नाचे दोन एकशे सैनिक होते तर दोन एक हजार अरब आणि इतर ठग.

मुफ्तीने प्रथम साफेदवर कब्जा करायचे ठरवून टाकले होते. शेकडो शस्त्रसज्ज ठग साफेदमधे आधीच चोरून आले होते आणि फक्त ब्रिटिश जाण्याची वाट बघत होते.

साफेदमधे मोर्चेबंदी करायची म्हटली तर ज्यूंची स्थिती जास्तीच कठीण वाटत होती. ज्यू वस्तीहून उंचावर असलेले पोलिस ठाणे, ॲक्रोपोलिस असणारा शहराचा सर्वात उंच भाग आणि माऊन्ट कनानवरचा टॅगार्ट फोर्ट या तीन्ही मोक्याच्या जागा अरबांच्याच ताब्यात जाणार होत्या.

कित्येक महिने लढता येईल इतकी शस्त्रास्त्रे अरबांजवळ होती. ज्यूंकडे चाळीस रायफली, स्वत: बनवलेल्या बेचाळीस स्टेनगन्स, एक मशिनगन, एक उखळी तोफ आणि थोडेसे हातबॉम्ब होते. फार तर शंभर माणसांना देता येतील एवढीच शस्त्रे होती ही.

साफेदचा बचाव करणे इतके उघड उघड अशक्य दिसत होते की, ते आहेत तोपर्यंत ज्यूंना तिथून बाहेर पडण्याची परवानगी द्यावी अशी ब्रिटिशांनीच आरीला विनंती केली.

आरी टेबलाजवळ बसला होता. सदरलॅन्ड कोपऱ्यात सिगारचा धूर काढत होता. रेमेझ हा हॅगन्नाचा कमान्डर आरीसमोरच फेऱ्या घालत बसला होता.

''मग काय म्हणणे आहे तुझे?'' आरीने शेवटी विचारले.

''आम्हाला साफेद सोडायचे नाही आरी. शेवटचा माणूस लढू शकेपर्यंत ते लढवण्याचा आम्ही निर्णय घेतला आहे.''

''चांगला निर्णय आहे.''

''आम्हाला जास्ती शस्त्रे हवी आहेत.''

आरी रागानेच उभा राहिला. दिवसातून डझनभर वेळा त्याला वेगवेगळे कमान्डर एकच गोष्ट ऐकवत होते. "आम्हाला जास्ती शस्त्रे हवी आहेत."

"सदरलॅन्ड, तू क्राईस्टची प्रार्थना कर आणि रेमेझ तू कन्फ्युशिअसची. मी अल्लाची करतो. काय सांगावे? रायफल्सचाच पाऊस पडेल आपल्यावर."

"तुझा मेजर हॉक्सवर विश्वास आहे?" सदरलॅन्डने विचारले.

"तो आपला मित्र आहे." आरी उत्तरला.

"मग त्याचे ऐक तू. साफेदमधले ज्यू ब्रिटिश संरक्षणाखाली बाहेर काढायची त्याची तयारी आहे. त्याची खात्री आहे की, त्याने त्याचे सैन्य तिथून बाहेर काढले की, साफेदमधल्या ज्यूंची तात्काळ कत्तल उडेल."

"मेजर हॉक्स त्याचे सैन्य कधी मागे घेणार आहे?"

"तो म्हणतो की, त्यालाही अजून नक्की माहिती नाही."

"हॉक्स साफेदमधे आहे तोपर्यंत तिथले ज्यू थोडेफार तरी सुरक्षित आहेत. हॉक्स असताना अरब विशेष काही हालचाल करणार नाहीत. पण हॉक्सने ब्रिटिश सैन्य मागे घेण्याआधी आपली परिस्थिती बदलेलसुद्धा."

"हॉक्सचे हृदय एखादेवेळी योग्य ठिकाणी असेलही पण इतर ब्रिटिश कमान्डर्सचे काय? ते त्याच्या मनाप्रमाणे वागतील त्याची खात्री कशी देणार?" सदरलॅन्डने विचारले.

"अरबांनी आताच आमच्या काफिल्यांवर गोळीबार करायला सुरुवात केली आहे. ज्यूंवरही लपून छपून गोळीबार सुरू झाला आहे." रेमेझ म्हणाला.

"मग? पहिल्या फैरी झडताच तू पळ काढणार आहेस का?"

"आरी" रेमेझ अगदी शांतपणे आणि स्थिर नजरेने आरीकडे बघत म्हणाला. "माझा जन्म साफेदमधे झाला आहे. आयुष्यभर मी तिथेच राहिलो आहे. १९२९ मधे अरब वस्तीतून येणाऱ्या ज्यू विरोधी किंचाळ्या आजही माझ्या कानात ऐकू येतात. डोकी फिरलेले अरब आमच्या भागात पोचेपर्यंत मला त्या शब्दांचा अर्थ कळला नव्हता. ते आमचे मित्र होते पण त्यांची माथी पार बिघडली होती. नि:शस्त्र कब्बालीस्टना रस्त्यात खेचून त्यांची मुंडकी उडवताना मी पाहिले आहे. मी तेव्हा फार लहान होतो. अरबांच्या तशाच प्रार्थनांचे आवाज मी १९३६ मधे ऐकले. त्यांचा अर्थ आता आम्हाला कळलेला होता. तीन वर्षे आम्ही तो आवाज ऐकताच पळून जाऊन तुर्की किल्ल्यात आश्रय घेत होतो. या वेळेला आमची पळायची तयारी नाही. आम्ही तिथेच रहाणार आहोत. अगदी वृद्ध ज्यू सुद्धा. या वेळेला आमची कत्तल उडवणे त्यांना सोपे जाणार नाही. पण आरी आम्ही शस्त्रांशिवाय किती काळ तग धरणार? त्यालाही मर्यादा आहेत."

रेमेझला बोलल्याचा क्षणभर आरीला पश्चात्ताप झाला. शेवटचा माणूस जिवंत असेपर्यंत साफेदमधेच राहून ते लढवण्याचा निर्णय घ्यायला फार मोठे धैर्य आणि

जिद्द लागली होती. ''रेमेझ, तू आता परत जा. शांत रहा सर्वांनी. मेजर हॉक्स आहे तोपर्यंत दंगाधोपा पसरणार नाही याची मला खात्री आहे. शस्त्रे मिळाली तर ती तुम्हाला पुरवायला मी प्रथम प्राधान्य देईन इतकी खात्री बाळग.''

रेमेझ निघून गेल्यावर दात ओठ खात आरी पुन्हा खाली बसला. तो काय करू शकणार आहे? ब्रिटिश गेल्यानंतर फार तर पन्नास पालमाख पाठवू शकेल. अगदीच काही नाही त्यापेक्षा थोडे काही. दुसरा कोणी असता तरी काय करू शकला असता? पॅलेस्टाईनभर आता दोनशे साफेद होती. इकडे पन्नास पालमाख, तिकडे दहा. कावुकजी, साफवेत आणि कादर यांना पॅलेस्टाईनमधल्या सत्य परिस्थितीची कल्पना असती तर त्यांनी सबंध पॅलेस्टाईनभर सरळ हल्ले चढवले असते. कुठेही जिद्दीने, न थांबता हल्ले झाले तर दारूगोळाही शिल्लक रहाणार नव्हता. आरीला एका गोष्टीची चिंता होती. पहिल्याच हल्ल्याच्या वेळी ज्यूंकडे शस्त्रास्त्रांची किती कमतरता आहे हे उघडकीला आले तर?

उत्तरेकडल्या वसाहतींची पहाणी करून डेव्हिड बेन अमी परतला.

''शालोम आरी.'' डेव्हिडने अभिवादन केले. ''वाटेत रेमेझ आणि सदरलॅन्ड भेटले होते. रेमेझची प्रकृती बरी नाही का?''

''त्याची प्रकृती बिघडायला अनेक कारणे आहेत. तू काय म्हणतोस?''

''क्फार गिलादी आणि मेथुल्ला इथे अरबांनी मधून मधून गोळीबार करायला सुरुवात केली आहे. क्फार झोल्डवर सीरियन गावकरी कधीही हल्ला करतील. प्रत्येकजण खंदकातच रहातो आहे. मुलांच्या घरांभोवती संरक्षणाची पक्की व्यवस्था सर्वांनी केली आहे आणि सर्वांना शस्त्रे हवी आहेत.''

''शस्त्रे– नवीन काही? गोळीबार कुठून होतो आहे?''

''आत्ता गाव.''

''हं. आत्ता गाव. ब्रिटिश सोडून गेले की, प्रथम मी आत्ता गाव ताब्यात घेणार आहे. लहान असताना तिथल्या गिरणीत धान्य दळायला घेऊन गेलो असताना त्यांनी मला मारहाण करायचा प्रयत्न केला होता. पहिल्यापासूनच ते फार मस्तीत आहेत. माझी खात्री आहे की, कावुकजीचे अर्धे ठग आत्तामधूनच पुढे येतात म्हणून.''

''किंवा अबू येशा तरी.''

आरीने रागावूनच डेव्हिडकडे बघितले. अबू येशा म्हणजे आरीचा एक मर्मबिन्दू आहे याची डेव्हिडला जाणीव होती.

''अबू येशामधे माझे विश्वासू मित्र आहेत''. आरी म्हणाला.

''मग त्यांनी तुला आतापर्यंत सांगितलेच असेल की, अरब भाडोत्री फौजा अबू येशामधून पुढे घुसतात म्हणून.''

आरीने उत्तर दिले नाही.

"आरी, आजपर्यंत अनेक वेळा तू मला सांगितले आहेस की, मी भावनाप्रधान असल्याने योग्य निर्णय घेऊ शकत नाही. अबू येशाचे लोक तुला किती जवळचे वाटतात याची मला कल्पना आहे. तू अबू येशाला जाऊन तिथल्या मुक्तारला समजवायची वेळ आली आहे."

आरी उभा राहिला. "बोलतो मी ताहाशी."

डेव्हिडने आरीच्या टेबलावरचे कागदपत्र चाळले. पुन्हा खाली टाकले. तोही आरीसारखाच फेऱ्या घालायला लागला. अस्वस्थ होऊन खिडकीतून जेरुसलेमच्या दिशेने बघायला लागला. फार खिन्न, विषण्ण दिसत होता.

आरीने त्याच्या खांद्यांवर थोपटले. "सर्व ठीक होईल डेव्हिड."

"जेरुसलेमची स्थिती अत्यंत वाईट बनते आहे." आरीला रिपोर्ट द्यावा तसा तो एका सुरात बोलायला लागला. "आपल्या ताफ्यांना दिवसेंदिवस आत शिरणे मुष्किल होत आहे. असेच चालू राहिले तर काही आठवड्यातच जेरुसलेममधल्या ज्यूंची उपासमार सुरू होईल."

डेव्हिडच्या आवडत्या प्राणप्रिय शहराभोवती फास अडकायला लागल्याने त्याची होत असलेली घालमेल आरीच्या लक्षात येत होती. "जेरुसलेमला जायचे आहे तुला? बरोबर?"

"हो. पण तुला अडचणीत टाकून नाही."

"तुला जायचेच असेल तर सोडतो मी तुला."

"थॅन्क्स् आरी. पण तू सर्व संभाळू शकशील का?"

"नक्की. हा माझा पाय एकदा बरा व्हायला पाहिजे. डेव्हिड, पण तू जावेस अशी माझी खरी इच्छा नाही."

"तुझा पाय ठीक होईपर्यंत थांबतो मग."

"थॅन्क्स. यार्देनाला किती दिवसात भेटलेला नाहीस?"

"बरेच आठवडे झाले."

"तू उद्या गान डाफनाला जाऊन तिथली परिस्थितीही एकदा नजरेखालून का घालत नाहीस? आवश्यक तर काही दिवस रहा तिथे. पण नीट पहाणी कर सर्व."

डेव्हिड हसला. आरी दुसऱ्याकडून हवे ते करवून घेण्यात पटाईत होता.

किटीच्या ऑफिसच्या दारावर टकटक झाली.

"आत या."

यार्देना आत आली. "खूप कामात नसाल तर तुमच्याशी जरा बोलायचे आहे मिसेस् फ्रेमॉन्ट."

"ठीक आहे. बोल."

"इथली संरक्षण सिद्धता बघण्यासाठी उद्या डेव्हिड बेन अमी येणार आहे. नंतर स्टाफ मिटींग ठेवली तर चालेल?"

"येईन मी."

"मिसेस् फ्रेमॉन्ट, मिटींगच्या आधी मला तुम्हाला काही सांगायचे आहे. मी इथली कमान्डर आहे. भविष्यकाळात आपल्याला अनेकदा एकत्र काम करावे लागणार आहे. माझा तुमच्यावर संपूर्ण विश्वास आहे आणि आपण इथे आहात हे गान डाफनाचे सुदैव आहे असे मला मनापासून वाटते."

किटीने जरा आश्चर्यानेच यार्देनाकडे बघितले.

"सबंध गान डाफनाचा विचार करता आपल्यातले वैयक्तिक मतभेद आपण बाजूला ठेवले तर बरे पडेल."

"बरोबर आहे तुझे म्हणणे."

"छान! आपल्यामधे थोडीतरी समजुतीला जागा आहे याचा आनंद वाटतो मला."

"यार्देना– आपली इथली परिस्थिती खरी कशी आहे?"

"आताच धोका नाही. फोर्ट इश्वर हॅगन्नाच्या ताब्यात आला की, जरा दिलासा येईल."

"पण काही गोंधळ झाला आणि तो अरबांच्या ताब्यात गेला तर? आणि अबू येशामधून यायचा रस्ताही बंद झाला तर?"

"तर मग अत्यंत बिकट परिस्थिती उद्भवेल."

किटी खुर्चीतून उठली आणि अत्यंत अस्वस्थपणे फेऱ्या घालायला लागली. "प्लीज् यार्देना. लष्करी बाबींबद्दल मला काही बोलायचे नाही पण... तसे घडले तर आपण वेढ्यातच अडकू ना?"

"ती शक्यता आहेच एक."

"आपल्याकडे छोटी बाळेही खूप आहेत. त्यांना इथून बाहेर काढता नाही का येणार? आणि अगदी छोट्या मुलांनाही?"

"पण बाहेर काढून नेणार कुठे?"

"मला नाही माहीत. पण कुठल्या तरी जास्ती सुरक्षित किब्बुत्झ किंवा मोशावमधे?"

"खरे सांगू मिसेस् फ्रेमॉन्ट? मलाही काही माहिती नाही. जास्ती सुरक्षित किब्बुत्झ ही आपली बोलण्यापुरती गोष्ट आहे. उगीचच तुलना करायची म्हणून. पॅलेस्टाईनची रुंदी पन्नास मैलांहून कमी आहे. सुरक्षित किब्बुत्झ ही गोष्ट प्रत्येक दिवशी अशक्य बनते आहे. दररोज एक एक वसाहत वेढ्यात अडकायला लागली आहे."

"शहरात नेले तर?"

"जेरुसलेमशी संबंध तुटत आला आहे. हैफा आणि तेल अव्हिव व जाफा दरम्यान सर्वात मोठ्या चकमकी झडत आहेत."

"म्हणजे सुरक्षित अशी जागाच उरली नाही तर?"

यार्देनाने उत्तर दिले नाही. उत्तर द्यायची आवश्यकताच नव्हती.

## ३

*ख्रिसमसची संध्याकाळ, १९४७*

सगळीकडे चिखल झाला होता. हवा थंड होती. हिवाळ्यातला पहिला बर्फ तरंगत पडत होता. किटी हिरवळीवरून भरभर पावले उचलून पायरस्त्याला लागली. श्वास सोडताना नाकासमोर ढग जमत आहेत असे वाटत होते.

"शालोम गिवेरेत किटी!"

"शालोम डॉ. लिबरमन!"

ती धावतच पायऱ्या चढली आणि कॉटेजमधे शिरली. आत उबदार वाटत होते. कारेनने गरम चहादेखील तयार ठेवला होता.

"काय थंडी आहे बाहेर!" किटी कुडकुडतच म्हणाली.

पाईनचे कोन, रिबिनी आणि आपली कल्पनाशक्ती वापरून कारेनने खोली छान सजवली होती. परवानगी काढून तिने एक छोटे झाड तोडले होते आणि कापूस आणि कागद वापरून त्यावर कलाकुसर केली होती. डॉ. लिबरमन यांच्याकडून झाड तोडायची परवानगी मिळणे ही आश्चर्यकारक घटना होती.

किटीने बूट काढले. स्लीपर घातल्या. गरम गरम चहाचे घुटके घ्यायला सुरुवात केली. चहा काय मस्त लागत होता.

कारेन खिडकीत उभे राहून बर्फ पडताना बघत होती. "पडणारा पहिला बर्फ बघण्यासारखी सुंदर गोष्ट जगात नसेल दुसरी." कारेन म्हणाली.

"आपले रॉकेलचे रेशन आणखी कमी झाले ना की, म्हणणार नाहीस तू तसे."

"मी आज दिवसभर कोपनहेगन आणि हॅन्सेन्सचा विचार करत होते. डेन्मार्कमधे ख्रिसमसला खूप मजा असे. त्यांनी मला पाठवलेली भेट बघितलीस तू?"

किटीने कारेनजवळ जाऊन तिच्या खांद्यांवर हात ठेवले.

"ख्रिसमसच्या काळात सर्वांनाच घराची ओढ लागते कारेन."

"तुला फार एकटे एकटे वाटते का किटी?"

"टॉम आणि सॅन्ड्रा गेल्यापासून ख्रिसमस हा सण मी प्रयत्नपूर्वक विसरायचा

प्रयत्न करत असे. आतापर्यंत.''

''तू आता तरी सुखात असशील अशी आशा आहे माझी.''

''आहे. पण जरा वेगळ्याच तऱ्हेने. मी एक गोष्ट शिकले आहे. ज्यूंसारखी मनोवृत्ती असल्याशिवाय चांगले ख्रिश्चन बनणेही कठीण आहे. माझ्यातली उणीव भरून काढण्यासाठी म्हणून मी आयुष्यभर काय काय करत आले. आज प्रथमच मला वाटते की, कसलीही अपेक्षा न करता, मागे न बघता, मी कुणाला काही देऊ शकेन.''

''तुला माहिती आहे किटी? इतरांना मी बोलले तर एखादेवेळी कळणार नाही त्यांना, पण इथे मी जीझसच्या खूप जवळ पोचले आहे असे वाटते मला.''

''मलाही तसेच वाटते आहे कारेन. अगदी तसेच.''

कारेनने घड्याळाकडे बघितले. ''लौकर जेवायला हवे. आज रात्रीची ड्यूटी आहे माझी.''

''बाहेर खूप थंडी आहे. गरम कपडे चढवून जा. मी काही काम करते. तुझी वाट बघेन मी.''

कारेनने कपडे बदलले. पालमाखची टोपी चढवली.

एकाएकी बाहेरून गाण्याचा आवाज झाला.

''आता हे काय आहे?''

''तुझ्यासाठी आहे ते किटी.'' कारेन हसून म्हणाली. ''गेले दोन आठवडे गुपचूप प्रॅक्टिस चालली होती त्यांची.''

किटी खिडकीजवळ गेली. तिची पन्नास एक मुले हातात मेणबत्त्या घेऊन ख्रिसमस कॅरोल म्हणत होती.

किटीने कोट चढवला आणि ती कारेनबरोबर बाहेर आली. मुलांमागे दोन हजार फूट खाली असलेल्या वस्त्यांचे दिवे चमकत होते. ख्रिसमस कॅरोल ऐकता ऐकता एका एका कॉटेजचे दार उघडायला लागले. प्रत्येक जण कुतूहलाने बघत होता. किटीला शब्द कळत नव्हते पण खूप जुने कॅरोल असावे.

''मेरी ख्रिसमस किटी'' कारेनने ख्रिसमसच्या शुभेच्छा दिल्या.

किटीच्या डोळ्यातून अश्रुधारा वहायला लागल्या. ''आयुष्यात कधी हिब्रूमधे सायलेन्ट नाईट– Silent Night ऐकेन असे वाटले नव्हते मला. इतकी सुरेख भेट कुठल्याही ख्रिसमसला मिळाली नव्हती मला.''

गान डाफना बाहेरच्या खंदकांपलीकडे कारेनला पहारा द्यायची जागा दिली होती. ती गावाबाहेर पडली आणि रस्त्याने पुढे गेली. तिथून सर्व खोरे नजरेला पडत होते.

"थांब तिथेच."

ती थांबली.

"कोण आहे तिथे?"

"कारेन क्लेमेन्ट."

"पासवर्ड?"

"हॅपी हॉलिडेज्."

आधीचा पहारेकरी निघाला. कारेनने खंदकात उडी मारली. रायफल चेम्बरमधे क्लीप सरकवली. बोल्ट बंद केला. हातमोजे चढवले.

तारांच्या भेंडोळ्यांमधून तिने अबू येशाकडे नजर टाकली. पहारा करायला आवडे तिला. एकट्याने काही न करता तास न् तास हुले खोऱ्याकडे बघायचे आणि विचार करायचा. थंड हवेमधून किटीच्या कॉटेजबाहेरच्या गाण्याचे सूर तरंगत तरंगत तिच्यापर्यंत अजूनही पोचत होते. फारच छान ख्रिसमस होता या वेळचा.

हळू हळू सर्व आवाज बंद झाले. सर्व शांत झाले. जोरात बर्फवृष्टी सुरू झाली. सगळीकडे पांढरे पांढरे दिसायला लागले.

मागच्या झाडांमध्ये खसखस झाली काही? ती हळूच वळली आणि त्या काळोखात काळजीपूर्वक बघायला लागली. कुठली तरी जिवंत गोष्ट हलत होती. ती हालचाल न करता स्तब्ध उभी राहून नजर फिरवत राहिली. निश्चित झाडांमध्ये हालचाल होती. एक सावली हलली. भुकलेला कोल्हा?

कारेनने रायफलचा सेफ्टी कॅच काढला रायफल खांद्यावर टेकवून नेम धरायला लागली. सावली जवळ सरकली.

"थांबा." तिने आवाज दिला.

ती आकृती थांबली.

"पासवर्ड?"

"कारेन!" तिच्या कानांवर हाक आली.

"दोव्ह!"

ती खंदकातून बाहेर आली. बर्फातून धावतच त्याच्या दिशेने निघाली. दोव्हही तिच्याच दिशेने धावत निघाला आणि समोरासमोर येताच दोघांनी एकमेकांना घट्ट मिठी मारली.

"दोव्ह! दोव्ह!! विश्वास बसत नाही तूच आहेस यावर."

दोघांनीही खंदकात उडी घेतली. ती त्या अंधारात त्याचा चेहरा बघायचा प्रयत्न करत होती.

"दोव्ह!...... काय बोलावे तेही सुचत नाही दोव्ह."

"मी तासाभरापूर्वीच इथे आलो. तू गार्ड ड्यूटीवर निघेपर्यंत तुझ्या कॉटेजबाहेर

उभा होतो. तुझ्या मागोमागच इथे पोचलो.''

कारेनने घाबरल्यासारखी एकदम सगळीकडे नजर फिरवली. ''तू सुरक्षित नाहीस इथे. ब्रिटीशांपासून दडून रहायला हवे तुला.''

''शांत हो कारेन. घाबरू नकोस. ब्रिटीश यापुढे काही करू शकत नाहीत मला.''

त्याला काळोखात शोधताना तिची बोटेही थरथरत होती. ''दोव्ह! तू स्वेटरही घातलेला नाहीस दोव्ह. तुला किती थंडी वाजत असणार.''

''मी ठीक आहे कारेन. खरेच ठीक आहे.''

बर्फ पडत होता. चन्द्र उगवला आणि ते एकमेकांना बघू शकले.

''मी मिशमार जवळच्या गुहेत लपून राहिलो होतो.''

''माहिती आहे मला.''

''मला... मला वाटले तू अमेरिकेला गेलीस म्हणून.''

''नाही गेलो आम्ही.''

''मी इथे का आलो याचा विचार करते आहेस कारेन? मला गान डाफनाला परत यायचे आहे. पण पळून जाताना मी काही घड्याळे, अंगठ्या नेल्या होत्या. सर्वांना वाटत असणार की, मी चोर आहे म्हणून.''

''नाही दोव्ह! तू सुखरूप आहेस आणि जिवंत आहेस यात सर्व मिळाले.''

''मी... मी सर्वांची परतफेड करणार आहे कारेन.''

''त्याचीही काळजी करू नकोस. कोणीही तुझ्यावर राग धरलेला नाही.''

दोव्ह आपले डोके खाली घेऊन खंदकात बसला. ''आकर तुरुंगात असताना आणि गुहांमध्ये लपून असताना मी सारखा स्वत:शी विचार करत होतो. स्वत:ची समजूत घालत होतो की, दोव्ह तुझ्यावर कोणीही रागावलेले नाही. संतापलेला असतो तो दोव्हच. तू आकर तुरुंगात येऊन भेटलीस आणि... आणि मग मला जगायचे होते. कुणाला मारायचेही नव्हते.''

''दोव्ह!''

''दुसरी कुठली मुलगीही कधी नव्हती कारेन. तू निघून जावेस म्हणून केवळ मी तसे बोललो होतो.''

''माहिती आहे मला.''

''तुला नेहमीच तशी खात्री होती?''

''मी सारखी स्वत:ला ते बजावत होते. तुला खरेच माझी काळजी आहे यावर माझा विश्वास होता.''

''हीच, हीच गोष्ट तुझी फार आश्चर्यकारक आहे कारेन. तू स्वत: कशावर तरी विश्वास ठेवतेस आणि मलाही मग ठेवायला लावतेस. मला परत गान डाफनाला यायचे होते. तुला माझा अभिमान वाटेल असे काही करायचे होते. तू इथून गेली

असशील असे वाटत असतानाही तुला माझा अभिमान वाटावा अशी माझी इच्छा होती.''

कारेनची नजर खाली वळली.

''कारेन, तुझ्यासाठी मी काहीही करेन'' दोव्ह कुजबुजला.

तिने हळूच त्याच्या गालांवर हात फिरवला. ''दोव्ह! तू खूप गारठून जातो आहेस दोव्ह. तू माझ्या कॉटेजमध्ये जा. किटीला सर्व सांग. तिला कळेल सर्व. तिला कल्पना आहे आपल्या दोघांबद्दल. ड्यूटी संपवून मी परत आल्यावर आपण दोघेही डॉ. लिबरमनकडे जाऊ. सांभाळून जा. पासवर्ड आहे हॅपी हॉलिडेज्.''

''कारेन मी मधला सर्व काळ तुझ्याबद्दल इतका विचार केला आहे की,मी खात्रीपूर्वक सांगतो की, यापुढे चुकीची गोष्ट करणार नाही. तुला दुःख होईल अशी तर कुठलीच नाही.''

''माहिती आहे मला.''

''मी एकदाच...''

''चालेल.''

थोडे घाबरतच दोघांनी एकमेकांचे ओठ शोधले.

''माझे प्रेम आहे तुझ्यावर कारेन.'' असे कुजबुजत दोव्ह गान डाफनाच्या दिशेने धावत सुटला.

बराक बेन कनान संतापानेच अमेरिकेच्या प्रतिनिधीला ऐकवत होता. ''आंतरराष्ट्रीय कायदा म्हणे! दुष्ट लोक त्याला जुमानतच नाहीत आणि सभ्य लोक त्यांना तो पाळणे भाग पाडत नाहीत.''

पण कितीही मुद्देसूद विचार असेल तरी आता चर्चा आणि वाटाघाटींचा उपयोगच नव्हता. १५ मेला ज्यूंनी आपल्या स्वतंत्र राष्ट्राची घोषणा केली तर सात अरब देशांच्या सैन्यांना त्यांना एकट्याने तोंड द्यावे लागणार होते हे निश्चित होते.

कावुकजी, साफवेत आणि कादर यांच्या हाताखालच्या अरब ठगांच्या आणि भाडोत्री सैनिकांच्या कारवाया वाढत होत्या.

१९४८ साल उजाडले. निर्णयाचे वर्ष.

पहिल्या काही महिन्यातच ब्रिटनने आपले प्रचंड लष्करी तळ एक एक करत खाली करायला सुरुवात केल्यावर अरबांचा धीर चेपायला लागला. दंग्याधोप्यांना सर्वत्र जोर चढायला लागला.

## गॅलिली

लेबॅनॉनच्या सरहद्दीवरच्या डोंगराळ भागातल्या मनारा किब्बुत्झला अरब सैनिकांनी

वेढा घातला. इतर अर्धा डझन लांब लांबच्या ज्यू वसाहतींचा संपर्क तुटला.

एन् झेतिम (The Fountain of Olives) या किब्बुत्झवर अरबांनी एका मागोमाग एक पाच हल्ले केले. प्रत्येक हल्ला ज्यूंनी परतवला.

सीरियन गावकऱ्यांनी सरहद्द ओलांडून डॅन आणि क्फार झोल्ड या उत्तरेकडल्या किब्बुत्झवर हल्ले चढवल्यावर मेजर हॉक्सने ब्रिटीश तुकड्या पाठवून सीरियन्सना सरहद्दीपार पिटाळून लावले.

आत्ता गावच्या अरबांनी सीरियन गावकरी आणि भाडोत्री ठगांच्या मदतीने लेहोवात हाबाशानवर (The Flames of the Beshan Mountains) चाल केली.

रमात नफ्ताली, इस्त्राएलमधली जुनी जमात. त्या नावाच्या वसाहतीवरही हल्ला झाला.

मेजर हॉक्स निघून जायची साफेदमधले अरब वाट बघत होते. पण त्या आधीच त्यांनी ज्यू वस्ती बाहेरच्या रस्त्यांवर अडथळे उभारायला आरंभ केला. अन्न आणि पाणी यांचा पुरवठा हळूहळू कमी व्हायला लागला. ब्रिटीश मदतीला असतील तरच ज्यूंचे काफिले ज्यू वस्तीमध्ये पोचू शकत होते.

## हैफा

हैफा हे पॅलेस्टाईनमधले महत्त्वाचे बंदर, अरब आणि ज्यू दोघेही हैफावर नजर ठेवून होते. सध्या तरी बंदर विभाग ब्रिटीशांच्या हातात होता. त्यांच्या फौजा त्या बंदरातूनच काढून घेतल्या जात होत्या.

पॅलेस्टाईनमध्ये हैफा या ठिकाणीच ज्यूंच्या ताब्यात काही मोक्याच्या जागा होत्या. हार हा कारमेल हे किब्बुत्झ अरब विभागाहून उंचीवर होते. पण तिथला ब्रिटीश कमान्डर अरबांचा पक्षपाती होता. जिंकलेल्या इतर मोक्यांच्या जागांमधून ज्यूंना हुसकावून लावून त्याने त्या पुन्हा अरबांच्या ताब्यात दिल्या.

मक्काबीजनी माऊन्ट कारमेलच्या उतारावरून स्फोटके भरलेली पिंपे गडगडत अरब भागात ढकलून दिली. प्रचंड शस्त्रसाठा घेऊन लेबॅनॉनहून येणाऱ्या एका काफिल्यावर हल्ला करून अरब कमान्डरला ठार करण्यात यश मिळवले.

दोन्ही बाजूंचे संबंध संपत आले. भाडोत्री ठगांची संख्या हैफामध्ये वाढतच होती. अरब लीजनमधला एक अधिकारी अमीन अझाद्दिन त्यांचे नेतृत्व करण्यासाठी आला.

हार हा कारमेलवर हल्ला करायची अरबांची तयारी पूर्ण होईपर्यंत ब्रिटीशांनी ज्यूंना कुठलीही हालचाल करू दिली नाही.

## शारोन

शारोनच्या मध्यवर्ती सपाट प्रदेशात क्रूसेडर्सची युद्धे खेळली गेली. या भागात जास्तीत जास्ती ज्यू वस्ती असली तरी समोर समारियामधला दाट अरब लोकवस्तीचा

भाग होता. त्याच्या आकारामुळेच त्याला 'त्रिकोण' म्हणत. दोन्ही बाजू या भागात तयारीत असल्यानेच की काय इथे त्यामानाने शांतता होती.

## तेल अव्हिव– जाफा

या दोन शहरांमधला भाग रणक्षेत्रच बनला होता. रात्रंदिवस चकमकी झडत होत्या. हॅगन्नाच्या बरोबर मक्काबीजनीही या क्षेत्रात पाय रोवले होते. अरब आणि ज्यू यांचे एकमेकांवर घातलेले छापे ही नित्याची बाब बनत होती. एका मिनाराचा उपयोग अरब लक्ष ठेवायला आणि नेम धरून गोळ्या झाडायला करत आणि मध्ये असलेल्या ब्रिटीश फौजांमुळे ज्यूंना मिनारावर हल्ला चढवणे शक्य नव्हते.

## दक्षिण

नेगेव्हमध्ये थोड्या ज्यू वसाहती होत्या आणि त्याही लांब लांब अंतरावर होत्या. बीरशेबा आणि सॅम्सनमुळे प्रसिद्ध झालेल्या गाझा येथे अरबांचे दोन मोठे तळ होते. अरबांनी या सर्व वसाहतींभोवती वेढे आवळून त्यांना कुठलीही रसद पोचणार नाही याची तजवीज केली. एकाही वसाहतीने शरणागती पत्करली नसली तरी अरबांना अटकावही करता येत नव्हता. ज्यू विमानदलाची स्थापना झाली. दोन पायपर कब्ज संपर्क ठेवून होती. तिसरे वेढा पडलेल्या जेरुसलेममध्ये उतरायला लागले. पायपर कब्जच्या खिडक्यांमधून हातबॉम्ब फेकून ज्यू विमानदलाने अरबांवर पहिली ''बॉम्बफेक'' केली.

## जेरूसलेम

जेरूसलेममधल्या ज्यू विभागाभोवती अब्दुल कादर याने फास आवळला होता. ज्यूडीअन टेकड्यांमधून जेरूसलेमकडे जाणारी वाहतूक पूर्ण थंडावली. खूप मोठे काफिले बनवले तरच जेरूसलेममधल्या ज्यूंना मदत पोचू शकत होती. तीही फार मोठी किंमत मोजूनच. रस्ते मोकळे ठेवणे ब्रिटीशांचे काम होते. त्यांनी काहीही करायचे नाकारले.

जेरूसलेमबाहेर दक्षिणेला हेब्रॉन टेकड्यांमध्ये ज्यूंच्या चार वसाहती होत्या. एत्झिऑन ग्रुप या नावाने ओळखल्या जाणाऱ्या ज्यूंच्या ताब्यात या वसाहतींचे संरक्षण होते. साफेदसारखीच यांची परिस्थिती बिकट होती. ज्युईश पॅलेस्टाईनशी या वसाहतींचा संबंध पूर्ण तुटून गेला होता. जेरूसलेमपासून या वसाहतींकडे जाणारा रस्ता ट्रान्स-जॉर्डन अरब लीजनने ब्रिटीश सैन्याच्या नावाखाली अडवून टाकला होता.

जेरूसलेममधल्या ज्यूंची अन्नपाण्याची परिस्थिती वाईट होत होती. गोळीबार, चकमकी चालू होत्या. चिलखती गाडीच एखादेवेळी जाऊ शके.

या चकमकींनी कळस गाठला तो रेडक्रॉसवरच्या हल्ल्याने. माऊन्ट स्कोपसवरील

हादस्सा मेडिकल सेन्टरच्या रेडक्रॉसच्या काफिल्याला अरबांनी गाठले आणि सत्त्याहत्तर नि:शस्त्र डॉक्टरांना मारून त्यांचे तुकडे तुकडे उडवले. ब्रिटीश सैनिकांनी बघ्याची भूमिका घेतली.

फोर्ट ईस्थर ब्रिटीशांच्या ताब्यातून घ्यायची वेळ आली. झेव गिलबोआ आरीच्या ऑफिसमध्ये आला.

"जाण्यासाठी तयार आहोत."

"मेजर हॉक्सने सांगितले आहे की, दोन वाजता ताब्यात देतो. तेव्हा निघा तुम्ही. तुला आणि लिओराला आणखी एक मूल झाले आहे असे ऐकतो. खरे आहे का?"

"हो."

"तुला दर आठवड्याच्या अखेरीस रजा देणे थांबवायला हवे असे दिसते." आरी हसून म्हणाला.

झेव धावतच बाहेर पडला आणि ट्रकमध्ये चढला. ट्रक सुरू करून एन् ओर किब्बुत्झमधून बाहेर पडला. वीस पालमाख मुले-मुली फोर्ट ईस्थरचे रक्षण करण्यासाठी बरोबर होती. मुख्य रस्त्याने पुढे जाऊन ते लेबॅनॉनच्या दिशेने निघाले. रस्ता डोंगराळ होता.

गेल्या वेळी तो सादे शिमशोन (The Field of Samson) या किब्बुत्झला आला होता. त्याची झेवला आठवण झाली. लिओराने नवीन बाळाचा जन्म होणार आहे, याची बातमी त्याला दिली होती. काय सुंदर बातमी. तो मेंढपाळ होता. म्हणजे ड्यूटीवर नसेल तेव्हा. पण ड्यूटी नाही अशी वेळ कधी होती तेच त्याला आठवेनासे झाले होते. आपल्या मुलांना घेऊन टेकड्यांवर जायचे, कळपावर लक्ष ठेवायचे. काय मजा येईल. पण कधी जमेल कुणास ठाऊक.

खूप कामे आहेत लक्षात आल्यावर त्याने मनातले विचार झटकून टाकले. फोर्ट ईस्थर ताब्यात आल्यावर मनारा किब्बुत्झचा वेढा काही करून उठवायला हवा. घुसखोरांना अटकाव करण्यासाठी गस्तीपथकेही रवाना करायला हवीत.

फोर्ट ईस्थरवरून सबंध हुले खोऱ्यावर नजर ठेवता यायची. या किल्ल्यावर एकदा स्टार ऑफ डेव्हिडचा झेंडा फडकावला की, मोठी काळजी दूर होईल.

झेवने घड्याळ बघितले. ठरलेल्या वेळेला अजून पंधरा मिनिटे कमी होती. वळणावळणाच्या रस्त्याने ट्रक जात होता. पालमाख गात होते. अबू येशाची छोटी छोटी घरे खाली दृष्टीस पडायला लागली. गान डाफनाचे हिरवेगार पठारही.

फोर्ट ईस्थरजवळ पोचता पोचता त्याला काही तरी विचित्र वाटायला लागले. त्याने ट्रक अगदी हळू केला. सर्वत्र बघायला सुरुवात केली. बरोबर. इतकी शांतता

का? ब्रिटीश जर आता फोर्ट ईस्थर सोडून निघणार असतील तर काहीच गडबड कशी नाही? मोठा तळ होता तो. ट्रक्स, शस्त्रे, सैनिक, गोंधळ चालू असायला हवा होता. त्याने वरच्या वॉच टॉवरवर नजर टाकली. त्याला एक झेंडा फडकताना दिसला. कावुकजीच्या सेनेचा. त्याच्या हे लक्षात येईपर्यंत फोर्ट ईस्थरवरून गोळीबाराच्या फैरी झडल्या.

झेवने ब्रेक लावला. बाजूला ट्रक उभा केला. ''पळा सर्वांनी.'' तो ओरडला. इतरांनी बाजूला उड्या घेतल्या. ट्रकवर गोळा आदळला आणि तो पेटला. त्याने सर्वांना पुन्हा एकत्र करून झपाट्याने एन् ओरला परतायला सुरुवात केली.

फोर्ट ईस्थर अरबांच्या ताब्यात दिल्याची बातमी कळताच आरी ताबडतोब साफेद आणि तिथून माऊन्ट कनानवरच्या टॅगार्ट फोर्टवर पोचला.

तिथून तो सरळ ब्रिटीश एरिआ कमान्डरच्या ऑफिसमध्ये घुसला. मेजर हॉक्स तिथे होताच. दणकट, काळा पडलेला माणूस. झोप न मिळाल्याने डोळे तारवटलेले. संतापलेल्या आरीने आत शिरताच ''विश्वासघातक्या'' अशीच मेजर हॉक्सला हाक मारली.

''माझा यात काहीच दोष नाही.'' केविलवाण्या स्वरात हॉक्स म्हणाला, ''विश्वास ठेव माझ्यावर.''

''तू! तू!! विश्वास बसत नाही. खरेच विश्वास बसत नाही.''

हॉक्सने आपले डोके हातात धरले. ''काल रात्री दहा वाजता जेरूसलेमच्या हेडक्वार्टर्समधून माझे सैनिक तात्काळ फोर्ट ईस्थरमधून बाहेर काढायची मला आज्ञा मिळाली.''

''पण मला सूचना देता आली असती.''

''ते शक्य नव्हते आरी.'' हॉक्स पुटपुटत होता. ''ते शक्यच नव्हते. मी एक सैनिक आहे बेन कनान. रात्रभर झोप नव्हती मला. आज सकाळी जेरूसलेमला फोन करून फोर्ट ईस्थर ताब्यात घ्यायची परवानगीही मी मागितली होती.''

आरीने काहीच उत्तर दिले नाही. तो फक्त अत्यंत तुच्छतेने त्याच्याकडे बघत होता.

''तुला जे माझ्याबद्दल वाटत असेल ते खरेच आहे म्हणा.''

आरी तरीही तिरस्काराने नुसता बघत राहिला.

''ठीक आहे. तुला वाटते तेच खरे आहे. मी कारणे सांगण्यात अर्थ नाही.''

''स्वत:ची सद्सद्विवेकबुद्धी गमावून बसणारा तू काही पहिला सैनिक नाहीस.''

''आता काहीही बोललो तरी उपयोग नाही त्याचा. जे घडले ते घडले.''

''तू चांगला सैनिक ठरला असशील अशा वागण्याने. पण मला तुझी कीव येते

हॉक्स. गान डाफनाला वेढा पडला की, तुलाच टोचणी लागून राहणार आहे. तुझी सद्सद्विवेकबुद्धी तुला झोपू देणार नाही, म्हणजे अजूनही ती शिल्लक असली तर.''

हॉक्सचा चेहरा पांढराफटक पडला.

''तू त्या मुलांना तसेच गान डाफनावर सोडू शकत नाहीस. ताबडतोब त्यांना बाहेर काढायला हवे तिथून.''

''त्याचा विचार तू आधी करायला हवा होतास. फोर्ट ईस्थर ताब्यात नसताना आता आम्हाला गान डाफना सोडताच येणार नाही. संबंध हुले खोरेच ताब्यातून जाईल आमच्या.''

''आरी, मी त्या मुलांना गान डाफना सोडून जायला मदत करतो. ट्रक्सचा ताफा देतो.''

''आणि नेणार कुठे त्यांना? सुरक्षित अशी जागाच शिल्लक नाही.''

अस्वस्थतेने, निराशेने हॉक्स टेबलावर मुठी आदळून काहीतरी पुटपुटत बसला. मेजर हॉक्सने गान डाफना धोक्यात आणले होते. खरे होते ते. पण आरीलाही त्याची परिस्थिती आता बघवेना. त्याला जे करायला भाग पाडले गेले होते त्यामुळे मनाने तो पार खचून गेला होता.

आरीचे डोके विचार करत होते. एक जुगार खेळता येईल. धोकादायक असला तरी प्रयत्न करायला हरकत नव्हती. गान डाफनासारखी मोक्याची जागा राखण्यासाठी कोणताही प्रयत्न करायला हवा.

आरी हॉक्सच्या टेबलावर ओणवा होऊन त्याला म्हणाला, ''तू जे नुकसान केले आहेस त्याची थोडीशी भरपाई करायची संधी मी तुला देऊ शकतो.''

''काय करू मी आता बेन कनान?''

''ब्रिटीश एरिआ कमान्डर या नात्याने गान डाफनाला येऊन ते किब्बुत्झ खाली करावे असे तू आम्हाला अधिकृतपणे सांगू शकतोस.''

''पण...''

''मग ते कर. उद्या गान डाफनाला जा. बरोबर पन्नास ट्रक असू दे. पुढे मागे चिलखती गाड्या. तुला कोणी विचारलेच तर सांग की, गान डाफनातली मुले बाहेर काढण्यासाठी तू जातो आहेस.''

''मला काही कळत नाही आरी. तू मुलांना खरेच बाहेर काढणार आहेस का तिथून?''

''नाही. पण मी सांगतो तसा ताफा घेऊन तर ये तू. बाकीचे माझ्यावर सोपव.''

हॉक्सने आरीकडे जास्ती चौकशी केली नाही. त्याने आरीच्या सूचनेप्रमाणे पन्नास ट्रक्सचा एक ताफा गान डाफनाला नेला. बरोबर चिलखती गाड्या वगैरेही.

अर्ध्या डझन अरब खेड्यातून अर्धा मैल लांबीचा हा ताफा गेला. अबू येशा गावातून डोंगराळ रस्त्यांनी फोर्ट ईस्थरमधल्या ठगांसमोर तो उघडपणे दुपारच्या सुमाराला गान डाफनामध्ये पोचला. डॉ. लिबरमन यांच्या ऑफिसमध्ये जाऊन हॉक्सने गान डाफना खाली करायची विनंती केली. पढवल्याप्रमाणे डॉ. लिबरमन यांनी ती अमान्य केली. जेवण केल्यानंतर ताफा गान डाफना सोडून साफेदला परतला.

या सर्व काळात आरीने अबू येशामधल्या आपल्या अरब मित्रांना विश्वासात घेऊन सांगितले की, मेजर हॉक्सने टनावारी शस्त्रास्त्रे– मशिनगन्स आणि उखळी तोफासुद्धा– गान डाफनामध्ये आणून टाकली आहेत. ''शेवटी तो ज्यूंचा मित्र आहे आणि अरबांना फोर्ट ईस्थर मिळाला म्हणून त्याने स्वत:हूनच ती शस्त्रास्त्रे आमच्या हवाली केली.''

गान डाफनामध्ये शस्त्रास्त्रांचा जबर साठा पोचला आहे आणि चढाई करून गान डाफना जिंकणे शक्य नाही ही बातमी काही तासातच सर्वत्र पोचली. फोर्ट ईस्थर अरबांच्या ताब्यात असूनही गान डाफनाहून मुले हलवली न गेल्याने ती बातमी सर्वचजण सत्य धरून चालले. अरबांना एका गोष्टीची पूर्ण खात्री होती. धोका निर्माण झाला तर ज्यू प्रथम मुलांची काळजी घेतील.

गान डाफनावरच्या अफाट शस्त्रास्त्रांबद्दलची माहिती सर्वत्र पसरली आहे आणि फोर्ट ईस्थर अरबांच्या ताब्यात असूनही ताबडतोब गान डाफनावर चढाईची शक्यता दिसत नाही म्हटल्यावर आरी अबू येशाला पोचला.

ओढ्याजवळच्या दगडी घरात तो आपल्या मित्राला भेटायला गेला. ताहा आता अबू येशाचा मुक्तार होता. मनात काहीही कटुता असली तरी अरब घरात कुणाचाही आदरसत्कार होणारच. ही अरब परंपरा, ताहा आज व्यवस्थित आदरातिथ्य करून पाळत असला तरीही प्रत्येक गोष्ट अत्यंत नाईलाज म्हणून घडत आहे याची जाणीव आरीला तात्काळ झाली. ताहाचे आजचे वागणे त्याला सर्वस्वी अपरिचित होते.

दोघांचे जेवण झाले. थोडेफार बोलणे. सभ्यपणाने जितका वेळ काढता येईल तेवढा काढून झाला असे वाटल्यावर आरी मुद्यावर आला.

''तुझ्या नक्की भावना काय आहेत ते मला खरे समजायला हवे अशी वेळ आता आली आहे.'' आरीने बोलायला सुरुवात केली.

''मला काय वाटते याची काळजी आहे कुणाला?''

''मी या भागातला हॅगन्ना कमान्डर म्हणून आज बोलतो आहे ताहा.''

''मी अबू येशा तटस्थ राहील असा शब्द दिला आहे.''

आरी टेबलावरून उठून उभा राहिला. ताहाच्या डोळ्याला डोळा देत अरब कानांना ऐकायची सवय नाही असे शब्द त्याच्या तोंडातून बाहेर आले. ''तू शब्द

दिला होतास ताहा पण पाळला नाहीस.''

ताहाच्या डोळ्यात क्षणभर संताप दिसला.

''कावुकजीचे ठग अबू येशामधून शेकडोंच्या संख्येने जात येत आहेत हे आम्हाला कळले आहे.''

''मग मी त्याबद्दल काय करावे वाटते तुला? कृपा करून येऊ नका असे सांगू त्यांना? मी त्यांना आमंत्रण दिलेले नाही.'' ताहा चिडून म्हणाला.

''आमंत्रण मीही दिलेले नाही. तू मित्र आहेस माझा ताहा. एके काळी आपण एकमेकांशी असे बोललो नसतो.''

''काळ बदलतो आरी.''

आरी खिडकीशी जाऊन उभा राहिला. तिथून ओढ्यापलीकडची मशिद दिसत होती. ''ही जागा आवडते मला. याच खोलीत आपण किती तरी सुखाचे दिवस घालवले आहेत. आपण दोघांनीच बाहेर तंबू टाकून काढलेल्या रात्री आठवतात?''

''त्याला फार वर्षे झाली.''

''शक्य आहे की, माझी आठवण जास्ती चांगली आहे. मुफ्तीच्या दंग्याच्या काळात त्याबद्दल आपण बोलत असू. काय उगीच सर्वजण लढत आहेत असे त्या वेळी वाटायचे. आपण आजन्म भाऊ राहू म्हणून रक्ताची शपथही घेतली आहे. आज तुझ्याशी काय बोलायचे याचा विचार करत मी काल रात्रभर जागा होतो. आपण दोघांनी मिळून केलेल्या सर्व गोष्टींची आठवण मला काल येत होती.''

''आरी, भावनाप्रधान होणे जमत नाही तुला.''

''आणि तुला दम देणेही जमत नाही मला. मोहम्मद कास्सी आणि फोर्ट ईस्थरमध्ये आता त्याचे ज्या तऱ्हेचे ठग आहेत, त्यांनीच तुझ्या पित्याचा ते गुडघ्यांवर बसून प्रार्थना करत असताना अमानुष खून पाडला होता. ज्या क्षणाला ब्रिटीश या भागातून पाय काढतील त्या क्षणी तो फोर्ट ईस्थरवरून अबू येशाला येऊन तुला गान डाफनाचा रस्ता अडवायला सांगेल. तू त्यांचे ऐकलेस की, तो तात्काळ तुझ्या गावकऱ्यांच्या हातात रायफली देऊन त्यांना याद एलूवर हल्ला करायला सांगेल.''

''मी काय करावे अशी अपेक्षा आहे तुझी?''

''हाच प्रश्न मीही तुलाच विचारणार आहे ताहा.''

दोघेही गप्प झाले.

''तू अबू येशाचा मुक्तार आहेस. तुझ्या लोकांना तुझ्या पित्याने ज्याप्रमाणे ताब्यात ठेवले होते तसेच तूही करू शकतोस. ठगांशी संबंध ठेवणे तुला थांबवायलाच हवे ताहा.''

''नाही तर?''

“नाही तर तुलाही शत्रुच मानावे लागेल आम्हाला.”

“आणि? आणि काय आरी?”

“तू अबू येशाचाही विनाश घडवून आणायला कारणीभूत ठरशील.”

आरीचा स्वत:चाच आपल्या शब्दांवर विश्वास बसत नव्हता. ताहाचाही नव्हता. आरी खूप थकला होता. तो ताहाजवळ गेला. त्याने ताहाच्या खांद्यावर हात ठेवला.

“कृपा करून मला मदत कर ताहा.” आरी मनापासून म्हणाला.

“पण मी अरब आहे.”

“तू माणूस आहेस. चूक काय आणि बरोबर काय हे तुला कळू शकते.”

“छे! मी एक हरामखोर अरब आहे.”

“हे तुझेच स्वत:बद्दलचे मत आहे.”

“आणि मी तुझा भाऊ आहे असेही तू सांगणार असशीलच.”

“पण तू आहेसच माझा भाऊ.”

“मी तुझा भाऊ असेन तर यार्देना मला दे. बरोबर. तीच दे मला. आणि तिला माझ्यापासून मुले होऊ देत.”

आरीची वळलेली मूठ दाणकन् ताहाच्या हनुवटीवर आदळली आणि तो आडवा झाला. क्षणार्धात उठून त्याने आपला सुरा बाहेर काढला, आणि तो आरीच्या दिशेने निघाला.

आरी शांतपणे उभा होता. स्वत:चा बचाव करण्याचा काहीही प्रयत्न करायची त्याला इच्छा नव्हती. आरीकडे लक्ष जाताच उगारलेला सुरा ताहाने फेकून दिला.

“काय करून बसलो मी!” आरी पुटपुटत होता. तो ताहाजवळ गेला. त्याचा चेहरा, त्याचे डोळे, त्याचे उभे राहणे ताहाची क्षमा मागत होते.

“जे कळायची गरज होती ते मला कळले आहे. माझ्या घरातून चालता हो ज्यू!”

## ४

फ्लशिंग मेडोला फारच भयंकर घटना घडली होती. फाळणी अंमलात आणायची तर आंतरराष्ट्रीय सैन्यदलाची आवश्यकता सर्वांच्या ध्यानात आली होती. या आंतरराष्ट्रीय सैन्यदलात रशियाचा सहभाग असण्याची शक्यता दिसताच अमेरिकेने आपली फाळणीबद्दलची भूमिकाच बदलून विरोध दर्शवायला सुरुवात केली.

अमेरिकेची ही कचखाऊ भूमिका बदलण्यासाठी इशोव्हने आपले सर्व कसब पणाला लावून मोठी मोहिम उघडली. या सर्व घडामोडी चालू असतानाच बराक बेन कनानला तात्काळ फ्रान्सला जाण्याबद्दल तार मिळाली. फ्लशिंग मेडो इथे निर्माण झालेली विचित्र परिस्थिती लक्षात घेता तिथले चालू असलेले महत्त्वाचे काम अर्धवट

सोडून फ्रान्सला जायचे? बराक बेन कनान कोड्यात पडला. पण तरीही त्याने तातडीने फ्रान्सला जाणारे विमान पकडले.

इशोव्हचे दोन सदस्य त्याला उतरवून घ्यायला आले होते. महत्त्वाच्या शस्त्रांच्या मोठ्या खरेदीबद्दलच्या नाजूक आणि गुप्त वाटाघाटीत भाग घेण्यासाठी हे तातडीचे बोलावणे होते. फ्लशिंग मेडो या ठिकाणी अमेरिकेने बदललेली भूमिका लक्षात घेता शस्त्रास्त्रे ही अत्यंत तातडीची गरज बनली होती. झेकोस्लोवाकियाचा जान मसारिक याने ज्यूंना अर्धा डझन युरोपियन देशातल्या शस्त्रास्त्रे विकणाऱ्या विक्रेत्यांची नावे गुप्तपणे पुरवली होती. बराक बेन कनानसारखाच माणूस या वाटाघाटी यशस्वीपणे करू शकला असता.

बऱ्याच आठवड्यांनी अत्यंत कौशल्याने व सावधानपणे केलेल्या वाटाघाटी फळाला आल्या. सौदे पक्के झाले. आता प्रश्न होता ती शस्त्रास्त्रे पॅलेस्टाईनला नेण्याचा. ब्रिटीशांनी आपली सागरी नाकेबंदी अजूनही उठवलेली नव्हती.

एक मोठे विमान घ्यायचे ठरले. आलिया बेतच्या व्हिएन्नातल्या एजन्टने अल्पाईन चार्टर फ्लाईटस् इनकॉर्पोरेटेड या नावाखाली एक टाकाऊ अमेरिकन लिबरेटर बॉम्बर विकत घेतले.

त्याच्यासाठी नोकरवर्ग हवा. युद्धकाळात अनुभव घेतलेले दक्षिण आफ्रिकेचे चार आणि अमेरिकेचे दोन ज्यू त्यांनी शोधले. त्यांना गुप्ततेची शपथ दिली.

आता सर्वात महत्त्वाची गोष्ट करायची शिल्लक होती. ब्रिटीशांच्या लक्षात येऊ न देता पॅलेस्टाईनमध्ये एक विमानतळ बनवायचा. जेझरील खोऱ्यात महायुद्धाच्या काळातला आणि आता वापरात नसलेला एक ब्रिटीश लढाऊ विमानांचा तळ होता. जेझरील खोऱ्यात ज्यूंचीच वस्ती होती. तेव्हा त्या तळाचा उपयोग करण्याचे ठरले. याच ठिकाणी लिबरेटर विमान उतरवून पुन्हा उडवता येण्याची जास्तीत जास्ती शक्यता दिसत होती.

ज्या गुप्ततेने अल्पाईन चार्टर फ्लाईटस् इन्कॉर्पोरेटेडचा कुणाला पत्ता लागू दिला नव्हता, त्याच गुप्ततेने आता युरोपभर विकत घेतलेल्या शस्त्रांची जुळवाजुळव चालू होती.

प्रश्न काळाचा होता. लिबरेटर नेऊ शकेल इतका शस्त्रास्त्रांचा पहिला साठा युरोपमधून घेऊन निघण्याची तयारी करायला किमान दोन आठवडे लागणार होते. तेवढा वेळ तरी पॅलेस्टाईनमधल्या ज्यूंना होता का?

आश्चर्य म्हणजे आतापर्यंत ज्यूंच्या प्रत्येक वसाहतीने टिकाव धरला होता. त्यांचे वाहतुकीचे ताफे मात्र पार उद्ध्वस्त होत होते. नेगेव्ह वाळवंटातल्या वसाहतींचे पाण्याचे नळ तोडले गेले होते. काही वसाहतींमध्ये बटाट्याचे तुकडे आणि ऑलिव्हच्या फोडी खाऊन दिवस ढकलावे लागत होते.

युद्धाचा केंद्रबिंदू अर्थातच जेरूसलेम होता. तिथल्या ज्यूंचा इतरांशी संबंध तुटला होता आणि उपासमार सुरू झाली होती. तेल अव्हिव ते बाब एल् वद रस्त्यांवर ज्यूंच्या जळलेल्या ट्रक्सचे सांगाडे दिसत होते. काही फार मोठे ताफे अधूनमधून ज्यूंच्या प्राणांचे मोठे मोल देऊन जेरूसलेमला पोचण्यात यशस्वी झाले होते आणि म्हणूनच उपासमारीने मृत्यु घडले नव्हते एवढेच.

इतिहासात प्रथमच खुद्द जेरूसलेम शहरात तोफांचा गडगडाट अधूनमधून कानांवर पडत होता. कावुकजीच्या भाडोत्री सैनिकांनी डागलेल्या तोफांचे आवाज होते ते.

साफवेत, कावुकजी आणि कादर यांना एका तरी मोठ्या विजयाची आवश्यकता निर्माण झाली होती. पॅलेस्टाईनमधल्या अरबांना ज्यूंवरच्या एका मागोमाग एक विजयांची आश्वासने देत असताना तसा एकही हल्ला अजून यशस्वी ठरला नव्हता.

ज्यूंची पहिली वसाहत उद्ध्वस्त करण्याचा मान यरमुखच्या फौजेचा जनरल कावुकजी याने मिळवायचा ठरवले. त्याने आपले लक्ष्य काळजीपूर्वक निवडले. पहिल्याच वेळी माशी शिंकायला नको.

त्याने त्याच्या दृष्टीने एका दुर्बल किब्बुत्झची सरळ हल्ल्यासाठी निवड केली. तिरात तावी (The Castle of Rabbi Tsvi) ही वसाहत अरबांची पहिली बळी ठरणार होती. या किब्बुत्झमध्ये कर्मठ ज्यूंचा भरणा होता. अनेक जण जर्मन यातना तळांतून जिवंत राहून आलेले होते. बेथ शान खोऱ्याच्या दक्षिणेला मुद्दाम या किब्बुत्झची उभारणी केली होती. कारण आसपास अरबांचीच वस्ती होती. पॅलेस्टाईनचा अरब भाग, जॉर्डनची सरहद्द आणि बेथ शान या अरब शहराच्या बेचक्यात हे किब्बुत्झ होते.

तिरात तावी हे पहिले लक्ष्य ठरवल्यावर कावुकजी स्वत:वरच खुश झाला होता. हे धार्मिक आणि कर्मठ ज्यू पहिल्या हल्ल्यातच गळफटणार याची त्याला पूर्ण खात्री होती. नाब्लुस तळावरून शेकडो अरब ठग पोचले होते. त्याने या किब्बुत्झवर हल्ला करण्याच्या दृष्टीने मोर्चे बांधणी सुरू केल्यावर बेथ शान या शहरातल्या अरब स्त्रिया हातात डबे, पोती वगैरे घेऊन त्यांच्या मागोमाग यायला तयार झाल्या. किब्बुत्झचा पाडाव करताच लुटालूट करायला त्या किब्बुत्झमध्ये घुसणार होत्या.

एकशे सदुसष्ट लढू शकणारे स्त्री-पुरुष ज्यू खंदकांमध्ये, बाहेर उभ्या केलेल्या अडथळ्यांमागे तयार होते. मुले अगदी मध्यवर्ती इमारतीत होती. दोन इंची उखळी तोफ हे सर्वात भारी शस्त्र होते. कावुकजीच्या हल्ल्याची पहाट ढगाळ वातावरणाची होती. बिगुल वाजताच अरब लीजनच्या अधिकाऱ्यांनी तलवारी उपसल्या. त्यांच्या

नेतृत्वाखाली शेकडो अरब धावत किब्बुत्झच्या दिशेने निघाले. अफाट संख्येच्या जोरावर पहिल्याच दणक्यात किब्बुत्झ नेस्तनाबूद करता येईल अशी त्यांची पूर्ण खात्री होती.

वीस यार्ड अंतरावर ही फौज पोचेपर्यंत ज्यू थांबले. सिग्नल मिळताच बंदुका कडाडल्या. पहिल्याच फटक्यात शेकडो जण कोसळले. पण मागून येणारा लोंढाच इतका प्रचंड होता की, थांबणे अरबांना अशक्य झाले होते. दुसरी, तिसरी, चौथी लाट आल्याप्रमाणे अरब येतच होते. प्रत्येक वेळी किब्बुत्झच्या जमिनीला अरबांचा स्पर्श होताच शिस्तबद्धपणे फैरी झडत होत्या.

मृत अरबांची प्रेतेच प्रेते दिसायला लागली. जखमी अरब अल्लाचे नाव घेत दयेची याचना करायला लागले. जगले वाचले ते माघार घेऊन पळत सुटले. कावुकजीने सहज विजय मिळेल सांगितले होते. हे धार्मिक ज्यू यांना बघताच पळ काढणार याची खात्री दिली होती. झाले होते भलतेच. भयंकर तिखट प्रतिकार झाला होता. लुटालूट करायला आलेल्या अरब स्त्रियाही पळत सुटल्या.

अरब लीजनच्या सैन्याधिकाऱ्यांनी गोळ्या झाडूनच आपल्या भाडोत्री फौजेची पळापळ थांबवली. पुन्हा व्यूहरचना करून हल्ला चढवायची तयारी केली. पण आता या ठगांचे मनच त्यात नव्हते.

तिरात तावीमधल्या ज्यूंची परिस्थिती पहिल्याच हल्ल्यात वाईट बनली होती. पहिल्या सारख्याच प्रचंड संख्येने हल्ला झाला असता तर वापरायला बंदुकीच्या गोळ्याच शिल्लक राहणार नव्हत्या. अरबांनी पवित्रा बदलून दोन तीन दिशांनी हल्ला चढवला तर तो थोपवता येणे अशक्य होते. या विफलतेतूनच त्यांनी आपली नवीन योजना आखली. बहुतेक सर्व दारूगोळा त्यांनी निष्णात अशा वीस नेमबाजांच्या ताब्यात दिला. बाकीच्यांनी अगदी आतपर्यंत मुलांसाठी बांधलेल्या घरांपर्यंत, माघार घेतली आणि बंदुकांना संगिनी चढवून रक्ताच्या शेवटच्या थेंबापर्यंत लढाई द्यायची तयारी केली. काही जणांकडे बंदुकाही नव्हत्या आणि संगिनीही. त्यांनी सोटे हातात घेतले. ज्यांच्याकडे तेही नव्हते त्यांनी फक्त शारीरिक बळावर अरबांना तोंड द्यायची तयारी केली. दुर्बिणीतून नजर टाकताच त्यांना अरब पुन्हा हल्ल्यासाठी एकत्र येताना दिसले. आताही त्यांची संख्या प्रचंड होती. किब्बुत्झचा पाडाव करण्याच्या दृष्टीने तर खूपच.

या वेळी अरब हळूहळू पुढे सरकले. अरब लीजनचे अधिकारी भाडोत्री अरबांमागे बंदुका घेऊन त्यांना चाल करणे भाग पाडत होते.

एकाएकी धो धो पाऊस पडायला लागला. उघड्या शेतात चिखलच चिखल झाला. अरब हल्ल्याचा वेग वाढायच्या ऐवजी मंदावला. कनानाईटस्‌चे रथ डेबोराच्या मागे लागले होते तेव्हा अशीच स्थिती निर्माण झाली होती.

या वेळी अरब जवळ पोचताच नेमबाज ज्यूंनी प्रथम अरब लीजनच्या अधिकाऱ्यांनाच

नेम धरून उडवले. कावुकजीची "यरमुखची फौज" त्या दिवशी पुन्हा तिरात तावी किब्बुत्झच्या वाटेला गेली नाही.

तिरात तावी किब्बुत्झवरच्या हल्ल्यात झालेल्या अनपेक्षित पराभवाने कावुकजी चवताळला. तात्काळ विजय मिळवला नाही तर तोंड वर काढायला जागा नव्हती. या वेळी त्याने दुसरा डाव रचला.

डावपेचाच्या दृष्टीने तेल अव्हिव ते हैफा रस्ता इशोव्हला जेरूसलेमच्या रस्त्यापेक्षा फारच महत्त्वाचा होता. तो रस्ताच जर ताब्यात घेतला तर? शारोन आणि गॅलिली भाग वेगळे पडतील. ज्यूंची युद्धाची आखणी कोलमडेल. आताच या महामार्गावर अशी काही अरब गावे होती की, ती ज्यूंना हमरस्ता सोडून आतले रस्ते वापरणे भाग पाडत होती. पण ज्यू या दोन शहरातली वाहतूक बंद पडू देत नव्हते. आतल्या अशाच एका रस्त्यावर मिशमार हाएमात (The Guardpost of the Valley) हे किब्बुत्झ होते. कावुकजीने आता धाडस करून मोठीच महत्त्वाकांक्षी योजना आखली. मिशमार हाएमात किब्बुत्झ घेऊन तेल अव्हिव हैफापासून वेगळे पाडायचे.

कावुकजीने तिरात तावीवरच्या फसलेल्या हल्ल्यांमधून बरेच धडे घेतले होते. तिथल्या चुकांची पुनरावृत्ती तो आता मुळीच करणार नव्हता. त्याने हजार एक अरब गोळा करून मिशमार हाएमातच्या भोवतालच्या टेकड्यांवर पाठवून दिले. बरोबर दहा ७५ एम्.एम्.च्या डोंगरी तोफा.

किब्बुत्झला असा वेढा घालून त्याने किब्बुत्झवर तोफांचा भडिमार सुरू केला. दहा डोंगरी तोफांना उत्तर द्यायला ज्यूंकडे एक मशिनगन होती.

दिवसभर तोफांचा भडिमार झाल्यावर ब्रिटीशांनी संधी घडवून आणला. किब्बुत्झमध्ये प्रवेश करून ज्यूंना तिथून निघून जायला सांगितले. ज्यूंनी नकार दिल्यावर त्यांनी या प्रकरणात पुन्हा पडणार नाही असे सांगून हात झटकले आणि ते निघून गेले. किब्बुत्झमधल्या ज्यूंच्या बिकट अवस्थेबद्दल ब्रिटीशांकडूनच कावुकजीला माहिती मिळाली. पण स्वत:चे हेरखाते नीट नसल्याने त्याला एक गोष्ट माहीत नव्हती. एमेक खोऱ्यात हॅगन्ना आपल्या लोकांना सैनिकी शिक्षण देत होती. दुसऱ्या रात्री हॅगन्नाच्या दोन बटॅलियन्स रायफली घेऊन किब्बुत्झमध्ये दाखल झाल्या. तिसऱ्या दिवशी कावुकजीने हल्ला चढवला. थरथरणाऱ्या आणि घाबरलेल्या ज्यूंऐवजी तोंड द्यायला पुढे आल्या त्या लढाईची उत्सुकतेने वाटच बघणाऱ्या ज्यूंच्या दोन शस्त्रसज्ज बटॅलियन्स. त्यांनी कावुकजीच्या फौजेची दाणादाण उडवली.

त्याने अनेकदा सर्वांना गोळा करून पुन्हा पुन्हा वेगवेगळ्या तऱ्हांनी, वेगवेगळ्या दिशांनी अनेक हल्ले चढवूनही यश लाभले नाही. उलट प्रत्येक हल्ल्यानंतर या

भाडोत्री सैनिकांची लढण्याची इच्छाच नाहीशी व्हायला लागली. जरा जोरात प्रतिकार झाला की, ते मागे पळायला लागत.

दिवस संपता संपता रणभूमी सोडून हे सैनिक सरळ निघून जायला लागले. कावुकजीचा या सैनिकांवरचा अधिकार संपला होता. किब्बुत्झमधल्या ज्यूंच्या ही गोष्ट ध्यानात येताच ते किब्बुत्झबाहेर पडून अरबांच्या मागे लागले. या अनपेक्षित घटनेने अरबांची गाळण उडून ते पळतच सुटले आणि हॅगन्नाचे सैनिक त्यांच्या मागे लागत पार मेगिदोपर्यंत पोचले. इतिहासात मेगिदो या ठिकाणी शेकडो संग्राम घडले आहेत. कावुकजीच्या स्वातंत्र्यसैनिकांची ज्यूंनी पार वाताहात केली. ब्रिटीशांनी मध्ये पडून तह करायला लावला म्हणूनच कत्तल टळली.

ज्यूंनी स्वातंत्र्ययुद्धातला पहिला वहिला विजय मिळवला होता.

जेरूसलेमचा रस्ता खुला ठेवण्यासाठी पालमाखची हिलमेन ब्रिगेड जे प्रचंड कष्ट करत होती त्याला तोड नव्हती. ब्रिगेडमध्ये सर्व लहान मुले. कमान्डर विशीतले. ती ज्यूडिआच्या दऱ्याखोऱ्यात गस्त घालत होती आणि काफिला जेरूसलेमला जाणार असेल तेव्हा आसपासच्या अरब गावांवर छापे मारत होती. चोवीस चोवीस तास सतत काम करून थकल्याने कोसळायच्या बेतात असतानासुद्धा आणि एक गस्तीचा फेरा, एक छापा मारायला तयार होत होती.

''याच वाडीमध्ये डेव्हिडने गनिमी युद्ध केले.'' पालमाखच्या या मुलांचे डोळे थकल्याने आणि झोप न मिळाल्याने लालच दिसायचे. या शब्दांनी ते पुन्हा एक प्रयत्न करायला तयार व्हायची.

''तुम्ही आता सॅम्सनच्या जन्मगावी लढत आहात.''

''याच खोऱ्यामध्ये डेव्हिड आणि गोलीयाथची गाठ पडली.''

''या ठिकाणी जोशुआने सूर्यभ्रमण थांबवले.''

त्यांचे प्रयत्न अमानवी स्वरूपाचे होते. या थकलेल्या योद्धयांना रात्री बायबल वाचून दाखवले जाई. बायबल हेच त्यांचे स्फूर्तिस्थान होते. त्यांची प्रेरणा होती. दुसऱ्या दिवशी ते पुन्हा लढायला सज्ज होत. हा कादरचा भाग होता. इथल्या चकमकी मोठ्या होत्या. कादरच्या नेतृत्वावर अरबांचा विश्वास होता.

जेरूसलेमच्या ज्यूंना वाचविण्यासाठी पुन्हा एक प्रचंड काफिला तेल अव्हिवमध्ये तयार होत होता. महामार्गावरच्या एका उंच टेकडीवर क्रूसेडर किल्ल्यावर बांधलेले कास्तेल नावाचे अरब गाव आज हिलमेन ब्रिगेडला जिंकून घ्यायचे होते.

स्वातंत्र्ययुद्धातील ज्यूंची ही पहिली स्वत:हून केलेली चढाई होती. रात्रीच्या काळोखात धैर्याने ते टेकडीवर चढले आणि रक्तबंबाळ थकलेल्या अवस्थेत कास्तेलमध्ये पोचताच हातघाईची लढाई झाली. पण ज्यूंनी अरबांना हुसकावून लावले.

या यशाने इशोव्हचे या भागात खचत आलेले नीतीधैर्य पुन्हा उंचावले. तेल अव्हिवहून निघालेला प्रचंड काफिला प्रत्येक इंचाइंचावर लढत देत बाब एल्. वदमधून, नवीन जेरूसलेममधून वेढ्यात अडकलेल्या ज्यूंसाठी रसद घेऊन पोचला.

कावुकजीच्या भाडोत्री फौजांच्या हुलेमधल्या मोहम्मद कास्सी या कमांडरला कावुकजीने फोर्ट ईस्थरहून नाब्लुस या ठिकाणच्या आपल्या हेडक्वार्टर्समध्ये येण्यासाठी बोलावणे पाठवले.

कावुकजीची ज्यूंवरच्या विजयासाठी घालमेल चालू होती. गेले कित्येक महिने तो आपल्या ज्यूंविरुद्धच्या नेत्रदिपक विजयी चढायांबद्दल पत्रकांवर पत्रके काढत होता. मुफ्तीचा जनरल झाल्यापासून त्याच्या डोळ्यासमोर तुर्कस्तान ते रॉक ऑफ जिब्राल्टर पर्यंत पसरलेल्या अरब सैन्याचे नेतृत्व करण्याचे स्वप्न तरळत होते. ब्रिटिश सैन्याने अडथळे आणल्याने आजपर्यंत तो एकही ज्यू किब्बुत्झ जिंकू शकला नव्हता असेही त्याने जाहीर करून टाकले. आता हुले खोऱ्यातून ब्रिटीशांनी आपले सैन्य बाहेर काढल्यावर त्याला सांगायलाही कुठली सबब शिल्लक राहिली नाही.

कावुकजीने नेहमीच्या पद्धतीने मोहम्मद कास्सीच्या दोन्ही गालांचे चुंबन घेतले. नंतर बराच वेळ ते त्यांच्या आजपर्यंतच्या दैदिप्यमान यशाबद्दल बोलत होते. फोर्ट ईस्थर आपण कसा ''काबीज'' केला हे मोहम्मद कास्सीने रंगवून सांगितले. कावुकजीने तिरात तावी आणि मिशमार हाएमात यांचे अत्यंत हुशारीने टाकलेल्या डावपेचांनी किती खच्चीकरण केले आहे याची माहिती दिली.

''दमास्कसहून मला परमपवित्र मुफ्तीकडून संदेश मिळाला आहे.'' कावुकजी म्हणाला. ''पंधरा मेला ब्रिटीशांचा पॅलेस्टाईनवरचा अधिकार संपल्यावर हाज अमिन एल् हुसेनी विजयी वीराप्रमाणे पॅलेस्टाईनला येणार आहे.''

''इस्लामच्या दृष्टीने किती भाग्याचा दिवस असेल तो.'' मोहम्मद कास्सीने दुजोरा दिला.

''झायोनिस्टना पूर्ण चिरडून टाकेपर्यंत त्याने साफेद ही तात्पुरती राजधानी करण्याचे ठरवले आहे. ज्यूंचा मित्र मेजर हॉक्स साफेदहून निघून गेला असल्याने आठवडाभरात साफेद आपल्या ताब्यात येईल.''

''ही बातमी ऐकूनच आनंद होतो आहे.'' मोहम्मद कास्सीने मान डोलावत म्हटले.

''पण जोपर्यंत हुले खोऱ्यात एक ज्यू जिवंत शिल्लक असेल तोपर्यंत परमपवित्र हाज अमिन एल् हुसेनी यांच्या दृष्टीने साफेदमधले वास्तव्य धोकादायक ठरू शकते. ज्यू आपल्या पाठीशी खंजीर घेऊन उभे आहेत. त्यांचा नायनाट केलाच पाहिजे.''

मोहम्मद कास्सीचा चेहरा पडला.

"हुले तुझ्या अधिकारात आहे माझ्या बंधो. माझी इच्छा आहे की, तू तात्काळ गान डाफना जिंकून घ्यावेस. गान डाफना पडले की, हुले खोऱ्यातल्या ज्यूंच्या गळ्याला तात लागलाच समज."

"जनरल, मी तुम्हाला खात्री देतो की, माझ्या बरोबरचा प्रत्येक स्वयंसेवक सिंहासारखा शूर आहे आणि त्या प्रत्येकासमोर ज्यूंचा नायनाट करणे हे एकच ध्येय आहे. रक्ताचा शेवटचा थेंब असेपर्यंत त्यांनी आपल्या पवित्र ध्येयासाठी लढण्याची शपथ घेतली आहे."

"नाही तरी फक्त त्यांच्या पगारासाठी दर महिना प्रत्येकी एक डॉलर खर्च होतो आहे माझा."

कास्सीने आपल्या दाढीवरून हात फिरवला. त्याच्या हाताच्या बोटात मोठी हिऱ्याची अंगठी चमकत होती. "पण मेजर हॉक्सने जाण्यापूर्वी तीन हजार रायफली, शंभर मशिनगन्स आणि डझनावारी उखळी तोफा गान डाफनामध्ये सोडल्या आहेत."

कावुकजी रागाने ताडकन् उभा राहिला.

"मुलांसमोर चळचळा कापतोस?"

"मी अल्लाची शपथ घेऊन सांगतो की, याशिवाय ज्यूंनी एक हजार पालमाख गान डाफनाच्या मदतीला पाठवले आहेत. मी माझ्या स्वतःच्या डोळ्यांनी पाहिले आहे."

कावुकजीने मोहम्मद कास्सीच्या दोन्ही कानाखाली एक एक आवाज काढला. "तू गान डाफना काबीज करणार आहेस. ते धुळीला मिळवणार आहेस. ज्यूंच्या रक्ताने तू आपले हात धुणार आहेस. नाहीतर याद राखून ठेव. तुझे प्रेत गिधाडांना खायला घालीन."

## ५

मोहम्मद कास्सीने सर्वप्रथम स्वतःची शंभर माणसे अबू येशाला पाठवली. काही गावकऱ्यांनी ताबडतोब एन्. ओर किब्बुत्झवर जाऊन ही बातमी आरीला दिली. अबू येशामधल्या बहुसंख्य अरबांचा ओढा ज्यूंकडे होता हे आरीला माहीत होते. म्हणूनच ते स्वतः काय करतात हे बघण्यासाठी तो थांबला.

अबू येशाच्या अरबांना या स्वातंत्र्य सैनिकांचे गावातले अस्तित्व पसंत नव्हते. कित्येक दशके ते याद एल्च्या ज्यूंबरोबर सुखाने संबंध ठेवून होते. त्यांची घरेही ज्यूंनी बांधलेली होती. त्यांना ज्यूंबद्दल काहीही राग नव्हता. त्यांच्याशी लढण्याची इच्छाही नव्हती. त्यांची अपेक्षा होती की, ताहा, त्यांचा मुक्तार, पुढाकार घेऊन

त्यांच्या मदतीने कास्सीच्या माणसांना अबू येशामधून हाकलून देईल.

पण ताहा काहीच बोलेना. कास्सीच्या माणसांच्या बाजूने नाही किंवा विरुद्धही नाही. अबू येशामधल्या वृद्ध माणसांनी त्याची भेट घेतली आणि त्याला आग्रह केला की, अबू येशामधल्या सर्व माणसांना एकत्र करून योग्य ते पाऊल टाकावे. तो काही बोलायलाच तयार होईना, चर्चा करेना. त्याने तोंड बंद ठेवले आणि अबू येशाचे विधिलिखित निश्चित झाले. नेत्याशिवाय फेलायीन काहीही करू शकत नव्हते. अबू येशाचा कारभारच कास्सीच्या भाडोत्री सैनिकांच्या हातात गेला.

ताहाच्या गप्प राहण्याचा कास्सीने तात्काळ फायदा उठवला. प्रत्येक दिवशी त्याचे लोक जास्तीच उर्मटपणे वागायला लागले. गान डाफनाला जाणारा रस्ता तोडण्यात आला. अबू येशामधले लोक संतापले असले तरीही पुटपुटण्याशिवाय ते काही करू शकत नव्हते. अबू येशाच्या चार अरबांना चोरून गान डाफनाला अन्न पुरवठा करताना कास्सीच्या लोकांनी पकडल्यावर कास्सीने त्यांना ठार केले, त्यांची मुंडकी उडवली आणि ती भर चौकात मांडून ठेवली. यानंतर अबू येशामधल्या कोणत्याही माणसाला कास्सीच्या सैनिकांना विरोध करण्याची हिंमत झाली नाही.

आरीची कल्पना चुकीची ठरली. त्याला खात्री होती की, गान डाफनाला निर्माण होत असलेला धोका लक्षात घेऊन अबू येशाचे लोक ताहाला या भाडोत्री सैनिकांविरुद्ध उठायला भाग पाडतील. अबू येशाच्या लोकांनी कच खाल्ल्यावर गान डाफनाच्या परिस्थितीने तात्काळ गंभीर स्वरूप धारण केले.

रस्ता बंद केल्यावर फोर्ट ईस्थरवरून कास्सीच्या डोंगरी तोफांनी रात्रंदिवस गान डाफनावर भडिमार करायला सुरुवात केली.

अगदी याच परिस्थितीला तोंड द्यायचे शिक्षण गान डाफना स्थापन केल्या दिवसापासून प्रत्येकाला देण्यात आले होते. प्रत्येकाला आपले काम ठाऊक होते. संभाव्य धोक्याला प्रत्येकाने शांतपणे आणि व्यवस्थितपणे तोंड द्यायला सुरुवात केली.

दहा वर्षांवरील प्रत्येक मुलाला गान डाफनाच्या संरक्षणात काम होते. पाण्याच्या टाकीभोवती वाळूची पोती रचण्यात आली. जनरेटर्स, औषधे, दारूगोळा, अन्नसाठा तळघरात पोचला.

तळघरात नेहमीप्रमाणे दिनचर्या चालू होती. शाळेचे वर्ग, जेवणे, खेळ सर्व काही वेळच्या वेळी होत होते, बारा फूट व्यासाच्या, सिमेंट कॉंक्रीटच्या, खूप खोल खणून बांधलेल्या पाईप्समध्ये एकावर एक फळ्या ठोकून झोपायची सोय केली होती. या पाईप्सच्या वरती कित्येक फूट मातीचा थर होता. शिवाय भोवती वाळूची पोती रचली होती.

तोफांचा मारा थांबला की, सर्वजण वर येत. हिरवळ, बागा, यांची काळजी घेत. आपली आंबलेली शरीरे ताठ करत.

आठवडाभरातच तोफांचा मारा हा त्यांच्या आयुष्याचा एक भाग झाला. ज्या ज्या गोष्टींना तोंड द्यावे लागतेच त्यातली आणखी एक गोष्ट. विशेष काही नाही.

एन् ओर किब्बुत्झमध्ये प्रश्न निर्माण होत होता. प्रत्येक किब्बुत्झने फक्त स्वतःच्या संरक्षण व्यवस्थेवरच पूर्णतः अवलंबून राहणे आवश्यक होते. पण गान डाफना फोर्ट ईस्थरच्या तोफांच्या टप्प्यात होते आणि तिथे सहाशे मुले होती. पाण्याची टाकी फुटली नाही तर पाणी भरपूर होते. महिनाभर पुरेल इतका अन्नसाठा होता. इंधनाचा प्रश्न होता आणि या डोंगराळ भागात रात्री फार थंड होत्या. डॉ. लिबरमन गारठून मरायला तयार होईल पण जळणासाठी एक झाड तोडून देणार नाही याची आरीला खात्री होती. गान डाफनाचा याद एल्शी संबंध फक्त दिव्यांची उघडझाप करून पाठवलेल्या संदेशांनी टिकून होता. टेलिफोनच्या तारा कधीच तुटल्या होत्या. गान डाफनाचा सर्व संबंध तुटला होता. डोंगरांच्या पश्चिम भागावरून कठीण चढण चढतच गान डाफनाला पोचणे शक्य होते. त्यांची उंचीही काही कमी नव्हती. चांगली दोन हजार फूटांहून जास्ती होती आणि ही हालचालही फक्त रात्रीच करता येणे शक्य होते.

बाहेरच्या जगाशी संबंध ठेवणे, अन्नपुरवठा यापेक्षाही आरीला सर्वात जास्ती भीति कत्तल उडण्याची होती. गान डाफनामध्ये अपार शस्त्रे आहेत ही केवळ उठवलेली अफवा आहे हे अरबांना नक्की कधी समजेल यावर सर्व अवलंबून होते.

आसपासच्या आपल्या भागात शोधाशोध करून आरीला १८८० सालच्या डझनभर स्पॅनिश रायफली, तेवीस गावठी स्टेनगन्स आणि एक हंगेरीयन रणगाडा विरोधी तोफ मिळाली होती. या तोफेसाठी फक्त पाच तोफगोळे होते.

झेव गिलबोआ आणि वीस पालमाख यांच्यावर ही साधनसामुग्री गान डाफनाला पोचवायची जबाबदारी आरीने टाकली. रणगाडा विरोधी तोफ सुटी करूनच न्यावी लागत होती. पाठीवर हे सर्व ओझे बांधून एक सबंध रात्र पर्वत चढत ते गान डाफनाला पोचले.

एका क्षणी त्यांना अबू येशापासून काही फूटांवरून इंचाइंचाने सरकत मार्ग काढावा लागला होता. कास्सीचे सैनिक त्यांना दिसत होते. त्यांचे बोलण्याचे आवाज ऐकू येत होते. त्यांचा वाससुद्धा येत होता.

त्यांच्या नजरेस गान डाफना पडताच त्यांना फार वाईट वाटले. बऱ्याच इमारती थोड्याफार उद्ध्वस्त झाल्या होत्या. मधल्या हिरवळीवर काही शिल्लक नव्हते. गान डाफनाचा पुतळा कोसळला होता. पण मुलांच्या मनावर काही परिणाम नव्हता. त्यांच्या धैर्याची वाखाणणीच करायला हवी होती आणि सुरक्षा व्यवस्थाही कडक होती. कंबरेला पिस्तुल बांधून डॉ. लिबरमन त्यांच्या स्वागताला येताना बघितल्यावर झेवला खरे हसू आले. वीस पालमाख पोचल्यावर सर्वांना तरीही खूप धीर आला.

कास्सीच्या तोफांचा भडिमार पुढले दहा दिवस चालू होता. एक एक करत गान डाफनामधल्या सर्व इमारती कोसळल्या. तळघराच्या दारातच एक तोफगोळा फुटला आणि प्रथमच दोन मुलांचा मृत्यु ओढवला.

पण कावुकजीचे यामुळे समाधान होत नव्हते. दोन-तीन वेळा कास्सीने गान डाफनावर छोटे हल्ले चढवून थोडी चाचपणी केली. पण ती मनापासून नव्हती. प्रत्येक वेळी कास्सीच्या माणसांची कत्तल उडाली. गान डाफनाची सुरक्षा व्यवस्था झेव गिलबोआने थेट फोर्ट ईस्थरपर्यंत पोचवली होती. पालमाखची मुले मुली फोर्ट ईस्थर आणि अबू येशाजवळ लपून अरबांच्या प्रत्येक हालचालीवर नजर ठेवत होती.

इकडे तेल अव्हिवमधल्या हॅगन्ना हेडक्वार्टर्समधून आरीला एक संदेश मिळाला आणि त्याने तात्काळ सर्व कमांडरना एकत्र बोलावले. तेल अव्हिवमध्ये उच्चपदावरून सरहद्दीवरल्या किब्बुत्झमधल्या मुलांबाबत एक सर्वंकष निर्णय घेण्यात आला होता. शारोन, तेल अव्हिव भागामधली परिस्थिती विशेष गंभीर नव्हती आणि तो भाग समुद्राजवळही होता. सरहद्दीवरल्या ज्यू वसाहतींमधल्या सर्व मुलांना या भागात पोचवायची सूचना केली होती. तिथले प्रत्येक किब्बुत्झ, मोशाव, घर या मुलांना आसरा द्यायला सिद्ध होते. याचा सरळ अर्थ असा होता की, सगळीकडे परिस्थिती इतकी बिकट बनत होती की, अरबांकडून शेवटी निदान मुलांची तरी कत्तल होऊ नये म्हणून हॅगन्नाने सर्व मुलांना समुद्रमार्गे बाहेर काढायची तयारी केली होती.

ही आज्ञा नव्हती. सूचना होती. प्रत्येक किब्बुत्झ आणि मोशावने स्वत:चा अंतिम निर्णय स्वत:च घ्यायचा होता. मुले जवळ असती तर शेतकऱ्यांनी आपापल्या किब्बुत्झ आणि मोशावचे प्राणपणाने रक्षण केले असते. पण तरीही पाडाव झाला तर मुलांची अमानुष कत्तल उडेल ही दुसरी बाजू विचार करायलाही भीषण होती.

किब्बुत्झ आणि मोशाव उभारणाऱ्या पायोनिअर्सना मुलांचे स्थलांतर म्हणजे भावी काळातील माघारीची तयारी वाटत होती. पूर्वीच्या भयानक परिस्थितीतून पळ काढून ते या ठिकाणी आले होते. अफाट परिश्रम घेऊन त्यांनी नवीन जीवन जगायला आरंभ केला होता. त्यांची शेते ही त्यांच्या संरक्षणाची शेवटची रेषा होती. पॅलेस्टाईनबाहेर काहीच आशा नव्हती.

प्रत्येक वसाहतीने स्वत:चा निर्णय घेतला. अनेक वर्षे अस्तित्वात असलेल्या वसाहतींनी मुलांना पाठवायचे स्पष्ट नाकारले. ते सर्व एकत्रच लढतील आणि एकत्रच मरतील. माघार या शब्दाचा अर्थसुद्धा आपल्या मुलांना कळावा अशी त्यांची इच्छा नव्हती. डोंगराळ भागातल्या कित्येक वसाहतींचा इतरांशी संपर्क कधीच तुटला होता आणि त्या हालअपेष्टांना तोंड देत होत्या. त्यांनी आपली मुले यशस्वीरित्या बाहेर काढली.

गान डाफनामधली मुले ही मात्र सर्वांचीच जबाबदारी होती.

आरीच्या हेरांनी बातमी आणली की, गान डाफनावर हल्ला करण्यासाठी कावुकजी आता मोहम्मद कास्सीच्या हात धुवून मागे लागला आहे. गान डाफनामध्ये अन्नधान्याचा साठा कमी व्हायला लागला होता. इंधन तर संपतच आले होते. एकही गोळा थेट पाण्याच्या टाकीवरच आदळला नसला तरी आसपास फुटलेल्या तोफगोळ्यांमुळे टाकीला अनेक छिद्रे पडली होती. कोणीही तक्रार करत नसले तरी सारखे जमिनीखाली रहावे लागत असल्याने सर्वजण मेटाकुटीला आले होते.

हुले खोऱ्यामधल्या सर्व कमांडर्सचे एकच मत पडले. अगदी छोट्या मुलांना तरी गान डाफनाबरोबर काढायलाच हवे. अरबांशी संधीचे बोलणे करण्यात दुहेरी धोका होता. कास्सीने कधीच शब्द पाळला नसता आणि मुख्य म्हणजे अरब कमांडरच्या दृष्टीने तो ज्यूंचा भ्याडपणा ठरला असता. एक काफिला बनवून रस्त्याने मुले न्यायची तर किंवा अबू येशावरच सरळ हल्ला करायचा तर हुले खोऱ्यामधली त्यांची सर्व ताकद एकवटायला लागली असती आणि तरीही योजना यशस्वीपणे पार पडायची शक्यता पन्नास टक्केच होती. हा काही एखादी लढाई जिंकण्याचा किंवा हरण्याचा प्रश्न नव्हता. हार झाली तर सर्व मुलांचा मृत्यु अटळ होता.

यशाची काहीच खात्री दिसत नव्हती तेव्हा एखादी अफलातून योजना बनवायची जबाबदारी पुन्हा आरीवरच सोपवण्यात आली. दुसरा पर्यायच नसल्याने आरीने अशी एक योजना तयारही केली. आजपर्यंतच्या आयुष्यात आरीने इतकी धाडसी योजना कधी आखली नव्हती.

सर्व योजनेचा तपशीलवार विचार झाल्यावर त्यासाठी योग्य त्या माणसांची निवड करण्याची जबाबदारी डेव्हिडवर टाकून आरी गान डाफनाला निघाला. पर्वतावरून चढताना त्याचा दुखरा पाय पुन्हा त्रास द्यायला लागला आणि त्या रात्री किती वेळा तरी तो कोसळलाच. पण त्याला सर्व रस्त्यांची पूर्ण माहिती होती. लहानपणी डझनावारी वेळा तो या मार्गांनीच चढला होता. पहाटे तो गान डाफनाला पोचला. आल्या आल्या त्याने मिटिंग बोलावली. झेव, यार्देना, डॉ. लिबरमन आणि किटी फ्रेमॉन्टही इतर अधिकाऱ्यांबरोबर आले.

काहीही प्रस्तावना न करता आरीने सांगून टाकले. ''बारा वर्षांखालची अडीचशे मुले इथे आहेत. उद्या रात्री त्यांना गान डाफनामधून बाहेर काढण्यात येईल.''

डझनभर जण आश्चर्याने त्याच्याकडे बघायला लागले.

''याद एल् मोशावमध्ये याच कामासाठी या क्षणी जमवाजमव चालू आहे. हुले खोऱ्यामधल्या सर्व वसाहतींमधून आलेल्या चारशे जणांना आज रात्री डेव्हिड बेन अमी पश्चिम बाजूने चढत घेऊन येईल. योजनेप्रमाणे सर्व गोष्टी घडल्या आणि कुणालाही थांगपत्ता लागू न देता ते आले तर उद्या सकाळपर्यंत इथे पोचतील. दोनशे पन्नासजण एकेक मुलाला घेऊन उद्या रात्री पर्वत उतरतील. उरलेले एकशे पन्नास

जण संरक्षणासाठी आहेत. त्यांच्याकडे हुले खोऱ्यातील सर्वोत्कृष्ट शस्त्रास्त्रे असतील.''

आरीचे नक्कीच डोके फिरले आहे, अशा तऱ्हेने सर्वजण त्याच्याकडे बघत होते. मिनिटभर कोणाच्याही तोंडून एक अक्षर फुटले नाही.

शेवटी झेव गिलबोआ म्हणाला, ''आरी, शक्य आहे की, तुझे बोलणे मला नीट कळलेले नाही. तू रात्री दोनशे पन्नास मुलांना पर्वतावरून खाली उतरवणार आहेस म्हणालास?''

''अगदी बरोबर.''

''दिवसासुद्धा कुठल्याही माणसाला एकटा गेला तरी तो पर्वत उतरणे अत्यंत धोकादायक आहे.'' डॉ. लिबरमन म्हणाले. ''बरोबर मूल घेऊन रात्री उतरायचे म्हणजे... काही जण नक्की कोसळणार.''

''तो धोका स्वीकारणे भाग आहे.''

''पण आरी, त्यांना अबू येशाच्या अगदी जवळून जावे लागेल. कास्सीच्या लोकांच्या ही गोष्टी नक्की लक्षात येईल.''

''त्यांना कळू नये यासाठी सर्वतोपरी काळजी घेऊ आम्ही.''

सर्वजण एकदमच बडबडून विरोध करायला लागताच आरीने त्यांना गप्प बसवले. ''हा चर्चेचा विषयच नाही. याबद्दल तुम्ही कुठेही अवाक्षर काढता कामा नये. मला निष्कारण घबराटही निर्माण करायची नाही. आता निघा तुम्ही. मला खूप काम करायचे आहे.''

सर्वजण धडधडत्या हृदयाने निघाले. सर्वांच्या मनात भीतीने घर केले. एकच का, हजार गोष्टींनी सर्व उघडकीला येऊ शकले असते. कोणी तरी घसरून पडले आणि भीतीने गोंधळ निर्माण झाला तर? अबू येशातल्या कुत्र्यांना यांचा वास लागला आणि ते भुंकायला लागले तर? कास्सीच्या लक्षात आले तर? हुले खोऱ्यात आता वजनदार शस्त्रास्त्रे शिल्लक नाहीत हे जर त्याच्या ध्यानात आले तर तो सर्वच वसाहतींवर एकाच वेळी प्रचंड हल्लेही चढवू शकेल.

पण याहून वेगळे आरी काहीच करू शकत नव्हता, याचीही जाणीव त्यांना होती. नाही तरी आठ-दहा दिवसातच गान डाफनाची परिस्थिती अत्यंत केविलवाणी आणि निराशाजनक बनणार होतीच.

अंधार पडता पडता डेव्हिड बेन अमीने दिव्यांची उघडझाप करून ते अंधार पडताच निघणार आहेत असा संदेश दिला.

रात्रभर आवाज न करता अत्यंत दडपणाखाली पर्वत चढत हे चारशे स्वयंसेवक पहाटे पहाटे अत्यंत थकलेल्या अवस्थेत गान डाफनाच्या अगदी बाहेरच्या संरक्षक व्यवस्थेपर्यंत पोचले. आरीने तिथेच त्यांना भेटून झाडीमध्ये दडवून ठेवले. कास्सीच्या माणसांना त्यांचे अस्तित्व उमगू नये हा उद्देश तर होताच पण गान डाफनामध्येही

त्याला नसत्या अफवा नको होत्या.

सबंध दिवस ते झाडीमध्येच राहिले. सहाला दहा मिनिटे कमी होती. बरोबर चाळीस मिनिटांनी सूर्य मावळणार होता. आखल्याप्रमाणे योजनेची अंमलबजावणी सुरू झाली.

ज्या मुलांना घेऊन निघायचे होते त्यांना बरोबर सहा वाजायला पाच मिनिटे कमी असताना जेवायला वाढण्यात आले. प्रत्येकाच्या दुधामध्ये झोपेचे औषध मिसळले होते. गात गात मुलांना जमिनीखालच्या पाण्याच्या पाईप्समध्ये झोपवण्यासाठी नेण्यात आले. थोड्याच वेळात ती गाढ झोपली.

सहा बत्तीस. फोर्ट ईस्थरमागे सूर्य गेला.

सहा चाळीस. आरीने सर्व स्टाफची मुलांच्या तळघरामध्ये मिटींग बोलावली.

''काळजीपूर्वक लक्ष देऊन ऐका.'' आरीने गंभीरपणे बोलायला सुरुवात केली. ''काही मिनिटातच आपण लहान मुलांना इथून हलवायला सुरुवात करणार आहोत. प्रत्येकाचे नाव घेऊन बोलावण्यात येईल. त्याचे काम स्पष्ट करण्यात येईल. फुकट घालवायला वेळ नाही. वेळापत्रकाप्रमाणे सर्व गोष्टी पार पडल्या नाहीत तर मुलांचा जीव धोक्यात येईल, त्यांना नेणाऱ्यांचा आणि शेवटी तुमचाही. मला कोणतीही चर्चा नको आहे. प्रश्नही नको आहेत. नीटपणे सहकार्य मिळाले नाही तर कडक कारवाई केली जाईल.''

सहा पंचेचाळीस. यार्देनाने गान डाफनाभोवती इतर मुलांना घेऊन संरक्षण व्यवस्था उभी केली. नेहमीपेक्षा चौपट पहारेकरी होते. आज अरबांचा शिरकाव होऊन अजिबात चालणार नव्हते. सर्व उघडकीला येण्याची भीती होती. झेव गिलबोआ त्याचे वीस पालमाख घेऊन निघाला. त्याच्यावर एक विशेष कामगिरी सोपवली होती.

कडेकोट बंदोबस्त केला आहे असे यार्देनाने सांगताच, गान डाफनामधले पंचवीस कर्मचारी छोट्या मुलांच्या तळघरात शिरले. सर्वांना गरम कपड्यात गुंडाळायला लागले. किटीने प्रत्येक मुलावर झोपेच्या औषधाचा व्यवस्थित परिणाम झाला आहे याची खात्री करून घेतली. झोपेत मुलांनी आवाज करू नये म्हणून प्रत्येक मुलाच्या तोंडावर मोठी चिकटपट्टी लावून टाकली. साडेसात वाजता सर्व मुले तयार होती. आरीने झाडीत दडून राहिलेली माणसे आणली.

साखळी तयार करूनच तळघरांमधून एकेका मुलाला वर आणण्यात आले. त्यांना पाठीवर ठेवण्यासाठी खास विशेष तऱ्हेच्या पिशव्या बनवल्या होत्या. डोंगर उतरण्यासाठी आणि रायफल पकडण्यासाठी प्रत्येकाचे दोन्ही हात रिकामे रहायलाच हवे होते.

साडेआठ वाजता पाठीवर मुले अडकवून दोनशे पन्नासजण तयार झाल्यावर

शेवटची तपासणी झाली. स्वयंचलित शस्त्रास्त्रे घेतलेले एकशे पन्नासजण मुख्य प्रवेशद्वाराजवळ तयार होते. सर्वांच्या पुढे आरी निघाला. त्यांनी पर्वत उतरायला सुरुवात केली. एक एक करत सर्वजण दिसेनासे झाले.

मागे राहिलेले गान डाफनाच्या प्रवेशद्वाराजवळ तोंडातून अक्षर न काढता शांतपणे उभे होते. सकाळची वाट बघण्याशिवाय आता करण्यासारखे काही नव्हते. एक एक करत प्रत्येकजण मागे परतायला लागला. आपल्या झोपायच्या जागी पोचला. झोप येण्याचा प्रश्नच नव्हता. मुलांच्या काळजीने सर्वजण मनातून धास्तावले होते. या विचित्र योजनेचा शेवट कसा होणार हे कुणालाच ठाऊक नव्हते.

किटी फ्रेमॉन्ट एकटीच तासभर अंधाराकडे बघत गेटवर उभी होती.

"आजची रात्र खूप मोठी असणार आहे." तिला मागून आवाज आला. "तू गारव्यातून आत आलीस तर बरे."

किटी वळली. यार्देना जवळ येऊन उभी होती. त्या दोघींची पहिली भेट झाल्यापासून आज प्रथमच ही लाल केसांची साब्रा बघितल्यावर किटीला आनंद वाटला. तिने राहण्याचा निर्णय घेतल्यापासून तिचा यार्देनाबद्दलचा आदर खूप वाढत होता. गान डाफनामध्ये शांतता राखण्यासाठी जर एकच कोणती व्यक्ती जबाबदार असेल तर ती यार्देना होती. गान डाफनामधल्या छोट्या मुलांच्या सैन्यामध्ये तिने इतका जबर आत्मविश्वास निर्माण केला की, त्यांचे वागणेही अनुभवी सैनिकांसारखे वाटे. अबू येशाचा रस्ता बंद झाल्यापासून अडचणींचा डोंगर निर्माण झाला होता. पण यार्देना सगळ्या अडचणींना अगदी शांतपणे तोंड देत होती. तीही विशीतलीच असली तरी तिच्यावर फार मोठी जबाबदारी होती. पण तिच्याकडे नेतृत्वाला आवश्यक असणारे असे काही गुण होते की, ती जवळ असली की, सर्वांनाच सुरक्षित वाटे.

"खरे आहे तुझे म्हणणे. आजची रात्र मोठी असणार आहे फार."

"तर मग आपण दोघी बरोबरच राहू या. तुला एक गुप्त गोष्ट सांगू? माझ्या कमान्ड पोस्टमध्ये लपवून ठेवलेली ब्रॅन्डीची अर्धी बाटली आहे. ती संपवण्यासाठी मला वाटते आजची रात्र अगदी योग्य आहे. तू तिथे थांबतेस का? आतापर्यंत मी जास्ती कडक पहारा ठेवला होता. आता मला वाटते नेहमीइतका पुरे. तेव्हा मी जादा ठेवलेले गार्डस् परत आणते. अर्धा तास तरी लागेल त्याला."

किटी बोलली नाही की, हलली नाही. यार्देनाने तिचा दंड पकडला. "चल किटी, आता आपण काहीही करू शकत नाही."

यार्देना परत येईपर्यंत किटी तशीच कमान्ड पोस्टमध्ये बसून अस्वस्थपणे एका सिगरेटमागे दुसरी सिगरेट ओढत बसली होती. यार्देना परत आली ती गारठूनच. तिने आपली टोपी काढली. गालांवर हात चोळले. भिंतीमध्येच लपवून ठेवलेली

ब्रॅन्डीची बाटली काढली, पुसली आणि दोघींसाठी दोन ग्लासेसमध्ये थोडीथोडी ओतली.

"ले खाईम" यार्देना म्हणाली आणि तिने एक घोट घेतला. "काय छान वाटते आता."

"अबू येशाजवळून ते निघून जाईपर्यंत किती वेळ आहे अजून?"

"मध्यरात्रीपर्यंत ते तिथे पोचणारही नाहीत."

"मी पुन्हा पुन्हा स्वत:च्या मनाला बजावते आहे की, ते व्यवस्थित निसटून जाणार आहेत म्हणून आणि मग किती हजार गोष्टींनी गोंधळ होऊ शकेल ते विचार मनात येतात."

"तसे विचार मनात न येणे अशक्यच आहे." यार्देनाने कबुली दिली. "पण आता सर्व देवाच्या हातात आहे."

"देव? हो. या ठिकाणी देव फार वेगळ्या गोष्टी करतो खरा."

"पॅलेस्टाईनमध्ये राहून धर्माचा पगडा कुणाच्या मनावर बसू शकला नाही तर तो जगात कुठेही बसणे शक्य नाही. श्रद्धेवर जगलो नाही असा काळच आमच्या आयुष्यात नाही. खरे सांगायचे तर फक्त श्रद्धेच्या बळावरच आम्ही जगू शकतो आहोत. दुसरे काहीच नाही आमच्याकडे."

यार्देना बेन कनानच्या तोंडातून श्रद्धेबद्दल ऐकताना किटीला क्षणभर नवल वाटले. पण त्यात नवल वाटण्याजोगे होते काही? यार्देनाचे वागणे बघताना तिचा देवावर दृढ विश्वास आहे असे काही वाटत नसे. पण तो नसेल तर कायमच्या जीवनमरणाच्या लढ्याच्या दडपणाखाली ती जगू तरी शकली असती?

"किटी!" यार्देना एकाएकी उद्गारली. "मला एक कबुलीजबाब द्यायचा आहे. आपण मैत्रिणी बनावे अशी खूप इच्छा आहे माझी."

"आज अचानक असे का वाटले यार्देना?"

"कारण मी तुझ्याकडून खूप काही तरी शिकले आहे. माझेच काही गैरसमज होते हेही माझ्या लक्षात आले आहे. तू इथे मुलांसाठी काम करताना मी बघते आहे. आरीसाठी तू जे केलेस तेही अर्थातच् मला माहिती आहे. तू इथे रहायचे ठरवलेस आणि मला एकदम जाणीव झाली. तुझ्यासारख्या स्त्रीकडेही आमच्या माणसांसारखे धैर्य असू शकते– पूर्वी मला वाटायचे की, सुंदर राहण्याचा प्रयत्न करणाऱ्या स्त्रीकडे धैर्य असूच शकत नाही."

"थॅन्क यू यार्देना." किटी कशीबशी हसून म्हणाली. "पण या क्षणी तरी तुमच्यासारख्या दृढ श्रद्धेची, शौर्याची किंवा जे काही असेल त्याची खूप गरज आहे मला. नाही तर मी कोलमडून जाईन अगदी."

यार्देनाने किटीच्या ग्लासमध्ये पुन्हा थोडी ब्रॅन्डी ओतली.

"मी विचार करते आहे." यार्देना म्हणाली. "मला वाटते की, आरीसाठी तू

योग्य आहेस अगदी.''

किटीने नकारार्थी मान हलवली. ''एकमेकांसाठी नसलेली दोन चांगली माणसे आहोत आम्ही बहुधा.''

''ती दुर्दैवाची गोष्ट आहे किटी.''

किटीने घड्याळाकडे नजर टाकली. अनेक ठिकाणी उभेच्या उभे कडे उतरून जायला लागणार होते. ऐकलेल्या बोलण्यावरून तशा पहिल्या कड्यापाशी सर्वजण आता पोचले असणार. बरोबर मुले असल्याने ते दोऱ्यांच्या सहाय्याने एकेकाला उतरवणार होते. पस्तीस फूट उंची होती तिथे. तिथून पुढे माती इतकी ठिसूळ होती की, शंभर एक यार्ड घसरतच जावे लागणार होते.

किटीला हे विचार नको होते. ''तुझ्याबद्दल आणि डेव्हिडबद्दल सांग मला.''

डेव्हिडचे नाव निघताच आता देखील यार्देनाचे डोळे चमकले. ''माझा डेव्हिड– अगदी मृदु अंत:करणाचा आश्चर्यकारक माणूस आहे.''

''पहिल्यांदा कुठे भेटला तो तुला?''

''हिब्रू युनिव्हर्सिटीमध्ये. दुसऱ्याच दिवशी. मला तो दिसला आणि त्याचवेळी त्याचेही माझ्याकडे लक्ष गेले. त्या क्षणीच आम्ही बहुधा एकमेकांच्या प्रेमात पडलो आणि एकदा प्रेमात पडल्यावर त्यातून कधी बाहेरही आलो नाही.''

''माझ्या पतीच्या बाबतीत माझे असेच झाले होते.''

''अर्थात् आख्खी पहिली टर्म त्याचे माझ्यावर किती प्रेम आहे हे त्याला समजावून देण्यात गेली माझी.''

''ओ! मला तर जास्तीच वेळ लागला होता.'' किटी मनापासून हसत म्हणाली.

''पुरुष काही वेळा वागतात असे. पण उन्हाळ्याच्या सुटीपर्यंत त्याची प्रेयसी कोण आहे हे त्याला नक्की कळले होते. आम्ही दोघे नेगेव्हमध्ये उत्खनन करायला गेलो होतो. झेन आणि परेनच्या भागामध्ये. मोजस आणि त्याच्या बरोबरच्या दहा जमाती यांनी कुठल्या मार्गाने नक्की प्रवास केला होता ते शोधायचा आमचा प्रयत्न होता.''

''तो भाग फारच उजाड आहे म्हणे.''

''नाही. शेकडो नाबातेन शहरांचे भग्नावशेष त्या भागात आहेत. तिथल्या टाक्यांमधे आजही पाणी आहे. तुमचे नशीब चांगले असेल तर तुमच्या हाताला काय काय आश्चर्यकारक गोष्टी लागतील ते सांगता येणार नाही.''

''खूप आवडत असेल ते तुम्हाला.''

''ते आहेच, पण कष्टही खूपच आहेत. डेव्हिडला खणाखणी करून जुने अवशेष शोधायला खूप आवडते. त्याला आमच्या लोकांचा दैदिप्यमान इतिहास मातीच्या कणाकणातून जाणवत असतो. म्हणून तर या भूमीपासून ज्यूंची फारकत

करणे ही अशक्य गोष्ट आहे. डेव्हिडने काय छान छान योजना आखल्या आहेत. युद्ध संपल्यावर आम्ही दोघे पुन्हा हिब्रू युनिव्हर्सिटीमधे प्रवेश घेणार आहेत. मी माझी मास्टर्स डिग्री मिळवणार आहे. आणि तो डॉक्टरेट आणि मग आम्ही एक प्राचीन हिब्रू शहर खणून काढणार आहोत. त्याला हुले खोऱ्यामधले हाजोर शहरच खणून काढायचे आहे. अर्थात् सर्व स्वप्नेच आहेत म्हणा. त्यासाठी खूप पैसा हवा आणि शांतताही लाभायला हवी.'' ती एकाएकी कडवटपणे हसली, ''शांतता! एक काल्पनिक शब्दच वाटतो तो. एक मृगजळ आहे ते! शांतता म्हणतात ती कशी असते याचा विचार करते मी कधी कधी.''

''शक्य आहे की, खरी शांतता तुला एखादेवेळी आवडणारही नाही.''

''माहीत नाही मला.'' यार्देना एखाद्या लहान मुलीसारखी म्हणाली. पण तिला आलेला थकवा तिच्या आवाजातूनसुद्धा लक्षात येत होता. ''आयुष्यात फक्त एकदा तरी साधीसुधी माणसे साधेसुधे आयुष्य कसे जगतात हे बघायची इच्छा आहे माझी.''

''तू प्रवासाला जाशील?''

''प्रवास? माहीत नाही. डेव्हिड करेल ते मी करणार. डेव्हिड जिथे जाईल तिथे मी जाणार. पण किटी मला एकदा तरी बाहेर कुठे तरी जायची खूप इच्छा आहे. आयुष्यभर मी ऐकते आहे की, सर्व आयुष्याची सुरुवात पॅलेस्टाईनमधे होते आणि अंतही पॅलेस्टाईनमधेच. पण... पण मधून मधून इथेही श्वास कोंडतो माझा. माझे किती तरी मित्र-मैत्रिणी पॅलेस्टाईन सोडून गेले होते. पण आम्ही साब्रा म्हणजे फक्त लढण्यासाठी निर्माण केलेली विचित्र जमात आहे असे दिसते खरे. इतर ठिकाणी आम्ही राहूच शकत नाही. बाहेर गेलेला प्रत्येकजण आज ना उद्या परत येतो– आणि नंतर फार झपाट्याने वृद्ध बनतो.'' आपण फारच काही तरी बडबड करतो आहोत असे वाटल्यानेच की, काय यार्देना एकदम गप्प झाली. ''हा ब्रॅन्डीचा परिणाम असावा.'' ती पुढे म्हणाली. ''तुला माहिती आहे की, आम्हा साब्रांना दारू पिणे जमत नाही.''

किटी हसली. आज तिला प्रथमच यार्देनाची करूणा आली होती. तिने आपली सिगरेट विझवली. पुन्हा घड्याळ बघितले. वेळ जातच नव्हता.

''आता कुठे असतील ते?''

''पहिल्या कड्यावरच. सर्वजण खाली उतरेपर्यंत दोन तास जातील.''

किटीने एक नि:श्वास सोडला. यार्देना पुन्हा अंधारात नजर लावून बसली.

''कसला विचार करते आहेस यार्देना?''

''डेव्हिड– मुले. पहिल्या उन्हाळ्यात भटकताना वाळवंटात आम्हाला चार हजार वर्षांपूर्वीचे कबरस्थान सापडले. एका छोट्या मुलाचा सापळा आम्ही अखंडच्या अखंड काळजीपूर्वक काढला. एखादे वेळी ईश्वरदत्त भूमीचा शोध घेतानाच तो

मुलगा मेला असेल. डेव्हिड तर रडायलाच लागला. तसाच आहे तो. फार भावनाप्रधान. जेरुसलेमला वेढा पडला आहे आणि रात्रंदिवस याचे हृदय कळवळते आहे. मला मनातून खूप भीती वाटते, की, जेरुसलेमसाठी तो काही तरी वेडेपणा करून बसणार आहे. मला पक्की खात्री आहे तशी. आणि... तू जरा पडत का नाहीस किटी? आपल्याला माहिती कळायलाही खूप अवकाश आहे अजून.''

किटीने ब्रॅन्डी संपवली आणि ती आडवी झाली. तिच्या डोळ्यांसमोर पाठीवर मुले घेतलेल्या माणसांची पलटण दिसत होती. एक एक करून ते दोरीच्या सहाय्याने कड्यावरून उतरत होते. आणि मग तिला अरब दिसले. ते लपून यांच्या सर्व हालचालींवर नजर ठेवत होते. ते जवळ येऊन त्यांच्या सापळ्यात आपोआप अडकणार होते.

छे! झोप अशक्य होती.

''मी डॉ. लिबरमनच्या बन्करमधे जाऊन बघते त्यांचे कसे काय चालले आहे ते.''

स्वेटर चढवून ती निघाली. काल संध्याकाळपासून तोफांचा भडिमार बंद होता आणि ती वेगळ्याच विचाराने थरथरली. मोहम्मद कास्सीला काही कळल्यानेच त्याने आपली माणसे फोर्ट ईस्थरमधून बाहेर पाठवली नसलीत ना? तो विचार मनात आल्याचेच तिला आवडले नाही. चन्द्राचा प्रकाशसुद्धा आज एवढा प्रखर का असावा? आणि सर्वत्र इतकी शांतता का? धोकादायक वाटत होती. धुके वगैरे पडेपर्यंत आरीने तरी कशाला मुले हलवली? किटीने मान वर केली. फोर्ट ईस्थर. त्यांना दिसले असणार काहीतरी.

डॉ. लिबरमन आणि इतर सर्वजण आपल्याला कॉटच्या काठांवर अस्वस्थपणे बसून शून्यात बघत होते. मनावरचे दडपण कुणालाच सहन होत नव्हते. एक अक्षर कुणी तोंडातून काढायला तयार नव्हता. ती जीवघेणी शांतता किटीला सहन होईना. ती तिथूनही बाहेर पडली.

दोव्ह आणि कारेन पहाऱ्यावर होते.

ती परत आली तर कमान्ड पोस्टमधे यार्देना नव्हती. ती पुन्हा कॉटवर आडवी झाली. पायांवर ब्लॅन्केट घेतले. परत तिच्या डोळ्यांसमोर इंचाइंचाने कड्यावरून उतरणारी माणसे दिसायला लागली. ती इतकी थकली होती की, तिचा डोळा लागला. वेळ जात होता.

मध्यरात्र. एक वाजला. किटी कॉटवर तळमळत होती. तिला काय भयंकर भयंकर स्वप्ने पडत होती. कास्सीचे गुंड किंचाळत, तलवारी उगारून मुले नेणाऱ्यांच्या मागे येत होते. सर्व रक्षक ठार झाले होते. अरबांनी सर्व मुलांना पकडले होते आणि ते सर्वांसाठी मोठा खड्डा खणत होते.

किटी घामाने निथळत खाडकन् कॉटवर उठून बसली. तिचे हृदय धडधडत

होते. तिने आपले डोके हलवले. ती भीतीने नखशिखांत कापायला लागली. आणि मग तिच्या कानांवर आवाज आला. तिने नीट तो आवाज पुन्हा कान देऊन ऐकला.

लांबवरच्या गोळीबाराचा आवाज होता तो.

किटी धडपडत उठली. हो. नक्की गोळीबाराचा आवाज आहे. अबू येशाच्या दिशेने येणारा. आणि हे स्वप्न नव्हते. ती चांगली जागी होती.

ती धावत बाहेर पडायला आणि यार्देना यायला एक गाठ पडली.

''जाऊ दे मला.'' किटी किंचाळली.

''किटी... थांब. शांत हो.''

''ते माझ्या मुलांना ठार करत आहेत. खुनी आहेत ते. खुनी!''

आपली ताकद पणाला लावून यार्देनाने तिला भिंतीवर दाबून धरले. पण किटी सरळ विचार करायच्या पलीकडे गेली होती. वेड्याच्या ताकदीने ती सुटली. यार्देनाने पुन्हा तिला पकडले आणि असा एक जोरदार फटका पाठीत ठेवून दिला की, किटी खालीच कोसळली.

''आता माझे ऐक. त्यांचे दुसरीकडे लक्ष वेधून घेण्यासाठी झेव गिलबोआ आणि पालमाख अबू येशाच्या दुसऱ्या बाजूने गोळीबार करत आहेत. मुलांना घेऊन जाणाऱ्या माणसांऐवजी आपल्याकडे कास्सीच्या माणसांचे लक्ष खेचून घेत आहेत.''

''खोटे बोलते आहेस तू.''

''शपथ घेऊन सांगते की, मी सांगते ते खरे आहे. हा हल्ला सुरू होण्यापूर्वी तोंडातून शब्दही न काढायची आज्ञा होती मला. मी एकदा आले तेव्हा तू झोपली होतीस म्हणून मी इतरांना सावध करून आले.''

यार्देनाने गुडघ्यांवर बसून किटीला हळूच उठवले आणि ती पुन्हा तिला कॉटकडे घेऊन गेली. ''अगदी थोडी ब्रॅन्डी शिल्लक आहे. ती पिऊन टाक किटी.''

किटीने ती इतकी घाईने प्यायली की, तिला ठसकाच लागला. पण तिने स्वत:वर ताबा मिळवला.

''सॉरी किटी. मला वाईट वाटते तुला फटका मारल्याचे.''

''नाही, नाही. तू अगदी योग्य तेच केलेस.''

यार्देना कॉटवर किटीशेजारी बसली. तिने किटीचा हात थोपटला. तिची मान चोळली. गलितमात्र झाल्याप्रमाणे किटीने आपले डोके यार्देनाच्या खांद्यावर टेकवले आणि ती ओक्साबोक्शी रडायला लागली. थोड्या वेळाने ती शांत झाली आणि पुन्हा उठली.

''कारेन आणि दोव्ह त्यांची ड्यूटी संपवून येतील आता. मी माझ्या बन्करमधे जाऊन चहा बनवते त्यांच्यासाठी.''

रात्र हळूहळू सरत होती. कधी संपणार तेच कळत नव्हते. बाहेर काळोखात

मुलांना पाठीवर घेऊन अबू येशाजवळून सर्वजण सरपटत पुढे निघाले होते. पालमाखचा दुसऱ्या दिशेने हल्ला सुरूच होता आणि बघता बघता ते अबू येशाहून दूर पोचले.

दोन वाजले. मग तीनही. आता यार्देना बेन कनानलाही काही सुचत नव्हते. तीही नुसती अंधारात बसली होती. सव्वा पाच वाजता सर्व बाहेर आले. थोडा बर्फही पडला होता. हवेत कमालीचा गारठा होता. सर्वजण न बोलता गान डाफनाच्या फाटकाबाहेर पडून हळू हळू कड्याच्या काठावर पोचले. तिथे शेवटची पहाऱ्याची जागा होती. सर्वत्र नजर ठेवता येत होती.

हळू हळू दिवस उजाडायला लागला. खोऱ्यातले दिवे एक एक करून बंद व्हायला लागले. सर्व खोरे नजरेत यायला लागले.

पहारेकरी दुर्बिणीतून खाली बघत होता. कुठे काही हालचाल नाही. एकाएकी तो ओरडला आणि त्याने बोट दाखवले. सर्वांची नजर याद एल् मोशावकडे वळली.

दिव्याने सिग्नल मिळत होता.

"काय सिग्नल आहे? काय अर्थ आहे त्याचा?"

एक्स- १४१६.

"ते सुरक्षित पोचले आहेत." यार्देना म्हणाली. "*But lift thou up thy rod and stretch out thine hand over the sea, and divide it; and the children of Israel shall go on dry ground through the midst of the sea*– Exodus– Fourteen– Sixteen.

ती आनंदाने हसतच किटीकडे बघायला लागली.

## ६

गान डाफनामधल्या बारा वर्षांखालच्या मुलांना बाहेर काढून चार दिवस झाले होते. आरीला वेगवेगळ्या ठिकाणांहून बातम्या पोचायला लागल्या की, अरबांचे दडपण कमी होत आहे. अबू येशामधल्या मित्रांनी बातमी पोचवली की, मोहम्मद कास्सीने अबू येशामधूनही शंभरातली पन्नास माणसे काढून त्यांना फोर्ट ईस्थरवर बोलावले आहे. अर्थ एकच होता. गान डाफनावर आता कोणत्याही दिवशी हल्ला होणार होता.

गॅलिलीमधून आरीने वीस पालमाख मिळवले. त्याहून जास्ती कुठूनही मिळूच शकत नव्हते. गान डाफनावरच्या हल्ल्याला तोंड देण्यासाठी ते पर्वत चढून डाफनाला पोचले.

गान डाफनाला आल्यावर आरीने पुन्हा मोजणी केली. आता चाळीस पालमाख

होते. गान डाफनामधे वेगवेगळ्या पदांवर काम करणारे आणि लढू शकणारे तीस जण होते आणि यार्देनाचे दोनशे छोटे सैनिक. जवळ एकशे पन्नास जुन्या रायफली किंवा गावठी स्टेनगन्स, दोन मशिनगन्स, काही शेकडा हातबॉम्ब आणि गेल्या शतकातील हंगेरीयन रणगाडा विरोधी तोफ आणि तिच्यासाठी फक्त पाच गोळे.

हेरांकडून मिळत असणाऱ्या माहितीप्रमाणे मोहम्मद कास्सीकडे आठशे सैनिक होते. अगणित शस्त्रास्त्रे आणि तोफा. "आत्ता" या गावामधून आणि लेबॅनॉनच्या सरहद्दीवरल्या इतर गावांमधून मदतीला आलेले शेकडो अरब वेगळेच.

आरीची दारूगोळ्याची परिस्थिती अत्यंत चिंताजनक होती. हल्ला होताच तो संपूर्णपणे मोडून काढायला हवा होता. त्याला अनुकूल अशी एकच गोष्ट होती. शत्रुबद्दलचे संपूर्ण ज्ञान. मोहम्मद कास्सी हा इराकी ठग होता. त्याला लष्करी शिक्षण नव्हते. कावुकजीने लुटीचे आमिष दाखवून त्याला वळवून घेतले होते. कास्सीची माणसेही फार शूर म्हणून प्रसिद्ध नव्हती. पण विषारी भाषणांनी त्यांना भडकावता येत होते. एक क्षण जरी त्यांना वरचष्मा मिळाला तरी त्यांच्या डोक्यात खून चढला असता. अरबांचे अज्ञान आणि त्यांच्यामधला कल्पनाशक्तीचा अभाव यांचा आरीने उपयोग करून घ्यायचे ठरवले. सरळ हल्ला चढवणे हे आजपर्यंतचे अरबांचे वैशिष्ट्य होते. लहान असल्यापासून त्याला तो अनुभव होता. त्याला खात्री होती की, फोर्ट ईस्थरपासून गान डाफनाला पोचणाऱ्या अगदी जवळच्या रस्त्याने झुंडीच्या झुंडी धाडूनच, मोहम्मद कास्सी गान डाफना जिंकण्याचा प्रयत्न करणार. भारी संख्याबळावरच त्यांची भिस्त असणार. आरीनेही एकाच ठिकाणी आपली ताकद पणाला लावायचे ठरवले.

गान डाफनाबाहेर एक अरूंद आणि खोल अशी घळ होती की, जी थेट गान डाफनाला पोचत होती. कास्सीच्या माणसांना जर या घळीमधे येणे भाग पाडता आले तर त्याला संधी होती. झेव गिलबोआने थेट फोर्ट ईस्थरपर्यंत झुडपांतून, खडकांमधून आपली गस्त ठेवली होती. त्याची अरब हालचालींवर कडक नजर होती. फोर्ट ईस्थरमधे खूप माणसे जमा होत आहेत या बातमीला त्याने दुजोरा दिला.

गान डाफनाला आरी पोचल्यावर तीन दिवसांनी एक तरूण धावतच आरीच्या कमान्ड पोस्टवर पोचला. कास्सीची हजार एक माणसे फोर्ट ईस्थरवरून निघाली होती. दोन मिनिटांत "ब्लॅक अलार्म" झाला. गान डाफनामधला प्रत्येक पुरुष, स्त्री, तरूण, तरूणी, मुलगा, मुलगी आपापल्या ठरलेल्या जागांवर पोचले.

कास्सीच्या माणसांचा येण्याचा सुरुवातीचा रस्ता एका टेकडीमागून होता आणि ते दिसू शकले नसते. पण नंतरचा रस्ता एका लहान टेकडीच्या उतारावरून होता. ती टेकडी अगदी गान डाफनाच्या समोर होती. सहाशे यार्डांवर तरी. आणि आरीने निवडलेली घळ तिथून दोनशे यार्डांवर सुरू होत होती.

आरीची माणसे आधीच तयार केलेल्या खंदकात दडून शांतपणे वाट बघत होती.

टेकडीवर डोकी दिसायला लागली आणि काही मिनिटात शेकडो अरब टेकडीवरून उतरायला लागले. मधेच ते थबकले आणि त्यांनी गान डाफनाकडे नजर टाकली. गान डाफनामधे शांतता होती. काहीही हालचाल नव्हती. अरब अधिकारी या शांततेनेच संभ्रमात पडले. आतापर्यंत दोन्ही बाजूंकडून एकही गोळी झाडली गेले नव्हती.

फोर्ट ईस्थरवरच्या वॉच आणि गन टॉवरवरून मोहम्मद कास्सी शक्तीमान दुर्बिणीतून नजर ठेवत होता. त्याच्या माणसांचा लोंढा गान डाफनासमोरच्या टेकडीवर पोचलेला दिसताच क्षणभर त्याच्या चेहऱ्यावर हसू उमटले. ज्यूंनी अजून एकही गोळी झाडली नव्हती. त्याला खात्री पटली की, बघता बघता गान डाफना अलगद त्याच्या हातात पडणार म्हणून. फोर्ट ईस्थरवरून तोफ डागली गेली. हल्ला सुरू करायची खूण.

अरब अधिकाऱ्यांचे आवाज आणि आज्ञासुद्धा गान डाफनात पोचायला लागल्या. पण गान डाफनामधली शांतताच सर्वांना चक्रावत होती. मग काही जणांनी किंचाळायला आणि गान डाफनाच्या दिशेने हात दाखवत शिव्याशाप द्यायला सुरुवात केली. बघता बघता कोलाहल माजला.

"धैर्य गोळा करत आहेत ते." आरी शांतपणे म्हणाला.

ज्यूंचे सैन्य शिस्तबद्ध होते. कोणी आपले डोकेही वर काढले नाही की, बंदुक वर उचलली नाही. अरबांची शिवीगाळ स्पष्टपणे ऐकत शांतता आणि संयम बाळगणेही खरी म्हणजे सोपी गोष्ट नव्हती.

वीस एक मिनिटांच्या आरडाओरडीनंतर अरब लोंढा धावतच टेकडीवरून उतरायला लागला. त्यांच्या हातामधल्या तलवारी आणि बंदुकांवरल्या संगिनी चमकत होत्या.

आरीच्या योजनेचा पहिला टप्पा यशस्वी होतो की, नाही ते काही क्षणातच कळले असते. प्रत्येक रात्री त्याने गान डाफनामधून स्फोट उडवता येण्यासारखे सुरुंग बाहेर पेरून ठेवले होते. सर्व अशा तऱ्हेने की, ते अरबांना मधल्या घळीतच धावणे भाग पाडतील.

झेव गिलबोआ सर्वात पुढे लपून होता. किंचाळत येणारे अरब सुरुंगांच्या भागात शिरताच त्याने हिरवा झेंडा वर केला. आरीने सुरुंग उडवले. दोन्ही बाजूचे दहा दहा सुरुंग एकाच वेळी उडताच टेकडीसुद्धा हादरली. धावत येणाऱ्या अरबांच्या इतक्या जवळ ते सुरुंग फुटले की, ते आपोआप आत सरकले आणि घळीतूनच पुढे धावत निघाले.

घळीच्या बाजूंनाच आरीने आपले चाळीस पालमाख दडवून ठेवले होते. दोन मशिनगन्स आणि सर्व हातबॉम्ब त्यांना दिले होते. त्यांच्याखालून अरब धावताना पालमाखनी दोन्ही बाजूंना उभ्या केलेल्या मशिनगन्समधून गोळ्यांचा वर्षाव सुरू

केला. आगलावे हातबॉम्ब फेकल्यावर कित्येक अरब उभेच्या उभे जळायला लागले. इतर हातबॉम्बनीही हाहा:कार माजवला.

हे कमी होते म्हणून की, काय त्यांनी फटाक्यांच्या माळाही लावल्या आणि झाडांवर लटकावून ठेवलेल्या लाऊडस्पीकर्सवरून स्फोटांचे आवाज दणदणायला लागले. खऱ्या आणि खोट्या आवाजांनी अरबांना काय होते आहे तेच कळेना.

मोहम्मद कास्सीने हे बघितल्यावर घळीच्या दोन्ही बाजूंना तोफा डागायला सांगितल्या. उत्तेजित होऊन सुरू केलेल्या भडिमाराने अर्धे गोळे अरबांच्या गर्दीतच फुटले. पण शेवटी एक पालमाख मशिनगन थंडावली.

पुढे असलेल्या अरबांची कत्तल उडाली होती. पण तरीही अरब पुढे सरकतच होते. आरडाओरडा करून धैर्य गोळा केले होते खरे, पण आता भीतीने त्यांची डोकी काम करत नव्हती.

दुसऱ्या मशिनगनची नळीही शेवटी फुटली. पालमाख घळीच्या बाजू सोडून गान डाफनात परतले. किंचाळत पुढे येणारे अरब गान डाफनापासून शंभर यार्डावर पोचताच डेव्हिड बेन अमीने रणगाडा– विरोधी तोफेवरचे आवरण काढले. त्या तोफेच्या पाच गोळ्यांमधे आता दोन दोन हजार शॉट गनच्या गोळ्या कोंबल्या होत्या. आता त्या तोफेनेच दगा दिला नाही तर अनेक माणसांनी एकाच वेळी गोळीबार केल्यासारखा परिणाम दिसला असता.

अरब पन्नास यार्डांवर पोचले– चाळीस– तीस– वीस.

डेव्हिड बेन अमीने बंदुकीसारखा त्या तोफेचा नेम धरला.

दहा यार्ड.

पहिला गोळा झाडताच तोफ जमिनीवरून उडालीच होती. हल्लेखोरांच्या तोंडावरच सर्व मारा बसला. धूर पसरला. डेव्हिड बेन अमीने दुसरा गोळा भरला. धुरातूनच त्याला एकावर एक पडलेली प्रेते आणि जखमी अरब दिसले. बाकीचे धक्का बसून मागे पाऊल टाकत होते.

तोपर्यंत अरबांची दुसरी लाट जवळ आली.

दुसरा गोळा फुटताच पुन्हा कत्तल उडाली.

मग तिसरा गोळा.

तिसरा गोळा डागताच मागोमाग तोफेची नळीही उडाली. तोफ निकामी झाली. पण तिने आपले काम चोख बजावले होते. तीनच गोळ्यांनी निदान दोनशे तरी अरबांची चाळण उडवली होती. मुख्य म्हणजे हल्ल्याचा जोर नाहीसा केला होता.

शेवटच्या प्रयत्नात शंभर तरी अरब गान डाफनाजवळ पोचले आणि यार्देनाच्या छोट्या मुलांच्या सैन्याने त्यांच्यावर मारा केला.

जगले वाचलेले अरब प्रेते तुडवत मागे धावत सुटले. ते बघताच झेव

गिलबोआने पालमाखना त्यांचा पाठलाग करायला सांगितले आणि प्रथम तोच त्यांच्यामागे धावत सुटला. हा मेंढपाळ फक्त चाळीस पालमाख घेऊन शेकडो अरबांच्या मागे लागला होता. ते टेकडीवरून पुढे गेले तरी त्याचे मागे वळण्याकडे लक्षच नव्हते.

आरीने आपल्या दुर्बिणीतून हे बघितले आणि तो म्हणाला, ''काय मूर्खपणा हा! तो आता फोर्ट ईस्थर घ्यायला चालला आहे की काय? टेकडीपलीकडे कुणीही पाऊल टाकायचे नाही असे सांगितले होते मी.''

''या झेवला झाले तरी काय?'' डेव्हिडही चिंतेने बडबडत होता.

''तू चल माझ्याबरोबर. त्याला थांबवता येते का बघू.''

आरीने प्रथम यार्देनाला मुलांकडून अरबांची सर्व शस्त्रे गोळा करून त्यांना गान डाफनामधे जायला सांगितले.

त्याची योजना यशस्वी ठरली होती. पंधरा मिनिटात त्याचा गान डाफनाच्या संरक्षणासाठी आणलेला बहुतेक दारूगोळा संपला असला तरी कास्सीचे अर्ध्याहून जास्ती लोक ठार किंवा जखमी झाले होते.

मोहम्मद कास्सीने त्याचे पळ काढणारे लोक आणि त्यांच्यामागे लागलेले पालमाख बघितले आणि फोर्ट ईस्थरवर गोंधळ माजला. झेव गिलबोआ इतर पालमाखच्या पंचवीस यार्ड तरी पुढे होता. अरबांनी पालमाखना अटकाव करण्यासाठी स्वत:च्याच पळत येणाऱ्या माणसांवर गडावरून गोळीबार सुरू केला. काही अरब फोर्ट ईस्थरमधे पोचले. आणि दरवाजा बंद झाला. ज्यू ज्यांच्या फार जवळ होते त्या अरबांवरच फोर्ट ईस्थरवरून गोळीबार होत राहिला. फोर्ट ईस्थरपासून चाळीस यार्ड अंतरावर असलेली तारांची भेंडोळी पार करून झेव पुढे आला आणि त्या क्षणी आपण काय करून बसलो आहोत याची बहुधा त्याला अचानक जाणीव झाली.

''लपा'' तो मोठ्याने ओरडला आणि त्याने आपली स्टेनगन झाडायला सुरुवात केली. सर्व पालमाख फोर्ट ईस्थरवरच्या गोळीबाराच्या कक्षेबाहेर पडेपर्यंत तो फोर्ट ईस्थरच्या दिशेने गोळीबार करतच राहिला. पुढे जाण्यात अर्थ नाही लक्षात आल्यावर तो सरपटत माघार घेत असताना, फोर्ट ईस्थरवरून सुटणाऱ्या गोळ्या त्याला लागल्या आणि तो उलटा पालटा होत तारांमधे अडकला. त्याला हालचाल करता येईना.

लांबवरचे पालमाख त्याच्या सुटकेचा प्रयत्न करण्याच्या विचारात असतानाच आरी आणि डेव्हिड त्यांच्याजवळ पोचले.

''झेव! तो अडकला आहे तारांच्या भेंडोळ्यात.''

आरीने एका मोठ्या खडकाआडून बघितले. तो जवळ जवळ शंभर यार्ड अंतरावर होता आणि मधे म्हणण्यासारखा आडोसादेखील नव्हता.

फोर्ट ईस्थरवरचा गोळीबार अचानक थांबला. सर्वत्र शांत झाले.

"काय चालले आहे?" डेव्हिडने विचारले.

"ते इतरांसाठी थांबले आहेत. झेव हलू शकत नाही हे त्यांच्या लक्षात आले आहे आणि आपण जाऊन त्याच्या सुटकेचा प्रयत्न करणार याची त्यांना खात्री आहे."

"हरामखोर! ते त्याला सरळ ठार का नाही करत?"

"तुझ्या लक्षात येत नाही का डेव्हिड? झेवने त्याची रायफलही गमावली आहे. आपण निघून जाईपर्यंत ते वाट बघणार आहेत आणि मग त्याला जिवंत पकडायचा प्रयत्न करणार आहेत. आज त्यांनी गमावलेल्या सर्व माणसांचा सूड ते त्याच्यावर उगवणार आहेत."

"अरे देवा!" डेव्हिड उद्गारला आणि उडी मारून उठला. आरीने क्षणात त्याला उचलून मागे फेकले.

"कोणी तरी दोन हातबॉम्ब द्या मला." आरी म्हणाला. ते मिळाल्यावर आरी म्हणाला. "डेव्हिड! सर्वांना घेऊन तू गान डाफनाला परत जा."

"आरी तू एकटे जायचे नाहीस तिथे."

"आज्ञा पाळ फक्त! लक्षात आले?" आरी सणकून म्हणाला.

डेव्हिडने गप्प बसून इतरांना खूण केली आणि तो मागे निघाला. थोडे पुढे गेल्यावर त्याने वळून बघितले. आरी झेवच्या दिशेने निघाला होता.

अरब बघत होते. या जखमी ज्यूसाठी नक्की कोणी तरी येणार याची त्यांना खात्री होती. तो जवळ पोचताच ते त्यालाही फक्त जखमी करण्याचा प्रयत्न करणार होते. मग ज्यू दुसऱ्या कुणाला तरी पाठवतील– नंतर तिसऱ्याला.

आरीने उठून धाव घेतली आणि तो एका छोट्या खडकाआड लपला. अरबांनी काही केले नाही.

तो पुन्हा सरपटत निघाला. दुसऱ्या खडकामागे लपला. तारांचे भेंडोळे फक्त वीस यार्ड अंतरावर होते. तो अगदी झेवजवळ पोचेपर्यंत अरब थांबणार होते. मग त्यांचा नेम चुकणारच नव्हता.

"मागे हो!" झेव ओरडला. "मागे हो!"

त्याने खडकाआडून हळूच डोकावून बघितले. त्याला झेव स्पष्ट दिसत होता. त्याच्या पोटातून रक्त वहात होते. चेहऱ्यावरूनही. आरीने फोर्ट ईस्थरकडे नजर टाकली. झेववर रोखलेल्या रायफलच्या नळ्यांवर सूर्यप्रकाश चमकत होता.

"मागे हो!" झेव पुन्हा ओरडला. "माझी आतडी लोंबत आहेत. दहा मिनिटेही जगणार नाही मी. तू मागे हो."

आरीने आपल्या पट्ट्याला लावलेले हातबॉम्ब बाहेर काढले.

"झेव! मी काही हातबॉम्ब टाकणार आहे तुझ्याकडे." तो जर्मन भाषेत ओरडला. त्याने त्यांचा स्फोट होऊ नये म्हणून दोन हात–बॉम्बवरची पिन लॉक

केली. पटकन् उठून दोन्ही हातबॉम्ब झेवकडे फेकले. एक झेवच्या अगदी जवळ पडला. त्याने तो उचलला आणि पोटाजवळ धरला.

''धरला आहे मी तो. जा मागे आता.''

आरी इतका झपाट्याने पळत मागे निघाला की, अरबांच्या क्षणभर काही लक्षातच आले नाही. तो झेवपर्यंत पोचणार याचीच त्यांना खात्री होती. त्यांनी गोळीबार सुरू करेपर्यंत तो पार पुढे निघून गेला होता.

झेव आता एकटाच राहिला. वाहणाऱ्या रक्ताबरोबरच त्याचे आयुष्य संपुष्टात येत होते. अरब अर्धा तास थांबले. काही सापळा तर नसेल ना? आणि दुसरा कुणीच कसा येत नाही? त्यांना तो जिवंतच हवा होता.

फोर्ट ईस्थरचा दरवाजा उघडून तीस एक अरब झेवच्या दिशेने निघाले. झेवने पिन काढली. हातबॉम्ब डोक्याजवळ धरला.

आरीच्या कानावर तो आवाज येताच त्याचा चेहरा पांढराफटक पडला, त्याचा दुखरा पाय मुडपला आणि तो खाली कोसळला. तो अंतर्बाह्य थरथरत होता. मग तो पुन्हा उठला. गान डाफनाच्या दिशेने निघाला.

आरी कमान्ड पोस्टमधे एकटाच बसला होता. त्याच्या गालावरची उडणारी नसच फक्त तो जिवंत आहे असे दाखवत होती. त्याच्या चेहऱ्याकडे बघवत नव्हते. डोळ्यांभोवती काळी वर्तुळे पडली होती. नजर शून्यात. काय बघत आहोत याची उघड्या डोळ्यांना जाणीव नव्हती.

ज्यूंनी चोवीसजण गमावले होते. अकरा पालमाख मुले, तीन पालमाख मुली, गान डाफनामधल्या शिक्षक वर्गापैकी सहा आणि चार मुले. बावीसजण जखमी झाले होते. मोहम्मद कास्सीची चारशे अठरा माणसे ठार झाली होती आणि एकशे सत्तर जखमी.

मोहम्मद कास्सीला पुन्हा हल्ला करायचा धीर होणार नाही इतकी भरपूर शस्त्रास्त्रे ज्यूंना मिळाली होती. पण शेवटी फोर्ट ईस्थर अजूनही त्यांच्याच ताब्यात होता आणि अबू येशामधून जाण्याचा मार्गही.

किटी फ्रेमॉन्ट बन्करमधे आली. तीही अत्यंत दमलेली होती. ''तुला प्रश्न विचारायचे होते ती अरब माणसे सोडून बाकी सर्व जखमींना अबू येशाला पोचवले आहे.''

''आणि आपले जखमी?''

''दोन मुलांची परिस्थिती गंभीर आहे. ती जगतील याची शाश्वती वाटत नाही. इतर ठीक आहेत. आणि... आणि मी थोडी ब्रॅन्डी आणली आहे तुझ्यासाठी.''

''थॅन्क्स्... थॅन्क्स्.''

आरी घोट घोट ब्रॅन्डी घेत गप्पच होता.

“झेव गिलबोआच्या काही गोष्टीही तुझ्यासाठी आणल्या आहेत. विशेष काही नाहीत.”

“किब्बुत्झनिखकडे स्वत:चे असे काही नसतेच. त्याची प्रत्येक गोष्ट, अगदी त्याचे आयुष्यदेखील दुसऱ्याच कशासाठी तरी असते.”

“मला झेव आवडत होता. कालच रात्री सांगत होता की, कधी एकदा पुन्हा मेंढ्या पाळायला मिळतील याची तो वाट बघतो आहे. पण... पण त्याच्या बायकोला या गोष्टी हव्या असतील एखादेवेळी. तिला आणखी एक मूल होणार आहे. ठाऊक आहे ना?”

“झेव मूर्खासारखा वागला.” आरी तडकून म्हणाला. “तो किल्ला घ्यायचा प्रयत्न करायचे काही कारण नव्हते त्याला.”

आरीने झेवच्या वस्तु बांधलेला रुमाल उचलला. “लिओरा चांगली मुलगी आहे. मनाने कणखर आहे. ती सावरेल काही काळानंतर. पण झेवची जागा घेणारा कुणी मिळणे कठीण आहे.”

किटीचे डोळे एकदम बारीक झाले. “हा विचार करत होतास तू? झेवची जागा घेणारा माणूस शोधणे कठीण आहे हाच?”

आरीने सिगरेट पेटवली. “झेवसारखी माणसे काही झाडावर उगवत नसतात.”

“तुझे प्रेम आहे अशी एकही गोष्ट नाही आरी?”

“मला एक सांग किटी. तुझा पती ग्वाडाईकनालला गेला तेव्हा त्याच्या कमान्डरने काय केले असेल वाटते तुला?”

“मला वाटले की, झेवची गोष्ट वेगळी असेल आरी. तो छोटा मुलगा होता तेव्हापासून तू त्याला ओळखतोस. त्याची पत्नी याद एल् मधली आहे. तुझ्या शेतापासून दोन शेते अंतरावर वाढलेली.”

“मग मी आता काय करावे अशी अपेक्षा आहे तुझी?”

“त्या गरीब बिचाऱ्या मुलीसाठी तरी रड थोडा.”

एक सेकंद तरी आरीचा चेहरा पिळवटला. ओठ थरथरले. तात्काळ पुन्हा त्याचा चेहरा करारी बनला. “लढाईत मेलेला माणूस बघणे यात नवीन काही नाही. तू जा आता इथून.”

## ७

फाळणीसाठी २९ नोव्हेंबरला मतदान झाले. दुसऱ्या दिवशी साफेदचा वेढा सुरूच झाला. १९४८ च्या वसंत ऋतुत ब्रिटिशांनी आपल्या फौजा साफेदमधून मागे घेताना अपेक्षेप्रमाणेच मोक्याच्या तीन जागा अरबांच्या ताब्यात दिल्या. ज्यू वस्तीच्या

जवळच उंचीवर असलेले पोलिस स्टेशन, सबंध शहरावर नजर ठेवता येणारे ॲक्रोपोलिस आणि शहराबाहेर असलेला माऊन्ट कनानवरचा टॅगार्ट किल्ला.

साफेद उलट्या शंकूसारखे दिसे. मधल्या एक-अष्टमांश भागात ज्यूंची वस्ती होती. त्यापेक्षा वरच्या उंचीवर, खाली उतारावर आणि सर्व बाजूंनी अरबांची वस्ती.

हॅगन्नाने थोडे फार शिकवलेले फक्त दोन एकशे ज्यू साफेदमधे होते. साफेद सोडून द्यायला ज्यूंनी दिलेला नकार आणि शेवटचा माणूस जिवंत असेपर्यंत लढत रहाण्याची त्यांची जिद्द म्हणजे पुराणकालीन हिब्रूंची परंपराच होती. साफेदमधले कब्बालीस्ट हे मुफ्तीच्या दंग्यात अरबांचे पहिले लक्ष्य होते. त्यांनी आजपर्यंत कधी शस्त्र उचलले नव्हते. अरब घोळक्यांनी त्यांची कत्तल उडवली होती तेव्हा ते थरथर कापत लपले होते. आता त्यांनीही उभे राहून लढा देत मरायचे ठरवले होते. ज्यूंच्या भागातले नीतिधैर्य शाबूत होते.

ब्रिटिश फौजांनी माघार घेतल्यावर दुसऱ्याच दिवशी आरीने जोआब यारकोनी आणि तीस पालमाख मुले आणि वीस पालमाख मुलींना ज्यू विभागात लपून छपून घुसवले. ते पोचल्यावर ज्यू भागात जल्लोषच झाला. तो शब्बाथचा दिवस होता. शत्रुच्या भागांमधून लपून छपून प्रवास करून जोआब यारकोनी आणि पालमाख मुले-मुली खूप थकली भागलेली होती. भुकेलेली होती. कित्येक शतकांनंतर त्या दिवशी प्रथम शब्बाथचे नियम मोडून कब्बालीस्टनी त्यांच्यासाठी जेवण बनवले.

मुफ्तीसाठी तात्पुरती राजधानी म्हणून साफेदवर पूर्ण कब्जा करण्याची कावुकजीला घाई झाली होती. त्याने आपल्या ठगांना ज्यू विभाग नेस्तनाबूद करण्याच्या आज्ञा दिल्या. अरबांनी दोन तीन छोटे प्रयत्न केल्यावर त्यांच्या लक्षात आले की, प्रत्येक घरच नव्हे तर त्यातली प्रत्येक खोलीही लढवायची तयारी असेल तरच ज्यू विभागात पाऊल ठेवता येणे शक्य आहे. त्यांनी पुन्हा वेढा घालून मधून मधून फैरी झाडणे सुरू केले.

ज्यूंचे नेतृत्व जोआब यारकोनी आणि रेमेझ यांच्याकडे होते. माऊन्ट कनानवरचा व्हिला सोडून ब्रूस सदरलॅन्ड रेमेझच्या हॉटेलात रहायला आला. त्या हॉटेलात रहाणारा तो एकटाच पाहुणा होता. अधून मधून ज्यू त्याचा सल्ला घेत. पण त्याच्या मदतीशिवायच ते अत्यंत व्यवस्थित योजना आखत आहेत असे त्याचे स्पष्ट मत होते.

अरब आणि ज्यू विभाग एकमेकांना अगदी खेटून असल्याने ज्यूंना गोळाबारी करणे कठीण पडे. अरब सहजच ज्यू विभागात घुसू शकत आणि ज्यूंच्या बचाव फळीवर ताण पडे. रेमेझला अरब आणि ज्यू विभागात थोडे अंतर हवे होते. यारकोनी एकदा काही जणांना घेऊन अरब विभागात घुसला आणि त्याने शेजारची डझनभर घरे ताब्यात घेऊन त्यांच्यामधून गोळीबार सुरू केला आणि तो परत आला. अरब

परत घरात आलेले दिसले की, तो पुन्हा सैनिक घेऊन जाई, तीच घरे ताब्यात घेऊन गोळीबार करे आणि परत येई. शेवटी ज्यूंनी या घरांचा वापर करू नये म्हणून अरबांनी डायनामाईट वापरून ती उडवून टाकली. रेमेझला अगदी हीच गोष्ट हवी होती. ही घरे उडवल्याने ज्यू आणि अरब विभागात आता थोडे अंतर निर्माण झाले. ज्यूंना अरब भागावर लक्ष ठेवणे आणि स्वत:चा बचाव करणे सोपे पडायला लागले.

ही गोष्ट केल्यावर रेमेझ आणि यारकोनीने रात्रंदिवस अरबांना त्रास देण्यासाठी नवीन चाल रचली. दररोज तो तीन-चार पालमाख पथके अरब विभागात घुसवायला लागला. ते गल्ल्याबोळांतून, गच्च्यांमधून फिरत, कुठे तरी हल्ले चढवत आणि पळ काढत. दरवेळेला वेगळ्याच कुठे तरी हल्ला करत. अरबांनी एके ठिकाणी आपली माणसे जमवली की, ज्यूंना त्यांच्या हेरांकडून ती बातमी तात्काळ कळे. तेव्हा नक्की कुठे हल्ला चढवायचा आणि कुठला भाग टाळायचा हे ज्यूंना ठरवता येई. प्रत्येक दिवशी फिरणाऱ्या या पथकांना कसे तोंड द्यावे हेच अरबांना कळेना.

पण अरबांचे खरे डोके फिरवले ते पालमाखच्या रात्री फिरणाऱ्या पथकांनी. यारकोनी मोरोक्कोमधे राहिला होता आणि आपल्या शत्रुला बरोबर ओळखून होता. अरब अंधश्रद्धाळू होते आणि त्यांना अंधाराची वेगळीच भीती वाटे. तेव्हा अंधाराचाच उपयोग तो आपल्या जादा लढाऊ सैनिकांसारखा करायला लागला. फटाक्यांच्या माळा वेगवेगळ्या ठिकाणी लावून रात्रीच्या या पथकांनी अरबांच्यात भयंकर दहशत निर्माण केली.

रेमेझ आणि यारकोनी या दोघांनाही कळत होते की, या गोष्टींनी विशेष काही साध्य होणार नाही. पण त्यांची ताकदही इतकी कमी होती की, शत्रुला जबरदस्त दणका देताच येत नव्हता. काही काळानंतर अरबांच्या ताब्यातल्या मोक्याच्या जागा आणि त्यांचे संख्याबळ या गोष्टींनीच यारकोनीला आपले उद्योग थांबवणे भाग पडले. एखादा पालमाख किंवा हॅगन्ना सैनिक गमावला की, गमावलाच. त्याची जागा घ्यायलाच कोणी नसे. अन्नाची परिस्थिती तशीच. दारूगोळ्याची स्थिती इतकी बिकट की, एखादी गोळी कुणी फुकट घालवली तरी ज्यू त्या पालमाख किंवा हॅगन्ना सैनिकाला दंड भरायला लावत.

पण ज्यू स्वत:च्या भागातली इंचभर भूमीही सोडायला तयार नव्हते. त्या बाबतीतला त्यांचा निर्धार वाखाणण्याजोगा होता. बाहेरच्या जगाशी फक्त एका रेडिओ रिसिव्हरने त्यांचा संपर्क होता. शाळा वेळेवर भरत होत्या. छोट्या वर्तमानपत्राचा एकही अंक चुकला नव्हता. धार्मिक ज्यूंची सिनॅगॉगमधली प्रार्थनेची वेळ चुकत नव्हती. हाताने काढलेले स्टॅम्प लावून गस्तीपथके बाहेर पत्रे पाठवत होते आणि पॅलेस्टाईनभर इशोव्ह या स्टॅम्पना मान्यता देत होती.

हिवाळा संपला. वसंतऋतू आला आणि गेला. शेवटी एक दिवस यारकोनीने

सदरलॅन्ड आणि रेमेझ यांना बोलावणे धाडले. कटु सत्यस्थितीला तोंड द्यायचा क्षण आला होता. ज्यूंनी त्यांचे उत्कृष्ट पन्नास सैनिक गमावले होते. धान्याच्या पिठाच्या शेवटच्या बारा गोणी शिल्लक होत्या. पाच दिवस पुरेल इतकाही दारूगोळा शिल्लक नव्हता. फटाक्यांच्या माळाही संपल्या होत्या. अरबांना या गोष्टीची कल्पना यायला लागली होती.

"मी आरीला वचन दिले होते की, आपल्या अडचणीत मी त्याला गुंतवणार नाही. पण आता एन् ओरला जाऊन त्याच्याशी बोलल्याशिवाय गत्यंतर नाही." यारकोनीने त्यांना सांगितले. त्याच रात्री तो साफेदहून निसटला आणि आरीच्या हेडक्वार्टर्समधे दाखल झाला.

जोआबने साफेदची परिस्थिती आरीच्या कानावर घातली. "तुला त्रास द्यायचे जिवावर येत आहे आरी, पण तीन दिवसांनी आम्हाला उंदीर मारून खायला सुरुवात करावी लागणार आहे."

साफेदचा लढा सबंध इशोव्हला स्फूर्ती देत होता. साफेद आता नुसते एक मोक्याचे ठिकाण नव्हते. ज्यूंच्या निर्धाराचे ते एक प्रतीक बनले होते. "साफेद जर आपण जिंकू शकलो तर सबंध गॅलिलीमधे अरब कच खातील."

"आरी, आरी अरे तुला कसे सांगू मी? एक गोळी झाडायची तरी त्यासाठी चर्चा करावी लागते रे आम्हाला."

"मला एक कल्पना सुचली आहे" आरी म्हणाला. "चल माझ्याबरोबर."

आरीने प्रथम थोडे धान्य साफेदमधे रात्री पोचवायची व्यवस्था केली आणि मग जोआबला घेऊन तो शस्त्रास्त्रांच्या शेडमधे पोचला. त्याने आतल्या खोलीत त्याला एक विचित्र भासणारे लोखंडी यंत्र दाखवले आणि त्याबरोबरचे नट आणि बोल्टस्.

"आणि आता हे काय आहे?" यारकोनीने विचारले.

"जोआब, तू एका डेव्हिडकाकडे बघत आहेस."

"डेव्हिडका?"

"बरोबर. डेव्हिडका! छोटा डेव्हिड! ज्यूंच्या सुपीक डोक्यातून बनवलेले."

जोआबने हनुवटी खाजवली. काही बाबतीत ते शस्त्र वाटत होते खरे-कसे काम करत असेल कळत नसले तरीही. पण असे शस्त्र जगात कुठे अस्तित्वात नव्हते याचीही जोआबला खात्री होती.

"ते नक्की काय करू शकते?"

"मला सांगण्यात आले आहे की, ते मॉर्टरचे गोळे फेकू शकते. उखळी तोफेसारखेच आहे."

"कसे काय?"

"तो प्रश्न मलाही आहे. मी अजून प्रयोग केलेलाच नाही. पण मला जेरुसलेमहून

रिपोर्ट मिळाला होता की, हे काम करते म्हणून. व्यवस्थित करते.''

''ज्यूंसाठी का अरबांसाठी?''

''जोआब, मी काय करणार आहे ते सांगतो तुला. योग्य वेळ येण्यासाठी मी हे शस्त्र राखून ठेवले होते. ते तुमचे आहे आता. साफेदला घेऊन जा तू.''

जोआबने त्या ''तोफेच्या'' आजूबाजूला फिरून तिचे निरीक्षण केले. ''युद्ध जिंकण्यासाठी काय काय करावे लागते'' असे काहीतरी तो पुटपुटत होता.

अन्नधान्य घेऊन रात्री प्रवास करणाऱ्या लढाऊ पथकाने डेव्हिडका आणि त्यासाठी तीस पौंड दारूगोळाही साफेदमधे पोचवला. जोआबने परत येताच हॅगन्ना आणि पालमाखच्या प्रमुखांना बोलावले. रात्रभर ही तोफ बघत ती नक्की कशी काय काम करत असेल याबद्दल त्यांची चर्चा चालू होती. दहा माणसे हजर होती. अर्थातच दहा मते दिली गेली.

शेवटी कुणीतरी ब्रिगेडिअर सदरलॅन्डला बोलवावे असे सुचवले. त्याला झोपेतून उठवून अर्धवट खेचतच हेडक्वार्टर्सवर आणले गेले. तो डोळे विस्फारूनच डेव्हिडकडे बघत राहिला.

''कोणता तरी ज्यूच असे काहीतरी बनवू शकेल.'' त्याने निर्वाळा दिला.

''जेरुसलेममधे त्याचा खूप उपयोग झाला आहे म्हणे.'' जोआबचा स्वत:चासुद्धा तो बोलत होता त्यावर विश्वास नसावा.

सदरलॅन्ड सर्व लिव्हर्स, हॅन्डल्स, स्विचेस् यांच्याशी खेळत होता. बघण्यासाठी सुद्धा भिंगासारखे काहीतरी होते. तासाभराने ती तोफ कशी डागायची हे त्यांनी ठरवले. त्यानंतर नक्की काय घडेल याची त्यांनाही कल्पना करता येत नव्हती.

दुसऱ्या दिवशी डेव्हिडका घेऊन ते एका मोकळ्या जागेत गेले. अरबांच्या ताब्यातल्या पोलिस स्टेशनच्या आणि आसपासच्या ज्या काही घरातून अरब गोळीबार करत त्या दिशेने त्यांनी ते रोखून ठेवले. डेव्हिडका जसे विचित्र वाटत होते तसाच त्याचा दारूगोळाही. गोळ्याचा आकार एखाद्या हातोड्यासारखा होता. डोक्याच्या ठिकाणी डायनामाईटने भरलेला लोखंडी सिलेन्डर आणि डिटनेटर. जाड हॅन्डल ट्यूबमधे बरोबर बसत असे. डागल्यानंतर ते इतक्या जोरामधे त्या गोळ्यावर आदळेल की, तो गोळा उडून लक्ष्यावर पोचेल अशी कल्पना होती. सदरलॅन्डच्या डोळ्यासमोर तो गोळा उडून, फक्त काही फूट उडून त्यांच्या समोरच फुटतो आहे असे काही तरी दृश्य तरळत होते. सर्व गोष्टींना काही समतोलपणा आहे असे वाटतच नव्हते.

''त्या ट्यूबमधून तो गोळा उडणार वगैरे नाही. फक्त बाहेर पडेल अशी माझी पूर्ण खात्री आहे. तसे झाले तर साफेदचे सर्व ज्यूच नाहीसे होण्याची शक्यता आहे.'' सदरलॅन्ड म्हणाला.

"मग आपण त्याला दोरी बांधू आणि लांबवरून ती खेचून ती तोफ डागू या." रेमेझने सूचना केली.

"आणि नेम कसा धरायचा?"

"नेम धरून काही उपयोग होईल असे वाटतच नाही मला. आपल्याला ज्या बाजूला तो गोळा उडावा असे वाटते त्या दिशेने नळीचे तोंड ठेऊ या आणि ती तोफ काम करेल अशी प्रार्थना करू या."

मुख्य राब्बी, अनेक कब्बालीस्ट, त्यांच्या बायका तोपर्यंत डेव्हिडकाभोवती गोळा होऊन सर्वांच्या विनाशाचा दिवस आला आहे का याची चर्चा करत होते. शेवटी मुख्य राब्बींनी या तोफेसाठी खास प्रार्थना केली. आजपर्यंत ते सर्वजण देवाचे कायदे पाळत आले होते तेव्हा त्यांचे रक्षण करावे अशीही पुस्ती जोडायला राब्बी विसरले नाहीत.

"चला होऊन जाऊ द्या एकदा काय व्हायचे ते" रेमेझ म्हणाला. त्यालाही कुठलीच खात्री नव्हती.

कब्बालीस्ट दूर अंतरावर जाऊन उभे राहिले. फायरींग कॅप्स नळीमधून आत सरकवल्या गेल्या. गोळा उचलून हॅन्डल आत ठेवण्यात आले. डायनामाईटचा सिलेन्डर थोडासा नळी बाहेरच दिसत होता. सर्वांच्या तोंडचे पाणी पळाले होते. फायरींग मेकॅनिझमला मोठी दोरी बांधली होती. सर्वांनी आडोसा शोधला.

यारकोनीने थरथरत्या आवाजात आज्ञा दिली. "डागा ती तोफ."

रेमेझने दोरी खेचली.

चमत्कार! चमत्कार घडला! तोफ खरेच डागली गेली. डायनामाईटचा सिलेन्डर हॅन्डलने इतक्या दणक्यात नळीच्या बाहेर उडवला की, स्वत:शी फिरत फिरत तो टेकडीवर उंच उंच चढत छोटा छोटा दिसायला लागला. तो फिरत आकाशात जाताना विचित्र भीतीदायक आवाज निर्माण करत होता. खाली येत टेकडीवरच्या पोलिस स्टेशन नजीकच्या घरांवर तो गोळा आदळला.

सदरलॅन्डने आ वासला.

यारकोनीची मिशी वर चढली.

रेमेझचे डोळेच खोबणीतून बाहेर पडणार वाटायला लागले.

वृद्ध कब्बालीस्ट प्रार्थना थांबवून आश्चर्याने बघत राहिले.

विजेच्या कडकडाटासारखा आवाज करत गोळा फुटला. सबंध साफेद हादरले. अर्धी टेकडीच उद्‌ध्वस्त झाली की काय वाटायला लागले.

काही क्षण कुणाच्या तोंडातून शब्द उमटला नाही. मग आनंदाने ओरडत सर्वजण एकमेकांना मिठ्या मारायला लागले, मुके घ्यायला लागले आणि देवाचे नावही घ्यायला लागले.

“कमाल आहे.” सदरलॅन्डला दुसरे काही शब्द सुचत नसावेत. तो पुन्हा पुन्हा तेच शब्द म्हणत होता. “कमाल आहे.”

पालमाखनी डेव्हिडकाभोवती होरा नृत्य सुरू केले.

“चला, चला, पुन्हा तोफ डागू या.”

अरब विभागांत ज्यूंच्या आरडाओरड्याचा आवाज पोचत होता. अरबांना त्याचे कारण माहीत होते. या उडत्या बॉम्बचा तो उडत असताना येणारा आवाजही अंगावर भीतीने काटा आणत होता. या भीतीनेच जीव जायचा कुणाचा. आणि तो आदळल्यावर घडणाऱ्या स्फोटाबद्दल तर विचारायलाच नको. पॅलेस्टाईनमधले अरब, कावुकजीचे भाडोत्री सैनिक. कुणालाच अशा कशाला तोंड द्यायची पाळी येईल असे वाटले नव्हते. प्रत्येक वेळा डेव्हिडका डागली गेली की, प्रचंड विनाश घडत होता. ज्यू शतकानुशतकांच्या अत्याचारांचा बदला घेत होते आणि अरब भीतीने थरथरत होते.

जोआब यारकोनीने आरीला सन्देश पाठवला की, डेव्हिडकाने साफेदमधल्या अरबांमधे पार गोंधळ माजवला आहे. आरीला चांगली संधी चालून आलेली दिसली. तिचा जास्तीत जास्ती फायदा उठवण्याचा त्याने निश्चय केला. प्रत्येक किब्बुत्झमधून थोडी थोडी माणसे गोळा करून हॅगन्नाच्या दोन कंपनी उभ्या केल्या आणि डेव्हिडकासाठी दारूगोळा घेऊन रात्री साफेदमधे घुसवल्या.

स्स... स्स... ढुम्!

भीषण आवाज करत उडत येऊन आदळणारे गोळे साफेदच्या अरब विभागाची वाताहात उडवत होते.

स्स... स्स... ढुम्!

डेव्हिडका आल्यापासून तिसऱ्या दिवशी साफेदमधे मुसळधार पाऊस सुरू झाला. फसवणूक आणि अफवा यांचा शस्त्रासारखा उपयोग करणाऱ्या आरीने या युद्धातली सर्वात मोठी अफवा पसरवली. त्याने आणि रेमेझने आपल्या अरब हेरांना एकत्र बोलावले.

आरीने अरेबिकमधे बोलायला सुरुवात केली. “तुम्हाला अजून माहिती नसेल तर सांगतो. आमच्याकडे एक गुप्त अस्त्र आहे. ते कशा तऱ्हेचे आहे ते स्पष्ट करण्याची परवानगी मलाही नाही. पण तुम्हाला सर्वांनाच माहिती आहे की, अणुस्फोटानंतर नेहमीच पाऊस पडतो. आणखी काही सांगायची आवश्यकता आहे असे वाटत नाही मला.”

काही मिनिटातच त्यांनी साफेदमधे बातमी पसरवली. छोटा डेव्हिड हे गुप्त अस्त्र ज्यूंकडे आहे. तासाभरात साफेदमधल्या प्रत्येक अरब ओठांवर भयानक बातमी होती. “ज्यूंकडे अणुबॉम्ब आहे.”

स्स... स्स्... ढुम्!

छोटा डेव्हिड अरब विभाग उद्ध्वस्त करत होता. पावसाचा जोर वाढत होता. साफेदमधे प्रचंड घबराट निर्माण होत होती. दोन तासांनी साफेदबाहेर पडणाऱ्या रस्त्यांवरून अरब पळत सुटले होते.

नसत्या उत्साहाच्या भरात तीनशे माणसे घेऊन आरी बेन कनानने ॲक्रोपोलीसवर हल्ला चढवला. कावुकजीच्या भाडोत्री सैनिकांनी आणि साफेदमधल्या थोड्या अरबांनी संतापूनच ज्यूंना पळ काढायला लावला. आरीने अनेक माणसे गमावली. पण साफेदमधली अरब जनता पळ काढतच होती.

तीन दिवसांनी साफेदमधून जवळजवळ सर्व अरब पळाले होते. कावुकजीच्या शेकडो सैनिकांनी त्यांच्या जागा सोडून दिल्या होत्या. यावेळी आरी बेन कनान, रेमेझ आणि यारकोनी यांनी योजनाबद्ध रीतीने तीन बाजूंनी हल्ला चढवून ॲक्रोपोलीस ताब्यात घेतले.

आता पोलिस स्टेशनहून उंचावरची जागा ज्यूंच्या हातात आली होती. वर्षानुवर्षे कब्बालीस्टचा छळ करणाऱ्या अरब घोळक्यांना आता सरळ उभे राहून ज्यूंशी दोन हात करायची संधी प्राप्त झाली होती. पण संतापलेल्या ज्यूंसमोर त्यांनी पळ काढला. पोलिस स्टेशनही ज्यूंच्या हातात आले. माऊन्ट कनानवरचा टॅगार्ट फोर्ट हल्ला चढवून जिंकणे ज्यूंना शक्यच नव्हते. पोलिस स्टेशन हातात घेताच टॅगार्ट फोर्टवरून मदत पोचू नये म्हणून रस्ते बंद करण्यासाठी आरी आणि त्याचे सैनिक बाहेर पडले. पण तो किल्ला सोडून अरब आधीच पळालेले बघितल्यावर आरीला आश्चर्याचा धक्काच बसला. त्याने घाईघाईने तात्काळ त्यावर कब्जा केला. साफेद ज्यूंच्या हातात पडले.

साफेदचा विजय थक्क करणारा होता. ज्या भागाचा बचाव करणेही अशक्य वाटत होते त्याचा बचाव तर झालाच होता पण संरक्षण करण्याचा आटोकाट प्रयत्न करणाऱ्यांनी शेवटी हल्ला करून ते शहर ताब्यात घेतले होते. याला कारण होते काही शेकडा जिद्दी सैनिक आणि एक चमत्कारिक अस्त्र. छोटा डेव्हिड!

ज्यूंना हा विजय कसा प्राप्त झाला यावर नंतर खूप चर्चा झाली. वेगवेगळे सिद्धान्तही मांडले गेले. साफेदमधल्या कब्बालीस्टमधेही दोन तट पडले. राब्बी हाईमची पूर्ण खात्री होती की, या विजयाला देवाचा हातभार होता. इयोबमधे तसे सांगितले होते.

*When he is about to fill his belly, God shall cast the fury of his wrath upon him, and shall rain it upon him while he is eating. He shall flee for the iron weapon...*

या विजयामागे देवाचा हात होता याबद्दल राब्बी माईर यांनाही शंका नव्हती. पण तो इयोबने सांगितल्याप्रमाणे नव्हता तर इझिकेलने सांगितल्याप्रमाणे.

*Thy walls shall shake at the noise... hs shall enter into thy gates, as men enter into a city wherein is made a breach.. thy strong garrisons shall go down to the ground.*

ब्रूस सदरलॅन्ड आपल्या माऊन्ट कनानवरच्या व्हिलावर परत आला. अरबांनी तो पार उजाड करून टाकला होता. त्यांनी त्याचे गुलाब मातीमधे तुडवून टाकले होते. घर धुऊन नेले होते. दारांना लावलेल्या मुठीसुद्धा. त्याची सदरलॅन्डला विशेष पर्वा नव्हती. त्या सर्व गोष्टी पुन्हा करता आल्या असत्या. तो, यारकोनी आणि रेमेझ मागच्या बाजूला जाऊन साफेदकडे बघत होते. त्यांनी खुशीतच खूप ब्रॅन्डी प्यायली.

त्यांना कल्पना नव्हती. इतरांनाही नव्हती. पण साफेदहून पळ काढणाऱ्या अरबांमुळे इतिहासात एक नवीन आणि दुःखद पर्व सुरू होत होते.– अरब निर्वासित!

गॅलिलीवर कुठे तरी एक जुनाट लिबरेटर बॉम्बर दोन निळे प्रकाश शोधत फिरत होते. वैमानिक आणि इतर कर्मचारी वर्ग दक्षिण आफ्रिका आणि अमेरिकेतले स्वयंसेवक होते.

निळ्या ज्वाळा दिसताच त्यांनी विमान खाली आणले. धावपट्टीच्या दोन्ही बाजूंनी काही बॅटऱ्या पेटवल्या होत्या. खडबडीत धावपट्टीवर दणके खातच विमान उतरले आणि थांबले. इंजिने तात्काळ बंद झाली.

भराभरा विमानाला माणसांनी गराडा घातला आणि विमानातला माल खाली उतरवला. अत्याधुनिक शस्त्रांचा पहिला साठा पोचला होता. रायफल्स, मशिनगन्स, उखळी तोफा आणि या सर्वांसाठी लागणारा दारूगोळा त्या विमानात खच्चून भरून आणला होता.

काही मिनिटात डझनावारी ट्रक्स भरून वेगवेगळ्या दिशांनी रवाना झाले. डझनभर किब्बुत्झमधे शस्त्रे साफ करायला मुले तयारच होती. तग धरून राहिलेल्या वसाहतींमधे हा शस्त्रसाठा तात्काळ पोचवण्यात आला. विमान उडून पुन्हा शस्त्रे घेऊन येण्यासाठी युरोपला परतले.

सकाळी काही ब्रिटिश सैनिक आले. या विभागात विमान उतरल्याची तक्रार अरबांनी केली होती, म्हणून ते चौकशीला आले होते. त्यांना तसा काही पुरावा आढळला नाही. अरबांची कल्पनाशक्ती पुन्हा काम करायला लागलेली दिसते असा विचार करून ते परतले.

चार वेळा, पाच वेळा विमान उतरल्यावर ज्यूंचे सर्वत्र विजय व्हायला लागले. टायबेरीअस त्यांच्या ताब्यात आले. गेशर टॅगार्ट हा प्रचंड किल्ला त्यांनी घेतला. इराकी भाडोत्री सैनिकांनी पुन्हा पुन्हा केलेले हल्ले त्यांनी मोडून काढले. साफेदचा

पाडाव केल्यावर ज्यूंनी प्रथमच एक सर्वंकष योजना– ऑपरेशन आयर्न ब्रूम (Operation Iron Broom)– आखून प्रतिहल्ले चढवले. गॅलिलीमधली शत्रुत्व राखणारी खेडी हे त्यांचे लक्ष्य होते. जीपवर चढवलेल्या मशिनगन्स मधून गोळ्यांचा वर्षाव करतच ज्यू या अरब खेड्यांमधे घुसले आणि त्यांनी अरबांची पळापळ केली. साफेद पडल्यापासून अरबांचे नीतीधैर्य आधीच खचले होते. त्याचाही फायदा यावेळी झाला.

आपणही यशस्वी प्रतिहल्ले करू शकतो याची जाणीव या विजयांमुळे ज्यूंना झाली. ज्यूंनी नंतर हैफा या महत्त्वाच्या बंदराकडे आपली नजर वळवली.

माऊन्ट कारमेलवरून हॅगन्नाची चार पथके उतरली आणि त्यांनी चार सामर्थ्यवान अरब तळांवर चाल केली. होमगार्डस्, सीरियन, लेबॅनीज आणि इतर भाडोत्री सैनिक या तळांवर होते. प्रथम प्रथम त्यांनी हॅगन्नाला यशस्वीपणे तोंड दिले. बंदरभाग अजूनही ब्रिटिशांच्या ताब्यात होता. त्यांनी पुन्हा पुन्हा शस्त्रसंधी घडवून आणले. काही वेळा तर प्रयत्नांची शर्थ करून ज्यूंनी जिंकलेल्या मोक्याच्या जागा अरबांना परत करणे ब्रिटिशांनी भाग पाडले.

ज्यूंनी जबरदस्त दडपण आणूनही अरब दाद देत नव्हते. पण जोरदार युद्ध सुरू असतानाच अरब कमान्डर आणि त्याच्या हाताखालचे अधिकारी यांनी युद्ध सोडून हळूच पळ काढला आणि ते चालते झाले. अरबांचा प्रतिकार संपला. अरब विभागात ज्यू घुसायला लागल्यावर पुन्हा ब्रिटिश मधे पडले.

आणि या क्षणी एक विचित्र आणि आश्चर्यकारक घटना घडली. सर्व अरब जनतेला निघून जायचे आहे असे अरबांनी जाहीर केले. ज्यूच काय पण सर्वचजण अरबांच्या या वक्तव्याने चकित झाले. साफेद आणि इतर अरब गावांनी जो पायंडा पाडला होता तोच इथेही दिसला. कोणी मागे लागलेले नाही, पाठलाग करत नाही असे दिसत असतानाही अरब जनता भयभीत होऊन लेबॅनॉनच्या दिशेने धावत सुटली.

आकर हे अरब शहर. हजारो निर्वासित या ठिकाणी घुसले. फक्त तीन दिवस इथल्या अरबांनी प्रतिकार केला आणि ते शहर हॅगन्नाने जिंकले. जाफामधे मक्काबीज मध्यभागी तळ ठोकून होते. ही घबराट जाफापर्यंत पोचली आहे असे लक्षात येताच मक्काबीजनी जोर धरला आणि जगातले सर्वात प्राचीन बंदर ज्यूंच्या हातात पडले. जाफामधले अरबही पळत सुटले.

जेरुसलेममधे अब्दुल कादरने कास्तेल या ज्यूंच्या त्यांच्या मोक्याच्या उंचावरच्या ठाण्यावरून हुसकावून लावले. तात्काळ पालमाख आणि हॅगन्ना यांनी प्रतिहल्ला चढवून कास्तेल या गावावर पुन्हा कब्जा मिळवला. कादरने पुन्हा आपल्या लोकांना प्रोत्साहन देऊन कास्तेलवर हल्ला चढवायला उद्युक्त केले पण या प्रयत्नात तोच ठार झाला. अरबांच्या सर्वोत्कृष्ट कमांडरच्या मृत्युने आधीच नीतीधैर्य गमावून

बसलेल्या अरबांना मोठाच धक्का बसला.

मे १९४८. ब्रिटिश दोन आठवड्यात निघून जाणार होते. त्यांची पॅलेस्टाईनमधली सर्व तऱ्हेची सत्ता संपुष्टात येणार होती. सीरिया, येमेन, लेबॅनॉन, ट्रान्स-जॉर्डन, इजिप्त, सौदी अरेबिया, इराक यांची सशस्त्र सैन्यदले सरहद्द ओलांडून पॅलेस्टाईनमधे विजयी होणाऱ्या ज्यूंचा पूर्ण नि:पात करायला सिद्ध होती.

निर्णायक क्षण जवळ येत होता– स्वत:चे राष्ट्र निर्माण केल्याची घोषणा करायची की नाही?

## ८

नोव्हेंबर १९४७ आणि मे १९४८ या काळात इशोव्हने स्वत:जवळ काहीच नसताना, प्रत्येक गोष्ट विरोधात असताना, सर्व आघाड्यांवर तोंड देत जय मिळवले होते. हॅगन्नाचे रूपांतर भूमिगत संरक्षक सेनेतून खऱ्या सैन्यदलात केले होते. ज्यूंच्या निर्माण होणाऱ्या सैन्यदलाचा गाभा. त्यांनी अनेकांना शस्त्रास्त्रे चालवण्याचे शिक्षण दिले, सैनिकी शाळा स्थापन करून युद्धाची आखणी आणि डावपेच, वाहतूक, पुरवठा आणि इतर गोष्टींवर भर देऊन गनिमी काव्याचे युद्ध सोडून सैन्यदल उभारायची जय्यत तयारी केली.

हातबॉम्ब फेकणाऱ्या तीन पायपर कब्ज ऐवजी आता ज्यूंच्या विमानदलात काही स्पिटफायर्सची भर पडली होती. वैमानिक आणि इतर जण अमेरिका, ब्रिटन आणि दक्षिण आफ्रिकेच्या विमानदलातले अनुभवी ज्यू होते. गळक्या बोटींच्या ठिकाणी नौदलात पी.टी. बोटी आणि छोट्या युद्धनौका आल्या होत्या.

हेरखाते आणि कमान्डर प्रभावी हवेत आणि सर्व कारभार योजनाबद्ध आणि आखीव पाहिजे याची ज्यूंना प्रथमपासून जाणीव होती. प्रत्येक दिवशी त्यांच्या अनुभवात भर पडत होती. मिळवलेले विजय त्यांचा आत्मविश्वास वाढवत होते. छोट्या योजनांची आखणी करून ज्यू त्या व्यवस्थित अंमलात आणू शकतात हे जेरुसलेमला जाणारे ताफे, ऑपरेशन आयर्न ब्रूम आणि इतर लढायात दिसून आले होते.

पण शेवटी या सर्व छोट्या लढाया होत्या आणि ज्या शत्रुला लढण्याची विशेष खुमखुमी नव्हती अशांविरूद्ध हे विजय होते याची ज्यूंना कल्पना होती. अरबांकडे संघटना चातुर्य नव्हते. चांगले कमान्डर नव्हते आणि जिद्दीने लढा द्यायची इच्छा नव्हती. नुसत्या घोषणांनी कोणीही आपला जीव धोक्यात घालायला तयार होत नाही, कोणीही शूर बनत नाही हे अरबांच्या पराभवांनी दिसून आले होते.

विमाने भरभरून आणलेल्या छोट्या शस्त्रांनी इशोव्हचा नि:पात वाचला होता. पण आता गाठ भाडोत्री सैनिकांशी पडणार नव्हती. रणगाडे, तोफा, विमाने

बाळगणाऱ्या वेगवेगळ्या देशांच्या सैन्यदलांशी होती. आणि ज्यूंच्या शस्त्रागारात अद्यापही छोटी शस्त्रास्त्रेच होती.

अरब देश ज्यूंना ठार करण्याच्या नुसत्याच घोषणा देत आहेत असे ज्यांना वाटत होते त्यांना ट्रान्स जॉर्डनच्या अरब लीजनच्या कीर्तिला काळिमा आणणाऱ्या विश्वासघातकी आणि लबाड वागण्याने धक्काच बसला. ब्रिटिशांचे पोलिस दल म्हणून अरब लीजन पॅलेस्टाईनमध्ये काम करत होती. या ब्रिटिश पोलिस दलाने उघड उघड बेथलेहेम रस्त्यावरच्या एकाकी पडलेल्या एत्झिऑन वसाहतींवर हल्ले चढवायला सुरुवात केली.

या चार वसाहती होत्या. धार्मिक ज्यूंच्या, पण इतर किब्बुत्झप्रमाणे त्यांनीही अरबांना शेवटपर्यंत तोंड द्यायचा निर्धार केला होता. ब्रिटिश अधिकाऱ्यांच्या नेतृत्वाखाली ट्रान्स जॉर्डन अरब लीजनने या चारही वसाहतींवर निर्दयपणे तोफांचा भडिमार सुरू केला. त्यांना बाहेरून कुठलीही मदत मिळणे अशक्य बनवले.

लीजनचे पहिले लक्ष्य होते एत्झिऑन किब्बुत्झ. तोफांनी ते पार उद्ध्वस्त केल्यावर लीजनने हल्ला केला. उपासमारीला तोंड देणाऱ्या ज्यूंनी बंदुकीची शेवटची गोळी संपेपर्यंत लढा दिला आणि मग ते शरण आले. लीजनच्या मागोमाग येणाऱ्या अरबांनी किब्बुत्झमधे घुसून ज्यूंची कत्तल उडवायला प्रारंभ केला. लीजनने कत्तल थांबवायचा प्रयत्न केला पण तोपर्यंत फक्त चार ज्यू जिवंत राहिले होते.

हॅगन्नाने ताबडतोब इन्टरनॅशनल रेडक्रॉसशी संपर्क साधून दारूगोळा संपत आलेल्या इतर तीन एत्झिऑन वसाहतींच्या शरणागतीवर लक्ष ठेवायची सूचना दिल्यानेच तिथे कत्तल झाली नाही.

मृतसमुद्राजवळ नेगेव्ह वाळवंटात असलेल्या किब्बुत्झवर अरब लीजनने पुढला हल्ला केला. जगामधल्या सर्वात खोलगट आणि उष्ण हवेच्या ठिकाणी ज्यूंनी हे किब्बुत्झ उभारले होते. बेथ हा अरावा– (The House in the Wilderness)–. उन्हाळ्यामधे सावलीत एकशे पंचवीस डिग्री तापमान असे. ज्यू पोचेपर्यंत इतिहासाच्या कुठल्याही कालखंडात या ठिकाणच्या अल्कधर्मी जमिनीत काही पिकले नव्हते. त्यांनी एक एक एकर जमिनीतली माती धुतली आणि रसायने नाहीशी केली. पाण्यासाठी टाक्या बांधल्या, बांध घातले आणि अद्ययावत शेतीला आरंभ केला.

जवळची दुसरी वसाहत शंभर मैलांवर होती. लढणे अशक्य झाल्यावर या किब्बुत्झने अरब लीजनपुढे शरणागती पत्करली. निघून जाताना अपरंपार कष्ट घेऊन तयार केलेली शेते आणि घरे यांना स्वत:च्याच हातांनी ज्यूंनी अग्नि दिला.

शेवटी एकदा अरबांना त्यांचे विजय मिळाले. बेथ हा अरावा (The House in the Wilderness)– आणि एत्झिऑन गटाची चार किब्बुत्झ धुळीला मिळाली होती.

१३ मे १९४८ पॅलेस्टाईनमधला ब्रिटिश हायकमिशनर जेरुसलेम सोडून

निघून गेला. युनियन जॅक– पॅलेस्टाईनमधले सत्तेच्या दुरूपयोगाचे प्रतीक– खाली उतरला– कायमचा!

*१४ मे १९४८*

तेल अव्हिवमधे इशोव्हचे आणि वर्ल्ड झायोनिस्टचे प्रतिनिधी मायर डायझिनजोशच्या घरामधे जमले. मायर डायझिनजोश या शहराचा संस्थापक आणि पहिला मेयर. घराबाहेर स्टेनगनधारी रक्षक जमलेल्या गर्दीला मागे ठेवत होते.

कैरो, न्यूयॉर्क, जेरुसलेम, पॅरीस, लंडन आणि वॉशिंग्टनमधून सर्वांचे डोळे आणि कान या घराकडे लागले होते.

रेडिओस्टेशनवरून निवेदक हळू हळू बोलत होता. ''हे कोल इस्त्राएल आहे– दि व्हॉईस ऑफ इस्त्राएल. मला आताच इंग्रजांची पॅलेस्टाईनमधली विश्वस्त सत्ता संपल्याबद्दलचा एक लेख दिला गेला आहे आणि तो आता मी वाचणार आहे.''

डॉ. लिबरमनच्या कॉटेजमधे मुलांची ही गर्दी जमली होती. ''शांत रहा! शांत रहा!'' तो ओरडला.

''इस्त्राएलची भूमी हे ज्यूंचे जन्मस्थान आहे. याच भूमीमधे त्यांच्या अध्यात्मिक, धार्मिक आणि राष्ट्रीय ऐक्याची निर्मिती झाली. इथेच स्वातंत्र्य मिळवून त्यांनी त्यांच्या राष्ट्राची संस्कृती निर्माण केली. बायबल लिहून जगाला त्याची देणगी दिली.''

ब्रूस सदरलॅन्ड आणि जोआब यारकोनी रेमेझच्या हॉटेलात बुद्धीबळ खेळत होते. खेळ थांबवून ते रेमेझसह रेडिओला कान लावून बसले.

''इस्त्राएलच्या भूमीमधून हुसकावून लावल्यानंतर ज्यू ज्या ज्या देशात पोचले तिथे तिथे त्यांनी आपल्या देशाची स्मृती कायम मनात ठेवली. इस्त्राएलला परत येऊन आपले स्वतंत्र राष्ट्र पुन्हा निर्माण करण्याची प्रार्थना ते नेहमीच करत राहिले.''

पॅरीसमधे रेडिओवर खरखर सुरू झाली. बराक बेन कनान आणि इशोव्हचे इतर प्रतिनिधी घाईघाईने सेट ठोकायला लागले, बटणे फिरवायला लागले.

''या ऐतिहासिक प्रवृत्तीमुळे आणि मनाच्या ओढीमुळे शतकानुशतके ज्यूंनी आपल्या पूर्वजांच्या भूमीला परत जाऊन आपले गमावलेले स्वातंत्र्य परत मिळवण्याचा ध्यास धरला. गेल्या काही दशकात ते घोळक्या घोळक्याने परतले. शेकडो वर्षे नापिक पडलेली जमीन त्यांनी लागवडीखाली आणली. आपल्या भाषेचे पुनरुज्जीवन केले. खेडी बांधली. शहरे उभी केली. स्वत:च्या वाढत्या समाजाची सांस्कृतिक आणि आर्थिक उन्नती करून घेतली. शांतता हवी असली तरी स्वत:चे रक्षण हे त्यांनी कर्तव्य मानले. प्रगतीची फळे त्यांनी पॅलेस्टाईनमधल्या सर्वांपर्यंत पोचवली.''

साफेदमधले कब्बालीस्ट प्राचीन भविष्यवाणी खरी ठरवणारे शब्द कधी कानांवर पडतात याची वाट बघत होते. जेरुसलेम भागातले अत्यंत थकले भागलेले हिलमेन

ब्रिगेडचे पालमाख रेडिओ ऐकत होते. नेगेव्ह वाळवंटातल्या एकाकी पडलेल्या आणि वेढल्या गेलेल्या किब्बुत्झमधले ज्यूही ऐकत होते.

"... चा हक्क २ नोव्हेंबर १९१७ च्या बाल्फोर जाहिरनाम्याप्रमाणे मान्य झाला होता आणि लीग ऑफ नेशन्सने त्यावर शिक्कामोर्तबही केले होते ज्या अन्वये त्याला स्पष्टपणे आंतरराष्ट्रीय मान्यता प्राप्त..."

डेव्हिड बेन अमी धावतच एन् ओर किब्बुत्झच्या कमान्डरच्या ऑफिसात घुसला. आरीने ओठांवर बोट ठेऊन गप्प रहायची सूचना केली आणि रेडिओकडे बोट दाखवले. "ज्यूंना नामशेष करण्याच्या प्रयत्नात अलीकडेच लाखो ज्यूंची युरोपमधे झालेली योजनाबद्ध कत्तल लक्षात घेता पुन्हा प्रकर्षाने..."

सारा बेन कनान याद एल्मधे रेडिओ ऐकत होती. तिला वेगळीच आठवण येत होती. रोश पिन्नामधे पांढऱ्या घोड्यावर स्वार होऊन प्रवेश करणाऱ्या लाल लाल दाढीच्या बराकला तिने पहिल्या प्रथम बघितले होते त्या दिवसाची.

"... ज्यूंचे राष्ट्र निर्माण करण्याची आवश्यकता निर्माण झाली आहे की, ज्या राष्ट्राचे दरवाजे जगामधल्या सर्व ज्यूंसाठी नेहमीच खुले रहातील आणि सर्व राष्ट्रांच्या कुटुंबामधे ज्यूंना समानतेची वागणूक..."

दोव्ह आणि कारेन डायनिंग हॉलमधे एकमेकांचे हात घट्ट पकडून लाऊडस्पीकरवरून प्रक्षेपित होणारे भाषण ऐकत होते.

"दुसऱ्या महायुद्धात पॅलेस्टाईनमधल्या ज्यू जमातीने स्वातंत्र्याच्या लढ्यामधे संपूर्ण सहकार्य... २९ नोव्हेंबर १९४७ ला संयुक्त राष्ट्रसंघाच्या आमसभेने पॅलेस्टाईनमधे ज्यू राष्ट्राची निर्मिती करण्याचा ठराव मंजूर केला... वादातीतपणे ज्यूंना स्वत:चे स्वतंत्र राष्ट्र निर्माण करण्याचा अधिकार आहे. जगातल्या इतर राष्ट्रांप्रमाणेच स्वतंत्र आणि सार्वभौम राष्ट्र म्हणून जगण्याचा ज्यूंना नैसर्गिक हक्क आहे."

"आम्ही पॅलेस्टाईनमधे ज्यूंचे स्वतंत्र राज्य निर्माण केल्याची घोषणा करत असून या राष्ट्राचे नाव इस्राएल असेल."

किटी फ्रेमॉन्टच्या हृदयाची धडधड वाढली.– यार्देना हसली.

"जगामधे ज्या ज्या देशांमधे ज्यू पांगले गेले आहेत तिथून तिथून त्यांना इस्राएलमधे परतण्याची परवानगी आहे. इस्राएलच्या द्रष्ट्यांनी भाकित केल्याप्रमाणे स्वातंत्र्य, न्याय आणि शांतता या तत्वांवर आधारून या देशातल्या सर्व रहिवाशांसाठी देशाची प्रगती साधण्यात येईल. धर्म, वंश, लिंग यांच्या आधारावर कुठलाही भेदभाव न करता या देशातल्या सर्व नागरिकांना समान राजकीय आणि सामाजिक अधिकार बहाल करण्यात येतील. आपापल्या धर्माप्रमाणे वागण्याची, शिक्षण देण्याची, संस्कृती जतन करण्याची प्रत्येकाला मुभा राहील याची इस्राएल जाहीरपणे हमी देत आहे. संयुक्त राष्ट्रसंघाची तत्त्वे सचोटीने अंमलात..."

“... अविचाराने आणि बुद्धीपुरस्सर केलेल्या आक्रमणाकडे दुर्लक्ष करून इस्राएलच्या अरब रहिवाशांनी शांतता राखून इस्राएलच्या प्रगतीसाठी आपला वाटा उचलावा असे आम्ही आवाहन करत आहोत. त्यांनाही नागरिकत्वाचे समान आणि पूर्ण अधिकार बहाल करून सर्व तऱ्हेचे प्रतिनिधित्व करण्याची ग्वाही...”

“आमच्या शेजारी राष्ट्रांना आणि त्यांच्या जनतेला आम्ही आमचा मैत्रीचा हात पुढे करून सहकार्य करण्याचे आमंत्रण देत आहोत.”

“आमच्या मातृभूमीच्या तेल अव्हिव या शहरात ५७०८ मधील इयार महिन्यातील पंचमीला, मे १९४८ च्या चौदाव्या दिवशी काळजीवाहू स्टेट कौन्सिलचे सदस्य देवावर संपूर्ण श्रद्धा ठेऊन स्वातंत्र्याच्या जाहिरनाम्यावर आपल्या स्वाक्षऱ्या करत आहेत.”

दोन हजार वर्षांनी इस्राएल या राष्ट्राचा पुनर्जन्म झाला होता.

जगामधल्या सर्व देशांपैकी ज्यू राष्ट्र मान्य करणारा पहिला देश अमेरिका होता. काही तासातच हॅरी टुमन यांनी अमेरिकेतर्फे या ज्यू राष्ट्राला मान्यता दिली.

तेल अव्हिवमधल्या रस्त्यांवर घोळक्या घोळक्याने ज्यूंनी होरा नृत्य सुरू केले असेल नसेल तर इजिप्तच्या विमानतळांवरून बॉम्बफेकी विमाने तेल अव्हिवला यायला निघाली आणि अरब जगातल्या सर्व राष्ट्रांच्या सैन्यदलांनी इस्राएलची सरहद्द ओलांडली.

## १

प्रत्येक देशाच्या सैन्याने इस्राएलची सरहद्द ओलांडताक्षणीच तात्काळ कल्पित विजयांची शेखी मिरवून, तिखटमीठ लावून, पत्रके काढायला सुरुवात केली. ज्यूंना समुद्रात बुडवण्याची एक सर्वंकष योजना आधीच आखल्याची ग्वाहीपण अरबांनी दिली. असा काही बनाव असला तर तो अंमलात आणण्यासाठी सर्व अरबांचा एक कमान्डर मात्र दिसत नव्हता. सैन्य कुणाच्या हातात असावे आणि विजयानंतर पॅलेस्टाईनमधे कुणाचा अधिकार असावा याबद्दलही प्रत्येक अरब देशाचे स्वत:चे वेगळे मत होते. बगदाद आणि कैरोहून फक्त तेच अरबांचे नेते आहेत म्हणून घोषणा होत होत्या. मक्का आणि मदिना ही पवित्र क्षेत्रे सौदी अरेबियाकडे असल्याने अरब जगाचे नेतृत्व आपल्याकडेच आहे असा सौदी अरेबियाचा दावा होता.

पॅलेस्टाईन मॅन्डेटमधूनच जॉर्डन निर्माण केला असल्याने पॅलेस्टाईनवर आपलाच हक्क आहे अशी जॉर्डनची धारणा होती. पॅलेस्टाईन हा ओटोमन साम्राज्याचा दक्षिण भाग असल्याने तो आपलाच भाग असल्याचा दावा सीरियाने कधीही सोडलेला नव्हता. अशा या राष्ट्रांमधल्या अरबांनी एकजुटीने इस्राएलवर हल्ले सुरू केले होते.

## नेगेव्हचे वाळवंट

खूप गाजावाजा झालेले इजिप्शियन सैन्य सिनाईमधल्या तळांवरून अरबांच्या गाझा पट्टीतून किनाऱ्या किनाऱ्याने निघाले. रणगाडे, चिलखती गाड्या, तोफा यांच्या सहाय्याने एक भाग रेल्वे लाईन लगतच्या रस्त्याने ज्यूंच्या सध्याच्या राजधानीच्या, तेल अव्हिवच्या, दिशेने निघाला. कुणाच्याही मनात धडकी उत्पन्न करणारे इजिप्शियन सैन्य नजरेस पडताच ज्यू वसाहती उजाड पडतील आणि ते पळ काढतील याबद्दल त्यांच्या मनात यत्किंचितही संशय नव्हता.

निरीम या पहिल्या किब्बुत्झवर त्यांनी हल्ला करताच ज्यूंनी त्यांना पळवून लावले. पुढल्या दोन वसाहतींच्या बाबतीत कडव्या प्रतिकाराचा हाच अनुभव घेतल्यावर धक्का बसूनच इजिप्शियन सैन्याधिकाऱ्यांनी जरा विचार केला आणि निर्णय घेतला की, ज्यू वसाहती टाळूनच पुढे चाल करावी. पण एक धोका होता. त्यांना कुमक आणि पुरवठा मिळायचा तर अंतर वाढणार होते आणि या छोट्या वसाहती त्यांच्यावर मागून हल्ला करू शकल्या असत्या. काही महत्त्वांच्या ठिकाणी थांबून लढणेही तितकेच आवश्यक होते.

इजिप्शियन तोफा आणि विमाने यांनी एकत्रित हल्ले चढवून तीन वसाहती नष्ट केल्या आणि जिंकल्या. पण बहुतेक सर्व वसाहतींचा प्रतिकार इतका जबर होता की, त्यांना टाळून पुढे जाण्याशिवाय इजिप्शियन सैन्याला पर्याय नव्हता.

या सैन्याच्या मार्गावर तेल अव्हिवला जाणारा रस्ता आणि आतल्या प्रदेशात जाणारा रस्ता या मोक्याच्या ठिकाणी नेगबा (Gate of the Negev) हे किब्बुत्झ होते. ते जिंकणे मात्र इजिप्शियन सैन्याला भागच पडणार होते.

या किब्बुत्झच्या एक मैल अलीकडे सुवेदान (The Monster on the Hill)हा टॅगार्ट फोर्ट होता. ब्रिटिशांनी हा किल्ला अरबांच्या ताब्यात दिला होता. या किल्ल्यावरून तोफा डागून नेगबा हे किब्बुत्झ त्यांनी जमीनदोस्त केले. नेगबाकडे अशी एक देखील तोफ नव्हती की, जिचा पल्ला सुवेदानपर्यंत पोचेल.

आक्रमकांच्या दृष्टीने आपल्या किब्बुत्झची जागा किती मोक्याची आणि महत्वाची आहे याची नेगबामधल्या शेतकऱ्यांना पूर्ण कल्पना होती. आपले किब्बुत्झ अजिंक्य नाही आणि आपल्याला कशाला तोंड द्यायचे आहे याचीही त्यांना जाणीव होती. तरीसुद्धा तिथेच राहून लढण्याचा निश्चय त्यांनी केला होता. सुवेदान वरच्या तोफांनी प्रत्येक इमारत उद्ध्वस्त झाली, दिवसाला काही थेंब पाणी प्यायची वेळ आली, अन्नसाठा संपत आला, तरी नेगबा लढतच राहिले. इजिप्शियनांनी एका मागोमाग एक चढाया केल्या. प्रत्येक वेळा ज्यूंनी त्यांना पळवून लावले. एका चढाईत रणगाड्यांच्या सहाय्याने हल्ला झाला. ज्यूंकडे रणगाडा विरोधी तोफेचे फक्त पाच

गोळे शिल्लक असताना त्यांनी चार रणगाडे उद्ध्वस्त केले. कित्येक आठवडे नेगबाच्या शेतकऱ्यांनी इजिप्शियन सैन्याला रोखून धरले. त्यांची हार मानायची तयारी नव्हती. मसादाच्या प्राचीन हिब्रूंसारखेच ते लढा देत होते. नवीन राष्ट्राच्या निर्धाराचे नेगबा किब्बुत्झ हे प्रतीक ठरले.

सैन्याचा मोठा भाग सुवेदानला सोडून बाकीचे इजिप्शियन सैन्य पुढे निघाले आणि आता तेल अव्हिवला धोका निर्माण झाला.

तेल अव्हिवपासून वीस मैलांवर आशदोद शहर होते. ज्यूंनी आता जीव तोडून लढा द्यायला सुरुवात केली. बंदरात शस्त्रास्त्रे उतरताक्षणी ती आशदोदला पोचवली जात होती. तिथे लढा द्यायला निघालेल्या सैनिकांना विशेष लष्करी शिक्षण नसताना त्यांना इजिप्शियन सैन्याशी टक्कर द्यायला पाठवले जात होते.

इजिप्शियनांनी सैन्याची, लष्करी पुरवठ्याची पूर्ण तयारी करण्यासाठी आणि तेल अव्हिवला चाचणीदाखल छोटी पथके पाठवून माहिती मिळवण्यासाठी आपली चढाई थोडा काळ थांबवली.

इजिप्शियन सैन्याचा दुसरा भाग नेगेव्ह वाळवंटात घुसला. बीरशेबा, हेब्रॉन, बेथलेहेम या अरब शहरातून ते पुढे निघाले. कैरो रेडिओ आणि इजिप्शियन वर्तमानपत्रे या आघाडीवर मिळवलेल्या नेत्रदीपक विजयांबद्दल इजिप्शियन सेनेचे कौतुक करण्यात दंगले.

अरब लीजन हल्ला करेल त्याचवेळी दक्षिणेकडून जेरूसलेमवर हल्ला चढवण्याचा या सैन्याचा विचार होता. जेरूसलेमचा पाडाव म्हणजे इजिप्तच्या वैभवशाली परंपरेतला सर्वोत्कृष्ट विजय ठरणार होता. त्यांना या मानामध्ये साथीदार नको होते. सर्व नावलौकिक फक्त इजिप्तच्या नावावर जमा व्हायला हवा होता. त्यांनी अरब लीजनशी संपर्क न साधता परस्पर जेरूसलेमवर चढाई करण्याचे ठरवले.

बेथलेहेम येथे त्यांनी सैन्याची जमवाजमव केली. न्यू जेरूसलेमच्या रस्त्यावर मोक्याच्या जागी रमात राहेल (The Hill of Rachel) किब्बुत्झ होते. होईल तितका प्रखर प्रतिकार करत रमात राहेलच्या शेतकऱ्यांनी हळूहळू जेरूसलेमपर्यंत माघार घ्यायला सुरुवात केली. तिथे हॅगन्नाची कुमक त्यांना पोचली आणि त्यांनी तयारी करून इजिप्शियनांना पिटाळून लावून आपल्या किब्बुत्झवर पुन्हा ताबा मिळवला.

## जेरूसलेम

ब्रिटीशांनी जेरूसलेम सोडताक्षणी हॅगन्नाने प्रथम त्यांनी सोडलेल्या महत्त्वाच्या जागा ताब्यात घेतल्या आणि कावुकजीच्या भाडोत्री सैनिकांनी व्यापलेल्या अरब भागांवर चढाया सुरू केल्या. रस्तोरस्ती रणधुमाळी माजली. छोटी मुले संदेश

पोचवत होती. सुटाबुटातील नेते हल्ल्यांचे नेतृत्व करत होते.

माऊन्ट स्कोपस आणि न्यू जेरूसलेम या ज्यूंच्या भागामध्ये एक अरब उपनगर होते. ते काबीज करणे हे हॅगन्नाचे दुसरे ध्येय होते. ते साध्य झाल्यावर महत्त्वाचा निर्णय घेणे भाग पडले. ज्यू आता जुन्या जेरूसलेमवर हल्ला करून ते जिंकण्याचा प्रयत्न करू शकत होते. जुने शहर ताब्यात आले तर जेरूसलेममध्ये ते एक फळीच उभारू शकले असते. जुने जेरूसलेम ताब्यात नसेल तर परिस्थिती बिकट होऊ शकली असती. पण आंतरराष्ट्रीय राजकारण आणि दडपणे, पवित्र श्रद्धास्थानांना धोका पोचण्याची भीती यामुळे त्यांनी जुने जेरूसलेम जिंकायचा विचार मनातून काढून टाकला. जुन्या जेरूसलेमच्या तटबंदीआड कित्येक हजार धार्मिक ज्यू रहात होते ते तसेच राहिले.

जुन्या शहरातल्या आर्मेनियन चर्चच्या टॉवरमध्ये ज्यूंचे टेहळणीचे नाके होते. तिथल्या ख्रिस्ती धर्मगुरूंच्या विनंतीवरून ज्यूंनी ते सोडून दिले. ज्या क्षणाला ज्यूंनी ते सोडले त्या क्षणी कावुकजीच्या सैनिकांनी टॉवरचा ताबा घेतला आणि तो सोडायचा नाकारले. तरी ज्यूंना वाटत होते की, अरबही जुन्या शहरावर हल्ला करणार नाहीत. नाही म्हटले तरी तीन धर्मांची श्रद्धास्थाने त्या भागात होती. ज्यूंनी पवित्र स्थानांच्या बाबतीत पाळलेला संयम अरबही दाखवतील असे त्यांना वाटत होते.

आणि आता ब्रिटीशांच्या शेवटच्या विश्वासघाताची वेळ आली. ग्लब पाशा हा अरब लीजनचा ब्रिटीश कमान्डर होता. ब्रिटीशांनी फौजा काढून घेतल्यावर अरब लीजनही ट्रान्स-जॉर्डनला परत जाईल असे त्याने वचन दिले होते. पण ब्रिटीशांनी फौजा काढताच सर्व वचनांना हरताळ फासून अरब लीजन जेरूसलेममध्ये घुसली. हॅगन्नाने आधी जिंकलेला काही भाग गमावला. न्यू जेरूसलेम आणि माऊन्ट स्कोपस यामधल्या उपनगराचे संरक्षण मक्काबीजवर सोपवण्यात आले होते. अरब लीजनने मक्काबीजना तिथून हुसकावून लावले. माऊन्ट स्कोपसवरचे ज्यू अलग पडले आणि ग्लब पाशाने सरळ जुन्या शहरावर हल्ला चढवला.

वर्षानुवर्षे अरबांच्या सान्निध्यात राहिल्याने ते कसे वागतील याबद्दल ज्यूंच्या मनात कुठल्याही भ्रामक कल्पना नव्हत्या. पण सबंध मानवजातीचे पुण्यक्षेत्र असलेल्या जुन्या जेरूसलेमवर चढाई ही विश्वासघाताची परिसीमा होती. काही हजार कर्मठ ज्यू पॅलेस्टाईनमध्ये राहत होते आणि स्वत:च्या रक्षणासाठी त्यांनी बोटही उचलले नव्हते. अरब लीजनला अटकाव करायला कोणीही नाही हे बघून पाठवता येतील तितके हॅगन्ना त्यांनी जुन्या जेरूसलेममध्ये पाठवले. त्यांच्या मागोमाग संतापलेले शेकडो मक्काबीज स्वयंसेवकही तिथे घुसले. पण एकदा जुन्या जेरूसलेममध्ये पाऊल टाकल्यावर त्यांचा परतायचा मार्ग बंद होता.

## जेरूसलेमच्या मार्गावर

जेरूसलेम ते तेल अव्हिव हा रस्ता सर्वात मोठे रणांगण होते. ज्यूडीअन हिल्समधल्या अर्ध्या डझन मोक्याच्या जागा हिलमेन ब्रिगेडने ताब्यात घेतल्या होत्या. कास्तेल, सुबा, नेवे सादिज ही अरब गावेही त्यांनी जिंकून घेतली होती. त्यामुळे बाब एल् वदपर्यंतचा रस्ता कसाबसा मोकळा झाला होता.

आणि याचवेळी ज्यूंच्या परंपरेवर काळा डाग लावणारी घटना घडून आली. नेवे सादिज हे गाव मक्काबीजच्या ताब्यात देण्यात आले होते. एका मागोमाग एक घडलेल्या कुठल्या तरी विचित्र घटनांनी मक्काबीजमध्ये पळापळ सुरू झाली आणि त्यांनी बेछूटपणे स्वैर गोळीबार सुरू केला. दोनशेहून जास्ती अरब नागरिक ठार झाले. स्वातंत्र्यलढ्यात मक्काबीजची मदत अत्यंत मौल्यवान ठरत असताना नेवे सादिजमध्ये घडलेल्या कत्तलीने मक्काबीजच्या लौकिकावर पडलेला डाग धुवायला नंतर खूप काळ जावा लागला.

तेल अव्हिव ते जेरूसलेम रस्त्यावर लॅट्रन या ठिकाणी असलेला टॅगार्ट किल्ला अरब लीजनला देऊन ब्रिटीशांनी जेरूसलेमभोवती पाश आवळायला अरबांना मदत केली. लॅट्रनच्या तुरुंगात इशोव्हच्या सर्व नेत्यांनी कधी ना कधी वास्तव्य केलं होतं. बाब एल् वदमध्ये घुसण्याच्या मार्गावरच हा किल्ला होता.

लॅट्रन जिंकण्याशिवाय इस्राएलींना गत्यंतर नव्हते. ते अत्यंत कठीण होते. निराश मन:स्थितीत केवळ लॅट्रनवरच्या हल्ल्यासाठी त्यांनी एक स्पेशल ब्रिगेड निर्माण केली. सायप्रसमधल्या निर्वासित कॅम्पमधून मुक्त केलेल्या अननुभवी ज्यूंची या ब्रिगेडमध्ये भरती केली. त्यांच्या अधिकाऱ्यांनासुद्धा युद्धाचा अनुभव नव्हता. घाईघाईने त्यांना शिक्षण देऊन आणि शस्त्रसज्ज करून एके रात्री लॅट्रनवर चढाई झाली. कसलेल्या अरब लीजनच्या सैनिकांपुढे त्यांचा निभाव लागला नाही.

नंतरच्या लागोपाठ दोन रात्री केलेले प्रयत्नही फसले. नंतर पालमाख हिलमेननी एक प्रयत्न केला. आधीच त्यांच्यावर बाब एल् वद ते जेरूसलेम रस्ता मोकळा ठेवायची जबाबदारी होती. तरीही त्यांनी लॅट्रन जवळजवळ जिंकले होते. पण त्यांची कुमक फार दूर अंतरावरून पोचणार होती. लॅट्रन ताब्यात घेणे त्यांना शक्य झाले नाही.

इस्राएलच्या सैन्यात स्वत:ला ''स्टोन'' म्हणवून घेणारा अमेरिकन सैन्यामधला कर्नल मिकी मार्कस भरती झाला होता. त्याच्या संघटना चातुर्याचा आणि डावपेचांचा उपयोग व्हावा म्हणून त्याला या रस्त्यावर पाठवण्यात आले. त्याच्या प्रयत्नांची फळे लौकरच दिसायला लागली. त्याने वाहतुकीच्या काफिल्यांची पुनर्रचना केली. ऑपरेशन आयर्न ब्रूममध्ये जीपवर मशिनगन्स चढवून इस्राएलींनी हाहा:कार माजवला

होता. त्याच पलटणी त्याने जास्ती मारक बनवून वाढवल्या. त्याला मुख्य गरज दिसत होती ती लॅट्रनवरच्या चढाईसाठी उत्कृष्ट शिक्षण दिलेल्या आणि कल्पक सेनाधिकारी लाभलेल्या एका पथकाची. ही उणीव भरून निघायची चिन्हे दिसत असतानाच इस्राएलींचे दुर्दैव ओढवले. मार्कस ठार झाला.

जेरूसलेम वेढ्यातच अडकलेले राहिले.

## हुले खोरे– गॅलिलीचा समुद्र

गॅलिली समुद्राच्या पूर्वेकडून, मदतीला रणगाडे आणि विमाने घेऊन, सीरियन सैन्याच्या तुकड्या पॅलेस्टाईनमध्ये घुसल्या.

पहिल्या तुकडीचे लक्ष्य होते, पॅलेस्टाईनमधल्या सर्वात जुन्या तीन वसाहती. आरी बेन कनानचे जन्मस्थान शोशान्ना, दागानिया-ए आणि दागानिया-बी- जिथून जॉर्डन नदी गॅलिलीच्या समुद्राला मिळत होती.

या भागात माणसे अत्यंत कमी होती. या तीनही वसाहतींना प्रचंड कुमक पोचवली जात आहे, अशी सीरियन्सची समजूत व्हावी म्हणून दररोज टायबेरीअसपासून या तीन वसाहतींपर्यंत ज्यूंनी रिकाम्या ट्रक्सचीच वाहतूक सुरू केली.

शोशान्नाची परिस्थिती फारच बिकट होती. जे शेतकरी लढाई करण्यासाठी शिल्लक होते, त्यांना देण्यासाठी शस्त्रास्त्रे नव्हती. त्यांनी आरी बेन कनानकडे प्रतिनिधी पाठवले. हा भाग खरा त्याच्या अधिकारात नव्हता. आपले जन्मस्थान या भावनेतून आरी बेन कनान त्याच्यासाठी काही तरी करेल अशी त्यांना आशा होती. पण आरीची परिस्थिती तितकीच वाईट होती. गान डाफनावर कास्सी ठाण मांडून बसला होता. साफेदला सीरियन सेनेच्या दुसऱ्या तुकडीपासून धोका निर्माण झाला होता. त्याने त्यांना एकच सल्ला दिला. एक, फक्त एकच गोष्ट त्यांना वाचवू शकत होती. आपल्या स्वातंत्र्यावर घाला घालू इच्छिणाऱ्यांबद्दलचा पराकोटीचा संताप. त्याने त्यांना ''मोलोटोव्ह कॉकटेल्स'' बनवायला सांगितले. सीरियन्सना अटकाव न करता त्यांना प्रथम गावात घुसून द्या म्हणून सूचना केली.

सीरियन्सनी प्रथम दागानिया-ए वर चढाई केली. गावाच्या मधल्या चौकात सीरियन रणगाडे पोचेपर्यंत त्यांच्यावर एकही गोळी न झाडण्याची सक्त ताकीद हॅगन्ना कमान्डरने दिली होती. कष्टाने बनवलेल्या गुलाबांच्या ताटव्यांना तुडवत जाणारे रणगाडे बघताच किब्बुत्झनिख इतके खवळले की, रणगाड्यांपासून काही फुटांवर जाऊन त्यांनी आपले आगलावे मोलोटोव्ह कॉकटेल्स भिरकावले. पुढले रणगाडे जळायला लागल्यावर संतापलेले शेतकरी रणगाड्यांमागून येणाऱ्या सीरियन सैन्यावर त्वेषाने तुटून पडले. सीरियन्सनी पळ काढला. त्यांची नंतर परत यायचीही छाती होईना.

दुसऱ्या सीरियन तुकडीने जॉर्डन– बेथ शान खोऱ्यातल्या वसाहतींकडे मोर्चा वळवला. शाआत हागोलेन आणि मसादा ही किब्बुत्झ त्यांनी जिंकून घेतली. ज्यूंनी पुन्हा हल्ला केल्यावर त्यांनी किब्बुत्झना आगी लावून त्यांची राखरांगोळी केली, जे लुटता येण्यासारखे होते ते सर्व लुटले आणि पळ काढला. हॅगन्नाचा गेशर फोर्ट आणि जॉर्डन– बेथ शान खोऱ्यातल्या इतर वसाहती सीरियन्सना जिंकता आल्या नाहीत.

सीरियन्सची तिसरी तुकडी हुले खोऱ्यात घुसली. आरी बेन कनानच्या ताब्यातला प्रदेश. त्यांनी मिशमार हाय्यारदेनचा (Guardpost of the Jordan)– पाडाव केला. त्यांचा बेत होता की, पुढे जोरदार मुसंडी मारून हुले खोऱ्याच्या मध्यापर्यंत पोचायचे आणि लेबॅनॉनच्या सरहद्दीवरल्या कावुकजीच्या भाडोत्री सैन्याशी हात मिळवणी करायची. पण याद एल्, आयेलेत हश्शाहार, क्फार झोल्ड, डॅन या आणि इतर वसाहतींनी सीरियन तोफखान्याला शांतपणे तोंड दिले. त्यांना पर्यायच नव्हता. पण सीरियन सैनिक रायफलच्या गोळ्यांच्या पल्ल्यात पोचताच त्यांनी त्यांची दाणादाण उडवली. आयेलेत हश्शाहार येथे एका रायफलधारी किब्बुत्झनिखने एक सीरियन विमान पाडले. त्या वसाहतीमधल्या प्रत्येक किबुत्झनिखने ते स्वत:चेच कर्तृत्व आहे असा घोषा नंतर लावला.

लेबॅनीज सैनिक मेथुल्ला आणि टेकड्यांवरच्या इतर वसाहतींवर चढाया करत होते. लेबॅनीज हे जास्ती करून ख्रिश्चन अरब होते. त्यांच्या काही नेत्यांची झायोनिझमला सहानुभूती होती. लढण्याची इच्छाही नव्हती. पण इतर अरब देशांशी एकता दाखवणे आवश्यक होते नाहीतर नंतर त्यांच्यावरच सूड उगवला जायची भीती होती. ज्यूंच्या पहिल्याच प्रखर प्रतिकारानंतर लेबॅनीज सैन्य नंतर दिसलेच नाही.

हुलेमधल्या प्रमुख रस्त्यावरून आरी हलायला तयार नव्हता. त्याच्या ताब्यात नवीन शस्त्रास्त्रे पडताच आक्रमकांपासून बचाव करण्याचा पवित्रा सोडून त्याने प्रतिहल्ला चढवायचा निर्णय घेतला. काही वसाहतींवर दडपण नव्हते, अजून हल्ले झाले नव्हते. तेव्हा थांबून सीरियन हल्ल्याची वाट बघण्याऐवजी आरीने अशा वसाहतींना एक एक लक्ष्य ठरवून दिले. त्यांनीच उलट सीरियन्सवर प्रखर हल्ले चढवायला सुरुवात केली. कुठेही कठीण परिस्थिती निर्माण होते आहे असे वाटले की, आरी शस्त्रे आणि उपलब्ध सैनिक यांचा जास्तीत जास्त चांगला वापर करून कुमक पाठवत असे. यामुळे सीरियन्सचीच वाताहात व्हायला लागली. संदेश आणि वाहतूक यंत्रणा त्याने इतकी मजबूत बनवली की, हुले खोरे हा ज्यूंचा सर्वात ताकदवान विभाग बनला. त्याला आता एकच गोष्ट हवी होती. फोर्ट ईस्थर!

सीरियन सैन्याच्या आक्रमणालाच सर्वत्र खीळ बसली. मिशमार हाय्यारदेन आणि दोन-तीन छोटे विजय सोडले तर त्यांच्या चढाईचा पार विचका उडाला. आता त्यांनी एका वेळेला एकाच किब्बुत्झवर लक्ष केंद्रित करायचे ठरवले. पहिली निवड

त्यांनी एन् गेव्ह किब्बुत्झची केली. गॅलिलीवरच्या पूर्व किनाऱ्यावरच्या याच किब्बुत्झवर हिवाळ्यात जलसे होत असत.

या किब्बुत्झच्या तीन बाजूंच्या टेकड्यांवर सीरियन्सचे प्रभुत्व होते. चौथ्या बाजूला समुद्र. सुसिता हा उभा डोंगर त्यांच्याच हातात होता. टायबेरीअसमधून रात्री बोटीने गॅलिली सरोवर पार केले तरच, नाही तर या किब्बुत्झचा जगाशी संबंध तुटला होता.

सीरियन तोफखाना न थांबता या किब्बुत्झवर तोफांचा भडिमार करत होता. किब्बुत्झमधले सर्वजण तळघरात मुक्काम ठोकून होते. तळघरात त्यांच्या शाळा सुरू होत्या. वर्तमानपत्र निघत होते. सिम्फनी ऑर्केस्ट्राचा सरावसुद्धा होत होता. दररोज रात्री ते तळघर सोडून वर येत. शेतांची काळजी घ्यायचा प्रयत्न करत. त्यांच्या सहनशक्तीची तुलना फक्त नेगेव्ह वाळवंटामधल्या नेगबा किब्बुत्झशीच करता आली असती.

किब्बुत्झमधल्या प्रत्येक इमारतीच्या ठिकऱ्या उडाल्या. सीरियन्सनी शेते जाळून टाकली. सीरियन्सच्या तोडीस तोड असे एकही शस्त्र किब्बुत्झमध्ये उपलब्ध नव्हते. तोफांचा मारा सहन करत बसण्याशिवाय पर्याय नव्हता.

अनेक आठवड्यांच्या भडिमारानंतर हजारो सीरियन्स टेकड्यांवरून खाली उतरले आणि तीनशे किब्बुत्झनिख त्यांना तोंड द्यायला सज्ज झाले. लपून राहिलेले नेमबाज सीरियन अधिकाऱ्यांना एक एक करून उडवत असताना शिस्तबद्ध रीतीने इतर जण फैरी झाडत होते. सीरियन्स पुन्हा पुन्हा हल्ला करून ज्यूंना समुद्रात रेटायचा प्रयत्न करत होते. पण कोणी इंचभर मागे हटले नाही. दारूगोळा संपत येत असतानाच त्यांनी सीरियन्सचा हल्ला मोडून काढला.

एन् गेव्हचे किब्बुत्झनिख जागा धरून राहिल्यानेच गॅलिलीच्या समुद्रावरचा इस्राएलचा हक्क अबाधित राहिला.

## शारोन– तेल अव्हिव

समारियामधला मोठा भाग, जेनिन, रामल्ला यांचा एक त्रिकोण होता. नाब्लुस इथल्या कावुकजीच्या पूर्वीच्या तळाच्या ठिकाणी इराकी सैन्याने आता मुख्य तळ ठोकला होता. जॉर्डन नदी पार करून बेथ शान खोऱ्यात चाल करायच्या पहिल्या प्रयत्नातच इराकी फौजांनी सणकून मार खाल्ला आणि समारियाच्या अरब विभागात त्यांनी मुक्काम टाकला.

शारोन खोऱ्याच्या पश्चिमेला तेल अव्हिव ते हैफा रस्त्यालगत ज्यूंकडे फक्त एक जमिनीची पट्टी होती. समुद्रापासून फक्त दहा मैल आतपर्यंत. इराकी फौजा जर इथून समुद्रापर्यंत धडक मारू शकल्या असत्या तर इस्राएलचे दोन तुकडे उडाले असते.

ज्यूंची ताकद या ठिकाणी फारच कमी होती. पण इराकी फौजेची लढण्याची विशेष इच्छाच नव्हती. थोडे सैनिक जमवून ज्यूंनी जेनिनवर चढाई करताच इराकी सैन्याधिकाऱ्यांनी पळ काढला. इराकी सैनिकांना पळ काढता आला नाही कारण त्यांना त्यांच्या जागेवरच साखळदंडांनी जखडून ठेवले होते. शारोन खोऱ्यात ज्यूंची बरीच वस्ती होती आणि तिथे इराकींना जास्ती काही गडबड करायचे धाडस होत नव्हते.

विमान-विरोधी तोफा येईपर्यंत इजिप्शियन विमानदलाने तेल अव्हिवचे खूप नुकसान केले. या तोफा डागल्या जाताच विमानदलाचे हल्ले थांबले. पण तो पर्यंत इजिप्शियन विमानदलाने तेल अव्हिव भुईसपाट केल्याची बातमी अर्धा डझन वेळा तरी छापून आली होती.

ज्यूंनी काही विमाने उडायला सज्ज करताच त्यांनी पहिला विजय नोंदवला. तेल अव्हिववर तोफा डागायला आलेली एक विनाशिका त्यांनी पळवून लावली.

## पश्चिम गॅलिली

सहा महिने होऊन गेले तरी कावुकजीच्या हातात एक ज्यू वसाहत पडत नव्हती. मध्य गॅलिलीतल्या मोठ्या अरब लोकसंख्येच्या विभागात आता त्याने आपले मुख्य ठाणे हलवले. त्याची कल्पना होती की, नाझारेथजवळ सीरियन, लेबॅनीज आणि इराकी पोचतील. ते नाझारेथपर्यंत पोचलेच नाहीत. नाझारेथच्या अरबांना युद्धाशी संबंध नको होता. त्यांनी कावुकजीला नाझारेथ किल्ला सोडून निघून जायलाच सांगितले.

अरब सेनांच्या चढाईआधीच ज्यूंनी पश्चिम गॅलिली मुक्त केला. हैफा ज्यूंनी घेतले होते. शत्रुत्व राखणाऱ्या अरब गावांमधूनच ऑपरेशन आयर्न ब्रूमच्या काळात अरबांना पळवून लावण्यात आले होते. अरबांचे आकर शहर कोसळताच गॅलिलीमध्ये मध्यभागी असलेली कावुकजीची फौज सोडली तर शत्रुच शिल्लक नव्हता.

फार गाजावाजा केलेल्या अरब ''मास्टर प्लॅन''चा काही पत्ताच लागला नाही. नुकत्याच जन्मलेल्या ज्यू राष्ट्राने सर्व बाजूंनी झालेल्या पहिल्या आक्रमणाचा धक्का सोसून नंतर ते परतवून लावले. जगभरचे लष्करी तज्ञ अविश्वासानेच माना डोलवत राहिले. शंभर बाजूंनी लादल्या गेलेल्या युद्धात त्यांनी अनाकलनीय असे जय मिळवले. डझनभर राष्ट्रांच्या सैन्यदलांना त्यांनी खडे चारले.

अरबांचे विजय हाताच्या बोटांवर मोजता येत होते. अरब लीजनने लॅट्रन सोडले नाही आणि इस्राएलींचा जेरूसलेमचा मार्ग रोखण्यात ती यशस्वी झाली. इतर सर्व अरब सैन्यांनी मिळून फक्त काही ज्यू वसाहतींचा पाडाव केला. तेल अव्हिवला

धोका निर्माण करण्यात अरब यशस्वी झाले पण शेवटी कोणतेही अरब सैन्य ज्यूंचे एकही शहर जिंकू शकले नाही.

दररोज इस्त्राएलमध्ये शस्त्रास्त्रे उतरत होती आणि त्यांची सर्वकडची लष्करी ताकद वाढत होती. इस्त्राएलने आपल्या स्वातंत्र्याची घोषणा करण्याच्या दिवशी सहा नवीन वसाहती उठवायला आरंभ झाला होता. आक्रमणाच्या काळातसुद्धा नवीन वसाहती स्थापन होतच राहिल्या. एका मागोमाग एक देशांनी इस्त्राएलला मान्यता दिली.

एन् गेव्ह, नेगबा आणि इतर शेकडो वसाहतींनी अरबांच्या पाशवी ताकदीसमोर हार मानायचीच कधी तयारी दाखवली नाही. अन्नपाण्याशिवाय दिवस न् दिवस पालमाख लढत राहिले. नवीन निर्वासितांनी तात्काळ रणभूमीकडे धाव घेतली. बंदुकांच्या जागी कल्पकता वापरून लढाया जिंकल्या गेल्या. ज्यूंनी या काळात दाखवलेल्या शौर्याला सीमा नव्हती. अरबांना सर्वच आघाड्यांवर पायबंद बसला.

जुन्या द्रष्ट्यांनी वर्तवलेली भविष्यवाणी, इतिहास काळापासून स्वातंत्र्यासाठी लढण्याचा चालत आलेला वारसा, किंग डेव्हिड, बार गिओरा, बार कोखबा यांनी जागृत ठेवलेली परंपरा या गोष्टींनी ज्यूंना अढळ विश्वास आणि श्रद्धा दिली होती. या श्रद्धेपुढेही अरबांचे काही चालले नाही.

## १०

बराक बेन कनानने शस्त्रपुरवठ्याबाबत वाटाघाटी करून अनेक करार केले होते. युरोपमध्ये अनेक राजकीय चर्चातही भाग घेतला होता. आता चिंतेने त्याच्या मनात घर केले होते आणि तो सारखा इस्त्राएलला परतायची परवानगी मागत होता. त्याचे वय ऐंशीच्या वर होते आणि तो स्वतः मान्य करत नसला तरी त्याच्यातला जोश कमी होत होता.

इस्त्राएलची बोट पकडण्यासाठी म्हणून तो नेपल्सला आला. नेपल्समध्ये हेडक्वार्टर्स असलेल्या इस्त्राएलींनी त्याची भेट घेतली. बहुतेक सर्वजण आता आलिया बेतचे एजन्ट होते. जहाजे मिळवून इटलीमधले निर्वासित कॅम्प खाली करायची त्यांची घाई चालू होती. या क्षणी इस्त्राएलला कधी नव्हती एवढी मनुष्यबळाची आवश्यकता होती. इस्त्राएलला जहाजे पोचताच लष्करी शिक्षण देण्याएवढ्या वयाच्या सर्वांना तातडीने लष्करी शिक्षण घेण्यासाठी पाठवले जात होते. इतरांची तटबंदी उभारून वसाहती निर्माण करण्यासाठी सरहद्दीवर रवानगी होत होती.

बराक नेपल्सला पोचताच पार्टी झाली. प्रत्येकालाच त्याच्या तोंडून "लेक सक्सेसचा चमत्कार" ऐकायचा होता आणि त्याने शस्त्रास्त्रांसाठी केलेल्या गुप्त

करारांबद्दलही. मध्यरात्र उलटली तरी इस्त्राएली हेडक्वार्टर्समधे दिवे जळत होते.

युद्धाचा विषय ओघानेच निघाला. जेरूसलेममुळे सर्वजण व्यथित होते. लॅट्रन घ्यायचा आणखी एक प्रयत्नही फसला होता. जेरूसलेममध्ये अडकलेले एक लक्ष ज्यू नागरिक किती काळ तग धरू शकतील याची सर्वांनाच चिंता पडली होती.

रात्री दोन वाजता नेपल्समधल्या व्हेसुवियस या चार हजार टनी जहाजाबद्दल बोलणे निघाले. टायरला शस्त्रास्त्रे घेऊन जाण्यासाठी सीरियन्सनी हे जहाज भाड्याने घेतले होते. सर्व युरोपमधून खरेदी केलेल्या दहा हजार रायफली, त्यांची दहा लाख काडतुसे, एक हजार मशिनगन्स, हजार एक तोफा आणि इतर शस्त्रास्त्रांनी हे जहाज खच्चून भरले होते.

खरे तर महिन्यापूर्वीच ते नेपल्सहून निघणार होते. पण मैत्री असलेल्या इटालियन कस्टम अधिकाऱ्यांकडून या जहाजाबद्दल आणि त्यावर चढवलेल्या शस्त्रास्त्रांबद्दल इस्त्राएलींना बातमी कळली. निघायच्या एक दिवस आधीच्या रात्री इस्त्राएली स्कीन डायव्हर्सनी पाण्यात बुड्या मारून दोन्ही बाजूंना मॅग्नेटिक माईन्स चिकटवल्या. जहाजाच्या दोन्ही बाजूंना तीन छान भोके पडली खरी पण स्फोटके उडालीच नाहीत. जहाज बुडले नाही पण धक्क्याला लागूनच थोडे पाण्यात खाली गेले. त्या क्षणापासून हे जहाज आणि त्यावरची शस्त्रास्त्रे मिळवण्यासाठी चढाओढच सुरू झाली.

सीरियन कर्नल फौदिजने ही कोट्यावधी रुपयांची शस्त्रास्त्रे खरेदी केली होती. त्याने ते जहाज सुक्या गोदीत आणून उभे केले. भोके बुजवून दुरुस्त केली. जहाजावर लक्ष ठेवण्यासाठी रोम आणि पॅरिसहून पन्नास अरब विद्यार्थी आणले. जहाजामधले फक्त कॅप्टन आणि फर्स्ट आणि सेकन्ड ऑफिसर्स हे इटालियन चार्टर कंपनीचे होते. घमेंडखोर कर्नल फौदिज या कॅप्टनला मुळीच आवडला नव्हता. त्याने गुप्तपणे इस्त्राएलला मदत करायची तयारी दर्शविली. त्याने एकच अट घातली. जहाजाला नुकसान पोचवता कामा नये. व्हेसुवियस निघण्याची तारीख पुन्हा एकदा ठरली.

इस्त्राएलींना ही शस्त्रे टायरला पोचू द्यायची नव्हती. पण जहाज कसे अडकवणार? त्यांनी हे जहाज बंदरात उद्ध्वस्त करणार नाही असा शब्दही इटालियन अधिकारी आणि कॅप्टन यांना दिला होता. एकदा का भर समुद्रात हे जहाज पोचले की, इस्त्राएली नौदलाला ते सापडणे अशक्य होते. त्यांच्याकडे फक्त तीन छोट्या युद्धनौका होत्या.

परिस्थितीचे गांभीर्य बराक बेन कनानच्या ध्यानात आले. असे किचकट प्रश्न सोडवण्यात त्याने आपले आयुष्य घातले होते. त्याने या वेळीही पुन्हा एकदा एक अशक्य भासणारी चाल खेळून बघायचे ठरवले. पहाटेपर्यंत त्याच्या अफलातून कटाचा तपशीलही तयार झाला.

दोन दिवसांनी नेपल्स बंदरातून व्हेसुवियस जहाज निघाले. बंदर सोडताच फौदिजने रेडिओ ऑफिसर म्हणून काम करणाऱ्या इटालियन सेकन्ड ऑफिसरची त्याने कुठे रेडिओ संदेश देऊ नयेत म्हणून ड्यूटीवरून उचलबांगडी केली. इस्राएलींच्या कटामध्ये रेडिओ संदेशाचे काही काम नव्हतेच. व्हेसुवियस ज्या क्षणाला निघाली त्या क्षणाला ती बातमी इस्राएलींना पोचली होती. व्हेसुवियस बंदराबाहेर पडत असेल नसेल तर एक इटालियन कस्टमची बोट बुल हॉर्न वाजवतच तिच्यामागे पोचली.

फौदिजला इटालियन कळत नव्हते. तो धावतच स्टीअरिंगरूमध्ये पोचला आणि काय चालले आहे याची कॅप्टनकडे चौकशी करायला लागला.

कॅप्टनने खांदे उडवले.

"हॅलो व्हेसुवियस" लाऊडस्पीकरवरून खणखणीत आवाज आला. "आम्ही वर येतो आहोत."

शिडी टाकण्यात आली. इटालियन कस्टमचे वीस अधिकारी कस्टम कटरमधून व्हेसुवियसवर चढले.

"कार्य अर्थ आहे याचा?" फौदिज किंचाळला.

कस्टमचा मुख्य अधिकारी चांगलाच उंच आणि धिप्पाड होता. त्याची दाढी लाल होती. मधे मधे पांढरे केस. बराचसा बराक बेन कनानसारखा दिसत होता. तो पुढे येऊन फौदिजला अरेबिकमध्ये म्हणाला, "आम्हाला बातमी मिळाली आहे की, जहाजावरच्या नोकरवर्गापैकी कुणी तरी डेकखाली टाईम बॉम्ब बसवला आहे."

"अशक्य." फौदिज ओरडला.

"त्याला ज्यूंनी विकत घेतला होता असेही कळले आहे." कस्टमचा मुख्य अधिकारी गंभीरपणे म्हणाला, "जहाजावर स्फोट होण्यापूर्वी व्हेसुवियस बंदरातून बाहेर काढणे आवश्यक आहे."

फौदिज गोंधळला. व्हेसुवियसबरोबर स्वतःचे तुकडे उडावेत अशी त्याची मुळीच इच्छा नव्हती. पण या इटालियन कस्टमच्या चमत्कारिक टोळक्याबरोबर बंदराबाहेर पडायचीही त्याची खरी म्हणजे इच्छा नव्हती. मला जहाजाबाहेर पडायचे आहे असे सांगून इतरांसमोर तो आपला भित्रेपणाही दाखवू शकत नव्हता.

"तू तुझ्या नोकरवर्गाला वर बोलावून एका ओळीत उभे कर." मोठ्या दाढीवाल्या अधिकाऱ्याने हुकूम दिला. "आपण कोणी बॉम्ब ठेवला आहे, ते शोधून काढू आणि तो कुठे ठेवला आहे ते सांगायला भाग पाडू."

सर्व अरब नोकरवर्गाला उलटतपासणीसाठी नेऊन प्रश्न विचारायला सुरुवात झाली आणि ते काम चालू असतानाच व्हेसुवियसने तीन मैलांची सागरी हद्द पार केली. कस्टम कटर नेपल्सला परत गेली. आलिया बेतच्या एजन्टनी पिस्तुले रोखून फौदिज आणि इतर अरब नोकरवर्गाला एका कोठडीत कुलूप लावून बंद करून

टाकले. बरेच अंतर पार केल्यावर एक होकायंत्र आणि नकाशा देऊन एका छोट्या बोटीवर सर्व अरब नोकरवर्गाला उतरवण्यात आले. कर्नल फौदिजला त्याच्याच केबिनमध्ये बंदी बनवण्यात आले. जहाज भरधाव निघाले.

छत्तीस तासांनी चाचांचा झेंडा उभारलेल्या दोन छोट्या युद्धनौकांनी व्हेसुवियसला अडवले. सर्व माल खाली केला आणि इटालियन कस्टम अधिकाऱ्यांनाही ते घेऊन गेले. जाण्यापूर्वी त्यांनी व्हेसुवियसच्या रेडिओची पार मोडतोड करून टाकली. व्हेसुवियस नेपल्सला परतले.

कर्नल फौदिजने आगपाखड करून या चाचेगिरीची पूर्ण चौकशी करण्याची मागणी केली. अरबांनी इटालियन कस्टम सर्विसवर ज्यूंना एक कटर आणि युनिफॉर्म पुरवल्याचा आरोप केला. पण त्यांना याची काहीच माहिती दिसली नाही. कस्टमची प्रत्येक कटर केव्हा कुठे गेली होती याची व्यवस्थित नोंद होती. अरब नोकरवर्गाने अरबांची नेहमीची परंपरा चालू ठेवून आपली काहीच चूक नाही असे जाहीर केले. बारा जणांनी बारा तऱ्हेच्या गोष्टी सांगितल्या. इटालियन सरकारच्या कुठल्याही अधिकाऱ्यांना कुठल्याही चाचेगिरीची माहिती कानावर आलेली नव्हती. इटालियन कॅप्टन आणि फर्स्ट आणि सेकन्ड ऑफिसर्सनी शपथेवर सांगितले की, जहाजावर स्फोटके भरलेली आहेत हे कळताच अरब नोकरवर्गाने जहाजावरून पळ काढला होता.

नंतर वकिलांनी या सर्व घटनेची इतकी चिरफाड केली आणि इतक्या उलट सुलट गोष्टी प्रसृत झाल्या की, सत्य शोधून काढणेच अशक्य बनले. भरीत भर म्हणून नेपल्समधल्या इस्राएली लोकांनी सांगायला सुरुवात केली की, व्हेसुवियस हे खरे म्हणजे ज्यूंनी घेतलेलेच जहाज होते आणि अरबांनी ते चोरले होते. कर्नल फौदिज हा ज्यूंचाच हेर होता.

कर्नल फौदिजपुढे आता एकच मार्ग मोकळा होता. आत्महत्या केल्याचे भासवून तो नाहीसा झाला. या गोष्टीचेही कुणाला दुःख वाटल्याचे दिसले नाही.

दोन दिवसांनी स्टार ऑफ डेव्हिडचा ध्वज फडकवत दोन छोट्या युद्धनौका बराक बेन कनानला विजयी वीराप्रमाणे सलामी देत इस्राएलला पोचल्या.

## ११

आरी बेन कनानला तातडीने तेल अव्हिवहून बोलावणे आले. रमात गान मधल्या हेडक्वार्टर्सच्या इमारतीवर फडफडणारा स्टार ऑफ डेव्हिड बघून त्याला आश्चर्य वाटले. इस्राएलच्या नवीन सैन्याचे गणवेश चढवलेले सैनिक सर्वत्र फिरताना दिसत होते. इमारतीत प्रवेश करताना ओळखपत्रे मागितली जात होती.

बाहेर शंभर एक जीप्स आणि मोटार-सायकली उभ्या होत्या. सर्व लष्करी वर्दळ चालू होती.

आतमध्ये टेलिफोन स्विचबोर्ड सारखा खणखणत होता. ऑपरेशन रूममधून त्याला आत नेण्यात आले. तिथे भिंतीवर एक मोठा नकाशा टांगलेला होता. सर्व युद्ध आघाड्या नकाशावर दाखवल्या होत्या. रेडिओवरून सर्व आघाड्यांशी आणि वसाहतींशी संपर्क ठेवला जात होता. हॅगन्नाच्या कधीही कुठेही हलवता येणाऱ्या एका टेबल खुर्चीच्या हेडक्वार्टर्सची त्याला आठवण झाली. पण आता इस्राएल या राष्ट्राची निर्मिती झाली होती. परिस्थितीमध्ये खूप फरक पडला होता.

अविदानने विशीतल्या आणि तिशीतल्या, ब्रिटीश ऑफिसर्स म्हणून अनुभव घेतलेल्या किंवा वर्षानुवर्षे अरबांशी लढाया करून तरबेज बनलेल्या, आरीसारख्या इतर निष्णात अधिकाऱ्यांकडे सर्व सूत्रे सोपवली होती. सैन्य आणि सरकार यांच्यातला एक दुवा म्हणून अविदान आता काम करत होता. अधिकृतपणे कोणतेही पद तो भूषवत नसला तरी सर्वंकष योजनेत त्याचा अधिकार होताच.

त्याने आरीचे स्वागत केले. अविदान फार थकला आहे का आताच त्याला झोपेतून उठवले आहे हे आरीला कळले नाही. तो आनंदात आहे का दुःखात हे समजायलाही वाव नव्हता. अर्थात् अविदानच्या चेहऱ्यावरून कधीच काही कळत नसे म्हणा. त्याच्या ऑफिसात पोचताच कोणीही त्यांच्या बोलण्यात व्यत्यय आणू नये अशी त्याने सूचना दिली. टेलिफोनसुद्धा द्यायचा नाही सांगितले.

"सगळे विचित्रच वाटते हे बघताना." आरी इकडे तिकडे बघत म्हणाला.

"जुन्या दिवसांसारखे नाही खरे. माझासुद्धा घोटाळा उडतो. दररोज इथे येताना वाटते की, कधीही ब्रिटीश येतील आणि सर्वांना पकडून आकर तुरुंगात टाकतील."

"आम्हाला कुणालाच तुम्ही निवृत्त व्हाल असे वाटले नव्हते."

"इस्राएलचे सैन्य आणि मोठे युद्ध लढणे ही तरुण माणसांची कामे आहेत. मी आता म्हातारा झालो आहे."

"युद्ध कसे चालले आहे?" आरीने चौकशी केली.

"जेरूसलेम– लॅट्रन– कठीण परिस्थिती. जुन्या जेरूसलेममध्ये जास्ती काळ टिकाव धरता येईल असे वाटत नाही आणि नवीन जेरूसलेममध्ये आपण रसद पोचवू शकलो नाही तर... पण तू निदान तुझ्या भागात सर्व परिस्थिती नियंत्रणाखाली ठेवली आहेस."

"नशिबाचाच भाग."

"साफेद नशिबाचा भाग? आणि गान डाफनामधल्या मुलांची सुटकाही? विनय आहे तुझा तो. बेन शेमेन येथेही मुले वेढ्यातच आहेत. पण इराकींचा चढाई करायला धीर होत नाही.– कावुकजीही अजून गॅलिलीच्या मध्यावरून हलत नाही–

त्याला तिथून हुसकावलेच पाहिजे. आज तुला इथे बोलावण्याचे मुख्य कारण ते आहे आरी. तुझ्या नियंत्रणाखालचा अधिकार विभाग वाढवून तो भागही मी तुझ्याच ताब्यात द्यायच्या विचारात आहे. काही दिवसांमध्ये मी तुला एक नवीन बटॅलियन आणि नवीन शस्त्रास्त्रे पोचवायची व्यवस्था करतो.''

''तुमचे काय मत आहे?''

''नाझारेथवर जर कब्जा मिळवला तर काही कठीण पडणार नाही. सर्व गॅलिली आणि पूर्व-पश्चिम रस्ते आपण ताब्यात घेऊ शकू.''

''आणि त्या भागामधली अरब गावे?''

''बहुतेक सर्व ख्रिश्चन. त्यांनी आपल्याकडे प्रतिनिधी पाठवले आहेत. त्यांनी कावुकजीलाही निघून जायची विनंती केली आहे. थोडक्यात आपल्याविरुद्ध उभे राहण्यात त्यांना स्वारस्य नाही.''

''ती एक गोष्ट तरी चांगली आहे म्हणजे.''

''पण प्रथम तुझा विभाग तू पूर्णपणे सुरक्षित केला पाहिजेस.''

''फोर्ट ईस्थर?''

अविदानने मान डोलावली.

''फोर्ट ईस्थर घ्यायला तोफखानाच हवा. मी लिहिले होते, तुम्हाला तसे. निदान तीन-चार ''छोटे डेव्हिड'' तरी.''

''त्याऐवजी सोनेच का नाही मागत?''

''हे बघा अविदान, आपला मार्ग रोखून धरायला सरहद्दीवरच दोन अरब गावे आहेत. अगदी फोर्ट ईस्थरच्या मार्गावरच. लांब पल्ल्यावर पोचू शकतील अशी काही शस्त्रास्त्रे मिळेपर्यंत मी काही हालचालच करू शकत नाही.''

''ठीक आहे. देईन ती मी तुला.'' अविदान उभा राहिला. त्याच्यामागेही लढाईची परिस्थिती दर्शवणारा मोठा नकाशा होता. अविदानने तेल अव्हिवला येण्याबद्दल बोलावणे पाठवल्यापासून आरीला वाटत होते की, फक्त एखाद्या नवीन चढाईची चर्चा करायला तो काही आपल्याला तेल अव्हिवला ये सांगणे शक्य नाही. नक्की दुसरी काही तरी महत्त्वाची बाब आहे. फेऱ्या घालायची त्याची सवय आरीच्या परिचयाची होती. आताच बहुधा मुख्य विषयाकडे वळणार तो.

''आरी'' अगदी हळू स्वरात अविदानने बोलायला सुरुवात केली. ''दोन आठवड्यांपूर्वी अबू येशा जिंकण्याची आज्ञा दिली होती तुला.''

''मला इथे बोलवायचे हे कारण आहे तर.''

''आपण दोघांनी याबाबत प्रथम चर्चा केली तर बरे असे वाटले मला. इतर अधिकाऱ्यांच्या चर्चेचा हा विषय ठरावा अशी माझी इच्छा नाही.''

''अबू येशापासून आपल्याला काही धोका आहे असे मला वाटत नाही. तसे

कळवले होते मी तुम्हाला.''

''पण आम्हाला तसे वाटत नाही.''

''एरिआ कमान्डर म्हणून मला वाटते, माझ्याच मताची जास्ती कदर करायला हरकत नसावी तुमची. मी तिथेच आहे स्वत:.''

''प्लीज् आरी. अबू येशाला मोहम्मद कास्सीने तळ ठोकला आहे. सर्व अरब घुसखोर तिथूनच येतात. गान डाफनाचा रस्ता अबू येशामुळे बंद आहे. तुला माहिती आहे हे सर्व.''

आरीने आपली नजर दुसरीकडे वळवली.

''आरी! आपण खूप वर्षे एकमेकांना ओळखतो. उगीचच निरर्थक बडबड केली नाही तर चालणार नाही का?''

आरी तरी गप्प होता. मग तो हळूच म्हणाला, ''मी चालायला आणि बोलायला लागलो तेव्हापासून अबू येशाच्या लोकांना ओळखतो. आम्ही एकत्र लग्नसमारंभ साजरे केले आहेत. एकत्र मृत्युसुद्धा पाहिले आहेत. आपणच त्यांची घरे बांधली. गान डाफनाची जमीनही त्यांनीच दिली.''

''या सर्व गोष्टी मला ठाऊक आहेत आरी. इतर डझनभर वसाहतींचाही असाच प्रश्न होता. पण आज आपण आपल्या अस्तित्वासाठी लढा देत आहोत. सर्वांच्या जीवनमरणाचा प्रश्न आहे. आपण काही अरब सैन्यांना आक्रमण करण्यासाठी बोलावणे पाठवले नव्हते.''

''पण मी अबू येशामधल्या प्रत्येकाला ओळखतो.'' आरी ओरडूनच म्हणाला. पण स्वरात दु:खच जास्ती होते. ''ते आपले शत्रु नाहीत. ते साधेसुधे शेतकरी आहेत. इतरांनी त्यांच्यापासून दूर रहावे एवढीच माफक अपेक्षा आहे त्यांची.''

अविदानही आता रागावला. ''कावुकजीला आणि अरब सैन्यांना विरोध करण्याचे धाडस दाखवलेली अरब गावेही आहेत. प्रत्येक अरब गावाला स्वत:चा निर्णय घेणे भाग होते. अबू येशामधल्या अरबांनीही स्वत:चा निर्णय घेतला. ते शत्रुचे गाव नाही असे म्हणण्यात आता काहीही अर्थ नाही. ते जिंकायलाच हवे आरी.''

''मग करा तुम्हाला काय करायचे असेल ते.'' आरी उठला आणि निघाला.

''जाऊ नकोस आरी. प्लीज्.'' अविदान पुन्हा हळूच म्हणाला, ''प्लीज् जाऊ नकोस असा.'' अविदान आता खराच थकल्यासारखा भासला. ''पॅलेस्टाईनमधल्या अरबांना आपण हजार वेळा विनंती केली की, या युद्धापासून दूर रहा. कुणालाही त्यांच्या घरादारातून बाहेर काढायची आमची इच्छा नाही. ज्यांनी आपल्या विनंतीला मान दिला त्यांना आपण धक्काही लावलेला नाही. इतरांनी आपल्याला पर्यायच ठेवलेला नाही. त्या गावांमध्ये दारूगोळा साठवला जातो, लष्करी शिक्षण दिले जाते. आपल्या काफिल्यांवर तिथूनच हल्ले होतात आणि वसाहतींचा अन्नपुरवठा

तुटून ज्यूंवर उपासमारीची पाळी येते. अशाच अरब गावांनी आज जेरूसलेममधल्या एक लक्ष ज्यूंवर उपासमारीची पाळी आणली आहे. आम्ही किती आठवडे याच गोष्टींवर चर्चा करत आहोत. स्वत: मरणे किंवा त्यांना मारणे याहून तिसरा मार्गच आपल्याकडे शिल्लक नाही आरी.''

आरीने सिगरेट पेटवली. अस्वस्थ होऊन तो खिडकीशी गेला. बाहेर बघत बसला. अविदान सत्य बोलत होता. त्यालाही ते पूर्णपणे पटत होते. ज्यूंनी अरब गावांना त्यांनी त्यांचा निर्णय घ्यायची मुभा दिली होती. पण अरबांनी ज्यू वसाहतींचा नायनाट करायचाच विडा उचलला होता. ज्यूंपुढे निवडीचा प्रश्नच नव्हता. लढताना मरा नाहीतर शेवटची गोळी असेपर्यंत लढून कत्तल करून घ्या.

''मी तुझ्याऐवजी दुसऱ्या कुणावरही अबू येशा जिंकायची कामगिरी सोपवू शकलो असतो. पण मला ते पसंत नव्हते. आरी तुला जर अगदी मनापासून खात्री वाटत असेल की, नैतिक दृष्ट्या ते अयोग्य आहे आणि तुझ्या हातून हे होणार नाही तर मी तुला पर्याय सुचवतो. तू विचारलेस तर मी तुझी बदली करतो.''

''बदली? ती तरी कुठे करणार? दुसऱ्या नावाच्या अबू येशात?''

''काहीही उत्तर देण्यापूर्वी तू जरा माझे म्हणणे ऐकशील? मी तुला तू अगदी लहान असल्यापासून ओळखतो आहे. तू पंधरा वर्षांचा असल्यापासून लढवय्या आहेस. तुझ्याएवढ्या खंबीर मनाची माणसे आपल्याकडे फार कमी आहेत आणि या सर्व काळात तू आज्ञा पाळली नाहीस असे घडलेले नाही.''

आरी खिडकीपासून वळला. त्याच्या चेहऱ्यावर काळजी, दु:ख आणि निर्माण झालेल्या विचित्र परिस्थितीत दुसरा मार्गच उरला नसल्याची खंतही दिसत होती.

तो कसाबसा खुर्चीत बसला.

''जे करणे आवश्यकच आहे ते करेन मी.'' तो कसाबसा उद्गारला.

''तर मग योजना आखायला घे.''

आरी निघता निघता अविदान म्हणाला, ''आणि आता तू कर्नल बेन कनान आहेस.''

आरी हसला. अत्यंत विषण्णतेने आणि कटुतेने हसला.

''विश्वास ठेव माझ्यावर आरी. मलाही दु:ख होते आहे. फार फार दु:ख होते आहे.''

कर्नल आरी बेन कनान, मेजर बेन अमी आणि मेजर जोआब यारकोनी यांनी फोर्ट ईस्थर जिंकण्यासाठी आणि अबू येशाचा अरब तळ नष्ट करण्यासाठी योजना आखल्या. हुले खोऱ्यात दुसरे काही काम आता शिल्लक नव्हते.

अविदानने कबूल केलेल्या तोफा कधीच पोचल्या नाहीत. खरी म्हणजे त्या मिळतील अशी आरीची अपेक्षाही नव्हती. त्याने साफेदहून विश्वासू छोटा डेव्हिड

आणला. त्यासाठी पन्नास तोफगोळे बनवले.

तोफखान्याच्या मदतीशिवाय फोर्ट ईस्थरवर सरळसरळ हल्ला चढवणे शक्यच नव्हते. तो मोक्याच्या ठिकाणी होता. खूप उंचीवर होता. कास्सीकडे अजून चारशे तरी माणसे होती. उत्कृष्ट शस्त्रांची कमतरताच नव्हती. स्वत:च्या काँक्रीटच्या तटबंदी आडून लढताना ते निश्चितपणे चांगली लढत देतील याची आरीला खात्री होती.

आरीला तीन अरब गावांची काळजी होती. फोर्ट ईस्थरच्या रस्त्यावरचे पहिले अबू येशा आणि लेबॅनॉन सरहद्दीवरचे डोंगर चढताना फोर्ट ईस्थरच्या प्रवेशद्वाराच्या अलीकडेच असलेली दोन बाजूंची दोन अरब गावे. कास्सीने या सर्व गावात माणसे ठेवली होती. आरीची योजना फोर्ट ईस्थरच्या मागच्या बाजूला युद्ध न्यायची होती. तसे करायचे तर या दोन गावांना टाळून, वळसा घालून, जाणे भाग होते.

फोर्ट ईस्थरवरच्या चढाईत तीन तुकड्यांचा समावेश होता. पहिल्या तुकडीला घेऊन आरी रात्रीच्या अंधारात शेळ्यामेंढ्या जातात, त्या वाटेने लेबॅनॉनच्या सरहद्दीवर पोचला. दोन गावांपैकी पहिल्या गावामागे स्वत:चा शोध लागू न देता जायचे असल्याने मोठा वळसा घालून, अनेक मैल जास्ती अंतर चालून तो त्या गावाच्या मागच्या बाजूला पोचायच्या प्रयत्नात होता. अंधार, डोंगरातली वाट, बरोबर डेव्हिडका आणि त्याचे पन्नास गोळे. पस्तीस पुरुष आणि पंधरा स्त्रिया एक एक गोळा नेत होते. इतर पन्नासजणही होते. आरीचा दुखरा पाय अजूनही त्रास द्यायचा. पण दिवस उजाडण्यापूर्वी ठरलेल्या ठिकाणी ते पोचले नसते, तर सर्व योजना बारगळून सर्वांचा जीव धोक्यात आला असता.

अत्यंत थकल्याभागल्या अवस्थेत सकाळी चार वाजेपर्यंत ते डोंगर चढून गेले. पण विश्रांतीला वेळ नव्हता. तिथून ते तसेच पहिल्या गावाच्या दिशेने निघाले. मोठा वळसा घेऊन जाताना त्यांना ज्यूंचे मित्र असणाऱ्या बेदुईनची तुकडी भेटली. ती रात्रभर त्या गावावर लक्ष ठेवून होती. कुणाला कसलाही संशय आलेला नाही याची त्यांनी खात्री दिली.

गावापासून दोन मैलांवर असलेल्या पडझड झालेल्या एका क्रूसेडर गढीत ते धावतच पोचले. पहाट व्हायला लागली. ते तिथेच आडवे झाले. दिवसभर लपून राहिले. बेदुईन लक्ष ठेवून होते.

नंतरच्या रात्री दुसऱ्या दोन तुकड्या एन् ओरहून निघाल्या. पर्वत चढून गान डाफनाला पोचणे आता सवयीचे झाले होते. मेजर बेन अमीची तुकडी गान डाफनाला पोचली. झाडीत लपून बसली. मेजर जोआब यारकोनीची तुकडी आरीच्या मार्गानेच निघाली. त्यांच्याकडे छोटा डेव्हिड आणि त्याचा दारूगोळा नसल्याने त्यांची वाटचाल जास्ती झपाट्याने होत होती. पण त्यांना अंतरही जास्ती पार

करायचे होते. आरी लपला होता तिथून पुढे जाऊन ते दुसऱ्या अरब गावामागे पोचणार होते. बेदुईननी या तुकडीचीही भेट घेतली आणि त्यांना योग्य जागी पोचवले.

त्या रात्री आरीने बेदुईन टोळीच्या नेत्याबरोबर पहिल्या गावाला शरण येण्याबद्दल निरोप पाठवला आणि अंधारात लपत छपत ते गावाजवळ पोचले. तिथला मुक्तार आणि कास्सीच्या ऐंशी माणसांचा निरोपावर विश्वास बसला नाही. पर्वतांवरून यांना न कळत ज्यू त्यांच्या पिछाडीवर पोचूच शकणार नाहीत याची त्याला खात्री होती. बेदुईनचा नेता परत आला. गावाची बहुधा खात्री पटवायला लागणार असे त्याने आरीला सांगितले. आरीने छोट्या डेव्हिडमधून दोन गोळे डागताच दोन डझन मातीच्या झोपड्या उद्ध्वस्त झाल्या. दुसरा गोळा फुटताच भाडोत्री सैनिकांचे अधिकारीच लेबॅनॉनच्या दिशेने पळत सुटले आणि त्यांच्या मागोमाग त्यांचे सैनिकही. गावामध्ये पांढरे झेंडे फडकायला लागताच त्याने त्याच्या तुकडीतले काही जण या गावावर लक्ष द्यायला पाठवले, आणि इतरांना घेऊन तो झपाट्याने दुसऱ्या गावाच्या दिशेने निघाला. जोआब यारकोनीने आधीच त्या गावावर चढाई करायला सुरुवात केली होती.

आरी पोचल्यावर छोट्या डेव्हिडच्या तीन गोळ्यांनी वीस मिनिटात गाव ताब्यात आले. त्या गावामधल्या कास्सीच्या शंभर माणसांनीही लेबॅनॉनच्या दिशेने पळ काढला. विनाशकारी छोट्या डेव्हिडने भीती उत्पन्न करून विध्वंस उडवण्याचे त्याचे काम पुन्हा एकदा व्यवस्थित केले होते. ही दोन्ही गावे इतक्या झटकन् ज्यूंच्या हातात पडली की, फोर्ट ईस्थरमध्ये ही बातमी कळलीच नाही. छोट्या डेव्हिडच्या गोळ्यांचा आवाज आणि गोळीबाराचे आवाज म्हणजे आपलीच माणसे मजेत गोळीबार करत असणार असा फोर्ट ईस्थरवरच्या माणसांचा ग्रह झाला.

तिसऱ्या दिवशी सकाळी डेव्हिड बेन अमी गान डाफनाहून आपली तुकडी घेऊन बाहेर पडला आणि अबू येशामधल्या कास्सीच्या शंभर एक माणसांची कोंडी करण्यासाठी दडून बसला. आता अबू येशामधून कोणतीही कुमक फोर्ट ईस्थरला पोचू शकत नव्हती. आरी आणि यारकोनी यांनी आपल्या तुकड्या फोर्ट ईस्थरच्या मागच्या बाजूला नेल्या. छोटा डेव्हिड आपले विध्वंसक गोळे फोर्ट ईस्थरच्या दिशेने भिरकवायला लागला. पहिले अनेक गोळे सिमेंट क्रॉंक्रीटच्या तटबंदीवर आदळून फुटले. पण विसाव्या गोळ्यापर्यंत फोर्ट ईस्थरचे मागचे लोखंडी दरवाजे मुळापासून उखडले गेले. पुढले किल्ल्यामध्ये पडले.

आरी बेन कनान सरपटतच आपल्या लोकांना घेऊन निघाला. वरून मशिनगन्सचा मारा सुरू होता. मधेच मागच्या बाजूने छोटा डेव्हिड डागला गेल्याचा दणका ऐकू येत होता.

फोर्ट ईस्थरला विशेष नुकसान पोचले नव्हते. पण सर्व आवाज, अकल्पितपणे झालेला हल्ला यांनीच कास्सीच्या शूर योद्ध्यांची गाळण उडाली. कुमक येईल या

आशेवर ते प्रतिकार करत होते. कुमक आता फक्त अबू येशामधूनच येऊ शकत होती. अबू येशामधून निघालेली माणसे बेन अमीच्या सापळ्यात अडकताना कास्सीने दुर्बिणीतून पाहिले आणि कास्सीचा धीर खचला. फोर्ट ईस्थरवर पांढरा झेंडा फडकला.

यारकोनी वीस जणांना घेऊन फोर्ट ईस्थरवर पोचला. अरबांना नि:शस्त्र करून त्याने लेबॅनॉनच्या दिशेने पिटाळून लावले. कास्सी आता शेळीसारखा गरीब बनला होता. किल्ल्यावर स्टार ऑफ डेव्हिड फडकला. कास्सी आणि त्याच्या दोन अधिकाऱ्यांची तुरुंगात रवानगी झाली. डेव्हिडने अबू येशाच्या माणसांना अडकवण्यासाठी जिथे सापळा रचला होता तिथे पोचण्यास आरी इतरांना घेऊन निघाला. आता योजनेचा अंतिम टप्पा पार पाडायचा होता. यापुढे अबू येशाचा अरबांचा तळ म्हणून कधीही उपयोग होणार नव्हता.

अबू येशाच्या लोकांना लढाई चाललेली दिसत होती. कानांवर आवाज पडत होते. त्यांना नक्कीच ठाऊक होते की, पुढली पाळी त्यांचीच आहे. वीस मिनिटात गाव खाली करा नाही तर परिणामांना सज्ज रहा असा निरोप आरीने अबू येशामध्ये पाठवला. त्याचे अनेक मित्र गाव सोडून लेबॅनॉनच्या दिशेने निघताना दिसायला लागल्यावर आरीला भडभडून आले.

अर्धा तास झाला. एक तास उलटला.

"आपण सुरुवात केलेली बरी." डेव्हिडने सुचवले.

"ते सर्व बाहेर पडले आहेत याची खात्री करून घ्यायची आहे मला."

"गेल्या अर्ध्या तासात कोणीही बाहेर पडलेले नाही आरी. ज्यांना बाहेर पडायचे होते ते सर्व नक्की निघून गेले आहेत."

आरी वळला आणि त्याच्या आज्ञेची वाट बघणाऱ्या आपल्या सैनिकांपासून दूर गेला. डेव्हिडही त्याच्या मागोमाग गेला.

"मीच... मीच करू का हल्ला?" डेव्हिडने विचारले.

"ठीक आहे." आरी अत्यंत हळू स्वरात म्हणाला.

डेव्हिड सर्वांना घेऊन पुढे निघाल्यावर एकटा आरीच उंचावरून बघत होता. गोळीबाराच्या पहिल्या फैरी झडताच त्याचा चेहरा पांढराफटक पडला. अबू येशाजवळ पोचता पोचताच डेव्हिड सैनिकांच्या गटांना सूचना देत होता. मशिनगन्स धडधडायला लागल्या आणि रायफली झाडल्याचे आवाज आले. छोटे छोटे गट करून ज्यू पुढे सरकत होते.

अबू येशामध्ये ताहा आणि इतर निदान शंभर अरबांनी शेवटपर्यंत लढा द्यायचा निर्णय घेतला होता. एखाद्या अरब गावाच्या रक्षणासाठी अशी लढाई या युद्धात एकदाही झाली नव्हती. पण या वेळी ज्यूंची संख्या मोठी होती. शस्त्रास्त्रे भारी होती.

अरबांच्या प्रत्येक ठिकाणावर स्वयंचलित शस्त्रांचा आणि हातबॉम्बचा धडाका सुरू होता. अरबांची पहिली मशिनगन निकामी झाली आणि त्यांनी थोडी माघार घेतली. ज्यूंनी आता गावामध्ये पाऊल टाकले.

डेव्हिड प्रत्येक रस्त्यावर, घराघरातून पथके पाठवत सर्व प्रतिकार मोडून काढत होता. घरे दगडांनी बांधलेली होती. मातीची नव्हती. थांबलेला प्रत्येकजण शेवटपर्यंत लढा देण्याच्या उद्देशानेच लढत होता. प्रगती हळूहळू होत होती. तीही रक्त सांडूनच.

दिवस सरत होता. डोंगरामधल्या आपल्या उंचीवरच्या जागेवरच आरी उभा होता. गोळ्यांचे आणि हातबॉम्बचे आवाजच नव्हेत तर माणसांच्या किंचाळ्याही त्याच्या कानापर्यंत पोचत होत्या.

एका मागोमाग होणाऱ्या ज्यूंच्या अव्याहत हल्ल्यांनी अरब आपली एक एक जागा गमवायला लागले. शेवटी उरलेले सर्वजण अबू येशाच्या कडेच्या एका रस्त्यावर कोंडले गेले. शेवटपर्यंत झुंजत निदान पंच्च्याहत्तर अरब मरण पावले होते. आपल्या गावाच्या रक्षणासाठी या अरबांनी अभिमानास्पद लढा दिला होता. दुर्दैवाची गोष्ट म्हणजे ज्यू आणि अरब दोघांनाही मनातून ही लढाई व्हावी अशी इच्छा नव्हती.

उरलेले आठ अरब शेवटच्या दगडी घरात अडकले. अबू येशाच्या मुक्तारचे घर. ओढ्याजवळ. मशिदीसमोर. डेव्हिड बेन अमीने छोट्या डेव्हिडच्या साहाय्याने ते घर उद्ध्वस्त केले. ताहा आणि उरलेले सर्व अरब ठार झाले.

डेव्हिड बेन अमी आरीजवळ पोचला तेव्हा अंधार पडत आला होता. डेव्हिडही दिवसभरातल्या लढाईने थकला होता.

"संपले सर्व" डेव्हिड उद्गारला.

आरीने त्याच्याकडे बघितले. पण तो काहीच बोलला नाही.

"शंभर एक जण होते. सर्व ठार झाले. आपणही चौदा मुले आणि तीन मुली गमावल्या आहेत. गान डाफनामध्ये डझनभर जखमी पाठवले आहेत.

आरीच्या कानात काही शिरत नसावे. तो अबू येशाच्या दिशेने निघाला.

"त्यांच्या शेतांचे काय होणार?" तो हळूच बडबडत होता. "त्यांचे काय होणार? कुठे जाणार ते?"

डेव्हिडने आरीचा दंड पकडला.

"आरी! गावात जाऊ नकोस."

इथून सगळी छपरेच दिसत होती त्याला.

"ओढ्याजवळचे घर..."

"नाही." डेव्हिड म्हणाला, "ते कसे दिसायचे एवढीच आठवण असू दे."

"त्यांचे काय होईल? मित्र आहेत माझे ते."

“आरी, आम्ही तुझ्या आज्ञेची वाट पाहत आहोत.”

आरीने डेव्हिडकडे बघितले, त्याच्या डोळ्यांची उघडझाप झाली. त्याने हळूच डोके हलवले.

“मग मीच देतो.” डेव्हिड म्हणाला.

“नाही, मलाच द्यायला हवी” त्याने अबू येशाकडे– शेवटची नजर टाकली आणि सांगितले. “अबू येशाचा संपूर्ण विध्वंस करा.”

## १२

डेव्हिड यार्देनाच्या बाहुपाशात झोपला होता.

तिने त्याचे डोके छातीशी घट्ट धरून ठेवले होते. तिला थोडीशीही झोप येत नव्हती. ती उघड्या डोळ्यांनी अंधारात बघत होती.

दोघांना एकत्र तेल अव्हिवला जाऊन आठवड्याच्या शेवटची सुटी एकत्र घालवता यावी म्हणून आरीने यार्देनाला गान डाफनाहून रजा दिली होती. उद्या नंतर डेव्हिड तिला पुन्हा कधी भेटू शकेल, भेटेल की नाही, हे देवालाच ठाऊक. यार्देनाला मनातून कायम खात्री होती आणि धास्तीही की, डेव्हिड या कामगिरीवर नक्की स्वतःहून जाईल. जेरूसलेमला वेढा पडल्या क्षणापासून त्याचे मन ताळ्यावर नव्हते. कधीही त्याच्या डोळ्यात बघितले की, त्याच्या आवडत्या जेरूसलेमबद्दलचे अपार दुःख दाटलेले दिसे.

तो वळला. तिने हळूच त्याच्या कपाळावर ओठ टेकले. त्याच्या केसातून बोटे फिरवली. तो झोपेतच पुन्हा थोडा हसला.

ती साब्रा होती. तिच्या प्रियकराला सांगूच शकत नव्हती की, तिला त्याच्याबद्दल किती काळजी वाटते ती. फक्त हसायचे, त्याला उत्तेजन द्यायचे आणि भीती स्वतःच्या हृदयात दडवायची. ती खरेच खूप घाबरली होती. तिने त्याला जवळ घेतले. रात्रभर ती डेव्हिडला हृदयाशी घट्ट धरून राहणार होती. रात्र संपलीच नाही तर किती छान होईल.

ज्या दिवशी फाळणीचा निर्णय झाला त्या दिवशीच सर्व घटनांना आरंभ झाला. दुसऱ्या दिवशी उच्च अरब कमिटीने हरताळ पुकारला. जेरूसलेममधल्या ज्युईश कमर्शिअल सेन्टरमध्ये जाळपोळ, लुटालूट झाली. अरब घोळक्याघोळक्यांनी दंगे माजवत होते. ब्रिटीश सैनिक प्रेक्षकांप्रमाणे बघत होते.

जेरूसलेमचा वेढाही खरा तेव्हाच सुरू झाला. तेल अव्हिव ते जेरूसलेम रस्त्यावरच्या अरब गावांचा अब्दुल कादरने रस्ता बंद करण्यासाठी उपयोग करायला

सुरुवात केली. ज्यूंचे रसद घेऊन जाणारे काफिले जेरूसलेमला पोचूच द्यायचे नाहीत. या रस्त्यावरची उंचीवरची मोक्याची ठिकाणे ताब्यात ठेवण्यासाठी जोरदार चकमकी उडत असतानाच, जेरूसलेममधल्या ज्यूंचा अन्न आणि पाणी यांचा पुरवठा तुटला. कावुकजी आणि कादर ज्यू विभागावर बेधडक तोफा डागत होते. पालमाखची हिलमेन ब्रिगेड रस्ता बंद होऊ देत नव्हती. इशोव्ह इंचाइंचावर लढा देत काफिले पाठवतच होती. ज्युडीअन हिल्समध्ये उद्‌ध्वस्त काफिल्यांचे जळलेले अवशेषच रस्त्याच्या दोन्ही बाजूंना दिसत होते.

शहरात बॉम्बफेक, लुटालूट करता करता लढाईच सुरू झाली. किंग डेव्हिड हॉटेलपासून जुन्या शहराच्या तटबंदीपर्यंतचा भाग नेस्तनाबूद करून हॅगन्नाने गोळाबारी करायची तयारी केली. तटबंदी नजीकच अरबांच्या भाडोत्री फौजा एकत्र येत असत. जेरूसलेममधल्या हॅगन्ना कमान्डरला फक्त लष्करी बाबींचा विचार करता येत नसे. त्याचे प्रश्नच फार गहन होते. शस्त्र न उचलणाऱ्या प्रचंड संख्येच्या नागरिकांच्या अन्नपाण्याचा प्रश्न त्यानेच सोडवायचा, त्यांचे रक्षण करण्याची जबाबदारी त्यानेच घ्यायची. काही अति कर्मठ ज्यूंची स्वत: लढायची तयारी नसे आणि ते हॅगन्नाच्या त्यांचेच संरक्षण करण्याच्या प्रयत्नातही अडथळे आणत. प्राचीन काळापासून इस्त्राएलच्या जेरूसलेममधल्या कमान्डर्सचे हेच दुर्दैव होते.

जेरूसलेमला रोमन लोकांचा वेढा पडलेला असताना या कर्मठ ज्यूंनी ज्यूंमध्ये फाटाफूट पाडली आणि शेवटी रोमन लोकांनी सहा लक्ष ज्यूंची कत्तल उडवली. त्या वेळी तीन वर्षे ज्यू तग धरून होते. पण पुन्हा ही गोष्ट घडणे शक्य नव्हते.

लढायलाच तयार न होणाऱ्या कर्मठ आणि अति धर्मवेड्या ज्यूंचा प्रश्न सोडला तर मक्काबीज अधून मधूनच सहकार्य देत. नाहीतर त्यांचे खाजगी युद्धच चालू असे आणि हॅगन्नाला मदत करत तेव्हांही काही नाव घेण्याजोगा पराक्रम करत नसत. पालमाखची हिलमेन ब्रिगेड संबंध ज्यूडिअन हिल्सच्या विभागात विखुरली होती. ताकदीबाहेरच्या मोठ्या भागात खूप काम करत होती. जेरूसलेमच्या हॅगन्ना कमान्डरच्या आज्ञा पाळायला ते नाखुशी होते. हॅगन्ना कमान्डरची परिस्थिती बिकट होती खरीच.

युद्धामुळे सुंदर जेरूसलेम शहराची वाताहात झाली. इजिप्शियन दक्षिणेकडून जेरूसलेमवर तोफा डागत होते. त्यांची विमाने बॉम्ब वर्षाव करत होती. जुन्या जेरूसलेमच्या पवित्र भिंतींचा अरब लीजन आडोसा म्हणून उपयोग करत होती. हजारो ज्यू जेरूसलेममध्ये जीव गमवायला लागले होते. कल्पकता आणि अतुलनीय धाडस या दोनच गोष्टींमुळे ज्यू अजून टिकाव धरून होते. छोटा डेव्हिड जेरूसलेमच्या लढ्यात मोलाची कामगिरी बजावत होता. अरबांना अशा अनेक तोफा आहेत असे वाटावे म्हणून ज्यू दररोज नवीन जागेवरून त्याचे गोळे डागत होते.

जेरूसलेमबाहेर अरब लीजनने लॅट्रन किल्ला जिंकल्यावर सामान्य नागरिकांचे पाणी तुटू नये म्हणून पम्पिंग स्टेशन चालू ठेवण्याचे वचन दिले होते. अरबांनी ते उद्ध्वस्त करून पाणीपुरवठा तोडला. जेरूसलेमच्या भूमीखाली दोन-तीन हजार वर्षे जुन्या टाक्या अस्तित्वात आहेत याची ज्यूंना खात्री होती. त्यांनी त्या शोधल्या. त्यांच्यावरची झाकणे काढली. चमत्कार म्हणजे आजही त्या पाण्याने भरलेल्या होत्या. घाईघाईने पाईपलाईन्स टाकेपर्यंत याच पाण्याने ज्यू जिवंत राहिले होते.

दिवसामागून दिवस उलटत होते. मग आठवडे. शेवटी महिनेही. जेरूसलेम लढत होते. प्रत्येक घर आता युद्धक्षेत्र बनत होते. पुरुष, स्त्रिया, मुले बेदरकारपणे सर्व गोष्टींना तोंड देत होते.

डेव्हिडच्या हृदयात जेरूसलेमशिवाय कशालाही स्थान राहिले नव्हते. रात्रंदिवस जेरूसलेमला पडलेल्या वेढ्याचाच तो विचार करत होता.

त्याने डोळे उघडले.

"तू का झोपली नाहीस?"

"तुझ्यापासून लांब असते तेव्हा खूप वेळ असतो मला झोपायला."

त्याने प्रेमाने तिला जवळ ओढून पुन्हा त्याचे तिच्यावर किती प्रेम आहे ते सांगितले. डेव्हिड, डेव्हिड करत तिने त्याला मिठी घातली.

तू नको ही कामगिरी हातात घेऊस असे त्याला सांगायचे कितीदा यार्देनाच्या मनात आले. त्याला काही झाले तर ती जगू शकणार नाही हे ओरडून तिला सांगायचे होते. पण आपण बोलता कामा नये हे तिला कळत होते. ती गप्प बसली. निरीम किब्बुत्झमध्ये इजिप्शियनांशी लढताना त्याचा एक भाऊ मरण पावला होता. नेगेव्ह वाळवंटातल्या नेगबा किब्बुत्झला पुरवठा करणाऱ्या काफिल्यामध्ये काम करताना त्याचा दुसरा भाऊ जखमी झाला होता आणि आता शेवटच्या घटका मोजत होता. नाहुम हा मक्काबीजमध्ये असलेला भाऊ, स्वत:हून, जुन्या जेरूसलेममध्ये गेला होता.

यार्देनाच्या हृदयाची वाढती धडधड डेव्हिडला जाणवली.

"ओ डेव्हिड! माझ्यावर खूप प्रेम कर रे."

जुन्या जेरूसलेममध्ये अरब लीजनमागे धावत येणाऱ्या अरब ठगांनी डझनावारी सिनॅगॉग्ज जाळून टाकले. पवित्र स्थाने उद्ध्वस्त केली. हातात पडलेले प्रत्येक ज्यू घर लुटून फस्त केले.

धार्मिक ज्यू आणि त्यांचे रक्षण करू बघणारे हॅगन्ना आणि मक्काबीज मागे रेटले जाता जाता दोन इमारतीत त्यांनी आश्रय घेतला. एक इमारत होती हर्वा

सिनॅगॉगची. काही दिवसातच या सर्वांची कत्तल उडल्याशिवाय राहणार नव्हती.

यार्देना जागी झाली तेव्हा दिवस वर आला होता. तिने खुशीत आणि समाधानाने हातपाय लांब केले. डेव्हिडने रात्री किती– डेव्हिड? डेव्हिड नव्हता शेजारी.

ती घाबरूनच इकडे तिकडे बघायला लागली. तो तिच्यामागे उभा होता. त्याने प्रथमच इस्राएली सैन्याचा गणवेश चढवला होता. ती हसली आणि पुन्हा तिने उशीवर डोके टेकले. तो हळूच तिच्याशेजारी गुडघ्यांवर बसला. तिच्या लाल केसांवर त्याने आपला हात ठेवला. पार विसकटले होते ते.

"तासभर तुझ्याकडे बघत होतो. तू झोपलेली असलीस की, फारच सुंदर दिसतेस."

तिने हात बाजूला घेऊन त्याला जवळ घेतले आणि त्याच्या ओठांवर ओठ टेकले.

"शालोम, मेजर बेन अमी." त्याच्या कानाला तोंड लावत ती म्हणाली.

"उशीर होतो आहे. निघालेच पाहिजे मला."

"मी ताबडतोब कपडे करते आणि..."

"मी असाच स्वत: जाऊ का? तेच ठीक होईल." डेव्हिड हळूच म्हणाला.

तिच्या हृदयाचा ठोका चुकला एकदम. त्याला घट्ट पकडूनच ठेवावे असे क्षणभर वाटले तिला. तिने स्वत:ला सावरले आणि ती हसली.

"तेच बरोबर होईल."

"यार्देना, यार्देना... माझे खरेच फार प्रेम आहे तुझ्यावर."

"शालोम डेव्हिड, लौकर निघ आता... प्लीज्."

तिने भिंतीकडे तोंड केले. त्याने तिच्या गालावर ओठ टेकल्याची तिला जाणीव झाली. पुढल्या क्षणाला दरवाजा बंद झाल्याचा आवाज आला.

"डेव्हिड, डेव्हिड." ती पुटपुटली. "माझ्याकडे परत ये डेव्हिड."

चीफ ऑफ ऑपरेशन्स बेन झायोनचा फ्लॅट हेडक्वार्टर्सजवळ होता. अविदान मेजर बेन अमीला घेऊन तिथे पोचला. जनरल बेन झायोन एकतीस वर्षांचा होता. जेरूसलेममध्ये जन्मलेला. हे पोचले तेव्हा मेजर आल्टरमन, जनरल बेन झायोनचा मदतनीस, हजर होता.

त्यांनी एकमेकांना अभिवादन केले. निरीम येथे घडलेल्या डेव्हिडच्या भावाच्या मृत्युबद्दल जनरलने दु:खही व्यक्त केले.

"अविदान म्हणत होता तुझ्याकडे काही कल्पना आहेत." आल्टरमन म्हणाला.

"आहेत. फाळणीच्या दिवसापासून रात्रंदिवस माझ्या मनातून, ज्यूंचे शोकगीत

जात नाही– हे जेरूसलेम, जर मी तुला विसरलो–''

बेन झायोनने मान डोलावली. डेव्हिडच्या आणि त्याच्या जेरूसलेमबद्दलच्या भावना एकच होत्या. त्याची पत्नी, मुले, आई-वडील जेरूसलेममध्ये होते.

''लॅट्रनपर्यंतच्या मार्गावर आपले व्यवस्थित नियंत्रण आहे. लॅट्रन पलीकडल्या बाब एल् वदमधल्या उंचीवरच्या मोक्याच्या जागा पालमाख मुक्त करत आहेत.''

''सगळ्यांना कल्पना आहे की, लॅट्रन फार मोठा अडथळा आहे.'' आल्टरमन त्याच्या बोलण्यात व्यत्यय आणत म्हणाला.

''पूर्ण ऐकून घे त्याचे.'' बेन झायोनने त्याला गप्प बसवले.

''लॅट्रनचा सर्व भाग मला पूर्ण परिचित आहे. मी विचार करतो आहे. गेले सहा महिने मी मनातून सारखा लॅट्रनची इंच इंच भूमी बघतो आहे. मला पूर्ण खात्री आहे की, लॅट्रन टाळून जेरूसलेमला पोचता येईल.''

आश्चर्यानेच कुणाच्या तोंडातून शब्द फुटला नाही.

''नक्की काय म्हणायचे आहे तुला?'' बेन झायोनने विचारले.

''लॅट्रनभोवती रस्त्यापासून रस्त्यापर्यंत अर्धवर्तुळ काढले तर ते सोळा मैलांचे भरते.''

''पण हे सोळा मैल म्हणजे नकाशावरची रेषा आहे फक्त. तिथे रस्ता नाही. त्या टेकड्यांमधून जाता येणे शक्य नाही.''

''आहे. रस्ता आहे.'' डेव्हिड म्हणाला.

आता अविदानही चमकला, ''डेव्हिड, काय बोलतो आहेस तू?''

''काही भागातून एक जुना रोमन रस्ता जातो. तो दोन हजार वर्षांपूर्वीचा आहे. झाडाझुडपांनी, टेकड्यांवरून घसरलेल्या मातीने, तो झाकला गेला आहे. पण तो तिथे आहे. त्यातला आठ एक मैल वाड्यांमधून आहे. नक्की आहे. मी इथे उभा आहे याची मला जितकी खात्री आहे, तितक्याच आत्मविश्वासाने मी सांगेन की, तिथून उरलेले अंतर मी शोधून काढू शकेन.''

डेव्हिड भिंतीवर टांगलेल्या नकाशाजवळ गेला. त्याने लॅट्रनभोवती अर्धवर्तुळ काढले.

अविदान, बेन झायोन किती तरी वेळ बघत राहिले. आल्टरमनचा डेव्हिडच्या बोलण्यावर अजिबात विश्वास नव्हता हे स्पष्ट दिसत होते. आरी बेन कनानकडून आधीच काही ऐकल्यापासून अविदानलासुद्धा डेव्हिडचा विश्वास वाटत नसावा.

''डेव्हिड.'' एकदाच सर्व गोष्टींचा सोक्षमोक्ष लावलेला बरा अशा थाटात अविदान शांतपणे म्हणाला, ''समजा तू म्हणतो आहेस तसा रोमन रोड सापडला, वाड्यांमधली पायवाटही सापडली तर पुढे काय? जेरूसलेमचा वेढा उठवणार कसा तू?''

डेव्हिड क्षणभरही न थांबता उत्तरला, ''माझी सूचना आहे की, या जुन्या रोमन रोडवर दुसरा रस्ता बांधावा. लॅट्रन काबीज करायची मग आवश्यकता उरणार नाही. लॅट्रनला वळसा घेऊन आपण जेरूसलेममध्ये पोचू शकू.''

''डेव्हिड, तू काय सुचवतो आहेस ते तुझ्या ध्यानात येते आहे का? या नकाशाकडे बघ. लॅट्रनमध्ये अरब लीजन आहे. त्यांच्या नजरेखाली तू रस्ता बांधावा असे सांगतो आहेस.''

''अगदी बरोबर'' डेव्हिडला आपल्या योजनेबद्दल थोडाही संशय नव्हता. ''आणि आपल्याला मोठा रस्ता कुठे हवा आहे? एक ट्रक जाईल एवढ्या रुंदीची वाट खूप झाली. जोशुआने लॅट्रनला सूर्यभ्रमण थांबवले होते. आपण रात्र संपू नये अशी व्यवस्था करू. एका तुकडीने जेरूसलेमच्या बाजूने काम सुरू करायचे. दुसरीने तेल अव्हिवच्या बाजूने. रात्री चोरून शांतपणे काम केले तरी एका महिन्यात आपला मार्ग तयार होईल. अरब लीजनबद्दलच बोलायचे तर ग्लब पाशा रात्री लॅट्रनबाहेर लढण्यासाठी त्याचे सैन्य आणणारच नाही. सरळसरळ युद्धाची खुमखुमी त्यालाही नाही. तुम्हालाही ठाऊक आहे ते.''

''त्याची खात्री कशी द्यायची? रस्त्यासाठी लढेलही तो.'' आल्टरमन म्हणाला.

''ग्लबला त्याच्या लीजनची काळजी वाटते. मोठ्या लढाईत त्याला गुंतायचे नाही. नाहीतर समारियाच्या त्रिकोणातून हल्ला करून इस्त्राएलची दोन शकले उडवायचा प्रयत्न त्याने कधीच केला असता.''

यावर बोलण्यासारखे कुणाकडे काही नव्हते. डेव्हिड म्हणतो आहे तेच खरे असेल असे धरून चालणे भाग होते. अरब लीजन फार मोठ्या भागात पसरली होती आणि जेरुसलेम व लॅट्रन आणि जेरुसलेमचा रस्ता याशिवाय इतर कुठे ग्लब पाशाला अडकायचे नव्हते. मोकळ्या मैदानात इस्त्राएलींशी दोन हात करायची त्याची तयारीच नव्हती.

बेन झायोन आणि अविदान विचार करत बसले.

''तुला काय हवे आहे?'' शेवटी बेन झायोनने विचारले.

''एक जीप आणि ती चालवण्यासाठी एक रात्र.''

अविदान काळजीत पडला. हॅगन्नाच्या सुरुवातीच्या काळात एक सैनिक गमावला तरी स्वत:चा मुलगा किंवा मुलगी गमावल्यासारखे अविदानला खूप दु:ख व्हायचे. जुन्या इशोव्हमधे प्रत्येकजण प्रत्येकाला ओळखत होता. प्रत्येक मृत्यू कुटुंबातल्या मृत्यूप्रमाणे त्याला शोकाकुल करायचा. आता टिचभर देशाच्या स्वातंत्र्यलढ्यामध्ये ज्यांच्यावर देशाचे भवितव्य अवलंबून होते असे हजारो तरुण-तरुणी, स्त्री-पुरुष मरत होते. फार मोठी किंमत होती ही. पण लहान-मोठा कुठलाही देश डेव्हिड बेन अमी सारख्याचा जीव धोक्यात घालू शकला नसता. आत्मघातकी कामगिरी डेव्हिड

स्वत:च्या अंगावर ओढवून घेतो आहे असे अविदानला वाटत होते. त्याला स्वत:ला विश्वास ठेवायची इच्छा होती म्हणूनच तर केवळ जेरुसलेमला जाणारा असा रस्ता आहे, म्हणून तो सांगत नव्हता ना?

"प्लीज्. एक जीप आणि फक्त चोवीस तास." डेव्हिडने काकुळतीने विनंती केली.

अविदानने बेन झायोनकडे बघितले. आल्टरमनने नकारार्थी मान हलवली. अशक्य, डेव्हिड जे करायला मागत होता ती गोष्ट अशक्य होती. पण जेरुसलेम म्हणजे ज्युडाईझमचे प्रतीक होते. प्रत्येक इस्राएलीचे प्राणप्रिय शहर. जेरुसलेम नाही तर इस्राएल कसा राहील? पण.. पण प्रथमपासूनच जेरुसलेम ताब्यात ठेवायचा केलेला प्रयत्न वेडेपणाचाच नव्हता का?

डेव्हिडच्या मातापित्यांनी आधीच खूप दु:ख भोगले आहे, अविदानच्या मनात विचार आला. एक भाऊ आधीच ठार झाला आहे, दुसरा गंभीरपणे जखमी, तिसरा जुन्या जेरुसलेमच्या तटबंदीआड– मक्काबीजच्या आत्मघातकी पथकाबरोबर– आता डेव्हिडलाही...

डेव्हिड घायकुतीला येऊन आळीपाळीने सर्वांच्या तोंडाकडे बघत ओरडला, "एकच संधी, एवढी एकच संधी द्यायला हवी तुम्ही मला."

दरवाजावर टकटक झाली. आल्टरमन सन्देश घेऊन आत आला आणि त्याने तो बेन झायोनच्या हातात ठेवला. सन्देश वाचताच त्याचा चेहरा काळवंडला. त्याने तो अविदानकडे दिला. स्वत:वरचा ताबा अविदानने गमावल्याचे कोणाला आठवत नव्हते. पण आता त्याचा हात थरथरायला लागला. डोळ्यात अश्रू जमा झाले.

"जुन्या जेरूसलेमने शरणागती पत्करली आहे." तो कसाबसा उद्गारला.

"नाही, नाही" आल्टरमन ओरडला.

डेव्हिड बेन अमी खुर्चीत कोसळला.

बेन झायोनच्या हाताच्या मुठी वळल्या. "जेरुसलेमशिवाय इस्राएल हे राष्ट्र होऊच शकत नाही." डेव्हिडकडे वळून तो म्हणाला. "जेरुसलेमला जाच तू डेव्हिड. जेरुसलेमला जा."

मोजस जेव्हा त्याच्या बरोबरीच्या जमातींना घेऊन तांबड्या समुद्राच्या किनाऱ्यावर पोचला तेव्हा त्याने सांगितले की, ज्या कुणाची देवाच्या सामर्थ्यावर अढळ श्रद्धा असेल त्याने प्रथम समुद्रात उडी मारावी. नाहशोन हा माणूस त्या वेळी पुढे झाला होता.

डेव्हिड बेन अमीच्या गुप्त कामगिरीचे नावही नाहशोन ठरले.

अंधार पडता पडता तेल अव्हिवच्या दक्षिणेकडले रेहोवोत शहर मागे टाकून

डेव्हिड ज्यूडिआच्या टेकड्यांच्या दिशेने निघाला. टेकड्यांच्या पायथ्यांशी लॅट्रनजवळ डेव्हिडने जीप वळवली. माहीत नसणारा भाग. दगडगोटे, खड्डे, खाचखळगे, उभे कडे, वाड्या. एकाच कल्पनेने तो भारून गेला होता. पण कामगिरी किती महत्त्वाची आहे याचासुद्धा त्याला एक क्षण विसर पडत नव्हता. त्याला या भागाची खडा न् खडा माहिती होतीही.

जीप खडखडत होती. वाकडी तिकडी सरकत होती. हा मार्ग यांत्रिक वाहनांसाठी नव्हताच. लॅट्रन जवळ येत होते. डेव्हिडने अगदी हळू आणि काळजीपूर्वक जीप चालवायला सुरुवात केली. अरब लीजनचे गस्तीपथक भेटायचा धोका होता.

लांबवरचा किल्ला नजरेस पडताच त्याचे डोळे शोधक बनले. त्याने इंचाइंचाने जीप उतारावरून खाली घ्यायला सुरुवात केली. शेकडो वर्षांचा जुना रोमन रोड याच ठिकाणी नाना गोष्टींनी पुरला गेला होता. खडक, घसरलेली माती बघत तो जात होता. दोन वाड्यांच्या एका जंक्शनवर तो थांबला. त्याने मातीतून काही दगड वर काढले. त्यांचा आकार, त्यांची घडण त्याने नीट बघितली. साधारण कुठल्या मार्गाने तो रस्ता गेला आहे, याची जाणीव त्याच्या मनापर्यंत पोचल्यावर तो झपाट्याने पुढे निघाला.

अर्धवर्तुळाकृती रस्त्याने, जीपचे काय होणार आहे याची काळजी न करता, तो पुढे जात होता. अनेकदा जीपचे इंजिन बंद करून कानोसा घेत होता. शत्रू मागावर नाही याची खात्री पटवून घेत होता. अधून मधून पोटावर घसपटून रांगत जात होता. सर्वत्र अंधार होता. त्याच्या आयुष्यात पार केलेले हे सर्वात लांब सोळा किलोमीटर अंतर होते. रात्र सरली. अरब पथकांच्या नजरेत पडायचा धोकाही वाढला.

बेन झायोन आणि अविदान रात्रभर वाट बघत होते. मनातून खूप धास्तावलेही होते. पहाटे पहाटे त्यांचे डोळे पेंगुळायला लागले. डेव्हिडचा प्रयत्न मूर्खपणाचाच होता ते त्यांना पटले. कधी तो पुन्हा त्यांच्या नजरेला पडणार नाही अशी त्यांची खात्री व्हायला लागली.

फोन वाजला. अविदानने रिसिव्हर उचलला. कानाला लावला.

"आताच जेरुसलेमहून सन्देश मिळाला आहे. कोडिंगरुममध्ये आहे." अविदान म्हणाला.

"काय सन्देश आहे?"

"I - 358"

ते बायबल आणायला धावले. वाचताना बेन झायोनने निःश्वास टाकला. "Isaiah– Thirty Five-Eight : *And an highway shall be there... no lion shall be there, nor any ravenous beast shall go up thereon... but the redeemed shall walk there...*

नाहशोन जेरुसलेममध्ये पोचला होता!

डेव्हिड बेन अमीने लॅट्रन टाळून जेरुसलेमला पोचता येईल असा मार्ग शोधला होता.

जेरुसलेम वाचवण्याची संधी अजूनही होती.

जेरुसलेममधल्या हजारो स्वयंसेवकांना गुप्ततेची शपथ देण्यात आली. आपल्या हातांनी जमीन खणून दऱ्याखोऱ्यातून डेव्हिडने शोधलेल्या मार्गाने रस्ता बनवण्यासाठी ते जेरुसलेमबाहेर पडले. डेव्हिड तेल अव्हिवला परतला. त्या बाजूने रस्ता बनवण्यासाठी इतर स्वयंसेवक निघाले. जेरुसलेम आणि तेल अव्हिवचे स्वयंसेवक आपापल्या बाजूने रस्ता बनवत एकमेकांना भेटायला तयार झाले.

दोन्ही गट दिवसा दडून बसत. रात्री लॅट्रनमधल्या अरब लीजनच्या नाकावर टिच्चून आवाज न करता रस्ता बनवायला घेत. ते अत्यंत शांततेने आणि जबरदस्त घाईने काम करत होते. अरुंद दऱ्या, घळी, वाड्या यांच्यातून गेलेल्या रोमन रोडवर इंचाइंचाने रस्ता बनत होता. डेव्हिड बेन अमीने जेरुसलेममध्ये बदली मागितली आणि त्याला ती मिळालीही.

तेल अव्हिवमधे डेव्हिड बेन अमीला सोडल्यापासून यार्देनाचे चित्त थाऱ्यावर नव्हते. गान डाफनामध्ये पुन्हा खूप काम होते. गान डाफनाचा विध्वंस झाला होता आणि ते पुन्हा उभारायचे होते. ज्या छोट्या मुलांना गान डाफनामधून बाहेर काढले होते ती परतली. किटीचे कॉटेज ठीक होते. जास्ती पडझड नव्हती. कारेन आणि किटीबरोबर यार्देनाही तिथे राहायला लागली. किटी आणि यार्देनाची खरी मैत्री जुळली होती. ज्या गोष्टी इतरांशी बोलल्या तर त्यांचा दुबळेपणा असा अर्थ निघाला असता अशी यार्देनाला भीती वाटे त्या ती किटीशी बोलत होती.

यार्देना बाहेरून पूर्वीसारखीच वागल्यासारखी वाटत असली तरी तेल अव्हिवहून मनाच्या कोणत्या अवस्थेत ती परत आली आहे हे किटीने बरोबर ओळखले होते. डेव्हिडचा निरोप घेऊन यार्देनाला दोन आठवडे झाले असतील. यार्देना आणि किटी संध्याकाळी चहा पित होत्या. किटी काहीतरी बोलत होती. एकाएकी घाबरल्यासारखी यार्देना उठली आणि तिने बाहेर धाव घेतली. किटीही तिच्या मागोमाग धावत आली. यार्देना एकाएकी जमिनीवर कोसळली. किटीने तिला उठवून आधार देत ऑफिसमधे आणले, तिला कॉटवर झोपवले आणि थोडी ब्रॅन्डी तिला प्यायला लावली.

दहा मिनिटांनी यार्देना पुन्हा माणसात आली, उठून बसली. तिच्या मनाला कुठला तरी धक्का बसल्यासारखे दिसत होते. ती बोलायच्या परिस्थितीत आल्यावर अविश्वासानेच तिने आपली मान हलवली.

“काय झाले अचानक?” किटीने विचारले.

“माहीत नाही. कळतही नाही. असे पूर्वी कधी काही घडलेच नव्हते. मी तुझे बोलणे ऐकत होते. एकाएकी तुझे शब्द कानावर पडेनात आणि तूही दिसेनास. सगळीकडे गडद अंधार पसरला आणि भीतीची एक शिरशिरी अंगातून निघून गेली.” यार्देना थांबली.

“पुढे बोल यार्देना.”

“मी डेव्हिड किंचाळताना ऐकले. फार भयंकर होते ते.”

“आता माझे ऐकशील का जरा? या वेळी डेव्हिडला सोडून आल्यापासून तू इतकी काळजीत आहेस की, तुझे डोके कामातून जायची वेळ आली आहे. मला तर वाटते की, तू थोडे दिवस विश्रांती घ्यावीस. याद् एल्ला तुझ्या आईकडे जावेस.”

यार्देना उडी मारूनच उठली आणि ओरडली “नाही.”

“खाली बस.” किटी जरबेच्या स्वरात म्हणाली.

“हा गाढवपणा आहे सर्व. मी लाज आणण्यासारखी वागते आहे.”

“तू अगदी नेहमीसारखीच वागते आहेस यार्देना. सर्व भावना आतल्या आत दाबून ठेवल्याने, कधीही डोळ्यातून पाणी न काढल्याने तुझी ही अवस्था झाली आहे.”

“मी अशी वागते आहे हे डेव्हिडला कळले तर रागवेल तो.”

“गप बस यार्देना. आता साब्राचा तो अभिमान जरा बाजूला ठेव. मी तुला झोपेचे औषध देते. तात्काळ झोपायला जा तू.”

“नाही” म्हणत यार्देना उठली आणि धावतच खोलीबाहेर पडली.

भावना दाखवणे म्हणजे दुबळेपणा असे समजणाऱ्या या मुलीबाबत करावे तरी काय असा प्रश्न किटीच्या मनात उभा राहिला. काहीही करता येण्यासारखे नव्हते. तिने एक निःश्वास टाकला. वर्षानुवर्षांची लढाई आणि दडपणे यांनी साब्रांना जाड कातडी लाभली असावी. त्यांचा अभिमान कळण्यापलीकडचा होता. अवास्तवच.

या घटनेला तीन दिवस झाले होते. कारेनला दोव्हकडे पाठवून किटी संध्याकाळी कॉटेजमध्ये परतली. यार्देना रिपोर्ट लिहित होती. किटी तिच्यासमोर बसली. यार्देनाने मान वर केली आणि ती हसली. पण किटीच्या चेहऱ्यावरचे भाव बघताच ती एकदम गंभीर झाली. किटीने तिच्या हातातले पेन काढले.

काही क्षण कुणीच काही बोलले नाही.

“डेव्हिड! डेव्हिड जिवंत नाही.” यार्देना हळूच म्हणाली.

“हो.”

"काय झाले?" भावनाशून्य स्वरात यार्देनाने विचारले.

"आरीचा एवढ्यात फोन आला होता, त्यालाही नीट माहिती नाही. थोडे मक्काबीज, थोडे पालमाख, थोडे हॅगन्ना यांना घेऊन त्याने एक पथक बनवले. कोणाचीही परवानगी न घेता.... पण त्या आधी डेव्हिड जुन्या जेरुसलेमच्या तटबंदीच्या भिंतीकडे बघत होता. जुने जेरुसलेम अरबांच्या ताब्यात आहे ही गोष्टच त्याला सहन होईना. जुने शहर जिंकून घेण्याचा या पथकाने प्रयत्न केला. त्यांनी माऊन्ट झायोन जिंकले आणि..."

"पुढे?"

"त्यांच्या विजयाची काडीमात्र शक्यता नव्हती. आत्मघातकीपणाचा निर्णय होता तो."

यार्देना हलली नाही. बोलली नाही. तिने डोळ्यांची उघडझापसुद्धा केली नाही.

"काय करू मी? कोणत्या शब्दात...."

यार्देना ताठ उभी राहिली आणि स्वच्छ आवाजात म्हणाली, "माझी काळजी करू नकोस."

यार्देना बेन कनानने तिच्या डेव्हिडसाठी अश्रू ढाळले असतील तर ते कधी कुणाला दिसले नाहीत. आपले दुःख उराशी बाळगून ती उद्ध्वस्त अबू येशामधे नाहीशी झाली. चार दिवस आणि चार रात्री ती एके ठिकाणी न हलता बसून होती. खाणे नाही, पिणे नाही, काही नाही. नंतर ती गान डाफनाला परत आली. आरीने जसे डाफनाचे नाव नंतर कधीही घेतले नव्हते त्याप्रमाणे यार्देनाने त्यानंतर तोंडातून डेव्हिडचे नाव काढले नाही.

डेव्हिड बेन अमीने जेरुसलेमसाठीचा रस्ता शोधल्यावर एका महिन्याने लॅट्रनला वळसा घालून जेरुसलेमला पोचणारा "बर्मा रोड" पुरा झाला. एक काफिला घाईघाईनेत्या रस्त्याने जेरुसलेमला पोचला, जेरुसलेमचा वेढा उठल्यासारखा झाला.

त्या क्षणापर्यंत इस्राएल जगेल याची कुणाला खात्री नव्हती. जेरुसलेमच्या बाजूने रस्ता बांधत येणाऱ्यांनी तेल अव्हिवच्या बाजूने रस्ता बांधण्याचे काम करणाऱ्या गटाशी ज्या मंतरलेल्या क्षणी हातमिळवणी केली त्या क्षणापासून ज्यूंनी त्यांचे स्वातंत्र्ययुद्ध जिंकले.

## १३

पुढले काही महिने घनघोर लढाईचे होते. पण "बर्मा रोड" सुरू झाला आणि ज्यूंना जसे काही नवजीवन प्राप्त झाले. ती वेळही अशी होती की, ज्यूंना अशाच

कुठल्या तरी दैवी चमत्काराची आवश्यकता होती.

अरब सैन्यांची पहिली चढाई इस्राएलने थांबवल्यावर संयुक्त राष्ट्रसंघ तात्पुरता शस्त्रसंधी घडवून आणण्यात यशस्वी झाला. दोन्ही बाजूंना थोडा वेळ नाही तरी हवा होताच. अरबांना त्यांचे सैन्याधिकारी बदलून पुनर्रचना करणे भाग होते. टिचभर इस्राएलचा नाश करू न शकल्याने जगातली त्यांची पत पार ढासळली होती. इस्राएलला आपले सैन्य आणि सर्व सैन्याची शस्त्रसज्जता वाढवणे अत्यावश्यक होते.

इस्राएलमध्ये काळजीवाहू सरकारची स्थापना झाली होती. त्यांचा सर्व गोष्टींवर अजूनही पूर्ण ताबा नव्हता. पालमाख, अत्यंत कर्मठ ज्यू, मक्काबीज यांच्यामध्ये अजूनही एकवाक्यता नव्हती. इस्राएली सैन्याच्या सेन्ट्रल कमान्डच्या आज्ञा ऐकल्या नाहीत म्हणून आघाड्यांवर लढू न देता सैन्यातून हकालपट्टी करायची धमकी मिळताच पालमाख स्वतःच्या उत्कृष्ट तुकड्यांसह इस्राएलच्या सैन्यातच भरती झाले. इस्राएली सैन्यामध्ये मक्काबीजच्या अशाच स्पेशल बटॅलियन्स होत्या, पण त्यांचे नेतृत्व मक्काबीज अधिकाऱ्यांच्या हाततच हवे याबद्दल तडजोड नव्हती. कर्मठ ज्यू बायबलचा अक्षरशः अर्थ लावून त्यांच्या तारणहार मसीहाची फक्त वाट बघत बसले होते.

पालमाख, मक्काबीज आणि कर्मठ ज्यू एकत्र येणार अशी चिन्हे दिसत असतानाच एका दुर्दैवी घटनेने मक्काबीज कायमचे दूर झाले. मक्काबीजकडे सहानुभूती असणाऱ्या अमेरिकनांनी बरीच शस्त्रात्रे खरेदी केली होती आणि ती इस्राएलला पोचवण्यासाठी एक मालवाहू विमानही खरेदी केले होते. त्या विमानाचे नाव ठेवले होते. "अकिवा". शस्त्रास्त्रांसह इस्राएली सैन्यात भरती होण्यासाठी शेकडो मक्काबीज तयार होते. तहाच्या अटींप्रमाणे दोन्ही बाजूंनी नवीन शस्त्रास्त्रे घ्यायची नव्हती. पण अरब आणि ज्यू दोघेही ही अट पाळत नव्हते. गुप्तपणे शस्त्रास्त्रांचा साठा करून आपापली ठाणी मजबूत करण्यावर दोन्ही बाजू भर देत होत्या.

युरोपमधल्या इस्राएलींकडून "अकिवा"बद्दल माहिती मिळाल्यावर इस्राएली सरकारने ही शस्त्रास्त्रे आणि विमान त्यांच्या ताब्यात द्यावे अशी मागणी केली. इस्राएल आता एक देश होता, मक्काबीजच्या तुकड्या इस्राएली सैन्याचा एक भाग होता असा सरकारचा दावा होता. पण मक्काबीजना स्वतःचे वेगळे अस्तित्व नष्ट करायचे नव्हते. ही शस्त्रास्त्रे फक्त त्यांच्यासाठी म्हणूनच खरेदी केली आहेत आणि ती सरकारच्या ताब्यात मिळणार नाहीत असे त्यांनी ठासून सांगितले.

शस्त्रे आणण्याने तहाच्या अटींचा भंग होत होता आणि सरकारनेच ही शस्त्रास्त्रे चोरून इस्राएलमध्ये आणली तर ती निदान पोचायची शंभर टक्के खात्री होती. याउलट मक्काबीजनी स्वबळावर तसा प्रयत्न केला तर तो फसण्याची शक्यता होती. आम्ही सेन्ट्रल कमांडचे आज्ञापालन करत नसल्याने तहाच्या अटींशी आमचा

संबंधच नाही असे मक्काबीजनी जाहीर केले. काळजीवाहू सरकारचा मुख्य मुद्दा एक देश, एक सैन्य, एकच सेन्ट्रल कमान्ड हा होता. मकाबीज या गोष्टीला मान्यता देत नसल्याने ''अकिवा''च्या प्रश्नावरून पुन्हा संघर्ष सुरू झाला.

इकडे ''अकिवा''ने शस्त्रास्त्रे आणि स्वयंसेवक घेऊन युरोपमधून उड्डाण केले. इस्राएली सरकारला दोन्ही गोष्टींची नितांत आवश्यकता होती. तरीही तत्वासाठी विमान उतरवायला परवानगी न देता ते परत फिरवायची आज्ञा सरकारने दिली. या कृतीने मक्काबीजचा जळफळाट सुरू झाला.

या आज्ञेचे उल्लंघन करून ''अकिवा'' पॅलेस्टाईनला पोचले. विमानतळावर सरकारी अधिकारी, मक्काबीज, संयुक्त राष्ट्रसंघाचे प्रतिनिधी यांची गर्दी झाली होती. ''अकिवा'' परत युरोपला घेऊन जाण्यासाठी रेडिओवर दिलेल्या संदेशाचे पालन करायला वैमानिकाने नकार दिल्यावर सरकारने आपल्या लढाऊ विमानांच्या सहाय्याने ''अकिवा''पाडून टाकले.

इस्राएलच्या सैन्याचे सैनिक आणि मक्काबीज यांच्यामध्ये उघड चकमकी सुरू झाल्या. मक्काबीजनी आपल्या तुकड्या सैन्यातून काढून घेतल्या. दोन्ही बाजू एकमेकांवर आरोप, प्रत्यारोप करत बसल्या आणि ''अकिवा'' प्रकरणाची न्याय्य बाजू या आरोप, अपमानांखाली पार गाडली गेली. या घटनेने मक्काबीजमध्ये कायमच कटुता निर्माण झाली.

शक्य आहे की, असे काही तरी, कधी तरी घडणारच होते. नव्हे घडणे आवश्यकच होते. ब्रिटीश मॅन्डेटच्या काळात मक्काबीजनी ब्रिटिशांना सळो की, पळो करून सोडले होते. ब्रिटीशांनी त्यांच्यामुळेच शेवटी काढता पाय घेतला होता. पण एकदा ब्रिटीश निघून गेल्यानंतर दहशतवादी कृत्यांना अर्थ राहिला नाही. त्या कृत्यांची उपयुक्तता नाहीशी झाली. सैन्य म्हटले की, शिस्त आली आणि मक्काबीजना कुठल्याच तऱ्हेची शिस्त पाळायची नव्हती. त्यामुळे लढाऊ दल म्हणून त्यांची किंमत कमी होत होती. मक्काबीजनी नाव घेण्यासारखा एकच विजय जाफा येथे मिळवला. इतरत्र ते पराभूत झाले. नेवे सादिज येथे त्यांनी उडवलेल्या कत्तलीने सबंध इशोव्हला मान खाली घालावी लागली. त्यांच्या वैयक्तिक शौर्याबद्दल वाद नव्हता. पण कुठलाही संयम बाळगायची त्यांची तयारी नव्हती. प्रत्येक प्रश्न फक्त बळावर सोडवण्याचा त्यांचा खाक्या होता. त्यांचे एक संतापलेल्या तरुणांचा गट म्हणूनच अस्तित्व शिल्लक राहिले.

ज्यू आणि अरब यांच्यामधल्या वाटाघाटी महिनाभर सुरू होत्या. संयुक्त राष्ट्रसंघाच्या वतीने काऊन्ट बर्नेडॉट आणि राल्फ बुन्च काही तरी तडजोड करायचा प्रयत्न करत होते. आजची परिस्थिती हा गेल्या तीस एक वर्षांच्या घटनांचा परिपाक होता. महिनाभरात काही साध्य होण्याची आशा नव्हतीच. मध्य गॅलिलीमध्ये कावुकजी तर सारखाच शस्त्रसंधी मोडत होता. आता इजिप्तने तोच कित्ता गिरवला.

शस्त्रसंधीचा काळ संपायच्या आधीच पुन्हा हल्ले सुरू केले.

त्यांनी ती फार मोठी चूक केली होती. या वेळी ज्यूंनीच आक्रमक पवित्रा घेतला. सर्व अरब सैन्यांच्या आक्रमणाला ज्यूंनी यशस्वीपणे तोंड दिल्यावर सर्व लष्करी तज्ज्ञ चकित झाले होते. पण आता ज्यू सैन्याने आक्रमक पवित्रा धारण करताच सर्वांना तोंडात बोटे घालायची पाळी आली.

तेल अव्हिव आणि जेरुसलेमवरचे हवाई हल्ले थांबले नाहीत तर काय घडेल याची चुणुक इस्राएली विमानदलाने कैरो, दमास्कस आणि अम्मान या शहरांवर बॉम्बफेक करून दिली. पुन्हा ज्यू शहरांवर अरब विमाने फिरकली नाहीत. अरबांसाठी शस्त्रास्त्रे उतरवण्यात लेबॅनॉनच्या टायर शहराचा सहभाग होता. इस्राएलच्या छोट्या युद्धनौकांनी या शहरावर तोफा डागल्या.

गॅलिलीच्या समुद्रकाठावरील एन् गेव्हचे किब्बुत्झ कित्येक महिने वेढ्यात अडकले होते. सीरियन सैन्याचा एक हल्ला त्यांनी मोडून काढला आणि नंतर एका रात्री किब्बुत्झमधल्या संतापलेल्या शेतकऱ्यांनी सुसिता माऊन्टनवर चढून सीरियन्सना हाकलून दिले.

मध्य गॅलिलीत आरी बेन कनान कावुकजीच्या आणि नाझारेथच्या मागे लागला. त्याने आपल्या सैनिकांच्या सहनशक्तीचा अंत बघून आहेत ती शस्त्रास्त्रेच वापरून कल्पक डोक्याने नाझारेथच्या भाडोत्री फौजांचा पुरा समाचार घेतला. नाझारेथ पडताच शत्रुची इतर अरब खेडीही नाहीशी झाली. आरी बेन कनानने मुफ्तीच्या या खास जनरलला त्याच्या फौजेसकट लेबॅनॉनला पळ काढायला भाग पाडले.

बाब एल् वद आणि जेरुसलेमचा नवीन रस्ता हिलमेन ब्रिगेडने चांगला रुंद बनवला आणि ते बेथलेहेमच्या दिशेने निघाले.

नेगेव्ह वाळवंटात इस्राएलींनी इजिप्शियन सेनेच्या कारवायांना पायबंद घातला होता. सॅम्सनने एक हजार कोल्ह्यांच्या शेपट्यांना आगी लावून त्याला फिलिस्टाईन्सच्या शेतांमध्ये घुसवले होते. मशिनगन्स चढवलेल्या जीप्सच्या ''सॅम्सन्स फॉक्सेस्'' या तुकड्यांनी इजिप्शियनांना रसद पोचवणाऱ्या काफिल्यांवर आणि अरब खेड्यांवर इतक्या धाडी घातल्या की, त्यांना शेवटी नेगबाचा वेढा उठवणे भाग पडले.

इस्राएलने सर्वात मोठा विजय शारोन खोऱ्यात नोंदवला. मशिनगन चढवलेल्या जीप्स आणि पालमाखची हनिता ब्रिगेड जेरुसलेमच्या रस्त्यावरच्या काफिले अडवणाऱ्या रामले आणि लिदा गावात घुसल्या. पॅलेस्टाईनमधला सर्वात मोठा लिदा विमानतळ ज्यूंच्या हातात पडला. तिथून समारियाच्या दिशेने निघून त्यांनी स्वत: लॅट्रनला वेढा घालायचे ठरवले. मार्गातल्या इराकी फौजांना हाकलून लहान मुलांच्या बेन शेमेन या किब्बुत्झची त्यांनी मुक्तता केली. लॅट्रनभोवती पाश आवळायला सुरुवात होत असतानाच सर्व अरब राष्ट्रांनी एकत्रितपणे दुसऱ्या शस्त्रसंधीची मागणी केली.

हे सगळे विजय इस्राएलींनी अवघ्या दहा दिवसात मिळवले होते.

पुन्हा एकदा बर्नेडॉट आणि राल्फ बुन्च यांनी वाटाघाटी सुरू केल्या. सबंध अरब जगतात खळबळ उडाली होती. भविष्यकाळात उभ्या राहणाऱ्या कठोर सत्याची जाणीव सर्वप्रथम ट्रान्स-जॉर्डनच्या अब्दुल्लाला झाली. त्याने गुप्तपणे इस्राएलच्या काळजीवाहू सरकारशी बोलणी सुरू केली. अरब लीजनला गप्प ठेवायचेही कबूल केले. यामुळे ज्यूंना पूर्ण लक्ष इजिप्तवर केन्द्रित करता आले असते. ज्यूंनी जुन्या जेरुसलेमवर हल्ला न करण्याचे आणि अरब लीजनचे वर्चस्व असलेल्या समारिया भागामध्ये न जाण्याचे मान्य केले.

कावुकजीची सवय जात नव्हती. त्याने शस्त्रसंधी मोडून लेबॅनॉनमधून चोरटे हल्ले करायला सुरुवात केली. हिराम हे बायबलमधल्या एका लेबॅनिज् राजाचे नाव. शस्त्रसंधी संपताच इस्राएलने "ऑपरेशन हिराम" आखले आणि कावुकजी आणि मुफ्तीची स्वप्ने कायमची धुळीला मिळवली. इस्राएली सैन्य कावुकजी आणि मुफ्तीच्या ठगांमागे लागले आणि लेबॅनॉनमध्ये घुसले. लेबॅनॉनच्या खेड्यांमध्ये शरणागतीचे पांढरे झेंडे फडकायला लागले. कावुकजीला पुन्हा लेबॅनॉनमध्येसुद्धा पाऊल ठेवण्याची हिंमत आता होणार नव्हती. त्या क्षणी बैरुट आणि दमास्कसपर्यंतही इस्राएली सैन्य धडक देऊ शकले असते. त्यांना अडवायची कुणाची हिंमत नव्हती. पण इस्राएली सैन्य स्वत:च्या देशात परतले.

गॅलिलीत शत्रू शिल्लक नव्हता. शारोन खोऱ्यात शांतता होती. जॉर्डनवर हल्ला चढवणार नाही असे अब्दुल्लाला वचन दिले होते. तेव्हा आता इस्राएली सैन्याने इजिप्तकडे लक्ष वळवले.

इस्राएलच्या अकल्पित आणि अलौकिक विजयांमुळे अरबांचे पार धिंडवडे निघाले होते. ते आता कुणाचा बळी द्यायचा एवढ्याच विचारात होते. ट्रान्स - जॉर्डनच्या अब्दुल्लाने जाहीरपणे अरबांच्या पराजयाचे खापर इराकवर फोडले. इस्राएलचे दोन तुकडे उडवायची संधी असताना तसा प्रयत्न करायचीही त्यांची छाती झाली नव्हती. इतर छोट्यामोठ्या चकमकींमधेसुद्धा त्यांची दाणादाण उडाली होती. सबंध अरब जगावर प्रभुत्व ठेवण्याची इच्छा बाळगणाऱ्या इराकने त्यांची रसदच खूप लांबून यावी लागत होती हे आपल्या पराजयाचे कारण सांगितले. सीरियन्सनी सर्वात जास्ती आरडाओरडा केला. अमेरिका, वसाहतवादी पाश्चात्य देश सर्वांना दोष दिला. इजिप्शियन सैन्यात सौदी अरेबियाच्या तुकड्या लढत होत्या. त्यांनी एक एक करून प्रत्येक अरब देशाविरुद्ध आगपाखड केली. ज्यूंशी करार केल्यानंतर इजिप्तने ट्रान्स-जॉर्डनवर दोषारोप केले.

पण इजिप्तची वृत्तपत्रे आणि रेडिओ इजिप्तच्या प्रत्येक पराभवाचे ज्या तऱ्हेने

विजयात रूपांतर करत होते तो सबंध प्रकारच थक्क करून सोडणारा होता. इजिप्शियन जनतेची या क्षणापर्यंत समजूत होती की, त्यांचे पराक्रमी सैन्य एका मागोमाग एक विजय मिळवत आहे आणि एकट्यानेच युद्ध लढत आहे.

लेबॅनॉन आणि येमेन हे दोन देश काही बोलत नव्हते. खरे तर या दोन्ही देशांना प्रथमपासूनच युद्धाशी संबंध नको होता.

सर्वच अरब सैन्यांना पत्कराव्या लागणाऱ्या लाजिरवाण्या पराभवांनी अरब एकता या कल्पनेचाही बोजवारा उडाला. आधीची हातमिळवणी, गळ्यात गळे घालणे, रक्ताची अतूट नाती या गोष्टी विसरल्या गेल्या आणि पाठीत खंजीर खुपसणे, राजकीय हत्या घडवून आणणे, वल्गना करणे या गोष्टींना ऊत आला. एका धर्मवेड्या मुस्लीमाने जुन्या जेरुसलेममधल्या ओमारच्या मशिदीमधून अब्दुल्ला प्रार्थना करून बाहेर येत असताना त्याचा खून पाडला. अरब माईन काम्फची पाने वाचणाऱ्या लष्करी अधिकाऱ्यांनी इजिप्तमध्ये राजे फारुख यांची सत्ता उलथवून टाकली. कट, कारस्थाने, खून, विश्वासघात या जुन्याच खेळांनी पुन्हा अरब जगात थैमान घातले.

इस्राएलचे सैन्य आता एकसंध बनले. सैन्याला अद्ययावत् शस्त्रेही उपलब्ध झाली. नेगेव्हच्या वाळवंटात या सैन्याने युद्धाचा शेवट जवळ आणला. नेगबा किब्बुत्झवर सुवेदान वरून (The Monster on the Hill) इजिप्शियन सैन्य मारागिरी करत होते. सुवेदान ज्यूंच्या हातात पडले. याच ठिकाणी इजिप्शियन सैन्याने पराभव होत असतानाही खरे नाव कमावले.

फालुजा या गावात इजिप्शियन ज्यूंच्या वेढ्यामध्ये अडकले होते. शस्त्रसंधीच्या काळात ज्यूंनी त्यांची सुटका केली. त्यांच्यामधल्या एका तरुण कॅप्टनने नंतर राजे फारूख यांची सत्तेवरून हकालपट्टी करणाऱ्या लष्करी अधिकाऱ्यांचे नेतृत्व केले होते. त्या कॅप्टनचे नाव होते गमाल अब्दुल नास्सेर.

फारुख ही युद्धनौका इजिप्शियन नौदलाचे भूषण होती, शस्त्रसंधी संपता संपता मोक्याची एक जागा काबीज करण्याच्या दृष्टीने फारूखने तिथल्या इस्राएलींवर तोफा डागायला सुरूवात केली. डायनामाईटने भरलेल्या मोटारबोटी आदळवून इस्राएलींनी ती युद्धनौका बुडवून टाकली.

१९४८ च्या ऑटममध्ये अचानक हल्ला चढवून फादर अब्राहमचे बीरशेबा गाव ज्यूंनी जिंकले. त्या पलीकडे खंदक खणून इजिप्शियनांनी लढायची तयारी केली. ज्यूंनी या भूमीबद्दलच्या त्यांच्या पुरातन ज्ञानाचा वापर करून हजारो वर्षांपूर्वीचा जुना रस्ता शोधून काढला आणि मागच्या बाजूने इजिप्शियनांची कोंडी केली.

त्यानंतर मात्र इजिप्शियन सैन्याचीही पळापळ सुरू झाली. ज्यूंनी गाझा पार करून थेट सिनाईपर्यंत इजिप्शियनांचा पाठलाग केला.

*The Lord has mingled a spirit of perverseness in the midst of her : and they have caused Egypt to go astray in every work thereof, as a drunken man and staggereth in his vomit. Neither shall there be for Egypt any work which head or tail, palm branch or rush, may do. In that day shall the Egyptians be like unto women; and they shall tremble and fear because of the shaking of the Hand of the Lord of Hosts, which he shaketh over them.*

आयझायाचे शब्द खरे ठरले होते.

इजिप्शियन सणसणीत मार खाऊन पळत सुटले आणि इस्राएली त्यांचा पाठलाग करत सिनाईपर्यंत पोचले. ते आता सुएज कालव्यावर धडकणार या भीतीने ब्रिटीशांचे धाबे दणाणले. पाठलाग थांबवा नाहीतर ब्रिटीश सैन्याशी लढायला तयार रहा अशी त्यांनी धमकी दिली. इस्राएलींवर मारागिरी करण्यासाठी त्यांनी त्यांची स्पिटफायर्स पाठवली. इस्राएली स्वातंत्र्ययुद्धाची शेवटची गोळाबारी ब्रिटनशी व्हावी हा नियतीचा न्याय होता. इस्राएली विमानदलाने ब्रिटीशांची सहा लढाऊ विमाने पाडली. पण नंतर आंतरराष्ट्रीय दबावाला बळी पडून त्यांनी इजिप्शियनांचा पाठलाग सोडला. पाठलाग संपता क्षणी इजिप्शियन थांबले, एकत्र आले. कैरोमध्ये विजयी वीरांप्रमाणे शिस्तबद्ध प्रवेश करून त्यांनी व्हिक्टरी परेडही केली.

इस्राएलचे स्वातंत्र्ययुद्ध इतिहासजमा झाले.

महिने न् महिने वाटाघाटींचे गुऱ्हाळ चालू राहणार होते. शेकडो वर्षे हे घडले तरी कसे याचीही चर्चा चालू राहणार आहे. इस्राएलींनी सर्व तऱ्हेच्या तज्ञांचे अंदाज धुळीला मिळवून त्यांचे स्वातंत्र्य अबाधित ठेवले.

पॅलेस्टाईनमधल्या अरबांनी फार पूर्वी ज्यूंचे पॅलेस्टाईनला परत येणे स्वीकारले होते. ज्यूंबरोबर शांततेने राहण्याची आणि त्यांनी घडवून आणलेल्या प्रगतीत सहभागी होण्याची त्यांची तयारी होती. आधीची हजार वर्षे या भूमीने त्यांना काही दिले नव्हते. त्यांना ज्यूंशी लढायचे नव्हते आणि ते कधी लढलेही नव्हते. धोका दिसताच प्रथम पळ काढणाऱ्या नेत्यांनी त्यांचा विश्वासघात केला. माथेफिरू लोकांच्या टोळक्यात फक्त हे शूर वीर असत. पॅलेस्टाईनमधल्या अरबांना होत असलेल्या घोषणांचा अर्थ कधीही कळला नव्हता. त्या घोषणांवर विश्वास असायचा प्रश्नच नव्हता. ज्या शस्त्रसज्ज झायोनिझमची त्यांना भीती घातली होती तो अस्तित्वातच नव्हता. केवळ स्वतःच्या स्वार्थासाठीच या अज्ञानी लोकांचा अरब नेत्यांनी उपयोग करून घेतला होता.

काही अरब आणि सैन्येही शौर्याने लढली. पण थोडीच. सहज विजय मिळेल,

मग तुम्ही लुटालूट करा, स्त्रिया भ्रष्ट करा या तऱ्हेच्या वचनांवर खोगीरभरती झालेली. सर्व अरब एकत्र आल्यावर त्यांची ताकद किती अफाट असेल यांचे अंदाजही अवाजवी होते आणि सर्वात महत्त्वाची गोष्ट म्हणजे इस्त्राएलींना समुद्रात बुडवायचे ध्येय स्वत:चे रक्त वाहवण्याइतके मोठे आहे असे कुठल्याच अरब देशाला वाटले नव्हते.

या उलट देशासाठी मृत्यू पत्करायला ज्यूंची कधीच तयारी झाली होती. जगामधल्या सर्व देशांनी त्यांच्या सद्सद्विवेक बुद्धीला स्मरून जे राज्य कायद्याने त्यांना दिले होते त्याचे ज्यूंनी फक्त स्वत:च्या हिंमतीवर, एकटे उभे राहून, आपले रक्त सांडून, प्राणपणाने रक्षण केले होते.

दोन हजार वर्षांपूवी खाली उतरलेला स्टार ऑफ डेव्हिडचा ध्वज पुन्हा एकदा एलात ते मेथुल्लापर्यंत फडकला–पुन्हा कधीही खाली न उतरवण्यासाठी.

या स्वातंत्र्ययुद्धाने या शतकातला अत्यंत बिकट असा प्रश्न निर्माण केला. अरब निर्वासित! पॅलेस्टाईनमधल्या पाच लाखांहून जास्ती अरबांनी आपापली घरेदारे सोडून शेजारच्या अरब राष्ट्रांमध्ये आश्रय घेतला. चर्चा, आरोप, प्रत्यारोप, राष्ट्रवाद, द्वेषाने केलेली चिथावणीखोर जहरी भाषणे या सर्वांनी यांचा प्रश्न इतका बिकट झाला की, तो एक राजकीय टाईम-बॉम्ब बनला.

बराक बेन कनानला पुन्हा एकदा देशाची सेवा करण्यासाठी बोलावणे गेले. अरब निर्वासितांच्या सुटू शकेल असे न वाटणाऱ्या प्रश्नाचा पूर्ण अभ्यास करण्याची विनंती केली. त्याने खोलात जाऊन, या प्रश्नाचा पूर्ण अभ्यास केलाही आणि शेकडो पानांचा अहवाल दिला. थोडक्यात माहिती देणारी एक छोटी नोटही दिली.

## अरब निर्वासितांची परिस्थिती– सारांश

*स्वातंत्र्ययुद्धानंतर सर्वात जास्ती प्रसिद्धी मिळाली ती अरब निर्वासितांच्या समस्येला. अरबांच्या शस्त्रसाठ्यामधले ते एक घातक राजकीय अस्त्र बनले आहे.*

*ज्यू किती क्रूर आहेत हे दाखवण्यासाठी या निर्वासितांची भीषण परिस्थिती अरब राष्ट्रे पुन्हा पुन्हा जगासमोर मांडत आहेत. कोणीही त्यांच्या छावण्यांना भेट दिली तर त्यांचे हृदय हेलावल्याशिवाय राहणार नाही.*

*अरब निर्वासितांच्या परिस्थितीसारखी स्थिती जगामध्ये प्रथमच उद्भवली आहे हा अरबांचा दावा पोकळ आहे. सत्य फार वेगळे आहे. मानवाने लढलेल्या प्रत्येक युद्धात सर्वस्व गमावलेले निर्वासित निर्माण झालेले आहेत. दुसरे महायुद्ध संपून पाच वर्षे उलटून गेली असली तरी युरोप आणि आशियामधल्या अशा निर्वासितांची संख्या कोटीमध्ये जाईल.*

*अरब नेत्यांनी आंतरराष्ट्रीय कोर्टाचा निर्णय मानून कायद्याने वागायचे मान्य केले*

असते आणि इस्राएलचा सर्वनाश करण्याचा हव्यास बाळगला नसता तर हा प्रश्न निर्माण व्हायचेही कारण नव्हते.

अरबांनी निःसंशय हा प्रश्न स्वतःच तयार केला आहे. आमसभेत १९४७ मध्ये फाळणीचा ठराव मंजूर झाल्यानंतर पॅलेस्टाईनमधल्या इशोव्हने तिथल्या अरबांनी शांततेने, मैत्रीच्या भावनेने राहून ज्यूंच्या कायदेशीर हक्काचा आदर करावा असे पुन्हा पुन्हा आवाहन केले होते.

आपले स्वातंत्र्य घोषित करतानाही इस्राएल या राष्ट्राने शेजारच्या अरब राष्ट्रांसमोर आपला मैत्रीचा हात पुढे केला. पण त्याच वेळी इस्राएलची सरहद्द ओलांडून ते अविचाराने आक्रमण करायला लागले होते.

इस्राएलच्या मैत्रीच्या आवाहनाला अरबांचे एकच उत्तर होते. सर्व ज्यूंना ठार करून इस्राएल राष्ट्राचा संपूर्ण नाश करण्याची उघड धमकी त्यांनी दिली.

आश्चर्य म्हणजे पॅलेस्टाईनमधल्या बहुतेक सर्व अरबांनी आक्रमणाआधीच पळ काढला. जाफा, हैफा, गॅलिली या भागात अटीतटीचा संघर्षही झाला नाही.

याचे पहिले कारण म्हणजे दहशत. पॅलेस्टाईनमधल्या अरबांच्या मनात प्रचंड दहशत निर्माण झाली होती. कित्येक दशके अरब नेत्यांच्या विषारी भाषणांनी सरसकट कत्तलींची जबरदस्त दहशत पॅलेस्टाईनमधल्या अरबांच्या मनात निर्माण करण्यात आली. फेलायीनचे अज्ञान, अंधश्रद्धा, माथेफिरू धार्मिक भावना यांच्याशी अरब नेत्यांचा खेळ चालू होता. स्वतःच्या स्वार्थासाठीच त्यांना फेलायीनचा वापर करून घ्यायचा होता. त्यामुळे नंतर फेलायीनपुढे काय परिस्थिती उद्भवेल याचा विचार करण्याची गरज त्यांना अजिबात नव्हती. त्यांनी स्वतःच्याच लोकांचा संपूर्ण विश्वासघात केला. अकारण, अनैसर्गिक भीति आणि अज्ञान यांनीच पहिली पळापळ सुरू झाली. या भीतिला काही खराखुरा आधार तरी होता? निश्चित नाही. नेवे सादिज इथेच फक्त निरपराधी अरबांची अक्षम्य कत्तल झाली. पॅलेस्टाईनमध्ये शांतपणे राहिलेल्या अरबांच्या कोणीही वाटेला गेले नाही. त्यांच्या गावांना इस्राएलींनी उपसर्ग पोचवला नाही.

नेवे सादिजमध्ये झालेली एकुलती एक घटना युद्धाच्या उन्मादात इस्राएलींच्या हातून घडली. पण गेली तीस वर्षे ज्यूंच्या अशा अनेक कत्तली अरबांनी जाणीवपूर्वक घडवून आणल्या होत्या. त्या काळात समोरासमोर युद्ध चालू नव्हते म्हणूनच केवळ त्याला शांततेचा काळ म्हणायचा.

पॅलेस्टाईनमधल्या अरबांनी पळ काढावा अशी अरब नेत्यांची इच्छा होती हे पुराव्यानिशी सिद्ध करता येईल. राजकीय आणि लष्करी हत्यार म्हणून या निर्वासितांचा त्यांना कायम उपयोग करायचा आहे.

अरब जनरल्सनी ज्यूंच्या संपूर्ण नाशाच्या योजना आखल्या होत्या. त्या अंमलात आणताना अरब नागरिकांची उपस्थिती त्यांना नकोच होती.

त्यांच्या घरातून "हुसकावलेल्या" अरबांकडे बोट दाखवून ज्यू किती निष्ठुर आहेत हे अरब राजकारण्यांना सिद्ध करायचे होते. शेवटी युद्ध ही गोष्टही अर्थातच निर्वासित निर्माण होण्यास थोडीशी तरी कारणीभूत होतीच. ज्या थोड्याशा अरब गावांनी इस्राएल या राष्ट्राविरुद्ध शस्त्र उचलले त्यांच्यावर हल्ले करून तिथल्या अरबांना हाकलून देणे इस्राएलला भागच होते. त्याबद्दल माफी मागण्याची इस्राएलला अजिबात गरज नाही.

विजयी अरब सेनांच्या पावलांवर पाऊल ठेवत आपल्या घरी परतण्यासाठी आणि ज्यू राष्ट्र लुबाडून नेण्यासाठी अरब नेत्यांनी वचने दिली होती याचेही पुरावे आपल्याकडे आहेत. युद्धापासूनच अरब नेत्यांच्या ज्यू द्वेषाने परिसीमा गाठली होती. आंतरराष्ट्रीय कायदे झुगारून त्यांनी सुएज कालवा आपल्या जहाजांसाठी बंद केला आहे. आपल्या उद्योगांवर बहिष्कार टाकला आहे, परकी कंपन्यांना दहशत बसवली आहे, सरहद्दींवरच्या आपल्या वसाहतींवर हल्ले चढवले आहेत आणि इस्राएलच्या नाशासाठी पुन्हा आक्रमणे करण्याच्या धमक्या थांबलेल्या नाहीत. अशा परिस्थितीत या अल्पसंख्यांक निर्वासितांचे पुनर्वसन करण्याचा विचारही इस्राएल मनात आणू शकत नाही. सर्वात दुर्दैवाची गोष्ट अशी की, कोणत्याही अरब देशाला हे निर्वासित नको आहेत. अरब देश बुद्धीपुरस्सर त्यांची कोंडी करून कोंडवाड्यामध्ये गुरांना कोंडावे तशा स्थितीत राहणे त्यांना भाग पाडत आहेत. त्यांना जगणे असह्य केले तरच त्यांचा राजकीय अस्त्र म्हणून उपयोग करता येणार आहे. गाझाचे एकच उदाहरण या बाबतीत पुरे आहे. तिथल्या रस्त्यांवर सुरुंग पेरण्यात आले आहेत, भोवती इजिप्तची गस्त आहे. कशासाठी? त्यांनी तिथून इजिप्तमध्ये येऊ नये म्हणून.

पॅलेस्टाईनच्या अरब निर्वासितांच्या पुनर्वसनासाठी दोन कोटी डॉलर्सचा फंड संयुक्त राष्ट्रांनी उभा केला. पण या पैशांमधला एक पैसाही वापरलेला नाही. अरब जगातल्या सत्तर लाख चौरस मैलातली कितीतरी सुपीक जमीन नुसती पडून आहे. टायग्रीस-युफ्रेटिसच्या खोऱ्यातसुद्धा अशी जमीन आहे. तिथे बेदुईनच्या छोट्या मोठ्या टोळ्या फक्त फिरत असतात. या एकाच भागात पाच लाखच काय पण दहा लाख निर्वासितसुद्धा सुखाने राहू शकतील.

या उलट इस्राएलकडे फक्त सात हजार चौरस मैल प्रदेश आहे. त्यामध्ये अर्धे वाळवंट आहे. तरी अरब जगातून आलेल्या पाच लाखांहून जास्त ज्यूंना इस्राएलने सामावून घेतले आहे. एवढेच नव्हे तर आणखी पाच लाख आले तरी त्यांची सोय इस्राएल सहज करू शकेल.

अरब देश म्हणतात या निर्वासितांना पुनर्वसन नको आहे. त्यांना त्यांची पॅलेस्टाईनमधली शेते परत हवी आहेत. फेलायीनच्या शेतांबद्दल असलेल्या प्रेमाबद्दल नक्राश्रु ढाळायला त्यांचे काहीच जात नाही. पण कोणत्या फेलायीनच्या ताब्यात

गेल्या हजार वर्षात टीचभर तरी जमीन होती?

अरब नेत्यांनी प्रथम या फेलायीनना हजारो वर्षे अपार दुःख भोगायला लावले. मग त्यांचा शस्त्र म्हणून उपयोग केला. त्यांना वाऱ्यावर सोडले आणि त्यांना पुन्हा यातना देत आहेत. इस्राएलबद्दलचा द्वेष खदखदत ठेवण्यासाठी जाणूनबुजून त्यांना कंगाल अवस्थेत डांबून ठेवण्यात येत आहे.

पॅलेस्टाईनमधल्या अरबांचे आपल्या भूमीवर खरे प्रेम असते तर कुणीही त्यांना जमिनी सोडून हुसकावून लावू शकले नसते. कारणाशिवाय तर मुळीच नाही. पण या अरबांना जगण्यासाठी काही कारण नव्हते. युद्ध करण्यासाठीही नव्हते.

जो माणूस आपल्या जमिनीवर प्रेम करतो तो तिच्यासाठी रक्ताचा शेवटचा थेंब असेपर्यंत लढेल आणि जीव देईल. पण जमीन सोडून जाणार नाही.

इस्राएलला राज्यविस्ताराची हाव आहे असेही अरब नेते नेहमी सांगत असतात. इस्राएलमध्ये दहा लाख लोक असतील नसतील तो देश पन्नास लाख अरब जगतात कसा विस्तार करेल?

अरबांना खऱ्या शांततेच्या निदान शंभर वर्षांची गरज आहे.

हजारो गुलाम बाळगणारे शेख, धर्मवेडाने पछाडलेले धर्मगुरू, कटकारस्थाने करण्यात गुंतलेले लष्करी नेते सर्वजण मध्ययुगीन युगात वावरत आहेत. अरबांची उन्नती या नेत्यांकडून होऊ शकत नाही. शिक्षण, आरोग्यसेवा, जमीनसुधारणा अंमलात आणतील आणि स्वातंत्र्य उपभोगू देतील अशा नेत्यांची अरबांना आवश्यकता आहे.

अज्ञान, अशिक्षितपणा, रोगराई हेच अरबांचे मुख्य प्रश्न आहेत. पराकोटीचा राष्ट्रवाद आणि इस्राएलचा सर्वनाश यामुळे अरबांचे प्रश्न सुटतील या इतका भ्रामक प्रचार नाही.

दुर्दैव असे आहे की, विचारी अरब नेता पुढे यायला लागला की, इतर अरबांकडून त्याचाच प्रथम काटा काढला जातो.

अरब नेत्यांना निर्वासितांचे पुनर्वसन नको आहे, त्यांच्या वाईट परिस्थितीत सुधारणा घडवून आणायला नको आहे, शांतता तर अजिबात नको आहे.

खरे सांगायचे तर मध्ययुगीन अंधःकारातून अरबांना बाहेर काढले आहे ते केवळ इस्राएलनेच.

इस्राएलने पुढे केलेला मैत्रीचा हात स्वीकारणारे अरब नेते निर्माण होतील तेव्हाच अरबांचे प्रश्न सुटायला निदान सुरुवात तरी होईल.

बरा बेन कनान

❑❑❑

## भाग ५

### गरुडाच्या पंखावरून

अज्ञानातून साद येते आहे की, या दऱ्याखोऱ्यात दडलेल्या रस्त्यांचा शोध घेऊन देवासाठी अरण्यातून राजमार्ग बनवा.
देवावर अढळ श्रद्धा असली तरच पुन्हा सामर्थ्य लाभेल आणि गरुडाप्रमाणे पंख फडफडवत ते पुन्हा भरारी घेतील.

*आयझाया*

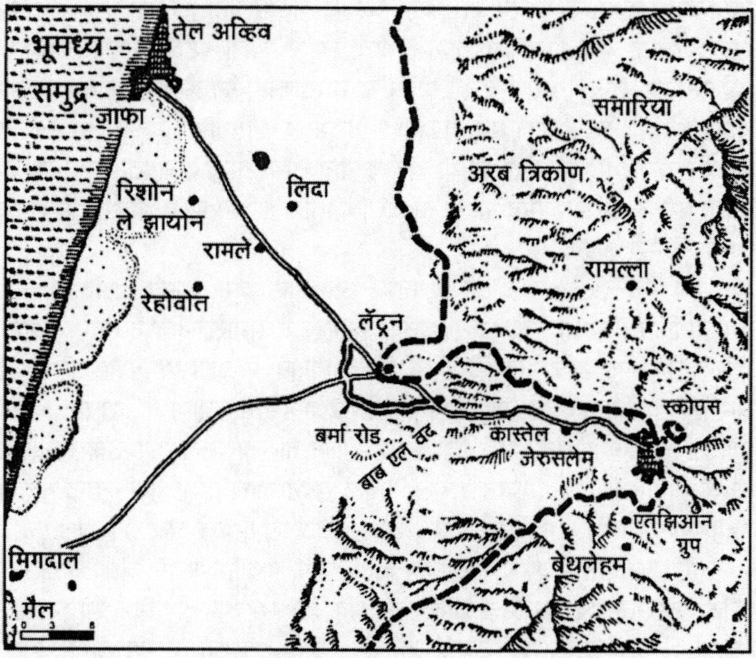

# १

*नोम-अलास्का*

*१९४८ च्या अखेरीस*

आर्क्टिक सर्कल एअरवेज् या नावाने ओळखल्या जाणाऱ्या कंपनीकडे तीन मालवाहू विमाने होती. ती सुद्धा स्ट्रेच थॉम्प्सनने कर्ज काढून घेतलेली. युद्धकाळात स्ट्रेचने आर्क्टिक भागात काम केले होते. इमानदारीने खूप कष्ट करून पैसे मिळवणे त्याला विशेष पसंत नव्हते. त्याची बुद्धी त्यामुळे तल्लख होती. सुपीक डोके आणि कल्पकता यामुळे कमीत कमी काम करून जास्तीत जास्ती पैसे कसे मिळवायचे याचा तो रात्र रात्र विचार करत असे. अलास्कामध्ये रात्री मोठ्या. तेव्हा स्ट्रेच थॉम्प्सनला विचार करायला बराच अवधी मिळे. अलास्कामधे सहजतेने काय उपलब्ध आहे याची एक भन्नाट कल्पना अशीच त्याच्या मनात आली.

खेकडे! किंग क्रॅब्ज्!

सोळा सोळा इंच व्यासाच्या ''किंग क्रॅब्ज''ची अलास्काच्या किनाऱ्यावर गर्दी असायची. थोडी कल्पकता दाखवली तर हा हा म्हणता अमेरिकन जनता या खेकड्यांसाठी जीव टाकायला लागेल याची त्याला खात्री पटली. मेनचे लॉब्स्टर, चेरी स्टोनचे शिंपले, मेरीलॅन्डचे तेरापीन या सारख्याच किंग क्रॅब्जपासून बनवलेल्या चविष्ट गोष्टींनी वेडे होतील सर्व. बर्फामध्ये घालून तो ते विमानाने घेऊन जाईल तेव्हा त्याचे विक्रेते विमानतळावर तो येण्याचीच चातकासारखी वाट बघत असतील. तो बघता बघता अफाट श्रीमंत होईल तेव्हा ''किंग क्रॅब'' किंग स्ट्रेच थॉम्प्सन म्हणूनच त्याची ख्याती होईल.

पण त्याच्या कल्पनेत आणि प्रत्यक्ष अनुभवात जरा जास्तीच अंतर पडले. त्याच्या किंग क्रॅब्जची चव कळण्याइतकी मानवजात सुधारलेलीच नव्हती. विमान, इंधन, वैमानिक यांचा खर्चही किंग क्रॅब्ज विकून मिळणाऱ्या पैशांपेक्षा नेहमी जास्तीच यायला लागला. पण तसा सहज हार मानणारा नव्हता तो. शेवटी त्याची एक विमान कंपनी होती. भले च्युइंग गम आणि तारा वापरून आर्क्टिक सर्कलची त्याची विमाने तो उडती ठेवत असेल. सगळे संपत आले असा क्षण जवळ येताना नेहमी कुठले तरी काम चालून येई. धंद्याला टाळे लावायची वेळ पुढे जाई.

एका बाबतीत मात्र तो नशिबवान होता. चीफ पायलट आणि काही वेळा तरी त्याचा एकुलता एक वैमानिक फॉस्टर जे. मॅक्‌विल्यम्स त्याला कधीही सोडून जात नव्हता. त्याला सर्वजण ''टेक्स'' म्हणत. अर्थात् त्याचे कारण सरळ होते.

युद्धकाळात त्याने हम्प (HUMP) या धोकादायक मार्गावर काम केले होते. कुठल्याही विमान कंपनीचे भूषण ठरेल असा वैमानिक असे स्ट्रेच थॉम्प्सनचे त्याच्याबद्दल मत होते. तो इतका निष्णात वैमानिक होता की, बर्फाच्या वादळात, भरपूर दारु पिऊन तो एखाद्या हिमनगाच्या कोपऱ्यावर त्याचे सी–४७ विमान उतरून दाखवेल की, नाही अशी पैज मारली तर नोममध्ये नाही म्हणणाराच कोणी निघत नसे. अनेक वेळा या पैजेसाठी स्ट्रेचने पैसे वाढवायचा प्रयत्न केला. पण नेहमीच काही तरी भानगड होई. कधी वादळ कमी होई, कधी फॉस्टरची धुंदी उतरे.

मॅक्‌विल्यम्सला आपले काम आवड. पण ठराविक मार्गांवर, उत्कृष्ट विमानांवर, वेळापत्रकाप्रमाणे विमाने चालवण्यात काय मजा? आर्क्टिक सर्कलवरच्या धोकादायक ठिकाणीच कशीबशी उडत ठेवलेली विमाने उडवण्यात तो खुश होता. इथेच तर तुमचे सर्व कसब पणाला लागते.

धावपट्टीच्या एका कोपऱ्यात असलेल्या छोट्याशा इमारतीत या विमान कंपनीचे ऑफिस, ऑपरेशन हेडक्वार्टर्स आणि स्ट्रेच थॉम्प्सनचे घर होते.

एक दिवस मॅक्‌विल्यम्स इथे पोचला तर स्ट्रेच एकदम खुशीत दिसला. ‘‘फॉस्टर, जरा ऊबदार वातावरणात जायला कसे वाटेल? आणि सबंध पगारही एकाच वेळी हातात पडणार असेल तर?’’

सबंध पगार एका वेळी हातात? स्ट्रेच थॉम्प्सनची विनोदाची व्याख्याच वेगळी होती.

‘‘खरेच सांगतो आहे मी. तू कल्पनाही.....’’

‘‘काय?’’

‘‘कल्पनाही.....’’

‘‘विमान कंपनी विकलीस की, काय?’’

‘‘बरोबर.’’

फॉस्टरने आ वासला. ‘‘ही...ही विमाने कोण घेणार?’’

‘‘मी त्यांचा इतिहास विचारला नाही. मी फक्त त्यांच्या चेकवर पैसे मिळतात की नाही बघितले.’’

‘‘मग आता काही इलाज नाही माझा. आणि तसा मलाही इथे कंटाळा आला आहे. माझे किती पैसे येणे आहेत तुझ्याकडून?’’

‘‘तुला मी जो बोनस देणार आहे तो धरून चार एक हजार डॉलर्स तरी.’’

‘‘चार हजार डॉलर्स? इथून दक्षिण अमेरिकेपर्यंत बाई-बाटली करत पोचेन मी. तिथेच जाईन म्हणतो. ॲन्डीज् पर्वतावरून विमानाने डायनामाईट घेऊन जाणाऱ्यांना खूप पैसे मिळतात म्हणे.’’

‘‘पण एक अडचण आहे.’’

"वाटलेच होते मला तसे."

"ही तीनही विमाने प्रथम आपल्या नवीन मालकांना नेऊन पोचवायला हवीत. आता नंबर एक आणि नंबर दोन विमाने घेऊन जाण्यासाठी मी दोन वैमानिक मिळवले आहेत. पण नंबर तीनसाठी मला कोणी मिळत नाही."

"ते विमान उडवण्यासाठी माझ्यासारखा दुसरा मूर्ख तुला कसा मिळणार? ठीक आहे. पोचवेन मी. पण कुठे न्यायचे आहे ते?"

"इस्राएल."

"कुठे?"

"इस्राएल!"

"ऐकले नाही कधी."

"तू आलास तेव्हा नकाशावर तेच ठिकाण शोधायचा प्रयत्न चालू होता माझा."

स्ट्रेच थॉम्प्सन आणि फॉस्टर मॅक्‌विल्यम्स अर्धा तास जगाचा नकाशा धुंडाळत इस्राएल शोधून काढायचा प्रयत्न करत होते.

"स्ट्रेच! कोणी तरी फसवले आहे तुला." टेक्स शेवटी कंटाळून मान हलवत म्हणाला.

नोममध्ये जाऊन प्रत्येक बारमध्ये ते चौकशी करायला लागले. इस्राएल कुठे आहे माहिती आहे? एक दोघांच्या कानावर काही तरी पडले होते. या थंडीतसुद्धा स्ट्रेचला घाम फुटायला लागला. शेवटी कुणी तरी लायब्ररीयनकडे चौकशी करायला सांगितली.

मध्यरात्री दार ठोठावून इस्राएलची चौकशी करणाऱ्या या दोघांकडे बघून तो खवळूनच ओरडला. "पॅलेस्टाईनमधे आहे. आणि मध्यरात्र ही काही माझे दार ठोकायची वेळ नाही."

आता पॅलेस्टाईन शोधणे आले. पुन्हा नकाशा. शेवटी कसेबसे त्यांना पॅलेस्टाईन सापडले एकदाचे.

फॉस्टरने पुन्हा मान हलवली. "स्ट्रेच! मोठ्या हिमनगापेक्षाही छोटा देश दिसतो हा. त्यावरून विमान कधी पुढे जाईल ते कळणारही नाही."

तीन आठवड्यांनी फॉस्टर जे. मॅक्‌विल्यम्सने आर्क्टिक सर्कल एअरवेजचे नंबर तीन विमान लिदा विमानतळावर उतरवले. स्ट्रेच थॉम्प्सन आठवड्यापूर्वीच तिथे पोचला होता आणि विमानतळावर हजर होता. तो मॅक्‌विल्यम्सला घेऊन ऑफिसमधे पोचला. वरती बोर्ड होता. "पॅलेस्टाईन सेन्ट्रल एअरवेज, एस. एस. थॉम्प्सन, जनरल मॅनेजर."

फॉस्टर जे. मॅक्‌विल्यम्सला काही तरी संशय आला.

"कशी झाली ट्रीप टेक्स? तुला बघून खरेच आनंद झाला."

"छान झाली आणि आता माझे पैसे दिलेस तर मी पॅरीसला पळतो. तिथून पुढे रिओला."

स्ट्रेचने सेफमधून चेक काढून मॅक्‌विल्यम्सच्या हातात ठेवला. चार हजार पाचशे डॉलर्स! मॅक्‌विल्यम्स पुन्हा पुन्हा आकडा तोच आहे ना याची खात्री करत होता.

"स्ट्रेच थॉम्प्सन कंजूष नाही हे दाखवण्यासाठी पाचशे डॉलर जास्तीच दिले आहेत."

"तू उदार आहेस हे मी नेहमीच म्हणत आलो आहे."

"तुला सांगू टेक्स? चमत्कारिक जागा आहे. बघावा तो माणूस ज्यूच. आठवडाभर राहूनही अंगवळणी पडत नाही."

स्ट्रेच इथे कशासाठी आला होता हे फॉस्टरला अजिबात विचारायचे नसताना त्याच्या तोंडातून तसा प्रश्न निघून गेला.

"दरवाजावरचे नाव हीच सर्व कथा आहे. पॅलेस्टाईन सेन्ट्रल एअरवेज. मीच नाव शोधले. या माणसांना उत्कृष्ट विमानकंपनी चालवायचे माहितीच नाही. अनुभव नाही. त्यांनी मला गळ घातली. मी त्यांना पहिली गोष्ट कुठली सांगितली असेल तर – तुम्हाला चांगली विमान कंपनी हवी असेल तर उत्कृष्ट मुख्य वैमानिक हवा आणि तसा आहे माझ्याकडे..."

फॉस्टर घाईघाईने उभा राहिला. "भेटू या मग नंतर."

"आता एवढी कसली घाई झाली आहे तुला?"

"पॅरीस! पॅरीसला जायचे आहे."

"एक नवीन प्रस्ताव आहे तुझ्यासाठी."

"नको."

"निदान ऐकून घ्यायला काय हरकत आहे?"

"बरं ऐकतो. पण तेवढेच. पण तुझी कुठलीही सूचनासुद्धा ऐकायची नाही मला. मी पॅरीसला निघणार आहे. पोहत जायची पाळी आली तर तसाही जाईन."

"मी सांगितले तसा इथला प्रत्येकजण ज्यू आहे. त्यांनी आर्क्टिक सर्कल विकत घेतली आहे. कारण त्यांना आणखी ज्यू आणायचे आहेत. जगामधल्या सर्व कोपऱ्यात त्यांनी ते ठेवले आहेत असे ऐकतो मी. त्यांनाही आता इथे यायचे आहे. आपले काम एकच आहे. त्यांना घेऊन यायचे. लक्षात आले तुझ्या? माणसे आणली की, पैसे हातात. – रोकड – प्रत्येक माणसामागे ठराविक रक्कम. टेक्स, असे पैसे तू स्वप्नातही पाहिले नसशील. फक्त माझ्याबरोबर रहा."

“संपले बोलून? कबूल केल्याप्रमाणे मी ऐकून घेतले आहे. अच्छा तर. रिओहून कार्ड टाकेन.”

“ठीक आहे फॉस्टर. ओळख झाली. बरे वाटले.”

“आता असा रागावल्यासारखा का बडबडतो आहेस?”

“राग? कोणावर? कशासाठी?”

“पण नोमला मजा होती. निघतो मी.”

स्ट्रेचने कसाबसा हात मिळवला.

“तुला झाले आहे तरी काय स्ट्रेच? तू असा वागतो आहेस की, मी जसा काही तुझ्या पाठीत खंजीर खुपसला आहे.”

“खरे सांगू? मला सांगितले आहे की, एडनला, आपण त्यांना आणावे म्हणून; ज्यू तयार बसले आहेत. मी काही वैमानिकांशी बोललो. ते तयार नाहीत.”

“आहे खरा प्रश्न तुझ्यासमोर. पण तू मला त्यात ओढायचासुद्धा प्रयत्न करू नकोस. मी पॅरीसला निघालो आहे.”

“जा! जा! मी तुझ्या जागी असतो तर तेच केले असते. मी तुला मुळीच दोष देत नाही. अरब त्यांच्यावर गोळ्या झाडण्याची शक्यता आहे म्हटल्याबरोबर इतर वैमानिकही असेच धूम पळत सुटले होते.”

दरवाजापर्यंत पोचलेला फॉस्टर थांबला आणि वळला.

“तू करतो आहेस तेच बरोबर आहे फॉस्टर. धोक्याचे काम आहे हे. दुसऱ्या महायुद्धात “हंम्प”वरून विमाने नेण्याहून किंवा अॅन्डीज्वरून डायनामाईट नेण्याहूनही धोक्याचे. स्वत:हून कशाला संकटात उडी घ्यायची आणि डोके उडवून घ्यायचे?”

फॉस्टर जे. मॅक्विल्यम्स उभाच होता. स्ट्रेचने अशीच थोडी नाटकी बडबड केली आणि त्याच्या लक्षात आले की, उगीच जास्ती न बोललेलेच बरे. माशाने आमिष गिळलेले होते.

“ठीक आहे स्ट्रेच. तुझ्यासाठी, फक्त तुझ्यासाठी म्हणून मी एक ट्रीप करतो. तुझेही आतापुरते काम होईल. मी परत येईपर्यंत काही वैमानिक तयार ठेव. झाले समाधान? पण एक लक्षात ठेव. फक्त एकच ट्रीप करेन मी. आता हे एडन कुठे आहे?”

“तेही माहीत नाही मला.”

“नकाशा काढ. शोधू आपण!”

पॅलेस्टाईन सेन्ट्रल, नव्हे आर्क्टिक सर्कलचा वैमानिक फॉस्टर जे. मॅक्विल्यम्सने लिदा विमानतळावरून उड्डाण केले आणि जशी काही अरबी भाषेतल्या एका सुरस आणि चमत्कारिक गोष्टीची विसाव्या शतकात सुरुवात झाली.

तांबड्या समुद्रावरून तो अरेबियन द्विपकल्पाच्या टोकाच्या ब्रिटीश संरक्षणाखालील एडनच्या दिशेने निघाला.

या गोष्टीची सुरुवात तशी तीन हजार वर्षांपूर्वी झाली होती. शेबा या राणीच्या काळात. त्या काळी अरब द्विपकल्पात वाळवंट नव्हते. तो एक सुपीक हिरवागार प्रदेश होता. छोटी धरणे, तलाव, टाक्या बांधून पावसाचे पाणी साठवण्याची आणि शेती करण्याची कला शेबाच्या जनतेने आत्मसात केली होती.

शेबा या राणीने सॉलोमन या राजाला भेट दिल्यानंतर सॉलोमनच्या काही लोकांनी इस्राएल सोडले आणि व्यापारासाठी ते वाळवंटातून तांबड्या समुद्राच्या काठाने शेबाच्या राज्यात पोचले. तिथे त्यांनी व्यापारी मार्ग स्थापन करण्यासाठी वसाहत स्थापन केली. हे ज्यू शेबाच्या राज्यात चक्क बायबलच्या काळात पोचले होते. पहिल्या मंदिराचा पाडाव होण्यापूर्वीचा काळ.

कित्येक शतके या ज्यूंची भरभराट होत होती. इतर जाती जमातींशी ते सलोख्याने नांदत होते. राजदरबारात महत्त्वाची पदे भूषवत होते. शेबाच्या राज्यामधले प्रमुख प्रजाजन बनले होते.

पुढल्या काळात सुपीक हिरव्यागार जमिनींचे वाळवंटात रुपांतर व्हायला लागले. वाड्या नाहीशा झाल्या. पाण्याचे साठे नाहीसे झाले आणि मग पावसाने कायमची पाठ फिरवली. प्रखर कोपलेल्या सूर्याखाली माणसांची आणि जनावरांची पाण्यासाठी आणि पर्यायाने जीवनासाठी वणवण सुरू झाली. शेबाचे राज्य आणि इतर राज्ये यांच्यात संघर्ष सुरू झाले. सर्वांचेच तुकडे उडाले. प्रत्येक भाग एकमेकांना पाण्यात पहाणाऱ्या जमातींनी ताब्यात घेतला. द्वेषामुळे त्यांच्या आपापसातील युद्धांना अंत राहिला नाही.

इस्लामचा जगभर प्रसार सुरू झाला तेव्हा सुरुवातीच्या काळात ज्यूंना खूप मान होता. त्यांच्या तेवढ्याच प्राचीन धर्माच्या शिकवणुकीनुसार वागण्याची मुभाही होती. सर्व मुस्लिमांनी पालन करण्यासाठी मोहम्मदाने स्वत: कायदे लिहिले. ज्यूंना दयाळूपणाची वागणूक द्यावी असेही त्याने लिहून ठेवले. पण ज्यूंना मिळणारी ही वागणूक थोडाच काळ टिकली. सर्व मुस्लीम राज्यांमध्ये मुस्लीम सोडून इतर धर्माच्या लोकांचा दुःश्वास सुरू झाला. काफिर म्हणून त्यांना तुच्छतेने आणि तिरस्काराने वागवायला सुरुवात झाली. अरबांना ज्यूंबद्दल आदर होता आणि त्यांनी ज्यूंना तसे बरेचसे स्वातंत्र्यही दिले होते. युरोपमध्ये घडलेल्या कत्तलींप्रमाणे त्यांचा जाणुनबुजून निर्वंश करण्याचा प्रयत्नही कधी केला गेला नाही. एकाएकी उद्रेक होऊन ज्यू बळी पडत तेवढेच. कायम एकमेकांचा विश्वासघात करण्यात आणि खून पाडण्यात गुंतलेल्या अरब नेत्यांना या निरुपद्रवी ज्यूंकडे लक्ष द्यायला फुरसतच नव्हती. या प्रदेशाचे आताचे नाव होते येमेन. शतकानुशतके कुणाच्या तरी टाचेखाली

भरडल्या जाणाऱ्या ज्यूंना स्वतःच्या मूळ युद्धसदृश प्रवृत्तीचाही विसर पडला.

सर्व अरब राज्यांमध्ये ज्यू हे दुय्यम नागरिक बनले. त्यांचा छळ करण्यासाठीही नेहमीचेच मार्ग अवलंबले गेले. खास बनवलेले जाचक कायदे, त्यांच्यावरच बसवलेले जबर कर, अत्याचारांच्या नवनवीन तऱ्हा. त्या त्या राज्यांमधल्या राज्यकर्त्यांवर अवलंबून छळाचे प्रमाण कमीअधिक असे एवढेच.

मुस्लीम समोर असताना ज्यूंना मोठ्या आवाजात बोलण्यास मनाई होती. ज्यूंची घरे मुस्लीमांच्या घरांहून जास्त उंचीची बांधण्यास परवानगी नव्हती. ज्यूंचा मुस्लीमांना स्पर्शही होता कामा नये. त्यांच्या उजव्या बाजूने जाता कामा नये. उंटावरही बसता कामा नये. कारण मग त्या ज्यूचे डोके मुस्लीमाच्या डोक्यापेक्षा उंच पातळीवर असेल. ज्या ठिकाणी उंट हे प्रवासाचे एकमेव साधन होते त्या भागात या नियमाने ज्यूंची पार ससेहोलपट झाली. ज्यू मेल्लामध्ये राहत. पाश्चिमात्य घेटोंचा पौर्वात्य अवतार.

सर्व जग काळाबरोबर पुढे जात होते, प्रगतिपथावर होते. पण येमेनमध्ये काळच थांबला होता. तो भाग मागासलेलाच राहिला. इतरांच्या दृष्टीने नेपाळला जाणे, मंगोलियात जाणे जितके अशक्य तितकेच येमेनमध्ये पाऊल ठेवणे अशक्य होते. येमेनमध्ये हॉस्पिटल्स नव्हती, शाळा नव्हत्या, वर्तमानपत्रे नव्हती, रेडिओ नव्हता, टेलिफोन नव्हता, रस्तेदेखील नव्हते. वाळवंट आणि बघताच मनात धडकी उत्पन्न करणारे पर्वत. उंटांचे काफिले जाऊ शकतील तेच रस्ते. हजारो मैलांच्या उजाड प्रदेशात बारा बारा हजार फूट उंचीवर ज्यांच्याबद्दल काहीही माहिती नाही अशी प्राचीन शहरे दिसत. शंभर टक्के निरक्षरता. येमेनच्या सरहद्दींची माहिती तिथल्या राज्यकर्त्यांनाही पूर्णपणे नव्हती.

येमेनवर इमाम राज्य करत. मोहम्मदाचे नातेवाईक, कृपाळू, परमदयाळू अल्लाचेच दूत. प्रत्येक प्रजाजनाचे आयुष्य त्याच्या मर्जीवर चाले. सर्व सोने आणि एकुलते एक पिक कॉफी संपूर्णपणे त्याच्या मालकीचे. त्याला दुसऱ्या कुणालाही कशाचेही उत्तर द्यावे लागत नसे. कोणासाठी काहीही करायची गरज नसे. जाती–जमातींवर वचक ठेऊन, कधी या जमातीला तर कधी त्या जमातीला हाताशी धरून, कधी एका जमातीला ठेचून तरी कधी दुसऱ्या, तो स्वतःच्या सत्तेला धोका पोचू देत नसे. लढवय्या जमातींचे लोक तो पळवून आणून ओलीस म्हणून डांबून ठेवत असे. शेकडो गुलाम बाळगून असे. दरबारात समारंभाने सर्व सरदारांसह मांडी घालून बसून तो न्याय देत असे. त्या क्षणाला त्याची जशी लहर असेल तसा न्याय. चोरांचे हात तोडले जात. वाईट चालीच्या स्त्रियांची नाके कापली जात. कोणत्याही सुसंस्कृत गोष्टीचे त्याला वावडे असे. कोणत्याही सुधारणा राज्यात येणार नाहीत याची तो काळजी घेई. पण त्याचे शेजारी राष्ट्र होते सौदी अरेबिया. कायम आंतरराष्ट्रीय कटकारस्थानांमध्ये गुंतलेले. त्याच्या भीतीने आणि दडपणाने कधी काही करावे लागे.

सुसंस्कृतपणा, सुधारणा यांची भीती वाटण्याचे एक कारण म्हणजे सुसंस्कृत जग त्याच्या भूमीवर आक्रमण करेल ही त्याची भीती. येमेन भला मागासलेला असला, एकाकी प्रदेश असला तरी पूर्वेकडे जाण्याच्या मार्गावर मोक्याच्या ठिकाणी असलेला देश होता. पुन्हा पुन्हा वेगवेगळ्या वसाहतवादी राष्ट्रांनी त्याच्या भूमीवर आपली लोभी नजर टाकली होती. त्यासाठी त्याच्याच भूमीवर युद्धे खेळली होती.

ज्यू तोंडातून ब्र न काढता सर्व सहन करत तोपर्यंत हा जुलुमी इमाम त्यांच्याशी दयाळूपणे वागे, त्यांना संरक्षण देई. इमामला स्वतःचा स्वार्थ बरोबर समजत होता. ज्यू त्याच्या देशातील सर्वोत्कृष्ट कारागिर होते. पिढ्या न् पिढ्या त्यांनी आपली कला जगवली होती. दागिने बनवणे, नाणी पाडणे, बूट बनवणे, लाकूड काम वगैरे शेकडो उद्योग अरबांना कधीही जमले नव्हते. बहुतेक अरब शेतकरी होते किंवा बेदुईन. ज्यूंच्या कौशल्यामुळेच त्यांचे तो रक्षण करत होता.

येमेनमधले ज्यू हे ज्यू राहिले हेच खरे आश्चर्य होते. तीन हजार वर्षात त्यांचा बाहेरच्या जगाशी संबंध आला नव्हता. त्यांनी इस्लाम धर्माचा स्वीकार केला असता तर त्यांचे आयुष्य थोडे सुखात गेले असते. पण येमेनी ज्यू तोरा बाळगून होते, परंपरागत धार्मिक सण पाळत होते, शब्बाथ पाळत होते, त्यांना देवाचे कायदे कानून माहीत होते. शतकानुशतके इतर जगाशी संबंध न येता त्यांनी आपला धर्म टिकवून धरला होता. बहुतेक सर्व ज्यूंना अरेबिक भाषा येत नसली तरी हिब्रू भाषा येत होती. पुस्तके छापता येत नसल्याने ती हातांनी उतरवून काढली जात. पिढ्यान् पिढ्या जतन केली जात.

इस्लाम धर्म स्वीकारण्याची काही वेळा त्यांच्यावर सक्ती होई. पण त्यांनी कधी धर्म बदलला नाही. जेव्हा अनाथ ज्यू मुलांना इमाम पळवून नेऊन त्यांचा धर्म बदलायला लागला तेव्हा अनाथ मुलामुलींची ते लग्ने करायला लागले. काही महिन्यांच्या मुलामुलींची सुद्धा त्यांनी लग्ने लावायला सुरुवात केली.

त्यांची धाटणी, त्यांचे पोशाख, वागणे, वागण्यातले चैतन्य बघितले की, ते जुन्या काळातले प्रेषितच वाटत. बायबलच्या काळाप्रमाणे ते आजही अनेक लग्ने करत. वाईट नजर, संकटसूचक वारे, भूते, पिशाच्चे यावर त्यांचा पूर्ण विश्वास होता आणि त्यासाठी ते वेगळे वेगळे ताईत वापरत. बायबलमध्ये लिहिलेल्या प्रत्येक अक्षरावर त्यांची दृढ श्रद्धा होती.

आणि हजारो वर्षात जेरुसलेमकडे लागलेली त्यांची नजर बाजूला वळली नव्हती. शतकानुशतके देव त्यांना जेरुसलेमला येण्यासाठी कधी बोलावणे पाठवतो याची ते शांत चित्ताने, सोशिकपणे आणि अढळ श्रद्धेने वाट बघत होते. अनेकदा एखादाच ज्यू किंवा ज्यूंचा गट येमेनहून निसटण्यात यशस्वी होई आणि ते

पॅलेस्टाईनला पोचत. शेवटी पॅलेस्टाईनमध्ये येमेनहून आलेल्या ज्यूंची एक छोटी वसाहतच स्थापन झाली.

आणि ईश्वराच्या प्रेषितांनी विश्वास दिल्याप्रमाणे बातमी आली.

इस्राएलने स्वातंत्र्याची घोषणा केल्यावर येमेनने इस्राएल– विरुद्ध युद्ध पुकारून इजिप्शियन सैन्यात लढण्यासाठी आपली छोटी तुकडी पाठवली. या एकाच घटनेने येमेनमधल्या ज्यूंना कळले की, इस्राएलची पुन्हा निर्मिती झाली आहे. त्यांच्या राब्बींनी त्यांना सांगितले की, राजा डेव्हिड जेरुसलेमला परत आला आहे. हा देवाचाच संदेश आहे. शहाण्या ज्यूंनी– हाहामनी– सांगितले की, आता वाट बघणे संपले आहे, उठा आणि गरुडाच्या पंखांवरून ईश्वरदत्त भूमीकडे जा.

येमेनमधल्या ज्यूंनी इस्राएलला जाण्याचा विचार सुरू केला आहे ही बातमी प्रथम इस्राएलमधे कळली तेव्हा स्वातंत्र्ययुद्ध जोरात चालू होते. येमेनमधे किती ज्यू आहेत. त्यांना तिथून बाहेर कसे काढायचे, आणि इस्राएलला पोचल्यावर त्यांचे करायचे तरी काय याची इस्राएलमधे कुणालाच काही कल्पना नव्हती.

मुख्य हाहाम इमामकडे गेला आणि परमदयाळू इमामला त्याने ज्यूंना येमेनमधून जाण्याची परवानगी द्यावी अशी विनंती केली. अनेक राजकीय आणि आर्थिक बाबींचा विचार करता इमामाला ज्यू येमेनमध्येच राहिलेले बरे असे वाटत होते. राब्बींनी सूचना केली की, बायबलमधल्या एक्झोडस् या भागाची त्याने पुन्हा उजळणी करावी. ते श्रेयस्कर ठरेल.

आपल्या जनानखान्यात मांडी ठोकून बसून इमामाने बरेच दिवस विचार केला. पण राब्बीने त्याचे काम व्यवस्थित केले होते. इमामच्या मनातून इजिप्तवर कोसळलेल्या दहा संकटांच्या मालिकेचे विचार जात नव्हते. प्रमुख हाहामने भेट घेण्यापूर्वीच टायफॉईडचा प्रादुर्भाव होऊन त्यामध्ये येमेनची एक चतुर्थांश प्रजा बळी पडली होती. नक्की अल्लानेच त्याला धोक्याची सूचना दिली होती.

इमामाने काही अटींवर ज्यूंना येमेन सोडायची परवानगी दिली. त्यांची सर्व मालमत्ता त्याच्या मालकीची होईल. सोडून जाणाऱ्या प्रत्येक ज्यूमागे तो ठरवेल तो कर द्यावा लागेल. काही शेकडो ज्यूंना त्यांचे उद्योगधंदे, त्यांच्या कला अरबांना शिकवण्यासाठी मागे रहावे लागेल.

येमेनमधल्या ज्यूंनी आपली घरे सोडली, शेते सोडली. हातात नेण्याइतके सामान प्रत्येकाने घेतले आणि तळपत्या सूर्याखाली, उजाड, वैराण आणि भीतीदायक पर्वतराजींमधून त्यांनी मार्गक्रमण सुरू केले. काही काही प्रदेशात तर सतत ताशी शंभर शंभर मैलांचे वारे घोंघावत असत.

या नाजूक चणीच्या, ऑलिव्हसारख्या कातड्याच्या ज्यूंनी वेस्टर्न प्रोटेक्टोरेटच्या सरहद्दीकडे प्रयाण करताना डोक्याला फेटे गुंडाळले होते आणि पट्ट्यापट्ट्यांचे झगे

घातले होते. सॉलोमनच्या राजवाड्यात अशाच पोशाखात ज्यू वावरले होते. स्त्रियांनी पांढरी किनार असलेले पायघोळ काळे झगे घातले होते आणि आपली मुले पाठीवर अडकवली होती. प्राचीन काळचे एक भविष्य ते खरे ठरवत होते. लुटारु अरब टोळ्यांनी त्यांना सुखरुप जाऊ देण्यासाठी त्यांचे सामान बळकावले. स्वभावाने अत्यंत गरीब असलेले हे ज्यू कुणालाही प्रतिकार करण्यास समर्थ नव्हते.

अरेबियन द्विपकल्पात तांबडा समुद्र, गल्फ ऑफ एडन, पर्शियन गल्फ आणि अरबी सागराच्या किनाऱ्यांवर अनेक छोटी छोटी राज्ये होती. शेख, बेदुईन जमाती त्या ठिकाणी राज्य करत होते. ब्रिटीशांनी शेकडो करार करून हा भाग ताब्यात ठेवला होता. तेलासाठी ते शस्त्रास्त्रे, पैसे, नानाविध भेटी देऊन सर्व राज्यकर्त्यांना खुश ठेवत होते. बदल्यामध्ये ब्रिटीश त्यांचे संरक्षण करत, आपापसातील युद्धे टाळत, व्यापारी मार्ग मोकळे ठेवत.

ब्रिटीशांची या प्रदेशामधली सर्वात मोक्याची जागा होती ती वेस्टर्न प्रोटेक्टोरेटमधली एडनची वसाहत. एडनचे बंदर म्हणजे पूर्व पश्चिम प्रवासाचे नाके होते. ग्रीक, ब्रिटीश, अरब, ज्यू, नाना पौर्वात्य देशांमधले लोक तिथे राहत होते. कुठे कुठे औद्योगिक प्रगतीची चिन्हे दिसत.

येमेनमधून येणाऱ्या ज्यूंनी या ठिकाणी येण्याचे ठरवले होते. बायबलच्या काळात शोभणाऱ्या काफिल्यांमधून सरहद्द पार करून येणाऱ्या या ज्यूंचे काय करायचे हेच सुरुवातीला ब्रिटनला कळेना. पॅलेस्टाईन मॅन्डेटच्या प्रश्नावरून झालेल्या इतिहासाने त्यांना ज्यूंचा राग होता पण या येमेनींबद्दल तशी भावनाच त्यांच्या मनात नव्हती. ब्रिटीशांनी एकाच अटीवर त्यांना एडनमध्ये येण्यास संमती दिली. इस्राएलींनी येऊन त्यांना इथून घेऊन जायला हवे.

अत्यंत केविलवाण्या, गलिच्छ परिस्थितीत ते एडनला पोचत होते. कपड्यांच्या चिंध्या उडालेल्या, उपासमारीने, तहानेने जीव व्याकूळ झालेला. अरबांनी त्यांचे सर्वस्व लुटून नेले होते. पण प्रत्येक पुरुषाकडे त्याचे बायबल होते. प्रत्येक गावच्या सिनॅगॉगमधून आणलेले पवित्र तोरा होते.

बंदराजवळ हासेद या ठिकाणी घाईघाईने त्यांच्यासाठी एका कॅम्पची उभारणी करण्यात आली. येमेन आणि एडनमधल्या सरहद्दीकडे इस्राएलींनी लक्ष ठेवायला सुरुवात केली. एखादा गट येतो आहे असे कळले की, ते तातडीने ट्रक्स पाठवत आणि त्यांना हासेदला घेऊन येत. इस्राएलींची ही संघटना अजून इतकी छोटी होती की, त्यांच्याकडेच माणसांची कमतरता होती. हासेदमधेही अनेक गोष्टींची वानवा होती. किती ज्यू येमेनमधून येणार आहेत याचाही अंदाज नव्हता. आणि या सर्वांसाठी कशाकशाची सोय करायची हे देखील त्यांच्या लक्षात येत नव्हते.

बाहेरच्या जगाशी कधी संपर्कच आला नसल्याने येमेनहून येणारे ज्यू इतके

मागासलेले होते की, ते रानटी अवस्थेतच आहेत असे म्हणावे लागले असते. त्यांनी पाण्याचे नळ, संडास, बाथरूम, विजेचे दिवे कधी पाहिले नव्हते. तीन हजार वर्षातली प्रगती त्यांना काही तासात आत्मसात करावी लागत होती. मोटारी, औषधे, पाश्चिमात्त्य पोशाख आणि इतर हजारो गोष्टी त्यांच्या मनात धडकी निर्माण करत होत्या. हा सर्व अनुभवच त्यांना भीतीदायक वाटत होता.

उवांनी भरलेले कपडे काढून डॉक्टर आणि नर्सेस स्वच्छ पोशाख द्यायला लागले की, स्त्रिया किंचाळायला लागत. वैद्यकीय तपासणी करून देत नसत, लस टोचून देत नसत. उपासमारीने खंगलेल्या मुलांकडे लक्ष देण्यासाठी त्यांना घ्यायचा प्रयत्न केला की, मारामारीचीच पाळी येई.

डॉक्टर, नर्सेस आणि इतर कर्मचारी यांनी पार निराश होऊन हात वर केले नाहीत ते एकाच गोष्टीमुळे. अजून थोडीशी आशा होती. बायबल! बायबल मुखोद्गत असणारे कर्मचारी राब्बींशी बोलत आणि बायबलमधले योग्य उतारे सांगत. मग काहीही शक्य होई. पवित्र ग्रंथाचा आधार आहे हे कोणत्याही गोष्टीबद्दल सिद्ध केले की, येमेनी ती गोष्ट करायला तात्काळ तयार होत.

हासेद कॅम्पमधल्या ज्यूंची संख्या वाढत होती. सरहद्दीकडे वाटचाल करणाऱ्या येमेनींबद्दल माहिती मिळतच होती. ब्रिटीशांशी केलेल्या कराराप्रमाणे इस्राएलच्या काळजीवाहू सरकारला या ज्यूंना घेऊन जाणे भाग होते. आणि याचमुळे आर्क्टिक सर्कल एअरवेजचे रुपांतर पॅलेस्टाईन सेन्ट्रलमध्ये झाले आणि प्राचीन भविष्यवाणी खरी करण्यासाठीच जणु काही फॉस्टर जे. मॅक्‌विल्यम्स गरुडासारखा आकाशातून टपकला.

हे विमान उतरल्यावर हासेदमधे प्रचंड खळबळ माजली. पहिल्या गटाने आपले तोरा घेतले, पाण्याच्या बाटल्या उचलल्या. त्यांची विमानतळाकडे रवानगी करण्यात आली. त्यांनी गरुडाकडे बघितले. माना डोलावल्या. देवाने सांगितले होते की, तो गरुडाला पाठवेल म्हणून आणि त्याने त्याप्रमाणे गरुडाला पाठवले होते. पण विमानात चढायला सांगितल्यावर कोणी चढेना. राब्बीला आठवण झाली होती की, हा शब्बाथचा दिवस आहे. बघता बघता भांडणालाच सुरुवात झाली. हासेद कॅम्पच्या मुख्याने सांगितले की, त्यांच्या मागोमाग हजारो जणांना इस्राएलला जायचे आहे तेव्हा एक दिवसही गरुडाची खोटी करणे योग्य नाही. पण कशाचा उपयोग नाही. शब्बाथचा नियम मोडायची कुणाची तयारी नव्हती. गरुडाच्या पंखांखाली ते नुसते बसून राहिले. त्यांची हलायचीही तयारी नव्हती. तीन हजार वर्षे वाट बघितल्यावर एका दिवसाने काय होणार होते?

फॉस्टर जे. मॅक्‌विल्यम्सने या विचित्र प्राण्यांकडे नजर टाकली, थोडा काळ त्यांची न कळणारी बडबड ऐकली आणि स्ट्रेचचा उद्धार करत तो शहरात गेला

आणि भरपूर दारु प्यायला. दुसऱ्या दिवशी सकाळी त्याला उठवून विमानतळाच्या दिशेने पाठवण्यात आले. ग्रीक औझो, स्कॉच, व्हिस्की, तांदुळाची वाईन या सर्वांचा समाचार आदल्या रात्री घेतला असल्याने त्याचे डोके ठणकत होते. तोरा आणि पाण्याच्या बाटल्या घेऊन चढणाऱ्या या येमेनींकडे बघून "अरे देवा!" या शिवाय दुसरे कुठले शब्द तो बोलू शकला नाही.

"कॅप्टन मॅक्विल्यम्स" मागून आवाज आला. त्याने मागे नजर टाकली. एक तरुण आणि उंच साब्रा मागे उभी होती. पायात सॅन्डल्स आणि किब्बुत्झनिखचा निळा गणवेश या वीस एक वर्षांच्या साब्राने चढवला होता. "मी हन्ना. तुमच्याबरोबर येऊन या उतारुंची काळजी घेणार आहे."

त्या क्षणापासून मॅक्विल्यम्सला ट्रीपमध्ये काही अर्थ वाटायला लागला. फॉस्टर तिचे निरीक्षण करत आहे याची काळजी तिला दिसली नाही. "हा आमचा पहिलाच प्रयोग आहे. काही विशेष सूचना द्यायच्या आहेत?" तिने विचारले.

"या प्राण्यांना माझ्या केबिनबाहेर ठेव म्हणजे झाले. बाकी काही नाही. तू अर्थातच कधीही तिथे येऊ शकतेस. आणि मी टेक्स. सर्वजण तशीच हाक मारतात मला."

विमानात येमेनी चढतच होते. "आहेत तरी कितीजण?" तो थोड्या वेळाने म्हणाला, "या विमानात किती जण राहू शकतील वाटते यांना?"

"एकशे चाळीस जणांची यादी आहे माझ्याकडे."

"एकशे चाळीस? काय डोके बिके फिरले काय? विमान उडूच शकणार नाही. तेव्हा हन्ना, जो कोणी माणूस विमानावर माणसे चढवतो आहे त्याच्याकडे जा आणि त्याला या विमानातली अर्धी माणसे खाली उतरवायला सांग."

"कॅप्टन मॅक्विल्यम्स, ती माणसे नीट बघा तरी. त्यांचे वजन विशेष नाही. फार हलकी आहेत ती."

"वाटाणे हलके असतात हन्ना म्हणून काही मी एका वेळी अब्जावधी वाटाणे नेऊ शकत नाही."

"प्लीज्. मी खात्री देते तुम्हाला की, ती काही त्रास देणार नाहीत."

"त्यांनी त्रास दिला तर धावपट्टीच्या शेवटी पोचेपर्यंत आपल्यापैकी कोणी जिवंत नसेल."

"कॅप्टन मॅक्विल्यम्स, आमची परिस्थिती फार बिकट आहे. ब्रिटिशांनी यांना तात्काळ एडनमधून हलवायला सांगितले आहे आणि सरहद्दीवरून दररोज शेकडोजण येतच आहेत."

फॉस्टरने वैतागानेच पुटपुट करत वजनांचे तक्ते बघायला सुरुवात केली. त्याची आकडेमोड चालू असताना आसपासचे इस्राएली श्वास रोखून चिंतातूर नजरेने त्याच्याकडे बघत होते. त्यांचे कामच थांबले. काही तरी बोलण्यासाठी फॉस्टरने मान

वर केली आणि हन्नाच्या डोळ्यात बघण्याची चूक केली. बोलण्यासाठी विलग झालेले ओठ पुन्हा मिटले. त्याने पुन्हा खाली मान घातली. पुन्हा आकडेमोड केली. आकड्यांमध्ये थोडीशी स्वत:चीच फसवणूक केली. उडेल कसे तरी. एकदा जर जमीन सोडता आली तर तो ते विमान तरंगत ठेवेल कसेबसे. ''ठीक आहे. येऊ दे त्यांना. नाही तरी ही माझी पहिली आणि शेवटचीच ट्रीप असणार आहे बहुधा.''

कॅम्प डायरेक्टरने अंतिम यादी त्याच्या हातात ठेवली. एकशे बेचाळीस येमेनी. हन्नाने त्यांच्यासाठी अन्नपाणी चढवले. फॉस्टरने शिडी चढून विमानात पाऊल ठेवले.

आणि जबरदस्त दुर्गंधीने त्याचे नाक उडायला लागले.

''सगळ्यांना आंघोळ घालायला वेळ झाला नाही'' हन्नाने सारवासारव केली. ''तुम्ही नक्की कधी येणार ठाऊक नव्हते ना.''

त्याने मुख्य केबिनमध्ये डोकावून बघितले. या छोट्या माणसांनी ती इतकी गच्च भरली होती की, हलायला जागा नव्हती. ते मांड्या घालून बसले होते. घाबरलेही होते. दुर्गंधी भयानक होती.

फॉस्टरने आत पाऊल टाकले. दरवाजा बंद केला. तत्क्षणी एकशे वीसडिग्रीची उष्णता या दुर्गंधीत मिसळायला लागली. इंचाइंचाने मार्ग काढत तो आपल्या केबिनमध्ये पोचला तेव्हा त्याच्या चेहऱ्याचा रंग काहीतरी वेगळाच हिरवटसर वाटायला लागला होता. त्याने हवा येण्यासाठी खिडकी थोडी उघडली. गरम हवेचा फटकारा त्याला जाणवला. त्याने इंजिने सुरू केली. धावपट्टीवरून विमानाने धावायला सुरुवात केली मात्र, त्याला खिडकीतून डोके बाहेर काढावे लागले आणि तो भडाभडा ओकला. विमानाने धावपट्टी सोडून आकाशात झेप घेईपर्यंत तो कोरड्या ओकाऱ्या काढतच होता. विमानाने कशीबशीच जमीन सोडली होती. योग्य त्या उंचीवर विमान नेणे म्हणजेही कसरतच होती. त्याने लिंबाची फोड तोंडात घातली. उंचीवर जाताना हवेत थोडा गारवा यायला लागला. त्याचे पोट जरा स्थिरस्थावर झाले. विमान हवेत फार वरखाली होत होते. बाब एल् मन्डेबची खाडी दिसल्यावर तो वळला. त्याने तांबड्या समुद्राच्या मध्य भागावरून विमान उडवायला सुरुवात केली. एका बाजूला इजिप्त, एका बाजूला सौदी अरेबिया.

हन्ना आत आली. तिचा चेहराही तसाच हिरवा पडत होता. ''हे विमान जरा न हलता नाही का जाऊ शकत? ते वर खाली होते आहे आणि मागे सर्व ओकून बेजार होत आहेत.'' ती म्हणाली.

फॉस्टरने मुख्य केबिनमधली उष्णता कमी केली. ''मागे जा आणि हवा येण्यासाठी ठेवलेल्या झडपा उघड. मी जरा उंचावर विमान न्यायचा प्रयत्न करतो म्हणजे गार वाटेल सर्वांना.''

त्याचे डोके अजूनही ठणकत होते. कसा तो नेहमी स्ट्रेच थॉम्प्सनच्या बोलण्याला भुलून भलत्याच काही तरी गोष्टींना हो म्हणून जातो?

अर्ध्या तासाने हन्ना परत आली. ''सर्वजण गारठून चालले आहेत मागे. मी सुद्धा.''

''मी केबिन गरम करतो हवी तर. पण मग ते पुन्हा ओकायला लागतील. तुला काय चालेल ते ठरव.''

''मग गारठू दे त्यांना'' असे बडबडत ती परत गेली.

काही मिनिटातच ती किंचाळ्या फोडत हिब्रूमध्ये ओरडत परत आली.

''इंग्लिश! इंग्लिशमध्ये बोल.''

''आग'' हन्नाने मागे बोट दाखवले.'' थंडी वाजते म्हणून त्यांनी शेकोटी पेटवली आहे.''

विमान ऑटोमॅटिक पायलटवर होते. फॉस्टर धावत इतरांना डावी उजवीकडे फेकतच मागे निघाला. मुख्य केबिनच्या मध्यभागी शेकोटी पेटली होती. त्याने संतापाने पाय आपटून ती विझवली आणि आला होता तसाच परत निघाला. त्याच्या केबिनजवळ तो पोचतो तर हन्ना कोसळलीच.

''या.... या माणसांशी बोलायचे कसे कळते तुला?''

''हो..... हिब्रू....''

फॉस्टरने मायक्रोफोन तिच्या हातात कोंबला. ''सांग, सांग त्यांना की, जो माणूस आपली जागा सोडेल त्याला तांबड्या समुद्रात पोहायला फेकून देईन.''

लाऊडस्पीकरवरून येणारा हन्नाचा आवाज कानावर पडायला लागताच ते वरती बोट करून भीतीने कापायला लागले, थरथरायला लागले, रडायला लागले.

''आता काय झाले? काय सांगितलेस तरी काय तू त्यांना?''

''त्यांना लाऊडस्पीकर माहीत नाही. त्यांनी पूर्वी असे कधी काही ऐकले नव्हते. त्यांना वाटते आहे की, त्यांना देवाची आज्ञाच ऐकू आली आहे.''

''हे छान झाले. त्यांची तशीच समजूत राहू दे.''

नंतरचे काही तास त्या मानाने चांगले गेले. छोट्या छोट्या गोष्टी घडत होत्या पण विमानाला धोका पोचण्यासारख्या नाहीत. तो जरासा शांत होत असतानाच त्याला पुन्हा गोंधळ माजल्यासारखा आवाज आला. त्याने डोळे घट्ट मिटून घेतले. ''देवा, यापुढे मी चांगल्या ख्रिश्चनासारखा वागेन पण एकदा हा आजचा दिवस पार पडू दे.''

हन्ना परत आली.

''मला काही विचारायची सुद्धा भीती वाटते आहे.'' फॉस्टर पुटपुटला.

''टेक्स! तू आजोबा झाला आहेस एका मुलाचा.''

''काय?''

“आताच विमानात एका बाळाचा जन्म झाला आहे.”

“अरे देवा!”

“घाबरू नको. काळजीचे कारण नाही. मुलांचा जन्म ही त्यांच्या दृष्टीने नित्याची बाब आहे. मुलगा आणि त्याची आई सुखरूप आहेत.”

फॉस्टरने पुन्हा घट्ट डोळे मिटले. तीन-चार वेळा मोठा श्वास घेतला.

नंतर तासभर काहीच घडले नाही. फॉस्टर संशयानेच विचार करत होता. एकदा या गरुडाच्या इंजिनाच्या आवाजाची सवय झाल्यावर एक एक जण थकून डुलक्या घ्यायला लागला होता. या गरीब माणसांच्या आयुष्यातला देखील सत्वपरीक्षेचाच दिवस होता आज. एका मागोमाग एक घडणाऱ्या विचित्र घटनांना तेही त्यांच्यापरीने तोंड देत होते. हन्नाने फॉस्टरसाठी गरम गरम रस्सा आणला. आता त्यांनाही घडलेल्या अनेक गोष्टींचे हसू यायला लागले. फॉस्टरने या लोकांबद्दल, युद्धाबद्दल अनेक प्रश्न हन्नाला विचारले.

“कुठे आहोत आपण?” हन्नाने फॉस्टरकडे चौकशी केली.

वैमानिक, सह वैमानिक, नॅव्हिगेटर, रेडिओ ऑपरेटर सर्व काही फॉस्टरच होता.

“आता थोड्याच वेळात गल्फ ऑफ अकाबाच्या दिशेने वळू आपण. मधेच मला वाळवंटात लढाई चालल्यासारखी दिसली होती.”

“युद्ध लौकरच संपेल अशी आशा करते आहे मी.”

“युद्ध वाईटच असते. पण या कामात कशी अडकलीस तू? जो काय पगार तुला ते देत असतील त्याच्या दुप्पट पगार द्यायला हवा त्यांनी.”

हन्ना हसली. “या कामाचा पगार मिळत नाही.”

“पगार नाही?”

“मला या कामासाठी पाठवले आहे. एखादे वेळी या लोकांबरोबर मला त्यांची वसाहत उभारण्यासाठी पाठवतील नाही तर याच कामावर राहीन.”

“काय चालले आहे तेच कळत नाही मला हन्ना.”

“समजावून सांगणे कठीण आहे. अनेकदा लोकांना आमच्या भावना कळत नाहीत. आम्हाला पैशाची किंमत नाही. या सर्वांना इस्त्राएलमध्ये आणले की, सर्व मिळाल्यासारखे आहे. कधी तरी मी याहून जास्ती चांगल्या तऱ्हेने सांगू शकेन एखादेवेळी.”

फॉस्टरने खांदे उडवले. सर्व चमत्कारिक प्रकारच दिसतो आहे. जाऊ दे, तो विचार करत होता. या कामाबद्दल त्याला तरी चांगला मोबदला मिळणार होता. पण अशा ट्रीपवर एकदा येणेच ठीक.

थोड्या वेळाने पुढे बोट दाखवत तो हन्नाला म्हणाला, “इस्त्राएल.”

हन्नाने ताबडतोब धावतच मायक्रोफोन हातात घेतला.

"आता काय चालले आहे तुझे?"

"प्लीज्, मला सांगू दे त्यांना. या क्षणाची वाट बघत ते थांबले आहेत... हजारो वर्षे थांबले आहेत."

"आणि त्यांनी विमान तोडायलाच सुरुवात केली तर?"

"मी वचन देते– शांत ठेवेन त्यांना."

त्याने पुन्हा विमान ऑटोमॅटिक पायलटवर ठेवले. ते काही गडबड करणार नाहीत याची खात्री करण्यासाठी तो मागे आला. हन्नाने मायक्रोफोनवरून सर्वांना सूचना देताच सर्वजण हसायला लागले, रडायला लागले, प्रार्थना करायला लागले, नाचायला लागले, गायला लागले. एकमेकांना मिठ्या मारायला लागले. आनंदोत्सव सुरू झाला.

एका येमेनी स्त्रीने त्याच्या हाताचे चुंबन घेताच त्याने हात मागे खेचला आणि पुन्हा आपल्या केबिनमध्ये येऊन सीटवर बैठक मारली. लिदाला उतरेपर्यंत आरडाओरडा चालू होता. विमान धावपट्टीवर उतरून टोकाला पोचेपर्यंत इंजिनांपेक्षा त्यांच्या हसण्या-ओरडण्याचा आवाज मोठा येत होता.

विमानाबाहेर पडताच सर्वांनी गुडघ्यावर बसून इस्त्राएलच्या भूमीचे चुंबन घ्यायला सुरुवात केली. सर्वांच्या डोळ्यातून अश्रुधारा वहात होत्या. फॉस्टर वरून बघत राहिला, नुसता बघत राहिला. त्याला काहीच बोलायचे सुचत नव्हते.

"गुड बाय टेक्स." हन्नाने निरोप घेत म्हटले. "तू पुन्हा येणार नाहीस त्याचे दुःख वाटते मला. पण पॅरीसमध्ये मजा कर."

फॉस्टर जे. मॅक्विल्यम्स खालच्या गोंधळाकडे बघत हळूहळू विमानातून खाली उतरायला लागला. ॲम्ब्युलन्सेस् आणि बसेस् उभ्या होत्या. हन्नासारख्या डझनावारी मुली या सर्व येमेनींमध्ये मिसळून त्यांना शांत करत होत्या. त्यांच्या आनंदात सहभागी होत होत्या. शेवटच्या पायरीवर तो थबकला. काही वेगळ्याच भावना त्याच्या मनात निर्माण होत होत्या.

स्ट्रेच थॉम्प्सन धावतच त्याच्याजवळ पोचला ते कळलेही नाही त्याला.

"फॉस्टर! कशी काय झाली ट्रीप?"

"अं? काय?"

"मी विचारले की, विमान कसे काय आहे."

"गरुडासारखे."

इमिग्रेशनच्या अर्ध्या डझन अधिकाऱ्यांनी जवळ येऊन फॉस्टरचे आभार मानले. त्याच्या पाठीवर प्रेमाने शाबासकी दिली.

"कसे काय वागले ते?"

"काही त्रास वगैरे?"

"छान! छान! काहीच त्रास नाही." खांदे उडवत फॉस्टर उत्तरला.

स्ट्रेच त्याला या आनंदोत्सवापासून दूर घेऊन जाताना फॉस्टर थांबला. क्षणभर त्याने मागे नजर टाकली. लांबून हन्नाने हात हलवलेला त्याला दिसला. त्याचाही हात वर गेला.

"फॉस्टर! आता तू पॅरीसला जाऊ शकतोस. मी इतर वैमानिक मिळवले आहेत. एक दुसरे विमानही घेतले आहे."

"स्ट्रेच! तशीच अडचण असेल तर मी अजून एक ट्रीप करेन तुझ्यासाठी. पण ती मात्र नक्कीच शेवटची असेल."

स्ट्रेचने डोके खाजवले. "माहीत नाही मला. पण ठीक आहे. एका ट्रीपसाठी करू या कॉन्ट्रॅक्ट. म्हणजे नवीन विमान कसे काय आहे तेही कळेल मला." अडकला! स्ट्रेचला मनातून आनंदाच्या उकळ्या फुटत होत्या. आता नक्की अडकला हा.

ही ऑपरेशन मॅजिक कार्पेटची (Operation Magic Carpet) सुरुवात होती.

स्ट्रेच थॉम्प्सन, पूर्वीचा "किंग क्रॅब" किंग, याने बर्लिन एअरलिफ्टमध्ये भाग घेतलेल्या अनेक वैमानिकांना मोहात पाडले. येमेनींना ईश्वरदत्त भूमीमध्ये आणण्याशिवाय प्रत्येक नवीन वैमानिक आणि नोकरवर्ग यांना दुसरे काही सुचत नव्हते.

अनेकदा या जुन्या विमानांचे आकाशातच तुकडे उडतील की, काय अशी भीती वाटायची. त्यांची देखभाल करायलाही वेळच मिळत नव्हता. ती दामटून तशीच उडवली जात होती. पण एकाही विमानाला कधी अपघात झाला नाही. जोपर्यंत आपण येमेनींना या विमानांमधून आणतो आहोत तोपर्यंत देव आपला पाठीराखा आहे याची वैमानिकांना खात्री पटत होती.

फॉस्टर जे. मॅक्विल्यम्स कधीही पॅरिसला पोचला नाही. सर्व येमेनींना आणेपर्यंत तो एडनला जात होता. मग ऑपरेशन अलीबाबा– बगदादहून इराकी ज्यूंना आणण्याचे काम सुरू झाले. विमानोड्डाणाच्या इतिहासामधले सर्व रेकॉर्ड गुंडाळून ठेवावेत इतके तास फॉस्टर काम करत होता. ज्यू घेऊन विमान लिदा विमानतळावर उतरवले की, तो तिथेच काही तास झोप घेई. देखभाल करून इंधन भरून ते तयार झाले की, तो पुन्हा निघे. पुढल्या काही वर्षांत फॉस्टरने चारशे तरी फेऱ्या मारल्या, लाखो मैल, प्रवास केला आणि निदान पन्नास हजार ज्यू इस्त्राएलमध्ये आणून सोडले.

प्रत्येक पुढली ट्रीप आता नक्की शेवटचीच असे म्हणता म्हणता त्याने एक दिवस हन्नाशी लग्न केले आणि तेल अव्हिवमध्ये एका अपार्टमेंटमध्ये ते रहायला लागले.

मॅजिक कार्पेट ही नुसती सुरुवात होती.

कुर्दीस्तान, तुर्कस्तान, इराक मधून ज्यू आले.

ईस्टर्न प्रोटक्टोरेटमधली एक "हरवलेली" लढाऊ ज्यू जमात, हाधरामत, कुणाला न जुमानता एडनमध्ये येऊन पोचली.

युरोपमधल्या निर्वासित छावण्यांमधून ज्यू आले.

फ्रान्स, इटली, युगोस्लाव्हिया, रुमानिया, बल्गेरिया, ग्रीस, स्कॅन्डिनेव्हियातून आले.

अल्जेरिया आणि मोरोक्कोच्या मेल्लातून आले.

इजिप्त आणि ट्यूनिशियामधून आले.

दक्षिण आफ्रिकेमधले सधन आणि कर्मठ ज्यू आले.

तीन हजार वर्षांपूर्वी चीन आणि भारतामध्ये पोचलेल्या ज्यूंचे वंशज आले.

ते ऑस्ट्रेलिया, कॅनडा, इंग्लंडमधून आले.

अर्जेंटिनामधूनही आले.

काही तळपत्या वाळवंटामधून चालत आले.

काही कशाबशा उडणाऱ्या विमानातून आले.

काही गुरांची वाहतूक करणाऱ्या बोटीतून आले.

काही आलिशान जहाजांमधून आले.

चौऱ्याहत्तर देशांमधून इस्राएलला ज्यू आले.

पांगलेले, कुणाला नको असलेले, परागंदा झालेले सर्व ज्यू पृथ्वीच्या एका कोपऱ्यातल्या अशा टीचभर देशात येत होते की, जिथे ज्यू असणे हा गुन्हा नव्हता, लाज वाटण्यासारखी गोष्ट नव्हती, लपवून ठेवण्यासारखी तर नक्कीच नव्हती.

## २

आधी एक एक करत ज्यू येत होते.

मग गटागटाने यायला लागले.

नंतर घोळक्या घोळक्याने.

आणि शेवटी ज्यूंचे लोंढेच इस्राएलमध्ये यायला लागले.

इस्राएलची लोकसंख्या दुप्पट झाली. मग तिप्पटही. युद्धामुळे आधीच ढासळत आलेली अर्थव्यवस्था कोसळायला आली. बहुतेक जणांकडे अंगावरच्या वस्त्रांशिवाय काही नव्हते. बरेच वृद्ध होते. अनेकजण वेगवेगळ्या रोगांनी पछाडलेले होते. कित्येक निरक्षर होते. पण ते कसेही असले, कितीही संख्येने आले आणि त्यामुळे इस्राएलच्या अर्थव्यवस्थेवर कितीही ताण पडला तरी कोणत्याही ज्यूला इस्राएलचे दरवाजे बंद नव्हते.

ते जगाच्या कानाकोपऱ्यातून आले होते. वेगवेगळ्या परिस्थितीत आयुष्य काढून आले होते.

गॅलिली ते नेगेव्हपर्यंत सर्वत्र तंबूत, झोपड्यात, पत्र्याच्या शेडमध्ये राहणाऱ्यांची गावे निर्माण झाली. हजारो, लाखो ज्यू भयानक परिस्थितीत राहात होते. वैद्यकीय, शैक्षणिक, कल्याणकारी सेवा ठप्प व्हायची पाळी आली.

तरीही इस्त्राएलमध्ये सर्वांच्या मनात आशा होती. इस्त्राएलच्या भूमीवर पाऊल ठेवताक्षणी माहीत नव्हते असे कल्पनातीत स्वातंत्र्य आणि कधी उपभोगली नव्हती अशी सन्माननीय आणि समान वागणूक सर्व तऱ्हेच्या ज्यूंना मिळत होती. या समान वागणुकीमुळेच त्यांच्यापुढे एक ध्येय, जिद्द, आकांक्षा निर्माण झाली, जी इतिहासकाळापासून कधी कोणत्या देशात दिसली नव्हती.

प्रत्येक दिवशी नवीन शेतकरी वसाहती निर्माण व्हायला लागल्या. दलदल हटवून मोशाव आणि किब्बुत्झ उभारणाऱ्या पायोनिअर्सप्रमाणे उजाड जमिनी आणि वाळवंटात पिके काढायची अफाट धडपड या नव्या लोकांनी सुरू केली.

जमिनीमधूनच जशी काही नवीन गावे, शहरे, उत्पन्न व्हायला लागली.

दक्षिण आफ्रिका, अमेरिका, कॅनडा यांनी नवीन उद्योगधंद्यात पैसा ओतला. कारखाने उभे राहिले. आशिया आणि आफ्रिका यामधील कुठल्याही देशांहून जास्ती उत्पादनक्षमता या कारखान्यांनी गाठली. शास्त्रीय, वैद्यकीय आणि कृषि क्षेत्रात महत्वपूर्ण संशोधन सुरू झाले.

तेल अव्हिवमध्ये आता अडीच लाख लोक राहायला लागले. हैफा हे भूमध्य समुद्रावरचे एक गजबजलेले बंदर बनले. दोन्ही शहरात मोठे उद्योगधंदे उभे राहिले. नवीन जेरुसलेम ही राजधानी शिक्षणाचे मोठे केंद्र बनले. टेकड्यांपर्यंत पसरले.

रसायने, औषधे, खाणी, यंत्रे, बूट, कपडे हजारो गोष्टी इस्त्राएल बनवायला लागले. मोटारी, बसेस् बनायला लागल्या. देशभर रस्त्यांचे जाळे तयार झाले.

घरे-घरे-घरे– शेवटी राहायला घरे हवीत. काँक्रीट आणि पोलादाची उंच उंच घरे उपनगरांमध्ये पोचली. हातोडे, ड्रील्स, काँक्रीट मिक्सर, वेल्डिंगचे आवाज दिवसभर यायला लागले.

हर्झल स्ट्रीट आणि ॲलेन्बी रोडवर पुस्तकांची अनंत दुकाने उघडली. प्रत्येक किब्बुत्झ, मोशाव. घरात डझन भाषातली पुस्तके बुकशेल्फवर दिसायला लागली. सर्व कलांना उत्तेजन मिळाले. लेखक, चित्रकार, संगीतकार या नवीन समाजामधले सळसळते चैतन्य शब्दांमध्ये लिहायला लागले, कॅनव्हासवर रंगवायला लागले, गीतात स्वरबद्ध करायला लागले.

एलात ते मेथुल्ला, जेरुसलेम ते तेल अव्हिव सर्वत्र नवीन देशाची उभारणी चालू होती.

पण जीवनाचा लढा अत्यंत जीवघेणा होता. इस्त्राएल अत्यंत गरीब देश होता आणि बहुतेक सर्व भागात काही पिकू शकत नव्हते. प्रगतीचे प्रत्येक पाऊल हे घाम

गाळून प्राप्त करावे लागत होते. विशेष पगार मिळत नसताना कामगार तास न् तास काम करत होते. नापिक जमिनी सुपीक बनवायचा प्रयत्न करणारे शेतकरी तशाच भीषण स्थितीत घाम गाळत होते. नवीन येणाऱ्या लोकांना सर्व सुविधा देण्याच्या प्रयत्नात इस्राएलमध्ये जबर कर लादले होते. अफाट परिश्रम करूनच आपल्या छोट्या देशासाठी ते त्याग करत होते.

इस्राएली नागरी वाहतूक करणारी विमान कंपनी अस्तित्वात आली.

स्टार ऑफ डेव्हिड फडकावणारी व्यापारी जहाजे जगाच्या कानाकोपऱ्यात फिरायला लागली.

अत्यंत दृढ निश्चयाने काम करणाऱ्या या छोट्या देशाने सर्व सुसंस्कृत देशांच्या हृदयात स्थान मिळवले. स्वत:च्या आयुष्यात सुख मिळावे म्हणून इस्राएलमध्ये कोणीही काम करत नव्हते. सर्व उद्यासाठी होते, मुलांसाठी होते, नवीन येणाऱ्या ज्यूंसाठी होते. या सर्व गडबडीत इस्राएलमध्ये एक नवीन साब्रा जमात जन्माला येत होती. मनाने कणखर, शरीराने दणकट आणि ज्यू म्हणून जन्माला आली म्हणून कुणासमोरही मान न झुकवणारी. स्वत:चे सामर्थ्य, इच्छाशक्ती आणि प्रेम या गोष्टींनी काय मिळवता येते याचा आदर्श धडा इस्राएल या नवीन देशाने अखिल मानवजातीला घालून दिला.

मानवाच्या इतिहासात इस्राएलने एक श्रेष्ठ स्थान प्राप्त करून घेतले आहे हे निश्चित.

इस्राएलचा अर्धा भाग नेगेव्ह वाळवंटाने व्यापला आहे. अत्यंत उजाड आणि वैराण प्रदेश. काही भाग बघताना चन्द्रावरचाच एखादा प्रदेश बघतो आहोत की, काय असे वाटावे. ईश्वरदत्त भूमीच्या शोधात फिरत असताना मोजसने पालथा घातलेला हाच तो झेन आणि परेनचा प्रदेश. अत्यंत खोल दऱ्या, घळींनी भरलेला, एकशे पंचवीस डिग्री उष्णतेचा पर्णहीन खडकाळ भाग. मैल न् मैल चालले तरी गवताची काडी दिसायची नाही. गिधाडेसुद्धा या भागात फिरायचे धैर्य दाखवू शकत नाहीत.

इस्राएलने नेगेव्हचे आव्हान स्वीकारले. इस्राएली नेगेव्हमध्ये गेले आणि त्यांनी खडकांवर वसाहती उभारल्या. मोजसप्रमाणे खडकांमधून पाणी मिळवून तिथे नवीन जीवन निर्माण करायचा प्रयत्न केला.

त्यांनी खनिजे शोधली. मृत समुद्रातून पोटॅश मिळवले. शतकानुशतके दुर्लक्ष झालेल्या सॉलोमनच्या खाणीतून तांबे काढायला सुरुवात केली. तेलाचे अंश कुठे कुठे दिसायला लागले. लोखंडाचे डोंगर शोधले. एका रात्रीत नेगेव्हच्या उत्तरेकडील बीरशेबाचे रुपांतर छोट्या खेड्यातून मोठ्या शहरात व्हायला लागले.

नेगेव्हच्या आशा आकांक्षा कुठे केंद्रीत झाल्या असतील तर त्या एलातवर. गल्फ ऑफ अकाबाचे दक्षिणेकडील टोक. स्वातंत्र्य युद्धानंतर जेव्हा इस्राएली फौजा तिथे पोचल्या तेव्हा तिथे फक्त दोन चिखलमातीच्या झोपड्या होत्या. या ठिकाणी पूर्वेकडल्या देशांकडे जाण्यासाठी एक मोठे बंदर बनवण्याचे इस्राएलचे स्वप्न आहे. एक दिवस इजिप्शियन या बंदराचा वेढा उठवतील अशी इस्राएलला आशा आहे. त्या दिवसाच्या प्रतिक्षेत त्यांनी सर्व पूर्वतयारी केली आहे.

स्वातंत्र्य युद्धानंतर आरी बेन कनानने स्वत:हून नेगेव्ह वाळवंटात बदली मागून घेतली. इजिप्त, जॉर्डन आणि सौदी अरेबिया या इस्राएलच्या तीन शत्रुंनी वेढलेल्या या भागाचा इंच न इंच भाग माहिती करून घेण्याची त्याला सूचना होती.

मानव कधी पाऊल ठेवेल अशी अपेक्षा नसलेल्या या भागात आरी आपल्या सैनिकी तुकड्यांना शिक्षण देत होता. सहनशीलतेचा अंत बघणारे इतके कठीण शिक्षण जगामधल्या कुठल्या सैन्यात देण्यात येत नसेल. अधिकारी वर्गाच्या शारीरिक क्षमतेची चाचणी घेण्यासाठी त्यांची या ठिकाणी रवानगी होई. इथे त्यांचा खरा कस लागत असे.

आरीने या ठिकाणी शिक्षण देऊन तयार केलेल्या तुकड्यांना ''दि बीस्टस् ऑफ दि नेगेव्ह'' (The Beasts of the Negev) नाव पडले. नेगेव्हमध्ये असताना त्यांना या वाळवंटाचा मनस्वी तिटकारा येई, कधी बाहेर पडतो असे वाटे. बाहेर असत तेव्हा कधी या ठिकाणी परत येतो असे होई. पॅराशूटमधून वीस उड्या, शंभर किलोमीटर्सची वाटचाल, रस्ते बांधण्याची कामे, हातघाईच्या लढाईचे शिक्षण या सर्व गोष्टी त्यांना कराव्या लागत. इस्राएली सैन्यात शौर्यपदके दिली जात नाहीत. प्रत्येक सैनिक शूर आहे असा इस्राएलचा विश्वास आहे. पण बीस्टस् ऑफ दि नेगेव्हचे शील्ड बघताच भीतीयुक्त आदर निर्माण होई.

आरीचा एलात येथे तळ होता. आता हजार एक पायोनिअर्सनी तिथे वस्ती केली होती. पाईपमधून पाणी आणून तांब्यांच्या खाणी रात्रंदिवस काम करत होत्या. आपल्या या टोकाचे संरक्षण करता करता पायवाटांची जागा रुंद रस्त्यांनी घेतली.

कर्नल बेन कनानच्या विचित्र वागणुकीबद्दल अधूनमधून कानावर येई. तो कधी कुणाला हसताना दिसला नव्हता. त्याचा चेहरा कायमच कठोर असे. काहीतरी दु:ख त्याने लपवलेले असावे, कसली तरी तीव्र इच्छा दडपलेली असावी म्हणूनच मर्यादेबाहेर सहनशक्ती ताणली जाईपर्यंत तो स्वत:ची आणि स्वत:च्या सैनिकांची परीक्षा घेत असावा. दोन वर्षे त्याने नेगेव्हबाहेर यायचे नाकारले होते.

किटी फ्रेमॉन्टला आता ''मित्र'' म्हणत. यापूर्वी नाईट रेडर्सचा संस्थापक पी.

पी. माल्कम यालाच फक्त ज्यूंनी आपला ''मित्र'' मानले होते. स्वातंत्र्य युद्धानंतर किटीने इस्राएलला येणाऱ्या लोकांसाठी काम केले होते आणि थोड्याच दिवसात ती झायोन सेटलमेन्ट सोसायटीची कामे करायला लागली.

१९४९ च्या जानेवारीमध्ये, ऑपरेशन मॅजिक कार्पेटच्या सुरुवातीला, किटीला गान डाफना सोडून एडनच्या हासेद कॅम्पमधल्या मुलांच्यासाठी वैद्यकीय सेवेची व्यवस्था लावण्यासाठी पाठवण्यात आले होते. तिने कॅम्पमधल्या सर्व गोंधळातही या कामात सुसूत्रता आणली. ती तिच्या आज्ञेचे कुणालाही उल्लंघन करू देत नसे पण येमेनमधून चालत आलेल्या छोट्या मुलांकडे लक्ष देताना ती अत्यंत कनवाळूपणाने वागत असे. काही महिन्यातच ती झायोन सेटलमेन्ट सोसायटीची एक आधारस्तंभ बनली.

एडनहून ती बगदादला गेली. तिथे तर एडनच्या दुप्पट काम होते. इराकमधल्या गोष्टी आवाक्यात आल्यावर ती मोरोक्कोला गेली. कॅसाब्लॅन्कामधल्या मेल्लांमधून हजारो ज्यू इस्राएलला जाण्यासाठी येत होते.

जिथून तिथून ज्यू येत होते त्या त्या ठिकाणी ती पोचत होती. युरोपियन निर्वासित कॅम्पमध्ये निर्माण झालेला गोंधळ तिने निस्तरला. युरोपभर फिरून योग्य ती माणसे आणि आवश्यक ती साधनसामुग्री तिने गोळा केली. जेव्हा जगभरातून इस्राएलला येणाऱ्या ज्यूंचा लोंढा थोडा कमी झाला तेव्हा तिला जेरुसलेमला परत बोलावून यूथ आलियाचे अधिकारपद देण्यात आले.

मुलांना इस्राएलला आणल्यावर तिथल्या समाजात त्यांना स्थान देण्याचे बिकट काम तिने सुरू केले. गान डाफनासारख्या वसाहती हे सर्व प्रश्नांचे उत्तर होते पण येणारा लोंढा लक्षात घेता अशा वसाहती फार कमी होत्या. थोड्या मोठ्या मुलांना इस्राएली सैन्याकडून शिक्षण मिळे. त्यामध्ये हिब्रू लिहिण्यावाचण्याचा समावेश होता. या एकाच गोष्टीमुळे जगाच्या कानाकोपऱ्यातून पोचलेले इस्राएली सहजतेने समाजाचे घटक बनू शकत होते.

किटी फ्रेमॉन्ट आता उत्कृष्ट हिब्रू बोलू शकत होती. फॉस्टर जे. मॅक्‌विल्यम्सबरोबर क्षयाने पछाडलेली मुले आणताना, सरहद्दीवरल्या किब्बुत्झना भेटी देताना तिला आता काही वेगळेपण वाटतच नसे. तिची मुले आता शंभर किब्बुत्झमध्ये विखुरली होती. ''शालोम, गिवेरेत किटी'' हा जसा काही त्या ठिकाणांचा पासवर्ड होता.

आणि मग एकाच वेळी खूप सुखकारक आणि क्लेशकारक अनुभव यायला लागले. गान डाफनामधल्या मोठ्या मुलांची आता लग्ने होऊन ती वेगवेगळ्या किब्बुत्झमध्ये पोचली आणि त्यांनाही मुले व्हायला लागली होती. काही जणांना ती सायप्रसमधल्या कॅम्पपासून, एक्झोडस्‌च्या घटनेपासून ओळखत होती. यूथ आलियाची यंत्रणा आता खूप मोठी झाली होती. उद्भवणाऱ्या कोणत्याही प्रसंगांना तोंड देण्याइतकी सुसज्ज होती. त्यातल्या अनेकांना तिनेच शिक्षण दिले होते, संघटना

बांधायला मदत केली होती. अननुभवी सदस्य आता उत्कृष्ट व्यवस्थापक बनले होते. सर्व कारभार तिनेच आखून दिल्याप्रमाणे व्यवस्थित आखीव-रेखीव पद्धतीने चालला होता. एका बेसावध क्षणी तिला स्पष्ट जाणीव झाली की, तिचे इथले काम संपले आहे. कारेनला तिची गरज नव्हती. इस्त्राएललाही नव्हती. जड हृदयाने तिने ठरवले की, इस्त्राएल कायमचे सोडायची वेळ आली आहे.

## ३

बराक बेन कनान पंच्याऐंशी वर्षांचा झाला. सर्व राजकारण, समाजकारण सोडून तो आता फक्त याद एल्च्या आपल्या शेताची काळजी घेत होता. गेली पन्नास वर्षे याच गोष्टीची प्रतीक्षा करण्यात त्याने घालवली होती. या वयातही त्याचा जोश कायम होता, बुद्धी तशीच तल्लख होती आणि आपल्या शेतात तो दिवसभर राबू शकत होता. त्याची प्रचंड दाढी पांढरीशुभ्र पडली होती. नावापुरतेच थोडेसे लाल केस दिसत. युद्धानंतरच्या काळाने त्याला खूप समाधान दिले होते. स्वतःसाठी आणि सारासाठी द्यायला त्याच्याकडे वेळ होता.

पण त्याच्या आनंदाला यार्देना आणि आरी यांच्या दुःखाचेच गालबोट होते. डेव्हिड बेन अमीच्या मृत्युचे दुःख यार्देनाला डाचत राहिले होते. ती फार अस्वस्थ असे. ती एकदा फ्रान्सला जाऊन आली. तिची काही प्रकरणे झाली तरी त्यातून शेवटी दुःखच वाट्याला आले. शेवटी ती डेव्हिडच्या शहरात गेली. जेरुसलेम! युनिव्हर्सिटीत नावही दाखल केले. पण मनाचा एकलकोंडेपणा आणि रिकामपण तसेच राहिले.

आरीने नेगेव्हमध्ये स्वतःलाच हद्दपार करून घेतले होते. बराकने त्याचे कारण ओळखले होते. पण तो आरीपर्यंत पोचू शकत नव्हता. पंच्याऐंशीव्या वाढदिवसानंतर त्याच्या पोटात दुखायला लागले. किती तरी आठवडे तो कुणालाच काही बोलला नाही. त्यानंतर त्याला ढास लागायला लागली. ती मात्र सारापासून लपवून ठेवणे शक्य नव्हते. त्याने डॉक्टरांना भेटावे म्हणून तिने लकडा लावला. पण त्याने सर्व हसण्यावारीच नेले. कधी कधी तो डॉक्टरांना भेटायचे कबूलही करे पण नंतर काहीतरी निमित्त काढून टाळाटाळ करे.

तिसऱ्या स्वातंत्र्यदिनाच्या समारंभानिमित्त सन्माननीय अतिथी म्हणून बेन गुरीयन यांनी बराक आणि सारा यांना बोलावणे पाठवले. हा खरेच मोठा सन्मान होता. त्याने जायचे कबूल केले. साराने या निमित्ताने हैफामध्ये पूर्ण वैद्यकीय चाचण्या करून घेईन असे त्याच्याकडून वदवून घेतले. पाच दिवस आधीच ते हैफाला जायला निघाले. हैफाला पोचल्यावर बराक बेन कनान सर्व तपासण्या करून घेण्यासाठी

सरळ हॉस्पिटलमध्येच भरती झाला. समारंभाच्या दिवसापर्यंत हॉस्पिटलमध्ये राहिला.

''काय म्हणाले डॉक्टर?'' साराने चौकशी केली.

''वृद्धत्व आणि अपचन'' बराकने हसून उत्तर दिले. ''काही गोळ्याही दिल्या आहेत घ्यायला.''

साराने खोलात चौकशी करायला सुरुवात केल्यावर आपण इथे प्रथम स्वातंत्र्य दिनाच्या समारंभासाठी आलो आहोत असे म्हणत त्याने सरळ उत्तर द्यायचे टाळले.

हैफामध्ये दिवसभर गर्दी होत होती. लोक मोटारी, आगगाड्या, विमानांनी पोचत होते. आदल्या रात्री मशालींच्या मिरवणुकीने उत्सवाला आरंभ झाला. हार हा कारमेलच्या सिटी हॉलच्या हिरवळीवरून त्यांनी मिरवणूक बघितली. भाषणे झाली आणि नंतर माऊन्ट कारमेलवरून आतषबाजीही.

हजारो जणांनी हर्झल स्ट्रीटवर गर्दी केली होती. लाऊडस्पीकर्सवरून संगीत ऐकू येत होते. पावलापावलावर होरा नृत्ये चालू होती. बराक आणि सारा यांनी इतरजण प्रोत्साहन देत असताना नृत्यात भाग घेतला.

दंग्याच्या काळात लढलेले पालमाख लढवय्ये– ब्रदरहुड ऑफ फायर– Brotherhood of Fire टेक्निकल इन्स्टिट्यूटमध्ये जमा झाले होते. त्यांनीही सारा आणि बराक यांना खास आमंत्रण दिले होते. त्यांनी प्रचंड शेकोटी पेटवली. येमेनींनी नृत्य केले. ड्रुस अरबांनीही नृत्य केले. एक कोकरू भाजले होते. बरोबर अरबी कॉफी. अनेकांनी मिळून पौर्वात्य आणि बायबलमधली गीते म्हटली. सर्व कॅम्पसवर वसाहतींमधली मुले-मुली गळ्यात गळा घालून झोपत होती. ब्रदरहुड ऑफ फायरचा नृत्य आणि संगीताचा जल्लोष पहाटेपर्यंत चालू होता.

सारा आणि बराक सकाळी आपल्या हॉटेलवर परत निघाले तरी सर्व रस्त्यांवर संगीत आणि नृत्य चालूच होते. नंतर ते उघड्या मोटारीतून परेडच्या मार्गाने जयजयकार घेत अध्यक्षांशेजारी परेड बघण्यासाठी पोचले.

नवीन इस्त्राएली सैन्य प्राचीन इस्त्राएली जमातींचे ध्वज घेऊन संचलन करत होते. आता अत्यंत लढवय्ये आणि अभिमानी सैनिक बनलेले येमेनी, उंच आणि दणकट साब्रा मुले-मुली, जगाच्या कानाकोपऱ्यातून आलेले लढाऊ प्रवृत्तीचे ज्यू, दक्षिण आफ्रिका, अमेरिका इथून आलेले वैमानिक, लाल बिरेटस्मधले पॅराट्रूपर्स, हिरव्या गणवेशातले सरहद्दींवरचे सुरक्षा दल सर्व मानवंदना देत चालले होते. आकाशात विमाने घरघरत होती, परेडमध्ये रणगाडे धडधडत चालले होते. बीस्टस् ऑफ नेगेव्हची तुकडी गेली तेव्हा तर टाळ्यांचा प्रचंड कडकडाट झाला. त्यांच्या कमान्डरच्या पित्याला त्यांनी मानवंदना दिली आणि बराकच्या हृदयाचा ठोका चुकला. अत्यंत अभिमानाचा क्षण होता तो.

परेड संपल्यावर भाषणे, मेजवान्या, स्वातंत्र्योत्सव चालूच होता. दोन दिवसांनी

बराक आणि सारा बेन कनान याद एल्ला परत यायला निघाले.

याद एल्ला पोचताच बराक बेन कनानला खोकल्याची प्रचंड उबळ आली. जसे काही त्याने गेले काही दिवस केवळ प्रबळ इच्छाशक्तीच्या जोरावर काढले होते. तो कसाबसा खुर्चीत बसला. साराने औषध आणले.

''मी सांगत होते इतकी धावपळ जमणार नाही.'' सारा पुटपुटत होती. ''जरा स्वत:च्या वयाचाही विचार करायला नको का.''

''इस्राएलचे सैन्य.... '' तो काही तरी पुटपुटत होता. बराकचे मन कवाईत करणाऱ्या इस्राएलच्या सैन्याच्या तुकड्यांमध्येच रेंगाळत असावे.

''मी चहा करून आणते.'' त्याच्या डोक्यातून प्रेमाने हात फिरवत सारा म्हणाली.

बराकने खेचूनच तिला मांडीवर बसवले. तिने त्याच्या खांद्यावर डोके ठेवत प्रश्नार्थक मुद्रेने त्याच्याकडे बघितले. त्यानेच आज आपली नजर बाजूला वळवली.

''स्वातंत्र्य सोहळा संपला आहे बराक. डॉक्टरांनी तुला खरोखर काय सांगितले आहे?''

''तुझ्याशी खोटे बोलणे कधी जमलेलेच नाही मला.''

''मी शांत राहीन. गोंधळ घालणार नाही. वचन देते.''

''एक गोष्ट लक्षात घे सारा. माझी मनाची तयारी कधीच झाली आहे. मला वाटते मला हे आधीपासूनच माहीत होते.''

सारा क्षणभर दु:खाने ओरडली आणि तत्क्षणी तिने आपला ओठ चावला.

''मला वाटते तू आरीला आणि यार्देनाला बोलावून घ्यावेस.''

''कॅन्सर?''

''हं.''

''किती.... किती काळ?''

''काही महिने, काही सुखाचे महिने राहिले आहेत.''

बराक प्रचंड धिप्पाड होता. दुसरे शब्दच नाहीत. पुढल्या काही आठवड्यात मात्र त्याचे वय दिसून यायला लागले. तो बारीक झाला. वाकलाही थोडासा. त्याला खूप यातना होत होत्या पण त्याने जास्ती बडबड केली नाही. कुणाच्या लक्षात येऊ दिले नाही. हॉस्पिटलमध्ये मुळीच जाणार नाही असे निक्षून सांगून टाकले.

त्याचा पलंग आता खिडकीजवळच ठेवला होता. खिडकीतून त्याला त्याची शेते दिसत. लेबॅनॉनच्या सरहद्दीवरचे डोंगर दिसत. आरी परत आला तेव्हा बराक दु:खी नजरेने अबू येशाच्या दिशेने बघत होता. अस्तित्वातच नसलेल्या अबू येशाच्या दिशेने.

“शालोम आबा!” आरीने बराकला मिठी मारत म्हटले. “जितक्या लौकर येता आले तितक्या लौकर आलो आहे आबा.”

“शालोन आरी. बघू कसा आहेस ते. किती दिवस झाले तुला भेटून. दोन वर्षांहून जास्तीच. मला वाटले होते की, स्वातंत्र्योत्सवाच्या वेळी तरी तू तुझ्या तुकडीबरोबर येशील म्हणून.”

“लित्झानाजवळ इजिप्शियन खुसपटे काढत आहेत. आम्हाला धडा शिकवावा लागला त्यांना.”

बराक मुलाकडे बघत होता. नेगेव्हमध्ये दोन वर्षे काढून काळपटला असला तरी सिंहासारखा ताकदवान दिसत होता.

“नेगेव्ह मानवलेले दिसते तुला.”

“आणि इमा काय वाटेल ते सांगत होती मला?”

“आरी, मला धीर द्यायची आवश्यकता नाही. आता मी इतका वृद्ध झालो आहे की, शांतपणे जगाचा निरोप घ्यायला तयार आहे.” आरीने ब्रॅन्डी ग्लासमध्ये ओतली. सिगरेट पेटवली. बराकची नजर आरीवरच होती. त्याच्या डोळ्यात अश्रू उभे राहिले.

“मी खूप समाधानात आहे हल्ली. पण तुझा आणि यार्देनाचा विचार मनात आला की,... जर तुम्ही समाधानी आहात अशी खात्री असती ना तर मी आनंदाने प्राण सोडला असता.”

आरीने ब्रॅन्डीचा एक घोट घेतला. त्याला बराकच्या डोळ्यांकडे बघता येईना.

“तू त्या वाळवंटातून बाहेर आलास तर एक दिवस सैन्याचा चीफ ऑफ स्टाफ बनशील असे ऐकतो आहे.”

“नेगेव्हमध्ये खूप काम आहे पपा. कुणाला तरी करायलाच हवे ते. खुनी फेदायीनच्या टोळ्या बनवून इजिप्शियन त्या आपल्या वसाहतींवर हल्ला करायला धाडत आहेत.”

“पण तू आनंदात दिसत नाहीस आरी.”

“तुम्हाला माहिती आहे पपा की, या नवीन आलेल्या ज्यूंप्रमाणे मला आनंदाचे प्रदर्शन करायला आवडत नाही.”

“तू माझ्यापासून आणि तुझ्या इमापासून दोन वर्षे दूर का राहिला आहेस मग?”

“सॉरी.”

“खरे सांगू आरी? आयुष्यात गेली दोन वर्षे प्रथमच एकट्याने बसून विचार करायला मला वेळ मिळाला. शांतपणे ध्यान लावून विचार करायला किती छान वाटते आणि गेले काही आठवडे तर मला जास्तीच वेळ मिळाला. सर्व गोष्टींचा विचार केल्यावर वाटते की, मी काही चांगल्या पित्याप्रमाणे नाही वागलो. तुझ्या आणि यार्देनाच्या बाबतीत कमी पडलो कुठेतरी.”

"प्लीज् पपा. वाटेल ते ऐकणार नाही मी. उगीच भावनाप्रधान बनून काही तरी बोलू नका."

"मी बोलतो आहे ते पूर्ण सत्य आहे आरी. आता शांतपणे विचार केल्यावर सर्व गोष्टी मला कशा स्वच्छ कळतात. तू, यार्देना, मी... मी फार थोडा वेळ देऊ शकलो तुमच्यासाठी आणि सारासाठी. कुटुंबासाठी वेळ देऊ शकलो नाही मी. चूक झाली ती आरी."

"तुम्ही माझ्याबाबतीत जो समजूतदारपणा कायम दाखवला, जे प्रेम दिले ते दुसऱ्या कुठल्याही मुलाच्या वाट्याला आले असेल असे मला मुळीच वाटत नाही. शक्य आहे की, सर्वच मुलांच्या पित्यांना तुम्हाला वाटते तसेच कधीतरी वाटत असेल."

बराकने नकारार्थी मान हलवली. "तुझे बालपणच हरवले. माझ्या बरोबरीने दलदल हटवून जमीन लागवडीखाली आणायचा प्रयत्न करताना तू फक्त बारा वर्षांचा होतास आणि बैलांनाही वठणीवर आणेल असा चाबूक मी तुझ्या हातात ठेवला त्या क्षणापासून तुला माझी गरजच पडलेली नाही."

"पपा, भलते सलते काही ऐकायचे नाही मला. आपण ज्या देशात राहतो आहोत त्या देशात फक्त उद्याच्या विचारानेच सर्व गोष्टी कराव्या लागतात. तुम्हाला तसेच जगावे लागले आणि मलाही तसेच जगावे लागणार आहे. स्वत:ला मन:स्ताप करून घेणारे विचार तुम्ही मनात आणण्यात काही अर्थ नाही. आपल्याला तसे जगण्याशिवाय पर्यायच नव्हता."

"मीही तशीच स्वत:ची समजूत घालायचा प्रयत्न करतो. नाहीतर काय झाले असते आरी? घेटो? यातना तळ? मृत्युच्या भट्ट्या? यापेक्षा अर्थातच इतर काहीही बरे. पण हे-हे आपले स्वातंत्र्य– त्याची फार जबर किंमत मोजतो आहोत आपण आरी. या स्वातंत्र्याच्या इच्छेची तीव्रता इतकी भयंकर आहे की, ते जपण्यासाठी आपण ज्यू टारझन्सचा एक वंश निर्माण केला. आम्ही तुम्हाला काय देऊ शकलो? रक्तपाताचे आयुष्य! आणि तुमच्यासाठी काय वारसा सोडून जाणार आहोत? समुद्राकडे पाठ करून लढत राहण्याचे आयुष्य!"

"इस्त्राएलचे स्वातंत्र्य राखण्यासाठी कितीही किंमत मोजावी लागली तरी ती मोठी नाही पपा."

"आहे– नक्की आहे. नाहीतर माझ्या मुलाच्या डोळ्यात दु:ख बघावे लागले नसते मला."

"तुम्ही यार्देनापासून डेव्हिड बेन अमीला हिरावून घेतले नाही. ज्यू म्हणून जन्माला आलो त्याचीच किंमत मोजतो आहोत आपण. तुमचे वडील घेटोमध्ये अरब टोळक्याकडून मारले गेले. तशा मरणापेक्षा स्वत:च्या देशासाठी मरणे काय वाईट आहे?"

“पण तुझ्या डोळ्यातले दु:ख हा माझा दोष आहे आरी.” बराकने आपल्या ओठांवरून जीभ फिरवली. एक आवंढा गिळला. “यार्देना किटी फ्रेमॉन्टची खास मैत्रिण बनली आहे.”

किटीचे नाव निघताच आरी क्षणभर दचकला. बराककडे बघायला लागला.

“ती जशी काही संतच बनली आहे खरोखर. हुलेमध्ये आली की, न चुकता भेटते आम्हाला. तू भेटायला हवे होतेस तिला.”

“पपा, मी... मी...”

“तुझ्याबद्दल तिला काय वाटते ते मला कळत नाही वाटते तुला? आणि दुसऱ्याच्या प्रेमाची परतफेड काय अशी करतात? नेगेव्हच्या वाळवंटात दडून? बोल आरी, एकदा खरे बोलच. तिच्यापासून दूर राहण्यासाठीच तू वाळवंटात लपून राहिला आहेस ना? स्पष्ट बोल आज. माझ्यासाठी आणि तुझ्या स्वत:साठी सुद्धा.”

आरी पलंगाच्या काठावरून उठला आणि चालायला लागला.

“अशी कोणती गोष्ट तू तुझ्या हृदयात दडवली आहेस की, ज्यामुळे तिच्याकडे जाऊन तू तिला सांगू शकत नाहीस की, केवळ तिच्याचसाठी तुझा जीव तिळतिळ तुटतो आहे म्हणून?”

बराकची भेदक नजर आरीला स्वत:च्या पाठीतूनही जाणवली असावी. तो हळूच वळला. त्याची दृष्टी मात्र जमिनीवर खिळली होती. “ती...ती एकदा मला म्हणाली की,.... की, मला तिची एवढी गरज भासली पाहिजे की, मी नाक घासत तिच्याकडे जाईन.”

“मग जा. नाक घासत जा.”

“शक्य नाही ते पपा. मला कुणापुढेही नाक घासणे जमणार नाही. मला ती गोष्टच माहिती नाही. तुमच्या अजूनही लक्षात येत नाही पपा? तिला हवा आहे तसे बनणे अशक्य आहे मला.”

बराकने दु:खानेच आपली मान हलवली. “या...याच बाबतीत मी अपुरा पडलो रे आरी. मी लाख वेळा तुझ्या आईपुढे नाक घासत गेलो असतो. का? मला जगण्यासाठी तिची आवश्यकता आहे म्हणून. ती म्हणजेच माझ्या जीवनाचा आधार आहे आरी. काय करून बसलो आहे मी देवा? कारण इतरांइतका मीही याला जबाबदार आहे. आम्ही मुला-मुलींची अशी एक जमात निर्माण केली आहे की, ज्यांना नम्रता या शब्दाचा अर्थही कळून घ्यायची तयारी नाही– ज्यांना अश्रू ढाळता येत नाहीत.”

“हे... हेच मला म्हणाली होती ती एकदा.” कसाबसा आरी म्हणाला.

“मृदुपणा म्हणजे दुबळेपणा अशी काही तरी गल्लत झाली आहे कायम तुझ्या विचारात. आणि अश्रू ढाळणे म्हणजे तर लाजिरवाणी गोष्ट. फारच अपमानकारक.

दुसऱ्यावर अवलंबून असणे हा आपला पराभव वाटतो तुला. या विचारांनी आंधळे झाल्यावर तू प्रेम देऊच शकत नाहीस कुणाला.''

''मग? मी जे नाही करू शकत ते नाही करू शकत.'' दुःखी आणि केविलवाण्या स्वरातच आरी ओरडला.

''मला तुझ्यासाठी फार दुःख होते आहे आरी. तुझ्यासाठी आणि माझ्यासाठीही.''

दुसऱ्या दिवशी आरीने बराकला उचलूनच गाडीत बसवले. पन्नासहून जास्ती वर्षांपूर्वी बराक आणि अकिवा यांनी ज्या ठिकाणाहून पॅलेस्टाईनमध्ये पाय ठेवला होता त्या तेल हायला ते गेले.

या शतकाच्या सुरुवातीला बेदुईन टोळ्यांपासून ज्यू वसाहतींचे रक्षण करण्यासाठी स्थापन झालेल्या सशस्त्र फिरत्या पथकातील ''गार्डस्मन''ची थडगी या ठिकाणी होती. रोश पिन्नाला गार्डस्मन असतानाच सारा त्याला भेटली होती याची बराक बेन कनानला आठवण झाली.

दोन सरळ रेषांमध्ये या गार्डस्मनची थडगी होती. अजूनही जिवंत असणाऱ्या गार्डस्मनसाठी काही जागा मोकळ्या होत्या. एलायझा पॉईंटवरून अकिवाचे अवशेष या ठिकाणी आणून त्यांचे सन्मानाने दफन करण्यात आले होते. अकिवा शेजारची जागा बराकसाठी राखून ठेवली होती.

या सर्व थडग्यांच्या पलीकडे एक प्रचंड दगडी सिंह खालच्या खोऱ्याकडे बघत होता. आपल्या भूमीचे संरक्षण करणाऱ्या राजाचे प्रतीक. या पुतळ्याच्या पायाशी शब्द कोरले होते. **''स्वतःच्या देशासाठी मृत्यू येणे या एवढी भाग्याची गोष्ट नाही.''**

बराकने खाली नजर टाकली. सगळीकडे ज्यूंच्या वसाहती दिसत होत्या. नवीन आलेल्या ज्यूंसाठी शहर उभे राहात होते. अंधार पडेपर्यंत तेल हायवर पितापुत्र घुटमळत होते. अंधार पडायला लागल्यावर वसाहतींमध्ये दिवे लागायला लागले. ज्यू अढळ अशा निश्चयाने तिथे राहिले होते. मध्यभागी याद एल् होते– The Hand of God– सीरियन सरहद्दीजवळ सध्या तंबू ठोकून राहणारे दणकट नवीन ज्यू तरुण नवीन वसाहतीची उभारणी करत होते. तिथले दिवेही लागले.

**''ज्या देशासाठी मृत्यू पत्करावा असा देश असणे यासारखे भाग्य नाही खरेच.''** बराक हळूच म्हणाला.

आरीने पुन्हा बराकला उचलले. ते डोंगरावरून खाली आले.

दोन दिवसांनी झोपेमध्येच बराक बेन कनान मरण पावला. तेल हायला अकिवा शेजारी त्याचे दफन करण्यात आले.

# ४

स्वातंत्र्ययुद्धाच्या शेवटच्या टप्प्यात दोव्ह इस्राएली सैन्यात भरती झाला. इजिप्शियनांविरुद्ध ''ऑपरेशन टेन प्लेग्ज''– (Operation Ten plagues)– या कारवाईत त्याने भाग घेतला. सुवेदानच्या चढाईत त्याने दाखवलेल्या शौर्यामुळे त्याला फिल्ड कमिशन देण्यात आले. नंतर अनेक महिने कर्नल आरी बेन कनानच्या बीस्टस् ऑफ नेगेव्हे बरोबर तो होता. आरीने याच्या उपजत कौशल्यांची दखल घेतली. इस्राएली सैन्याने मग त्याला नेगेव्ह वाळवंटाचे नंदनवन बनवण्यासाठी पाणी पुरवठ्याच्या ज्या खूप महत्त्वाकांक्षी अशा योजना आखल्या जात होत्या, त्यांच्या अभ्यासासाठी हैफा इथल्या टेकनिकल इन्स्टिट्यूटमध्ये पाठवले. दोव्हला आपली हुशारी सिद्ध करायला वाव मिळताच तो चमकला.

त्याच्या अंधाऱ्या जगातून तो बाहेर आला होता. आता तो सर्वांशी मिळून मिसळून, हसत खेळत वागे. ज्यांनी खूप यातना भोगल्या आहेत अशा लोकांशी वागताना तर तो फारच वेगळा वाटे. त्याला अनेक गोष्टी आपोआप समजत. त्याची चण तशी लहानसर होती आणि तो दिसायचाही भावनाप्रधान. पण आता तो देखणा तरुण बनला होता. कारेनचे आणि त्याचे एकमेकांवर अतोनात प्रेम होते.

पण ताटातूट तर यांच्याही सारखी वाट्याला येत होती. आणि त्यामुळे निर्माण होणारी जीवघेणी काळजीसुद्धा. सबंध देशातच गडबड होती. त्यांना त्यांची कर्तव्येही पार पाडणे भाग होते. इस्राएलमध्ये पुन्हा पुन्हा सर्वत्र घडत असणारी कथा होती ही. आरी आणि डाफना, यार्देना आणि डेव्हिड, सर्वांच्या बाबतीत असे घडले होते. दरवेळी भेट झाली की, त्यांचे एकमेकांबद्दलचे आकर्षण वाढत असे. ताटातुटीने निराशाही. कारेनवर जीव जडलेला दोव्हच कणखर बनला होता. कारेनलाच आता त्याचा आधार वाटत असे.

वयाच्या एकविसाव्या वर्षी तो इंजिनिअरींग कॉर्प्समध्ये कॅप्टन बनला. एकूणच त्याच्याबद्दल सर्वांच्या खूप अपेक्षा होत्या. हैफा इथली टेक्निकल इन्स्टिट्यूट आणि रेहोवोत येथली वाईझमन् रिसर्च इन्स्टिट्यूट या ठिकाणी त्याचा अभ्यासात वेळ जात होता.

स्वातंत्र्ययुद्धानंतर गान डाफना सोडून कारेन सैन्यात भरती झाली. तिथेही तिने आपले नर्सिंगचे शिक्षण चालूच ठेवले. किटीबरोबर काम केल्याने तिला अमूल्य अनुभव मिळाला होता. तिने आपले सुरुवातीचे शिक्षण त्यामुळे पटकन् संपवले. कारेनला नर्सिंग मनापासून आवडत होते. कधीतरी किटीच्या पावलावर पाऊल ठेवून खास मुलांसाठी असलेला नर्सिंगचा कोर्स पुरा करायची तिची इच्छा होती. तिची

शारोनमधल्या एका हॉस्पिटलमध्ये नेमणूक झाली. किटी जेव्हा जेरुसलेमला असे तेव्हा हॉस्पिटलपासून जेरुसलेमला जाणे सोयीचे होते. त्याचप्रमाणे हैफाला जाऊन दोव्हची गाठभेट घ्यायलाही.

कारेन लहानपणी सुंदर दिसायचीच पण आता ती एक मोहक, सौंदर्यवान स्त्री बनली होती. किटीच्या मनात आशा असे की, कधी तरी कारेन तिच्या बरोबर अमेरिकेला येईल. पण त्या वाटण्याला काही अर्थ नव्हता. सरळ विचार केला की, किटीच्या लक्षात येई की, कारेनलाही खरे म्हणजे आता तिची गरज नव्हती.

तिने कारेनसाठी करण्यासारखे सर्व केले होते आणि इस्त्राएलसाठीही. कारेन आता इस्त्राएलचाच भाग होती. तिला इस्त्राएलपासून दूर करणे कुणालाही शक्य नव्हते. सर्वात महत्त्वाची गोष्ट म्हणजे किटीलाही खात्री पटली होती की, तिच्या दृष्टीनेही कारेनची गरज संपली आहे. एका वेळी तिला वाटत होते की, कारेनपासून दूर होणे आपल्याला शक्यच होणार नाही. पण तिच्या मनातली ती पोकळी, हृदयातली पोकळी, वर्षानुवर्षे "तिच्या मुलांसाठी" काम करून भरून निघाली होती.

किटीला खात्री पटली की, ती कारेनला सोडून जाऊ शकेल. का ते सांगता आले नसते पण तिला असेही निश्चितपणे वाटत होते की, कधी तरी, कुठे तरी तिलाही तिचा आनंद खचित सापडणार आहे. कारेनच्या आणि तिच्या विचारात गुरफटून इस्त्राएल सोडायची तिची भीती नाहीशी झाली. पण खुद्द इस्त्राएलबद्दलची भीती मात्र तिच्या मनातून जात नव्हती.

इस्त्राएलच्या सरहद्दीवर ठाण मांडून, आपल्या जुन्या चुकांचा विचार करून, अरब पुढल्या युद्धाची आखणी करत होते. या छोट्या देशावर पुन्हा आक्रमण करून त्याचा संपूर्ण विनाश करायची त्यांची महत्त्वाकांक्षा कायम होती. ते आपल्या जनतेला शेतीची अवजारे पुरवत नव्हते तर बंदुका वाटत होते. ज्या थोड्या जणांना इस्त्राएलने केलेली उन्नती बघून त्यांच्याशी शांततेने राहावे असे वाटत होते त्यांचे सर्रास खून पडत होते. अरब वर्तमानपत्रातून पूर्वीप्रमाणेच गरळ ओकले जात होते. त्यांचे रेडिओ, त्यांचे नेते, तीच द्वेषाची विषारी भाषणे देत होते. अरब जनतेला भडकवत होते.

सर्वसामान्य अरब जनता नेत्यांच्या या खेळात पुरी भरडली जात होती. शस्त्रास्त्रांसाठी गरज असणारे कोट्यावधी डॉलर्स यांच्या खिशातूनच काढले जात होते.

अरब निर्वासितांचा प्रश्न कधीही सुटणार नाही अशा अवस्थेत आणून ठेवला गेला होता.

फालुजाच्या वेढ्यात एके काळी अडकून राहिलेला कॅप्टन नासेर दुसरा हिटलरच बनत होता आणि अरबांना जबरदस्त चिथावणी देत होता.

आंतरराष्ट्रीय कायद्यांना धाब्यावर बसवून सुएज कालवा इस्राएलच्या जहाजांसाठी आणि इस्राएलला माल पोचवणाऱ्या जहाजांसाठी बंदच होता.

एलात हे बंदर ज्यूंना वापरता येऊ नये म्हणून गल्फ ऑफ अकाबाची नाकेबंदी केलेली होती.

शस्त्रसंधीच्या अटींप्रमाणे जुन्या जेरूसलेममध्ये जाऊन सॉलोमनच्या भव्य देवळाच्या शिल्लक राहिलेल्या एकुलत्या एका भिंतीशेजारी ज्यूंना प्रार्थना करायला परवानगी होती. जॉर्डनच्या अरब लीजनने अटी धाब्यावर बसवून ज्यूंना मज्जाव केला होता.

इस्राएलचे अस्तित्व कबूल करायलाच कोणताही अरब देश तयार नव्हता. त्यांनी इस्राएलच्या सर्वनाशाचा ठेका लावून धरला होता.

आणि आता इजिप्त आपले कपटी कारस्थान अंमलात आणायला लागले. गाझा पट्टीमधल्या इजिप्शियन अरबांनी खुनी फेदायीन टोळ्या संघटित केल्या. त्या रात्री इस्राएलमध्ये घुसत आणि ज्यूंचे खून पाडत, त्यांची शेते जाळून टाकत, पाण्याचे पाईप तोडत. सर्व गोष्टींचा नाश करण्यापलीकडे त्यांना दुसऱ्या कशात रस नव्हता. निराश मन:स्थितीतल्या पॅलेस्टीनीयन निर्वासितांना ते भरती करत आणि विषारी भाषणांनी त्यांची माथी पार बिघडवून टाकत.

पण अरबांचे विषारी शब्द खरे मानून चालण्याव्यतिरिक्त इस्राएलींना पर्याय नव्हता. "मी सर्व ज्यूंना ठार करणार आहे असे हिटलरने सांगितले तेव्हा जगाने विश्वास ठेवला नाही. आता अरब तेच म्हणतात तेव्हा आम्ही इस्राएलमधले ज्यू त्यावर विश्वास ठेवतो."

इस्राएलमधल्या मुलांना आणि मुलींनासुद्धा लष्करी शिक्षण सक्तीचे आहे. फार लहान वयातच ती शस्त्रे हाताळायला शिकतात. पंचेचाळीसाव्या वर्षापर्यंत दर वर्षी एक महिना प्रत्येकाला लष्करी शिक्षण घ्यावे लागते. फक्त लोकसंख्येचाच विचार केला तर इस्राएलची लष्करी संघटना सर्वात मोठी आहे आणि सर्वात उत्कृष्ट तऱ्हेने बांधलेली.

फेदायीनच्या क्रौर्याला सीमा नव्हती. एका मागोमाग एक अत्याचार करता करता त्यांनी सरहद्दींवरल्या मुलांच्या घरांवरही बॉम्बफेक केली.

या अत्याचारांचा बदला अत्याचारांनी घेण्याशिवाय जेव्हा इस्राएलला पर्याय शिल्लक राहिला नाही तेव्हा इस्राएली सैन्याने एका खुनाचा बदला दहा खुनांनी घ्यायला आरंभ केला. दुर्दैवाची गोष्ट अशी आहे की, ही एकच भाषा अरबांना समजू शकते. त्यांच्या अत्याचारांना आळा घालू शकते.

स्वसंरक्षणाचा एक उपाय म्हणून इस्राएलने नहालची निर्मिती केली. अनेक मुलामुलींना एका लष्करी तुकडीप्रमाणे संपूर्ण शिक्षण द्यायचे आणि मग सरहद्दीवर

शेतकी केन्द्रे स्थापन करायची की, जी संरक्षणाच्या दृष्टीनेही एखाद्या लष्करी तुकडीप्रमाणे परिपूर्ण असतील. सरहद्दीपासून फक्त काही यार्ड आतल्या बाजूला असलेली मुले कायमच शत्रूच्या तावडीमध्ये असत. पण फेदायीन दहशतवादाला मानवी भिंत उभी करणे हे पूर्ण उत्तर नव्हते.

आणि या छोट्या शेतकरी-सैनिकांना पगार किती असे? महिन्याला तीस डॉलर्स. एका बाजूला नापिक जमीन, दुसऱ्या बाजूला आ वासून उभा असलेला मृत्यू. आणि तरीही पुन्हा इस्राएलमध्ये चमत्कार घडला. आपले सबंध आयुष्य अशा तऱ्हेच्या वसाहतींमध्ये घालवण्यासाठी हजारो तरुण स्वयंसेवक स्वत:हून पुढे झाले. शांतपणे आणि शौर्याच्या घोषणा न देता वसाहतींमध्ये दाखल झाले. यार्देना आणि आरी, डेव्हिड आणि जोआब, झेव यांनीही ते आपले कर्तव्य मानले होते. स्वत:साठी कसलीही अपेक्षा न बाळगता फक्त इस्राएलच्या भविष्यकाळाचा त्यांनी विचार केला होता.

संरक्षण करण्यासाठी सर्वात कठीण वसाहती गाझा पट्टीजवळ होत्या. युद्धाच्या शेवटी शस्त्रसंधी झाला तेव्हा शत्रुच्या ताब्यातली ही पट्टी एखाद्या बोटाप्रमाणे इस्राएलमध्ये रुतली होती. प्राचीन गाझाचे दरवाजे एकदा सॅम्सनने उखडले होते. त्या ठिकाणी आता पॅलेस्टाईनमधल्या अरब निर्वासितांच्या छावण्यांचे दरवाजे होते. इतर अरब देशांनी स्वत:च्या स्वार्थासाठी या अरबांना कोंडवाड्यात कोंडावे त्याप्रमाणे कोंबले होते. जगाच्या दयेवर ते सर्व आशा नष्ट झाल्याप्रमाणे उदासीनतेने जगत होते. इजिप्शियन सरकार त्यांच्यामध्ये सतत द्वेषाची भावना भडकवत होते. इजिप्शियन फेदायीन खुनींचा गाझा पट्टी हा सर्वात मोठा तळ होता आणि दहशतवादी शिक्षणाचे केन्द्रही.

अशा या जागेमध्ये, शत्रुपासून फक्त दहा किलोमीटर अंतरावर बावीस मुले आणि सोळा मुली नहाल वसाहत उभी करायला आले. त्यांनी आपल्या वसाहतीचे नाव ठेवले होते नहाल मिथ्बार (The Stream in the Desert)

सोळा मुलींमध्ये त्यांची एक नर्ससुद्धा होती. कारेन हॅन्सेन क्लेमेन्ट.

वाईझमन् इन्स्टिट्यूट इथला अभ्यासक्रम पुरा झाल्यावर हुले खोऱ्यामधल्या पाणी पुरवठा योजनेवर दोव्हची बदली झाली. त्या आधी त्याला पाच दिवस रजा मिळाली. इतर मुला-मुलींबरोबर नहाल मिथ्बारला जाऊन कारेनला सहा आठवडे झाले होते आणि तेव्हापासून ती दोव्हला भेटली नव्हती.

लिफ्ट मागत तिथपर्यंत पोचायला दोव्हला एक दिवस लागला. मुख्य रस्त्यावरून गाझा पट्टीजवळ एक पायवाट फुटत होती. तिथून चार किलोमीटर अंतरावर वसाहत होती.

नहाल मिथ्बारमध्ये अजून कॅनव्हासचे तंबू होते. अवजारे ठेवायला, जेवायला शेडस् बांधल्या होत्या. टेहळणीसाठी दोन टॉवर्स बांधले होते. पाण्याची टाकी आणि

पाईप टाकायचे काम जवळ जवळ पुरे झाले होते. जगामधल्या कुठल्यातरी उजाड आणि वैराण, वारे घोंघावणाऱ्या प्रदेशाच्या कोपऱ्यात काही तरी बनल्यासारखे दिसत होते. क्षितिजावर गाझा दिसत होते. त्या दिशेने खंदक खणून झाले होते. काटेरी तारांची भेंडोळी होतीच.

कष्टाने कमावलेल्या पहिल्या काही डुनेम जमिनीवर नांगर फिरवायला सुरुवात झाली होती. दोव्ह प्रवेशद्वाराजवळ थांबला आणि बघत राहिला. नहाल मिथ्बारचे पहिले दर्शन मनात निराशा निर्माण करणारे होते. पण एकाएकी त्याला सर्वत्र हिरवळ पसरल्यासारखे वाटले. कारेन धावत त्याच्याकडे येत होती. दोव्ह-दोव्ह करत तिने त्याला घट्ट मिठी मारली. त्यांच्या हृदयात खळबळ माजली होती. खूप आनंद होत होता.

हातात हात घालून कारेनने दोव्हला पाण्याच्या टाकीजवळ नेले. त्याने तोंडावर पाणी मारले, चेहरा धुतला, खूप पाणी प्यायले. वसाहतीपासून लांब जाणाऱ्या एका पायवाटेने कारेन त्याला घेऊन निघाली. समोर छोट्या टेकडीवर एका नाबातेन शहराचे भग्नावशेष होते. संरक्षणासाठी सैनिक ठेवण्याची अगदी पुढील जागा. सरहद्द दर्शवणाऱ्या दगडाजवळच. मुलामुलींची भेटण्याची आवडती जागा.

कारेनने ती ड्यूटी करेल अशी तिथल्या गार्डला खूण केली. त्याच्या सर्व लक्षात आले आणि तो निघाला. अवशेषांमधून वाट काढत ते एका देवळाशी पोचले. गार्ड दिसेनासा होईपर्यंत ते तिथे थांबले. तारांच्या भेंडोळ्यातून कारेनने नजर टाकली. सर्वत्र शांत होते.

आपल्या रायफली भिंतीला टेकवून त्यांनी पुन्हा एकमेकांना घट्ट मिठी मारली.

"दोव्ह! दोव्ह! किती दिवस झाले रे दोव्ह."

"तू नसल्याने मला तर मरायचीच पाळी आली होती कारेन."

त्यांना तळपत्या सूर्याची प्रखरता जाणवत नव्हती. एकमेकांशिवाय काही दिसत नव्हते त्यांना. कारेनने आनंदभरानेच डोळे मिटून घेतले.

थोड्या वेळाने तिच्याकडे प्रेमभराने बघत दोव्ह म्हणाला, "एक चांगली बातमी आहे कारेन."

"या क्षणाहून चांगले ते काय असणार?"

"माझी हुलेमधल्या पाणी पुरवठा योजनेवर बदली झाली आहे हे माहिती आहे ना तुला?"

"अर्थातच्."

"काल मला बोलावले होते. उन्हाळा संपेपर्यंतच मला तिथे रहायचे आहे. नंतर पुढल्या अभ्यासक्रमासाठी ते मला अमेरिकेला पाठवणार आहेत. मॅसॅच्युसेटस् इन्स्टिट्यूट ऑफ टेक्नॉलॉजिमध्ये."

"अमेरिकेला? उच्च शिक्षणासाठी?"

"हो. दोन वर्षे. कधी इथे येऊन तुला सांगतो असे झाले होते मला."

ती प्रयत्न करून हसली. "काय छान संधी आहे दोव्ह. मला अभिमान वाटतो तुझा. म्हणजे सहा सात महिन्यातच जाशील तू तिथे."

"मी अजून त्यांना उत्तर दिलेले नाही. मला प्रथम तुझ्याशी बोलायचे होते."

"दोन वर्षे म्हणजे काही आयुष्यभर नाही दोव्ह." कारेन म्हणाली. तू परत येईपर्यंत किब्बुत्झ बांधून तयार असेल. दोन हजार डुनेम जमीन लागवडीखाली आली असेल, एक लायब्ररी असेल. छोट्या बाळांनी भरलेले मुलांचे घर असेल.

"सावकाश, सावकाश कारेन. तू बरोबर नसशील तर मला कुठेही जायचे नाही. अमेरिकेलासुद्धा जायची इच्छा नाही. आपण ताबडतोब लग्न करू या. मला अमेरिकेत काही जास्त पैसे मिळणार नाहीत तेव्हा रहाणे कठीण पडेल. पण मी क्लासेस् संपल्यावर काम करेन. तूही नर्सिंग शीक आणि काम कर. आपण नक्की दिवस काढू शकू."

कारेन एकदम गप्प झाली. तिची नजर दूर गाझावर गेली, मग गार्ड टॉवर्सवर आणि शेवटी खंदकांवर.

"मी नहाल मिथ्बार सोडू शकत नाही दोव्ह." ती हळूच म्हणाली. "आम्ही आता कुठे इथे आलो आहोत. मुले वीस वीस तास काम करत आहेत."

"तू रजा घे कारेन."

"तेही शक्य नाही. मी नहाल मिथ्बार सोडले तर इतरांना याहूनही जास्ती काम करावे लागेल."

"तुला रजा घ्यायलाच हवी कारेन. मी तुझ्याशिवाय कुठेही जाणार नाही. ही संधी किती महत्त्वाची आहे हे लक्षात नाही का येत तुझ्या? दोन वर्षांनी परत येईन तेव्हा वॉटर टेबल्स, ड्रीलिंग, पाईप्स सर्व मला माहीत असेल. आपण दोघेही नहाल मिथ्बारमध्ये राहू. मी जवळच कुठे तरी काम करत असेन. माझा पगार किब्बुत्झला मिळेल. पण तुलना करता आजच्यापेक्षा इस्राएलला माझी पन्नासपटीने जास्ती किंमत असेल."

ती त्याच्याकडे पाठ फिरवून उभी राहिली."तू जाशील ते बरोबर आहे. अमेरिकेला जाणे तुझ्या दृष्टीने खूप महत्त्वाचे आहे. पण मी इथे रहाणे हे तितकेच महत्त्वाचे आहे."

दोव्हचा चेहरा पडला. त्याचा सगळा उत्साह मावळला. "मला वाटत होते की, मी तुला खूप सुखी करेन."

ती त्याच्याकडे वळली. "तुला अमेरिकेला गेलेच पाहिजे आणि मला इथे राहिलेच पाहिजे हे तुला कळते आहे दोव्ह."

"मुळीच नाही. मला एवढेच कळते आहे की, तुझ्यापासून दोन वर्षे लांब रहाणे मला शक्यच होणार नाही. हल्ली दोन दिवस दूर रहायचे तरी किती कठीण पडायला

लागले आहे मला.'' उभे राहून त्याने तिला जवळ खेचले आणि तिच्यावर चुंबनांचा वर्षाव केला. माझे तुझ्यावर प्रेम आहे असे दोघेही पुटपुटत होते. एका क्षणी ते आडवे झाले आणि कारेन, ''होय, आताच'' म्हणत अपेक्षेने वाट बघत असताना दोव्ह उडी मारून उभा राहिला. तो थरथरत होता, त्याच्या हाताच्या मुठी आवळलेल्या होत्या. ''हे....हे थांबवायला हवे आपण.''

कारेन हमसून हमसून रडायला लागली. दोव्ह हळूच गुडघ्यांवर तिच्याशेजारी बसला ''प्लीज् कारेन, रडू नकोस.''

''मग काय करायचे आपण? तू नसलास की, आयुष्याला अर्थ रहात नाही. भेटलास की, असे काही तरी होते. तू नसलास की, इतका हवा असतोस की, कशात लक्ष लागत नाही रे माझे.''

''कारेन, तुझ्याएवढीच मलाही आपली ताटातूट कठीण जाते आणि दोष माझाच आहे. काही गोष्टी लग्न होईपर्यंत नको आहेत मला.''

त्याने आधार देऊन कारेनला उठवले.''अशी बघू नकोस माझ्याकडे कारेन. कधीही तुला दु:ख द्यायचे नाही मला.''

''माझे प्रेम आहे तुझ्यावर. तू हवास असे वाटण्याची मला लाज वाटत नाही आणि भीतीही वाटत नाही.''

''पण तुझ्या बाबतीत चुकीची गोष्ट करायची इच्छाच नाही मला.'' दोव्ह ठामपणे म्हणाला.

अतोनात कष्टाने स्वत:वर ताबा ठेवत, संयम बाळगून दोघेही एकमेकांकडे प्रेमाने बघत राहिले.

''चल, किब्बुत्झमधे परत जाऊ या.'' कारेनच शेवटी उदासपणे म्हणाली.

किटीने इस्राएलभर प्रवास केला होता. जिथे पोचणेसुद्धा कठीण अशा जागांवर उभारलेली किब्बुत्झ तिने बघितली होती. पण नहाल मिथ्बारला जाताना तिच्या हृदयात धडकी भरली हे खरे. काय भयानक प्रदेश होता. नहाल मिथ्बारला निघताना कुठल्या नरकात ते किब्बुत्झ असणार ते बघायची मनाची तयारी असूनही ते बघताच ती धास्तावली. एखाद्या भट्टीत भाजून काढावे अशी उष्णता या प्रदेशात होती आणि क्रूर अरब फेदायीनच्या मार्गातच ते उभारले जात होते.

तरीही तीन महिन्यात त्यांनी किती प्रगती केली आहे हे कारेनने अभिमानाने किटीला सर्वत्र फिरून दाखवले. नांगरली जाणारी काही डुनेम जमीन, काही लाकडी इमारती. पण बघताच कुणाच्याही डोळ्यात अश्रू उभे रहाण्यासारखीच परिस्थिती. सर्व मुले-मुली दिवसभर भयंकर कष्ट उपसत होती. रात्रीची गार्ड ड्यूटी चुकवणे तर शक्यच नव्हते.

''आणि पाणी मिळवण्यात यशस्वी झालो तर काही वर्षात इथे अनेक झाडे उगवलेली दिसतील. हिरवळ पसरलेली असेल. रंगीबेरंगी फुले उगवलेली असतील'' कारेन सांगत होती.

ते कारेनच्या हॉस्पिटलच्या तंबूत पोचले. तंबूच्या दरवाजाचा कॅनव्हास फडफडत होता. त्यातून बाहेर नजर टाकताच किटीच्या दृष्टीस पडले ते खंदक आणि काटेरी तारांची भेंडोळी. मुले मुली शेतात काम करत होती आणि रायफली घेऊन इतरजण त्यांच्यामागे त्यांच्या संरक्षणासाठी फिरत होते. एक हात नांगरावर आणि एक हात तलवारीवर ठेऊनच तर जेरूसलेमच्या भिंती उभारल्या होत्या. कारेन आज काय तरुण वाटत होती आणि सुंदरही. पण या ठिकाणी काही वर्षे काढल्यावर ती वेळेपूर्वीच वृद्ध दिसायला लागेल नक्की.

''मग तू खरेच घरी परत जायचे ठरवते आहेस तर. विश्वास नाही बसत.'' कारेन किटीला म्हणाली.

''सध्या तरी मी एक वर्षाची रजा मागितली आहे. हल्ली फारच आठवण येते घरची. आता तूही जवळ नाहीस. तेव्हा थोडे दिवस काहीही धावपळ न करता आयुष्य काढावे असे वाटते. एखादेवेळी इस्राएलला परत येईनही. पण आज तरी नक्की काहीच सांगता येत नाही.''

''कधी निघणार आहेस तू?''

''पासोव्हर नंतर.''

''इतक्या लौकर? तू जाणार ही कल्पना फार भयंकर आहे किटी.''

''तू आता मोठी झाली आहेस कारेन, तुला तुझे आयुष्य जगायचे आहे.''

''पण तू नसशील अशा आयुष्याचा अजूनही विचार नाही करता येत मला.''

''पण आपण एकमेकींना पत्र लिहू. मनानेही खूप जवळच असू. इस्राएल या ज्वालामुखीच्या तोंडावर चार वर्षे काढल्यावर एखादेवेळी इतर ठिकाणीच कंटाळा येईल मला.''

''तू परत ये किटी. परत यायलाच हवे तुला.''

किटी हसून म्हणाली, ''शेवटी काळच ठरवेल काय ते. दोव्ह कसा आहे? त्याचे शिक्षण संपले ना?''

दोव्हला अमेरिकेला जायला सांगितले आहे असे कारेनने किटीला सांगायचे टाळले. ती दोव्हचीच बाजू घेईल याची पूर्ण खात्री होती तिला.

''त्यांनी त्याला हुले सरोवरावर काम करायला पाठवले आहे. कालवे खणून ते सरोवर गॅलिली समुद्राच्या पातळीवर न्यायची काही तरी कल्पना आहे त्यांची. म्हणजे शेतीसाठी जमीन उपलब्ध होईल.''

''मी बऱ्याच गोष्टी ऐकते आहे त्याच्याबद्दल. फार महत्त्वाची असामी बनतो

आहे. पासोव्हरला येऊ शकेल ना तो?''

''वाटत तरी नाही तसे.''

किटीने चुटकी वाजवली. ''मला एक कल्पना सुचली आहे. यार्देनाने पासोव्हरसाठी मला याद एल्‌ला बोलावले आहे. मी पण जाईन असे कबूल केले आहे. दोव्हही जवळपासच काम करतो आहे. तुम्ही पण याद एल्‌ला का येत नाही?''

''मी पासोव्हरला माझ्या किब्बुत्झमधे असावे असे वाटते.''

''तू पुढल्या अनेक पासोव्हरना इथे असणार आहेस. मला निरोप द्यायला तरी ये.''

''बरं. येईन मी.'' कारेन हसत म्हणाली.

''आणि काय म्हणतो दोव्ह? नीट वागतो ना तुझ्याशी?''

''वाटते तरी तसे.''

''काही भांडण झाले की, काय?''

''तो करतच नाही भांडण. आणि इतका सरळ वागतो की, कधी कधी खूप मोठ्याने ओरडावेसे वाटते.''

किटीच्या भुवया वर चढल्या. ''खरेच अठरा वर्षांची स्त्री झाली आहेस तू.''

''कधी कधी काय करायचे तेच कळत नाही किटी. त्याचा विचार करून वेड लागायची पाळी येते. आणि त्याची भेट झाली की, तो इतका सभ्य बनतो की,....की....ते एखादे वेळी त्याला लांब पाठवणार आहेत. मग दोन वर्षे लग्न करता येणार नाही. अशी कशी काढणार ती वर्षे?''

''तुझे खूपच प्रेम आहे त्याच्यावर, हो ना?''

''तो मला इतका हवा आहे की, नाही मिळाला तर मी मरून जाईन. छे! असे बोलणेसुद्धा योग्य नाही ना?''

''चूक कारेन. अशा तऱ्हेने प्रेम करण्यासारखी सुरेख गोष्ट नाही या जगामध्ये दुसरी.''

''किटी, त्याची इतकी अभिलाषा धरते की,....सर्वस्व अर्पण करायची इच्छा धरते....चूक आहे त्यात काही?''

चूक? आरी आजारी असताना तिने काय सुचवले होते? यार्देना डेव्हिड बेन अमीबरोबर जे क्षण चोरून घालवत होती त्यामुळे ती सभ्य मुलीसारखी वागत नाही. किती वेळा तिला बोललेल्या शब्दांचा पश्चाताप झाला होता. डेव्हिड जाऊन तीन वर्षे उलटली तरी यार्देना तिच्या दुःखातून बाहेर येत नव्हती. साब्रा होती ती. चेहऱ्यावर काही दाखवणार नाही पण मरेपर्यंत डेव्हिडची आठवण ती विसरणारही नाही. चूक? दोव्ह आणि कारेन यांच्याकडे मिळून किती ''उद्या'' शिल्लक असतील? काटेरी तारांच्या भेंडोळ्यांपलीकडले माथेफिरु खुनी यांना जगू देतील?

कारेन....तिची कारेन....

"कारेन....प्रेम कर त्याच्यावर. तुझ्याकडे जे जे आहे ते ते देऊन प्रेम कर."

"किटी....किटी...अग पण तोच घाबरतो गं किटी."

"मग मदत कर त्याला न घाबरण्यासाठी. तू त्याची आहेस. फक्त त्याची. तसेच असायला हवे."

दिली! कारेनला कायमची दुसऱ्याच्या हातात दिली! क्षणभर किटीला सर्वस्व गमावल्यासारखे वाटले. तिच्या खांद्यावर कारेनचा हात पडला.

"तू नाही का आरीला मदत करू शकत?"

आरीचे नुसते नाव कानावर पडताच किटी चमकली.

"जेव्हा एकच माणूस प्रेम करतो आणि दुसरा प्रतिसादच देत नाही तेव्हा त्याला प्रेम म्हणता येत नाही कारेन."

बराच वेळ दोघी आपापल्या विचारात गप्प होत्या. किटीने तंबूच्या बाहेर नजर टाकली. माशा घोंघावत होत्या. ती वळली आणि कारेनला म्हणाली, "तुझे इथे येणे मला अजिबात पसंत नाही कारेन."

"पण आपल्या देशाच्या सरहद्दींचे रक्षण करायलाच हवे. ते दुसऱ्या कुणी तरी करावे असे म्हणणे सोपे आहे फार."

"नहाल मिथ्बारचे किब्बुत्झ उभारायला लागून फक्त तीन महिने झाले आहेत. एक मुलगा आणि एक मुलगी यांचे तेवढ्यात दफन झाले आहे. फेदायीननी खून पाडले म्हणून."

"आम्ही तसा विचार करत नाही किटी. दोन जणांचे खून झाले असले तरी नवीन पन्नासजण इथून पाच किलोमीटर अंतरावर नवीन किब्बुत्झ बांधायला आले आहेत. आम्ही इथे आलो, राहिलो हे त्याचे प्रमुख कारण आहे. वर्षभरात मुलांची घरे तयार होतील. हजार एक डुनेम जमीन लागवडीखाली येईल."

"आणि वर्षभरात तू म्हातारी बनायला लागशील. दिवसाचे अठरा अठरा तास काम आणि रात्री खंदकांमधे पहारा. आणि हे सर्व केल्यावर तुला आणि दोव्हला काय मिळेल? दहा फूट लांब आणि आठ फूट रुंदीची एक खोली. अंगावर घालाल ते कपडेही तुमचे नसतील."

"चुकते आहेस तू किटी. दोव्ह आणि मी, आम्हाला हवे ते आहे ते सर्व मिळेल आम्हाला."

"त्या गरीब माणसांवर राग धरण्यात अर्थ नाही. दिवसे न् दिवस महिने न् महिने जनावरांसारख्या परिस्थितीत त्यांना कोंडवाड्यात अडकवले आहे आणि त्यांच्या डोळ्यांसमोर आमची नवीन शेते हिरवीगार बनत आहेत."

किटी कॉटवर बसली आणि तिने आपले डोळे झाकून घेतले.

"किटी, ऐक जरा...."

"शक्य नाही ते."

"प्लीज् किटी. प्लीज् ऐक. तुला माहिती आहे की, मी डेन्मार्कमधे असतानासुद्धा स्वतःला विचारत होते की, मी ज्यू म्हणून का जन्माला आले आहे? मला आता माझ्या प्रश्नाचे उत्तर मिळाले आहे. आम्ही दुर्बल आहोत, संकटांना तोंड देऊ न शकता पळू म्हणून देवाने आम्हाला जवळ केले नव्हते. खून, कत्तली, अपमान, दुःख सर्व गोष्टी सहन करत गेली सहा हजार वर्षे आम्ही आमची श्रद्धा अढळ ठेवली आहे. आमचा सर्वनाश करू इच्छिणारेच सर्वजण नाहीसे झाले आहेत आणि आम्ही जगलो आहोत. तुझ्या लक्षात येत नाही किटी? ही छोटीशी भूमी देवाने आमच्यासाठी निवडली आहे कारण भरकटणाऱ्या मानव जातीचा हा शेवटचा आरसा आहे. जगातले सर्व रस्ते शेवटी इथेच पोचतात आणि देवाला त्याने निवडलेली माणसे इथेच हवी आहेत- याच सीमेवर उभे राहून मानवजातीच्या अस्तित्वासाठी आधारभूत अशा त्याच्या नियमांचे आम्ही रक्षण करायचे आहे. त्यासाठी आम्हाला दुसरी जागाच असू शकत नाही."

"तुमचा संपूर्ण विनाश करायला टपलेल्या रानटी मनोवृत्तीच्या माणसांशी इस्राएल नेहमीच भिंतीला पाठ लावून लढत रहाणार आहे. पूर्वीही तीच स्थिती होती, आजही तीच आहे आणि उद्याही या परिस्थितीत काही फरक पडणार नाही." किटी कळवळून म्हणाली.

"नाही किटी, तसे नाही. मानवजातीच्या दोन प्रवृत्तींना जोडणारा पूल कुठला असेल तर इस्राएल. अंधार आणि प्रकाश यांना जोडणारा पूल."

आणि एकाएकी किटीला सर्व स्वच्छ दिसले- सुंदर आणि स्वच्छ. हे उत्तर होते तर सर्व गोष्टींचे. इस्राएल-अंधार आणि प्रकाश यांच्यामधला दुवा!

## ५

सर्व रात्रींमधली एक रात्र ज्यूंच्या दृष्टीने अत्यंत महत्त्वाची असते. पासोव्हर या सणाची. सर्व ठिकाणच्या ज्यूंना शतकानुशतके छळणाऱ्या सर्व तऱ्हेच्या राज्यकर्त्यांचे प्रतीक म्हणजे इजिप्तची मूळ जुलमी राजवट. इजिप्तच्या त्या राजवटीच्या गुलामगिरीतून मुक्तता झाल्याची स्मृती म्हणून हा सण साजरा करण्यात येतो.

आणि या सणामधला सर्वात महत्त्वाचा भाग म्हणजे सेदेरची मेजवानी. ज्या ज्यूंना स्वातंत्र्य प्राप्त झाले आहे ते त्याबद्दल देवाचे आभार मानतात आणि जे पारतंत्र्यात अडकले आहेत ते त्यातून सुटण्याची आशा बाळगतात. इस्राएलच्या पुनर्निर्मितीपूर्वी परागंदा झालेल्या, जगाच्या कानाकोपऱ्यात फेकल्या गेलेल्या ज्यूंचा

सेदेर "पुढल्या वर्षी जेरूसलेममधे" या शब्दांनी संपत असे.

पासोव्हरच्या सणासाठी एक वेगळे पुस्तक वाचतात. गीते, गोष्टी, प्रार्थना असलेले हागद्दा. यातले काही भाग तीन हजार वर्षांपूर्वी लिहिले गेले आहेत. इजिप्तमधून ज्यू बाहेर पडतात त्याची कथा, एक्झोडस् (Exodus), घरातला मुख्य पुरुष दर वर्षी वाचतो.

सेदेरच्या मेजवानीची तयारी घरामधली स्त्री महिनाभर आधीपासून करत असते. धुळीचा एक कण दिसणार नाही इतके घर घासून पुसून स्वच्छ करते. पासोव्हरसाठी खास जेवण तयार करतात, वेगळी सजावट असते. सबंध इस्त्राएलमध्ये सेदेरची तयारी घाईगर्दीने चालू होती. किब्बुत्झसारख्या ठिकाणी एका वेळी शेकडो माणसांची जेवायची सोय असते. घरांमधे प्रत्येक घरामधल्या माणसांच्या संख्येवर अवलंबून थोडी साधी व्यवस्था असते.

याद एल्ला बेन कनानच्या कॉटेजमधे यंदा ही मेजवानी छोट्या प्रमाणात साजरी होणार होती. पण शेवटी सर्व परंपरा पाळणे आणि धार्मिक विधी पद्धतशीरपणे पार पाडणे साराला भाग होते. या सर्व श्रमात तिला खूप आनंदही होता. तो तिचा खराखुरा आनंद तिच्यापासून कोणीही हिरावून घेणार नव्हता. आतून बाहेरून कॉटेज साफसूफ झाले. धुळीचा एक कण कुठे दिसला नसता. मेजवानीच्या दिवशी सबंध घर गॅलिलीमधे फुलणाऱ्या गुलाबांनी भरून गेले होते. धार्मिक विधींच्या वेळी लावण्यात येणाऱ्या मेणबत्त्या- मेनोरा- घासून पॉलिश केल्यामुळे चमकत होत्या. पासोव्हरसाठी शेकडो बिस्किटे, मेणबत्त्या तयार होत्या. खास पदार्थ तयार होते. साराने उत्कृष्ट पोशाख चढवला होता.

पासोव्हरच्या संध्याकाळी किटी आणि सदरलॅन्ड त्याच्या व्हिलामधून मोटारीने याद एल्ला यायला निघाले.

"इस्त्राएल सोडून जायची तुझी कल्पना मला सहनसुद्धा होत नाही. विचारदेखील करवत नाही तसा." सदरलॅन्ड अस्वस्थपणे कुरकुरत होता.

"मी खूप विचार करून निर्णय घेतला आहे ब्रूस. अगदी योग्य आहे तो. आणि अमेरिकेत आम्ही काय म्हणतो ठाऊक आहे ना? हसत जाऊ द्या त्यांना."

"इस्त्राएलमधे यापुढे येणाऱ्यांची संख्या कमी असेल वाटते तुला?"

"पहिला मोठा लोंढा नक्कीच संपला आहे. युरोपमधे पोलीश ज्यूंप्रमाणे अनेक ठिकाणी थोडे थोडे ज्यू अडकलेले आहेत आणि त्यांना इस्त्राएलला परत यायचे आहे. इजिप्तमधल्या ज्यूंवर कधीही पुन्हा पळ काढायची पाळी येईल. पण यापुढे कितीही ज्यू आले तरी त्यांची व्यवस्था करण्यासाठी तरबेज माणसे आहेत आणि सर्व सोयीही उपलब्ध आहेत. आणीबाणीची परिस्थिती उद्भवणार नाही."

"छोट्या गटांनी येणाऱ्या ज्यूंबाबत हे ठीक आहे. पण मोठ्या प्रमाणात ज्यू

येतील तेव्हा काय होईल? त्या आणीबाणीला तोंड द्यायची सिद्धता आहे?''

''माझ्या लक्षात येत नाही तुला काय सुचवायचे आहे ते.''

''अमेरिकेत साठ लक्ष ज्यू आहेत. रशियात चाळीस लाख. त्यांचा विचार केला आहे कधी?''

किटीने बराच विचार करून उत्तर दिले. ''अमेरिकेहून दोन प्रकारचे ज्यू आलेले आहेत. ध्येयवादाने भारून गेलेले, प्रथम आलेले पायोनिअर्स आणि इस्त्राएल म्हणजे भूतलावरचा स्वर्ग मानून आलेले भावनाप्रधान ज्यू. भीती किंवा छळ यामुळे अमेरिकेमधल्या ज्यूंना इस्त्राएलमधे स्थलांतर करावे लागेल असा दिवस निश्चित कधी येणार नाही. असा दिवस उजाडणारच असेल तर तो बघण्यासाठी मला जिवंत रहायचीही इच्छा नाही. रशियन ज्यूंचा विचार केला तर एक चमत्कारिक गोष्ट मधे दिसून आली. सर्वांना माहीत नाही ती.''

सदरलॅन्ड कुतूहलानेच तिच्याकडे बघायला लागला.

''रशियामधे प्रथमपासूनच ज्यूंचे वेगळे अस्तित्व राहू नये असे प्रयत्न केले गेले आहेत. वृद्ध ज्यूंना मरू द्यायचे आणि जन्माला येणाऱ्या ज्यूंचे जन्मापासूनच पार ब्रेन वॉशिंग करायचे. ज्यू आहोत याचाच नवीन पिढीला विसर पाडायला लावायचा अशी कल्पना होती. आजही ज्यू द्वेषाचे वारे रशियात वहात आहेत हे तुला ठाऊक आहेच.''

''ऐकले आहे तसे काही तरी.''

''ज्यूंच्या मागच्या पवित्र सणाच्या दिवशी रशियामधे एक विलक्षण आश्चर्यकारक घटना घडली. ज्यूंबाबतच्या त्यांच्या योजनेत रशियन संपूर्ण अयशस्वी ठरले आहेत हे त्यामुळे सिद्ध झाले. मॉस्कोमधे रशियनांनी एकच सिनॅगॉग उघडा ठेवला आहे. इस्त्राएलचा वकील त्या सिनॅगॉगमधे गेला तेव्हा तीस हजार ज्यू त्याला बघायला, त्याच्या पायाला हात लावून नमस्कार करायला आले. तीस वर्षे ते गप्प राहिले होते. रशियाच्या बाबतीत तू म्हणतोस तसा मोठा आलिया घडणार आहे.''

सदरलॅन्ड हे ऐकून इतका थक्क झाला की, त्याला काही बोलताच येईना. पिढ्या न् पिढ्या चालत आलेली तीच कथा. त्याच्या मनात कायम घर करून राहिलेली कल्पना. ज्यू कुठेही आणि कसाही राहिला तरी आयुष्यभर विसरत नाही की, तो ज्यू म्हणून जन्माला आला आहे आणि ज्यू म्हणूनच मरणार आहे. सत्याला सामोरे जाण्याचा दिवस येतो तेव्हा तो उघडपणे ज्यू आहे हे सत्य जगासमोर मांडतो आणि कशालाही तोंड द्यायला सिद्ध होतो. त्याच्या लाडक्या आईने नाही का......

मुख्य रस्त्यावरून वळून मोटार याद एल्च्या दिशेने निघाली. त्यांच्या स्वागतासाठी सारा बेन कनान धावतच कॉटेजमधून बाहेर आली आणि तिने त्यांचे प्रेमभराने स्वागत केले.

"आम्हीच पहिले आलो आहोत की, काय?"

"दोव्ह आला आहे. तुम्ही आत चला."

दोव्ह तोपर्यंत पोचलाच होता. त्याने सदरलॅन्ड बरोबर हात मिळवला. किटीला प्रेमाने मिठी मारली. तिने आपल्या हातांनी त्याला लांब धरत म्हटले. "मेजर दोव्ह लानडाव, जेव्हा जेव्हा बघते तेव्हा जास्तीच देखणा दिसतो आहेस."

दोव्ह लाजला. गोरामोरा झाला.

सदरलॅन्डचे लक्ष साराच्या गुलाबांकडे होते.

"बाकीचे कुठे आहेत सगळे?"

"यार्देना काल रात्री हैफाला गेली आहे. लौकर येईन म्हणाली आहे." साराने उत्तर दिले.

"कारेनने मला लिहिले आहे की, घाई करून यायला नको म्हणून ती एक दिवस आधीच नहाल मिथ्बारहून निघणार आहे." दोव्ह म्हणाला. "म्हणजे काल निघाली असेल. एखादेवेळी रात्री हैफाला राहिली असेल. साफेदपासून लिफ्ट मागतच यावे लागेल बहुधा."

"काळजी करू नका. सेदेरपर्यंत येईल ती." सदरलॅन्डने दिलासा दिला.

आल्याबरोबर कारेन दिसली नाही म्हणून किटी जरा निराश झाली होती पण इतरजण होते म्हणून ती काहीच बोलली नाही. सुटीच्या दिवशी कोणतेही वाहन मिळणे कठीणच असे. "मी काही मदत करू?" किटीने साराला विचारले.

"आरामात बस नुसती आणि विश्रांती घे. मोशाव ऑफिसमधून डझनभर वेळा तुझ्यासाठी फोन आले आहेत. हुलेमधे पसरलेल्या तुझ्या सर्व मुलांना तू येणार ते माहिती आहे. प्रत्येकाने सेदेरपूर्वी भेटून जाऊ सांगितले आहे." सारा आपल्या स्वयंपाकघरात पळाली.

"तुझ्याबद्दल बऱ्याच बऱ्याच चांगल्या गोष्टी कानावर येतात माझ्या." दोव्हकडे वळून ती म्हणाली.

दोव्ह काहीच बोलला नाही. हळूच हसला नसता.

"तू जॉर्डन नदीवरच्या कुठल्या तरी पाणीपुरवठा योजनेवर काम करतो आहेस म्हणे."

"सीरियन्सनी परवानगी दिली तर. आणि ते देणार नाहीत. गंमत म्हणजे या योजनेमुळे आपल्यापेक्षा दहा पट फायदा जॉर्डन आणि सीरियाला होणार आहे. पण इस्राएलमधे एक औंस जास्ती पाणी जाणार असेल तर ते या योजनेविरुद्ध आहेत."

"प्रश्न काय आहे?"

"जॉर्डन नदीचा प्रवाह काही किलोमीटर हलवावा लागेल. अरब म्हणतात त्यामागे आमची काही संरक्षण योजना आहे. पण खरे म्हणजे त्यांच्या प्रतिनिधींनाही

आम्ही बोलवतो आहोत. बघू. काही तरी मार्ग निघेल.''

दोव्हचे लक्ष बोलण्यात नव्हते. सदरलॅन्डला जाणवले की, त्याला बहुधा किटीशी एकट्याने बोलायचे आहे. तेव्हा सहज इकडे तिकडे केल्यासारखे दाखवून तो दूर गेला आणि पुस्तकांच्या कपाटांकडे त्याने आपले लक्ष वळवले.

दोव्हने जरा मनाची थोडी तयारी केली आणि तो किटीला म्हणाला, ''किटी, कारेनबद्दल ती इथे पोचण्यापूर्वी मला बोलायचे आहे.''

''बोल दोव्ह. काय झाले?''

''हट्टी आहे ती फार.''

''खरे आहे तू म्हणतोस ते. मी काही आठवड्यांपूर्वी नहाल मिथ्बारला गेले होते. तिच्याशी बराच वेळ बोललेही.''

''मला अमेरिकेत उच्च शिक्षण घ्यायची संधी मिळाली आहे. याबद्दल ती काही बोलली तुला?''

''ती नाही बोलली. पण माहिती आहे मला. मीही आता खूप वर्षे इस्राएलमधे राहिले आहे. आणि अनेक गोष्टी माझ्याही कानांपर्यंत पोचतात.''

''काय करावे ते सुचत नाही मला. तिचे किब्बुत्झ सोडून ती तयार होणार नाही यायला. माझी खात्री आहे तशी. पण....पण मी तिला सोडून दोन वर्षे नाही राहू शकणार.''

''मी तिच्याशी बोलून तिची खात्री पटवत राहीन.'' किटी हसून म्हणाली. ''क्षणाक्षणाला तिचा विरोध मावळेल याची खात्री आहे मला. सर्वकाही ठीक होईल दोव्ह. बघच तू.''

कॉटेजचा दरवाजा धाडकन् उघडला. लाल केस उडणारी यार्देना दोन्ही हात पसरूनच आत शिरली. ''शालोम! शालोम!'' तिने सर्वांकडे बघत अभिवादन केले.

किटीने प्रेमाने तिला मिठी घातली.

''इमा! लौकर इकडे ये इमा. मी तुला आश्चर्यचकित करणार आहे.'' सारा धावतच बाहेर येत असताना आरी घरात शिरला.

''आरी!'' डोळ्यातून अचानक सुरू झालेल्या अश्रुधारा पुसायला रूमाल शोधत साराने आरीला मिठी घातली. ''आरी! आरी!!'' तिचा आनंद लपत नव्हता. ''यार्देना! तू लाल केसांची सैतान आहेस नुसती. आधी का नाही सांगितलेस आरी येणार म्हणून?''

''तशी एका जादा माणसाच्या जेवणाची सोय तुझ्या टेबलावर सहज होईल म्हणा.'' आरीने पुन्हा इमाला जवळ घेत म्हटले.

''चावट पोरे आहात.'' रूमालाच्या कडेने डोळे पुसत, त्यांच्यासमोर बोट

नाचवत सारा म्हणाली. "बघू मला तुझ्याकडे. किती थकला आहेस आरी. अतीच काम करतोस तू."

त्यांनी पुन्हा एकदा आनंदाने हसत एकमेकांना मिठी मारली.

आणि आरीचे लक्ष किटी फ्रेमॉन्टकडे गेले.

दोघे न बोलता एकमेकांकडे बघत राहिले आणि इतरही गप्प झाले. हे सगळे यार्देनाने जुळवून आणले होते. ती एकदा आरीकडे बघत होती, एकदा किटीकडे.

किटी उभी राहिली आणि हळूच म्हणाली, "शालोम, आरी."

"शालोम" आरीही हळूच म्हणाला.

"आरामात बसा" म्हणत यार्देनाने आईचा हात पकडून तिला आत नेले.

दोव्हने आरीकडे बघितले. त्याच्या नजरेत "दि बीस्टस् ऑफ दि नेगेव्ह" च्या सुप्रसिद्ध कमान्डरबद्दलची भक्ती दिसत होती आणि आदरही. "शालोम ब्रिगेडिअर बेन कनान."

"शालोम दोव्ह. चांगला दिसतो आहेस. वाळवंटात आमच्यासाठी पाणी घेऊन येणार आहेस म्हणे."

"आम्ही प्रयत्नात कसूर ठेवणार नाही ब्रिगेडिअर."

सदरलॅन्ड आणि आरीने हात मिळवले.

"तुमचे पत्र मिळाले सदरलॅन्ड. कधीही एलातला आलात तर आनंदच होईल आम्हाला."

"स्वत: नेगेव्ह नजरेखालून घालायची खूप इच्छा आहे माझी. कधीतरी वेळ ठरवू."

"चालेल, चालेल. आणि तुमच्या बागेतले गुलाब?"

"तुझ्या आईचे गुलाब बघितले आणि प्रथमच हेवा वाटला. आणि एक लक्षात ठेव. निदान अर्धा दिवस माझ्या व्हिलामधे काढल्याशिवाय मी तुला एलातला परत जाऊ देणार नाही."

"प्रयत्न करतो मी."

ब्रूस सदरलॅन्डचे लक्ष आरीकडून किटीकडे गेले. तिची नजर अजूनही आरीवरच खिळलेली होती. पुन्हा सर्वजण गोंधळल्याप्रमाणे संभाषणात खंड पडला. सदरलॅन्ड, दोव्हकडे गेला आणि त्याचा हात हातात घेऊन खोलीबाहेर पडत म्हणाला, "मेजर लानडाव, तुम्ही हुले सरोवर गॅलिलीच्या समुद्रात कसे काय घालणार आहात हे सांगा बघू मला. माझ्या काही लक्षात येत नाही. ते करायचे म्हणजे...."

आरी आणि किटीच फक्त खोलीत राहिले.

"चांगला दिसतोस." किटीच शेवटी म्हणाली.

"तू ही."

पुन्हा दोघे गप्प झाले. काय बोलायचे दोघांनाही सुचत नव्हते.

"कारेन कशी आहे? ती येणार आहे का?'' आरीने विचारले.

"हो. कधीही पोचेल आता.''

"तू...तू... बाहेर एक चक्कर मारू या का? छान हवा आहे.''

"हो. जाऊ या की.'' किटी उत्तरली.

एक अक्षर न बोलता ते कॉटेजबाहेर आले. शेताच्या कडेकडेने ऑलिव्हच्या बागा ओलांडून जॉर्डन नदीपाशी आले.

वसंतऋतुच्या आगमनाची चाहूल सगळीकडे बघताना येत होती, हवेमधल्या सुगंधांनी जाणवत होती.

तिची जी आठवण त्याच्या मनात होती त्याहूनही ती सुंदर होती. आरीची नजर आपल्यावरच आहे याची किटीला जाणीव झाली.

"मला... मला स्वत:चीच लाज वाटते. मी कधीच एलातला गेलेली नाही. बीरशेबाच्या कमान्डरने अर्ध्या डझन वेळा तरी विमानाने तिकडे नेतो असे सांगितले असेल. मी जायला हवे होते ना?''

"समुद्र आणि पर्वत दोन्ही सुंदर आहेत.''

"शहर वाढते आहे का?''

"सागरी नाकेबंदी आपल्याला उठवता आली तर ते जगातल्या पहिल्या प्रतीचे बंदर होईल. इतक्या झपाट्याने वाढेल ते. पूर्वेकडल्या सर्व देशांना जायचा मार्ग मोकळा होईल त्या बंदरामधून.''

"आरी'' किटी गंभीरपणे म्हणाली, "खरी परिस्थिती कशी आहे तिथे?''

"नेहमी होती तशीच- नेहमी असणार आहे तशीच.''

"फेदायीन ठगांचा उपद्रव वाढतो आहे ना?''

"सिनाईमधे इतकी भरती चालू आहे की, सबंध मध्यपूर्व ते पादाक्रांत करू शकतील. आपले अस्तित्व राखायचे असेल तर आपल्यालाच आक्रमक पवित्रा घ्यावा लागेल. माझे सैनिक मला काय सांगतात माहिती आहे?'' आरी पुढे हसून म्हणाला. "आपण सरहद्द पार करून माऊन्ट सिनाई शोधू या आणि देवाच्या आज्ञा त्याला परत करू या. ...... त्या आज्ञांनी फार छळ झाला आहे आमचा.''

बराच वेळ जॉर्डनकडे बघत किटी म्हणाली, "कारेनची भयंकर काळजी वाटते मला. ती गाझा पट्टीजवळ आहे. नहाल मिथ्बारमधे.''

"भीषण जागा आहे.'' आरी पुटपुटला. "पण ते तरुण तरुणी दणकट आणि मनाने कणखर आहेत. ते हार नाही जाणार कुणाला.''

बरोबर. आरी असेच उत्तर देणार, किटीच्या मनात विचार आला.

"तू अमेरिकेला परत जाणार आहेस म्हणे.''

किटीने मान डोलावली.

"तू फार प्रसिद्ध व्यक्ती बनली आहेस."

"माझ्याबद्दल कुतूहलच जास्ती आहे बहुधा."

"हा विनय आहे तुझा."

"मला खात्री आहे की, माझ्याशिवाय इस्राएलचे अगदी व्यवस्थित चालणार आहे."

"तू इस्राएल सोडून का जाते आहेस पण?"

"तू दोव्हला पहातो आहेस- मेजर दोव्ह लानडाव आता चांगला तरुण आहे. कारेन त्याच्याबरोबर सुखी होईल. तिची काळजी नाही आता. शक्य आहे की, मी निघून जायलाही हीच वेळ योग्य आहे. इस्राएलने खूप प्रेम दिले असले तरीही मी सर्वतोपरी इथे मिसळू शकत नाही बहुधा. किंवा घराची फार आठवण येत असेल. तशी अनेक कारणे आहेत आणि एकही नाही. पण एखादे वर्ष दूर राहिले तर नीट विचार करता येईल मला. फक्त विचारच."

"दररोजच्या जगण्यालाच हल्ली अनेक दडपणांना तोंड द्यावे लागते. तू अत्यंत शहाणपणाचीच गोष्ट करत असशील. शांतपणे जगण्याचे सुख पप्पांना फक्त शेवटची दोन वर्ष लाभले होते."

आणि एकाएकी पुढे काय बोलायचे ते दोघांनाही समजेना.

"मला वाटते आपण आता परत निघावे. कारेन येईल तेव्हा मी घरी हवी. शिवाय माझी काही मुलेही मला भेटायला येण्याचा संभव आहे."

"किटी- एक क्षण थांब किटी. यार्देनाच्या बाबतीत मी खूप काळजीत होतो. पण तुझी तिच्याशी मैत्री असल्यानेच ती सावरली. त्याबद्दल खरेच खूप आभारी आहे मी तुझा."

"ती फार दुःखी मुलगी आहे. डेव्हिडवर तिचे खरोखर इतके अतोनात प्रेम होते की, इतरांना ते कळूच शकणार नाही."

"काय होणार आहे तिचे पुढे?"

"काही कळत नाही आरी. खरेच कळत नाही. पण इस्राएलमधे इतका काळ राहिल्यामुळे मी खूप आशावादी झाले आहे. एक दिवस ती नक्की पुन्हा सुखी होईल."

विचारायचा तोच प्रश्न कुणी विचारत नव्हते- शब्द सापडत नव्हते. – किटी तशीच सुखी होणार होती? आणि आरी? नुसते कधीतरीच म्हणायचे?

ते परत निघाले.

गान डाफना आणि हुलेमधल्या इतर वसाहतींमधून किटीची अनेक मुले तिला सकाळी-दुपारी भेटायला येत होती. आरीला भेटायला याद एल्-मधली माणसे येत होती. बेन कनानच्या घरी माणसांची रीघ लागली होती. सगळ्यांना किटी प्रथम इथे आली होती त्याची आठवण येत होती. त्यावेळी ती जरा बावचळत होती. सर्वांमधे

मिसळू शकत नव्हती. आज ती त्यांच्याशी त्यांच्या भाषेत बोलत होती. सर्वांना खूप कौतुक वाटत होते तिचे.

किटीची काही मिनिटे भेट व्हावी म्हणून खूप लांबून लांबून, खूप वेळ घालवून तिची मुले आली होती. काही जणांनी आपल्या नवऱ्यांची ओळख करून दिली. काही जणांनी त्यांच्या बायकांची. बहुतेक सर्वांच्या अंगावर इस्राएलच्या सैन्याचा गणवेश होता.

संध्याकाळ होत आली तरी कारेन पोचली नव्हती. दोव्ह दोन तीन वेळा मुख्य रस्त्यापर्यंत जाऊन आला होता.

बहुतेक सर्व पाहुणे आपापल्या घरच्या सेदेरसाठी निघून गेले.

किटी आता इतकी अस्वस्थ झाली होती की, ती वैतागानेच उद्गारली, "गेली कुठे ही मुलगी?" पण स्वरात काळजीचीच छटा.

"आली असणार आता जवळपास" दोव्ह म्हणाला.

"आणि उशीर होणार होता तर फोन तरी नाही करायचा? कारेन अशी अविचारीपणे वागत नाही कधी," किटी म्हणाली.

"किटी! किटी! आज फोन लागायचा तर पार्लमेंटचाच कायदा लागेल." सदरलॅन्डने किटीला धीर दिला.

पण किटीची घालमेल बघून आरी शेवटी म्हणाला, "मी आता मोशाव ऑफिसमधे जातो आणि प्राधान्य देऊन तिच्या किब्बुत्झचा फोन मागतो. निघाल्यावर मधे कुठे थांबायचे तिने ठरवले असेल तर त्यांना माहीत असणार. मग काढू आपण तिला शोधून. ठीक आहे?"

"खरंच बरे होईल." किटी म्हणाली.

आरी गेल्यानंतर साराने येऊन सांगितले की, मेजवानीची सर्व तयारी झालेली आहे, तेव्हा निदान येऊन बघा तरी. या तयारीमागे तिचे एका महिन्याचे कष्ट होते. सर्वांनी जेवणाच्या खोलीत प्रवेश केला. स्वातंत्र्योत्सव साजरा करण्यासाठी तयारी होती खरीच. "हे काय छान आहे- ते पण." प्रत्येकजण वेगवेगळ्या गोष्टीचे कौतुक करत होता

चांदीच्या वस्तू, प्लेटस् आणि इतर गोष्टी लखलखत होत्या. वर्षातून एकदा फक्त याच सणासाठी त्या बाहेर निघायच्या. टेबलाच्या मध्यभागी चांदीच्या मेणबत्त्या चमकत होत्या. शेजारी चांदीचा कलाकुसर केलेला मोठा पेला होता- एलायझाचा कप- तो कप वाईन भरून ठेवला होता. एलायझाचे स्वागत करण्यासाठी. या कपामधून वाईन प्यायला जेव्हा तो येईल तेव्हा त्याच्या मागोमाग मसीहाचे आगमन निश्चित होणार होते.

प्रत्येकासमोर चांदीचे पेले होते. खास वाईन तयार होती. चार वेळा ते पेले

भरले जाणार होते कारण देवाने चार वचने दिली होती. इजिप्तमधून बाहेर काढणे, स्वातंत्र्य देणे, धर्म देणे आणि देश देणे.

इजिप्तच्या फॅरोहविरूद्ध देवाने दहा प्लेग पाठवले होते आणि नंतर त्याचे सैन्य पाठलाग करत असताना दुभंगलेला तांबडा समुद्र पुन्हा एक झाला होता, फॅरोहच्या सैन्याला जलसमाधी मिळाली होती. या कथा आणि मिरीयमचे गीत ऐकताना पिण्यासाठी, आनंद दर्शवण्यासाठी, वेगळी वाईन होती.

एक्झोडस्‌ची कथा घरामधला कर्ता पुरुष सांगत असे. मधे मधे त्याला आराम करता यावा म्हणून त्याच्या खुर्चीच्या मागे एक उशीही ठेवली होती. प्राचीन काळात फक्त स्वतंत्र माणसे आरामात बसू शकत. गुलांमाना नेहमी ताठ बसावे लागे.

चांदीच्या मेणबत्त्यांशेजारी टेबलाच्या मध्यभागी सेदेरचे सोन्याचे ताट होते. त्यामधे मेजवानीसाठी अनेक आठवणींचे प्रतीक म्हणून बनवलेले पदार्थ थोडे थोडे ठेवले होते. ज्यूंना घाईघाईने इजिप्तहून निघावे लागले होते. त्यामुळे त्यांना न फुगवलेला पावच बरोबर घ्यावा लागला होता. त्याची आठवण म्हणून तसाच पाव-मत्सोझ– होता. पवित्र मंदिरात देवाला अर्पण करण्यात येणारा कोकराचा पाय होता. इजिप्तच्या गुलामगिरीत असताना ज्यूंना विटा बनवायला लागत. त्यासाठी वापरण्यात येणाऱ्या चुन्याची आठवण म्हणून खजूराचा रस होता. गुलामगिरीच्या काळातील कडवट आठवणींची स्मृती म्हणून कडु वनस्पती-मारोर-होत्या.

मग साराने त्यांना बाहेर पाठवून दिले. बाहेरच्या खोलीत पाऊल ठेवताच प्रथम यार्देनाचे आरीकडे लक्ष गेले. तो कॉटेजच्या बाहेरच्या दरवाजाला टेकून उभा होता. चेहरा पांढराफटक पडलेला. त्याचे डोळे सांगत होते की, त्याला कसला तरी भयानक धक्का बसला आहे. आता सर्वांचेच लक्ष त्याच्याकडे गेले. त्याने बोलायचा प्रयत्न केला पण त्याच्या तोंडातून शब्द फुटेना. क्षणभर गेला असेल आणि इतरांनाही बहुधा भीषण सत्याची जाणीव झाली.

“कारेन! कुठे आहे ती?” किटीने ओरडून विचारले.

आरीचे ओठ थरथरत होते. हनुवटीसुद्धा. त्याची मान खाली झुकली.

“कुठे आहे कारेन?”

“जिवंत नाही. काल रात्री गाझामधल्या फेदायीनच्या एका टोळीने तिला ठार केले.”

किटी एकदम दुःखाने वेडीपिशी झाल्याप्रमाणे किंचाळली आणि खाली कोसळली.

किटीच्या डोळ्यांची उघडझाप झाली. ब्रूस आणि यार्देना जवळ गुडघ्यांवर बसले होते. त्यांना बघताच तिला पुन्हा आठवण झाली आणि ती ओक्साबोक्शी रडायला लागली. “कारेन.... माझी कारेन.”

थोड्यावेळाने ती कशीबशी उठून बसली. यार्देना आणि ब्रूस यांनाही जबरदस्त

धक्का बसला होता हे स्पष्ट दिसत होते. त्यांचे चेहरेसुद्धा दुःखामुळे इतके काळवंडले होते की, त्यांच्याकडे बघवत नव्हते.

"कारेन मरण पावली आहे- कारेन मरण पावली आहे."

"तिच्याऐवजी मीच मेले असते तर किती बरे झाले असते." यार्देना म्हणाली.

आणि किटीने उभे रहायची धडपड सुरू केली.

"पडून रहा किटी, प्लीज् पडून रहा." सदरलॅन्ड सांगत होता.

"नाही....नाही." तिला अडवू पहाणाऱ्या सदरलॅन्डपासून तिने सुटका करून घेतली. "दोव्ह... दोव्ह कुठे आहे? मला जायलाच हवे त्याच्याकडे."

दोव्ह दुसऱ्या एका खोलीच्या कोपऱ्यात सुन्नपणे बसलेला तिला आढळला. त्याचे डोळे पार खोल गेल्यासारखे वाटत होते. चेहरा दुःखाने पिळवटलेला. ती धावतच त्याच्याजवळ गेली आणि तिने त्याला मिठीत घेतले. "दोव्ह....दोव्ह."

दोव्ह तिच्या छातीत डोके घालून रडायला लागला. ती हळूहळू त्याला थोपटत राहिली. बेन कनानच्या घरापर्यंत अंधार पोचला. आता कुणाच्या डोळ्यात अश्रू शिल्लक राहिले नव्हते.

"मी तुझ्याबरोबर राहीन दोव्ह..... तुझी काळजी घेईन." किटी त्याला हळूहळू सांगत होती. "आपण मिळून राहून या दुःखातून बाहेर यायला हवे दोव्ह."

दोव्ह धडपडत उभा राहिला, "मी...मी ठीक राहीन किटी. मी माझे काम करत रहाणार आहे. तिला अभिमान वाटेल असेच काम करेन मी."

"प्लीज् दोव्ह, या दुःखामुळे पूर्वीसारखा वागू नकोस. प्लीज्."

"नाही. तसे होणार नाही." दोव्ह म्हणाला. "मी विचार केला आहे. कारेन त्यांचा द्वेष करत नव्हती. मीही करणार नाही. ती.... ती म्हणायची कुणाचा द्वेष करून आपण त्यांना जिंकू शकत नाही."

सारा बेन कनान दरवाजात येऊन उभी राहिली. "मला ठाऊक आहे सर्वांनाच फार दुःख झाले आहे." ती कशीबशी म्हणाली. "पण तरीही सेदेरला सुरुवात करायला हवी."

किटीने दोव्हकडे बघितले. त्याने मान डोलावली. सर्वजण दुःख आवरायचा प्रयत्न करत एका मागोमाग एक आत निघाले. यार्देनाने हळूच किटीला थांबवले.

"आरी एकटाच बाहेर बसला आहे. तू...तू जाशील त्याच्याकडे?"

किटी कॉटेजमधून बाहेर आली. मोशावच्या इतर घरांमधे दिवे लागले होते. तिथे सेदेरला सुरूवात झाली होती. त्या क्षणाला प्रत्येक घरामधला कुटुंबप्रमुख आपल्या कुटुंबाला एक्झोडस्ची कथा आजपर्यंतच्या प्रथेप्रमाणे सांगत होता. पुढेही जगाच्या अंतापर्यंत ही कथा अशाच तऱ्हेने सांगितली जाणार होती. थोडे पावसाचे थेंब पडायला लागले. ती घाईघाईने पावले उचलायला लागली. धान्याच्या कोठाराजवळ कंदिल

फडफडताना दिसत होता. तिने आत पाऊल टाकले. सगळीकडे नजर फिरवली. आरी एका गवताच्या गंजीसमोर बसला होता. त्याची पाठ तिच्याकडे होती. ती त्याच्यामागे जाऊन उभी राहिली आणि हळूच तिने आपला हात त्याच्या खांद्यावर ठेवला.

"आरी, सेदेर सुरू व्हायची वेळ झाली आहे."

आरी वळला आणि त्याने तिच्याकडे बघितले. कोणीतरी एखादा फटका हाणावा, तशी ती दचकून मागे सरली. आरीचा चेहरा बघवत नव्हता. कोणत्याही माणसाच्या चेहऱ्यावर इतके दुःख तिने आयुष्यात कधी बघितले नव्हते. त्याच्या डोळ्यातही अपरिमित दुःख आणि यातना दाटून आल्या होत्या. त्याने तिच्याकडे बघितले असेलही, पण आपण कुणाकडे बघतो आहोत हे देखील त्याच्या लक्षात आले नसावे. तो पुन्हा मागे वळला आणि त्याने आपला चेहरा आपल्या हातांनी झाकून घेतला.

"आरी सेदेर सुरू करायला...."

"आयुष्यभर.... आयुष्यभर मी ज्यांच्या ज्यांच्यावर जीव लावला त्यांना त्यांनी ठार करताना मी बघतो आहे. सगळे गेले आता.... कोणीही राहिले नाही."

असहनीय दुःख आणि निराशा यांच्या गर्तेतून उमटावेत तसे त्याचे शब्द येत होते. त्याच्या चेहऱ्यावरच्या हृदय पिळवटून टाकणाऱ्या भावना तिने पाहिल्या आणि ती भीतीने थरथरली. हा...हा... माणूस आरीच आहे ना?

"आरी...आरी!"

"का...का आपल्या मुलांना अशा ठिकाणी पाठवायचे? ही प्राणप्रिय मुलगी.... ही देवता.... का का तिलासुद्धा ठार मारावे त्यांनी?"

आरी धडपडत उभा राहिला. ज्या ताकदीने, शक्तीने, मनाच्या कणखरपणाने, मनावरच्या संयमाने त्याला आरी बेन कनान बनवले होते ती ताकद, ती शक्ती, तो संयम या सर्व गोष्टी त्याला सोडून गेल्या असाव्यात. हा आरी बेन कनान नव्हता. एका धिप्पाड भासणारा पण पूर्ण पराभूत झालेला माणूस होता हा. "दररोज सूर्य उगवला की, का आपल्या अस्तित्वासाठीच पुन्हा पुन्हा लढा द्यायचा आपण?"

वर्षानुवर्षाची दडपणे, धडपड, झगडा, साठलेले दुःख सर्व बाहेर येत होते आज. त्याने मुठी वळल्या, आपला दुःखाने व्याकूळ झालेला चेहरा वर केला आणि तो ओरडला, "देवा! देवा!! का का ते आम्हाला एकटे सोडत नाहीत? का....का ते आम्हाला जगू देत नाहीत?"

त्याचे ताकदवान खांदे शक्ती नष्ट झाल्यासारखे खाली पडले, डोके छातीला टेकले आणि तो उभ्या उभ्या थरथरायला लागला.

"आरी....आरी" किटीही दुःखाने ओरडली, "का... का मला आधीच कळले नाही सर्व? आरी.... अरे तू एकट्यानेच किती सोसले आहेस रे? कसे...कसे मला काही कळले नाही? किती यातना आणि दुःख दिले आहे मी तुला."

आरी पार खचला होता, थकला होता. एक एक पाऊल उचलत तो कसाबसा बाहेर आला. "माझा....माझा ताबा नाही राहिला स्वत:वर." तो पुटपुटला. "इतर कुणाला कृपा करून काय घडले ते सांगू नकोस."

"आपण जाऊ या का आत? सर्वजण आपलीच वाट बघत आहेत."

"किटी!"

तो हळूहळू एक एक पाऊल टाकत तिच्याजवळ पोचला. त्याने एकदा तिच्या डोळ्यात बघितले, गुडघ्यांवर बसून त्याने तिच्या कंबरेला मिठी मारली आणि तो ओक्साबोक्शी रडायला लागला.

आरी बेन कनान रडत होता. अगदी विचित्र आणि न ऐकवणारा आवाज. आजपर्यंत अश्रू ढाळायचा त्याला धीर झाला नव्हता. त्याच्या मनामधे साचलेले अपार दु:ख आज त्याच्या अश्रूंवाटे बाहेर पडत होते. अंत नसलेले दु:ख.

किटी त्याला घट्ट पकडून त्याच्या केसातून हात फिरवत होती. धीराचे शब्द बोलत होती.

"किटी! मला सोडून जाऊ नकोस किटी!"

याच, याच शब्दांसाठी ती आसुसली होती. होय आरी, तुला माझी गरज आहे. आज रात्री मी राहीन. आणि काही दिवससुद्धा. आयुष्यात प्रथमच तू अश्रू ढाळत असलास आरी तरी तुला लाज वाटते त्यांची. आज तुला माझी गरज आहे. पण उद्या?.... उद्या तू पुन्हा आरी बेन कनान बनशील. सर्व दु:खद घटनांना सराईतपणे, बेपर्वाईने, ताकदीने तोंड देणारा आरी बेन कनान! आणि मग?... मग तुला माझी आवश्यकता पडणार नाही.

तिने त्याला हळूच उठवले. त्याचे डोळे पुसले. त्याच्या अंगातली ताकद जणुकाही नाहीशी झाली होती. तिने त्याला घट्ट धरले, आधार दिला. "ठीक आहे आरी. माझ्या आधाराने चाललास तरी चालेल."

ते कॉटेजच्या दिशेने निघाले. सारा मेणबत्त्या लावताना, प्रार्थना करताना त्यांना खिडकीतून दिसली.

तो थांबला. हळूहळू ताठ उभा राहिला. उंच, शक्तीमान.

इतक्यात? इतक्या लौकर तो पुन्हा आरी बेन कनान बनला?

"किटी! आत जायच्या आधी मला तुला काही सांगायचे आहे. माझे तुझ्यावर जितके प्रेम आहे तितके मी डाफनावरसुद्धा केले नसेल. माझ्याबरोबर कशा तऱ्हेचे आयुष्य काढावे लागेल याची कल्पना आहे तुला?"

"आहे. माहिती आहे."

"मी इतरांसारखा नाही.... इतर कुठल्याही गोष्टींपेक्षा अगदी देशाच्या गरजेपेक्षा, तुझी गरज मला सर्वप्रथम आहे हे म्हणेपर्यंत पुन्हा किती वर्षे जातील मला माहीत

नाही... तुझ्या लक्षात येते आहे ना मी काय सांगतो आहे ते?''

''लक्षात येते आहे आरी.... आणि नेहमी लक्षात राहील.''

सर्वजण जेवायच्या खोलीत जमले. पुरुषांनी डोक्यावर स्कलकॅप्स घातल्या.

दोव्ह आणि यार्देना आणि आरी आणि किटी आणि सदरलॅन्ड आणि सारा. सर्वांच्या मनात दु:ख दाटलेले होते. जिथे नेहमी बराक बसायचा त्या खुर्चीच्या दिशेने आरी निघाला. सदरलॅन्डने हळूच त्याच्या दंडावर हात ठेवला.

''तुला राग येणार नसेल तर मी सेदेर सांगू आरी? मी इथला सर्वात वृद्ध ज्यू आहे.''

''आमचा सन्मानच वाटेल तो आम्हाला.''

सदरलॅन्ड कुटुंबप्रमुखाच्या खुर्चीजवळ पोचला. सर्वजण बसल्यावर प्रत्येकाने आपल्या समोरचे हागद्दाचे पुस्तक उघडले. सदरलॅन्डने दोव्हला सुरू करायची खूण केली.

दोव्हने घसा साफ करत सुरुवात केली.

*``why is this night different from all other nights of the year?"*

*``This night is different because we celebrate the most important moment in the history of our people. On this night we celebrate their going forth in triumph from slavery into freedom."*

□□□